പ്രണയിക്കുന്ന സ്ത്രീകൾ

pranayikkunna sthrikal

•

d h lawrence

•

translation
p sarthchandran

•

first edition
january 2017

•

published
chintha publishers, thiruvananthapuram

•

typesetting
star communications, thiruvananthapuram

•

printed
repro india ltd, mumbai

•

cover
vishnu ram

•

വിതരണം

ദേശാഭിമാനി ബുക്ക് ഹൗസ്

H O തിരുവനന്തപുരം–695 035
phone: 0471-2303026, 6063026
www.chinthapublishers.com
chinthapublishers@gmail.com

ബ്രാഞ്ചുകൾ

ഹെഡ്ഡാഫീസ് ബ്രാഞ്ച് കുന്നുകുഴി • സ്റ്റാച്യു തിരുവനന്തപുരം • കെ എസ് ആർ ടി സി ബസ് സ്റ്റേഷൻ ആലപ്പുഴ • കെ എസ് ആർ ടി സി ബസ് സ്റ്റേഷൻ എറണാകുളം • മച്ചിങ്ങൽ ലെയിൻ തൃശൂർ • ഐ ജി റോഡ് കോഴിക്കോട് • മാവൂർ റോഡ് കോഴിക്കോട് • എൻ ജി ഒ യൂണിയൻ ബിൽഡിങ് കണ്ണൂർ • സെൻട്രൽ ബസ് ടെർമിനൽ കോംപ്ലക്സ് താവക്കര കണ്ണൂർ

CO - 2458 / 4060
ISBN - 978-93-86364-31-9

പ്രണയിക്കുന്ന സ്ത്രീകൾ

ഡി എച്ച് ലോറൻസ്

പരിഭാഷ:
പി ശരത് ചന്ദ്രൻ

ചിന്ത പബ്ലിഷേഴ്സ്
തിരുവനന്തപുരം-695 035

പി ശരത് ചന്ദ്രൻ

ആലപ്പുഴ ജില്ലയിൽ മുതുകുളത്ത് 1949 ൽ ജനിച്ചു. അച്ഛൻ: മഹാകവി അഴകത്ത് പത്മനാഭക്കുറുപ്പിന്റെ ചെറുമകൻ പരമേശ്വരനുണ്ണിത്താൻ. അമ്മ: പ്രശസ്ത സാഹിത്യകാരനും ചലച്ചിത്രകാരനുമായ പി പത്മരാജന്റെ സഹോദരി പത്മിനി അമ്മ.

എഞ്ചിനീയറിങ്ങിൽ ഡിഗ്രി.

ആനുകാലികങ്ങളിൽ ചെറുകഥകൾ പ്രസിദ്ധീകരിച്ചിട്ടുണ്ട്. *ഫിനിക്സിന്റെ ഇതിഹാസം* (വിയറ്റ്നാമിൽ നിന്നുള്ള കഥകൾ), *ബൊക്കാഷ്യോ കഥകൾ, ടാഗോർ കഥകൾ, സ്പാനിഷ് ക്ലാസിക് കഥകൾ, ഒളിത്താവളത്തിലെ കുറിപ്പുകൾ* (ദസ്തയേവ്സ്കിയുടെ നോവൽ), പാവങ്ങൾ (വിക്ടർ ഹ്യൂഗോ) എന്നീ പരിഭാഷകൾ പ്രസിദ്ധീകരിച്ചിട്ടുണ്ട്.

ടാഗോർ കഥകൾ 2009 ലും 2010 ലും സ്കൂൾവായനോത്സവത്തിൽ വായനയ്ക്കുവേണ്ടി തെരഞ്ഞെടുക്കപ്പെട്ടു.

ഭാര്യ : ശിവലത
മകൻ : ഉണ്ണികൃഷ്ണൻ
വിലാസം : ടി സി 29/1065, അംബാ ഗാർഡൻസ്
പാൽക്കുളങ്ങര, തിരുവനന്തപുരം.
ഫോൺ: 9947070782

ഉള്ളടക്കം

പ്രസാധകക്കുറിപ്പ്

ഒന്നാം ലോകയുദ്ധത്തിനു മുൻപുള്ള ബ്രിട്ടീഷ് സമൂഹത്തെ പ്രതിനിധാനം ചെയ്യുന്ന നോവൽ. 1920 ൽ പ്രസിദ്ധീകൃതമായ *വിമെൻ ഇൻ ലൗ* എന്ന ഈ കൃതി ഡി എച്ച് ലോറൻസിന്റെ തന്നെ *ദി റെയിൻബോ* (1915) എന്ന നോവലിന്റെ തുടർച്ചയായിട്ടാണ് പരിഗണിക്കപ്പെടുന്നത്.

പ്രിങ്ഗ്വൻ സഹോദരിമാരായ ഉർസുലയുടെയും ഗുഡ്റണിന്റെയും ജീവിതവും പ്രണയവുമാണ് നോവലിലെ പ്രതിപാദ്യം. ഒരു കലാകാരിയായ ഗുഡ്റൺ വ്യവസായിയായ ജറാൾഡ് ക്രീച്ചുമായി അപകടകരമായ ഒരു ബന്ധം തുടരുന്നു. ഇതിനെ ലോറൻസ് ഉർസുലയും ബുദ്ധിജീവിയായ റൂപർട്ട് ബിർക്കിസും തമ്മിലുള്ള പ്രണയവുമായി താരതമ്യപ്പെടുത്തുന്നു. റൂപർട്ട് എന്ന കഥാപാത്രം കഥാകാരന്റെ ആത്മകഥാംശം ഉൾക്കൊള്ളുന്നു. റൂപർട്ടും ജറാൾഡുമായുള്ള മനഃശാസ്ത്രപരവും ശാരീരികവുമായ ആകർഷണം വൈകാരികബന്ധങ്ങളെ അഗാധവും സംഘർഷഭരിതവുമാക്കുന്നു.

*വിമെൻ ഇൻ ലൗവി*ലെ ലൈംഗിക പ്രതിപാദനം വിവാദങ്ങൾക്കു വഴിയൊരുക്കിയിട്ടുണ്ട്. *ദി റെയിൻബോ*യുമായുള്ള *സാത്മ്യ*വും വിമർശനവിധേയമായി. 1920 ൽ ഈ നോവൽ ന്യൂയോർക്കിൽ പ്രസിദ്ധീകരിച്ചു.

തിരക്കഥാകൃത്ത് ലാറിക്രാമറും സംവിധായകൻ കെൻറസ്സലും 1964 ൽ *വിമെൻ ഇൻ ലൗ* സിനിമയാക്കി. ഇതിലെ അഭിനയത്തിന് ഗ്ലാൻഡാ ജാക്സണ് നല്ല നടിക്കുള്ള അക്കാദമി അവാർഡ് ലഭിക്കുകയുണ്ടായി. 2011 ൽ ദി റെയിൻബോയും *വിമെൻ ഇൻ ലൗവും* ചേർന്ന് *വില്യം ഐവറി വിമെൻ ഇൻ ലൗ* എന്ന പേരിൽ രണ്ടുഭാഗങ്ങളുള്ള ടെലിവിഷൻ ചിത്രം സംവിധാനം ചെയ്തു.

ഒന്നാം ലോക യുദ്ധത്തിനു മുൻപത്തെ ബ്രിട്ടീഷ് ജീവിതത്തെയും സംസ്കാരത്തെയും വരച്ചുകാട്ടുന്ന *വിമെൻ ഇൻ ലൗ* വായനാലോകത്തിനുമുൻപിൽ അവതരിപ്പിച്ചുകൊള്ളുന്നു.

ചിന്ത പബ്ലിഷേഴ്സ്

ഡി എച്ച് ലോറൻസ് (1885–1930)

പരിഭാഷകന്റെ കുറിപ്പ്

തടഞ്ഞുനിർത്താൻ കഴിയാത്ത മനുഷ്യപുരോഗതിയെ ചിലപ്പോഴെല്ലാം ദാർശനികമായ അറിവുകളുടെ മുന്നേറ്റമായി മനസ്സിലാക്കി മനുഷ്യസമൂഹം അഹങ്കരിച്ചിട്ടുണ്ട്. മനുഷ്യന്റെ യുക്തിചിന്തകളുടെ സ്വതന്ത്രമായ ശക്തിയിലുള്ള വിശ്വാസമാണ് ഇത്തരം മനോഭാവങ്ങളുടെ അടിസ്ഥാനം. അറിവുകളുടെ ഉല്പന്നമായ സാങ്കേതികവിദ്യയും വ്യവസായവും അതിവേഗത്തിൽ പുരോഗമിച്ച് പ്രകൃതിയുടെ ശക്തിപ്രവാഹത്തിനുമുകളിൽ അവസാനമില്ലാത്ത വിജയം കരസ്ഥമാക്കുമെന്നുള്ള തോന്നൽപോലും സൃഷ്ടിക്കപ്പെടുന്ന അവസ്ഥയിൽ എത്താറുണ്ട്. സാങ്കേതികവിദ്യയും വ്യവസായവും കഴിഞ്ഞ നൂറ്റാണ്ടുകളിലെ പടിഞ്ഞാറൻ യൂറോപ്പിലെ മനുഷ്യരുടെ ജീവിതത്തെ യാന്ത്രികമാക്കി മാറ്റി സ്വയം നാശോന്മുഖമാകുന്ന ഒരു അവസ്ഥയിലേക്കുവരെ കൊണ്ടെത്തിച്ചിരുന്നു. ചിലരെങ്കിലും പുരോഗമിക്കുന്ന സാമ്പത്തിക ശക്തികളുടെ സ്പർദ്ധ നിറഞ്ഞ അഭിവൃദ്ധിയുടെ യുക്തിപരമായ ഒരു ഒത്തുതീർപ്പായി ഈ അവസ്ഥയെ മനസ്സിലാക്കി. അതോടെ വെളിച്ചം അണഞ്ഞുകഴിയുമ്പോൾ കാണേണ്ടത് എങ്ങനെയാണെന്ന് വീണ്ടും പഠിച്ചുതുടങ്ങാനുള്ള സാദ്ധ്യത തെളിഞ്ഞുവരുമെന്നുള്ള തിരിച്ചറിവ് സൃഷ്ടിക്കപ്പെട്ടു. അറിവ് ഇരുട്ടിനേയും സംസ്കാരം കാടത്തത്തേയും സൃഷ്ടിക്കുന്നത് ചിലരെങ്കിലും തിരിച്ചറിഞ്ഞു. ഡി എച്ച് ലോറൻസിനെ (1885–1930) ഈ അവസ്ഥ ഗുരുതരമായി സ്പർശിച്ചിരുന്നു. *പ്രണയിക്കുന്ന സ്ത്രീകൾ (Women in Love)* ഈ ആഘാതത്തിന്റെ മനോഹരമായ അനന്തരഫലം ആണ്. ദുഃഖപര്യവസായിയായ ഒരു പ്രണയകഥയ്ക്കപ്പുറമുള്ള മറ്റുപലതും ഈ നോവലിൽ ഉണ്ട്. അത് നോവലിനെ എഴുതപ്പെട്ട കാലഘട്ടത്തിൽനിന്നുമുള്ള മനു

ഷ്യപുരോഗതിയിലേക്കുള്ള സൂചകമാക്കി മാറ്റിയിരിക്കുന്നു.

ലോറൻസ് സമകാലിക നോവലിസ്റ്റുകളിൽനിന്നും വ്യത്യസ്തനാകുന്നത് അദ്ധ്വാനിക്കുന്ന ജനസമൂഹത്തിന്റെ സത്യസന്ധനായ നിരീക്ഷകൻ എന്ന നിലയിലും വ്യക്തിബന്ധങ്ങളെ വ്യക്തികളുടെ സാമൂഹികമായ അവസ്ഥയുടെ പശ്ചാത്തലത്തിൽ അപഗ്രഥിച്ച് മനസ്സിലാക്കുന്ന എഴുത്തുകാരൻ എന്ന നിലയിലുമാണ്. ആർതർ ലോറൻസ് എന്ന ഖനിത്തൊഴിലാളിയുടെയും ലിഡിയ എന്ന മദ്ധ്യവർഗ്ഗസ്ത്രീയുടെയും ഇളയ മകനായ ഡേവിഡ് ഹെർബർട്ട് ലോറൻസിന് മദ്യപാനിയായ അച്ഛനും വിദ്യാസമ്പന്നയായ അമ്മ ലിഡിയയും തമ്മിലുള്ള അവസാനിക്കാത്ത കലഹങ്ങൾക്കിടയിലൂടെ കടന്നുപോന്ന ഒരു ബാല്യം ഉണ്ടായിരുന്നു. ലിഡിയ വിവാഹത്തിനുമുമ്പ് ഒരു അദ്ധ്യാപിക ആയിരുന്നു. ഖനിത്തൊഴിലാളികളുടെ സമൂഹത്തിന്റെ പെരുമാറ്റങ്ങളിലെ പരിഷ്കാരമില്ലായ്മ അവരെ അസ്വസ്ഥയാക്കിയിരുന്നു. ഡി എച്ച് ലോറൻസിന്റെ ജീവിതത്തിലെ ഏറ്റവും വലിയ സ്വാധീനം ഇവരായിരുന്നു. അവർ അവരുടെ ആൺമക്കളുടെ ജീവിതത്തെ ഖനികളിൽനിന്നും പറിച്ചുമാറ്റാൻ ആഗ്രഹിച്ചു. അതിൽ അവർ വിജയിക്കുകയും ചെയ്തു. പെൺമക്കളെ അദ്ധ്വാനിക്കുന്ന വർഗ്ഗത്തിനു മുകളിലുള്ളവരെക്കൊണ്ട് വിവാഹം കഴിപ്പിക്കാൻ ആഗ്രഹിച്ചു. പക്ഷേ, അച്ഛൻ ആർതർ ലോറൻസിന് അയാളുടെ വർഗ്ഗത്തിനുപരിയായുള്ള അതിമോഹങ്ങൾ ഉണ്ടായിരുന്നില്ല. പക്ഷേ, വിജയം ലിഡിയയ്ക്ക് ആയിരുന്നു.

നോവലിലെ മുഖ്യകഥാപാത്രമായ ഗുഡ്റൺ എന്ന പെൺകുട്ടി സ്വതന്ത്രചിന്തയുള്ള ആധുനികവനിതയുടെ ആദ്യപ്രതീകം തന്നെയാണ്. ഉപരിവർഗ്ഗ പ്രതിനിധിയും ധനാഢ്യനുമായ ജറാൾഡ് ക്രിച്ച് എന്ന ഖനി ഉടമസ്ഥനുമായുള്ള അവളുടെ ബന്ധങ്ങളിലുണ്ടാകുന്ന അസ്വാരസ്യങ്ങളിൽ ആധുനികസ്ത്രീയുടെ സ്വാതന്ത്ര്യബോധം ഉണ്ട്. സഹോദരിമാരായ ഗുഡ്റണും ഉർസുലയും വിദ്യാഭ്യാസത്തിലൂടെയും ജീവിതാനുഭവങ്ങളിലൂടെയും പരിവർത്തനത്തിന് വിധേയമായിക്കൊണ്ടിരിക്കുന്ന വ്യക്തിത്വങ്ങളാണ്. ബിർക്കിൻ എന്ന സ്കൂൾ ഇൻസ്പെക്ടറും ഉർസുലയും തമ്മിലുള്ള പ്രണയബന്ധം സംഘർഷങ്ങൾ കുറഞ്ഞതും വിവാഹത്തിൽ അവസാനിക്കുന്നതുമാണ്. പക്ഷേ, ഗുഡ്റണിന് ഉപരിവർഗ്ഗത്തിൽപ്പെട്ട ജറാൾഡിനെപ്പോലും സ്വാധീനിക്കാൻ കഴിയുന്നു. ഉപരിവർഗ്ഗത്തിന്റെ ശ്രേഷ്ഠതയിൽ അങ്ങേയറ്റം ഉറച്ചുപോയ മാനസികാവസ്ഥയുള്ള ഹെർമിയോൺ റോഡിസ് എന്ന മറ്റൊരു സ്ത്രീകഥാപാത്രത്തെയും നമ്മൾ പരിചയപ്പെടുന്നുണ്ട്. വ്യക്തിബന്ധങ്ങളിൽ സാമൂഹിക അസമത്വങ്ങൾ ഉണ്ടാക്കുന്ന അസ്വാരസ്യങ്ങൾ ഇവരിലൂടെ വായനക്കാരന് വെളിപ്പെടുത്തപ്പെടുന്നുണ്ട്. ഗുഡ്റണുമായി അടുപ്പത്തിലാകുന്ന ലോർക്കെ എന്ന ജർമ്മൻ ശില്പിയോടുള്ള ജറാൾഡിന്റെ മനഃസ്ഥിതിയിലും നമുക്ക്

ഇത് തിരിച്ചറിയാൻ കഴിയും. ജറാൾഡും ബിർക്കിനും തമ്മിലുള്ള തീവ്രമായ സ്നേഹബന്ധത്തിന്റെ സൂചനകളും നോവലിന്റെ പലഭാഗങ്ങളിലായി പ്രത്യക്ഷമാകുന്നു. ബിർക്കിന്റെ ദാർശനികമായ സംഭാഷണരീതിയിൽ ഒരുപക്ഷേ, പിന്നിലുള്ളത് ലോറൻസ്തന്നെയാണോ എന്ന സംശയം അർത്ഥശൂന്യമാണെന്ന് പറയാൻ പറ്റില്ല. വായനയ്ക്കപ്പുറം വായിച്ചു മനസ്സിലാക്കേണ്ടതാണ് പുസ്തകം എന്ന വിനീതമായ അഭിപ്രായത്തോടെ എന്റെ ഈ കുറിപ്പ് അവസാനിക്കുന്നു.

പി ശരത് ചന്ദ്രൻ

1

സഹോദരിമാർ

ഉർസുലയും ഗുഡ്റൺ ബ്രാങ്വനും ഒരുദിവസം രാവിലെ ബെർഡോറിലുള്ള അവരുടെ അച്ഛന്റെ വീടിന്റെ ഇടനാഴിയിൽ ജോലി ചെയ്യുന്നതിനിടയിൽ സംസാരിച്ചുകൊണ്ടിരിക്കുകയായിരുന്നു. ഉർസുല വർണ്ണനൂലുകൾകൊണ്ട് ഒരു എംബ്രോയിഡറി തുന്നുകയും ഗുഡ്റൺ അവളുടെ മടിയിൽ വെച്ചിരുന്ന ബോർഡിൽ ഒരു ചിത്രം വരയ്ക്കുകയുമായിരുന്നു. കൂടുതൽ സമയവും അവർ നിശ്ശബ്ദരായിരുന്നു. അവരുടെ ചിന്തകൾ വഴി തെറ്റുമ്പോൾ മാത്രം അവർ സംസാരിച്ചു.

"ഉർസുല" ഗുഡ്റൺ പറഞ്ഞു: "ചേച്ചി സത്യത്തിൽ വിവാഹം കഴിക്കാനാഗ്രഹിക്കുന്നില്ലേ?" ഉർസുല ചിത്രത്തുന്നൽ മടിയിൽ വെച്ചതിനുശേഷം തല ഉയർത്തിനോക്കി. അവളുടെ മുഖം ശാന്തമായിരുന്നു.

"എനിക്കറിയില്ല" അവൾ മറുപടി പറഞ്ഞു. "അത് നിങ്ങളുടെ ഉദ്ദേശ്യത്തിന് അനുസരിച്ചിരിക്കും."

ഗുഡ്റൺ ചെറിയതോതിൽ ഒന്ന് ഞെട്ടി. കുറച്ചു സമയം അവൾ സഹോദരിയെ സൂക്ഷിച്ചു നോക്കി.

"ശരി." അവൾ കളിയാക്കുന്നമട്ടിൽ പറഞ്ഞു. "സാധാരണ അതിനു ഒരു ഉദ്ദേശ്യമേയുള്ളൂ" അവൾ അല്പം ശബ്ദം താഴ്ത്തി. "പക്ഷേ, എന്തായാലും ഇപ്പോഴത്തെ അവസ്ഥയേക്കാൾ മെച്ചമായിരിക്കുമെന്ന് ചേച്ചി വിചാരിക്കുന്നില്ലേ?"

ഉർസുലയുടെ മുഖത്ത് ഒരു നിഴൽ പരന്നു.

"ആയിരിക്കാം." അവൾ പറഞ്ഞു. "പക്ഷേ, എനിക്ക് ഉറപ്പില്ല."

ഗുഡ്റണിന് ചെറിയതോതിൽ ദേഷ്യം വന്നു. അവൾ അല്പസമയത്തേക്ക് സംസാരിച്ചില്ല. അവൾ വ്യക്തമായ മറുപടി പ്രതീക്ഷിച്ചിരുന്നു.

"ഒരാൾക്ക് വിവാഹം കഴിക്കുന്നതിന്റെ അനുഭവം വേണമെന്ന് ചേച്ചി

വിചാരിക്കുന്നില്ലേ?" അവൾ ചോദിച്ചു.

"അത് ഒരു അനുഭവം തന്നെ ആയിരിക്കുമെന്ന് നീ വിചാരിക്കുന്നുണ്ടോ?" ഉർസുല മറുപടി പറഞ്ഞു.

"ഒരുതരത്തിൽ അല്ലെങ്കിൽ മറ്റൊരു തരത്തിൽ അത് നിശ്ചയമായും ഒരു അനുഭവം ആയിരിക്കും." ഗുഡ്റൺ ശാന്തുപ്പൻ മട്ടിൽ പറഞ്ഞു. "ഒരുപക്ഷേ, ആഗ്രഹിക്കുന്ന തരത്തിലുള്ളതായിരിക്കില്ല. പക്ഷേ, നിശ്ചയമായും ഏതെങ്കിലും തരത്തിലുള്ള ഒരു അനുഭവമായിരിക്കും."

"വാസ്തവത്തിൽ അങ്ങനെ അല്ല" ഉർസുല പറഞ്ഞു.

"അനുഭവത്തിന്റെ അന്ത്യമായിരിക്കാനാണ് കൂടുതൽ സാദ്ധ്യത."

ഗുഡ്റൺ ഉർസുല പറയുന്നത് ശ്രദ്ധയോടെ കേട്ടുകൊണ്ട് അനങ്ങാതിരുന്നു.

"നിശ്ചയമായും," അവൾ പറഞ്ഞു. "അതും ആലോചിക്കേണ്ട സംഗതിയാണ്." ഇത് അവരുടെ സംസാരം അവസാനിപ്പിക്കാൻ കാരണമായി. ഗുഡ്റൺ ഏറെക്കുറെ ദേഷ്യത്തോടെ റബ്ബർ എടുത്ത് അവൾ വരച്ചുകൊണ്ടിരുന്ന ചിത്രത്തിന്റെ ഒരുഭാഗം മായ്ക്കാൻ തുടങ്ങി. ഉർസുല ശ്രദ്ധയോടെ തയ്യൽ തുടർന്നു.

"ഒരു നല്ല ആലോചന വന്നാൽ ചേച്ചി അത് അംഗീകരിക്കില്ലേ?"

"ഞാൻ പലതും വേണ്ടെന്ന് വെച്ചിട്ടുണ്ടെന്നാണ് വിചാരിക്കുന്നത്."

"സത്യമാണോ!" ഗുഡ്റണിന്റെ മുഖം ചുവന്നു. "പക്ഷേ, വാസ്തവത്തിൽ കൊള്ളാവുന്നത് വല്ലതും അക്കൂട്ടത്തിൽ ഉണ്ടായിരുന്നോ? അങ്ങനെ വല്ലതും ചേച്ചി വേണ്ടന്ന് തീരുമാനിച്ചിട്ടുണ്ടോ?"

"ഒരു വർഷത്തിൽ ആയിരം പ്രാവശ്യം, അതും ഒരു വളരെ നല്ല മനുഷ്യന്റെ ആലോചന. എനിക്ക് അയാളെ വളരെ ഇഷ്ടമായിരുന്നു." ഉർസുല പറഞ്ഞു.

"സത്യം! പക്ഷേ, ചേച്ചി ആഗ്രഹിച്ചില്ലേ?"

"ചെറുതായിട്ട്, പക്ഷേ, കാര്യമുണ്ടായില്ല" ഉർസുല പറഞ്ഞു. "കാര്യത്തോടടുക്കുമ്പോൾ ഒരാൾ താനാഗ്രഹിച്ചതായി പറയാൻ പറ്റില്ല. ഞാൻ ആഗ്രഹിച്ചെങ്കിൽ ഞാൻ പൂർണ്ണമനസ്സോടെ വിവാഹം കഴിക്കുമായിരുന്നു. എനിക്ക് അങ്ങനെയുള്ള ആഗ്രഹം ഉണ്ടായിരുന്നില്ല." രണ്ട് സഹോദരിമാരും പെട്ടെന്ന് പൊട്ടിച്ചിരിച്ചു.

"ഇതു അത്ഭുതപ്പെടുത്തുന്ന കാര്യമല്ലേ?" ഗുഡ്റൺ ഉറക്കെപ്പറഞ്ഞു. "അതിശക്തമായി ആഗ്രഹിക്കാതിരിക്കുന്നത്!" അവർ പരസ്പരം നോക്കി പൊട്ടിച്ചിരിച്ചു. ഉള്ളിന്റെ ഉള്ളിൽ അവർക്ക് ഭയം തോന്നിയിരുന്നു.

പിന്നീട് വളരെനേരത്തേക്ക് സംസാരം ഉണ്ടായില്ല. ഉർസുല തുന്നലും ഗുഡ്റൺ പടംവരയും തുടർന്നു. ഉർസുലയ്ക്ക് ഇരുപത്തിയാറും ഗുഡ്റണിന് ഇരുപത്തിയഞ്ചും കഴിഞ്ഞിരുന്നു. പക്ഷേ, രണ്ടുപേർക്കും കാഴ്ചയിൽ ഈ കാലത്തെ പരിഷ്കാരി പെൺകുട്ടികളുടെ ലക്ഷണം ഉണ്ടായിരുന്നു. ഗുഡ്റൺ വളരെ സുന്ദരിയായിരുന്നു. അടക്കവും ഒതുക്കവുമുള്ളവളായിരുന്നു. നാണക്കാരിയായിരുന്നു. അവൾ കഴുത്തിലും

കൈയിലും ചുവപ്പും പച്ചയും നിറമുള്ള നാടകൾ തുന്നിയ കടുംനീലനിറത്തിലുള്ള സിൽക്ക് വസ്ത്രമാണ് ധരിച്ചിരുന്നത്. മരതകപ്പച്ച നിറത്തിലുള്ള ഒരു കാലുറയും അവൾക്ക് ഉണ്ടായിരുന്നു അവളുടെ ആത്മവിശ്വാസവും ആശങ്കയും നിഴലിക്കുന്ന നോട്ടത്തിന് ഉർസുലയുടെ ലജ്ജ കലർന്ന പ്രത്യാശയുമായി പൊരുത്തം ഉണ്ടായിരുന്നില്ല. ഗുഡ്റണിന്റെ കൂസലില്ലായ്മയും തുറന്ന പെരുമാറ്റവുംകണ്ട് അമ്പരന്നുപോയ നാട്ടുകാർ അവളെപ്പറ്റി പറഞ്ഞു: "അവൾ മിടുക്കിയാണ്." ലണ്ടനിലെ ഒരു കലാവിദ്യാലയത്തിൽ പഠിച്ചും ജോലി ചെയ്തും പലവർഷങ്ങൾ കഴിച്ചുകൂട്ടിയതിനുശേഷം അവൾ തിരിച്ചുവന്നിട്ട് അധികകാലം ആയിരുന്നില്ല.

"ഞാൻ ഉടൻതന്നെ ഒരാളെ പ്രതീക്ഷിച്ചിരുന്നു." പെട്ടെന്ന് കീഴ്ച്ചുണ്ട് കടിച്ചുകൊണ്ട് വേദനയും കൗശലവും കലർന്ന പുഞ്ചിരിയോടെ അസാധാരണമായ ഒരു ആംഗ്യം കാണിച്ചുകൊണ്ട് ഗുഡ്റൺ പറഞ്ഞു. ഉർസുല പേടിച്ച് പോയി.

"അപ്പോൾ നീ വീട്ടിൽ വന്നത് അയാളെ ഇവിടെ പ്രതീക്ഷിച്ചുകൊണ്ടാണ്?" ഉർസുല പൊട്ടിച്ചിരിച്ചു.

"എന്റെ പൊന്നേ!" ഗുഡ്റൺ ഉറക്കെ വിളിച്ചു പറഞ്ഞു. "ഞാൻ എന്റെ വഴിവിട്ട് അയാളെ അന്വേഷിച്ച് നടക്കാറില്ല. പക്ഷേ, വേണ്ടത്ര സൗകര്യങ്ങളുള്ള കണ്ടാൽ കൊള്ളാവുന്ന ഒരു മനുഷ്യനെ പെട്ടെന്ന് കണ്ടുമുട്ടാൻ ഇടയാകുകയാണെങ്കിൽ.... ശരിയാണ്... " അവൾ വിപരീതാർത്ഥത്തിൽ സംസാരം അവസാനിപ്പിച്ചു. അതിനുശേഷം ഉർസുലയെ ചുഴിഞ്ഞ് പരിശോധിക്കുന്നമട്ടിൽ അവൾ സൂക്ഷിച്ചു നോക്കി. "ചേച്ചിക്ക് തനിയെ മുഷിപ്പ് തോന്നുന്നില്ലേ?" അവൾ ചേച്ചിയോട് ചോദിച്ചു. "കാര്യങ്ങൾ നടക്കുന്നില്ലെന്ന് ചേച്ചിക്ക് മനസ്സിലാകുന്നില്ലേ? ഒന്നും നടക്കുന്നില്ല! എല്ലാം മൊട്ടിടുമ്പോൾ തന്നെ കരിഞ്ഞുപോകുന്നു."

"മൊട്ടിടുമ്പോൾ കരിയുന്നത് എന്താണ്?"

"ഓരോ കാര്യവും, പൊതുവെ എല്ലാകാര്യങ്ങളും." ഓരോരുത്തരും അവരവരുടെ വിധിയെപ്പറ്റി ഒഴുക്കൻ മട്ടിൽ ആലോചിച്ചു കൊണ്ടിരുന്നതുകൊണ്ട് അല്പസമയത്തേക്ക് സംസാരം ഉണ്ടായില്ല.

"അത് ഒരാൾക്ക് ഭയം ഉണ്ടാക്കും." ഉർസുല പറഞ്ഞു. വീണ്ടും അല്പസമയത്തേക്ക് ഒരു ഇടവേള. "പക്ഷേ, വിവാഹം കഴിച്ചത് കൊണ്ട് മാത്രം എവിടെയെങ്കിലും എത്തിച്ചേരുമെന്ന് നീ വിചാരിക്കുന്നുണ്ടോ?"

"ഒഴിച്ചുകൂടാൻ പറ്റാത്ത അടുത്ത നടപടി അതാണെന്ന് തോന്നുന്നു." ഗുഡ്റൺ പറഞ്ഞു. അല്പം വിദ്വേഷത്തോടെ ഉർസുല ഈ കാര്യം പരിഗണിച്ചു. ഏതാനും വർഷങ്ങളായി അവർ വില്ലി ഗ്രീൻ ഗ്രാമർ സ്കൂളിലെ ഒരു ക്ലാസ് ടീച്ചറാണ്.

"എനിക്ക് അറിയാം" അവൾ പറഞ്ഞു "ഒരാൾ ഒഴുക്കൻമട്ടിൽ ആലോചിക്കുമ്പോൾ അങ്ങനെ തോന്നാൻ ഇടയുണ്ട്. പക്ഷേ, സത്യാവസ്ഥ സങ്കല്പിച്ച് നോക്കുക: പരിചയമുള്ള ഏതെങ്കിലും ഒരാൾ മറ്റൊരാളെ കാണാൻ എല്ലാദിവസവും വൈകുന്നേരം വീട്ടിലെത്തി പരിചയം

പുതുക്കുന്നു. ഒരു ചുംബനം തന്നുകൊണ്ട്.."

ഇവിടെ ശൂന്യമായ ഒരു നിശ്ശബ്ദത പരന്നു.

"ശരിയാണ്" നേർത്ത ശബ്ദത്തിൽ ഗുഡ്റൺ പറഞ്ഞു. "അത് ഒരിക്കലും സഹിക്കാൻ പറ്റില്ല. അയാൾ അത് അസഹ്യമാക്കിത്തീർക്കും."

"തീർച്ചയായും അവിടെ കുട്ടികൾ ഉണ്ടായിരിക്കും." ഉർസുല സംശയം പ്രകടിപ്പിച്ചു.

ഗുഡ്റണിന്റെ മുഖം കടുത്തു.

"ഉർസുല ചേച്ചി, സത്യത്തിൽ ചേച്ചിക്ക് കുട്ടികൾ വേണമെന്നുണ്ടോ?" അവൾ തണുപ്പൻമട്ടിൽ ചോദിച്ചു. ഉർസുലയുടെ മുഖത്ത് അമ്പരപ്പും അത്ഭുതവും നിഴലിച്ചു.

"അത് ഒരാളെക്കൊണ്ട് കഴിയാത്ത കാര്യമാണെന്ന് ഒരാൾക്ക് തോന്നും." അവൾ പറഞ്ഞു.

"ചേച്ചിക്ക് അങ്ങനെ തോന്നുന്നുണ്ടോ!" ഗുഡ്റൺ ചോദിച്ചു. "ഗർഭിണിയാകുന്നത് ആലോചിക്കുമ്പോൾ എനിക്ക് പ്രത്യേകിച്ച് ഒരു വികാരവും തോന്നുന്നില്ല."

യാതൊന്നും പ്രകടമാകാത്ത മുഖംമൂടിപോലെയുള്ള മുഖംകൊണ്ട് ഗുഡ്റൺ ചേച്ചിയെ നോക്കി. ഉർസുല നെറ്റിചുളിച്ചു.

"ഒരുപക്ഷേ, അത് ആത്മാർത്ഥമായ ആഗ്രഹമാവില്ല." അവൾ വിക്കിവിക്കിപ്പറഞ്ഞു. "ഒരുപക്ഷേ, ഒരാളുടെ ഉള്ളിന്റെ ഉള്ളിൽ അതിനുള്ള ആഗ്രഹം ഉണ്ടാവില്ല — ആഗ്രഹം തൊലിപ്പുറത്ത് മാത്രമായിരിക്കാം." ഗുഡ്റണിന്റെ മുഖത്ത് ഒരു പ്രയാസം പ്രത്യക്ഷപ്പെട്ടു. ഒരുപാട് വ്യക്തത അവൾ ആഗ്രഹിച്ചിരുന്നില്ല.

"ഒരാൾ മറ്റുള്ളവരുടെ കുട്ടികളെപ്പറ്റിയാണ് ആലോചിക്കുന്നതെങ്കിൽ" ഉർസുല പറഞ്ഞു.

ഏറെക്കുറെ ശത്രുതയോടുതന്നെ ഗുഡ്റൺ ചേച്ചിയെ നോക്കി.

സംസാരം അവസാനിപ്പിക്കാൻ വേണ്ടി അവൾ പറഞ്ഞു: "അതുപോലെതന്നെ. ഒരു വ്യത്യാസവും ഇല്ല."

രണ്ട് സഹോദരിമാരും നിശ്ശബ്ദരായിരുന്നു ജോലി തുടർന്നു. കമ്പിവല ചുറ്റി തടസ്സപ്പെടുത്തിയ തീജ്ജ്വാലയുടെ വിചിത്രരായ തിളക്കം എപ്പോഴും ഉർസുലയുടെ മുഖത്തുണ്ടാവും. അവൾ കൂടുതലും അവളായിട്ട് ജീവിച്ചു. അവൾക്കുവേണ്ടി ജീവിച്ചു. ഓരോ ദിവസവും ജീവിതത്തെ പിടിച്ചു നിർത്താൻ പരിശ്രമിച്ചുകൊണ്ട് അവൾ ജീവിച്ചു. എപ്പോഴും സ്വന്തം ധാരണകൾക്കനുസരിച്ച് ജീവിതത്തിന്റെ അർത്ഥം കണ്ടെത്താൻ അവൾ ആലോചിച്ചുകൊണ്ടിരുന്നു. അവളുടെ ജീവിതം വഴിമാറിപ്പോയിരുന്നു. പക്ഷേ, അടിത്തട്ടിലെ ഇരുട്ടിലൂടെ എന്തൊക്കെയോ കടന്നുപോയിരുന്നു. അവസാനത്തെ തടസ്സങ്ങൾ അവൾക്ക് തട്ടിനീക്കാൻ കഴിഞ്ഞിരുന്നെങ്കിൽ! ഗർഭപാത്രത്തിലെ ചോരക്കുഞ്ഞിനെപ്പോലെ കൈകൾ പുറത്തേക്കിടാൻ അവൾ പരിശ്രമിക്കുന്നതുപോലെ തോന്നി. എന്നാൽ അവൾക്ക് അത് സാധിച്ചില്ല. ഇതുവരെ അതിന് കഴിഞ്ഞില്ല. എന്നിട്ടും

അവൾക്ക് അസാധാരണമായ ഒരു മുന്നറിവ് ഉണ്ടായിരുന്നു. വരാൻ പോകുന്ന എന്തിനെയോ സംബന്ധിച്ചുള്ള ഒരു മുന്നറിയിപ്പ്.

അവൾ ജോലി നിർത്തിവച്ച് അനിയത്തിയെ നോക്കി. ഗുഡ്റൺ അതിസുന്ദരിയാണെന്ന് അവൾക്ക് തോന്നി. അവളുടെ നിറത്തിന്റെ അനുപമമായ വശ്യതയും ഞൊറിവുകളുടെ ഭംഗിയുംകൊണ്ട് അവൾക്ക് അപാരമായ സൗന്ദര്യമുണ്ടെന്ന് ഉർസുലയ്ക്ക് തോന്നിയിരുന്നു. അവളിൽ ഒരുതരം കുട്ടിത്തവും ഉണ്ടായിരുന്നു. ഒരുതരം എരിവും പുളിയും. അല്ലെങ്കിൽ ഒരുതരം പരിഹാസം നിറഞ്ഞ അഭിപ്രായം. ഒരുതരം തൊട്ടറിഞ്ഞിട്ടില്ലാത്ത കരുതൽ ശേഖരം. ഉർസുല പൂർണ്ണമനസ്സോടെ അവളെ ആരാധിച്ചിരുന്നു.

"സുന്ദരിക്കുട്ടി എന്തിനാണ് വീട്ടിലേക്ക് വന്നത്?"

അവൾ ചോദിച്ചു.

ചേച്ചി തന്നെ പുകഴ്ത്തുകയാണെന്ന് ഗുഡ്റണിന് അറിയാം. അവൾ ചിത്രത്തിൽ നിന്ന് മുഖം ഉയർത്തി പിന്നോട്ട് ചാരി ഇരുന്നു. ഇടതൂർന്ന കൺപീലികൾക്കിടയിലൂടെ ഉർസുലയെ നോക്കി.

"ഞാൻ എന്തിനാണ് തിരിച്ചുവന്നത്?" അവൾ ആവർത്തിച്ചു. "ആയിരം പ്രാവശ്യം ഞാൻ എന്നോട് ചോദിച്ചുകഴിഞ്ഞു."

"അപ്പോൾ നിനക്ക് അറിയില്ലേ?"

"അറിയാം. അറിയാമെന്നാണ് ഞാൻ വിചാരിക്കുന്നത്. വീട്ടിലേക്കുള്ള എന്റെ തിരിച്ചുവരവ് വീണ്ടും ചാടാനുള്ള ഒരു പിൻവാങ്ങലാണെന്നാണ് എനിക്ക് തോന്നുന്നത്."

അവൾ വളരെ സാവധാനത്തിൽ ഉർസുലയെ അർത്ഥം വെച്ചുള്ള നോട്ടം നോക്കി.

"എനിക്ക് അറിയം." ഉർസുല ചെറിയതോതിൽ അത്ഭുതപ്പെട്ടിട്ടുണ്ടെന്ന് തോന്നി. അവൾക്ക് താൻ കബളിപ്പിക്കപ്പെട്ടെന്ന് തോന്നി. അവൾ കാര്യം മനസ്സിലാക്കിയില്ലെന്നമട്ടിൽ ഉർസുല പറഞ്ഞു. "ഒരാൾക്ക് എങ്ങോട്ട് ചാടാൻ കഴിയും?"

"അത് ബുദ്ധിമുട്ടുള്ള കാര്യമല്ല." ഏകദേശം ആധികാരികമായി ഗുഡ്റൺ പറഞ്ഞു. "ഒരാൾ സൂക്ഷിച്ച് ചാടുകയാണെങ്കിൽ അയാൾ എവിടെയെങ്കിലും നിലംതൊടും."

"പക്ഷേ, അത് വളരെ അപകടമല്ലേ?" ഉർസുല ചോദിച്ചു.

ഗുഡ്റണിന്റെ മുഖത്ത് ഒരു പരിഹാസച്ചിരി പ്രത്യക്ഷപ്പെട്ടു.

"ഓ!" അവൾ ചിരിച്ചുകൊണ്ട് പറഞ്ഞു. "ഇതൊക്കെ വെറും വാചകമല്ലേ?" ഒരിക്കൽക്കൂടി അവൾ സംസാരം അവസാനിപ്പിച്ചു. പക്ഷേ, ഉർസുല അപ്പോഴും ആലോചനയിലായിരുന്നു. ഒടുവിൽ ഉർസുല പറഞ്ഞു. "എന്തായാലും തിരിച്ചുവന്ന സ്ഥിതിക്ക് വീടിനെപ്പറ്റി നിനക്ക് എന്തു തോന്നുന്നു?" മറുപടി പറയുന്നതിനുമുമ്പ് ഗുഡ്റൺ അല്പസമയം സംസാരിച്ചില്ല. പിന്നീട് യാതൊരു ഉത്സാഹവുമില്ലാതെ സത്യസന്ധമായ ശബ്ദത്തിൽ അവൾ പറഞ്ഞു.

"ഞാൻ പരിപൂർണ്ണമായും അതിന് വെളിയിലാണെന്ന് തോന്നുന്നു."

"അപ്പോൾ അച്ഛൻ?"

ഗുഡ്റൺ സംസാരം തുടർന്നുകൊണ്ട് പോകാൻ പറ്റാത്ത അവസ്ഥയിൽ എത്തിയമട്ടിൽ ഉർസുലയെ ദേഷ്യത്തോടെ നോക്കി.

"ഞാൻ അച്ഛനെപ്പറ്റി ആലോചിച്ചിരുന്നു. ഞാൻ പിൻവാങ്ങുന്നു." ഗുഡ്റൺ നിർവ്വികാരമായി പറഞ്ഞു.

"ശരി." ഉർസുല പതറിപ്പോയി. അതോടെ സംഭാഷണം ശരിക്കും അവസാനിച്ചു. സഹോദരിമാർക്ക് അവർ ഒരു ശൂന്യതയുടെ മുന്നിൽ എത്തിപ്പെട്ടിരിക്കുന്നതായി തോന്നി. ഭൂമി പിളർന്നുണ്ടായ ഭയാനകമായ ഒരു ആഴമുള്ള കുഴിയുടെ വക്കിൽ ഇരുവശത്തുമായി അവൾ നോക്കി നില്ക്കുന്നതുപോലെ.

അവൾ അല്പസമയം നിശ്ശബ്ദയായി ജോലി തുടർന്നു. അമർത്തി വച്ച വികാരങ്ങൾകൊണ്ട് ഗുഡ്റണ്ണിന്റെ മുഖം തുടുത്തിരുന്നു. അവയെ വീണ്ടും വിളിച്ചുണർത്തിയതിൽ അവൾക്ക് ഇഷ്ടക്കേട് തോന്നിയിരുന്നു.

ഒടുവിൽ ഒന്നും സംഭവിച്ചിട്ടില്ലാത്തമട്ടിൽ അയാൾ ചോദിച്ചു. "നമുക്ക് പുറത്ത് പോയി ആ വിവാഹം കണ്ടാലോ?"

"ശരിയാണ്!' ഗുഡ്റണിന്റെ ഞരമ്പുകളിൽ വെറുപ്പ് നിറച്ചുകൊണ്ട് തയ്യൽ ജോലി വലിച്ചെറിഞ്ഞ് എന്തിൽ നിന്നോ രക്ഷപ്പെടാനുള്ള ആകാംക്ഷയുള്ളതുപോലെ വിളിച്ചുകൂവിക്കൊണ്ട് ഉർസുല ചാടി എഴുന്നേറ്റു.

മുകളിലത്തെ നിലയിലേക്ക് പോകുമ്പോൾ തനിക്കു ചുറ്റുമുള്ള തന്റെ വീടിനെപ്പറ്റി ഉർസുല ആലോചിച്ചു. ഏറെ പരിചിതമായ ഈ വൃത്തികെട്ട സ്ഥലത്തെ അവൾ വെറുത്തു. വീടിനോടും ചുറ്റുപാടുകളോടും മൊത്തത്തിൽ അവിടുത്തെ അന്തരീക്ഷത്തോടും അതിലെ പഴകിയ ജീവിതത്തോടുമുള്ള അവളുടെ മനസ്സിലെ വെറുപ്പിന്റെ ആഴം അവളെ ഭയപ്പെടുത്തിയിരുന്നു.

ഉടൻ തന്നെ രണ്ട് പെൺകുട്ടികളും പകുതിഭാഗം കടകളും പകുതിഭാഗം വീടുകളും കൊണ്ട് നിറഞ്ഞ ബെൽഡോവറിലെ വീതികൂടിയ പ്രധാനവഴിയിലൂടെ അതിവേഗത്തിൽ നടന്നുപോയി. ദരിദ്രമല്ലെങ്കിലും പ്രധാനവഴി അങ്ങേയറ്റം മലിനവും വികൃതവുമായിരുന്നു. ചെൽസിയിലെയും സുസക്സിലെയും ജീവിതത്തിൽനിന്ന് പുതിയതായി അവിടെ വന്നുചേർന്ന ഗുഡ്റൺ മിഡ്‌ലാൻഡിലെ ഒരു ചെറിയ കല്ക്കരി നഗരത്തിലെ രൂപമില്ലാത്ത വൃത്തികേടുകളിൽ നിന്നും നിർദ്ദയമായി ഒഴിഞ്ഞുമാറി. എന്നിട്ടും മാലിന്യം നിറഞ്ഞ ആ പരുക്കൻ മണൽവഴിയിലൂടെ അവൾ മുന്നോട്ടു നടന്നു. സുദീർഘമായ ഈ പീഡനത്തിനിടയിൽ അവൾ എല്ലാ തുറിച്ചു നോട്ടങ്ങൾക്കും വിധേയമായിരുന്നു. ഈ ഉപയോഗശൂന്യമായ വൃത്തികേടിലേക്ക് സ്വയം മടങ്ങിവന്ന് ഒരു പരീക്ഷണം നടത്താനുള്ള അവളുടെ തീരുമാനം അസാധാരണമായിരുന്നു. എന്തുകൊണ്ടാണ് അവൾ ഇതിന് കീഴടങ്ങാൻ ആഗ്രഹിച്ചത്? ഇപ്പോഴും അവൾ സ്വയം ഇതിന് കീഴ്പ്പെടാൻ ആഗ്രഹിക്കുന്നുണ്ടോ? പ്രയോജനമില്ലാത്ത വൃത്തി

കെട്ട മനുഷ്യരുടെ സഹിക്കാൻ പറ്റാത്ത ഈ പീഡനത്തിന് സ്വയം ഏല്പിച്ച് കൊടുക്കാൻ ഇപ്പോഴും അവൾക്ക് ആഗ്രഹമുണ്ടോ? ഈ വികൃതമായ നാട്ടിൻപുറത്തിന് കീഴ്പ്പെടാൻ അവൾ ആഗ്രഹിക്കുന്നുണ്ടോ? അവൾക്ക് താൻ ചവറിനുള്ളിൽ കിടന്ന് പാടുപെടുന്ന ഒരു കരിവണ്ടാണെന്ന് തോന്നി. അവളിൽ വെറുപ്പ് നിറഞ്ഞിരുന്നു.

അവർ പ്രധാനവഴിയിൽ നിന്നുള്ള തിരിവ് തിരിഞ്ഞു. അഴുക്ക് പുരണ്ട കാബേജ് തണ്ടുകൾ നാണമില്ലാതെ തലയുയർത്തിനിന്നിരുന്ന ഒരു കറുത്ത തോട്ടം അവർ മറികടന്നു. ആർക്കും നാണിക്കേണ്ട കാര്യമുണ്ടെന്ന് തോന്നിയില്ല. ഇതിലൊന്നും ആർക്കും നാണക്കേട് ഉണ്ടായിരുന്നില്ല.

"ഇത് പാതാളത്തിലെ ഒരു രാജ്യംപോലെ ഉണ്ട്" ഗുഡ്റൺ പറഞ്ഞു. "ഖനിത്തൊഴിലാളികൾ അവരോടൊപ്പം പാതാളത്തെ മൺവെട്ടിയിൽകോരിയെടുത്ത് ഭൂമിക്ക് മുകളിൽ കൊണ്ടുവരുന്നു. ഉർസുല, ഇത് അത്ഭുതമാണ്. സത്യമായിട്ടും ഇത് അത്ഭുതകരമാണ്. ഇത് സത്യത്തിൽ അത്ഭുതകരമായ മറ്റൊരു ലോകമാണ്. എല്ലാ ആളുകളും വേതാളങ്ങളാണ്. എല്ലാകാര്യങ്ങളും പൈശാചികമാണ്. എല്ലാ കാര്യങ്ങളും യഥാർത്ഥ ലോകത്തിന്റെ ഭീകരമായ ശരിപ്പകർപ്പുകളാണ്. അഴുക്കുപുരണ്ട മലിനമായ ഒരു ശരിപ്പകർപ്പ്. ഉർസുല, ഇത് ഭ്രാന്ത് പിടിപ്പിക്കുന്ന പോലെയാണ്?"

ഇരുണ്ട പാടത്തിന്റെ നടുക്കുള്ള ഒരു കറുത്തവഴിയിലൂടെ സഹോദരിമാർ കുറുകെ കടക്കുകയായിരുന്നു. ഇടതുവശത്ത് ഒരു വലിയപ്രകൃതിദൃശ്യമായിരുന്നു. ഖനികളുടെ ഒരു താഴ്വാരം. എതിർവശത്ത് വയലും കാടും നിറഞ്ഞ കുന്നുകൾ. ദൂരത്തായിരുന്നതുകൊണ്ട് ക്രേപ്പ് തുണിയുടെ മുഖപടത്തിലൂടെ കാണുന്നതുപോലെ എല്ലാം കറുപ്പുനിറമായിരുന്നു. ഇരുട്ടിൽ അരങ്ങേറുന്ന മാന്ത്രികവിദ്യ പോലെ വെളുപ്പും കറുപ്പും കലർന്ന പുകയുടെ സ്തൂപങ്ങൾ ഉയർന്നുവന്നിരുന്നു. തൊട്ടടുത്ത് താമസസ്ഥലങ്ങളുടെ വളരെ നീണ്ട നിരകൾ മലഞ്ചെരിവിലൂടെ വളഞ്ഞ് കുന്നിന്റെ നെറുകയിലേക്ക് ഋജുരേഖയായി ഉയർന്നുപോകുന്നു. ചുവന്നനിറത്തിലുള്ള ഇരുണ്ട കട്ടകളും കറുത്ത കല്ലോട് കൊണ്ടുള്ള മേൽക്കൂരയും കൊണ്ടാണ് അവ നിർമ്മിച്ചിരുന്നത്. സഹോദരിമാർ നടന്നിരുന്ന വഴി ഖനിത്തൊഴിലാളികൾ നിരന്തരമായി നടന്ന് നടന്ന് കറുത്ത നിറമായിക്കഴിഞ്ഞിരുന്നു. പാടങ്ങൾ ഇരുമ്പ് വേലികൊണ്ട് വഴിയിൽ നിന്ന് വേർതിരിച്ചിട്ടുണ്ട്. വഴിയിലേക്ക് നയിക്കുന്ന ചവിട്ടുപടികൾക്ക് ഖനിത്തൊഴിലാളികളുടെ തുകൽച്ചെരുപ്പുകൾ ഉരഞ്ഞ് തിളക്കം വെച്ചിരുന്നു. ഇപ്പോൾ പെൺകുട്ടികൾ പാവപ്പെട്ടവരുടെ താമസസ്ഥലങ്ങളുടെ രണ്ട് നിരകൾക്കിടയിലൂടെയാണ് നടന്നുകൊണ്ടിരുന്നത്. നിരക്കെട്ടിടങ്ങളുടെ ഒരറ്റത്തായി പരുക്കൻ മേൽവസ്ത്രങ്ങൾക്ക് മുകളിൽ കൈകൾ പിണച്ചുവച്ച് വെടി പറഞ്ഞുകൊണ്ടുനിന്ന സ്ത്രീകൾ ആദിവാസികൾക്ക് മാത്രം സാധിക്കുന്ന ഒരിക്കലും മടുക്കാത്ത നോട്ടത്തിലൂടെ സഹോദരിമാരെ പിൻതു

ടർന്നു. കുട്ടികൾ ഏതൊക്കെയോ പേരുകൾ വിളിച്ചുകൂവി.

ഗുഡ്റൺ പരിഭ്രമത്തോടെയാണ് നടന്നുകൊണ്ടിരുന്നത്. ഈ ലോകത്ത് മൊത്തത്തിലുള്ള മനുഷ്യജീവിതം ഇതാണെങ്കിൽ, ഈ ലോകത്ത് ജീവിക്കുന്ന മനുഷ്യർ ഇവരാണെങ്കിൽ ഈ ലോകത്തിന് പുറത്ത് അവൾ ജീവിക്കുന്നത് ഏതു ലോകത്താണ്. തന്റെ കടും പച്ച നിറമുള്ള കാലുറയെ പറ്റിയും കടും പച്ചനിറമുള്ള തൊപ്പിയെപ്പറ്റിയും കടുംനീല നിറമുള്ള മൃദുലമായ മേൽവസ്ത്രത്തെപ്പറ്റിയും അവൾ ബോധവതി ആയിരുന്നു. താൻ അന്തരീക്ഷത്തിലൂടെ ഉറപ്പില്ലാതെ തെന്നിനീങ്ങുകയാണെന്ന് അവൾക്ക് തോന്നി. ഏതു നിമിഷവും അവൾ നിലത്ത് വീഴാനിടയുണ്ടെന്നുള്ള രീതിയിൽ അവളുടെ ഹൃദയം മിടിച്ചു. അവൾക്ക് പേടി തോന്നി.

കാലങ്ങളായുള്ള പരിചയംകൊണ്ട് ഈ ഇരുണ്ട ലോകം ഒരു ശീലമായിമാറിയിരുന്ന ഉർസുലയെ അവൾ മുറുകെപ്പിടിച്ചു. പക്ഷേ, ഈ സമയം മുഴുവൻ ഒരു അപകടത്തിന് നടുവിലായതുപോലെ അവളുടെ ഹൃദയം കരയുകയായിരുന്നു.

"എനിക്ക് തിരിച്ച് പോകണം. എനിക്ക് ദൂരെ പോകണം, എനിക്ക് ഇതൊന്നും അറിയേണ്ട, അതു നിലനില്ക്കുന്നതായി അറിയാൻ എനിക്ക് ആഗ്രഹമില്ല!" എന്നിട്ടും അവൾ മുന്നോട്ട് പോകേണ്ടിയിരുന്നു.

ഉർസുലയ്ക്ക് അവളുടെ ബുദ്ധിമുട്ട് മനസ്സിലാകുന്നുണ്ടായിരുന്നു.

"നീ ഇത് വെറുക്കുന്നു. ശരിയല്ലേ?" അവൾ ചോദിച്ചു.

"എന്നെ ഇത് അമ്പരപ്പിക്കുന്നു" ഗുഡ്റൺ വിക്കി വിക്കി പറഞ്ഞു.

"നീ കൂടുതൽ കാലം താമസിക്കില്ല." ഉർസുല മറുപടി പറഞ്ഞു.

ഗുഡ്റൺ ഉർസുലയെ മുറുകെ പിടിച്ചുകൊണ്ട് മുന്നോട്ടുനീങ്ങി.

ഖനിപ്രദേശത്തുനിന്നും അവർ ദൂരെ എത്തി. കുന്നിന്റെ വളവ് കഴിഞ്ഞ് മറുവശത്തുള്ള കൂടുതൽ ശുദ്ധമായ പ്രദേശത്തുകൂടി അവർ വില്ലിഗ്രീനിലേക്ക് നടന്നു. എന്നിട്ടും പാടങ്ങളിലും മരക്കൂട്ടങ്ങൾ നിറഞ്ഞ കുന്നുകളിലും കറുപ്പ് നിറത്തിന്റെ വശ്യത നിലനിന്നിരുന്നു. അന്തരീക്ഷത്തിൽ അത് തിളങ്ങുന്നതായി തോന്നി. കുറ്റിച്ചെടികളുടെ താഴെ നിന്നും മഞ്ഞപ്പൂക്കൾ പുറത്തേക്ക് തലനീട്ടിനിന്നു. മുന്തിരിവള്ളികളിൽ തളിരിലകൾ പൊടിഞ്ഞിരുന്നു. മതിലുകളിൽ പടർന്നു കിടന്ന വള്ളികളിൽ വെളുത്ത പൂക്കൾ മൊട്ടിടുന്നു.

വളവുതിരിഞ്ഞ് അവർ ഉയർന്ന വഴിയിലൂടെ താഴോട്ട് നടന്നു. ഇരുവശത്തും ഉയർന്നുനില്ക്കുന്ന ചിറകൾക്ക് നടുവിലൂടെയുള്ള വഴി പള്ളിയിലേക്ക് പോകുന്നതാണ്. വഴിയിലൂടെ ഏറ്റവും താഴത്തെ തിരിവിൽ വിവാഹം കാണാൻ എത്തിയ ഒരു ചെറിയ ആൾക്കൂട്ടം പ്രതീക്ഷയോടെ നിന്നിരുന്നു. ജില്ലയിലെ പ്രധാന ഖനി ഉടമസ്ഥൻ തോമസ് ക്രീച്ചിന്റെ മകളെ ഒരു നാവിക ഉദ്യോഗസ്ഥൻ വിവാഹം കഴിക്കുന്നു.

"നമുക്ക് തിരിച്ച് പോകാം" ഗുഡ്റൺ പറഞ്ഞു. "ആ ആളുകൾ മുഴുവൻ അവിടെയുണ്ട്."

അവർ വഴിയിൽ സംശയിച്ച് നിന്നു. "അവരെ ശ്രദ്ധിക്കേണ്ട" ഉർസുല പറഞ്ഞു. "അവർക്ക് കുഴപ്പമൊന്നുമില്ല. അവർക്കെല്ലാം എന്നെ അറിയാം. അവർ പ്രശ്നമല്ല."

"പക്ഷേ, നമുക്ക് അവരുടെ ഇടയിലൂടെയല്ലേ പോകേണ്ടത്?" ഗുഡ്റൺ ചോദിച്ചു.

"സത്യത്തിൽ അവർക്ക് ഒരു കുഴപ്പവുമില്ല." മുന്നോട്ട് നടന്നുകൊണ്ട് ഉർസുല പറഞ്ഞു. രണ്ട് സഹോദരിമാരുംകൂടി ഒന്നിച്ച് അവിടെ കൂടിനിന്നിരുന്ന അസ്വസ്ഥരായ സാധാരണക്കാരുടെ സംഘത്തിനടുത്തേക്ക് നടന്നുചെന്നു. കൂടുതലും ഗതികെട്ട ഖനിത്തൊഴിലാളികളുടെ ഭാര്യമാരായിരുന്നു. അവർക്ക് അധോലോകത്തിന്റെ അമിതശ്രദ്ധയുള്ള മുഖങ്ങൾ ഉണ്ടായിരുന്നു.

സഹോദരിമാർ പിരിമുറുക്കത്തോടെ നേരെ ഗേറ്റിനടുത്തേക്ക് നടന്നു. സ്ത്രീകൾ അവർക്ക് വഴിമാറിക്കൊടുത്തു. പക്ഷേ, സ്ഥലംകൊടുക്കാൻ മനസ്സില്ലാത്തതുപോലെ അവർക്ക് കഷ്ടിച്ച് കടന്നുപോകാനുള്ള സ്ഥലമാണ് കൊടുത്തത്. സഹോദരിമാർ ഗേറ്റ് കടന്ന് നിശ്ശബ്ദരായി ചവിട്ടുപടികൾ കയറി ചുവന്ന പരവതാനിയിലെത്തി. ഒരു പൊലീസുകാരൻ അവരുടെ പടികയറ്റത്തിന്റെ കണക്കെടുക്കുന്നുണ്ടായിരുന്നു.

"കാലുറകൾക്ക് എന്ത് വിലയാണ്!" ഗുഡ്റണിന്റെ പിന്നിലായി ഒരു ശബ്ദം ചോദിച്ചു. പെട്ടെന്ന് തിളച്ചിറങ്ങുന്നതരത്തിലുള്ള കോപത്തിന് ഗുഡ്റൺ അടിമപ്പെട്ടു. അവരെ മുഴുവൻ തൂത്തുവാരി നശിപ്പിച്ച് ലോകത്തെ മുഴുവൻ തനിക്കുവേണ്ടി ഒഴിച്ചിട്ടിരുന്നെങ്കിലെന്ന് അവൾ ആഗ്രഹിക്കുന്നതായി തോന്നി. അവരുടെ മുന്നിലൂടെ പള്ളിമുറ്റത്തെ ചുവന്ന പരവതാനിയിലൂടെ നടക്കാൻ അവൾക്ക് അങ്ങേയറ്റത്തെ വെറുപ്പ് തോന്നുന്നുണ്ടായിരുന്നു.

"ഞാൻ പള്ളിയിലേക്ക് വരുന്നില്ല." അവൾ പെട്ടെന്ന് പറഞ്ഞു. അതു ഒരു അവസാന തീരുമാനമാണെന്ന് തോന്നിയതുകൊണ്ട് ഉർസുല പെട്ടെന്ന് നടത്തം നിർത്തി. അവൾ പള്ളിപ്പറമ്പിനോട് തൊട്ടുകിടന്നിരുന്ന ഗ്രാമർ സ്കൂളിന്റെ ചെറിയ ഗേറ്റിലേക്കുള്ള നടവഴിയിലേക്ക് തിരിഞ്ഞു.

സ്കൂളിന്റെ മതിൽക്കെട്ടിനുള്ളിലുള്ള കുറ്റിക്കാടിനു സമീപത്തെ അരമതിലിൽ ഉർസുല ക്ഷീണം തീർക്കാൻ വേണ്ടി ഇരുന്നു. അവളുടെ പിന്നിലായി സ്കൂളിന്റെ വലിയ ചുവന്ന കെട്ടിടം ശാന്തമായി നിലകൊണ്ടു. അവധി ദിവസമായതുകൊണ്ട് എല്ലാ ജനാലകളും അടഞ്ഞ് കിടന്നിരുന്നു. അവളുടെ മുന്നിലുള്ള കുറ്റിക്കാടിന് മുകളിൽ പഴയ പള്ളിയുടെ മണിമാളികയും മേൽക്കൂരയും കാണാം. പച്ചിലപ്പടർപ്പിനുള്ളിലായതുകൊണ്ട് അവരെ കാണില്ല.

ഗുഡ്റൺ നിശ്ശബ്ദയായി ഇരുന്നു. അവൾ വായ് അടച്ചുപിടിച്ചിരുന്നു. തിരിച്ചു വന്നതിനെപ്പറ്റി അവൾക്ക് പശ്ചാത്താപം തോന്നുന്നുണ്ടായിരുന്നു. അസ്വസ്ഥതകൊണ്ട് മുഖം തുടുത്തപ്പോൾ ഗുഡ്റൺ എത്രമാത്രം സുന്ദരിയാണെന്ന് ചിന്തിച്ചുകൊണ്ട് ഉർസുല അവളെ നോക്കി. പക്ഷേ,

ഉർസുലയുടെ സ്വഭാവത്തിൽ ചില നിയന്ത്രണങ്ങൾക്ക് ഗുഡ്റൺ കാരണമായി. ഒരുതരം മടുപ്പ്. ഉർസുല ഗുഡ്റണിന്റെ സാമീപ്യം എന്ന വേലിക്കെട്ടിനുള്ളിൽ നിന്നും അതിന്റെ ഗാഢമായ അശ്ലേഷത്തിൽ നിന്നും സ്വതന്ത്രയാകാൻ മോഹിച്ചു.

"നമ്മൾ ഇവിടെ കഴിഞ്ഞുകൂടാൻ പോകുകയാണോ?" ഗുഡ്റൺ ചോദിച്ചു.

"ഞാൻ ഒരു മിനിറ്റ് ക്ഷീണം മാറ്റിയെന്നല്ലാതെ മറ്റൊന്നുമില്ല." തന്നെ കുറ്റപ്പെടുത്തിയെന്ന ഭാവത്തിൽ അരമതിലിൽ നിന്ന് എഴുന്നേറ്റു കൊണ്ട് ഉർസുല പറഞ്ഞു. "നമുക്ക് കളിസ്ഥലത്തിന്റെ മൂലയ്ക്ക് പോയി നില്ക്കാം. അവിടെ നിന്നാൽ നമുക്ക് എല്ലാം കാണാൻ പറ്റും."

അപ്പോഴേക്കും പള്ളിമുറ്റത്ത് സൂര്യപ്രകാശം വീണ് തിളങ്ങിത്തുടങ്ങിയിരുന്നു. അവിടമാകെ വസന്തത്തിന്റെ അവ്യക്തമായ ഗന്ധം പരന്നിരുന്നു. ഒരുപക്ഷേ, അത് ശ്മശാനത്തിൽ നിന്നുള്ള വയലറ്റ് പൂക്കളുടേതായിരിക്കാം. ചില വെളുത്ത ലില്ലിപ്പൂക്കൾ മാലാഖമാരെപ്പോലെ തിളങ്ങുന്നുണ്ടായിരുന്നു. ചെമ്പ് നിറമുള്ള ഇലച്ചെടിയുടെ വിടരുന്ന ഇലകൾക്ക് ചോരയുടെ ചുവപ്പായിരുന്നു.

കൃത്യം പതിനൊന്നുമണിയോടെ കുതിരവണ്ടികൾ വന്നുതുടങ്ങി. ഗേറ്റിലുണ്ടായിരുന്ന ആൾക്കൂട്ടം ഒന്ന് അനങ്ങി. കുതിരവണ്ടി കടന്നുവരുമ്പോഴുള്ള ഒരു ഒത്തുചേരൽ. വിവാഹത്തിന് വരുന്ന അതിഥികൾ പടി കയറി ചുവന്ന പരവതാനിയിലൂടെ പള്ളിയിലേക്ക് കയറിപ്പോകുന്നുണ്ടായിരുന്നു. സൂര്യൻ തിളങ്ങിയിരുന്നതുകൊണ്ട് അവർ എല്ലാവരും സന്തോഷം കൊണ്ടുള്ള ആവേശത്തിലായിരുന്നു.

ഗുഡ്റൺ വസ്തുനിഷ്ഠമായ ജിജ്ഞാസയോടെ അവരെ സൂക്ഷ്മമായി ശ്രദ്ധിച്ചു. അവരിൽ ഓരോരുത്തരും ഒരു പുസ്തകത്തിലെ കഥാപാത്രത്തെപ്പോലെ അല്ലെങ്കിൽ ഒരു ചിത്രത്തിന്റെ വിഷയംപോലെ അല്ലെങ്കിൽ ഒരു നൃത്തനാടകത്തിലെ നർത്തകിയെപ്പോലെ അവസാന മിനുക്കുപണികൾവരെ നടത്തിക്കഴിഞ്ഞ ഓരോ കലാസൃഷ്ടികളായിരുന്നു. അവരെ സത്യത്തിന്റെ വെളിച്ചത്തിലേക്ക് മാറ്റിനിർത്തി അവരുടേതായ ചുറ്റുപാടുകൾ അവർക്ക് നല്കിക്കൊണ്ട് അവൾ പള്ളിയിലേക്കു പ്രവേശിക്കുന്നതിന് ഇടയ്ക്കുള്ള സമയംകൊണ്ട് അവരുടെ വൈരുദ്ധ്യമാർന്ന പല സവിശേഷതകളും തിരിച്ചറിയാൻ അവൾക്ക് താല്പര്യം തോന്നി. അവൾക്ക് അവരെ അറിയാം. അവർ അവസാനിച്ചിരിക്കുന്നു. അവളെ സംബന്ധിച്ചിടത്തോളം അവരെ അടച്ചുപൂട്ടി മുദ്രവെച്ച് പണിക്കുറ്റം തീർത്തുകഴിഞ്ഞിരിക്കുന്നു. അറിയപ്പെടാത്തതായി എന്തെങ്കിലുമുള്ള ഒരാൾപോലും അവിടെ ഇല്ല. ക്രീച്ചിന്റെ കുടുംബം പ്രത്യക്ഷപ്പെടുന്നതുവരെ അതുതന്നെയായിരുന്നു അവസ്ഥ. അതിനുശേഷം ഗുഡ്റണിന്റെ താല്പര്യം മാറി. മുൻകൂട്ടി തീരുമാനിക്കാൻ ബുദ്ധിമുട്ടുള്ള എന്തെല്ലാമോ അവിടെവെച്ച് സംഭവിച്ചു.

ക്രിച്ചിന്റെ ഭാര്യ മൂത്തമകൻ ജറാൾഡിനോടൊപ്പം വന്നുചേർന്നു.

അന്നത്തെ ദിവസത്തിന് യോജിച്ചരീതിയിൽ ആക്കിത്തീർക്കാൻ വേണ്ടിയുള്ള പരിശ്രമം ഉണ്ടായിട്ടും അവരുടെ രൂപം വിചിത്രമായിരുന്നു. അവരുടെ മുഖത്തിന് വിളറിയ മഞ്ഞനിറമായിരുന്നു. അവരുടെ തൊലി സുതാര്യമായിരുന്നു. അവർ ഏറെക്കുറെ മുൻവശത്തേക്ക് കൂനിയിരുന്നു. അവരുടെ മുഖം ലക്ഷണമൊത്തതും സുന്ദരവുമായിരുന്നു. അവരുടെ മുഖത്ത് അസ്വസ്ഥവും അവ്യക്തവുമായ ഒരു ക്രൂരത നിഴലിച്ചിരുന്നു. അവരുടെ നിറവും വൃത്തിയുമില്ലാത്ത തലമുടി നീല സിൽക്ക് തൊപ്പിയിൽ നിന്നും അവരുടെ കടുംനീല സിൽക്ക് കോട്ടിന് പുറത്തേക്ക് ഒഴുകിയിറങ്ങിയിരുന്നു. അവർ കാഴ്ചയിൽ കള്ളത്തരവും പിടിവാശിയും അഹംഭാവവും ഉള്ള ഒരു സ്ത്രീയാണെന്ന് തോന്നി.

അവരുടെ മകന്റെ നിറം വെയിലേറ്റ് മങ്ങിയ വെളുപ്പായിരുന്നു. അയാൾക്ക് സാധാരണയിൽ കവിഞ്ഞ പൊക്കമുണ്ടായിരുന്നു. നല്ല ആരോഗ്യമുള്ള അയാൾ അതിശയിപ്പിക്കുന്ന തരത്തിൽ വൃത്തിയായി വസ്ത്രങ്ങൾ ധരിച്ചിരുന്നു. തനിക്ക് ചുറ്റുമുള്ള ആളുകളിൽ നിന്നും വേറിട്ട ഒരു സൃഷ്ടിയാണെന്ന തോന്നൽ ഉണ്ടാക്കുന്ന വിചിത്രമായ ഭാവവും ബോധപൂർവ്വമല്ലാത്ത തിളക്കവും അയാൾക്ക് ലഭിച്ചിരുന്നു. അവളെ ആകർഷിച്ച ചില വടക്കൻ ഘടകങ്ങൾ അയാൾക്ക് ഉണ്ടായിരുന്നു.

അയാളുടെ സുതാര്യമായ വടക്കൻ ശരീരത്തിനും അയാളുടെ ഭംഗിയിലുള്ള തലമുടിക്കും മഞ്ഞക്കട്ടകളിൽ അപഭ്രംശം സംഭവിച്ച സൂര്യരശ്മികളുടെ തിളക്കം ഉണ്ടായിരുന്നു. അയാൾ ശുദ്ധനും അതിനൂതനവുമായ ഒരു ഉത്തരധ്രുവ വസ്തുവാണെന്ന് തോന്നിച്ചു. ഒരുപക്ഷേ, അയാൾക്ക് മുപ്പത് വയസ്സ് ഉണ്ടായിരിക്കാം. ഒരുപക്ഷേ, അതിലും കൂടുതൽ കാണാനും ഇടയുണ്ട്. അയാളുടെ വെട്ടിത്തിളങ്ങുന്ന അഴകും പുഞ്ചിരിതൂകുന്ന ചെന്നായ്ക്കുട്ടിയെ ഓർമ്മപ്പെടുത്തുന്ന പൗരുഷവും കൊണ്ട് അയാളുടെ മെരുങ്ങാത്ത സ്വഭാവത്തിൽ ഒളിഞ്ഞിരിക്കുന്ന അപകടസൂചന നല്കുന്ന അർത്ഥവത്തും കപടവുമായ നിശ്ശബ്ദത ഗുഡ്റൺ കാണാതിരുന്നില്ല. “അയാൾ ചെന്നായ് കുലത്തിൽ ഉള്ളവനാണ്.” അവൾ പറഞ്ഞു. “അയാളുടെ അമ്മ പ്രായംചെന്നിട്ടും മെരുങ്ങാത്ത ഒരു പെൺചെന്നായ് ആണ്.” അപ്പോൾ ലോകത്ത് ഇതുവരെ ആർക്കും കണ്ടുപിടിക്കാൻ കഴിയാത്ത അവിശ്വസനീയമായ ഒരു കണ്ടുപിടുത്തം നടത്തിയാലുണ്ടാകുന്നതു പോലെയുള്ള അതിസൂക്ഷ്മമായ ഒരു ആനന്ദം അവൾക്ക് അനുഭവപ്പെട്ടു. അവൾ അസാധാരണമായ ആനന്ദത്തിന് കീഴ്പ്പെട്ടു. അവളുടെ സിരകൾ തീക്ഷ്ണവികാരങ്ങളുടെ പാരമ്യതയിലെത്തി. “ദൈവമേ! അവൾ സ്വയം ഉറക്കെപ്പറഞ്ഞുപോയി. “എന്താണിത്?” പിന്നീട് ഒരു നിമിഷത്തിന് ശേഷം അവൾ ആത്മവിശ്വാസത്തോടെ പറഞ്ഞു. “ആ മനുഷ്യനെപ്പറ്റി ഞാൻ കൂടുതൽ മനസ്സിലാക്കും.” അയാളെ വീണ്ടും കാണാനുള്ള ആഗ്രഹംകൊണ്ട് അവൾ പീഡിപ്പിക്കപ്പെട്ടു. ഒരു ഗൃഹാതുരത്വം. അയാളെ വീണ്ടും കണ്ടുമുട്ടേണ്ടതിന്റെ ഒരു അനിവാര്യത. അവൾ സ്വയം കബളിപ്പിക്കപ്പെടുകയല്ലെന്നും അയാൾ കാരണം തടുത്തു നിർത്താൻക

ഴിയാത്ത അസാധാരണമായ ഒരു വികാരം സത്യത്തിൽ അവൾ അനുഭവിക്കുന്നുണ്ടെന്നുമുള്ള അറിവ് തെറ്റല്ലെന്നും അവൾക്ക് തോന്നിത്തുടങ്ങി. അവളുടെ ഉള്ളിലേക്ക് കടന്നുവന്ന ഈ അറിവോ ആശങ്കയോ കൊണ്ട് അവൾ പറഞ്ഞു. "സത്യത്തിൽ ഞാൻ അയാളിൽ നിന്നും ഏതെങ്കിലും തരത്തിൽ വ്യത്യസ്തയാണോ? ഉത്തരധ്രുവത്തിൽ നിന്നുള്ള ഏതോ ഒരു വിളറിയ സ്വർണ്ണവെളിച്ചം യഥാർത്ഥത്തിൽ ഞങ്ങളെ രണ്ടുപേരേയും ഒന്നിച്ച് വലയം ചെയ്തിട്ടുണ്ടോ?" അവൾ സ്വയം ചോദിച്ചു. അവൾക്ക് അത് വിശ്വസിക്കാൻ കഴിഞ്ഞില്ല. ചുറ്റും നടക്കുന്നതിനെപ്പറ്റി യാതൊരു ബോധവുമില്ലാതെ അവൾ അഗാധമായ ആലോചനയിൽ മുഴുകി.

വധുവിന്റെ തോഴിമാർ എത്തിക്കഴിഞ്ഞിട്ടും വരൻ വന്നിട്ടില്ല. എന്തെങ്കിലും കുഴപ്പമുണ്ടോ എന്ന് ഉർസുലയ്ക്ക് സംശയം തോന്നി. വിവാഹത്തിന് തകരാറുണ്ടാവുമോ? അതിന്റെ ചുമതല അവൾക്കാണെന്ന മട്ടിൽ ഉർസുലയ്ക്ക് ആധി തോന്നി. പ്രധാന തോഴിമാർ വന്നിട്ടുണ്ട്. അവർ പടികയറി വരുന്നത് ഉർസുല ശ്രദ്ധിച്ചു. വിളറിയ നീണ്ട മുഖവും ഇടതൂർന്ന തലമുടിയുമുള്ള ഉയരംകൂടിയ സ്ത്രീയെ ഉർസുലയ്ക്ക് പരിചയമുണ്ട്. അത് ഹെർമിയോൺ റോഡിസ് ആയിരുന്നു. ക്രീച്ചിന്റെ ഒരു കുടുംബസുഹൃത്ത്. ഓസ്ട്രിച്ച് പൂക്കൾ കൊണ്ട് വർണ്ണരേഖകൾ തീർത്ത ഇളം മഞ്ഞനിറമുള്ള ഒരുവലിയ തൊപ്പി തലയിൽ നിലനിർത്താൻ വേണ്ടി തല ഉയർത്തിപ്പിടിച്ചുകൊണ്ടാണ് അവൾ നടന്നു വരുന്നത്. അവളുടെ വിളറിയ മുഖം ഉയർത്തിപ്പിടിച്ചിരിക്കുന്നത് ലോകം കാണാൻ വേണ്ടിയാണെന്നുള്ള ബോധം ഇല്ലാതെ തന്നെ അവൾ മുന്നോട്ട് ഒഴുകി. അവൾ സമ്പന്നയായിരുന്നു. അവൾ പട്ടുപോലെയുള്ള നേർത്ത ഇളം മഞ്ഞനിറമുള്ള വെൽവെറ്റ് തുണിയിൽ തുന്നിയ വേഷമാണ് ധരിച്ചിരുന്നത്. അവളുടെ ഷൂവിനും സ്റ്റോക്കിങ്ങുകൾക്കും അവളുടെ തൊപ്പിയിലെ തൂവലുകളെപ്പോലെ തവിട്ടുനിറം കലർന്ന ചാരനിറമായിരുന്നു. അവൾക്ക് ഇടതൂർന്ന തലമുടി ഉണ്ടായിരുന്നു. അരക്കെട്ടിന് ഒരു പ്രത്യേകതരത്തിലുള്ള ഉറപ്പു നല്കിയാണ് അവൾ ഒഴുകിക്കൊണ്ടിരുന്നത്. ഒരു അസാധാരണമായ രീതിയിൽ മനസ്സുകേട് പ്രകടമാക്കുന്ന ചലനം. ഇളം മഞ്ഞനിറത്തിലും ആകർഷകമായ പനിനീർപ്പൂനിറം കലർന്ന തവിട്ട് നിറത്തിലും അവളുടെ രൂപം മനസ്സിൽ പതിയുന്നതായിരുന്നു. എന്നിട്ടും അവളോട് അകൽച്ച തോന്നും. അറപ്പുതോന്നും. അവൾ കടന്നുപോകുമ്പോൾ ആളുകൾ ആകർഷിക്കപ്പെട്ടു. അവൾക്ക് ഉത്സാഹം തോന്നി. അവർ പരിഹസിച്ചു. പക്ഷേ, എന്തൊക്കെക്കാരണത്താൽ അവർ നിശ്ശബ്ദരായി, അവളുടെ ഉള്ളിലെ ഇരുട്ടിൽ ചുറ്റിപ്പിണഞ്ഞ് കിടക്കുന്ന ഒരിക്കലും രക്ഷപ്പെടാൻ അവൾ അനുവദിക്കാത്ത വിചിത്രമായ ചിന്തകൾ കൊണ്ട് ബോധം നഷ്ടപ്പെട്ട ഒരു വിളറിയ മുഖമാണ് അവൾ ഉയർത്തിപ്പിടിച്ചുകൊണ്ട് നടന്നു വരുന്നതെന്ന് തോന്നും.

ഉർസുല താല്പര്യത്തോടെ അവളെ ശ്രദ്ധിച്ചു. അവളെപ്പറ്റി അവൾക്ക് കുറച്ചൊക്കെ അറിയാം. മിഡ്‌ലാൻസിലെ ഏറ്റവും ശ്രദ്ധേയ

യായ സ്ത്രീ അവളായിരുന്നു. അവളുടെ അച്ഛൻ യാഥാസ്ഥിതികനായ ഒരു ഡർബിഷൈർ ബറോനറ്റ് ആയിരുന്നു. അവൾ പുതിയ കാലത്തെ ബുദ്ധിശാലി ആയിരുന്നു. അവൾക്ക് പരിഷ്കരണത്തിൽ തീക്ഷ്ണമായ താല്പര്യമായിരുന്നു. പൊതുകാര്യങ്ങൾക്കായി മാറ്റിവെച്ചതായിരുന്നു അവളുടെ മനസ്സ്. പക്ഷേ, അവൾ ഒരു പുരുഷന്റെ സ്ത്രീ ആയിരുന്നു. പുരുഷന്റെ ലോകമാണ് അവളെ സ്വാധീനിച്ചിരുന്നത്.

അവൾക്ക് പല പദവികളിലുള്ള പലരുമായും പലതരത്തിലുള്ള അടുത്ത സ്നേഹബന്ധങ്ങൾ ഉണ്ടായിരുന്നു. ഈ പുരുഷന്മാരിൽ റൂപർട്ട് ബിർക്കിനെമാത്രം ഉർസുലയ്ക്ക് പരിചയമുണ്ട്. അയാൾ ജില്ലയിലെ സ്കൂൾ ഇൻസ്പെക്ടറന്മാരിൽ ഒരാളായിരുന്നു. പക്ഷേ, ഗുഡ്റൺ മറ്റുള്ളവരെ ലണ്ടനിൽവെച്ച് കണ്ടിട്ടുണ്ട്. അവളുടെ കലാകാരന്മാരായ സുഹൃത്തുക്കളോടൊപ്പം പലതരം കൂട്ടായ്മകളിൽ ഇടപഴകുമ്പോൾ ഗുഡ്റൺ ധാരാളം പേരും പെരുമയുമുള്ള ആളുകളെ നേരത്തേതന്നെ പരിചയപ്പെട്ടിട്ടുണ്ട്. ഹെർമിയോണിനെ അവൾ രണ്ട് പ്രാവശ്യം കണ്ടിട്ടുണ്ട്. പക്ഷേ, അവർ പരസ്പരം സംസാരിച്ചിട്ടില്ല. നഗരത്തിലെ ചില്ലറ പരിചയങ്ങൾക്കിടയിൽവെച്ച് തുല്യപദവിയിൽ പരിചയമായതിനുശേഷം അവർ തമ്മിൽ സാമൂഹിക പദവിയിൽ കടുത്ത വ്യത്യാസമുള്ള ഈ മിഡ്ലാൻസിൽവെച്ച് വീണ്ടും പരിചയപ്പെടുന്നത് വിചിത്രമായിരിക്കും. കാരണം ഗുഡ്റൺ സമൂഹത്തിൽ വിജയിച്ചവളാണ്. അവൾക്ക് കലകളുമായി ബന്ധം പുലർത്തുന്ന അലസമായ കുലീനതയുമായി അടുത്ത ബന്ധമുണ്ട്.

തനിക്ക് വൃത്തിയായി വേഷം ധരിക്കുന്നവൾ എന്ന പേരുണ്ടെന്ന് ഹെർമിയോണിന് അറിയാം. വില്ലിഗ്രീനിൽ താൻ കണ്ടുമുട്ടാനിടയുള്ള ആരുമായും സാമൂഹികമായി ഉയരത്തിലല്ലെങ്കിൽ തുല്യരെങ്കിലും ആയിരിക്കുമെന്ന് അവൾക്ക് സ്വയം അറിവുള്ള കാര്യമാണ്. സാംസ്കാരിക ലോകത്തും ബുദ്ധിയുടെ ലോകത്തും തനിക്ക് സ്വീകാര്യത ലഭിച്ചിട്ടുണ്ടെന്ന് ഹെർമിയോണിന് അറിയാം. അവൾ സംസ്കാരത്തിന്റെ വാഹനമാണ്. സാംസ്കാരിക ആശയങ്ങളുടെ ഒരു നിമിത്തം. സമൂഹത്തിലോ ചിന്തയിലോ പൊതുപ്രവർത്തനത്തിലോ അല്ലെങ്കിൽ കലയിൽ ആയാൽപ്പോലും ഏറ്റവും ഉയരത്തിലുള്ളവർക്കൊപ്പം അവളും ഒരാളാണ്. ഏറ്റവും മുന്നിൽ ഉള്ളവരോടൊപ്പം അവൾ ഇടപെട്ടു. അവരുമായി അവൾ അടുപ്പത്തിലായി. ആർക്കും അവളെ താഴെ വീഴ്ത്താൻ കഴിഞ്ഞില്ല. അവൾ എന്നും ഒന്നാംസ്ഥാനത്ത് നിന്നിരുന്നതുകൊണ്ട് ആർക്കും അവളെ പരിഹസിക്കാൻ കഴിഞ്ഞില്ല. അവളെ എതിർത്തവരെല്ലാം സ്ഥാനത്തിലും, പണത്തിലും, ചിന്തയുടെയും പുരോഗതിയുടെയും ധാരണയുടെയും ഉന്നതമായ ഇടപെടലുകളിലും എല്ലാംതന്നെ അവളെക്കാൾ താഴെനിന്നതേയുള്ളൂ. അതുകൊണ്ട് അവൾ മുറിവേല്പിക്കാൻ പറ്റാത്തവളായിരുന്നു. ജീവിതകാലം മുഴുവൻ ചോദ്യംചെയ്യപ്പെടാൻ പറ്റാത്തവളും മുറിവേല്പിക്കാൻപറ്റാത്തവളുമായി സ്വയം രൂപപ്പെടാൻ അവൾ ആഗ്ര

ഹിച്ചു. ലോകത്തിന്റെ വിമർശനങ്ങൾക്ക് അവളെ തൊട്ടുനോക്കാൻ കഴിഞ്ഞില്ല.

എന്നിട്ടും അവളുടെ ആത്മാവ് പീഡിപ്പിക്കപ്പെടുകയായിരുന്നു. നഗ്നയാക്കപ്പെടുകയായിരുന്നു. പള്ളിയിലേക്ക് നടന്ന് കയറുമ്പോൾ പോലും താൻ എല്ലാ വൃത്തികെട്ട വിലയിരുത്തലുകൾക്കും മുകളിലാണെന്ന വിശ്വാസം ഉണ്ടായിരുന്നിട്ടും, ഏത് അളവുകോലും കൊണ്ട് അളന്നാലും കാഴ്ചയിൽ താൻ ഒന്നാമതാണെന്നുള്ള അറിവുണ്ടായിരുന്നിട്ടും അവൾ ആത്മാവിൽ യാതന അനുഭവിച്ചു. അവളുടെ ആത്മവിശ്വാസത്തിനും അഹംഭാവത്തിനും താഴെയായി പരിഹാസത്തിനും മുറിവുകൾ സൃഷ്ടിക്കാനും പുച്ഛിക്കപ്പെടാനും വേണ്ടി താൻ നഗ്നയാക്കപ്പെടുകയാണെന്ന് അവൾക്ക് തോന്നി. തനിക്ക് ഏതുസമയത്തും മുറിവ് പറ്റാമെന്ന് അവൾക്ക് തോന്നി. അവളുടെ പടച്ചട്ടയിൽ എല്ലാക്കാലത്തും ഒരു രഹസ്യവിള്ളൽ ഉണ്ടായിരുന്നു. ആ വിള്ളൽ എന്താണെന്ന് അവൾക്ക് സ്വയം അറിയില്ല. അത് കരുത്തുള്ള ആത്മാവിന്റെ കുറവായിരുന്നു. അവൾക്ക് സ്വാഭാവികമായ കാര്യപ്രാപ്തി ഇല്ലായിരുന്നു. അവിടെ ഭയാനകമായ ഒരു ശൂന്യത ആയിരുന്നു. ഒരുപോരായ്മ. അവളുടെ ഉള്ളിലെ അസ്തിത്വത്തിന്റെ അഭാവം.

ഈ പോരായ്മ ഇല്ലാതാക്കാൻ ആരെങ്കിലും വേണമെന്ന് അവൾ ആഗ്രഹിച്ചു. എന്നെന്നേക്കുമായി അത് നികത്താൻ ഒരാൾ. അവൾ റൂപർട്ട് ബിർക്കിന് വേണ്ടി കൊതിച്ചു. അയാൾ ഉള്ളപ്പോൾ അവൾക്ക് പൂർണ്ണത ലഭിച്ചെന്ന് തോന്നി. മൊത്തത്തിൽ അവൾക്ക് കാര്യപ്രാപ്തി ഉണ്ടായി. ബാക്കിസമയത്തെല്ലാം അവൾ നിലനിന്നത് ഒരു കുഴിമൂടിക്കിടന്ന മണലിന് മുകളിലായിരുന്നു. അവളുടെ ഈ പൊങ്ങച്ചങ്ങളുടെയും ഉറച്ചവിശ്വാസങ്ങളുടെയും പിൻതുണ ഉണ്ടായിട്ടും ഉറച്ച മനോഭാവമുള്ള ഒരു ജോലിക്കാരിക്കുപോലും അവളെ കാര്യപ്രാപ്തിയില്ലായ്മയുടെ ഈ പടുകുഴിയിലേക്ക് വലിച്ചെറിയാൻ കഴിയുമായിരുന്നു. പുച്ഛത്തിന്റെയോ വെറുപ്പിന്റെയോ ഏറ്റവും വലിയ ചലനംപോലും അവളെ ഈ ആഴമേറിയ കുഴിക്കുള്ളിലേക്ക് തള്ളിയിട്ടു. ഈ സമയത്തെല്ലാം ആലോചനയിൽ മുഴുകുന്ന അവളിലെ പീഡിപ്പിക്കപ്പെടുന്ന സ്ത്രീ തന്റെ കലാപരമായ അറിവുകളും സംസ്കാരവും ലോകവീക്ഷണവും താല്പര്യക്കുറവുകളും കൂട്ടിവെച്ച് പ്രതിരോധം തീർത്തു. ഒരിക്കലും കാര്യപ്രാപ്തിയില്ലായ്മയുടെ ആ ഭയാനകമായ വിടവ് നികത്താൻ അവൾക്ക് കഴിഞ്ഞില്ല.

അസ്വസ്ഥമായ ഈ ജീവിതയാത്രയിൽ അവളുമായി ബിർക്കിന് ഇഴയടുപ്പമുള്ള ഒരു ബന്ധം സ്ഥിരമായി ഉണ്ടായെങ്കിൽ മാത്രമേ അവൾ രക്ഷപ്പെടുകയുള്ളൂ. അയാൾക്ക് അവളിൽ സ്വർഗ്ഗത്തിലെ മാലാഖമാരെ തോല്പിക്കാനുള്ള പ്രാപ്തി ഉണ്ടാക്കാൻ കഴിയും. പക്ഷേ, അയാൾ അത് ചെയ്യണം! ഭയവും ആശങ്കയും കൊണ്ട് അവൾ യാതന അനുഭവിക്കുകയായിരുന്നു. അവൾ അവളെത്തന്നെ സ്വയം സുന്ദരിയാക്കി. സൗന്ദര്യത്തെ അവൾക്ക് വിശ്വാസംവരുന്ന നിലയിൽ എത്തിക്കുന്നതുവരെ അവൾ അതി

നുവേണ്ടി അദ്ധ്വാനിച്ചു. പക്ഷേ, എല്ലാസമയത്തും അവിടെ ഒരു കുറവ് ഉണ്ടായിരുന്നു.

അയാളും തലതിരിഞ്ഞവനായിരുന്നു. അയാൾ അവളെ അകറ്റി നിർത്തി. എല്ലാ സമയത്തും അയാൾ അവളെ അകറ്റി. തന്നിലേക്ക് അയാളെ വലിച്ചടുപ്പിക്കാൻ വേണ്ടി അവൾ അദ്ധ്വാനം വർദ്ധിപ്പിക്കുന്നതിനൊത്ത് അയാൾ അവളെ പൊരുതി അകറ്റിക്കൊണ്ടിരുന്നു. ഇപ്പോൾ അവർ വർഷങ്ങളായി പ്രണയത്തിലാണ്. വർഷങ്ങളായി ഹോ! അത് അത്രത്തോളം വലിയ പരിശ്രമമായിരുന്നു. അത്രത്തോളം വേദനയുണ്ടാക്കുന്നതായിരുന്നു. അവൾ അത്രത്തോളം ക്ഷീണിച്ച് പോയിരുന്നു. പക്ഷേ, എന്നിട്ടും അവൾക്ക് അവളിൽ വിശ്വാസമുണ്ടായിരുന്നു. അവളെ ഉപേക്ഷിക്കാനാണ് അയാൾ ശ്രമിക്കുന്നതെന്ന് അവൾക്ക് മനസ്സിലായിട്ടുണ്ട്. പക്ഷേ, അയാളെ അവളോടൊപ്പം നിർത്താൻ കഴിയുമെന്ന് അവൾ വിശ്വസിച്ചു. തനിക്ക് അതിനുള്ള ശക്തിയുണ്ടെന്ന് അവൾക്ക് ഉറപ്പായിരുന്നു. തന്റെ ആഴത്തിലുള്ള അറിവുകളിൽ അവൾ വിശ്വസിച്ചു. അയാളും ആഴത്തിൽ അറിവുള്ളവനായിരുന്നു. അവൾ സത്യത്തിന്റെ ഉറവിടത്തിലെ ഉരകല്ലായിരുന്നു. അയാളുടെ അടുപ്പം മാത്രമായിരുന്നു അവളുടെ ആവശ്യം.

അവളുമായുള്ള ഈ അടുപ്പം ഒരു തന്നിഷ്ടക്കാരനായ കുട്ടിയെപ്പോലെ അയാൾ നിരാകരിക്കാൻ ആഗ്രഹിച്ചു. ഈ അവസരം സത്യത്തിൽ അയാളുടെ താന്തോന്നിത്തരത്തിന് കിട്ടിയ ഏറ്റവും വലിയ സംതൃപ്തികൂടി ആയിരുന്നു. അവർക്കിടയിലുള്ള പവിത്രമായ ബന്ധത്തെ ഒരു വഴക്കാളിയായ കുട്ടിയുടെ വാശിയോടെ പൊട്ടിച്ച് മാറ്റാൻ അയാൾ ആഗ്രഹിച്ചു.

അയാൾ വിവാഹത്തിന് വരും. വരന്റെ സ്നേഹിതൻ അയാൾ ആയിരിക്കും. അയാൾ പള്ളിയിൽ കാത്തുനില്ക്കുന്നുണ്ടാവും. അവൾ വന്നത് എപ്പോഴാണെന്ന് അയാൾ അറിഞ്ഞിരിക്കും. പള്ളി വാതിലിലൂടെ കടന്ന് പോകുമ്പോൾ മനസ്സിലെ ആശങ്കയും ആഗ്രഹവുംകൊണ്ട് അവൾ വിറയ്ക്കുന്നുണ്ടായിരുന്നു. അയാൾ അവിടെ ഉണ്ടാവും. അവളുടെ വേഷം എത്രമാത്രം മനോഹരമാണെന്ന് നിശ്ചയമായും അയാൾ കാണും. അയാൾക്കുവേണ്ടി അവൾ എത്രമാത്രം സുന്ദരിയായിട്ടുണ്ടെന്ന് നിശ്ചയമായും അയാൾ മനസ്സിലാക്കും. അവൾ അയാൾക്കുവേണ്ടി ഒതുങ്ങിയത് അയാൾ കാണും. അവൾ അയാൾക്കുവേണ്ടി എങ്ങനെയൊക്കെയാണ് ഒരുങ്ങിയിരിക്കുന്നതെന്ന് അയാൾക്ക് മനസ്സിലാകും. അവൾ അയാൾക്ക് വേണ്ടി അങ്ങേയറ്റം സുന്ദരിയായിട്ടുണ്ടെന്ന് അയാൾ തിരിച്ചറിയും. നിശ്ചയമായും ഒടുവിൽ അയാളുടെ കുലീനമായ വിധി സ്വീകരിക്കാൻ അയാൾ തയ്യാറാകും. അയാൾ അവളെ ഉപേക്ഷിക്കില്ല.

തളർന്ന മോഹങ്ങളുടെ കോച്ചിപ്പിടുത്തവുമായി അവൾ പള്ളിയിൽ പ്രവേശിച്ച് മുഖങ്ങൾക്കിടയിൽ അയാളെ പരതി നോക്കി. മനസ്സിലെ അസ്വസ്ഥതകൊണ്ട് അവളുടെ മെലിഞ്ഞ ശരീരം വിറച്ചു. ഉറ്റതോഴൻ എന്ന

നിലയിൽ അയാൾ അൾത്താരയുടെ വശത്ത് നില്ക്കുന്നുണ്ടാകും. തന്റെ വിശ്വാസത്തിനു വഴങ്ങിക്കൊണ്ട് അവൾ സാവധാനം നോക്കി.

എന്നാൽ ആ സമയത്ത് അയാൾ അവിടെ ഉണ്ടായിരുന്നില്ല. അവൾ മുങ്ങുന്ന രീതിയിൽ ഭയാനകമായ ഒരുകൊടുങ്കാറ്റ് അവളെ പൊതിഞ്ഞു. അവൾ കടുത്ത നിരാശയുടെ പിടിയിലമർന്നു. അവൾ യാന്ത്രികമായി അൾത്താരയുടെ അടുത്തെത്തി. ഇത്തരത്തിലൊരു നൈരാശ്യം അവൾ ഒരിക്കലും അനുഭവിച്ചിട്ടില്ല. ഇത് മരണത്തിനും അപ്പുറമായിരുന്നു. അത്ര മാത്രം ശൂന്യവും വിജനവും.

വരനും കൂട്ടരും ഇതുവരെ വന്നുചേർന്നിട്ടില്ല. പുറത്ത് ഒരു സംഭ്രാന്തി വളരുന്നുണ്ടായിരുന്നു. ഉർസുലയ്ക്ക് ഏകദേശം ധാർമ്മികമായ ഉത്തര വാദിത്വം തോന്നി. വരൻ വന്നുചേരാതെ വധു കാത്തിരിക്കുന്നത് അവൾക്ക് സഹിക്കാൻ കഴിഞ്ഞില്ല. വിവാഹം ഒരു കൂട്ടിക്കുഴയ്ക്കൽ ആവ രുത്, ഒരിക്കലും അത് പാടില്ല.

പക്ഷേ, വർണ്ണത്തുണികളും പൂച്ചെണ്ടുകളും കൊണ്ട് അലങ്കരിച്ച വധുവിന്റെ കുതിരവണ്ടി എത്തിക്കഴിഞ്ഞു. ചാരനിറമുള്ള കുതിരകൾ സന്തോഷത്തോടെ പള്ളിയുടെ വാതിലിന് മുന്നിലെത്തി ലക്ഷ്യത്തിലെ ത്തിനിന്നു. മൊത്തം ജനത്തിനിടയിലും ഒരു പൊട്ടിച്ചിരി ഉയർന്നു. ഇവിടെ ഞൊടിയിടകൊണ്ട് ആഹ്ലാദം പൊട്ടിച്ചിരിയായി മാറി. ആ ദിവസത്തെ വസന്തത്തെ പുറത്തേക്ക് ഇറക്കിവിടാൻ വേണ്ടി കുതിരവണ്ടിയുടെ വാതിൽതുറന്നു. ആൾക്കൂട്ടത്തിന്റെ അസന്തുഷ്ടമായ മുറുമുറുപ്പ് വഴിയിൽ തടിച്ചുകൂടിയിരുന്ന ആളുകളിൽ നിന്ന് ഉയർന്നു.

ആദ്യം പ്രഭാതത്തിലെ അന്തരീക്ഷത്തിലേക്ക് ഒരു നിഴൽപോലെ പടികളിറങ്ങിയത് അച്ഛനായിരുന്നു. അയാൾ പൊക്കമുള്ള മെലിഞ്ഞ ഒരു മനുഷ്യനായിരുന്നു. അയാൾക്ക് നരകയറിത്തുടങ്ങിയ കറുത്തതാടി ഉണ്ടാ യിരുന്നു. ചുറ്റും എന്താണ് നടക്കുന്നതെന്ന് അറിയാതെ അയാൾ കുതി രവണ്ടിയുടെ വാതിലിൽ ക്ഷമയോടെ കാത്തുനിന്നു.

വാതിലിൽ ഒരു പുഷ്പവൃഷ്ടി നടന്നു. സന്തോഷം തുളുമ്പുന്ന ഒരു ശബ്ദം പറഞ്ഞു.

"ഞാൻ എങ്ങനെ പുറത്തേക്ക് ഇറങ്ങും?"

പ്രതീക്ഷയോടെ നിന്ന ആളുകളിലൂടെ സംതൃപ്തിയുടെ ഒരുതിര മാല കടന്നുപോയി. കുനിഞ്ഞിറങ്ങുന്ന വധുവിന്റെ സ്വർണ്ണത്തലമുടിയി ലേക്കും കുതിരവണ്ടിയുടെ ചവിട്ടുപടിയിലേക്ക് ജാഗ്രതയോടെ എത്തി ച്ചേരുന്ന മൃദുലമായ വെളുത്ത പാദങ്ങളിലേക്കും ആവേശത്തോടെ നോക്കിക്കൊണ്ട് ആളുകൾ അവളെ സ്വീകരിക്കാൻ വേണ്ടി കുതിരവ ണ്ടിയുടെ ചുറ്റും തിക്കും തിരക്കും സൃഷ്ടിച്ചു. പെട്ടെന്ന് തിരക്ക് കൂടി. വധു അവളുടെ അച്ഛനോടൊപ്പം ഒരുവെളുത്ത പതപോലെ ഒഴുകി. അവ ളുടെ ശിരോവസ്ത്രം ഒഴുക്കിനിടയിൽ പൊട്ടിച്ചിരിക്കുന്നുണ്ടായിരുന്നു.

"അത് കഴിഞ്ഞു!" അവൾ പറഞ്ഞു.

അവൾ അവളുടെ ക്ഷീണിച്ച് വിളറിയ അച്ഛന്റെ കൈപിടിച്ച്

കൊണ്ടും അവളുടെ ഭാരം കുറഞ്ഞ തുണി അല്പം ഉയർത്തി പിടിച്ചു കൊണ്ടും വിശാലമായ ചുവപ്പ് പരവതാനിയിലൂടെ മുന്നോട്ട് നീങ്ങി. അവളുടെ അച്ഛന്റെ കറുത്ത താടി വിളറിയ അയാളെ കൂടുതൽ ക്ഷീണിതനാക്കി. അയാൾ തന്റെ ആത്മാവ് തന്നോടൊപ്പം ഇല്ലെന്നുള്ള മട്ടിൽ വിറങ്ങലിച്ച രീതിയിൽ പടികൾ കയറി. പക്ഷേ, വധുവിന്റെ പൊട്ടിച്ചിരിയുടെ മൂടൽമഞ്ഞ് ഒരു കുറവും സംഭവിക്കാതെ അയാളുടെ കൂടെ തന്നെ ഉണ്ടായിരുന്നു. എന്നിട്ടും വരൻ വന്നുചേർന്നില്ല! അവൾക്ക് അത് സഹിക്കാൻകഴിഞ്ഞില്ല. ഉർസുലയുടെ കണ്ണുകൾ ഉൽക്കണ്ഠയോടെ ദൂരെ കുന്നിൻചരിവിലൂടെ ഇറങ്ങിവരുന്ന വെളുത്തവഴിയിലേക്ക് നോക്കുന്നുണ്ടായിരുന്നു. അയാളുടെ വരവ് അവൾക്ക് കാണാൻ കഴിയും. ഒരു കുതിരവണ്ടി അതിവേഗത്തിൽ ഓടിവരുന്നുണ്ടായിരുന്നു. അപ്പോഴാണ് അത് കാഴ്ചയിൽ എത്തിയത്. അതെ. അത് അയാൾ തന്നെ ആണ്. ഉർസുല വധുവിന്റെയും ആളുകളുടെയും നേർക്ക് തിരിഞ്ഞുനിന്നു. മുഴുവൻ രംഗവും കാണാൻ പറ്റുന്ന അവളുടെ സ്ഥാനത്ത് നിന്നുകൊണ്ട് അവ്യക്തമായി അവൾ ഉറക്കെ വിളിച്ചുകൂവി. അയാൾ വരുന്നുണ്ടെന്ന് അവർക്ക് മുന്നറിയിപ്പ് കൊടുക്കാൻ അവൾ ആഗ്രഹിച്ചു. പക്ഷേ, അവളുടെ ശബ്ദം അവിടെ വരെ കേൾക്കാൻ കഴിയുമായിരുന്നില്ല. അവളുടെ വിളിച്ച് കൂവൽ അവ്യക്തമായിരുന്നു. ആഗ്രഹം നടക്കാത്തതിന്റെ പരിഭ്രമത്തിനും ആഗ്രഹത്തിനും ഇടയിൽപ്പെട്ട് അവളുടെ മുഖം തുടുത്തു.

കുതിരവണ്ടി കുന്നിറങ്ങി കൂടുതൽ അടുത്തേക്ക് ഓടിയെത്തി. ആളുകളുടെ ഇടയിൽനിന്ന് ഒരു കൂക്കിവിളി ഉയർന്നു. ചവിട്ടുപടികളുടെ മുകളിൽ എത്തിയിരുന്ന വധു ബഹളം എന്താണെന്ന് അറിയാൻ വേണ്ടി സന്തോഷത്തോടെ ചുറ്റുപാടും നോക്കി. ആളുകൾക്കിടയിൽ ഒരുകോലാഹലം അവൾ കണ്ടു. ഒരുവണ്ടി ഓടിവന്ന് നില്ക്കുന്നു. അവളുടെ കാമുകൻ കുതിരവണ്ടിയിൽ നിന്ന് ചാടിയിറങ്ങി കുതിരകളിൽ നിന്നും ഒഴിഞ്ഞുമാറി ആൾക്കൂട്ടത്തിനുള്ളിലേക്ക് കടക്കുന്നു.

ഉയരത്തിൽ നിന്നുകൊണ്ട് അവൾ പൂച്ചെണ്ട് വീശിക്കാണിച്ചു. പെട്ടെന്നുണ്ടായ ആവേശത്തിൽ അവൾ വിളിച്ചുകൂവി. "ടിബ്സ് ടിബ്സ്" തൊപ്പികൊണ്ട് തിരക്ക് ഒഴിവാക്കുന്നതിനിടയിൽ അവൾ വിളിച്ചുകൂവിയത് അയാൾ കേട്ടില്ല.

"ടിബ്സ്!" താഴെ നില്ക്കുന്ന അയാളെ നോക്കിക്കൊണ്ട് അവൾ വീണ്ടും വിളിച്ചുകൂവി.

വിളികേട്ടില്ലെങ്കിലും അയാൾ തല ഉയർത്തി നോക്കി. മുകളിലുള്ള വഴിയിൽ വധുവും അച്ഛനും നില്ക്കുന്നത് അയാൾ കണ്ടു. അയാളുടെ മുഖത്ത് സംശയകരമായ അത്ഭുതം പ്രത്യക്ഷപ്പെട്ടു. ഒരുനിമിഷം അയാൾ അറച്ചു നിന്നു. എന്നിട്ട് അവളുടെ മുന്നിലെത്താൻ വേണ്ടിയുള്ള ഒരു കുതിപ്പിന് അയാൾ സ്വയം തയ്യാറായി.

"ഹോ!" അവളുടെ ഉള്ളിൽനിന്നും അസാധാരണമായ ഒരു വിളി പുറത്തുവന്നു. മനസ്സറിയാതെ അവൾ ഞെട്ടിത്തിരിഞ്ഞ് വെളുത്തവേഷം

ഉലച്ചുകൊണ്ട് വെളുത്തകാലുകൾ വലിച്ചുവെച്ച് ചിന്തിക്കാൻ കഴിയാത്ത വേഗതയിൽ പള്ളിയിലേക്ക് ഓടിപ്പോയി. ഒരു നായ്ക്കുട്ടിയെപ്പോലെ അവളുടെ അച്ഛനെ മറികടന്ന് ചെറുപ്പക്കാരനും അവളുടെ പിന്നാലെ പാഞ്ഞു. അയാളുടെ വഴക്കമുള്ള പിൻഭാഗത്തിന് ഇരയുടെ അടുത്തേക്ക് കുതിക്കുന്ന വേട്ടനായയുടെ ചലനങ്ങളായിരുന്നു.

അവൾ പള്ളിയുടെ മൂലതിരിയാൻ വേണ്ടി ചിതറിപ്പോയ പൂക്കൾ നേരെയാക്കി. അവൾ പിന്നോട്ട് നോക്കി. എന്നിട്ട് തമാശയും വെല്ലുവിളിയും നിറഞ്ഞ ഒരു വന്യമായ ശബ്ദം ഉണ്ടാക്കി. പിന്നീട് സ്വയം തയ്യാറെടുപ്പുകൾ നടത്തി മുന്നോട്ട് നടന്ന് ചാരനിറമുള്ള കരിങ്കൽമുട്ടുചുമരും കടന്ന് മുന്നോട്ടു പോയി. ഒരു നിമിഷത്തിനുള്ളിൽ നിശ്ചലമായ ആ കൽചുവരിൽ വരൻ ഓട്ടത്തിനിടയിൽ കുനിഞ്ഞ് കൈകൊണ്ട് പിടിച്ചുനോക്കി. എന്നിട്ട് അയാൾ കുതിച്ചുചാടി കാഴ്ചയിൽ നിന്ന് മറഞ്ഞു. അയാളുടെ വഴക്കമുള്ള ശക്തമായ അരക്കെട്ട് അവളെ പിൻതുടർന്നുകൊണ്ടിരിക്കുന്നതിനിടയിൽ എവിടെയോ അപ്രത്യക്ഷമായി.

ഉടൻതന്നെ ഗേറ്റിലുണ്ടായിരുന്ന ആൾക്കൂട്ടത്തിൽനിന്ന് കൂക്കുവിളികളും ആവേശത്തോടെയുള്ള ആർപ്പുവിളികളും പൊട്ടിപ്പുറപ്പെട്ടു. ഉർസുല വീണ്ടും ശ്രീമാൻ ക്രിച്ചിന്റെ ഏകദേശം കൂനിപ്പോയ ഇരുണ്ട രൂപം നിർവ്വികാരമായി പള്ളിയിലേക്കുള്ള ഓട്ടം കണ്ടുകൊണ്ട് വഴിയിൽ ഒറ്റയ്ക്കു നില്ക്കുന്നത് ശ്രദ്ധിച്ചു. എല്ലാം അവസാനിച്ചപ്പോൾ അയാൾ പിന്നോട്ട് നോക്കി. പിന്നിലുണ്ടായിരുന്ന റൂപർട്ട് ബിർക്കിൻ ഉടൻതന്നെ മുന്നോട്ടു വന്ന് അയാളോടൊപ്പം ചേർന്നു.

“നമുക്ക് പിന്നിൽ നില്ക്കാം.” ഒരു വിളറിയ ചിരിയോടെ ബിർക്കിൻ പറഞ്ഞു.

“ങാ” അച്ഛൻ മറുപടി ചുരുക്കിപ്പറഞ്ഞു. രണ്ടുപേരും ഒന്നിച്ച് മുന്നോട്ട് നീങ്ങി.

ബിർക്കിൻ ക്രിച്ചിനെപ്പോലെ വിളറിമെലിഞ്ഞിട്ടായിരുന്നു. അയാളുടെ രൂപം മെലിഞ്ഞതാണെങ്കിലും ഭംഗിയുള്ളതായിരുന്നു. അയാൾ ഒരുകാൽ സാവധാനം ഇഴച്ചുകൊണ്ടാണ് നടക്കുന്നത്. അയാൾ അറിഞ്ഞുകൊണ്ടാണ് അങ്ങനെ ചെയ്യുന്നത്. അയാൾ ശരിയായ വേഷം ധരിച്ചിരുന്നെങ്കിലും ജന്മനായുള്ള ഒരു പൊരുത്തക്കേട് കാരണം കാഴ്ചയിൽ അയാളോട് പരിഹാസം തോന്നും. അയാൾ ബുദ്ധിമാനായിരുന്നു. സമർത്ഥനായിരുന്നു. അയാൾ കീഴ്വഴക്കങ്ങൾക്ക് യോജിച്ചവനായിരുന്നില്ല. എങ്കിലും സാധാരണ ആശയങ്ങൾക്ക് അയാൾ കീഴ്പ്പെട്ടു. അയാൾ സ്വയം പരിഹസിച്ചു.

അയാൾ വെറും സാധാരണക്കാരനാണെന്ന് ഭാവിച്ചു. അയാൾ അതു തപ്പെടുത്തുന്ന തരത്തിൽ പരിപൂർണ്ണമായും സാധാരണക്കാരനായി. അയാൾ സ്വന്തം ചുറ്റുപാടുകളുമായി യോജിച്ചുകൊണ്ട് നല്ല നിലയിൽ തന്നെ ഇത് പ്രാവർത്തികമാക്കി. സംസാരിക്കാനിടവരുന്നവരുടെ ചുറ്റുപാടുകളുമായും അവരുടെ ലക്ഷ്യങ്ങളുമായും വളരെപ്പെട്ടെന്ന് ഇണങ്ങി

ച്ചേർന്ന് അയാൾ വളരെ സാധാരണക്കാരനുമായി ഒരു സാദൃശ്യം നേടി യെടുക്കും. അങ്ങനെ അയാളുടെ തനിമയെ ആക്രമിക്കുന്നതിൽ നിന്നും അയാൾ അവരെ നിരായുധരാക്കി.

ഇപ്പോൾ അയാൾ ക്രിച്ചിനോടൊപ്പം നടക്കുന്നതിനിടയിൽ അനാ യാസമായി സംസാരിച്ചു കൊണ്ടിരുന്നു. എല്ലാ സന്ദർഭങ്ങളിലും അയാൾ ഒരു ഞാണിന്മേൽക്കളിക്കാരനെപ്പോലെ പെരുമാറി. എല്ലാം എളുപ്പമാ ണെന്ന് ഭാവിക്കുമെങ്കിലും എപ്പോഴും അയാൾ നടക്കുന്നത് മുറുക്കിക്കെ ട്ടിയ ഞാണിന് മുകളിലൂടെ ആയിരിക്കും.

"ഞങ്ങൾ ഇത്രമാത്രം താമസിച്ചുപോയതിൽ എനിക്ക് വിഷമമുണ്ട്. അയാൾ പറഞ്ഞുകൊണ്ടിരുന്നു. "ബൂട്ട്സിന്റെ കൊളുത്ത് കണ്ടില്ല. അതു കൊണ്ട് ബൂട്ട്സിടാൻ വളരെ താമസം വന്നു. പക്ഷേ, നിങ്ങൾ സമയ ത്തുതന്നെ വന്നു."

"ഞങ്ങൾ എപ്പോഴും സമയംപാലിക്കും." ക്രിച്ച് പറഞ്ഞു.

"ഞാൻ എപ്പോഴും താമസിക്കും." ബിർക്കിൻ പറഞ്ഞു. "പക്ഷേ, ഇന്ന് സത്യത്തിൽ സമയത്തിനായിരുന്നു. ഓർക്കാപ്പുറത്ത് പറ്റിപ്പോയ താണ്. എനിക്ക് വിഷമമുണ്ട്."

അവർ രണ്ടുപേരും പോയിക്കഴിഞ്ഞിരുന്നു. അവിടെ ഇപ്പോൾ കൂ ടുതലായി മറ്റൊന്നും കാണാനില്ല. ഉർസുല ഒറ്റയ്ക്കിരുന്ന് ബിർക്കിനെ ക്കുറിച്ച് ആലോചിക്കാൻതുടങ്ങി. അയാൾ അവളെ മുഷിപ്പിച്ചു. ആകർഷിച്ചു ശല്യപ്പെടുത്തി.

അയാളെപ്പറ്റി കൂടുതൽ അറിയാൻ അവൾ ആഗ്രഹിച്ചു. ഒന്നോ രണ്ടോ തവണ അവൾ അയാളോട് സംസാരിച്ചിട്ടുണ്ട്. പക്ഷേ, അത് അയാളുടെ ഇൻസ്പെക്ടർ എന്ന ഔദ്യോഗികപദവി പരിഗണിച്ചുകൊ ണ്ടായിരുന്നു.

അയാളും അവളും തമ്മിലുള്ള അടുപ്പം ഒരളവുവരെ അയാൾ അംഗീ കരിച്ചിട്ടുണ്ടെന്ന് അവൾ വിചാരിച്ചിരുന്നു. ഒരേഭാഷ ഉപയോഗിക്കുന്നതു പോലെയുള്ള ഒരു നിശ്ശബ്ദവും സ്വാഭാവികവുമായ പരസ്പരധാരണ. പക്ഷേ, ഈ ധാരണ വികസിപ്പിച്ചെടുക്കാനുള്ള സമയം അവർക്ക് ഉണ്ടാ യിരുന്നില്ല. അയാൾ അവളെ ആകർഷിച്ചിരുന്നതുപോലെ ചിലകാര്യങ്ങൾ അവളെ അയാളിൽനിന്ന് അകറ്റി നിർത്തുകയും ചെയ്തു. അയാളിൽ ഒരുതരം എതിർപ്പ് നിലനിന്നിരുന്നു. അയാളുടെ ഉള്ളിൽ നിറഞ്ഞിരിക്കുന്ന പ്രാപ്യമല്ലാത്തതും പ്രതികരണമില്ലാത്തതുമായ ഒരു ആത്യന്തികമായ കരുതലായിരുന്നു അയാളുടെ എതിർപ്പ്.

എന്നിട്ടും അയാളെക്കുറിച്ച് അറിയാൻ അവൾ ആഗ്രഹിച്ചു.

"റൂപർട്ട് ബിർക്കിനെപ്പറ്റി നീ എന്താണ് വിചാരിക്കുന്നത്?" അല്പം മടിയോടെ അവൾ ഗുഡ്റണിനോട് ചോദിച്ചു. ഗുഡ്റണിന് അയാളെ പറ്റി സംസാരിക്കാൻ താല്പര്യം ഉണ്ടായിരുന്നില്ല.

"റൂപർട്ട് ബിർക്കിനെ പറ്റി ചേച്ചി എന്താണ് വിചാരിക്കുന്നത്?" ഗുഡ്റൺ ആവർത്തിച്ചു. "അയാൾ സുന്ദരനാണെന്ന് ഞാൻ വിചാരി

ക്കുന്നു. – ഒരുതരത്തിൽ സുന്ദരൻ. മറ്റുള്ളവരോടുള്ള അയാളുടെ പെരുമാറ്റമാണ് എനിക്ക് സഹിക്കാൻ കഴിയാത്തത് — ഏത് വിഡ്ഢിപ്പെണ്ണിനോടും അവളെയാണ് "അയാൾ ഏറ്റവും കൂടുതൽ പരിഗണിക്കുന്നത് എന്ന രീതിയിലുള്ള അയാളുടെ പെരുമാറ്റം ഒരാൾക്ക് സ്വയം ചതിക്കപ്പെടുകയാണെന്ന് തോന്നും."

"അയാൾ എന്തുകൊണ്ടാണ് അങ്ങനെ ചെയ്യുന്നത്?" ഉർസുല ചോദിച്ചു.

"അയാൾക്ക് ശരിയായ രീതിയിൽ ആളുകളെ വിലയിരുത്താനുള്ള കഴിവില്ലാത്തതാണ് അതിന്റെ കാരണം." ഗുഡ്റൺ പറഞ്ഞു. "ഞാൻ പറയാം. അയാൾ എന്നോടും ചേച്ചിയോടും ഇടപെടുന്നതുപോലെയാണ് ഏത് വിഡ്ഢിപ്പെണ്ണിനോടും ഇടപെടുന്നത്. അത് സത്യത്തിൽ അപമാനമാണ്."

"തീർച്ചയായും ആണ്." ഉർസുല പറഞ്ഞു. "ഒരാൾക്ക് തിരിച്ചറിയാനുള്ള കഴിവ് വേണം."

"നിശ്ചയമായും ഒരാൾക്ക് തിരിച്ചറിയാനുള്ളകഴിവ് വേണം." ഗുഡ്റൺ ആവർത്തിച്ചു. "പക്ഷേ, മറ്റുകാര്യങ്ങൾവെച്ച് നോക്കിയാൽ അയാൾ സമർത്ഥനാണ്. ഒരു അത്ഭുതപ്പെടുത്തുന്ന വ്യക്തിത്വം. പക്ഷേ, നിങ്ങൾക്ക് അയാളെ വിശ്വസിക്കാൻ പറ്റില്ല."

"ശരിയാണ്" ഉർസുല അവ്യക്തമായി പറഞ്ഞു. ഗുഡ്റണിന്റെ പ്രഖ്യാപനങ്ങളോട് പൂർണ്ണമായി യോജിക്കാൻ കഴിയാത്ത സന്ദർഭങ്ങളിലും അവൾ അത് സമ്മതിച്ചുകൊടുക്കാൻ നിർബ്ബന്ധിതയാവാറുണ്ട്.

വിവാഹപാർട്ടി പുറത്തേക്ക് വരാൻ വേണ്ടി സഹോദരിമാർ നിശ്ശബ്ദരായിരുന്നു. ഗുഡ്റണിന് സംസാരിക്കാതിരിക്കാനുള്ള ക്ഷമ ഉണ്ടായിരുന്നില്ല. അവൾ ജറാൾഡ് ക്രിച്ചിനെക്കുറിച്ച് ചിന്തിക്കാൻ ആഗ്രഹിച്ചു. അയാളിൽ നിന്നവൾക്ക് ലഭിച്ച അനുഭൂതി സത്യമാണോ എന്ന് തിരിച്ചറിയാൻ അവൾ ആഗ്രഹിച്ചു. അവൾ അതിനുവേണ്ടി സ്വയം തയ്യാറെടുക്കാൻ മോഹിച്ചു.

പള്ളിക്കുള്ളിൽ വിവാഹം നടക്കുകയായിരുന്നു. ഹെർമിയോൺ റോഡിസ് ബിർക്കിനെക്കുറിച്ച് മാത്രമാണ് ആലോചിച്ചുകൊണ്ടിരുന്നത്. അയാൾ അവളുടെ അടുത്ത് നില്ക്കുന്നുണ്ടായിരുന്നു. അവൾ ശാരീരികമായി അയാളിലേക്ക് ആകർഷിക്കപ്പെടുന്നതായി തോന്നി. അയാളെ തൊട്ടുകൊണ്ട് നില്ക്കണമെന്ന് അവൾ ആഗ്രഹിച്ചു. അയാളെ ഒന്നു തൊടാതെ അയാൾ തന്റെ അടുത്തുണ്ടെന്ന് അവൾക്ക് വിശ്വാസം വന്നില്ല. എങ്കിലും അവിടെനിന്നുകൊണ്ട് അവൾ വിവാഹച്ചടങ്ങുകളിൽ പങ്കെടുത്തു.

അയാൾ വരാതിരുന്നപ്പോൾ അവൾ ശരിക്കും ബുദ്ധിമുട്ട് അനുഭവിച്ചു. ഇപ്പോഴും അവൾക്ക് അതിന്റെ ബുദ്ധിമുട്ട് മാറിയിരുന്നില്ല. ഒരു ഞരമ്പുവേദന അവളെ കാർന്നുതിന്നു. ഈ സമയത്തും അയാൾ അവളിൽ നിന്ന് അകന്നുപോകുന്നത് അവൾക്ക് പീഡനമായിരുന്നു. മാനസിക

പീഡനത്തിന്റെ മങ്ങിയ അബോധാവസ്ഥയിൽ അവൾ അയാളെ പ്രതീക്ഷയോടെ കാത്തുനിന്നു. സ്വയം ദുഃഖം അനുഭവിച്ച് നില്ക്കുമ്പോൾ അവളുടെ മുഖത്തുണ്ടായിരുന്ന ആകർഷണീയമായ മുഖഭാവം മാലാഖമാരുടേതുപോലെ അലൗകികമാണെന്ന് തോന്നിയെങ്കിലും അതിന്റെ ഉറവിടം അവളുടെ മാനസിക യാതനയായിരുന്നു. ആ മുഖഭാവം അയാളുടെ ഹൃദയത്തെ അനുകമ്പകൊണ്ട് പിച്ചിക്കീറുന്ന ഒരു ദയനീയഭാവം അവൾക്ക് നല്കി. അയാൾ അവളുടെ കുനിഞ്ഞ തലകണ്ടു. അവളുടെ ആകർഷണീയമായ മുഖം കണ്ടു. മതിമറന്ന് നില്ക്കുന്ന മുഖഭാവം കണ്ടു. അയാൾ നോക്കുന്നതായി തോന്നിയതുകൊണ്ട് അവളുടെ മനോഹരമായ ചാരക്കണ്ണുകളിലൂടെ അയാൾക്ക് ഒരു മഹത്തായ സൂചനയുടെ ജ്വാല നല്കിക്കൊണ്ട് അവൾ മുഖം ഉയർത്തി അയാളുടെ കണ്ണുകളിലേക്ക് നോക്കി. പക്ഷേ, അയാൾ അവളുടെ നോട്ടത്തിൽനിന്ന് ഒഴിഞ്ഞുമാറി. അവൾ വേദനയും നാണക്കേടും സഹിച്ചുകൊണ്ട് തല താഴ്ത്തി. അവളുടെ ഹൃദയത്തിലെ നിരന്തരമായ വേദന തുടർന്നുകൊണ്ടിരുന്നു. അവളോട് ആഴത്തിലുള്ള അനുകമ്പ തോന്നിയിട്ടും ആത്യന്തികമായ ഇഷ്ടക്കുറവിന്റെയും നാണക്കേടിന്റെയും പീഡനം അയാളും അനുഭവിച്ചു. അവളെ കാണണമെന്ന് അയാൾക്ക് ആഗ്രഹമില്ലാത്തതുകൊണ്ട് അവളുടെ തിരിച്ചറിയലിന്റെ നൈമിഷികദീപ്തി സ്വീകരിക്കാൻ അയാൾ ആഗ്രഹിച്ചില്ല.

വധുവും വരനും വിവാഹിതരായി. വിവാഹ പാർട്ടി പള്ളിമേടയിലേക്ക് പോയി. ഹെർമിയോൺ ഓർക്കാപ്പുറത്തു തിരക്കിൽപ്പെട്ട് ബിർക്കിന്റെ അടുത്തെത്തി. അയാളെ തൊട്ടു. അയാൾ അത് സഹിച്ചു.

പുറത്ത് ഉർസുലയും ഗുഡ്റണും അവരുടെ അച്ഛന്റെ ഓർഗൻ വായന ശ്രദ്ധിച്ചു. വിവാഹത്തിന്റെ വാദ്യഘോഷം അയാൾ ആസ്വദിക്കും. ഇപ്പോൾ വരനും വധുവും വിവാഹം കഴിഞ്ഞ് വന്നു കൊണ്ടിരുന്നു! അന്തരീക്ഷത്തെ കുലുക്കിക്കൊണ്ട് മണികൾ മുഴങ്ങിയിരുന്നു. അതിന്റെ പ്രകമ്പനങ്ങൾ മരങ്ങളും പൂക്കളും അനുഭവിക്കുന്നുണ്ടോ എന്ന് ഉർസുല അത്ഭുതപ്പെട്ടു. വധു നാണത്തോടെ വരന്റെ കൈപിടിച്ചിരുന്നു. വരൻ ആകാശത്തേക്ക് നോക്കി താൻ ഇപ്പോൾ അവിടെയുമല്ല ഇവിടെയുമല്ല എന്ന മട്ടിൽ അബോധാവസ്ഥയിൽ കണ്ണടച്ച് തുറന്നുകൊണ്ടിരുന്നു. താൻ രംഗത്തുതന്നെ ഉണ്ടെന്ന് വരുത്തിത്തീർക്കാനുള്ള പരിശ്രമത്തിനിടയിൽ അയാളുടെ രൂപം സാമാന്യം പരിഹാസ്യമാവുന്നുണ്ടായിരുന്നു. ആൾക്കൂട്ടത്തിന് മുന്നിൽ അയാൾ വൈകാരികമായി പകച്ചുപോയിരുന്നു. കാഴ്ചയിൽ അയാൾ പുരുഷത്വവും ചുമതലാബോധവുമുള്ള ലക്ഷണമൊത്ത ഒരു നാവിക ഉദ്യോഗസ്ഥൻ ആയിരുന്നു.

ബിർക്കിൻ ഹെർമിയോണിനൊപ്പം വന്നു. തളർന്ന മാലാഖയുടെ ക്ഷീണം മാറി ഉന്മേഷം തിരിച്ചുവന്ന മട്ടിൽ ഒരു വിജയത്തെ മതിമറന്നതിന്റെ ലക്ഷണം അവൾക്ക് ഉണ്ടായിരുന്നു. എന്നിട്ടും നിഗൂഢമായ ഒരു പൈശാചികത അവളിൽ നിലനിന്നിരുന്നു. ഇപ്പോൾ അവൾ ബർക്കിന്റെ

കൈപിടിച്ചിരുന്നു. അയാൾക്ക് യാതൊരു മുഖഭാവവും ഉണ്ടായിരുന്നില്ല. ചോദ്യങ്ങളില്ലാതെ നിഷ്ക്രിയനാക്കപ്പെട്ട അയാൾ ഇതു തന്റെ വിധിയാണെന്ന മട്ടിൽ അവളുടെ കൈവശാവകാശത്തിലായിരുന്നു.

സുന്ദരനും ആരോഗ്യവാനും സൗമ്യനും ഊർജ്ജസ്വലനുമായ ജറാൾഡ് ക്രിച്ച് വന്നു. സൗഹൃദം നിഴലിക്കുന്നതും ഏറെക്കുറെ സന്തോഷം നല്കുന്നതുമായ അയാളുടെ രൂപത്തിൽ അസാധാരണമായ ഒരു കാപട്യം തിളങ്ങുന്നുണ്ടായിരുന്നു. ഗുഡ്റൺ ഉടൻ തന്നെ എഴുന്നേറ്റുപോയി. അവൾക്ക് അത് താങ്ങാൻ കഴിഞ്ഞില്ല. അവൾ തന്റെ ചോരയുടെ മൊത്തം പ്രകൃതവും മാറ്റിയെടുത്ത ഈ പ്രതിരോധകുത്തിവെപ്പിനെ പറ്റി തനിച്ചിരുന്ന് മനസ്സിലാക്കാൻ ആഗ്രഹിച്ചു.

2

ഷോർട്ട്ലാൻഡ്സ്

ഉർസുലയും ഗുഡ്റൺ ബ്രാങ്വനും ബെർഡോവറിലെ വീട്ടിലേക്ക് തിരിച്ചുപോയി. വിവാഹപാർട്ടി ഷോർട്ട്ലാൻഡ്സിലുള്ള ക്രിച്ചിന്റെ വീട്ടിൽ ഒത്തുചേർന്നു. വീട് വില്ലിവാട്ടറിലെ വീതികുറഞ്ഞ ചെറിയ തടാകം കഴിഞ്ഞ് പരന്നുകിടക്കുന്ന അടിവാരത്തിന് മുകളിലായിരുന്നു. അത് പ്രഭുക്കന്മാരുടെ തോട്ടത്തിലുള്ള വീടുകൾ പോലെ ഒരു പഴയ ഉയരം കുറഞ്ഞ നീളത്തിലുള്ള വീടായിരുന്നു. മലഞ്ചെരിവിലെ പുൽത്തകിടിക്ക് അപ്പുറത്ത് നിന്നു നോക്കുമ്പോൾ അങ്ങിങ്ങായി വലിയ മരങ്ങൾ ഒറ്റപ്പെട്ട് നില്ക്കുന്നതുകൊണ്ട് ഷോർട്ട്ഹാന്റ്സ് ഒരുതോട്ടമാണെന്ന് തോന്നും. വീതികുറഞ്ഞ തടാകത്തിനപ്പുറത്തു നിന്ന് നോക്കുമ്പോൾ അകലെയുള്ള ഖനികളുടെ താഴ്വാരത്തെ മരങ്ങൾ നിറഞ്ഞ കുന്നുകൾ വിജയകരമായി മറച്ചുവയ്ക്കുന്നു. പക്ഷേ, ഉയർന്നുവരുന്ന പുക പൂർണ്ണമായും മറയ്ക്കാൻ കഴിഞ്ഞിട്ടില്ല. എങ്കിലും വീടിന്റെ പശ്ചാത്തലം ഗ്രാമീണസുന്ദരവും ശാന്തവുമായിരുന്നു. വീടിന് അതിന്റേതായ ഒരു ഭംഗി ഉണ്ടായിരുന്നു.

ഇപ്പോൾ വീട് വീട്ടുകാരെക്കൊണ്ടും അതിഥികളെകൊണ്ടും നിറഞ്ഞിരുന്നു. സുഖമില്ലാത്ത അച്ഛൻ വിശ്രമിക്കാൻ വേണ്ടി പിൻവാങ്ങി. ജെറാൾഡ് ആതിഥേയനായിരുന്നു. അയാൾ വീട്ടിലേക്ക് പ്രവേശിക്കുന്ന മുറിയിൽ ആളുകളെ പരിചരിച്ചുകൊണ്ട് നിന്നു. കൂട്ടായ ആഘോഷങ്ങൾ അയാളെ സന്തോഷിപ്പിക്കുന്നതായിതോന്നി. അയാൾ പുഞ്ചിരിച്ചുകൊണ്ടിരുന്നു. അതിഥി സല്ക്കാരത്തിൽ അയാൾ മുങ്ങിപ്പോയിരുന്നു.

സ്ത്രീകൾ ചെറിയ പരിഭ്രമത്തോടെ അവിടെയുമിവിടെയും അലഞ്ഞുനടന്നു. ആ വീട്ടിലെ വിവാഹിതരായ മൂന്ന് പെൺമക്കളും അവരെ പിന്തുടർന്നു. മുഴുവൻ സമയവും ക്രിച്ചിന്റെ വീട്ടിലെ ഏതെങ്കിലും ഒരുസ്ത്രീയുടെ അധികാരത്തിലുള്ള ശബ്ദം മുറിക്കുള്ളിൽ

കേൾക്കാൻ കഴിഞ്ഞിരുന്നു. "ഹെലൻ ഒരു മിനിറ്റ് ഇവിടെവരൂ". "മർജൊറി നീ ഇവിടെവരണം," "ഓ മിസിസ്സ് വിതം ഞാൻ അതുപറയാം." വേഷങ്ങൾ ഉലയുന്നത് കേൾക്കാമായിരുന്നു. പരിഷ്കാരികളായ സ്ത്രീകളുടെ കള്ളനോട്ടങ്ങളുണ്ടായിരുന്നു. ഒരുകുട്ടി മുറിക്കുള്ളിൽ മുന്നോട്ടുംപിന്നോട്ടും നൃത്തം ചെയ്തു. ഒരു ജോലിക്കാരി പെട്ടെന്ന് കടന്നുവന്ന് തിരിച്ചുപോയി.

ചിലച്ചു കൊണ്ടിരുന്ന സ്ത്രീകളുടെ ലോകത്തെപ്പറ്റി ശ്രദ്ധിക്കുന്നില്ല എന്ന് അഭിനയിച്ചുകൊണ്ടു പുരുഷന്മാർ ചെറിയ സംഘങ്ങളായി പിരിഞ്ഞ് പുകവലിയും സൊറ പറച്ചിലും നടത്തിക്കൊണ്ടിരുന്നു. പക്ഷേ, സ്ത്രീകളുടെ ആവേശത്തിലുള്ള തർക്കങ്ങളും തണുത്ത പൊട്ടിച്ചിരികളും വേഗതയേറിയ ശബ്ദങ്ങളും കൊണ്ട് അവർക്ക് സത്യത്തിൽ സംസാരിക്കാൻ കഴിഞ്ഞിരുന്നില്ല. അവർ അനിശ്ചിതാവസ്ഥയിൽ അസ്വസ്ഥരായി കാത്തുനില്ക്കുകയായിരുന്നു. അവർക്ക് ഏറെക്കുറെ മടുത്തിരുന്നു. ചടങ്ങിന്റെ അച്ചുതണ്ട് താനാണെന്ന് അറിയാവുന്ന ജെറാൾഡ് ആളുകൾ പണിയില്ലാതെ കാത്തു നില്ക്കുകയാണെന്ന ബോധമില്ലാതെ ഉന്മേഷത്തോടെ ഇടപെട്ടു.

പെട്ടെന്ന് മിസ്സിസ് ക്രിച്ച് അവരുടെ തെളിഞ്ഞ നോട്ടത്തോടെ ശബ്ദമുണ്ടാക്കാതെ മുറിക്കുള്ളിലേക്ക് കടന്നുവന്നു. അവർ ഈ സമയത്തും നീലസിൽക്ക് കോട്ടും തൊപ്പിയും ധരിച്ചിരുന്നു.

"അമ്മയ്ക്ക് എന്തുവേണം?" ജെറാൾഡ് ചോദിച്ചു.

"ഒന്നുമില്ല. ഒന്നുമില്ല." അവർ ഉറപ്പില്ലാതെ മറുപടി പറഞ്ഞു. അവർ നേരെ ജെറാൾഡിന്റെ സഹോദരിയുടെ ഭർത്താവിനോട് സംസാരിച്ചുകൊണ്ടുനിന്ന ബിർക്കിന്റെ അടുത്തേക്ക് നടന്നു.

"എന്ത് വിശേഷം മിസ്റ്റർ ബിർക്കിൻ?" അവൾ വളരെ പതുക്കെ പറഞ്ഞു. അവരുടെ അതിഥികൾ ആരുംതന്നെ അത് ശ്രദ്ധിച്ചതായി തോന്നിയില്ല.

"ഓ! മിസിസ്സ് ക്രിച്ച്" പെട്ടെന്ന് ശബ്ദം വ്യത്യാസപ്പെടുത്തിക്കൊണ്ട് ബിർക്കിൻ മറുപടി പറഞ്ഞു. "എനിക്ക് നേരത്തേ നിങ്ങളെ വന്ന് കാണാൻ കഴിഞ്ഞില്ല."

"എനിക്ക് ഇവിടെയുള്ള പകുതി ആളുകളെയും അറിയില്ല." അവരുടെ മൃദുശബ്ദത്തിൽ മിസിസ്സ് ക്രിച്ച് പറഞ്ഞു. അവരുടെ മകളുടെ ഭർത്താവ് അസ്വസ്ഥതയോടെ അവിടെനിന്ന് മാറിപ്പോയി.

"നിങ്ങൾക്ക് അപരിചിതരെ ഇഷ്ടമല്ലല്ലോ" ബിർക്കിൻ പൊട്ടിച്ചിരിച്ചു. "എന്തിനാണ് ഒരുമുറിയിൽ ഒന്നിച്ച് കൂടിയതുകൊണ്ട് മാത്രം ഒരാൾ ആളുകളെ കണക്കിലെടുക്കുന്നതെന്ന് എനിക്ക് ഒരുകാലത്തും മനസ്സിലായിട്ടില്ല. അവർ അവിടെയുണ്ടെന്ന് ഞാൻ അറിയുന്നത് എന്തിനാണ്?"

"ശരിയാണ് നിശ്ചയമായും ശരിയാണ്." മിസിസ്സ് ക്രിച്ച് പറഞ്ഞു. "അവരെ കണ്ടെന്നുള്ളതൊഴിച്ച് വീട്ടിൽ കാണുന്നവരൊക്കെ ആരാണെന്ന് എനിക്ക് അറിയില്ല. കുട്ടികൾ അവരെ എനിക്ക് പരിചയപ്പെടുത്തും. "ഇത്

മിസ്റ്റർ ഇന്നാരാണ്. അമ്മയ്ക്ക് അറിയില്ലേ?" ഞാൻ കൂടുതൽ മുന്നോട്ട് പോകില്ല. മിസ്റ്റർ ഇന്നാർക്ക് അയാളുടെ പേരുകൊണ്ട് എന്താണ് ചെയ്യാനുള്ളത്? അയാളെക്കൊണ്ടും അയാളുടെ പേരുകൊണ്ടും എനിക്ക് എന്താണ് ചെയ്യാനുള്ളത്?"

അവൾ ബിർക്കിനെ നോക്കി. അവൾ ഒരാളെപ്പോലും ശ്രദ്ധിക്കാതെ തന്റെ അടുത്തുവന്ന് സംസാരിച്ചതിൽ അയാൾക്കും അല്പം പൊങ്ങച്ചം തോന്നിയിരുന്നു. അയാൾ അവളുടെ പിരിമുറുക്കമുള്ള പുഞ്ചിരിക്കുന്ന മുഖത്തേക്ക് നോക്കി. അവളുടെ തുളച്ചിറങ്ങുന്ന നീലക്കണ്ണുകളിലേക്ക് നോക്കാൻ അയാൾക്ക് ഭയമായിരുന്നു. അതിനുപകരം അവളുടെ തലമുടി അലസമായി ചിതറിക്കിടക്കുന്നതും അവളുടെ സാമാന്യം ഭംഗിയുള്ള ചെവിക്ക് മുകളിൽ മുടിയിഴകൾ ചുരുണ്ട് കിടക്കുന്നതും അയാൾ പ്രത്യേകം ശ്രദ്ധിച്ചു. ചെവിക്ക് വൃത്തിക്കുറവായിരുന്നു. കഴുത്തിനും വേണ്ടത്ര വൃത്തി ഉണ്ടായിരുന്നില്ല. അങ്ങനെയായിട്ടും മറ്റുള്ളവരെക്കാൾ അയാൾക്ക് അവളോട് അടുപ്പം തോന്നി. എങ്കിലും കഴുത്തും ചെവിയും മറ്റും താൻ എല്ലാസമയത്തും കഴുകി വൃത്തിയാക്കിവെക്കാറുണ്ടെന്ന് അയാൾ ആലോചിച്ചു.

ഇതെല്ലാം ആലോചിച്ചുകൊണ്ട് അയാൾ ചെറുതായി പുഞ്ചിരിച്ചു. ഇണങ്ങാത്ത ഈ മദ്ധ്യവയസ്കയും താനും ചാരന്മാരെപ്പോലെയാണ് ചർച്ച നടത്തുന്നതെന്ന് തോന്നിയതുകൊണ്ട് അയാൾക്ക് പിരിമുറുക്കം അനുഭവപ്പെട്ടിരുന്നു. മറുപക്ഷത്തിന്റെ താവളത്തിനുള്ളിലെ ശത്രുക്കളെ പോലെയാണ് അവർ സംസാരിക്കുന്നതെന്ന് അയാൾക്ക് തോന്നി. അയാൾക്ക് ഒരുകണ്ണ് കൊണ്ട് പിന്തുടരുന്നവരെ ശ്രദ്ധിക്കുകയും മറുകണ്ണ് കൊണ്ട് മുന്നിൽ എന്താണെന്ന് നോക്കുകയും ചെയ്യുന്ന ഒരു കലമാനിനോട് സാമ്യം ഉണ്ടായിരുന്നു.

ഏറെക്കുറെ സംസാരം തുടരാൻ താല്പര്യം ഇല്ലാത്തമട്ടിൽ അയാൾ പറഞ്ഞു. "ആളുകളെ ശ്രദ്ധിക്കേണ്ട കാര്യമില്ല."

പെട്ടെന്ന് അയാളുടെ ആത്മാർത്ഥതയിൽ സംശയം തോന്നിയിട്ട് അവൾ അയാളുടെ മുഖത്തേക്ക് ചോദ്യംചെയ്യുന്നമട്ടിൽ സൂക്ഷിച്ച് നോക്കി.

"എന്താണ് നിങ്ങൾ ഉദ്ദേശിച്ചത്?" അവൾ രൂക്ഷമായി ചോദിച്ചു.

"കൂടുതൽ ആളുകൾക്കും യാതൊരു കാര്യവുമില്ല" അയാൾ പറയാൻ ആഗ്രഹിച്ചതിനേക്കാൾ കൂടുതൽ ആഴത്തിലേക്ക് കടക്കാൻ നിർബ്ബന്ധിതനായിക്കൊണ്ട് അയാൾ മറുപടി പറഞ്ഞു. "അവർ പുഞ്ചിരിക്കും. കുലുങ്ങിച്ചിരിക്കും. അവർ വെറുതെ പോയിരുന്നെങ്കിൽ വളരെ നല്ല കാര്യമാകുമായിരുന്നു. അവരുടെ നിലനില്പ് അത്യാവശ്യമുള്ള കാര്യമല്ല. അവർ സത്യത്തിൽ അവിടെ ഇല്ല."

അയാൾ സംസാരിച്ചുകൊണ്ടിരുന്നപ്പോൾ അവർ കണ്ണെടുക്കാതെ അയാളെ ശ്രദ്ധിച്ചു. "പക്ഷേ, നമ്മൾ അവരെപ്പറ്റി ചിന്തിക്കുന്നില്ല." അവൾ പരുഷമായിപ്പറഞ്ഞു.

"ചിന്തിക്കാനൊന്നുമില്ല. അതുകൊണ്ടാണ് അവർ നിലനിൽക്കാത്തത്."

"ശരി" അവൾ പറഞ്ഞു. "അത്രവരെ എത്താൻ എനിക്കു കഴിയില്ല. അവർ നിലനില്ക്കുന്നുണ്ടെങ്കിലും ഇല്ലെങ്കിലും അവർ അവിടെയുണ്ട്. അവരുടെ നിലനില്പിനെപ്പറ്റി തീരുമാനിക്കേണ്ട ചുമതല എന്റേതല്ല. അവരെയെല്ലാം താൻ ശ്രദ്ധിച്ചുകൊള്ളുമെന്ന് പ്രതീക്ഷിക്കേണ്ടതില്ലെന്നു മാത്രമേ ഞാൻ പറയുന്നുള്ളൂ അവർ അവിടെയുള്ളതുകൊണ്ടു മാത്രം ഞാൻ അവരെയൊക്കെ അറിയണമെന്ന് നിങ്ങൾക്കു പ്രതീക്ഷിക്കാൻ കഴിയില്ല. അവർ അവിടെ ഇല്ലെന്നുമാത്രമാണ് എനിക്കു ചിന്തിക്കാൻ കഴിയുന്നത്."

"അത്രതന്നെ." അയാൾ മറുപടി പറഞ്ഞു.

"അതുമതിയോ?" അവൾ വീണ്ടും ചോദിച്ചു.

"അതുമതിയാകും." അയാൾ ആവർത്തിച്ചു. അതിനുശേഷം ഒരു ഇടവേളയുണ്ടായിരുന്നു.

"അവർ അവിടെയുണ്ടെന്നുള്ളത് കൂടാതെ എന്റെ പെൺമക്കളുടെ ഭർത്താക്കന്മാരും അവിടെയുണ്ട്." ഒടുവിൽ അവൾ ആത്മഗതം പോലെ പറഞ്ഞു. "അത് ഒരു ബുദ്ധിമുട്ടാണ്. ഇപ്പോൾ ലോറയുടെ വിവാഹം കഴിഞ്ഞു. ഒരാൾകൂടി വന്നുചേർന്നിരിക്കുന്നു. ജോണിനേയും ജെയിംസിനെയും സത്യത്തിൽ എനിക്ക് ഇതുവരെ തിരിച്ചറിയാൻ കഴിഞ്ഞിട്ടില്ല. അവർ എന്റെ അടുത്തുവന്ന് എന്നെ 'അമ്മേ' എന്ന് വിളിക്കും. അവർ പറയാൻ പോകുന്നത് എന്താണെന്ന് എനിക്ക് അറിയാം 'അമ്മയ്ക്ക് എങ്ങനെയുണ്ട്?' ഞാൻ പറയേണ്ടതെന്താണ്? ഒരു രീതിയിലും ഞാൻ നിങ്ങളുടെ അമ്മയല്ല. പക്ഷേ, എന്തുകാര്യം അവർ അവിടെയുണ്ട്. എനിക്ക് എന്റെ സ്വന്തം മക്കളുണ്ട്. മറ്റൊരു സ്ത്രീയുടെ മക്കളിൽനിന്നും എനിക്ക് എന്റെ മക്കളെ തിരിച്ചറിയാമെന്നാണ് ഞാൻ വിശ്വസിക്കുന്നത്."

"ഏതൊരാളും അങ്ങനെ വിശ്വസിക്കും." അയാൾ പറഞ്ഞു.

ഏറെക്കുറെ അത്ഭുതത്തോടെ ഒരുപക്ഷേ, അയാളുമായി സംസാരിച്ചുകൊണ്ടിരിക്കുകയാണെന്നുള്ള കാര്യം പോലും മറന്ന് അവൾ അയാളെ നോക്കി. അവൾക്ക് അവൾ സംസാരിച്ചുകൊണ്ടിരുന്നതിന്റെ ഒഴുക്ക് നഷ്ടപ്പെട്ടു.

അവൾ അലക്ഷ്യമായി മുറിക്കുള്ളിൽ പരതി നോക്കി. അവൾ അന്വേഷിക്കുന്നതെന്താണെന്ന് ബിർക്കിന് ഊഹിക്കാൻ കഴിഞ്ഞില്ല. അവൾ വിചാരിക്കുന്നതെന്താണെന്നും ഊഹിക്കാൻ കഴിഞ്ഞില്ല. കൃത്യമായും അവർ അവരുടെ ആൺമക്കളെ ശ്രദ്ധിച്ചിരുന്നു.

"എന്റെ കുട്ടികളെല്ലാം അവിടെ ഉണ്ടോ?" അവൾ പെട്ടെന്ന് ചോദിച്ചു.

അയാൾ ചിരിച്ചു. ഒരുപക്ഷേ, അത്ഭുതം കൊണ്ടായിരിക്കാം, അയാൾ ഞെട്ടി.

"ജറാൾഡിനെ ഒഴിച്ച് മറ്റാരേയും എനിക്ക് പരിചയമില്ല." അയാൾ മറുപടി പറഞ്ഞു.

"ജറാൾഡ് തീരെ പോരാ." അവൾ വിശദീകരിച്ചു. "അവനെ ശ്രദ്ധിക്കണമെന്ന് നിങ്ങൾക്ക് എപ്പോഴെങ്കിലും തോന്നിയിട്ടുണ്ടോ?"

"ഇല്ല." ബിർക്കിൻ പറഞ്ഞു.

അമ്മ മൂത്തമകനെ കുറച്ച് സമയത്തേക്ക് തുറിച്ചുനോക്കിക്കൊണ്ട് നിന്നു.

"ഏയ്!" അമ്മ ആഴത്തിൽ പുച്ഛം നിഴലിക്കുന്നതെന്ന് തോന്നുന്ന ഒരു ശബ്ദം പുറപ്പെടുവിച്ചു. ബിർക്കിന് അവരുടെ മകനെ ശ്രദ്ധിക്കാതിരുന്നതിൽ പേടിതോന്നി. ബിർക്കിനെ മറന്നുകൊണ്ട് മിസ്സിസ്സ് ക്രിച്ച് അവിടെനിന്നുപോയി. പക്ഷേ, അവർ ഉടൻതന്നെ മടങ്ങിവന്നു.

"അവന് ഒരു കൂട്ടുകാരൻ ഉണ്ടാവുന്നത് എനിക്ക് ഇഷ്ടമാണ്," അവർ പറഞ്ഞു. "അവന് ഒരിക്കലും ഒരു കൂട്ടുകാരൻ ഉണ്ടായിട്ടില്ല." ബിർക്കിൻ ആഴത്തിൽ നിരീക്ഷണം നടത്തുന്ന അവരുടെ നീലക്കണ്ണുകളിലേക്ക് നോക്കി. അയാൾക്ക് അവയെ മനസ്സിലായില്ല. അയാൾ അലക്ഷ്യമായി സ്വയം പറഞ്ഞു. "ഞാൻ എന്റെ സഹോദരന്റെ രക്ഷകനാണോ?"

ഒരു ചെറിയ ഞെട്ടലോടെ ഇപ്പോൾ പറഞ്ഞത് *കയീനിന്റെ നിലവിളിയാണെന്ന് അയാൾ പെട്ടെന്ന് ഓർത്തു. ജറാൾഡ് എന്തെങ്കിലുമാണെങ്കിൽ അയാൾ കയീനായിരുന്നു. അയാളുടെ സഹോദരനെ അയാൾ കൊലപ്പെടുത്തിയെങ്കിലും അയാൾ കയീനാണെന്ന് പറയാൻ കഴിയില്ല. നിഷ്കളങ്കമായ അപകടം എന്ന് പറയാവുന്ന ഒരു സംഭവമുണ്ട്. ആ രീതിയിൽ ഒരാൾ അയാളുടെ സഹോദരനെ കൊലപ്പെടുത്തിയാലും അതിന്റെ അനന്തരഫലങ്ങൾ അയാളിൽ ആരോപിക്കപ്പെടുകയില്ല. ജറാൾഡ് കുട്ടിക്കാലത്ത് ആകസ്മികമായി അയാളുടെ സഹോദരനെ കൊന്നു. അതിനുശേഷം എന്ത് സംഭവിച്ചു? ആ അപകടത്തിന് കാരണമായ ജീവിതത്തെ എന്തിനാണ് ശപിക്കുന്നത്? എന്തിനാണ് ആ ജീവിതത്തിന് ഒരു കുറ്റത്തിന്റെ മുദ്ര ചാർത്തിക്കൊടുക്കുന്നത്? ഒരു അപകടത്തിൽ പെട്ടതിനുശേഷം ജീവിക്കാം, മരിക്കാം, അങ്ങനെ സംഭവിക്കില്ലേ? ഓരോ മനുഷ്യന്റെ ജീവിതവും നിഷ്കളങ്കമായ അപകടത്തിന് വിധേയമല്ലേ? സാർവ്വത്രികമായി ജീവിതം സംബന്ധപ്പെടുത്തുന്നത് ജാതിയോടും വംശത്തിനോടും ഗോത്രത്തിനോടും മാത്രമാണോ? അല്ലെങ്കിൽ ഇത് സത്യം അല്ലേ? നിഷ്കളങ്കമായ അപകടം എന്നൊരു സംഭവം ഇല്ലേ? സംഭവിക്കുന്ന എല്ലാക്കാര്യങ്ങൾക്കും ഒരു സാർവ്വത്രികമായ പ്രാധാന്യം ഉണ്ടോ? ഉണ്ടോ?" ഇതെല്ലാം ആലോചിച്ച് കൊണ്ടുനില്ക്കുമ്പോൾ അവൾ അയാളെ മറന്നതുപോലെ ബിർക്കിനും മിസ്സിസ് ക്രിച്ചിനെ മറന്നു.

അപകടം എന്നൊരു സംഗതി ഉണ്ടെന്ന് അയാൾ വിശ്വസിക്കുന്നില്ല. ആഴത്തിൽ നോക്കിയാൽ ഇതെല്ലാം ഒന്നിച്ച് ചുറ്റിപ്പിണഞ്ഞ് കിടക്കുന്ന കാര്യങ്ങളാണ്.

അയാൾ ഈ തീരുമാനം എടുത്തു കഴിഞ്ഞ സമയത്ത് തന്നെ

* സഹോദരനെ കൊന്നവൻ. ആദാമിന്റെയും ഹവ്വയുടെയും മൂത്തമകൻ

ക്രിച്ചിന്റെ ഒരു മകൾ അയാളുടെ അടുത്തേക്ക് സംസാരിച്ചുകൊണ്ട് നടന്നുവന്നു.

"അമ്മ തൊപ്പി തലയിൽ നിന്ന് ഊരി മാറ്റിയില്ലേ. നമ്മൾ ഒരു മിനിറ്റിനുള്ളിൽ ഭക്ഷണം കഴിക്കാൻ ഇരിക്കും. ഇത് ആചാരത്തിനൊത്തുള്ള ഒരു അവസരമല്ലേ?" അവൾ അമ്മയുടെ കൈയ്ക്കു പിടിച്ച് വലിച്ചുകൊണ്ടുപോയി. ഉടൻതന്നെ ബിർക്കിൻ ഏറ്റവും അടുത്തുനിന്ന മനുഷ്യനോട് സംസാരിക്കാൻ തുടങ്ങി.

ഉച്ചഭക്ഷണത്തിനുള്ള ചേങ്കല മുഴങ്ങി. ആളുകൾ തല ഉയർത്തി. പക്ഷേ, ആരും ഭക്ഷണമുറിയിലേക്ക് നീങ്ങിയില്ല. ആ ശബ്ദം വീട്ടിലെ സ്ത്രീകൾക്ക് പ്രത്യേകിച്ച് അർത്ഥമൊന്നും നല്കുന്നില്ലെന്ന് തോന്നി. അഞ്ച് മിനിറ്റ് സമയം കടന്നുപോയി. വൃദ്ധനായ ജോലിക്കാരൻ ക്രോതർ ദേഷ്യപ്പെട്ടുകൊണ്ട് വാതിൽപ്പടിയിൽ പ്രത്യക്ഷപ്പെട്ടു. അയാൾ അപേക്ഷാഭാവത്തിൽ ജറാൾഡിനെ നോക്കി. ജറാൾഡ് അവിടെ അലമാരയിൽ ഇരുന്നിരുന്ന ഒരു ശംഖ് കയ്യിലെടുത്തു. പ്രത്യേകിച്ച് ഉദ്ദേശ്യം ഒന്നും ഇല്ലാതെ ഒരു തകർപ്പൻ വിളിവിളിച്ചു. അത് ഹൃദയമിടിപ്പ് കൂട്ടിയ ഒരു അസാധാരണ ശബ്ദമായിരുന്നു. ആ വിളിക്ക് മാന്ത്രികശക്തി ഉണ്ടായിരുന്നു. ഒരു സൂചനകിട്ടിയതുപോലെ എല്ലാവരും ഓടിക്കൂടി. അതിനുശേഷം ഒത്തൊരുമയോടെ ഭക്ഷണമുറിയിലേക്ക് നീങ്ങി.

ജറാൾഡ് അയാളുടെ സഹോദരി അവരെ സ്വീകരിക്കട്ടെ എന്ന് വിചാരിച്ച് ഒരു മിനിറ്റ് സമയം കാത്തുനിന്നു. അയാളുടെ അമ്മ ചുമതലകൾ ഒന്നും ശ്രദ്ധിക്കില്ലെന്ന് അയാൾക്ക് അറിയാമായിരുന്നു. പക്ഷേ, അയാളുടെ സഹോദരിയും സീറ്റിനുവേണ്ടി വെറുതെ കൂട്ടംകൂടി നിന്നു. അതുകൊണ്ട് അയാൾ അതിഥികളെ ചെറിയതോതിലുള്ള അധികാരഭാവത്തോടെ ഇരിപ്പിടങ്ങളിലേക്ക് പറഞ്ഞയച്ചു.

ഒരു നിമിഷത്തേക്ക് അല്പം ശാന്തത ഉണ്ടായി. ആ സമയത്ത് നീളമുള്ള തലമുടി പിൻവശത്ത് പരത്തിയിട്ട പതിമൂന്നോ പതിനാലോ വയസുള്ള ഒരുപെൺകുട്ടി ആത്മവിശ്വാസമുള്ള ശബ്ദത്തിൽ പറഞ്ഞു.

"ജറാൾഡ് ഈ ഭൂമിയിലില്ലാത്ത ശബ്ദം ഉണ്ടാക്കിയപ്പോൾ അച്ഛന്റെ കാര്യം മറന്നുപോയി."

"ഞാനോ?" അയാൾ മറുപടി പറഞ്ഞു. അതിനുശേഷം ചുറ്റുംനിന്നവരോട് പറഞ്ഞു. "അച്ഛൻ കിടക്കുകയാണ്. അച്ഛന് നല്ല സുഖമില്ല."

"സത്യത്തിൽ അച്ഛന് എങ്ങനെയുണ്ട്?" കൃത്രിമപ്പൂക്കൾ ചുറ്റിലും വിതറിക്കൊണ്ട് സ്തൂപംപോലെ മേശപ്പുറത്ത് ഉയർന്നുനിന്ന വിവാഹകേക്കിന് ചുറ്റും ഒളികണ്ണിട്ട് നോക്കിക്കൊണ്ടിരുന്ന വിവാഹിതയായ ഒരു മകൾ വിളിച്ച് ചോദിച്ചു:

"അച്ഛന് വേദനയില്ല, പക്ഷേ, ക്ഷീണം തോന്നുന്നുണ്ട്." പുറത്ത് തലമുടി അഴിച്ചിട്ടിരുന്ന വിനിഫ്രഡ് എന്ന പെൺകുട്ടി മറുപടി പറഞ്ഞു.

വീഞ്ഞ് നിറഞ്ഞൊഴുകി. എല്ലാവരും ഉറക്കെ സംസാരിച്ചുകൊണ്ടിരുന്നു. മേശയുടെ ഒരറ്റത്തായി മുടി അഴിച്ചിട്ടുകൊണ്ട് അമ്മ ഇരുന്നിരുന്നു.

അവൾക്ക് അയൽവാസിയായി ബിർക്കിനും ഉണ്ടായിരുന്നു. ചില സമയങ്ങളിൽ അവർ മുന്നിൽ നിരന്നിരിക്കുന്ന മുഖങ്ങളിലേക്ക് അനൗപചാരികമായി നോക്കിക്കൊണ്ട് ശബ്ദം താഴ്ത്തി ബിർക്കിനോട് പറയും.

"ആ ചെറുപ്പക്കാരൻ ആരാണ്?"

"എനിക്ക് അറിയില്ല." ബിർക്കിൻ രഹസ്യമായി മറുപടി പറഞ്ഞു.

"ഞാൻ അയാളെ മുമ്പ് കണ്ടിട്ടുണ്ടോ?" അവർ ചോദിച്ചു.

"കാണാൻ ഇടയില്ല. ഞാൻ കണ്ടിട്ടില്ല." അവർ തൃപ്തിപ്പെട്ടു. അവർ ക്ഷീണത്തോടെ കണ്ണുകൾ തുടച്ചു. അവരുടെ മുഖത്ത് ഒരു സമാധാനം പ്രത്യക്ഷപ്പെട്ടു. അവർ കാഴ്ചയിൽ വിശ്രമിക്കുന്ന ഒരു രാജ്ഞിയെ പോലെയുണ്ടായിരുന്നു. അതിനുശേഷം അവരുടെ മുഖത്ത് ഒരു ചെറിയ മര്യാദ തോന്നുന്ന പുഞ്ചിരി പ്രത്യക്ഷപ്പെട്ടു. ഓരോരുത്തരെയും സന്തോഷത്തോടെ സ്വാഗതം ചെയ്യുന്നതുപോലെ അവർ നിമിഷനേരത്തേക്ക് ആദരവോടെ തലകുനിച്ചു. അതിനുശേഷം പെട്ടെന്ന് തന്നെ അവരുടെ മുഖത്തുണ്ടായിരുന്ന നിഴൽ തിരിച്ചുവന്നു. അവരുടെ മുഖത്തിന് ഒരു കഴുകന്റേതുപോലെയുള്ള ഒരു ദുഃശകുനം പിടിച്ച ലക്ഷണമുണ്ടായിരുന്നു. അവർ അവരെ എല്ലാം ഒരു ക്രൂരജന്തുവിനെപ്പോലെ വെറുപ്പോടെ നോക്കി.

"അമ്മേ." ഡയാന വിളിച്ചു. ഡയാനാ വിനിഫ്രഡിനേക്കാൾ അല്പം കൂടി പ്രായമുള്ള ഒരു സുന്ദരി പെൺകുട്ടി ആയിരുന്നു. "എനിക്ക് വീഞ്ഞ് കുടിക്കാമോ? കുടിക്കരുതോ?"

"കുടിക്കാം. നിനക്ക് വീഞ്ഞ് കുടിക്കാം." ചോദ്യം തീരെ ശ്രദ്ധിക്കാതിരുന്നുകൊണ്ട് അമ്മ യാന്ത്രികമായി മറുപടിപറഞ്ഞു.

ഡയാന ജോലിക്കാരനോട് അവളുടെ ഗ്ലാസ് നിറയ്ക്കാൻ ആംഗ്യം കാണിച്ചു.

"ജറാൾഡ് എന്നെ വിലക്കരുത്." അവൾ ശാന്തമായി പറഞ്ഞു.

"കുഴപ്പമില്ല." അവളുടെ സഹോദരൻ സൗഹാർദ്ദത്തോടെ പറഞ്ഞു.

വീട്ടിൽ അരാജകത്വത്തിനടുത്ത് വരെ എത്തുന്ന അസാധാരണമായ ഒരു സ്വാതന്ത്ര്യം നിലനിന്നിരുന്നു. അത് സ്വാതന്ത്ര്യം എന്നതിനെക്കാൾ അധികാരത്തോടുള്ള ഒരുചെറുത്തുനില്പ് ആയിരുന്നു. ജറാൾഡിന് അനുവദിച്ചുകിട്ടിയ സ്ഥാനത്തിന്റെ ബലത്തിലല്ലാതെ അയാളുടെ വ്യക്തിത്വത്തിന്റെ ശക്തികൊണ്ട് അയാൾക്ക് ഒരു ആധിപത്യം ഉണ്ടായിരുന്നു. അയാളുടെ ശബ്ദം സൗഹൃദം നിറഞ്ഞതാണെങ്കിലും കീഴ്പ്പെടുത്തുന്ന ഒരു ഔന്നത്യം കൂടി ആ ശബ്ദത്തിൽ ഉണ്ടായിരുന്നു.

ഹെർമിയോൺ ദേശീയതയെപ്പറ്റി വരനുമായി സംസാരിച്ചുകൊണ്ടിരുന്നു.

"ഇല്ല." അവൾ പറഞ്ഞു. "രാജ്യസ്നേഹത്തിനു വേണ്ടിയുള്ള അഭ്യർത്ഥന ഒരു തെറ്റാണെന്നാണ് എനിക്ക് തോന്നുന്നത്. അത് ഒരു കച്ചവട സ്ഥാപനം മറ്റൊരു കച്ചവടസ്ഥാപനവുമായി മത്സരിക്കുന്നതുപോലെ ആണ്."

"നിങ്ങൾക്ക് അങ്ങനെ പറയാൻ കഴിയില്ല." ചർച്ചയിൽ യഥാർത്ഥ താല്പര്യമുള്ള ജറാൾഡ് വിശദീകരിച്ചു. "ഒരു വംശത്തെ നിങ്ങൾക്ക് ഒരു കച്ചവടസ്ഥാപനമെന്ന് പറയാൻ കഴിയില്ല. പറ്റുമോ? രാജ്യസ്നേഹം വംശവുമായി ഏകദേശം യോജിക്കുന്നുണ്ടെന്ന് എനിക്ക് തോന്നുന്നു. അതിന്റെ ഉദ്ദേശ്യം അതാണെന്നാണ് ഞാൻ വിചാരിക്കുന്നത്."

എല്ലാവരും ഒരു നിമിഷത്തേക്ക് നിശ്ശബ്ദരായി. ജറാൾഡും ഹെർമിയോണും തമ്മിൽ എപ്പോഴും രമ്യതയിലായിരുന്നെങ്കിലും അസാധാരണവും പക്ഷപാതരഹിതവുമായ ഒരു ശത്രുത നിലനിന്നിരുന്നു.

"വംശത്തിന് രാജ്യസ്നേഹത്തോട് സാദൃശ്യമുണ്ടെന്ന് നിങ്ങൾ വിചാരിക്കുന്നുണ്ടോ?" അവൾ ആലോചനാഭാവത്തിൽ സംശയത്തോടെ ചോദിച്ചു.

താൻ ചർച്ചയിൽ പങ്കെടുക്കാൻവേണ്ടി അവൾ കാത്തുനില്ക്കുകയാണെന്ന് ബിർക്കിന് അറിയാം. അയാൾ ചുമതലയോടെ സംസാരിച്ചു.

"ജറാൾഡ് പറഞ്ഞത് ശരിയാണെന്നാണ് ഞാൻ വിചാരിക്കുന്നത്. രാജ്യസ്നേഹത്തിൽ വംശം ഒരു അത്യാവശ്യ ഘടകമാണ്. കുറഞ്ഞ പക്ഷം യൂറോപ്പിലെങ്കിലും."

ആ പ്രസ്താവന തണുക്കാൻ വേണ്ടി ഹെർമിയോൺ അല്പസമയത്തേക്ക് മിണ്ടിയില്ല. അതിനുശേഷം അസാധാരണമായ അധികാരഭാവത്തോടെ അവൾ പറഞ്ഞു.

"ശരി പക്ഷേ, അങ്ങനെയായാലും അത് ഒരു രാജ്യസ്നേഹപരമായ അഭ്യർത്ഥനയാണ്. വംശബോധത്തോടുള്ള ഒരു അഭ്യർത്ഥന. അത് ഉടമാവകാശത്തോടുള്ള ഒരു അഭ്യർത്ഥന അല്ലേ? നമ്മൾ രാജ്യസ്നേഹം കൊണ്ട് അർത്ഥമാക്കുന്നത് ഇതുതന്നെയല്ലേ?"

"ആയിരിക്കാം." ഇത്തരം ഒരു ചർച്ച തെറ്റായ നേരത്തും അസ്ഥാനത്തുമാണെന്ന് തോന്നിയ ബിർക്കിൻ പറഞ്ഞു.

പക്ഷേ, ജറാൾഡ് ഇപ്പോൾ തർക്കിക്കാനുള്ള തയ്യാറെടുപ്പിലായിരുന്നു.

"ഒരുവംശത്തിന് അതിന്റെ കച്ചവടവീക്ഷണങ്ങൾ ഉണ്ടാവാം." അയാൾ പറഞ്ഞു. "സത്യത്തിൽ അത് ഉണ്ടായിരിക്കണം. ഇത് ഒരു കുടുംബം പോലെ ആണ്. നിങ്ങൾ നിശ്ചയമായും കരുതലുകൾ നടത്തണം. കരുതലുകൾ നടത്താൻ നിങ്ങൾക്ക് മറ്റ് കുടുംബങ്ങൾക്കെതിരായി മത്സരിക്കേണ്ടി വരും. മറ്റ് രാജ്യങ്ങൾക്കെതിരായും നിങ്ങൾ അത് ചെയ്യാതിരിക്കേണ്ട കാര്യമൊന്നും ഞാൻ കാണുന്നില്ല."

മറുപടി പറയുന്നതിന് മുമ്പ് ഹെർമിയോൺ ആലോചിച്ചുകൊണ്ട് നിന്നു. "ശരിയാണ് ഒരു പരസ്പര മത്സരം ഉണർത്തിവിടുന്നത് എപ്പോഴും ശരിയല്ലെന്നാണ് ഞാൻ വിചാരിക്കുന്നത്. അത് ശത്രുത സൃഷ്ടിക്കും. ശത്രുത വർദ്ധിക്കും."

"പക്ഷേ, നിങ്ങൾക്ക് മത്സരത്തിന്റെ നിലപാടിനെ പൂർണ്ണമായും തള്ളിക്കളയാൻ പറ്റില്ല." ജറാൾഡ് പറഞ്ഞു. "ഉല്പാദനത്തിനും അഭി

വൃദ്ധിക്കും ആവശ്യമുള്ള കാര്യങ്ങളിൽ ഒന്നാണത്."

"ശരി." ഹെർമിയോണിന്റെ കെട്ടിവളച്ചുള്ള മറുപടി വന്നു. "നമുക്ക് ഇത് ഉപേക്ഷിക്കാമെന്നാണ് ഞാൻ വിചാരിക്കുന്നത്."

ബിർക്കിൻ പറഞ്ഞു. "ഞാൻ മത്സരത്തിന്റെ നിലപാടിനെ വെറുക്കുന്നു." ഹെർമിയോൺ ഒരു കഷണം റൊട്ടി കടിച്ച് വലിച്ചു. അവൾ ആ ചലനത്തിലൂടെ വെറുപ്പ് പ്രകടമാക്കി. അവൾ ബിർക്കിനെ നോക്കി പറഞ്ഞു: "നിങ്ങൾ അതിനെ വെറുക്കുന്നില്ലേ? ഉണ്ട്."

"വെറുക്കുന്നുണ്ട്." അയാൾ ആവർത്തിച്ചു.

"ശരി." അവൾ സംതൃപ്തിയോടെ മുറുമുറുത്തു.

"പക്ഷേ" ജറാൾഡ് വാശിപിടിച്ചു. "പക്ഷേ, അയൽക്കാരന്റെ ജീവിതം പിടിച്ചെടുക്കാൻ നിങ്ങൾ ഒരാളെ അനുവദിക്കില്ല. അപ്പോൾ ഒരു രാജ്യത്തിന്റെ ജീവിതം പിടിച്ചു പറിക്കാൻ നിങ്ങൾ മറ്റൊരു രാജ്യത്തെ അനുവദിക്കുന്നത്. എന്തിനാണ്?"

ഹെർമിയോൺ സംസാരിക്കാൻ തുടങ്ങുന്നതിന് മുമ്പ് വിശദീകരിക്കാനുള്ള താല്പര്യക്കുറവ് കാരണം കുറച്ച് സമയത്തേക്ക് സാവധാനത്തിൽ എന്തോ മുറുമുറുത്തുകൊണ്ടിരുന്നു.

"എല്ലാസമയത്തും അത് ഉടമസ്ഥതയുടെ പ്രശ്നമല്ല. ശരിയല്ലേ? സാധനങ്ങൾ സംബന്ധിച്ചുള്ള പ്രശ്നം മാത്രമല്ല."

പ്രാകൃതമായ ഭൗതികവാദത്തിന്റെ ഈ വ്യംഗ്യം ജറാൾഡിനെ ചൊടിപ്പിച്ചു.

"ഏറെക്കുറെ അങ്ങനെതന്നെയാണ്." അയാൾ തിരിച്ചുപറഞ്ഞു. "ഞാൻ ഒരു മനുഷ്യന്റെ തൊപ്പി തലയിൽ നിന്ന് ഊരിമാറ്റുകയാണെങ്കിൽ ആ തൊപ്പി ആ മനുഷ്യന്റെ സ്വാതന്ത്ര്യത്തിന്റെ അടയാളമായി മാറും. അയാൾ തൊപ്പിക്കുവേണ്ടി എന്നോടു യുദ്ധം ചെയ്യുകയാണെങ്കിൽ അയാൾ അയാളുടെ സ്വാതന്ത്ര്യത്തിനുവേണ്ടിയാണ് എന്നോട് യുദ്ധംചെയ്യുന്നത്."

ഹെർമിയോണിന് ഉത്തരംമുട്ടി.

"ശരിയാണ്." അവൾ അസ്വസ്ഥതയോടെ പറഞ്ഞു.

"പക്ഷേ, സങ്കല്പത്തിലുള്ള സംഭവങ്ങൾ വെച്ചുകൊണ്ട് തർക്കിക്കുന്നത് സത്യമായി കരുതാൻ കഴിയില്ല. ശരിയല്ലേ? ഒരാൾ വന്ന് എന്റെ തലയിൽ നിന്നും തൊപ്പി ഊരി മാറ്റില്ല. അങ്ങനെ ചെയ്യാറുണ്ടോ?"

"നിയമം അയാളെ തടസ്സപ്പെടുത്തുന്നതുകൊണ്ട് മാത്രമാണ് അയാൾ തൊപ്പി ഊരാത്തത്."

"അത് മാത്രമല്ല." ബിർക്കിൻ പറഞ്ഞു. "നൂറ് പേരിൽ തൊണ്ണൂറ്റി ഒൻപത് പേർക്കും എന്റെ തൊപ്പി വേണമെന്നില്ല."

"അത് അഭിപ്രായത്തിനനുസരിച്ചിരിക്കും." ജറാൾഡ് പറഞ്ഞു.

"അല്ലെങ്കിൽ തൊപ്പിക്ക് അനുസരിച്ചുമാകാം." വരൻ പൊട്ടിച്ചിരിച്ചു.

"അയാൾക്ക് എന്റെ തൊപ്പി വേണമെന്നില്ലെങ്കിൽ സ്വതന്ത്രനും തൊപ്പിയിൽ താല്പര്യമില്ലാത്തവനുമായ ഒരു മനുഷ്യൻ എന്ന നിലയിൽ

എനിക്ക് നഷ്ടപ്പെട്ടത് തൊപ്പിയാണോ അതോ സ്വാതന്ത്ര്യമാണോ എന്ന് തീരുമാനിക്കേണ്ടത് ഞാനാണ്. ഞാൻ യുദ്ധം ചെയ്യാൻ നിർബ്ബന്ധിതനാകുന്നെങ്കിൽ എനിക്ക് നഷ്ടപ്പെട്ടത് സ്വാതന്ത്ര്യമാണ്. കൂടുതൽ വില കല്പിക്കുന്നത് ഏതിനാണെന്നുള്ളതാണ് ഇവിടുത്തെ ചോദ്യം. എന്റെ മധുരമായ സ്വാതന്ത്ര്യത്തിനാണോ അതോ തൊപ്പിക്കാണോ?" "ശരിയാണ്" സാധാരണമായ രീതിയിൽ ബിർക്കിനെ നോക്കിക്കൊണ്ട് ഹെർമിയോൺ പറഞ്ഞു. "ശരിയാണ്" "പക്ഷേ, ആരെങ്കിലും വന്ന് നിങ്ങളുടെ തലയിൽനിന്ന് തൊപ്പി തട്ടിയെടുക്കാൻ നിങ്ങൾ അനുവദിക്കുമോ?" വധു ഹെർമിയോണിനോട് ചോദിച്ചു.

ഉയരമുള്ള ആ സ്ത്രീയുടെ മുഖം പുതിയതായി സംസാരിച്ച സ്ത്രീയുടെ ആകർഷണത്തിൽ പെട്ടതുപോലെ അവളുടെ നേർക്ക് തിരിഞ്ഞു.

"ഇല്ല." ഒരു പരിഹാസം ഒളിച്ച് വെച്ചിട്ടുണ്ടെന്ന് തോന്നുന്ന ശബ്ദത്തിൽ അവൾ മറുപടി പറഞ്ഞു. "ഇല്ല. എന്റെ തലയിൽ നിന്ന് തൊപ്പി ഊരിയെടുക്കാൻ ഞാൻ ആരേയും അനുവദിക്കില്ല."

"നിങ്ങൾ അത് എങ്ങനെ തടഞ്ഞ് നിർത്തും?" ജറാൾഡ് ചോദിച്ചു.

"എനിക്ക് അറിയില്ല." ഹെർമിയോൺ സാവധാനത്തിൽ മറുപടി പറഞ്ഞു. "ഒരുപക്ഷേ, എനിക്ക് അയാളെ കൊല്ലേണ്ടിവരുമായിരിക്കും."

അവളുടെ ശബ്ദത്തിൽ അസാധാരണമായ ഒരു പരിഹാസമുണ്ടായിരുന്നു. അവളുടെ മുഖത്ത് വ്യക്തവും അപകടകരവുമായ നർമ്മഭാവം ഉണ്ടായിരുന്നു.

"നിശ്ചയമായും" ജറാൾഡ് പറഞ്ഞു. "റൂപർട്ട് ബിർക്കിൻ പറയുന്നത് എനിക്ക് മനസ്സിലായി. അയാൾക്ക് അയാളുടെ തൊപ്പിയാണോ അതോ മനസ്സിന്റെ സമാധാനമാണോ കൂടുതൽ പ്രധാനം എന്ന ചോദ്യമാണ് നേരിടേണ്ടിവരുന്നത്."

"മനസ്സിന്റെ സമാധാനം അല്ല. ശരീരത്തിന്റെ സമാധാനം." ബിർക്കിൻ പറഞ്ഞു.

"ശരി നിങ്ങളുടെ ഇഷ്ടംപോലെ." ജറാൾഡ് മറുപടിപറഞ്ഞു. "പക്ഷേ, ഒരു രാജ്യത്തിന്റെ കാര്യത്തിൽ നിങ്ങൾക്ക് എങ്ങനെയാണ് തീരുമാനം എടുക്കാൻ പറ്റുന്നത്?"

"ഈശ്വരൻ എന്നെ സംരക്ഷിക്കും." ബിർക്കിൻ പൊട്ടിച്ചിരിച്ചു.

"പക്ഷേ, നിങ്ങൾക്ക് തീരുമാനിക്കേണ്ടിവരുകയാണെങ്കിൽ?" ജറാൾഡ് വീണ്ടും ചോദിച്ചു.

"അപ്പോഴും വ്യത്യാസം ഇല്ല. ദേശീയ കിരീടം ഒരു പഴയ തൊപ്പി ആണെങ്കിൽ മാന്യനെന്ന് നടിക്കുന്നവന് അത് കിട്ടം."

"പക്ഷേ, ഒരു രാഷ്ട്രത്തിന്റെ അല്ലെങ്കിൽ ഒരുവംശത്തിന്റെ തൊപ്പി ഒരുപഴയ തൊപ്പി ആയിരിക്കുമോ?" ജറാൾഡ് ചോദിച്ചു.

"ആയിരിക്കാനാണ് സാദ്ധ്യത. ഞാൻ അങ്ങനെ വിശ്വസിക്കുന്നു."

"എനിക്ക് അത്രമാത്രം വിശ്വാസം ഇല്ല." ജറാൾഡ് പറഞ്ഞു.

"ഞാൻ യോജിക്കുന്നില്ല റൂപർട്ട്" ഹർമിയോൺ പറഞ്ഞു.

"ശരി." ബിർക്കിൻ പറഞ്ഞു.

"ഞാൻ പഴയ ദേശീയതൊപ്പിയുടെ കൂടെയാണ്." ജെറാൾഡ് പൊട്ടിച്ചിരിച്ചു.

"അത് വെച്ചാൽ ചേട്ടൻ ഒരു വിഡ്ഢിയെപ്പോലെ ഉണ്ടാവും." അയാളുടെ കൗമാരത്തിലേക്ക് കടക്കുന്ന സഹോദരി ഡയാന വിളിച്ചുപറഞ്ഞു.

"ഈ പഴയ തൊപ്പിയും കൊണ്ട് നമ്മൾ കാടുകയറിപ്പോകുന്നു." ലാറ ക്രിച്ച് വിളിച്ചു പറഞ്ഞു. "ജറാൾഡ് കൈ വൃത്തിയാക്കൂ. നമ്മൾ ടോസ്റ്റ് പറയാൻ പോകുകയാണ്."

വംശത്തിന്റെ അവസാനം അല്ലെങ്കിൽ ദേശത്തിന്റെ മരണത്തെപ്പറ്റി ആലോചിക്കുന്നതിനിടയിൽ തന്റെ ഗ്ലാസിൽ ഷാംപെയിൻ നിറയ്ക്കുന്നത് ബിർക്കിൻ ശ്രദ്ധിക്കുന്നുണ്ടായിരുന്നു. ഗ്ലാസിന്റെ അരുകിൽ കുമിളകൾ ഉടഞ്ഞു. ഷാംപെയിൻ ഒഴിച്ച മനുഷ്യൻ പിൻവാങ്ങി. പുതിയ വീഞ്ഞ് കണ്ടപ്പോൾ തോന്നിയ ഒരു അന്തർദാഹത്തിൽ ബിർക്കിൻ ഗ്ലാസ് കാലിയാക്കി. മുറിക്കുള്ളിലെ അസാധാരണമായ ഒരു പിരിമുറുക്കം ബിർക്കിനെ ഉണർത്തി. അയാൾക്ക് രൂക്ഷമായ ഒരു അസ്വാഭാവികത അനുഭവപ്പെട്ടു.

"ഞാൻ അത് ആകസ്മികമായി ചെയ്തതാണോ അതോ കരുതിക്കൂട്ടി ചെയ്തതാണോ?" അയാൾ സ്വയം ചോദിച്ചു. അയാൾ ഒടുവിൽ അത് 'ആകസ്മികമായി കരുതിക്കൂട്ടി ചെയ്തതാണ്' എന്ന നിഗമനത്തിൽ എത്തിച്ചേർന്നു. അയാൾ വാടകയ്ക്കെടുത്ത ജോലിക്കാരനുവേണ്ടി തിരച്ചിൽ നടത്തി. വാടകയ്ക്കെടുത്ത ജോലിക്കാരൻ പരിചാരകന്റെ പരിപൂർണ്ണവിധേയത്വത്തോടെ നിശ്ശബ്ദമായി നടന്നുവന്നു. വിരുന്നുകളെയും ജോലിക്കാരെയും സമ്മേളനങ്ങളെയും മൊത്തത്തിൽ മനുഷ്യവർഗ്ഗത്തെയും അതിന്റെ പല വീക്ഷണങ്ങളെയും താൻ വെറുക്കുന്നുണ്ടെന്ന് ബിർക്കിൻ തീരുമാനിച്ചു. പിന്നീട് ഒരു പ്രസംഗം നടത്താൻ വേണ്ടി അയാൾ എഴുന്നേറ്റു. പക്ഷേ, എന്തുകൊണ്ടോ അയാൾക്ക് മടുപ്പ് തോന്നി.

ഒടുവിൽ അത് അവസാനിച്ചു. ഭക്ഷണം. ധാരാളം പുരുഷന്മാർ തോട്ടത്തിൽ ചുറ്റിക്കറങ്ങി. അവിടെ ഒരു പുൽത്തകിടിയും പൂത്തടങ്ങളും ഉണ്ടായിരുന്നു. തോട്ടത്തിന്റെ അതിരുകൾ വേർതിരിച്ചുകൊണ്ട് ഒരു ചെറിയ ഇരുമ്പുവേലിയും ഉണ്ടായിരുന്നു. താഴെയുള്ള തടാകക്കരയിലെ മരങ്ങൾക്കിടയിലൂടെ വളഞ്ഞ് വരുന്ന നിരത്ത് സുഖകരമായ കാഴ്ചയായിരുന്നു. വസന്തത്തിന്റെ അന്തരീക്ഷത്തിൽ വെള്ളം തിളങ്ങുന്നുണ്ടായിരുന്നു. എതിർവശത്തുള്ള കാട് പുതുചൈതന്യവുമായി തളിർത്തുനിന്നിരുന്നു. മനുഷ്യജീവികളെ കണ്ടപ്പോൾ അവരുടെ പതുപതുത്ത മൂക്കിലൂടെ പരുഷമായി ശ്വസിച്ചുകൊണ്ട് ഭംഗിയുള്ള ജഴ്സി പശുക്കൾ വേലിക്കരുകിൽ എത്തി. ഒരുപക്ഷേ, അവർ ഒരു പഴത്തൊലി പ്രതീക്ഷിച്ചിരിക്കാം.

ബിർക്കിൻ വേലിയിലേക്ക് ചാരിനിന്നു. ഒരു പശു അവന്റെ കൈപ്പത്തിയിലേക്ക് ചൂടുള്ള നനവ് ഊതിവിട്ടു.

"സുന്ദരി പശുക്കൾ" വീട്ടിലെ ഒരു മരുമകനായ മാർഷൽ പറഞ്ഞു. "അവർ നിങ്ങൾക്ക് കിട്ടാവുന്നതിൽവെച്ച് ഏറ്റവും നല്ല പാല് തരും."

"ശരിയാണ്."ബിർക്കിൻ പറഞ്ഞു.

"എന്റെ കൊച്ചുസുന്ദരീ, എടീ സുന്ദരീ!" മറ്റെയാളുടെ വയറ്റിൽ പൊട്ടിച്ചിരിയുടെ പ്രകമ്പനങ്ങൾ സൃഷ്ടിച്ച വിചിത്രമായ ഒരു കൃത്രിമ ശബ്ദത്തിൽ മാർഷൽ വിളിച്ചു.

"ലുപ്ടൺ ആരാണ് ഓട്ടപ്പന്തയത്തിൽ ജയിച്ചത്?" താൻ ചിരിക്കുകയാണെന്ന സത്യം മറച്ചുവെയ്ക്കാനായി ബിർക്കിൻ വരനോട് ചോദിച്ചു.

വരൻ ചുണ്ടിൽ നിന്നും ചുരുട്ട് എടുത്തു മാറ്റി.

"പന്തയത്തിൽ ജയിച്ചത്?" അയാൾ ഉറക്കെപ്പറഞ്ഞു. പിന്നീട് ഒരു നേർത്ത പുഞ്ചിരി അയാളുടെ മുഖത്ത് പരന്നു. പള്ളിവാതിലേക്കുള്ള ഓട്ടത്തെക്കുറിച്ച് സംസാരിക്കാൻ അയാൾ ആഗ്രഹിച്ചില്ല. "ഞങ്ങൾ ഒന്നിച്ചെത്തി. അവളാണ് ആദ്യം തൊട്ടത്. പക്ഷേ, എന്റെ കൈ അവളുടെ തോളത്ത് ഉണ്ടായിരുന്നു."

"എന്താണ് കാര്യം?" ജറാൾഡ് ചോദിച്ചു.

വധുവും വരനും കൂടി ഓട്ടപ്പന്തയം നടത്തിയകാര്യം ബിർക്കിൻ അയാളോട് പറഞ്ഞു.

"ങാ!" ജറാൾഡ് ചോദിച്ചു. "നിങ്ങൾ താമസിച്ചുപോയത് എന്തുകൊണ്ടാണ്?"

"ലുപ്ടൺ ആത്മാവിന്റെ അമരത്വത്തെപ്പറ്റി സംസാരിച്ചു." ബിർക്കിൻ പറഞ്ഞു. "അതുകൂടാതെ ബൂട്ടിന്റെ കൊളുത്ത് കണ്ടില്ല."

"എന്റെ ദൈവമേ!" മാർഷൽ ഉറക്കെ വിളിച്ചുപറഞ്ഞു. "വിവാഹ ദിവസം ആത്മാവിന്റെ അമരത്വമോ! ഇതിലും നല്ലതൊന്നും മനസ്സിൽ തോന്നുന്നില്ലേ?"

"അതിൽ എന്താണ് തെറ്റുള്ളത്?" വരൻ ചോദിച്ചു. നന്നായി ക്ഷൗരം നടത്തിയ ആ നാവിക ഉദ്യോഗസ്ഥന്റെ മുഖം പെട്ടെന്ന് തുടുത്തു.

"നിങ്ങൾ വിവാഹം കഴിക്കുന്നതിന് പകരം നിങ്ങളെ വധശിക്ഷക്ക് വിധിച്ചിരിക്കുകയാണെന്ന് തോന്നും. ആത്മാവിന്റെ അമരത്വം മണ്ണാങ്കട്ട!" ജറാൾഡിന്റെ അളിയൻ അങ്ങേയറ്റം പുച്ഛത്തോടെ ആവർത്തിച്ചു.

പക്ഷേ, അയാൾ അതോടെ ഒറ്റപ്പെട്ടു.

ജറാൾഡ് ചോദിച്ചു. "ശരി നിങ്ങൾ എന്താണ് തീരുമാനിച്ചത്?" ആദ്ധ്യാത്മികമായ ചർച്ചയെപ്പറ്റി ആലോചിച്ചപ്പോൾ തന്നെ ജറാൾഡ് കൂടുതൽ ശ്രദ്ധിക്കാൻ തുടങ്ങി.

"ഇന്ന് നിങ്ങൾക്ക് ഒരു ആത്മാവ് വേണമെന്നില്ല." മാർഷൽ പറഞ്ഞു. "അതിനെ വഴിയിൽ ഉപേക്ഷിക്കാം."

"എന്താണിത്! മാർഷൽ മറ്റാരോടെങ്കിലും പോയി സംസാരിക്കൂ." പെട്ടെന്ന് ജറാൾഡിന്റെ ക്ഷമ നശിച്ചു. അയാൾ വിളിച്ചുകൂവി.

"ഞാൻ പോകുന്നു" മാർഷൽ പറഞ്ഞു. "ആത്മാവും സംസാരവും ആവശ്യത്തിൽ അധികമായിക്കഴിഞ്ഞു."

അയാൾ നീരസത്തോടെ പിൻവാങ്ങി. ജറാൾഡ് കോപത്തോടെ അയാളെ നോക്കിക്കൊണ്ട് നിന്നു. അയാളുടെ തടിച്ചരൂപം അകന്നുപോയി ക്കഴിഞ്ഞപ്പോൾ ജറാൾഡിന്റെ കണ്ണുകളിലെ കോപം സാവധാനം തണുത്തു.

"ലുപ്ടൺ, ഒരുകാര്യം പറയാനുണ്ട്."പെട്ടെന്ന് വരന്റെ നേർക്ക് തിരിഞ്ഞുകൊണ്ട് ജറാൾഡ് പറഞ്ഞു. "ലോട്ടി ചെയ്തതുപോലെ ലോറ ഇത്തരം ഒരു വിഡ്ഢിയെ വീട്ടിലേക്ക് കൊണ്ടുവരില്ല."

"അതു കാര്യമാക്കേണ്ട." ബിർക്കിൻ പറഞ്ഞു.

"ഞാൻ അതൊന്നും ശ്രദ്ധിച്ചില്ല." വരൻ പൊട്ടിച്ചിരിച്ചു.

"ഓട്ടപ്പന്തയം എന്തായി? ആരാണത് തുടങ്ങിയത്?" ജറാൾഡ് ചോദിച്ചു.

ബിർക്കിൻ പറഞ്ഞു. "ഞങ്ങൾ താമസിച്ചുപോയി. ലോറ പള്ളിമുറ്റത്തേക്കുള്ള പടിയുടെ മുകളിൽ നില്ക്കുമ്പോഴാണ് ഞങ്ങളുടെ വണ്ടി വന്നത്. ലുപ്ടൺ അവളെ അന്വേഷിക്കുന്നത് അവൾ കണ്ടു. അവൾ ഓടി. പക്ഷേ, നിങ്ങൾ എന്തിനാണ് വിഷമിക്കുന്നത്? നിങ്ങളുടെ കുടുംബത്തിന്റെ അന്തസ്സിനെ അത് ബാധിക്കുന്നുണ്ടോ?"

"ഏറെക്കുറെ ബാധിക്കുന്നുണ്ട്." ജറാൾഡ് പറഞ്ഞു. "നിങ്ങൾ ഒരു കാര്യം ചെയ്യുകയാണെങ്കിൽ അത് ചെയ്യേണ്ടരീതിയിൽ ചെയ്യുക. നിങ്ങൾ അത് ചെയ്യേണ്ടരീതിയിൽ ചെയ്യുന്നില്ലെങ്കിൽ അത് ചെയ്യാതിരിക്കുക."

"ഒന്നാംതരം സൂക്തം." ബിർക്കിൻ പറഞ്ഞു.

"നിങ്ങൾ യോജിക്കുന്നില്ലേ?" ജറാൾഡ് ചോദിച്ചു.

"പൂർണ്ണമായും യോജിക്കുന്നു."ബിർക്കിൻ പറഞ്ഞു. "പക്ഷേ, നിങ്ങൾ സൂക്തം പറയുന്നത് എന്നെ ബോറടിപ്പിക്കുന്നു."

"റൂപർട്ട്, നിങ്ങൾക്ക് സൂക്തങ്ങളെല്ലാം നിങ്ങളുടെ വഴിക്ക് ആയിരിക്കണം."

"അല്ല. അവ വഴിയിൽ ഉണ്ടാവരുതെന്നാണ് എന്റെ ആഗ്രഹം. നിങ്ങൾ എപ്പോഴും അവയെ ഉന്തിത്തള്ളിക്കൊണ്ടുവരും."

ഈ തമാശകേട്ട് ജറാൾഡ് കണ്ണ് ചിമ്മിക്കൊണ്ട് പുഞ്ചിരിച്ചു. പിന്നീട് അത് തള്ളിക്കളയുന്നതിന്റേതായ ഒരു ആംഗ്യം അയാൾ പുരികംകൊണ്ട് കാണിച്ചു.

"പെരുമാറ്റത്തിന് എന്തെങ്കിലും വ്യവസ്ഥയുണ്ടെന്ന് നിങ്ങൾ വിശ്വസിക്കുന്നില്ലല്ലോ?" അയാൾ കുറ്റം കണ്ടെത്തുന്ന രീതിയിൽ ബിർക്കിനെ വെല്ലുവിളിച്ചു.

"വ്യവസ്ഥ–ഇല്ല. എനിക്ക് വ്യവസ്ഥകളോട് വെറുപ്പാണ്. പക്ഷേ, സാധാരണക്കാരന് അവ ആവശ്യമാണ്. ആരെങ്കിലും എന്തെങ്കിലുമാണെങ്കിൽ അയാൾക്ക് അയാളായിത്തന്നെ ഇരിക്കാം. അയാൾക്ക് അയാളുടെ ഇഷ്ടത്തിനൊത്ത് പെരുമാറാം."

അയാളായിത്തന്നെ ഇരിക്കാം എന്നുപറഞ്ഞതുകൊണ്ട് നിങ്ങൾ എന്താണ് ഉദ്ദേശിക്കുന്നത്?" ജറാൾഡ് ചോദിച്ചു. "ഇതു ഒരു സൂക്ത

മാണോ അതോ പറഞ്ഞ് പഴകിയ ശൈലിയാണോ?"

"നിങ്ങൾക്ക് ചെയ്യാൻ ആഗ്രഹമുള്ളത് ചെയ്യാമെന്നാണ് ഞാൻ ഉദ്ദേശിച്ചത്. ലോറ ലുപ്ടണിൽനിന്ന് പള്ളിവാതിലേക്ക് ഓടിയത് ശരിയായ കാര്യമാണെന്നാണ് ഞാൻ വിചാരിക്കുന്നത്. അത് നല്ല പെരുമാറ്റത്തിന്റെ ഒരു മാതൃകയാണ്. ഒരാളുടെ മനസ്സിൽ തോന്നുന്നതുപോലെ പെരുമാറുന്നതാണ് ഈലോകത്തിൽ ഏറ്റവും ബുദ്ധിമുട്ടുള്ള കാര്യം. സത്യത്തിൽ മാന്യമായി ചെയ്യുന്ന കാര്യം അത് മാത്രമാണ്. നിങ്ങൾ അങ്ങനെ ചെയ്യാൻ യോഗ്യനാണെങ്കിൽ"

"നിങ്ങൾ പറയുന്ന കാര്യങ്ങൾ ഞാൻ ഗൗരവത്തിലെടുക്കണമെന്ന് നിങ്ങൾ പ്രതീക്ഷിക്കുന്നില്ലല്ലോ?" ജറാൾഡ് ചോദിച്ചു.

"പ്രതീക്ഷിക്കുന്നുണ്ട്. ഞാൻ അങ്ങനെ പ്രതീക്ഷിക്കുന്ന വളരെ കുറച്ച് ആളുകളിൽ ഒരാൾ നിങ്ങളാണ്."

"പക്ഷേ, എനിക്ക് നിങ്ങളുടെ പ്രതീക്ഷയ്ക്കൊത്ത് ഉയരാൻ കഴിയില്ലെന്ന് ഞാൻ ഭയക്കുന്നു. ആളുകൾ അവർക്ക് ഇഷ്ടമുള്ളതുപോലെ പ്രവർത്തിക്കണമെന്നാണ് നിങ്ങൾ വിചാരിക്കുന്നത്."

"അവർ എപ്പോഴും പ്രവർത്തിക്കുന്നത് അങ്ങനെതന്നെയാണെന്നാണ് ഞാൻ വിചാരിക്കുന്നത്. പക്ഷേ, അവരുടെ ഉള്ളിൽ മാത്രമുള്ള തനതായ കാര്യങ്ങൾ അവർ ഇഷ്ടപ്പെടുന്നതാണ്. ഞാൻ കൂടുതൽ ഇഷ്ടപ്പെടുന്നത്. അത് അവരെക്കൊണ്ട് ആത്മാർത്ഥതയുള്ള കാര്യങ്ങൾചെയ്യിക്കും. എന്നാൽ കൂട്ടായ കാര്യങ്ങൾ ചെയ്യാനാണ് അവർക്ക് താല്പര്യം."

ജറാൾഡ് ഗൗരവത്തിൽ പറഞ്ഞു. "നിങ്ങൾ പറയുന്നതുപോലെ സ്വന്തമായി മനസ്സിൽ തോന്നുന്നതരത്തിൽ പെരുമാറുന്നവരുടെ ലോകത്തായിരിക്കാൻ ഞാൻ ഇഷ്ടപ്പെടുന്നില്ല. അപ്പോൾ അഞ്ച് മിനിറ്റിനുള്ളിൽ ഓരോരുത്തരും മറ്റുള്ളവരുടെ കഴുത്ത് വെട്ടും."

"അതായത് എല്ലാവരുടെയും കഴുത്ത് വെട്ടാൻ നിങ്ങൾ ആഗ്രഹിക്കുന്നുണ്ട്."

"എങ്ങനെയാണ് ആ അർത്ഥം വരുന്നത്?" ജറാൾഡ് ദേഷ്യത്തിൽ ചോദിച്ചു.

ബിർക്കിൻ പറഞ്ഞു. "ഒരു മനുഷ്യനും കഴുത്ത് വെട്ടണമെന്ന മോഹം തോന്നാതെ മറ്റൊരു മനുഷ്യന്റെ കഴുത്ത് വെട്ടില്ല. മറ്റേ മനുഷ്യന് വെട്ടപ്പെടണമെന്ന മോഹം ഇല്ലെങ്കിലും ഒരാൾ കഴുത്ത് വെട്ടില്ല. ഇത് ഒരു പരിപൂർണ്ണ സത്യമാണ്. ഒരു കൊലയ്ക്ക് രണ്ടുപേരുടെ ആവശ്യമുണ്ട്. ഒരു കൊലയാളിയും ഒരു കൊലമോഹിയും. കൊല ചെയ്യപ്പെടാൻ മോഹിക്കുന്ന മനുഷ്യനാണ് കൊലമോഹി. കൊലമോഹിയായ മനുഷ്യൻ ഉള്ളിന്റെ ഉള്ളിൽ കൊല ചെയ്യപ്പെടാൻ നിഗൂഢമായ ആർത്തിയുള്ളവനാണ്."

"ചിലപ്പോൾ നിങ്ങൾ ശുദ്ധ അസംബന്ധമാണ്. സംസാരിക്കുന്നത്." ജറാൾഡ് ബിർക്കിനോട് പറഞ്ഞു. "യഥാർത്ഥ വസ്തുത നമ്മളിൽ ഒരാൾപോലും സ്വന്തം കഴുത്ത് മുറിക്കപ്പെടാൻ ആഗ്രഹിക്കുന്നില്ല.

എന്നാൽ മറ്റുള്ള കൂടുതൽ ആളുകളും നമുക്കുവേണ്ടി ഏത് സമയത്തും അതു ചെയ്തു തരാൻ ഇഷ്ടപ്പെടുന്നുണ്ട്."

"അത് കാര്യങ്ങളോടുള്ള ഒരുവൃത്തികെട്ട വീക്ഷണമാണ്." ബിർക്കിൻ ജറാൾഡിനോട് പറഞ്ഞു. "നിങ്ങൾ നിങ്ങളെയും നിങ്ങളുടെ ദുഃഖങ്ങളെയും ഭയക്കുന്നതിൽ അത്ഭുതമില്ല."

"ഞാൻ എങ്ങനെയാണ് എന്നെത്തന്നെ ഭയക്കുന്നത്?"ജറാൾഡ് പറഞ്ഞു. "കൂടാതെ ഞാൻ ദുഃഖിതനാണെന്ന് ഞാൻ വിചാരിക്കുന്നില്ല."

"നിങ്ങൾക്ക് നിങ്ങളുടെ വയറ് കുത്തിക്കീറപ്പെടണമെന്ന് ഒരു രഹസ്യമായ ആഗ്രഹം ഉള്ളതുപോലെ തോന്നുന്നുണ്ട്. ഓരോ മനുഷ്യനും ഉടുപ്പിനിടയിൽ ഒരു കത്തി നിങ്ങൾക്കുവേണ്ടി കൊണ്ടുനടക്കുന്നതായി നിങ്ങൾ സങ്കല്പിക്കുന്നതായും തോന്നുന്നുണ്ട്." ബിർക്കിൻ പറഞ്ഞു.

"അത് നിങ്ങൾക്ക് എങ്ങനെ മനസ്സിലായി?" ജറാൾഡ് ചോദിച്ചു.

"നിങ്ങളിൽ നിന്ന് തന്നെ."ബിർക്കിൻ പറഞ്ഞു.

"ആ രണ്ട് മനുഷ്യരും തമ്മിൽ സ്നേഹത്തോടെ വളരെ അടുത്ത് നില്ക്കുന്ന തരത്തിലുള്ള അസാധാരണമായ ശത്രുതയുടെ ഒരു വിള്ളൽ ഉണ്ടായിരുന്നു. എപ്പോഴും അവർ തമ്മിലുള്ള സംസാരം അവരെ കൊണ്ടെത്തിച്ചത് ഒരു മാരകമായ അടുപ്പത്തിലേക്കായിരുന്നു. സ്നേഹവും വെറുപ്പും അല്ലാത്ത, അല്ലെങ്കിൽ രണ്ടും ചേർന്ന ഒരു അസാധാരണവും അപകടകരവുമായ ഒരു സ്നേഹബന്ധത്തിലേക്കായിരുന്നു. അവർ പിരിയുന്നത് ഒരു നിസ്സാരസംഭവമാണെന്ന രീതിയിൽ യാതൊരു ഉൽക്കണ്ഠയുമില്ലെന്ന് തോന്നിപ്പിച്ചുകൊണ്ടാണ് അവർ വേർപിരിഞ്ഞത്. അത് അവർ ഒരു നിസ്സാര സംഭവമാക്കി മാറ്റുകയും ചെയ്തു.എങ്കിലും ഓരോരുത്തരുടെയും ഹൃദയത്തിന് മറ്റെയാളിൽ നിന്ന് പൊള്ളൽ ഏറ്റിരുന്നു. അവർക്ക് ആന്തരികമായി പരസ്പരം പൊള്ളിയിരുന്നു. ഒരു കാലത്തും അവർ ഇത് അംഗീകരിക്കില്ല. അവർ തമ്മിലുള്ള ബന്ധത്തെ വളരെ സാധാരണവും സ്വതന്ത്രവുമായ ഒരു സുഹൃത്ബന്ധമായി നിലനിർത്താനാണ് അവർ ഉദ്ദേശിച്ചത്. പുരുഷന്മാർ തമ്മിൽ ആഴമുള്ള ബന്ധത്തെപ്പറ്റി അവർക്ക് ഏറ്റവും അവ്യക്തമായ വിശ്വാസംപോലും ഉണ്ടായിരുന്നില്ല. അവരുടെ അവിശ്വാസം- അവരുടെ അമർത്തിവെച്ച ശക്തമായ സൗഹൃദത്തിന്റെ പുരോഗതിയെ തടഞ്ഞുനിർത്തി.

3

ക്ലാസ്മുറി

ഒരു അദ്ധ്യയന ദിവസംകൂടി അവസാനിക്കുകയായിരുന്നു. ക്ലാസ്മുറിയിൽ അവസാനത്തെ പാഠം കോലാഹലമില്ലാതെ സമാധാനപരമായി പുരോഗമിച്ചുകൊണ്ടിരുന്നു. ക്ലാസിൽ പഠിപ്പിച്ചുകൊണ്ടിരുന്നത് സസ്യശാസ്ത്രത്തിലെ പ്രാഥമിക പാഠങ്ങളായിരുന്നു. കുട്ടികൾ പടംവരച്ചുകൊണ്ടിരുന്ന പലതരം ഇലകൾ ഡസ്കിൽ ചിന്നിച്ചിതറിക്കിടക്കുന്നു. പക്ഷേ, ഉച്ചതിരിഞ്ഞപ്പോഴേക്കും ആകാശം ഇരുട്ടിത്തുടങ്ങിയിരുന്നു. വൈകുന്നേരമായപ്പോഴേക്കും പടം വരയ്ക്കാനുള്ള വെളിച്ചം ഉണ്ടായിരുന്നില്ല. ഇലകളുടെ ഘടനയും പ്രയോജനങ്ങളും സംബന്ധിച്ചുള്ള ചോദ്യങ്ങൾ ചോദിച്ചുകൊണ്ട് ഉർസുല കുട്ടികളെ നയിച്ചുകൊണ്ടിരുന്നു.

പടിഞ്ഞാറുവശത്തെ ജനാലയിലൂടെ കടന്നുവന്ന ചെമ്പ് നിറമുള്ള ശക്തിയായ വെളിച്ചം കുട്ടികളുടെ തലകളുടെ രൂപരേഖ വരച്ചുകൊണ്ട് ഒരു ചുവന്ന അലങ്കാരംപോലെ എതിർവശത്തെ ഭിത്തിയിൽ വീണിരുന്നു. എന്തായാലും ഉർസുല അത് ശ്രദ്ധിച്ചിരുന്നില്ല. അവൾ തിരക്കിലായിരുന്നു. ദിവസം അവസാനിക്കുന്നു. നിശ്ശബ്ദമായി അവസാനിക്കാൻ പോകുന്ന വെള്ളപ്പൊക്കത്തിന്റെ ഒടുവിലത്തെ വേലിയേറ്റം പോലെ ക്ലാസ് നടന്നുകൊണ്ടിരുന്നു.

ഒരു മയക്കത്തിലെന്നപോലെ ഈ ദിവസവും മറ്റ് ദിവസങ്ങളെപ്പോലെ കഴിഞ്ഞ് പോയിരിക്കുന്നു. പല ദിവസങ്ങളും ഇങ്ങനെതന്നെയാണ്. അവസാന നിമിഷത്തിൽ പഠിപ്പിച്ചുകൊണ്ടിരിക്കുന്നത് അവസാനിപ്പിക്കാൻ വേണ്ടി അല്പം വെപ്രാളം ഉണ്ടാകും. അവർ കുട്ടികളെ ചോദ്യങ്ങൾ കൊണ്ട് വീർപ്പുമുട്ടിച്ചു. അതുകൊണ്ട് ബെല്ലടിക്കുമ്പോഴേക്കും അറിയേണ്ടതെല്ലാം അവർ അറിഞ്ഞിരിക്കും. കൈയിൽ ഒടിച്ചെടുത്ത ചില്ലയുമായി ക്ലാസിന്റെ മുൻവശത്തെ നിഴലിൽ കുട്ടികൾക്ക് നിർദ്ദേ

ശങ്ങൾ കൊടുക്കുന്നതിന്റെ ആവേശത്തിൽ മുന്നോട്ട് കുനിഞ്ഞാണ് ഉർസുല നിന്നിരുന്നത്.

വാതിലിൽ മുട്ടുന്നതിന്റെ ശബ്ദം കേട്ടെങ്കിലും അവൾ അത് ഗൗനിച്ചില്ല. പെട്ടെന്ന് അവൾ ഞെട്ടിപ്പോയി. തൊട്ടടുത്തുണ്ടായിരുന്ന ചെമ്പ് നിറമുള്ള വെളിച്ചത്തിൽ അവൾ ഒരു മനുഷ്യന്റെ മുഖം കണ്ടു. ആ മുഖം തീപോലെ തിളങ്ങുന്നുണ്ടായിരുന്നു. അവളെ ശ്രദ്ധിച്ചുകൊണ്ട് തന്റെ വരവ് അവൾ മനസ്സിലാക്കാൻ വേണ്ടി അയാൾ കാത്തു നില്ക്കുകയായിരുന്നു. ഈ കാര്യം അവളെ ഭയങ്കരമായി ഞെട്ടിച്ചു കളഞ്ഞു. തനിക്ക് ബോധം നഷ്ടപ്പെടാൻ പോകുകയാണെന്ന് അവൾ വിചാരിച്ചു. അവളുടെ മനസ്സിൽ അടക്കിവെച്ചിരുന്ന ഉപബോധമനസ്സിലെ ഭയങ്ങൾ അവൾക്ക് തോന്നിയ ആകാംക്ഷയോടൊപ്പം വീണ്ടും സജീവമായി.

"ഞാൻ നിങ്ങളെ ഭയപ്പെടുത്തിയോ?" അവൾക്ക് കൈകൊടുത്തുകൊണ്ട് ബിർക്കിൻ ചോദിച്ചു. "ഞാൻ കതകിൽ മുട്ടുന്നത് നിങ്ങൾ കേട്ടെന്നാണ് ഞാൻ വിചാരിച്ചത്."

"ഇല്ല." അവളുടെ ശബ്ദം പുറത്തുവന്നില്ല. തനിക്ക് വിഷമമുണ്ടെന്ന് പറഞ്ഞുകൊണ്ട് അയാൾ പൊട്ടിച്ചിരിച്ചു. അതിൽ എന്ത് നേരമ്പോക്കാണ് അയാൾക്ക് തോന്നിയതെന്ന് അവൾ അത്ഭുതപ്പെട്ടു.

"വല്ലാതെ ഇരുണ്ടിരിക്കുന്നു" അയാൾ പറഞ്ഞു. "ലൈറ്റ്തെളിക്കട്ടെ?"

ഒരുവശത്തേക്ക് നടന്ന് ചെന്ന് അയാൾ ശക്തിയുള്ള വൈദ്യുതവിളക്കുകൾ തെളിയിച്ചു. അയാൾ വരുന്നതിനു മുമ്പ് മുറിയിലുണ്ടായിരുന്ന അരണ്ട വെളിച്ചം മാറിയപ്പോൾ ക്ലാസ്മുറി അപരിചിതമായ മറ്റൊരു സ്ഥലമായിമാറി. ബിർക്കിൻ കൗതുകത്തോടെ ഉർസുലയുടെ നേർക്ക് തിരിഞ്ഞു. അവളുടെ കണ്ണുകൾ അത്ഭുതംകൊണ്ട് വികസിച്ചിരുന്നു. അവളുടെ ചുണ്ടുകൾ ചെറുതായി വിറയ്ക്കുന്നുണ്ടായിരുന്നു. കാഴ്ചയിൽ അവൾ ഉറക്കത്തിൽ നിന്ന് പെട്ടെന്ന് വിളിച്ചുണർത്തിയ ഒരുവളെപ്പോലെ തോന്നിച്ചു. അവളുടെ മുഖത്ത് സന്ധ്യയുടെ മൃദുല വെളിച്ചംപോലെ ജീവൻ തുടിക്കുന്ന മൃദുലസൗന്ദര്യം ഉണ്ടായിരുന്നു.

"നിങ്ങൾ സസ്യങ്ങളെപ്പറ്റി പഠിപ്പിക്കുകയാണോ? മേശപ്പുറത്ത് നിന്നും ഒരു ചില്ല കൈയിലെടുത്തു കൊണ്ട് അയാൾ ചോദിച്ചു. ഇവ ഈ കൊല്ലം ഇത്രത്തോളം മുള പൊട്ടിക്കഴിഞ്ഞോ? ഈ കൊല്ലം ഇവയെ ഞാൻ ശ്രദ്ധിച്ചിട്ടില്ല."

അയാൾ കൈയിലിരുന്ന ചില്ലയിലേക്ക് ശ്രദ്ധയോടെ നോക്കി.

"ചുവപ്പ് നിറം കാണാനുണ്ടല്ലോ."

മൊട്ടിന്റെ പുറത്ത് കാണുന്ന കടും ചുവപ്പിലേക്ക് നോക്കിക്കൊണ്ട് അയാൾ പറഞ്ഞു.

പിന്നീട് കുട്ടികളുടെ ബുക്കുകൾ പരിശോധിക്കാനായി അവരുടെ ഇടയിലൂടെ നടന്ന് തുടങ്ങി. ഉർസുല ശ്രദ്ധാപൂർവ്വം അയാൾ മുന്നേറുന്നത് ശ്രദ്ധിച്ചുകൊണ്ട് നിന്നു. അയാളുടെ ചലനങ്ങളിൽ അവളുടെ

ഹൃദയം പിടിച്ചു നിർത്തുന്ന ഒരു ചലനരാഹിത്യം ഉണ്ടായിരുന്നു. ഏകാഗ്രമായ മറ്റൊരുലോകത്തുകൂടി സഞ്ചരിക്കുന്ന അയാളെ അവൾ നിശ്ശബ്ദമായി നോക്കിക്കൊണ്ട് നില്ക്കുകയാണെന്ന് തോന്നി.

പെട്ടെന്ന് അയാൾ മുഖമുയർത്തി അവളെ നോക്കി. അയാളുടെശബ്ദം കേട്ടതോടെ അവളുടെ ഹൃദയമിടിപ്പ് കൂടി.

"അവർക്ക് നിങ്ങൾ കുറച്ച് ചായപ്പെൻസിലുകൾ കൊടുക്കില്ലേ?" അയാൾ പറഞ്ഞു. "അതുകൊണ്ട് മഞ്ഞനിറവും കൊടുക്കാൻ കഴിയും. ചുവപ്പും മഞ്ഞയും മാത്രം ഉപയോഗിച്ചാൽ മതി. ഇവിടെ ഒരു കാര്യം മാത്രമേ ഊന്നി പറയേണ്ടതുള്ളൂ."

"എന്റെ കൈയിൽ ചായപ്പെൻസിലുകൾ ഇല്ല." ഉർസുല പറഞ്ഞു.

"എവിടെയെങ്കിലും ഉണ്ടാവും. നിങ്ങൾക്ക് വേണ്ടത് മഞ്ഞയും ചുവപ്പും മാത്രമാണ്."

ഉർസുല ചായപ്പെൻസിൽ അന്വേഷിക്കാൻ വേണ്ടി ഒരു ആൺകുട്ടിയെ പുറത്തേക്ക് പറഞ്ഞുവിട്ടു.

"അതുകൊണ്ട് ബുക്ക് വൃത്തികേടാവും" ആശങ്കയോടെ അവൾ ബിർക്കിനോട് പറഞ്ഞു.

"ഒരുപാട് വൃത്തികേടാകില്ല." അയാൾ പറഞ്ഞു. "ഈ കാര്യങ്ങൾ നിങ്ങൾ വ്യക്തമായി അടയാളപ്പെടുത്തണം. നിങ്ങൾ ഊന്നൽകൊടുക്കേണ്ടത് സത്യത്തിനാണ്. എന്താണ് സത്യം? പെൺപൂവിന്റെ ചുവന്ന പരാഗണസ്ഥലത്തേക്ക് മറ്റൊന്നിൽ നിന്നും മഞ്ഞ പൂമ്പൊടി പറന്ന് വീഴുന്നു. ഒരു കുട്ടി രണ്ട് കണ്ണും ഒരു മൂക്കും പല്ലുകളുള്ള വായും എല്ലാം കൂടി വരച്ച് മനുഷ്യന്റെ മുഖം വരച്ച് വെക്കുന്നതുപോലെ സത്യാവസ്ഥയുടെ ചിത്രീകരണമാണ് നടത്തേണ്ടത്." എന്നിട്ട് കറുത്ത ബോർഡിൽ അയാൾ ഒരു ചിത്രം വരച്ചു.

ആ സമയത്ത് കതകിന്റെ കണ്ണാടിച്ചില്ലിലൂടെ മറ്റെന്തോ ഒരു കാഴ്ച കണ്ടു. അത് ഹെർമിയോൺ റോഡിസ് ആയിരുന്നു. ബിർക്കിൻ പോയി അവൾക്ക് വേണ്ടി വാതിൽ തുറന്നുകൊടുത്തു.

"ഞാൻ നിങ്ങളുടെ കാറ് കണ്ടു." അവൾ അയാളോട് പറഞ്ഞു. "ഞാൻ നിങ്ങളെ കാണാൻ വന്നതിൽ കുഴപ്പമൊന്നും ഇല്ലല്ലോ! എനിക്ക് നിങ്ങളെ ജോലി സമയത്ത് കാണാൻ ആഗ്രഹമുണ്ടായിരുന്നു."

വളരെ നേരം അവൾ അയാളെ തമാശ മട്ടിൽ സൗഹൃദത്തോടെ നോക്കി. പിന്നീട് അവൾ ചെറുതായി പൊട്ടിച്ചിരിച്ചു. പിന്നീട് ഹെർമിയോൺ കുട്ടികളോടൊപ്പം അവരുടെ പെരുമാറ്റം ശ്രദ്ധിച്ചു. അതിനുശേഷം അവൾ ഉർസുലയുടെ നേർക്ക് തിരിഞ്ഞു.

"മിസ്. ബ്രാങ്ങ്വൻ, എന്തുണ്ട് വിശേഷം?" വളരെ താഴ്ന്ന ശബ്ദത്തിൽ ഹെർമിയോൺ പാട്ട് പാടുന്നതുപോലെ നീട്ടിചോദിച്ചു. "ഞാൻ വന്നതുകൊണ്ട് നിങ്ങൾക്ക് പ്രശ്നമില്ലല്ലോ?"

ഈ സമയത്തെല്ലാം അവളുടെ പുച്ഛം നിറഞ്ഞ ചാരനിറമുള്ള കണ്ണുകൾ ഉർസുലയെ അളന്ന് തിട്ടപ്പെടുത്തുന്ന രീതിയിൽ അവളിൽത്തന്നെ

തറഞ്ഞ് നില്ക്കുകയായിരുന്നു.

"ഏയ് ഇല്ല." ഉർസുല പറഞ്ഞു.

"നിങ്ങൾക്ക് ഉറപ്പാണല്ലോ?" യാതൊരു മര്യാദയോ പരിഭ്രമമോ ഇല്ലാതെ ഹെർമിയോൺ ആവർത്തിച്ചു.

"നിശ്ചയമായും എനിക്ക് അത് അങ്ങേയറ്റം ഇഷ്ടപ്പെട്ടു." ഹെർമിയോൺ അവളുമായി അടുത്ത സൗഹൃദത്തിലാണെന്ന ഭാവത്തിൽ അവളുടെ തൊട്ടടുത്ത് വന്ന് നിർബ്ബന്ധിക്കുന്ന രീതിയിൽ സംസാരിച്ചതു കാരണം ഉർസുല അല്പം അമ്പരപ്പോടെ ഒന്ന് പൊട്ടിച്ചിരിച്ചു. എങ്കിലും എങ്ങനെയാണ് അവർക്ക് സൗഹൃദത്തിലാകാൻ കഴിയുന്നത്?

ഹെർമിയോൺ ആഗ്രഹിച്ച ഉത്തരം ഇതുതന്നെയായിരുന്നു. അവൾ സംതൃപ്തിയോടെ ബിർക്കിന്റെ നേർക്കു തിരിഞ്ഞു.

"നിങ്ങൾ എന്താണ് ചെയ്യുന്നത്?" അറിയാനുള്ള താല്പര്യം കൊണ്ടെന്ന പോലെ സാധാരണരീതിയിൽ അവൾ നീട്ടി ചോദിച്ചു.

"കേസരം" അയാൾ മറുപടിപറഞ്ഞു.

"സത്യമാണോ!" അവൾ പറഞ്ഞു. "നിങ്ങൾ അതിനെപ്പറ്റി എന്താണ് പഠിപ്പിക്കുന്നത്?" മൊത്തത്തിൽ അവിടെ സംഭവിക്കുന്ന കാര്യങ്ങളെ കളിയാക്കുന്ന മട്ടിലാണ് അവൾ ഈ സമയത്തെല്ലാം സംസാരിച്ചുകൊണ്ടിരുന്നത്. അവൾ ഒരു മരച്ചില്ല കൈയിലെടുക്കുന്നത് കണ്ടപ്പോൾ ബിർക്കിന് ദേഷ്യം വന്നു.

മങ്ങിയ സ്വർണ്ണനിറം നിഴലിച്ച് കാണുന്ന പച്ചനിറത്തിലുള്ള ഒരുവലിപ്പം കൂടിയ പഴയ കോട്ടാണ് അവൾ ധരിച്ചിരുന്നത്. ആ വേഷത്തിൽ ക്ലാസ് മുറിക്കുള്ളിൽ അവളുടെ രൂപം തികച്ചും വിചിത്രമായിരുന്നു. കോട്ടിന്റെ ഉയർത്തിവെച്ച കോളറിന്റെ ഉൾഭാഗത്ത് ഇരുണ്ട മൃദുലരോമങ്ങളുടെ പാളി തുന്നിച്ചേർത്തിരുന്നു. മൃദുലരോമങ്ങൾ കൊണ്ട് അലങ്കരിച്ച ഒരു ചന്ദന നിറമുള്ള അടിവസ്ത്രമാണ് അവൾ അണിഞ്ഞിരുന്നത്. ഇളം പച്ചനിറത്തിലും സ്വർണ്ണനിറത്തിലും തുന്നൽപ്പണികൾ ചെയ്ത അവളുടെ തൊപ്പി നല്ല ഇറുക്കമുള്ളതായിരുന്നു. അവൾക്ക് നല്ല ഉയരം ഉണ്ടായിരുന്നു. അവളെ കണ്ടാൽ ഏതോ പുതിയ വിചിത്രമായ ചിത്രത്തിൽ നിന്നും ഇറങ്ങിവന്നതാണെന്ന് തോന്നും.

"ഈ ചെറിയ ചുവന്ന പൂക്കളാണ് കുരുക്കളായി മാറുന്നതെന്ന് നിങ്ങൾക്ക് അറിയാമോ? എന്നെങ്കിലും നിങ്ങൾ ഇത് ശ്രദ്ധിച്ചിട്ടുണ്ടോ?" അയാൾ അവളോട് ചോദിച്ചു. അയാൾ അടുത്തുവന്ന് അവളുടെ കൈയിലിരുന്ന ചില്ലയിലെ പൂക്കൾ ചൂണ്ടിക്കാണിച്ചുകൊടുത്തു.

"ഞാൻ ശ്രദ്ധിച്ചിട്ടില്ല." അവൾ മറുപടി പറഞ്ഞു. "അത് എന്താണ്?"

"അവയാണ് വിത്തുണ്ടാക്കുന്ന പൂക്കൾ. നീളമുള്ള കേസരങ്ങളാണ് പൂമ്പൊടി ഉല്പാദിപ്പിക്കുന്നത്. പൂമ്പൊടിയാണ് വിത്തുകൾ സൃഷ്ടിക്കുന്നത്."

"ആണോ! അങ്ങനെയാണോ!" ചില്ലയെടുത്ത് അടുപ്പിച്ച് പിടിച്ചുകൊണ്ട് ഹെർമിയോൺ ആവർത്തിച്ചു.

“നീളമുള്ള കേസരങ്ങളിലെ പൂമ്പൊടി ലഭിച്ചാൽ ഈ ചുവന്നപൂക്കളിൽനിന്ന് ഫലങ്ങൾ ഉണ്ടാകും.”

“ചുവന്ന കൊച്ച് തീജ്വാലകൾ, ചുവന്ന കൊച്ച് തീജ്വാലകൾ” ഹെർമിയോൺ സ്വയം മുറുമുറുത്തു. പിന്നീട് അവൾ അല്പ സമയം ചുവന്ന തിളക്കം പുറത്തുകാണുന്ന മൊട്ടുകളിലേക്ക് മാത്രം നോക്കിക്കൊണ്ടു നിന്നു.

“ഇവയ്ക്ക് ഭംഗിയില്ലേ? ഇവയ്ക്ക് നല്ല ഭംഗിയുണ്ടെന്ന് എനിക്ക് തോന്നുന്നു.” ബിർക്കിന്റെ അടുത്തേക്ക് നീങ്ങിനിന്ന് തന്റെ വെളുത്ത് നീണ്ട കൈവിരലുകൾ ചുവന്ന ഇഴകളിൽ തൊട്ടുകൊണ്ട് ഹെർമിയോൺ ചോദിച്ചു.

“നിങ്ങൾ ഒരിക്കൽപ്പോലും ഇത് ശ്രദ്ധിച്ചിട്ടില്ലേ?” അയാൾ ചോദിച്ചു.

“ഇല്ല. മുമ്പൊരിക്കലും ഞാൻ ഇത് ശ്രദ്ധിച്ചിട്ടില്ല.” അവൾ മറുപടി പറഞ്ഞു.

“ഇനി ഇപ്പോൾ നിങ്ങൾ അത് ശ്രദ്ധിച്ചുകൊള്ളും” അയാൾ പറഞ്ഞു.

“ഇനി ഇപ്പോൾ ഞാൻ എപ്പോഴും അത് ശ്രദ്ധിക്കും.” അവൾ ആവർത്തിച്ചു. ഇത് കാണിച്ചു തന്നതിന് എനിക്ക് നിങ്ങളോട് നന്ദിയുണ്ട്. ചുവന്ന കൊച്ച് തീജ്വാലകൾ. അവയ്ക്ക് വളരെഭംഗിയുണ്ടെന്നാണ് എനിക്ക് തോന്നുന്നത്.”

അവളുടെ ശ്രദ്ധ അസാധാരണമായിരുന്നു. ഏകദേശം നിയന്ത്രിക്കാൻ കഴിയാത്ത ആവേശം തന്നെയാണെന്നു പറയാം. ബിർക്കിനും ഉർസുലയും അനിശ്ചിതാവസ്ഥയിലായി. ആ ചെറിയ ചുവന്ന പൂക്കളോട് അവൾക്ക് അസാധാരണവും വൈകാരികവും നിഗൂഢവുമായ ഒരു ആകർഷണം ഉണ്ടായിരുന്നു.

പാഠം അവസാനിച്ചു ബുക്കുകൾ അടുക്കിപ്പെറുക്കി. ഒടുവിൽ ക്ലാസും പിരിച്ചുവിട്ടു. എന്നിട്ടും ഹെർമിയോൺ കൈമുട്ട് മേശപ്പുറത്ത് ഉറപ്പിച്ചുകൊണ്ട് താടിക്ക് കൈപ്പത്തി ഊന്നി മേശയുടെ അടുത്ത് ഇരിക്കുകയായിരുന്നു. അവളുടെ നീണ്ട് വെളുത്ത മുഖത്ത് ഒന്നും ശ്രദ്ധിക്കുന്ന ലക്ഷണം ഉണ്ടായിരുന്നില്ല. ബിർക്കിൻ ജനാലയുടെ അടുത്തെത്തി പുറത്തെ അരണ്ട ഇരുട്ടിലേക്ക് നോക്കിക്കൊണ്ട് നിന്നു. പുറത്ത് ശബ്ദമില്ലാതെ മഴപെയ്തുകൊണ്ടിരുന്നു. ഉർസുല അവളുടെ സാധനങ്ങൾ ഭിത്തി അലമാരയ്ക്കുള്ളിൽ വെച്ചു.

ഒടുവിൽ ഹെർമിയോൺ എഴുന്നേറ്റ് അവളുടെ അടുത്തേക്ക് വന്നു.

“നിങ്ങളുടെ സഹോദരി വീട്ടിൽ വന്നിട്ടുണ്ടോ?” അവൾ ചോദിച്ചു.

“ഉണ്ട്.” ഉർസുല പറഞ്ഞു.

“ബെൽഡോവറിൽ തിരിച്ചുവരുന്നത് അവൾക്ക് ഇഷ്ടമാണോ?”

“അല്ല”ഉർസുല പറഞ്ഞു.

“അല്ല. അവൾ എങ്ങനെ ഇത് സഹിക്കുമെന്ന് ഞാൻ അത്ഭുതപ്പെടുകയായിരുന്നു. ഞാൻ ഇവിടെ താമസിക്കുമ്പോൾ എന്റെ എല്ലാ

കരുത്തും പ്രയോഗിച്ചാണ് ഞാൻ ഇവിടത്തെ വൃത്തികേടുകൾ സഹിച്ചത്. നിങ്ങൾ എന്റെ അടുത്തേക്ക് വരില്ലേ? നിങ്ങൾ സഹോദരിയോടൊപ്പം കുറച്ച് ദിവസം ബ്രഡാൽബിയിലേക്ക് വരില്ലേ?"

"വളരെ നന്ദിയുണ്ട്." ഉർസുല പറഞ്ഞു.

"അപ്പോൾ ഞാൻ നിങ്ങൾക്ക് എഴുതാം" ഹെർമിയോൺ പറഞ്ഞു. "നിങ്ങൾ വരുമെന്ന് തന്നെയല്ലേ നിങ്ങൾ വിചാരിക്കുന്നത്? എനിക്ക് അത് വലിയ സന്തോഷമാകും. അവൾ ഒരു അത്ഭുതമാണെന്നാണ് ഞാൻ വിചാരിക്കുന്നത്. അവളുടെ ചില രചനകൾ അത്ഭുതപ്പെടുത്തുന്നവയാണ്. എനിക്ക് തടിയിൽ കൊത്തിയെടുത്ത് ചായം പൂശിയ രണ്ട് വാലാട്ടിപക്ഷികൾ ഉണ്ട്. ഒരുപക്ഷേ, നിങ്ങൾ അത് കണ്ടിട്ടുണ്ടാവും?"

"ഇല്ല." ഉർസുല പറഞ്ഞു.

"അവ അത്ഭുതകരമാണെന്നാണ് എന്റെ വിശ്വാസം. പെട്ടെന്നു തോന്നുന്ന ഒരു ജന്മവാസന."

"അവളുടെ ചെറിയ കൊത്തുപണികൾ അസാധാരണമാണ്." ഉർസുല പറഞ്ഞു.

"തികഞ്ഞ സൗന്ദര്യമുള്ളവയാണ്— ആദിമ വികാരങ്ങൾ നിറഞ്ഞവ."

"അവൾ എപ്പോഴും ചെറിയ കാര്യങ്ങൾ ഇഷ്ടപ്പെടുന്നത് വിചിത്രമല്ലേ? ഒരാളുടെ കൈയ്ക്കുള്ളിൽ ഒതുങ്ങുന്നവയാണ് അവൾ എപ്പോഴുംചെയ്യുന്നത്. കിളികൾ, ചെറിയ മൃഗങ്ങൾ തുടങ്ങിയവയാണ് അവളുടെ ഇഷ്ടം. ഇരട്ടക്കുഴൽ കണ്ണാടിയുടെ തെറ്റായ അറ്റത്തുനിന്ന് നോക്കാനാണ് അവൾ ഇഷ്ടപ്പെടുന്നത്. ലോകത്തെ അങ്ങനെ കാണാനാണ് അവൾക്ക് താല്പര്യം. അത് എന്തുകൊണ്ടാണെന്നാണ് നിങ്ങൾ വിചാരിക്കുന്നത്?"

ഹെർമിയോൺ വളരെനേരത്തേക്ക് ഉർസുലയെ ചുഴിഞ്ഞിറങ്ങുന്ന രീതിയിൽ നോക്കി. ഉർസുല ചെറുതായി അമ്പരന്നു.

"ശരിയാണ്" അവസാനം ഹോർമിയോൺ പറഞ്ഞു. "ഇത് വിചിത്രമായ കാര്യംതന്നെ ആണ്. ചെറിയ വസ്തുക്കൾ അവൾക്ക് കൂടുതൽ വ്യക്തമാണെന്ന് തോന്നുന്നു."

"പക്ഷേ, അവ അങ്ങനെയല്ലല്ലോ? ഒരു എലിക്ക് ഒരു സിംഹത്തേക്കാൾ വ്യക്തതയുണ്ടോ?"

ഹെർമിയോൺ ഉർസുലയെ ചുഴിഞ്ഞിറങ്ങുന്ന തരത്തിൽ വീണ്ടും നോക്കി. അവളുടെ നോട്ടം കണ്ടാൽ അവൾ സ്വന്തമായ ഏതോ ആലോചനയിലാണെന്നും മറ്റുള്ളവരുടെ സംസാരം അവൾ തീരെ ശ്രദ്ധിക്കുന്നില്ലെന്നും തോന്നും.

"എനിക്കറിയില്ല" ഹോർമിയോൺ മറുപടി പറഞ്ഞു.

"റൂപർട്ട്, റൂപർട്ട്" ഹോർമിയോൺ നീട്ടിവിളിച്ചു. അയാൾ നിശ്ശബ്ദനായി അവളുടെ അടുത്തെത്തി.

"ചെറിയ വസ്തുക്കൾക്ക് വലിയ വസ്തുക്കളെക്കാൾ വ്യക്തത

യുണ്ടോ?" അയാളെ ഈ ചോദ്യം ചോദിച്ച് പറ്റിക്കുകയാണെന്ന ഭാവ ത്തിൽ അടക്കിപ്പിടിച്ച ഒരു പൊട്ടിച്ചിരിയോടെ അവൾ ചോദിച്ചു.

"അറിയില്ല" അയാൾ പറഞ്ഞു.

"എനിക്കു വ്യക്തതയുള്ള കാര്യങ്ങൾ ഇഷ്ടമല്ല."ഉർസുല പറഞ്ഞു.

ഹെർമിയോൺ സാവധാനം അവളെ നോക്കി.

"അങ്ങനെയാണോ" അവൾ ചോദിച്ചു.

"അത് ബലഹീനതയുടെ ലക്ഷണമായാണ് ഞാൻ വിചാരിക്കു ന്നത്." അവളുടെ അഭിമാനത്തിന് ഭീഷണിയായത് പോലെ ഉർസുല പറഞ്ഞു.

ഹെർമിയോൺ അവൾ പറഞ്ഞത് ശ്രദ്ധിച്ചില്ല. പെട്ടെന്ന് അവളുടെ മുഖം ചുളിഞ്ഞു. ആലോചനകൊണ്ട് അവളുടെ നെറ്റിയിൽ ചുളിവുകൾ പ്രത്യക്ഷപ്പെട്ടു. അവൾ സംസാരിക്കാൻ വേണ്ടി ബുദ്ധിമുട്ടുകയാണെന്ന് തോന്നി.

"റൂപർട്ട്, സത്യത്തിൽ നിങ്ങൾ വിചാരിക്കുന്നുണ്ടോ?" ഉർസുല അവിടെ ഇല്ല എന്ന മട്ടിൽ ഹെർമിയോൺ ചോദിച്ചു.

"അവ പരിഗണന അർഹിക്കുന്നവയാണെന്ന് സത്യത്തിൽ നിങ്ങൾ വിചാരിക്കുന്നുണ്ടോ? കുട്ടികളെ പ്രബുദ്ധതയിലേക്ക് ഉയർത്തുന്നതു കൊണ്ട് അവർ നന്നാവുമെന്ന് നിങ്ങൾ വിചാരിക്കുന്നുണ്ടോ?"

"അവരെ പ്രബുദ്ധതയിലേക്ക് ഉയർത്തുകയല്ല." അയാൾ പറഞ്ഞു. "മനസ്സില്ലാ മനസ്സോടെ പ്രബുദ്ധത അവരിലേക്ക് വരുകയാണ് ചെയ്യു ന്നത്."

"പക്ഷേ, അവർ വ്യക്തമായി കാര്യങ്ങൾ അറിയാതിരിക്കുന്നതല്ലേ കൂടുതൽ നല്ലത്? അവർ മൊത്തത്തിൽ കാര്യങ്ങൾ മനസ്സിലാക്കുന്നതല്ലേ നല്ലത്? അറിവുകളെല്ലാം കീറിമുറിച്ച് കഷണങ്ങളാക്കി കൊടുക്കുന്ന തിലും നല്ലത് അതല്ലേ?"

"ആ ചുവന്ന ചെറിയപൂക്കൾ പൂമ്പൊടിക്കുവേണ്ടി വിടരുകയാ ണെന്ന് നിങ്ങൾക്ക് അറിവുണ്ടായിരുന്നോ?" അയാൾ കർക്കശസ്വരത്തിൽ ചോദിച്ചു. അയാളുടെ ശബ്ദത്തിൽ ശകാരവും ക്രൂരതയും ഉണ്ടായിരുന്നു.

ഹെർമിയോൺ ശ്രദ്ധയില്ലാതെ മുഖം ഉയർത്തി ഇരുന്നു. അയാൾ ദേഷ്യംകൊണ്ട് നിശ്ശബ്ദനായി.

"എനിക്കറിയില്ല" അവൾ സാവധാനം പറഞ്ഞു. "എനിക്കറിയില്ല"

"പക്ഷേ, നിങ്ങളുടെ ജീവിതം തന്നെ കാര്യങ്ങൾ മനസ്സിലാക്കലാണ്," അയാൾ പൊട്ടിത്തെറിച്ചു. അവൾ സാവധാനം അയാളെ നോക്കി.

"അങ്ങനെയാണോ?"അവൾ ചോദിച്ചു.

"അറിയുക. അതാണ് നിങ്ങളുടെ ജീവിതം. നിങ്ങൾക്കുള്ളത് ഇതു മാത്രമാണ്. ഈ അറിവ്," അയാൾ വിളിച്ചു പറഞ്ഞു. "നിങ്ങൾക്ക് അറി യാവുന്നത് ഒരു മരത്തെപ്പറ്റി മാത്രമാണ്. നിങ്ങൾ ഒരു ഫലം മാത്രമേ തിന്നുകയുള്ളൂ."

അവൾ അല്പസമയം വീണ്ടും നിശ്ശബ്ദയായി.

"അങ്ങനെയാണോ?" ഇളക്കംതട്ടാതെ ശാന്തതയോടെ അവൾ അവസാനം പറഞ്ഞു. "റൂപർട്ട് അത് എന്ത് പഴമാണ്?"

"അനശ്വരമായ ആപ്പിൾ*" സ്വന്തം അലങ്കാരപ്രയോഗം ഇഷ്ടപ്പെടാൻ കഴിയാത്തതിന്റെ ദേഷ്യത്തോടെ അയാൾ മറുപടി പറഞ്ഞു.

"ശരിയാണ്" അവൾ പറഞ്ഞു. അവൾക്ക് ക്ഷീണമുണ്ടെന്ന് തോന്നി. കുറച്ച് സമയത്തേക്ക് അവൾ ഒന്നും സംസാരിച്ചില്ല. പിന്നീട് ഇളക്കിമറിക്കുന്ന ഒരു ചലനത്തിലൂടെ ഹെർമിയോൺ വീണ്ടും ഉന്മേഷം വീണ്ടെടുത്തുകൊണ്ട് പാട്ട് പാടുന്നതുപോലെയുള്ള അവളുടെ സാധാരണ ശബ്ദത്തിൽ സംസാരം തുടർന്നു.

"പക്ഷേ, റൂപർട്ട് എന്റെ കാര്യം കണക്കിലെടുക്കാതിരുന്നാൽ, കുട്ടികളെ ഈ അറിവുകൾ എല്ലാംകൂടി കൂടുതൽ മാന്യന്മാരും സന്തുഷ്ടരും മെച്ചപ്പെട്ടവരും സമ്പന്നരുമാക്കുമെന്ന് നിങ്ങൾ സത്യത്തിൽ വിചാരിക്കുന്നുണ്ടോ?" അതോ അവരെ സ്വമേധയാ വിടുന്നതാണോ നല്ലത്? അവർ പരപ്രേരണകൂടാതെ പ്രവർത്തിക്കാൻ കഴിയാത്തവരാവാതെ അപരിഷ്കൃതരോ അക്രമാസക്തരോ മറ്റെന്തെങ്കിലും തരത്തിലുള്ളതോ ആയ ഏതെങ്കിലും ജീവിയാകുന്നതല്ലേ കൂടുതൽ നല്ലത്?"

അവൾ സംസാരം നിർത്തിയെന്ന് അവർ വിചാരിച്ചു. പക്ഷേ, തൊണ്ട ശരിയാക്കിക്കൊണ്ട് അവൾ വീണ്ടും സംസാരം തുടർന്നു.

"അവർ അംഗഭംഗം വന്നവരായി. ആത്മാവിനും വികാരങ്ങൾക്കും അംഗഭംഗം വന്നവരായി വളരുന്നതിലും ഭേദം മറ്റെന്തെങ്കിലുമൊക്കെയായി വളരുന്നതല്ലേ? അവരിലേക്ക് തന്നെ തിരിഞ്ഞു നോക്കുന്ന കഴിവില്ലാത്തവർ ആവാതിരിക്കുന്നതല്ലേ നല്ലത്." ഹെർമിയോൺ കോച്ചി വിറയ്ക്കുന്നവരെപ്പോലെ കൈമുഷ്ടി ചുരുട്ടിപ്പിടിച്ചു. "സ്വമേധയാ ഒന്നും ചെയ്യാൻ കഴിവില്ലാതെ, എപ്പോഴും കരുതിക്കൂട്ടി മാത്രം പ്രവർത്തിക്കുന്ന എപ്പോഴും തിരഞ്ഞെടുപ്പിന്റെ ഭാരവും ചുമന്ന് നടക്കുന്ന, ഒരിക്കലും ആവേശം പ്രകടിപ്പിക്കാത്ത...."

അവൾ സംസാരം അവസാനിപ്പിച്ചതാണെന്ന് വീണ്ടും അവർ വിചാരിച്ചു. എന്നാൽ അയാൾ മറുപടി പറയാൻ തുടങ്ങിയപ്പോഴേക്കും അവൾ തുടർന്നു. "ഒരുതരത്തിലുള്ള ആവേശവും കാണിക്കാത്ത എല്ലാ സമയത്തും അവനവനെ പറ്റിമാത്രം ആലോചിക്കുന്ന അവനവനെപ്പറ്റി മാത്രം അവബോധമുള്ള ഇതിലും നല്ലതായി മറ്റൊന്നുമില്ലേ? മൃഗങ്ങളായി, വെറും മൃഗങ്ങളായി കഴിയുന്നതാണ് ഇതിലും നല്ലത്. ഈ ഒന്നുമില്ലായ്മയെക്കാൾ ഭേദം മനസ്സില്ലാത്ത മൃഗങ്ങളായി കഴിയുന്നതാണ്."

"പക്ഷേ, നമ്മളെ ജീവിക്കാൻ കൊള്ളരുതാത്തവരും സ്വാർത്ഥരുമാക്കുന്നത് നമ്മുടെ അറിവാണെന്ന് നിങ്ങൾ വിചാരിക്കുന്നുണ്ടോ?"

അവൾ കണ്ണുതുറന്ന് അയാളെ സാവധാനം നോക്കി.

"ഉണ്ട്." അവൾ പറഞ്ഞു. തിളക്കമില്ലാത്ത കണ്ണുകൾകൊണ്ട്

---

* ഹവ്വ ആദാമിനെക്കൊണ്ട് പറിപ്പിച്ച ആപ്പിൾ.

അയാളെ നോക്കിനില്ക്കുന്നതിനിടയിൽ അവൾ സംസാരം തല്ക്കാലം അവസാനിപ്പിച്ചു. പിന്നീട് അവ്യക്തമായ ഒരു ക്ഷീണത്തോടെ കൈവിരലുകൾ കൊണ്ട് നെറ്റി തുടച്ചു. ഇത് അയാളെ വല്ലാതെ ചൊടിപ്പിച്ചു. അവൾ പറഞ്ഞു. “ഈ ബുദ്ധിയാണ് മരണം.” അവൾ അയാളുടെ നേർക്ക് സാവധാനം കണ്ണുകൾ ഉയർത്തി. അവളുടെ ശരീരം മൊത്തമൊന്നു കുലുക്കിക്കൊണ്ട് അവൾ പറഞ്ഞു. “ഈ ബുദ്ധിയല്ലേ നമ്മുടെ മരണം? നമ്മുടെ എല്ലാ ജന്മവാസനകളെയും നശിപ്പിക്കുന്നത് ഈ ബുദ്ധി തന്നെയല്ലേ? ഇന്ന് വളർന്നുകൊണ്ടിരിക്കുന്ന ഈ കുട്ടികൾ അവർക്ക് ജീവിക്കാൻ അവസരം കിട്ടുന്നതിന് മുമ്പ് സത്യത്തിൽ അവർ മരിക്കുകയല്ലേ?”

“അത് അവർക്ക് ഒരുപാട് ബുദ്ധിശക്തി ഉള്ളതുകൊണ്ടല്ല വളരെക്കുറച്ച് ബുദ്ധിശക്തി ഉള്ളതുകൊണ്ടാണ്.” അയാൾ തറപ്പിച്ച് പറഞ്ഞു.

“നിങ്ങൾക്ക് ഉറപ്പുണ്ടോ?” അവൾ വിളിച്ചു കൂവി. “എനിക്ക് തിരിച്ചാണ് തോന്നുന്നത്. അവർ കൂടുതൽ ബോധമുള്ളവരാണ്. ബുദ്ധിശക്തിയുടെ അമിതഭാരം ചുമക്കുന്നവർ.”

“തെറ്റായ കുറച്ച് ആശയങ്ങളുടെ തടവിൽ അകപ്പെട്ടിരിക്കുകയാണ്.” അയാൾ ഉറക്കെ പറഞ്ഞു.

പക്ഷേ, അയാൾ പറഞ്ഞത് അവൾ ശ്രദ്ധിച്ചില്ല. അവൾ അവളുടെ നിയന്ത്രണമില്ലാത്ത ചോദ്യം ചെയ്യലുമായി മുന്നോട്ടുപോയി.

“നമുക്ക് അറിവ് ലഭിക്കുമ്പോൾ അറിവൊഴിച്ച് മറ്റെല്ലാ കാര്യങ്ങളും നമുക്ക് നഷ്ടപ്പെടുന്നില്ലേ?” അവൾ ദയനീയമായി ചോദിച്ചു. “ഞാൻ പൂവിനെ പറ്റി അറിയുമ്പോൾ പൂവ് എനിക്ക് നഷ്ടമാകുകയും അതിനെ പറ്റിയുള്ള അറിവ് മാത്രം എന്റേതാകുകയും ചെയ്യുന്നില്ലേ? നമ്മൾ വസ്തുവിന് പകരം അതിന്റെ നിഴലിനെ അല്ലേ കൈമാറ്റം ചെയ്യുന്നത്? അറിവിന്റെ ഈ നിർജ്ജീവമായ നേട്ടത്തിനുവേണ്ടി ജീവിതത്തെ അല്ലേ നമ്മൾ ഉപേക്ഷിക്കുന്നത്? എനിക്ക് ഇതുകൊണ്ട് എന്തു കാര്യമാണുള്ളത്? ഈ അറിവുകൾ എല്ലാംകൂടി എനിക്ക് എന്ത് ഗുണമാണ് ചെയ്യാൻ പോകുന്നത്? ഇതിന് യാതൊരു അർത്ഥവുമില്ല.”

“നിങ്ങൾ വെറുതെ വാചകമടിക്കുകയാണ്.” അയാൾ പറഞ്ഞു. “അറിവ് നിങ്ങൾക്ക് എല്ലാമാണ്: നിങ്ങളുടെ മൃഗീയത പോലും തലയ്ക്കുള്ളിൽ വേണമെന്ന് നിങ്ങൾ ആഗ്രഹിക്കുന്നു. നിങ്ങൾക്ക് ഒരു മൃഗമാകാൻ ആഗ്രഹമില്ല. നിങ്ങളുടെ സ്വന്തം മൃഗീയതയുടെ നിരീക്ഷണം നടത്തി അതിൽ നിന്നും നിങ്ങൾക്ക് മാനസികമായ ഒരു രോമാഞ്ചം ഉണ്ടാകണം. ഇതെല്ലാം ആപേക്ഷികമായ കാര്യങ്ങളാണ്. വികാരങ്ങളോടും മൃഗീയമായ ജന്മവാസനകളോടും നിങ്ങൾക്ക് തോന്നുന്ന ഈ സ്നേഹം ബുദ്ധിശക്തിയുടെ ഏറ്റവും മോശപ്പെട്ടതും അവസാനത്തേതുമായ ഒരു രീതി എന്നതിനുമപ്പുറം മറ്റെന്താണ്? വികാരങ്ങളും ജന്മവാസനകളും നിങ്ങൾക്ക് അവ പരുക്കനായിരിക്കണം. പക്ഷേ, നിങ്ങളുടെ തലച്ചോറിലാണ്. യഥാർത്ഥത്തിൽ അത് എന്തൊക്കെയാണെന്ന് നിങ്ങൾക്ക് ബോധമുണ്ടാവില്ലെന്ന് മാത്രം. നിങ്ങളുടെ മറ്റ് ചുറ്റുപാടുകൾക്കെല്ലാം യോജിച്ച

രീതിയിൽ കള്ളംപറയാൻ നിങ്ങൾ ആഗ്രഹിക്കുന്നു."

ഈ ആക്രമണത്തിനു നേരേ വിഷം ചീറ്റാൻ ഹെർമിയോൺ തയ്യാറെടുത്തു. അത്ഭുതത്തിലും നാണക്കേടിലും മുങ്ങി ഉർസുല നോക്കിക്കൊണ്ടു നിന്നു. അവർ എന്തുമാത്രം പരസ്പരം വെറുക്കുന്നുണ്ടെന്നുള്ള അറിവ് ഉർസുലയെ ഭയപ്പെടുത്തി.

അയാൾ അയാളുടെ ശക്തമായ കുറുകിയ ശബ്ദത്തിൽ പറഞ്ഞു. "നിങ്ങൾക്ക് നിങ്ങളുടെ കണ്ണാടിയുണ്ട്. നിങ്ങളുടെ ഇളക്കം തട്ടാത്ത സങ്കല്പം; നിങ്ങളുടെ കാറ്റും വെളിച്ചവും കടക്കാത്ത ബുദ്ധിശക്തിയുടെ ലോകം. അതിനപ്പുറം നിങ്ങൾക്ക് യാതൊന്നുമില്ല. ആ കണ്ണാടിയിൽ നിങ്ങൾക്ക് എല്ലാം ഉണ്ടായിരിക്കും. പക്ഷേ, ഇപ്പോൾ നിങ്ങൾ നിങ്ങളുടെ തീരുമാനത്തിൽ എത്തിയിരിക്കുന്നു. നിങ്ങൾ പിന്നോട്ട് സഞ്ചരിച്ച് ഒരു വിവരവുമില്ലാത്ത ഒരു കാട്ടാളത്തി ആകാൻ ആഗ്രഹിക്കുന്നു. നിങ്ങൾ ശുദ്ധ വികാരങ്ങളുടെയും ഇന്ദ്രിയബോധങ്ങളുടെയും ജീവിതം ആഗ്രഹിക്കുന്നു."

അവസാന വാക്കുകൾ അവളെ പരിഹസിക്കുന്ന രീതിയിലായിരുന്നു. അവൾ അമർഷത്തോടെ മിണ്ടാതിരുന്നു.

"പക്ഷേ, നിങ്ങളുടെ വികാരപ്രകടനം ഒരു കള്ളത്തരമാണ്." അയാൾ ആക്രമണം തുടർന്നു. അത് ഒരു വികാരപ്രകടനം പോലും അല്ല. അത് നിങ്ങളുടെ പേടിപ്പെടുത്തുന്ന തീരുമാനമാണ്. കാര്യങ്ങൾ നിങ്ങളുടെ പിടിയിലൊതുക്കാൻ നിങ്ങളുടെ അധികാരത്തിൽ വരുത്താൻ നിങ്ങൾ ആഗ്രഹിക്കുന്നു. എന്തുകൊണ്ട്? കാരണം നിങ്ങൾക്ക് യഥാർത്ഥമായ ഒരുരൂപമില്ല. ജീവിതത്തിന്റെ ഇരുണ്ട കായികമായ ഒരു രൂപം നിങ്ങൾക്കില്ല. നിങ്ങൾക്ക് സുഖലോലുപത ഇല്ല. നിങ്ങൾക്ക് നിങ്ങളുടെ തീരുമാനങ്ങളും നിങ്ങളുടെ പ്രബുദ്ധതയുടെ പൊങ്ങച്ചങ്ങളും അധികാരത്തിനുള്ള ആർത്തിയും മാത്രമാണുള്ളത്."

അയാൾ അവളെ വെറുപ്പോടെ നോക്കി. അവൾ ഇതെല്ലാം സഹിക്കുന്നതിൽ അയാൾക്ക് വേദന തോന്നിയിരുന്നു. അവളെ താൻ പീഡിപ്പിച്ചെന്ന് അയാൾക്ക് അറിയാവുന്നതുകൊണ്ട് അയാൾക്ക് നാണക്കേടും തോന്നിയിരുന്നു. അയാൾക്ക് മുട്ടുകുത്തിനിന്ന് ക്ഷമ ചോദിക്കാനുള്ള ഒരു ആവേശം തോന്നി. പക്ഷേ, ഒരു പരുഷമായ കോപം അയാളിലെ ആവേശത്തെ എരിച്ചുകളഞ്ഞു. അയാൾക്ക് അവളെപ്പറ്റി ബോധമില്ലാതായി. അയാൾ തീവ്രവികാരങ്ങൾ പ്രകടിപ്പിക്കുന്ന ഒരു ശബ്ദം മാത്രമായി മാറി.

"സ്വമേധയാ സംഭവിക്കുന്നത്!" അയാൾ വിളിച്ചു പറഞ്ഞു. "നിങ്ങളും സ്വമേധയാ സംഭവിക്കുന്നതും. കരുതിക്കൂട്ടി ആലോചിച്ചശേഷം നടക്കണോ ഇഴയണോ എന്ന് തീരുമാനമെടുക്കുന്ന ജീവിയാണ് നിങ്ങൾ. യഥാർത്ഥത്തിൽ നിങ്ങൾ ആലോചിച്ച് സ്വമേധയാ സംഭവിപ്പിക്കുകയാണ് ചെയ്യുന്നത്. അതാണ് നിങ്ങൾ. കാരണം, നിങ്ങൾക്ക് എല്ലാകാര്യങ്ങളും നിങ്ങളുടെ സങ്കല്പത്തിനൊത്ത് ആയിരിക്കണം. നിങ്ങൾ ആലോചിച്ചു

റപ്പിച്ച് മനഃപൂർവ്വം സ്വീകരിക്കുന്ന ധാരണയ്ക്ക് അനുസരിച്ചായിരിക്കണം. നിങ്ങൾക്ക് എല്ലാകാര്യങ്ങളും നിങ്ങളുടെ വെറുപ്പുണ്ടാക്കുന്ന ആ ചെറിയ തലയോട്ടിക്കുള്ളിൽ വേണം. ആ തലയോട്ടിയാണെങ്കിൽ വെറുമൊരു കശുവണ്ടിപോലെ പൊട്ടിത്തെറിക്കാൻ കടപ്പെട്ടിരിക്കുന്നു. പുറംതോടിനുള്ളിലെ പ്രാണിയെപ്പോലെ അത് പൊട്ടിത്തെറിക്കുന്നതുവരെ നിങ്ങൾക്ക് യാതൊരു വ്യത്യാസവും വരാൻ പോകുന്നില്ല. ആരെങ്കിലും നിങ്ങളുടെ തലയോട്ടി തകർക്കുകയാണെങ്കിൽ ഒരുപക്ഷേ, അയാൾക്ക് നിങ്ങളിൽ നിന്ന് ശരിക്കും ലൗകിക മോഹങ്ങളുള്ള, കൃത്രിമത്വമില്ലാത്ത വികാരങ്ങളുള്ള ഒരു സ്ത്രീയെ ലഭിക്കുമായിരിക്കും. ഇപ്പോൾ നിങ്ങൾക്ക് വേണ്ടത് അശ്ലീലമാണ്. നിങ്ങൾ കണ്ണാടികളിലേക്ക് നോക്കുന്നു. കണ്ണാടിക്കുള്ളിൽ നിങ്ങളുടെ നഗ്നമായ മൃഗീയ പ്രവർത്തനങ്ങൾ ശ്രദ്ധിക്കുന്നു. അതുകൊണ്ട് അവയെയെല്ലാം നിങ്ങൾക്ക് നിങ്ങളുടെ ബോധത്തിലെത്തിക്കാൻ കഴിയുന്നു. അവയെ എല്ലാം നിങ്ങൾ മനസ്സിലേക്ക് എടുക്കുന്നു."

ക്ഷമിക്കാൻ പറ്റാത്ത ഒരുപാട് കാര്യങ്ങൾ പറഞ്ഞതിന്റെ ഒരു പിരിമുറുക്കം അന്തരീക്ഷത്തിൽ ഉണ്ടായിരുന്നു. എങ്കിലും അയാളുടെ വാക്കുകളുടെ വെളിച്ചത്തിൽ സ്വന്തം പ്രശ്നങ്ങളുടെ പരിഹാരം കണ്ടെത്തുന്നതിലായിരുന്നു ഉർസുലയുടെ താല്പര്യം. അവൾ വിറളിപ്പോയിരുന്നു.

"പക്ഷേ, നിങ്ങൾ കാമാതുരത ആഗ്രഹിക്കുന്നുണ്ടോ?" അവൾ അമ്പരപ്പോടെ ചോദിച്ചു.

ബിർക്കൻ അവളെനോക്കി. വിശദീകരണത്തിൽ അയാൾ കൂടുതൽ ശ്രദ്ധിക്കാൻ തുടങ്ങി.

"ഉണ്ട്." അയാൾ പറഞ്ഞു. "ഈ സന്ദർഭത്തിൽ അതുമാത്രമാണ് ആഗ്രഹിക്കുന്നത്. മറ്റൊന്നും ആഗ്രഹിക്കുന്നില്ല. അതൊരു നിറവേറ്റലാണ്. നിങ്ങളുടെ തലയിൽ ഒതുങ്ങാത്ത ഒരു ഇരുണ്ട അറിവ്. മനഃപൂർവ്വമല്ലാത്ത ഒരു ഇരുണ്ട അസ്തിത്വം. അത് ഒരുവന്റെ സ്വാർത്ഥചിന്തയുടെ മരണമാണ്. പക്ഷേ, അത് മറ്റൊരു അസ്തിത്വത്തിലേക്കുള്ള വന്നുചേരലാണ്."

"പക്ഷേ, എങ്ങനെ? നിങ്ങളുടെ തലയിലല്ലാതെ അറിവ് കരുതിവെയ്ക്കാൻ നിങ്ങൾക്ക് മറ്റ് സ്ഥലങ്ങളുണ്ടോ?" അയാളുടെ ശൈലിയെ വ്യാഖ്യാനിക്കാൻ കഴിയാതെ അവൾ ചോദിച്ചു.

"രക്തത്തിൽ" അയാൾ ഉത്തരം പറഞ്ഞു. "മനസ്സും പരിചിതമായ ലോകവും ഇരുട്ടിൽ മുങ്ങിക്കഴിയുമ്പോൾ എല്ലാം അവസാനിക്കേണ്ടിവരും. നിശ്ചയമായും അവിടെ ഒരു പ്രളയം ഉണ്ടാകും. അപ്പോൾ നിങ്ങൾ സ്പർശിച്ച് മനസ്സിലാക്കാൻ കഴിയുന്ന ഒരു ശരീരമാണെന്ന് നിങ്ങൾ തിരിച്ചറിയും. ഒരു പിശാച്."

"പക്ഷേ, ഞാൻ എന്തിനാണ് പിശാചാകുന്നത്?" അവൾ ചോദിച്ചു.

"പിശാചായ പ്രണയിതാവിന് വേണ്ടി വിലപിക്കുന്ന സ്ത്രീ*" അയാൾ ആവർത്തിച്ചു. "എന്തിന്? എനിക്ക് അറിയില്ല?"

---

* കോളറിഡ്ജിന്റെ കവിതയിൽ നിന്നുമുള്ള ഉദ്ധരണി.

ഹെർമിയോൺ മരണത്തിൽ നിന്നു ഉണർന്നപോലെ ഉയർത്തെഴുന്നേറ്റു?

"ഇയാൾ പേടിപ്പെടുത്തുന്ന ഒരു ചെകുത്താനാണ്. അല്ലേ?" അവൾ വിചിത്രമായ ഒരു മുഴക്കമുള്ള ശബ്ദത്തിൽ ഉർസുലയോട് നീട്ടിവലിച്ച് ചോദിച്ചു.

പരിഹാസം നിറഞ്ഞ ഒരു ചെറിയ പൊട്ടിച്ചിരിയിലാണ് ഹെർമിയോണിന്റെ ചോദ്യം അവസാനിച്ചത്. രണ്ട് സ്ത്രീകളും കൂടി അയാളെ പരിഹസിച്ചതിന് കണക്കില്ല. ഹെർമിയോണിന്റെ വിജയഭാവത്തിലുള്ള പൊട്ടിച്ചിരി കേട്ടാൽ അയാൾ ഒരു നപുംസകമാണെന്ന് തോന്നും.

"അല്ല."അയാൾ പറഞ്ഞു. "ജീവിതം നിലനില്ക്കാൻ അനുവദിക്കാത്ത യഥാർത്ഥ പിശാച് നിങ്ങളാണ്."

അവൾ വിദൂരതയിലേക്ക് നോക്കുന്ന മട്ടിൽ വെറുപ്പോടെ അയാളെ വളരെനേരം നോക്കിക്കൊണ്ട് നിന്നു.

"നിങ്ങൾക്ക് അതിനെപ്പറ്റി എല്ലാം അറിയാം? ഇല്ലേ?" അവൾ കൗശലത്തോടെ അയാളെ പരിഹസിച്ചു.

"മതി." ഉരുക്കുപോലെ ഉറച്ച മുഖത്തോടെ അയാൾ മറുപടി പറഞ്ഞു. രക്ഷപ്പെടലിന്റെ ആശ്വാസവും ഭയാനകമായ നൈരാശ്യവും ഹെർമിയോണിനെ ഒരുമിച്ച് കീഴ്പ്പെടുത്തി. അവൾ സൗഹൃദത്തോടെ പുഞ്ചിരിച്ചുകൊണ്ട് ഉർസുലയുടെ നേർക്ക് തിരിഞ്ഞു.

"നിങ്ങൾ ബ്രഡാൽബിയിലേക്ക് വരുമെന്ന് ഉറപ്പല്ലേ?" അത്യാവശ്യമുള്ളതുപോലെ അവൾ ചോദിച്ചു.

"വരും. വരാൻ എനിക്ക് വളരെ താല്പര്യമുണ്ട്." ഉർസുല മറുപടി പറഞ്ഞു.

ഹെർമിയോൺ തൃപ്തിയോടെ അവളെ നോക്കി. പക്ഷേ, അവൾ അവിടെയെങ്ങുമില്ലെന്ന മട്ടിൽ ഹെർമിയോൺ എന്തോ ആലോചിക്കുന്നുണ്ടായിരുന്നു.

"എനിക്ക് വളരെ സന്തോഷമുണ്ട്" ആലോചന അവസാനിപ്പിച്ച് ഹെർമിയോൺ പറഞ്ഞു. "രണ്ടാഴ്ചക്കുള്ളിൽ ഒരുപക്ഷേ, വരുമായിരിക്കും, അല്ലേ? ഞാൻ നിങ്ങളുടെ സ്കൂളിലേക്ക് എഴുത്ത് എഴുതാം. എഴുതാമല്ലോ? ശരി. നിങ്ങൾ വരുമെന്ന് ഉറപ്പുണ്ടല്ലോ? ഉണ്ട്. എനിക്ക് അങ്ങേയറ്റം സന്തോഷമുണ്ട്. എന്നാൽ പിന്നെ കാണാം!"

ഹെർമിയോൺ കൈ നീട്ടിക്കാണിച്ചുകൊണ്ട് ഉർസുലയുടെ കണ്ണുകളിലേക്ക് നോക്കി. ഉർസുല തൊട്ടടുത്ത എതിരാളിയാണെന്ന് അവൾക്ക് അറിയാം. ആ അറിവ് പതിവിന് വിപരീതമായി അവൾക്ക് ഉന്മേഷം നല്കി. അതുകൂടാതെ അവൾ വിടപറയുകയാണ്. ഉർസുലയെ ഒറ്റയ്ക്കാക്കിയതിനുശേഷം വിടപറഞ്ഞ് പോകുന്നതിൽ അവൾക്ക് എപ്പോഴും എന്തോ ഒരു ഉറപ്പ് തോന്നിയിരുന്നു. എന്തോ പ്രത്യേക പരിഗണന ലഭിക്കുന്നതുപോലെ ഒരു തോന്നൽ. അതിലുപരിയായി വെറുപ്പോടെയാണെങ്കിലും അയാളെ അവൾ കൂടെക്കൊണ്ടുപോകുകയാണല്ലോ.

ബിർക്കിൻ ജീവനില്ലാത്തപോലെ ദൂരെമാറി അനക്കമില്ലാതെ നില്ക്കുകയായിരുന്നു. പക്ഷേ,പോകാനുള്ള സമയമായപ്പോൾ അയാൾ വീണ്ടും സംസാരിക്കാൻ ആരംഭിച്ചു.

"സത്യത്തിൽ ലൗകികസുഖങ്ങളോട് താല്പര്യമുള്ള നിലനില്പും നമ്മൾ ആലോചിച്ചുറപ്പിച്ച് സ്വീകരിക്കുന്ന നിലപാടുകളും തമ്മിലാണ് ഈ ലോകത്തെ ഏറ്റവും വലിയ വൈരുദ്ധ്യം. രാത്രിയിൽ എപ്പോഴും വൈദ്യുതവിളക്കുകൾ തെളിയിച്ചിരിക്കും. നമ്മൾ നമ്മളെതന്നെ ശ്രദ്ധിക്കും. സത്യത്തിൽ എല്ലാം നമുക്ക് മനസ്സിലാകും. ലൗകികമായ സത്യാവസ്ഥ മനസ്സിലാക്കുന്നതിന് മുമ്പ് നിങ്ങൾ അറിവില്ലായ്മയിലേക്ക് കൂപ്പുകുത്തി നിങ്ങളുടെ ഇച്ഛാശക്തിയെ വേണ്ടെന്നു വയ്ക്കുന്നു. നിങ്ങൾക്ക് അത് ചെയ്യേണ്ടിവരുന്നു. പ്രവർത്തിക്കാൻ കഴിയുന്നതിന് മുമ്പ് നിങ്ങൾക്ക് പ്രവർത്തിക്കാതിരിക്കാൻ പഠിക്കേണ്ടിവരുന്നു.

പക്ഷേ, നമുക്കുതന്നെ അത്തരത്തിലുള്ള ഒരു ദുരഭിമാനം ഉണ്ട്. അതാണ് കാര്യം. നമുക്ക് അങ്ങേയറ്റം ദുരഭിമാനമുണ്ട്. ഒട്ടും തന്നെ അഭിമാനം ഇല്ല താനും. നമ്മൾ മൊത്തത്തിൽ ദുരഭിമാനമാണ്. നമ്മുടെ പശ പുരട്ടിയ, പതച്ചുവെച്ച വ്യക്തിത്വത്തിൽ ദുരഭിമാനം മാത്രമാണുള്ളത്. നമ്മൾ സ്വയം തീരുമാനിക്കുന്ന, നമുക്ക് സ്വയം ശരിയെന്ന് തോന്നുന്ന സ്വന്തം സങ്കല്പങ്ങൾ ഉപേക്ഷിക്കുന്നതിന് പകരം നമ്മൾ വേണ്ടിവന്നാൽ മരിക്കും."

മുറിയിൽ ആരും സംസാരിച്ചില്ല. രണ്ട് സ്ത്രീകൾക്കും എതിർപ്പുണ്ടായിരുന്നു. രണ്ട് സ്ത്രീകൾക്കും ദേഷ്യംവന്നു. അയാളുടെ ശബ്ദം കേട്ടാൽ അയാൾ ഒരു സമ്മേളനത്തെ അഭിസംബോധന ചെയ്യുകയാണെന്ന് തോന്നും. ഹെർമിയോൺ തീരെ ശ്രദ്ധിക്കാതെ തോളും തലയും വെട്ടിച്ച് ഇഷ്ടക്കേട് പ്രകടമാക്കിക്കൊണ്ട് നിന്നു.

ഉർസുല നടന്നുകൊണ്ടിരുന്ന കാര്യങ്ങൾ യഥാർത്ഥത്തിൽ മനസ്സിലാക്കാതെ അയാളെ ഒളികണ്ണിട്ട് നോക്കുന്നതുപോലെ ശ്രദ്ധിക്കുന്നുണ്ടായിരുന്നു. അയാൾക്ക് ശാരീരികമായ ഒരു ആകർഷണം ഉണ്ടായിരുന്നു. അയാളുടെ മെലിഞ്ഞ ശരീര പ്രകൃതിയിലൂടെയും അയാളെപ്പറ്റി മറ്റൊരു അറിവ് കൈമാറുന്ന വിളറിയ ശബ്ദത്തിലൂടെയും അത് പുറത്തുവന്നു. മറഞ്ഞിരിക്കുന്ന ഒരു വിചിത്രമായ ഐശ്വര്യം. അത് അയാളുടെ പുരികങ്ങളുടെ വളവിലും താടിയുടെ വിടവിലും ഉണ്ടായിരുന്നു. മനോഹരമായ വടിവൊത്ത വളവുകൾ. അവ ജീവിതത്തിന്റെ തന്നെ ശക്തമായ സൗന്ദര്യമായിരുന്നു. അതെന്താണെന്ന് അവൾക്ക് പറയാൻ കഴിയില്ല. പക്ഷേ, അവിടെ സമ്പത്തിന്റെയും സ്വാതന്ത്ര്യത്തിന്റെയും ഒരു തിരിച്ചറിവ് ഉണ്ടായിരുന്നു.

"പക്ഷേ, നമ്മുടെ പ്രത്യേക പ്രേരണകൂടാതെതന്നെ നമ്മൾ വേണ്ടത്ര ആസക്തി ഉള്ളവരല്ലേ?" അവളുടെ പൂച്ചക്കണ്ണുകൾക്ക് താഴെ ഒരുസ്വർണ്ണച്ചിരിയുടെ തിളക്കവുമായി ഒരു വെല്ലുവിളിയെന്ന മട്ടിൽ അവൾ ചോദിച്ചു. അയാൾ സംസാരം നിർത്തിയില്ലെങ്കിലും ഭയാനക

മായ രീതിയിൽ ആകർഷണീയമായ അയാളുടെ പുഞ്ചിരി ഉടൻതന്നെ അയാളുടെ കൺമുകളിലും പുരികങ്ങളിലും പ്രത്യക്ഷപ്പെട്ടു.

"അല്ല" അയാൾ പറഞ്ഞു. "നമ്മൾ അങ്ങനെയല്ല. നമ്മളിൽ നമ്മൾ തന്നെ നിറഞ്ഞിരിക്കുകയാണ്."

"നിശ്ചയമായും അത് ദുരഭിമാനത്തിന്റെ കാര്യമല്ല." അവൾ വിളിച്ചുപറഞ്ഞു.

"അതുതന്നെയാണ്, അതു മാത്രമാണ്." അവൾ ഒളിച്ചുവെയ്ക്കാൻ കഴിയാത്ത തരത്തിൽ അമ്പരന്നുപോയി.

"ആളുകൾ അവരുടെ ആസക്തിയുടെ ശക്തിയിൽ അങ്ങേയറ്റം ദുരഭിമാനം ഉള്ളവരാണെന്ന് നിങ്ങൾ വിശ്വസിക്കുന്നില്ലേ?"

"അതുകൊണ്ടാണ് അവർക്ക് ആസക്തി ഇല്ലാത്തത്. അവർക്കുള്ളത് താല്പര്യമാണ്. അത് മറ്റൊന്നാണ്. അവർ എപ്പോഴും അവരെപ്പറ്റി ബോധമുള്ളവരാണ്. അവർ അങ്ങേയറ്റം ദുരഭിമാനം ഉള്ളവരുമാണ്. അവർ മറ്റൊരു ലോകത്താണ് ജീവിക്കുന്നത്."

അനുകമ്പ കലർന്ന ദയയോടെ ഹെർമിയോൺ ഉർസുലയുടെ നേർക്ക് തിരിഞ്ഞുകൊണ്ട് ചോദിച്ചു. "നിങ്ങൾക്ക് ചായ കുടിക്കണ്ടേ? നിങ്ങൾ പകൽ മുഴുവൻ ജോലി ചെയ്തതല്ലേ?"

ബിർക്കിൻ പിന്നീട് സംസാരിച്ചില്ല. ദേഷ്യവും നൈരാശ്യവും ചേർന്ന ഒരു പിരിമുറുക്കം ഉർസുലയെ കടന്നുപോയി. അയാൾ എന്തോ തീരുമാനമെടുത്തു. അവളെ ശ്രദ്ധിക്കുന്നത് താൻ അവസാനിപ്പിച്ചെന്ന മട്ടിൽ അയാൾ ഇറങ്ങിപ്പോയി.

അവർ പോയിക്കഴിഞ്ഞു. ഉർസുല കുറച്ച് സമയം വാതിലിലേക്ക് നോക്കിക്കൊണ്ട് നിന്നു. അതിനുശേഷം അവൾ വിളക്കുകൾ കെടുത്തി. പിന്നീട് അവൾ ആലോചനയിൽ മുഴുകി കസേരയിൽ ഇരുന്നു. ഒടുവിൽ അവൾ കരയാൻ തുടങ്ങി. കയ്പോടെ, കയ്പോടെ അവൾ കരഞ്ഞുകൊണ്ടിരുന്നു. പക്ഷേ, സന്തോഷം കൊണ്ടാണോ സങ്കടം കൊണ്ടാണോ കരയുന്നതെന്ന് അവൾക്ക് ഒരിക്കൽപ്പോലും തിരിച്ചറിയാൻ കഴിഞ്ഞില്ല.

4

മുങ്ങൽക്കാരൻ

ആ ആഴ്ച കടന്നുപോയി. ശനിയാഴ്ച മഴപെയ്തിരുന്നു. ഇടവിട്ടിടവിട്ട് ചാറിക്കൊണ്ടിരുന്ന ഒരു ചാറ്റൽ മഴ. മഴ നിന്നുപോയ ഇടവേളകളിലൊന്നിൽ ഗുഡ്റണും ഉർസുലയും കൂടി വില്ലിവാട്ടറിലേക്കുള്ള വഴിയിലൂടെ നടക്കാനിറങ്ങി. ആകാശം ഇരുണ്ടിരുന്നു. പുതിയ ചില്ലകളിൽ നിന്നും കിളികളുടെ ഉത്സാഹത്തോടെയുള്ള പാട്ട് കേൾക്കുന്നുണ്ടായിരുന്നു. ഭൂമി തളിരിടുന്ന മരച്ചില്ലകളുടെ വളർച്ചയ്ക്ക് വേഗത കൂട്ടുന്നുണ്ടാവണം. നേർത്തമൂടൽമഞ്ഞിന്റെ തണുപ്പുകൊണ്ട് രണ്ട് പെൺകുട്ടികളും സന്തോഷത്തോടെ വേഗത്തിലാണ് നടന്നുകൊണ്ടിരുന്നത്. വഴിയോരത്ത് വെള്ളപ്പൂക്കൾ മഴ നനഞ്ഞുകൊണ്ട് വിരിഞ്ഞു നിന്നിരുന്നു. ചുവന്ന മരച്ചില്ലകൾക്ക് ഇരുണ്ട അന്തരീക്ഷത്തിനൊത്ത ഒരു ഇരുണ്ട തിളക്കം ഉണ്ടായിരുന്നു. ഉയരമുള്ള കുറ്റിച്ചെടികൾ ജീവനുള്ള നിഴലുകൾ പോലെ വെട്ടിത്തിളങ്ങി. പ്രഭാതം പുതിയ സൃഷ്ടികൾകൊണ്ട് നിറഞ്ഞിരുന്നു.

സഹോദരിമാർ വില്ലിവാട്ടറിൽ എത്തിയപ്പോൾ തടാകം ഇരുണ്ടിരുന്നു. പുൽത്തകിടിക്കും മരങ്ങളുടെ മങ്ങിയ നിരകൾക്കും മുന്നിൽ ഒരു നനഞ്ഞ സ്വപ്നംപോലെ തടാകം പരന്നു കിടക്കുന്നു. തടാകത്തിൽനിന്ന് വെള്ളം ഒഴുകിവീഴുന്നതിന്റെയും കിളികൾ മത്സരിച്ച് കരയുന്നതിന്റെയും വൈദ്യുതികൊണ്ടുള്ള പ്രവർത്തനങ്ങളുടെയും ശബ്ദം വഴിയുടെ ഒരറ്റത്തു നിന്ന് ഉയരുന്നുണ്ടായിരുന്നു.

രണ്ട് പെൺകുട്ടികളും തിരക്കിട്ട് ഒഴുകി. അവരുടെ മുന്നിൽ വഴിയോട് ചേർന്ന് തടാകത്തിന്റെ മൂലയിലായി ഒരു വാൽനട്ട് മരത്തിന്റെ ചുവട്ടിൽ പായൽപിടിച്ച ഒരു ബോട്ട് ജെട്ടി ഉണ്ടായിരുന്നു. അവിടെ ദ്രവിച്ച് കരിമ്പായൽ പിടിച്ച് പച്ചനിറമായ ഒരു തടിക്കുറ്റിയിൽ ഒരുബോട്ട് കെട്ടി

യിട്ടിരുന്നു. നിശ്ചലമായ ഇരുണ്ട വെള്ളപ്പരപ്പിൽ അത് ആടുന്ന ഒരുനിഴലാണെന്ന് തോന്നി.

പെട്ടെന്ന് വള്ളപ്പുരയ്ക്കുള്ളിൽ നിന്നും ഭയപ്പാടോടെ പഴയ ബോട്ട് ജെട്ടി ചാടിക്കടന്ന് ഒരു വെളുത്ത രൂപം അതിവേഗത്തിൽ പുറത്തേക്ക് ഓടി. അത് അന്തരീക്ഷത്തിൽ ഒരു വെളുത്ത അർദ്ധവൃത്തം സൃഷ്ടിച്ചു. വെള്ളത്തിൽ ഒരു പൊട്ടിത്തെറി ഉണ്ടായി. ദുർബ്ബലമായ ഓളങ്ങൾക്കിടയിലൂടെ ഒരു മുങ്ങൽക്കാരൻ പൊന്തിവന്നു. നനഞ്ഞ് കുതിർന്ന ഒരു ലോകം അയാൾക്ക് സ്വന്തമായിരുന്നു. അയാൾക്ക് നിറഞ്ഞ് കിടക്കുന്ന ഇരുണ്ട വെള്ളത്തിലൂടെ ചലിക്കാൻ കഴിയുന്നുണ്ട്.

ഗുഡ്റൺ കരിങ്കൽമതിലിനോട് ചേർന്നുനിന്ന് അയാളെ ശ്രദ്ധിച്ചു.

"എനിക്ക് അയാളോട് ഭയങ്കര അസൂയ തോന്നുന്നു." അവൾ ശബ്ദം താഴ്ത്തി പറഞ്ഞു. അവളുടെ ശബ്ദത്തിൽ ആഗ്രഹം വ്യക്തമായിരുന്നു.

"ഞാ" ഉർസുല വിറച്ചു. "എന്തൊരു തണുപ്പ്."

"ശരിയാണ്. പക്ഷേ, എന്ത് നല്ല തണുപ്പ്. അവിടെ നീന്താൻ എന്ത് രസമായിരിക്കും!" നീന്തൽക്കാരൻ തടാകത്തിലെ വെള്ളത്തിനുള്ളിലേക്ക് ഊളിയിട്ട് പുളഞ്ഞ് നീന്തുന്നത് സഹോദരിമാർ മരങ്ങൾക്കിടയിലെ മങ്ങിയ വെളിച്ചത്തിലൂടെ നോക്കിക്കൊണ്ട് നിന്നു.

"അത് ചേച്ചിയായിരുന്നെങ്കിലെന്ന് ചേച്ചിക്ക് തോന്നുന്നില്ലേ?" ഗുഡ്റൺ ഉർസുലയെ നോക്കി ചോദിച്ചു.

"എനിക്ക് തോന്നുന്നുണ്ട്." ഉർസുല പറഞ്ഞു. "പക്ഷേ, എനിക്ക് ഉറപ്പില്ല. ആകെ നനഞ്ഞ് കുളിക്കും."

"ചേച്ചിക്ക് തോന്നുന്നില്ല." ഗുഡ്റൺ മടിയോടെ പറഞ്ഞു. വെള്ളത്തിനു മുകളിൽ തെളിയുന്ന ചലനം അവളെ ആകർഷിച്ചു. അവൾ അതും നോക്കി നിന്നു. അയാൾ ഒരു പ്രത്യേക ദൂരം നീന്തിക്കഴിഞ്ഞ് മതിലിനോട് ചേർന്നു നില്ക്കുന്ന പെൺകുട്ടികളെ വെള്ളത്തിന് മുകളിലൂടെ നോക്കിക്കൊണ്ട് തിരിച്ചുനീന്താൻ തുടങ്ങി.

തെറിക്കുന്ന വെള്ളത്തുള്ളികളുടെ മങ്ങലിലൂടെ അയാളുടെ ചുവന്ന മുഖം അവർക്ക് കാണാൻ കഴിയുന്നുണ്ടായിരുന്നു. അയാൾ അവരെ ശ്രദ്ധിക്കുന്നുണ്ടെന്ന് അവർക്ക് മനസ്സിലാകുകയും ചെയ്തു.

"അത് ജറാൾഡ് ക്രിച്ചാണ്." ഉർസുല പറഞ്ഞു.

"എനിക്ക് അറിയാം" ഗുഡ്റൺ മറുപടി പറഞ്ഞു.

ഒരേപോലെ നീന്തുന്നതിനിടയിൽ ഇടവിട്ടിടവിട്ട് വെള്ളത്തിൽ മുങ്ങിപ്പൊങ്ങിക്കൊണ്ടിരുന്ന അയാളുടെ നനഞ്ഞ മുഖത്തേക്ക് നോക്കിക്കൊണ്ട് അവൾ അനക്കമില്ലാതെ നിന്നു. അയാൾ അവരെ കണ്ടു. അയാൾക്ക് മാത്രമായി ഒരുലോകം തുറന്നു കിട്ടിയതിന്റെ ഒരു വിജയാഹ്ലാദം അയാളും അനുഭവിക്കുന്നുണ്ടായിരുന്നു. ഒന്നും അയാളെ ബാധിക്കില്ല. അയാൾ കരുത്തുറ്റ സ്വന്തം ചലനങ്ങൾ ഇഷ്ടപ്പെട്ടു. അയാളെ വെള്ളത്തിനു മുകളിലേക്ക് തള്ളിക്കൊണ്ട് കണങ്കാലുകളിൽവന്ന് തട്ടുന്ന തണുത്ത വെള്ളത്തിന്റെ ക്രൂരത നിറഞ്ഞ ആവേശം അയാൾക്ക് ഇഷ്ട

പ്പെട്ടു. പുറത്ത് കുറച്ച് അകലെനിന്ന് പെൺകുട്ടികൾ അയാളെ ശ്രദ്ധിക്കുന്നത് അയാൾക്ക് കാണാൻ കഴിയുന്നുണ്ട്. അതിൽ അയാൾക്ക് സന്തോഷം തോന്നി. അവർക്കുള്ള ഒരു സൂചനയായി അയാൾ വെള്ളത്തിനടിയിൽ നിന്നും കൈ മുകളിലേക്ക് ഉയർത്തിക്കാണിച്ചു.

"അയാൾ കൈവീശി കാണിക്കുന്നു." ഉർസുല പറഞ്ഞു.

"അതെ." ഗുഡ്റൺ മറുപടി പറഞ്ഞു. അവർ അയാളെ ശ്രദ്ധിച്ചു. ദൂരത്തു നിന്ന് തിരിച്ചറിഞ്ഞതിന്റെ സൂചന നല്കുന്ന ഒരു അസാധാരണ ചലനത്തിനൊപ്പം അയാൾ വീണ്ടും കൈവീശിക്കാണിച്ചു.

"ഒരു താറാവിനെപ്പോലുണ്ട്" ഉർസുല പൊട്ടിച്ചിരിച്ചു. ഗുഡ്റൺ ഒന്നും സംസാരിച്ചില്ല. അവൾ വെള്ളത്തിന് മുകളിലേക്ക് നോക്കിക്കൊണ്ട് ചലനമില്ലാതെ നിന്നു.

ജറാൾഡ് ഒരുവശംചരിഞ്ഞ് പെട്ടെന്ന് തിരിച്ച് നീന്താൻ തുടങ്ങി. അയാൾ ഇപ്പോൾ ഒറ്റയ്ക്കാണ്. ഇപ്പോൾ ഒന്നും തന്നെ അയാളെ ബാധിക്കുന്നില്ല. ഇപ്പോൾ അയാൾ അയാൾക്കുവേണ്ടി മാത്രമുള്ള തടാകത്തിന്റെ നടുക്കാണ്. തർക്കമറ്റതും സ്വാഭാവികവുമായ തന്റെ പുതിയ അവസ്ഥയിലുള്ള ഒറ്റപ്പെടലിൽ അയാൾ മതിമറന്ന് ആഹ്ലാദിച്ചു. യാതൊരു കെട്ടുപാടുകളോ ബന്ധങ്ങളോ ഇല്ലാതെ വെള്ളത്തിന്റേതായ ഈ ലോകത്ത് കാലും ശരീരവും കൊണ്ട് തുഴഞ്ഞ് നില്ക്കുന്നതിൽ അയാൾക്ക് സന്തോഷം തോന്നുന്നുണ്ടായിരുന്നു.

ഗുഡ്റണിന് ഏതാണ്ട് വേദന തോന്നുന്ന മട്ടിൽ അയാളോട് അസൂയതോന്നി. വെള്ളത്തിൽ ഒറ്റപ്പെടുന്ന ഈ താല്ക്കാലിക അവസ്ഥപോലും അവൾ ഭയാനകമായ രീതിയിൽ കൊതിക്കുന്നുണ്ടെന്ന് അവൾക്ക് തോന്നി. വഴിയിൽ നോക്കിനില്ക്കേണ്ടി വന്ന അവൾ ശപിക്കപ്പെട്ടവളാണെന്ന തോന്നൽപോലും അവൾക്കുണ്ടായി.

"ദൈവമേ ഒരാണാകുന്നത് എത്ര നല്ലകാര്യമാണ്."അവൾ ഉറക്കെ വിളിച്ചുകൂവി.

"എന്ത്?" ഉർസുല അത്ഭുതത്തോടെ വിളിച്ചു ചോദിച്ചു.

"ഈ സ്വാതന്ത്ര്യം, ഈ വിമോചനം, ഈ ചലനക്ഷമത!" ഗുഡ്റൺ ഉറക്കെ പറഞ്ഞു. "നിങ്ങൾ ഒരു ആണാണ്. നിങ്ങൾ ഒരു കാര്യം ചെയ്യാൻ ആഗ്രഹിക്കുന്നു. നിങ്ങൾ അത് ചെയ്യുന്നു. ഒരു സ്ത്രീയുടെ മുന്നിലുള്ള ആയിരം തടസ്സങ്ങൾ അപ്പോൾ നിങ്ങളുടെ മുന്നിൽ ഉണ്ടാവില്ല."

ഈ പൊട്ടിത്തെറിക്ക് കാരണമായ എന്തു കാര്യങ്ങളാണ് ഗുഡ്റണിന് മനസ്സിൽ തോന്നിയതെന്ന് ഉർസുല അത്ഭുതപ്പെട്ടു. അവൾക്ക് ഒന്നും മനസ്സിലായില്ല.

"നിനക്ക് എന്ത് കാര്യമാണ് ചെയ്യേണ്ടത്?" അവൾ ചോദിച്ചു.

"ഒന്നുമില്ല." അവൾ അബദ്ധംപറ്റിയ മട്ടിൽ പെട്ടെന്ന് പറഞ്ഞു. "പക്ഷേ, എനിക്ക് ചെയ്യണമെന്ന് സങ്കല്പിച്ച് നോക്കു. എനിക്ക് ആ വെള്ളത്തിൽ നീന്തണമെന്ന് സങ്കല്പിക്കൂ. അത് നടക്കില്ല. എന്റെ വേഷങ്ങൾ ഊരിക്കളഞ്ഞ് ആ വെള്ളത്തിൽ ചാടുന്ന കാര്യം ജീവിതത്തിലെ നട

ക്കാത്ത കാര്യങ്ങളിൽ ഒന്നാണ്. പക്ഷേ, അതൊരു വിഡ്ഢിത്തമല്ലേ? അത് നമ്മുടെ ജീവിതത്തിന് തടസ്സം നില്ക്കുകയല്ലേ!"

അവൾ കോപംകൊണ്ട് എരിപൊരി കൊണ്ടു. അവളുടെ മുഖം തുടുത്തു. ഉർസുല അമ്പരന്നുപോയി.

രണ്ട് സഹോദരികളും വഴിയിലൂടെ മുന്നോട്ട് നടന്നു. ഷോർട്ട്ലാൻഡ്സിനു താഴെയുള്ള മരങ്ങൾക്കിടയിലൂടെ അവർ നടന്നു പോകുകയായിരുന്നു. നനഞ്ഞ പ്രഭാതത്തിലെ മങ്ങിയ വെളിച്ചത്തിൽ ആകർഷണീയമായി തോന്നിയ ഉയരംകുറഞ്ഞ് നീളത്തിലുള്ള വീട്ടിലേക്ക് അവർ തല ഉയർത്തി നോക്കി.

"ഉർസുല ചേച്ചിക്ക് അതു മനോഹരമാണെന്ന് തോന്നുന്നില്ലേ?" ഗുഡ്റൺ ചോദിച്ചു.

"വളരെ മനോഹരമാണെന്ന് തോന്നുന്നു" ഉർസുല പറഞ്ഞു. "അതിന് വശീകരിക്കുന്ന ശാന്തത ഉണ്ട്."

"അതിന് അതിന്റേതായ രൂപഭംഗിയുണ്ട്. കൂടാതെ അതിന് ഒരു കാലഘട്ടവുമുണ്ട്."

"എന്ത് കാലഘട്ടം?"

"ഉറപ്പായും പതിനെട്ടാം നൂറ്റാണ്ട്. ഡൊറോത്തി വേഡ്സ്വർത്തും ജെയിൻ ഓസ്റ്റിനും. ചേച്ചിക്ക് അങ്ങനെ തോന്നുന്നില്ലേ?"

ഉർസുല ചിരിച്ചു.

"ചേച്ചി അങ്ങനെ വിചാരിക്കുന്നില്ലേ?" ഗുഡ്റൺ ആവർത്തിച്ചു ചോദിച്ചു.

"ഒരുപക്ഷേ, ശരിയായിരിക്കാം. പക്ഷേ, ക്രിച്ചും വീട്ടുകാരും ഈ കാലഘട്ടത്തിന് യോജിക്കുന്നവരാണെന്ന് ഞാൻ വിചാരിക്കുന്നില്ല. വീട് വൈദ്യുതീകരിക്കാൻ ജറാൾഡ് സ്വന്തമായി വൈദ്യുതി ഉല്പാദിപ്പിക്കാൻ പോകുകയാണെന്ന് എനിക്ക് അറിയാം. കൂടാതെ എല്ലാത്തരത്തിലുള്ള പുതിയ പരിഷ്കാരങ്ങളും അയാൾ നടത്തുന്നുണ്ട്."

ഗുഡ്റൺ പറഞ്ഞു."നിശ്ചയമായും അതൊക്കെ അനിവാര്യമാണ്."

"ശരിയാണ്" ഉർസുല ചിരിച്ചു. "അയാൾ പല തലമുറകളോളം ചെറുപ്പമാണ്. അതിന് അവർക്ക് അയാളോട് വെറുപ്പാണ്. അയാൾ അവരുടെ എല്ലാം കഴുത്തിന് കുത്തിപ്പിടിച്ച് വലിച്ചുകൊണ്ട് പോകുകയാണ്. ചെയ്യാവുന്ന എല്ലാ മെച്ചപ്പെടുത്തലുകൾക്കും ശേഷം അയാൾ മരിക്കും. പിന്നീട് കൂടുതൽ മെച്ചപ്പെടുത്താൻ ഒന്നും ബാക്കിയുണ്ടാവില്ല. എന്തായാലും അയാൾക്ക് പോയേ പറ്റൂ."

"തീർച്ചയായും. അയാൾക്ക് പോകാതിരിക്കാൻ കഴിയില്ല." ഗുഡ്റൺ പറഞ്ഞു. "സത്യത്തിൽ ഇത്രയധികം അത്ഭുതങ്ങൾ കാണിക്കുന്ന ഒരു മനുഷ്യനെ ഞാൻ കണ്ടിട്ടില്ല. അയാളുടെ ഈ പോക്ക് എങ്ങോട്ടാണെന്നുള്ളതാണ് അപകടകരമായ കാര്യം. അതിന് എന്ത് സംഭവിക്കുമെന്ന് അറിയില്ല."

"എനിക്കറിയാം." ഉർസുല പറഞ്ഞു. "അതിൽ ഏറ്റവും പുതിയ

ഉപകരണങ്ങൾ ഉപയോഗിക്കും."

"അക്കാര്യത്തിൽ സംശയമില്ല." ഗുഡ്റൺ പറഞ്ഞു. "അയാൾ അയാളുടെ സഹോദരനെ വെടിവെച്ച് കൊന്നവനാണ്. നിനക്ക് അറിയില്ലേ?" ഉർസുല ചോദിച്ചു.

"സഹോദരനെ വെടിവെച്ചെന്നോ?" വിയോജിപ്പ് പ്രകടമാക്കിക്കൊണ്ട് ഗുഡ്റൺ നെറ്റിചുളിച്ചു.

"നിനക്ക് അറിയില്ലേ? അങ്ങനെ സംഭവമുണ്ട്. ഞാൻ വിചാരിച്ചു നിനക്ക് അറിയാമെന്ന്. അയാളും സഹോദരനും കൂടി ഒരു തോക്കെടുത്ത് കളിക്കുകയായിരുന്നു. അയാൾ സഹോദരനോട് തോക്കിന്റെ ഉള്ളിലേക്ക് നോക്കാൻ പറഞ്ഞു. അത് നിറതോക്ക് ആയിരുന്നു. തലതെറിപ്പിച്ചുകളഞ്ഞു. ഇതൊരു ഞെട്ടലുണ്ടാക്കുന്ന സംഭവം അല്ലേ?"

"ഭയങ്കരം" ഗുഡ്റൺ ഉറക്കെപ്പറഞ്ഞു. "പക്ഷേ, അത് വളരെക്കാലം മുമ്പല്ലേ?"

"വളരെക്കാലം മുമ്പാണ്. അവരുടെ കുട്ടിക്കാലത്താണ്." ഉർസുല പറഞ്ഞു. "ഞാൻ കേട്ടിട്ടുള്ള കഥകളിൽ വെച്ച് ഏറ്റവും പേടിതോന്നുന്ന കഥകളിൽ ഒന്ന് ഇതാണെന്നാണ് എനിക്ക് തോന്നുന്നത്."

"നിശ്ചയമായും അത് നിറതോക്കാണെന്ന് അയാൾ അറിഞ്ഞിരിക്കില്ല?"

"ശരിയാണ്. അത് വർഷങ്ങളായി കുതിരലായത്തിൽ കിടന്നിരുന്ന ഒരുപഴയ സാധനം ആയിരുന്നു. അതുകൊണ്ട് വെടിവെക്കാൻ കഴിയുമെന്ന് ഒരാളും സങ്കല്പിച്ചിട്ടില്ല. അത് നിറതോക്കാണെന്ന് സ്വപ്നത്തിൽപ്പോലും ആരും വിചാരിച്ചിരുന്നില്ല. പക്ഷേ, അങ്ങനെ സംഭവിച്ചത് പേടിപ്പെടുത്തുന്ന കാര്യമല്ലേ?"

"ഭയങ്കരം!" ഗുഡ്റൺ ഉറക്കെപ്പറഞ്ഞു. "കുട്ടിക്കാലത്ത് ഒരാൾക്ക് ഇത്തരം അനുഭവം ഉണ്ടാകുന്നതും ജീവിതകാലം മുഴുവൻ അതിന്റെ ചുമതല ചുമന്നുകൊണ്ട് നടക്കേണ്ടിവരുന്നതും ഭയങ്കര കഷ്ടമാണ്. രണ്ട് ആൺകുട്ടികൾ ഒന്നിച്ച് കളിക്കുന്നത് സങ്കല്പിച്ച് നോക്കൂ. അപ്പോൾ ഒരു കാരണവുമില്ലാതെ ഓർക്കാപ്പുറത്ത് ഇങ്ങനെയൊക്കെ നടക്കുന്നു. ഓ! അത് ഭയങ്കരംതന്നെ! എനിക്ക് അത് ആലോചിക്കാൻ പോലും കഴിയില്ല. കൊലപാതകമാണെങ്കിൽ മനസ്സിലാക്കാം. കാരണം അതിന്റെ പിന്നിൽ ആരുടെയോ ആഗ്രഹമുണ്ട്. പക്ഷേ, ഇത്തരം ഒരുകാര്യം ഒരാൾക്ക് സംഭവിക്കുന്നത്?"

"ഒരുപക്ഷേ, അതിന്റെ പിന്നിൽ ബോധപൂർവ്വം അല്ലാത്ത ഒരു ആഗ്രഹം ഉണ്ടായിരുന്നിരിക്കാം" ഉർസുല പറഞ്ഞു. "ഈ കളിക്കിടയിലുള്ള കൊലയ്ക്ക് പിന്നിൽ കൊല്ലാനുള്ള ഒരു പ്രാകൃതമായ മോഹം ഉണ്ടായിരുന്നിരിക്കാം. നിനക്ക് അങ്ങനെ തോന്നുന്നില്ലേ?"

"ആഗ്രഹമോ!" ഗുഡ്റൺ അല്പം നിവർന്ന് നിന്നുകൊണ്ട് ശാന്തമായി പറഞ്ഞു. "അവർ വെറുതെ കൊന്ന് കളിക്കുകയായിരുന്നെന്ന് എനിക്ക് തോന്നുന്നില്ല. എനിക്ക് തോന്നുന്നത്, ഒരുകുട്ടി മറ്റേ കുട്ടിയോട്

പറഞ്ഞു കാണും. 'ഞാൻ കാഞ്ചിവലിക്കുമ്പോൾ നീ കുഴലിനകത്തേക്ക് നോക്കണം. ഉള്ളിൽ എന്താണ് നടക്കുന്നതെന്ന് നീ ശ്രദ്ധിച്ചോണം.' അത് ഏറ്റവും നിഷ്കളങ്കമായി സംഭവിച്ച ഒരു അപകടമായാണ് എനിക്ക് തോന്നുന്നത്?"

"അല്ല." ഉർസുല പറഞ്ഞു. "ആരെങ്കിലും കുഴലിലൂടെ നോക്കിക്കൊണ്ടു നില്ക്കുമ്പോൾ എനിക്ക് ഒഴിഞ്ഞ തോക്കിന്റെ പോലും കാഞ്ചി വലിക്കാൻ പറ്റില്ല. ഒരാൾക്ക് അങ്ങനെ ചെയ്യാൻ കഴിയില്ല."

ഗുഡ്റണിന് രൂക്ഷമായ വിയോജിപ്പ് ഉണ്ടായിരുന്നു. അവർ കുറച്ച് സമയത്തേക്ക് ഒന്നും സംസാരിച്ചില്ല.

"തീർച്ചയായും" അവൾ പറഞ്ഞു."ഒരാൾ ഒരു മുതിർന്ന സ്ത്രീ ആണെങ്കിൽ അവളുടെ ജന്മവാസന അത് തടസ്സപ്പെടുത്തും. പക്ഷേ, ഒന്നിച്ചുകളിക്കുന്ന രണ്ട് ആൺകുട്ടികളാകുമ്പോൾ അതിന് എന്ത് പ്രസക്തിയാണുള്ളതെന്ന് എനിക്ക് മനസ്സിലാകുന്നില്ല."

"അവളുടെ നിർവ്വികാരമായ ശബ്ദത്തിൽ ദേഷ്യം നിഴലിച്ചിരുന്നു.

"ശരി" ഉർസുല വാശിയോടെ സംസാരിക്കാൻ തുടങ്ങുകയായിരുന്നു. ആ സമയത്ത് ഒരല്പം ദൂരത്തുനിന്ന് ഒരു സ്ത്രീ ഉറക്കെപ്പറയുന്നത് അവർ കേട്ടു.

"ഹോ! നാശം!" അവർ മുന്നോട്ട് നടന്നപ്പോൾ വേലിയുടെ അപ്പുറത്തുള്ള പാടത്ത് ലോറാക്രിച്ച് ഹെർമിയോൺ റോഡിസ് നില്ക്കുന്നത് കണ്ടു. ലോറാക്രിച്ച് പുറത്തുകടക്കാൻ വേണ്ടി ഗേറ്റുമായി മല്ലിടുകയായിരുന്നു. ഉർസുല പെട്ടെന്ന് നടന്ന് ചെന്ന് ഗേറ്റ് ഉയർത്താൻ സഹായിച്ചു.

"വളരെ നന്ദി." ലോറ യുദ്ധത്തിന് തയ്യാറെടുത്ത് നില്ക്കുന്നവളെപ്പോലെ പറഞ്ഞു. അവളുടെ മുഖം ചുവന്നുതുടുത്തിരുന്നു. "അതിന്റെ വിജാഗിരി ശരിയല്ല."

"അതുകൊണ്ടല്ല." ഉർസുല പറഞ്ഞു. അതിന് ഭാരം വളരെ കൂടുതലാണ്."

"ഇത് അത്ഭുതമാണ്." ലോറ വിളിച്ചു കൂവി.

"എന്തൊക്കെയുണ്ട് വിശേഷങ്ങൾ?" പാടത്തിന് പുറത്തുകടന്ന് തന്റെ ശബ്ദം കേൾക്കാൻ കഴിയുമെന്നായപ്പോൾ ഹെർമിയോൺ പാട്ടുപാടുന്നത് പോലെ നീട്ടിച്ചോദിച്ചു. "ഇന്ന് നല്ല കാലാവസ്ഥയാണ്. നിങ്ങൾ നടക്കാനിറങ്ങിയതാണോ? തളിരുകൾ കാണാൻ നല്ലഭംഗിയുണ്ട്. വളരെ മനോഹരമായിരിക്കുന്നു. നിങ്ങൾ എന്നെ വന്ന് കാണില്ലേ? വളരെ നന്ദി– അടുത്ത ആഴ്ച അതെ എങ്കിൽ പിന്നെ കാണാം."

കണ്ണിന് മുകളിലേക്കു തെന്നി വീഴുന്ന വെളുത്ത മുടിയിഴകൾ ഒതുക്കിവച്ചുകൊണ്ട് ഹെർമിയോൺ തലയാട്ടി. അസാധാരണമായ ഒരു കള്ളപ്പുഞ്ചിരിയോടെ കൈവീശിക്കാണിച്ച് അവരോട് വിടപറയുന്ന അവളുടെ ഉയരംകൂടിയ ഭയാനകമായ രൂപത്തെ ഉർസുലയും ഗുഡ്റണും നോക്കിക്കൊണ്ട് നിന്നു. താണതരക്കാരെ പറഞ്ഞ് വിടുന്നരീതിയിൽ അവരോട് വിടപറഞ്ഞ് അവൾ നടന്നുപോയി. അവർ വേർപിരിഞ്ഞു.

അവർ വേണ്ട ദൂരത്ത് എത്തിക്കഴിഞ്ഞപ്പോൾ കോപത്തോടെ ഉർസുല പറഞ്ഞു.

"അവൾ അഹങ്കാരിയാണെന്നാണ് എനിക്ക് തോന്നുന്നത്." ഉർസുല പറഞ്ഞു.

"ആര്? ഹെർമിയോൺ റോഡിസോ?" ഗുഡ്റൺ ചോദിച്ചു. "അങ്ങനെ തോന്നാൻ കാരണം എന്താണ്?"

"അവൾ മറ്റൊരാളോട് പെരുമാറുന്ന രീതി. ഒരു മര്യാദയുമില്ല."

"മര്യാദകേടായി ചേച്ചി എന്ത് കാര്യമാണ് ശ്രദ്ധിച്ചത്?"ഗുഡ്റൺ ശാന്തമായി ചോദിച്ചു.

"അവളുടെ മൊത്തം പെരുമാറ്റം. അവൾ മറ്റൊരാളെ കൊച്ചാക്കാൻ ശ്രമിക്കുന്നത് സഹിക്കാൻ കഴിയില്ല. അവൾ ഒരു ധിക്കാരിയാണ്. നിങ്ങൾ എന്നെ വന്ന് കാണില്ലേ? അവളുടെ ഈ ഔദാര്യത്തിന് വേണ്ടി നമ്മൾ സാഷ്ടാംഗം നമസ്കരിക്കുമെന്ന് തോന്നും."

"ചേച്ചി ഇത്രയും ക്ഷോഭിക്കാൻ കാരണം എന്താണെന്ന് എനിക്ക് മനസ്സിലാകുന്നില്ല." അല്പം ഈർഷയോടെ ഗുഡ്റൺ പറഞ്ഞു. "പ്രഭുത്വത്തിൽ നിന്ന് സ്വയം മോചനം നേടിയ ഇത്തരം സ്ത്രീകൾ ധിക്കാരികളാണെന്ന് എല്ലാവർക്കും അറിയാം."

"പക്ഷേ, അത് ആവശ്യമില്ലാത്ത കാര്യമാണ്. മഹാവൃത്തികേടാണ്."

"ഇല്ല. ഞാൻ അതു കാര്യമാക്കുന്നില്ല. എന്നെ സംബന്ധിച്ചിടത്തോളം അവൾ നിലനില്ക്കുന്നില്ല. എന്നോട് അഹങ്കാരം കാണിക്കാനുള്ള ശക്തി ഞാൻ അവൾക്ക് നല്കില്ല."

"അവൾക്ക് നിന്നെ ഇഷ്ടമാണെന്ന് നീ വിചാരിക്കുന്നുണ്ടോ?"

"ഇല്ല. അവൾക്ക് എന്നെ ഇഷ്ടമാണെന്ന് ഞാൻ വിചാരിക്കാൻ പാടില്ല."

"അപ്പോൾ നീ ബ്രഡാൽ ബിൽ അവളുടെ കൂടെ താമസിക്കാൻ ചെല്ലുമോ എന്ന് അവൾ ചോദിക്കുന്നത് എന്തിനാണ്?"

ഗുഡ്റൺ സാവധാനം ഒരുതവണ തോളുകൾ ഉയർത്തി.

"എന്തായാലും നമ്മൾ പിന്നാലെ ചെല്ലുന്നവരല്ല എന്ന് അറിയാനുള്ള ബുദ്ധി അവൾക്കുണ്ട്. മറ്റ് എന്തൊക്കെയായാലും ശരി അവൾ ഒരു വിഡ്ഢിയല്ല. സാധാരണ സ്ത്രീകളേക്കാൾ എനിക്ക് വെറുപ്പ് തോന്നുന്നവരോടാണ് പ്രിയം. ചില സംഗതികളിൽ ഹെർമിയോൺ റോഡിസും നഷ്ടം സഹിക്കുന്നുണ്ട്."

ഉർസുല കുറച്ച് സമയം ഈ കാര്യം ആലോചിച്ചുകൊണ്ടിരുന്നു.

"എനിക്ക് സംശയമുണ്ട്" അവൾ മറുപടി പറഞ്ഞു. "സത്യത്തിൽ അവൾക്ക് നഷ്ടമൊന്നും ഇല്ല. നമ്മളെ, സ്കൂൾ ടീച്ചർമാരെ ക്ഷണിക്കുന്നതിന് അവളെ പ്രശംസിക്കണം."

ഗുഡ്റൺ പറഞ്ഞു. "അതു ചെയ്യാൻ ധൈര്യപ്പെടാത്ത അസംഖ്യം സ്ത്രീകളെപ്പറ്റി ആലോചിക്കണം. അവൾ അവളുടെ കൂടുതൽ അവകാശങ്ങളും ഉണ്ടാക്കി എടുക്കുകയാണ് — അത് ചെറിയ കാര്യമല്ല. നമ്മളും

അവളുടെ സ്ഥാനത്ത് അതുതന്നെ ചെയ്യുമെന്നാണ് എന്റെ വിശ്വാസം,"

"ഇല്ല." ഉർസുല പറഞ്ഞു. "ഇല്ല. എനിക്ക് അത് മടുക്കും. അവളുടെ കളികൾ കളിച്ച് എനിക്ക് സമയം കളയാൻ കഴിയില്ല."

രണ്ട് സഹോദരിമാരുംകൂടി ഒരു കത്രികപോലെ ആയിരുന്നു. അവർക്ക് കുറുകെ വരുന്ന എന്തിനേയും അവർ കഷണങ്ങളാക്കും. അല്ലെങ്കിൽ കത്തിയും ഉരകല്ലും പോലെയായിരുന്നു. ഒന്ന് മറ്റൊന്നിന് മൂർച്ചകൂട്ടി.

"നിശ്ചയമായും" ഉർസുല പെട്ടെന്ന് വിളിച്ചുപറഞ്ഞു. "നമ്മൾ പോയി അവളെ കാണുകയാണെങ്കിൽ അവൾ അവളുടെ നക്ഷത്രങ്ങൾക്ക് നന്ദി പറയണം. നീ അങ്ങേയറ്റം സുന്ദരിയാണ്. ഏത് കാലത്തും നീ അവളേക്കാൾ ആയിരം മടങ്ങ് സുന്ദരി ആയിരുന്നു. ഇന്ന് നോക്കിയാലും പണ്ട് നോക്കിയാലും അത് അങ്ങനെ തന്നെയാണ്. നീ അവളേക്കാൾ ആയിരം മടങ്ങ് ഭംഗിയായി അണിഞ്ഞൊരുങ്ങും. അവൾക്ക് ഒരിക്കലും ഒരു പൂവിന്റെ പുതുമ ഇല്ല. അവൾക്ക് എപ്പോഴും പഴകിപ്പോയതിന്റെ ലക്ഷണമാണ്. നമ്മൾ കൂടുതൽ ആളുകളേക്കാളും ബുദ്ധയുള്ളവരാണ്."

"സംശയമില്ല." ഗുഡ്റൺ പറഞ്ഞു.

"അത് സമ്മതിച്ച് തരണം." ഉർസുല പറഞ്ഞു.

"നിശ്ചയമായും അത് സമ്മതിക്കണം."ഗുഡ്റൺ പറഞ്ഞു. "നിങ്ങൾ യഥാർത്ഥത്തിൽ ഒരു സാധാരണ സ്ത്രീ ആവാതെ അവളുടെ കലാപരമായ സൃഷ്ടിയാകുന്ന വിധത്തിൽ മനുഷ്യത്വത്തിന്റെ സത്യസന്ധമായ ഒരു മഹാസൃഷ്ടിയായി മാറുന്നതാണ് സത്യത്തിൽ കൂടുതൽ മോടിയുള്ള കാര്യമെന്ന് നിങ്ങൾക്ക് മനസ്സിലാകും."

"എത്രമാത്രം മോശമാണ്!" ഉർസുല വിളിച്ചു പറഞ്ഞു.

"അതേ ചേച്ചീ, ആശ്ചര്യം തോന്നുന്ന തരത്തിൽ യാഥാർത്ഥ്യബോധമുള്ള എന്തെങ്കിലും ആകാൻ നിങ്ങൾക്ക് ധൈര്യമില്ല."

"ഒരാൾ മെച്ചപ്പെടാതിരിക്കുന്നത് വിരസമാണ്."

"വളരെ വിരസമാണ്. വിരസം." ഗുഡ്റൺ തിരിച്ച് പറഞ്ഞു. "വിരസം. അതാണ് ശരിയായ വാക്ക്. ഒരാൾ ഉയരത്തിലെത്താൻ ആഗ്രഹിക്കും. അതിനുശേഷം വീമ്പുപറയും."

"ഗുഡ്റണിന് സ്വന്തം മിടുക്കിൽ ആവേശം തോന്നുന്നുണ്ടായിരുന്നു.

"ഞെളിഞ്ഞുനടക്കാൻ" ഉർസുല പറഞ്ഞു. ഒരാൾ ഞെളിഞ്ഞു നടക്കാൻ ആഗ്രഹിക്കുന്നു. താറാവുകൾക്കിടയിൽ ഒരു അരയന്നമാവാൻ."

"അതുതന്നെ" ഗുഡ്റൺ ഉറക്കെ പറഞ്ഞു. "താറാവുകൾക്കിടയിലെ ഒരു അരയന്നം."

"അവരെല്ലാം താറാവുകുഞ്ഞായി കളിക്കുന്ന തിരക്കിലാണ്." ഉർസുല പരിഹാസച്ചിരിയോടെ വിളിച്ചുപറഞ്ഞു. "എനിക്ക് വൃത്തികെട്ട വിനീതയായ ഒരു താറാവുകുഞ്ഞാണെന്ന് ഒരിക്കലും തോന്നിയിട്ടില്ല. താറാവുകൾക്കിടയിലെ ഒരു അരയന്നമാണെന്നാണ് എന്നെപ്പറ്റിയുള്ള

എന്റെ തോന്നൽ. എനിക്ക് അങ്ങനെയാകാതിരിക്കാൻ കഴിയില്ല. അവർ എന്നെപ്പറ്റി എന്തു വിചാരിക്കുമെന്ന് ഞാൻ ശ്രദ്ധിക്കുന്നില്ല. ഞാൻ അതിന് ഒരുവിലയും കല്പിക്കുന്നില്ല."

ഗുഡ്റൺ അനിശ്ചിതമായ അസൂയയോടും ഇഷ്ടക്കേടോടും ഉർസുലയെ നോക്കി.

"ഉറപ്പായി ചെയ്യാൻ പറ്റുന്ന ഒരേയൊരു കാര്യം അവരെ മൊത്തത്തിൽ വെറുക്കുക എന്നത് മാത്രമാണ് —അവരെ മൊത്തത്തിൽ..." അവൾ പറഞ്ഞു.

അവർ വീട്ടിൽ തിരിച്ചെത്തി. ജോലി ചെയ്യാനും സംസാരിക്കാനും സ്കൂൾ തുറക്കാനുമുള്ള തിങ്കളാഴ്ച വന്നുചേരാൻ വേണ്ടി സഹോദരിമാർ വീണ്ടും വീട്ടിലെത്തി. സ്കൂളിലെ ആഴ്ചകൾ തുടങ്ങാനും അവസാനിക്കാനും അല്ലെങ്കിൽ അവധിദിവസങ്ങൾ തുടങ്ങാനും അവസാനിക്കാനും വേണ്ടിയുള്ള കാത്തിരിപ്പൊഴിച്ച് താൻ മറ്റെന്തെങ്കിലും കാര്യത്തിനുവേണ്ടി കാത്തിരിക്കുന്നുണ്ടോ എന്ന് ഉർസുല പലപ്പോഴും അത്ഭുതപ്പെട്ടു. ഇതായിരുന്നു മൊത്തം ജീവിതം! ചില സമയത്ത് അവൾക്ക് ഭീതിയുടെ കാലഘട്ടങ്ങൾ ഉണ്ടാവാറുണ്ട്. അപ്പോൾ അവൾക്ക് അവളുടെ ജീവിതം അവസാനിക്കാൻ പോകുകയാണെന്ന് തോന്നും. ഇതോടെ എല്ലാം അവസാനിച്ചു കഴിഞ്ഞെന്നും തോന്നും. പക്ഷേ, അവൾ ഒരിക്കലും യഥാർത്ഥത്തിൽ ആ തോന്നലുകളെ അംഗീകരിച്ചിരുന്നില്ല. അവളുടെ മനസ്സ് പ്രവർത്തിച്ചുകൊണ്ടിരുന്നു. ഒരേ വേഗതയിൽ വളർന്നുകൊണ്ടിരുന്ന ഒരു കുരുന്നുമുളപോലെയായിരുന്നു അവളുടെ ജീവിതം. പക്ഷേ, അത് ഇതുവരെ ഭൂമിക്ക് മുകളിൽ വന്നിരുന്നില്ല.

5

തീവണ്ടിയിൽ

ഈ സമയത്ത് ഒരുദിവസം ബിർക്കിനെ ലണ്ടനിലേക്ക് വിളിച്ചു. അയാൾ വീട്ടിൽ സ്ഥിരമായി ഉണ്ടാവാറില്ല. നോട്ടിങ് ഹാമിൽ അയാൾക്ക് മുറികൾ ഉണ്ട്. കാരണം അയാളുടെ ജോലി പ്രധാനമായും അവിടെയായിരുന്നു. പക്ഷേ, ഇടയ്ക്കിടയ്ക്ക് അയാൾ ലണ്ടനിലോ ഓക്സ്ഫോർഡിലോ എത്താറുണ്ട്. അയാൾ ധാരാളം സഞ്ചരിച്ചു. അയാളുടെ ജീവിതം കൃത്യമായ താളമോ മൗലികമായ അർത്ഥമോ ഇല്ലാതെ അനിശ്ചിതത്വത്തിലാണെന്ന് തോന്നി.

ജറാൾഡ് ക്രിച്ച് ഒരു പത്രം വായിച്ചുകൊണ്ട് പ്ലാറ്റ്ഫോമിൽ ട്രെയിൻ കാത്തിരിക്കുന്നത് അയാൾ കണ്ടു. ബിർക്കിൻ അയാളുടെ അടുത്തുനിന്നും അല്പം ദൂരത്ത് ഉണ്ടായിരുന്നു. ആൾക്കൂട്ടത്തിനിടയിലേക്ക് കയറിനിന്നു. ഒരാളുടെ അടുത്തേക്ക് പോകുന്നതിന് അയാളുടെ ജന്മവാസന എതിരായിരുന്നു.

ഇടയ്ക്കിടയ്ക്ക് തല ഉയർത്തി ചുറ്റും നോക്കുന്നത് ജറാൾഡിന്റെ ഒരു ശീലമാണ്. പത്രം വായിച്ചുകൊണ്ടിരിക്കുകയാണെങ്കിലും ചുറ്റും നടക്കുന്ന കാര്യങ്ങളിൽ അയാൾക്ക് ശ്രദ്ധവേണമെന്ന് നിർബ്ബന്ധമുണ്ട്. അയാളുടെ ഉള്ളിൽ രണ്ട് ചിന്തകൾ കടന്നുപോകുന്നതായി തോന്നി. അയാൾ പത്രത്തിൽ വായിച്ച ഏതോ ഒരു കാര്യത്തെപ്പറ്റി ആഴത്തിൽ ആലോചിച്ചുകൊണ്ടിരുന്നു. അതേസമയം തന്നെ അയാളുടെ കണ്ണുകൾ ചുറ്റുപാടുമുള്ള ജീവിതത്തിന്റെ ഉപരിതലത്തിലൂടെ ഒഴുകി നടക്കുന്നുണ്ടായിരുന്നു. ഒരുകാര്യവും അയാളുടെ കണ്ണിൽപ്പെടാതിരുന്നില്ല. അയാളെ ശ്രദ്ധിച്ചുകൊണ്ടു നിന്ന ബിർക്കിന് അയാളുടെ ഈ ഇരട്ടപ്രവർത്തനത്തിൽ ദേഷ്യം തോന്നി. പെരുമാറ്റത്തിൽ സൗഹൃദം പ്രകടിപ്പിക്കുമെങ്കിലും ജറാൾഡ് എല്ലാവരിൽനിന്നും എപ്പോഴും അകന്ന് നില്ക്കുന്നതായി അയാൾ ശ്രദ്ധിച്ചിട്ടുണ്ടായിരുന്നു.

ഈ സമയത്ത് ജറാൾഡ് കൈ വിടർത്തി മുഖത്ത് സൗഹൃദവുമായി അടുത്തേക്ക് വരുന്നത് കണ്ടപ്പോൾ ബിർക്കിൻ ഞെട്ടിപ്പോയി.

"റൂപർട്ട്, നിങ്ങൾ എവിടെ പോകുന്നു?"

"ലണ്ടൻ. നിങ്ങളും അങ്ങോട്ടാണെന്ന് ഞാൻ വിശ്വസിക്കുന്നു."

"അതെ."

ജറാൾഡിന്റെ കണ്ണുകൾ ജിജ്ഞാസയോടെ ബിർക്കിന്റെ മുഖത്ത് കൂടി കടന്നുപോയി.

"വിരോധമില്ലെങ്കിൽ നമുക്ക് ഒന്നിച്ചുപോകാം."

"സാധാരണ നിങ്ങൾ ഒന്നാം ക്ലാസിലല്ലേ പോകുന്നത്?" ബിർക്കിൻ ചോദിച്ചു.

"എനിക്ക് തിരക്ക് താങ്ങാൻ പറ്റില്ല." ജറാൾഡ് മറുപടി പറഞ്ഞു. "പക്ഷേ, മൂന്നാംക്ലാസ് ആയാലും കുഴപ്പമില്ല. അവിടെയും ഒരു ചായക്കട ഉണ്ട്. നമുക്ക് ചായ കുടിക്കാൻ പറ്റും."

കൂടുതലൊന്നും സംസാരിക്കാൻ ഇല്ലാത്തതുകൊണ്ട് രണ്ടുപേരും റെയിൽവേസ്റ്റേഷനിലെ ക്ലോക്കിലേക്ക് നോക്കി.

"പത്രത്തിൽ എന്താണ് വായിച്ചുകൊണ്ടിരുന്നത്?" ബിർക്കിൻ ചോദിച്ചു.

ജറാൾഡ് പെട്ടെന്ന് അയാളുടെ മുഖത്തേക്ക് നോക്കി.

"അവർ പത്രത്തിൽ കൊടുക്കുന്ന കാര്യങ്ങൾ തമാശയാണെന്ന് തോന്നിയിട്ടില്ലേ?" അയാൾ ടെലഗ്രാഫ് ദിനപത്രം നീട്ടിക്കാണിച്ചു. "മുഴുവൻ സാധാരണ പത്രവാർത്ത." അയാൾ പത്രത്തിലെ വാർത്തകളിലൂടെ കണ്ണോടിച്ചു. "ഇവിടെ ഒരു ചെറിയ ഇതിന് അവർ എന്താണ് പറയുന്നതെന്ന് എനിക്കറിയില്ല. ലേഖനം എന്നല്ലേ? ഇവിടെ പല നേതാക്കന്മാരുണ്ട്. നേതാക്കന്മാരോട് യോജിപ്പോടെ നിന്നുകൊണ്ട് ലേഖനം പറയുന്നു. കാര്യങ്ങൾക്ക് പുതിയ മൂല്യങ്ങൾ കൊടുക്കുന്ന ഒരാൾ ഉദയം ചെയ്തേപറ്റൂ. നമുക്ക് പുതിയ സത്യങ്ങൾ തരുന്ന, ജീവിതത്തോട് പുതിയ ഒരുസമീപനം തരുന്ന ഒരാൾ — അല്ലെങ്കിൽ കുറച്ച് വർഷങ്ങൾക്കുള്ളിൽ നമ്മൾ ഒന്നുമല്ലാതായിത്തീരും. ഈ രാജ്യം നശിക്കും."

"അതും ഒരു പത്രത്തിന്റെ കള്ളം പറച്ചിലായാണ് എനിക്ക് തോന്നുന്നത്."

"അയാൾ അത് ശരിക്കും അർത്ഥമാക്കുന്നുണ്ടെന്ന് അത് വായിച്ചാൽ തോന്നും." ജറാൾഡ് പറഞ്ഞു.

"ഞാനൊന്ന് നോക്കട്ടെ." പത്രത്തിനുവേണ്ടി കൈനീട്ടിക്കൊണ്ട് ബിർക്കിൻ പറഞ്ഞു.

ട്രെയിൻ വന്നു. അവർ വണ്ടിയിൽ കയറി ലഘുഭക്ഷണ മുറിയിലെ ഒരുമേശയുടെ ഇരുവശത്തുമായി ഇരുന്നു. ബിർക്കിൻ പത്രത്തിലൂടെ കണ്ണോടിച്ചതിനു ശേഷം ജറാൾഡിനെ നോക്കി. ജറാൾഡ് അയാൾ എന്ത് പറയുമെന്ന് കാത്തിരിക്കുകയായിരുന്നു.

"അയാൾ എന്തെങ്കിലും ഉദ്ദേശിക്കുന്നുണ്ടെങ്കിൽ അത് നിങ്ങൾ പറ

ഞ്ഞത് തന്നെയാണ്." ബിർക്കിൻ പറഞ്ഞു.

"അത് സത്യമാണെന്ന് നിങ്ങൾ വിചാരിക്കുന്നുണ്ടോ? നമുക്ക് ഒരു പുതിയ സുവിശേഷം ആവശ്യമുണ്ടോ?" ജറാൾഡ് ചോദിച്ചു.

ബിർക്കിൻ തോളുകൾ ഉയർത്തി സംശയം പ്രകടമാക്കി.

"എനിക്ക് തോന്നുന്നത് ഏത് പുതിയ കാര്യവും ഏറ്റവും ഒടുവിൽ അംഗീകരിക്കുന്ന മനുഷ്യരാണ്. ഞങ്ങൾക്ക് പുതിയ ഒരു മതം വേണമെന്ന് ആവശ്യപ്പെടുന്നത്. അവർക്ക് പുതുമവേണം. നമ്മൾ സ്വീകരിച്ച ജീവിതത്തെ നേരിട്ട് നോക്കി വേണ്ടെന്ന് വെക്കണമെങ്കിൽ നമ്മുടെ പഴയ വിഗ്രഹങ്ങളെ പരിപൂർണ്ണമായും തകർത്ത് തരിപ്പണമാക്കണം. അത് നമ്മൾ ഒരിക്കലും ചെയ്യില്ല. മനസ്സിനുള്ളിൽ പോലും. എന്തെങ്കിലും പുതിയ കാര്യം പ്രത്യക്ഷപ്പെടുന്നതിന് മുമ്പ് നിങ്ങൾക്ക് പഴയകാര്യങ്ങൾ ഒഴിവാക്കേണ്ടത് അത്യാവശ്യമാണ്."

ജറാൾഡ് അയാളെ സൂക്ഷ്മമായി ശ്രദ്ധിച്ചു "ഈ ജീവിതം നമ്മൾ തകർക്കണമെന്നാണോ നിങ്ങൾ വിചാരിക്കുന്നത്?"

"ഈ ജീവിതം തകർക്കണമെന്ന് തന്നെയാണ് ഞാൻ വിചാരിക്കുന്നത്. നമുക്ക് ഇത് പൂർണ്ണമായും പൊട്ടിച്ചെറിയണം. അല്ലെങ്കിൽ ഒരു ഇറുകിയ തോൽക്കുപ്പായത്തിനുള്ളിൽ എന്നപോലെ ഈ ജീവിതത്തിനുള്ളിൽ ചുരുണ്ടുകൂടണം. കാരണം ഈ ജീവിതം അല്പം പോലും വികസിക്കില്ല."

ജറാൾഡിന്റെ കണ്ണുകളിൽ അസാധാരണമായ ഒരു ചെറിയ പുഞ്ചിരി ഉണ്ടായിരുന്നു. ശാന്തവും ജിജ്ഞാസ കലർന്നതുമായ ഒരു ആശ്ചര്യത്തിന്റെ ലക്ഷണം.

"എങ്ങനെ തുടങ്ങാമെന്നാണ് നിങ്ങൾ പറയുന്നത്? സമൂഹത്തിന്റെ മുഴുവൻ വ്യവസ്ഥകളും പരിഷ്കരിക്കാനാണ് നിങ്ങൾ ഉദ്ദേശിക്കുന്നതെന്ന് ഞാൻ വിശ്വസിക്കുന്നു. ശരിയല്ലേ?" ജറാൾഡ് ചോദിച്ചു.

ബിർക്കിന്റെ പുരികങ്ങളിൽ ഒരു ചെറിയ പിരിമുറുക്കം ഉണ്ടായിരുന്നു. അയാളും സംഭാഷണം തുടരാൻ അക്ഷമനായിരുന്നു. "ഞാൻ കരുതുന്നില്ല." ബിർക്കിൻ പറഞ്ഞു. "കൂടുതൽ നല്ല കാര്യങ്ങളിലേക്ക് പോകാൻ നമ്മൾ യഥാർത്ഥത്തിൽ ആഗ്രഹിക്കുന്നുണ്ടെങ്കിൽ നമുക്ക് പഴയതെല്ലാം നശിപ്പിക്കണം. അതുവരെയുള്ള ഏത് നിർദ്ദേശവും സ്വയംപ്രാധാന്യമുള്ള ആളുകളുടെ വിരസമായ ഒരു കളി മാത്രമാണ്."

ജറാൾഡിന്റെ മുഖത്തെ ചെറിയപുഞ്ചിരി മായാൻ തുടങ്ങി. ബിർക്കിനെ സൂക്ഷിച്ചു നോക്കിക്കൊണ്ട് അയാൾ ചോദിച്ചു.

"അതായത് കാര്യങ്ങൾ വളരെ മോശമാണെന്ന് നിങ്ങൾ സത്യത്തിൽ വിചാരിക്കുന്നുണ്ട്?"

"പൂർണ്ണമായും മോശം."

പുഞ്ചിരി വീണ്ടും പ്രത്യക്ഷപ്പെട്ടു.

"ഏത് രീതിയിൽ?"

"എല്ലാ രീതിയിലും" ബിർക്കിൻ പറഞ്ഞു. "നമ്മൾ അങ്ങേയറ്റം

ദുഃഖത്തോടെ കള്ളം പറയുന്നവരാണ്. നമ്മുടെ ആഗ്രഹങ്ങളിൽ ഒന്ന് സ്വയംനമ്മളോടുതന്നെ കള്ളം പറയാനാണ്. നമുക്ക് വൃത്തിയുള്ളതും ശേഷിയുള്ളതും കാപട്യമില്ലാത്തതുമായ ഒരു വിശിഷ്ടമായ ലോകത്തിന്റെ മാതൃകയുണ്ട്. അതുകൊണ്ട് നമ്മൾ ഈ ഭൂമിയെ അഴുക്കുകൊണ്ട് മൂടുന്നു. കീടങ്ങൾ അഴുക്കിൽ നുളയ്ക്കുന്നത് പോലെയുള്ള ജീവിതം പ്രയത്നത്തിന്റെ അടയാളമാണ്. അതുകൊണ്ട് നിങ്ങളുടെ ഖനിതൊഴിലാളിക്ക് അവന്റെ സ്വീകരണമുറിയിൽ ഒരു പിയാനോ സ്ഥാപിക്കാം. നിങ്ങളുടെ പുതിയ വീട്ടിൽ ഒരു മോട്ടോർകാറും പാചകക്കാരനുമുണ്ടാവും, രാഷ്ട്രത്തിന് ഗാബിഡസ്ലിസും* ഞായറാഴ്ച പത്രങ്ങളും ഉണ്ടാകും. ഇത് ദുഃഖകരമായ കാര്യമാണ്."

ഈ ശകാരത്തിനു ശേഷം ഒന്ന് നേരേയാവാൻ ജറാൾഡിന് അല്പം സമയം വേണ്ടിവന്നു.

"നമുക്ക് വീടില്ലാതെ ജീവിക്കാമെന്നാണോ നിങ്ങൾ പറയുന്നത്? പ്രകൃതിയിലേക്കുള്ള തിരിച്ചുപോക്ക്?" അയാൾ ചോദിച്ചു.

"എനിക്ക് ഒന്നും വേണമെന്നില്ല. ആളുകൾ ചെയ്യുന്നത് അവർ ചെയ്യാൻ ആഗ്രഹിക്കുന്ന കാര്യങ്ങളും അവർക്ക് ചെയ്യാൻ കഴിയുന്ന കാര്യങ്ങളും മാത്രമാണ്. മറ്റെന്തെങ്കിലും അവർക്ക് ചെയ്യാൻ കഴിയുമെങ്കിൽ മറ്റൊന്നായിരിക്കും സംഭവിക്കുന്നത്."

വീണ്ടും ജറാൾഡ് ആലോചിച്ചു. അയാൾ ബിർക്കിനെ കുറ്റപ്പെടുത്താൻ തുനിഞ്ഞില്ല. "നിങ്ങൾ പറഞ്ഞ ഖനിത്തൊഴിലാളിയുടെ പിയാനോ ഒരു സത്യത്തിന്റെ അടയാളമായി നിങ്ങൾക്ക് തോന്നുന്നില്ലേ? ഖനിത്തൊഴിലാളിയുടെ ജീവിതത്തിലെ കൂടുതൽ ഉയർന്ന എന്തിനെങ്കിലും വേണ്ടിയുള്ള അയാളുടെ ആത്മാർത്ഥമായ ആഗ്രഹത്തിന്റെ അടയാളം."

"കൂടുതൽ ഉയരം!" ബിർക്കിൻ ഉറക്കെപ്പറഞ്ഞു. "അതെ, ആഡംബരത്തിന്റെ അത്ഭുതപ്പെടുത്തുന്ന ഉയരം. അയലത്തെ ഖനിത്തൊഴിലാളിയുടെ കണ്ണിൽ അയാളുടെ ഉയരം കൂടും. അയല്ക്കാരുടെ അഭിപ്രായത്തിൽ കൂടുതൽ ഉയരത്തിലുള്ള ഒരുമൂടൽ മഞ്ഞിന്റെ കഷണം പോലെ അവർ അയാളെ പറ്റി ആലോചിക്കുന്നതായി അയാൾ മനസ്സിലാക്കുന്നു. അയാൾ സംതൃപ്തനാകുന്നു. പിയാനോയുടെ കരുത്തിൽ ഇതൊക്കെ സംഭവിക്കുന്നു. അയാൾ ആ തകർന്ന മായാരൂപത്തിനുവേണ്ടി ജീവിക്കുന്നു. മനുഷ്യരുടെ അഭിപ്രായങ്ങളിലെ അയാളുടെ പ്രതിബിംബത്തിനു വേണ്ടി. നിങ്ങളും അതാണ് ചെയ്യുന്നത്. മനുഷ്യവർഗ്ഗത്തിന് നിങ്ങൾ പ്രാധാന്യമുള്ളവനാണെങ്കിൽ നിങ്ങൾക്ക് തന്നെ നിങ്ങൾ പ്രാധാന്യമുള്ളവനാണ്. അതുകൊണ്ടാണ് നിങ്ങൾ ഖനികളിൽ ഇത്രയധികം അദ്ധ്വാനിക്കുന്നത്. നിങ്ങൾക്ക് ഒരുദിവസം അയ്യായിരം അത്താഴവിരുന്നിന് പാചകംചെയ്യാനുള്ള കല്ക്കരി നിർമ്മിക്കാമെങ്കിൽ, നിങ്ങളുടെ സ്വന്തം അത്താഴത്തിനുള്ള കൽക്കരി നിർമ്മിക്കുന്നതിനേക്കാൾ നിങ്ങളുടെ പ്രാധാന്യം

* ലണ്ടനിൽ ഉണ്ടായിരുന്ന നടി, ഗായിക (1884–1920)

അയ്യായിരം മടങ്ങ് വർദ്ധിക്കും."

"ഞാൻ അങ്ങനെയാണെന്നാണ് ഞാൻ വിചാരിക്കുന്നത്." ജറാൾഡ് പൊട്ടിച്ചിരിച്ചു.

ബിർക്കിൻ പറഞ്ഞു. "അയൽക്കാരനെ ഭക്ഷണം കഴിക്കാൻ സഹായിക്കുന്നത് സ്വയം ഭക്ഷണം കഴിക്കുന്നതിന് തുല്യമാണെന്ന് നിങ്ങൾക്ക് മനസ്സിലാകുന്നില്ലേ? 'ഞാൻ തിന്നുന്നു' അയാൾ തിന്നുന്നു, നമ്മൾ തിന്നുന്നു, നിങ്ങൾ തിന്നുന്നു, അവർ തിന്നുന്നു'– അതിനു ശേഷം എന്ത്? ഓരോ മനുഷ്യനും എന്തിനാണ് ക്രിയാപദത്തെ മൊത്തമായി നിരസിക്കുന്നത്? എനിക്ക് 'ഞാൻ തിന്നുന്നു' മാത്രം മതിയാകും. ശരിയല്ലേ?"

"നമുക്ക് ഭൗതികമായ കാര്യങ്ങളിൽ നിന്ന് വേണം ആരംഭിക്കാൻ" ജറാൾഡ് പറഞ്ഞു. ഈ പ്രസ്താവന ബിർക്കിൻ അവഗണിച്ചു.

"നമുക്ക് എന്തിനെങ്കിലും വേണ്ടി ജീവിച്ചേ പറ്റൂ. നമ്മൾ പുല്ല് മേഞ്ഞതുകൊണ്ട് മാത്രം തൃപ്തിപ്പെടാൻ കഴിയുന്ന കന്നുകാലികളല്ല." ജറാൾഡ് പറഞ്ഞു.

"എങ്കിൽ പറയൂ" ബിർക്കിൻ പറഞ്ഞു. "നിങ്ങൾ എന്തിനാണ് ജീവിക്കുന്നത്?"

ജറാൾഡിന്റെ മുഖത്ത് അമ്പരപ്പ് പ്രത്യക്ഷപ്പെട്ടു. "ഞാൻ എന്തിനാണ് ജീവിക്കുന്നത്?" അയാൾ ആവർത്തിച്ചു. "ഞാൻ ജീവിക്കുന്നത് ജോലി ചെയ്യാനാണെന്നാണ് ഞാൻ വിചാരിക്കുന്നത്. പ്രയോജനമുള്ള കാലത്തോളം എന്തെങ്കിലും ഉല്പാദിപ്പിക്കാൻ വേണ്ടി ഞാൻ ജോലി ചെയ്യുന്നു. അതുകൂടാതെ ഞാൻ ജീവിച്ചിരിക്കുന്നതുകൊണ്ട് ഞാൻ ജീവിക്കുന്നു."

"എന്താണ് നിങ്ങളുടെ ജോലി? ഓരോദിവസവും ആയിരക്കണക്കിന് ടൺ കൽക്കരി ഭൂമിക്ക് പുറത്തേക്ക് കൊണ്ടുവരുന്നതാണ് നിങ്ങളുടെ ജോലി. അങ്ങനെ നമുക്ക് ആവശ്യമുള്ള കൽക്കരി മുഴുവൻ പുറത്ത് കൊണ്ടുവന്ന്, നമുക്ക് ആവശ്യമുള്ള എല്ലാവീട്ടുപകരണങ്ങളും പിയാനോകളും നിരത്തിക്കഴിഞ്ഞ്, എല്ലാ മുയലുകളെയും വേവിച്ച് തിന്ന് കഴിഞ്ഞ്, ചെറുപ്പക്കാരിയുടെ പിയാനോ വായന നിറഞ്ഞവയറോടെ കേട്ടതിന് ശേഷം: അതിനു ശേഷം എന്താണ്? നിങ്ങളുടെ ഭൗതികമായ കാര്യങ്ങളിലൂടെ ഒരു ഭേദപ്പെട്ട തുടക്കം കുറിച്ചതിനു ശേഷം എന്താണ്?"

ജറാൾഡ് മറ്റേയാളുടെ പരിഹാസം കലർന്ന ഫലിതംകേട്ട് പൊട്ടിച്ചിരിച്ചു. പക്ഷേ,അയാൾ അതിനിടയിൽ ആഴത്തിലുള്ള ആലോചന കൂടി നടത്തിയിരുന്നു.

"നമ്മൾ ഇതുവരെ അവിടെ എത്തിച്ചേർന്നിട്ടില്ല "അയാൾ മറുപടി പറഞ്ഞു. "ധാരാളം ആളുകൾ ഇപ്പോഴും മുയലിനും അത് പാചകം ചെയ്യാനുള്ള ഇന്ധനത്തിനും വേണ്ടി കാത്തുനില്ക്കുന്നുണ്ട്."

"അതായത് നിങ്ങൾ കൽക്കരി കൊണ്ടുവരുമ്പോൾ ഞാൻ നിശ്ചയമായും മുയലിനു പിന്നാലെ ഓടിയിരിക്കണം." ജറാൾഡിനെ കളിയാക്കിക്കൊണ്ട് ബിർക്കിൻ പറഞ്ഞു.

"അതുപോലെ എന്തൊക്കെയോ ചെയ്യണം" ജറാൾഡ് പറഞ്ഞു.

ബിർക്കിൻ അയാളെ സൂക്ഷ്മമായി പരിശോധിച്ചു. അയാൾ ഇള ക്കംതട്ടാത്ത കഠിനമായ നിർദ്ദയത്വം കണ്ടു. ജറാൾഡിന്റെ വിശ്വസനീയ മായ ഉല്പാദനക്ഷമതയുടെ ധർമ്മശാസ്ത്രത്തിലൂടെ അയാൾക്ക് മിന്നി ത്തിളങ്ങുന്ന അസാധാരണമായ ദ്രോഹചിന്തപോലും കാണാൻ കഴിഞ്ഞു.

"ജറാൾഡ്" അയാൾ പറഞ്ഞു. "ഞാൻ നിങ്ങളെ ഏറെക്കുറെ വെറു ക്കുന്നുണ്ട്."

"എനിക്കറിയാം" ജറാൾഡ് പറഞ്ഞു. "എന്തിനാണ് നിങ്ങൾ എന്നെ വെറുക്കുന്നത്?" ബിർക്കിൻ കുറച്ച് സമയത്തേക്ക് തിരിച്ചറിയാൻ കഴി യാത്ത ആലോചനയിൽ മുഴുകി. ഒടുവിൽ അയാൾ പറഞ്ഞു. "എന്റെ വെറുപ്പ് നിങ്ങൾ മനസ്സിലാക്കിയിട്ടുണ്ടെന്ന് എനിക്ക് അറിയാം. നിങ്ങൾ എന്നെങ്കിലും എന്നെ ബോധപൂർവ്വം വെറുത്തിട്ടുണ്ടോ? നിഗൂഢമായ വെറുപ്പ് തോന്നിയിട്ടുണ്ടോ? ഞാൻ നിങ്ങളെ ഭയങ്കരമായി വെറുത്ത നിമി ഷങ്ങൾ ഉണ്ട്."

ജറാൾഡിന് സാമാന്യം അമ്പരപ്പ് തോന്നി. എന്തുപറയണമെന്ന് അയാൾക്ക് അറിയില്ല.

"ഞാൻ നിങ്ങളെ ചില സമയങ്ങളിൽ വെറുത്തിട്ടുണ്ടാകാം." അയാൾ പറഞ്ഞു. "പക്ഷേ, ഞാൻ അത് മനസ്സിലാക്കിയിരുന്നില്ല. ഒരിക്കലും അത് മനസ്സിലാക്കിയിരുന്നില്ല."

"അത് കൂടുതൽ മോശമായിപ്പോയി." ബിർക്കിൻ പറഞ്ഞു.

ജറാൾഡ് ജിജ്ഞാസയോടെ അയാളെ ശ്രദ്ധിച്ചു. അയാൾക്ക് ബിർക്കിനെ പിടികിട്ടിയില്ല.

"അത് കൂടുതൽ മോശം അല്ലേ?" അയാൾ ആവർത്തിച്ചു.

ട്രെയിൻ ഓടിക്കൊണ്ടിരിക്കുന്നതിനിടയിൽ അവർക്കിടയിൽ ഒരു നിശ്ശ ബ്ദത ഉണ്ടായി. ബിർക്കിന്റെ മുഖത്ത് കോപം കൊണ്ടുള്ള പിരിമുറുക്കം ഉണ്ടായിരുന്നു. ചുഴിഞ്ഞിറങ്ങുന്ന പുരികങ്ങൾ കൂടുതൽ അടുത്തിരുന്നു. ജറാൾഡ് ഏറെക്കുറെ കണക്കുകൂട്ടലോടെ തന്നെ ബിർക്കിനെ ശ്രദ്ധി ച്ചുകൊണ്ടിരുന്നു. കാരണം അയാൾ എന്തിനുള്ള പുറപ്പാടാണെന്ന് ജറാൾഡിന് തീരുമാനിക്കാൻ കഴിഞ്ഞിരുന്നില്ല.

പെട്ടെന്ന് ജറാൾഡിന്റെ കണ്ണുകളെ കീഴ്പ്പെടുത്തുന്ന തരത്തിൽ ബിർക്കിൻ അയാളുടെ കണ്ണുകളിലേക്ക് നേരിട്ട് നോക്കി.

"ജറാൾഡ്, നിങ്ങളുടെ ജീവിതത്തിന്റെ ഉദ്ദേശ്യവും ലക്ഷ്യവും എന്താ ണെന്നാണ് നിങ്ങൾ വിചാരിക്കുന്നത്?"അയാൾ ചോദിച്ചു.

"ഈ നിമിഷത്തിൽ എനിക്ക് കണ്ണടച്ച് പറയാൻ കഴിയില്ല." വീണ്ടും ജറാൾഡ് പിന്നോട്ട് മാറി. അയാളുടെ കൂട്ടുകാരൻ എന്താണ് ഉദ്ദേശിക്കു ന്നതെന്ന് അയാൾക്ക് മനസ്സിലാക്കാൻ കഴിഞ്ഞില്ല. അയാൾ തന്നെ തോണ്ടുകയാണോ അതോ വെറുതെ പറയുകയാണോ?"

"ജീവിതത്തിന്റെ അർത്ഥവും അവസാനവും സ്നേഹമാണെന്ന് നിങ്ങൾ വിശ്വസിക്കുന്നുണ്ടോ?" ബിർക്കിൻ ഗൗരവം പുറത്ത് കാണി

ച്ചുകൊണ്ട് ചോദിച്ചു.

"എന്റെ ജീവിതത്തിന്റെയാണോ?" ജറാൾഡ് ചോദിച്ചു.

"അതെ."

അവിടെ ശരിക്കും അമ്പരപ്പിക്കുന്ന ഒരു ഇടവേള ഉണ്ടായി.

"എനിക്ക് പറയാൻ കഴിയില്ല." ജറാൾഡ് പറഞ്ഞു. "ഞാൻ അതു ആലോചിച്ചിട്ടില്ല."

"ഇതുവരെ നിങ്ങളുടെ ജീവിതം എന്തായിരുന്നു?"

"അത് ഞാൻ പറയാം. എനിക്കു വേണ്ടി കാര്യങ്ങൾ കണ്ടെത്തുക പരിചയിക്കുക; കാര്യങ്ങൾ മുന്നോട്ടു നീക്കുക."

ഉരുക്കുകൊണ്ട് കൃത്യമായി വാർത്തെടുത്തതാണ് തന്റെ പുരികങ്ങൾ എന്ന മട്ടിൽ ബിർക്കിൻ വളരെ പാടുപെട്ട് പുരികം ചുളിച്ചു.

അയാൾ പറഞ്ഞു. "ഒരാൾക്ക് യഥാർത്ഥത്തിൽ ശുദ്ധമായ അടുപ്പമുള്ള മറ്റൊരാളുടെ ആവശ്യമുണ്ടെന്നാണ് എനിക്ക് തോന്നുന്നത്. സ്നേഹത്തെ ശുദ്ധമായ ഒരു പ്രവർത്തനമായി എനിക്ക് വിലയിരുത്താൻ കഴിയും. പക്ഷേ, ഞാൻ സത്യത്തിൽ ഇപ്പോൾ ആരേയും സ്നേഹിക്കുന്നില്ല."

"നിങ്ങൾ എന്നെങ്കിലും ആരെയെങ്കിലും യഥാർത്ഥത്തിൽ സ്നേഹിച്ചിട്ടുണ്ടോ?"ജറാൾഡ് ചോദിച്ചു.

"ഉണ്ട്. ഇല്ല." ബിർക്കിൻ മറുപടി പറഞ്ഞു.

"ഉറപ്പിച്ച് പറഞ്ഞാൽ?" ജറാൾഡ് ചോദിച്ചു.

"ഉറപ്പിച്ച് പറഞ്ഞാൽ; ഇല്ല." ബിർക്കിൻ പറഞ്ഞു.

"ഞാനും സ്നേഹിച്ചിട്ടില്ല." ജറാൾഡ് പറഞ്ഞു.

"നിങ്ങൾക്ക് സ്നേഹിക്കാൻ ആഗ്രഹമുണ്ടോ?" ബിർക്കിൻ ചോദിച്ചു.

ജറാൾഡ് മറ്റേയാളുടെ കണ്ണിലേക്ക് വളരെനേരം നോക്കി. ജറാൾഡിന്റെ കണ്ണുകളിൽ പുച്ഛം നിഴലിച്ചിരുന്നു.

"എനിക്കറിയില്ല." ജറാൾഡ് പറഞ്ഞു.

"എനിക്ക് അറിയാം എനിക്ക് സ്നേഹിക്കാൻ ആഗ്രഹമുണ്ട്." ബിർക്കിൻ പറഞ്ഞു.

"നിങ്ങൾക്കുണ്ടോ?"

"ഉണ്ട്. എനിക്ക് സ്നേഹത്തിന്റെ അവസാനം കാണണം."

"സ്നേഹത്തിന്റെ അവസാനം" ജറാൾഡ് ആവർത്തിച്ചു. എന്നിട്ട് ഒരുനിമിഷം കാത്തു നിന്നതിനു ശേഷം അയാൾ കൂട്ടിച്ചേർത്തു. "ഒരു സ്ത്രീയിലാണോ?" പുറത്തെ മഞ്ഞ വെളിച്ചത്തിന്റെ വേലിയേറ്റം ബിർക്കിന്റെ മുഖത്ത് അവ്യക്തമായ ഒരു പിരിമുറുക്കമായി പ്രതിഫലിക്കുന്നുണ്ടായിരുന്നു. പക്ഷേ, ജറാൾഡിന് അത് വ്യക്തമായിരുന്നില്ല.

"അതെ. ഒരു സ്ത്രീ." ബിർക്കിൻ പറഞ്ഞു.

പക്ഷേ, അയാളുടെ സംസാരത്തിൽ ആത്മവിശ്വാസത്തേക്കാൾ കൂടുതൽ ഒരു നിർബ്ബന്ധബുദ്ധിയാണ് ജറാൾഡ് തിരിച്ചറിഞ്ഞത്.

"എനിക്ക് ഒരു സ്ത്രീയേയും വിശ്വാസമില്ല. ഒരു സ്ത്രീ ഒഴിച്ചുള്ള

തെന്തും എനിക്ക് ജീവിതം തരും." ജറാൾഡ് പറഞ്ഞു.

"ജീവിതത്തിന്റെ കാതലും കേന്ദ്രവും അതുതന്നെയല്ലേ? നിങ്ങളും ഒരു സ്ത്രീയും തമ്മിലുള്ള സ്നേഹം."

മറ്റേയാളെ ശ്രദ്ധിച്ച് കൊണ്ടിരിക്കുന്നതിനിടയിൽ അസാധാരണവും അപകടകരവുമായ ഒരു പുഞ്ചിരികൊണ്ട് ജറാൾഡിന്റെ കണ്ണുകൾ ചെറുതായി.

"എനിക്ക് ഒരിക്കലും ആ രീതിയിൽ അനുഭവപ്പെട്ടിട്ടില്ല." അയാൾ പറഞ്ഞു.

"അനുഭവപ്പെട്ടിട്ടില്ലെന്നോ? അപ്പോൾ നിങ്ങൾക്ക് ജീവിതം എവിടെയാണ് കേന്ദ്രീകരിക്കുന്നത്?" ബിർക്കിൻ ചോദിച്ചു.

"എനിക്ക് അറിയില്ല. മറ്റാരെങ്കിലും എനിക്ക് പറഞ്ഞുതരണമെന്ന് ഞാൻ ആഗ്രഹിക്കുന്ന കാര്യമാണത്. എനിക്ക് മനസ്സിലാക്കാൻ കഴിയുന്ന കാര്യം ജീവിതം അതിൽ കേന്ദ്രീകരിക്കുന്നില്ല എന്നതാണ്. സമൂഹത്തിന്റെ യാന്ത്രികമായ പ്രവർത്തനം ജീവിതത്തെ കൃത്രിമമായി അവിടെ കൂട്ടിക്കെട്ടി നിർത്തിയിരിക്കുകയാണ്."

തനിക്ക് ഏതെങ്കിലും പുതിയ കാര്യങ്ങൾ പറയണം എന്ന മട്ടിൽ ബിർക്കിൻ ആലോചിച്ചുകൊണ്ടിരുന്നു.

"എനിക്ക് അറിയാം" അയാൾ പറഞ്ഞു. "അത് ഒരിക്കലും കേന്ദ്രമല്ല. പഴയ മാതൃകകൾ മരിച്ചുകഴിഞ്ഞു. അവിടെ അവശേഷിക്കുന്നത് ഒരുസ്ത്രീയുമായുള്ള പരിപൂർണ്ണമായ ഒത്തുചേരൽ മാത്രമാണെന്നാണ് എനിക്ക് തോന്നുന്നത്. ഒരുതരം അടിസ്ഥാനപരമായ വിവാഹം. അതല്ലാതെ മറ്റൊന്നും അവിടെ ഇല്ല."

"സ്ത്രീ ഇല്ലെങ്കിൽ ഒന്നുമില്ലെന്നാണോ നിങ്ങൾ ഉദ്ദേശിക്കുന്നത്?" ജറാൾഡ് ചോദിച്ചു.

"അതുതന്നെ. ദൈവംപോലും ഉണ്ടാവില്ല." ബിർക്കിൻ പറഞ്ഞു.

"അപ്പോൾ നമുക്ക് അത് മനസ്സിലാക്കാൻ ബുദ്ധിമുട്ടാണ്." ജറാൾഡ് പറഞ്ഞു. അതിനുശേഷം പറന്നകലുന്ന സ്വർണ്ണപ്പാടങ്ങളിലേക്ക് നോക്കാൻ വേണ്ടി അയാൾ ജനാലയുടെ അടുത്തേക്ക് തിരിഞ്ഞു.

താല്പര്യക്കുറവ് കാണിക്കാനുള്ള ധൈര്യത്തോടൊപ്പം അയാളുടെ മുഖം എത്രമാത്രം സൗന്ദര്യമുള്ളതും തന്റേടമുള്ളതുമാണെന്ന് ശ്രദ്ധിക്കാതിരിക്കാൻ ബിർക്കിന് കഴിഞ്ഞില്ല.

"ഞങ്ങളെ എതിർക്കേണ്ട അസാധാരണമായ കാര്യങ്ങളുണ്ടെന്ന് നിങ്ങൾ വിശ്വസിക്കുന്നു." ബിർക്കിൻ പറഞ്ഞു.

"സ്ത്രീയിലൂടെ, ഒരു സ്ത്രീയിലൂടെ, സ്ത്രീയിലൂടെ മാത്രം നമ്മുടെ ജീവിതം കരുപ്പിടിപ്പിക്കണമെന്നുണ്ടെങ്കിൽ ഞാൻ അത് ചെയ്യും" ജറാൾഡ് പറഞ്ഞു. "എന്റെ ജീവിതം അങ്ങനെയാകുമെന്ന് എന്തായാലും ഞാൻ വിശ്വസിക്കുന്നില്ല."

ബിർക്കിൻ കോപത്തോടെ അയാളെ ശ്രദ്ധിക്കുന്നുണ്ടായിരുന്നു.

"നിങ്ങൾ ജന്മനാതന്നെ ഒരു അവിശ്വാസിയാണ്."അയാൾ പറഞ്ഞു.

"എനിക്ക് തോന്നുന്നത് എന്റെ മാത്രം തോന്നലാണ്." ജറാൾഡ് പറഞ്ഞു. തീക്ഷ്ണമായ തിളക്കമുള്ള തന്റെ പുരുഷത്വമുള്ള നീലക്കണ്ണുകൾകൊണ്ട് അയാൾ ബിർക്കിനെ പരിഹാസത്തോടെ നോക്കി. ആ സമയത്ത് ബിർക്കിന്റെ കണ്ണുകളിൽ കോപം നിറഞ്ഞിരുന്നു. പക്ഷേ, പെട്ടെന്ന് കണ്ണുകളിൽ ആശങ്ക പടർന്നു. പിന്നീട് ധാരാളം സ്നേഹവും അതിനുശേഷം പൊട്ടിച്ചിരിയും. "ജറാൾഡ് ഇത് എന്നെ വളരെ അധികം വിഷമിപ്പിക്കുന്നു" പുരികം ചുളിച്ചുകൊണ്ട് അയാൾ പറഞ്ഞു.

"എനിക്ക് അത് മനസ്സിലാകുന്നുണ്ട്." പെട്ടെന്ന് ആണുങ്ങളെ പോലെ വാ തുറന്ന് പൊട്ടിച്ചിരിച്ചുകൊണ്ട് ജറാൾഡ് പറഞ്ഞു.

മറ്റേ മനുഷ്യൻ ബോധപൂർവ്വമല്ലാതെ ജറാൾഡിനെ സ്വാധീനിച്ചു. ജറാൾഡ് മറ്റേയാളുടെ അടുത്തുണ്ടാകാൻ ആഗ്രഹിച്ചു. അയാളുടെ സ്വാധീനപരിധിക്കുള്ളിൽ നില്ക്കാൻ ജറാൾഡ് ആഗ്രഹിച്ചു. ബിർക്കിനിൽ വളരെ പൊരുത്തമുള്ള എന്തോ ചിലത് ജറാൾഡിന് ഉണ്ടായിരുന്നു. പക്ഷേ, ഇതുവരെ ഇതിനപ്പുറത്തേക്ക് അയാൾ ഒന്നുംതന്നെ കൂടുതൽ ശ്രദ്ധിച്ചിട്ടില്ല. മറ്റേ മനുഷ്യന് അറിയാവുന്നതിലും കൂടുതൽ ശക്തവും നശിക്കാത്തതുമായ സത്യങ്ങൾ താൻ എന്ന ജറാൾഡിന് സ്വയം അറിയാമെന്ന് അയാൾക്ക് തോന്നി. തനിക്ക് കൂടുതൽ അറിവുണ്ടെന്നും പ്രായമുണ്ടെന്നും ജറാൾഡിന് തോന്നി. അയാളുടെ കൂട്ടുകാരന്റെ പെട്ടെന്നുള്ള സൗഹൃദവും ബുദ്ധിപൂർവ്വമുള്ള സംസാരവുമാണ് ജറാൾഡിന് കൂടുതൽ ഇഷ്ടപ്പെട്ടത്. പെട്ടെന്ന് വാക്കുകൾ പ്രയോഗിക്കുന്നതും പെട്ടെന്ന് വികാരങ്ങൾ കൈമാറുന്നതും അയാൾ ആസ്വദിച്ചു. വാക്കുകളുടെ യഥാർത്ഥത്തിലുള്ള അർത്ഥത്തെ പറ്റി അയാൾ ഒരിക്കലും ആലോചിച്ചില്ല. അയാൾക്ക് അത് കൂടുതൽ നന്നായി അറിവുണ്ട്.

ബിർക്കിന് ഇത് മനസ്സിലായിരുന്നു. തന്നെപ്പറ്റി വാത്സല്യം തോന്നണമെന്ന് ജറാൾഡ് ആഗ്രഹിക്കുന്നുണ്ടെന്ന് അയാൾക്ക് അറിയാം. തന്നെ ഗൗരവത്തിലെടുക്കരുതെന്നും ജറാൾഡിന് ആഗ്രഹമുണ്ട്. ഇത് ബിർക്കിനെ പാറപോലെ തണുപ്പിച്ചു. ട്രെയിൻ ഓടിക്കൊണ്ടിരുന്നപ്പോൾ അയാൾ പുറത്തെ പ്രകൃതിയിലേക്ക് നോക്കിക്കൊണ്ടിരുന്നു. ജറാൾഡിനെ അയാൾ കൈവെടിഞ്ഞു. ജറാൾഡ് അയാൾക്ക് ഒന്നുമല്ലാതായി.

ബിർക്കിൻ പുറത്തെ പ്രകൃതിയിലേക്ക് നോക്കിയിരുന്ന് ആലോചിച്ചുകൊണ്ടിരുന്നു. "ശരി, നമ്മുടെ മനുഷ്യവംശംതന്നെ സോംദോം* പോലെ നശിപ്പിക്കപ്പെട്ടതിനുശേഷവും തിളങ്ങുന്ന മരങ്ങളും ഭൂമിയും അവശേഷിക്കുന്ന ഇതുപോലൊരു മനോഹരമായ വൈകുന്നേരം അവശേഷിക്കുകയാണെങ്കിൽ ഞാൻ അതുകൊണ്ടുമാത്രം സംതൃപ്തനാണ്. അത് എല്ലാം നിലനില്ക്കുന്നുണ്ടെന്നും ഒരിക്കലും നഷ്ടപ്പെടില്ലെന്നും വിളംബരം ചെയ്യും. എന്തായാലും മനുഷ്യവർഗ്ഗം ദുർഗ്രഹമായ കാര്യങ്ങളുടെ ഒരു ആവിഷ്കരണം മാത്രമാണ്. അതുകൊണ്ട് മനുഷ്യവർഗ്ഗം കടന്ന്

* ദുഷ്ടതയും ദുർമ്മാർഗ്ഗവും കൂടിയതുകൊണ്ട് ദൈവം നശിപ്പിച്ച നഗരം

പോകുകയാണെങ്കിൽ അതിന്റെ അർത്ഥം ഈ പ്രത്യേക ആവിഷ്കരണം അവസാനിച്ചു എന്ന് മാത്രമാണ്. ആവിഷ്കരിച്ച കാര്യങ്ങൾക്കും ആവിഷ്കരിക്കേണ്ട കാര്യങ്ങൾക്കും കുറവു സംഭവിക്കുകയില്ല. മനുഷ്യവർഗ്ഗം കടന്നുപോകട്ടെ. സൃഷ്ടിപരമായ ആവിഷ്കാരങ്ങൾ അവസാനിക്കില്ല. അവ മാത്രം അവിടെ ഉണ്ടായിരിക്കും. അവിടെ പുതിയ രീതിയിലുള്ള ഒരു പുതിയ സാക്ഷാല്ക്കാരം ഉണ്ടാകും. മനുഷ്യവർഗ്ഗം എത്രയും വേഗം അപ്രത്യക്ഷമാകട്ടെ."

"നിങ്ങൾ ലണ്ടനിൽ എവിടെയാണ് താമസിക്കുന്നത്?" ജറാൾഡ് ചോദ്യം കൊണ്ട് അയാളുടെ ആലോചനയെ തടസ്സപ്പെടുത്തി.

ബിർക്കിൻ അയാളുടെ മുഖത്തേക്ക് നോക്കി. "സോഹോയിലുള്ള ഒരു മനുഷ്യന്റെ കൂടെ. ഫ്ളാറ്റിന്റെ വാടകയുടെ ഒരുഭാഗം ഞാൻ കൊടുക്കുന്നു. എനിക്ക് ഇഷ്ടമുള്ളപ്പോഴൊക്കെ ഞാൻ അവിടെ താമസിക്കും."

"നല്ല ആശയം. ഏകദേശം നിങ്ങൾക്ക് സ്വന്തമെന്ന് പറയാവുന്ന ഒരു സ്ഥലം" ജറാൾഡ് പറഞ്ഞു.

"അതെ. പക്ഷേ, എനിക്ക് വലിയ താല്പര്യം ഇല്ല. അവിടെ എനിക്ക് ഇടപെടേണ്ടിവരുന്ന ആളുകൾ കാരണം ഞാൻ തളർന്നിരിക്കുന്നു."

"ഏതുതരത്തിലുള്ള ആളുകൾ?"

"കല-സംഗീതം-ലണ്ടൻ ബൊഹീമിയ*- ചില്ലറത്തുട്ടുകൾ എണ്ണിക്കൊണ്ടിരിക്കുന്ന അങ്ങേയറ്റം നിസ്സാരന്മാരായ ബൊഹീമിയക്കാർ. പക്ഷേ, ചുരുക്കം ചില മാന്യന്മാരും ഉണ്ട്. ചില കാര്യങ്ങളിലെങ്കിലും അവർ മാന്യന്മാരാണ്. അവർ സത്യത്തിൽ ലോകത്തെ നേരിട്ട് നിരാകരിക്കുന്നവരാണ്. ഒരുപക്ഷേ, അവർ ജീവിക്കുന്നത് നിരാകരണത്തിന്റെയും നിഷേധത്തിന്റെയും അർത്ഥസൂചനയിലൂടെ മാത്രമാണ്. പക്ഷേ, ഏത് രീതിയിലും നിഷേധം നിഴലിക്കുന്ന കാര്യങ്ങൾ."

"അവർ എന്താണ്? ചിത്രകാരന്മാരാണോ? സംഗീതജ്ഞരാണോ?"

"ചിത്രകാരന്മാർ, സംഗീതജ്ഞർ, എഴുത്തുകാർ, മോഡലുകൾ, പുരോഗമനക്കാരായ ചെറുപ്പക്കാർ, എല്ലായോഗങ്ങളിലും പങ്കെടുക്കുന്ന എന്നാൽ ഒന്നിന്റെയും ഭാഗമാകാത്ത കുറേപ്പേർ. അവരിൽ കൂടുതലും സർവ്വകലാശാലയിൽ നിന്നും നേരിട്ട് വരുന്ന ചെറുപ്പക്കാരാണ്. അവർ പറയുന്നതുപോലെ പറഞ്ഞാൽ സ്വന്തം ജീവിതം ജീവിക്കുന്ന പെൺകുട്ടികളും ഉണ്ട്."

"പ്രത്യേകിച്ചും ബന്ധങ്ങളൊന്നുമില്ലാതെയാണോ?"

ബിർക്കിന് അയാളിൽ ജിജ്ഞാസ വർദ്ധിക്കുന്നത് കാണാൻ കഴിഞ്ഞിരുന്നു.

"ഒരുതരത്തിൽ അങ്ങനെയാണെന്ന് പറയാം. പക്ഷേ, മറ്റൊരുതരത്തിൽ അവർക്ക് ശക്തമായ ബന്ധങ്ങളുണ്ട്."

അയാൾ ജറാൾഡിനെ നോക്കി. അസാധാരണമായ ആസക്തിയുടെ

---

* ജിപ്സികൾ ബൊഹീമിയയിൽ നിന്ന് ആരംഭിച്ചവരാണെന്നുള്ള വിശ്വാസത്തിൽ കലാകാരന്മാരുടെ സമൂഹത്തിനെ അർത്ഥമാക്കിയുള്ള പദപ്രയോഗം.

ചെറുനാളങ്ങൾ ജറാൾഡിന്റെ നീലക്കണ്ണുകളിൽ തിളങ്ങുന്നത് അയാൾ കണ്ടു. ജറാൾഡ് എന്തുമാത്രം സുന്ദരനാണെന്നും അയാൾ കണ്ടു. അയാളുടെ നീലക്കണ്ണുകളിൽ ചുഴിഞ്ഞിറങ്ങുന്ന ഒരു തണുത്ത വെളിച്ചം കത്തിക്കൊണ്ടിരുന്നു. അയാളുടെ ശരീരത്തിന് സഹിഷ്ണുതയുടെ ഒരു മനോഹാരിത ഉണ്ടായിരുന്നു.

"നമുക്ക് പരസ്പരം നമ്മളെപ്പറ്റി ചോദിച്ചറിയാം — ഞാൻ രണ്ടോ മൂന്നോ ദിവസം ലണ്ടനിൽ ഉണ്ടാകും." ജറാൾഡ് പറഞ്ഞു.

"അതു ശരി"ബിർക്കിൻ പറഞ്ഞു. "എനിക്ക് നൃത്തശാലയിലോ സംഗീത വിരുന്നിനോ പോകാൻ ആഗ്രഹമില്ല. നിങ്ങൾക്ക് എന്റെ ഫ്ളാറ്റിൽ വന്നാൽ ഹില്ലിഡെയേയും അയാളുടെ സംഘത്തിനെയും കാണാം.

"നന്ദി. എനിക്ക് താല്പര്യമുണ്ട്" ജറാൾഡ് പൊട്ടിച്ചിരിച്ചു. "ഇന്ന് രാത്രിയിൽ നിങ്ങൾ എന്താണ് ചെയ്യുന്നത്?"

"ഞാൻ പോംപഡോറിൽവെച്ച് ഹില്ലിഡെയെ കാണാമെന്ന് ഏറ്റിട്ടുണ്ട്. അതൊരു മോശം സ്ഥലമാണ്. പക്ഷേ, വേറെ സ്ഥലമില്ല."

"അതു എവിടെയാണ്?"

"പിക്കാഡില്ലി സർക്കസിൽ."

"ഓ! ശരി. എനിക്ക് അവിടേക്ക് വരാമോ?"

"നിശ്ചയമായും, അവിടം നിങ്ങളെ വിസ്മയിപ്പിക്കും."

സന്ധ്യയാകാൻ തുടങ്ങിയിരുന്നു. അവർ ബഡ്ഫോർഡ് പിന്നിട്ടു. ബിർക്കിൻ ചുറ്റുപാടുകൾ ശ്രദ്ധിച്ചു. അയാൾക്ക് ഒരുതരം നൈരാശ്യം ബാധിച്ചു. ലണ്ടനിലേക്ക് അടുത്തുകൊണ്ടിരിക്കുമ്പോൾ എല്ലാസമയത്തും അയാൾക്ക് ഇങ്ങനെ തോന്നാറുണ്ട്. മനുഷ്യവർഗ്ഗത്തോടുള്ള അയാളുടെ ഇഷ്ടക്കേട് ഏകദേശം ഒരു രോഗമായി വളർന്നിരുന്നു.

അയാൾ വധശിക്ഷയ്ക്ക് വിധിക്കപ്പെട്ട ഒരുവനെപ്പോലെ മുറുമുറുക്കുന്നുണ്ടായിരുന്നു. എല്ലാകാര്യങ്ങളിലും സൂക്ഷ്മതയുള്ള ജറാൾഡ് മുന്നോട്ട് കുനിഞ്ഞ് പുഞ്ചിരിച്ചുകൊണ്ട് ചോദിച്ചു.

"നിങ്ങൾ എന്താണ് പറഞ്ഞുകൊണ്ടിരിക്കുന്നത്?" ബിർക്കിൻ അയാളെ നോക്കി പൊട്ടിച്ചിരിച്ചു.

ഇപ്പോൾ ജറാൾഡും പ്രകൃതിയിലേക്ക് നോക്കിക്കൊണ്ടിരിക്കാൻ തുടങ്ങി. ബിർക്കിൻ എന്ത് കാരണം കൊണ്ടാണെന്ന് അറിയില്ല ഇപ്പോൾ ക്ഷീണിതനായിരുന്നു. അയാൾ താല്പര്യക്കുറവോടെ ജറാൾഡിനോട് പറഞ്ഞു.

"ട്രെയിൻ ലണ്ടനിലേക്ക് ഓടിയെത്തുമ്പോൾ എല്ലായ്പ്പോഴും എനിക്ക് നശിച്ചെന്ന് തോന്നും. ഇത് ലോകാവസാനം ആണെന്ന തരത്തിലുള്ള ഒരു നൈരാശ്യം എനിക്ക് തോന്നും."

"ശരിയാണോ!" ജറാൾഡ് ചോദിച്ചു. "ലോകാവസാനം നിങ്ങൾക്ക് പേടിയാണോ?"

ബിർക്കിൻ വളരെ സാവധാനത്തിൽ തോളുകൾ ഉയർത്തി സംശയം പ്രകടിപ്പിച്ചു.

"എനിക്ക് അറിയില്ല" അയാൾ പറഞ്ഞു. "തലയ്ക്ക് മുകളിൽ അത് വീഴാതെ തൂങ്ങിക്കിടക്കുമ്പോൾ എനിക്ക് പേടി തോന്നുന്നുണ്ട്. പക്ഷേ, ആളുകൾ എനിക്ക് ഒരു വളരെ മോശം തോന്നലാണ് ഉണ്ടാകുന്നത്."

ജറാൾഡിന്റെ കണ്ണുകളിൽ ഉത്സാഹം നിറഞ്ഞ സന്തോഷത്തിന്റെ പുഞ്ചിരി കാണാനുണ്ടായിരുന്നു.

"അതെന്താണ്?" അയാൾ ചോദിച്ചു. അതിനുശേഷം അയാൾ ബിർക്കിനെ വിമർശനബുദ്ധിയോടെ ശ്രദ്ധിച്ചു നോക്കി.

ഏതാനും മിനിറ്റുകൾക്കുള്ളിൽ ട്രെയിൻ പരന്ന് കിടക്കുന്ന ലണ്ടന്റെ അധഃപതിച്ച ഭാഗങ്ങളിലൂടെ ഓടുകയായിരുന്നു. വണ്ടിയിലുള്ളവരെല്ലാം ജാഗ്രതയോടെ രക്ഷപ്പെടാൻ വേണ്ടി കാത്തുനില്ക്കുകയായിരുന്നു. ഒടുവിൽ നഗരത്തിന്റെ നിഴലായി മാറിക്കഴിഞ്ഞ സ്റ്റേഷന്റെ വലിയ കമാനത്തിനടിയിൽ അവർ എത്തിച്ചേർന്നു.

അവർ രണ്ടും ഒന്നിച്ച് ഒരു ടാക്സിയിൽ കയറി.

"ശപിക്കപ്പെട്ടവരിൽ ഒരാളാണ് നിങ്ങളെന്ന് തോന്നുന്നില്ലേ?" വേഗത്തിൽ ഓടിക്കൊണ്ടിരുന്ന അടച്ച് പൂട്ടിയ ചെറിയ വണ്ടിയിലിരുന്ന് ഭയങ്കരമായ നിരത്തിലേക്കു നോക്കിയിരിക്കുമ്പോൾ ബിർക്കിൻ ചോദിച്ചു.

"ഇല്ല." ജറാൾഡ് പൊട്ടിച്ചിരിച്ചു.

"ഇത് ശരിക്കും മരണമാണ്."ബിർക്കിൻ പറഞ്ഞു.

6

ഹോട്ടലിൽ

കുറച്ച് സമയം കഴിഞ്ഞ് അവർ ഹോട്ടലിൽ വെച്ച് വീണ്ടും കണ്ടുമുട്ടി. ജറാൾഡ് കതക് തള്ളിത്തുറന്ന് ഒരു വലിയ മുറിയിലേക്ക് കടന്നു. അവിടെ പുകയുടെ മൂടൽമഞ്ഞിലൂടെ കുടിയന്മാരുടെ മുഖങ്ങൾ അവ്യക്തമായി കാണുന്നുണ്ടായിരുന്നു. അതിനേക്കാൾ അവ്യക്തമായും ആയിരം മടങ്ങായും ആ മുഖങ്ങൾ ചുറ്റുമുള്ള കണ്ണാടികളിൽ പ്രതിഫലിച്ചു. അതുകൊണ്ട് പുകയിലയുടെ നീലപുകയ്ക്കുള്ളിൽ ഇരമ്പുന്ന നിഴലുകളായി മാറിയ കുടിയന്മാരുടെ അവ്യക്തമായ ഒരു ലോകത്തേക്കാണ് താൻ കടന്നുചെല്ലുന്നതെന്നുള്ള തോന്നൽ ഒരാൾക്ക് ഉണ്ടാകും. എന്തായാലും ആനന്ദത്തിന്റെ കുമിളകൾക്കുള്ളിൽ യോഗ്യത നല്കുന്നതിന് വേണ്ടി അവിടെ ചുവന്ന, ആഡംബരം നിറഞ്ഞ ഇരിപ്പിടങ്ങൾ ഉണ്ടായിരുന്നു.

ജറാൾഡ് മേശകൾക്കിടയിലൂടെ ശ്രദ്ധാപൂർവ്വം തിളക്കമുള്ള ചലനങ്ങളോടെ പതുക്കെ മുന്നോട്ടുനടന്നു. അയാൾ കടന്നുപോകുമ്പോൾ ആളുകൾ നിഴൽപോലെയുള്ള മുഖങ്ങൾ ഉയർത്തി അയാളെ നോക്കി. അസാധാരണമായ ഒരു ചുറ്റുപാടിലേക്ക് അയാൾ കടന്നു ചെല്ലുന്നത് പോലെ തോന്നി. ദീപക്കാഴ്ചകൾ നിറഞ്ഞ ഒരു പുതിയസ്ഥലത്ത് ആതിഥേയരായിരിക്കുന്ന തന്നിഷ്ടക്കാരായ ആത്മാവുകളുടെ ഇടയിലേക്ക് പ്രവേശിച്ചതുപോലെ ഉണ്ട്. അയാൾക്ക് ഇഷ്ടമായി. അയാൾക്ക് നേരംപോക്ക് തോന്നി. മേശയിലേക്ക് കുനിഞ്ഞിരിക്കുന്ന മനുഷ്യരുടെ അസാധാരണമായ വെളിച്ചം തിളങ്ങുന്ന മുഖങ്ങളിലേക്ക് അയാൾ നോക്കി. ആ സമയത്ത് ബിർക്കിൻ എഴുന്നേറ്റുനിന്ന് അയാൾക്ക് സൂചന നല്കുന്നതു അയാൾ കണ്ടു.

ബിർക്കിന്റെ മേശയ്ക്കരികിൽ ഈജിപ്ഷ്യൻ രാജകുമാരിയെ പോ

ലെ കലാകാരികളുടെ രീതിയിൽ മുറിച്ച ഇരുണ്ട മുടിയുമായി ഒരു പെൺകുട്ടി ഉണ്ടായിരുന്നു. അവൾക്ക് വലിപ്പം കുറവായിരുന്നു. അവളുടെ ഇരുണ്ട കണ്ണുകളിൽ വിദ്വേഷം ഉണ്ടായിരുന്നു. അവളുടെ നിറം കണ്ണിന് സുഖം പകരുന്നതായിരുന്നു. അവളുടെ രൂപത്തിന് ഏതാണ്ട് സൗന്ദര്യത്തോളം എത്തുന്ന സ്ത്രീത്വം ഉണ്ടായിരുന്നു. ജറാൾഡിന്റെ കണ്ണുകളിൽ നിന്ന് പൊടുന്നനെ തീപ്പൊരി പ്രവഹിപ്പിക്കാൻ ഇടയാക്കുന്ന മൊത്തത്തിലുള്ള ഒരു ആകർഷണവും അവൾക്ക് ഉണ്ടായിരുന്നു.

ബിർക്കിൻ വിശ്വാസം വരാത്തമട്ടിൽ നോക്കിക്കൊണ്ട് അവളെ മിസ് ഡാറിങ്ടൺ എന്ന് പറഞ്ഞ് പരിചയപ്പെടുത്തി. അതുവരെ ജറാൾഡിനെ സൂക്ഷിച്ച് നോക്കിക്കൊണ്ടിരുന്ന മിസ് ഡാറിങ്ടൺ മനസ്സില്ലാ മനസ്സോടെ കൈനീട്ടി. ഇരിക്കുന്നതിനിടയിൽ ജറാൾഡിന്റെ മുഖം ചുവന്നു.

വെയ്റ്റർ പ്രത്യക്ഷപ്പെട്ടു. ജറാൾഡ് മറ്റ് രണ്ട് പേരുടെയും ഗ്ലാസുകളിലേക്ക് നോക്കി.

ബിർക്കിൻ പച്ചനിറമുള്ളതെന്തോ കുടിച്ചു കൊണ്ടിരിക്കുകയായിരുന്നു. മിസ്സ് ഡാറിങ്ടണിന്റെ മുന്നിൽ ഒരുതുള്ളി മദ്യം മാത്രം ബാക്കി വന്ന ഒരു ചെറിയ വീഞ്ഞ് ഗ്ലാസ് ഉണ്ടായിരുന്നു.

"നിങ്ങൾക്ക് കുറച്ചുകൂടി ആവാമല്ലോ?"

"ബ്രാൻഡി" അവസാനത്തെ തുള്ളി വലിച്ചുകുടിച്ചതിന് ശേഷം ഗ്ലാസ് കാലിയാക്കി മേശപ്പുറത്ത് വെച്ചുകൊണ്ട് അവൾ പറഞ്ഞു. വെയ്റ്റർ അപ്രത്യക്ഷനായി.

"ഇല്ല." അവൾ ബിർക്കിനോട് പറഞ്ഞു. "ഞാൻ തിരിച്ചെത്തിയിട്ടുണ്ടെന്ന് അയാൾക്ക് അറിയില്ല. എന്നെ ഇവിടെ കാണുമ്പോൾ അയാൾ പേടിച്ച് പോകും."

അവൾ സംസാരിക്കുമ്പോൾ ചില അക്ഷരങ്ങൾക്ക് കുഞ്ഞുങ്ങളുടെ ഉച്ചാരണം പോലെ കൊഞ്ഞ ഉണ്ടായിരുന്നു. അത് അവളുടെ സ്വഭാവത്തെ ബാധിച്ചിരുന്നു. അത് സ്വഭാവത്തിന് യോജിച്ചതുമായിരുന്നു. അവളുടെ ശബ്ദത്തിന് ഭാവമില്ലായിരുന്നു. അത് വിരസമായിരുന്നു.

"അയാൾ അപ്പോൾ എവിടെയാണ്?"ബിർക്കിൻ ചോദിച്ചു.

"അയാൾ ലേഡി സ്റ്റെൽഗ്രോവിന്റെ അടുത്ത് ഒരു സ്വന്തം പ്രദർശനം നടത്തുകയാണ്." പെൺകുട്ടി പറഞ്ഞു. "വാറൻസും അവിടെ ഉണ്ട്."

പിന്നീട് ഒരു നിശ്ശബ്ദത ആയിരുന്നു.

"ശരി" ബിർക്കിൻ നിർവ്വികാരമായി പറഞ്ഞു. അയാളുടെ സ്വരത്തിൽ സംരക്ഷണത്തിന്റെ ധ്വനി ഉണ്ടായിരുന്നു. "അപ്പോൾ നിങ്ങൾ എന്ത് ചെയ്യാനാണ് ഉദ്ദേശിക്കുന്നത്?"

"ഞാൻ ഒന്നും ചെയ്യാൻ ഉദ്ദേശിക്കുന്നില്ല."അവൾ മറുപടി പറഞ്ഞു.

"നിങ്ങൾ ആരുടെ അടുത്തുപോകും?"

"ഞാൻ ആദ്യം ബന്റ്ലെയെ കാണും. പക്ഷേ, അയാൾക്ക് ഓടിപ്പോയതിന്റെ ദേഷ്യം എന്നോടുണ്ടെന്ന് തോന്നുന്നു."

"അതു മഡോണ കാരണമാണോ?"

"അതെ, പിന്നീട് അയാൾക്ക് എന്നെ വേണമെന്നില്ലെങ്കിൽ കാർമാർത്തന്റെ അടുത്ത് എനിക്ക് ജോലികിട്ടുമെന്ന് എനിക്ക് അറിയാം."

"കാർമാർത്തൻ"

"കാർമാർത്തൻ പ്രഭു. അയാൾ ഫോട്ടോഗ്രാഫുകൾ ചെയ്യുന്നുണ്ട്."

"ഷിഫോൺ..."

"ഉണ്ട്. പക്ഷേ, അയാൾ ഭയങ്കര മാന്യനാണ്." അതിനുശേഷം ഒരു ഇടവേള ഉണ്ടായിരുന്നു.

"അപ്പോൾ ജൂലിയസിനെ നീ എന്ത് ചെയ്യാനാണ് പോകുന്നത്?"

"ഒന്നും ചെയ്യുന്നില്ല." അവൾ പറഞ്ഞു.

"ഞാൻ അയാളെ മറന്നുകളയും."

"നിങ്ങൾ അയാളോടൊപ്പം ഒന്നിച്ച് ചെയ്തിട്ടുണ്ട്. ഇല്ലേ?" പക്ഷേ, അവൾ ഇഷ്ടക്കേടോടെ മുഖം തിരിച്ചു. ആ ചോദ്യത്തിന് അവൾ മറുപടി പറഞ്ഞില്ല.

മറ്റൊരു ചെറുപ്പക്കാരൻ അവരുടെ അടുത്തേക്ക് അതിവേഗത്തിൽ നടന്നുവന്നു.

"ഹലോ ബിർക്കിൻ! ഹലോ ഡാറിങ്ടൺ; നിങ്ങൾ എപ്പോഴാണ് തിരിച്ചുവന്നത്?" അയാൾ ജിജ്ഞാസയോടെ ചോദിച്ചു.

"ഇന്ന്."

"ജൂലിയസ് ഹില്ലിഡെയ്ക്ക് അറിയാമോ?"

"എനിക്ക് അറിയില്ല, ഞാൻ അത് കാര്യമാക്കുന്നില്ല."

"ഹാ-ഹാ! കാറ്റ് ഇപ്പോഴും ആ വഴിക്കാണ്. അല്ലേ? ഞാൻ ഈ മേശയിലേക്ക് വരുന്നതിൽ വിരോധമുണ്ടോ?"

"ഞാൻ റൂപർട്ടിനോട് സംസാരിച്ചുകൊണ്ടിരിക്കുകയാണ്." അവൾ ഒരുകുട്ടിയെപ്പോലെ ശാന്തമായി വെട്ടിത്തുറന്ന് പറഞ്ഞു.

"തുറന്നുള്ള കുമ്പസാരം ആത്മാവിന് നല്ലതാണ്, ശരി." ചെറുപ്പക്കാരൻ പറഞ്ഞു. "അപ്പോൾ പിന്നെക്കാണാം."

ബിർക്കിനെയും ജറാൾഡിനെയും സൂക്ഷിച്ച് നോക്കിക്കൊണ്ട് ചെറുപ്പക്കാരൻ വെട്ടിത്തിരിഞ്ഞ് നടന്നുപോയി.

ഈ സമയത്തെല്ലാം ജറാൾഡിനെ ആരും ശ്രദ്ധിച്ചിരുന്നില്ല. എങ്കിലും ആ പെൺകുട്ടി തന്റെ സാന്നിദ്ധ്യം ശാരീരികമായി അറിയുന്നുണ്ടെന്ന് ജറാൾഡിന് തോന്നി. അയാൾ സംസാരം ശ്രദ്ധയോടെ കേട്ടുകൊണ്ടിരുന്നു. അവരുടെ സംസാരം ഇടമുറിഞ്ഞ് പോകാതിരിക്കാൻ അയാൾ പരിശ്രമിച്ചു.

"ലണ്ടൻ നിങ്ങൾക്ക് ശരിക്കും പരിചിതമാണോ?"

"അങ്ങനെ പറയാൻകഴിയില്ല." അയാൾ ചിരിച്ചു. "ഞാൻ ധാരാളം പ്രാവശ്യം വന്നിട്ടുണ്ട്. പക്ഷേ, ഈ സ്ഥലത്ത് മുമ്പൊരിക്കലും വന്നിട്ടില്ല."

"നിങ്ങൾ അപ്പോൾ ഒരു കലാകാരനല്ല?" അയാൾക്ക് താൻ ഒരു അന്യനാണെന്ന തോന്നൽ ഉണ്ടാക്കുന്ന ശബ്ദത്തിൽ അവൾ പറഞ്ഞു.

"അല്ല." അയാൾ മറുപടിപറഞ്ഞു.

"അയാൾ ഒരു പട്ടാളക്കാരനാണ്. അതുകൂടാതെ ഒരു അന്വേഷകനാണ്. വ്യവസായത്തിലെ ഒരു നെപ്പോളിയനാണ്. ബിർക്കിൻ ബൊഹീമിയയിൽ വരാനുള്ള അയാളുടെ യോഗ്യതകൾ നിരത്തി.

"നിങ്ങൾ പട്ടാളക്കാരനാണോ?" ഒരു തണുത്ത ജിജ്ഞാസയോടെ പെൺകുട്ടി ചോദിച്ചു.

"അല്ല. ഞാൻ എന്റെ കമ്മീഷൻ പദവി രാജിവെച്ചിട്ട് കൊല്ലങ്ങൾ കഴിഞ്ഞു." ജറാൾഡ് പറഞ്ഞു.

"അയാൾ കഴിഞ്ഞ യുദ്ധത്തിൽ ഉണ്ടായിരുന്നു." ബിർക്കിൻ പറഞ്ഞു.

"ശരിക്കും യുദ്ധത്തിൽ ഉണ്ടായിരുന്നോ?"പെൺകുട്ടി ചോദിച്ചു.

"പിന്നീട് അയാൾ ആമസോൺ പര്യവേക്ഷണം നടത്തി." ബിർക്കിൻ പറഞ്ഞു. "അതിനുശേഷം ഇപ്പോൾ അയാൾ കൽക്കരി ഖനികൾ ഭരിക്കുന്നു."

പെൺകുട്ടി ഏറ്റക്കുറച്ചിലില്ലാത്ത ശാന്തമായ ജിജ്ഞാസയോടെ ജറാൾഡിനെ നോക്കിക്കൊണ്ടിരുന്നു. തന്നെ പറ്റിയുള്ള വിവരണം കേട്ട് അയാൾ പൊട്ടിച്ചിരിച്ചു. അയാൾക്ക് അഭിമാനവും തോന്നുന്നുണ്ടായിരുന്നു. അയാളുടെ ചുഴിഞ്ഞിറങ്ങുന്ന നീലക്കണ്ണുകളിൽ ചിരിയുടെ വെളിച്ചം ഉണ്ടായിരുന്നു. അയാളുടെ എഴുന്നു നില്ക്കുന്ന വെളുത്തമുടികളുള്ള ചുവന്ന മുഖത്ത് സംതൃപ്തിനിറഞ്ഞു. അയാൾ അവളെ ഇഷ്ടത്തോടെ നോക്കി.

"നിങ്ങൾ എത്രകാലം ഇവിടെ താമസിക്കുന്നുണ്ട്?" അവൾ അയാളോട് ചോദിച്ചു.

"ഒന്നോ രണ്ടോ ദിവസം" അയാൾ മറുപടി പറഞ്ഞു. "പക്ഷേ, പ്രത്യേകിച്ച് തിരക്കൊന്നുമില്ല."

ഇപ്പോഴും അവൾ അയാളുടെ മുഖത്തേക്ക് സൂക്ഷിച്ച് നോക്കിക്കൊണ്ടിരുന്നു. അയാൾക്ക് അവളുടെ നോട്ടത്തിൽ കൗതുകവും ആവേശവും തോന്നി. അയാൾക്ക് അയാളെ പറ്റി ആഴത്തിലുള്ള ബോദ്ധ്യമുണ്ടായിരുന്നു. അയാളുടെ ആകർഷണീയതയെ പറ്റി അയാൾക്ക് ആഹ്ലാദം തോന്നിയിരുന്നു. ഒരുതരം വൈദ്യുതി പ്രവഹിക്കാൻ കഴിവുള്ള തരത്തിലുള്ള ശക്തി നിറഞ്ഞു നില്ക്കുന്നതായി അയാൾക്ക് അനുഭവപ്പെട്ടു. അവളുടെ ഇരുണ്ട കണ്ണുകളുടെ ചൂടുള്ള നോട്ടത്തെപ്പറ്റി അയാൾ ബോധവാനായിരുന്നു. അയാളെ നോക്കിക്കൊണ്ടിരുന്ന അവളുടെ മനോഹരമായ കറുത്ത കണ്ണുകൾക്ക് ചൂടുണ്ടായിരുന്നു. അവ മലർക്കെ തുറന്നിരുന്നു. അവ നഗ്നമായിരുന്നു: അവയ്ക്ക് മുകളിലൂടെ വിയോജിപ്പിന്റെ ഒരുനേരിയ പാട ഒഴുകി നടക്കുന്നതായി തോന്നും. വെള്ളത്തിന് മുകളിൽ വീണ എണ്ണപോലെ ഒരുതരം ദുരിതവും മ്ലാനതയും കലർന്ന ഒരു നേരിയ പാട. ചൂടുപിടിച്ച മുറിക്കുള്ളിൽ അവൾ തൊപ്പി ധരിച്ചിരുന്നില്ല. അവളുടെ അയഞ്ഞ മോടിയില്ലാത്ത മേൽവസ്ത്രം കഴുത്തിനു ചുറ്റുമുള്ള ഒരു ചരടി

ലാണ് കെട്ടിയിട്ടിരുന്നത്. അവളുടെ യുവത്വം തുളുമ്പുന്ന കഴുത്തിൽ നിന്നും അത് ഞാന്ന് കിടന്നു. കാഴ്ചയിൽ അവൾ ശരിക്കും സുന്ദരിയായിരുന്നു. അവളുടെ മൃദുലമായ ഇരുണ്ട തലമുടി തലയുടെ ഇരുവശത്തേക്കും വിടർന്നു കിടന്നു. അവളുടെ മൂക്കിനും കണ്ണിനും ചുണ്ടിനും താടിയ്ക്കും എല്ലാം തന്നെ അവയുടെ പൂർണ്ണതയിലും വടിവിലും ഒരു ഈജിപ്ഷ്യൻ ലക്ഷണമുണ്ടായിരുന്നു. അവളുടെ പെരുമാറ്റം നിർവികാരമായിരുന്നു. സ്വതന്ത്രവും ശ്രദ്ധാപൂർവ്വവുമായിരുന്നു.

ജറാൾഡിന് അവളെ വളരെ ഇഷ്ടമായി. അവളുടെ മുകളിൽ ആസ്വാദ്യകരമായ ഒരു അമിതശക്തി അയാൾക്ക് അനുഭവപ്പെട്ടു. ക്രൂരതയുമായി വളരെ അടുത്ത് നില്ക്കുന്ന ആലോചന ഇല്ലാതെയുള്ള ഒരുഇഷ്ടം. കാരണം അവൾ ഒരു ഇരയായിരുന്നു. അവൾ അയാളുടെ അധികാരത്തിലാണെന്ന് അയാൾക്ക് തോന്നി. കൂടാതെ അയാൾ മഹാമനസ്കനാണെന്നും അയാൾക്ക് തോന്നി. അയാളുടെ കാലുകളിൽ വൈദ്യുതി ഭോഗാസക്തിയോളം തിളങ്ങി നിറഞ്ഞിരുന്നു. അതിന്റെ പ്രവാഹത്തിൽ അവളെ നിശ്ശേഷം നശിപ്പിക്കാൻ അയാൾക്ക് കഴിയും. പക്ഷേ, അവൾക്ക് നല്കിയ ഏകാന്തതയിൽ അവൾ കാത്തിരിക്കുകയായിരുന്നു.

അവർ കുറച്ച് സമയം വിരസമായ കാര്യങ്ങൾ സംസാരിച്ചു. പെട്ടെന്ന് ബിർക്കിൻ പറഞ്ഞു.

"അതാ അവിടെ ജൂലിയസ്!" പുതിയതായി വന്ന ആളിന്റെ അടുത്തേക്ക് പോകാനെന്നമട്ടിൽ അയാൾ പകുതി എഴുന്നേറ്റു. പെൺകുട്ടി ശരീരം അനക്കാതെ താല്പര്യമില്ലാത്ത ഒരു ചലനത്തോടെ തലചരിച്ച് ചുറ്റുപാടും നോക്കി. അവളുടെ മൃദുലമായ ഇരുണ്ട തലമുടി ചെവിക്ക് മുകളിലേക്ക് പാറിവീഴുന്നത് ജറാൾഡ് ശ്രദ്ധിച്ചു. അടുത്തേക്ക് വന്നുകൊണ്ടിരുന്ന മനുഷ്യനെ അവൾ അതീവ ശ്രദ്ധയോടെയാണ് നോക്കുന്നതെന്ന് ജറാൾഡിന് മനസ്സിലായി. അതുകൊണ്ട് അയാളും ആ മനുഷ്യനെ നോക്കി. കറുത്ത തൊപ്പിക്കുള്ളിൽ നിന്നും ഭംഗിയുള്ള നീണ്ടതലമുടി പുറത്തേക്ക് തൂങ്ങിക്കിടക്കുന്ന നല്ല ആരോഗ്യമുള്ള ഒരു ചെറുപ്പക്കാരനെ അയാൾ കണ്ടു. ഒരേസമയം നിഷ്കളങ്കതയും സ്നേഹവും വിരസതയും കലർന്ന ഒരുപുഞ്ചിരി ബുദ്ധിമുട്ടി മുറിയിലൂടെ മുന്നോട്ടുനീങ്ങുന്ന അയാളുടെ മുഖത്ത് കാണാനുണ്ടായിരുന്നു. കണ്ടുമുട്ടലിന്റെ തുടക്കത്തോടെ അയാൾ ബിർക്കിന്റെ അടുത്തേക്ക് വന്നു.

അയാൾ വളരെ അടുത്ത് എത്തുന്നതുവരെ പെൺകുട്ടിയെ അവൾ തിരിച്ചറിഞ്ഞിരുന്നില്ല. അയാൾ വിളറി പിന്നോട്ട് മാറിക്കൊണ്ട് ഉറക്കെ നിലവിളിച്ചു.

"ഡാറിങ്ടൺ നിങ്ങൾ ഇവിടെ എന്ത് ചെയ്യുകയാണ്?"

ഹോട്ടലിൽ ഉണ്ടായിരുന്നവർ നിലവിളികേട്ടപ്പോൾ മൃഗങ്ങളെപ്പോലെ തല ഉയർത്തി. മുഖത്ത് ഒരു മണ്ടൻ പുഞ്ചിരിയുമായി ജൂലിയസ് ഹില്ലിഡെ അനങ്ങാതെ നിന്നു. ആഴം അളക്കാൻ കഴിയാത്തത്ര അറിവുകളും അതിനോടൊപ്പം ഏതോ ഒരു ദൗർബല്യവും ജ്വലിക്കുന്ന ഒരു

മോശം നോട്ടം പെൺകുട്ടി തുടർന്നുകൊണ്ടിരുന്നു.

"നിങ്ങൾ എന്തിനാണ് തിരിച്ചുവന്നത്?" സുബോധം നഷ്ടപ്പെട്ടതു പോലുള്ള വലിയ ശബ്ദത്തിൽ ഹില്ലിഡെ ആവർത്തിച്ചു."തിരിച്ചുവരരുതെന്ന് ഞാൻ നിങ്ങളോട് പറഞ്ഞിരുന്നു."

പെൺകുട്ടി മറുപടി പറഞ്ഞില്ല. സുരക്ഷിതത്വം പ്രതീക്ഷിച്ചിട്ടെന്ന പോലെ അയാൾ പിന്നോട്ട് നീങ്ങി അടുത്തമേശയിൽ ചാരിയാണ് നിന്നിരുന്നത്. പെൺകുട്ടി അയാളുടെ മുഖത്തേക്ക് ആഴത്തിലുള്ള അവളുടെ നോട്ടം തുടർന്നു.

"അവൾ തിരിച്ചുവരാൻ നിങ്ങൾ ആഗ്രഹിക്കുന്നുണ്ടെന്ന് നിങ്ങൾക്ക് അറിയാം. ഇവിടെ വന്ന് ഇരിക്കൂ." ബിർക്കിൻ അയാളോട് പറഞ്ഞു.

"ഇല്ല. എനിക്ക് ഇവൾ തിരിച്ചുവരണമെന്ന് ആഗ്രഹമില്ല. തിരിച്ച് വരരുതെന്ന് ഞാൻ അവളോട് പറഞ്ഞതാണ്."

"നിങ്ങളിൽ നിന്ന് ഒന്നിനും വേണ്ടിയല്ല." അവജ്ഞയോടെ അവൾ പറഞ്ഞു.

"പിന്നെ നീ എന്ത് കാര്യത്തിനാണ് തിരിച്ചുവന്നത്?" അയാളുടെ ശബ്ദം ഒരുതരം നിലവിളിയായി മാറിയിരുന്നു.

"വരാൻ ഇഷ്ടമുള്ളതുകൊണ്ട് അവൾ വന്നു." ബിർക്കിൻ പറഞ്ഞു. "നിങ്ങൾ ഇവിടെവന്ന് ഇരിക്കുന്നുണ്ടോ?" അതോ ഇരിക്കുന്നില്ലെന്നാണോ?"

"ഇല്ല. ഞാൻ ഇവളോടൊപ്പം ഇരിക്കുന്നില്ല." ഹില്ലിഡെ കരഞ്ഞു.

"ഞാൻ നിങ്ങളെ ഉപദ്രവിക്കില്ല. നിങ്ങൾ പേടിക്കേണ്ട ആവശ്യം ഇല്ല." അവൾ കുറിക്കുകൊള്ളുന്ന രീതിയിൽ പറഞ്ഞു. എങ്കിലും അവളുടെ ശബ്ദത്തിൽ അയാളുടെ സംരക്ഷണത്തിന്റെ ഒരുധ്വനി ഉണ്ടായിരുന്നു.

ഹില്ലിഡെ മേശയുടെ അടുത്തുവന്നിരുന്നു. നെഞ്ചത്ത് കൈവച്ച് കൊണ്ട് അയാൾ ആക്രോശിച്ചു.

"ഹോ! ഇതെന്നെ വല്ലാത്ത അവസ്ഥയിലാക്കി. ഡാറിങ്ടൺ; നിങ്ങൾ ഈ കാര്യങ്ങളൊന്നും ചെയ്യരുതെന്നാണ് എന്റെ ആഗ്രഹം. നിങ്ങൾ എന്തിനാണ് തിരിച്ചുവന്നത്?"

"നിങ്ങളിൽ നിന്ന് ഒന്നും പ്രതീക്ഷിച്ചിട്ടില്ല." അവൾ ആവർത്തിച്ചു.

"അതു നിങ്ങൾ നേരത്തേ പറഞ്ഞു." അയാൾ ഉച്ചത്തിൽ വിളിച്ചു കൂവി.

അവൾ അയാളെ പൂർണ്ണമായും ഉപേക്ഷിച്ചുകൊണ്ട് ജറാൾഡ് ക്രിച്ചിന്റെ കണ്ണുകളിലേക്ക് നോക്കി ചോദിച്ചു. "നിങ്ങൾക്ക് എന്നെങ്കിലും അപരിഷ്കൃതരെപ്പറ്റി പേടി തോന്നിയിട്ടുണ്ടോ?" ഒരു കുട്ടിയുടേതുപോലുള്ള ശാന്തമായ ശബ്ദത്തിൽ അവൾ ചോദിച്ചു.

"ഇല്ല. ഒരിക്കലും ഭയം തോന്നിയിട്ടില്ല. മൊത്തത്തിൽ അവർ ഉപദ്രവകാരികളല്ല. നിങ്ങൾക്ക് അവരെപ്പറ്റി ഭയം തോന്നുകയില്ല. നിങ്ങൾക്ക് അവരെ അനുസരിപ്പിക്കാൻ കഴിയും."

"നിങ്ങൾക്ക് സത്യത്തിൽ കഴിയാറുണ്ടോ? അവർ ഭയങ്കര ക്രൂരന്മാരല്ലേ?"

"അങ്ങനെയൊന്നുമില്ല. സത്യം പറഞ്ഞാൽ ക്രൂരതയുള്ള ധാരാളം ജീവികളില്ല. മനുഷ്യരിലായാലും മൃഗങ്ങളിലായാലും ശരിക്കും അപകടകരമായ രീതിയിൽ ക്രൂരതയുള്ളവർ കുറവാണ്."

"കൂട്ടങ്ങളല്ലെങ്കിൽ" ബിർക്കിൻ തടസ്സപ്പെടുത്തി.

"അവർ അപകടകാരികൾ അല്ലേ?" അവൾ പറഞ്ഞു."അപരിഷ്കൃതർ എല്ലാംതന്നെ അപകടകാരികൾ ആണെന്നാണ് ഞാൻ വിചാരിച്ചിരുന്നത്. ചുറ്റുപാടും നോക്കാൻ കഴിയുന്നതിന് മുമ്പ് അവർ നിങ്ങളുടെ ജീവൻ എടുക്കും എന്നായിരുന്നു എന്റെ ധാരണ."

"അങ്ങനെ ധരിച്ചിരുന്നോ?" അയാൾ പൊട്ടിച്ചിരിച്ചു. "അപരിഷ്കൃതരെപ്പറ്റിയുള്ള വിലയിരുത്തൽ വളരെ കൂടുതലാണ്. അവരും മറ്റു മനുഷ്യരെ പോലെയാണ്. ആദ്യത്തെ ഇടപഴകലിനുശേഷം അവരും നിങ്ങളെ പ്രകോപിപ്പിക്കില്ല."

"ഓ! അപ്പോൾ ഒരു പര്യവേക്ഷകനാകാൻ ഭയങ്കരമായ ധൈര്യമൊന്നും വേണ്ട?"

"വേണ്ട അതിന് ഭയത്തെക്കാൾ കഷ്ടപ്പാടുകൾ താങ്ങാനുള്ള കഴിവു മതി."

"ഓ! നിങ്ങൾക്ക് ഭയം ഉണ്ടായിരുന്നില്ലേ?"

"എന്റെ ജീവിതത്തിൽ ഭയം ഉണ്ടായിരുന്നോ? എനിക്ക് അറിയില്ല. അതെ, ചില കാര്യങ്ങളെ പറ്റി എനിക്ക് ഭയം ഉണ്ടായിരുന്നു. അടച്ചിടുന്നത്; എവിടെയെങ്കിലും പൂട്ടി ഇടുന്നത് അല്ലെങ്കിൽ കെട്ടി ഇടുന്നത്; കാലുംകയ്യും കെട്ടിയിടുന്നത് എനിക്ക് ഭയമായിരുന്നു."

അയാളിൽ തങ്ങിനിന്ന അവളുടെ ഇരുണ്ട കണ്ണുകൾ അയാളെ ആഴത്തിൽ തൊട്ടുണർത്തി. അയാളുടെ ഉയർന്ന സ്വാർത്ഥചിന്തയെ പൂർണ്ണമായും ശാന്തമാക്കി. അയാളുടെ ശരീരത്തിന്റെ ഉള്ളിൽനിന്നും ഏറ്റവും ഉള്ളിലുള്ള മജ്ജ വലിച്ച് പുറത്തെടുക്കുന്നതുപോലെ അയാളിൽ നിന്നും അയാളുടെ ആത്മാവിന്റെ വെളിപാടുകൾ അവൾ പുറത്തേക്ക് വലിച്ച് കൊണ്ടുവരുന്നതു സാമാന്യം മധുരമുള്ള അനുഭവമാണ്. അവൾക്ക് തന്നോട് മതിപ്പുണ്ടെന്ന് അയാൾക്ക് തോന്നി. അയാളുമായി പരിചയപ്പെടാൻ അവൾ വിധിക്കപ്പെട്ടവളാണെന്ന് അയാൾക്ക് തോന്നി. അയാളെ കാണുകയും അറിയുകയും ചെയ്യേണ്ടവളാണെന്ന് തോന്നി. ഈ തോന്നൽ അപൂർവ്വമായ ഒരു ആഹ്ലാദം ഉണർത്തി. അവൾ നിശ്ചയമായും അയാളുടെ കൈകളിലേക്ക് അടിയറവ് പറയുമെന്നും അയാൾക്ക് വിധേയയാകുമെന്നും അയാൾക്ക് തോന്നി. അവൾ അത്രമാത്രം അടിമയെപ്പോലെ അയാളിൽ ആകൃഷ്ടനായിരുന്നു. അതിന് കാരണം അയാൾ പറയുന്ന കാര്യങ്ങളിൽ അവൾക്ക് താല്പര്യം ഉണ്ടായിരുന്നതുകൊണ്ടല്ല. അയാളുടെ സ്വയം വെളിപ്പെടുത്തലുകളിൽ അവൾ മതിമറന്ന് പോയിരുന്നു. അയാളുടെ രഹസ്യങ്ങൾ അവൾ ആഗ്രഹിച്ചു. അയാളുടെ ആണെ

ന്നനിലയിലുള്ള നിലനില്പിന്റെ അനുഭവം അവൾ ആഗ്രഹിച്ചു.

ജറാൾഡിന്റെ മുഖം അസാധാരണമായ ഒരു പുഞ്ചിരികൊണ്ട് തിളങ്ങി. അതിൽ വെളിച്ചവും ഉണർവും ഉണ്ടായിരുന്നു. എന്നിട്ടും അത് ബോധപൂർവ്വമുള്ള പുഞ്ചിരി ആയിരുന്നില്ല. അയാൾ മേശപ്പുറത്ത് കൈകൾ നീട്ടിവച്ചാണ് ഇരുന്നിരുന്നത്. അയാളുടെ പേടിപ്പെടുത്തുന്ന കൈകൾ വെയിൽതട്ടി തവിട്ടു നിറമായി മാറിയിരുന്നു. അവയിൽ ആസക്തിയുണ്ടായിരുന്നെങ്കിലും അവ ആകർഷണീയമായിരുന്നു. അയാൾ കൈകൾ അവളുടെ അടുത്തേക്ക് നീക്കിവെച്ചിരുന്നു. അവ അവളെ വശീകരിച്ചു. സ്വന്തം ആകർഷണം അവൾ സ്വയം നിയന്ത്രിക്കുന്നുണ്ടെന്ന് അവൾക്ക് അറിയാം.

മറ്റ് പുരുഷന്മാർ ബിർക്കിനോടും ഹില്ലിഡെയോടും സംസാരിക്കാൻവേണ്ടി മേശയുടെ അടുത്തേക്ക് വന്നു. ജറാൾഡ് സ്വകാര്യമായി ശബ്ദംതാഴ്ത്തി അവളോട് ചോദിച്ചു.

"നിങ്ങൾ എവിടെനിന്നാണ് വരുന്നത്?"

"നാട്ടിൽനിന്ന്" ഡാറിങ്ടൺ ശബ്ദം വളരെ താഴ്ത്തി മറുപടി പറഞ്ഞു. എങ്കിലും അവളുടെ ശബ്ദത്തിന് പ്രതിദ്ധ്വനികൾ ഉണ്ടായി. അവളുടെ മുഖം ഗൗരവത്തിലായിരുന്നു. അവൾ തുടർച്ചയായി ഹില്ലിഡെയെ നോക്കുന്നുണ്ടായിരുന്നു. അപ്പോഴെല്ലാം അവളുടെ കണ്ണുകളിൽ ഒരു കറുത്ത തിളക്കം കാണാൻ കഴിഞ്ഞു. വെളുത്ത് തടിച്ച ആ ചെറുപ്പക്കാരൻ അവളെ പൂർണ്ണമായും അവഗണിച്ചു. അയാൾ ശരിക്കും അവളെ ഭയക്കുന്നുണ്ടായിരുന്നു. കുറച്ച് സമയത്തേക്ക് അവൾ ജറാൾഡിനെ മറന്നുപോകും. ഇതുവരെ അയാൾ അവളെ കീഴ്പ്പെടുത്തിയിട്ടില്ല.

"ഇതിൽ ഹില്ലിഡെയ്ക്ക് എന്താണ് ബന്ധം?" ശബ്ദം വീണ്ടും കുറച്ച് കൊണ്ട് അയാൾ ചോദിച്ചു.

"എന്നെ അയാൾ അയാളുടെ കൂടെ കൊണ്ടുപോയി താമസിപ്പിച്ചു. ഇപ്പോൾ അയാൾക്ക് എന്നെ കളയണം. അതിനുശേഷവും എന്നെ അയാൾ മറ്റൊരാളുടെ അടുത്ത് പോകാൻ അനുവദിക്കുന്നില്ല. ഞാൻ നാട്ടിൽ പോയി ഒളിച്ച് ജീവിക്കണമെന്നാണ് അയാളുടെ ഉള്ളിലിരിപ്പ്. അതിനുശേഷം അയാൾ പറയുന്നത് ഞാൻ അയാളെ പീഡിപ്പിക്കുന്നു എന്നാണ്. അയാൾക്ക് എന്നെ ഒഴിവാക്കാൻ പറ്റുന്നില്ലെന്നാണ് പരാതി."

"അയാൾക്ക് സ്വന്തം മനസ്സ് എന്താണെന്ന് അറിയില്ല." ജറാൾഡ് പറഞ്ഞു.

"അയാൾക്ക് മനസ്സ് തന്നെ ഇല്ല. അതുകൊണ്ട് അയാൾക്ക് അതിനെ പറ്റി അറിയില്ല." അവൾ പറഞ്ഞു. "അയാൾ മറ്റാരെങ്കിലും എന്തെങ്കിലും ചെയ്യാൻ അയാളോട് പറയുന്നതിനുവേണ്ടി കാത്തിരിക്കുകയാണ്. അയാൾ ഒരിക്കലും അയാൾക്ക് സ്വയം ചെയ്യാൻ ആഗ്രഹമുള്ള.ഒരു കാര്യവും ചെയ്യത്തില്ല. കാരണം അയാൾ ആഗ്രഹിക്കുന്നതെന്താണെന്ന് അയാൾക്ക് അറിയില്ല. അയാൾ ഒരു വെറും ശിശു ആണ്."

ജറാൾഡ് കുറച്ച് സമയം ഹില്ലിഡെയെ നോക്കിക്കൊണ്ടിരുന്നു. ആ

ചെറുപ്പക്കാരന്റെ ഏറെക്കുറെ അധഃപതിച്ച മുഖം അയാൾ ശ്രദ്ധിച്ചു. അതിന്റെ ശാന്തതയ്ക്ക് ആകർഷണീയത ഉണ്ടായിരുന്നു. അയാളുടെ മുഖത്തിന് മറ്റൊരാൾ സന്തോഷത്തോടെ എടുത്തുചാടാൻ തയ്യാറാവുന്ന തരത്തിലുള്ള നിഷ്കളങ്കതയും ശാന്തതയും സൗഹൃദവും നിറഞ്ഞ ഒരു ദുഷിച്ച അവസ്ഥ ഉണ്ടായിരുന്നു.

"പക്ഷേ, അയാൾക്ക് നിന്റെ മുകളിൽ അവകാശമൊന്നുമില്ലല്ലോ?" ജറാൾഡ് ചോദിച്ചു.

"അയാളുടെ കൂടെപോകാൻ ഞാൻ ആഗ്രഹിക്കാത്ത സമയത്ത്, അയാൾക്ക് എന്നെ അയാളോടൊപ്പം കൊണ്ടുപോയി താമസിപ്പിക്കാൻ കഴിഞ്ഞു." അവൾ മറുപടി പറഞ്ഞു. "അയാൾ എന്റെ അടുത്തുവന്ന് കരഞ്ഞു. ഞാൻ തിരിച്ച് ചെന്നില്ലെങ്കിൽ അയാൾക്ക് അത് താങ്ങാൻ കഴിയില്ലെന്ന് പറഞ്ഞ് കരച്ചിലോട് കരച്ചിൽ. ഇത്രയും കണ്ണുനീർ നിങ്ങൾ ജീവിതത്തിൽ ഒരിക്കൽപ്പോലും കണ്ടിട്ടുണ്ടാവില്ല. അയാൾ എന്നെ വിട്ടുപോകില്ല. എന്നത്തേക്കും അയാൾ എന്റെകൂടെ താമസിക്കും. അയാൾ എന്നെ ഒടുവിൽ തിരിച്ചയച്ചു. അതിനുശേഷം ഓരോതവണയും അയാളുടെ പെരുമാറ്റം ഈ രീതിയിലാണ്. ഇപ്പോഴാണെങ്കിൽ എനിക്ക് ഒരു കുഞ്ഞ് ഉണ്ടാകാൻ പോകുകയാണ്. എനിക്ക് ഒരു നൂറ് പൗണ്ടും തന്ന് നാട്ടിലേക്ക് പറഞ്ഞുവിടാനാണ് അയാളുടെ ആഗ്രഹം. അങ്ങനെ എന്നെ കാണുന്നതും കേൾക്കുന്നതും അയാൾക്ക് ഒഴിവാക്കാം. പക്ഷേ, ഞാൻ അങ്ങനെ ചെയ്യാൻ പോകുന്നില്ല."

ജറാൾഡിന്റെ മുഖഭാവം പെട്ടെന്ന് വിചിത്രമായി മാറി.

"നിങ്ങൾ ഗർഭിണിയാണോ?" അയാൾ വിശ്വാസംവരാത്ത മട്ടിൽ ചോദിച്ചു. അവളെ കണ്ടാൽ അത് അസാദ്ധ്യമാണെന്ന് തോന്നും. അവൾ അത്രയ്ക്ക് ചെറുപ്പമായിരുന്നു. അവൾ ഇതുവരെ ഗർഭിണി അല്ലാത്ത തരത്തിൽ ഉന്മേഷവതി ആയിരുന്നു.

അവൾ അയാളുടെ മുഖത്തേക്ക് നോക്കി. അവളുടെ പകുതി അടഞ്ഞ ഇരുണ്ട കണ്ണുകൾക്ക് ഇപ്പോൾ ഒരു കള്ളലക്ഷണം ഉണ്ടായിരുന്നു. ഇരുണ്ടതും അജയ്യവുമായ തിന്മയുടെ അറിവ് പകർന്നുകൊടുത്ത ഒരു മുഖഭാവം. അയാളുടെ ഹൃദയത്തിലേക്ക് രഹസ്യമായി ഒരു തീജ്വാല കടന്നുപോയി.

"അതെ." അവൾ പറഞ്ഞു. "അത് മൃഗീയമല്ലേ?"

"നിങ്ങൾ അത് ആഗ്രഹിക്കുന്നില്ലേ?"

"എനിക്ക് ആഗ്രഹമില്ല." അവൾ തറപ്പിച്ച് പറഞ്ഞു.

"എങ്കിലും..." അയാൾ പറഞ്ഞു. "നിങ്ങൾ അറിഞ്ഞിട്ട് എത്രകാലമായി?"

"പത്താഴ്ച" അവൾ പറഞ്ഞു.

ഈ സമയത്ത് അവൾ അവളുടെ പകുതി അടഞ്ഞ കണ്ണുകൾ മുഴുവൻ തുറന്ന് അയാളെ നോക്കി. അയാൾ ഒന്നും മിണ്ടാതെ ആലോചിച്ചു കൊണ്ടിരുന്നു. പിന്നീട് ആലോചന നിർത്തിയതിന് ശേഷം പരിഗണന

നിഴലിക്കുന്ന അനുകമ്പയോടെ അയാൾ ചോദിച്ചു.

"ഇവിടെ നമുക്ക് എന്തെങ്കിലും കഴിക്കാൻ കിട്ടുമോ? നിങ്ങൾക്ക് ഇഷ്ടമുള്ള എന്തെങ്കിലും ഇവിടെ കിട്ടുമോ?"

"കിട്ടും" അവൾ പറഞ്ഞു. "എനിക്ക് കക്കാ ഇറച്ചിയോട് ആരാധനയാണ്."

"ശരി."അയാൾ പറഞ്ഞു. "നമുക്ക് കക്കാ ഇറച്ചി കഴിക്കാം." അയാൾ പരിചാരകനെ ആംഗ്യംകാട്ടി വിളിച്ചു.

ചെറിയ പ്ലേറ്റുകൾ അവരുടെ മുമ്പിൽ നിരത്തുന്നതുവരെ ഹില്ലിഡെ ഒന്നും തന്നെ ശ്രദ്ധിച്ചിരുന്നില്ല. പ്ലേറ്റുകൾ നിരന്ന് കഴിഞ്ഞപ്പോൾ അയാൾ പെട്ടെന്ന് വിളിച്ചുകൂവി.

"ഡാറിങ്ടൺ ബ്രാണ്ടി കുടിക്കുമ്പോൾ നിങ്ങൾക്ക് കക്കാ ഇറച്ചി കഴിച്ചുകൂടാ."

"അതിന് നിങ്ങൾക്ക് എന്താണ്?" അവൾ ചോദിച്ചു.

"എനിക്ക് ഒന്നുമില്ല." അയാൾ പറഞ്ഞു. "പക്ഷേ, ബ്രാണ്ടി കുടിക്കുമ്പോൾ നിങ്ങൾ കക്കാഇറച്ചി കഴിക്കാൻപാടില്ല."

"ഞാൻ കുടിക്കുന്നത് ബ്രാണ്ടിയല്ല." അവൾ മറുപടി പറഞ്ഞു. അവൾ കുടിച്ചുകൊണ്ടിരുന്ന മദ്യത്തിന്റെ അവസാനത്തെ തുള്ളികൾ അയാളുടെ മുഖത്തേക്ക് കുടഞ്ഞു. അയാൾ വിചിത്രമായ ഒരു കരച്ചിൽ കരഞ്ഞു. അവൾ ഒന്നും സംഭവിക്കാത്തപോലെ അയാളെ നോക്കുന്നുണ്ടായിരുന്നു.

"ഡാറിങ്ടൺ എന്തിനാണ് ഇങ്ങനെ ചെയ്തത്?" അയാൾ വെപ്രാളംപിടിച്ച് വിളിച്ചുകൂവി. അവളെ അയാൾക്ക് പേടിയാണെന്നും ആ പേടി അയാൾ ഇഷ്ടപ്പെടുന്നുണ്ടെന്നും ഉള്ള തോന്നലാണ് അയാൾ ജറാൾഡിന് നല്കിയത്. അയാൾ വെപ്രാളത്തിനിടയിൽ അയാളുടെ അവളോടുള്ള വെറുപ്പും ഭയവും പിഴിഞ്ഞെടുത്ത് അതിന്റെ മൊത്തം സ്വാദും ആസ്വദിക്കുകയാണെന്ന് തോന്നി. അയാൾ ഒരു അസാധാരണ വിഡ്ഢിയാണെന്ന് ജറാൾഡ് വിചാരിച്ചു.

"പക്ഷേ, ഡാറിങ്ടൺ" വേഗതയിൽ സംസാരിക്കുന്ന മറ്റൊരു ചെറുപ്പക്കാരൻ പറഞ്ഞു. "അയാളെ ഉപദ്രവിക്കില്ലെന്ന് നിങ്ങൾ വാക്ക് തന്നിരുന്നു."

"ഞാൻ അയാളെ ഉപദ്രവിച്ചിട്ടില്ല." അവൾ മറുപടി പറഞ്ഞു.

"നിങ്ങൾ എന്തിനാണ് കുടിക്കാൻ പോകുന്നത്? പുതിയ ചെറുപ്പക്കാരൻ ചോദിച്ചു. അയാൾക്ക് ഇരുണ്ട നിറമായിരുന്നു. കാപട്യം നിറഞ്ഞ ഒരു ഉന്മേഷം അയാൾ പ്രകടമാക്കിയിരുന്നു.

"മാക്സിം, എനിക്ക് 'കാവൽക്കാരൻ, ഇഷ്ടമല്ല" അവർ മറുപടി പറഞ്ഞു.

"നിങ്ങൾ ഷാംപെയിൻ കൊണ്ടുവരാൻ പറയണം."

മാക്സിം മാന്യമായ ശബ്ദത്തിൽ രഹസ്യം പറഞ്ഞു.

അത് തനിക്കുള്ളൊരു സൂചനയാണെന്ന് ജറാൾഡ് പെട്ടെന്ന് തിരി

ച്ചറിഞ്ഞു.

"നമുക്ക് ഷാംപെയിൻ കഴിച്ചുകൂടേ?" ജറാൾഡ് ചിരിച്ചുകൊണ്ട് ചോദിച്ചു.

"ആവാം. വെള്ളം വേണ്ട."

അവൾ കക്കാ ഇറച്ചി തിന്നുന്നത് ജറാൾഡ് ശ്രദ്ധിച്ചു. അവൾ സൂക്ഷ്മതയോടെയാണ് ഭക്ഷണം കഴിച്ചത്. അവളുടെ സുന്ദരമായ വിരലുകളുടെ അഗ്രത്തിന് സ്വാദ് തിരിച്ചറിയാൻ കഴിവുണ്ടെന്ന് തോന്നി. അങ്ങനെ അവൾ ഭക്ഷണം മനോഹരമായ ചലനങ്ങളിലൂടെ പകുത്തു മാറ്റി വളരെ ശ്രദ്ധയോടുകൂടി കഴിച്ചു. അവൾ ആഹാരം കഴിക്കുന്നത് അയാൾക്ക് ഇഷ്ടപ്പെട്ടു. പക്ഷേ, ബിർക്കിന് ദേഷ്യം വന്നു. അവർ എല്ലാവരും ഷാംപെയിൻ കുടിച്ചുകൊണ്ടിരുന്നു. ഔപചാരിക പെരുമാറ്റമുള്ള, എണ്ണമയമുള്ള കറുത്ത തലമുടിയുള്ള മാക്സിം എന്ന റഷ്യൻ യുവാവ് മാത്രം ശാന്തനായിരുന്നു. അയാൾക്ക് മത്ത് പിടിച്ചിരുന്നില്ല. ബിർക്കിൻ ഒന്നിലും ശ്രദ്ധിക്കുന്നുണ്ടായിരുന്നില്ല. അയാളുടെ പെരുമാറ്റം സ്വാഭാവികമായിരുന്നില്ല. ജറാൾഡ് ഡാറിങ്ടൺ ഇരുന്നിരുന്ന ഭാഗത്തേക്ക് അവൾക്ക് ഒരു സംരക്ഷണമെന്ന രീതിയിൽ ചാഞ്ഞാണ് ഇരുന്നിരുന്നത്. അയാളുടെ കണ്ണുകളിൽ അത്ഭുതത്തിന്റെ ഒരുതണുത്ത വെളിച്ചം സ്ഥിരമായി തിളങ്ങുന്നുണ്ടായിരുന്നു. സുന്ദരിയായ ഡാറിങ്ടണിന്റെ മുഖം വീഞ്ഞും ആണുങ്ങളുടെ ബഹളവും ചേർന്നപ്പോൾ ചുവന്നുതുടുത്തിരുന്നു. അവൾക്ക് വിടർന്നുവരുന്ന ഒരു താമരമൊട്ടിന്റെ മട്ടുണ്ടായിരുന്നു. ഹില്ലിഡെ കാഴ്ചയിൽ ഒരു വിഡ്ഢിയെപ്പോലെ തോന്നിച്ചു. ലഹരി കയറി കുലുങ്ങിച്ചിരിക്കാൻ അയാൾക്ക് ഒരുഗ്ലാസ് മദ്യം തന്നെ ധാരാളമായിരുന്നു. എങ്കിലും അയാൾക്ക് സന്തോഷം തോന്നുന്ന ഒരു നിഷ്കളങ്കതയുടെ പരിവേഷം ഉണ്ടായിരുന്നു. അത് അയാൾക്ക് ഒരു ആകർഷണീയത നല്കി.

"എനിക്ക് കരിവണ്ടിനെ അല്ലാതെ മറ്റൊന്നിനേയും പേടിയില്ല." പെട്ടെന്ന് മുഖം ഉയർത്തി കറുത്തകണ്ണുകൾ കൊണ്ട് ജറാൾഡിനെ മാത്രം സൂക്ഷിച്ച് നോക്കിക്കൊണ്ട് ഡാറിങ്ടൺ പറഞ്ഞു. അവളുടെ കറുത്ത കണ്ണുകളെ അദൃശ്യമായ ആസക്തിയുടെ ഒരുപാട മൂടിയിരിക്കുന്നതുപോലെ തോന്നി. അയാൾ അപകടകരമായി പൊട്ടിച്ചിരിച്ചു. അവളുടെ ബാലിശമായ സംസാരം അയാളുടെ ഞരമ്പുകളെ തഴുകി. അവളുടെ കത്തുന്ന കണ്ണുകൾ അവളുടെ കഴിഞ്ഞ കാലത്തെ വ്യക്തമാക്കിക്കൊണ്ട് ഇപ്പോൾ പൂർണ്ണമായും അയാളെത്തന്നെ തുറിച്ച് നോക്കി. അത് അയാൾക്ക് ഒരുതരം അനുവാദം നല്കി.

"എനിക്ക് പേടിയില്ല." അവൾ എതിർത്തു. "മറ്റ് ഒന്നിനേയും എനിക്ക് പേടിയില്ല. പക്ഷേ, കരിവണ്ട്. ഹോ!" കരിവണ്ടിനെപ്പറ്റിയുള്ള ചിന്ത പോലും താങ്ങാൻ കഴിയില്ലെന്നമട്ടിൽ അവൾ അപസ്മാരം ബാധിച്ചവളെപ്പോലെ ഞെട്ടിവിറച്ചു.

കുടിച്ചുകൊണ്ടിരിക്കുന്ന ഒരു മനുഷ്യന്റെ സൂക്ഷ്മതയോടെ

ജറാൾഡ് ചോദിച്ചു."കരിവണ്ടിനെ കാണുമ്പോൾ തന്നെ നിങ്ങൾക്ക് പേടി തോന്നുമെന്നാണോ പറഞ്ഞത്. അതോ കരിവണ്ട് കുത്തുന്നതാണോ നിങ്ങൾ പേടിക്കുന്നത്. അതോ അത് നിങ്ങളെ മറ്റുരീതിയിൽ ഉപദ്രവിക്കുമെന്നാണോ?"

"അത് കുത്താറുണ്ടോ?" പെൺകുട്ടി ഉറക്കെ വിളിച്ചു ചോദിച്ചു.

"എന്തൊരു നാണക്കേട്!" ഹില്ലിഡെ ആശ്ചര്യപ്പെട്ടു.

"എനിക്ക് അറിയില്ല."മേശയ്ക്ക് ചുറ്റുപാടും ഇരിക്കുന്നവരെ നോക്കിക്കൊണ്ട് ജറാൾഡ് മറുപടി പറഞ്ഞു. "കരിവണ്ട് കുത്താറുണ്ടോ? പക്ഷേ, അതല്ല പ്രധാനകാര്യം. അതിന്റെ കുത്താണോ നിങ്ങൾ ഭയക്കുന്നത് അതോ ഈ തോന്നൽ സങ്കല്പത്തിലുള്ള ഒരു ശത്രുതയാണോ?"

പെൺകുട്ടി ഈ സമയത്തെല്ലാം പകുതി അടഞ്ഞ കണ്ണുകൾ കൊണ്ട് അയാളെത്തന്നെ നോക്കി ഇരിക്കുകയായിരുന്നു.

"അവ മൃഗീയമാണെന്നാണ് എനിക്ക് തോന്നുന്നത്. അവ ഭയാനകമാണ്." അവൾ വിളിച്ചുകൂവി. "അതിനെ കണ്ടാൽ എന്റെ ദേഹം മുഴുവൻ അത് ഇഴഞ്ഞ് നടക്കുന്നതുപോലെ തോന്നും. ഒരെണ്ണം എന്റെ ദേഹത്ത് കയറി ഇഴഞ്ഞാൽ—ഞാൻ മരിച്ചുപോകുമെന്ന് ഉറപ്പാണ്."

"ഞാൻ അങ്ങനെ വിചാരിക്കുന്നില്ല" റഷ്യൻ യുവാവ് പതുക്കെ പറഞ്ഞു.

"എനിക്ക് ഉറപ്പാണ് മാക്സിം" അവൾ അടിവരയിട്ടു പറഞ്ഞു.

"അപ്പോൾ ഒരെണ്ണം നിങ്ങളുടെ ദേഹത്തുകൂടി ഇഴയില്ല." അവൾ പറയുന്നത് മനസ്സിലായെന്ന് അസാധാരണമായ ഒരു രീതിയിൽ അവളെ മനസ്സിലാക്കിക്കൊണ്ട് ഒരുപുഞ്ചിരിയോടെ ജറാൾഡ് പറഞ്ഞു.

"അത് ജറാൾഡ് പറഞ്ഞതുപോലെ ഒരു സങ്കല്പമാണ്." ബിർക്കിൻ അഭിപ്രായപ്പെട്ടു.

അവിടെ അസ്വസ്ഥതയുടെ ഒരു താല്ക്കാലിക നിശ്ശബ്ദത ജനിച്ചു.

"ഡാറിങ്ങ്ടൺ മറ്റൊന്നും നിങ്ങൾക്ക് പേടിയില്ലേ?" റഷ്യൻ യുവാവ് അടക്കിപ്പിടിച്ച ശബ്ദത്തിൽ ചുറുചുറുക്കോടെ ചോദിച്ചു.

"സത്യത്തിൽ ഇല്ല."അവൾ പറഞ്ഞു. "ചിലതിനോടൊക്കെ എനിക്ക് പേടിയുണ്ട്. പക്ഷേ, ഇതുപോലെ പേടിയില്ല. എനിക്ക് ചോര പേടിയില്ല."

"ചോര പേടിയില്ലെന്നോ!" വിസ്കി കുടിച്ചുകൊണ്ട് മേശയുടെ അടുത്തേക്ക് ആ സമയത്ത് വന്നുചേർന്ന പരിഹാസം നിഴലിക്കുന്ന വിളറിയ മുഖമുള്ള ഒരു ചെറുപ്പക്കാരൻ ചോദിച്ചു.

ഡാറിങ്ങ്ടൺ വെറുപ്പോടെ അയാളെ തിരഞ്ഞുനോക്കി.

"നിങ്ങൾക്ക് ചോര കണ്ടാൽ സത്യത്തിൽ പേടിയില്ലേ?" ചെറുപ്പക്കാരൻ പുച്ഛത്തോടെ ആവർത്തിച്ചു.

"ഇല്ല. എനിക്ക് പേടിയില്ല." അവൾ തിരിച്ച് പറഞ്ഞു.

"അതിന് നിങ്ങൾ ദന്ത ഡോക്ടറുടെ മുറിയിലല്ലാതെ മറ്റ് എവിടെയെങ്കിലും ചോര കണ്ടിട്ടുണ്ടോ?" ചെറുപ്പക്കാരൻ കളിയാക്കി.

"ഞാൻ നിങ്ങളോടല്ല സംസാരിച്ചുകൊണ്ടിരുന്നത്." അവൾ ഏറ

ക്കുറെ ഗൗരവത്തിൽ മറുപടി പറഞ്ഞു.

"പക്ഷേ നിങ്ങൾക്ക് ഞാൻ ചോദിച്ചതിന് മറുപടി തരാൻ പറ്റും. ഇല്ലേ?" അയാൾ ചോദിച്ചു.

പക്ഷേ, മറുപടിയായി അവൾ പെട്ടെന്ന് ഒരു കത്തിയെടുത്ത് അയാളുടെ തടിച്ച് വിളറിയ കൈത്തണ്ടയിൽ ഒരു കുത്ത് കൊടുത്തു. അയാൾ ഒരു അശ്ലീലം ഉറക്കെവിളിച്ച് പറഞ്ഞ് അവളെ പ്രാകിക്കൊണ്ട് ചാടി എഴുന്നേറ്റു.

"നിന്റെ സംസ്കാരം നീ കാണിച്ചു." പെൺകുട്ടി അവജ്ഞയോടെ പറഞ്ഞു.

"നീ നശിച്ച് പോകും." അവളെ ക്രൂരമായി നോക്കിക്കൊണ്ട് ചെറുപ്പക്കാരൻ പറഞ്ഞു.

"നിർത്തൂ." ജറാൾഡ് പെട്ടെന്ന് ആധിപത്യം സ്ഥാപിച്ചുകൊണ്ട് പറഞ്ഞു.

ചെറുപ്പക്കാരൻ പുച്ഛം കലർന്ന വെറുപ്പോടെ അവളെ നോക്കിക്കൊണ്ട് നിന്നു. അയാളുടെ തടിച്ചുവിളറിയ മുഖത്ത് ഭീഷണിയുടെ ഒരു ഭാവം ഉണ്ടായിരുന്നു. അയാളുടെ കൈയിൽ നിന്നും ചോര ഒഴുകിത്തുടങ്ങിയിരുന്നു. "ഹോ! എന്ത് ഭയങ്കരമായിപ്പോയി!" ഹില്ലിഡെ ദേഷ്യത്തോടെ മുഖം തിരിച്ച് കൊണ്ട് പരാതി പറഞ്ഞു.

"നിങ്ങൾക്ക് വിഷമം തോന്നുന്നുണ്ടോ?" അല്പം അസ്വസ്ഥതയോടെ ചെറുപ്പക്കാരൻ കളിയാക്കുന്ന മട്ടിൽ ചോദിച്ചു. "വിഷമം തോന്നുന്നുണ്ടോ? ഇത് ഒരുകാര്യമല്ല. ഒരു അത്ഭുതം കാണിച്ചെന്നുള്ള സന്തോഷം അവൾക്ക് ഉണ്ടാക്കിക്കൊടുക്കരുത്. ആ സംതൃപ്തി അവൾക്ക് നല്കരുത്. അവൾക്ക് വേണ്ടത് അതു മാത്രമാണ്."

"ഹോ!" ഹില്ലിഡെ പരാതിപ്പെട്ടു.

"മാക്സിം, അയാൾ ഛർദ്ദിക്കാൻ പോകുകയാണ്!" ഡാറിങ്ടൺ മുന്നറിയിപ്പുകൊടുത്തു. റഷ്യൻ യുവാവ് ശാന്തനായി എഴുന്നേറ്റ് ഹില്ലിഡെയുടെ കൈപിടിച്ച് ദൂരത്തേക്ക് നടത്തിക്കൊണ്ട് പോയി. ബിർക്കിൻ ഇഷ്ടപ്പെടാത്ത മട്ടിൽ നോക്കിയിരുന്നു. ഏറ്റവും ശ്രദ്ധേയമായ രീതിയിൽ തന്റെ ചോര ഒലിക്കുന്ന കൈപ്പത്തിയെ അവഗണിച്ചുകൊണ്ട് മുറിവു പറ്റിയ ചെറുപ്പക്കാരൻ സ്ഥലംവിട്ടു.

"അയാൾ സത്യത്തിൽ ഒരു ഭയങ്കര പേടിത്തൊണ്ടനാണ്." ഡാറിങ്ടൺ ജറാൾഡിനോട് പറഞ്ഞു. "അയാൾക്ക് ജൂലിയസിന്റെ മുകളിൽ ഭയങ്കര സ്വാധീനമുണ്ട്."

"അയാൾ ആരാണ്?" ജറാൾഡ് ചോദിച്ചു.

"അയാൾ സത്യത്തിൽ ഒരു ജൂതനാണ്. എനിക്ക് അയാളെ സഹിക്കാൻ കഴിയില്ല."

"ശരി, അയാൾ എന്തെങ്കിലുമാകട്ടെ, പക്ഷേ, ഹില്ലിഡെയുടെ കുഴപ്പം എന്താണ്?"

"നിങ്ങൾ കണ്ടിട്ടുള്ളതിൽവെച്ച് ഏറ്റവും വലിയ പേടിത്തൊണ്ടൻ

ജൂലിയസ്സ് ആണ്." അവൾ ഉറക്കെപ്പറഞ്ഞു. "ഞാൻ കത്തി എടുക്കുമ്പോഴെല്ലാം അവൻ ബോധംകെടും. അവന് എന്നെ ഭയമാണ്."

"ങ്ങാ!" ജറാൾഡ് പറഞ്ഞു.

"അവർക്കെല്ലാം എന്നെ ഭയമാണ്." അവൾ പറഞ്ഞു. "എന്നോട് ധൈര്യം കാണിക്കാമെന്ന് ആ ജൂതന് മാത്രം ഒരു വിചാരമുണ്ട്. പക്ഷേ, സത്യത്തിൽ അവരെക്കാളെല്ലാം വലിയ പേടിത്തൊണ്ടൻ അവനാണ്. കാരണം ആളുകൾ അവനെപ്പറ്റി എന്ത് വിചാരിക്കുമെന്ന് അവന് ഭയമാണ്. എന്നാൽ ജൂലിയസ് അതൊന്നും ശ്രദ്ധിക്കാറില്ല."

വളരെ പതുക്കെ പുഞ്ചിരിച്ചുകൊണ്ട് ഡാറിങ്ടൺ അയാളെ നോക്കി. അവൾ അതീവ സുന്ദരി ആയിരുന്നു. അവൾക്ക് ഭയാനകമായ അറിവുകളുടെ ആത്മവിശ്വാസം ഉണ്ടായിരുന്നു. പ്രകാശത്തിന്റെ രണ്ട് ചെറിയ ബിന്ദുക്കൾ ജറാൾഡിന്റെ കണ്ണുകളിൽ മിന്നിത്തിളങ്ങി.

അയാളുടെ മുഖത്തെ പുഞ്ചിരി കൂടുതൽ തീക്ഷ്ണമായി. "നിങ്ങൾ ഏറെക്കുറെ എന്നല്ല പൂർണ്ണമായും ഒരു പെൺപുലി ആണ്."

"എന്റെ ദൈവമേ! ജറാൾഡ്!" ബിർക്കിൻ ഇഷ്ടപ്പെടാത്ത മട്ടിൽ പറഞ്ഞു.

അവർ രണ്ടുപേരും ബിർക്കിനെ ഉൽക്കണ്ഠയോടെ നോക്കി.

"റൂപർട്ട്, ഇന്ന് രാത്രിയിൽ നിങ്ങൾ സംസാരിക്കുന്നില്ല." മറ്റേ മനുഷ്യനോടൊപ്പം താൻ സുരക്ഷിതനാണെന്നുള്ള ധിക്കാരത്തോടെ അവൾ അയാളോട് പറഞ്ഞു.

ഹില്ലിഡെ തിരിച്ചുവരുന്നുണ്ടായിരുന്നു. അയാൾ കാഴ്ചയിൽ ക്ഷീണിതനും നിസ്സഹായനുമായിരുന്നു.

"ഡാറിങ്ടൺ" അയാൾ പറഞ്ഞു. "നിങ്ങൾ ഇങ്ങനെയൊന്നും ചെയ്യരുതെന്നാണ് എന്റെ ആഗ്രഹം. ഹോ!" അയാൾ ഒരു നെടുവീർപ്പോടെ അയാളുടെ കസേരയിലേക്ക് വീണു.

"നിങ്ങൾ വീട്ടിൽ പോകുന്നതാണ് നല്ലത്." അവൾ അയാളോട് പറഞ്ഞു.

"ഞാൻ വീട്ടിൽ പോകാം." അയാൾ പറഞ്ഞു. "പക്ഷേ, നിങ്ങൾ എല്ലാം എന്റെ കൂടെ വരില്ലേ? നിങ്ങൾ ആ ഫ്ളാറ്റിലേക്ക് വരില്ലേ?" അയാൾ ജറാൾഡിനോട് പറഞ്ഞു. "നിങ്ങൾ വന്നാൽ ഞാൻ അതിൽ സന്തോഷിക്കും. വരൂ അത് രസമായിരിക്കും." അയാൾ പരിചാരകന് വേണ്ടി ചുറ്റുപാടും നോക്കി. "എനിക്ക് ഒരു ടാക്സി വേണം." പിന്നീട് അയാൾ വീണ്ടും നെടുവീർപ്പിട്ടു. "എനിക്ക് ആകെപ്പാടെ വിഷമം തോന്നുന്നു. ഡാറിങ്ടൺ, എന്നോട് നീ എന്താണ് ചെയ്യുന്നത്."

"നീ എന്താണ് ഇങ്ങനെ ഒരു വിഡ്ഢിയായത്!" അവൾ ശാന്തമായി പരിഭവപ്പെട്ടു.

"പക്ഷേ, ഞാൻ വിഡ്ഢിയല്ല! ഹോ! എന്ത് ഭയങ്കരം! എല്ലാവരും വരണം. വന്നാൽ നല്ല രസമായിരിക്കും. ഡാറിങ്ടൺ നീ വരുന്നില്ലേ? എന്ത്? പക്ഷേ, നീ എന്തായാലും വരണം. നീ വന്നേ പറ്റൂ. എന്ത്? എന്റെ

പെണ്ണേ, ഇപ്പോൾ ഒരു ബഹളം ഉണ്ടാക്കരുത്. എനിക്ക് പേടി തോന്നുന്നു. ഹോ!"

"നിനക്ക് കുടിക്കാൻ പറ്റില്ലെന്ന് നിനക്ക് അറിയാം." അവൾ ഒരു വികാരവുമില്ലാതെ പറഞ്ഞു.

"അത് ഞാൻ കുടിച്ചു കൊണ്ടല്ല. ഡാറിങ്ടൺ, അത് നിന്റെ വെറുപ്പിക്കുന്ന പെരുമാറ്റം കൊണ്ടാണ്. അതുകൊണ്ട് മാത്രമാണ്. ഹോ! എന്തു പറയാൻ! ലിബിഡ്നിക്കോവ്, നമുക്ക് ഒന്നിച്ച് പോകാം."

"അയാൾ ഒരുഗ്ലാസ് മാത്രമാണ് കുടിച്ചത്." റഷ്യൻ യുവാവിന്റെ അതിവേഗത്തിലുള്ള അടക്കിപ്പിടിച്ച ശബ്ദം കേട്ടു. "ഒരു ഗ്ലാസ് മാത്രം."

അവർ എല്ലാവരുംകൂടി വാതിലിനടുത്തേക്ക് നീങ്ങി. പെൺകുട്ടി ജറാൾഡിന്റെ തൊട്ടടുത്ത് ഉണ്ടായിരുന്നു. അവർ ചലിക്കുന്നത് ഒന്നിച്ചാണെന്ന് തോന്നി. അയാൾക്ക് അത് മനസ്സിലാകുന്നുണ്ടായിരുന്നു. അയാളുടെ ചലനം രണ്ടുപേർക്ക് പ്രയോജനപ്പെടുന്നതിൽ അയാൾക്ക് പൈശാചികമായ സംതൃപ്തി തോന്നി. അയാൾ തന്റെ ആഗ്രഹങ്ങളുടെ ഗുഹയിൽ അവളെ ബന്ധിച്ചു. അതിനുള്ളിലെ അവളുടെ ചലനങ്ങൾ മൃദുലവും രഹസ്യവും അദൃശ്യവുമായിരുന്നു.

അവർ അഞ്ചുപേരും കൂടി ആ ടാക്സിയിൽ തിക്കിത്തിരക്കി ഇരുന്നു. ഹില്ലിഡെ ആദ്യം നുഴഞ്ഞു കയറി മറുവശത്തെ ജനാലയോടു ചേർന്നിരുന്നു. പിന്നീട് ഡാറിങ്ടൺ കയറി ഇരുന്നു. അവളുടെ തൊട്ടടുത്ത് ജറാൾഡ് ഇരുന്നു. റഷ്യൻ യുവാവ് ഡ്രൈവർക്ക് നിർദ്ദേശങ്ങൾ കൊടുക്കുന്നത് അവർ കേൾക്കുന്നുണ്ടായിരുന്നു. അപ്പോൾ അവരെല്ലാം ഇരുട്ടിൽ തിക്കിത്തിരക്കി ഇരിക്കുകയായിരുന്നു. ഹില്ലിഡെ തലപുറത്തേക്കിട്ട് ഞരങ്ങിക്കൊണ്ടിരുന്നു. കാറിന്റെ അടക്കിപ്പിടിച്ചുള്ള ദ്രുതചലനങ്ങൾ അവർ അനുഭവിച്ചു.

ഡാറിങ്ടൺ ജറാൾഡിന്റെ അടുത്ത് ഇരുന്നു. അവൾ ഒരു കറുത്ത വൈദ്യുതിപ്രവാഹംപോലെ അയാളിലേക്ക് കടന്നു പോകുകയാണെന്ന് തോന്നി. അവൾ അയാളുടെ എല്ലുകളിലേക്ക് കടന്നുകയറാൻ പാകത്തിൽ സൂക്ഷ്മതയോടെ മൃദുലമായിക്കൊണ്ടിരിക്കുന്നതായി തോന്നി. അവൾ അയാളുടെ ഞരമ്പുകളിലൂടെ ഒരു മാസ്കമരിക ശക്തിയുള്ള ഇരുട്ടായി പരന്നൊഴുകി. ഒടുവിൽ അയാളുടെ നട്ടെല്ലിന്റെ അടിത്തട്ടിൽ ശക്തിയുടെ ഒരു ഭയാനകമായ പ്രഭവ സ്ഥാനമായി കേന്ദ്രീകരിച്ചു. ഇതിനിടയിൽ ബിർക്കിനോടും മാക്സിമിനോടും താല്പര്യമില്ലാതെ സംസാരിച്ചുകൊണ്ടിരുന്ന അവളുടെ ശബ്ദം ദുർബ്ബലമായി കേൾക്കുന്നുണ്ടായിരുന്നു. അവൾക്കും ജറാൾഡിനുമിടയിൽ ഇരുട്ടിലെ വൈദ്യുതിധാരണയും നിശ്ശബ്ദതയും മാത്രം നിലനിന്നു. അപ്പോൾ അവൾ അയാളുടെ കൈകൾ കണ്ടെത്തി. അവൾ അയാളുടെ കൈപ്പത്തികളെ തന്റെ ചെറിയ കൈപ്പത്തിക്കുള്ളിൽ മുറുകെ പിടിച്ചു. ഭയങ്കരമായ ഇരുട്ടായിരുന്നു. എങ്കിലും നഗ്നമായ ഈ പ്രഖ്യാപനത്തിന്റെ ദ്രുതഗതിയിലുള്ള സ്പന്ദനങ്ങൾ അയാളുടെ രക്തത്തിലൂടെ ഒഴുകി അയാളെ ഉത്തരവാദിത്വങ്ങളിൽ നിന്ന് വിമു

ക്തനാക്കി. ഇപ്പോഴും അവളുടെ ശബ്ദം പരിഹാസത്തിന്റെ മണിനാദം പോലെ മുഴങ്ങി കേൾക്കുന്നുണ്ടായിരുന്നു. അതിനിടയിൽ അവൾ തല കുലുക്കിയപ്പോൾ അവളുടെ നേർത്ത മുടിയിഴകൾ അയാളുടെ മുഖത്തു കൂടി തഴുകി ഒഴുകി. വൈദ്യുതിയുടെ ഈ സൂക്ഷ്മമായ ഉരസലിൽ അയാളുടെ ഞരമ്പുകൾക്ക് തീപിടിച്ചു. പക്ഷേ, അയാളുടെ നട്ടെല്ലിന്റെ അടിത്തട്ടിൽ അയാളുടെ ശക്തിയുടെ പ്രഭവകേന്ദ്രത്തിന് ഇളക്കംതട്ടാത്തത് അയാൾക്ക് മഹത്തായ ഒരു അഭിമാനമായി.

അവർ ഒരു വലിയ കെട്ടിടസമുച്ചയത്തിനകത്തെത്തി ഒരു ലിഫ്റ്റിൽ കയറി മുകളിലേക്ക് പോയി. അവിടെ ഒരു ഹിന്ദു അവർക്കുവേണ്ടി ഒരു വാതിൽ തുറന്ന് കൊടുത്തു. അയാൾ ഒരുപക്ഷേ, ഓക്സ്ഫോർഡിൽ നിന്നുള്ള മാന്യന്മാരായ ഹിന്ദുക്കളിൽ ഒരാളാണോ എന്ന് ജറാൾഡ് അത്ഭുതത്തോടെ നോക്കി. പക്ഷേ, ആയിരുന്നില്ല. അയാൾ ഒരു ജോലിക്കാരൻ ആയിരുന്നു.

“ഹസർ ചായ തിളപ്പിക്കൂ” ഹില്ലിഡെ പറഞ്ഞു.

“എനിക്ക് ഇവിടെ സ്ഥലമുണ്ടോ?” ബിർക്കിൻ ചോദിച്ചു.

ആജ്ഞയ്ക്കും ചോദ്യത്തിനും കൂടി ആ മനുഷ്യൻ പല്ലിളിച്ചുകാട്ടിയതിനുശേഷം മുറുമുറുത്തു.

അയാൾ ജറാൾഡിനെ ചിന്താക്കുഴപ്പത്തിലാക്കി. കാരണം മെലിഞ്ഞ് ഉയരമുള്ള അയാൾക്ക് നിശ്ശബ്ദത കൂടി ആയപ്പോൾ ഒരു മാന്യന്റെ ലക്ഷണം ഉണ്ടായിരുന്നു.

“നിങ്ങളുടെ ജോലിക്കാരൻ ആരാണ്? ജറാൾഡ് ഹില്ലിഡെയോട് ചോദിച്ചു. “അയാൾ ഒരു പരിഷ്കാരി ആണെന്ന് തോന്നുന്നു.”

“ഓ! ശരിയാണ് — അതിനു കാരണം അയാൾ മറ്റൊരാളുടെ വേഷം ധരിച്ചിരിക്കുന്നതാണ്. അയാൾ സത്യത്തിൽ ഒരു പരിഷ്കാരിയൊഴിച്ച് മറ്റെന്തുമാണ്. ഞങ്ങൾ ഇയാളെ വഴിയിൽ പട്ടിണി കിടക്കുന്നിടത്ത് നിന്ന് കണ്ടെത്തിയതാണ്. ഞാൻ അയാളെ ഇവിടെ കൊണ്ടുവന്നു. വേറൊരാൾ അയാൾക്ക് വസ്ത്രങ്ങൾ കൊടുത്തു. അയാൾ കാണുന്നതിൽ നിന്ന് മാറി മറ്റ് എന്തെല്ലാമോ ആണ്. അയാളെ കൊണ്ടുള്ള ഒരേയൊരു പ്രയോജനം അയാൾക്ക് ഇംഗ്ലീഷ് സംസാരിക്കാൻ കഴിയില്ല എന്നതും ഇംഗ്ലീഷ് മനസ്സിലാകില്ല എന്നതും ആണ്. അതുകൊണ്ട് അയാളെപ്പറ്റി പേടിക്കേണ്ട കാര്യമില്ല.”

“അയാൾക്ക് തീരെ വൃത്തി ഇല്ല.” റഷ്യൻ യുവാവ് പുറത്തു കേൾക്കാതെ വളരെ പെട്ടെന്ന് പറഞ്ഞു.

ജോലിക്കാരൻ വാതിൽപ്പടിയിൽ പ്രത്യക്ഷപ്പെട്ടു. “എന്തുവേണം?” ഹില്ലിഡെ ചോദിച്ചു.

ജോലിക്കാരൻ പല്ലിളിച്ചതിനു ശേഷം നാണത്തോടെ മുറുമുറുത്തു. “യജമാനനോട് സംസാരിക്കണം.”

ജറാൾഡ് കൗതുകത്തോടെ ശ്രദ്ധിച്ചു. വാതിൽപ്പടിയിൽ നിന്നിരുന്ന മനുഷ്യൻ കാഴ്ചയിൽ സുന്ദരനായിരുന്നു. വൃത്തിയുണ്ടായിരുന്നു. അയാ

ളുടെ മുഖഭാവം ശാന്തമായിരുന്നു. അയാൾക്ക് കുലീനത ഉണ്ടായിരുന്നു. എങ്കിലും വിഡ്ഢിയെപ്പോലെ പല്ലിളിക്കുന്ന അയാൾ പകുതി അപരിഷ്കൃതനായിരുന്നു. ഹില്ലിഡെ അയാളോട് സംസാരിക്കാൻ വേണ്ടി പുറത്തെ ഇടനാഴിയിലേക്ക് ഇറങ്ങി.

"എന്താണ്?" അവർ ഹില്ലിഡെയുടെ ശബ്ദം കേട്ടു."എന്ത്? എന്താണ് പറഞ്ഞത്? ഒന്നുകൂടി പറയൂ. എന്ത്? പണം വേണമെന്നോ? കൂടുതൽ പണം വേണമെന്നാണോ? പക്ഷേ, എന്ത് കാര്യത്തിനാണ് പണം വേണ്ടത്?" ജോലിക്കാരൻ സംസാരിക്കുന്നതിന്റെ അവ്യക്തമായ ശബ്ദങ്ങൾ അവിടെ കേൾക്കുന്നുണ്ടായിരുന്നു. അതിനുശേഷം ഹില്ലിഡെ മുറിയിൽ പ്രത്യക്ഷപ്പെട്ടു. അയാളും വിഡ്ഢിച്ചിരി ചിരിച്ചു കൊണ്ടുപറഞ്ഞു.

"അടിവസ്ത്രങ്ങൾ വാങ്ങാൻ പണം വേണമെന്നാണ് അയാൾ പറയുന്നത്. ആർക്കെങ്കിലും ഒരു ഷില്ലിങ് എനിക്ക് കടം തരാൻ പറ്റുമോ? ദൈവത്തിന് നന്ദി. അയാൾ ആഗ്രഹിക്കുന്ന അടിവസ്ത്രങ്ങൾ എല്ലാം കൂടി വാങ്ങാൻ ഒരു ഷില്ലിങ് തന്നെ ധാരാളമാണ്." അയാൾ ജറാൾഡിന്റെ കയ്യിൽ നിന്ന് പണം വാങ്ങിക്കൊണ്ട് പുറത്തെ ഇടനാഴിയിലേക്ക് പോയി. അവിടെ നിന്നുകൊണ്ട് അയാൾ പറയുന്നത് അവർ കേട്ടു. "നിങ്ങൾ കൂടുതൽ പണം ചോദിക്കരുത്. ഇന്നലെ എന്റെ കയ്യിൽ നിന്ന് മൂന്നും പിന്നൊരു ആറും വാങ്ങിയിരുന്നു. ഇനിയും കൂടുതൽ ചോദിക്കരുത്. വേഗം പോയി ചായ കൊണ്ടുവരൂ."

ജറാൾഡ് മൊത്തത്തിൽ മുറി ഒന്നു പരിശോധിച്ചു. അത് വീട്ടുപകരണങ്ങൾ എല്ലാം ഉള്ള ഒരു ഫ്ളാറ്റിന്റെ ഒരു സാധാരണ സ്വീകരണ മുറി ആയിരുന്നു. പക്ഷേ, അവിടെ തടിയിൽ കൊത്തിയെടുത്ത ചില പ്രതിമകൾ ഉണ്ടായിരുന്നു. പടിഞ്ഞാറെ ആഫ്രിക്കയിൽ നിന്ന് കൊണ്ടുവന്നിട്ടുള്ള ചില നീഗ്രോരൂപങ്ങൾ. അവ അസാധാരണവും അസ്വസ്ഥത ജനിപ്പിക്കുന്നവയും ആയിരുന്നു. കൊത്തിയെടുത്ത നീഗ്രോരൂപങ്ങൾ കാഴ്ചയിൽ ഗർഭസ്ഥശിശുക്കളെപ്പോലെ തോന്നിച്ചു. അവയിൽ ഒരെണ്ണം ഉന്തിയ വയറുമായി വിചിത്രമായ ഒരു അവസ്ഥയിൽ ഇരിക്കുന്നു. വേദന സഹിക്കുന്ന ഒരു നീഗ്രോസ്ത്രീയുടേതായിരുന്നു. അവൾ കഴുത്തിന്റെ ഇരുവശത്തുമായി ഞാണു കിടക്കുന്ന നാടയിൽ രണ്ട് കൈകൊണ്ടും ബലമായി പിടിച്ച് വലിച്ചുകൊണ്ട് പ്രസവിക്കാനുള്ള ശ്രമത്തിലായിരുന്നു. റഷ്യക്കാരൻ യുവാവ് അവൾ ഇരിക്കുന്നത് പ്രസവിക്കാൻ വേണ്ടിയുള്ള പ്രത്യേകരീതിയിലാണെന്ന് വിശദീകരിച്ചു. ആ സ്ത്രീയുടെ നഗ്നരൂപം ഗർഭസ്ഥശിശുവിന്റെ ഓർമ്മ ജറാൾഡിന്റെ മനസ്സിൽ വീണ്ടും കൊണ്ടുവന്നു. ആ ശില്പം മാനസികമായി ബോദ്ധ്യപ്പെടുന്നതിലും കവിഞ്ഞുള്ള അങ്ങേയറ്റത്തെ ശാരീരിക പ്രകമ്പനങ്ങളുടെ സൂചന പകർന്നുതരുന്നുണ്ടായിരുന്നു.

"അവ ഏറെക്കുറെ അശ്ലീലമല്ലേ?" അയാൾ അതിനെ അംഗീകരിക്കാത്ത മട്ടിൽ ചോദിച്ചു.

"എനിക്കറിയില്ല." മറ്റെയാൾ അമിതവേഗതയിൽ മുറുമുറുത്തു.

"അശ്ലീലത്തെ ഞാൻ ഒരിക്കലും നിർവ്വചിച്ചിട്ടില്ല. അവ എല്ലാം നന്നായി ട്ടുണ്ടെന്നാണ് ഞാൻ വിചാരിക്കുന്നത്."

ജറാൾഡ് പിന്നോട്ട് മാറിനിന്നു. മുറിക്കുള്ളിൽ ഒന്നോരണ്ടോ പുതിയ ചിത്രങ്ങൾ ഉണ്ടായിരുന്നു. അതുകൂടാതെ ഒരു വലിയ പിയാനോയും ഉണ്ടായിരുന്നു. ഇതിനോടൊപ്പം ഭേദപ്പെട്ട രീതിയിലുള്ള വീട്ടുപകരണ ങ്ങളുംകൂടിയാകുമ്പോൾ മുറി ഏകദേശം നിറഞ്ഞിരുന്നു.

ഡാറിങ്ടൺ തൊപ്പിയും കോട്ടും ഊരിമാറ്റിയതിനു ശേഷം സോഫ യിൽ ഇരിപ്പുറപ്പിച്ചു. അവൾക്ക് വീട്ടിനുള്ളിൽ പരിചയക്കുറവില്ലെന്ന് വ്യക്തമായിരുന്നു. പക്ഷേ, അവൾക്ക് എന്തോ വിശ്വാസക്കുറവ് ഉണ്ടായി രുന്നു. അവൾ അവളുടെ സ്ഥാനം എന്താണെന്ന് അറിയാത്ത അവസ്ഥ യിലാണ്. തല്ക്കാലത്തേക്ക് അവളുടെ ബന്ധം ജറാൾഡിനോടായിരു ന്നു. മറ്റ് ആണുങ്ങളിൽ ആരെങ്കിലും ഇതിനെ ഏത് അളവു വരെ അംഗീ കരിക്കുമെന്ന് അവൾക്ക് അറിയില്ല. ഈ സന്ദർഭത്തെ എങ്ങനെ നേരിടാ മെന്ന് അവൾ ആലോചിച്ചുകൊണ്ടിരുന്നു. അവൾ അവളുടെ അനുഭവം സ്വീകരിക്കാൻ തീരുമാനം എടുത്തുകഴിഞ്ഞു. ഇപ്പോൾ ഈ പതി നൊന്നാം മണിക്കൂറിൽ അവളെ നിരസിക്കാൻ പാടില്ല. അവളുടെ മുഖം ഒരു യുദ്ധത്തിൽ ഏർപ്പെട്ടപോലെ തുടുത്തിരുന്നു. അവളുടെ കണ്ണുക ളിൽ അനിവാര്യമായ ആധി ഉണ്ടായിരുന്നു.

ആ മനുഷ്യൻ ചായയുമായി മുറിക്കുള്ളിലേക്ക് വന്നു. സോഫയു ടെ മുന്നിൽ കിടന്നിരുന്ന ചെറിയമേശയുടെ പുറത്ത് അയാൾ കപ്പുകൾ നിരത്തി.

"ഡാറിങ്ടൺ" ഹില്ലിഡെ പറഞ്ഞു. "ചായ ഒഴിക്കൂ."

അവൾ അനങ്ങിയില്ല.

"ചായ ഒഴിക്കില്ലേ?" ആശങ്കയോടെ ഹില്ലിഡെ ആവർത്തിച്ചു.

"ഞാൻ മുമ്പ് വരുന്നതുപോലെ അല്ല ഞാൻ ഇവിടെ തിരിച്ച് വന്നി രിക്കുന്നത്." അവൾ പറഞ്ഞു. "മറ്റുള്ളവർ ഞാൻ വരാൻ ആഗ്രഹിച്ചതു കൊണ്ട് മാത്രമാണ് ഞാൻ ഇവിടെ തിരിച്ചുവന്നിരിക്കുന്നത്. നിങ്ങൾക്ക് വേണ്ടി അല്ല."

"എന്റെ പൊന്നു ഡാറിങ്ടൺ, നീയാണ് നിന്റെ യജമാനത്തിയെന്ന് നിനക്ക് നല്ലവണ്ണം അറിയാം. ഈ ഫ്ളാറ്റ് നിന്റെ സൗകര്യം അനുസ രിച്ച് ഉപയോഗിക്കണമെന്ന് മാത്രമാണ് ഞാൻ ഉദ്ദേശിച്ചത്. മറ്റൊന്നും തന്നെ നീ ചെയ്യണമെന്ന് ഞാൻ കരുതിയിട്ടില്ല. നിനക്ക് അത് അറിയാം ഞാൻ പലതവണ ഈ കാര്യം നിന്നോട് പറഞ്ഞിട്ടുണ്ട്."

അവൾ മറുപടി പറഞ്ഞില്ല. പക്ഷേ, മനസ്സില്ലാ മനസ്സോടെ അവൾ ചായപ്പാത്രം കൈയിലെടുത്തു. അവരെല്ലാവരും വട്ടമിട്ടിരുന്ന് ചായകു ടിച്ചു. മറ്റൊരു കൂട്ടം വ്യവസ്ഥകൾ ഒന്നിച്ചു കടന്നു വന്നതുകൊണ്ട് അവൾ ഉൾവലിഞ്ഞ് നിശ്ശബ്ദയായി ഇരുന്നു. ആ സമയത്തും അവളും താനും തമ്മിലുള്ള വൈദ്യുതിബന്ധം ശക്തമായിത്തന്നെ ഡറാൾഡ് അനുഭവി ക്കുന്നുണ്ടായിരുന്നു. അവളുടെ ഇളകാത്ത നിശ്ശബ്ദത അയാളെ അമ്പര

പ്പിച്ചു. അയാൾക്ക് എങ്ങനെ അവളുടെ അടുത്ത് എത്താൻ കഴിയും? എങ്കിലും അത് അനിവാര്യമാണെന്ന് അയാൾക്ക് തോന്നി. അവരെ പിടികൂടിയ വൈദ്യുതിയിൽ അയാൾ പൂർണ്ണമായും വിശ്വസിച്ചു. അയാളുടെ അമ്പരപ്പ് തൊലിപ്പുറത്ത് മാത്രമായിരുന്നു. പുതിയ വ്യവസ്ഥകൾ നിലവിൽ വരുമ്പോൾ പഴയവ പിൻതള്ളപ്പെടും. ഇവിടെ ഒരാൾ എന്താണോ ചെയ്യേണ്ടത് അത് അയാൾ ചെയ്യും. അത് എന്തുതന്നെ ആയാലും.

ബിർക്കിൻ എഴുന്നേറ്റു അപ്പോൾ സമയം ഒരു മണിയോട് അടുത്തിരുന്നു.

“ഞാൻ ഉറങ്ങാൻ പോകുന്നു.” അയാൾ പറഞ്ഞു. “ജറാൾഡ് ഞാൻ രാവിലെ നിങ്ങളെ നിങ്ങളുടെ സ്ഥലത്ത് വിളിച്ചുണർത്താം. അല്ലെങ്കിൽ നിങ്ങൾ എന്നെ വിളിച്ചുണർത്തണം.”

“ശരി.” ജറാൾഡ് പറഞ്ഞു. ബിർക്കിൻ പുറത്തേക്ക് പോയി.

അയാൾ പോയിക്കഴിഞ്ഞപ്പോൾ ഉന്മേഷത്തോടെ ഹില്ലിഡെ ജറാൾഡിനോട് പറഞ്ഞു.

“നിങ്ങൾ ഇവിടെയല്ലേ താമസിക്കുന്നത്? ഇവിടെ താമസിക്കാം.”

“എല്ലാവരുംകൂടി ഇവിടെ സ്ഥലമില്ല.” ജറാൾഡ് പറഞ്ഞു.

“ഇവിടെ പറ്റും. ശരിക്കും പറ്റും. എന്റേത് കൂടാതെ ഇവിടെ മൂന്ന് കിടക്കകൾ കൂടി ഉണ്ട്. നിങ്ങൾ ഇവിടെ താമസിക്കില്ലേ? താമസിക്കാം. എല്ലാകാര്യങ്ങളും തയ്യാറാണ്. ഇവിടെ എപ്പോഴും ആരെങ്കിലുമൊക്കെ ഉണ്ടാകും. ഞാൻ എപ്പോഴും ആളുകളെ ഇവിടെ താമസിപ്പിക്കും. വീട് നിറയെ ആളുകൾ ഉള്ളതാണ് എനിക്ക് കൂടുതൽ ഇഷ്ടം.”

“പക്ഷേ, ഇവിടെ ഉള്ളത് രണ്ടുമുറികൾ മാത്രമാണ്.” ഡാറിങ്ടൺ എതിർത്ത് പറഞ്ഞു. “ഇപ്പോൾ റൂപർട്ടും ഇവിടെയുണ്ട്.”

“രണ്ട് മുറികളാണ് ഉള്ളതെന്ന് എനിക്ക് അറിയാം.” ഹില്ലിഡെ ഇഷ്ടപ്പെടാത്തമട്ടിൽ ഉറക്കെപ്പറഞ്ഞു.“പക്ഷേ, അതിനെന്താണ്?” അയാൾ ഏതാണ്ട് വിഡ്ഢിത്തം നിറഞ്ഞ ഒരുപുഞ്ചിരിയോടെ താല്പര്യമെടുത്ത് ദുസ്സൂചന നല്കിക്കൊണ്ട് സംസാരിച്ചു.

“ഞാനും ജൂലിയസും ഒരു മുറി പങ്കിട്ടുകൊള്ളാം.”റഷ്യാക്കാരൻ ശബ്ദം താഴ്ത്തിപ്പറഞ്ഞു. അയാളും ഹില്ലിഡെയും പഴയ സുഹൃത്തുക്കളാണ്.

“അത് സാരമില്ല.” ജറാൾഡ് എഴുന്നേറ്റുനിന്ന് മൂരി നിവർന്നുകൊണ്ട് പറഞ്ഞു. പിന്നീട് അയാൾ മറ്റൊരുചിത്രം നോക്കിക്കാണാൻ വേണ്ടി നടന്നുപോയി. അയാളുടെ ഓരോ അവയവങ്ങളിലൂടെയും വൈദ്യുതിനിറഞ്ഞു നിന്നു. മയങ്ങുന്ന തീവ്രവികാരങ്ങൾ കാരണം അയാളുടെ നട്ടെല്ലിൽ ഒരു കടുവയുടേത് പോലുള്ള പിരിമുറുക്കം ഉണ്ടായിരുന്നു

ഡാറിങ്ടൺ എഴുന്നറ്റ് അവൾ ഹില്ലിഡെയെ ഒരു കറുത്ത നോട്ടം നോക്കി. മാരകമായ ആ നോട്ടം ആ ചെറുപ്പക്കാരന്റെ മുഖത്ത് ഏറെക്കുറെ വിഡ്ഢിത്തം നിറഞ്ഞ ഒരുപുഞ്ചിരി വീണ്ടും കൊണ്ടുവന്നു. പിന്നീട് എല്ലാവർക്കും വേണ്ടി ഒരു തണുത്ത ശുഭരാത്രി ആശംസിച്ചതി

നുശേഷം അവൾ മുറിയിൽ നിന്നും പുറത്തുപോയി.

ഒരു ചെറിയ ഇടവേളയ്ക്ക് ശേഷം അവൾ ഒരു കതക് അടയ്ക്കുന്നതിന്റെ ശബ്ദം കേട്ടു. പിന്നീട് മാക്സിം അവന്റെ തെളിഞ്ഞ ശബ്ദത്തിൽ പറഞ്ഞു: "അതിൽ പ്രശ്നമില്ല."

അയാൾ ജറാൾഡിനെ അർത്ഥംവച്ച് നോക്കി. അതിനുശേഷം നിശ്ശബ്ദമായി തലകുലുക്കിക്കൊണ്ട് പറഞ്ഞു.

"അതിൽ പ്രശ്നമില്ല. നിങ്ങൾക്ക് പ്രശ്നമില്ലല്ലോ."

ജറാൾഡ് റഷ്യൻ യുവാവിന്റെ ചുവന്ന് ഭംഗിയുള്ള മുഖത്തേക്ക് നോക്കി. അയാളുടെ കണ്ണുകൾ അസാധാരണമായ സൂചനകൾ നല്കിയിരുന്നു. അയാളുടെ പൂർണ്ണതയുള്ള ശബ്ദം അന്തരീക്ഷത്തിലല്ല മനസ്സിലാണ് മുഴങ്ങുന്നതെന്ന് തോന്നി.

"എനിക്ക് പ്രശ്നമൊന്നുമില്ല." ജറാൾഡ് പറഞ്ഞു.

"ശരിയാണ്. ശരിയാണ്. നിങ്ങൾക്ക് പ്രശ്നമില്ല." റഷ്യക്കാരൻ പറഞ്ഞു.

ഹില്ലിഡെ ഒന്നും പറയാതെ പുഞ്ചിരി തുടർന്നുകൊണ്ടിരുന്നു.

പെട്ടെന്ന് ഡാറിങ്ടൺ വീണ്ടും വാതിലിൽ പ്രത്യക്ഷപ്പെട്ടു. അവളുടെ ബാലിശമായ ചെറിയ മുഖത്ത് ദേഷ്യവും പകയും ഉണ്ടായിരുന്നു.

"എന്നെക്കൊണ്ട് ഒരു തെറ്റ് ചെയ്യിക്കണമെന്ന് നിങ്ങൾ ആഗ്രഹിക്കുന്നുണ്ടെന്ന് എനിക്ക് അറിയാം." അവളുടെ നിർവ്വികാരമായ ശബ്ദം പുറത്തുവന്നു. "പക്ഷേ, നിങ്ങൾ എന്നെ എത്ര പറ്റിച്ചാലും ഞാൻ അത് ശ്രദ്ധിക്കില്ല."

അവൾ തിരിച്ചുപോയി. അവൾ ചുവന്ന സിൽക്കിലുള്ള ഒരു അയഞ്ഞ വേഷമാണ് ധരിച്ചിരുന്നത്. അവൾ അനുകമ്പ തോന്നുന്നതരത്തിൽ വിധേയയാണെന്ന് തോന്നി. അവൾ ഒരു ചെറിയ കുട്ടിയാണെന്ന് തോന്നും. എന്നിട്ടും അവളുടെ കണ്ണുകളുടെ കറുത്ത നോട്ടങ്ങൾ തന്നെ ഏറെക്കുറെ ഭയചകിതനാക്കുന്ന ഏതോ കൂരിരിട്ടുനുള്ളിലിട്ട് മുക്കിക്കൊല്ലുന്നതായി ജറാൾഡിന് തോന്നി.

ആളുകൾ മറ്റൊരു സിഗററ്റിന് തീകൊളുത്തി. വെറുതെ സംസാരിച്ചു കൊണ്ടിരുന്നു.

7

ആകർഷണങ്ങൾ

രാവിലെ ജറാൾഡ് ഉണർന്നത് താമസിച്ചായിരുന്നു. അയാൾ ഭയങ്കര ഉറക്കത്തിലായിരുന്നു. ഡാറിങ്ടൺ അപ്പോഴും കുട്ടികളെപ്പോലെ ദയനീയമായി ഉറങ്ങുകയായിരുന്നു. അവൾക്ക് ചുറ്റും പ്രതിരോധം ഇല്ലാത്ത ചില കാര്യങ്ങൾ ചെറിയതോതിൽ ചുരുളുകളായി മാറിയിരുന്നു. ചെറുപ്പക്കാരന്റെ ചോരയിൽ അത് അതൃപ്തമായ വികാരങ്ങളുടെ ഒരു ജ്വാല ആളിക്കത്തിച്ചു. ആർത്തിപൂണ്ട ഒരു അനുകമ്പ. ജറാൾഡ് വീണ്ടും അവളെ നോക്കി. പക്ഷേ, അവളെ വിളിച്ചുണർത്തുന്നത് കൂടുതൽ ക്രൂരമായിപ്പോകും. അയാൾ സ്വയം നിയന്ത്രിച്ചുകൊണ്ട് അകന്നുപോയി.

ഹില്ലിഡെ ലിബിഡ്നിക്കോവിനോട് സംസാരിക്കുന്ന ശബ്ദം സ്വീകരണ മുറിയിൽ നിന്ന് വരുന്നതുകേട്ട് അയാൾ വാതിലിൽ എത്തി ഉള്ളിലേക്ക് നോക്കി. അയാൾ വയലറ്റ് കരയുള്ള നീലനിറമുള്ള ഒരു സിൽക്ക് പുതപ്പുകൊണ്ട് ശരീരം പൊതിഞ്ഞിരുന്നു.

ആ രണ്ട് ചെറുപ്പക്കാരും തീയുടെ അടുത്ത് പരിപൂർണ്ണ നഗ്നരായി ഇരിക്കുന്നത് കണ്ടപ്പോൾ അയാൾ അത്ഭുതപ്പെട്ടുപോയി. ഹല്ലിഡെ സാമാന്യം സന്തോഷത്തോടെ തല ഉയർത്തിനോക്കി.

"സുപ്രഭാതം" അയാൾ പറഞ്ഞു. "ഓ! നിങ്ങൾക്ക് ടവ്വൽ വേണോ?" ജീവനില്ലാത്ത വീട്ടുപകരണങ്ങൾക്കിടയിലൂടെ പരിപൂർണ്ണ നഗ്നനായി അയാളുടെ വെളുത്തരൂപം മുറിക്കുള്ളിലേക്കുപോയി. അയാൾ ടൗവ്വലുമായി തിരിച്ചുവന്നതിനുശേഷം തീകുണ്ഡത്തിന് മുന്നിൽ പഴയ സ്ഥാനത്തു വന്ന് കൂനിക്കൂടി ഇരുന്നു.

"നിങ്ങൾക്ക് തീ കായുന്നത് ഇഷ്ടമല്ലേ?"

"അതു സാമാന്യം സുഖമാണ്."

"വസ്ത്രങ്ങൾ ഇല്ലാതെ ജീവിക്കാൻ കഴിയുന്ന ഒരു കാലാവസ്ഥ ഉണ്ടെങ്കിൽ എത്രമാത്രം മനോഹരമായിരിക്കും." ഹില്ലിഡെ പറഞ്ഞു.

"ശരിയാണ്." ജറാൾഡ് പറഞ്ഞു. "കുത്തുന്നതും കടിക്കുന്നതുമായ പ്രാണികൾ ഉണ്ടാവരുത്."

"അതൊരു പ്രശ്നമാണ്." മാക്സിം മുറുമുറുത്തു.

ജറാൾഡ് അയാളെ നോക്കി. സ്വർണ്ണനിറമുള്ള നഗ്നമായ മനുഷ്യരൂപത്തെ അയാൾ ചെറിയ തോതിൽ വെറുപ്പോടെ നോക്കി. അത് എന്തുകൊണ്ടോ ലജ്ജാകരമായിരുന്നു. ഹില്ലിഡെയുടെ കാര്യത്തിൽ വ്യത്യാസമുണ്ടായിരുന്നു. വെളുത്ത് തടിച്ച് ഉറപ്പുള്ള അയാളുടെ ശരീരത്തിന് അലസമായ ഒരു സൗന്ദര്യം ഉണ്ടായിരുന്നു. അയാൾ പിയാത്തയിലെ ക്രിസ്തുവിനെപ്പോലെ ആയിരുന്നു. നീലനിറവും സൗഹൃദയ ഭാവവും ഉള്ള ഹില്ലിഡെയുടെ ചിന്താക്കുഴപ്പം നിഴലിക്കുന്ന കണ്ണുകൾക്കും സൗന്ദര്യം ഉണ്ടെന്ന് ജറാൾഡ് തിരിച്ചറിഞ്ഞു. അയാളുടെ മുഖഭാവം മാറിക്കൊണ്ടിരുന്നു. തീയുടെ വെളിച്ചം കൂനിക്കൂടി ഇരിക്കുന്ന അയാളുടെ വളഞ്ഞ തോളുകളിലാണ് വീണിരുന്നത്. അയാളുടെ മുഖത്ത് ക്ഷീണം ഉണ്ടായിരുന്നു. ഒരുപക്ഷേ, ചെറിയ തോതിൽ തകർന്നുപോയ ഒരു മുഖഭാവം അയാളുടെ മുഖത്ത് കാണുന്നുണ്ടായിരുന്നു. എങ്കിലും അതിന് അതിന്റേതായ മനസ്സിളക്കുന്ന ഒരു സൗന്ദര്യം ഉണ്ടായിരുന്നു.

"നിശ്ചയമായും" മാക്സിം പറഞ്ഞു. "ആളുകൾ നഗ്നരായി പുറത്തിറങ്ങുന്ന രാജ്യങ്ങളിൽ നിങ്ങൾ പോയിട്ടുണ്ട്. ചൂട് രാജ്യങ്ങളിൽ?"

"ശരിക്കും പോയിട്ടുണ്ടോ?" ഹില്ലിഡെ അത്ഭുതപ്പെട്ടു. "ഏത് രാജ്യത്ത്?"

"തെക്കെ അമേരിക്കയിൽ, ആമസോണിൽ" ജറാൾഡ് പറഞ്ഞു.

"ഹോ! എത്ര മനോഹരം! ഞാൻ ഏറ്റവും കൂടുതൽ ചെയ്യാൻ ആഗ്രഹിക്കുന്ന കാര്യങ്ങളിൽ ഒന്ന് ഇതാണ്. ഒരുതരം വേഷങ്ങളുമില്ലാതെ ജീവിക്കുക. എനിക്ക് അങ്ങനെ ചെയ്യാൻ കഴിഞ്ഞാൽ ഞാൻ ജീവിച്ചതായിട്ട് എനിക്ക് തോന്നും."

"പക്ഷേ, എന്തുകൊണ്ട്?" ജറാൾഡ് പറഞ്ഞു."അത് ഇത്ര വലിയ വ്യത്യാസം ഉണ്ടാക്കുന്നത് എങ്ങനെയാണെന്ന് എനിക്ക് മനസ്സിലാകുന്നില്ല."

"അത് അങ്ങേയറ്റം മനോഹരമായിരിക്കുമെന്നാണ് ഞാൻ വിചാരിക്കുന്നത്. ജീവിതം അപ്പോൾ മറ്റൊരുകാര്യമായിരിക്കുമെന്ന് എനിക്ക് ഉറപ്പുണ്ട്. അത് പരിപൂർണ്ണമായും വ്യത്യസ്തമായിരിക്കും. അത്ഭുതകരമായിരിക്കും."

"പക്ഷേ, എന്തുകൊണ്ട്?" ജറാൾഡ് ചോദിച്ചു. "എന്തുകൊണ്ട് വ്യത്യസ്തമാകും?"

"കാര്യങ്ങൾ വെറുതെ നോക്കിക്കാണുന്നതിൽ നിന്നും വ്യത്യസ്തമായി നമ്മൾ അവയെ അനുഭവിച്ച് തുടങ്ങും. എനിക്ക് എന്നെ തഴുകിക്കൊണ്ട് കാറ്റ് കടന്നുപോകുന്നത് അനുഭവിക്കാം. വെറുതെ കാണുന്നതിനും അപ്പുറത്തായി ഞാൻ തൊടുന്ന കാര്യങ്ങളെ എനിക്ക് അനുഭവിക്കാൻ കഴിയും. ജീവിതത്തിന്റെ കൂടുതൽ ഭാഗവും കാഴ്ചയായി മാറു

ന്നതുകൊണ്ട് ജീവിതം തന്നെ പരിപൂർണ്ണമായും തെറ്റായി മാറുകയാണെന്ന് എനിക്ക് ഉറപ്പുണ്ട്. നമുക്ക് കേൾക്കാനോ അനുഭവിക്കാനോ മനസ്സിലാക്കാനോ കഴിയുന്നില്ല. നമുക്ക് കാണാൻ മാത്രമാണ് കഴിയുന്നത്. അത് പൂർണ്ണമായും തെറ്റാണെന്ന് എനിക്ക് ഉറപ്പുണ്ട്."

"അതെ, അത് സത്യമാണ്. സത്യമാണ്." റഷ്യക്കാരൻ പറഞ്ഞു.

ജറാൾഡ് അയാളെ ഒന്ന് ഓടിച്ചുനോക്കി. അയാളുടെ കറുത്ത മുടിയിഴകൾ വള്ളിക്കൊടികൾപോലെ വളരുന്ന സ്വർണ്ണ നിറമുള്ള ശരീരവും മൃദുലമായ ചെടിത്തണ്ടുകൾപോലുള്ള കാലുകളും ജറാൾഡ് കണ്ടു. അയാൾക്ക് നല്ല ആരോഗ്യമുണ്ട്. അയാൾക്ക് നല്ല തടിയും പൊക്കവും ഉണ്ട്. എന്തുകൊണ്ടാണ് അയാൾ മറ്റൊരാളെ ലജ്ജിപ്പിക്കുന്നത്? എന്തുകൊണ്ടാണ് ഒരാൾക്ക് അകൽച്ച തോന്നുന്നത്? ജറാൾഡിന് വെറുപ്പ് പോലും തോന്നുന്നത് എന്തുകൊണ്ടാണ്? സ്വന്തം അന്തസ്സിനെപ്പോലും അയാൾ കുറയ്ക്കുന്നതായി ജറാൾഡിന് തോന്നുന്നത് എന്തുകൊണ്ടാണ്? ഒരുമനുഷ്യ ജീവിയുടെ വില ഇതു മാത്രമാണോ? ഇത്രമാത്രം പ്രചോദനം ഇല്ലാത്തതാണോ?" ജറാൾഡ് ആലോചിച്ചു.

പെട്ടെന്ന് വെളുത്ത പൈജാമ ധരിച്ച ബിർക്കിൻ നനഞ്ഞ മുടിയും കൈത്തണ്ടയിൽ ഒരു ടൗവ്വലുമായി പടിവാതിലിൽ പ്രത്യക്ഷപ്പെട്ടു. അയാൾ ഒറ്റപ്പെട്ടിരുന്നു. ഏതെങ്കിലും തരത്തിൽ അയാൾ അപ്രത്യക്ഷമാകുമെന്ന് തോന്നി.

"നിങ്ങൾക്ക് വേണമെങ്കിൽ ഇപ്പോൾ കുളിമുറി അവിടെയുണ്ട്." അയാൾ പൊതുവെ പറഞ്ഞതിനു ശേഷം പോകാൻ തുടങ്ങിയപ്പോൾ ജറാൾഡ് വിളിച്ചു.

"റൂപർട്ട്!"

"എന്താണ്?" വെളുത്തരൂപം വീണ്ടും മുറിയിൽ പ്രത്യക്ഷപ്പെട്ടു.

"ആ ശില്പത്തെ പറ്റി നിങ്ങൾ എന്താണ് വിചാരിക്കുന്നത്? എനിക്ക് അറിയാൻ ആഗ്രഹം ഉണ്ട്."

പ്രസവിക്കാൻ ശ്രമിക്കുന്ന നീഗ്രോ സ്ത്രീയുടെ കൊത്തിയെടുത്ത രൂപത്തിനടുത്തേക്ക് ബിർക്കിൻ നടന്നുചെന്നു. അയാൾ അസാധാരണമാം വിധം വിളറിയിരുന്നു. അവളുടെ ഉന്തിനില്ക്കുന്ന നഗ്നമായ ശരീരം വല്ലാത്തൊരു അവസ്ഥയിൽ കുനിഞ്ഞു പോയിരുന്നു. അവളുടെ കൈകൾ മാറിടത്തിനു മുകളിൽ കഴുത്തിന്റെ ഇരുവശങ്ങളിലുമായി ഞാണുകിടക്കുന്ന നാടയിൽ മുറുക്കിപ്പിടിച്ചിരുന്നു.

"ഇത് കലയാണ്." ബിർക്കിൻ പറഞ്ഞു.

"ഇത് മനോഹരമാണ്. വളരെ മനോഹരമാണ്." റഷ്യക്കാരൻ പറഞ്ഞു.

കാണാൻ വേണ്ടി അവർ അടുത്തേക്ക് വന്നു. ജറാൾഡ് കൂടിനിന്നവരെ നോക്കി. റഷ്യക്കാരൻ സ്വർണ്ണ നിറമുള്ള ഒരു ജലസസ്യം പോലെ; പൊക്കവും തടിയുമായി ഹില്ലിഡെ; വെളുത്ത് അസ്വസ്ഥനായി ബിർക്കിൻ ബിർക്കിൻ സ്ത്രീരൂപത്തെ വളരെ ശ്രദ്ധയോടെ നോക്കി. വളരെ ആവേ

ശത്തോടെ ജറാൾഡും സ്ത്രീരൂപത്തിന്റെ മുഖത്തേക്ക് സൂക്ഷിച്ചു നോക്കി. അതോടെ അയാളുടെ ഹൃദയം ചുരുങ്ങി.

കഴുത്ത് നീട്ടിയിരിക്കുന്ന നീഗ്രോ സ്ത്രീയുടെ പിരിമുറുക്കമുള്ള മുഖം അയാൾ വ്യക്തമായി കണ്ടു. ശാരീരികമായ ബുദ്ധിമുട്ടുകൊണ്ട് അർത്ഥശൂന്യതയോളം എത്തിയ മുഖം ഭയാനകമായിരുന്നു. അയാൾ ആ സ്ത്രീരൂപത്തിൽ ഡാറിങ്ടണെ ദർശിച്ചു. ഒരു സ്വപ്നത്തിൽ കണ്ട തുപോലെ അയാൾക്ക് അവളെ പരിചയമുണ്ട്.

"അത് എന്തുകൊണ്ടാണ് കല ആവുന്നത്?" ഞെട്ടിത്തരിച്ച് നിന്ന ജറാൾഡ് ചോദിച്ചു.

"അത് ഒരു പരിപൂർണ്ണ സത്യം കൈമാറുന്നതുകൊണ്ട്" ബിർക്കിൻ പറഞ്ഞു. "നിങ്ങൾക്ക് അതിനെപ്പറ്റി എന്ത് തോന്നിയാലും ആ അവസ്ഥ യുടെ എല്ലാ സത്യങ്ങളും അതിൽ ഉൾക്കൊണ്ടിട്ടുണ്ട്."

"പക്ഷേ, നിങ്ങൾക്ക് അതിനെ ഉന്നതമായ കലയെന്ന് പറയാൻ പറ്റില്ല."

"ഉന്നതം! ആ കൊത്തുപണിക്ക് പിന്നിൽ നൂറ്റാണ്ടുകളിലൂടെയുള്ള പുരോഗതി ഉണ്ട്. അത് വ്യക്തമായ രീതിയിലുള്ള സംസ്കാരത്തിന്റെ ഒരു വലിയ പരിണാമമാണ്."

"എന്തു സംസ്കാരം?" ജറാൾഡ് എതിർത്തു. മായം ചേരാത്ത ആഫ്രിക്കക്കാരുടെ സാധനത്തെ അയാൾ വെറുത്തു.

"ശുദ്ധമായ സംസ്കാരം, ഭൗതികമായ ബോധത്തിന്റെ സംസ്കാരം, മനസ്സിന് സ്ഥാനമില്ലാത്ത അങ്ങേയറ്റം കായികവും ഭൗതികവും ആയ ശാരീരിക അറിവിന്റെ സംസ്കാരം. അത് അന്തിമവും അങ്ങേയറ്റം ഔന്ന ത്യമുള്ളതുമായ ആനന്ദം പകരുന്നുണ്ട്."

പക്ഷേ, ജറാൾഡ് അതിനോട് വിയോജിപ്പ് പ്രകടമാക്കി. അയാൾ വസ്ത്രധാരണം പോലെയുള്ള ചില തോന്നലുകൾ നഷ്ടപ്പെടാതിരിക്കാൻ ആഗ്രഹിച്ചു.

"റൂപർട്ട്, തെറ്റായ കാര്യങ്ങളാണ് നിങ്ങൾ ഇഷ്ടപ്പെടുന്നത്." ജറാൾഡ് പറഞ്ഞു. "നിങ്ങൾക്കുതന്നെ എതിരായുള്ള കാര്യങ്ങൾ."

"ഇത് മഹാ കാര്യമല്ലെന്ന് എനിക്ക് അറിയാം. പോകുന്നതിനിടയിൽ ബിർക്കിൻ മറുപടിപറഞ്ഞു.

കുളികഴിഞ്ഞ് അയാളുടെ മുറിയിലേക്ക് പോകുമ്പോൾ സ്വന്തം വസ്ത്രങ്ങളും ജറാൾഡിന്റെ കൈവശം ഉണ്ടായിരുന്നു. അയാൾ വീട്ടി നുള്ളിൽ അങ്ങേയറ്റം മാമൂലുകൾ അനുസരിക്കുന്നവൻ ആയിരുന്നു. എന്നാൽ ഇപ്പോഴുള്ളപോലെ വേണ്ടത്ര ദൂരത്തായിരിക്കുമ്പോൾ പരി പൂർണ്ണമായ മര്യാദകേടോളം മറ്റൊന്നും തന്നെ അയാൾക്ക് ആസ്വാദ്യക രമായിരുന്നില്ല. അതുകൊണ്ട് അയാളുടെ സിൽക്കിന്റെ പുതപ്പ് കൈത്ത ണ്ടയിൽ ഇട്ടുകൊണ്ടാണ് അയാൾ ചുറ്റിനടന്നത്. അയാൾക്ക് താൻ സ്വത ന്ത്രനാണെന്ന് തോന്നി.

ഡറിങ്ടൺ അവളുടെ ദുഃഖത്തിന്റെ കളങ്ങൾ പോലെയുള്ള കറു

ത്തിരുണ്ട കണ്ണുകളുമായി കിടക്കയിൽ കിടക്കുകയായിരുന്നു. അവളുടെ കണ്ണുകളിലെ ആഴം അളക്കാൻ കഴിയാത്ത ഇരുണ്ട കുളങ്ങൾ മാത്രമാണ് അയാൾക്ക് കാണാൻ കഴിഞ്ഞിരുന്നത്. ഒരുപക്ഷേ, അവൾ ദുഃഖം അനുഭവിക്കുന്നുണ്ടാവാം. അവളുടെ അപൂർണ്ണമായ ദുഃഖത്തിന്റെ പ്രകമ്പനങ്ങൾ അയാളിൽ ആ പഴയ രൂക്ഷമായ ആസക്തി ഉണർത്തി. വേദനിപ്പിക്കുന്ന ഒരു അനുകമ്പ. ഏകദേശം ക്രൂരതയോട് അടുത്തു നില്ക്കുന്ന ഒരു അഭിനിവേശം.

"ഉണർന്നോ?" അയാൾ അവളോട് ചോദിച്ചു.

"സമയം എന്തായി?" അവളുടെ അടഞ്ഞ ശബ്ദം പുറത്തുവന്നു. അയാൾ അടുക്കുമ്പോൾ അയാളിൽ നിന്ന് രക്ഷപ്പെടാൻവേണ്ടി അവൾ ഒരു ദ്രാവകം പോലെ പിന്നോട്ട് ഒഴുകി മാറുകയാണെന്ന് തോന്നി. വീണ്ടും വീണ്ടുമുള്ള അതിക്രമത്തിലാണ് അവളുടെ സംതൃപ്തി ഇരിക്കുന്നതെന്ന മട്ടിലുള്ള, അതിക്രമത്തിനിരയായ അടിമയുടേത് പോലുള്ള ഡാറിങ്ടണിന്റെ പകുതി കണ്ണുകൊണ്ടുള്ള നോട്ടം കാരണം അയാളുടെ ഞരമ്പുകൾ തീവ്രമായ ആസക്തിയുടെ പ്രകമ്പനങ്ങൾ കൊണ്ട് വിറച്ചു. എന്തായാലും അയാളുടേത് മാത്രമായിരുന്നു ആഗ്രഹം. അവൾ അയാളുടെ ആഗ്രഹത്തിനോട് എതിർപ്പില്ലാത്ത ഒരുവസ്തു മാത്രമായിരുന്നു. അയാൾക്ക് നിഗൂഢവും നിശിതവുമായ ആ അനുഭൂതിയിൽ കോരിത്തരിച്ചു. അതിനുശേഷം അവളിൽ നിന്ന് അകന്നുപോകാതെ പറ്റില്ലെന്ന് അയാൾക്ക് അറിവുണ്ട്. അവർക്കിടയിൽ പരിപൂർണ്ണമായ വേർപാട് നിശ്ചയമായും ഉണ്ടാവും.

വളരെ സാധാരണമായ ഒരു പ്രാതൽ ആയിരുന്നു. നാലുപേരും കുളി കഴിഞ്ഞിരുന്നു. ജറാൾഡിനും റഷ്യക്കാരനും കാഴ്ചയിലും പെരുമാറ്റത്തിലും തികഞ്ഞ ഔചിത്യം ഉണ്ടായിരുന്നു. അവർ വേഷത്തിൽ പരിഷ്കാരികൾ ആയിരുന്നു. ബിർക്കിൻ ക്ഷീണിച്ച് മെലിഞ്ഞിരുന്നു. നല്ല വണ്ണം വേഷം ധരിക്കാനുള്ള ശ്രമത്തിൽ അയാൾ പരാജയപ്പെട്ടുപോയതു പോലെ തോന്നി. ജറാൾഡിനും മാക്സിമിനും ഒപ്പം വേഷം ധരിക്കാൻ അയാൾ ശ്രമിച്ചിരുന്നിരിക്കണം. ഹില്ലിഡെ പച്ചഷർട്ടും കമ്പിളിത്തുണി കൊണ്ടുള്ള കാലുറയുമാണ് ധരിച്ചിരുന്നത്. അയാൾ ധരിച്ചിരുന്ന പഴയ ടൈ അയാൾക്ക് കൃത്യമായി യോജിക്കുന്നതു തന്നെ ആയിരുന്നു. ജോലിക്കാരൻ ധാരാളം മൊരിച്ച റൊട്ടികൊണ്ടുവന്നു. അയാൾ തലേന്ന് രാത്രിയിൽ കണ്ടതുപോലെതന്നെ ഉണ്ടായിരുന്നു. ചലനങ്ങളിൽ യാതൊരു വ്യത്യാസവും ഇല്ല.

ഭക്ഷണം കഴിച്ച് തീരാറായപ്പോൾ ഒരു ചുവന്ന സിൽക്ക് പുതപ്പ് തിളങ്ങുന്ന അരക്കച്ചയാക്കിക്കൊണ്ട് ഡാറിങ്ടൺ പ്രത്യക്ഷപ്പെട്ടു. അവൾ ഏകദേശം സ്വയം ഉണർന്നുകഴിഞ്ഞിരുന്നു. പക്ഷേ, ഇപ്പോഴും അവൾക്ക് ജീവൻ വെച്ചിട്ടില്ല. ഇഷ്ടപ്പെടാത്ത ദുഃഖങ്ങളുടെ ഒരു നേർത്തമുഖംമൂടി പോലെയായിരുന്നു അവളുടെ മുഖം. സമയം ഉച്ചയോട് അടുത്തിരുന്നു. ജറാൾഡ് അയാളുടെ കാര്യങ്ങൾക്കുവേണ്ടി പുറത്തുപോകാനുള്ള

സന്തോഷത്തിൽ എഴുന്നേറ്റു. പക്ഷേ, അയാളുടെ ജോലികൾ തീർന്നിരുന്നില്ല. വൈകുന്നേരം അയാൾ തിരിച്ചുവരും. അവർ ഒന്നിച്ചാണ് അത്താഴം കഴിക്കുന്നത്. ബിർക്കിൻ ഒഴിച്ച് മറ്റ് എല്ലാവർക്കും വേണ്ടി ഒരു സംഗീതവിരുന്നിന് അയാൾ ഇരിപ്പിടങ്ങൾ സംവരണം ചെയ്തിട്ടുണ്ട്.

രാത്രിയിൽ മദ്യലഹരിയിൽ അവർ വളരെ താമസിച്ചാണ് വീണ്ടും ഫ്ളാറ്റിൽ തിരിച്ചെത്തിയത്. രാത്രിയിൽ പത്തു മണിക്കും പന്ത്രണ്ടുമണിക്കും ഇടയിൽ സ്ഥിരമായി കാണാതാവുന്ന ജോലിക്കാരൻ നിശ്ശബ്ദമായി ചായ കൊണ്ടുവന്നു. വളരെ സാവധാനം ഒരു പുള്ളിപ്പുലിയെപ്പോലെ നട്ടെല്ല് വളച്ച് അയാൾ ചായ ശാന്തമായി മേശപ്പുറത്ത് വെച്ചു. അയാൾക്ക് ഒരുനിഗൂഢത ഉണ്ടായിരുന്നു. അയാളുടെ മുഖഭാവത്തിന് മാറ്റമില്ല. അയാൾ കുലീനനാണെന്ന് തോന്നും. തൊലിക്ക് അല്പം ചാര നിറം ആയിരുന്നു. അയാൾ ചെറുപ്പവും കാഴ്ചയിൽ സുന്ദരനും ആയിരുന്നു. പക്ഷേ, അയാളെ കാണുമ്പോൾ ബിർക്കിന് ഒരു ചെറിയ ബുദ്ധിമുട്ട് തോന്നിയിരുന്നു. അയാളുടെ ചാരനിറത്തിൽ ഒരു തിന്മ ബിർക്കിന് അനുഭവിക്കാൻ കഴിഞ്ഞു. മുഖഭാവത്തിലെ കുലീനമായ നിഗൂഢതയിൽ മനം പുരട്ടൽ ഉണ്ടാക്കുന്ന ക്രൂരമായ ഒരു ബുദ്ധിശൂന്യതയും അയാൾക്ക് തോന്നി.

അവർ ഉത്സാഹത്തോടെ സംസാരിച്ചു. പക്ഷേ, സംഘത്തെ ഒരു തരം അകൽച്ച പിടികൂടിയിരുന്നു. ബിർക്കിന് കോപംകൊണ്ട് ഭ്രാന്ത് പിടിച്ചു. ഹില്ലിഡെയ്ക്ക് ജറാൾഡിനോട് ഭ്രാന്തമായ ഒരുവെറുപ്പ് ഉള്ളിൽ തോന്നിത്തുടങ്ങിയിരുന്നു. ഡാറിങ്ടൺ ഒരു മൂർച്ചയുള്ള കത്തിപോലെ തണുത്തുറയാൻ തുടങ്ങി. ഹില്ലിഡെ അവളിലേക്കുള്ള സ്വയം സമർപ്പണത്തിലായിരുന്നു. അവളുടെ ആത്യന്തികമായ ലക്ഷ്യം ഹില്ലിഡെയുടെ മുകളിൽ എല്ലാ അധികാരവും പ്രയോഗിച്ച് അയാളെ പിടിച്ചടക്കുക എന്നതായിരുന്നു.

രാവിലെ അവർ എല്ലാവരും ഉണർന്ന് സാവധാനം വീണ്ടും കാര്യങ്ങൾ ആരംഭിച്ചു. പക്ഷേ, ജറാൾഡിന് ആ അന്തരീക്ഷത്തിൽ അസാധാരണമായ ഒരു ശത്രുത അവനവനോടുതന്നെ തോന്നുന്നുണ്ടായിരുന്നു. അത് അയാളിൽ പിടിവാശി ഉണർത്തി. അയാൾ അതിനെ എതിർത്തു നിന്നു. രണ്ടുദിവസം കൂടി അയാൾ അവിടെ കഴിച്ചുകൂട്ടി. ഫലം നാലാം ദിവസം വൈകുന്നേരത്ത് ഹില്ലിഡെയുമായി ഒരുവൃത്തികെട്ട ഭ്രാന്തൻ രംഗം സൃഷ്ടിക്കപ്പെട്ടു എന്നതായിരുന്നു. ഹില്ലിഡെ അർത്ഥരഹിതമായ ശത്രുതയോടെ ജറാൾഡിന്റെ നേർക്ക് തിരിഞ്ഞു. ഒരുവഴക്ക് നടന്നു. ജറാൾഡ് ഹില്ലിഡെയുടെ മുഖത്ത് ഇടികൊടുക്കാൻ തുടങ്ങിയതായിരുന്നു. ആ സമയത്ത് അയാൾക്ക് ഒരു താല്പര്യക്കുറവും അറപ്പുംതോന്നിയതുകൊണ്ട് ഹില്ലിഡെയ്ക്ക് താൻ ജയിച്ചെന്ന് തെറ്റായി അഹങ്കരിക്കാനുള്ള അവസരം കൊടുത്തുകൊണ്ട് അയാൾ തിരിച്ചുപോയി. ഡാറിങ്ടൺ അധികാരം സ്ഥാപിച്ചതിന്റെ ഗൗരവത്തിൽ ഇരുന്നു. മാക്സിം ഒന്നും അറിയാത്തപോലെ നിന്നു. ബിർക്കിൻ വന്നിരുന്നില്ല. അയാൾ വീണ്ടും നഗര

ത്തിനു പുറത്തുപോയിരുന്നു.

ഡാറിങ്ടൺ പണംകൊടുക്കാതെ തിരിച്ചുപോന്നതുകൊണ്ട് സ്വന്തം പ്രതാപത്തിന് സംഭവിച്ച കോട്ടം ആലോചിച്ച് ജറാൾഡിന് ദേഷ്യംവന്നു. അയാൾ അവൾക്ക് പണംകൊടുക്കുന്നതും കൊടുക്കാതിരിക്കുന്നതും അവൾ ശ്രദ്ധിച്ചിരുന്നില്ല എന്നതാണ് സത്യം. അയാൾക്ക് ആ കാര്യം മനസ്സിലായിട്ടുമുണ്ട്. പക്ഷേ, പത്ത് പൗണ്ട് കിട്ടിയിരുന്നെങ്കിൽ അവൾ സന്തോഷിക്കുമായിരുന്നു. അവൾക്ക് അത് കൊടുത്തിരുന്നെങ്കിൽ അയാളും കൂടുതൽ സന്തോഷിക്കുമായിരുന്നു. ഇപ്പോൾ തന്റെ അവസ്ഥ ശരിയല്ലെന്ന് അയാൾക്ക് തോന്നി. അയാളുടെ നീളം കുറഞ്ഞ മേൽമീശ യിൽ കീഴ്ച്ചുണ്ടുകൊണ്ട് കടിക്കാൻ ശ്രമിച്ചുകൊണ്ട് അയാൾ എഴുന്നേറ്റ് നടന്നു. അയാളെ ഒഴിവാക്കുന്നതിൽ ഡാറിങ്ടണ് സന്തോഷം മാത്രമാണ് ഉള്ളതെന്ന് അയാൾക്ക് അറിയാം. അവൾ ആഗ്രഹിച്ചിരുന്ന അവളുടെ ഹില്ലിഡെയെ അവൾക്ക് കിട്ടി. അയാളെ പൂർണ്ണമായും അവളുടെ അധി കാരത്തിൽ കിട്ടാൻ അവൾ ആഗ്രഹിച്ചു. അതിനുശേഷം അവൾ അയാളെ വിവാഹം കഴിക്കും. അവൾ ഹില്ലിഡെയെ വിവാഹം കഴിക്കാൻ തീരുമാ നിച്ചിട്ടുണ്ട്. ഒരുപക്ഷേ, അവൾക്ക് ബുദ്ധിമുട്ട് ഉണ്ടായില്ലെങ്കിൽ അവൾ ജറാൾഡിനെപ്പറ്റി ഒരിക്കൽപ്പോലും വീണ്ടും കേൾക്കണമെന്ന് ആഗ്രഹി ക്കില്ല. പക്ഷേ, എന്തുതന്നെ ആയാലും അവൾ ആണൊരുത്തൻ എന്നു പറയുന്നത് ജറാൾഡിനെ ആയിരുന്നു. ഹില്ലിഡെ, ലിബിഡ്നിക്കോവ്, ബിർക്കിൻ എന്നിവരെല്ലാം തന്നെ പകുതി പുരുഷന്മാർ ആയിരുന്നു. പക്ഷേ, ഈ പകുതി പുരുഷന്മാരുമായാണ് അവൾക്ക് ഇടപഴകാൻ കഴിയുന്നത്. അവരോടൊപ്പം അവൾക്ക് സ്വയം ഉറപ്പ് തോന്നി. ജറാൾഡിനെപ്പോല യുള്ള യഥാർത്ഥ പുരുഷന്മാർ അവളെ ആവശ്യത്തിലും കൂടുതലായി അവളുടെ സ്ഥാനത്ത് ഇരുത്തി.

എന്നിട്ടും അവൾ ജറാൾഡിനെ ബഹുമാനിച്ചു. അവൾ അയാളെ ആത്മാർത്ഥമായി ബഹുമാനിച്ചു. അയാളുടെ മേൽവിലാസം അവൾ കര സ്ഥമാക്കിയിരുന്നു. അതുകൊണ്ട് കഷ്ടകാലത്ത് അവൾക്ക് അയാളോട് അപേക്ഷിക്കാൻ കഴിയും. അവൾക്ക് പണംകൊടുക്കാൻ അയാൾ ആഗ്ര ഹിച്ചിരുന്നെന്ന് അവൾക്ക് അറിയാം. ഒരിക്കൽ സംഭവിക്കുമെന്ന് ഉറപ്പുള്ള ആ ദിവസത്തിൽ ഒരുപക്ഷേ, അവൾ അയാൾക്ക് എഴുത്ത് എഴുതി യേക്കാം.

8

ബ്രഡാൽബി

ബ്രഡാൽബി ക്രംഫോർഡിന് സമീപമുള്ള ഡർബിഷൈൻ പച്ച ക്കുന്നുകളിൽ സ്ഥിതിചെയ്യുന്ന ഉൽകൃഷ്ടമായ ഇംഗ്ലീഷ് വാസ്തുശില്പ മാതൃകയിലുള്ള ഒരു വീടായിരുന്നു. മുൻവശത്തെ പുൽത്തകിടിയിൽ ഏതാനും മരങ്ങളും മീൻകുളങ്ങളും പൂന്തോട്ടവും ഉണ്ടായിരുന്നു. പിൻവ ശത്ത് മരങ്ങളായിരുന്നു. അവയ്ക്കിടയിൽ കുതിരാലയങ്ങളും ഒരു വലി യ അടുക്കളത്തോട്ടവും കാണുന്നുണ്ട്. അതിനും പിന്നിലായി കാടാണ്.

അത് പ്രധാന വഴിയിൽ നിന്നും ഏതാനും മൈൽ ദൂരത്തുള്ള ശാന്ത മായ ഒരുസ്ഥലം ആയിരുന്നു. കാഴ്ചയിലുള്ള പ്രകൃതിദൃശ്യങ്ങൾക്ക് പിന്നിൽ ഏതാനും മൈൽ ദൂരത്താണ് ഡർവെന്റ് താഴ്വാരം. മരങ്ങൾക്കി ടയിലുള്ള പൂന്തോട്ടത്തിനു പിന്നിൽ സ്വർണ്ണനിറം പൂശിയ ഒറ്റപ്പെട്ട നിശ്ശ ബ്ദമായ വീടിന്റെ മുൻവശത്തിന് വ്യത്യാസം വന്നിട്ടില്ല. വ്യത്യാസംവരി കയുമില്ല.

എന്തായാലും പോയകാലത്ത് ഹെർമിയോൺ ഇവിടെ ഏറെക്കാലം താമസിച്ചിരുന്നു. അവൾ ലണ്ടനിൽ ഓക്സ്ഫോർഡിൽ നിന്നും ഈ നാടിന്റെ നിശ്ശബ്ദതയിലേക്ക് തിരിച്ചുവന്നതായിരുന്നു. അവളുടെ അച്ഛൻ കൂടുതൽ സമയത്തും വീട്ടിൽ ഉണ്ടാവാറില്ല. അദ്ദേഹം പുറം രാജ്യങ്ങളിൽ ആയിരിക്കും. അവൾ ഒന്നുകിൽ അവളുടെ സന്ദർശകർക്കൊപ്പം വീട്ടിൽ ഒറ്റയ്ക്കായിരിക്കും. അല്ലെങ്കിൽ നിയമനിർമ്മാണസഭയിലെ അംഗമായ അവളുടെ സഹോദരൻ അവളോടൊപ്പം ഉണ്ടാകും. അയാൾ വിവാഹിത നായിരുന്നില്ല. സഭ ഇല്ലാത്ത സമയത്തെല്ലാം അയാൾ വീട്ടിൽ എത്തിയി രുന്നു. അയാളുടെ ചുമതലകളെപ്പറ്റി അങ്ങേയറ്റം ബോധവാനായിരുന്നെ ങ്കിലും എല്ലാ സമയത്തും അയാൾ ബ്രഡാൽബിയിൽ താമസമുണ്ടെന്ന് തോന്നിയിരുന്നു.

ഉർസുലയും ഗുഡ്റണും രണ്ടാംതവണ ഹെർമിയോണിന്റെ കൂടെ താമസിക്കാൻ വരുമ്പോൾ വേനൽക്കാലത്തിന്റെ തുടക്കമായിരുന്നു. കാറിൽ വരുന്നവഴിക്ക് തോട്ടത്തിൽ കയറിക്കഴിഞ്ഞപ്പോൾ നിശ്ശബ്ദമായ മീൻകുളങ്ങൾ നിറഞ്ഞ താഴ്ചയും തൂണുകൾ നിറഞ്ഞ വീടിന്റെ മുൻഭാഗവും അവർ കണ്ടിരുന്നു. മരങ്ങൾക്കിടയിലൂടെ പച്ചക്കുന്നിന്റെ നെറുകയിലുള്ള വീട് കണ്ടാൽ പഴയ ഇംഗ്ലീഷ് രീതിയിലുള്ള ഒരു ചിത്രത്തിന്റെ തിളക്കം തോന്നും. പച്ചപ്പുൽത്തകിടിയിൽ പടർന്ന് പന്തലിച്ച് നില്ക്കുന്ന ദേവദാരു മരങ്ങളുടെ തണലിൽ ചന്ദന നിറത്തിലും മഞ്ഞ നിറത്തിലുമുള്ള വേഷങ്ങൾ ധരിച്ച ചെറിയ സ്ത്രീരൂപങ്ങൾ ചലിക്കുന്നുണ്ടായിരുന്നു.

"ഇത് ഒരു സമ്പൂർണ്ണമായ പഴയ ജലച്ഛായാചിത്രമാണ്. അല്ലേ?" ഗുഡ്റൺ പറഞ്ഞു: അവളെ ആരോ നിർബ്ബന്ധിച്ച് അവളുടെ ആഗ്രഹത്തിന് എതിരായി പറയിപ്പിക്കുന്നതുപോലെ അവളുടെ ശബ്ദത്തിൽ അമർഷം കലർന്നിരുന്നു.

"നിനക്ക് അതിനോട് ഇഷ്ടം തോന്നുന്നുണ്ടോ?" ഉർസുല ചോദിച്ചു.

"എനിക്ക് ഇഷ്ടംതോന്നിയിട്ടല്ല. പക്ഷേ, അതിന്റേതായ രീതിയിൽ അത് സമ്പൂർണ്ണമാണ്."

അവരുടെ കാറ് കുന്നിൻചരിവിലൂടെ ഓടി ഒറ്റശ്വാസത്തിൽ വീണ്ടും കുന്നുകയറി ഒരുവശത്തെ ഗേറ്റിലൂടെ വളവ് തിരിഞ്ഞ് നിന്നു. ഒരു ജോലിക്കാരി പ്രത്യക്ഷപ്പെട്ടു. അതിനുശേഷം കൈകൾ വിടർത്തിപ്പിടിച്ച് വിളറിയ മുഖം ഉയർത്തിക്കൊണ്ട് ഹെർമിയോൺ പുതിയതായി വന്നവരുടെ അടുത്തേക്ക് മുന്നോട്ട് നടന്നു വന്നു. അവളുടെ ശബ്ദം പാട്ടുപോലെ ഉയർന്നു.

"നിങ്ങൾ വന്നോ — നിങ്ങളെ കണ്ടതിൽ എനിക്ക് സന്തോഷം ഉണ്ട്" അവർ ഗുഡ്റണെ ചുംബിച്ചു. "നിങ്ങളെ കാണാൻ കഴിഞ്ഞതിൽ ഞാൻ വളരെ സന്തോഷിക്കുന്നു" അവൾ ഉർസുലയെ ചുംബിച്ചതിന് ശേഷം അവളെ ചുറ്റിപ്പിടിച്ചു കൊണ്ട് അവളുടെ അടുത്തുതന്നെ നിന്നു. "നിങ്ങൾക്ക് ക്ഷീണം ഉണ്ടോ?"

"തീരെ ഇല്ല." ഉർസുല പറഞ്ഞു.

"ഗുഡ്റൺ നിങ്ങൾക്ക് ക്ഷീണം ഉണ്ടോ?"

"ഒട്ടും ഇല്ല. നന്ദി." ഗുഡ്റൺ പറഞ്ഞു.

"ഇല്ലേ?" ഹെർമിയോൺ നീട്ടിവലിച്ച് ചോദിച്ചു. അവൾ അവരെ നോക്കിക്കൊണ്ട് അവിടെത്തന്നെ നിന്നു. ഹെർമിയോൺ വീട്ടിനുള്ളിലേക്ക് കടക്കാതിരുന്നതുകൊണ്ട് രണ്ട് പെൺകുട്ടികളും അമ്പരന്നുപോയിരുന്നു. പക്ഷേ, അവളുടെ ചെറിയ സ്വീകരണരംഗം വഴിയിൽവെച്ച് അവൾ നടത്തിയെടുത്തു. ജോലിക്കാർ അത് അവസാനിക്കാൻ വേണ്ടി കാത്തുനിന്നു.

"അകത്ത് വരൂ" അവരെ രണ്ടുപേരേയും പൂർണ്ണമായും ഉള്ളിലേക്ക് ആവാഹിച്ചെടുത്തതിനുശേഷം ഹെർമിയോൺ പറഞ്ഞു. കൂടുതൽ

ആകർഷണീയതയും സൗന്ദര്യവും ഹെർമിയോണിനായിരുന്നു. ഉർസുല ശാരീരികമായി കൂടുതൽ സ്ത്രീത്വം ഉള്ളവളായിരുന്നു. ഹെർമിയോണിന് ഗുഡ്റണിന്റെ വേഷമാണ് കൂടുതൽ ഇഷ്ടപ്പെട്ടത്. അത് പച്ചനിറമുള്ള പോപ്ലിൻ തുണിയിലുള്ളതായിരുന്നു. അതിന് മുകളിലായി കടുംപച്ച നിറവും കടും തവിട്ട് നിറവുമുള്ള വരകളോടുകൂടിയ ഒരു അയഞ്ഞ മേൽ വസ്ത്രവും അവൾ ധരിച്ചിരുന്നു. ഇളംപച്ച നിറമുള്ള വൈക്കോലിന്റെ തൊപ്പിയിൽ കറുപ്പും ഓറഞ്ചും നിറങ്ങൾ പൂശിയ ഒരു വർണ്ണത്തുണി ചുറ്റിയിരുന്നു. കാലുറകൾ കടും പച്ചയും ഷൂ കറുപ്പും ആയിരുന്നു. അത് ഒരേസമയം പരിഷ്കാരവും വ്യക്തിത്വവും ഉള്ള ഒരു നല്ല ചമയം ആയിരുന്നു. കടും നീലനിറമുള്ള ഉർസുലയുടെ വേഷം കുറേക്കൂടി സാധാരണമട്ടിലുള്ളതാണ്. എങ്കിലും കാഴ്ചയിൽ അവൾക്കും വേണ്ടത്ര ഭംഗി ഉണ്ടായിരുന്നു.

ഇളംചുവപ്പ് മുത്തുകൾ തുന്നിപ്പിടിപ്പിച്ച മുന്തിരിച്ചാറിന്റെ നിറമുള്ള ഒരു സിൽക്ക് വേഷമാണ് ഹെർമിയോൺ ധരിച്ചിരുന്നത്. പക്ഷേ, അതിൽ അഴുക്ക് പറ്റിയിരുന്നു. ചെളി പറ്റി ഏറെക്കുറെ മുഷിഞ്ഞതുതന്നെ ആയിരുന്നു.

"നിങ്ങൾക്ക് നിങ്ങളുടെ മുറി കാണാൻ താല്പര്യമുണ്ടാകും. ഇല്ലേ! ഉണ്ട്. നമുക്ക് മുകളിലേക്ക് പോകാം. പോകരുതോ?"

ഉർസുലയെ മുറിയിൽ തനിച്ചാക്കിയിരുന്നെങ്കിൽ അവൾക്ക് സന്തോഷം ആകുമായിരുന്നു. ഹെർമിയോൺ വെറുതെ ചുറ്റിപ്പറ്റി നിന്നത് ആർക്കും ബുദ്ധിമുട്ട് ഉണ്ടാക്കും. അവൾ തൊട്ടുരുമ്മിക്കൊണ്ട് തൊട്ടടുത്ത് നില്ക്കുന്നത് ഒരുതരത്തിൽ അങ്ങേയറ്റം അങ്കലാപ്പുണ്ടാക്കുന്ന ദുസ്സഹമായ കാര്യമായിരുന്നു. അവൾ ഒരാളുടെ ചലനങ്ങളിൽ ഇടപെടുന്നതായി തോന്നും.

ഉച്ചഭക്ഷണം പുൽത്തകിടിയിലെ വലിയ മരത്തിന്റെ ചുവട്ടിലായിരുന്നു. അതിന്റെ ഇരുണ്ട ചില്ലകൾ താഴോട്ട് കുനിഞ്ഞ് പുൽത്തകിടിയിൽ തൊടാറായിരുന്നു. അവിടെ മെലിഞ്ഞ് പരിഷ്കാരിയായ ഒരു ഇറ്റലിക്കാരി ചെറുപ്പക്കാരിയും ഒരു കായികതാരത്തെ പോലുള്ള ബ്രഡ്ലി എന്ന ചെറുപ്പക്കാരിയും എപ്പോഴും ഫലിതം പറഞ്ഞ് പൊട്ടിച്ചിരിക്കുന്ന പാണ്ഡിത്യവും അൻപത് വയസ്സും ഉള്ള ഒരു മാടമ്പിയും, റൂപർട്ട് ബിർക്കിനും ഫ്രൗലീൻ മാർസ് എന്ന സെക്രട്ടറിയും ഉണ്ടായിരുന്നു. ഫ്രൗലീൻ മാർസ് മെലിഞ്ഞ് സുന്ദരിയായ ഒരു ചെറുപ്പക്കാരി ആയിരുന്നു.

ഭക്ഷണം വളരെ നന്നായിരുന്നു എന്ന് പറയാതിരിക്കാൻ കഴിയില്ല. എന്തിനേയും വിമർശിക്കുന്ന ഗുഡ്റൺ പരിപൂർണ്ണമായും ആ കാര്യം സമ്മതിച്ചു. ഉർസുലയ്ക്ക് ചുറ്റുപാട് ഇഷ്ടപ്പെട്ടു. ദേവദാരുമരത്തിന്റെ അടുത്ത് കിടക്കുന്ന വെള്ളമേശയും പുതിയ സൂര്യകിരണങ്ങളുടെ ഗന്ധവും ദൂരത്ത് സ്വൈരമായി മുലയൂട്ടിക്കൊണ്ടുനില്ക്കുന്ന പെൺമാനും ഇലച്ചാർത്തകൾ നിറഞ്ഞ തോട്ടവും എല്ലാം തന്നെ ഉർസുലയെ ആകർഷി

ച്ചു. ആ സ്ഥലത്ത് വർത്തമാനകാലത്തെ പുറത്താക്കിക്കൊണ്ട് ആരോ ഒരു മാന്ത്രികവൃത്തം വരച്ചിട്ടുണ്ടെന്ന് തോന്നി. മരങ്ങളും മാനും നിശ്ശബ്ദതയും അമൂല്യമായ കഴിഞ്ഞ കാലവും സഹിതം മനോഹരമായതെല്ലാം ആ മാന്ത്രികവൃത്തം കൊണ്ട് വലയം ചെയ്തിരിക്കുന്നതായി അനുഭവപ്പെട്ടു. ആ അനുഭവം ഒരു സ്വപ്നം പോലെ ആയിരുന്നു.

പക്ഷേ, മനസ്സുകൊണ്ട് അവൾക്ക് സന്തോഷം ഉണ്ടായിരുന്നില്ല. സംസാരം ഒരു ചെറിയ പീരങ്കിപ്പടയുടെ ചിലയ്ക്കൽപോലെയാണ് പുരോഗമിച്ചുകൊണ്ടിരുന്നത്. എല്ലാ സമയത്തും അത് ചെറിയ തോതിൽ ആപ്തവാക്യങ്ങളുടെ ആവർത്തനമായിരുന്നു. മുറയ്ക്കുള്ള ഫലിതങ്ങളും അർത്ഥംവെച്ചുള്ള പരിഹാസങ്ങളും സംഭാഷണത്തിന്റെ ഗൗരവം കുറയ്ക്കാനുള്ളവയായിരുന്നു. അവയെല്ലാം സാധാരണ വിമർശനങ്ങൾ മാത്രം. സംസാരത്തിന്റെ അവിരാമം ഒഴുകുന്ന അരുവി എന്നതിനേക്കാൾ സംസാരത്തിന്റെ ഒരു കൈത്തോട് എന്ന് വേണം പറയാൻ.

പെരുമാറ്റത്തിൽ മടുപ്പ് ഉണ്ടായിരുന്നു. എന്തും സഹിക്കുന്ന സ്വഭാവമുള്ള കൂട്ടത്തിൽ പ്രായം കൂടിയ സാമൂഹ്യശാസ്ത്രജ്ഞൻ മാത്രം തികഞ്ഞ സന്തോഷത്തിലാണെന്ന് തോന്നി. ബിർക്കിൻ സംസാരത്തിൽ പിന്നിലായിരുന്നു. ബിർക്കിനെ കളിയാക്കി മറ്റുള്ളവരുടെ മുമ്പിൽ നാണം കെടുത്താനുള്ള ആഗ്രഹത്തോടെ ആശ്ചര്യപ്പെടുത്തുന്ന ഉത്സാഹവുമായാണ് ഹെർമിയോൺ വന്നിരിക്കുന്നതെന്ന് തോന്നി. അതിൽ അവളുടെ വിജയം അത്ഭുതകരമായിരുന്നു. അവളുടെ മുമ്പിൽ അയാൾ അത്രകണ്ട് നിസ്സഹായനുമായിരുന്നു. അയാൾക്ക് യാതൊരു പ്രാധാന്യവും ഇല്ലെന്നു തോന്നി. ഇത്തരം സന്ദർഭങ്ങൾ തീരെ പരിചയിച്ചിട്ടില്ലാത്ത ഉർസുലയും ഗുഡ്റണും നീട്ടിവലിച്ച് പാട്ടുപാടുന്നത് പോലെയുള്ള ഹെർമിയോണിന്റെ സംസാരം അല്ലെങ്കിൽ സർ ജോഷ്വായുടെ ബുദ്ധിവിലാസം അല്ലെങ്കിൽ ഫ്രൗലീനിന്റെ ചിലയ്ക്കൽ അതുമല്ലെങ്കിൽ മറ്റ് രണ്ട് സ്ത്രീകളുടെ പ്രതികരണം ഇവയിൽ ഏതെങ്കിലും ഒന്ന് ശ്രദ്ധിച്ച് കേട്ടുകൊണ്ട് നിശ്ശബ്ദരായി ഇരുന്നു.

ഉച്ചഭക്ഷണം കഴിഞ്ഞു. പുൽത്തകിടിയിലേക്ക് ചായ കൊണ്ടുവന്നു. സംഘം മേശ ഉപേക്ഷിച്ച് ചാരുകസേരയിലേക്ക് മാറിയിരുന്നു. ഓരോരുത്തരും അവരുടെ ആഗ്രഹം അനുസരിച്ച് ഇരിക്കാൻ വേണ്ടി നിഴലോ വെളിച്ചമോ തെരഞ്ഞെടുത്തു. ഫ്രൗലീൻ വീട്ടിലേക്ക് കയറിപ്പോയി. ഹെർമിയോൺ അവളുടെ ചിത്രത്തുന്നൽ പണി കൈയിലെടുത്തു. കോണ്ടസാകുട്ടി ഒരു പുസ്തകം വായിക്കാൻ തുടങ്ങി. മിസ്. ബ്രഡ്‌ലി നേർത്ത പുല്ലുകൾകൊണ്ട് ഒരു കൂട തുന്നുകയായിരുന്നു. വേനലിന്റെ തുടക്കത്തിലെ ആ ഉച്ചതിരിഞ്ഞപ്പോൾ അവർ എല്ലാവരും പുൽത്തകിടിയിൽ ഇരുന്ന് പകുതി ബുദ്ധിപരമായ ആലോചനയോടെയുള്ള വർത്തമാനങ്ങൾ പറഞ്ഞുകൊണ്ട് വിശ്രമിക്കുന്നതിനോടൊപ്പം ജോലിചെയ്തുകൊണ്ടിരുന്നു.

പെട്ടെന്ന് ഒരു കാർ വന്ന് ബ്രേക്ക് ചവുട്ടി നിർത്തിയതിന്റെ ശബ്ദം കേട്ടു.

"സാൽസി വന്നിരിക്കുന്നു!" ഹെർമിയോൺ അവളുടെ തമാശ തോന്നുന്ന പാട്ട് സാവധാനം പാടി. തുന്നൽപ്പണി താഴെവച്ച് അവൾ സാവധാനം എഴുന്നേറ്റ് കുറ്റിച്ചെടികളെ ചുറ്റി പുൽത്തകിടിയിലൂടെ സാവധാനം നടന്ന് അപ്രത്യക്ഷയായി.

"അത് ആരാണ്?" ഗുഡ്റൺ ചോദിച്ചു.

"മിസ്റ്റർ റോഡിസ്- മിസ് റോഡിസിന്റെ സഹോദരൻ. അയാൾ ആണെന്നാണ് എനിക്ക് തോന്നുന്നത്." സർ ജോഷ്വ പറഞ്ഞു.

"സാൽസി, അതെ, അത് അവളുടെ സഹോദരനാണ്" കോണ്ടസാക്കുട്ടി പറഞ്ഞു. ഒരു അറിവ് നല്കുന്നതിന് വേണ്ടിയാണെന്നമട്ടിൽ നിമിഷനേരത്തേക്ക് പുസ്തകത്തിൽ നിന്ന് തല ഉയർത്തിക്കൊണ്ട് അവളുടെ അല്പം ആഴമുള്ള ഇടറിയ ശബ്ദത്തിലാണ് അവൾ സംസാരിച്ചത്.

അവർ എല്ലാവരും കാത്തിരുന്നു. അതിനുശേഷം കുറ്റിച്ചെടികളുടെ മറവിൽനിന്ന് അലക്സാണ്ടർ റോഡിസിന്റെ പൊക്കമുള്ള രൂപം കാല്പനികമായ ചുവടുകളോടെ പുറത്തേക്ക് വന്നു. അയാൾ എല്ലാവരുമായി സൗഹൃദത്തിലായി. അയാൾ നിമിഷങ്ങൾക്കുള്ളിൽ ഹെർമിയോണിന്റെ സുഹൃത്തുക്കൾക്ക് വേണ്ടി അയാൾ സ്വായത്തമാക്കിക്കഴിഞ്ഞ ആലോചന ആവശ്യമില്ലാത്ത ആതിഥ്യമര്യാദയോടെ ഒരു ആതിഥേയനായി മാറിക്കഴിഞ്ഞിരുന്നു. അയാൾ ലണ്ടനിലെ സദസിൽ നിന്ന് തിരിച്ചുവരുന്ന വഴിക്കായിരുന്നു.

ഈ സമയത്ത് ഹെർമിയോണിനോടൊപ്പം കുറ്റിച്ചെടികളുടെ മറവിൽ നിന്നും ജറാൾഡ് ക്രിച്ച് വന്നു. അയാൾ അലക്സാണ്ടറോടൊപ്പം വന്നുചേർന്നതാണ്. ജറാൾഡിനെ അല്പസമയത്തേക്ക് ഹെർമിയോൺ എല്ലാവരുടെയും മുന്നിൽ ഹാജരാക്കി. പിന്നീട് ഹെർമിയോൺ തന്നെ അയാളെ അവിടെ നിന്ന് കൂട്ടിക്കൊണ്ടുപോയി. ആ നിമിഷത്തിൽ അവളുടെ അതിഥി അയാളാണെന്ന് വളരെ വ്യക്തമായിരുന്നു.

മന്ത്രിസഭയിൽ ഒരു പ്രതിസന്ധി സംഭവിച്ചിരുന്നു. പ്രതികൂലമായ വിമർശനങ്ങൾകൊണ്ട് വിദ്യാഭ്യാസമന്ത്രി രാജിവെച്ചിരുന്നു. ഇത് വിദ്യാഭ്യാസത്തെ കുറിച്ചുള്ള ഒരു സംസാരം തുടങ്ങാൻ കാരണമായി.

"നിശ്ചയമായും" നിയന്ത്രിക്കാൻ കഴിയാത്ത ആവേശത്തോടെ ഹെർമിയോൺ ഉറപ്പിച്ച് പറഞ്ഞു. "വിദ്യാഭ്യാസത്തിനുള്ളിലെ സൗന്ദര്യവും അറിവും മാറ്റിനിർത്തിയാൽ വിദ്യാഭ്യാസത്തിന് കാരണങ്ങൾ ഒന്നും ഉണ്ടാവില്ല. അതിന് ഒരു നീക്കുപോക്കുമില്ല." അവൾ കുറച്ച് സമയത്തേക്ക് വളരെ ആഴമുള്ള ആലോചനകളെ തിരിച്ചുവിളിച്ച് മുരളുകയും അയവിറക്കുകയും ചെയ്യുകയാണെന്ന് തോന്നി. "തൊഴിൽപരമായ വിദ്യാഭ്യാസം വിദ്യാഭ്യാസം അല്ല. അത് വിദ്യാഭ്യാസത്തിന്റെ അന്ത്യമാണ്."

സംസാരിക്കാൻ മുട്ടിനിന്ന ജറാൾഡ് ആഹ്ലാദത്തോടെ മൂക്കുചീറ്റിക്കൊണ്ട് അതിനുള്ള തയ്യാറെടുപ്പ് നടത്തി.

"അങ്ങനെ ആവണമെന്ന് നിർബ്ബന്ധം ഇല്ല." ജറാൾഡ് പറഞ്ഞു. "പക്ഷേ, വിദ്യാഭ്യാസം സത്യത്തിൽ കായികാഭ്യാസം പോലെ അല്ലേ?

വളരെ കരുത്തുള്ള നല്ലവണ്ണം പരിശീലനം കിട്ടിയ ഊർജ്ജസ്വലമായ ഒരു മനസ്സിന്റെ നിർമ്മാണത്തോടെയല്ലേ വിദ്യാഭ്യാസം അവസാനിക്കുന്നത്?

"കായികാഭ്യാസങ്ങൾ എന്തിനും തയ്യാറുള്ള ശരീരം നിർമ്മിക്കുന്നതുപോലെ.." നിറഞ്ഞ മനസ്സോടെ യോജിപ്പ് പ്രകടിപ്പിച്ചുകൊണ്ട് മിസ്. ബ്രഡ്‌ലി വിളിച്ച് പറഞ്ഞു.

നിശ്ശബ്ദമായ വെറുപ്പോടെ ഗുഡ്‌റൺ മിസ് ബ്രഡ്‌ലിയെ നോക്കി.

"ശരി"ഹെർമിയോൺ മൂളി. "എനിക്ക് അറിയില്ല. അറിവുനേടുന്നതിന്റെ സന്തോഷം എനിക്ക് വളരെ വലുതാണ്. എനിക്ക് അങ്ങേയറ്റത്തെ അത്ഭുതവുമാണ്— ചില അറിവുകൾ പോലെ എന്റെ ജീവിതത്തിൽ പ്രാധാന്യമുള്ള മറ്റ് യാതൊന്നുമില്ല. ഇല്ല. എനിക്ക് ഉറപ്പുണ്ട്. ഒന്നുമില്ല."

"ഹെർമിയോൺ അത് എന്ത് അറിവാണ്?"അലക്സാണ്ടർ ചോദിച്ചു.

ഹെർമിയോൺ മുഖം ഉയർത്തി മൂളാൻ ആരംഭിച്ചു.

"ഓ... എനിക്ക് അറിയില്ല... പക്ഷേ ഞാൻ നക്ഷത്രങ്ങളെപ്പറ്റി യഥാർത്ഥത്തിൽ മനസ്സിലാക്കിയപ്പോൾ അത് അത്തരത്തിലുള്ള ഒരു അറിവ് ആയിരുന്നു. ഒരാൾക്ക് ഉന്നതി ഉണ്ടായതായി അനുഭവപ്പെടും. അങ്ങേയറ്റം സ്വതന്ത്രയാണെന്ന് തോന്നും."

ബർക്കിൻ ദേഷ്യത്തോടെ അവളെ നോക്കി.

"എന്ത് കാര്യത്തിനാണ് നിങ്ങൾക്ക് സ്വതന്ത്രയായി തോന്നേണ്ടത്? അയാൾ കൊള്ളിവാക്ക് പറഞ്ഞു. "പക്ഷേ, നിങ്ങൾക്ക് സ്വതന്ത്രയാകാൻ ആഗ്രഹം ഇല്ല."

ഹെർമിയോൺ പരിഭവത്തോടെ പിൻമാറി.

"അതെ, ഒരാൾക്ക് അനന്തമായ ആ തോന്നൽ ഉണ്ടാവേണ്ടതാണ്." ജറാൾഡ് പറഞ്ഞു. "അത് പർവ്വതത്തിന്റെ മുകളിൽ കയറി നിന്ന് പെസഫിക് സമുദ്രം കാണുന്നതുപോലെ ആണ്." "ദാര്യൻ കൊടുമുടിയിൽ നിശ്ശബ്ദയായി." പുസ്തകത്തിൽ നിന്ന് നിമിഷനേരത്തേക്ക് മുഖം ഉയർത്തിക്കൊണ്ട് ഇറ്റലിക്കാരി മുറുമുറുത്തു.

"ദാര്യനിൽ തന്നെ കയറണമെന്നില്ല." ജറാൾഡ് പറഞ്ഞപ്പോൾ ഉർസുല ചിരിക്കാൻ തുടങ്ങി.

ചിരിയുടെ പൊടി അടങ്ങാൻ വേണ്ടി ഹെർമിയോൺ കാത്തുനിന്നു. അതിനുശേഷം അവർ തുടക്കമിട്ടുകൊണ്ടു പറഞ്ഞു.

"അതെ, ജീവിതത്തിലെ ഏറ്റവും വലിയ കാര്യം അതാണ്. അറിവ് നേടുക. സന്തോഷിക്കാനും സ്വാതന്ത്ര്യം നേടാനുമുള്ള യഥാർത്ഥ വഴി."

"അറിവ് നിശ്ചയമായും സ്വാതന്ത്ര്യമാണ്." മാത്തിസൺ പറഞ്ഞു.

"അറിവിനെ ചെറിയ പത്രങ്ങൾ വെട്ടിച്ചുരുക്കും." മാടമ്പിയുടെ ഉറപ്പുള്ള ചെറിയ ശരീരത്തിലേക്ക് നോക്കിക്കൊണ്ട് ബിർക്കിൻ പറഞ്ഞു. പെട്ടെന്ന് ആ പ്രശസ്തനായ സാമൂഹ്യശാസ്ത്രജ്ഞനെ സ്വാതന്ത്ര്യത്തെ വെട്ടിച്ചുരുക്കി എഴുതിയ ചെറിയ പത്രങ്ങൾ അടച്ചുവെച്ചിരിക്കുന്ന ഒരുപരന്ന പാത്രമായി ഗുഡ്‌റൺ കണ്ടു. അത് അവൾക്ക് ഇഷ്ടമായി. അവൾ

ജോഷയെ ഒരു ലേബൽ ഒട്ടിച്ച് അവളുടെ മനസ്സിൽ എന്നന്നേക്കുമായി പ്രതിഷ്ഠിച്ചു.

"റൂപർട്ട്, എന്താണ് അതിന്റെ അർത്ഥം?" ശാന്തമായി പരിഹസിക്കുന്ന രീതിയിൽ ഹെർമിയോൺ പാട്ടുപാടി.

അയാൾ പറഞ്ഞു, "കഴിഞ്ഞകാലത്ത് അവസാനിച്ച കാര്യങ്ങളെ പറ്റി മാത്രമേ നിങ്ങൾക്ക് അറിവുകാണുകയുള്ളൂ. അത് നെല്ലിക്ക ഉപ്പിലിടുന്നതിനൊപ്പം കഴിഞ്ഞ വേനലിന്റെ സ്വാതന്ത്ര്യത്തെക്കൂടി കുപ്പിയിലാക്കുകയാണ്."

"അറിവ് കഴിഞ്ഞകാലത്തിൽ നിന്ന് മാത്രമാണോ കിട്ടുന്നത്?" പ്രത്യേക ലക്ഷ്യത്തോടെ മാടമ്പി ചോദിച്ചു. "ഉദാഹരണമായി നമുക്ക് ഗുരുത്വാകർഷണ നിയമങ്ങളെ കഴിഞ്ഞ കാലത്തെ അറിവ് എന്ന് പറയാൻ കഴിയുമോ?"

"ശരിയാണ്." ബിർക്കിൻ പറഞ്ഞു.

"എന്റെ പുസ്തകത്തിൽ ഏറ്റവും മനോഹരമായ ഒരുകാര്യം ഉണ്ട്," ഇറ്റലിക്കാരി പെട്ടെന്ന് പറഞ്ഞു. "ഇതിൽ ഒരു മനുഷ്യൻ വാതിലിനടുത്തേക്ക് വന്നു. കണ്ണുകൾ തെരുവിലേക്ക് പെട്ടെന്ന് വലിച്ചെറിഞ്ഞെന്നാണ് പറയുന്നത്."

എല്ലാവരും പൊട്ടിച്ചിരിച്ചു. മിസ്. ബ്രഡ്ലി എഴുന്നേറ്റ് ചെന്നു കോണ്ടസയുടെ തോളിന് മുകളിലൂടെ നോക്കി.

"നോക്കൂ!" കോണ്ടസ പറഞ്ഞു.

"ബാസറോവ് വാതിലിനടുത്തേക്ക് വന്ന് തെരുവിലേക്ക് കണ്ണുകൾ പെട്ടെന്ന് വലിച്ചെറിഞ്ഞു." അവൾ വായിച്ചു.

വീണ്ടും ഒരു പൊട്ടിച്ചിരി ഉയർന്നു. അതിൽ ഏറ്റവും ഞെട്ടിപ്പിക്കുന്ന പൊട്ടിച്ചിരി മാടമ്പിയുടേതായിരുന്നു. അത് പാറക്കല്ലുകൾ പൊഴിയുന്നതുപോലെ കുലുങ്ങി.

"പുസ്തകം ഏതാണ്?"

"ടർജനീവിന്റെ അച്ഛന്മാരും ആൺമക്കളും" ഓരോ അക്ഷരവും വ്യക്തമാക്കിക്കൊണ്ട് കൊച്ചുവിദേശി പറഞ്ഞു. അവൾ സ്വയം ഉറപ്പ് വരുത്താൻ വേണ്ടി പുസ്തകത്തിന്റെ പുറംചട്ടയിൽ നോക്കി.

"ഒരു പഴയ അമേരിക്കൻ പതിപ്പാണ്" ബിർക്കിൻ പറഞ്ഞു.

"ങാ... അതെ, ഫ്രഞ്ചിൽ നിന്ന് പരിഭാഷപ്പെടുത്തിയത്" പ്രഖ്യാപനം നടത്തുന്നതുപോലെ അലക്സാണ്ടർ പറഞ്ഞു.

അയാൾ ചുറ്റുപാടും നിന്നിരുന്നവരെ നോക്കി.

"വലിച്ചെറിയുന്നത് മനസ്സിലായി. പക്ഷേ, ഈ പെട്ടെന്ന് എന്താണെന്ന് എനിക്ക് മനസ്സിലായില്ല." ഉർസുല പറഞ്ഞു.

അവർ എല്ലാവരും ഊഹിക്കാൻ തുടങ്ങി.

അപ്പോൾ എല്ലാവരെയും വിസ്മയിപ്പിച്ചുകൊണ്ട് ജോലിക്കാരി ഒരു വലിയ ചായത്തളികയുമായി പെട്ടെന്ന് കടന്നുവന്നു. വളരെ പെട്ടെന്ന്. സമയം വൈകുന്നേരം ആയിരിക്കുന്നു.

ചായകുടി കഴിഞ്ഞ് അവർ നടക്കാൻ വേണ്ടി ഒന്നിച്ചു ചേർന്നു.

"നിങ്ങൾ നടക്കാൻ വരുന്നുണ്ടോ?" ഹെർമിയോൺ ഓരോരുത്തരോടും ചോദിച്ചു. വ്യായാമത്തിന് കൊണ്ടുപോകുന്ന തടവുകാരെപ്പോലെ അവർ എല്ലാവരും വരുന്നുണ്ട് എന്ന് ഉത്തരം പറഞ്ഞു. ബിർക്കിൻ മാത്രം വരുന്നില്ല എന്ന് പറഞ്ഞു.

"ബിർക്കിൻ നിങ്ങൾ നടക്കാൻ വരുന്നുണ്ടോ?"

"ഇല്ല ഹെർമിയോൺ?"

"ഉറപ്പാണോ?"

"വളരെ ഉറപ്പാണ്."നിമിഷനേരത്തേക്ക് ഒരു തടസ്സം ഉണ്ടായി.

"എന്തുകൊണ്ട്? ഹെർമിയോണിന്റെ ചോദ്യം പാട്ടുപോലെ ആയിരുന്നു. ഇത്ര നിസ്സാരമായ ഒരു കാര്യത്തിൽ അവളുടെ ചോരചൂടായി. അവളോടൊപ്പം എല്ലാവരും തോട്ടത്തിലൂടെ നടക്കുമെന്നാണ് അവൾ വിചാരിച്ചിരുന്നത്.

"ഒരു സംഘമായി ചുറ്റുന്നത് എനിക്ക് ഇഷ്ടമല്ല."

അവളുടെ ശബ്ദം നിമിഷനേരത്തേക്ക് അവളുടെ തൊണ്ടയിൽ കുരുങ്ങി. പിന്നീട് വിചിത്രമായ ഒരു പ്രത്യേക ശാന്തതയോടെ അവൾ പറഞ്ഞു.

"അപ്പോൾ നമുക്ക് ഈ ചെറിയ ആൺകുട്ടിയെ അവൻ പിണങ്ങിയതുകൊണ്ട് ഇവിടെ ഉപേക്ഷിക്കാം."

അയാളെ കളിയാക്കിയതിൽ അവൾക്ക് ശരിക്കും സന്തോഷം ഉണ്ടെന്ന് തോന്നി. പക്ഷേ, അയാൾ ഗൗരവത്തിൽ വെറുതെ ഇരുന്നു.

അവൾ മറ്റുള്ളവർക്കൊപ്പം നടന്നു നീങ്ങി. പൊട്ടിച്ചിരിച്ചുകൊണ്ട് തൂവാല വീശിക്കാണിക്കാനായി മാത്രം അവൾ തിരിഞ്ഞുനോക്കി. പിന്നീട് നീട്ടിപ്പാടി "കൊച്ചുകുട്ടീ-ഞങ്ങൾ പോകുന്നു. ഞങ്ങൾ പോകുന്നു."

"മര്യാദയില്ലാത്ത വൃത്തികെട്ട കിഴവി." ബിർക്കിൻ സ്വയം പറഞ്ഞു.

അവർ എല്ലാവരും കൂടി തോട്ടത്തിലൂടെ നടന്നു. ചെറിയ ചരിവുള്ള സ്ഥലത്ത് നില്ക്കുന്ന ഡാഫോഡിൽ പൂക്കൾ അവർക്ക് കാണിച്ചുകൊടുക്കാൻ ഹെർമിയോൺ ആഗ്രഹിച്ചു. "ഇതുവഴി ഇതുവഴി" ഇടയ്ക്കിടയ്ക്ക് അവളുടെ ശബ്ദം പാടിക്കൊണ്ടിരുന്നു. അവരെല്ലാവരും അതുവഴി നടന്നുകൊണ്ടും ഇരുന്നു. ഡാഫോഡിലുകൾ മനോഹരമായിരുന്നു. പക്ഷേ, അവ കാണാൻ ആർക്കാണ് ആഗ്രഹം? ഈ സമയം കൊണ്ട് മൊത്തം ചുറ്റുപാടുകളോടും തോന്നിയ അകൽച്ചകാരണം ഉർസുല മുഖം വീർപ്പിച്ചുകഴിഞ്ഞിരുന്നു. ഗുഡ്റൺ കളിമട്ടിൽ വസ്തുനിഷ്ഠമായ കാര്യങ്ങൾ ശ്രദ്ധിച്ച് മനസ്സിലാക്കി.

അവൾ നാണിച്ച് നിന്ന മാൻകുട്ടിയെനോക്കി. താൻ കൊഞ്ചിക്കാനും ലാളിക്കാനും ആഗ്രഹിക്കുന്ന ഒരാൺകുട്ടിയാണ് എന്ന മട്ടിൽ ഹെർമിയോൺ മാൻകുട്ടിയോട് സംസാരിച്ചു. അവൻ ആണാണ്. അതുകൊണ്ട് അവൾക്ക് ഏതെങ്കിലും തരത്തിലുള്ള ഒരു അധികാരം അവന്റെ മുകളിൽ പ്രയോഗിക്കണം. മീൻകുളങ്ങൾക്ക് അടുത്തുകൂടിയാണ് അവൻ

ഹെർമിയോണെ പിൻതുടർന്നത്. ഒരു പെൺഅരയന്നത്തിന്റെ സ്നേഹത്തിനുവേണ്ടി മത്സരിച്ച രണ്ട് ആൺ അരയന്നങ്ങളെപ്പറ്റി ഹെർമിയോൺ അവരോട് പറഞ്ഞു. പുറംതള്ളപ്പെട്ട കാമുകൻ കരയ്ക്ക് കയറി തലചിറകിനടിയിൽ പൂഴ്ത്തി ഇരുന്നതിനെപ്പറ്റി വിവരിച്ച് അവൾ അടക്കിപ്പിടിച്ച് ചിരിച്ചു.

അവർ വീട്ടിൽ തിരിച്ചെത്തിയപ്പോൾ മുറ്റത്തു നിന്നുകൊണ്ട് ഹെർമിയോൺ വളരെദൂരത്തേക്ക് കേൾക്കാൻ കഴിയുന്ന തരത്തിൽ ഉറക്കെപ്പാടി.

"റൂപർട്ട്! റൂപർട്ട്!" ആദ്യത്തെ അക്ഷരം വളരെ ഉച്ചത്തിലും സാവധാനത്തിലുമായിരുന്നു. രണ്ടാമത്തെ അക്ഷരം ശബ്ദംതാഴ്ത്തി ആയിരുന്നു.

പക്ഷേ, മറുപടി ഉണ്ടായില്ല. ഒരു ജോലിക്കാരി പ്രത്യക്ഷപ്പെട്ടു.

"ആലീസ് മിസ്റ്റർ ബിർക്കിൻ എവിടെ?" ഹെർമിയോൺ ചിതറിയ ശബ്ദത്തിൽ ചോദിച്ചു. പക്ഷേ, ചിതറിയ ആ ശബ്ദത്തിന് പിന്നിൽ ഏതാണ്ട് ഉന്മാദത്തോളമെത്തുന്ന പിടിവാശിയുള്ള ഒരു മനസ്സ് ഉണ്ടായിരുന്നു.

"മാഡം, അദ്ദേഹം മുറിയിൽ ഉണ്ടെന്നാണ് ഞാൻ വിചാരിക്കുന്നത്."

"മുറിയിലുണ്ടോ?"

നീട്ടിപ്പാടിക്കൊണ്ട് ഹെർമിയോൺ സാവധാനം ഏണിപ്പടി കയറി.

"റൂ...പർട്ട്! റൂ...പർട്ട്"

"റൂ...പർട്ട്!" വിളിച്ച് കൂവൽ തുടർന്നുകൊണ്ട് അവൾ അയാളുടെ വാതിലിൽ മുട്ടി.

"വരുന്നു" ഒടുവിൽ അയാളുടെ ശബ്ദംകേട്ടു.

"നിങ്ങൾ എന്ത് ചെയ്യുകയാണ്?"

ചോദ്യം സൗമ്യവും ജിജ്ഞാസ നിറഞ്ഞതും ആയിരുന്നു.

മറുപടി ഉണ്ടായില്ല. ആ സമയത്ത് അയാൾ കതക് തുറന്നു.

"ഞങ്ങൾ തിരിച്ചുവന്നു" ഹെർമിയോൺ പറഞ്ഞു. "ഡാഫോഡിൽ പൂക്കൾക്ക് നല്ലഭംഗിയുണ്ട്."

"ശരിയാണ്." അയാൾ പറഞ്ഞു "ഞാൻ പൂക്കൾ കണ്ടിരുന്നു."

അവൾ തലചരിച്ച് സാവധാനത്തിൽ അയാളെ യാതൊരു വികാരവുമില്ലാത്തമട്ടിൽ നോക്കി.

"നിങ്ങൾ കണ്ടിരുന്നോ?" അവൾ തിരിച്ച് ചോദിച്ചു. അതിനുശേഷം അവൾ അയാളെ നോക്കിക്കൊണ്ട് നിന്നു. അയാളെ അവൾക്ക് ബ്രഡാൽബിയിൽ നിസ്സഹായനായ ഒരു വഴക്കാളിക്കുട്ടിയായി കിട്ടിക്കഴിയുമ്പോൾ അയാളുമായുള്ള ഈ ഏറ്റുമുട്ടലിലാണ് അവൾക്ക് ഏറ്റവും കൂടുതൽ ഉന്മേഷം തോന്നുന്നത്. പക്ഷേ, അടിത്തട്ടിൽ അയാളോടുള്ള വെറുപ്പ് അവൾ അറിയാതെതന്നെ രൂക്ഷമാവുകയാണെന്ന് അവൾക്ക് അറിയാം. അകൽച്ച വന്നുകൊണ്ടിരിക്കുന്നതായി അവൾക്ക് മനസ്സിലായിട്ടുണ്ട്.

"നിങ്ങൾ എന്ത് ചെയ്യുകയാണ്?" താല്പര്യമില്ലാത്ത മട്ടിൽ അവൾ

ആവർത്തിച്ചു. അയാൾ മറുപടി പറഞ്ഞില്ല. അവൾ ഏകദേശം ബോധമില്ലാത്ത അവസ്ഥയിൽ അയാളുടെ മുറിക്കുള്ളിൽ പ്രവേശിച്ചു. അയാൾ സ്വകാര്യമുറിയിൽ നിന്ന് താറാവുകളുടെ ഒരു ചൈനീസ് ചിത്രമെടുത്ത് അതിനെ വൈദഗ്ദ്ധ്യത്തോടെ പകർത്തുകയായിരുന്നു.

അവൾ മേശയുടെ അടുത്ത് വന്നുനിന്ന് അയാൾ ജോലി ചെയ്യുന്നത് നോക്കിക്കൊണ്ട്പറഞ്ഞു. "നിങ്ങൾ ചിത്രം പകർത്തുകയാണ്. അല്ലേ? നിങ്ങൾ എത്ര മനോഹരമായാണ് അത് പകർത്തുന്നത്! നിങ്ങൾക്ക് ആ ചിത്രം വളരെ ഇഷ്ടമാണ്. അല്ലേ?"

"അത് ഒരു അത്ഭുതകരമായ ചിത്രമാണ്." അയാൾ പറഞ്ഞു.

"ആണോ? നിങ്ങൾക്ക് അത് ഇഷ്ടമായതിൽ എനിക്ക് വളരെ സന്തോഷം ഉണ്ട്. കാരണം എനിക്ക് അത് എല്ലാക്കാലത്തും ഇഷ്ടമായിരുന്നു. അത് ചൈനയിലെ അംബാസഡർ എനിക്ക് തന്നതാണ്."

"എനിക്കറിയാം." അയാൾ പറഞ്ഞു.

"പക്ഷേ, നിങ്ങൾ അത് എന്തിനാണ് പകർത്തുന്നത്?" അവൾ സാധാരണ രീതിയിൽ നീട്ടി ചോദിച്ചു., "സ്വന്തമായി എന്തെങ്കിലും വരച്ച് കൂടേ?"

"എനിക്ക് ഇത് മനസ്സിലാക്കണം." അയാൾ മറുപടി പറഞ്ഞു. "ഈ ചിത്രം പകർത്തുമ്പോൾ എല്ലാ പുസ്തകങ്ങളും വായിക്കുന്നതിനേക്കാൾ കൂടുതൽ ഒരാൾക്ക് ചൈനയെ മനസ്സിലാക്കാൻ കഴിയും."

"നിങ്ങൾ എന്താണ് മനസ്സിലാക്കിയത്?"

അവൾക്ക് പെട്ടെന്ന് ഉന്മേഷം വന്നു. അയാളുടെ രഹസ്യങ്ങൾ അയാളിൽ നിന്ന് പിഴിഞ്ഞെടുക്കാൻ വേണ്ടി അവൾ അവളുടെ അക്രമാസക്തമായ അധികാരം അയാളുടെ മുകളിൽ പ്രയോഗിച്ചു. അവൾക്ക് അറിഞ്ഞേ പറ്റൂ. അത് ഒരു ഭയാനകമായ സ്വേച്ഛാധിപത്യം ആണ്. അയാൾക്ക് അറിവുള്ളതെല്ലാം അവൾക്കും അറിയണമെന്നള്ള ഒരുപിടിവാശിയാണ്. അവളോട് മറുപടി പറയാനുള്ള വെറുപ്പുകൊണ്ട് കുറച്ച് സമയത്തേക്ക് അയാൾ നിശ്ശബ്ദനായിരുന്നു. പിന്നീട് സ്വയം നിർബ്ബന്ധിതനായതുകാരണം അയാൾ സംസാരിച്ചു.

"അവർ ജീവിക്കാൻ ഒത്തുചേരുന്നത് എവിടെയാണെന്ന് എനിക്ക് മനസ്സിലായി. തണുത്തവെള്ളത്തിന്റെയും ചെളിയുടെയും വേലിയേറ്റത്തിൽ താറാവിന്റെ നാറുന്ന ഒത്തുചേരൽ ദുഷിച്ച തീജ്ജ്വാലകുത്തിവയ്ക്കുന്നതുപോലെ താറാവുകളുടെ രക്തത്തിലേക്ക് എരിയുന്ന തണുത്ത ചെളിയുടെ തീ കയറുമ്പോഴുള്ള താറാവ്ചോരയുടെ വിചിത്രമായ വൃത്തികെട്ട മണമുള്ള ചൂട് ഞാൻ മനസ്സിലാക്കുന്നു — താമരപ്പൂവിന്റെ രഹസ്യം."

ഹെർമിയോൺ ധിക്കാരത്തോടെ അയാളെ നോക്കി. അവളുടെ കണ്ണുകളെ അസാധാരണമായ മയക്കം ബാധിച്ചിരുന്നു. തൂങ്ങിയ കൺപോളകൾക്ക് താഴെ അവളുടെ കണ്ണുകളിലും കാർമേഘം മൂടിയിരുന്നു. അവളുടെ മെലിഞ്ഞമാറിടം അപസ്മാരം ബാധിച്ചതുപോലെ വിറച്ചു. യാതൊരു വ്യത്യാസവുമില്ലാതെ അയാൾ അവളെ പിശാചിനെപ്പോലെ

തിരിച്ചുനോക്കി. അസാധാരണമായ മറ്റൊരു അപസ്മാരബാധയോടെ മടുപ്പ് അറിയിച്ചുകൊണ്ട് അവൾ വെട്ടിത്തിരിഞ്ഞ് നടന്നു. അവൾക്ക് സ്വന്തം ശരീരത്തിൽ എന്തൊക്കെയോ അവസാനിക്കുന്നതായി തോന്നി. കാരണം അവൾക്ക് മനസ്സുകൊണ്ട് അയാൾ പറയുന്നത് ശ്രദ്ധിക്കാൻ കഴിഞ്ഞിരുന്നില്ല. അവളുടെ എല്ലാ പ്രതിരോധങ്ങൾക്കും അടിയിൽക്കൂടി അയാൾ അവളെ പിടികൂടിയതിനുശേഷം ഏതോ മറഞ്ഞിരിക്കുന്ന നിഗൂഢമായ ശക്തികൊണ്ട് അയാൾ അവളെ നശിപ്പിച്ചു.

"അതെ" പറയുന്നത് എന്താണെന്ന് അറിയാത്തതുപോലെ അവൾ പറഞ്ഞുകൊണ്ടിരുന്നു. "അതെ" ബാക്കി അവൾ വിഴുങ്ങിക്കൊണ്ട് അവളുടെ മനസ്സ് തിരിച്ചുകൊണ്ടുവരാൻ ശ്രമിച്ചു. പക്ഷേ, അവൾക്ക് അത് സാധിച്ചില്ല. അവൾക്ക് ആലോചിക്കാനുള്ള കഴിവില്ല. അവളുടെ മനസ്സ് ചിതറിപ്പോയി. ബന്ധം അവസാനിക്കുന്നതിന്റെ ഭയാനകത അവൾ അനുഭവിച്ചു. ഒരു ഭയങ്കര പെരുമാറ്റദൂഷ്യത്തിലൂടെ അത് പൊട്ടിച്ചിതറി. അയാൾ അവളെത്തന്നെ നോക്കിക്കൊണ്ട് നിന്നു. ശവക്കല്ലറ തുറന്ന് പുറത്തിറങ്ങി ഇര തേടുന്ന ഒരു പ്രേതത്തെപ്പോലെ അവൾ വിളറിയിരുന്നു. മനസ്സോ ബന്ധമോ ഇല്ലാത്ത ശവത്തെപ്പോലെ അവൾ അവിടെനിന്ന് പോയി. അയാൾ പകയോടെ കല്ലുപോലെ അവിടെത്തന്നെ ഉറച്ചിരുന്നു.

ഹെർമിയോൺ ശ്മശാന മൂകതയോടെയാണ് അത്താഴം കഴിക്കാൻ ഇറങ്ങിവന്നത്. അവളുടെ കണ്ണുകളിൽ ശ്മശാനത്തിന്റെ ഇരുട്ടും ശക്തിയും നിറഞ്ഞിരുന്നു. അവൾ പച്ച ചിത്രപ്പണികളുള്ള കട്ടികൂടിയ ഒരു വേഷമാണ് ധരിച്ചിരുന്നത്. അത് അവളുടെ ശരീരത്തിൽ ഒട്ടിപ്പിടിച്ച് കിടന്നു. അവൾക്ക് ഭയാനകമായ ഉയരം ഉണ്ടെന്ന തോന്നലുണ്ടായി. സ്വീകരണമുറിയിലെ ആഡംബരമുള്ള വെളിച്ചത്തിൽ അവൾക്ക് അമാനുഷിക ശക്തിയുള്ളതായി തോന്നി. പക്ഷേ, ഭക്ഷണമുറിയിലെ പകുതി വെളിച്ചത്തിൽ മേശപ്പുറത്തെ മെഴുകുതിരികൾക്ക് മുന്നിൽ അനങ്ങാതിരിക്കുമ്പോൾ അവൾ ആധികാരികമായ ഒരു സാന്നിദ്ധ്യമായിരുന്നു. അവൾ അശ്രദ്ധമായ ശ്രദ്ധയോടെ അത്താഴത്തിൽ പങ്കുകൊണ്ടു.

വിരുന്നു കാഴ്ചയിൽ ധാരാളിത്തവും ആഹ്ലാദവും ഉള്ളതായിരുന്നു. ബിർക്കിനും, ജോഷ്വ മാത്തിസണും ഒഴിച്ച് ബാക്കി എല്ലാവരും വൈകുന്നേരത്തെ വേഷമാണ് ധരിച്ചിരുന്നത്. ഓറഞ്ച് നിറവും സ്വർണ്ണനിറവും കറുപ്പുനിറവുമുള്ള വീതികൂടിയ വെൽവെറ്റ് വരകളുള്ള വേഷമാണ് കോണ്ടസ അണിഞ്ഞിരുന്നത്. അസാധാരണമായ തുന്നൽപ്പണികൾ ചെയ്ത എമറാൾഡ് പച്ചയിലായിരുന്നു ഗുഡ്റൺ, ഉർസുല മഞ്ഞവേഷമായിരുന്നു. മിസ്ബ്രഡ്‌ലി ചാരനിറവും കറുപ്പും ചുവപ്പും ചേർന്ന വേഷത്തിലായിരുന്നു. ഫ്രൗലീൻ മാർസ് ഇളംനീലനിറത്തിലായിരുന്നു. മെഴുകുതിരിവെളിച്ചത്തിൽ കണ്ട ഈ കടുംവർണ്ണങ്ങൾ പെട്ടെന്ന് ആഹ്ലാദത്തിന്റെ ഒരു അനുഭൂതി ഹെർമിയോണിന് പകർന്നുകൊടുത്തു. നിർത്താതെ നടന്നുകൊണ്ടിരുന്ന സംസാരത്തെപ്പറ്റി അവൾക്ക് ബോധമുണ്ടായിരുന്നു. ജോഷ്വയുടെ ശബ്ദത്തിനായിരുന്നു ആധിപത്യം. ചെറിയ

ചിരികളും മറുപടികളും നിറഞ്ഞ സ്ത്രീകളുടെ സൊറപറയലും വെളുത്ത മേശയും തിളക്കമുള്ള നിറങ്ങളും മുകളിലും താഴെയും കാണുന്ന നിഴലുകളും എല്ലാംകൂടി ആയപ്പോൾ ഹെർമിയോൺ സംതൃപ്തി കൊണ്ട് മോഹാലസ്യപ്പെടുമെന്ന് തോന്നി. ആഹ്ലാദം തോന്നിയിരുന്നെങ്കിലും ഒരു പ്രേതത്തെപ്പോലെ അവൾക്ക് ആഹ്ലാദത്തിനിടയിലും ക്ഷീണം അനുഭവപ്പെടുന്നുണ്ടായിരുന്നു. സംസാരത്തിൽ പരിമിതമായി മാത്രമേ അവൾ ഇടപെട്ടുള്ളൂ. എങ്കിലും അവൾ സംസാരം മുഴുവൻ കേട്ടു. അത് മുഴുവൻ അവളുടേതാക്കി മാറ്റി.

യാതൊരു ആചാരമര്യാദങ്ങളുമില്ലാത്ത ഒരു കുടുംബംപോലെ അവർ ഒന്നിച്ച് സ്വീകരണമുറിയിലേക്ക് പോയി. ഫ്രൗലീൻ എല്ലാവർക്കും കാപ്പി കൊടുത്തു. എല്ലാവരും സിഗരറ്റ് വലിച്ചു. അല്ലെങ്കിൽ വെളുത്ത കളിമണ്ണുകൊണ്ടുള്ള നീളമുള്ള പൈപ്പ് വലിച്ചു.

“നിങ്ങൾ പുകവലിക്കില്ലേ? സിഗററ്റാണോ പൈപ്പാണോ?” ഫ്രൗലീൻ മനോഹരമായി ചോദിച്ചു. അവിടെ ആളുകൾ കൂട്ടംകൂടി നിന്നിരുന്നു. പതിനെട്ടാം നൂറ്റാണ്ടിന്റെ രൂപഭാവങ്ങളോടെ സർ ജോഷ ചെറുപ്പക്കാരനും സുന്ദരനുമായ ഇംഗ്ലീഷുകാരൻ ജറാൾഡ്, ഉയരമുള്ള സുന്ദരനായ രാഷ്ട്രീയക്കാരൻ യുവാവ് അലക്സ്, കസാൻഡ്രയെ*പ്പോലെ അസാധാരണമായ ഉയരമുള്ള ഹെർമിയോൺ, നിറങ്ങളിൽ കുളിച്ച് നില്ക്കുന്ന സ്ത്രീകൾ, എല്ലാവരും കൂടി ഒന്നിച്ചപ്പോൾ ഒരു സമൂഹം തന്നെ അവിടെ ഉണ്ടായിരുന്നു. അവർ സ്വീകരണമുറിയിലെ മാർബിൾ കൊണ്ടുള്ള നെരിപ്പോടിനുള്ളിൽ തിളക്കത്തോടെ കത്തുന്ന തടിക്കഷണങ്ങൾക്ക് മുന്നിൽ അർദ്ധവൃത്താകൃതിയിൽ ഇരുന്ന് വെളുത്ത പൈപ്പുകളിൽ നിന്നും അനുസരണയോടെ പുകവലിച്ചു.

സംസാരം പലപ്പോഴും രാഷ്ട്രീയവും സാമൂഹ്യവും ആയ കാര്യങ്ങളായിരുന്നു. എന്നാൽ അതിൽ കൗതുകകരമായ രീതിയിൽ അരാജകത്വം ഉണ്ടായിരുന്നു. മുറിക്കുള്ളിൽ ശക്തിമത്തും നാശംവരുത്തുന്നതുമായ ബലപ്രയോഗങ്ങൾ ഒന്നിച്ച് ചേർന്നിരുന്നു. എല്ലാകാര്യങ്ങളും ഉരുകുന്ന പാത്രത്തിലേക്ക് കുടഞ്ഞിട്ടിരിക്കുകയാണെന്ന് തോന്നി. അവരല്ലാവരും പാത്രത്തിൽ കുമിളകൾ വരാൻ സഹായിക്കുന്ന ദുർമ്മന്ത്രവാദികളാണെന്ന് ഉർസുലയ്ക്ക് തോന്നി. അവിടെ നടക്കുന്നതിലെല്ലാം ഒരു ആഹ്ലാദവും സംതൃപ്തിയും ഉണ്ടായിരുന്നു. പക്ഷേ, പുതിയതായി വന്നവരെ അത് കഠിനമായി തളർത്തി. ജോഷയിൽ നിന്നും ഹെർമിയോണിൽ നിന്നും ബിർക്കിനിൽ നിന്നും പ്രസരിക്കുന്ന നിർദ്ദയമായ മാനസിക സമ്മർദ്ദവും ശക്തിമത്തായ നശീകരണമനഃസ്ഥിതിയും ബാക്കിയുള്ളവരുടെ മുകളിൽ ആധിപത്യം സ്ഥാപിച്ചു.

പക്ഷേ, ഹെർമിയോണിനെ ഭയാനകമായ ഒരു വെറുപ്പ് സ്വന്തമാക്കിക്കഴിഞ്ഞിരുന്നു. അവളുടെ അതിശക്തമായ ഇച്ഛാശക്തിയുടെ അബോ

---

* സൂര്യദേവനിൽ നിന്ന് പ്രവചനത്തിനുള്ള കഴിവ്കിട്ടിയ പെൺകുട്ടി.

ധപൂർവ്വമായ ഇടപെൽ കൊണ്ടെന്നപോലെ അവളുടെ സംസാരത്തിന് ഒരു ശാന്തത കൈ വന്നിരുന്നു.

"സാൽസി നീ ഏതെങ്കിലും വാദ്യം വായിക്കില്ലേ?" പരിപൂർണ്ണമായും സംസാരത്തിൽ നിന്ന് വിട്ട് മാറിക്കൊണ്ട് ഹെർമിയോൺ ചോദിച്ചു. "ആരെങ്കിലും നൃത്തം ചെയ്യില്ലേ? ഗുഡ്റൺ നൃത്തംചെയ്യും. ചെയ്യില്ലേ? ഗുഡ്റൺ നൃത്തം ചെയ്യണമെന്നാണ് എന്റെ ആഗ്രഹം. ഉർസുലയ്ക്കും നൃത്തം ചെയ്യാം."

ഹെർമിയോൺ സാവധാനം എഴുന്നേറ്റ് അടുപ്പിനടുത്തുള്ള ഭിത്തി അലമാരയിൽ തൂക്കിയിട്ടിരുന്ന താളവാദ്യത്തിൽ സാവധാനം പിടിച്ചുവലിച്ചതിനുശേഷം പെട്ടെന്ന് കൈവിട്ടു. അവൾ കാഴ്ചയിൽ ആഴത്തിൽ ധ്യാനിക്കുന്ന ഒരു പുരോഹിതയെപ്പോലെ ഉണ്ടായിരുന്നു.

ഒരു ജോലിക്കാരി വന്നു. തിരിച്ച് പോയതിനുശേഷം കൈ നിറയെ സിൽക്ക് വേഷങ്ങളും ഷാളുകളും സ്കാർഫുകളും വാരിക്കൊണ്ട് അവൾ വീണ്ടും പ്രത്യക്ഷപ്പെട്ടു. ഭംഗിയുള്ള വിലകൂടിയ വേഷങ്ങളോടുള്ള താല്പര്യം കാരണം ഹെർമിയോൺ പലപ്പോഴായി വാങ്ങിയതായിരുന്നു ആ വേഷങ്ങൾ.

"പെണ്ണുങ്ങൾ മൂന്നും ഒന്നിച്ച് നൃത്തം ചെയ്യും." അവൾ പറഞ്ഞു.

"ഏത് നൃത്തമാണ്?"പെട്ടെന്ന് എഴുന്നേറ്റുകൊണ്ട് അലക്സാണ്ടർ ചോദിച്ചു.

"കൊച്ച് ശിലകളിലെ കന്യകമാർ." ഉടൻതന്നെ കോണ്ടസ തീരുമാനം പറഞ്ഞു.

"അതൊരു തളർന്ന നൃത്തമാണ്." ഉർസുല പറഞ്ഞു.

'മാക്ബത്തിൽ നിന്നുള്ള മൂന്ന് മന്ത്രവാദിനികൾ" ഫ്രൗലീൻ അഭിപ്രായപ്പെട്ടു. അവസാനം തീരുമാനിച്ചത് 'നവോമിയും റൂത്തും ഓർപായും'* അവതരിപ്പിക്കാനായിരുന്നു. 'പാവ്ലോവയുടെയും നിജിൻസ്കിയുടെയും' റഷ്യൻ ബാലെകളുടെ മാതൃകയിലുള്ള ഒരു ചെറിയ ബാലെ അവതരിപ്പിക്കാനായിരുന്നു ഉദ്ദേശിച്ചത്.

കോണ്ടസ ഏറ്റവും ആദ്യം തയ്യാറായി. അലക്സാണ്ടർ പിയാനയുടെ അടുത്തേക്ക് പോയി. ഒഴിവുണ്ടായിരുന്ന സ്ഥലത്ത് ഒരാൾ ചുമതലയേറ്റു. മനോഹരമായ പൗരസ്ത്യവേഷങ്ങളിൽ ഓർപ സാവധാനം അവളുടെ ഭർത്താവിന്റെ മരണം നൃത്തംചെയ്യാൻ തുടങ്ങി. അതിനുശേഷം റൂത്ത് വന്നു. അവർ ഒന്നിച്ച് കരഞ്ഞു. ഒന്നിച്ച് ദുഃഖിച്ചു. അതിനുശേഷം അവരെ സാന്ത്വനപ്പെടുത്താൻ നവോമി വന്നു. എല്ലാം അവതരിപ്പിച്ചത് നിശ്ശബ്ദതയിൽ ആയിരുന്നു. ആംഗ്യങ്ങളും ചലനങ്ങളും കൊണ്ട് സ്ത്രീകൾ അവരുടെ വികാരങ്ങൾ നൃത്തത്തിലാക്കി. ആ ചെറിയ നാടകം അരമണിക്കൂർ സമയം നീണ്ടുനിന്നു.

നവോമിയായി ഉർസുല സുന്ദരി ആയിരുന്നു. അവളുടെ വീട്ടിലെ

---

* വിധവയായ നവോമിയുടെ വിധവകളായ മരുമക്കളാണ് റൂത്തും ഓർപായും (പഴയ നിയമം)

പുരുഷന്മാരെല്ലാം മരിച്ച് കഴിഞ്ഞു. ആ മരണങ്ങൾ കീഴടക്കാൻ കഴിയാത്ത വിശ്വാസത്തോടെ അവകാശവാദങ്ങളില്ലാതെ ഉറച്ച് നില്ക്കാൻ അവളെ ഓർമ്മിപ്പിച്ചു. സ്നേഹമുള്ള സ്ത്രീയായ റൂത്ത് അവളെ സ്നേഹിച്ചു. കൗശലക്കാരിയായ ഓർപ പഴയ ജീവിതത്തിന്റെ ഒരു ആവർത്തനത്തിലേക്ക് തിരിച്ചുപോയി. സ്ത്രീകൾ തമ്മിലുള്ള പ്രതിപ്രവർത്തനം സത്യസന്ധമായിരുന്നു. അതിനേക്കാൾ ഭയാനകവുമായിരുന്നു. ഗുഡ്റൺ കടുത്ത നൈരാശ്യത്തോടെ ഉർസുലയെ ആശ്ലേഷിക്കുന്നതിനിടയിൽ കൗശലം നിറഞ്ഞ ദുഷ്ടതയോടെ അവർ പുഞ്ചിരിച്ചതും നിശ്ശബ്ദയായി അവളുടെ ആശ്ലേഷം സ്വീകരിക്കുമ്പോൾ തന്നെ ഉർസുലയുടെ ദുഃഖത്തെ നിരാകരിക്കുന്നതിൽ അവൾ വിജയിക്കുന്നതും എല്ലാംതന്നെ വളരെ അസാധാരണമായ കാഴ്ച ആയിരുന്നു.

ഹെർമിയോൺ കാഴ്ചകൾ കണ്ടിരിക്കാൻ ഇഷ്ടപ്പെട്ടു. കോണ്ടസയുടെ പെട്ടെന്ന് ഒച്ചപ്പാടുണ്ടാക്കുന്ന രീതിയും സഹോദരിയിലെ സ്ത്രീയോടുള്ള ഗുഡ്റണിന്റെ വഞ്ചനാപരമായ അഭിപ്രായഭിന്നതയും ഉർസുലയുടെ അപകടകരമായ നിസ്സഹായതയും അവൾക്ക് മനസ്സിലാക്കാൻ കഴിഞ്ഞിരുന്നു.

"അത് വളരെ മനോഹരം ആയിരിക്കുന്നു" എല്ലാവരും ഒരുപോലെ വിളിച്ചുകൂവി. പക്ഷേ,അവൾക്ക് മനസ്സിലാക്കാൻ കഴിയാതെ പോയ കാര്യങ്ങൾ മനസ്സിലാക്കിയതുകൊണ്ട് ഗുഡ്റൺ ഉള്ളിൽ വേദനകൊണ്ട് പുളഞ്ഞു.

ഗുഡ്റണിന്റെ നവോമിയോടുള്ള നിരാശ കലർന്ന അഭിപ്രായഭിന്നത ബിർക്കിനെ ഇളക്കിമറിച്ചു. സ്ത്രീയുടെ ആഴമുള്ള എടുത്തുചാട്ടത്തിന്റെയും വിലക്ഷണമായ പ്രകടനത്തിന്റെയും സത്ത അയാളുടെ രക്തത്തിൽ തുളച്ചിറങ്ങി. ഗുഡ്റണിന്റെ അശ്രദ്ധമായ അഭിപ്രായഭിന്നത അയാൾക്ക് മറക്കാൻ കഴിഞ്ഞില്ല. മാളത്തിൽ ഇരുന്ന് ശ്രദ്ധിക്കുന്ന സന്ന്യാസി ഞണ്ടിനെപ്പോലെ ബിർക്കിൻ ഉർസുലയുടെ അസാധാരണമായ മേധാശക്തി പ്രകടമാക്കുന്ന മോഹഭംഗവും അവളുടെ നിസ്സഹായതയും മനസ്സിലാക്കി. അപകടകരമായ അധികാരങ്ങൾ കൊണ്ട് അവൾ സമ്പന്നയാണ്. അവൾ ശക്തിമത്തായ സ്ത്രീത്വത്തിന്റെ അറിയപ്പെടാത്ത ഒരു പൂമൊട്ടാണ്. അബോധപൂർവ്വം അയാൾ ഉർസുലയിലേക്ക് വലിച്ചടുപ്പിക്കപ്പെട്ടു. അയാളുടെ ഭാവി അവളാണ്.

അലക്സാണ്ടർ ഏതോ ഹംഗേറിയൻ സംഗീതം വായിച്ചു. എല്ലാവരും അതിന്റെ ലഹരിയിൽ നൃത്തം ചെയ്തു. ജറാൾഡിന് തന്റെ കാലുകൾ നൃത്തംചെയ്ത് അടിമത്തം കാരണം ഗുഡ്റണിന്റെ അടുത്തേക്ക് നീങ്ങുന്നത് അറിഞ്ഞപ്പോൾ അയാൾക്ക് അത്ഭുതകരമായ ഉന്മേഷം തോന്നി. അവർ ചെയ്തുകൊണ്ടിരിക്കുന്ന നൃത്തം ചെയ്യാൻ അയാൾക്ക് അറിയില്ല. പക്ഷേ, ജറാൾഡിന് അതിന്റെ തുടക്കം അറിയാം. അവിടെയുണ്ടായിരുന്ന താൻ ഇഷ്ടപ്പെടാത്ത ആളുകളുടെ ഭാരത്തിൽ നിന്ന് സ്വതന്ത്രനാകാൻ കഴിഞ്ഞപ്പോൾ ബിർക്കിൻ യഥാർത്ഥ ആഹ്ലാദത്തോടെ

അതിവേഗത്തിൽ നൃത്തച്ചുവടുകൾ വെച്ചു. ഈ ഉത്തരവാദിത്വം ഇല്ലാത്ത ആഹ്ലാദത്തിൽ ഹെർമിയോൺ അയാളെ അങ്ങേയറ്റം വെറുത്തു.

"ഇപ്പോൾ എനിക്ക് മനസ്സിലായി." കോണ്ടസ അയാളുടെ ആഹ്ലാദം നിറഞ്ഞ, സ്വയം ആസ്വദിച്ചുകൊണ്ടുള്ള ചലനങ്ങൾ ശ്രദ്ധിച്ചുകൊണ്ട് വിളിച്ചുകൂവി. "മിസ്റ്റർ ബിർക്കിൻ ഒരു നാട്യക്കാരനാണ്."

"നിങ്ങൾ എന്താണ് ഉദ്ദേശിച്ചത്?" ഹെർമിയോൺ ഇറ്റാലിയൻഭാഷയിൽ പാട്ട് പാടി.

"നോക്കൂ." ഇറ്റാലിയൻ ഭാഷയിൽ തന്നെ കോണ്ടസ പറഞ്ഞു. "അയാൾ ഒരു മനുഷ്യനല്ല. അയാൾ ഒരു ഓന്താണ്. നിറം മാറുന്ന ഒരു ജീവി."

"അയാൾ ഒരു മനുഷ്യനല്ല. അയാൾ ചതിയനാണ്. അയാൾ നമ്മളിൽ ഒരാളല്ല." ഹെർമിയോൺ സ്വയം മനസ്സിൽ ആവർത്തിച്ചു. അയാളോടുള്ള ഇരുണ്ട കീഴടങ്ങലിൽ അവളുടെ ആത്മാവ് വിറച്ചു. നിലനില്ക്കാനും രക്ഷപ്പെടാനുമുള്ള അയാളുടെ ശക്തിയാണ് അവളെ കീഴടക്കിയത്. പക്ഷേ, അയാൾക്ക് സ്ഥിരത ഇല്ല. അയാൾ ഒരു മനുഷ്യനല്ല. അയാൾ മനുഷ്യനെക്കാൾ താഴെയാണ്. അവൾ നൈരാശ്യത്തോടെ അയാളെ വെറുത്തു. അത് അവളെ തകർത്ത് തരിപ്പണമാക്കി. അവൾ ഒരു ശവത്തെപ്പോലെ അന്തിമമായ ഒരു വേർപാട് അനുഭവിച്ചു. അവളുടെ മനസ്സിലും ശരീരത്തിലും സംഭവിച്ചുകൊണ്ടിരിക്കുന്ന ഈ വേർപാടിന്റെ അസഹനീയമായ ദുരിതം ഒഴിച്ച് മറ്റൊന്നിനെക്കുറിച്ചും അവൾ ബോധവതി ആയിരുന്നില്ല.

വീട് നിറഞ്ഞിരുന്നതുകൊണ്ട് ജറാൾഡിന് താരതമ്യേന ചെറിയ മുറിയാണ് കിട്ടിയത്. സത്യത്തിൽ അത് ബിർക്കിന്റെ കിടക്കമുറിയോട് ചേർന്നുള്ള ഒരുങ്ങാനുള്ള മുറി ആയിരുന്നു. വിളക്കുകൾ മങ്ങിക്കത്തിക്കൊണ്ടിരുന്ന മുകളിലത്തെ നിലയിലേക്ക് മെഴുകുതിരികളുമായി അവൾ കോണിപ്പടി കയറിക്കഴിഞ്ഞപ്പോൾ ഹെർമിയോൺ ഉർസുലയെ പിടികൂടി സംസാരിക്കാൻ വേണ്ടി അവളുടെ സ്വന്തം കിടക്കമുറിയിലേക്ക് കൂട്ടിക്കൊണ്ടുവന്നു. പരിചിതമായ ആ വലിയ കിടക്കമുറിക്കുള്ളിൽ ഉർസുല ഒരുതരം നിയന്ത്രണത്തിന് വിധേയമായതു പോലെ തോന്നി. ഹെർമിയോൺ അവളെ ആകർഷിക്കാനുള്ള ചില കാര്യങ്ങൾ അവതരിപ്പിക്കുകയാണെന്ന് തോന്നി. അവർ ആഡംബരങ്ങളുള്ള ആരേയും ആകർഷിക്കുന്ന ചില ഇന്ത്യൻ സിൽക്ക് വേഷങ്ങൾ നോക്കിക്കൊണ്ടിരുന്നു. അവയുടെ ആഡംബരങ്ങളിലും ആകൃതിയിലും അഴിമതി നിറഞ്ഞിരുന്നു. ഹെർമിയോൺ അടുത്തുവന്നു, ഉർസുലയുടെ മാറിടം തുടിച്ചു. നിമിഷനേരത്തേക്ക് ഉർസുലയ്ക്ക് പരിഭ്രമം കൊണ്ട് ബോധം നശിച്ചു. നിമിഷനേരത്തേക്ക് ഹെർമിയോണിന്റെ ക്ഷീണിച്ച കണ്ണുകൾ ഉർസുലയുടെ മുഖത്തെ ഭയം കണ്ടു. അവിടെ വീണ്ടും ഒരുതരം സ്ഫോടനം സംഭവിച്ചു. ഒരുതകർച്ച. ഉർസുല പതിനാല് വയസ്സുള്ള ഏതോ രാജകുമാരിയുടെ കടുംനീലയും കടുംചുവപ്പും കലർന്ന ഒരു സിൽക്ക് വേഷം കൈയി

ലെടുത്തുകൊണ്ട് യാന്ത്രികമായി വിളിച്ചുകൂവി.

"ഇത് അത്ഭുതകരമല്ലേ?" ഈ രണ്ട് കടും നിറങ്ങൾ ഒന്നിച്ച് ഉപയോഗിക്കാൻ ആരു ധൈര്യം കാണിക്കും."

ആ സമയത്ത് ഹെർമിയോണിന്റെ ജോലിക്കാരി ശബ്ദം ഉണ്ടാക്കാതെ കടന്നുവന്നു. ഉർസുല അതിശക്തമായ ഒരു ആവേശത്തിൽ ഭയത്തെ കീഴടക്കിക്കൊണ്ട് രക്ഷപ്പെട്ടു.

ബിർക്കിൻ നേരിട്ട് കിടക്കയിലേക്ക് പോയി. അയാൾക്ക് സന്തോഷം തോന്നി. ഉറങ്ങാനും തോന്നി. നൃത്തം ചെയ്തതുകൊണ്ടാണ് അയാൾക്ക് സന്തോഷം തോന്നിയത്. പക്ഷേ, ജറാൾഡിന് അയാളോട് സംസാരിക്കണം. വൈകുന്നേരത്തെ വേഷം ധരിച്ച ജറാൾഡ് ബിർക്കിൻ കിടന്നിരുന്ന ബിർക്കിന്റെ കിടക്കയിൽ ഇരുന്നു. അയാൾക്ക് നിശ്ചയമായും സംസാരിക്കണം.

"ആ രണ്ട് ബ്രാങ്വെൻമാർ ആരാണ്?"

"അവർ ബെൽഡോവറിൽ നിന്നാണ്."

"ബെൽഡോവറിൽ നിന്ന് വരുന്നവരാണോ? അവർ ആരാണ്?"

"ഗ്രാമർസ്കൂളിലെ അദ്ധ്യാപികമാരാണ്." അല്പസമയത്തേക്ക് സംസാരം നിലച്ചു.

ഒടുവിൽ ജറാൾഡ് വിശദീകരിച്ചു. "അവരെ ഞാൻ മുമ്പ് കണ്ടിട്ടുള്ളതാണെന്നാണ് ഞാൻ വിചാരിച്ചത്."

"നിങ്ങൾക്ക് നിരാശയായോ?" ബിർക്കിൻ ചോദിച്ചു.

"എനിക്ക് നിരാശയോ! ഇല്ല പക്ഷേ, ഹെർമിയോണിന് അവരെ എങ്ങനെയാണ് ഇവിടെ കിട്ടിയത്?"

"അവൾക്ക് ഗുഡ്റണിനെ ലണ്ടനിൽ വെച്ച് പരിചയമുണ്ട്. ഇളയവൾ, കൂടുതൽ ഇരുണ്ട മുടിയുള്ളവൾ – അവൾ ഒരു കലാകാരിയാണ്. ശില്പങ്ങളും മാതൃകകളും ചെയ്യും."

"അപ്പോൾ അവൾ ഗ്രാമർസ്കൂളിലെ അദ്ധ്യാപിക അല്ല. മറ്റവൾ മാത്രമാണ് അദ്ധ്യാപിക?"

"രണ്ടുപേരും അദ്ധ്യാപികമാരാണ്. ഉർസുല ക്ലാസ് അദ്ധ്യാപിക. ഗുഡ്റൺ കല പഠിപ്പിക്കുന്നു."

"അവരുടെ അച്ഛൻ എന്ത് ചെയ്യുന്നു?"

"സ്കൂളിലെ കരകൗശല അദ്ധ്യാപകനാണ്."

"സത്യമാണോ?"

"ഔന്നത്യത്തിന്റെ വേലികൾ തകർന്നുവീഴുന്നു!"

മറ്റെയാളുടെ ചെറിയരീതിയിൽ കളിയാക്കുന്ന തരത്തിലുള്ള സംസാരത്തിൽ ജറാൾഡ് എപ്പോഴും അസ്വസ്ഥനായിരുന്നു.

"അവരുടെ അച്ഛൻ സ്കൂളിലെ കരകൗശല അദ്ധ്യാപകനായത് എന്നെ എങ്ങനെയാണ് ബാധിക്കുന്നത്?"

ബിർക്കിൻ ചിരിച്ചു. തലയിണയിൽ മലർന്ന് കിടന്ന് ചിരിക്കുന്ന അയാളുടെ മുഖത്തേക്ക് ജറാൾഡ് നോക്കി. അയാൾക്ക് അവിടെനിന്ന് എഴു

ന്നേറ്റ് പോകാൻ കഴിഞ്ഞില്ല.

"നിങ്ങൾക്ക് ഗുഡ്റണിനെപ്പറ്റി വളരെയൊന്നും മനസ്സിലാക്കാൻ കഴിയുമെന്ന് ഞാൻ വിശ്വസിക്കുന്നില്ല. അവൾ അടങ്ങിയിരിക്കാത്ത ഒരു കിളിയാണ്. ഒന്നോ രണ്ടോ ആഴ്ചകൾക്കുള്ളിൽ അവൾ സ്ഥലംവിടും."

"അവൾ എവിടെയാണ് പോകുന്നത്?"

"ലണ്ടൻ, പാരീസ്, റോം; ദൈവത്തിനറിയാം ഡമാസ്കസിലേക്കോ സാൻഫ്രാൻസിസ്കോയിലേക്കോ പോകുമെന്നാണ് ഞാൻ പ്രതീക്ഷിക്കുന്നത്. അവൾ സ്വർഗ്ഗത്തിലെ പക്ഷിയാണ്. ബെൽഡോവറിൽ അവൾ വന്നിരിക്കുന്നത് എന്തിനാണെന്ന് ദൈവത്തിനറിയാം. അവൾ സ്വപ്നത്തിലെപ്പോലെ പ്രതീക്ഷിക്കുന്ന സ്ഥലത്തായിരിക്കില്ല പോകുന്നത്."

ജറാൾഡ് കുറച്ച് സമയം ആലോചിച്ചുകൊണ്ടിരുന്നു.

"അവളെക്കുറിച്ച് ഇത്രവ്യക്തമായി നിങ്ങൾ എങ്ങനെ മനസ്സിലാക്കി?"ജറാൾഡ് ചോദിച്ചു.

"എനിക്ക് ലണ്ടനിൽവെച്ച് അവളെ പരിചയമുണ്ട്. "അയാൾ മറുപടി പറഞ്ഞു. "ഒരു അസാധാരണ സംഘത്തിന്റെ കൂടെ. അവൾക്ക് ഡാറിങ്ടണേയും ലിബിനിക്കോവിനെയും ബാക്കിയുള്ളവരേയും എല്ലാം പരിചയംകാണും. ഒരുപക്ഷേ, നേരിട്ട് അറിയില്ലായിരിക്കും. ആ സംഘത്തിന്റെ കൂടെ അവൾ ഒരിക്കലും ഉണ്ടായിരുന്നില്ല—ഒരു തരത്തിൽ അവൾ കൂടുതൽ പഴയമട്ടുകാരിയാണെന്ന് പറയാം. എനിക്ക് അവളെ രണ്ട് കൊല്ലമായി പരിചയമുണ്ടെന്നാണ് തോന്നുന്നത്."

"അപ്പോൾ ഈ കല പഠിപ്പിക്കൽ അല്ലാതെയും അവൾ പണം ഉണ്ടാക്കുന്നുണ്ട്."

"സ്ഥിരമായിട്ടില്ലെങ്കിലും കുറച്ചൊക്കെ പണം ഉണ്ടാക്കുന്നുണ്ട്. അവൾക്ക് അവളുടെ മാതൃകകൾ വില്ക്കാൻ കഴിയുന്നുണ്ട്."

"എന്തു വിലയ്ക്കാണ്?"

"പത്തും നൂറും ഒക്കെ കിട്ടും."

"അവ നല്ലതാണോ?"

"ചിലപ്പോൾ അവ അത്ഭുതംതോന്നുന്ന തരത്തിൽ നല്ലതാണെന്നാണ് ഞാൻ വിചാരിക്കുന്നത്. അത് അവളുടേതാണ്. ഹെർമിയോണിന്റെ മുറിയിലെ രണ്ട് വാലാട്ടിപ്പക്ഷികളെ നിങ്ങൾ കണ്ടുകാണും. അത് തടിയിൽ കൊത്തിയെടുത്ത് ചായം പൂശിയതാണ്" ബിർക്കിൻ പറഞ്ഞു.

"ഞാൻ വിചാരിച്ചത് അത് മറ്റൊരു ആഫ്രിക്കൻ കൊത്തുപണി ആണെന്നാണ്."

"അല്ല. അവളുടേതാണ്. അതാണ് അവളുടെ ജോലി – മൃഗങ്ങളും പക്ഷികളും, ചിലപ്പോൾ സാധാരണ വേഷം ധരിച്ച ചെറിയ മനുഷ്യരും. കൊത്തുപണികഴിഞ്ഞ് ആ രൂപങ്ങൾ കണ്ടാൽ സത്യത്തിൽ അത്ഭുതം തോന്നും. അവയ്ക്ക് അറിയാതെ തന്നെ വന്നുചേരുന്ന നിഗൂഢമായ ഒരു പ്രത്യേകത ഉണ്ട്."

"ഒരുകാലത്ത് അവൾ പ്രശസ്തയായ ഒരു കലാകാരി ആയേക്കാം."

ജറാൾഡ് ആഴത്തിൽ ആലോചിച്ചു.

"ആവാം. പക്ഷേ, ഞാൻ വിചാരിക്കുന്നത് മറിച്ചാണ്. മറ്റെന്തെങ്കിലും കിട്ടിയാൽ അവൾ അവളുടെ കലാപ്രവർത്തനം ഉപേക്ഷിക്കും. അവളുടെ സ്വഭാവത്തിലെ വൈരുദ്ധ്യം കാരണം അവൾക്ക് കലയെ ഗൗരവത്തിൽ എടുക്കാൻ കഴിയില്ല. അവൾക്ക് ഒരിക്കലും ഒന്നും ഗൗരവത്തോടെ കാണാൻ പറ്റില്ല. അതിരിക്കട്ടെ. ഞാൻ പോന്നതിന് ശേഷം ഡാറിങ്ടണിന്റെ കാര്യം എന്തായി? ഞാൻ പിന്നീട് ഒന്നും കേട്ടില്ല."

"ഓ! അത് ആകെ കുഴപ്പമായി. ഹില്ലിഡെ തടസ്സപ്പെടുത്തി. പഴയ മട്ടിലുള്ള ഒരു അടിപിടിയിൽ നിന്ന് ഞാൻ കഷ്ടിച്ച് രക്ഷപ്പെട്ടെന്ന് പറയാം."

ബിർക്കിൻ കുറച്ച് സമയത്തേക്ക് സംസാരിച്ചില്ല.

"അങ്ങനെ സംഭവിക്കുമെന്ന് ഉറപ്പാണ്" ബിർക്കിൻ പറഞ്ഞു. "ജൂലിയസ് ഏറെക്കുറെ ഒരു ഭ്രാന്തനാണ്. ഒരുഭാഗത്ത് അയാൾ മതഭ്രാന്തനാണ്. മറ്റൊരു വശത്ത് അയാൾക്ക് അശ്ലീലം വലിയ ആകർഷണമാണ്. ഒന്നുകിൽ അയാൾ ക്രിസ്തുവിന്റെ കാലുകഴുകുന്ന പരിശുദ്ധ ദാസനാണ്. അല്ലെങ്കിൽ അയാൾ ക്രിസ്തുവിന്റെ അശ്ലീലചിത്രങ്ങൾ വരയ്ക്കുന്നവനാണ്; പ്രവർത്തനവും പ്രതിപ്രവർത്തനവും. അതിനിടയിൽ മറ്റൊന്നുമില്ല. അയാൾ സത്യത്തിൽ ഭ്രാന്തനാണ്. അയാൾക്ക് കുട്ടികളുടെ മുഖമുള്ള ശുദ്ധമായ ലില്ലിപ്പൂപോലുള്ള ഒരു പെണ്ണിനെ വേണമെന്നുള്ള ആഗ്രഹം ഒരുവശത്ത്, മറുവശത്ത് സ്വയം അഴുക്കാകാൻ അയാൾക്ക് ഡാറിങ്ടണെ വേണം."

"അതാണ് എനിക്ക് മനസ്സിലാകാത്ത കാര്യം" ജറാൾഡ് പറഞ്ഞു. "അയാൾ ഡാറിങ്ടണെ സ്നേഹിക്കുന്നുണ്ടോ? അതോ അയാൾക്ക് അവളോട് സ്നേഹം ഇല്ലേ?"

"അയാൾ സ്നേഹിക്കുകയോ സ്നേഹിക്കാതിരിക്കുകയോ ചെയ്യുന്നില്ല. അവൾ വേശ്യയാണ്. അയാളുടെ യഥാർത്ഥ കാമുകിയായ വേശ്യ. അവളുടെ ചേറിലേക്ക് സ്വയം എടുത്തുചാടാൻ അയാൾക്ക് കൊതിയാണ്. എന്നിട്ട് എഴുന്നേറ്റ് വന്ന് കുഞ്ഞിന്റെ മുഖമുള്ള പെൺകുട്ടിയെപ്പറ്റി, പരിശുദ്ധമായ ലില്ലിപ്പൂവിനെപ്പറ്റി വിലപിക്കുന്നു. അങ്ങനെ അയാൾ എല്ലാം ആസ്വദിക്കുന്നു. ഇത് പഴയ കഥ തന്നെയാണ്. പ്രവർത്തനവും പ്രതിപ്രവർത്തനവും. അതിനിടയിലായി മറ്റൊന്നുമില്ല."

"എനിക്ക് അറിയില്ല." ഒരു ഇടവേളയ്ക്ക് ശേഷം ജറാൾഡ് പറഞ്ഞു. "അയാൾ ഡാറിങ്ടണെ ഇഷ്ടംപോലെ കളിയാക്കാറുണ്ട്. എനിക്ക് അവളോട് ഏറെക്കുറെ അറപ്പാണ്."

"പക്ഷേ, നിങ്ങൾ അവളെ ഇഷ്ടപ്പെടുന്നുണ്ടെന്നാണ് എനിക്ക് തോന്നിയത്" ബിർക്കിൻ ആശ്ചര്യം പ്രകടിപ്പിച്ചു. "എനിക്ക് അവളോട് എല്ലാക്കാലത്തും ഇഷ്ടം തോന്നിയിരുന്നു. വ്യക്തിപരമായി എനിക്ക് അവളോട് യാതൊന്നുമില്ല. അത് സത്യമാണ്."

"ഒരു രണ്ടുദിവസത്തേക്ക് എനിക്ക് അവളോട് ഇഷ്ടക്കുറവില്ല." ജറാൾഡ് പറഞ്ഞു. "പക്ഷേ,ഒരാഴ്ചകൊണ്ട് ഞാൻ മടുത്തുപോകും.

അത്തരം സ്ത്രീകളുടെ തൊലിക്ക് ഒരു മണം ഉണ്ട്. അത് ആദ്യം ഇഷ്ട പ്പെട്ടാലും അവസാനം പറയാൻ കഴിയാത്തരീതിയിൽ മടുപ്പുണ്ടാക്കും."

"എനിക്ക് അറിയാം." ബിർക്കിൻപറഞ്ഞു. എന്നിട്ട് അയാൾ അസ്വ സ്ഥതയോടെ കൂട്ടിച്ചേർത്തു. "ജറാൾഡ് ഉറങ്ങാൻ പോകൂ. സമയം എന്തായെന്ന് ദൈവത്തിനറിയാം."

ജറാൾഡ് വാച്ചിൽ നോക്കി. ഒടുവിൽ അയാൾ കിടക്കയിൽനിന്ന് എഴുന്നേറ്റ് സ്വന്തം മുറിയിലേക്ക് പോയി. പക്ഷേ, അല്പസമയത്തിന് ശേഷം ഷർട്ടിട്ടുകൊണ്ട് അയാൾ തിരിച്ചുവന്നു.

"ഒരുകാര്യം." വീണ്ടും കിടക്കയിൽ ഇരുന്നുകൊണ്ട് അയാൾ പറഞ്ഞു. "ഞങ്ങൾ ഏതാണ്ട് കൊടുങ്കാറ്റുപോലെയാണ് എല്ലാം അവ സാനിപ്പിച്ചത്. അവൾക്ക് എന്തെങ്കിലും കൊടുക്കാൻ എനിക്ക് സമയം കിട്ടിയില്ല."

"പണമാണോ?" ബിർക്കിൻ ചോദിച്ചു."അവൾക്ക് വേണ്ടത് ഹില്ലി ഡെ അവൾക്ക് കൊടുക്കും. അല്ലെങ്കിൽ പരിചയക്കാരിൽ ഒരാൾ കൊടുക്കും."

"പക്ഷേ," ജറാൾഡ് പറഞ്ഞു. "ഞാൻ അവൾക്ക് കൊടുക്കാനു ള്ളത് കൊടുത്തു കണക്ക് തീർക്കേണ്ടേ?"

"അവൾ അത് കാര്യമാക്കില്ല."

"ഒരുപക്ഷേ, ഇല്ലായിരിക്കാം പക്ഷേ, കണക്ക് തീർത്തിട്ടില്ലെന്നും അത് കടമായി കിടക്കുകയാണെന്നും ഒരാൾക്ക് തോന്നും."

"നിങ്ങൾക്ക് തോന്നുന്നുണ്ടോ?" ബിർക്കിൻ പറഞ്ഞു. ഷർട്ട് ധരിച്ചു കൊണ്ട് കിടക്കയിൽ ഇരുന്ന ജറാൾഡിന്റെ വെളുത്തകാലുകളിലേക്ക് ബിർക്കിൻ നോക്കി. അവ വെളുത്ത് ഭംഗിയും കരുത്തും ഉള്ള കാലുകൾ ആയിരുന്നു. എന്നിട്ടും അവയിൽ ശൈശവം ഉള്ളതുപോലെ ബിർക്കിനെ അവ ഒരുതരം വാത്സല്യത്തിലേക്ക് നയിച്ചു. ഒരുതരം ആർദ്രത അയാൾക്ക് തോന്നി.

"കണക്കു തീർക്കണമെന്നാണ് ഞാൻ വിചാരിക്കുന്നത്," അവ്യക്ത മായി ജറാൾഡ് ആവർത്തിച്ചു.

"ഒരു രീതിയിലും അത് പ്രശ്നമല്ല." ബിർക്കിൻ പറഞ്ഞു.

"അത് പ്രശ്നമല്ലെന്ന് നിങ്ങൾ എപ്പോഴും പറയും." മറ്റയാളുടെ മുഖ ത്തേക്ക് സ്നേഹത്തോടെ നോക്കിക്കൊണ്ട് ജറാൾഡ് പറഞ്ഞു. ജറാൾഡിന്റെ മുഖത്ത് അല്പം അമ്പരപ്പ് ഉണ്ടായിരുന്നു.

"അതിൽ ഒരു കാര്യവുമില്ല." ബിർക്കിൻ പറഞ്ഞു.

"പക്ഷേ, അവൾ സത്യത്തിൽ മാന്യതയുള്ള കൂട്ടത്തിൽ ഉള്ളതാ യിരുന്നു."

"സീസറിനുള്ളത് സീസറിന്" ഒരുവശത്തേക്ക് ചരിഞ്ഞുകൊണ്ട് ബിർക്കിൻ പറഞ്ഞു. ജറാൾഡ് സംസാരിക്കാൻ വേണ്ടി സംസാരിച്ചുകൊ ണ്ടിരിക്കുകയാണെന്ന് അയാൾക്ക് തോന്നി. "എനിക്ക് ക്ഷീണം തോന്നുന്നു. പോയിക്കിടന്ന് ഉറങ്ങൂ. രാത്രി ഒരുപാട് ഇരുട്ടിയിരിക്കുന്നു."

അയാൾ പറഞ്ഞു.

"കാര്യമുള്ളതെന്തെങ്കിലും നിങ്ങൾ എന്നോട് പറയുമെന്ന് ഞാൻ പ്രതീക്ഷിക്കുന്നു, മറ്റയാളുടെ മുഖത്തേക്ക് നോക്ക്, എന്തിനോ വേണ്ടി കാത്തിരുന്നുകൊണ്ട് ജറാൾഡ് പറഞ്ഞു. പക്ഷേ, ബിർക്കിൻ മുഖം തിരിച്ചുകളഞ്ഞു.

"ശരി, എങ്കിൽ പോയിക്കിടന്ന് ഉറങ്ങാൻ പോകുന്നു." ജറാൾഡ് പറഞ്ഞു. അയാൾ സ്നേഹത്തോടെ ബിർക്കിന്റെ തോളിൽ കൈവെച്ചു. അതിനുശേഷം അയാൾ സ്ഥലംവിട്ടു.

രാവിലെ ജറാൾഡ് ഉണർന്നപ്പോൾ ബിർക്കിന്റെ അനക്കംകേട്ട് അയാൾ വിളിച്ചുപറഞ്ഞു. "ഡാറിങ്ടണ് പത്ത് പൗണ്ട് കൊടുക്കണമെന്നുതന്നെയാണ് ഞാൻ ഇപ്പോഴും വിചാരിക്കുന്നത്."

"എന്റെ ദൈവമേ!" ബിർക്കിൻപറഞ്ഞു. "ഇത്രയും കൃത്യത വേണ്ട. സ്വന്തം മനസ്സിൽ കണക്കുതീർത്താൽ മതി. അവിടെയാണ് നിങ്ങൾക്ക് കണക്കു തീർക്കാൻ കഴിയാത്തത്."

"എനിക്ക് കഴിയില്ലെന്ന് നിങ്ങൾക്ക് എങ്ങനെ അറിയാം?"

"നിങ്ങളെ അറിയാവുന്നതുകൊണ്ട്" ജറാൾഡ് അല്പസമയം ആലോചനയിൽ മുഴുകി.

"ഡാറിങ്ടണെ പോലെയുള്ള സ്ത്രീകളുടെ കാര്യത്തിൽ പണം കൊടുക്കുന്നതാണ് ശരിയായ കാര്യം എന്നാണ് എനിക്ക് തോന്നുന്നത്."

"വെപ്പാട്ടികളുടെ കാര്യത്തിൽ ശരിയായകാര്യം അവരെ സംരക്ഷിക്കുന്നതാണ്. ഭാര്യമാരുടെ കാര്യത്തിൽ ശരിയായ കാര്യം അവരോടൊപ്പം ഒരേകൂരയ്ക്ക് താഴെ താമസിക്കുന്നതാണ് കറപുരളാത്ത ജീവിതത്തിനും കളങ്കം ഇല്ലാത്തകീർത്തിക്കും–" ബിർക്കിൻ പറഞ്ഞു. "അതിൽ വെറുപ്പു തോന്നേണ്ട ആവശ്യമില്ല." ജറാൾഡ് പറഞ്ഞു.

"അതെന്നെ മടുപ്പിക്കുന്നു. എനിക്ക് നിങ്ങളുടെ നിസ്സാരകുറ്റങ്ങളിൽ താല്പര്യമില്ല."

"നിങ്ങളുടെ താല്പര്യവും താല്പര്യക്കുറവും ഞാൻ ശ്രദ്ധിക്കുന്നില്ല."

രാവിലെ സൂര്യപ്രകാശം ഉണ്ടായിരുന്നു. ജോലിക്കാരി വെള്ളം കൊണ്ടുവെച്ചതിനുശേഷം കർട്ടനുകൾ മാറ്റിയിരുന്നു. ബിർക്കിൻ കിടക്കയിലിരുന്ന് മടി പിടിച്ച് തോട്ടത്തിലേക്ക് നോക്കി. അയാൾക്ക് സന്തോഷം തോന്നി. തോട്ടം കാല്പനികമായ ഒരു പച്ചനിറത്തിൽ ആളൊഴിഞ്ഞ് കിടക്കുമ്പോൾ കഴിഞ്ഞകാലത്തിന് സ്വന്തമാണെന്ന് തോന്നി. കഴിഞ്ഞകാലത്തിന്റേതായതെല്ലാം എത്രമാത്രം സുന്ദരവും ഭദ്രവും ഭംഗിയുള്ളതും കുറ്റമറ്റതുമാണെന്നായിരുന്നു അയാൾ ആലോചിച്ചുകൊണ്ടിരുന്നത്. നേട്ടങ്ങളുടെ മനോഹാരിതയുള്ള കഴിഞ്ഞകാലം. പ്രശാന്തവും മനോഹരവുമായ ഈ വീട്. നൂറ്റാണ്ടുകളുടെ നിശ്ശബ്ദത ഉറങ്ങുന്ന ഈ തോട്ടം. ഈ നിശ്ചലതയുടെ സൗന്ദര്യം പ്രലോഭനങ്ങളുടെ എന്തുതരം കെണിയാണ്? ബ്രഡ്‌ലി സത്യത്തിൽ എത്രമാത്രം ഭയാനകവും മാരകവുമായ

ഒരു തടവറ ആയിരുന്നു. ഈ ശാന്തത എത്രമാത്രം അസഹനീയമായ ഒരു തടവുശിക്ഷ! എങ്കിലും ഇത് വർത്തനമാനകാലത്തിന്റെ ആർത്തി പിടിച്ച അധമമായ മത്സരങ്ങളെക്കാൾ മെച്ചം ആയിരുന്നു. ഒരാൾക്ക് അയാളുടെ ഹൃദയത്തിനനുസരിച്ച് ഭാവിയെ സൃഷ്ടിക്കാൻ കഴിഞ്ഞിരുന്നെങ്കിൽ ഒരു ശുദ്ധമായ ചെറിയ സത്യത്തിനുവേണ്ടി; ജീവിതത്തിൽ, ശുദ്ധമായ ഒരു ചെറിയ സത്യത്തെ പതറാതെ പ്രയോജനപ്പെടുത്താൻ വേണ്ടി; അയാളുടെ ഹൃദയം നിർത്താതെ കരഞ്ഞു.

"എനിക്ക് താല്പര്യമുള്ള എന്ത് കാര്യമാണ് നിങ്ങൾ എനിക്ക് തരാൻ പോകുന്നതെന്ന് എനിക്ക് മനസ്സിലാകുന്നില്ല." ചെറിയ മുറിയിൽ നിന്നും ജറാൾഡിന്റെ ശബ്ദം പുറത്തുവന്നു. "ഡാറിങ്ടണെ ആണോ അതോ ഖനികളാണോ അതോ മറ്റെന്തെങ്കിലുമാണോ!"

"ജറാൾഡ്, നിങ്ങൾക്ക് തോന്നുന്നതിൽ നിങ്ങൾക്ക് താല്പര്യമെടുക്കാം. എനിക്ക് സ്വയം താല്പര്യം ഇല്ലെന്ന് മാത്രം."

"അപ്പോൾ ഞാൻ എന്താണ് ചെയ്യേണ്ടത്?" ജറാൾഡിന്റെ ശബ്ദം പുറത്തുവന്നു.

"നിങ്ങൾക്ക് ഇഷ്ടമുള്ളത് ചെയ്യാം. ഞാൻ സ്വയം എന്താണ് ചെയ്യേണ്ടത്?"

ജറാൾഡ് ഇതിനെപ്പറ്റി ആലോചിക്കുന്നത് അതിനുശേഷം ഉണ്ടായ നിശ്ശബ്ദതയിലൂടെ ബിർക്കിന് മനസ്സിലായി.

"എനിക്ക് അറിയാമെങ്കിൽ ഞാൻ ധന്യനായി" സന്തോഷം നിറഞ്ഞ മറുപടിവന്നു.

"ഒരു കാര്യം മനസ്സിലാക്കണം" ബിർക്കിൻ പറഞ്ഞു. "നിങ്ങളുടെ ഒരു ഭാഗത്തിന് ഡാറിങ്ടണെ വേണം. ഡാറിങ്ടണെ മാത്രം വേണം. ഒരു ഭാഗത്തിന് ഖനിയും കച്ചവടവും വേണം. കച്ചവടം മാത്രം വേണം. നിങ്ങൾ അങ്ങനെ കഷണങ്ങളായിരിക്കുന്നു."

"അതുകൂടാതെ എന്റെ ഒരു ഭാഗത്തിന് മറ്റെന്തോകൂടി വേണം." അസാധാരണമായ ശാന്തതയുള്ള ആത്മാർത്ഥത നിറഞ്ഞ ശബ്ദത്തിൽ ജറാൾഡ് പറഞ്ഞു.

"എന്താണത്?" ഏറെക്കുറെ അത്ഭുതത്തോടെ ബിർക്കിൻ ചോദിച്ചു.

"നിങ്ങൾക്ക് എന്നോട് പറയാൻ കഴിയുമെന്ന് ഞാൻ പ്രതീക്ഷിക്കുന്നത് അതുതന്നെയാണ്."

കുറച്ച് സമയത്തേക്ക് ആരും ഒന്നും സംസാരിച്ചില്ല.

"എനിക്ക് പറയാൻ കഴിയില്ല എനിക്ക് എന്റെ വഴി തന്നെ കണ്ടെത്താൻ കഴിയുന്നില്ല; നിങ്ങളുടേത് സ്വയം കണ്ടെത്തണം. നിങ്ങൾക്ക് വിവാഹം കഴിക്കാം." ബിർക്കിൻ മറുപടി പറഞ്ഞു.

"ആരെ? ഡാറിങ്ടണെ ആണോ?"

"ഒരുപക്ഷേ, അവളെത്തന്നെ" ബിർക്കിൻ പറഞ്ഞു. അയാൾ എഴുന്നേറ്റ് ജനാലയുടെ അടുത്തേക്ക് നടന്നു.

"അത് നിങ്ങളുടെ ഒറ്റമൂലിയാണ്" ജറാൾഡ് പറഞ്ഞു. "പക്ഷേ,

നിങ്ങൾക്ക് വേണ്ടത്ര രോഗം ഉണ്ടെങ്കിലും ഇതുവരെ നിങ്ങൾ അത് സ്വയം പരീക്ഷിച്ച് നോക്കിയിട്ടില്ല."

"ഇല്ല." ബിർക്കിൻ പറഞ്ഞു. "എങ്കിലും എനിക്ക് അത് ശരിയാകും."

"വിവാഹം വഴിയാണോ?"

"അതെ." ബിർക്കിൻ ഉറപ്പിച്ച് പറഞ്ഞു.

"അതില്ല" ജറാൾഡ് കൂട്ടിച്ചേർത്തു. "ഇല്ല. ഇല്ല. ഇല്ല. കുട്ടീ."

അവർക്കിടയിൽ ഒരു നിശ്ശബ്ദയും ശത്രുതയുടെ ഒരു അസാധാരണമായ പിരിമുറുക്കവും നിലവിൽ വന്നു. എല്ലാസമയത്തും അവർ ഒരു അകലം സൂക്ഷിച്ചിരുന്നു. എന്നും അവർ പരസ്പരം സ്വതന്ത്രരായിരിക്കുവാൻ ആഗ്രഹിച്ചിരുന്നു. എങ്കിലും അവർ തമ്മിൽ മാനസികമായ ഒരു പിരിമുറുക്കം ഉണ്ടായിരുന്നു.

"സ്ത്രീരക്ഷകൻ" ജറാൾഡ് പരിഹസിച്ചു.

"എന്തുകൊണ്ട് പാടില്ല?" ബിർക്കിൻ ചോദിച്ചു.

"ഒരുകാരണവും ഇല്ല." ജറാൾഡ് പറഞ്ഞു. "അത് ശരിയായി നടക്കുമെങ്കിൽ? പക്ഷേ, നിങ്ങൾ ആരെ വിവാഹം കഴിക്കും."

"ഒരു സ്ത്രീയെ"

"നന്നായി" ജറാൾഡ് പറഞ്ഞു.

രാവിലത്തെ ഭക്ഷണത്തിന് ഏറ്റവും ഒടുവിൽ വന്നത് ബിർക്കിനും ജറാൾഡും ആയിരുന്നു. എല്ലാവരും രാവിലെ തന്നെ വന്നത് ഹെർമിയോണിന് ഇഷ്ടപ്പെട്ടു. അവളുടെ പകൽസമയം കുറഞ്ഞുപോയെന്നുള്ള തോന്നൽ അവൾക്ക് വലിയ ബുദ്ധിമുട്ടാണ്. ജീവിതം തന്നെ നഷ്ടപ്പെടുന്നതായി അവൾക്ക് അനുഭവപ്പെടും. സ്വന്തം ജീവിതത്തെ ബലംപ്രയോഗിച്ച് പുറത്തെടുക്കാൻ വേണ്ടി അവൾ സമയത്തിന്റെ കഴുത്തിന് കുത്തിപ്പിടിച്ചിരിക്കുകയാണെന്ന് തോന്നും. രാവിലെ അവൾ വിളറിയിരുന്നു. എങ്കിലും അവൾക്ക് അവളുടെ ശക്തി ഉണ്ടായിരുന്നു. രണ്ട് ചെറുപ്പക്കാരുടെ വരവോടെ പെട്ടെന്ന് അവിടെ ഒരു പിരിമുറുക്കം അനുഭവപ്പെട്ടു.

അവൾ മുഖം ഉയർത്തി സന്തോഷത്തോടെ അവളുടെ പാട്ട് പാടി.

"സുപ്രഭാതം! നിങ്ങൾ നല്ലവണ്ണം ഉറങ്ങിയോ? എനിക്ക് അതിൽ സന്തോഷമുണ്ട്."

"അതിനുശേഷം അവരെ അവഗണിച്ചുകൊണ്ട് അവൾ മുഖം തിരിച്ചു. അവളെ നന്നായി അറിയാവുന്ന ബിർക്കിന് അവളുടെ ഉദ്ദേശ്യം അയാളുടെ പ്രാധാന്യം കുറയ്ക്കുക എന്നതാണെന്ന് പെട്ടെന്ന് മനസ്സിലായി.

"ഊണുമേശയിൽ നിന്ന് നിങ്ങൾക്ക് വേണ്ടത് എടുക്കില്ലേ" ചെറിയ തോതിൽ താല്പര്യക്കുറവ് സൂചിപ്പിക്കുന്ന ശബ്ദത്തിൽ അലക്സാണ്ടർ പറഞ്ഞു.

"അതൊന്നും തണുത്തിട്ടില്ലെന്നാണ് ഞാൻ വിചാരിക്കുന്നത്! റൂപർട്ട് ആ കറിയുടെ താഴത്തെ തീ ഒന്ന് കെടുത്തിയേക്കൂ. നന്ദി."

ഹെർമിയോൺ ഉദാസീനത പ്രകടമാക്കിയപ്പോൾ അലക്സാണ്ടർ

അസ്ഥാനത്ത് ആജ്ഞ നടപ്പാക്കി. നിശ്ചയമായും അവളിൽ നിന്നാണ് അയാൾ ഈ ശൈലി കടമെടുത്തിരിക്കുന്നത്. ബിർക്കിൻ ഇരുന്നതിനു ശേഷം മേശപ്പുറത്ത് നോക്കി. ഈ വീടും ഈ മുറിയും ഈ അന്തരീക്ഷവും അയാൾക്ക് അങ്ങേയറ്റം പരിചിതമാണ്. വർഷങ്ങളായി ഈ അന്തരീക്ഷവുമായി അയാൾ സൗഹൃദത്തിലായിരുന്നു. ഇപ്പോൾ അതിനോടെല്ലാം അയാൾക്ക് പരിപൂർണ്ണമായ വിരോധം തോന്നുന്നു. അവയ്ക്കൊന്നും അയാളുമായി യാതൊരു ബന്ധവും ഇല്ല. അമ്പരപ്പോടെയാണെങ്കിലും തികഞ്ഞ അധികാരഭാവത്തിൽ ഇരിക്കുന്ന ഹെർമിയോണിനെ അയാൾക്ക് എത്രയോ കാലമായി പരിചയമുണ്ട്.

അവളുടെ ഏകദേശം ഭ്രാന്ത് എന്ന് പറയാവുന്ന നിശ്ചലത അയാൾക്ക് പരിപൂർണ്ണമായും മനസ്സിലാക്കാൻ കഴിഞ്ഞിരുന്നു. അവൾ അനാദികാലം തൊട്ട് ഈജിപ്തിലെ ഏതോ രാജാവിന്റെ ശവക്കല്ലറയിൽ മരണശേഷം സംരക്ഷിച്ചിരിക്കുന്ന രൂപമല്ലെന്ന് വിശ്വസിക്കാൻ ബുദ്ധിമുട്ടായിരുന്നു. പറയുന്നതെല്ലാം മുമ്പ് പറഞ്ഞകാര്യങ്ങളാണെങ്കിലും തന്റെ പരുക്കൻ ശബ്ദത്തിൽ പറയുന്ന കാര്യം പകുതി വിഴുങ്ങിക്കൊണ്ട് അതീവ താല്പര്യത്തോടെ വാ തോരാതെ സംസാരിച്ചുകൊണ്ടിരിക്കുന്ന ജോഷ മാത്തിസണെ അയാൾക്ക് പരിപൂർണ്ണമായും പരിചയം ഉണ്ട്. ആധുനികമായ ആതിഥേയനായ അലക്സാണ്ടറേയും മധുരമായി ചിലയ്ക്കുന്ന ഫ്രൗലീനെയും കീരിയെപ്പോലെ എല്ലാവരെയും ശ്രദ്ധിച്ച് ഒരിക്കൽപ്പോലും സ്വയം പുറത്തുവരാതെ വസ്തുനിഷ്ഠമായി തന്റെ ചെറിയ കളി തുടരുന്ന ഇറ്റലിക്കാരിയേയും ഹെർമിയോൺ തമാശമട്ടിൽ പുച്ഛത്തോടെ പെരുമാറുന്നത് കൊണ്ട് എല്ലാവരും അവഗണിക്കുന്ന വിധേയത്വമുള്ള പൊണ്ണത്തടിച്ചിയായ മിസ് ബ്രഡ്‌ലിയെയും ചെസ്കളിയിലെ ആയിരം നീക്കങ്ങളിലൂടെ ആയിരം വർഷങ്ങളായി ഒരേ രീതിയിൽ ചലിക്കുന്ന കുതിരയെയും റാണിയെയും കാലാളുകളെയും പോലെ അയാൾക്ക് കാണാപാഠം അറിയാം. പക്ഷേ, പരിചിതമായ ഈ കളി തുടരുന്നത് ഒരുഭ്രാന്ത് പോലെയാണ്. അത് അങ്ങേയറ്റം ക്ഷീണം ഉണ്ടാക്കുന്നു.

മുഖത്ത് അത്ഭുതവുമായി ജറാൾഡ് അവിടെ ഉണ്ടായിരുന്നു. അയാൾക്ക് കളി ഇഷ്ടപ്പെട്ടു. എതിർപ്പുള്ള, ഇളകാത്ത കണ്ണുകളുമായി ഗുഡ്‌റൺ കളി ശ്രദ്ധിച്ചുകൊണ്ട് അവിടെ ഉണ്ട്. കളി അവളെ ആകർഷിച്ചു. പക്ഷേ, അവൾക്ക് കളിയോട് വെറുപ്പ് തോന്നി. ചെറിയതോതിൽ പകച്ചുപോയ മുഖവുമായി ഉർസുല അവിടെ ഉണ്ടായിരുന്നു. അവളുടെ മുഖം കണ്ടാൽ അവൾക്ക് മുറിവുപറ്റിയിട്ടുണ്ടെന്നും അതിന്റെ വേദന അവൾ അറിയുന്നില്ലെന്നും തോന്നും.

പെട്ടെന്ന് ബിർക്കിൻ എഴുന്നേറ്റ് പുറത്തു പോയി.

ഹെർമിയോൺ അത് ശ്രദ്ധിച്ചില്ലെങ്കിലും അയാളുടെ ആ ചലനം അവൾക്ക് മനസ്സിലായിട്ടുണ്ട്. അവൾ അടഞ്ഞ കണ്ണുകൾ ഉയർത്തി പെട്ടെന്നുണ്ടായ അവിചാരിതമായ ഒരു വേലിയേറ്റത്തിൽ അയാൾ ഒഴുകിപ്പോ

കുന്നത് നോക്കി ഇരുന്നു. അതിന്റെ തിരമാലകൾ അവളിൽ തട്ടി തകർന്നു. അവളുടെ അജയ്യമായ ഇച്ഛാശക്തിക്ക് കുലുക്കം തട്ടിയില്ല. അവളുടെ ഒറ്റപ്പെട്ട അഭിപ്രായങ്ങൾ പറഞ്ഞുകൊണ്ട് അവൾ മേശയുടെ അടുത്തു തന്നെ ഇരുന്നു. പക്ഷേ, ഇരുട്ട് അവളെ മൂടി. അവൾ ഒരു മുങ്ങിയ കപ്പൽ പോലെ ആയിരുന്നു. ഇരുട്ടിൽ അവൾ തകർന്നു. എന്നിട്ടും അവളുടെ ഇച്ഛാശക്തിയുടെ കേടുപറ്റാത്ത യന്ത്രഘടന ജോലി തുടർന്നു കൊണ്ടിരുന്നു.

"ഇന്ന് രാവിലെ നമുക്ക് ഒരുകുളി നടത്തിയാലോ?" അവരെ എല്ലാവരെയും നോക്കിക്കൊണ്ട് അവൾ പെട്ടെന്ന് ചോദിച്ചു.

"ഗംഭീരമാവും." ജോഷ പറഞ്ഞു. "ഇന്ന് നല്ല കാലാവസ്ഥയാണ്."

"ഹോ. ഇന്ന് നല്ല ഭംഗിയുണ്ട്." ഫ്രൗലീൻ പറഞ്ഞു.

"ശരിയാണ് നമുക്ക് കുളിക്കാം." ഇറ്റലിക്കാരി പറഞ്ഞു.

"നമുക്ക് കുളിക്കാനുള്ള വേഷമില്ല." ജറാൾഡ് പറഞ്ഞു.

"എന്റേത് എടുത്തുകൊള്ളൂ." അലക്സാണ്ടർ പറഞ്ഞു. "എനിക്ക് പള്ളിയിൽ പോകണം. അവർ എന്നെ പ്രതീക്ഷിക്കുന്നുണ്ട്."

""നിങ്ങൾ ഒരു ക്രിസ്ത്യാനി ആണോ?" ഇറ്റലിക്കാരി പ്രഭ്വി പെട്ടെന്ന് താല്പര്യത്തോടെ ചോദിച്ചു.

"അല്ല." അലക്സാണ്ടർ പറഞ്ഞു. "പക്ഷേ, പഴയ സ്ഥാപനങ്ങൾ നിലനിർത്തുന്നതിൽ എനിക്ക് വിശ്വാസം ഉണ്ട്."

"അവ വളരെ സുന്ദരമാണ്." ഇറ്റലിക്കാരി മധുരമായി പറഞ്ഞു.

"അതെ, അവ സുന്ദരമാണ്." മിസ്. ബ്രഡ്ലി ഉച്ചത്തിൽ വിളിച്ചു പറഞ്ഞു.

അവർ ഒന്നിനു പിറകേ ഒന്നായി പുൽത്തകിടിയിലേക്ക് ഇറങ്ങി. ഇന്ന് വേനലിന്റെ തുടക്കത്തിലെ വെളിച്ചമുള്ള ഒരു പ്രഭാതം ആയിരുന്നു. ജീവിതം പഴയ ഓർമ്മകൾ പോലെ നിശ്ശബ്ദമായി ഒഴുകുന്ന ഒരു ദിവസം. അല്പം ദൂരത്തു നിന്ന് പള്ളിമണികൾ മുഴങ്ങുന്നുണ്ടായിരുന്നു. ആകാശത്ത് ഒരുമേഘം പോലും ഉണ്ടായിരുന്നില്ല. താഴ്ചയിലെ വെള്ളത്തിൽ അരയന്നങ്ങൾ ലില്ലിപ്പൂക്കളെ പോലെ ആയിരുന്നു. മയിലുകൾ നീണ്ട ചുവടുകൾവെച്ച് നൃത്തംചെയ്തുകൊണ്ട് പുൽത്തകിടിയിലെ നിഴലിലൂടെ നടന്ന് വെയിലിലേക്ക് ഇറങ്ങി. ഇവയുടെ പോയ കാലത്തിന്റെ പരിപൂർണ്ണതയിലേക്ക് മയങ്ങിവീഴാൻ ഒരാൾ ആഗ്രഹിച്ചുപോകും.

"ഞാൻ പോകുന്നു." കയ്യുറകൾ ഉത്സാഹത്തോടെ വീശിക്കാണിച്ചു കൊണ്ട് അലക്സാണ്ടർ വിളിച്ചുപറഞ്ഞു. പിന്നീട് അയാൾ പള്ളിയിലേക്ക് പോകുന്ന വഴിയുള്ള കുറ്റിക്കാടിന് പിന്നിൽ അപ്രത്യക്ഷമായി.

ഹെർമിയോൺ ചോദിച്ചു. "തല്ക്കാലം നമുക്ക് എല്ലാവർക്കും കൂടി കുളിക്കാം?"

"ഞാനില്ല." ഉർസുല പറഞ്ഞു.

"നിങ്ങൾക്ക് കുളിക്കാൻ ആഗ്രഹമില്ലേ?" അവളെ സാവധാനം നോക്കിക്കൊണ്ട് ഹെർമിയോൺ ചോദിച്ചു.

"വേണ്ട. എനിക്ക് കുളിക്കണമെന്നില്ല." ഉർസുല പറഞ്ഞു.

"എനിക്കും വേണ്ട." ഗുഡ്റൺ പറഞ്ഞു.

"എനിക്ക് കുളിക്കാനുള്ള വേഷത്തിന്റെ കാര്യം എന്തായി?"

"എനിക്ക് അറിയില്ല." ഒരു വിചിത്രമായ പഴയ ഹാസ്യഗാനം പാടിക്കൊണ്ട് ഹെർമിയോൺ പൊട്ടിച്ചിരിച്ചു. "ഒരു തൂവാല മതിയാകുമോ ഒരുവലിയ തൂവാല?"

"അതുമതി." ജറാൾഡ് പറഞ്ഞു.

"എങ്കിൽ വരൂ." ഹെർമിയോൺ പാടി.

ആദ്യം പുൽത്തകിടിയിലൂടെ ഒരുപൂച്ചയെ പോലെ ഓടിയത് ഇറ്റലിക്കാരി ആയിരുന്നു. ഓടുന്നതിനിടയിൽ അവളുടെ കൊച്ചു കാലുകൾ തിളങ്ങി. ഓടുമ്പോൾ സ്വർണ്ണനിറത്തിലുള്ള തൂവാല കൊണ്ട് പൊതിഞ്ഞിരുന്ന തല അവൾ അല്പം കുനിച്ച് പിടിച്ചിരുന്നു. അവൾ ഗേറ്റ് കടന്ന് പുല്ലിലൂടെ നടന്ന് കുളത്തിന്റെ വക്കിലെത്തി അത്ഭുതത്തോടെ പാഞ്ഞുവന്ന അരയന്നങ്ങളെ നോക്കിക്കൊണ്ട് നില്ക്കാൻ തുടങ്ങി. അവളുടെ തൂവാല അഴിഞ്ഞു വീണിരുന്നു. കാഴ്ചയിൽ അവൾ ആനക്കൊമ്പിലും പിത്തളയിലും തീർത്ത ഒരുചെറിയ ശില്പം പോലെ ഉണ്ടായിരുന്നു. അതിനു ശേഷം കുളിക്കാനുള്ള ഒരുനീലവേഷം അണിഞ്ഞ് മിസ് ബ്രഡ്ലി ഒരുവലിയ തടിച്ച മുന്തിരിങ്ങപോലെ പുൽത്തകിടിയിലൂടെ ഉരുണ്ടുപോയി. പിന്നീട് ഒരു കടും ചുവപ്പ് തൂവാല അരയിൽ ചുറ്റിക്കൊണ്ട് ജറാൾഡ് വന്നു. അയാൾ സൂര്യപ്രകാശത്തിൽ ഒരു സ്വയം പ്രദർശനം നടത്തുകയാണെന്ന് തോന്നി. പക്ഷേ, അയാളുടെ നഗ്നതയിൽ അസാധാരണമായി ഒന്നുമില്ലെന്ന മട്ടിൽ സാവധാനം ചിരിച്ച് സമയം കളഞ്ഞുകൊണ്ടാണ് അയാൾ നടന്നുപോയത്. പിന്നീട് ഒരു മേൽവസ്ത്രം കൊണ്ട് ശരീരം മൂടിക്കൊണ്ട് സർ ജോഷ്വ വന്നു. ഏറ്റവും ഒടുവിൽ ഹെർമിയോൺ ആയിരുന്നു. ചുവന്ന സിൽക്കിന്റെ അയഞ്ഞ വേഷത്തിനുള്ളിൽ കാലുകൾ നീട്ടിവെച്ച് നടന്നിരുന്ന ഹെർമിയോണിന് ഒരു പരുക്കൻ ശോഭ ഉണ്ടായിരുന്നു. ചുവപ്പും സ്വർണ്ണ നിറവും കലർന്ന ഒരു തൂവാല അവൾ തലയിൽ കെട്ടിയിരുന്നു. അയഞ്ഞ വേഷത്തിൽ നടക്കുമ്പോഴും അവളുടെ പൊക്കമുള്ള ഉറച്ച ശരീരത്തിനും വളയാത്ത വെളുത്ത കാലുകൾക്കും നിശ്ചലതയുടെ ഒരു പ്രൗഢി ഉണ്ടായിരുന്നു. വിചിത്രമായ ഒരു ഓർമ്മ പോലെ അവൾ പുൽത്തകിടിയിലൂടെ കടന്നുപോയി. പിന്നീട് അവൾ അനങ്ങാതെ സാവധാനം വെള്ളത്തിലേക്ക് ഇറങ്ങി.

അടിവാരത്തിലേക്കുള്ള ഇറക്കത്തിൽ മൂന്ന് മനോഹരമായ വലിയ കുളങ്ങൾ ഉണ്ടായിരുന്നു. വെയിലത്ത് അവ കൂടുതൽ മനോഹരമായിരുന്നു. ഒരു ചെറിയ കൽഭിത്തിക്ക് മുകളിലൂടെ ഒഴുകുന്ന വെള്ളം പാറക്കെട്ടുകൾക്ക് മുകളിലൂടെ ഒഴുകി ഒരു കുളത്തിൽ നിന്നും താഴെയുള്ള കുളത്തിലേക്ക് ഒഴുകിവീണു. അരയന്നങ്ങൾ മറുകരയിലേക്ക് നീങ്ങിപ്പോയി. പുൽനാമ്പുകൾക്ക് സുഗന്ധം ഉണ്ടായിരുന്നു. മൃദുലമായ ഒരു ഇളംകാറ്റ് അവരെ തഴുകി.

സർ ജോഷയ്ക്ക് ശേഷം ജറാൾഡ് വെള്ളത്തിലേക്ക് ചാടി കുളത്തിന്റെ മറ്റേഅറ്റംവരെ നീന്തി. അവിടെ നിന്നു അയാൾ പിടിച്ചു കയറി കൽഭിത്തിയിൽ ഇരുന്നു. ഒരാൾകൂടി വെള്ളത്തിൽ ചാടി. ഇറ്റലിക്കാരി പ്രഭ്വി. ഒരു എലിയെപ്പോലെ നീന്തിച്ചെന്ന് ജറാൾഡിന്റെ കൂടെ ഭിത്തിയിൽ കയറി ഇരുന്നു. അവർ രണ്ടും കൈകളും നെഞ്ചത്ത് പിണച്ച് വെച്ച് വെയിലത്തിരുന്ന് പൊട്ടിച്ചിരിച്ചു. സർ ജോഷ അവരുടെ അടുത്തുവരെ നീന്തിച്ചെന്ന് കഴുത്തറ്റം വെള്ളത്തിൽ നിന്നു. അതിനുശേഷം ഹെർമിയോണും മിസ്സ് ബ്രഡ്‌ലിയും നീന്തിച്ചെന്നു. അവർ തിട്ടയിൽക്കയറി നിരന്നിരുന്നു.

"അവരെ കണ്ടാൽ പേടി തോന്നില്ലേ? അവരെക്കണ്ടാൽ സത്യത്തിൽ പേടി തോന്നില്ലേ" ഗുഡ്റൺ പറഞ്ഞു. "അവർ വലിയ ഗൗളികളെപ്പോലെയുണ്ട്. സർ ജോഷയെപ്പോലെ ഒരു സാധനത്തിനെ നിങ്ങൾ എന്നെങ്കിലും കണ്ടിട്ടുണ്ടോ? പക്ഷേ, ഉർസുല സത്യത്തിൽ അയാൾ വലിയ ഗൗളികൾ ഇഴഞ്ഞു നടന്നിരുന്ന അനാദികാലത്തിന് യോജിച്ച മനുഷ്യനാണ്."

"കണ്ണുവരെ നിറഞ്ഞൊട്ടിക്കിടക്കുന്ന ചാരനിറമുള്ള തലമുടിയുമായി കഴുത്തറ്റം വെള്ളത്തിൽ നില്ക്കുന്ന സർ ജോഷയെ ഗുഡ്റൺ ഭീതിയോടെ നോക്കി. അയാളുടെ പരുക്കൻ തോളുകൾക്ക് മുകളിൽ തടിച്ച കഴുത്ത് ഉറപ്പിച്ചിരിക്കുന്നതായി തോന്നി. മുകളിൽ കരയിൽ ഇരിക്കുന്ന മിസ് ബ്രഡ്‌ലിയോട് അയാൾ സംസാരിച്ചുകൊണ്ടിരിക്കുകയായിരുന്നു. കൊഴുത്തുരുണ്ട് നനഞ്ഞുകുതിർന്ന മിസ് ബ്രഡ്‌ലി കാഴ്ചബംഗ്ലാവിലെ കടൽസിംഹത്തെപ്പോലെ എപ്പോൾ വേണമെങ്കിലും വെള്ളത്തിലേക്ക് ഉരുണ്ട് വീഴുമെന്ന് തോന്നും.

ഉർസുല ഒന്നും മിണ്ടാതെ എല്ലാം ശ്രദ്ധിച്ചുകൊണ്ട് നിന്നു. ഹെർമിയോണിന്റെയും ഇറ്റലിക്കാരിയുടെയും മദ്ധ്യത്തിൽ ഇരുന്ന് ജറാൾഡ് സന്തോഷത്തോടെ പൊട്ടിച്ചിരിക്കുന്നുണ്ടായിരുന്നു. മഞ്ഞനിറമുള്ള തലമുടിയുമായി പൊട്ടിച്ചിരിക്കുന്ന അയാളുടെ രൂപം ഡയോനിസോസിനെ* അവളുടെ ഓർമ്മയിലേക്ക് കൊണ്ടുവന്നു. ഹെർമിയോൺ അവളുടെ പൈശാചികമായ ചാരുതയോടെ അയാളെ ചാരിയാണ് ഇരുന്നിരുന്നത്. അവൾ ചെയ്യാൻ ഇടയുള്ള കാര്യങ്ങൾക്കൊന്നും അവൾക്ക് ചുമതല ഇല്ല എന്നുള്ള ഒരു ഭയം അവളെ കണ്ടാൽ തോന്നും. അവളിൽ ഒരു തരം അപകടം അയാൾ മനസ്സിലാക്കിയിരുന്നു. പ്രകമ്പനം കൊള്ളുന്ന ഒരുഭ്രാന്ത്. പക്ഷേ, അയാൾ അയാളുടെ നേർക്ക് മുഖം തിരിച്ചുകൊണ്ടിരുന്ന പ്രഭ്വിയെ നോക്കി കൂടുതൽ സമയവും പൊട്ടിച്ചിരിച്ചുകൊണ്ടിരുന്നു.

അവർ വെള്ളത്തിൽ ചാടി ഒരു സംഘം നീർനായകളെപ്പോലെ നീന്താൻതുടങ്ങി. ഹെർമിയോണിന് നീന്തുന്ന സമയത്തും അബോധപൂർവ്വമായ അധികാരം ഉണ്ടായിരുന്നു. പലസ്ട്രാ വെള്ളത്തിൽ വീണ എലിയെപ്പോലെ അതിവേഗത്തിൽ ശബ്ദം ഉണ്ടാക്കാതെ നീന്തി. സ്വാഭാ

* വീഞ്ഞിന്റെയും ഉല്പാദനശേഷിയുടെയും ഗ്രീക്ക്ദൈവം

വികമായ ഒരു വെളുത്ത നിഴൽ പോലെ ജറാൾഡ് വെള്ളം തെറിപ്പിച്ച് കൊണ്ട് ചാഞ്ചാട്ടത്തോടെ നീന്തി. പിന്നീട് ഓരോരുത്തരായി കരയ്ക്ക് കയറി അവർ വീട്ടിലേക്കുപോയി.

പക്ഷേ, ജറാൾഡ് ഗുഡ്റണിനോട് സംസാരിക്കാൻ വേണ്ടി ഒരു നിമിഷം തങ്ങിനിന്നു.

"നിങ്ങൾക്ക് വെള്ളം ഇഷ്ടമല്ലേ?" അയാൾ ചോദിച്ചു.

അയാൾ ഒരു വിശദീകരണം പ്രതീക്ഷിച്ച് അവിടെത്തന്നെ നിന്നു.

അവളുടെ മുമ്പിൽ അലസമായി നില്ക്കുന്ന അയാളെ അവൾ സാവധാനത്തിൽ ഗൂഢമായ ഒരു നോട്ടം നോക്കി. അയാളുടെ ശരീരം മുഴുവൻ മുത്തുകൾ പോലെ വെള്ളം പറ്റിപ്പിടിച്ചിരുന്നു.

"എനിക്ക് വെള്ളം വളരെ ഇഷ്ടമാണ്." അവൾ മറുപടി പറഞ്ഞു.

കൂടുതലായി എന്തെങ്കിലും ഒരു വിശദീകരണം പ്രതീക്ഷിച്ചുകൊണ്ട് അയാൾ അവിടെത്തന്നെ നിന്നു.

"നിങ്ങൾ നീന്താറുണ്ടോ?"

"ഉണ്ട്. ഞാൻ നീന്താറുണ്ട്."

എന്നിട്ടും എന്താണ് വെള്ളത്തിൽ ഇറങ്ങാതിരിക്കുന്നതെന്ന് അയാൾ അവളോട് ചോദിച്ചില്ല. അയാൾക്ക് അവളിൽ ഒരു പൊരുത്തക്കേട് തോന്നുന്നുണ്ടായിരുന്നു. നീരസത്തോടെ അയാൾ അവിടെ നിന്ന് പോയി.

പിന്നീട് വേണ്ടപോലെ വേഷം ധരിച്ച ഒരു ഇംഗ്ലീഷ് യുവാവായി മാറിയപ്പോൾ അയാൾ ഒരിക്കൽക്കൂടി അവളോട് ചോദിച്ചു.

"നിങ്ങൾ എന്തുകൊണ്ടാണ് കുളിക്കാതിരുന്നത്?"

അയാൾ വീണ്ടും ചോദിച്ചതിലുള്ള വിരോധം കൊണ്ട് ഗുഡ്റൺ അല്പസമയം അറച്ചു നിന്നു.

"എനിക്ക് ആൾക്കൂട്ടം ഇഷ്ടമില്ലാത്തതുകൊണ്ടാണ്." അവൾ മറുപടി പറഞ്ഞു.

അയാൾ ചിരിച്ചു. അവളുടെ വാക്കുകൾ അയാളുടെ തലച്ചോറിൽ പ്രതിധ്വനിക്കുന്നുണ്ടെന്ന് തോന്നി. അവളുടെ ഉച്ചാരണത്തിന്റെ മാധുര്യം അയാളെ ആകർഷിച്ചു. അയാൾക്ക് കഴിഞ്ഞാലും കഴിഞ്ഞില്ലെങ്കിലും അയാൾക്ക് യഥാർത്ഥ ലോകം അവളായി മാറി. അയാൾ അവളുടെ നിലവാരത്തിലേക്ക് ഉയരാൻ ആഗ്രഹിച്ചു. അവളുടെ പ്രതീക്ഷകൾ നിറവേറ്റാൻ ആഗ്രഹിച്ചു. അവളുടെ അളവുകോൽ മാത്രം കാര്യമാക്കിയാൽ മതിയെന്ന് അയാൾ തിരിച്ചറിഞ്ഞു. സാമൂഹികമായി എന്തുതന്നെ ആയാലും മറ്റുള്ളവർ എല്ലാം അന്യരാണ്. ജറാൾഡ് നിസ്സഹായനായി. അവളുടെ അളവുകോലിനൊത്ത് ഉയരാനുള്ള പരിശ്രമം നടത്താൻ അയാൾ ബാദ്ധ്യസ്ഥനാണ്. ഒരു മനുഷ്യനെപ്പറ്റിയും മനുഷ്യജീവിതത്തെപ്പറ്റിയും അവൾക്കുള്ള സങ്കല്പങ്ങൾ പൂർത്തീകരിക്കാൻ അയാൾ ബാദ്ധ്യസ്ഥനാണ്.

ഉച്ചഭക്ഷണം കഴിഞ്ഞ് മറ്റുള്ളവർ പിരിഞ്ഞ് കഴിഞ്ഞപ്പോൾ ഹെർമിയോണും ജറാൾഡും ബിർക്കിനും അവരുടെ സംസാരം അവസാനിപ്പി

ക്കാൻ വേണ്ടി അവിടെ തങ്ങി. അവിടെ ഒരു പുതിയ ലോകത്തെപ്പറ്റി, ഒരു പുതിയ അവസ്ഥയെ പറ്റി വളരെ ബുദ്ധിപരവും ആത്മാർത്ഥത ഇല്ലാത്തതുമായ ഒരുചർച്ച നടക്കുന്നുണ്ടായിരുന്നു. ഇപ്പോഴത്തെ പഴയ സാമൂഹികമായ അവസ്ഥ തകർന്ന് തരിപ്പണം ആവുകയാണെങ്കിൽ ആ താറുമാറായ അവസ്ഥയ്ക്കുശേഷം എന്താണ് സംഭവിക്കുന്നത്?

ഏറ്റവും മഹത്തായ സാമൂഹ്യമായ ആശയം മനുഷ്യന്റെ സാമൂഹ്യമായ സമത്വം ആണെന്ന് സർ ജോഷ പറഞ്ഞു. ജറാൾഡ് അത് സമ്മതിച്ചില്ല. ഓരോ മനുഷ്യനും അയാളുടേതായ അല്പാല്പം ജോലികൾ ചെയ്യാൻ പ്രാപ്തനാണ്. അയാൾ അത് ചെയ്തുകൊണ്ട് സ്വയം തൃപ്തനാകട്ടെ നടന്നു കൊണ്ടിരിക്കുന്ന ജോലിയാണ് ഒന്നിക്കുന്നതിന്റെ തത്ത്വം. നിർമ്മാണ പ്രവർത്തനം മാത്രമാണ് മനുഷ്യനെ ഒന്നിപ്പിക്കുന്നത്. ഇത് യാന്ത്രികമായിരുന്നു. പക്ഷേ, അപ്പോൾ സമൂഹം ഒരു യന്ത്രഘടന ആയിരുന്നു. ജോലി മാറ്റിനിർത്തിയാൽ അവർ ഇഷ്ടമുള്ളതു പോലെ പ്രവർത്തിക്കാൻ സ്വാതന്ത്ര്യമുള്ള ഒറ്റപ്പെട്ടവരായിരുന്നു.

"ഓ!" ഗുഡ്റൺ ഉറക്കെ വിളിച്ചു പറഞ്ഞു. "അപ്പോൾ നമുക്ക് പേരുകൾ ഉണ്ടാവില്ല. എനിക്ക് അത് സങ്കല്പിക്കാൻ കഴിയും. ഞാൻ മിസ്സിസ് കൽക്കരിഖനി മാനേജർ ക്രിച്ച് — ഞാൻ മിസ്സിസ്. പാർലമെന്റ് മെമ്പർ റോഡിസ്. ഞാൻ മിസ് അദ്ധ്യാപിക (കല) ബ്രാഗ്‌വൻ. അത് വളരെ ഭംഗിയായിരിക്കും."

"മിസ് അദ്ധ്യാപിക ബ്രാഗ്‌വൻ കാര്യങ്ങൾ കൂടുതൽ നന്നാവും." ജറാൾഡ് പറഞ്ഞു.

"മിസ്റ്റർ. കൽക്കരിഖനി മാനേജർ ക്രിച്ച് എന്തു കാര്യങ്ങളാണ് കൂടുതൽ നന്നാവുന്നത്? ഉദാഹരണത്തിന് നമ്മൾ തമ്മിലുള്ള ബന്ധത്തിന്റെ കാര്യം?"

"അതെ. ഉദാഹരണത്തിന് പുരുഷനും സ്ത്രീയും തമ്മിലുള്ള ബന്ധത്തിന്റെ കാര്യം!" ഇറ്റലിക്കാരി ഉറക്കെ വിളിച്ചുപറഞ്ഞു.

"അത് സമൂഹത്തിന്റെ കാര്യം അല്ല." ബിർക്കിൻ പരിഹസിച്ച് പറഞ്ഞു

"വളരെ ശരിയാണ്." ജറാൾഡ് പറഞ്ഞു. എനിക്കും സ്ത്രീയ്ക്കും ഇടയിൽ സമൂഹം കടന്നുവരുന്നില്ല. അത് എന്റെ മാത്രം കാര്യമാണ്."

"അതിന്റെ മുകളിൽ എന്റെ വക ഒരു പത്ത് പൗണ്ടിന്റെ നോട്ട് വെയ്ക്കുന്നു."

"സ്ത്രീ ഒരു സാമൂഹിക ജീവിയാണെന്ന് നിങ്ങൾ അംഗീകരിക്കുന്നില്ലേ?" ഉർസുല ജറാൾഡിനോട് ചോദിച്ചു.

"അവൾ രണ്ടുംകൂടിയാണ്." ജറാൾഡ് പറഞ്ഞു. "സമൂഹത്തെ സംബന്ധിച്ചിടത്തോളം അവൾ ഒരു സാമൂഹിക ജീവിയാണ്. പക്ഷേ, അവളുടെ സ്വന്തം ആത്മാവിൽ അവൾ സ്വതന്ത്രയായ ഒരു പ്രതിനിധിയാണ്. അവൾ ചെയ്യുന്നത് അവളുടെ മാത്രംകാര്യമാണ്."

"പക്ഷേ, ഈരണ്ട് പകുതികളും ഒന്നിച്ച് ക്രമീകരിക്കുവാൻ

സാമാന്യം ബുദ്ധിമുട്ടല്ലേ?" ഉർസുല ചോദിച്ചു.

"ഓ! ഇല്ല!" ജറാൾഡ് മറുപടിപറഞ്ഞു. "അവ സ്വാഭാവികമായി ക്രമീകരിച്ചുകൊള്ളും— എല്ലാ സ്ഥലത്തും നമ്മൾ ഇപ്പോൾ അത് കാണുന്നുണ്ട്."

"കുഴപ്പത്തിൽ നിന്ന് പുറത്തുകടന്നാൽ നിങ്ങൾ സന്തോഷത്തോടെ ചിരിക്കാറില്ലേ?" ബിർക്കിൻ ചോദിച്ചു.

പെട്ടെന്നുണ്ടായ ബുദ്ധിമുട്ടിൽ ജറാൾഡ് നെറ്റിചുളിച്ചു.

"ഞാൻ ചിരിക്കുകയായിരുന്നോ?" അയാൾ ചോദിച്ചു.

"ആയിരുന്നെങ്കിൽ," അവസാനം ഹെർമിയോൺ പറഞ്ഞു. "നിലപാടിൽ നമ്മൾ എല്ലാം ഒന്നാണെന്ന് ഞങ്ങൾക്ക് തിരിച്ചറിയാൻ കഴിയുമായിരുന്നു. മനസ്ഥിതിയിൽ എല്ലാവരും ഒരുപോലെയുള്ളവർ. എല്ലാവരും സഹോദരന്മാർ. ബാക്കി ഒന്നിലും കാര്യമില്ല. പിന്നീട് നാശം മാത്രം ഉണ്ടാക്കുന്ന അധികാരത്തിനുവേണ്ടിയുള്ള ഈ പോരാട്ടങ്ങളും കുറ്റപ്പെടുത്തലുകളും ശത്രുതയും ഒന്നും തന്നെ ഉണ്ടാകില്ല."

ഈ പ്രസംഗം നിശ്ശബ്ദരായിരുന്നാണ് അവർ സ്വീകരിച്ചത്. അത് അവസാനിച്ചതും സംഘം മേശയുടെ അടുത്തുനിന്ന് എഴുന്നേറ്റു. പക്ഷേ, മറ്റുള്ളവർ പോയിക്കഴിഞ്ഞപ്പോൾ പരുഷമായ വൈകാരികതയോടെ സംസാരിച്ചുകൊണ്ട് ബിർക്കിൻ ചുറ്റും നോക്കി.

"അത് നേർവിപരീതമാണ്. ഹെർമിയോൺ,അത് തികച്ചും വിരുദ്ധമാണ്. നമ്മൾ മനോഭാവത്തിൽ തുല്യരല്ല. വ്യത്യസ്തരാണ്. യാദൃച്ഛികമായ ഭൗതിക വ്യവസ്ഥകളെ അടിസ്ഥാനമാക്കി ഉണ്ടാവുന്നത് സാമൂഹികമായ വ്യത്യാസങ്ങൾ മാത്രമാണ്. നമുക്ക് വേണമെങ്കിൽ യാന്ത്രികമായോ മൊത്തത്തിലോ തുല്യത ഉണ്ടെന്ന് പറയാം. എല്ലാ മനുഷ്യർക്കും വിശപ്പും ദാഹവും ഉണ്ട്. എല്ലാവർക്കും രണ്ട് കണ്ണും ഒരുമൂക്കും രണ്ട് കാലുകളും ഉണ്ട്. പക്ഷേ, ആത്മീയമായി നമ്മൾ വ്യത്യസ്തരാണ് എന്നു മാത്രമല്ല അവിടെ തുല്യതയ്ക്കും വ്യത്യസ്തതയ്ക്കും സ്ഥാനമില്ല. ഈ രണ്ട് അറിവുകളുടെയും മുകളിൽ വേണം നിങ്ങൾ ഒരു രാജ്യത്തെ കണ്ടെത്തേണ്ടത്. നിങ്ങളുടെ ജനാധിപത്യം ഒരു സമ്പൂർണ്ണമായ കള്ളമാണ്. നിങ്ങളുടെ മനുഷ്യരുടെ സാഹോദര്യം ശുദ്ധമായ ഒരു കാപട്യമാണ്. നമ്മൾ എല്ലാവരും ആദ്യം പാല് കുടിക്കുന്നു. നമ്മൾ എല്ലാവരും റൊട്ടിയും ഇറച്ചിയും കഴിക്കുന്നു. നമ്മൾ എല്ലാവരും മോട്ടോർ കാറിൽ സഞ്ചരിക്കാൻ ആഗ്രഹിക്കുന്നു. മനുഷ്യന്റെ സാഹോദര്യത്തിന്റെ തുടക്കവും ഒടുക്കവും അതിലുണ്ട്. പക്ഷേ, തുല്യത ഇല്ല.

പക്ഷേ, ഞാൻ ഈ ഞാൻ, ഞാൻ ആരാണ്. മറ്റൊരു പുരുഷനുമായോ സ്ത്രീയുമായോ ഉള്ള തുല്യതയ്ക്ക് വേണ്ടി ഞാൻ എന്താണ് ചെയ്യേണ്ടത്? മനോഭാവത്തിന്റെ ഗുണത്തിലും അളവിലും ഞാൻ ഒരു നക്ഷത്രത്തിൽ നിന്ന് മറ്റൊരു നക്ഷത്രംപോലെ വ്യത്യസ്തനാണ്. അതിന് മുകളിൽ ഒരുരാജ്യത്തെ നിലനിർത്തുക. ഒരാൾ മറ്റൊരാളെക്കാൾ മെച്ചമല്ല. അത് അവർ തുല്യരായതുകൊണ്ടല്ല. അവർ ആന്തരികമായി മറ്റൊ

ന്നായതുകൊണ്ടാണ്. അതുകൊണ്ട് താരതമ്യം ഇല്ല. നിങ്ങൾ താരതമ്യം നടത്താൻ തുടങ്ങുന്ന നിമിഷത്തിൽ ഒരാൾ മറ്റൊരാളിൽ നിന്ന് വളരെയധികം മെച്ചമാണെന്ന് തോന്നും. നിങ്ങൾക്ക് സങ്കല്പിക്കാൻ കഴിയുന്ന എല്ലാ അസമത്വങ്ങളും സ്വാഭാവികമായി അവിടെ ഉണ്ടാവും. ഓരോ മനുഷ്യനും ഈ ലോകത്തിന്റെ നന്മയിൽ അവന്റേതായ പങ്ക് ഉണ്ടായിരിക്കണമെന്ന് ഞാൻ ആഗ്രഹിക്കുന്നു. അതുകൊണ്ട് ഞാൻ അയാളുടെ അവസരത്തിൽ നിന്ന് ഒഴിവാകുന്നു. അതുകൊണ്ട് എനിക്ക് അയാളോട് പറയാൻ കഴിയും. ഇപ്പോൾ നിങ്ങൾ ആഗ്രഹിച്ചത് നിങ്ങൾക്ക് കിട്ടിയിട്ടുണ്ട്. ഈ ലോകത്തിന്റെ തയ്യാറെടുപ്പുകളിൽ നിങ്ങളുടെ ഭാഗം നിങ്ങൾക്ക് കിട്ടിയിട്ടുണ്ട്. ഇപ്പോൾ എടാ പമ്പരവിഡ്ഢി, നീ നിന്റെ കാര്യം നോക്കണം, എന്നെ തടസ്സപ്പെടുത്തരുത്."

ഹെർമിയോൺ വെറുപ്പോടെ അയാളെ നോക്കി. അയാൾ പറഞ്ഞ എല്ലാകാര്യങ്ങളോടുമുള്ള അവളുടെ വെറുപ്പിന്റെയും വിദ്വേഷത്തിന്റെയും തീക്ഷ്ണമായ അലകൾ അവളിൽ നിന്ന് പുറത്തേക്ക് വരുന്നത് അയാൾക്ക് അനുഭവിക്കാൻ കഴിഞ്ഞിരുന്നു. അത് ബോധപൂർവ്വം അല്ലാതെ പുറത്തേക്ക് വരുന്ന ഊർജ്ജസ്വലമായ വെറുപ്പും വിദ്വേഷവും ആയിരുന്നു. ബോധതലത്തിൽ അവൾ ചെവിക്കൊണ്ടില്ലെങ്കിലും അവളുടെ ഉപബോധമനസ്സിൽ അവൾ അയാളുടെ വാക്കുകൾ കേട്ടു. അവൾ അതു കാര്യമാക്കിയില്ല.

"റൂപർട്ട് ഇതുകേട്ടിട്ട് അഹങ്കാരം കൊണ്ടുള്ള ഭ്രാന്ത് പോലെയുണ്ട്." ജറാൾഡ് സൗഹൃദത്തോടെ പറഞ്ഞു.

ഹെർമിയോൺ അതൃപ്തി പ്രകാശമാക്കുന്ന വിചിത്രമായ ഒരു ശബ്ദം പുറപ്പെടുവിച്ചു. റൂപർട്ട് പിന്നോട്ട് മാറി.

"അതെ, അത് അങ്ങനെ ആവട്ടെ" റൂപർട്ട് പെട്ടെന്ന് പറഞ്ഞു. വളരെ പെട്ടെന്ന് എല്ലാവരേയും അത്ഭുതപ്പെടുത്തിക്കൊണ്ട് അയാളുടെ ശബ്ദത്തിൽ മാറ്റം സംഭവിച്ചിരുന്നു. അയാൾ അവിടെ നിന്ന് പോയി.

പക്ഷേ, പിന്നീട് അയാൾക്ക് ഒരു ചെറിയ കുറ്റബോധം തോന്നി. അയാൾ പാവം ഹെർമിയോണിനോട് ക്രൂരമായാണ് പെരുമാറിയത്. അയാൾ അവളെ പകരം സാന്ത്വനപ്പെടുത്താൻ ആഗ്രഹിച്ചു. അയാൾ അവളെ വേദനിപ്പിച്ചു. അയാൾ അവളോട് പകയോടെയാണ് പെരുമാറിയത്. വീണ്ടും അവളോട് സൗഹൃദത്തിലെത്താൻ അയാൾ ആഗ്രഹിച്ചു.

അയാൾ അവളുടെ സ്വകാര്യമുറിയിലേക്ക് പോയി. അത് ഒറ്റപ്പെട്ട് നില്ക്കുന്ന സ്ത്രൈണമായ വസ്തുക്കൾ നിറഞ്ഞ ഒരു സ്ഥലമായിരുന്നു. അവൾ അവളുടെ ചെറിയ മേശയുടെ അടുത്തിരുന്ന് എഴുത്ത് എഴുതുകയായിരുന്നു. അയാൾ മുറിയിൽ കടന്ന് സോഫയുടെ അടുത്തുചെന്ന് അതിൽ ഇരിക്കുന്നത് ശ്രദ്ധിക്കാത്തമട്ടിൽ അവൾ ശ്രദ്ധിച്ചു. അതിനുശേഷം അവൾ വീണ്ടും കടലാസിലേക്ക് കുനിഞ്ഞു നോക്കി.

അയാൾ വായിച്ചുകൊണ്ടിരുന്ന ഒരു തടിച്ച പുസ്തകം വീണ്ടും കയ്യിലെടുത്ത് സൂക്ഷ്മതയോടെ വായന തുടങ്ങി. അയാളുടെ പിൻഭാഗം

ഹെർമിയോണിന് അഭിമുഖമായിരുന്നു. അവൾക്ക് എഴുത്ത് എഴുതിത്തീർക്കാൻ കഴിഞ്ഞില്ല. അവളുടെ മനസ്സ് താറുമാറായിരുന്നു. അതിനെ ഇരുട്ട് പൊതിഞ്ഞു. ചുഴിയിൽ നിന്ന് കരകയറാൻ ഒരു നീന്തൽക്കാരൻ പാടുപെടുന്നതുപോലെ മനസ്സിനെ വരുതിയിലാക്കാൻ അവൾ പരിശ്രമിച്ചുകൊണ്ടിരുന്നു. പക്ഷേ, അവളുടെ പരിശ്രമങ്ങളെല്ലാം പരാജയപ്പെടുന്നതായിതോന്നി. ഇരുട്ട് അവളെ പൊതിയുന്നതായി അനുഭവപ്പെട്ടു. അവളുടെ ഹൃദയം പൊട്ടിത്തെറിക്കാൻ പോകുന്നതായി അവൾക്ക് തോന്നി. പേടിപ്പെടുത്തുന്ന ആ പിരിമുറുക്കം കൂടുതൽ കൂടുതൽ ശക്തമായി. അത് ഭിത്തിയിൽ നിങ്ങളെ ആണിയടിച്ചുറപ്പിക്കുന്നതുപോലെ അങ്ങേയറ്റം ഭയാനകമായ മരണവേദനയായിരുന്നു. ആ ഭിത്തി അയാളുടെ സാന്നിദ്ധ്യമാണെന്ന് ആ സമയത്ത് അവൾ തിരിച്ചറിഞ്ഞു. അയാളുടെ സാന്നിദ്ധ്യം അവളെ നശിപ്പിച്ചുകൊണ്ടിരിക്കുന്നു. അവൾക്ക് ആ ഭിത്തി തകർക്കാൻ കഴിഞ്ഞില്ലെങ്കിൽ ആണികളിൽ കിടന്ന് ഭയത്തോടെ മരിക്കേണ്ടിവരും. ആ ഭിത്തി അയാളായിരുന്നു. അവൾക്ക് നിശ്ചയമായും ആ ഭിത്തി തകർക്കണം — അവൾക്ക് അയാളെ അവളുടെ മുന്നിൽത്തന്നെ തകർത്ത് തരിപ്പണമാക്കണം. അവളുടെ ജീവിതത്തെ ഏറ്റവും കൂടുതൽ തടസ്സപ്പെടുത്തുന്ന അയാളെന്ന തടസ്സത്തെ അവൾക്ക് തകർത്തേ പറ്റൂ. നിശ്ചയമായും അത് ചെയ്യണം. അല്ലെങ്കിൽ ഏറ്റവും ഭയാനകമായ രീതിയിൽ അവൾ അവസാനിക്കും.

പെട്ടെന്ന് അവൾക്ക് വൈദ്യുതാഘാതം ഏറ്റതുപോലെതോന്നി. പ്രതീക്ഷിക്കാത്ത ഒരുതടസ്സം പോലെ നിശ്ശബ്ദനായി അയാൾ അവിടെ ഇരിപ്പുണ്ടെന്ന് അവൾ ബോധവതിയാണ്. അയാളുടെ കുനിഞ്ഞ പിൻവശവും തലയുടെ പിൻഭാഗവും അവളുടെ ശ്വാസത്തെപ്പോലും നിയന്ത്രിച്ചുകൊണ്ട് അവളുടെ മനസ്സിന് മറപിടിച്ചു നിന്നു.

ഒരേസമയം ഭയാനകവും മദാലസവും ആയ ഒരുവിറയൽ അവളുടെ കൈകളിലൂടെ ഒഴുകിയിറങ്ങി. അവളുടെ മദാലസമായ പരിപൂർണ്ണത അവൾ മനസ്സിലാക്കാൻപോകുന്നു. അവളുടെ വിറയ്ക്കുന്ന കൈകൾക്ക് ശക്തി ഉണ്ടായിരുന്നു. അളക്കാനും തടുക്കാനും പറ്റാത്ത ശക്തി. ശക്തിയുടെ അത്യാനന്ദം, ആഹ്ലാദത്തിന്റെ ബുദ്ധിഭ്രമം! ഒടുവിൽ അവളുടെ മാകത്വത്തിന്റെ നിർവൃതി അവൾക്ക് സ്വന്തമാകാൻ പോകുന്നു. അത് വന്നുകൊണ്ടിരിക്കുന്നു! ഇപ്പോൾ അത് അവളിൽ എത്തിയിരിക്കുന്നതായി അങ്ങേയറ്റം ഭയത്തോടും വേദനയോടും കൂടി അവൾക്ക് മനസ്സിലായി. അവളുടെ മേശപ്പുറത്തിരുന്ന നീലനിറമുള്ള പേപ്പർ വെയ്റ്റിൽ അവളുടെ കൈപ്പത്തി പിടിമുറുക്കി. സാവധാനം എഴുന്നേല്ക്കുമ്പോൾ അവൾ അത് കൈക്കുള്ളിലിട്ട് ഉരുട്ടി. അവളുടെ ഹൃദയം നെഞ്ചിലെ ഒരു തീനാളം മാത്രമായി മാറി. നിർവൃതിയിൽ അവളുടെ ബോധം നശിച്ചു. അവൾ നടന്ന് അയാളുടെ പിന്നിലെത്തി ഒരുനിമിഷം നിർവൃതിയിലെന്നപോലെ അവിടെ നിന്നു. അയാൾ വായനയിൽ മുഴുകി ഒന്നും മനസ്സിലാക്കാതെ അനങ്ങാതെ ഇരുന്നു.

പിന്നീട് പറഞ്ഞറിയിക്കാൻ കഴിയാത്ത പരിപൂർണ്ണതയും സംതൃപ്തിയും നല്കിക്കൊണ്ട് അവളുടെ ശരീരത്തിലൂടെ തുളച്ചിറങ്ങി ഒഴുകിയ ഒരു മിന്നൽപ്പിണരിന്റെ ജ്വാലയിൽ കയ്യിലിരുന്ന ഇന്ദ്രനീലക്കല്ല് കൊണ്ട് അവൾ അയാളുടെ തലയിൽ ഊക്കോടെ ഇടിച്ചു. പക്ഷേ, ആഞ്ഞടിക്കുന്നതിനിടയിൽ അവളുടെ വിരലുകൾ ഇടിയുടെ ശക്തി ക്ഷയിപ്പിച്ചു. എങ്കിലും അയാളുടെ പുസ്തകം ഇരുന്നിരുന്ന മേശപ്പുറത്തേക്ക് അയാൾ കമഴ്ന്നു വീണു. പേപ്പർ വെയറ്റ് അയാളുടെ ചെവിയുടെ ഭാഗത്തുകൂടി തെന്നിയിറങ്ങി. അവൾക്ക് വിരലുകൾ ചതഞ്ഞതിന്റെ വേദനയിലും അത് പരിശുദ്ധമായ അനുഭൂതിയുടെ ഒരു പ്രകമ്പനം ആയിരുന്നു. പക്ഷേ, എന്തായാലും അത് പൂർണ്ണമായിരുന്നില്ല. ഒരിക്കൽക്കൂടി ഉന്നംപിടിച്ച് കൊണ്ട് അവൾ കൈ ഉയർത്തി അത്ഭുതത്തോടെ മേശപ്പുറത്ത് കിടന്ന തലയിലേക്ക് ആഞ്ഞടിച്ചു. അവൾക്ക് അത് തകർക്കണം. അവൾക്ക് എന്നന്നേക്കുമായി പരിപൂർണ്ണതയിൽ എത്തിച്ചു കൊണ്ട് അവളുടെ നിർവൃതി അവസാനിക്കുന്നതിന് മുമ്പ് അത് തകർത്തുതരിപ്പണമാക്കണം. ഒരായിരം ജീവിതങ്ങളും ഒരായിരം മരണങ്ങളും ഇപ്പോൾ അവളെ ബാധിക്കുന്നില്ല. ഈ കുറ്റമറ്റ നിർവൃതിയുടെ പൂർത്തീകരണമാണ് അവൾക്ക് വേണ്ടത്.

അവൾക്ക് വേഗത ഉണ്ടായിരുന്നില്ല. അവൾക്ക് സാവധാനത്തിൽ മാത്രമേ ചലിക്കാൻ കഴിഞ്ഞുള്ളൂ. അയാളുടെ മനസ്സിന്റെ ധൈര്യം കൊണ്ട് അയാൾ ഉണർന്ന് തല ഉയർത്തിക്കൊണ്ട് അവളെ ചരിഞ്ഞ് നോക്കി. ഇന്ദ്രനീലക്കല്ലിൽ മുറുക്കിപ്പിടിച്ച് കൊണ്ട് അവൾ കൈ ഉയർത്തിയിരുന്നു. അവൾ ഇടതുകൈ ആണ് ഉയർത്തിയിരുന്നത്. അവൾക്ക് ഇടതുകൈ ആണ് വശമെന്ന് ഭീതിയോടെ അയാൾ വീണ്ടും ഓർത്തു. പെട്ടെന്ന് രക്ഷപ്പെടാൻവേണ്ടി അയാൾ വായിച്ചുകൊണ്ടിരുന്ന തടിച്ച പുസ്തകം എടുത്ത് തലയിൽ കമഴ്ത്തി. അയാളുടെ കഴുത്ത് തകർത്തുകൊണ്ട് അടിവീണു. അതോടെ അയാൾ തകർന്നു.

അയാൾ തകർന്നു. പക്ഷേ, അയാൾ ഭയന്നില്ല. അവളെ നേരിടാൻവേണ്ടി അയാൾ മേശ തള്ളിമാറ്റിക്കൊണ്ട് എഴുന്നേറ്റു. അയാൾ തകർന്നുപോയ ഒരു സ്ഫടിക പാത്രം പോലെ ആയിരുന്നു. താൻ കഷണങ്ങളായിപ്പോയെന്ന് അയാൾക്ക് സ്വയംതോന്നി. എന്നിട്ടും അയാളുടെ ചലനങ്ങൾക്ക് യാതൊരു വ്യത്യാസവും വന്നില്ല.

"ഇല്ല. ഹെർമിയോൺ ചെയ്യരുതായിരുന്നു" അയാൾ ശബ്ദം താഴ്ത്തി പ്പറഞ്ഞു. "ഞാൻ അനുവദിക്കില്ല."

കല്ല് കയ്യിൽ പിരിമുറുക്കത്തോടെ മുറുക്കിപ്പിടിച്ചുകൊണ്ട് നിവർന്നു നില്ക്കുന്ന അയാളെ അയാൾ സൂക്ഷിച്ച് നോക്കി.

അവളുടെ അടുത്തേക്ക് നടന്ന് ചെന്നുകൊണ്ട് അയാൾ പറഞ്ഞു. "മാറിനില്ക്ക്. ഞാൻ പോകട്ടെ!"

ഏതോ കൈകൾ തള്ളിമാറ്റിയതു പോലെ അവൾ പിന്നോട്ട് മാറി. അയാളെ ചെറുത്തു നില്ക്കുന്ന ഉദാസീനയായ ഒരുമാലാഖയെപ്പോലെ

അവൾ അയാളെ ശ്രദ്ധിച്ചുകൊണ്ടുനിന്നു.

"ഇത് നല്ലതിനല്ല" അവളെ മറികടന്ന് പോയിക്കഴിഞ്ഞപ്പോൾ അയാൾ പറഞ്ഞു. "മരിക്കാൻ പോകുന്നത് ഞാൻ ആയിരിക്കില്ല. കേൾക്കുന്നുണ്ടോ?"

അയാൾ പുറത്തേക്ക് പോകുമ്പോൾ അവൾ വീണ്ടും ഇടിച്ചേക്കി ലെന്ന് വിചാരിച്ച് അവളിൽ നിന്ന് കണ്ണെടുക്കാതെയാണ് അയാൾ നടന്നത്. അയാൾ സൂക്ഷിക്കുന്നുണ്ടെന്ന് കണ്ടപ്പോൾ അവൾക്ക് അനങ്ങാൻ ധൈര്യം ഉണ്ടായിരുന്നില്ല. അയാൾ ജാഗ്രത കാണിച്ചപ്പോൾ അവൾക്ക് ശക്തി ഇല്ലാതായി. ഒടുവിൽ അവളെ അവിടെ ഉപേക്ഷിച്ചതിനുശേഷം അയാൾ പോയി.

വളരെനേരം അവൾ അവിടെ അനങ്ങാതെ നിന്നു. പിന്നീട് ആടി ആടി നടന്ന് കട്ടിലിനടുത്തെത്തി. അതിൽ കയറി കിടന്നു. അവൾ വളരെനേരത്തേക്ക് ഉറങ്ങി. ഉണർന്നപ്പോൾ അവൾ ചെയ്ത കാര്യം അവൾ ഓർത്തു. പക്ഷേ, അയാൾ അവളെ പീഡിപ്പിച്ചതുകൊണ്ട് ഏതു സ്ത്രീയും ചെയ്യാൻ സാദ്ധ്യതയുള്ള കാര്യം മാത്രമാണ് താൻ ചെയ്തത് എന്ന തോന്നലാണ് അവൾക്ക് ഉണ്ടായിരുന്നത്. അവൾ ചെയ്തത് പരിപൂർണ്ണമായും ശരിയായിരുന്നു. ആത്മീയമായി അവൾ ശരിയായിരുന്നെന്ന് അവൾക്ക് അറിയാം. അവളുടെ മനസ്സാക്ഷി അനുസരിച്ച് നിശ്ചയമായും ചെയ്യേണ്ടത് മാത്രമാണ് അവൾ ചെയ്തത്. അവൾക്ക് തെറ്റുപറ്റിയിട്ടില്ല. അവൾ പരിശുദ്ധയായിരുന്നു. ലഹരിയിലെന്നപോലെ ഏറെക്കുറെ സത്യസന്ധമായ ഒരു പൈശാചിക മുഖഭാവം അവളുടെ മുഖത്ത് സ്ഥിരമായി പ്രത്യക്ഷപ്പെട്ടിരുന്നു.

കഷ്ടിച്ച് ബോധം ഉണ്ടായിരുന്ന ബിർക്കിൻ പുറത്തിറങ്ങി തോട്ടം മുറിച്ച് കടന്ന് തുറസ്സായ കുന്നുകളിലേക്ക് നടന്നുപോയി. പകൽ വെളിച്ചം മറഞ്ഞു തുടങ്ങിയിരുന്നു. മഴത്തുള്ളികൾ വീണുകൊണ്ടിരുന്നു. പലതരം ചെടികളും പൂക്കളും കുറ്റിക്കാടുകളും കൂട്ടംകൂടി നില്ക്കുന്ന ദേവദാരുമരത്തിന്റെ തൈകളും നിറഞ്ഞ വന്യമായ താഴ്‌വാരത്തിലൂടെ അയാൾ അലഞ്ഞു നടന്നു. ഏറെക്കുറെ എല്ലാ സ്ഥലത്തും മഴ പെയ്തിരുന്നു. താഴ്‌വാരത്തിലൂടെ ഒഴുകിയിറങ്ങിയിരുന്ന അരുവിക്ക് വിഷാദച്ഛായ ഉണ്ടായിരുന്നു. അല്ലെങ്കിൽ വിഷാദം ഉള്ളതായി തോന്നി. അയാൾക്ക് അയാളുടെ ബോധം വീണ്ടുകിട്ടില്ലെന്ന് സ്വയം ബോദ്ധ്യമുണ്ട്. അയാൾ ഒരുതരം ഇരുട്ടിലൂടെയാണ് നടന്നുകൊണ്ടിരുന്നത്.

എങ്കിലും അയാൾ എന്തൊക്കെയോ ആഗ്രഹിച്ചു. കുറ്റിക്കാടുകളും പൂക്കളും കാടുപിടിച്ചുവളരുന്ന നനഞ്ഞ അടിവാരത്തിൽ അയാൾ സംതൃപ്തനായിരുന്നു. അവയെല്ലാം തൊട്ടുനോക്കാൻ അയാൾ ആഗ്രഹിച്ചു. അവയുടെ സ്പർശനത്തിലൂടെ സ്വയം അലിഞ്ഞ് പൂരിതമാകാൻ അയാൾ ആഗ്രഹിച്ചു. വസന്തകുസുമച്ചെടികൾക്കിടയിൽ വേഷങ്ങൾ അഴിച്ചുവെച്ച് അയാൾ നഗ്നനായി കാലുനീട്ടി ഇരുന്നു. അയാൾ പൂച്ചെടികൾക്കിടയിലൂടെ പാദങ്ങൾ മൃദുവായി ചലിപ്പിച്ചു. അയാളുടെ കാലും മുട്ടും കൈയും

എന്നുവേണ്ട കക്ഷം വരെ അവയുടെ സ്പർശനം ഏറ്റു. അയാൾ കിടന്നുകൊണ്ട് വയറിലും നെഞ്ചിലും തൊട്ടുനോക്കാൻ അവയെ അനുവദിച്ചു. അയാളുടെ ശരീരത്തിന് അവ നല്കിയത് അങ്ങേയറ്റം ശാന്തവും മനോഹരവും ലോലവുമായ ഒരു സ്പർശനം ആയിരുന്നു. അവയുടെ സ്പർശനം കൊണ്ട് താൻ പൂർണ്ണതയിലെത്തിയതായി അയാൾക്കു തോന്നി.

പക്ഷേ, അവ കൂടുതൽ മൃദുലമായിരുന്നു. അയാൾ പുൽനാമ്പുകൾക്കിടയിലൂടെ ഒരാൾ പൊക്കം ഇല്ലാത്ത ദേവതാരുമരത്തിന്റെ തൈകൾ കൂട്ടംകൂടിനിന്നിരുന്ന ഭാഗത്തേക്ക് നടന്നു. അവയുടെ കൂർത്തു മൃദുലമായ ചില്ലകൾ അയാളുടെ ദേഹത്തു വന്ന് തട്ടി. വെള്ളത്തുള്ളികൾ അയാളുടെ ശരീരമാകെ പൊഴിഞ്ഞുവീണു. അതിന്റെ കൂർത്ത് മൃദുലമായ സൂചിഇലകൾ അയാളുടെ അരക്കെട്ടിൽ തട്ടി. വാസനപ്പുല്ലിൽ വീണുകിടന്നുരുണ്ട്, നനഞ്ഞ പുൽനാമ്പുകൾകൊണ്ട് ദേഹം പൊതിയുന്നത് ഒരു കുളിർക്കാറ്റിനോളം തന്നെ മൃദുലമാണ്. ഏത് സ്ത്രീയുടെ സ്പർശനത്തെക്കാളും അതിന് കൂടുതൽ മാർദ്ദവവും സൂക്ഷ്മതയും സൗന്ദര്യവും ഉണ്ട്. ദേവതാരുവിന്റെ ചില്ലകളിലെ ജീവനുള്ള സൂചിമുനകൾ തുടയിൽ ഉരയുന്നതും തോളിൽ വള്ളിച്ചെടികളുടെ മൃദുവായ ചാട്ടയടികൾ വീഴുന്നതും മാറത്തു തട്ടുന്ന പൂവരശിന്റെ ചില്ലകളിൽ പിടിമുറുക്കുന്നതും അതിന്റെയൊക്കെ കാഠിന്യവും മാർദ്ദവും ചൈതന്യവും എല്ലാം തന്നെ വളരെ നല്ല കാര്യങ്ങളാണ്. ഒരുവന്റെ രക്തത്തിലേക്കുള്ള പ്രകൃതിയുടെ ഈ പ്രയാണത്തിന് മറ്റൊന്നും പാകമാകില്ല. മറ്റൊന്നും ഇത്രത്തോളം തൃപ്തികരമാകില്ല. മനോഹരവും നിഗൂഢവും സ്നേഹം തുളുമ്പുന്നതുമായ ഈ സസ്യലോകം ഒരുവനെ കാത്തിരിക്കുന്നെങ്കിൽ അയാൾ എത്രമാത്രം ഭാഗ്യവാനാണ്! എത്രമാത്രം സംതൃപ്തനാണ്! എത്രമാത്രം സന്തുഷ്ടനാണ്!

തൂവാലകൊണ്ട് ശരീരം തുടച്ചപ്പോൾ അയാൾ ഹെർമിയോണിനെ ഓർത്തു. അവൾ അടിച്ചതിനെപ്പറ്റി ആലോചിച്ചു. തലയുടെ വശത്ത് അയാൾക്ക് വേദന തോന്നുന്നുണ്ടായിരുന്നു. പക്ഷേ, എന്തുതന്നെ ആയാലും അതിൽ എന്ത് കാര്യമാണ് ഉള്ളത്? ഹെർമിയോണിനുതന്നെ എന്താണ് പ്രാധാന്യം? മൊത്തത്തിൽ മനുഷ്യർക്ക് തന്നെ എന്ത് പ്രാധാന്യം? അവിടെ അങ്ങേയറ്റം മനോഹരവും പുതുമനിറഞ്ഞതും കണ്ടെത്തിയിട്ടില്ലാത്തതുമായ ഏകാന്തത ഉണ്ടായിരുന്നു. ശുദ്ധവും പ്രശാന്തവുമായ ഏകാന്തത. സത്യത്തിൽ മനുഷ്യർ വേണമെന്നും സ്ത്രീവേണമെന്നും ആഗ്രഹിച്ചപ്പോൾ, അയാൾ ചെയ്ത തെറ്റ് എത്രമാത്രം വലുതായിരുന്നു. അയാൾക്ക് ഒരുപെണ്ണ് വേണ്ട. തീരെ വേണ്ട. ഇലകളും ചെടികളും മരങ്ങളും സത്യത്തിൽ അവരെല്ലാം സുന്ദരികളായിരുന്നു. അവരെല്ലാം മോഹിപ്പിക്കുന്നവരായിരുന്നു. അവർ യഥാർത്ഥത്തിൽ രക്തത്തിലേക്ക് കടന്നുവന്ന് അയാളിലേക്ക് കലരുകയായിരുന്നു. അയാൾ ഇപ്പോൾ അളന്ന് തിട്ടപ്പെടുത്താൻ കഴിയാത്തവിധത്തിൽ സംതൃപ്തനും സന്തുഷ്ടനും ആയി

മാറിയിരുന്നു.

ഹെർമിയോൺ അയാളെ കൊല്ലാൻ ആഗ്രഹിച്ചത് അവളെ സംബന്ധിച്ചിടത്തോളം വളരെ ശരിയാണ്. അയാൾക്ക് അവളുമായി എന്ത് ബന്ധമാണുള്ളത്? മനുഷ്യരോട് തന്നെ തനിക്ക് പ്രത്യേകിച്ച് ഒന്നുമില്ലെന്ന് അയാൾ അഭിനയിക്കുന്നത് എന്തിനാണ്? അയാളുടെ ലോകം ഇവിടെ ആയിരുന്നു. അയാൾക്ക് ആരും വേണ്ട. ഒന്നും വേണ്ട. അയാൾക്ക് വേണ്ടത് മനോഹരവും നിഗൂഢവും സ്നേഹവും തുളുമ്പുന്നതുമായ ഈ സസ്യലോകവും അയാളും മാത്രം.

ഈ ലോകത്തേക്ക് തിരിച്ച് പോകേണ്ടത് ആവശ്യമായിരുന്നു അത് സത്യം ആയിരുന്നു. പക്ഷേ, അതിൽ കാര്യമില്ല. ഒരാൾ സ്വന്തമായിരിക്കുന്നത് എവിടെയാണെന്ന് ആർക്കും അറിയില്ല. അയാളുടെ സ്വന്തം സ്ഥലം അയാൾക്ക് ഇപ്പോൾ അറിയാം. അയാളുടെ സ്ഥലം ഇതായിരുന്നു. അയാളുടെ വിവാഹ സ്ഥലം. ബാക്കി ലോകം വിദേശമായിരുന്നു.

തനിക്ക് ഭ്രാന്ത് പിടിച്ചോ എന്ന് അത്ഭുതപ്പെട്ടുകൊണ്ട് അയാൾ അടിവാരത്തിൽ നിന്നും പുറത്തുവന്നു. പക്ഷേ ഭ്രാന്ത് ഉണ്ടെങ്കിൽ അയാൾ അയാളുടെ ഭ്രാന്തിനെ ആണ് സമചിത്തതയെക്കാൾ കൂടുതൽ ഇഷ്ടപ്പെടുന്നത്. അയാളുടെ സ്വന്തം ഭ്രാന്തിൽ അയാൾ ആഹ്ലാദിച്ചു. അയാൾക്ക് സ്വാതന്ത്ര്യം കിട്ടിയിരുന്നു. ലോകത്തിന്റെ ആ പഴയ സമചിത്തത അയാൾ ആഗ്രഹിക്കുന്നില്ല. അത് അങ്ങേയറ്റം അറപ്പുളവാക്കുന്നതായിരുന്നു. പുതുതായി കണ്ടെത്തിയ അയാളുടെ ഭ്രാന്തിന്റെ ലോകത്ത് അയാൾ സന്തോഷിച്ചു. അത് അങ്ങേയറ്റം പുതുമയുള്ളതും നിഷ്കളങ്കവും സംതൃപ്തി നല്കുന്നതും ആയിരുന്നു.

ഈ സമയത്തുതന്നെ ആത്മാവിൽ അയാൾക്ക് തോന്നിയ ഏക ദുഃഖം മനുഷ്യജീവിയോട് മനുഷ്യത്വത്തിൽ ഉറച്ചു നില്ക്കാൻ ആവശ്യപ്പെടുന്ന ഒരു പഴയ നീതിശാസ്ത്രത്തിന്റെ അവശിഷ്ടമായിരുന്നു. പക്ഷേ, മനുഷ്യജീവിയുടെയും മനുഷ്യത്വത്തിന്റെയും ഈ പഴയ നീതിശാസ്ത്രം അയാൾക്ക് മടുത്തിരുന്നു. അയാൾ ഇപ്പോൾ നിഷ്കളങ്കവും മൃദുലവുമായ ഈ സസ്യലോകത്തേയാണ് സ്നേഹിക്കുന്നത്. അത് അങ്ങേയറ്റം ശാന്തവും പരിപൂർണ്ണവും ആയിരുന്നു. പഴയ ദുഃഖത്തെ അയാൾ മറികടക്കും. പഴയ നീതിശാസ്ത്രത്തെ അയാൾ ഉപേക്ഷിക്കും. അയാളുടെ പുതിയ അവസ്ഥയിൽ അയാൾ തികച്ചും സ്വതന്ത്രനായിരിക്കും.

സമയം പോകുന്നതിനൊത്ത് അയാളുടെ തലയിൽ വേദന കൂടിക്കൂടി വരുന്നത് അയാൾ അറിഞ്ഞിരുന്നു. ഇപ്പോൾ അയാൾ ഏറ്റവും അടുത്തുള്ള റെയിൽവേ സ്റ്റേഷൻ ലക്ഷ്യമാക്കി നടക്കുകയായിരുന്നു. മഴ പെയ്തിരുന്നു. അയാൾക്ക് തൊപ്പി ഉണ്ടായിരുന്നില്ല. പക്ഷേ, ഈ കാലത്ത് ധാരാളം കിറുക്കന്മാർ തൊപ്പിയില്ലാതെ മഴയത്ത് പുറത്തിറങ്ങുന്നുണ്ട്.

അയാളുടെ മനസ്സിലെ ഭാരം എത്രത്തോളം ഭയംകൊണ്ടായിരിക്കുമെന്ന് അയാൾ അത്ഭുതപ്പെട്ടു. പ്രകൃതിയിൽ നഗ്നനായി അയാൾ മലർന്നു കിടന്നത്, ആരെങ്കിലും കണ്ടിരിക്കുമോ എന്നുള്ള ഭയം. മറ്റുള്ളവരെ പറ്റി അയാൾ എന്തുമാത്രം ഭയക്കുന്നു. ആ ഭയം ഏകദേശം ഭീതിയോളം

എത്തിയിരിക്കുന്നു. മറ്റുള്ളവരുടെ അഭിപ്രായപ്രകടനത്തെ പറ്റിയുള്ള ഭീതി. *അലക്സാണ്ടർ സെൽക്രിക്കിനെ പോലെ മരങ്ങളും മൃഗങ്ങളും മാത്രമുള്ള ഒരുദ്വീപിൽ അയാൾ ഒറ്റപ്പെട്ടിരുന്നെങ്കിൽ അയാൾ സ്വതന്ത്രൻ ആകുമായിരുന്നു. അയാൾക്ക് സന്തോഷം തോന്നുമായിരുന്നു. മനസ്സിന് ഈ ഭയം ഉണ്ടാകില്ലായിരുന്നു. ഈ സംശയം തോന്നില്ലായിരുന്നു. അയാൾക്ക് പ്രകൃതിയെ സ്നേഹിക്കാൻ കഴിയുമായിരുന്നു. സ്വയം ചോദ്യം ചെയ്യപ്പെടാതെ അയാൾക്ക് അവിടെ സന്തോഷമായി ജീവിക്കാമായിരുന്നു.

അയാൾ ഹെർമിയോണിന് ഒരു കത്ത് എഴുതണമെന്ന് വിചാരിച്ചു. അവൾ അയാളെപ്പറ്റി ക്ലേശിക്കാൻ ഇടയുണ്ട്. അയാൾക്ക് അതിന്റെ ബാദ്ധ്യത ഏറ്റെടുക്കാൻ താല്പര്യമില്ല. അതുകൊണ്ട് സ്റ്റേഷനിൽ എത്തിയപ്പോൾ അയാൾ ഇങ്ങനെ എഴുതി:

ഞാൻ നഗരത്തിലേക്ക് പൊയിക്കൊണ്ടിരിക്കുന്നു. തല്ക്കാലം ബ്രഡാൽബിയിലേക്ക് തിരിച്ചുവരാൻ എനിക്ക് ആഗ്രഹമില്ല. പക്ഷേ, അതുകൊണ്ട് തകരാറൊന്നും ഇല്ല. എന്നെ ഇടിച്ചതിനെ പറ്റി നിങ്ങൾ ഒട്ടുംതന്നെ ചിന്തിക്കണമെന്ന് ഞാൻ ആഗ്രഹിക്കുന്നില്ല. മറ്റുള്ളവരോട് ഇത് എന്റെ ചില സമയത്തെ ഒരു പ്രകൃതമാണെന്ന് പറയുക. എന്നെ ഇടിച്ചകാര്യത്തിൽ നിങ്ങൾ ചെയ്തത് വളരെ ശരിയാണ്. കാരണം എനിക്ക് നിങ്ങൾ അത് ആഗ്രഹിച്ചിരുന്നതായി അറിയാം. അങ്ങനെയാണ് അതിന്റെ അവസാനം.

എന്തായാലും ട്രെയിനിൽവെച്ച് അയാൾക്ക് സുഖമില്ലാതായി. ഒന്ന് അനങ്ങാൻപോലും കഴിയാത്ത തീവ്രമായ വേദന ആയിരുന്നു. സ്റ്റേഷനിൽ നിന്ന് അയാൾ വളരെ പാടുപെട്ടാണ് വണ്ടിയിൽ വലിഞ്ഞ് കയറിയത്. ഒരുകണ്ണു പൊട്ടനെപ്പോലെ ഓരോ ചുവടും അളന്നളന്നാണ് അയാൾ മുന്നോട്ട് നീങ്ങിയത്.

ഒന്നോ രണ്ടോ ആഴ്ചകൾ അയാൾ സുഖമില്ലാതെ കിടന്നു. പക്ഷേ, അയാൾ ഹെർമിയോണിനെ അറിയിച്ചില്ല. അയാൾ പിണക്കത്തിലാണെന്ന് അവൾ വിചാരിച്ചു. അവർ തമ്മിൽ പിണക്കം പൂർത്തിയായിരുന്നു. ചെയ്തതെല്ലാം ശരിയാണെന്നുള്ള ഉറച്ച വിശ്വാസത്തിൽ അവൾ മറ്റൊന്നും ആലോചിച്ചില്ല. സ്വന്തം ശരികളെ പറ്റിയുള്ള ഉറച്ച വിശ്വാസത്തിലും സ്വന്തം ആത്മാഭിമാനത്തിലും അവൾ ജീവിച്ചു.

---

* സ്കോട്ട്ലൻഡിലെ നാവികൻ(1676–1721) അലക്സാണ്ടർ ഡിഫോയുടെ *റോബിൻസൺ ക്രൂസോയുടെ* മാതൃക.

9

കൽക്കരിപ്പൊടി

വൈകിട്ട് സ്കൂളിൽ നിന്ന് വീട്ടിലേക്ക് പോകുന്ന വഴിക്ക് ഉർസുലയും ഗുഡ്റണും വില്ലിഗ്രീനിലെ ഭംഗിയുള്ള കുടിലുകൾക്ക് മദ്ധ്യത്തിലൂടെ കുന്നിറങ്ങിവരികയായിരുന്നു. അവർ റെയിൽവേ ക്രോസിങ്ങിന് അടുത്തുവരെ എത്തിയിരുന്നു. ഖനിയിൽനിന്നുള്ള തീവണ്ടി ഇരമ്പി അടുത്തിരുന്നതുകൊണ്ട് അവർ അവിടെ എത്തിയപ്പോൾ ഗേറ്റ് അടഞ്ഞുകിടക്കുന്നത് കണ്ടു. ആ ചെറിയ തീവണ്ടി മുന്നോട്ട് വരുന്നതിനനുസരിച്ച് അതിന്റെ കിതപ്പ് അവർക്ക് കേൾക്കാൻ കഴിഞ്ഞിരുന്നു. ചെറിയമുറിക്കുള്ളിൽ നിന്നും ഒരുകാൽ മാത്രമുള്ള ഗേറ്റ്കാവൽക്കാരൻ പുറന്തോടിനുള്ളിൽ നിന്ന് ഞണ്ട് എത്തിനോക്കുന്നതുപോലെ എത്തിനോക്കി.

പെൺകുട്ടികൾ കാത്തുനിന്നിരുന്ന സമയത്ത് ജറാൾഡ് ക്രിച്ച് ഒരു അറേബ്യൻ വർഗ്ഗത്തിലുള്ള ചുവന്ന പെൺകുതിരപ്പുറത്ത് പാഞ്ഞുവന്നു. അയാളുടെ കാൽമുട്ടുകൾക്കിടയിൽ കുതിരയുടെ നേരിയ വിറയൽ ആസ്വദിച്ചുകൊണ്ട് അയാൾ വളരെ ഭംഗിയായി കുതിരയെ തെളിച്ചു. പാറിപ്പറക്കുന്ന വാലുള്ള ആ മെലിഞ്ഞ കുതിരയുടെ പുറത്ത് ശാന്തനായി ഇരിക്കുന്ന ജറാൾഡിനെ കാണാൻ ഭംഗി ഉണ്ടായിരുന്നു. കുറഞ്ഞപക്ഷം ഗുഡ്റണിന്റെ കണ്ണിലെങ്കിലും അയാൾക്ക് ഭംഗി ഉണ്ടായിരുന്നു. അയാൾ രണ്ട് പെൺകുട്ടികളെയും അഭിവാദനം ചെയ്തു. അടുത്തുകൊണ്ടിരുന്ന ട്രെയിനിനു വേണ്ടി പാളത്തിലേക്ക് നോക്കിക്കൊണ്ട് അയാൾ റെയിൽവേ ഗേറ്റിൽ സവാരി അവസാനിപ്പിച്ചു. അയാളുടെ ചമയം കണ്ടിട്ട് അവളുടെ മുഖത്തു ഒരു പരിഹാസത്തിന്റെ പുഞ്ചിരി ഉണ്ടായിരുന്നെങ്കിലും ഗുഡ്റണിന് അയാളെ കണ്ടുകൊണ്ടിരിക്കാൻ താല്പര്യം ഉണ്ടായിരുന്നു. താല്പര്യം തോന്നുന്ന തവിട്ട്നിറമുള്ള അയാളുടെ മുഖത്ത് വെളുത്ത പരുക്കൻ മീശ വൃത്തിയായി വെട്ടി നിർത്തിയിരുന്നു. ദൂരത്തേക്ക് നോക്കി

നില്ക്കുമ്പോൾ അയാളുടെ നീലക്കണ്ണുകൾക്ക് രൂക്ഷമായ തിളക്കം ഉണ്ടായിരുന്നു.

ഇരുവശത്തുമുള്ള ചിറകളുടെ മറവിലൂടെ തീവണ്ടിഎഞ്ചിൻ സാവധാനം നീങ്ങിവന്നു. പെൺകുതിരയ്ക്ക് തീവണ്ടിയുടെ വരവ് ഇഷ്ടപ്പെട്ടില്ല. അപരിചിതമായ ശബ്ദത്തിന്റെ ബുദ്ധിമുട്ട് അനുഭവിച്ചുകൊണ്ട് അവൾ പിന്നോട്ട് മാറി. പക്ഷേ, ജറാൾഡ് അവളുടെ തലതിരിച്ച് ഗേറ്റിന് അഭിമുഖമായി നിർത്തി. യന്ത്രത്തിന്റെ രൂക്ഷമായ പൊട്ടലും ചീറ്റലും കൂടുതൽ ശക്തിയോടെ കുതിരയുടെ ചെവിയിൽ തുളച്ചുകയറി. പരിചിതമല്ലാത്ത രൂക്ഷമായ ശബ്ദപ്രളയത്തിൽ അവസാനം അവൾ ഭയപ്പാടോടെ കുതിച്ച് ചാടാൻ തുടങ്ങി. പക്ഷേ, ജറാൾഡിന്റെ മുഖത്ത് തിളക്കമുള്ള ഒരു പുഞ്ചിരി പ്രത്യക്ഷപ്പെട്ടു. അയാൾ അവളെ അനിവാര്യമായും പഴയ സ്ഥിതിയിലേക്ക് തിരിച്ചുകൊണ്ടുവന്നു.

തീവണ്ടി രൂക്ഷമായ ശബ്ദത്തോടെ ഓടിവരുന്നത് കാഴ്ചയിൽ വന്നു. തിളച്ച ഇരുമ്പിൽ വീണ വെള്ളത്തുള്ളിപോലെ പെൺകുതിര പിന്നോട്ട് ചാടി. ഉർസുലയും ഗുഡ്റണും കുറ്റിച്ചെടികൾകൊണ്ടുള്ള വേലിയിലേക്ക് ഭയത്തോടെ ഇടിച്ചുകയറി. പക്ഷേ, ജറാൾഡ് കുതിരപ്പുറത്തിരുന്നുകൊണ്ട് അവളെ കീഴ്പ്പെടുത്തി. അയാൾ കാന്തംപോലെ അവളിലേക്ക് ഒട്ടിപ്പിടിച്ച് അവളെ ആക്രമിച്ച് കീഴ്പ്പെടുത്തുകയാണെന്ന് തോന്നി.

"വിഡ്ഢി" ഉർസുല ഉറക്കെ വിളിച്ച് കൂവി. "അത് പോകുന്നതുവരെ അയാൾക്ക് എന്തുകൊണ്ട് അതിനെ ദൂരത്തേക്ക് കൊണ്ടുപോകാൻ വയ്യ."

ഗുഡ്റൺ വിളിച്ചുകൂവാൻ പോലും കഴിയാതെ അത്ഭുതത്തോടെ അയാളെ നോക്കി. അയാൾ കാറ്റുപോലെ ചുറ്റിത്തിരിഞ്ഞുകൊണ്ടിരുന്ന കുതിരപ്പുറത്തിരുന്ന് പിടിവാശിയോടെ അതിനെ ബലം പ്രയോഗിച്ച് നിലയ്ക്ക് നിർത്താൻ ശ്രമിച്ചു. അയാളുടെ മനഃപൂർവ്വമുള്ള പിടുത്തത്തിൽ നിന്നോ ഭാരം കയറ്റിയ ചരക്കുവണ്ടികൾ ഒന്നൊന്നായി റെയിൽവേ പാളത്തിലൂടെ ഇഴഞ്ഞു നീങ്ങുന്നതിന്റെ ഭയാനകവും ഭ്രാന്തവുമായ ആരവത്തിൽനിന്നോ അവൾക്ക് രക്ഷപ്പെടാൻ കഴിഞ്ഞില്ല.

എന്തു സംഭവിക്കുമെന്ന് അറിയാൻ ആഗ്രഹിക്കുന്നതുപോലെ തീവണ്ടി എഞ്ചിൻ പെട്ടെന്ന് ഓട്ടം നിർത്തി. ഭയാനകമായ കുലുക്കത്തോടെ ഭാരവണ്ടികൾ ഒന്നൊന്നായി ചേങ്കലകളുടെ മുഴക്കത്തോടെ പരസ്പരം ഇടിച്ചുനിന്നു. ഭയത്തിന്റെ ഒരു കാറ്റ് വന്ന് മുകളിലേക്ക് ഉയർത്തിയതുപോലെ പെൺകുതിര വായ്പിളർന്നുകൊണ്ട് സാവധാനം മുകളിലേക്ക് ഉയർന്നു. ഭയത്തിൽ നിന്ന് രക്ഷപ്പെടാൻവേണ്ടി അവൾ പിന്നീട് ഇളകിമറിയുന്നതിനിടയിൽ അയാളുടെ മുൻകാലുകൾ കൂട്ടിമുട്ടി. അവൾ പിന്നോട്ട് നീങ്ങി. അയാളെ മുകളിൽവെച്ച് കൊണ്ട് അവൾ തങ്ങളുടെ പുറത്തേക്ക് വീഴുമെന്നുള്ള ഭയത്തോടെ പെൺകുട്ടികൾ പരസ്പരം കെട്ടിപ്പിടിച്ചു. പക്ഷേ, വ്യക്തമായ സന്തോഷത്തോടെ അയാൾ മുന്നോട്ടുകുനിഞ്ഞ് അവസാനം അവളെ വരുതിയിലാക്കി. ഭയത്തിന്റെ പരമകാ

ഷ്ഠയിൽ പെൺകുതിര പിന്നോട്ട് കുതിക്കുമ്പോൾ അയാളുടെ അതിശക്തമായ നിർബ്ബന്ധത്തിന്റെ ശക്തിയിൽ ഒരു ചുഴലിക്കാറ്റിന്റെ പ്രഭവകേന്ദ്രത്തിൽ അകപ്പെട്ടതുപോലെ അവൾ വീണ്ടും വീണ്ടും രണ്ട് കാലിൽ ചുറ്റിത്തിരിഞ്ഞു. ഇത് കണ്ടപ്പോൾ ഗുഡ്റണിന് അനുകമ്പകൊണ്ട് തല ചുറ്റി. ഈ കാഴ്ച അവളുടെ ഹൃദയത്തിലേക്ക് തുളച്ചിറങ്ങിയതു പോലെ തോന്നി.

“വേണ്ട! വേണ്ട! അവളെ ഉപദ്രവിക്കരുത്! വിട്ടുകള! എടോ വിഡ്ഢി...” ഉർസുല യാതൊരു ബോധവും ഇല്ലാതെ ഉച്ചത്തിൽ വിളിച്ചു കൂവി. ബോധമില്ലാതെ വിളിച്ചുകൂവുന്നത് കേട്ടപ്പോൾ ഗുഡ്റണിന് ഉർസുലയോട് കടുത്ത വെറുപ്പ് തോന്നി. ഉർസുലയുടെ ശബ്ദം ശക്തവും വ്യക്തവും ആയിരുന്നതുകൊണ്ട് ആർക്കും അത് സഹിക്കാൻ കഴിഞ്ഞില്ല.

ജറാൾഡിന്റെ മുഖത്ത് രൂക്ഷമായ ഒരു നോട്ടം പ്രത്യക്ഷപ്പെട്ടു. അയാൾ കുതിരപ്പുറത്ത് കമഴ്ന്ന് കിടന്ന് കുതിരമുള്ളുകൾ കൊണ്ട് മൂർച്ചയുള്ള ഒരുകുത്ത് കുത്തി. അവൾ ശ്വസിക്കുന്നതിനിടയിൽ മുക്കുറയിട്ടു. അവളുടെ നാസാരന്ധ്രങ്ങൾ ചൂട് വമിക്കുന്ന രണ്ട് വലിയ തുളകളായിരുന്നു. അവളുടെ വായ്പിളർന്നിരുന്നു. കണ്ണുകൾ പതറിപ്പോയിരുന്നു. അത് മനം മടുപ്പിക്കുന്ന ഒരു കാഴ്ച ആയിരുന്നു. പക്ഷേ, അയാൾ അവളുടെ മേലുള്ള പിടി അയച്ചില്ല. യാന്ത്രികമായ ക്രൂരതയോടെ അവളുടെ ശരീരത്തിലേക്ക് ഒരു വാൾ തുളച്ചിറക്കുന്നതു പോലെ അവൾക്ക് വേദനിച്ചു. അയാളും കുതിരയും പരസ്പരമുള്ള ബലപ്രയോഗം കൊണ്ട് വിയർക്കുന്നുണ്ടായിരുന്നു. എങ്കിലും അയാൾ ഒരു മങ്ങിയ സൂര്യരശ്മി പോലെ അക്ഷോഭ്യനായിരുന്നു.

ഈ സമയത്തെല്ലാം അവസാനിക്കാത്ത ഒരു ദുഃസ്വപ്നം പോലെ ഒന്നിനുപിറകേ ഒന്നായി ഭാരവണ്ടികളുടെ നീണ്ടനിര സാവധാനം ഇരമ്പലോടെ മുന്നോട്ട് നീങ്ങുന്നുണ്ടായിരുന്നു. അവയെ കൂട്ടിക്കെട്ടുന്ന ചങ്ങലകൾ ഉലഞ്ഞു. പെൺകുതിര യാന്ത്രികമായി പാദങ്ങൾ ഇളക്കിച്ചവുട്ടി പ്രതിഷേധിച്ചു. അവളുടെ ഭയം അന്തരീക്ഷത്തിൽ നിറഞ്ഞിരുന്നു. അയാൾ അവളെ ഇപ്പോൾ വരുതിയിലാക്കിയിരുന്നതുകൊണ്ട് അവളുടെ പാദങ്ങളുടെ ചലനങ്ങൾ ദയനീയമായിരുന്നു. അയാൾ അവളെ ചുറ്റിപ്പിടിച്ച് നിലയ്ക്കുനിർത്തിയപ്പോൾ അവൾ അയാളുടെ സ്വന്തം ശരീരത്തിന്റെ ഭാഗമാണെന്ന് തോന്നി.

“അവളുടെ ശരീരത്തിൽ നിന്ന് ചോരവരുന്നുണ്ട്! ചോരവരുന്നുണ്ട്!” ജറാൾഡിനോടുള്ള വെറുപ്പുകൊണ്ട് ഭ്രാന്ത് പിടിച്ച ഉർസുല ഉറക്കെ വിളിച്ചുകൂവി. അവൾക്ക് മാത്രം അയാളോട് പരിപൂർണ്ണമായ പ്രതിഷേധം തോന്നിയിരുന്നു.

പെൺകുതിരയുടെ ശരീരത്തിൽ ചോരത്തുള്ളികൾ പറ്റിയിരിക്കുന്നത് ഗുഡ്റൺ കണ്ടു. അപ്പോൾ ആ വൃത്തത്തിലേക്കുതന്നെ ജറാൾഡിന്റെ ബൂട്ടിലെ തിളങ്ങുന്ന കുതിരമുള്ളുകൾ ക്രൂരതയോടെ വീണ്ടും തുളച്ചിറങ്ങി. ഗുഡ്റണിനെ സംബന്ധിച്ചിടത്തോളം അതോടെ

ലോകം തന്നെ അപ്രത്യക്ഷമായി. അവൾക്ക് പിന്നീട് ഒന്നും മനസ്സിലായില്ല.

പിന്നീട് ബോധം ഉണ്ടായപ്പോൾ അവളുടെ മനസ്സ് ശാന്തമായിരുന്നു. ഭാരവണ്ടികൾ അപ്പോഴും ഇരമ്പിക്കൊണ്ടിരുന്നു. അയാളും പെൺകുതിരയും യുദ്ധം അവസാനിപ്പിച്ചിരുന്നില്ല. പക്ഷേ, അവൾ മാത്രം തണുത്തുറഞ്ഞ് ഒറ്റപ്പെട്ടുപോയിരുന്നു. അവൾ ഇപ്പോൾ അവരെപ്പറ്റി തീരെ ആലോചിക്കുന്നില്ല. അവൾക്ക് ആ കാര്യത്തിൽ താല്പര്യം ഇല്ലാതായി.

മേൽക്കൂരയുള്ള ഗാർഡിന്റെ വണ്ടി അടുത്തു വന്നുകൊണ്ടിരിക്കുന്നത് അവർക്ക് കാണാൻ കഴിഞ്ഞു. ഭാരവണ്ടികളുടെ ശബ്ദം കുറഞ്ഞു. സഹിക്കാൻ കഴിയാത്ത ശബ്ദത്തിൽ നിന്ന് ഒരു മോചനം കിട്ടുമെന്നുള്ള പ്രതീക്ഷ നിലവിൽ വന്നു. പകുതി ചെവി കേൾക്കാതായ പെൺകുതിര സ്വാഭാവികമായും വലിയ തോതിൽ കിതച്ചു. ഗാർഡിന്റെ വണ്ടി വളരെ സാവധാനത്തിൽ കടന്നുപോയി. ഗാർഡ് വണ്ടിയിൽ ഇരുന്ന് വഴിയിലെ കാഴ്ചകൾ കാണുന്നുണ്ടായിരുന്നു. അയാൾക്കുശേഷം ആ രംഗം മുഴുവൻ നിമിഷനേരം കൊണ്ട് അകന്ന് പോകുന്നത് കാണാൻ ഗുഡ്റണിന് കഴിഞ്ഞു.

അകന്ന് പോകുന്ന ട്രെയിനിനു പിന്നിലായി ആശ്വാസം നല്കുന്ന മനോഹരമായ നിശ്ശബ്ദത സഞ്ചരിച്ചിരുന്നതായി തോന്നി. ആ നിശ്ശബ്ദ എത്ര മധുരമാണ്! ചെറുതായിക്കൊണ്ടിരുന്ന തീവണ്ടിയിലേക്ക് ഉർസുല വെറുപ്പോടെ നോക്കി. കാവൽക്കാരൻ അയാളുടെ ചെറിയ മുറിയുടെ വാതിലിൽ റെയിൽവേഗേറ്റ് തുറക്കാൻ വേണ്ടി തയ്യാറായി നിന്നു. പക്ഷേ, ഗുഡ്റൺ കഷ്ടപ്പെട്ടുകൊണ്ടിരുന്ന കുതിരയുടെ മുന്നിലൂടെ ഓടിച്ചെന്ന് ഗേറ്റിന്റെ സാക്ഷ ഊരിമാറ്റി ഒരുപകുതി കാവൽക്കാരന് വിട്ടുകൊടുത്തുകൊണ്ട് മറുപകുതിയുമായി മുന്നോട്ടുകുതിച്ചു. ജറാൾഡ് പെട്ടെന്ന് കുതിരയെ അയച്ചുവിട്ടുകൊണ്ട് മുന്നോട്ടുകുതിച്ചു. അയാൾ ഏതാണ്ട് ഗുഡ്റണിന്റെ അടുത്തു വരെ എത്തി. അവൾ ഭയന്നിരുന്നില്ല. കുതിപ്പിനിടയിൽ അയാൾ കുതിരയുടെ തല ഒരുവശത്തേക്ക് ചരിച്ചിരുന്നു. ഗുഡ്റൺ വഴിയരികിൽ നിന്നുകൊണ്ട് ഒരുവിഡ്ഢിയെപ്പോലെ അല്ലെങ്കിൽ ഒരുമന്ത്രവാദിനിയെപ്പോലെ അസാധാരണമായ ഒരു ശബ്ദത്തിൽ നിലവിളിച്ചു.

“നിശ്ചയമായും നിങ്ങൾക്ക് അഹങ്കാരമാണ്.”

വാക്കുകൾ വ്യക്തമായിരുന്നു. നൃത്തം ചെയ്യുന്ന കുതിരപ്പുറത്തിരുന്ന മനുഷ്യൻ അത്ഭുതത്തോടെ അവളെ നോക്കി. റെയിൽവേ പാളത്തിൽ കുതിരക്കുളമ്പുകൾ ചെണ്ടപോലെ മൂന്നുതവണ മുട്ടി ശബ്ദമുണ്ടാക്കി. കുതിരയും മനുഷ്യനും വഴിയിലേക്കിറങ്ങി. മുന്നോട്ടു കുതിച്ചു.

അവർ പോകുന്നത് പെൺകുട്ടികൾ ശ്രദ്ധിച്ചു. ഗേറ്റ് കാവൽക്കാരന്റെ തടിക്കാൽ പാളത്തിലെ തടിക്കഷണങ്ങളിൽ തട്ടി ശബ്ദം ഉണ്ടാക്കി. അയാൾ മുടന്തിക്കൊണ്ട് ഗേറ്റ് അടച്ചു. പിന്നീട് അയാൾ പെൺകുട്ടികളെ നോക്കി വിളിച്ചുപറഞ്ഞു.

“അയാൾ കുതിരസവാരിയിൽ മിടുമിടുക്കനായ ചെറുപ്പക്കാരനാണ്.

ആർക്കെങ്കിലും എന്നെങ്കിലും ഒരുവഴി സ്വന്തമായിട്ട് ഉണ്ടാവുമെങ്കിൽ അത് ഇയാൾക്ക് ആയിരിക്കും."

"ശരിയാണ്" ദേഷ്യം സഹിക്കാൻ കഴിയാതെ ഉർസുല ഉറക്കെ വിളിച്ചുപറഞ്ഞു. "വണ്ടികൾ പോയിക്കഴിയുന്നതുവരെ കുതിരയെ ദൂരെ നിർത്താമായിരുന്നില്ലേ? അയാൾ ഒരു വിഡ്ഢിയും ഉപദ്രവകാരിയുമാണ്. കുതിരയെ ഉപദ്രവിക്കുന്നത് വലിയ ആണത്തമാണെന്ന് അയാൾ വിചാരിക്കുന്നുണ്ടോ? അത് ജീവനുള്ള ജന്തു ആണ്. അയാൾ എന്തിനാണ് അതിനെ ഇങ്ങനെ ദ്രോഹിക്കുന്നത്?"

കുറച്ച് സമയത്തേക്ക് ആരും സംസാരിച്ചില്ല. പിന്നീട് ഗേറ്റ് കാവൽക്കാരൻ തലകുലുക്കിക്കൊണ്ട് പറഞ്ഞു.

"ശരിയാണ്. അത് സാധാരണ കാണാറുള്ള പെൺകുതിരകളേക്കാൾ ഭംഗിയുള്ള ഒരു കൊച്ചു കുതിരയാണ്. അയാളുടെ അച്ഛൻ ഒരു ജീവിയേയും ഇതുപോലെ കൈകാര്യം ചെയ്യുന്നത് നിങ്ങൾക്ക് കാണാൻ കഴിയില്ല. ജറാൾഡ് ക്രിച്ചും അയാളുടെ അച്ഛനും തമ്മിൽ വളരെ വ്യത്യാസം ഉണ്ട്. വ്യത്യസ്ത സ്വഭാവമുള്ള രണ്ട് വ്യത്യസ്ത മനുഷ്യർ."

വീണ്ടും ഒരു ഇടവേള ഉണ്ടായിരുന്നു.

"പക്ഷേ, അയാൾ എന്തിനാണ് ഇങ്ങനെ ചെയ്യുന്നത്?" ഉർസുല ഉറക്കെവിളിച്ച് ചോദിച്ചു. "അയാളെക്കാൾ പത്തുവട്ടം പാവം പിടിച്ച ഒരു ജന്തുവിനെ ദ്രോഹിക്കുമ്പോൾ അയാൾ മഹാനാകുമെന്നാണോ അയാൾ വിചാരിക്കുന്നത്?"

വീണ്ടും അവിടെ കരുതലോടെയുള്ള ഒരു ഇടവേള ഉണ്ടായി. വീണ്ടും എന്തെങ്കിലും സംസാരിക്കുന്നതിന് മുമ്പ് തനിക്ക് കൂടുതൽ ചിന്തിക്കാനുണ്ടെന്നമട്ടിൽ അയാൾ ഒരിക്കൽക്കൂടി തലകുലുക്കി.

"അയാൾ ആ പെൺകുതിരയെ എന്തും സഹിക്കാൻ പരിശീലിപ്പിക്കുകയാണെന്നാണ് എനിക്ക് തോന്നുന്നത്." അയാൾ മറുപടി പറഞ്ഞു. "അത് ഇവിടങ്ങളിലൊക്കെ കാണുന്ന വർഗ്ഗത്തിലുള്ള കുതിര അല്ല. ഈ വർഗ്ഗത്തിൽ നിന്നെല്ലാം വളരെ വ്യത്യസ്തമായ വർഗ്ഗത്തിൽപ്പെട്ടതാണ്. അത് ശുദ്ധമായ അറബിക്കുതിരയാണ്. അവളെ കോൺസ്റ്റാന്റിനോപ്പിളിൽ നിന്നു കൊണ്ടുവന്നതാണെന്നാണ് അവർ പറയുന്നത്."

ഉർസുല പറഞ്ഞു: "അവളെ അയാൾ തുർക്കികൾക്ക് തന്നെ കൊടുക്കുന്നതായിരുന്നു കൂടുതൽ നല്ലകാര്യം. അവർ അവളോട് കൂടുതൽ മാന്യമായി പെരുമാറുമെന്ന് എനിക്ക് ഉറപ്പാണ്."

അയാൾ ചായകുടിക്കാൻ വേണ്ടി മുറിയിലേക്ക് പോയി. പെൺകുട്ടികൾ കറുത്ത പൊടികൊണ്ട് മൂടിയ ഇടവഴിയിലേക്ക് കയറി. കുതിരയുടെ പുറത്ത് അനുഭവപ്പെടുന്ന ഒഴിവാക്കാൻ കഴിയാത്ത അയാളുടെ ഭാരത്തെപ്പറ്റിയും, പെൺകുതിരയുടെ തുടിക്കുന്ന ശരീരത്തെ ഇറുകിപ്പുണർന്ന് അതിനെ വരുതിയിലാക്കുന്ന പ്രതിരോധിക്കാൻ കഴിയാത്ത അയാളുടെ കാലുകളെപ്പറ്റിയും, ശബ്ദിക്കാൻ കഴിയാത്തവിധം മൃദുലവും ഭയാനകവുമായ അനുസരണയിലേക്ക് പെൺകുതിരയെ നയിക്കുന്ന അയാ

ളുടെ അരക്കെട്ടിൽ നിന്നും തുടകളിൽനിന്നും പ്രസരിക്കുന്ന വെളുത്ത കാന്തശക്തിയുടെ ആധിപത്യത്തെപ്പറ്റിയും ഉള്ള അറിവിൽ ഗുഡ്റൺ അവളുടെ ബോധംപോലും നശിച്ചുപോയ അവസ്ഥയിൽ ആയിരുന്നു.

നിശ്ശബ്ദരായി നടന്നുപോകുന്ന പെൺകുട്ടികളുടെ ഇടതുഭാഗത്തായി കൽക്കരിഖനിയുടെ പച്ചക്കുന്നുകൾ തല ഉയർത്തിനിന്നിരുന്നു. അല്പം താഴെമാറി വിശ്രമിക്കുന്ന കറുത്ത ഭാരവണ്ടികളും നിർത്തിയിട്ടിരിക്കുന്ന റെയിൽവേ എഞ്ചിനുകളും എല്ലാം ചേർന്ന് ഒരു തുറമുഖത്തിന്റെ പ്രതീതി ജനിപ്പിച്ചിരുന്നു.

ധാരാളം തിളങ്ങുന്ന റെയിൽപാളങ്ങൾക്ക് മുകളിലൂടെയുള്ള രണ്ടാമത്തെ റെയിൽവേഗേറ്റിന് അടുത്ത് ഖനിത്തൊഴിലാളികളുടെ ഉടമസ്ഥതയിലുള്ള കൃഷിഭൂമി ഉണ്ടായിരുന്നു. ഒരു വലിയ ഇരുമ്പ് ഗോളം പോലെയുള്ള ഉപയോഗം ഇല്ലാത്ത ഒരു തുരുമ്പിച്ച വലിയ ബോയ്ലർ റോഡിന്റെ വശം ചേർന്ന് പുല്ലിൽ കിടന്നിരുന്നു. പിടക്കോഴികൾ അതിനുചുറ്റും കൊത്തിപ്പെറുക്കി നടന്നു. ചില കോഴിക്കുഞ്ഞുങ്ങൾ വെള്ളപ്പാത്രത്തിനുമുകളിൽ കയറിനിന്ന് താഴെ വീഴാതിരിക്കാൻ ബുദ്ധിമുട്ടുണ്ടായിരുന്നു. വാലാട്ടി പക്ഷികൾ വെള്ളത്തിൽ നിന്ന് പറന്നുയർന്ന് ഭാരവണ്ടികൾക്ക് ചുറ്റും പറന്ന് നടന്നു.

വീതികൂടിയ റെയിൽവേ ക്രോസിങ്ങിന്റെ മറുവശത്ത് റോഡ് നന്നാക്കാൻ വേണ്ടിയുള്ള ഇളം ചാരനിറത്തിലുള്ള കൽപ്പൊടിയുടെ ഒരുകൂന ഉണ്ടായിരുന്നു. ഒരുവണ്ടി അവിടെ നിർത്തി ഇട്ടിരുന്നു. മുഖത്തിനു ചുറ്റും കൃതാവുള്ള മദ്ധ്യവയസ്കനായ ഒരു മനുഷ്യൻ അയാളുടെ മൺവെട്ടിയിൽ ബലംകൊടുത്ത് നിന്നുകൊണ്ട് കുതിരയുടെ മുന്നിൽ നിന്നിരുന്ന ചെറുപ്പക്കാരനോട് സംസാരിക്കുന്നുണ്ടായിരുന്നു. രണ്ടുപേരും റെയിൽവേ ക്രോസിങ്ങിന് അഭിമുഖമായാണ് നിന്നിരുന്നത്.

അല്പം ദൂരത്തായി ഉച്ചതിരിഞ്ഞപ്പോഴുള്ള ശക്തമായ വെളിച്ചത്തിൽ രണ്ട് പെൺകുട്ടികൾ പ്രത്യക്ഷപ്പെടുന്നത് അവർ കണ്ടു. അവർ രണ്ടുപേരും വേനൽക്കാലത്തിനു ചേർന്ന നേർത്തവേഷങ്ങളാണ് ധരിച്ചിരുന്നത്. ഉർസുല ഓറഞ്ച് നിറമുള്ള ഒരു കോട്ടാണ് ധരിച്ചിരുന്നത്. ഗുഡ്റൺ ഇളം മഞ്ഞനിറത്തിലുള്ളതും. ഉർസുല മഞ്ഞ സ്റ്റോക്കിങ്ങുകളിലായിരുന്നു. ഗുഡ്റൺ തിളക്കമുള്ള റോസ് സ്റ്റോക്കിങ്ങുകളായിരുന്നു അണിഞ്ഞിരുന്നത്. വീതികൂടിയ റെയിൽവെക്രോസിങ്ങിലൂടെ മുന്നോട്ടുനീങ്ങുന്ന പെൺകുട്ടികൾക്ക് തിളക്കം ഉണ്ടെന്ന് തോന്നി. കൽക്കരിപ്പൊടി മൂടിയ ചൂടിനുള്ളിലൂടെ ചലിക്കുന്ന വെള്ളയും മഞ്ഞയും ഓറഞ്ചും റോസും നിറങ്ങൾ കലർന്ന ഒരുതിളക്കം.

ആണുങ്ങൾ രണ്ടും അവരെ ശ്രദ്ധിച്ചുകൊണ്ട് ചൂടത്ത് അനങ്ങാതെ നിന്നു. കൂടുതൽ പ്രായമുള്ള മനുഷ്യൻ പൊക്കം കുറഞ്ഞ് പരുക്കൻ മുഖമുള്ള ഒരു മദ്ധ്യവയസ്കൻ ആയിരുന്നു.

പ്രായം കുറഞ്ഞ മനുഷ്യൻ ഏതാണ്ട് ഇരുപത്തിമൂന്ന് വയസ്സ് തോന്നുന്ന ഒരു ജോലിക്കാരൻ ആയിരുന്നു. അവർ സഹോദരിമാർ നട

ന്നുവരുന്നത് നിശ്ശബ്ദരായി നോക്കിക്കൊണ്ട് നിന്നു. പെൺകുട്ടികൾ അടുത്തടുത്തു വരുന്നതും അവരെ മറികടന്ന് മുന്നോട്ട് പോകുന്നതും ഖനിത്തൊഴിലാളികളുടെ താമസസ്ഥലങ്ങൾക്കും പൊടിപിടിച്ച ഗോതമ്പ് തൈകൾക്കും മദ്ധ്യത്തിലൂടെയുള്ള വഴിയിലൂടെ അവർ താഴോട്ട് നടക്കുന്നതും എല്ലാം അവർ ശ്രദ്ധിക്കുന്നുണ്ടായിരുന്നു.

അതിനുശേഷം മുഖത്തിന് ചുറ്റും കൃതാവുള്ള, കൂട്ടത്തിൽ പ്രായം കൂടിയ മനുഷ്യൻ പ്രായം കുറഞ്ഞവനോട് അശ്ലീലച്ചുവയോടെ പറഞ്ഞു.

"എന്ത് വിലയായാലും കുഴപ്പമില്ല. അല്ലേ?"

"എന്തിന്?" ചെറുപ്പക്കാരൻ ചിരിച്ചുകൊണ്ട് ജിജ്ഞാസയോടെ ചോദിച്ചു.

"ആ ചുവന്ന സ്റ്റോക്കിങ്കാരിക്ക്. നിനക്ക് എന്തുതോന്നുന്നു. അഞ്ചു മിനിറ്റിന് ഞാൻ എന്റെ ഒരാഴ്ചത്തെ ശമ്പളംമുഴുവൻ കൊടുക്കും. എന്ത് പറയുന്നു! വെറും അഞ്ചു മിനിറ്റിന്"

ചെറുപ്പക്കാരൻ വീണ്ടും ചിരിച്ചു.

"നിങ്ങളുടെ ഭാര്യക്ക് നിങ്ങളോട് ചിലത് പറയാനുണ്ടാവും."

ഗുഡ്റൺ തിരിഞ്ഞുനിന്ന് അവരെനോക്കി. ചാരനിറമുള്ള ലോഹമണൽ കൂനയുടെ അടുത്ത് അവളെ പിന്നിൽ നിന്ന് ശ്രദ്ധിച്ചുകൊണ്ടിരുന്ന അവർ അവളെ സംബന്ധിച്ചിടത്തോളം രണ്ട് പൈശാചിക ജന്തുക്കൾ ആയിരുന്നു. മുഖത്തിന് ചുറ്റും കൃതാവുള്ള മനുഷ്യനോട് അവൾക്ക് വെറുപ്പുതോന്നി.

"നിങ്ങൾ ഒന്നാംതരമാണ്. ഒന്നാംതരം." ദൂരെ കേൾക്കാൻ കഴിയുന്ന തരത്തിൽ അയാൾ അവളോട് വിളിച്ചുപറഞ്ഞു.

"അവൾ ഒരാഴ്ചത്തെ ശമ്പളത്തിനുണ്ടെന്ന് നിങ്ങൾക്ക് തോന്നുന്നുണ്ടോ?" ആലോചന നടത്തിക്കൊണ്ട് ചെറുപ്പക്കാരൻ ചോദിച്ചു.

"ഈ നിമിഷത്തിൽ ഞാൻ അതും കൊടുക്കും."

ഒരാഴ്ചത്തെ ശമ്പളത്തിനുള്ള യോഗ്യത ഉണ്ടോ എന്ന് കണക്കുകൂട്ടി നോക്കുന്ന രീതിയിൽ ചെറുപ്പക്കാരൻ ഉർസുലയേയും ഗുഡ്റണിനേയും വസ്തുനിഷ്ഠമായി പരിശോധിച്ചു. കണക്കുകൂട്ടൽ ശരിയാവാത്ത മട്ടിൽ അയാൾ തലകുലുക്കി.

"ഇല്ല" അയാൾ പറഞ്ഞു. "അതിനുള്ള യോഗ്യത ഉണ്ടെന്ന് എനിക്ക് തോന്നുന്നില്ല."

"ഇല്ലേ?" പ്രായമുള്ള മനുഷ്യൻ പറഞ്ഞു. "ദൈവത്തിനെ സാക്ഷിനിർത്തിപറയുന്നു. എനിക്ക് അങ്ങനെ തോന്നുന്നുണ്ട്."

അതിനുശേഷം അയാൾ മണ്ണ് കോരാൻ തുടങ്ങി.

കറുത്ത കട്ടകൊണ്ട് തീർത്ത വീടുകൾക്ക് ഇടയിലൂടെ പെൺകുട്ടികൾ താഴോട്ടിറങ്ങി. അടുത്തുവന്നുകൊണ്ടിരുന്ന അസ്തമയത്തിന്റെ സ്വർണ്ണത്തിളക്കം കൽക്കരി പ്രദേശത്തിനു മുകളിൽ വീണുകിടന്നു. വൈരൂപ്യത്തെ മൂടിയ സൗന്ദര്യം പഞ്ചേന്ദ്രിയങ്ങൾക്ക് മയക്കം ബാധിച്ചതുപോലെയുള്ള അനുഭവം ആയിരുന്നു. കറുത്തപൊടി മൂടിക്കിടന്ന വഴി

യിൽ വെളിച്ചം കൂടുതൽ ശക്തിയോടെ വീണുകിടന്നു.

"ഈ സ്ഥലത്തിന് അറപ്പുണ്ടാക്കുന്ന ഒരുതരം സൗന്ദര്യം ഉണ്ട്." ആ പ്രദേശത്തോട് ഒരു ആകർഷണം തോന്നിയതുകൊണ്ട് ഗുഡ്റൺ പറഞ്ഞു. "ഏതോ തരത്തിലുള്ള ഒരു ശക്തമായ ആകർഷണം ചേച്ചിക്ക് തോന്നുന്നില്ലേ? എനിക്ക് തോന്നുന്നുണ്ട്. അത് എനിക്ക് ബോധക്കേട് ഉണ്ടാകുന്നു."

ഖനിത്തൊഴിലാളികളുടെ താമസസ്ഥലങ്ങൾക്ക് ഇടയിലൂടെയാണ് അവർ നടന്നുകൊണ്ടിരുന്നത്. വൈകുന്നേരം ആയിരുന്നതുകൊണ്ട് പല വീടുകളുടെയും പിൻവശത്തെ മുറ്റത്ത് അരക്കെട്ടുവരെ നഗ്നനായ ഒരു ഖനിജോലിക്കാരൻ കുളിച്ചുകൊണ്ടു നില്ക്കുന്നത് കാണാമായിരുന്നു. കുളികഴിഞ്ഞ ഖനി ജോലിക്കാർ ഭിത്തിയിൽ ചാരി ഇരുന്ന് ക്ഷീണം തീർക്കുന്നതിനിടയിൽ സംസാരിക്കുന്നുണ്ടായിരുന്നു. അവരുടെ ശബ്ദ ത്തിന് ശക്തമായ മുഴക്കം ഉണ്ടായിരുന്നു. അവരുടെ സ്പഷ്ടമായ ഉച്ചാര ണം അസാധാരണമായ തരത്തിൽ മനസ്സിനെ തലോടി. അത് ഗുഡ്റ ണിനെ ഒരു ഖനി ജോലിക്കാരന്റെ തലോടൽ കൊണ്ട് പൊതിയുകയാ ണെന്ന് തോന്നി. അവിടുത്തെ അന്തരീക്ഷമാകെ പൗരുഷം പ്രതിദ്ധ്വനി ക്കുന്നുണ്ടായിരുന്നു. അവിടമാകെ അദ്ധ്വാനിക്കുന്നുണ്ടായിരുന്നു. അവി ടമാകെ അദ്ധ്വാനത്തിന്റെയും പുരുഷത്വത്തിന്റെയും വശ്യത ഘനീഭവി ച്ചിരുന്നു. പക്ഷേ, അത് ആ പ്രദേശം മുഴുവൻ വ്യാപിച്ചിരുന്നു. അതു കൊണ്ട് ആ പ്രദേശത്തെ സ്ഥിരതാമസക്കാരുടെ ശ്രദ്ധയിൽ അത് വന്നില്ല.

എന്തായാലും ഗുഡ്റണിന് അത് അനുഭവിക്കാൻ കഴിഞ്ഞു. അവൾക്ക് അതിനോട് പകുതി വെറുപ്പ് തോന്നി. ലണ്ടനിൽനിന്നും തെക്കൻ പ്രദേശങ്ങളിൽനിന്നും എന്തുകൊണ്ടാണ് ബെൽഡോവർ ഇത്ര മാത്രം വ്യത്യസ്തമായിരിക്കുന്നതെന്ന് അവൾക്ക് ഒരിക്കലും വ്യക്തമാ യിരുന്നില്ല. എന്തുകൊണ്ടാണ് ഒരാളുടെ വികാരങ്ങൾപോലും വ്യത്യസ്ത മാകുന്നതെന്നും എന്തുകൊണ്ട് ഒരാൾക്ക് മറ്റൊരു ഗ്രഹത്തിൽ താമസി ക്കുന്നതായി തോന്നുന്നതെന്നും അവർക്ക് പറയാൻ കഴിയില്ല. ഇത് കൂടു തൽ സമയവും ഇരുട്ടിൽ ജീവിക്കുന്ന ശക്തരായ അധോലോക മനുഷ്യ രുടെ ലോകം ആണെന്ന് ഇപ്പോൾ അവൾ തിരിച്ചറിഞ്ഞു. അവരുടെ ശബ്ദ ത്തിൽ ഇരുട്ടിന്റെ മദാലസമായ പ്രതിദ്ധ്വനി അവൾക്ക് കേൾക്കാൻ കഴിഞ്ഞു. ശക്തവും അപകടകരവും മനസ്സില്ലാത്തതും മനുഷ്യത്വമില്ലാ ത്തതുമായ അധോലോകത്തിന്റെ ശബ്ദം അവർക്ക് എണ്ണയിട്ട ഭാരമുള്ള വലിയയന്ത്രങ്ങളുടെ ശബ്ദമായിരുന്നു. തണുത്ത ഒരു ഇരുമ്പുയന്ത്ര ത്തിന്റെ മാദകത്വമായിരുന്നു അവർക്ക് ഉണ്ടായിരുന്നത്.

വീട്ടിലേക്ക് തിരിച്ചു വരുന്ന എല്ലാവൈകുന്നേരങ്ങളും ഇതുപോലെ തന്നെ ആയിരുന്നു. ആയിരക്കണക്കിന് കരുത്തരായ ഖനിജോലിക്കാരുടെ സാന്നിദ്ധ്യത്തിൽ നിന്ന് ഉത്ഭവിച്ച് തലച്ചോറിലൂടെയും ഹൃദയത്തിലൂ ടെയും സഞ്ചരിച്ച് മാരകമായ മോഹവും കാഠിന്യവും ഉണർത്തിവിടുന്ന നശീകരണശക്തിയുള്ള ഒരു തിരമാലയ്ക്ക് കുറുകെയാണ് താൻ നട

ന്നുകൊണ്ടിരിക്കുന്നതെന്ന് ഗുഡ്റണിന് തോന്നി.

അങ്ങനെ അവളുടെ മുകളിലേക്ക് ആ സ്ഥലത്തെപ്പറ്റിയുള്ള ഗൃഹാതുരത്വം കടന്നുവന്നു. ആ സ്ഥലത്തോട് അവൾക്ക് വെറുപ്പായിരുന്നു. ആ പ്രദേശം എത്രമാത്രം ഒറ്റപ്പെട്ടതും അറപ്പുണ്ടാക്കുന്നതും ബുദ്ധിശൂന്യവും ആണെന്ന് അവൾക്ക് അറിയാം. ചിലപ്പോൾ അവൾ ഒരു പുതിയ ദാഫ്* ആയി മാറി. പക്ഷേ, അവൾ മാറിയത് മരമായിട്ടായിരുന്നില്ല. ഒരു യന്ത്രമായിട്ടായിരുന്നു. എന്നിട്ടും അവൾ ആ ഗൃഹാതുരത്വത്തിന് അടിമപ്പെട്ടു. ആ സ്ഥലത്തിന്റെ അന്തരീക്ഷവുമായി യോജിച്ചുപോകാൻ അവൾ കൂടുതൽ കൂടുതൽ പരിശ്രമിച്ചു. അതിലൂടെ സ്വയം സംതൃപ്തി കണ്ടെത്താൻ അവൾ കൊതിച്ചു.

വൈകിട്ട് നഗരത്തിലെ പ്രധാനവഴിയിലേക്ക് സ്വയം വലിച്ചിഴയ്ക്കപ്പെടുന്നതായി അവൾക്ക് അനുഭവപ്പെട്ടു. അത് ഒരു വൃത്തികെട്ട വഴിയായിരുന്നു. എന്നിട്ടും തീവ്രമായ ഇരുണ്ട ഹൃദയശൂന്യതയുടെ അന്തരീക്ഷം അവിടെ തിങ്ങിനിറഞ്ഞ് നിന്നിരുന്നു. എല്ലാ സ്ഥലങ്ങളിലും ഖനിജോലിക്കാർ ഉണ്ടായിരുന്നു. അവർ അവരുടെ അസാധാരണമായി വികൃതമാക്കപ്പെട്ട മാന്യതയോടെയാണ് അവിടെ പെരുമാറിക്കൊണ്ടിരുന്നത്. അവരുടെ മുഖഭാവത്തിൽ സ്വാഭാവികം അല്ലാത്ത ഒരു നിശ്ശബ്ദത ഉണ്ടായിരുന്നു. അവരുടെ ചുളിഞ്ഞ് വിളറിയ മുഖങ്ങളിൽ പലപ്പോഴും ഒരു അർദ്ധസമർപ്പണത്തിന്റെയും വേർതിരിവിന്റെയും ലക്ഷണം കാണാനുണ്ടായിരുന്നു. അവർ മറ്റൊരു ലോകത്തിന്റെ അവകാശികളാണ്. അവർക്ക് അസാധാരണമായ ഒരു വശ്യത ഉണ്ട്. അവരുടെ ശബ്ദത്തിൽ സഹിക്കാൻ പറ്റാത്തവിധത്തിൽ ആഴമുള്ള പ്രതിധ്വനികൾ നിറഞ്ഞിട്ടുണ്ട്.

ചെറിയ ചന്തയിലേക്ക് മറ്റ് സാധാരണ സ്ത്രീകളോടൊപ്പം വെള്ളിയാഴ്ച വൈകുന്നേരം അവളും എത്തിച്ചേർന്നതായി അവൾ കണ്ടു. ഖനിജോലിക്കാർക്ക് ശമ്പളം കിട്ടുന്ന ദിവസം വെള്ളിയാഴ്ച ആയിരുന്നു. വെള്ളിയാഴ്ച രാത്രി കച്ചവടത്തിനുള്ള രാത്രിയായിരുന്നു. ഓരോ മനുഷ്യനും അയാളുടെ ഭാര്യയോടൊപ്പം കടകളിൽ നിന്ന് സാധനങ്ങൾ വാങ്ങുന്നു. അല്ലെങ്കിൽ അയാളുടെ കൂട്ടുകാർക്കൊപ്പം വട്ടം കൂടി നില്ക്കുന്നു. വളരെ ദൂരത്തോളം കുന്നിൻനെറുകയിലുള്ള ചന്തയിലേക്ക് വരുന്ന ആളുകളെക്കൊണ്ട് നടപ്പാത ഇരുണ്ട് പോയിരുന്നു. ബെർഡോവറിലെ പ്രധാന തെരുവ് സ്ത്രീകളുടെയും പുരുഷന്മാരുടെയും തിരക്ക് കാരണം ഇരുണ്ടു പോയിരുന്നു.

നേരം ഇരുട്ടി. മണ്ണെണ്ണ വിളക്കുകൾ ചന്തയിൽ ചൂട് പരത്തി. സാധനങ്ങൾ വാങ്ങുന്ന ഭാര്യമാരുടെ ഗൗരവമുള്ള മുഖങ്ങളിലും പുരുഷന്മാരുടെ മരവിച്ച് വിളറിയ മുഖങ്ങളിലും മണ്ണെണ്ണ വിളക്കുകൾ ചുവന്ന വെളിച്ചം വീഴ്ത്തി. അന്തരീക്ഷം അറിയിപ്പുകൾ വിളിച്ച് പറയുന്നവരുടെ ശബ്ദവും ആളുകളുടെ സംസാരവും കൊണ്ട് നിറഞ്ഞിരുന്നു. ചന്തയിലെ

---

* അപ്പോളോയുടെ പ്രേമഭാജനം. പക്ഷേ, കന്യകയാവാൻ സമർപ്പിക്കപ്പെട്ടവൾ. അതുകൊണ്ട് അപ്പോളോയുടെ ശ്രദ്ധയിൽ പെടാതിരിക്കാൻ വേണ്ടി മരമായി മാറി.

കനത്ത ആൾത്തിരക്കിലേക്ക് വരുന്ന ആൾക്കൂട്ടങ്ങൾ നടപ്പാതയിലൂടെ നടന്നുവന്നുകൊണ്ടിരുന്നു; കടകളിൽ സ്ത്രീകൾ തിക്കിത്തിരക്കി. നിരത്തിൽ പുരുഷന്മാരായിരുന്നു. കൂടുതലും പുരുഷന്മാർ. എല്ലാ പ്രായത്തിലുമുള്ള ഖനിജോലിക്കാർ. പണം ഏറെക്കുറെ ഉദാരമായിത്തന്നെ ചെലവഴിക്കപ്പെട്ടു.

കുതിരവണ്ടികൾക്ക് കടന്നുപോകാൻ കഴിഞ്ഞില്ല. ആളുകൾ വഴിമാറിക്കൊടുക്കുന്നതുവരെ വണ്ടിക്കാരന്റെ അലർച്ചയും വിളിയുമായി അവർക്ക് കാത്തുനില്ക്കേണ്ടിവന്നു. വഴിയുടെ മുക്കിലും മൂലയിലും അടുത്തുള്ള പ്രദേശങ്ങളിലെ ചെറുപ്പക്കാർ പെൺകുട്ടികളോട് സംസാരിച്ചു. മദ്യശാലകളുടെ എല്ലാ വാതിലുകളും തുറന്ന് കിടന്നു. അവയ്ക്കുള്ളിൽ വെളിച്ചം നിറഞ്ഞിരുന്നു. ആളുകൾ അകത്തേക്കും പുറത്തേക്കും ഇടതടവില്ലാതെ ഒഴുകി. എല്ലാ സ്ഥലത്തും ആളുകൾ പരസ്പരം വിളിച്ചുകൂവുന്നുണ്ടായിരുന്നു. അല്ലെങ്കിൽ പരസ്പരം കാണാൻ വേണ്ടി നിരത്തിനു കുറുകെ ഓടിക്കൊണ്ടിരുന്നു. അല്ലെങ്കിൽ വട്ടംകൂടി നിന്ന് നിർത്താതെ ചർച്ച തുടർന്നു. സംസാരത്തിനിടയിലെ രഹസ്യംപറച്ചിലുകളും മുറുമുറുക്കലുകളും തർക്കങ്ങളും രാഷ്ട്രീയകലഹങ്ങളും എല്ലാം ചേർന്ന് കേടുപാടുകൾ സംഭവിച്ച യന്ത്രത്തെപ്പോലെ അന്തരീക്ഷത്തിൽ അപശബ്ദങ്ങൾ ഉയർത്തി. ഗുഡ്റണിനെ ഏതാണ്ട് ബോധക്കേടിലേക്ക് എത്തിച്ചത് അവരുടെ ശബ്ദം ആയിരുന്നു. അവർ ഒരിക്കലും പൂർത്തീകരിക്കാൻ കഴിയാത്ത ഏറെക്കുറെ പൈശാചികമായ ഒരു ഗൃഹാതുരത്വത്തിന്റെ വേദന ഗുഡ്റണിൽ ഉയർത്തി.

പ്രദേശത്തെ ഏതൊരുസാധാരണ പെൺകുട്ടിയും ചെയ്യുന്നതുപോലെ ചന്തയുടെ അടുത്തുള്ള കല്ലുപാകിയ നടപ്പാതയിലൂടെ ഗുഡ്റൺ അങ്ങോട്ടും ഇങ്ങോട്ടും വെറുതെ ചുറ്റിക്കറങ്ങി. അവൾ ചെയ്യുന്നത് ഒരു മോശം കാര്യമാണെന്ന് അവൾക്ക് അറിയാമായിരുന്നു. അവളുടെ അച്ഛനും അമ്മയും ഇത് സഹിക്കില്ല. പക്ഷേ, ആ ഗൃഹാതുരത്വം അവളെ കീഴ്പ്പെടുത്തിയിരുന്നു. നിശ്ചയമായും അവൾക്ക് ആളുകൾക്ക് ഇടയിൽ ഒരാൾ ആകേണ്ടി ഇരിക്കുന്നു. ചിലപ്പോൾ അവൾ പരിഷ്കാരമില്ലാത്ത അവർക്കൊപ്പം ഇരുന്ന് സിനിമ കണ്ടു. അവർ ആകർഷണം തോന്നാത്ത അപരിഷ്കൃതരായ മനുഷ്യർ ആയിരുന്നു. എങ്കിലും അവൾക്ക് ഉറപ്പായും അവരോടൊപ്പം ഉണ്ടാവണം.

ഏതൊരു സാധാരണ പെൺകുട്ടിയും കണ്ടെത്തുന്നതുപോലെ അവളും അവളുടെ ആൺകുട്ടിയെ കണ്ടെത്തി. അത് ഒരു ഇലക്ട്രീഷ്യൻ ആയിരുന്നു. ജറാൾഡിന്റെ പുതിയ പദ്ധതിക്കു വേണ്ടി കൊണ്ടുവന്ന ഇലക്ട്രീഷ്യന്മാരിൽ ഒരാൾ. അയാൾ സത്യസന്ധനും ബുദ്ധിമാനും ആയിരുന്നു. സാമൂഹ്യശാസ്ത്രത്തിൽ താല്പര്യമുള്ള ഒരു ശാസ്ത്രജ്ഞൻ. വില്ലിഗ്രീനിലെ ഒരു വീട്ടിൽ അയാൾ തനിച്ചാണ് താമസിച്ചിരുന്നത്. അയാൾ വേണ്ടത്ര സാമ്പത്തിക ശേഷിയുള്ള ഒരു മാന്യൻ ആയിരുന്നു. അയാളുടെ വീട്ടുടമസ്ഥ അയാളെ പറ്റിയുള്ള വിവരണങ്ങൾ പ്രചരിപ്പിച്ചു.

അയാളുടെ കിടക്കമുറിയിൽ അയാൾക്ക് ഒരു വലിയ തടിത്തൊട്ടി ഉണ്ട്. ഓരോതവണ ജോലികഴിഞ്ഞ് വരുമ്പോഴും അയാൾ മുറിയിലേക്ക് കുളിക്കാൻ വേണ്ടി കോരിക്കൊണ്ടുപോകുന്ന വെള്ളത്തിന് കയ്യുംകണക്കും ഇല്ല. പിന്നീട് ഓരോ ദിവസവും അയാൾ കഴുകി ഉണക്കിയ വേഷങ്ങളും അടിവസ്ത്രങ്ങളുമാണ് ധരിക്കുന്നത്. വൃത്തിയുടെ കാര്യത്തിൽ അയാൾ ഒരിക്കലും സംതൃപ്തനായിരുന്നില്ല. അയാൾ ഒരു കർക്കശക്കാരനായിരുന്നു. പക്ഷേ, മറ്റ് ഏത് രീതിയിൽ നോക്കിയാലും അയാൾ ഏറ്റവും സാധാരണക്കാരനും തീരെ അഹങ്കാരം ഇല്ലാത്തവനും ആയിരുന്നു.

ഈ കാര്യങ്ങളെല്ലാം ഗുഡ്റൺ അറിഞ്ഞിരുന്നു. സ്വാഭാവികമായും ഈ കിംവദന്തി അനിവാര്യമായി എത്തുന്നത് ഗുഡ്റണിന്റെ വീട്ടിൽ ആയിരിക്കും. നേരത്തേതന്നെ പാമർ ഉർസുലയുടെ സുഹൃത്തായിരുന്നു. പക്ഷേ, അയാളുടെ ഭംഗിയും ഗൗരവവും ഉള്ള മുഖത്ത് ഗുഡ്റൺ അനുഭവിക്കുന്ന തരത്തിലുള്ള ഗൃഹാതുരത്വം കാണാനുണ്ടായിരുന്നു. വെള്ളിയാഴ്ച വൈകുന്നേരങ്ങളിൽ തെരുവിലൂടെ അങ്ങോട്ടും ഇങ്ങോട്ടും നടക്കണമെന്ന് അയാൾക്ക് നിർബ്ബന്ധം ഉണ്ടായിരുന്നു. അതുകൊണ്ട് അയാൾ ഗുഡ്റണിനോടൊപ്പം നടന്നു. അവർ തമ്മിൽ സൗഹൃദം ഉണ്ടായി. പക്ഷേ, അയാൾക്ക് ഗുഡ്റണിനോട് പ്രണയം ഉണ്ടായിരുന്നില്ല. അയാൾ സത്യത്തിൽ ഉർസുലയെ മോഹിച്ചിരുന്നു. പക്ഷേ, അസാധാരണമായ ഏതോ കാരണങ്ങൾകൊണ്ട് അവർക്കിടയിൽ ഒന്നും സംഭവിച്ചില്ല. ഒരു കൂട്ടുകാരി എന്ന നിലയിൽ ഗുഡ്റണിനെ അയാൾ ഇഷ്ടപ്പെട്ടിരുന്നു. പക്ഷേ, അത്രമാത്രമേ ഉണ്ടായിരുന്നുള്ളൂ. അവർക്കും അയാളോട് വൈകാരികമായ അടുപ്പം ഉണ്ടായിരുന്നില്ല. അയാൾ ഒരു ശാസ്ത്രജ്ഞനായിരുന്നു. അയാളെ സഹായിക്കാൻ അയാൾക്ക് ഒരു സ്ത്രീ ഉണ്ടാവണം. പക്ഷേ, സത്യത്തിൽ അയാൾ വ്യക്തിതാല്പര്യം ഇല്ലാത്തവൻ ആയിരുന്നു. അയാൾക്ക് ഒരു ഒന്നാംതരം യന്ത്രത്തിന്റെ സൂക്ഷ്മത ഉണ്ടായിരുന്നു. സ്ത്രീകൾക്കു വേണ്ടി സത്യസന്ധമായി സമയം ചെലവാക്കാൻ അയാൾ കൂട്ടാക്കിയിരുന്നില്ല. അയാൾ അത്രമാത്രം അഹംഭാവി ആയിരുന്നു. അയാൾ പുരുഷന്മാരിലാണ് ശ്രദ്ധ കേന്ദ്രീകരിച്ചത്. ഒറ്റയ്ക്കൊറ്റയ്ക്ക് പരിഗണിക്കുമ്പോൾ പുരുഷന്മാരെ അയാൾ വെറുത്തിരുന്നു. അവരോട് അയാൾക്ക് അവജ്ഞ ആയിരുന്നു. ഒരു സമൂഹം എന്ന നിലയിൽ ഒരു യന്ത്രത്തിൽ അയാൾക്ക് താല്പര്യം തോന്നിയതുപോലെ അവരോടും താല്പര്യം തോന്നിയിരുന്നു. അയാൾക്ക് അവർ ഒരു പുതിയതരം യന്ത്രം ആയിരുന്നു. പക്ഷേ, പ്രവർത്തനം പ്രവചിക്കാൻ കഴിയാത്ത ഒരു യന്ത്രം.

ഗുഡ്റൺ പാമറിനോടൊപ്പം തെരുവുകളിൽ അലഞ്ഞു നടന്നു. അല്ലെങ്കിൽ അയാളോടൊപ്പം സിനിമയ്ക്ക് പോയി. പരിഹാസം നിറഞ്ഞ വിമർശനങ്ങൾ നടത്തുമ്പോൾ വിളറിയിരുന്നെങ്കിലും സൗന്ദര്യമുള്ള അയാളുടെ നീണ്ട മുഖത്തിന് തിളക്കം ഉണ്ടായിരുന്നു. അവർ അവിടെ ഉണ്ടായിരുന്നു. അവർ രണ്ടുപേരും അവിടെ ഉണ്ടായിരുന്നു. ഒരുതരത്തിൽ പറഞ്ഞാൽ രണ്ട് ഭംഗിയുള്ള മനുഷ്യർ. മറ്റൊരുതരത്തിൽ പറഞ്ഞാൽ

ഖനിത്തൊഴിലാളികളുടെ ഇടയിൽ നിറഞ്ഞ് തുളുമ്പി അവരോട് ലയിച്ച് നില്ക്കുന്ന രണ്ട് മനുഷ്യർ. ഗുഡ്റണിന്റെയും പാമറിന്റെയും ആസക്തിയുള്ള ചെറുപ്പക്കാരുടെയും തളർന്നുപോയവരുടെയും മദ്ധ്യവയസ്കരുടെയും ആത്മാക്കളിൽ ഇതേരഹസ്യം സജീവമാണെന്ന് തോന്നി. എല്ലാവരുടെയും സങ്കല്പത്തിൽ അധികാരത്തെപ്പറ്റിയുള്ള ഒരു രഹസ്യബോധവും പുറത്ത് പറയാൻ കഴിയാത്ത ഒരു നശീകരണപ്രവണതയും മാരകമായ ഒരു താല്പര്യക്കുറവും ഒരുതരം അധഃപതനത്തിനുള്ള വാസനയും നിലനിന്നിരുന്നു.

ചിലപ്പോൾ ഗുഡ്റൺ ഒരു ഭാഗത്തേക്ക് മാറിനിന്ന് എല്ലാം ശ്രദ്ധിക്കും. എങ്ങനെയാണ് അവൾ അതിൽ മുങ്ങിത്താഴുന്നതെന്ന് മനസ്സിലാക്കും. അപ്പോൾ അവളിൽ അമർഷവും ദേഷ്യവും വെറുപ്പും നിറയും. താൻ അവരോടൊപ്പം ഒന്നിച്ച് ശ്വാസംകിട്ടാതെ മുങ്ങുകയാണെന്ന് അവൾക്ക് അനുഭവപ്പെടും. അത് ഭയാനകം ആയിരുന്നു. അവൾക്ക് ശ്വാസംമുട്ടി. അവർ കുതറിമാറാൻ തീരുമാനിച്ചു. അവൾ അവളുടെ ജോലിയിലേക്ക് പറന്നുപോയി. പക്ഷേ, പെട്ടെന്ന് അവളുടെ മനസ്സുമാറി. അവൾ ഇരുണ്ട മാദകമായ പ്രദേശത്തേക്കുള്ള യാത്ര ആരംഭിച്ചു. ആകർഷണം വീണ്ടും അതിന്റെ ജോലി തുടങ്ങുകയായിരുന്നു.

10

സ്കെച്ച് ബുക്ക്

ഒരു ദിവസം സഹോദരിമാർ വില്ലിവാട്ടറിന്റെ ഒരു ഭാഗത്തായി തടാകത്തിന്റെ ഒറ്റപ്പെട്ട ഒരു മൂലയിൽ പടം വരച്ചുകൊണ്ടിരിക്കുകയായിരുന്നു. ഗുഡ്റൺ വെള്ളത്തിലൂടെ കാലുവലിച്ച് നടന്ന് ഒരു മണൽത്തിട്ടയിലെത്തി തടാകക്കരയിലെ ചേറിൽ നിന്നും മുളച്ചുവരുന്ന ചെടികളെ ഒരു ബുദ്ധസന്ന്യാസിയെപ്പോലെ കണ്ണെടുക്കാതെ നോക്കിക്കൊണ്ടിരുന്നു. പക്ഷേ, അവൾക്ക് കാണാൻ കഴിഞ്ഞിരുന്നത് പതുപതുത്ത വെള്ളം ഒലിക്കുന്ന ചേറ്. തണുത്ത ചേറ്. അതിന്റെ പക്വമായ തണുപ്പിൽ നിന്നും കുതിർന്നു വീർത്ത ജലസസ്യങ്ങൾ കൂട്ടത്തോടെ ഇലകൾവിടർത്തി ഉയർന്നുനില്ക്കുന്നു. അവയ്ക്ക് കറുപ്പും ചുവപ്പും വടുക്കളുള്ള ഇരുണ്ട പച്ചനിറമുള്ള ഇലകളും വെള്ളോടിന്റെ നിറമുള്ള തണ്ടുകളും ഉണ്ടായിരുന്നു. പക്ഷേ, അവൾക്ക് അവയുടെ പതുപതുത്തതും മൃദുലവും ആയ രൂപഘടനയെ ആഹ്ലാദം പകരുന്ന ഒരുകാഴ്ചയായി അനുഭവിക്കാൻ കഴിഞ്ഞിരുന്നു. അവ ചേറിൽനിന്ന് ഉയർന്നുവന്നത് എങ്ങനെയാണെന്ന് അവൾക്ക് അറിയാം. എങ്ങനെയാണ് അവ സ്വയം മുളപൊട്ടി പടർന്നുകയറുന്നതെന്ന് അവൾക്ക് അറിയാം. എങ്ങനെയാണ് അവ അന്തരീക്ഷത്തിലേക്ക് ഉറപ്പോടെ എഴുന്ന് നില്ക്കുന്നതെന്ന് അവൾക്ക് അറിയാം.

ഉർസുല ചിത്രശലഭങ്ങളെ ശ്രദ്ധിക്കുകയായിരുന്നു. വെള്ളത്തെ തൊട്ടുരുമ്മിക്കൊണ്ട് നൂറുകണക്കിന് ചിത്രശലഭങ്ങൾ പറക്കുന്നുണ്ടായിരുന്നു. നീലനിറമുള്ള ചെറിയ ചിത്രശലഭങ്ങൾ പെട്ടെന്ന് ശൂന്യതയിൽ നിന്ന് രത്നശോഭയുള്ള ജീവിതത്തിലേക്ക് ഉത്സാഹത്തോടെ ചിറകുവിടർത്തി. കറുപ്പും ചുവപ്പും കലർന്ന ഒരു വലിയ ചിത്രശലഭം ഒരു പൂവിൽ ഇരുന്ന് പരിശുദ്ധമായ സൂര്യപ്രകാശം ശ്വസിച്ച് അതിലോലമായ ചിറകുകൾ വീശിക്കൊണ്ടിരുന്നു. രണ്ട് വെളുത്ത ചിത്രശലഭങ്ങൾ താണുപറന്ന് പരസ്പരം ഗുസ്തി പിടിച്ചു. അവർക്ക് ചുറ്റും ഒരു പ്രകാശവലയം ഉണ്ടാ

യിരുന്നു. അവർ തൊട്ടടുത്തേക്ക് കുതറി എത്തിയപ്പോൾ ചിറകുകളുടെ അറ്റത്തിന് ഓറഞ്ച് നിറം ആയിരുന്നു. പ്രകാശവലയം തീർത്തത് ഈ ഓറഞ്ച് ആയിരുന്നു. ചിത്രശലഭങ്ങളെപ്പോലെ യാതൊരു ആലോചന യുമില്ലാതെ ഉർസുല എഴുന്നേറ്റ് ദൂരത്തേക്ക് ഒഴുകിപ്പോയി.

ഗുഡ്റൺ വളരെനേരം തല ഉയർത്താതെ ഓളംതല്ലുന്ന ജലസസ്യ ങ്ങളുടെ സ്വാധീനത്തിൽപ്പെട്ട് പടം വരയിൽ ലയിച്ച് കുനിഞ്ഞിരുന്നു. പിന്നീട് അബോധാവസ്ഥയിൽ അവൾ അവയുടെ നീരുനിറഞ്ഞു നഗ്ന മായി നിവർന്നു നില്ക്കുന്ന തണ്ടുകളിലേക്ക് സൂക്ഷിച്ച് നോക്കി. അവ ളുടെ പാദങ്ങൾ നഗ്നമായിരുന്നു. അവളുടെ തൊപ്പി എതിർവശത്തെ തടാ കക്കരയിൽ കിടക്കുന്നുണ്ടായിരുന്നു.

തുഴയുടെ ശബ്ദം കേട്ടാണ് അവൾ മയക്കത്തിൽ നിന്ന് ഞെട്ടി ഉണർന്നത്. അവൾ ചുറ്റും നോക്കി. ജപ്പാനിൽ നിന്ന് വരുന്ന പകിട്ടുള്ള ഒരുകുട നിവർത്തി പിടിച്ചിരിക്കുന്ന ഒരു വള്ളം തടാകത്തിൽ ഉണ്ടായി രുന്നു. വെളുത്തവേഷം ധരിച്ച ഒരു മനുഷ്യനായിരുന്നു അത് തുഴയുന്ന ത്. അതിൽ ഉണ്ടായിരുന്ന സ്ത്രീ ഹെർമിയോണും പുരുഷൻ ജറാൾഡും ആയിരുന്നു. അവൾക്ക് ഉടൻ തന്നെ അവരെ മനസ്സിലായി. ബെർഡോവ റിലെ അന്തരീക്ഷത്തിൽ അവളുടെ ഞരമ്പുകളിൽ എല്ലാസമയത്തും താഴ്ന്ന സ്ഥായിയിൽ മൂളിക്കൊണ്ടിരുന്ന ഒരു വൈദ്യുത പ്രകമ്പന ത്തിന്റെ തീവ്രത പെട്ടെന്ന് കൂടുന്നത് അവൾ അറിഞ്ഞു.

അധോലോകത്തിലെ യാന്ത്രികതയുള്ള വിളറിയ ഖനിജോലിക്കാ രിൽ നിന്നുമുള്ള അവളുടെ മോചനം ജറാൾഡ് ആയിരുന്നു. അയാൾ പരിചയം തുടങ്ങിയത് വഴക്കിലൂടെ ആയിരുന്നു. അയാൾ യജമാനൻ ആയിരുന്നു. അവൾ അയാളുടെ പിൻഭാഗവും അയാളുടെ വെളുത്ത അര ക്കെട്ടിന്റെ ചലനങ്ങളും കണ്ടു. പക്ഷേ, അയാൾ മുന്നോട്ട് വളയുമ്പോൾ അയാളുടെ വെളുത്ത ശരീരം കുനിയുന്നതിന്റെ തോന്നൽ അല്ല സൃഷ്ടി ക്കപ്പെട്ടത്. പകരം അയാൾ എന്തിനോവേണ്ടി കുനിയുന്നത് പോലെ തോന്നി. അയാളുടെ വെളുത്ത തലമുടി അന്തരീക്ഷത്തിൽ വൈദ്യുതി പ്രവഹിപ്പിക്കുന്നതായി തോന്നി.

"അതാ ഗുഡ്റൺ" അല്പം ദൂരെനിന്ന് ഹെർമിയോണിന്റെ ശബ്ദം വെള്ളത്തിലൂടെ വ്യക്തമായി ഒഴുകിയെത്തി. "നമുക്ക് അവളുടെ അടുത്ത് ചെന്ന് സംസാരിക്കാം. നിങ്ങൾക്ക് പ്രശ്നമില്ലല്ലോ?"

ജറാൾഡ് നാല് പുറവും നോക്കി. തടാകത്തിന്റെ കരയ്ക്ക് പെൺകുട്ടി അയാളെ നോക്കിക്കൊണ്ട് നില്ക്കുന്നത് ജറാൾഡ് കണ്ടു. അയാൾ അവളെപ്പറ്റി ആലോചിക്കാതെതന്നെ ആകർഷിക്കപ്പെട്ടതു പോലെ അവളുടെ അടുത്തേക്ക് വള്ളം തുഴഞ്ഞു. അയാളുടെ ലോക ത്ത്, അയാളുടെ സചേതനമായ ലോകത്ത് അവൾക്ക് ഇപ്പോഴും പ്രത്യേ കിച്ച് ഒരു സ്ഥാനം ഇല്ല. സാമൂഹ്യമായ വ്യത്യാസങ്ങളെ ചവുട്ടിത്താ ഴ്ത്തുന്നതിൽ ഹെർമിയോൺ അസാധാരണമായ ഒരു ആഹ്ലാദം അനു ഭവിക്കുന്നുണ്ടെന്ന് ജറാൾഡിന് അറിയാം. അയാൾ അവൾക്ക് അതു വിട്ടു

കൊടുത്തു.

"എന്തുണ്ട് ഗുഡ്റൺ വിശേഷങ്ങൾ?" ക്രിസ്തീയമായ ആ പേര് പുതിയരീതിയിൽ നീട്ടി ഉച്ചരിച്ചുകൊണ്ട് ഹെർമിയോൺ ചോദിച്ചു. "നിങ്ങൾ എന്തുചെയ്യുന്നു?"

"ഹെർമിയോൺ എന്ത് പറയുന്നു? ഞാൻ പടം വരയ്ക്കുകയാണ്."

"പടം വരയ്ക്കുകയാണോ?" വള്ളത്തിന്റെ അടിഭാഗം കരയിൽതൊടുന്നതുവരെ വള്ളം അവളുടെ അടുത്തേക്ക് ഒഴുകി അടുത്തു. "ഞങ്ങൾക്ക് അത് കാണാമോ? എനിക്ക് അത് കാണാൻ വലിയ താല്പര്യമുണ്ട്."

ഹെർമിയോണിന്റെ കരുതിക്കൂട്ടിയുള്ള ഉദ്ദേശ്യത്തെ എതിർത്തതുകൊണ്ട് പ്രയോജനം ഇല്ല.

"ശരി." ഗുഡ്റണിന് പൂർത്തിയാവാത്ത തന്റെ ചിത്രം പുറത്ത് കാണിക്കുന്നത് വെറുപ്പായിരുന്നതുകൊണ്ട് അവൾ മടിയോടെ പറഞ്ഞു. "അതിൽ താല്പര്യം തോന്നത്തക്കതായി ഒരു കാര്യവും ഇല്ല."

"ഒന്നും ഇല്ലെന്നോ?"പക്ഷേ, ഞാൻ ഒന്ന് കാണട്ടെ. എന്നെ കാണിക്കില്ലേ?"

ഗുഡ്റൺ പടംവരയ്ക്കുന്ന ബുക്ക് നീട്ടിക്കാണിച്ചു. ജറാൾഡ് വള്ളത്തിൽ ഇരുന്നുകൊണ്ട് അതിനുവേണ്ടി കൈനീട്ടി. വിരണ്ട കുതിരയെ അന്ന് വരുതിയിലാക്കാൻ ശ്രമിക്കുമ്പോൾ അയാളോട് ഗുഡ്റൺ പറഞ്ഞ അവസാനവാക്കുകളും അവളുടെ ആ സമയത്തെ മുഖഭാവവും ജറാൾഡിന് ഓർമ്മ വന്നു. ഏതോവിധത്തിൽ അവൾ അതിന് നിർബ്ബന്ധിക്കപ്പെടുകയായിരുന്നെന്ന് തോന്നിയതുകൊണ്ട് അയാളുടെ ആത്മാഭിമാനം അല്പം വർദ്ധിച്ചു. അവർ തമ്മിലുള്ള വികാരങ്ങളുടെ കൈമാറ്റം ശക്തം ആയിരുന്നു. പക്ഷേ, ബോധപൂർവ്വം ആയിരുന്നില്ല. കാട്ടുതീയിൽ കടപുഴകിയ മരംപോലെ അയാളുടെ കൈ അവളുടെ അടുത്തേക്ക് നീണ്ടപ്പോൾ ഒരു മന്ത്രശക്തിക്ക് അടിമപ്പെട്ടതുപോലെ ഗുഡ്റൺ അയാളുടെ ശരീരത്തെപ്പറ്റി ബോധവതിയായി. ഒരുതീനാളം ഉലയുന്നതിന്റെ ചാരുതയോടെ വള്ളത്തിൽ നിന്നിരുന്ന അയാൾ ഉലഞ്ഞു. അയാൾ വള്ളം മൊത്തത്തിൽ ഒന്ന് പരിശോധിച്ചു. അത് അല്പം അകന്ന് പോകാൻ തുടങ്ങിയിരുന്നു. അയാൾ വള്ളത്തെ തിരിച്ചുകൊണ്ടുവരാൻ വേണ്ടി തുഴ കയ്യിലെടുത്തു. ചേറ് കലങ്ങിയവെള്ളത്തിൽ സാവധാനം വള്ളംപിടിച്ചു നിർത്തിയതിന്റെ തീവ്രമായ ആനന്ദത്തിന് ഒരു മയക്കം കഴിഞ്ഞതിന്റെ പരിപൂർണ്ണത ഉണ്ടായിരുന്നു.

"ഇതാണ് നിങ്ങൾ വരച്ചിരിക്കുന്നത്. "തടാകക്കരയിൽ പടർന്നിരുന്ന ചെടികളും ഗുഡ്റൺ വരച്ച ചിത്രങ്ങളും തമ്മിൽ താരതമ്യപ്പെടുത്തിക്കൊണ്ട് ഹെർമിയോൺ പറഞ്ഞു. ഹെർമിയോണിന്റെ നീണ്ട വിരലുകൾ ചൂണ്ടിക്കാണിച്ച ഭാഗത്തേക്ക് ഗുഡ്റൺ നോക്കി. "ഇത് അതല്ലേ?" സ്ഥിരീകരണം ആവശ്യപ്പെട്ടുകൊണ്ട് ഹെർമിയോൺ വീണ്ടും ചോദിച്ചു.

"അതെ." ഗുഡ്റൺ യാന്ത്രികമായി പറഞ്ഞു.

"ഞാനൊന്ന് കാണട്ടെ." ജറാൾഡ് ബുക്കിനുവേണ്ടി മുന്നോട്ടാഞ്ഞുകൊണ്ട് പറഞ്ഞു. ഹെർമിയോൺ അയാളെ പരിഗണിച്ചില്ല. അവൾ കണ്ടുകഴിയുന്നതിനുമുമ്പ് അയാൾ സ്വാതന്ത്ര്യം എടുക്കാൻ പാടില്ല. പക്ഷേ, അയാളുടെ തീരുമാനവും അവളുടെ തീരുമാനം പോലെ തടസ്സപ്പെടുത്താൻ കഴിയാത്തതും പതറാത്തതും ആയിരുന്നു. അയാൾ കൂടുതൽ മുന്നോട്ടുകുനിഞ്ഞ് ബുക്കിൽ കയറിപ്പിടിച്ചു. ഹെർമിയോൺ അറിയാതെ തന്നെ അയാളോടുള്ള വെറുപ്പിന്റെ ഒരു കൊടുങ്കാറ്റ് അവളെ ഉലച്ചു. അവൾ ചെറുതായൊന്നു ഞെട്ടി. അയാൾ ബുക്ക് നല്ലപോലെ കൈകൊണ്ട് പിടിക്കുന്നതിന്, മുമ്പ് അവൾ കൈവിട്ടു. അത് വള്ളത്തിന്റെ അരുകിൽ തട്ടി വെള്ളത്തിലേക്ക് തെറിച്ചുവീണു.

"അതാ വീണു!" ക്രൂരമായ ഒരു വിജയാഹ്ലാദത്തിന്റെ മുഴക്കമുള്ള ശബ്ദത്തിൽ ഹെർമിയോൺ നീട്ടിപ്പാടി. "ഞാൻ മാപ്പ് ചോദിക്കുന്നു. അറിയാതെ പറ്റിപ്പോയി. ജറാൾഡ്, നിങ്ങൾക്ക് അത് എടുത്ത് കൊടുക്കാൻ പറ്റില്ലേ?" അവളുടെ അവസാനത്തെ ചോദ്യത്തിൽ ഒരു നിസ്സാരഭാവം ഉണ്ടായിരുന്നു. അത് ജറാൾഡിന്റെ സിരകളിൽ അവളോടുള്ള വെറുപ്പിന്റെ സ്പന്ദനങ്ങൾ സൃഷ്ടിച്ചു. അയാൾ വള്ളത്തിൽ ഇരുന്നുകൊണ്ട് താഴോട്ട് കുനിഞ്ഞു. അയാളുടെ ശരീരത്തിന്റെ അപ്പോഴത്തെ അവസ്ഥ പരിഹാസ്യമാണെന്ന് അയാൾക്ക് തോന്നി. അയാളുടെ പിൻഭാഗം പുറത്തുകാണുന്നുണ്ടായിരുന്നു.

"അതിന് യാതൊരു പ്രാധാന്യവും ഇല്ല." ഗുഡ്റണിന്റെ ശക്തമായ ശബ്ദം മുഴക്കത്തോടെ പുറത്തുവന്നു. അവൾ അയാളെ സാന്ത്വനപ്പെടുത്തുകയാണെന്ന് തോന്നി. പക്ഷേ, അയാൾ കൂടുതൽ മുന്നോട്ടു കുനിഞ്ഞു. വള്ളം കൂടുതൽ തീക്ഷ്ണമായി ഉലഞ്ഞു. എങ്കിലും ഹെർമിയോൺ യാതൊരു കുലുക്കവുമില്ലാതെ ഇരുന്നു. അയാൾ വെള്ളത്തിനുള്ളിൽ നിന്നു നനഞ്ഞൊലിച്ച് വെള്ളം ഇറ്റുവീണുകൊണ്ടിരുന്ന ബുക്ക് പുറത്തെടുത്തു.

"എന്നോട് ക്ഷമിക്കണം. അറിയാതെ പറ്റിപ്പോയി." ഹെർമിയോൺ ആവർത്തിച്ചു. "എല്ലാം എന്റെ കുറ്റംകൊണ്ട് സംഭവിച്ചതാണ്."

"സത്യത്തിൽ അതിന് ഒരു പ്രാധാന്യവും ഇല്ല. ഞാൻ ഉറപ്പുതരാം. അതിൽ യാതൊന്നുമില്ല." ഗുഡ്റൺ ഉച്ചത്തിൽ ഊന്നിപ്പറഞ്ഞു. അവളുടെ മുഖം ചുവന്ന് തുടുത്തിരുന്നു. അവൾ രംഗം അവസാനിപ്പിക്കാൻ വേണ്ടി അക്ഷമയോടെ നനഞ്ഞ ബുക്കിനുവേണ്ടി കൈനീട്ടി. ജറാൾഡ് അവൾക്ക് ബുക്കുതിരിച്ചു നല്കി. അയാൾ ആകെ അസ്വസ്ഥനായിരുന്നു.

"എന്നോട് ക്ഷമിക്കണം." ജറാൾഡിനും ഗുഡ്റണിനും ദേഷ്യം വരുന്നത് വരെ ഹെർമിയോൺ ആവർത്തിച്ചുകൊണ്ടിരുന്നു. "ഒന്നും ചെയ്യാൻ കഴിയില്ലേ?"

"ഏത് രീതിയിൽ?" ഗുഡ്റൺ അർത്ഥംവെച്ച് ചോദിച്ചു.

"നമുക്ക് ചിത്രങ്ങളെ രക്ഷപ്പെടുത്തിയെടുക്കാൻ പറ്റുമോ?"

"ഞാൻ നിങ്ങൾക്ക് ഉറപ്പ് തരുന്നു" ഗുഡ്റൺ സ്പഷ്ടമായി വെട്ടിമു

റിച്ച് സംസാരിച്ചു. "അത് ഒരുതരത്തിലും നിങ്ങളുടെ കുറ്റമല്ല. ചിത്രങ്ങൾകൊണ്ട് എനിക്ക് പണ്ട് ഉണ്ടായിരുന്ന പ്രയോജനത്തിന് ഇപ്പോഴും വ്യത്യാസമൊന്നും വന്നിട്ടില്ല. എന്റെ സംശയം തീർക്കാൻ മാത്രമാണ് ആ ചിത്രങ്ങൾ ഉപയോഗിക്കുന്നത്."

"പക്ഷേ, ഞാൻ നിങ്ങൾക്ക് ഒരു പുതിയ ബുക്ക് തരുന്നതിൽ കുഴപ്പം ഇല്ലല്ലോ? നിങ്ങൾ അത് അനുവദിക്കും എന്നാണ് ഞാൻ വിചാരിക്കുന്നത്. എന്നോട് ക്ഷമിക്കണം. എല്ലാം ഞാൻ കാരണം സംഭവിച്ചതാണ്."

"ഞാൻ കണ്ടതുവെച്ചിട്ട് ഒരുതരത്തിലും അത് നിങ്ങളുടെ കുറ്റം അല്ല." ഗുഡ്റൺ പറഞ്ഞു. "എന്തെങ്കിലും തെറ്റുണ്ടെങ്കിൽ അത് ജറാൾഡ് ക്രിച്ചിന്റേതാണ്. പക്ഷേ, മൊത്തത്തിൽ ഈസംഭവങ്ങൾ എല്ലാം തന്നെ അങ്ങേയറ്റം ബാലിശമാണ്. ഇതൊക്കെ ശ്രദ്ധിക്കുന്നതു തന്നെ സത്യത്തിൽ നാണക്കേടാണ്."

ഹെർമിയോണിനോട് മറുത്തുസംസാരിച്ചുകൊണ്ടിരുന്ന ഗുഡ്റണിനെ ജറാൾഡ് സൂക്ഷ്മമായി ശ്രദ്ധിച്ചു. അവൾക്ക് ശാന്തമായ ഒരു ശക്തി ഉണ്ടായിരുന്നു. അതീന്ദ്രിയധ്യാനത്തോളം എത്തുന്ന ഉൾക്കാഴ്ചയോടുകൂടി അയാൾ അവളെ ശ്രദ്ധിച്ചു. ഒട്ടും കുറയാതെയും നശിപ്പിക്കപ്പെടാതെയും നില്ക്കാൻ കഴിവുള്ള അപകടകരവും എതിർപ്പ് പ്രകടിപ്പിക്കുന്നതും ആയ ഒരു ഊർജ്ജം അവളിൽ അയാൾ കണ്ടു.

"അതുകൊണ്ട് പ്രശ്നം ഇല്ലെങ്കിൽ എനിക്ക് അങ്ങേയറ്റം സന്തോഷം ഉണ്ട്." അയാൾ പറഞ്ഞു. സത്യത്തിൽ ഉപദ്രവം ഒന്നും ഉണ്ടായിട്ടില്ലെങ്കിൽ?"

അവൾ ഭംഗിയുള്ള നീലക്കണ്ണുകൾ കൊണ്ട് അയാളെ നോക്കി. സാന്ത്വനപ്പെടുത്തുന്നമട്ടിലുള്ള അവളുടെ ശബ്ദത്തിലെ സൗഹൃദം അയാളുടെ മനസ്സിൽ തട്ടി.

"നിശ്ചയമായും അതിൽ യാതൊരു പ്രശ്നവും ഇല്ല."

അവളുടെ നോട്ടത്തിലൂടെയും ശബ്ദത്തിലൂടെയും അവർ തമ്മിൽ ഒരുബന്ധം നിലവിൽ വന്നു. അവളുടെ സ്വരത്തിലൂടെ അവൾ അത് കൂടുതൽ വ്യക്തമാക്കി. അവർ ഒരേ തരക്കാരായിരുന്നു. അവനും അവളും. –അവർക്കിടയിൽ ഒരുതരം പൈശാചികമായ സ്വാതന്ത്ര്യം നിലനില്ക്കുന്നുണ്ട്. അതുകൊണ്ട് ഇപ്പോൾ മുതൽ അവൾക്ക് അയാളുടെ മുകളിൽ അവളുടെ അധികാരം ഉണ്ട്. എവിടെവെച്ച് അവർ കണ്ടുമുട്ടിയാലും അവർക്ക് രഹസ്യമായ ഒരു ചങ്ങാത്തം ഉണ്ടായിരിക്കും. അവളുമായുള്ള ആ ചങ്ങാത്തത്തിൽ അയാൾ നിസ്സഹായനായിരിക്കും. അവളുടെ ആത്മാവ് മതിമറന്ന് തുള്ളിച്ചാടി.

"പോകട്ടെ! നിങ്ങൾ എന്നോട് ക്ഷമിച്ചതിൽ എനിക്ക് വളരെ സന്തോഷം ഉണ്ട്. പോകട്ടെ!" ഹെർമിയോൺ അവളുടെ വിടവാങ്ങൽ ചൊല്ലിക്കൊണ്ട് കൈവീശി., ജറാൾഡ് യാന്ത്രികമായി തുഴ കൈയിലെടുത്ത് വള്ളം ഉന്തിനീക്കി. പക്ഷേ, ഈ സമയത്തെല്ലാം നനഞ്ഞ ബുക്ക് കുടഞ്ഞുകൊണ്ട് കരയിൽ നിന്നിരുന്ന ഗുഡ്റണിനെ നിഗൂഢമായ പുഞ്ചി

രിയോടെ ആരാധന തിളങ്ങുന്ന കണ്ണുകൾകൊണ്ട് അയാൾ നോക്കിക്കൊണ്ടിരിക്കുകയായിരുന്നു. അകന്നുപോകുന്ന വള്ളത്തെ അവഗണിച്ചുകൊണ്ട് അവൾ മുഖം തിരിച്ചു. പക്ഷേ, താൻ ചെയ്യുന്ന കാര്യം തിരിച്ചറിയാതെ തുഴഞ്ഞുപോകുന്നതിനിടയിൽ ജറാൾഡ് അവളെ തിരിഞ്ഞുനോക്കിക്കൊണ്ടിരുന്നു.

"നമ്മൾ ഒരുപാട് ഇടത്തോട്ട് ചരിഞ്ഞല്ലേ പോകുന്നത്?" പരിഗണന ലഭിക്കാതെ വർണ്ണക്കുടയും ചൂടി വള്ളത്തിൽ ഇരുന്നിരുന്ന ഹെർമിയോൺ പാട്ട് പാടുന്നതുപോലെ ചോദിച്ചു.

ജറാൾഡ് മറുപടി പറയാതെ ചുറ്റുപാടും നോക്കി.

"എനിക്ക് അങ്ങനെ തോന്നുന്നില്ല." വീണ്ടും എന്താണ് ചെയ്യുന്നതെന്ന് തിരിച്ചറിയാതെ അയാൾ സന്തോഷത്തോടെ വള്ളം തുഴയാൻ തുടങ്ങി. അയാളുടെ സന്തോഷം നിറഞ്ഞ ഈ ഓർമ്മക്കുറവിന് ഹെർമിയോൺ അയാളെ അങ്ങേയറ്റം വെറുത്തു. അവൾക്ക് ഒരു ശൂന്യത അനുഭവപ്പെട്ടു. അവൾക്ക് അവളുടെ ശക്തി വീണ്ടെടുക്കാൻ കഴിഞ്ഞില്ല.

11

ഒരു ദ്വീപ്

ഇതിനിടയിൽ തിളങ്ങുന്ന ചെറിയ അരുവിക്കരയിലൂടെ ഉർസുല വെറുതെ എഴുന്നേറ്റ് അലയാൻ തുടങ്ങിയിരുന്നു. ഉച്ചതിരിഞ്ഞതോടെ ധാരാളം വാനമ്പാടികൾ പാടുന്നുണ്ടായിരുന്നു. തിളങ്ങുന്ന കുന്നിൻ ചരിവുകൾ കുറ്റിക്കാടുകളുടെ ആധിപത്യത്തിൽ ആയിരുന്നു. ഏതാനും പൂച്ചെടികൾ കരയിൽ പൂത്തുനിന്നിരുന്നു. എല്ലാ സ്ഥലത്തും ഒരു ഉണർവ്വും തിളക്കവും ഉണ്ടായിരുന്നു.

അവൾ അരുവിയുടെ മുകളിലൂടെയുള്ള വഴിയിലൂടെ ശ്രദ്ധിച്ച് നടന്നു. മുകളിലുള്ള മില്ലിനോട് ചേർന്നുള്ള കുളത്തിനടുത്തെത്താൻ അവൾ ആഗ്രഹിച്ചു. മില്ലിന്റെ അടുക്കളയിൽ ജീവിക്കുന്ന ഒരു ജോലിക്കാരനേയും ഭാര്യയേയും ഒഴിവാക്കിയാൽ മില്ലിന്റെ ആ വലിയ കെട്ടിടം ആളൊഴിഞ്ഞ് കിടക്കുകയായിരുന്നു. അതുകൊണ്ട് അവൾ ആളൊഴിഞ്ഞ പാടം വഴി നടന്ന് തോട്ടത്തിന്റെ വന്യത മറികടന്ന് വെള്ളം തുറന്നുവിടാനുള്ള ചീപ്പ് വഴി മുകളിലേക്ക് കയറി. മുകളിൽ എത്തിയപ്പോൾ കുളത്തിന്റെ നനുത്ത ഉപരിതലം അവൾ കണ്ടു. അരുവിയുടെ തീരത്ത് ഒരു പരന്ന തോണിയിൽ എന്തോ പണിനടത്തിക്കൊണ്ട് ഒരു മനുഷ്യൻ നിന്നിരുന്നത് അവളുടെ ശ്രദ്ധയിൽപ്പെട്ടു. അത് തടി അറുത്തുകൊണ്ടും ആണി അടിച്ചുകൊണ്ടും നില്ക്കുന്ന ബിർക്കിൻ ആയിരുന്നു.

അവൾ ചീപ്പിന്റെ അറ്റത്ത് അയാളെ നോക്കിക്കൊണ്ട് നിന്നു. ആരുടെയെങ്കിലും സാന്നിദ്ധ്യം അയാൾ അറിഞ്ഞിരുന്നില്ല. അയാൾ സൂക്ഷ്മതയും ഉത്സാഹവും ഉള്ള ഒരു വന്യമൃഗത്തെപ്പോലെ വളരെ തിരക്കിലാണെന്ന് തോന്നി. അയാൾക്ക് അവളെ ആവശ്യമില്ലെന്നും തിരിച്ചു പോകാമെന്നും അവൾക്ക് തോന്നി. അയാൾ ജോലിയിൽ അത്രമാത്രം വ്യാപൃതനായിരുന്നു. പക്ഷേ, അവൾ തിരിച്ചുപോകാൻ ആഗ്രഹിച്ചിരുന്നില്ല. അതു

കൊണ്ട് അയാൾ തല ഉയർത്തുന്നതുവരെ അവൾ തീരത്തുകൂടി നടന്നു.

അയാൾ തല ഉയർത്താൻ ഒട്ടും താമസിച്ചില്ല. അവളെ കണ്ട പ്പോൾത്തന്നെ അയാൾ ആയുധങ്ങൾ താഴെവെച്ച് മുന്നോട്ട് വന്നു. അയാൾ പറയുന്നുണ്ടായിരുന്നു.

"എന്തുണ്ട് വിശേഷങ്ങൾ? ഞാൻ ഈ വള്ളത്തിന്റെ ദ്വാരം അട യ്ക്കുകയാണ്. അത് ശരിയായോ എന്ന് നോക്കാമോ? നോക്കിയിട്ട് എന്നോട് പറയണം."

അവൾ അയാളോടൊപ്പം നടന്നു.

'നിങ്ങൾ നിങ്ങളുടെ അച്ഛന്റെ മകളാണ്. അതുകൊണ്ട് നിങ്ങൾക്ക് അത് എന്നോട് പറയാൻ കഴിയും."

അവൾ വള്ളത്തിന്റെ ദ്വാരം അടച്ച ഭാഗത്തേക്ക് കുനിഞ്ഞുനോക്കി.

"ഞാൻ എന്റെ അച്ഛന്റെ മകളാണെന്ന് എനിക്ക് നല്ല വിശ്വാസം ഉണ്ട്." തീരുമാനം പറയാനുള്ള പേടിയോടെ അവൾ പറഞ്ഞു. "പക്ഷേ, ആശാരിപ്പണിയെപ്പറ്റി എനിക്ക് യാതൊന്നും അറിയില്ല. ഇത് കണ്ടിട്ട് ശരി യായെന്നാണ് തോന്നുന്നത്. നിങ്ങൾക്ക് എന്ത് തോന്നുന്നു?"

"ശരിയായെന്നാണ് ഞാൻ വിചാരിക്കുന്നത്. ഇത് എന്നെ വെള്ള ത്തിൽ മുക്കില്ലെന്നാണ് എന്റെ പ്രതീക്ഷ. മുങ്ങിയാലും അത് കാര്യമാ ക്കാനില്ല. ഞാൻ വീണ്ടും പൊങ്ങിവരും. ഇതിനെ വെള്ളത്തിലേക്ക് തള്ളി ഇറക്കാൻ എന്നെ ഒന്ന് സഹായിക്കുമോ?"

രണ്ടുപേരുംകൂടി ഒന്നിച്ച് പരിശ്രമിച്ച് വള്ളം വെള്ളത്തിലേക്ക് തള്ളി ഇറക്കി.

"ഇപ്പോൾ ഞാൻ തുഴഞ്ഞ് നോക്കാം." അയാൾ പറഞ്ഞു."എന്ത് സംഭവിക്കുമെന്ന് നോക്കാം. ഇത് എന്നെ വഹിക്കുമെങ്കിൽ ഞാൻ നിങ്ങളെ ദ്വീപിലേക്ക് കൊണ്ടുപോകാം."

"സമ്മതിച്ചു." അവൾ ജിജ്ഞാസയോടെ ശ്രദ്ധിക്കുന്നതിനിടയിൽ ഉറക്കെ വിളിച്ചുകൂവി.

വളരെ വലിയ കുളം ആയിരുന്നു. ആഴക്കൂടുതൽകൊണ്ട് വെള്ള ത്തിന് ഇരുണ്ട തിളക്കം ഉണ്ടായിരുന്നു. അതുകൊണ്ടുതന്നെ വെള്ളം നിശ്ചലം ആയിരുന്നു. കുളത്തിന്റെ നടുക്ക് കുറ്റിക്കാടുകളും ഏതാനും മരങ്ങളും മാത്രമുള്ള രണ്ട് ചെറിയ ദ്വീപുകൾ ഉണ്ടായിരുന്നു. ബിർക്കിൻ കുളത്തിൽ ലക്ഷ്യം ഇല്ലാതെ അലഞ്ഞുതിരിഞ്ഞു. ഭാഗ്യത്തിന് വള്ളം തുഴയുന്നതിനിടയിൽ ഒരു വില്ലോമരത്തിന്റെ കൊമ്പിൽ കയറിപ്പിടിച്ച് വള്ളം ദ്വീപിലേക്ക് വലിച്ചടുപ്പിക്കാൻ അയാൾക്ക് കഴിഞ്ഞു.

"കുറ്റിക്കാടുകൾ കണ്ടമാനം വളർന്നിട്ടുണ്ട്. ഉള്ളിലേക്ക് നോക്കി ക്കൊണ്ട് അയാൾ പറഞ്ഞു. "പക്ഷേ, വളരെ ഭംഗിയുണ്ട്. ഞാൻ വന്ന് നിങ്ങളെ കൂട്ടിക്കൊണ്ട് വരാം. വള്ളത്തിന് ചെറിയ ചോർച്ച ഉണ്ട്."

പെട്ടെന്ന് തന്നെ അയാൾ വീണ്ടും അവളോടൊപ്പം എത്തിച്ചേർന്നു. അവൾ നനഞ്ഞ വള്ളത്തിലേക്കു കയറി.

"ഇത് നമ്മളെ ദ്വീപിൽ എത്തിക്കും." അയാൾ പറഞ്ഞു. അയാൾ

വീണ്ടും യുക്തിയോടെ ദ്വീപിലേക്ക് തുഴഞ്ഞു.

അവർ ഒരു വില്ലോമരത്തിന്റെ ചുവട്ടിലായി കരയ്ക്കടുത്തു. ദുർഗന്ധം വമിക്കുന്ന ഒരുകുറ്റിക്കാടിൽ നിന്നും അവൾ ഒഴിഞ്ഞുമാറി. പക്ഷേ, അയാൾ അതിനുള്ളിലേക്ക് കടന്നുകയറി.

"ഇതെല്ലാം ഞാൻ അരിഞ്ഞ് വീഴ്ത്തും" അയാൾ പറഞ്ഞു. "അപ്പോൾ *വെർജീനിയെ ഓർമ്മവരും. ഇവിടെ കാല്പനികമായിരിക്കും."

"ശരിയാണ് വാത്തു** ഇവിടെ ഉണ്ടാവേണ്ടതായിരുന്നു." ഉർസുല ആവേശത്തോടെ വിളിച്ചു പറഞ്ഞു.

അയാളുടെ മുഖം ഇരുണ്ടു.

"വാത്തു ഇവിടെ ഉല്ലാസയാത്രയ്ക്ക് വരുന്നത് എനിക്ക് ഇഷ്ടമല്ല."

"നിങ്ങളുടെ വെർജിനി മാത്രം മതിയെന്നാണോ" അവൾ പൊട്ടിച്ചിരിച്ചു.

"വെർജിനി മതിയാകും" അയാൾ പരിഹാസത്തോടെ ചിരിച്ചു. "വേണ്ട. എനിക്ക് അവളും ഇവിടെ വരണമെന്നില്ല." ഉർസുല അയാളെ ശ്രദ്ധിച്ച് നോക്കി. ബ്രഡാൽബിയിൽവെച്ച് കണ്ടതിന് ശേഷം അവൾ അയാളെ കണ്ടിട്ടില്ല. അയാൾ വളരെ മെലിഞ്ഞിരുന്നു. അയാളുടെ മുഖത്ത് ഒരുരോഗിയുടെ ലക്ഷണം ഉണ്ടായിരുന്നു.

"നിങ്ങൾക്ക് അസുഖമായിരുന്നു. അല്ലേ?"

"ആയിരുന്നു."അയാൾ നിർവ്വികാരമായി മറുപടി പറഞ്ഞു.

അവർ വില്ലോമരത്തിന്റെ ചുവട്ടിൽ ഇരുന്ന് കുളത്തിലേക്ക് നോക്കിക്കൊണ്ടിരുന്നു.

"നിങ്ങൾക്ക് പേടി ഉണ്ടായിരുന്നോ? അവൾ ചോദിച്ചു.

"എന്തിനെപ്പറ്റി?" അവളുടെ മുഖത്തേക്ക് തിരിഞ്ഞു നോക്കിക്കൊണ്ട് അയാൾ ചോദിച്ചു. അയാളിൽ ഒളിഞ്ഞിരിക്കുന്ന ക്രൂരവും സാന്ത്വനപ്പെടുത്താൻ കഴിയാത്തതുമായ എന്തോ ചില കാര്യങ്ങൾ അവളെ അസ്വസ്ഥയാക്കി. ആ അസ്വസ്ഥത അവളുടെ വ്യക്തിത്വത്തെ പിടിച്ചുകുലുക്കി അവളെ പുറത്ത് ചാടിച്ചു.

"അസുഖം കൂടുന്നത് പേടിപ്പെടുത്തുന്ന കാര്യം അല്ലേ? ശരിയല്ലേ?" അവൾ ചോദിച്ചു.

"അത് സുഖം ഉള്ള കാര്യമല്ല." അയാൾ പറഞ്ഞു. "മരണത്തെ ഭയക്കുന്നുണ്ടോ അതോ മരണത്തെ പറ്റി ഭയം തോന്നാത്തതാണോ എന്ന് ഞാൻ ഒരിക്കലും തീരുമാനത്തിൽ എത്തിയിട്ടില്ല. ചില സമയത്ത്, അല്പംപോലും ഇല്ല. ചില സമയത്ത് ഭയങ്കര ഭയമാണ്."

"പക്ഷേ, അതിൽ നിങ്ങൾക്ക് ലജ്ജ തോന്നുന്നില്ലേ?" അസുഖം കൊണ്ട് ഒരാൾക്ക് നാണക്കേട് തോന്നുമെന്നാണ് ഞാൻ വിചാരിക്കുന്നത്. രോഗം അങ്ങേയറ്റം ദാരുണമായി നാണക്കേട് തോന്നിപ്പിക്കും. നിങ്ങൾ അങ്ങനെ വിചാരിക്കുന്നില്ലേ?"

---

* ഒരു പ്രണയകഥ (1787) യിലെ നായിക

** ഫ്രഞ്ച് ചിത്രകാരൻ (1684–1721)

അയാൾ കുറച്ചുനേരം ആലോചിച്ചു.

"ശരിയായിരിക്കാം." അയാൾ പറഞ്ഞു. "ഒരാൾക്ക് അയാളുടെ ജീവിതം എല്ലാസമയത്തും വേണ്ടപോലെ ശരിയായിരിക്കില്ലെന്ന് തുടക്കത്തിൽ തന്നെ അറിയാവുന്ന കാര്യമാണ്. അതാണ് നാണക്കേടുണ്ടാക്കുന്ന കാര്യം. അതിനുശേഷം രോഗത്തിന് അത്ര വലിയ പ്രാധാന്യം ഉണ്ടെന്ന് എനിക്ക് തോന്നുന്നില്ല. ഒരാൾ വേണ്ടപോലെ ജീവിക്കാത്തതുകൊണ്ടല്ല രോഗിയാകുന്നത്. ജീവിതത്തിലുള്ള തോല്‌വിയാണ് ഒരാളെ രോഗി ആക്കുന്നത്. അതാണ് ഒരാൾക്ക് നാണക്കേടാവുന്നത്."

"പക്ഷേ, നിങ്ങൾ ജീവിതത്തിൽ തോറ്റിട്ടുണ്ടോ?" ഏറെക്കുറെ കളിയാക്കുന്ന മട്ടിൽ അവൾ ചോദിച്ചു.

"അങ്ങനെ ചോദിച്ചാൽ തോറ്റിട്ടുണ്ട്." എന്റെ കാലഘട്ടത്തിൽ ഞാൻ വലിയ വിജയം ഒന്നും ഉണ്ടാക്കിയിട്ടില്ല. എപ്പോഴും എന്റെ മൂക്ക് മുന്നിലുള്ള ശൂന്യമായ ഭിത്തിയിൽ പോയിതട്ടുന്നതായി അനുഭവപ്പെടും."

ഉർസുല പൊട്ടിച്ചിരിച്ചു. അവൾക്ക് പേടിതോന്നി. അവൾക്ക് പേടി തോന്നുന്ന സമയങ്ങളിൽ എല്ലാം അവൾ പൊട്ടിച്ചിരിച്ചുകൊണ്ട് സന്തോഷം അഭിനയിക്കും.

"നിങ്ങളുടെ പാവം മൂക്ക്!" അയാളുടെ മൂക്കിലേക്ക് ശ്രദ്ധയോടെ നോക്കിക്കൊണ്ട് അവൾ പറഞ്ഞു.

"മൂക്ക് വിരൂപമായതിൽ അത്ഭുതം ഒന്നും ഇല്ല." അയാൾ മറുപടി പറഞ്ഞു.

തെറ്റുപറ്റിയത് ആലോചിച്ച് ഉർസുല കുറച്ച് സമയത്തേക്ക് സംസാരിച്ചില്ല. സ്വയം അബദ്ധത്തിൽ ചാടുന്നത് അവളുടെ ഒരു ജന്മവാസന ആയിരുന്നു.

"പക്ഷേ, എനിക്ക് സന്തോഷം ആണ്. ജീവിതം അങ്ങേയറ്റം ആഹ്ലാദകരമാണെന്നാണ് ഞാൻ വിചാരിക്കുന്നത്." അവൾ പറഞ്ഞു.

"അത് നല്ലകാര്യം ആണ്." അയാൾ അലക്ഷ്യമായി മറുപടി പറഞ്ഞു.

അവൾ ഒരു മിഠായിപൊതിഞ്ഞിരുന്ന വർണ്ണക്കടലാസ് അവളുടെ പോക്കറ്റിൽ നിന്ന് തപ്പിയെടുത്തു. അതുകൊണ്ട് അവൾ ഒരുവള്ളം നിർമ്മിക്കുവാൻ തുടങ്ങി. അയാൾ അവളെ വെറുതെ നോക്കി. സത്യത്തിൽ പരിഭ്രമിച്ചുപോയിരുന്ന അവളുടെ വിരലുകളുടെ ബോധപൂർവ്വം അല്ലാത്ത ചലനങ്ങളിൽ അസാധാരണമാംവിധം ദയനീയവും ബലഹീനവും ആയ ഏതോ ഒരുകാര്യം ഉണ്ടായിരുന്നു.

"ഞാൻ കാര്യങ്ങൾ ആസ്വദിക്കുന്നുണ്ട്. നിങ്ങൾക്ക് അങ്ങനെ തോന്നുന്നില്ലേ?"

"തോന്നുന്നുണ്ട്! പക്ഷേ, എനിക്ക് അതിന് കഴിയാത്തത് എന്നെ ദേഷ്യം പിടിപ്പിക്കുന്നു. എല്ലാംകൂടി കൂടിക്കുഴഞ്ഞ് താറുമാറായതായി എനിക്ക് അനുഭവപ്പെടുന്നു. എന്തായാലും എനിക്ക് നേരെയാക്കാൻ കഴിയില്ല. സത്യത്തിൽ ചെയ്യേണ്ടത് എന്താണെന്ന് എനിക്ക് അറിയില്ല. എവി

ടെയോ എന്തൊക്കെയോ ചെയ്യേണ്ടതായിട്ടുണ്ട്."

"നിങ്ങൾ എന്തിനാണ്. എപ്പോഴും ജോലിചെയ്തുകൊണ്ടിരിക്കുന്നത്?" അവൾ തിരിച്ച് ചോദിച്ചു. "അത് അങ്ങേയറ്റം സാധാരണക്കാരനാവുകയാണ്. ഒരു യഥാർത്ഥ കുലീനൻ ആവുന്നത് അതിനേക്കാൾ വളരെ നല്ല കാര്യമാണെന്നാണ് ഞാൻ വിചാരിക്കുന്നത്. പ്രത്യേകിച്ച് ഒന്നും ചെയ്യാതെ അവനവനായി തന്നെ കഴിഞ്ഞുകൂടുക. സഞ്ചരിക്കുന്ന ഒരു പൂവിനെ പോലെ."

അയാൾ പറഞ്ഞു. "ഒരുപൂവ് പൂർണ്ണമായും വിടർന്നു കഴിഞ്ഞെങ്കിൽ ഞാൻ അത് പരിപൂർണ്ണമായും സമ്മതിക്കും. പക്ഷേ, എന്റെ പൂവ് വിടർത്താൻ എനിക്ക് കഴിഞ്ഞിട്ടില്ല. ഒന്നുകിൽ അത് മൊട്ടായിരിക്കുമ്പോൾത്തന്നെ കരിഞ്ഞുപോയി. അല്ലെങ്കിൽ വെള്ളീച്ച കടിച്ചു. അല്ലെങ്കിൽ അതിന് വളം കിട്ടിയില്ല. കഷ്ടം അതു ഒരു മൊട്ടുപോലും അല്ല. അനാവശ്യമായി മുളച്ചുവന്ന ഒരു ശിഖരം."

അവൾ വീണ്ടും ചിരിച്ചു. അയാൾക്ക് അങ്ങേയറ്റത്തെ കോപം ഉണ്ടായിരുന്നു. പക്ഷേ, അവൾക്ക് ജിജ്ഞാസയും അമ്പരപ്പും ആയിരുന്നു. എന്തായാലും ഒരാൾക്ക് എങ്ങനെയാണ് രക്ഷപ്പെടാൻ കഴിയുന്നത്. എവിടെയെങ്കിലും ഒരുവഴി നിശ്ചയമായും ഉണ്ടാവും.

അവിടെ അവൾ കരയാൻ ആഗ്രഹിച്ച ഒരു നിശ്ശബ്ദത ഉണ്ടായിരുന്നു. അവൾ മറ്റൊരു മിഠായിക്കടലാസ് കണ്ടെത്തി അത് മടക്കാൻ തുടങ്ങി.

അവസാനം അവൾ ചോദിച്ചു. "എന്തുകൊണ്ടാണ് പൂക്കൾ വിരിയാത്തത്? ഇപ്പോൾ എന്തുകൊണ്ടാണ് മനുഷ്യജീവിതത്തിന് അന്തസ്സ് ഇല്ലാത്തത്?"

"ആ ആശയം മരിച്ചു കഴിഞ്ഞു. മനുഷ്യവർഗ്ഗം തന്നെ സത്യത്തിൽ വരണ്ട് നശിച്ചിരിക്കുകയാണ്. ധാരാളം മനുഷ്യജീവികൾ ഈ കാട്ടിൽ തൂങ്ങിക്കിടക്കുന്നുണ്ട് നിങ്ങളുടെ ചെറുപ്പക്കാരും ചെറുപ്പക്കാരികളും കാഴ്ചയിൽ അവർക്ക് ഭംഗിയും തുടുപ്പും ഉണ്ട്. പക്ഷേ, അവർ സൊഡോമിലെ ആപ്പിളുകളാണ്. കയ്ക്കുന്ന പഴങ്ങൾ. അവർക്ക് എന്തെങ്കിലും പ്രാധാന്യം ഉണ്ടെന്ന് പറയുന്നത് കള്ളമാണ് —അവരുടെ ഉള്ള് കയ്ക്കുന്ന ചാരം നിറഞ്ഞതാണ്.

"പക്ഷേ, നല്ല മനുഷ്യരും ഉണ്ട്." ഉർസുല എതിർത്തു.

"ഇന്നത്തെ ജീവിതത്തിന് മാത്രം പറ്റിയവർ. പക്ഷേ, മനുഷ്യവർഗ്ഗം തിളങ്ങുന്ന കയ്പുനിറഞ്ഞ പഴങ്ങൾ തൂങ്ങുന്ന ഒരു ഉണങ്ങിയ മരമാണ്."

ഇതിനെതിരായി ഉർസുലയ്ക്ക് കർക്കശമായി പ്രതികരിക്കാതിരിക്കാൻ കഴിഞ്ഞില്ല. അത് അങ്ങേയറ്റം വ്യക്തവും അന്തിമവും ആയിരുന്നു. പക്ഷേ, സംസാരം തുടർന്നുകൊണ്ടുപോകാൻ അവൾക്ക് അയാളെ സഹായിക്കാൻ പറ്റില്ല.

"അത് അങ്ങനെ ആണെങ്കിൽ അത് എന്തുകൊണ്ടാണ്?" അവൾ എതിർപ്പോടെ ചോദിച്ചു. അവർ പരസ്പരം എതിർക്കുന്ന ഒരു വൈകാരികതലത്തിലേക്ക് ഉയരുകയായിരുന്നു.

"എന്തുകൊണ്ടാണ് മനുഷ്യർ കയ്ക്കുന്ന പൊടിനിറഞ്ഞ പഴങ്ങളാകുന്നത്? അവർ പാകമായിക്കഴിഞ്ഞാലും മരത്തിൽനിന്ന് താഴെവീഴാത്തതാണ് അതിന്റെ കാരണം. ചെറിയ പുഴുക്കൾ കയറി ചീഞ്ഞ് വരണ്ടുപോകുന്നതുവരെ അവർ പഴയ സ്ഥാനങ്ങളിൽ തൂങ്ങിക്കിടക്കും."

വളരെനേരത്തേക്ക് രണ്ടുപേരും സംസാരിച്ചില്ല. അയാളുടെ ശബ്ദത്തിൽ കോപവും പരിഹാസവും ഉണ്ടായിരുന്നു. ഉർസുല ബുദ്ധിമുട്ടുന്നുണ്ടായിരുന്നു. അവൾ അമ്പരന്നുപോയി. അവർ രണ്ടുപേരും എല്ലാ കാര്യങ്ങളും മറന്നുപോയിരുന്നു. അവരുടെ വള്ളം മുങ്ങുന്ന കാര്യംപോലും.

"പക്ഷേ, എല്ലാവരും തെറ്റാണെങ്കിൽ നിങ്ങൾ എവിടെയാണ് ശരിയാവുന്നത്?" അവൾ ഉറക്കെ വിളിച്ചു പറഞ്ഞു. "നിങ്ങൾ എവിടെയാണ് കൂടുതൽ മെച്ചപ്പെട്ടിരിക്കുന്നത്?"

"ഞാനോ? ഞാൻ ശരിയല്ല." അയാൾ ഉറക്കെ തിരിച്ച് വിളിച്ചു പറഞ്ഞു. "എന്റെ ഏക ശരി എനിക്ക് അത് അറിവുണ്ടെന്നുള്ള സത്യത്തിലാണ് കിടക്കുന്നത്. ഞാൻ എന്താണോ അതിനെ ഞാൻ പുറമേ വെറുക്കുന്നു. ഒരു മനുഷ്യജീവി എന്ന നിലയിൽ എനിക്ക് സ്വയം അറപ്പുതോന്നുന്നുണ്ട്. മനുഷ്യവർഗ്ഗം മൊത്തമായുള്ള ഒരുവലിയ കള്ളം ആണ്. ഒരു വലിയ കള്ളം ഒരു ചെറിയ സത്യത്തേക്കാൾ ചെറുതാണ്. മനുഷ്യവർഗ്ഗം ഒരു വ്യക്തിയേക്കാൾ വളരെ ചെറുതാണ്. കാരണം വ്യക്തി ചിലപ്പോൾ സത്യത്തിന് പ്രാപ്തി ഉള്ളവനാണ്. എന്നാൽ മനുഷ്യവർഗ്ഗം കള്ളങ്ങളുടെ ഒരു മരമാണ്. എന്നാൽ ഏറ്റവും വലിയ കാര്യം. സ്നേഹം ആണെന്നു അവർ പറയുന്നു. ഇത് അവർ നിരന്തരമായി പറഞ്ഞു കൊണ്ടിരിക്കുന്നു. ഈ അറപ്പുതോന്നുന്ന കള്ളന്മാർ ചെയ്യുന്നതെന്താണെന്ന് നോക്കൂ! സ്നേഹമാണ് ഏറ്റവും വലിയകാര്യമെന്നും ദാഹമാണ് ഏറ്റവും വലിയ കാര്യമെന്നും ആവർത്തിച്ചുകൊണ്ടിരിക്കുന്ന കോടിക്കണക്കിന് മനുഷ്യരെ നോക്കൂ! എന്നിട്ട് അവർ എല്ലാസമയത്തും ചെയ്തുകൊണ്ടിരിക്കുന്നത് എന്താണെന്ന് നോക്കൂ! അവരുടെ സ്വന്തം വാക്കുകളേക്കാൾ നാമമാത്രമായ ഒരു സ്ഥാനം മാത്രം സ്വന്തം പ്രവൃത്തികൾക്ക് നല്കുന്ന വൃത്തികെട്ട കള്ളന്മാരും ഭീരുക്കളും ആണ് അവർ എന്ന് നിങ്ങൾക്ക് അവരുടെ പ്രവൃത്തികൾ കൊണ്ട് മനസ്സിലാകും."

"പക്ഷേ," ഉർസുല ദുഃഖത്തോടെ പറഞ്ഞു. "അതുകൊണ്ട് മഹത്തായ കാര്യം സ്നേഹം ആണെന്നുള്ള സത്യത്തിന് വ്യത്യാസം വരുന്നില്ല. വരുന്നുണ്ടോ?"

"പൂർണ്ണമായും വ്യത്യാസം വരുന്നുണ്ട്. കാരണം അവർ പറയുന്ന കാര്യം സത്യമാണെങ്കിൽ അവർക്ക് അത് നിറവേറ്റാതിരിക്കാൻ കഴിയില്ല. പക്ഷേ, അവർ ഒരു കള്ളത്തെ മുറുകെ പിടിച്ചുകൊണ്ട് അവസാനം വരെ കലിതുള്ളി പാഞ്ഞുനടക്കുന്നു. സ്നേഹമാണ് ഏറ്റവും മഹത്തരമെന്ന് പറയുന്നത് ഒരു കള്ളംപറയലാണ്. എന്തിന്റെയും വിപരീതനിലപാടിന് തുല്യത ഉള്ളതുകൊണ്ട് നിങ്ങൾക്ക് വേണമെങ്കിൽ വെറുപ്പാണ് ഏറ്റവും മഹത്തരമെന്ന് പറയാവുന്നതാണ്. ആളുകൾക്ക് വേണ്ടത് വെറുപ്പാണ്.

വെറുപ്പ് മാത്രം. ന്യായത്തിന്റെയും സ്നേഹത്തിന്റെയും പേരിൽ അത് അവർക്ക് ലഭിക്കുന്നു. ഓരോ സ്നേഹത്തിൽ നിന്നും അവർ നൈട്രോ ഗ്ലിസറിനുമായി സ്വയം അലിഞ്ഞ് ചേർന്ന് വെറുപ്പിനെ വാറ്റി വേർതിരിച്ചെടുക്കുന്നു. നമ്മളെ കൊല്ലുന്നത് കള്ളമാണ്. നമുക്ക് വെറുപ്പാണ് വേണ്ടതെങ്കിൽ നമുക്ക് അത് സ്വീകരിക്കാം; മരണം, കൊല, പീഡനം, ക്രൂരമായനശീകരണം നമുക്ക് അത് സ്വീകരിക്കാം; പക്ഷേ, സ്നേഹത്തിന്റെ പേരിൽ ആകരുത്. പക്ഷേ, ഞാൻ മനുഷ്യവർഗ്ഗത്തെ വെറുപ്പോടെ കാണുന്നു. അതിനെ തുടച്ച് മാറ്റിയിരുന്നെങ്കിൽ എന്ന് ഞാൻ ആഗ്രഹിക്കുന്നു. അതിന് പോകാം. നാളെ എല്ലാ മനുഷ്യജീവികളും നശിച്ചുപോയാലും സമ്പൂർണ്ണമായ നഷ്ടം ഒന്നും ഉണ്ടാവില്ല. സത്യം സ്പർശിക്കപ്പെടുന്നില്ല. അത് കൂടുതൽ മെച്ചപ്പെടുകയുമില്ല. അപ്പോൾ ഏറ്റവും മോശപ്പെട്ട ചീഞ്ഞ പഴങ്ങളുടെ അമിത ഭാരത്തിൽ നിന്നും ജീവിതത്തിന്റെ യഥാർത്ഥ മരത്തിന് ഒഴിവാകാൻ പറ്റും. അസംഖ്യം നാട്യക്കാരുടെ സഹിക്കാൻ പറ്റാത്ത ഭാരത്തിൽ നിന്നും മാരകമായ കള്ളങ്ങളുടെ അളവറ്റ ഭാരത്തിൽ നിന്നും ജീവിതം മോചിപ്പിക്കപ്പെടാം."

"അതുകൊണ്ട് ലോകത്തുള്ള എല്ലാ മനുഷ്യരും നശിപ്പിക്കപ്പെടാൻ നിങ്ങൾ ഇഷ്ടപ്പെടുന്നുണ്ടോ?" ഉർസുല ചോദിച്ചു.

"തീർച്ചയായും ഞാൻ ഇഷ്ടപ്പെടണം. ആളുകൾ ഇല്ലാത്ത ലോകത്തെ നിങ്ങൾ ഇഷ്ടപ്പെടുന്നു?"

"സത്യത്തിൽ ഇഷ്ടപ്പെടുന്നു. ആളൊഴിഞ്ഞ ഒരു ലോകം. ഇടതൂർന്ന പുല്ലുകളും മുയലുകളും ഉള്ള ഒരു ലോകം. അത് ഒരു മനോഹരമായ ചിന്തയായി നിങ്ങൾക്ക് സ്വയം അനുഭവപ്പെടുന്നില്ലേ?"

"പക്ഷേ" അവൾ എതിർത്തു. "നിങ്ങൾ മരിച്ചുകഴിഞ്ഞിരിക്കും. അതുകൊണ്ട് നിങ്ങൾക്ക് എന്ത് നന്മയാണ് അത് ചെയ്യാൻ പോകുന്നത്?"

"എല്ലാ മനുഷ്യരിൽ നിന്നും ഈ ഭൂമി സത്യത്തിൽ ഒഴിവാക്കപ്പെടുമെങ്കിൽ ഞാൻ ഒരുവെടികൊണ്ട് മരിക്കാൻ ഇഷ്ടപ്പെടും. അത് ഏറ്റവും മനോഹരവും സ്വതന്ത്രവും ആയ ചിന്തയാണ്. അപ്പോൾ ഒരിക്കലും അറപ്പുണ്ടാക്കുന്ന മറ്റൊരു മനുഷ്യവർഗ്ഗം സൃഷ്ടിക്കപ്പെടുകയില്ല."

"ശരിയല്ല." ഉർസുല പറഞ്ഞു. അവിടെ ഒന്നും ഉണ്ടാവില്ല."

"എന്ത് ഒന്നും ഉണ്ടാവില്ലെന്നോ? മനുഷ്യവർഗ്ഗത്തെ തുടച്ച് നീക്കിക്കഴിഞ്ഞാൽ പിന്നീട് ഒന്നും നിലനില്ക്കില്ലെന്നാണോ നിങ്ങൾ പറയുന്നത്? നിങ്ങൾ സ്വയം പുകഴ്ത്തുകയാണ്. എല്ലാം അവിടെത്തന്നെ ഉണ്ടാകും."

"പക്ഷേ, ആളുകൾ ഇല്ലെങ്കിൽ എങ്ങനെയാണ് എല്ലാം ഉണ്ടാവുന്നത്?"

"സൃഷ്ടി മനുഷ്യനെ ആശ്രയിച്ചാണെന്ന് നിങ്ങൾ വിചാരിക്കുന്നുണ്ടോ? അത് അങ്ങനെ അല്ല. മരങ്ങളും പുല്ലുകളും കിളികളും അവിടെയുണ്ട്. മനുഷ്യരില്ലാത്ത ലോകത്തേക്ക് രാവിലെ ഉണർന്നു വരുന്ന ഒരു വാനമ്പാടിയെ ആണ് ഞാൻ കൂടുതൽ ഇഷ്ടപ്പെടുന്നത്. മനുഷ്യൻ

ഒരു പിഴവ് ആണ്. അവൻ നിശ്ചയമായും പോകണം. ഭൂമിയിൽ പുല്ലും മുയലും അണലിയും കണ്ടിട്ടില്ലാത്ത മറ്റ് ആതിഥേയരും ഉണ്ട്. വൃത്തി കെട്ട മനുഷ്യവർഗ്ഗം അവരെ തടസ്സപ്പെടുത്താതിരിക്കുമ്പോൾ സ്വതന്ത്ര മായി സഞ്ചരിക്കുന്ന യഥാർത്ഥ മാലാഖമാർ അവരാണ്. ഒന്നാംതരം പവി ത്രമായ ശരീരമുള്ള പിശാചുക്കൾ അങ്ങേയറ്റം മനോഹരം."

ഉർസുലയ്ക്ക് അത് ഇഷ്ടപ്പെട്ടു. അയാൾ പറഞ്ഞ കാര്യങ്ങൾ ഉർസു ലയെ ഒരു സങ്കല്പം എന്ന രീതിയിൽ വളരെ അധികം തൃപ്തിപ്പെടുത്തി. നിശ്ചയമായും അത് മധുരമുള്ള ഒരു സങ്കല്പം മാത്രമാണ്. മനുഷ്യ വർഗ്ഗത്തിന്റെ സത്യാവസ്ഥ, അതിന്റെ അറപ്പുണ്ടാക്കുന്ന സത്യാവസ്ഥ അവൾക്ക് സ്വയം അറിവുള്ള കാര്യമാണ്. അത് സൗകര്യപ്രദമായി തൂത്തു വാരി അപ്രത്യക്ഷപ്പെടാൻ പോകുന്നില്ലെന്ന് അവൾക്ക് അറിയാം. അതിന് വളരെ അധികം ദൂരം ഇനിയും സഞ്ചരിക്കേണ്ടിയിരിക്കുന്നു. വൃത്തികെട്ട വഴിയിലൂടെ വളരെയേറെ സഞ്ചരിക്കണം. അവളുടെ നിഗൂഢവും സ്ത്രൈണവും പൈശാചികവും ആയ മനസ്സാക്ഷിക്ക് ഈ കാര്യങ്ങ ളെല്ലാം നല്ലവണ്ണം അറിയാം.

"ഭൂമുഖത്ത് നിന്നും മനുഷ്യനെ തൂത്തുമാറ്റിയെങ്കിൽ മാത്രമേ മനു ഷ്യനില്ലാത്ത ഒരു തുടക്കവുമായി വിസ്മയകരമായരീതിയിൽ സൃഷ്ടിക്ക് തുടരാൻ കഴിയുകയുള്ളൂ. മനുഷ്യൻ സൃഷ്ടിയുടെ പിഴവുകളിൽ ഒന്നാണ്. അവൻ വീണ്ടും പോകുകയാണെങ്കിൽ സ്വതന്ത്രമാകുന്ന ദിവസങ്ങളിൽ നിന്നും എത്രമനോഹരമായ കാര്യങ്ങളാണ് പുറത്തുവരാൻ പോകുന്ന ത്. തീയിൽ നിന്നും നേരിട്ട് പുറത്തെടുക്കുന്ന കാര്യങ്ങൾ."

"പക്ഷേ, മനുഷ്യൻ ഒരിക്കലും ഇല്ലാതാകില്ല. ആവർത്തനത്തിന്റെ ഭയത്തെപ്പറ്റിയുള്ള ക്രൂരമായ അറിവ് ഒളിച്ചുവെച്ചുകൊണ്ട് അവൾ പറ ഞ്ഞു. "ലോകം അവനോടൊപ്പം പോകും."

"ഒരിക്കലും ഇല്ല." അയാൾ മറുപടി പറഞ്ഞു. അഹംഭാവമുള്ള മാ ലാഖമാരും പിശാചുക്കളും നമ്മുടെ പൂർവ്വികരാണെന്ന് ഞാൻ വിശ്വസി ക്കുന്നു. നമുക്ക് വേണ്ടത്ര അഹംഭാവം ഇല്ലാത്തതുകൊണ്ട് അവർ നമ്മളെ നശിപ്പിക്കും. ദിനോസറുകൾക്ക് അഹംഭാവം ഇല്ലായിരുന്നു. അ വ നമ്മളെപ്പോലെ പാടുപെട്ട് ഇഴഞ്ഞു. പാടുപെട്ട് നടന്നു. അതുകൂടാതെ ചിത്രശലഭത്തെ നോക്കൂ-അവ ശുദ്ധമായ സൃഷ്ടി നടക്കുന്നുണ്ടെന്നു ള്ളതിന്റെ ലക്ഷണം ആണ്. പക്ഷേ, മനുഷ്യവർഗ്ഗം ഒരിക്കലും പുഴുവിന്റെ അവസ്ഥയെ മറികടന്ന് പോകുന്നില്ല. ആവരണത്തിനുള്ളിൽ വെച്ച് തന്നെ അത് അഴുകിപ്പോകുന്നു. അതിന് ഒരിക്കലും ചിറകുകൾ മുളയ്ക്കുന്നില്ല. ഇത് കുരങ്ങുകളെപ്പോലെ വിരുദ്ധ സൃഷ്ടിയാണ്."

അയാൾ സംസാരം തുടരുമ്പോൾ ഉർസുല അയാളെ ശ്രദ്ധിച്ചു. എല്ലാ സമയത്തും അയാളിൽ ഒരുതരം അടക്കി നിർത്താൻ കഴിയാത്ത കോപവും എല്ലാ കാര്യങ്ങളിലും ഉള്ള ഒരു വിസ്മയവും അന്തിമമായ ഒരു സഹിഷ്ണുതയും നിലനില്ക്കുന്നുണ്ടെന്ന് തോന്നി. അവൾക്ക് വിശ്വ സിക്കാൻ കഴിയാതിരുന്നത് ഈ സഹിഷ്ണുത ആയിരുന്നു. കോപം

ആയിരുന്നില്ല. എല്ലാ സമയത്തും അയാൾ ലോകത്തെ രക്ഷപ്പെടുത്താൻ ശ്രമിക്കുകയായിരുന്നെന്ന് അവൾക്ക് മനസ്സിലായി. ഈ അറിവ് അല്പം ആത്മസംതൃപ്തിയും ഉറപ്പും നല്കിക്കൊണ്ട് അവളെ സാന്ത്വനപ്പെടുത്തി. എങ്കിലും അവളിൽ ഒരുതരം രൂക്ഷമായ വെറുപ്പും അവജ്ഞയും നിറഞ്ഞുനിന്നിരുന്നു. അവൾക്ക് അയാളെ അവൾക്ക് മാത്രമായി വേണം. ലോകരക്ഷകന്റെ ഭാവത്തെ അവൾ വെറുത്തു. അയാളിൽ അന്തർലീനമായതും അയാളിൽ നിന്ന് പ്രസരിക്കുന്നതുമായ ഈ ഭാവം അവൾക്ക് സഹിക്കാൻ കഴിഞ്ഞില്ല. അയാൾക്ക് താല്പര്യം തോന്നുന്ന എല്ലാ മനുഷ്യരോടും അയാൾ ഇതുപോലെ തന്നെ പെരുമാറും. ഇതുപോലെ തന്നെ സംസാരിക്കും. കണ്ടുമുട്ടുന്ന ആരോടും അയാൾ ഇതെല്ലാം പൂർണ്ണമായും പറയും. അത് വളരെ മോശപ്പെട്ട കാര്യമാണ്.

"പക്ഷേ," അവൾ പറഞ്ഞു. "നിങ്ങൾ സ്നേഹമുള്ള മനുഷ്യവർഗ്ഗത്തിൽ വിശ്വസിക്കുന്നില്ലെങ്കിലും വ്യക്തികളുടെ സ്നേഹത്തിൽ വിശ്വസിക്കുന്നുണ്ട്."

"എനിക്ക് ഒരുതരം സ്നേഹത്തിലും വിശ്വാസമില്ല; അതായത് ഞാൻ വെറുപ്പിലോ ദുഃഖത്തിലോ വിശ്വസിക്കുന്നതിനേക്കാൾ കൂടുതലായി സ്നേഹത്തിലും വിശ്വസിക്കുന്നില്ല. സ്നേഹവും മറ്റുള്ള വികാരങ്ങളെ പോലെ ഒരുവികാരമാണ്. അതുകൊണ്ട് നിങ്ങൾക്ക് അത് തോന്നുന്നുണ്ടെങ്കിൽ അത് ശരിയായ കാര്യമാണ്. പക്ഷേ, അത് ഒരു സമ്പൂർണ്ണ വികാരം ആകുന്നത് എങ്ങനെയാണെന്ന് എനിക്ക് മനസ്സിലാകുന്നില്ല. അത് മനുഷ്യബന്ധങ്ങളുടെ ഒരു ഭാഗം മാത്രമാണ്. അതിൽ കൂടുതലായി മറ്റൊന്നും അല്ല. അത് ഏതൊരു മനുഷ്യബന്ധത്തിന്റെയും ഒരുഭാഗം ആണ്. ഒരാൾക്ക് സങ്കടവും സന്തോഷവും തോന്നുന്നതിനേക്കാൾ കൂടുതലായി എല്ലാ സമയത്തും സ്നേഹം തോന്നേണ്ടതിന്റെ ആവശ്യം എന്താണ്? എനിക്ക് മനസ്സിലാക്കാൻ കഴിയുന്നില്ല. സ്നേഹം അത്യന്താപേക്ഷിതമല്ല: അത് സാഹചര്യം അനുസരിച്ച് നിങ്ങൾക്ക് തോന്നുകയോ തോന്നാതിരിക്കുകയോ ചെയ്യാവുന്ന ഒരു വികാരം ആണ്."

"അപ്പോൾ നിങ്ങൾ മനുഷ്യരെ ഗൗനിക്കുന്നത് എന്തിനാണ്?" അവൾ ചോദിച്ചു. "നിങ്ങൾ സ്നേഹത്തിൽ വിശ്വസിക്കുന്നില്ലെങ്കിൽ എന്തിനാണ് നിങ്ങൾ മനുഷ്യവർഗ്ഗത്തെപ്പറ്റി വിഷമിക്കുന്നത്?"

"ഞാൻ എന്തിനാണ് വിഷമിക്കുന്നത്? കാരണം, എനിക്ക് അതിൽനിന്ന് മാറിനില്ക്കാൻ കഴിയുന്നില്ല."

"കാരണം നിങ്ങൾ അതിനെ സ്നേഹിക്കുന്നു." അവൾ വാശിപിടിച്ചു.

ഇത് അയാൾക്ക് ഇഷ്ടപ്പെട്ടില്ല.

"ഞാനും അതിനെ സ്നേഹിക്കുന്നുണ്ടെങ്കിൽ അത് എന്റെ അസുഖമാണ്."

"പക്ഷേ, അത് നിങ്ങൾ ചികിത്സിച്ച് ഭേദമാക്കാൻ ആഗ്രഹിക്കാത്ത ഒരു രോഗം ആണ്." ഒരുതരം തണുത്ത പരിഹാസത്തോടെ അവൾ

പറഞ്ഞു.

അവൾ അയാളെ പരിഹസിക്കാൻ ആഗ്രഹിക്കുന്നുണ്ടെന്നുള്ള തോന്നലിൽ അയാൾ ഇപ്പോൾ നിശ്ശബ്ദനായിരുന്നു.

"നിങ്ങൾ സ്നേഹത്തിൽ വിശ്വസിക്കുന്നില്ലെങ്കിൽ നിങ്ങൾ എന്തിലാണ് വിശ്വസിക്കുന്നത്?" അവൾ കളിയാക്കുന്ന മട്ടിൽ ചോദിച്ചു. ലോകാവസാനത്തിലും പുല്ലിലും മാത്രമാണോ നിങ്ങൾ വിശ്വസിക്കുന്നത്?"

അയാൾക്ക് മണ്ടത്തരം പറ്റിയെന്ന് തോന്നാൻ തുടങ്ങിയിരുന്നു.

"ഞാൻ കണ്ടിട്ടില്ലാത്ത അതിഥികളിൽ വിശ്വസിക്കുന്നു." അയാൾ പറഞ്ഞു.

"മറ്റൊന്നിലും വിശ്വാസമില്ലേ?" പുല്ലും കിളികളും ഒഴിച്ച് കാണാൻ കഴിയുന്ന ഒന്നിലും നിങ്ങൾക്ക് വിശ്വാസം ഇല്ലേ? നിങ്ങളുടെ ലോകം ഒരു മോശം കാഴ്ചയാണ്."

"ഒരുപക്ഷേ, ആയിരിക്കാം." ഇപ്പോൾ അയാൾക്ക് അപമാനിക്കപ്പെട്ടതായി തോന്നി. ഒരുതരം അകൽച്ച തോന്നുന്ന മേന്മ അഭിനയിച്ച് സ്വന്തമായ ഒരു അകലത്തിലേക്ക് പിൻവാങ്ങിക്കൊണ്ടാണ് അയാൾ ഇപ്പോൾ സംസാരിച്ചത്.

ഉർസുലയ്ക്ക് അയാളോട് വെറുപ്പ് തോന്നി. പക്ഷേ, എന്തോ തനിക്ക് നഷ്ടപ്പെട്ടതായും അവൾക്ക് തോന്നി. കരയിൽക്കയറി കുനിഞ്ഞിരിക്കുന്ന അയാളെ ഉർസുല നോക്കി. അയാൾക്ക് ഒരുതരം വെറുപ്പു തോന്നുന്ന തരത്തിലുള്ള കാർക്കശ്യം ഉണ്ടായിരുന്നു. എങ്കിലും പെട്ടെന്ന് ആകർഷണം തോന്നുന്ന അയാളുടെ രൂപം കാരണം അയാളുടെ പെരുമാറ്റം കൂടുതൽ സ്വതന്ത്രമാണെന്ന് തോന്നി. ഒരു രോഗിയുടെ ലക്ഷണം ഉണ്ടായിരുന്നെങ്കിലും അയാളുടെ പുരികങ്ങളിലും താടിയിലും ശരീരത്തിലും അങ്ങേയറ്റം ജീവൻ തുടിക്കുന്ന എന്തോ ചിലത് ഉണ്ടായിരുന്നു.

അയാളിൽ അവൾക്ക് കണ്ടെത്താൻകഴിഞ്ഞ ഈ ഇരട്ടഭാവം പെട്ടെന്ന് തന്നെ വെറുപ്പായി പരിണമിച്ചു. അയാളിൽ അങ്ങേയറ്റം അഭിലഷണീയമായ ജീവിതത്തിന്റെ വേഗത ഉണ്ടായിരുന്നു. അതിനോടൊപ്പം ലോകരക്ഷകനിലേക്കുള്ള മണ്ടത്തരം നിറഞ്ഞ ഈ പരകായ പ്രവേശവും ഉണ്ടായിരുന്നു. ഏറ്റവും കാഠിന്യമുള്ള ഒരു ഗർവ്വ്.

അയാൾ തല ഉയർത്തി അവളെ നോക്കി. ഉള്ളിൽ മധുരമുള്ള ഒരു തീ ആളിക്കത്തുന്നതുപോലെ അവളുടെ മുഖത്ത് അസാധാരണമായ ഒരുതിളക്കം അയാൾ കണ്ടു. അയാളുടെ മനസ്സിനെ അത് തടഞ്ഞ് നിർത്തി. അയാൾ അത്ഭുതപ്പെട്ടു. അവളുടെ സ്വന്തം മനസ്സിന്റെ തീയാണ് അവളിൽ ആളിക്കത്തിയത്. പരിപൂർണ്ണമായ ആകർഷണത്തോടെ അത്ഭുതപ്പെട്ടുകൊണ്ട് അയാൾ അവളുടെ അടുത്തേക്ക് നീങ്ങി. അവളുടെ തിളങ്ങുന്ന പുഞ്ചിരിയുടെ ധാരാളിത്തത്തിൽ അവൾ ഒരു അസാധാരണ രാജ്ഞിയെപ്പോലെ ഉണ്ടായിരുന്നു.

യഥാർത്ഥ്യബോധത്തിലേക്ക് പെട്ടെന്ന് തന്നെ തിരിച്ചുവന്നു കൊണ്ട് അയാൾ പറഞ്ഞു. "സ്നേഹത്തെപ്പറ്റി സൂചിപ്പിക്കുമ്പോൾ നമ്മൾ

ലോകത്തെ വെറുക്കുന്നത് നമ്മൾ അതിനെ വികൃതമാക്കിയതു കൊണ്ടാണോ? കൂടുതൽ നല്ല ഒരു ആശയം നമുക്ക് ലഭിക്കുന്നതുവരെ ഈ സംസാരം പോലും നിരോധിക്കണം. ഇത് ശിക്ഷാർഹമാണെന്ന് വിളംബരം ചെയ്യണം."

അവർക്കിടനിൽ പരസ്പരം ധാരണയുടെ ഒരുപാലം നിലവിൽവന്നു.

"പക്ഷേ, എന്നും ഇതിന് ഒരേ അർത്ഥം തന്നെയാണ് ഉള്ളത്." അവൾ പറഞ്ഞു.

"ദൈവമേ അതുവേണ്ട. ഇനിയും നമുക്ക് ആ അർത്ഥം വേണ്ട." അയാൾ ഉറക്കെ വിളിച്ച് പറഞ്ഞു. "ആ പഴയ അർത്ഥം പോയി തുലയട്ടെ."

"പക്ഷേ, എന്നാലും ഇത് സ്നേഹം തന്നെയാണ്." അവൾ വാശി പിടിച്ചു. അവളുടെ കണ്ണുകളിൽ നിന്നും അസാധാരണവും അധാർമ്മികവും ആയ ഒരു മഞ്ഞവെളിച്ചം അയാളിലേക്ക് ഒഴുകി.

"അല്ല." അയാൾ പറഞ്ഞു. "ഇത് സ്നേഹം അല്ല. ലോകത്തിൽ ഒരിക്കലും ഇത് സ്നേഹം ആണെന്ന് പറഞ്ഞിട്ടില്ല. നിങ്ങൾക്ക് ആ വാക്ക് പറയേണ്ട ആവശ്യം ഇല്ല."

"ആ വാക്ക് ഞാൻ നിങ്ങൾക്ക് വിട്ടുതരുന്നു. ശരിയായ സമയത്ത് നിങ്ങൾക്ക് അത് പുറത്തെടുക്കാം." അവൾ കളിയാക്കി.

വീണ്ടും അവർ പരസ്പരം നോക്കി. അവൾ പെട്ടെന്ന് എഴുന്നേറ്റ് അയാളുടെ മുന്നിൽ തിരിഞ്ഞ് നിന്നു. പിന്നീട് അവൾ ദൂരത്തേക്ക് നടന്നു. അയാളും സാവധാനം എഴുന്നേറ്റ് തീരത്തിനടുത്തേക്ക് പോയി. അവിടെ അബോധാവസ്ഥയിൽ കുനിഞ്ഞിരുന്ന് അയാൾ സ്വയം സന്തോഷിച്ചു. അയാൾ ഒരു ഡെയ്സി പൂവ് പറിച്ച് വെള്ളത്തിലേക്ക് എറിഞ്ഞു. ആ പൂവ് ആകാശത്തേക്ക് തുറന്നുവെച്ച മുഖത്തോടെ ഒരു ചെറിയ ആമ്പൽ പൂവിനെപ്പോലെ ഒഴുകി നീങ്ങി. അത് നീങ്ങിപ്പോകുന്നതിനിടയിൽ സാവധാനത്തിലുള്ള ഒരു നൃത്തം പോലെ വീണ്ടും വീണ്ടും വെള്ളത്തിൽ കറങ്ങിക്കൊണ്ടിരുന്നു.

അയാൾ അത് ശ്രദ്ധിച്ചു. പിന്നീട് മറ്റൊരു ഡെയ്സിപ്പൂവ് വെള്ളത്തിലേക്ക് എറിഞ്ഞു. അതിനുശേഷം മറ്റൊന്ന്. അയാൾ തീരത്ത് കുനിഞ്ഞിരുന്ന് കുറ്റവിമുക്തമാക്കപ്പെട്ട തിളങ്ങുന്ന കണ്ണുകൾ കൊണ്ട് പൂക്കൾ നോക്കിക്കൊണ്ടിരുന്നു. ഉർസുല തിരിഞ്ഞുനോക്കി. എന്തോ സംഭവിക്കുന്നതുപോലെയുള്ള അസാധാരണമായ ഒരുതോന്നൽ അവൾക്ക് അനുഭവപ്പെട്ടു. പക്ഷേ, അത് മൊത്തത്തിൽ മനസ്സിലാക്കാൻ പറ്റാത്ത ഒരു തോന്നൽ ആയിരുന്നു. അവളുടെ മുകളിൽ ഏതോ തരത്തിലുള്ള ഒരു നിയന്ത്രണത്തിന്റെ ആവരണം വീണിരുന്നു. പക്ഷേ, അവൾക്കു അത് തിരിച്ചറിയാൻ കഴിഞ്ഞില്ല. തിളങ്ങുന്ന ഇരുണ്ട ജലപ്പരപ്പിലൂടെയുള്ള ഭംഗിയുള്ള ഡെയ്സിപ്പൂക്കളുടെ സാവധാനത്തിലുള്ള യാത്ര നോക്കിക്കൊണ്ടുനില്ക്കാൻ മാത്രമേ അവൾക്ക് കഴിഞ്ഞുള്ളൂ. ചെറിയ യുദ്ധക്കപ്പലുകളുടെ ആ കൂട്ടം വെളിച്ചത്തിലേക്കാണ് ഒഴുകിക്കൊണ്ടിരുന്നത്. ദൂര

ത്തായി വെളുത്ത തിളക്കങ്ങളുടെ ഒരുതുണ അവർക്ക് കിട്ടിയിരുന്നു.

"നമുക്ക് അവരെ പിൻതുടർന്ന് കരയിലേക്ക് പോകാം." ദ്വീപിൽ തടവിലാക്കപ്പെടുമോ എന്ന ഭയത്തോടെ അവൾ പറഞ്ഞു. അവർ വള്ളം തള്ളിയിറക്കി.

കരയിൽ തിരിച്ചെത്തിയതിൽ അവൾക്ക് സന്തോഷം ഉണ്ടായിരുന്നു. അവൾ ഓരം ചേർന്ന് നടന്ന് ചീപ്പിനടുത്തേക്ക് പോയി. ഡെയ്സിപ്പൂക്കൾ അവിടെയും ഇവിടെയും ഉന്നത പദവികൾ ഉണ്ടെന്നുള്ള മട്ടിൽ കുളത്തിൽ അങ്ങിങ്ങായി ചിതറിക്കിടന്നു. അവ അവളെ ഇത്രമാത്രം ശക്തമായും നിഗൂഢമായും ഇളക്കിമറിക്കാനുള്ള കാരണം എന്താണ്?"

"നോക്കൂ." അയാൾ പറഞ്ഞു. "നിങ്ങളുടെ ചുവന്ന കടലാസ് തോണി അവയ്ക്ക് അകമ്പടി പോകുന്നുണ്ട്. അത് ചങ്ങാടങ്ങളുടെ ഒരു കൂട്ടം പോലെയുണ്ട്."

ചില ഡെയ്സിപ്പൂക്കൾ സാവധാനം അവളുടെ അടുത്തേക്ക് വന്നു. തെളിച്ചമുള്ള ഇരുണ്ട വെള്ളത്തിൽ നാണംകൊണ്ട് ഒത്തുചേർന്ന് അവ അറച്ചു നിന്നു. അവയുടെ നിഷ്കളങ്കമായ തിളക്കം അടുത്തെത്തിയപ്പോൾ അവളുടെ മനസ്സിളകി. അവൾ കരച്ചിലിന്റെ വക്കോളം എത്തി.

"ഇവയ്ക്ക് എന്ത് ഭംഗിയാണ്?" അവൾ ഉറക്കെ വിളിച്ച് പറഞ്ഞു. "ഇവയ്ക്ക് ഇത്രമാത്രം ഭംഗിയുണ്ടെന്ന് എനിക്ക് തോന്നാൻ കാരണം എന്താണ്?"

"അവ നല്ല പൂക്കളാണ്." അയാൾ പറഞ്ഞു. അവളുടെ ശബ്ദത്തിലെ വൈകാരികത അയാളെ നിയന്ത്രിച്ചു.

"ഡെയ്സിപ്പൂക്കൾ പൂക്കളുടെ ഒരു കൂട്ടം ഒന്നായി മാറിയതാണ്. സസ്യശാസ്ത്രജ്ഞന്മാർ ഡെയ്സിയെ വികാരത്തിന്റെ ശ്രേണിയിൽ ഏറ്റവും ഉയർന്ന സ്ഥാനത്തല്ലേ പ്രതിഷ്ഠിച്ചിരിക്കുന്നത്? അവർ അങ്ങനെ ചെയ്തിട്ടുണ്ടെന്നാണ് ഞാൻ വിശ്വസിക്കുന്നത്."

"ശരിയാണ്. എനിക്കും അങ്ങനെയാണ് തോന്നുന്നത്" ഒരു കാര്യവും സംബന്ധിച്ച് ഒരിക്കലും ഉറപ്പില്ലാത്ത ഉർസുല പറഞ്ഞു. ഒരു നിമിഷത്തിൽ അവൾക്ക് നല്ലവണ്ണം അറിയാമെന്ന് തോന്നുന്ന കാര്യത്തെപ്പറ്റി അടുത്ത നിമിഷത്തിൽ അവൾക്ക് സംശയം തോന്നും.

"അതിനെ ഇങ്ങനെ വിശദീകരിക്കാം." അയാൾ പറഞ്ഞു. "ഡെയ്സി പരിപൂർണ്ണമായ ഒരു ജനാധിപത്യം ആണ്. അതുകൊണ്ട് പൂക്കളിൽ ഏറ്റവും ഉയർന്നത് ഡെയ്സിപ്പൂവ് ആണ്. അതാണ് അതിന്റെ വശ്യത."

"അല്ല." അവൾ വിളിച്ചു പറഞ്ഞു. "അല്ല. ഒരിക്കലും അല്ല. അത് ജനാധിപത്യപരമല്ല."

"അല്ല." അയാൾ സമ്മതിച്ചു. "അത് മടിപിടിച്ച സമ്പന്നന്റെ മോടിയുള്ള വെളുത്ത വേലിയാൽ ചുറ്റപ്പെട്ട തൊഴിലാളി വർഗ്ഗത്തിന്റെ ഏറ്റവും നല്ല ഒരു സംഘം ആണ്."

"എത്രമാത്രം വെറുപ്പുണ്ടാക്കുന്ന കാര്യം–നിങ്ങളുടെ വെറുപ്പുണ്ടാക്കുന്ന സാമൂഹികമായ വ്യവസ്ഥകൾ."

"ശരിയാണ്! ഇതാണ് ഒരു ഡെയ്സി — നമുക്ക് അതിനെ തനിയെ വിടാം."

"ശരി."അയാൾ പറഞ്ഞു. "അത് എന്നന്നേക്കുമായി ഒരു രഹസ്യ മായിരിക്കട്ടെ." പിന്നീട് അവൾ പരിഹാസത്തോടെ കൂട്ടിച്ചേർത്തു. "നിങ്ങൾക്ക് എന്തെങ്കിലും രഹസ്യം ഉണ്ടെങ്കിൽ."

അവർ എല്ലാം മറന്ന് അടുത്തടുത്ത് നിന്നു. ചെറുതായി ഞെട്ടിപ്പോ യത് പോലെ അവർ രണ്ടുപേരും അനങ്ങാതെ നിന്നു. അവർക്ക് ബോധം ഉണ്ടെന്ന് പറയാൻ കഴിയില്ല. അവർ ചെന്നുവീണ ചെറിയ അഭിപ്രായ വ്യത്യാസം അവരുടെ ബുദ്ധിയെ വലിച്ച് കീറി രണ്ട് വികാരരഹിതമായ ശക്തികളാക്കി മാറ്റി.

അയാൾക്ക് തെറ്റ് ബോദ്ധ്യപ്പെട്ടു. കൂടുതൽ സാധാരണമായ ഒരു ബന്ധത്തിലേക്ക് കടക്കുന്നതിന് വേണ്ടി എന്തെങ്കിലും പറയാൻ അയാൾ ആഗ്രഹിച്ചു.

"എനിക്ക് മില്ലിനോട് ചേർന്ന് മുറികൾ ഉണ്ടെന്ന് നിങ്ങൾക്ക് അറി യാമോ?" അയാൾ ചോദിച്ചു. "നമുക്ക് അവിടെ രസമായിരിക്കുമെന്ന് നിങ്ങൾക്ക് തോന്നുന്നില്ലേ?"

"ഓ! നിങ്ങൾക്ക് മുറികൾ ഉണ്ടോ?" അയാൾ സമ്മതിച്ച ഇഴയടുപ്പ മുള്ള സ്നേഹബന്ധത്തിന്റെ എല്ലാ സൂചനകളും നിരാകരിച്ചുകൊണ്ട് അവൾ പറഞ്ഞു.

അയാൾ ഉടൻതന്നെ സ്വയം സാധാരണ അവസ്ഥയിലേക്ക് തിരിച്ചു വന്നു. സാധാരണമായ അകൽച്ച അയാളിൽ തിരിച്ചെത്തി.

"എനിക്ക് തനിയെ വേണ്ടപോലെ ജീവിക്കാൻ കഴിയുമെങ്കിൽ ഞാൻ എന്റെ ജോലിമൊത്തത്തിൽ വേണ്ടെന്ന് വയ്ക്കും." അയാൾ പറഞ്ഞു. "അത് എനിക്ക് മരണം പോലെ ആയിരിക്കുന്നു. ഞാൻ സ്വയം ഒരു ഭാഗം ആണെന്ന് അഭിനയിക്കുന്ന മനുഷ്യവർഗ്ഗത്തെ ഞാൻ വിശ്വസിക്കുന്നില്ല. ഞാൻ ജീവിച്ചുകൊണ്ടിരിക്കുന്ന സാമൂഹികമായ ആദർശങ്ങൾക്ക് ഞാൻ പുല്ലുവിലപോലും കൊടുക്കുന്നില്ല. മനുഷ്യന്റെ മരിച്ചുകൊണ്ടിരിക്കുന്ന സാമൂഹികമായ മൗലികഘടനയെ ഞാൻ വെറുക്കുന്നു. അതുകൊണ്ട് വിദ്യാഭ്യാസത്തിന് വേണ്ടി ജോലിചെയ്യുന്നത് ഒരുചെറിയ സംഗതിയ ല്ലാതെ മറ്റൊന്നും അല്ല. എനിക്ക് തൃപ്തിയായാൽ ഒരുപക്ഷേ, നാളെ ത്തന്നെ ഞാൻ ജോലിവേണ്ടെന്ന് വയ്ക്കും."

"നിങ്ങൾക്ക് ജീവിക്കാനുള്ളതെല്ലാം വേണ്ടത്ര ഉണ്ടോ?" ഉർസുല ചോദിച്ചു.

"ഉണ്ട്. എനിക്ക് വർഷത്തിൽ നാനൂറിനടുത്ത് കിട്ടും. അതുകൊണ്ട് ബുദ്ധിമുട്ടുണ്ടാവില്ല."

പിന്നീട് അല്പസമയത്തേക്ക് അവർ സംസാരിച്ചില്ല.

"ഹെർമിയോണിന്റെ വിശേഷം എന്തുണ്ട്?" ഉർസുല ചോദിച്ചു.

"അവസാനം അത് കഴിഞ്ഞു - ഒരു ശുദ്ധ തോല്‌വി. അത് ഒരി ക്കലും മറ്റൊന്ന് ആകുമായിരുന്നില്ല."

"പക്ഷേ, നിങ്ങൾ ഇപ്പോഴും പരസ്പരം കാണാറില്ലേ?"

"ഞങ്ങൾക്ക് പരിചയം ഇല്ലെന്ന് ഭാവിക്കാൻ കഴിയില്ല. കഴിയുമോ?"

അവിടെ വഴങ്ങാത്ത ഒരു നിശ്ശബ്ദത പരന്നു.

"പക്ഷേ, അതൊരു ഒഴിഞ്ഞുമാറലല്ലേ?"അവസാനം ഉർസുല ചോദിച്ചു.

"ഞാൻ അങ്ങനെ വിചാരിക്കുന്നില്ല." അയാൾ പറഞ്ഞു.

വീണ്ടും കുറേസമയത്തേക്ക് അവർ സംസാരംനിർത്തി. അയാൾ ആലോചിക്കുകയായിരുന്നു.

"ഒരാൾ എല്ലാം ദൂരെ എറിയണം. ഒരാൾക്ക് ആഗ്രഹമുള്ള അവസാനത്തെ കാര്യം ലഭിക്കാൻവേണ്ടി മറ്റ് എല്ലാകാര്യങ്ങളും നഷ്ടപ്പെട്ടോട്ടെ!" അയാൾ പറഞ്ഞു.

"എന്ത് കാര്യം ആണ് ലഭിക്കേണ്ടത്?" അവൾ തർക്കിക്കാൻ വേണ്ടി ചോദിച്ചു.

"എനിക്ക് അറിയില്ല. മൊത്തത്തിലുള്ള സ്വാതന്ത്ര്യം" അയാൾ പറഞ്ഞു.

അവൾ ആഗ്രഹിച്ചിരുന്നത് അയാൾ 'സ്നേഹം' എന്ന് പറയണമെന്നായിരുന്നു.

താഴെ നിന്നും നായകളുടെ ഉച്ചത്തിലുള്ള കുര കേട്ടു. അത് അയാളെ അസ്വസ്ഥനാക്കിയതായി തോന്നി. അവൾ അത് ശ്രദ്ധിച്ചില്ല. അയാൾക്ക് സുഖമില്ലെന്നായിരുന്നു അവൾ അപ്പോൾ ആലോചിച്ചുകൊണ്ടിരുന്നത്.

"സത്യത്തിൽ" അയാൾ ഏറെക്കുറെ പുറത്തു കേൾക്കാത്തമട്ടിൽ പറഞ്ഞു. "ഹെർമിയോൺ ജറാൾഡ് ക്രിച്ചിനേയും കൂട്ടി വന്നിട്ടുണ്ടെന്നാണ് എനിക്ക് തോന്നുന്നത്. മുറികൾ സജ്ജീകരിക്കുന്നതിന് മുമ്പ് അവൾ അത് കാണണമെന്ന് ആഗ്രഹിച്ചിരുന്നു."

"എനിക്ക് അറിയാം" ഉർസുല പറഞ്ഞു. "നിങ്ങളുടെ മുറി ഒരുക്കുന്നതിന്റെ മേൽനോട്ടം വഹിക്കുന്നത് അവളാണെന്ന് എനിക്ക് അറിയാം."

"ആയിരിക്കാം. അതിനെന്താണ്?"

"ഏയ്! അതിൽ കാര്യമുണ്ടെന്ന് ഞാൻ വിചാരിക്കുന്നില്ല." ഉർസുല പറഞ്ഞു. "എനിക്ക് വ്യക്തിപരമായി അവളെ സഹിക്കാൻ കഴിയില്ല. അവൾ ഒരു കള്ളി ആണെന്നാണ് ഞാൻ വിചാരിക്കുന്നത്." പിന്നീട് ഒരു നിമിഷം അവൾ ആലോചിച്ചു. അതിനു ശേഷം അവൾ പൊട്ടിത്തെറിച്ചു: "ശരിയാണ്. നിങ്ങളുടെ മുറി അവൾ ഒരുക്കുന്നതിനെ ഞാൻ കാര്യമാക്കുന്നുണ്ട് – ഞാൻ അതിനെ ഗൗരവത്തിൽത്തന്നെ എടുക്കുന്നു. നിങ്ങൾ അവളെ ചുറ്റിപ്പറ്റി നടക്കാൻ അനുവദിക്കുന്നതും ഞാൻ കാര്യമായി ത്തന്നെ പരിഗണിക്കുന്നുണ്ട്."

അയാൾ ഇപ്പോൾ നിശ്ശബ്ദനായിരുന്നു. അയാളുടെ മുഖത്ത് കോപം ഉണ്ടായിരുന്നു.

അയാൾ പറഞ്ഞു."ഒരുപക്ഷേ, ഇവിടുത്തെ മുറികൾ സജ്ജീകരിക്കാൻ അവൾ വേണമെന്ന് ഞാൻ ആഗ്രഹിച്ചിട്ടില്ല. ഞാൻ അവളെ ചുറ്റി

പ്പറ്റി നടക്കാൻ അനുവദിച്ചിട്ടും ഇല്ല. അവളോട് ഞാൻ മോശമായി പെരു മാറേണ്ട ആവശ്യം ഇല്ല. ഉണ്ടോ? എന്തായാലും എനിക്ക് താഴോട്ട് ചെന്ന് ഇപ്പോൾ അവരെ കാണേണ്ടതുണ്ട്. നിങ്ങളും വരുന്നുണ്ടല്ലോ?"

"അത് വേണ്ടെന്നാണ് എനിക്ക് തോന്നുന്നത്" അവൾ താല്പര്യം ഇല്ലാത്ത മട്ടിൽ സംശയം പ്രകടിപ്പിച്ചു.

"വരുന്നില്ലേ? നിങ്ങൾ വരണം. വന്നാൽ മുറികൾ കൂടി കാണാമല്ലോ. നിങ്ങൾ വരണം."

12

പരവതാനി

അവൾ തീരത്തുകൂടി നടക്കാൻ തുടങ്ങി. അവൾ അയാളോടൊപ്പം മനസ്സില്ലാമനസ്സോടെയാണ് നടന്നത്. എങ്കിലും അവൾക്ക് അയാളുടെ അടുത്തുനിന്ന് ദൂരെ പോകാനും കഴിയില്ല.

"ഞാനും നിങ്ങളും ഇപ്പോൾ പരസ്പരം അറിഞ്ഞുകഴിഞ്ഞു." അയാൾ പറഞ്ഞു. അവൾ മറുപടി പറഞ്ഞില്ല.

മില്ലിന്റെ ഇരുണ്ട വലിയ അടുക്കളയിൽ തൊഴിലാളിയുടെ ഭാര്യ ഹെർമിയോണിനോടും ജറാൾഡ് ക്രിച്ചിനോടും പരുക്കൻ ശബ്ദത്തിൽ സംസാരിച്ചുകൊണ്ടിരുന്നു. ജറാൾഡ് വെളുത്ത വേഷത്തിലും അവൾ നീല വേഷത്തിലും ആയിരുന്നു. അവരുടെ വസ്ത്രങ്ങൾക്ക് അടുക്കളയിലെ മങ്ങിയ വെളിച്ചത്തിൽ അസാധാരണമായ തിളക്കം ഉണ്ടായിരുന്നു. ഈ സമയത്ത് ഭിത്തിയിലെ കൂടുകളിൽ നിന്ന് ഒരുഡസനിൽ കൂടുതൽ മൈനകൾ അവരുടെ പരമാവധി ശബ്ദത്തിൽ പാട്ടുപാടി. മുറിയിലേക്ക് സൂര്യപ്രകാശം കടന്നുവന്നിരുന്ന പിൻവശത്തെ ജനാലയുടെ ചുറ്റുമാണ് ഈ കിളിക്കൂടുകൾ ഉറപ്പിച്ചിരുന്നത്. മനോഹരമായ രശ്മികൾ ഒരു മരത്തിന്റെ പച്ചച്ചില്ലകളിലൂടെ അരിച്ചിറങ്ങി മുറിയിലേക്ക് കടന്നുവന്നിരുന്നു. മിസ്സിസ്സ് സാൽമൊണിന്റെ പരുക്കൻ ശബ്ദവും കിളികളുടെ ഒച്ചപ്പാടുമായി ഉരസി. കിളികളുടെ ബഹളം വിജയിക്കുന്ന മട്ടിൽ എന്നത്തേതിലും കൂടുതൽ ഉയർന്നു. സ്ത്രീയുടെ ശബ്ദം അതിനെതിരായി കൂടുതൽ കൂടുതൽ ഉയർന്നു. കിളികൾ വന്യമായി അതിന് മറുപടി കൊടുത്തു.

"റൂപർട്ട് വന്നു!" കോലാഹലത്തിനിടയിൽ ജറാൾഡ് അലറി. കേൾവിശക്തി കൂടുതലായതുകൊണ്ട് അയാൾ വളരെയധികം ബുദ്ധിമുട്ടുകയായിരുന്നു.

"ഹോ! ഈ കിളികൾ നിങ്ങളെ സംസാരിക്കാൻ അനുവദിക്കില്ല."

തൊഴിലാളിയുടെ ഭാര്യ വെറുപ്പോടെ മുരണ്ടു. "ഞാൻ അവയെ മൂടിവെയ്ക്കാം."

അവൾ അവിടെയും ഇവിടെയും പാഞ്ഞ് നടന്ന് ഒരു മേൽവസ്ത്രവും ഒരുതോർത്തും ഒരു മേശവിരിയും എല്ലാംകൂടി പെറുക്കിക്കൊണ്ട് വന്ന് കിളിക്കൂടുകൾക്ക് മുകളിൽ ഇട്ടു.

"നിങ്ങൾ ബഹളം നിർത്തുന്നുണ്ടോ? നിങ്ങളുടെ കൂട്ടത്തിൽ ഒരാൾക്ക് സംസാരിക്കാം."ഈ സമയത്തും അവർ വളരെ ഉറക്കെയാണ് സംസാരിച്ചത്."

ആളുകൾ അവരെ ശ്രദ്ധിച്ചുകൊണ്ട് നിന്നു. പെട്ടെന്ന് കൂടുകൾ എല്ലാം മൂടിവെച്ച് കഴിഞ്ഞപ്പോൾ അവയ്ക്ക് ദുഃഖസൂചകമായ ഒരു ലക്ഷണം ഉണ്ടായിരുന്നു. പക്ഷേ, പുതപ്പുകളുടെ അടിയിൽ നിന്ന് ഒറ്റപ്പെട്ട പ്രതിഷേധങ്ങളും പരാതികളും ഇപ്പോഴും പുറത്തുവരുന്നുണ്ടായിരുന്നു.

"അവർ അത് തുടരുകയില്ല." മിസ്സിസ്സ് സാൽമോൺ ധൈര്യം പകർന്നുകൊണ്ട് പറഞ്ഞു. "അവർ ഇപ്പോൾ ഉറങ്ങാൻ തുടങ്ങിക്കൊള്ളും."

"അവർ ഉറങ്ങുമോ?" ഹെർമിയോൺ വിനയത്തോടെ അന്വേഷിച്ചു.

"അവർ ഉറങ്ങും." ജറാൾഡ് പറഞ്ഞു. "ഇപ്പോൾ അവർ സന്ധ്യയാണെന്നുള്ള തോന്നലിൽ തനിയെ ഉറങ്ങും."

"അവരെ ഇത്ര എളുപ്പത്തിൽ ചതിക്കാൻ കഴിയുമോ?" ഉർസുല വിളിച്ചു കൂവി.

"കഴിയും" ജറാൾഡ് പറഞ്ഞു. "കുട്ടിക്കാലത്ത് പിടക്കോഴിയുടെ തലപിടിച്ച് ചിറകിനടിയിൽ വെച്ച ഫാബറിന്റെ* കഥ നിങ്ങൾ കേട്ടിട്ടില്ലേ? പിടക്കോഴി ഉറങ്ങിപ്പോയ കഥ. അത് സത്യമാണ്."

"അതുകൊണ്ടാണോ അയാൾ പ്രകൃതിശാസ്ത്രജ്ഞൻ ആയത്?"

"ഒരുപക്ഷേ, ആയിരിക്കാം." ജറാൾഡ് പറഞ്ഞു.

ഈ സമയത്ത് ഉർസുല ഒരു തുണിക്ക് അടിയിലൂടെ ഉളിഞ്ഞ് നോക്കുകയായിരുന്നു. അവിടെ ഒരു മൂലയിലായി ഒരു മൈന ഉറങ്ങാനായി. ചുരുണ്ടുകൂടി ഇരുന്നിരുന്നു.

"എന്തൊരു മണ്ടത്തരം." അവൾ വിളിച്ചുകൂവി. "ശരിക്കും രാത്രിയായെന്നാണ് അതിന്റെ വിചാരം. ശരിയായ അസംബന്ധം. ഇത്ര എളുപ്പത്തിൽ കബളിപ്പിക്കപ്പെടുന്ന ഒരു ജന്തുവിനോട് എങ്ങനെയാണ് ആർക്കെങ്കിലും ബഹുമാനം തോന്നുന്നത്?"

"ശരിയാണ്." ഹെർമിയോൺ പാട്ട് പാടുന്നതുപോലെ പറഞ്ഞു. കിളിയെ നോക്കാൻ വേണ്ടി അവൾ ഉർസുലയുടെ അടുത്തേക്ക് വന്നു. ഉർസുലയുടെ കൈയിൽ കയറി പിടിച്ചുകൊണ്ട് അവൾ അടക്കിപ്പിടിച്ച് ചിരിച്ചു. "ശരിയാണ്. അവനെക്കണ്ടാൽ ചിരി വരും." അവൾ ശബ്ദം പുറത്തു കേൾപ്പിക്കാതെ ചിരിച്ചു. "ഒരു വിഡ്ഢിയായ ഭർത്താവിനെ

---

* ഫ്രഞ്ച് പ്രകൃതിശാസ്ത്രജ്ഞൻ (1823–1915)

പോലെ ഉണ്ട്."

പിന്നീട് ഉർസുലയുടെ കയ്യിൽ നിന്ന് പിടിവിടാതെ അവളെ കൂടിനടുത്തുനിന്ന് വലിച്ചുമാറ്റിക്കൊണ്ട് ഹെർമിയോൺ ശബ്ദം പുറത്ത് കേൾക്കാതെ നീട്ടിവലിച്ച് ചോദിച്ചു.

"നിങ്ങൾ എങ്ങനെയാണ് ഇവിടെ വന്നത്? ഞങ്ങൾ ഗുഡ്റണിനേയും കണ്ടിരുന്നു."

"ഞാൻ കുളം നോക്കാൻ വേണ്ടി വന്നതാണ്." ഉർസുല പറഞ്ഞു. "മിസ്റ്റർ ബിർക്കിനെ ഞാൻ അവിടെവച്ച് കണ്ടു."

"ഹെർമിയോണിന്റെ തളർന്ന കൺപോളകൾ വിസ്മയം തോന്നിപ്പിക്കുന്ന ഒരുഅസാധാരണ ചലനത്തോടെ മുകളിലേക്ക് ഉയർന്നു. അവൾക്ക് എല്ലാസയമത്തും അവളുടേതായ അസ്വാഭാവികവും വിശ്വാസയോഗ്യമല്ലാത്തതുമായ വിചിത്രമായ നോട്ടം ഉണ്ടായിരുന്നു.

"ഞാൻ പോകാൻ തുടങ്ങിയതാണ്." ഉർസുല പറഞ്ഞു. "പക്ഷേ, ബിർക്കിൻ എന്നെ മുറി കാണാൻ നിർബ്ബന്ധിച്ചു. ഇവിടെ ജീവിക്കുന്നത് സന്തോഷം ഉള്ള കാര്യമായിരിക്കും. അല്ലേ?"

"ശരിയാണ്." ഹെർമിയോൺ ഒറ്റവാക്കിൽ മറുപടി പറഞ്ഞു. പിന്നീട് ഉർസുല അവിടെ ഉണ്ടെന്നുള്ള കാര്യം പോലും മറന്നമട്ടിൽ അവൾ ഉർസുലയുടെ അടുത്തുനിന്നും മുഖം തിരിച്ചു.

"റൂപർട്ട് നിങ്ങൾക്ക് എന്തു തോന്നുന്നു?" അവൾ സ്നേഹത്തിന്റെ ഒരു പുതിയ ശബ്ദത്തിൽ ബിർക്കിനോട് നീട്ടി ചോദിച്ചു.

'വളരെ ശരിയാണ്." അയാൾ മറുപടി പറഞ്ഞു.

"നിങ്ങൾക്ക് ഇവിടെ സുഖം ആയിരുന്നില്ലേ?" ഹെർമിയോണിന്റെ മുഖത്ത് വിചിത്രമായ അവളുടെ കള്ളനോട്ടം ഉണ്ടായിരുന്നു. അവൾ പകുതി മയക്കത്തിലാണെന്ന് തോന്നി.

"വളരെ സുഖമാണ്." അയാൾ മറുപടി പറഞ്ഞു.

ഹെർമിയോൺ അവളുടെ മയങ്ങിയ കണ്ണുകൾകൊണ്ട് വളരെ നേരത്തേക്ക് ബിർക്കിനെ നോക്കിക്കൊണ്ടുനിന്നു. വളരെ നേരത്തേക്ക് അവിടെ സംസാരം ഉണ്ടായില്ല.

"ഇവിടെ നിങ്ങൾക്ക് സന്തോഷം ആയിരിക്കുമെന്ന് നിങ്ങൾ വിചാരിക്കുന്നുണ്ടോ?" അവസാനം അവൾ പറഞ്ഞു.

"അതിൽ എനിക്ക് ഉറപ്പുണ്ട്."

"അയാൾക്കുവേണ്ടി ഞാൻ എന്ത് വേണമെങ്കിലും ചെയ്യുമെന്ന് എനിക്ക് ഉറപ്പുണ്ട്." തൊഴിലാളിയുടെ ഭാര്യ പറഞ്ഞു. "എന്റെ വീട്ടുകാരനും അങ്ങനെയാണെന്ന് ഉറപ്പ് പറയാം. അയാൾക്ക് ഇവിടെ സുഖം ആയിരിക്കുമെന്നാണ് ഞാൻ പ്രതീക്ഷിക്കുന്നത്."

ഹെർമിയോൺ സാവധാനം അവളെ തിരിഞ്ഞുനോക്കി. "വളരെ നന്ദി." അവൾ പറഞ്ഞു. പിന്നീട് അവൾ പൂർണ്ണമായും പഴയ സ്ഥാനത്തേക്ക് തിരിഞ്ഞ് നിന്നുകൊണ്ട് ബിർക്കിന്റെ മുഖത്തേക്ക് സൂക്ഷിച്ചു നോക്കി അയാളെമാത്രം സംബോധന ചെയ്യുന്ന രീതിയിൽ പറഞ്ഞു.

"നിങ്ങൾ മുറികൾ അളന്ന് നോക്കിയിരുന്നോ?"

"ഇല്ല." അയാൾ പറഞ്ഞു. "ഞാൻ വള്ളം നന്നാക്കുകയായിരുന്നു."

"ഇപ്പോൾ നമുക്ക് മുറി അളന്ന് നോക്കാൻ കഴിയില്ലേ?" അവൾ യാതൊരു വികാരവും ഇല്ലാതെ പറഞ്ഞു.

"മിസ്സിസ്സ്. സാൽമോണിന്റെ കൈയിൽ അളക്കുന്ന ടേപ്പ് ഉണ്ടോ?" അയാൾ സ്ത്രീയുടെ നേർക്ക് തിരിഞ്ഞുകൊണ്ട് ചോദിച്ചു.

"ഉണ്ട് സാർ, എനിക്ക് അത് കണ്ടുപിടിക്കാൻ പറ്റും എന്നാണ് ഞാൻ വിചാരിക്കുന്നത്." ഉടൻതന്നെ ഒരു കൂടയിൽ പരതിക്കൊണ്ട് അവർ മറുപടി പറഞ്ഞു. "ഇത് ഒരെണ്ണം മാത്രമാണ് എന്റെ കൈയിൽ ഉള്ളത്. ഇത് മതിയാകുമോ എന്ന് അറിയില്ല."

മിസ്സിസ് സാൽമൊൺ ബിർക്കിന്റെ നേർക്കുനീട്ടിയ ടേപ്പിൽ ഹെർമിയോൺ കയറിപ്പിടിച്ചു.

"വളരെ നന്ദി" അവൾ പറഞ്ഞു. "ഇത് മതിയാകും വളരെ നന്ദി." പിന്നീട് സന്തോഷത്തോടെ ബിർക്കിനോട് ചോദിച്ചു. "റൂപർട്ട് നമുക്ക് അളന്ന് നോക്കാം?"

"ബാക്കിയുള്ളവർ എന്ത് ചെയ്യും? അവർക്ക് ബോറടിക്കും." അയാൾ മടിയോടെ പറഞ്ഞു.

"നിങ്ങൾക്ക് പ്രശ്നം ഉണ്ടോ?" ഹെർമിയോൺ ഉർസുലയോടും ജറാൾഡിനോടും ചോദിച്ചു.

"ഒട്ടും പ്രശ്നം ഇല്ല." അവർ മറുപടി പറഞ്ഞു.

"ആദ്യം നമുക്ക് ഏത് മുറിയാണ് അളക്കേണ്ടത്?" ഇപ്പോൾ അയാൾക്കൊപ്പം ഒരു ജോലി ചെയ്യാൻ പോകുന്നതിന്റെ സന്തോഷത്തോടെ ബിർക്കിന്റെ മുഖത്ത് നോക്കിക്കൊണ്ട് അവൾ ചോദിച്ചു.

"നമുക്ക് ഓരോന്നായിട്ട് നോക്കാം." അയാൾ പറഞ്ഞു.

"നിങ്ങൾ അത് ചെയ്യുമ്പോൾ ഞാൻ നിങ്ങൾക്ക് ചായ ഉണ്ടാക്കട്ടെ?" തൊഴിലാളിയുടെ ഭാര്യ ചോദിച്ചു. എന്തെങ്കിലും ചെയ്യാൻ അവസരം ഉള്ളതുകൊണ്ട് അവൾക്കും സന്തോഷം ഉണ്ടായിരുന്നു.

"ചായ തിളപ്പിക്കുമോ?" വളരെ അടുപ്പം തോന്നിപ്പിക്കുന്ന ഒരു അസാധാരണമായ ചലനത്തോടെ ഹെർമിയോൺ മിസ്സിസ്. സാൽമോണിന്റെ തൊട്ടടുത്തെത്തി. മറ്റുള്ളവർ അപ്പോൾ ഒറ്റപ്പെട്ടുപോയിരുന്നു. "എനിക്ക് അത് വളരെ ഇഷ്ടമാണ്. നമ്മൾ എവിടെ ഇരുന്ന് ചായ കുടിക്കും."

"എവിടെ ഇരുന്ന് കുടിക്കാനാണ് ഇഷ്ടം?" ഇവിടെ വേണോ അതോ പുറത്ത് പുൽത്തകിടിയിൽ പോണോ?"

"നമുക്ക് എവിടെ ഇരുന്നാണ് ചായ കുടിക്കേണ്ടത്?" എല്ലാവരോടുമായി ഹെർമിയോൺ നീട്ടിപ്പാടി.

"കുളത്തിന്റെ കരയിൽപ്പോകാം. മിസ്സിസ് സാൽമോൺ ചായ ഉണ്ടാക്കിക്കഴിഞ്ഞ് നമുക്ക് അത് അങ്ങോട്ട് എടുത്തുകൊണ്ടുപോകാം." ബിർക്കിൻ പറഞ്ഞു.

"ശരി." മിസ്സിസ് സാൽമൊൺ സന്തോഷത്തോടെ പറഞ്ഞു.

സംഘം ഇടനാഴിയിലൂടെ മുൻവശത്തെ മുറിയിലേക്ക് നീങ്ങി. വെളിച്ചവും വൃത്തിയും ഉള്ള മുറി ഒഴിഞ്ഞുകിടക്കുകയായിരുന്നു. മുറിയിൽനിന്നും മുൻവശത്തെ താറുമാറായിക്കിടക്കുന്ന തോട്ടത്തിലേക്ക് തുറക്കുന്ന ഒരു ജനാല ഉണ്ടായിരുന്നു.

"ഇതാണ് ഭക്ഷണം കഴിക്കുന്ന മുറി."ഹെർമിയോൺ പറഞ്ഞു. "നമുക്ക് ഇത് ഇവിടെനിന്ന് അളന്ന് തുടങ്ങാം. റൂപർട്ട് നിങ്ങൾ അവിടേക്ക് പോകൂ."

"നിങ്ങളെ ഞാൻ സഹായിക്കാം." ടേപ്പിന്റെ അറ്റത്ത് പിടിക്കാൻ വന്നു കൊണ്ട് ജറാൾഡ് പറഞ്ഞു.

"വേണ്ട നന്ദി" അവളുടെ തിളങ്ങുന്ന നീലവേഷത്തിൽ ടേപ്പ് എടുക്കാൻ വേണ്ടി കുനിഞ്ഞുകൊണ്ട് ഹെർമിയോൺ വിളിച്ചുകൂവി. ബിർക്കിനോടൊപ്പം ജോലി ചെയ്യുന്നതും അയാളോട് പറഞ്ഞ് അയാളെക്കൊണ്ട് ജോലി ചെയ്യിക്കുന്നതും അവൾക്ക് വലിയ സന്തോഷം ഉള്ള കാര്യമാണ്. അയാൾ കീഴടങ്ങിയവനെപ്പോലെ അവളെ അനുസരിച്ചു. ഉർസുലയും ജറാൾഡും നോക്കിക്കൊണ്ടുനിന്നു. ഏത് സമയത്തും ഒരാളോട് വളരെ അടുത്ത് സ്നേഹത്തോടെ ഇടപഴകിക്കൊണ്ട് ബാക്കിയുള്ളവരെ കാഴ്ചക്കാരാക്കിമാറ്റുന്നത് ഹെർമിയോണിന്റെ ഒരു പ്രത്യേകതയാണ്. ഇത് അവളെ ഒരു വിജയിയുടെ അവസ്ഥയിലേക്ക് ഉയർത്തി.

അവർ ഭക്ഷണമുറിയുടെ അളവെടുത്തുകൊണ്ട് ചർച്ച നടത്തി. മുറിയുടെ തറ എന്തുകൊണ്ടാണ് മൂടേണ്ടതെന്ന് ഹെർമിയോൺ തീരുമാനിച്ചു. ബിർക്കിൻ എപ്പോഴും അവളുടെ രീതികൾ അനുവദിക്കും.

പിന്നീട് അവർ മുൻവശത്തെ മറ്റേ മുറിയിലേക്ക് പോയി. അത് ആദ്യത്തെ മുറിയേക്കാൾ അല്പം ചെറുതായിരുന്നു.

"ഇതാണ് വായനാമുറി" ഹെർമിയോൺ പറഞ്ഞു. "റൂപർട്ട്, എന്റെ കൈയിൽ ഒരു പരവതാനി ഉണ്ട്. അത് ഇവിടെ വിരിക്കാൻ വേണ്ടി നിങ്ങൾക്ക് തരണം എന്നാണ് എന്റെ ആഗ്രഹം. അത് തരാൻ നിങ്ങൾ എന്നെ അനുവദിക്കാമോ? അനുവദിക്കണം. അത് തരാൻ ഞാൻ ആഗ്രഹിക്കുന്നു."

"അത് എന്ത് പരവതാനി ആണ്?" അയാൾ താല്പര്യമില്ലാതെ ചോദിച്ചു.

"നിങ്ങൾ അത് കണ്ടിട്ടില്ല. അതിന് ചുവപ്പ് നിറമാണ് കൂടുതൽ. അതുകൂടാതെ നീലയും ഇളം നീലയും കടുംനീലയും നിറങ്ങളുണ്ട്. നിങ്ങൾക്ക് അത് ഇഷ്ടപ്പെടുമെന്നാണ് ഞാൻ വിചാരിക്കുന്നത്. നിങ്ങൾക്ക് അങ്ങനെ തോന്നുന്നില്ലേ?"

"പറയുന്നത് കേട്ടിട്ട് നന്നായിരിക്കുമെന്ന് തോന്നുന്നു." അയാൾ മറുപടി പറഞ്ഞു. "എന്താണത്? കിഴക്ക് നിന്ന് ഉള്ളതാണോ?"

"അതെ. പേർഷ്യയിൽനിന്നും വരുന്നത്. അത് ഒട്ടകത്തിന്റെ മിനുസമുള്ള മുടികൊണ്ട് നിർമ്മിച്ചതാണ്. അതിന് പറയുന്നത് 'ബർഗാമോസ്' എന്നോ മറ്റോ ആണെന്നാണ് ഞാൻ വിചാരിക്കുന്നത്. പന്ത്രണ്ട് അടി

നീളം ഏഴടി വീതി — അത് ശരിയാകുമെന്ന് നിങ്ങൾക്ക് തോന്നുന്നില്ലേ?"

"അത് ശരിയാകും" അയാൾ പറഞ്ഞു. "പക്ഷേ, നിങ്ങൾ എന്തിനാണ് വിലകൂടിയ പരവതാനി എനിക്ക് തരുന്നത്? എനിക്ക് എന്റെ പഴയ പരവതാനി തന്നെ ധാരാളമുണ്ട്."

"പക്ഷേ, ഞാൻ അത് നിങ്ങൾക്ക് തരട്ടെ? നിങ്ങൾ എന്നെ അനുവദിക്കണം."

"അതിന് എന്ത് വിലയുണ്ട്?"

"ഞാൻ ഓർക്കുന്നില്ല. അതിന് വില കുറവാണ്."

തീരുമാനം എടുത്ത മട്ടിൽ അയാൾ ഹെർമിയോണിനെ നോക്കി.

"ഹെർമിയോൺ എനിക്ക് അത് വേണമെന്നില്ല." അയാൾ പറഞ്ഞു.

"എങ്കിൽ അത് മുറികൾക്ക് സംഭാവന ചെയ്യാൻ എന്നെ അനുവദിക്കണം." അയാളുടെ അടുത്തേക്ക് ചെന്ന് സാവധാനം അയാളുടെ കൈയിൽ സ്പർശിച്ചുകൊണ്ട് യാചിക്കുന്ന സ്വരത്തിൽ ഹെർമിയോൺ പറഞ്ഞു. "എനിക്ക് അത് വലിയ നിരാശയാകും."

"നിങ്ങൾ എനിക്ക് ഒന്നുംതന്നെ തരണമെന്ന് ഞാൻ ആഗ്രഹിക്കുന്നില്ലെന്ന് നിങ്ങൾക്ക് അറിയാം." അയാൾ നിസ്സഹായനായി ആവർത്തിച്ചു.

"നിങ്ങൾക്ക് സാധനങ്ങൾ തരണമെന്ന് എനിക്കും ആഗ്രഹമില്ല." അവൾ കളിയാക്കുന്നമട്ടിൽ പറഞ്ഞു. "പക്ഷേ, ഇത് നിങ്ങൾ സ്വീകരിക്കില്ലേ?"

"ശരി." അയാൾ പറഞ്ഞു. അയാൾ തോറ്റു. അവൾ വിജയിച്ചു.

അവർ മുകളിലത്തെ നിലയിലേക്ക് പോയി. താഴത്തെ മുറികൾക്ക് മുകളിലായി അവിടെ രണ്ട് കിടക്കമുറികൾ ഉണ്ടായിരുന്നു. ഒരെണ്ണത്തിൽ അത്യാവശ്യം കട്ടിലും മറ്റും ഉണ്ട്. ബിർക്കിൻ അവിടെ ഉറങ്ങിയിട്ടുണ്ടെന്ന് വ്യക്തം ആയിരുന്നു. ആ മുറിയിലെ അയാളുടെ സാന്നിദ്ധ്യം ആഗിരണം ചെയ്യുന്ന മട്ടിൽ ഹെർമിയോൺ അവിടെയുണ്ടായിരുന്ന ജീവനില്ലാത്ത എല്ലാ വസ്തുക്കളും സൂക്ഷ്മമായി ശ്രദ്ധിച്ചുകൊണ്ട് മുറിക്കുള്ളിൽ ചുറ്റിത്തിരിഞ്ഞു. അവൾ കിടക്കയിൽ തൊട്ടുനോക്കി. കിടക്കവിരി പരിശോധിച്ചു.

"നിങ്ങൾക്ക് സുഖം ആയിരുന്നെന്ന് നിങ്ങൾക്ക് ഉറപ്പുണ്ടോ?" അവൾ തലയിണയിൽ അമർത്തിനോക്കിക്കൊണ്ട് ചോദിച്ചു.

"പൂർണ്ണമായും ഉറപ്പുണ്ട്" അയാൾ ശാന്തമായി മറുപടി പറഞ്ഞു.

"ഇവിടെ വേണ്ടത്ര ചൂട് ഉണ്ടോ? പുതയ്ക്കാനുള്ള കോസടി കാണുന്നില്ല. ഒരെണ്ണം നിങ്ങൾക്ക് വേണമെന്നുള്ള കാര്യം എനിക്ക് ഉറപ്പാണ്."

"എനിക്ക് ഒരെണ്ണം ഉണ്ട്." അയാൾ പറഞ്ഞു. "അത് ഇങ്ങോട്ട് കൊണ്ടുവരുന്നുണ്ട്."

"അവർ മുറികൾ അളന്ന് തിട്ടപ്പെടുത്തി. ഓരോരോ കാര്യങ്ങൾ പരിഗണിച്ച് അവരുടെ ജോലിക്ക് താമസം വന്നു. കുളത്തിന്റെ കരയിലേക്ക് സ്ത്രീ ചായയുമായി പോകുന്നത് ഉർസുല ജനാലയുടെ അടുത്തുനിന്ന് ശ്രദ്ധിച്ചു. ഹെർമിയോൺ സൃഷ്ടിച്ച കോലാഹലത്തോട് അവൾക്ക് വെറുപ്പ്

തോന്നി. അവൾ ചായകുടിക്കാൻ ആഗ്രഹിച്ചു. ഈ ബഹളവും ഒച്ചപ്പാടും ഒഴിച്ച് മറ്റെന്തും അവൾ സഹിക്കും.

ഒടുവിൽ അവർ പുല്ല് മൂടിയ കുളക്കരയിലേക്ക് നടന്നുകയറി. ഹെർമിയോൺ ചായ ഒഴിച്ചു. ഇപ്പോൾ അവൾ ഉർസുലയുടെ സാന്നിദ്ധ്യം അവഗണിച്ചു. ഉർസുല അവളുടെ വെറുപ്പിൽ നിന്ന് കരകയറിക്കൊണ്ട് ജറാൾഡിനോട് പറഞ്ഞു.

“ഹോ! അന്നത്തെ ദിവസം എനിക്ക് മിസ്റ്റർ ജറാൾഡ് ക്രിച്ചിനോട് ഭയങ്കര വെറുപ്പ് തോന്നി.”

“എന്തിന്?” അല്പം ദൂരത്തേക്ക് പിൻവാങ്ങിക്കൊണ്ട് ജറാൾഡ് ചോദിച്ചു.

“നിങ്ങളുടെ കുതിരയെ ദ്രോഹിച്ചതിന്. ഹോ! എനിക്ക് നിങ്ങളോട് ഭയങ്കര വെറുപ്പായിരുന്നു!”

“അയാൾ എന്താണ് ചെയ്തത്?”

“ഒരുപാട് വണ്ടികളുമായി തീവണ്ടികടന്നു പോകുമ്പോൾ ജറാൾഡ് അയാളുടെ പെട്ടെന്ന് വിരളുന്ന അറബിക്കുതിരയെ റെയിൽവെ ഗേറ്റിനടുത്ത് പിടിച്ചുനിർത്തി. അവൾ ശരിക്കും വിരണ്ട് ഭയങ്കര ബുദ്ധിമുട്ടിലായിരുന്നു. അത് സങ്കല്പിക്കാൻ കഴിയുന്നതിൽവെച്ച് ഏറ്റവും ഭയാനകമായ രംഗം ആയിരുന്നു.”

“ജറാൾഡ് എന്തിനാണ് അങ്ങനെ ചെയ്തത്?” ചോദ്യം ചെയ്യുന്ന രീതിയിൽ ഹെർമിയോൺ പതുക്കെ ചോദിച്ചു.

“അവൾ അത് ചെറുത്തു നില്ക്കാൻ പഠിക്കണം. ഒരു തീവണ്ടിയുടെ ചൂളംവിളി കേൾക്കുമ്പോഴെല്ലാം വിരണ്ടോടാൻ തുടങ്ങിയാൽ ഈ സ്ഥലത്ത് അവളെക്കൊണ്ട് എനിക്ക് എന്താണ് പ്രയോജനം?”

“പക്ഷേ, ആവശ്യമില്ലാത്ത പീഡനം അടിച്ചേല്പിക്കുന്നത് എന്തിനാണ്?” ഉർസുല പറഞ്ഞു.“എന്തിനാണ് അവളെ റെയിൽവേ ഗേറ്റിൽ പിടിച്ച് നിർത്തിയത്? നിങ്ങൾ വഴിയിലൂടെ തിരിച്ച് ഓടിച്ചിരുന്നെങ്കിൽ അവളുടെ ഭയം ഒഴിവാക്കാമായിരുന്നു. നിങ്ങളുടെ കുതിരമുള്ള് തറച്ചിട്ട് അവളുടെ രണ്ട് വശത്തുനിന്നും ചോര ഒഴുകുകയായിരുന്നു. അത് ഭയങ്കരം ആയിരുന്നു!”

ജറാൾഡ് അയാളുടെ നിലപാട് കടുപ്പിച്ചു.

“എനിക്ക് അവളെക്കൊണ്ട് ഉപയോഗം വേണം.” അയാൾ പറഞ്ഞു. “എനിക്ക് അവളെപ്പറ്റി ഉറപ്പ് തോന്നണമെങ്കിൽ അവൾ ശബ്ദവും ബഹളവും ചെറുത്തുനില്ക്കാൻ പഠിക്കണം.”

“എന്തിനാണ് അവൾ അത് പഠിക്കുന്നത്?” ഒരു മനഃക്ഷോഭത്തിൽ ഉർസുല ഉറക്കെ വിളിച്ചു പറഞ്ഞു. “അവൾ ഒരു ജീവനുള്ള ജന്തു ആണ്. നിങ്ങൾക്ക് ആവശ്യമുള്ളതുകൊണ്ട് അവൾ സഹിച്ചുകൊള്ളണമെന്നാണോ? നിങ്ങൾക്ക് അവകാശം ഉള്ളതുപോലെ അവൾക്കും അവളുടേതായ അവകാശങ്ങൾ ഉണ്ട്.”

‘‘ഇതിനോട് ഞാൻ യോജിക്കുന്നില്ല.’’ ജറാൾഡ് പറഞ്ഞു.

"പെൺകുതിര എന്റെ ഉപയോഗത്തിനാണെന്നാണ് ഞാൻ വിചാരിക്കുന്നന്നത്. ഞാൻ അവളെ വാങ്ങിയത് കൊണ്ടല്ല. അത് സ്വാഭാവികമായ നടപടി ആയതുകൊണ്ടാണ്. ഒരാൾ ഒരു കുതിരയെ വാങ്ങി അതിന്റെ മുന്നിൽ മുട്ടുകാലിൽ നിന്നുകൊണ്ട് അതിന് ഇഷ്ടമുള്ളതൊക്കെ ചെയ്തു. അതിന്റെ ആശ്ചര്യകരമായ ആഗ്രഹങ്ങളൊക്കെ നിറവേറ്റാൻ പ്രാർത്ഥിക്കുന്നതിനേക്കാൾ സ്വാഭാവികമായ നടപടി അയാൾ അതിനെ അയാളുടെ ഇഷ്ടത്തിനൊത്ത് ഉപയോഗിക്കുന്നതാണെന്നാണ് എനിക്ക് തോന്നുന്നത്."

ഹെർമിയോൺ മുഖം ഉയർത്തി അവളുടെ കവിതാപാരായണം ആരംഭിക്കുമ്പോൾ ഉർസുല പൊട്ടിത്തെറിക്കാൻ തുടങ്ങുകയായിരുന്നു.

"ഞാനും അങ്ങനെയാണ് വിചാരിക്കുന്നത്. ഞാനും സത്യത്തിൽ നമ്മളെക്കാൾ താഴെയുള്ള ജന്തുക്കളെ നമ്മുടെ ആവശ്യത്തിന് ഉപയോഗിക്കാനുള്ള ധൈര്യം നമുക്ക് ഉണ്ടാവണം എന്നാണ് വിചാരിക്കുന്നത്. എല്ലാ ജീവനുള്ള ജന്തുക്കളെയും അത് നമ്മളാണെന്നുള്ള വിചാരത്തോടെ നോക്കുന്നതിൽ എന്തോ തെറ്റുണ്ടെന്നാണ് എനിക്ക് തോന്നുന്നത്. എല്ലാ ജന്തുക്കളിലും നമ്മുടെ വികാരങ്ങൾ അടിച്ചേല്പിക്കുന്നതിൽ തെറ്റു പറ്റിയിട്ടുണ്ട്. അത് വിവേചനത്തിന്റെ കുറവാണ്. അത് വിമർശനത്തിന്റെ കുറവാണ്."

"അത് പൂർണ്ണമായും ശരിയാണ്." ബിർക്കിൻ രൂക്ഷമായി പറഞ്ഞു. "മനുഷ്യന്റെ വികാരങ്ങളും ബുദ്ധിയും മൃഗങ്ങൾക്ക് മുകളിൽ ആരോപിക്കുന്നതിനേക്കാൾ മോശമായി മറ്റൊരു കാര്യം ഇല്ല."

"ശരിയാണ്." ഹെർമിയോൺ തളർന്നമട്ടിൽ പറഞ്ഞു. "സത്യത്തിൽ നമുക്ക് ഒരുനിലപാട് ഉറപ്പിക്കേണ്ടിയിരിക്കുന്നു. ഒന്നുകിൽ നമ്മൾ മൃഗങ്ങളെ ഉപയോഗിക്കും. അല്ലെങ്കിൽ മൃഗങ്ങൾക്ക് നമ്മളെ ഉപയോഗിക്കാം."

"അത് ഒരു സത്യമാണ്." ജറാൾഡ് പറഞ്ഞു."കുതിരയ്ക്ക് മനസ്സ് കൃത്യമായി ഇല്ലെങ്കിലും മനുഷ്യനെപ്പോലെ ഇച്ഛാശക്തി ഉണ്ട്. നിങ്ങളുടെ ഇച്ഛാശക്തി യജമാനനായി മാറിയില്ലെങ്കിൽ കുതിര നിങ്ങളുടെ യജമാനൻ ആകും. ഇത് ഞാൻ വിചാരിച്ചാൽ തടയാൻ കഴിയില്ല. എനിക്ക് കുതിരയുടെ യജമാനനാകാൻ മാത്രമേ കഴിയുകയുള്ളൂ."

"പക്ഷേ, നമ്മൾ നമ്മുടെ ഇച്ഛാശക്തി എങ്ങനെ ഉപയോഗിക്കണമെന്ന് മനസ്സിലാക്കിയിരിക്കണം. "ഹെർമിയോൺ പറഞ്ഞു. "നമുക്ക് എന്തുവേണമെങ്കിലും ചെയ്യാൻ കഴിയും. എന്ത് കാര്യവും ശരിയാക്കാൻ കഴിയും. എന്തിനും പരിഹാരം കാണാൻ കഴിയും. നമ്മൾ വേണ്ടവണ്ണം നമ്മുടെ ഇച്ഛാശക്തി വ്യക്തമായി ഉപയോഗിക്കുകയാണെങ്കിൽ എന്തും സാധിക്കാമെന്ന് എനിക്ക് വിശ്വാസം ഉണ്ട്."

"വേണ്ടവണ്ണം ഇച്ഛാശക്തി ഉപയോഗിക്കണമെന്ന് പറഞ്ഞതുകൊണ്ട് നിങ്ങൾ എന്താണ് ഉദ്ദേശിക്കുന്നത്?" ബിർക്കിൻ ചോദിച്ചു.

"ഒരു മഹാനായ ഡോക്ടർ എന്നെ പഠിപ്പിച്ച കാര്യങ്ങൾ പറയാം." പരോക്ഷമായി ഉർസുലയെയും ജറാൾഡിനെയും അഭിസംബോധന

ചെയ്തുകൊണ്ട് ഹെർമിയോൺ പറഞ്ഞു. "ഉദാഹരണമായി ഒരു ചീത്ത ശീലം ഒഴിവാക്കാൻ വേണ്ടി. ഒരാൾക്ക് അത് ചെയ്യാൻ താല്പര്യം ഇല്ലാത്തസമയത്ത് അയാൾ സ്വയം നിർബ്ബന്ധിച്ച് അത് ചെയ്യണം. അപ്പോൾ ആ ശീലം അപ്രത്യക്ഷമായിക്കൊള്ളും."

'ഏത് രീതിയിലാണ് നിങ്ങൾ ഉദ്ദേശിക്കുന്നത്?"

"ഉദാഹരണത്തിന് നിങ്ങൾ നഖം കടിക്കുമെന്ന് വിചാരിക്കുക. പിന്നീട് നിങ്ങൾക്ക് നഖം കടിക്കാൻ തോന്നാത്തപ്പോൾ നിങ്ങൾ നിങ്ങളെക്കൊണ്ട് നിങ്ങളുടെ നഖം കടിപ്പിക്കുക. ആ ശീലം പിണങ്ങിപ്പിരിഞ്ഞു പോകുന്നത് നിങ്ങൾക്ക് കാണാൻ കഴിയും."

"അങ്ങനെ സംഭവിക്കുമോ?" ജറാൾഡ് ചോദിച്ചു.

"സംഭവിക്കും. പല കാര്യങ്ങളിലും അങ്ങനെ സംഭവിക്കും. ഞാൻ സ്വയം പരീക്ഷിച്ച് വിജയിച്ചിട്ടുണ്ട്. ഞാൻ ഒട്ടും ധൈര്യം ഇല്ലാത്ത ഒരു പെണ്ണായിരുന്നു. എന്റെ ഇച്ഛാശക്തി കൊണ്ടുമാത്രം ഞാൻ എന്നെ ശരിയാക്കിയെടുത്തു."

ഹെർമിയോൺ നിർവ്വികാരമെങ്കിലും അസാധാരണമാംവിധം പിരിമുറുക്കമുള്ള ശബ്ദത്തിൽ സാവധാനം സംസാരിച്ചുകൊണ്ടിരുന്ന സമയം മുഴുവൻ ഉർസുല അവളെത്തന്നെ നോക്കിക്കൊണ്ടിരിക്കുകയായിരുന്നു. ഉർസുലയെ വിചിത്രമായ ഒരു രോമാഞ്ചം മൂടി. ഹെർമിയോണിൽ ഒരേ സമയം ആകർഷണവും വികർഷണവും തോന്നുന്ന അസാധാരണമായ ഒരു ഇരുണ്ട ശക്തി ഉണ്ടായിരുന്നു.

"ഇച്ഛാശക്തിയെ അങ്ങനെ ഉപയോഗിക്കുന്നത് അപകടമാണ്." ബിർക്കിൻ കർക്കശമായി പറഞ്ഞു. "അത്തരം ഇച്ഛാശക്തിയോട് അറപ്പ് തോന്നും. അത് അശ്ലീലമാണ്."

ഹെർമിയോൺ അവളുടെ നിഴൽ മൂടിയ കണ്ണുകൾകൊണ്ട് വളരെ നേരം അയാളെത്തന്നെ നോക്കിക്കൊണ്ടിരുന്നു. അവളുടെ മെലിഞ്ഞ മുഖം വിളറിപ്പോയിരുന്നു. മുഖത്തിന് ഏകദേശം തിളക്കം തോന്നിയിരുന്നു. അവളുടെ താടി മെലിഞ്ഞിരുന്നു.

"അതുകൊണ്ട് അപകടം ഇല്ലെന്ന് എനിക്ക് ഉറപ്പുണ്ട്." ഒടുവിൽ അവൾ പറഞ്ഞു. അവൾക്ക് തോന്നുന്നതും അനുഭവപ്പെടുന്നതും തമ്മിലും അവൾ ചിന്തിക്കുന്നതും പുറത്ത് പറയുന്നതും തമ്മിലും ഒരു അസാധാരണമായ അകലം ഉള്ളതായി എല്ലാസമയത്തും അനുഭവപ്പെട്ടിരുന്നു. കറുത്ത വികാരങ്ങളും പ്രതികരണങ്ങളും ഒഴുകുന്ന അരുവിയിൽ നിന്നാണ് അവൾ തന്റെ ചിന്തകൾ കോരിയെടുക്കുന്നതെന്ന് തോന്നും. ബിർക്കിൻ എല്ലാ സമയത്തും എതിർപ്പ് പ്രകടിപ്പിച്ചിരുന്നു. പക്ഷേ, അവൾക്ക് ചിന്തകൾ കോരിയെടുക്കുന്നതിൽ തെറ്റു പറ്റിയില്ല. അവളുടെ ഇച്ഛാശക്തി അവളെ കൈവെടിഞ്ഞില്ല. അവളുടെ ശബ്ദം എല്ലാ സമയത്തും നിർവ്വികാരമായിരുന്നു. പിരിമുറുക്കം ഉള്ളതായിരുന്നു. തികഞ്ഞ ആത്മവിശ്വാസം പ്രകടമാക്കുന്നതായിരുന്നു. എങ്കിലും ഒരു മനംപുരട്ടലിന്റെ തോന്നലിൽ അവൾ വിറച്ചു. അവളുടെ മനസ്സിനെ ഏത്

സമയത്തും പിടികൂടുമെന്ന് ഭയപ്പെടുത്തുന്ന ഒരുതരം കടൽച്ചൊരുക്ക്. പക്ഷേ, അവളുടെ മനസ്സ് പൊട്ടിത്തകരാതെ പിടിച്ചുനിന്നു. അവളുടെ ഇച്ഛാശക്തി എന്നിട്ടും കുറ്റമറ്റതായിരുന്നു. അത് ബിർക്കിനെ ഏറെക്കുറെ ഭ്രാന്ത് പിടിപ്പിച്ചു. പക്ഷേ, അയാൾ അവളുടെ ഇച്ഛാശക്തിയെ തകർത്ത് അവളുടെ അന്തിമമായ ഭ്രാന്ത് കാണാൻ ഒരിക്കലും ധൈര്യപ്പെട്ടില്ല. എങ്കിലും അയാൾ എപ്പോഴും അവളെ ആക്രമിച്ചുകൊണ്ടിരുന്നു.

അയാൾ ജറാൾഡിനോട് പറഞ്ഞു. "നിശ്ചയമായും കുതിരകൾക്ക് മനുഷ്യരെപ്പോലെ പൂർണ്ണമായ ഇച്ഛാശക്തി ഇല്ല. ഒരു കുതിരയ്ക്ക് ഒരു ഇച്ഛാശക്തിയല്ല ഉള്ളത്. ഓരോ കുതിരയ്ക്കും കൃത്യമായി രണ്ട് ഇച്ഛാശക്തികൾ ഉണ്ട്. ഒരു ഇച്ഛാശക്തികൊണ്ട് അത് മനുഷ്യന്റെ അധികാരത്തിന് വശംവദനാകാൻ ആഗ്രഹിക്കുന്നു. മറ്റേ ഇച്ഛാശക്തികൊണ്ട് അത് വന്യവും സ്വതന്ത്രവും ആകാൻ ആഗ്രഹിക്കുന്നു. ഈ രണ്ട് ഇച്ഛാശക്തികളും കൂടി ചിലപ്പോൾ പരസ്പരം പിണയും. കുതിരസവാരി ചെയ്യുമ്പോൾ എപ്പോഴെങ്കിലും കുതിര ഇടഞ്ഞാൽ നിങ്ങൾക്ക് അത് മനസ്സിലാകും."

"ഒരിക്കൽ കുതിര ഇടയുന്നത് ഞാൻ അനുഭവിച്ചിട്ടുണ്ട്." ജറാൾഡ് പറഞ്ഞു. "പക്ഷേ, അതുകൊണ്ട് കുതിരയ്ക്ക് രണ്ട് ഇച്ഛാശക്തി ഉണ്ടെന്ന് എനിക്ക് മനസ്സിലായില്ല. എനിക്ക് അത് ഭയന്നിട്ടുണ്ടെന്ന് മാത്രമേ മനസ്സിലായുള്ളൂ."

ഹെർമിയോൺ സംസാരം ശ്രദ്ധിക്കുന്നത് അവസാനിപ്പിച്ചിരുന്നു. ഈ വിഷയം ആരംഭിച്ചപ്പോൾത്തന്നെ അവൾ ശ്രദ്ധ മാറ്റിയിരുന്നു.

"എന്തിനാണ് ഒരു കുതിര മനുഷ്യന്റെ അധികാരത്തിന് വശപ്പെടാൻ ആഗ്രഹിക്കുന്നത്?" ഉർസുല ചോദിച്ചു. "എനിക്ക് അത് തീരെ മനസ്സിലാക്കാൻ കഴിയുന്നില്ല. അത് ഒരിക്കലും അങ്ങനെ ആഗ്രഹിക്കുന്നുണ്ടെന്ന് ഞാൻ വിശ്വസിക്കുന്നില്ല."

"ഉണ്ട്. അത് ആഗ്രഹിക്കുന്നുണ്ട്. അവസാനത്തേതും ഒരുപക്ഷേ, ഏറ്റവും ഗാഢവുമായ സ്നേഹത്തിന്റെ രൂപം അതാണ്. ഉയർന്ന ജീവിക്ക് നിങ്ങളുടെ ഇച്ഛാശക്തിയെ സമർപ്പിക്കുക." ബിർക്കിൻ പറഞ്ഞു.

"നിങ്ങൾക്ക് സ്നേഹത്തെ പറ്റി എത്ര വിചിത്രമായ സങ്കല്പങ്ങളാണുള്ളത്?" ഉർസുല കളിയാക്കി.

"സ്ത്രീകളും കുതിരകളെപ്പോലെ ആണ്. അവളുടെ ഉള്ളിലും രണ്ട് ഇച്ഛാശക്തികൾ എതിർദിശകളിൽ പ്രവർത്തിക്കുന്നുണ്ട്. ഒരു ഇച്ഛാശക്തികൊണ്ട് അവൾ പൂർണ്ണമായും വിധേയയാകാൻ ആഗ്രഹിക്കുന്നു. മറ്റേതുകൊണ്ട് അവൾ ചാടിപ്പോകാൻ ആഗ്രഹിക്കുന്നു."

"അപ്പോൾ ഞാൻ ചാടിപ്പോകുന്നവളാണ്." ഉർസുല പൊട്ടിച്ചിരിച്ചുകൊണ്ട് പറഞ്ഞു.

"കുതിരകളെ മെരുക്കുന്നതുപോലെ സ്ത്രീകളെ തനിച്ചാക്കുന്നതും അപകടം പിടിച്ച കാര്യമാണ്." ബീർക്കിൻ പറഞ്ഞു. "ആധിപത്യമുള്ള തത്ത്വങ്ങൾക്ക് അസാധാരണമായ ചില വിരോധങ്ങൾ ഉണ്ട്."

"നല്ല കാര്യങ്ങളും ഉണ്ട്." ഉർസുല പറഞ്ഞു.

"നിശ്ചയമായും ഉണ്ട്." ഒരു മങ്ങിയ ചിരിയോടെ ജറാൾഡ് പറഞ്ഞു. "അവിടെ കൂടുതൽ നേരമ്പോക്കുണ്ട്."

ഹെർമിയോണിന് കൂടുതൽ സഹിക്കാൻ കഴിഞ്ഞില്ല. ഉഴപ്പൻ മട്ടിൽ നീട്ടിപ്പറഞ്ഞുകൊണ്ട് അവൾ എഴുന്നേറ്റു.

"സന്ധ്യയാകാൻ തുടങ്ങുന്നത് മനോഹരമായ കാഴ്ചയല്ലേ? ഞാൻ ചിലപ്പോൾ ഭയങ്കര സൗന്ദര്യബോധം കൊണ്ട് തുളുമ്പിപ്പോകും. എനിക്ക് അത് താങ്ങാൻ പോലും കഴിയില്ലെന്ന് തോന്നും."

ഉർസുല വികാരരഹിതമായ ആഴങ്ങളിലേക്ക് നീങ്ങിക്കൊണ്ട് ഹെർമിയോണിനോടൊപ്പം എഴുന്നേറ്റു. ഹെർമിയോൺ ഉർസുലയോട് പോകാനുള്ള അഭ്യർത്ഥന നടത്തിയിരുന്നു. ബിർക്കിൻ വെറുപ്പ് നിറഞ്ഞ അധികാരഭാവത്തിന്റെ ഒരു പിശാചാണെന്ന് ഉർസുലയ്ക്ക് തോന്നി. കുളത്തിന്റെ കരയിലൂടെ അവൾ ഹെർമിയോണിനോടൊപ്പം പുൽനാമ്പുകൾ പറിച്ചെറിഞ്ഞ് സാന്ത്വനം തോന്നുന്ന മനോഹരമായ കാര്യങ്ങൾ സംസാരിച്ചുകൊണ്ടുനടന്നു.

"നിങ്ങൾക്ക് ഓറഞ്ചിൽ മഞ്ഞ കുത്തുകൾ നിറഞ്ഞ ഒരു വേഷം ഇഷ്ടപ്പെടുമോ?" ഉർസുല ഹെർമിയോണിനോട് ചോദിച്ചു. "പരുത്തിതുണി കൊണ്ടുള്ള ഒരു ഉടുപ്പ്."

"ശരി." ഹെർമിയോൺ കുനിഞ്ഞുനിന്ന് ഒരു പൂവിന്റെ ഭംഗിനോക്കിക്കൊണ്ട് പറഞ്ഞു. പൂവിന്റെ സൗന്ദര്യത്തെപ്പറ്റിയുള്ള ചിന്ത വീട്ടിലേക്ക് അവളോടൊപ്പം വന്ന് അവൾക്ക് സാന്ത്വനം നല്കുമെന്ന് തോന്നി. "അതിന് ഭംഗിയുണ്ടാവില്ലേ? എനിക്ക് അത് ഇഷ്ടപ്പെടും."

അവൾ ആത്മാർത്ഥമായ സ്നേഹത്തോടെ പുഞ്ചിരിച്ചുകൊണ്ട് ഉർസുലയെ നോക്കി.

പക്ഷേ, ആഴങ്ങളിലേക്ക് ചുഴിഞ്ഞിറങ്ങി കുതിരകളുടെ ഇരട്ട ഇച്ഛാശക്തികൊണ്ട് ബിർക്കിൻ ഉദ്ദേശിക്കുന്നത് എന്താണെന്ന് മനസ്സിലാക്കാൻ വേണ്ടി ജറാൾഡ് അയാളോടൊപ്പം തങ്ങി. ജറാൾഡിന്റെ മുഖത്ത് ആവേശത്തിന്റെ ഒരു തിളക്കം ചാഞ്ചാടിക്കൊണ്ടിരുന്നു.

ഹെർമിയോണും ഉർസുലയും പെട്ടെന്നുണ്ടായ സ്നേഹത്തിന്റെയും സൗഹൃദത്തിന്റെയും കെട്ടുപാടിൽ ഒന്നിച്ച് അലഞ്ഞുതിരിഞ്ഞു കൊണ്ടിരുന്നു.

"ഇത്തരത്തിലുള്ള ജീവിതവിശകലനങ്ങളിലേക്കും നിരൂപണങ്ങളിലേക്കും വലിച്ചിഴക്കപ്പെടാൻ സത്യത്തിൽ എനിക്ക് ആഗ്രഹം ഇല്ല. ഞാൻ കാര്യങ്ങളെ അവയുടെ സൗന്ദര്യത്തോടെ, അവയുടെ പരിപൂർണ്ണതയോടെ കാണാനാണ് ഇഷ്ടപ്പെടുന്നത്. നിങ്ങൾക്ക് അങ്ങനെ തോന്നുന്നില്ലേ? അമിതമായ അറിവിലേക്ക് നിങ്ങളെ പീഡിപ്പിക്കാൻ പാടില്ലെന്ന് നിങ്ങൾക്ക് തോന്നുന്നില്ലേ?" ഹെർമിയോൺ ഉർസുലയുടെ മുന്നിൽ കയറിനിന്ന് വാശിയോടെ ചോദിച്ചു.

"തോന്നുന്നുണ്ട്" ഉർസുല പറഞ്ഞു. "എനിക്കും തോന്നുന്നുണ്ട്.

ഈ പൊട്ടലും ചീറ്റലും സത്യത്തിൽ എനിക്ക് വെറുപ്പാണ്."

"നിങ്ങൾക്ക് അങ്ങനെ തോന്നുന്നതിൽ എനിക്ക് സന്തോഷം ഉണ്ട്." വീണ്ടും നടത്തം നിർത്തിക്കൊണ്ട് ഹെർമിയോൺ ഉർസുലയുടെ നേർക്ക് തിരിഞ്ഞു. "ചില സമയത്ത് ഈ തിരിച്ചറിവുകൾ എനിക്ക് തള്ളിക്കളയാൻ കഴിയാത്തപ്പോൾ ഞാൻ അതിനൊക്കെ കീഴടങ്ങാം എന്നുപോലും സംശയിക്കാറുണ്ട്. പക്ഷേ, അതിന് എനിക്ക് കഴിയില്ലെന്ന് തോന്നും; എനിക്ക് കഴിയില്ല. എല്ലാക്കാര്യങ്ങളും അത് നശിപ്പിക്കും. എല്ലാ സൗന്ദര്യവും യഥാർത്ഥത്തിലുള്ള വിശുദ്ധിയും അതോടെ നശിപ്പിക്കപ്പെടുന്നു. അവ കൂടാതെ എനിക്ക് ജീവിക്കാൻ കഴിയില്ലെന്നാണ് എനിക്ക് തോന്നുന്നത്."

ഉർസുല വിളിച്ചുപറഞ്ഞു. "അവകൂടാതെ ജീവിക്കുന്നത് വെറും തെറ്റാണോ? അല്ല. എല്ലാക്കാര്യങ്ങളും ബുദ്ധിപരമായി തിരിച്ചറിയണം എന്ന് വിചാരിക്കുന്നത് അങ്ങേയറ്റത്തെ അസംബന്ധമാണ്. സത്യത്തിൽ ചിലതൊക്കെ ദൈവത്തിന് മാറ്റിവയ്ക്കണം. എല്ലാക്കാലത്തും അത് അങ്ങനെയാണ്. എല്ലാക്കാലത്തും അത് അങ്ങനെ ആയിരിക്കുകയും ചെയ്യും."

"ശരിയാണ്." ഒരുകുട്ടിയെപ്പോലെ ആത്മവിശ്വാസം വീണ്ടെടുത്തുകൊണ്ട് ഹെർമിയോൺ പറഞ്ഞു. "അത് അങ്ങനെ ആവണം. അങ്ങനെ ആവണ്ടേ?" അവൾ ആഴത്തിലുള്ള ആലോചനയോടെ മുഖം ഉയർത്തി ആകാശത്തേക്ക് നോക്കി. "എന്നാൽ ബിർക്കിന് കാര്യങ്ങൾ വലിച്ചുകീറി കഷണങ്ങളാക്കാൻ മാത്രമേ കഴിയുകയുള്ളൂ. അയാൾ സത്യത്തിൽ കളിപ്പാട്ടം ഉണ്ടാക്കിയിരിക്കുന്നത് എങ്ങനെയാണെന്ന് മനസ്സിലാക്കാൻ വേണ്ടി അത് വലിച്ചുപറിച്ച് താഴെ ഇടുന്ന ആൺകുട്ടിയെപ്പോലെ ആണ്. അത് ശരിയാണെന്ന് വിശ്വസിക്കാൻ എനിക്ക് കഴിയില്ല. നിങ്ങൾ പറഞ്ഞതുപോലെ അത് അങ്ങേയറ്റത്തെ അസംബന്ധം തന്നെ ആണ്."

"അത് പൂവ് എങ്ങനെയിരിക്കുമെന്ന് അറിയാൻ വേണ്ടി മൊട്ട് പിച്ചിപ്പറിച്ചു നോക്കുന്നതുപോലെ ആണ്." ഉർസുല പറഞ്ഞു.

"അതെ, അതോടെ എല്ലാം അവസാനിക്കും. ഇല്ലേ? അത് പൂവിരിയാനുള്ള ഏതെങ്കിലും സാദ്ധ്യത ഉണ്ടെങ്കിൽ അതുപോലും അനുവദിക്കില്ല."

"നിശ്ചയമായും ഇല്ല" ഉർസുല പറഞ്ഞു. "അത് ശുദ്ധമായ നശീകരണം ആണ്."

"ആണ്, അത് അങ്ങനെയല്ലേ?"

ഉർസുലയിൽ നിന്ന് ഉറപ്പ് സ്വീകരിക്കാൻവേണ്ടി ഹെർമിയോൺ സാവധാനം ഉർസുലയെ വളരെ നേരത്തേക്ക് നോക്കിക്കൊണ്ട് നിന്നു. പിന്നീട് രണ്ട് സ്ത്രീകളും നിശ്ശബ്ദരായി. അവർ യോജിപ്പിലെത്തിയ നിമിഷം മുതൽ അവർ പരസ്പരം അവിശ്വസിക്കാൻ ആരംഭിച്ചു. ഉർസുലയ്ക്ക് അവൾ ഹെർമിയോണിൽനിന്ന് അകന്ന് മാറുന്നതായി അനുഭവപ്പെട്ടു. അവളുടെ വെറുപ്പ് നിയന്ത്രിക്കാൻ അവൾക്ക് ചെയ്യാൻ കഴിയുന്ന കാര്യം അത് മാത്രം ആയിരുന്നു.

ഒരു ധാരണയിൽ എത്തിച്ചേർന്ന രണ്ട് ഗൂഢാലോചനക്കാരെപ്പോലെ അവർ പുരുഷന്മാരുടെ അടുത്തേക്ക് തിരിച്ചുപോയി. ബിർക്കിൻ അവരെ നോക്കി. അയാളുടെ നിർവ്വികാരമായ നോട്ടം കണ്ടപ്പോൾ ഉർസുലയ്ക്ക് അയാളോട് വെറുപ്പ് തോന്നി. പക്ഷേ, അയാൾ ഒന്നുംപറഞ്ഞില്ല.

"നമ്മൾ പോകുകയല്ലേ?" ഹെർമിയോൺ പറഞ്ഞു. "ബിർക്കിൻ അത്താഴത്തിന് ഷോർട്ട് ലാൻഡ്സിലേക്ക് വരുന്നില്ലേ? ഞങ്ങളുടെ കൂടെ നിങ്ങൾ ഇപ്പോൾത്തന്നെ വരുന്നുണ്ടോ?"

"ഞാൻ വേഷം ധരിച്ചിട്ടില്ല." ബിർക്കിൻ മറുപടി പറഞ്ഞു. "ജറാൾഡ് യോഗത്തിൽ പങ്കെടുക്കാൻ വന്നതാണെന്ന് നിങ്ങൾക്ക് അറിയാം."

"ഞാൻ അതിൽ പങ്കെടുക്കാൻ പോകുന്നില്ല." ജറാൾഡ് പറഞ്ഞു.

"ശരി." ബിർക്കിൻ പറഞ്ഞു.

"പക്ഷേ, നിങ്ങൾ വസ്ത്രം മാറുമ്പോൾ ഞങ്ങൾക്ക് നിങ്ങൾക്ക് വേണ്ടി ഇവിടെ കാത്തു നില്ക്കരുതോ?"

"നിങ്ങൾക്ക് കുഴപ്പം ഇല്ലെങ്കിൽ"

അയാൾ വീടിനുള്ളിലേക്ക് പോകാൻ എഴുന്നേറ്റു. ഉർസുല തിരിച്ചു പോകുകയാണെന്ന് പറഞ്ഞു.

"ഒരുകാര്യം" അവൾ ജറാൾഡിന്റെ നേർക്ക് തിരിഞ്ഞുകൊണ്ട് പറഞ്ഞു. "മൃഗങ്ങളുടെയും കിളികളുടെയും യജമാനൻ മനുഷ്യനാണെങ്കിൽക്കൂടി അവന് താണ ജന്തുക്കളുടെ വികാരങ്ങളെ ആക്രമിക്കാനുള്ള അവകാശം ഉണ്ടെന്ന് ഞാൻ ഇപ്പോഴും വിശ്വസിക്കുന്നില്ല. ട്രെയിൻ പോകുന്നതുവരെ കുതിരയെ വഴിയിലൂടെ പിന്നോട്ട് പായിച്ച് അതിനോട് ദാക്ഷിണ്യം കാണിച്ചിരുന്നെങ്കിൽ അത് കൂടുതൽ ഉചിതമായിരുന്നെന്നാണ് ഞാൻ ഇപ്പോഴും വിചാരിക്കുന്നത്."

"എനിക്ക് മനസ്സിലായി" ജറാൾഡ് പുഞ്ചിരിച്ചുകൊണ്ടാണ് പറഞ്ഞതെങ്കിലും അയാൾ ഏറെക്കുറെ അസ്വസ്ഥനായിരുന്നു."മറ്റൊരു സന്ദർഭത്തിൽ ഞാൻ നിശ്ചയമായും ഓർക്കും."

"ഞാൻ മറ്റുള്ളവരുടെ കാര്യങ്ങളിൽ തലയിടുന്ന ഒരു സ്ത്രീ ആണെന്നാണ് അവർ എല്ലാവരും വിചാരിക്കുന്നത്." തിരിച്ചുപോകുന്നതിനിടയിൽ ഉർസുല സ്വയം വിചാരിച്ചു. പക്ഷേ, അവർക്കെതിരായി അവൾ പടച്ചട്ട അണിഞ്ഞിട്ടുണ്ട്.

അവൾ ആലോചനയിൽ മുഴുകി വീട്ടിലേക്ക് ഓടിപ്പോന്നു. ഹെർമിയോൺ അവളിൽ വളരെ വലിയ മാറ്റങ്ങൾ ഉണ്ടാക്കി. അവൾക്ക് ഹെർമിയോണുമായി യഥാർത്ഥത്തിലുള്ള ഒരു അടുപ്പം വന്നിരുന്നു. ആ രണ്ട് സ്ത്രീകളും തമ്മിൽ ഒരുതരം ഐക്യം നിലവിൽ വന്നിരുന്നു. എന്നിട്ടും അവൾക്ക് ഹെർമിയോണിനെ സഹിക്കാൻ കഴിഞ്ഞില്ല. പക്ഷേ, അവൾ ആ ആലോചന ഉപേക്ഷിച്ചു. "അവൾ സത്യത്തിൽ നന്മയുള്ളവളാണ്." അവൾ സ്വയം പറഞ്ഞു. "ശരിയായ കാര്യങ്ങളാണ് അവൾ യഥാർത്ഥത്തിൽ ആഗ്രഹിക്കുന്നത്." അവൾ ഹെർമിയോണുമായി ഒന്നാകാനും ബിർക്കിനിൽനിന്ന് മാറിനില്ക്കാനും ആഗ്രഹിച്ചു. അവൾ അയാളോട്

കൃത്യമായും എതിർപ്പുള്ളവൾ ആയിരുന്നു. പക്ഷേ, ഏതോ ഒരു ചങ്ങല അവളെ അയാളോട് ബന്ധിപ്പിച്ചിരുന്നു. ഏതോ ആഴമുള്ള അടിസ്ഥാന പ്രകൃതിനിയമം. അത് അപ്പോൾത്തന്നെ അവളെ ദേഷ്യംപിടിപ്പിച്ചു. അത് അവളെ ആലോചനകളിൽനിന്ന് മോചിപ്പിച്ചു.

ഇടയ്ക്കിടയ്ക്ക് തീവ്രമായ ചെറിയ വിറയലുകൾ അവളുടെ ഉപ ബോധമനസ്സിൽ നിന്നും അവളെ ബാധിക്കും. അവൾ ബിർക്കിനെ അവളുടെ വെല്ലുവിളി അറിയിച്ചതും അയാൾ ബോധപൂർവ്വമോ അല്ലാതെയോ അത് സ്വീകരിച്ചതും ഒരു സത്യമാണെന്ന് അവൾക്ക് അറിയാം. അത് അവർ തമ്മിലുള്ള മരണംവരെയുള്ള ഒരു പോരാട്ടമായിരുന്നു — അല്ലെങ്കിൽ പുതിയ ജീവിതത്തിലേക്കുള്ള ഒരു പോരാട്ടം: എങ്കിലും സംഘർഷം എന്തിനുവേണ്ടിയാണെന്ന് ആർക്കും പറയാൻ കഴിഞ്ഞില്ല.

13

മൈനോ

ദിവസങ്ങൾ കടന്നുപോയി. അവൾക്ക് സൂചന ഒന്നും ലഭിച്ചില്ല. അയാൾ അവളെ അവഗണിക്കാൻ പോകുകയാണോ? അവളുടെ രഹസ്യത്തെ അയാൾ കൂടുതലൊന്നും ശ്രദ്ധിക്കാതിരിക്കാൻ പോകുകയാണോ? ഉൽക്കണ്ഠയുടെയും തീക്ഷ്ണമായ ചവർപ്പിന്റെയും വിരസമായ ഒരു ഭാരം അവളുടെ മുകളിൽ ഉറഞ്ഞുകൂടി. എങ്കിലും അവൾ സ്വയം വഞ്ചിക്കുകയാണെന്നും അയാൾ മുന്നോട്ട് വരുമെന്നും ഉർസുലയ്ക്ക് അറിയാം. അവൾ ആരോടും ഒരു കാര്യവും പറഞ്ഞില്ല.

അപ്പോൾ ഉറപ്പ് തോന്നിയിരുന്നത് പോലെ അയാളുടെ ഒരു കുറിപ്പ് കിട്ടി. ഗുഡ്റണിനോടൊപ്പം അയാളുടെ നഗരത്തിലുള്ള മുറിയിലേക്ക് അവളെ ചായകുടിക്കാൻ ക്ഷണിക്കുന്ന ഒരു കുറിപ്പ്.

"അയാൾ എന്തിനാണ് ഗുഡ്റണിനെ കൂടി ആവശ്യപ്പെടുന്നത്?" അവൾ ഉടൻതന്നെ അവളോട് സ്വയം ചോദിച്ചു. "അയാൾ സ്വയം സുരക്ഷ ആഗ്രഹിക്കുന്നുണ്ടോ? അതോ താൻ തനിയെ ചെല്ലില്ലെന്ന് അയാൾ വിചാരിക്കുന്നുണ്ടോ?"

അയാൾ സ്വയം സുരക്ഷ ആഗ്രഹിക്കുന്നതാണോ എന്നുള്ള ചിന്ത അവളെ പീഡിപ്പിച്ചു. പക്ഷേ, എല്ലാം അവസാനിച്ചപ്പോൾ അവൾ തനിയെ ഇത്രമാത്രം പറഞ്ഞു.

"എനിക്ക് ഗുഡ്റൺ അവിടെ വേണമെന്നില്ല. കാരണം അയാൾ എന്നോട് കൂടുതൽ സംസാരിക്കണമെന്ന് ഞാൻ ആഗ്രഹിക്കുന്നു. അതുകൊണ്ട് ഞാൻ ഗുഡ്റണിനോട് ഒന്നും പറയാൻ പോകുന്നില്ല. ഞാൻ തനിയെ പോകും. അപ്പോൾ എനിക്ക് കാര്യങ്ങൾ മനസ്സിലാകും."

നഗരത്തിൽനിന്നും കുന്നുകയറി അയാളുടെ താമസസ്ഥലത്തേക്ക് പോകുന്ന ഒരു ട്രാം കാറിലാണ് താൻ ഇരിക്കുന്നതെന്ന് അവൾ സ്വയം

കണ്ടെത്തി. യാഥാർത്ഥ്യത്തിന്റെ വ്യവസ്ഥകളിൽ നിന്നും മോചനം നേടിയിട്ടുള്ള ഒരുതരം സ്വപ്നലോകത്തു കൂടിയാണ് അവൾ കടന്നു പോകുന്നതെന്ന് തോന്നി. അവളുടെ താഴെക്കൂടി കടന്നുപോകുന്ന നഗരത്തിന്റെ മലിനമായ വഴികൾ ഭൗതികമായ പ്രപഞ്ചവുമായി യാതൊരു ബന്ധവുമില്ലാത്ത ഒരു ആത്മാവിനെപ്പോലെ അവൾ ശ്രദ്ധിക്കുന്നുണ്ടായിരുന്നു. ഇവയൊക്കെ അവളോട് എന്ത് ബന്ധമാണ് ഉള്ളത്? പ്രേതജീവിതത്തിന്റെ പ്രവാഹത്തിനുള്ളിൽ പെട്ട് അവൾ പിടഞ്ഞു. അവൾക്ക് രൂപം ഇല്ലാതായി. ആരെങ്കിലും ഒരാൾ അവളെപ്പറ്റി എന്ത് പറയുമെന്നും എന്ത് വിചാരിക്കുമെന്നും അവൾക്ക് ഇപ്പോൾ ആലോചിക്കാൻ കഴിയുന്നില്ല. ആളുകൾ അവളുടെ പരിധിയിൽനിന്നും പുറത്തായിക്കഴിഞ്ഞിരിക്കുന്നു. അവൾ സ്വതന്ത്രയായിരിക്കുന്നു. ഒരു വിത്ത് അത് മനസ്സിലാക്കിയിട്ടുള്ള ഒരേ ഒരു ലോകമായ പുറംതോടിനുള്ളിൽ നിന്നും പുറത്ത് വരുന്നതുപോലെ അവൾ ഭൗതികജീവിതത്തിന്റെ പുറംതോടിനുള്ളിൽ നിന്നും അവ്യക്തതയോടെ അസാധാരണമായ രീതിയിൽ പുറത്തേക്ക് വീണിരിക്കുന്നു.

ഉടമസ്ഥ അവളെ കൂട്ടിക്കൊണ്ടുവരുമ്പോൾ ബിർക്കിൻ മുറിയുടെ നടുക്ക് നില്ക്കുകയായിരുന്നു. അയാളും പകച്ചുപോയിരുന്നു. ഏതോ തീക്ഷ്ണശക്തിയുടെ തെറ്റ് പോലെ അയാളുടെ ദുർബ്ബലമായ പുറത്ത് വന്ന ആ തീക്ഷ്ണശക്തി അവളെ ഏകദേശം മോഹാലസ്യത്തിലേക്ക് കൊണ്ടുപോയി.

"നിങ്ങൾ തനിച്ചാണോ?" അയാൾ ചോദിച്ചു.

"അതെ. ഗുഡ്റണിന് വരാൻ കഴിഞ്ഞില്ല." അതു എന്തുകൊണ്ടാണെന്ന് അയാൾ അപ്പോൾത്തന്നെ ഊഹിച്ചു.

മുറിക്കുള്ളിലെ ഭയാനകമായ പിരിമുറുക്കത്തിൽ അവൾ ഒന്നും സംസാരിച്ചില്ല. അത് ധാരാളം വെളിച്ചം കടക്കുന്ന സ്വസ്ഥമായ ഒരു മുറി ആണെന്ന് അവൾ മനസ്സിലാക്കി. പുറത്ത് കാറ്റിൽ ഉലയുന്ന കടും ചുവപ്പ് പൂക്കളുമായി ഒരു വാകമരം ഉണ്ടെന്നും അവൾ മനസ്സിലാക്കി.

"വാക എന്ത് ഭംഗി ആയിരിക്കുന്നു." നിശ്ശബ്ദത തകർക്കാൻ വേണ്ടി അവൾ പറഞ്ഞു.

"ആണോ! ഞാൻ പറഞ്ഞത് ഞാൻ മറന്നുപോയെന്ന് നിങ്ങൾ വിചാരിക്കുന്നുണ്ടോ?"

ഒരു ബോധക്ഷയം ഉർസുലയുടെ മനസ്സിലൂടെ കടന്നു പോയി.

"നിങ്ങൾ അത് ഓർക്കണമെന്ന് ഞാൻ ആഗ്രഹിക്കുന്നില്ല; നിങ്ങൾക്ക് അത് ഓർക്കണമെന്നില്ലെങ്കിൽ," അവളെ മൂടിയിരുന്ന ഇരുണ്ട അവ്യക്തതയിലൂടെ ഇത് പറഞ്ഞൊപ്പിക്കാൻ അവൾ ശരിക്കും ബുദ്ധിമുട്ടി.

കുറച്ച് നിമിഷത്തേക്ക് അവിടെ ഒരു നിശ്ശബ്ദത പരന്നു.

"അല്ല." അയാൾ പറഞ്ഞു. "അതുകൊണ്ടല്ല. നമ്മൾ പരസ്പരം മനസ്സിലാക്കാൻ പോകുകയാണെങ്കിൽ നിശ്ചയമായും നമുക്ക് എന്നന്നേക്കുമായി സ്വയം പ്രതിജ്ഞ എടുക്കേണ്ടിവരും. നമ്മൾ ഒരു ബന്ധം ഉണ്ടാ

കുകയാണെങ്കിൽ അത് സൗഹൃദം ആണെങ്കിൽപോലും അതിൽ തെറ്റുപറ്റാത്തതും പൂർണ്ണത ഉള്ളതും ആയ എന്തെങ്കിലും ഒക്കെ ഉണ്ടാവണം.”

അയാളുടെ ശബ്ദത്തിൽ ഏകദേശം അവിശ്വാസത്തിന്റെയും ദേഷ്യത്തിന്റെയും ഒരു മുഴക്കം ഉണ്ടായിരുന്നു. അവളുടെ ഹൃദയം കൂടുതൽ ചുരുങ്ങി. അവൾക്ക് സംസാരിക്കാൻ കഴിഞ്ഞില്ല.

അവൾ മറുപടി പറയാൻ പോകുന്നില്ലെന്ന് മനസ്സിലാക്കിയപ്പോൾ ഇഷ്ടപ്പെടാത്തമട്ടിൽ അയാൾ തുറന്നുപറഞ്ഞു.

“എനിക്ക് നല്കാനുള്ളത് പ്രണയം ആണെന്ന് എനിക്ക് പറയാൻ കഴിയില്ല. എനിക്ക് വേണ്ടതും പ്രണയം അല്ല. അതിനേക്കാൾ വളരെക്കൂടുതൽ വികാരരഹിതവും കാഠിന്യമുള്ളതും അപൂർവ്വവുമായ മറ്റെന്തോ ആണ്.”

അവിടെ ഒരു നിശ്ശബ്ദത ഉണ്ടായി. അതിനുള്ളിൽ നിന്നും അവൾ പറഞ്ഞു.

“നിങ്ങൾ എന്നെ പ്രണയിക്കുന്നില്ലെന്നാണോ നിങ്ങൾ ഉദ്ദേശിക്കുന്നത്?”

അത്രയും പറയുന്നതിന് അവൾ തീവ്രമായി ബുദ്ധിമുട്ടി.

“അങ്ങനെ പറയാനാണ് നിങ്ങൾ ആഗ്രഹിക്കുന്നതെങ്കിൽ അതും ശരിയാണ്. എന്നാൽ ഒരുപക്ഷേ, അത് സത്യം അല്ല. എനിക്ക് അറിയില്ല. എന്തായാലും പ്രണയം എന്ന വികാരം എനിക്ക് നിങ്ങളോട് തോന്നുന്നില്ല. ഇല്ല. ഞാൻ അത് ആഗ്രഹിക്കുന്നില്ല. കാരണം അത് ഒടുവിൽ പുറത്തുവരേണ്ടതാണ്.”

“പ്രണയം പുറത്തുവരുന്നത് അവസാനം ആണോ?” അയാളുടെ മരവിച്ച ചുണ്ടുകളിലേക്ക് നോക്കി അവൾ ചോദിച്ചു.

“അതെ. അങ്ങനെയാണ്. ഏറ്റവും അവസാനം പ്രണയത്തിന്റെ സ്വാധീനത്തിൽ നിന്ന് ഒറ്റപ്പെടും. അവിടെ യഥാർത്ഥത്തിൽ വികാരരഹിതനായ ഒരു ഞാൻ ഉണ്ട്. അത് പ്രണയത്തിനും അപ്പുറമാണ്. ഏതു വൈകാരികബന്ധത്തിനും അപ്പുറമാണ്. അതാണ് നിങ്ങളോട് തോന്നുന്നത്. പക്ഷേ, അടിവേര് പ്രണയമാണെന്ന് സ്വയം കബളിപ്പിക്കപ്പെടാൻ നമ്മൾ ആഗ്രഹിക്കുന്നു. അങ്ങനെയല്ലേ? പക്ഷേ, അതെല്ലാം ശാഖകൾ മാത്രം ആണ്. അടിവേര് പ്രണയത്തിനും അപ്പുറമാണ്. ഒരുതരം നഗ്നമായ ഒറ്റപ്പെടൽ. ഒരിക്കലും കണ്ടുമുട്ടാനോ ഇടപഴകാനോ തയ്യാറല്ലാത്ത ഒരു ഒറ്റപ്പെട്ട ഞാൻ.”

അവൾ ദുഃഖം നിഴലിക്കുന്ന വിടർന്ന കണ്ണുകൾകൊണ്ട് അയാളെ നോക്കി. അയാളുടെ മുഖത്ത് ആഴമുള്ള സത്യസന്ധതയുടെ തിളക്കം ഉണ്ടായിരുന്നു.

“നിങ്ങൾ ഉദ്ദേശിക്കുന്നത് നിങ്ങൾക്ക് പ്രണയിക്കാൻ കഴിയില്ലെന്നാണോ?” അവൾ പരിഭ്രമത്തോടെ ചോദിച്ചു.

“നിങ്ങൾക്ക് ഇഷ്ടമാണെങ്കിൽ അങ്ങനെ പറയാം. ഞാൻ പ്രണയി

ച്ചിട്ടുണ്ട്. പക്ഷേ, പ്രണയത്തിന് പ്രണയമില്ലാത്ത ഒരു അപ്പുറമുണ്ട്."

അവൾക്ക് ഇത് അംഗീകരിച്ചു കൊടുക്കാൻ വയ്യ. ഇത് അവളെ ഒരു മയക്കംപോലെ ബാധിച്ചു. പക്ഷേ, അവൾക്ക് അംഗീകരിക്കാൻ വയ്യ.

"നിങ്ങൾ ഒരിക്കലും യഥാർത്ഥത്തിൽ പ്രണയിച്ചിട്ടില്ലെന്ന് നിങ്ങൾക്ക് എങ്ങനെ അറിയാൻ കഴിയും?"

"ഞാൻ പറഞ്ഞത് സത്യമാണ്. നിങ്ങളിലും എന്നിലും പ്രണയത്തിനപ്പുറമുള്ള, താല്പര്യങ്ങൾക്കപ്പുറമുള്ള ഒരു അപ്പുറമുണ്ട്. ചില നക്ഷത്രങ്ങൾ കാഴ്ചയുടെ പരിധിക്ക് അപ്പുറത്ത് നിലനില്ക്കുന്നതുപോലെ."

"അപ്പോൾ പ്രണയം ഇല്ല." ഉർസുല വിളിച്ചുപറഞ്ഞു.

"അന്തിമമായി ഇല്ല. പക്ഷേ, മറ്റെന്തോ ഉണ്ട്. അന്തിമമായി പ്രണയം ഇല്ല."

ഈ പ്രസ്താവനയോടെ ഉർസുല കുറച്ച് സമയത്തേക്ക് സംസാരം നിർത്തി. പിന്നീട് വെറുപ്പോടെ ഇങ്ങനെ സംസാരം അവസാനിപ്പിച്ചു കൊണ്ട് അവൾ പകുതി എഴുന്നേറ്റു.

"അപ്പോൾ ഞാൻ വീട്ടിൽ പോകട്ടെ? ഞാൻ ഇവിടെ എന്താണ് ചെയ്തുകൊണ്ടിരിക്കുന്നത്?"

അയാൾ പൂർണ്ണമായും അവസാനത്തെ ഈ പ്രസ്താവനയിൽ തൂങ്ങിക്കിടന്നു. അവൾ കുറച്ച് നിമിഷം അനങ്ങാതെ നിന്നു. പിന്നീട് അവൾ വീണ്ടും ഇരുന്നു.

"പ്രണയം ഇല്ലെങ്കിൽ പിന്നെ അവിടെ എന്താണ് ഉള്ളത്?" ഏറെക്കുറെ പരിഹസിക്കുന്ന മട്ടിൽ അവൾ ഉറക്കെച്ചോദിച്ചു.

എല്ലാ ശക്തിയുമെടുത്ത് സ്വന്തം ആത്മാവിനോട് മല്ലിട്ടുകൊണ്ട് അയാൾ അവളെ നോക്കിപ്പറഞ്ഞു. "എന്തോ ചിലത്."

"എന്താണത്?"

അവൾ എതിർത്തു നില്ക്കുമ്പോൾ അവളോട് സംസാരിക്കാൻ കഴിയാതെ വളരെ അധികം സമയത്തേക്ക് അയാൾ നിശ്ശബ്ദനായിരുന്നു.

ശുദ്ധമായ ഒറ്റപ്പെടലിന്റെ ശബ്ദത്തിൽ അയാൾ പറഞ്ഞു. "വികാരങ്ങൾ ഇല്ലാത്തവനും മരവിച്ചവനും ചുമതലകൾക്ക് അപ്പുറം നില്ക്കുന്നവനുമായ ഒരു പരിപൂർണ്ണനായ ഞാനുണ്ട്. അതുകൊണ്ട് ഒരു പരിപൂർണ്ണയായ നിങ്ങളും ഉണ്ട്. എനിക്ക് നിങ്ങളെ അവിടെയാണ് കണ്ടുമുട്ടേണ്ടത്. വികാരങ്ങളുടെയും പ്രണയത്തിന്റെയും തലത്തിൽ അല്ല: പക്ഷേ, അതിനും അപ്പുറത്തുള്ള സംസാരവും കരാർ വ്യവസ്ഥകളും ഇല്ലാത്ത ഒരുതലത്തിലാണ് അത് സംഭവിക്കേണ്ടത്. അവിടെ നമ്മൾ നഗ്നരായ ഒരു പരിചയവും ഇല്ലാത്ത അറിയപ്പെടാത്ത രണ്ട് ജീവികൾ മാത്രം. ഞാൻ നിങ്ങളുടെ അടുത്തെത്താൻ ആഗ്രഹിക്കുന്നു. നിങ്ങൾ എന്റെയും. അവിടെ പ്രവർത്തനങ്ങൾക്ക് മാനദണ്ഡങ്ങൾ ഇല്ലാത്തതുകൊണ്ടും അവിടെനിന്നും യാതൊരു ധാരണകളും കൊയ്തെടുക്കാൻ കഴിയാത്തതു കൊണ്ടും അവിടെ കടപ്പാടുകൾ ഉണ്ടാകാൻ പറ്റില്ല. അത് മനുഷ്യസഹജം അല്ല. അതുകൊണ്ട് അവിടെ ഒരുതരത്തിലുള്ള പുസ്തകങ്ങളുടെയും

സ്വാധീനം ഇല്ല. കാരണം അവിടെ ഒരാൾ അംഗീകരിച്ച എല്ലാക്കാര്യങ്ങളുടെയും പരിധിക്ക് പുറത്താണ്. അറിയപ്പെടുന്ന ഒന്നുംതന്നെ അവിടെ പ്രായോഗികമല്ല. അവിടെ ഒരാൾക്ക് ജന്മവാസനയെ പിൻതുടരാം. മുന്നിൽ കണ്ടതിനെ സ്വീകരിക്കാം. ഒന്നിനോടും ചുമതല ഇല്ല. ഒന്നും ആവശ്യപ്പെടുന്നില്ല. ഒന്നും കൊടുക്കപ്പെടുന്നില്ല. മൗലികമായ ആഗ്രഹത്തിനൊത്ത് ഓരോരുത്തരും അനുമാനിക്കുന്നു."

ഉർസുല അയാളുടെ പ്രസംഗം കേട്ടുകൊണ്ടുനിന്നു. അവളുടെ മനസ്സ് ബധിരവും ഏറെക്കുറെ ബോധഹീനവും ആയിരുന്നു. അയാൾ പറഞ്ഞ കാര്യങ്ങൾ വളരെ അപ്രതീക്ഷിതം ആയിരുന്നു. വളരെ പ്രതികൂലവും ആയിരുന്നു.

"അത് കലർപ്പില്ലാത്ത സ്വാർത്ഥത മാത്രമാണ്." അവൾ പറഞ്ഞു.

"അതിൽ കലർപ്പില്ല എന്ന് പറഞ്ഞത് ശരിയാണ്. പക്ഷേ, അത് ഒട്ടും തന്നെ സ്വാർത്ഥത അല്ല. കാരണം എനിക്ക് നിങ്ങളിൽനിന്ന് വേണ്ടത് എന്താണെന്ന് എനിക്ക് അറിയില്ല. ഞാൻ നിങ്ങളിലേക്ക് വരുമ്പോൾ ഞാൻ അറിയപ്പെടാത്തതിലേക്ക് സ്വയം എത്തിച്ചേരുകയാണ്. എനിക്ക് മുൻധാരണകളോ പ്രതിരോധങ്ങളോ ഇല്ല. ഞാൻ അറിയപ്പെടാത്തതിലേക്ക് കടന്നുവരുന്നത് പരിപൂർണ്ണനഗ്നനായാണ്. അവിടെ മാത്രമാണ് നമ്മൾ എല്ലാം ത്യജിക്കുമെന്നും നമ്മൾ രണ്ടുപേരും നമ്മളെപ്പോലും ത്യജിക്കുമെന്നും നമ്മുടെ നിലനില്പ് തന്നെ അവസാനിപ്പിക്കുമെന്നും പിന്നീട് 'പരിപൂർണ്ണമായ നമ്മൾ എന്ന അവസ്ഥ നിലവിൽ' വരുമെന്നുമുള്ള നമ്മൾക്കിടയിലെ പ്രതിജ്ഞ ആവശ്യമായി വരുന്നത്."

അവൾ അവളുടെ സ്വന്തം ചിന്തകളിലൂടെ അലഞ്ഞുതിരിഞ്ഞു.

"പക്ഷേ, നിങ്ങൾ എന്നെ സ്നേഹിക്കുന്നതുകൊണ്ടാണ് നിങ്ങൾക്ക് എന്നെ വേണ്ടിവരുന്നത്." അവൾ ആവർത്തിച്ചു.

"അല്ല. അതുകൊണ്ടല്ല. അതിനുള്ള കാരണം ഞാൻ നിങ്ങളിൽ വിശ്വസിക്കുന്നുണ്ടെങ്കിൽ ആ വിശ്വാസം മാത്രമാണ്."

"നിങ്ങൾക്ക് ഉറപ്പില്ലേ?" പെട്ടെന്ന് വിഷമം തോന്നിയതുകൊണ്ട് അവൾ പൊട്ടിച്ചിരിച്ചു.

അവൾ പറയുന്നത് ശ്രദ്ധിക്കാതെ അയാൾ അവളെ ചങ്കുറപ്പോടെ നോക്കിക്കൊണ്ടിരുന്നു.

"ശരിയാണ്. ഞാൻ നിശ്ചയമായും നിങ്ങളെ വിശ്വസിക്കുന്നുണ്ട്. അല്ലെങ്കിൽ ഞാൻ ഇപ്പോൾ ഇവിടെ ഇങ്ങനെ സംസാരിക്കില്ല."അയാൾ മറുപടി പറഞ്ഞു. "പക്ഷേ, ആ ഒരു തെളിവ് മാത്രമേ എന്റെ കൈയിൽ ഉള്ളൂ. ഈ പ്രത്യേക നിമിഷത്തിൽ എനിക്ക് മറ്റൊരു ശക്തമായ വിശ്വാസം തോന്നുന്നില്ല."

വളരെ പെട്ടെന്ന് മടുപ്പിലേക്കും വിശ്വാസരാഹിത്യത്തിലേക്കും ഉള്ള അയാളുടെ ഈ വഴുതിവീഴലിൽ അവൾക്ക് അയാളോട് ഇഷ്ടക്കേട് തോന്നി.

"പക്ഷേ, ഞാൻ സുന്ദരി ആണെന്ന് നിങ്ങൾ വിചാരിക്കുന്നില്ലേ?"

പരിഹസിക്കുന്നമട്ടിൽ അവൾ ചോദിച്ചു.

അവൾ സുന്ദരിയാണെന്ന് തനിക്ക് തോന്നുന്നുണ്ടോ എന്ന് ഉറപ്പാക്കാൻ വേണ്ടി അയാൾ അവളെ നോക്കി.

"നിങ്ങൾ സുന്ദരി ആണെന്ന് എനിക്ക് തോന്നുന്നില്ല." അയാൾ പറഞ്ഞു.

"കണ്ടാൽ കൊള്ളാമെന്ന് പോലും തോന്നുന്നില്ലേ?"

പ്രകോപിപ്പിക്കാനുള്ള ശ്രമം കാരണം അയാൾ നെറ്റിചുളിച്ചു.

"ഇത് കാഴ്ചയിലുള്ള ആസ്വാദനത്തിന്റെ പ്രശ്നമല്ലെന്ന് നിങ്ങൾക്ക് മനസ്സിലാക്കാൻ കഴിയുന്നില്ലേ? ഞാൻ ധാരാളം സ്ത്രീകളെ കണ്ടിട്ടുണ്ട്. ഞാൻ അവരെ കണ്ടുകണ്ടു മടുത്തിരിക്കുന്നു. എനിക്ക് വേണ്ടത് ഞാൻ കാണാത്ത ഒരു സ്ത്രീയെ ആണ്."

"പക്ഷേ, എനിക്ക് അദൃശ്യയായി നിന്നുകൊണ്ട് നിങ്ങളുടെ ആഗ്രഹം നടത്തിത്തരാൻ പറ്റാത്തതിൽ ഞാൻ വിഷമിക്കുന്നു." അവൾ കളിയാക്കി.

പക്ഷേ, അയാൾ അവളെ ശ്രദ്ധിച്ചില്ല. അയാൾ സ്വയം സംസാരിച്ചു കൊണ്ടിരുന്നു.

"നിങ്ങളുടെ നിലനില്പ് നിങ്ങൾ അറിയാതിരിക്കുമ്പോഴാണ് എനിക്ക് നിങ്ങളെ കാണാൻ ആഗ്രഹം ഉള്ളത്. നിങ്ങളുടെ സാധാരണ വ്യക്തിത്വം നിങ്ങളെ പരിപൂർണ്ണമായും നിഷേധിക്കുമ്പോൾ: പക്ഷേ, എനിക്ക് നിങ്ങളുടെ സൗന്ദര്യം വേണ്ട. നിങ്ങളുടെ സ്ത്രൈണമായ വികാരങ്ങൾ വേണ്ട. നിങ്ങളുടെ ചിന്തയോ അഭിപ്രായങ്ങളോ ആശയങ്ങളോ ഞാൻ ആഗ്രഹിക്കുന്നില്ല. അവയൊന്നും എന്റെ കാര്യങ്ങളല്ല."

"സാർ, നിങ്ങൾ വളരെ അഹംഭാവം ഉള്ളവനാണ്." അവൾ കളിയാക്കി. "എന്റെ സ്ത്രൈണവികാരങ്ങൾ എന്താണെന്ന് നിങ്ങൾക്ക് എങ്ങനെ അറിയാൻ കഴിയും? എന്റെ ചിന്തകളോ ആശയങ്ങളോ നിങ്ങൾ എങ്ങനെയാണ് മനസ്സിലാക്കുന്നത്? ഇപ്പോൾ ഞാൻ നിങ്ങളെപ്പറ്റി എന്താണ് വിചാരിക്കുന്നതെന്നുപോലും നിങ്ങൾക്ക് അറിയില്ല."

"എന്ത് വിചാരിച്ചാലും ഞാൻ ഒട്ടും കാര്യമാക്കുന്നില്ല"

"നിങ്ങൾ വളരെ നിഷ്കളങ്കൻ ആണെന്നാണ് ഞാൻ വിചാരിക്കുന്നത്. എന്നോട് നിങ്ങൾക്ക് പ്രണയം ഉണ്ടെന്ന് പറയാൻ നിങ്ങൾ ആഗ്രഹിക്കുന്നതായിട്ടാണ് എനിക്കുതോന്നുന്നത്. നിങ്ങൾ ഇത്രയധികം ചുറ്റിത്തിരിയുന്നത് അതിനുവേണ്ടിയാണ്."

"ശരി." പെട്ടെന്ന് ദേഷ്യപ്പെട്ടുകൊണ്ട് അയാൾ തലഉയർത്തി നോക്കി. "അപ്പോൾ എന്നെ തനിയെ വിട്ടിട്ട് തിരിച്ചുപോകൂ. നിങ്ങളുടെ വിലയേറിയ പരിഹാസങ്ങൾ ഇനിയും എനിക്ക് ആവശ്യം ഉണ്ടെന്ന് തോന്നുന്നില്ല."

"ഇത് സത്യത്തിൽ പരിഹാസം ആണോ?" മുഖത്ത് യഥാർത്ഥ ചിരിയുടെ സാന്ത്വനവുമായി അവൾ കളിയാക്കി. അയാൾ അവളോട് ആഴത്തിലുള്ള ഒരു കുമ്പസാരം നടത്തിയിരിക്കുന്നതായി അവൾ അതിനെ വ്യാഖ്യാനിച്ചു. പക്ഷേ, അയാളും സത്യത്തിൽ അങ്ങേയറ്റത്തെ അസം

ബന്ധങ്ങളാണ് പറഞ്ഞുകൊണ്ടിരുന്നത്.

അവർ കുറേസമയത്തേക്ക് നിശ്ശബ്ദരായി ഇരുന്നു. അവൾ ഒരു കുട്ടിയെപ്പോലെ ആഹ്ലാദിച്ചു. സന്തോഷിച്ചു. അയാളുടെ ഏകാഗ്രത തകർന്നു. അയാൾ അവളെ സ്വാഭാവികമായ രീതിയിൽ വെറുതെ നോക്കാൻ തുടങ്ങി.

"നിങ്ങളുമായി അസാധാരണമായ ഒരു കൂടിച്ചേരൽ ആണ് ഞാൻ ആഗ്രഹിക്കുന്നത്." അയാൾ പതുക്കെപ്പറഞ്ഞു. "കണ്ടുമുട്ടലും ഇടപഴകലും അല്ല. നിങ്ങൾ പറഞ്ഞത് ശരിയാണ്. പക്ഷേ, നക്ഷത്രങ്ങൾ പരസ്പരം സമതുലിതാവസ്ഥയിൽ നിലനില്ക്കുന്നതുപോലെ രണ്ട് ഒറ്റപ്പെട്ട മനുഷ്യർ തമ്മിലുള്ള പരിശുദ്ധമായ ഒരു തുല്യത."

അവൾ അയാളെ നോക്കി. അയാൾ അങ്ങേയറ്റം സത്യസന്ധനായിരുന്നു. പക്ഷേ, അയാളുടെ സത്യസന്ധത അവൾക്ക് ഏറെക്കുറെ നിസ്സാരവും മണ്ടത്തരവും ആയിരുന്നു. അത് അവളുടെ സ്വാതന്ത്ര്യം നശിപ്പിച്ചു. അവളെ അസ്വസ്ഥയാക്കി. എങ്കിലും അവൾക്ക് അയാളെ വളരെ ഇഷ്ടപ്പെട്ടു.

"പക്ഷേ, ഇത് വളരെപ്പെട്ടെന്ന് ആയിപ്പോയില്ലേ?" അവൾ കളിയാക്കി.

അയാൾ ചിരിക്കാൻ തുടങ്ങി.

"നമ്മൾ ഒപ്പിടുന്നതിന് മുമ്പ് ഉടമ്പടിയിലെ വ്യവസ്ഥകൾ വായിച്ചു നോക്കുന്നതാണ് ഏറ്റവും നല്ലത്." അയാൾ പറഞ്ഞു.

"സോഫയിൽ ഉറങ്ങിക്കിടന്നിരുന്ന ഒരു ചാരനിറമുള്ള കൊച്ചുപൂച്ച ചാടി താഴെ ഇറങ്ങി. നീണ്ടകാലുകളിൽ ഉയർന്ന് മെലിഞ്ഞ മുതുകുവളച്ച് മൂരി നിവർന്നു. പിന്നീട് അല്പസമയം ഏതോ ആലോചിച്ച് രാജകീയമായി നിവർന്നിരുന്നു. അതിനുശേഷം ചാട്ടുളിപോലെ തുറന്നുകിടന്ന ജനാലവഴി മുറിയിൽ നിന്നും തോട്ടത്തിലേക്കു പാഞ്ഞുപോയി.

"അവൻ എന്തിന്റെ പിന്നാലെയാണ് ഓടുന്നത്?" ബിർക്കിൻ എഴുന്നേറ്റുകൊണ്ട് ചോദിച്ചു.

കൊച്ചു പൂച്ച വാലാട്ടിക്കൊണ്ട് നടപ്പാതയിലൂടെ കുതിച്ചുചാടി. അവൻ വെളുത്ത കാല്പാദങ്ങളുള്ള ഒരു സാധാരണ കുന്നൻപൂച്ച ആയിരുന്നു. ഒരു മാന്യനായ മെലിഞ്ഞ ചെറുപ്പക്കാരൻ. നിറയെ രോമം ഉള്ള തവിട്ടുനിറമുള്ള ഒരു പൂച്ച വേലിയുടെ ഓരം ചേർന്ന് പതുങ്ങിപ്പതുങ്ങി നടന്നു വരുന്നുണ്ടായിരുന്നു. മൈനോ അവളുടെ അടുത്തുവരെ പ്രതാപത്തോടെ നടന്നുചെന്നു. പുരുഷസഹജമായ അശ്രദ്ധ അവന്റെ നടത്തത്തിൽ ഉണ്ടായിരുന്നു. അവൾ ഒതുക്കത്തോടെ അവന്റെ മുന്നിൽ പതുങ്ങി സ്വയംതറയിലേക്ക് അമർന്നുകിടന്നു. മൃദുലരോമങ്ങൾ പുറത്തേക്ക് എഴുന്നുനിന്നു. രത്നം പോലെയുള്ള വിടർന്ന മനോഹരമായ പച്ചക്കണ്ണുകൾകൊണ്ട് അവൾ അവനെ നോക്കി. അവൻ സാധാരണമട്ടിൽ അവളെ കുനിഞ്ഞ് നോക്കി. അവൾ പിൻവശത്തെ വാതിലിടനുത്തേക്ക് പോകാൻ വേണ്ടി കുറച്ച് മുൻപോട്ട് ഇഴഞ്ഞുനീങ്ങി. പിന്നീട് സ്വയം നശിക്കുന്നമട്ടിൽ ഒരു നിഴൽപോലെ അവൾ പതുങ്ങിപ്പതുങ്ങി നടന്നു.

അവൻ പ്രതാപത്തോടെ അവന്റെ മെലിഞ്ഞ കാലുകളിൽ അവളുടെ പിന്നാലെ നടന്നു. പിന്നീട് പെട്ടെന്ന് അവൻ ഒരു അതിക്രമം കാണിച്ചു. അവന്റെ കൈപ്പത്തികൊണ്ട് അവളുടെ മുഖത്തിന്റെ ഒരുവശത്ത് ഒരുതോണ്ട് തോണ്ടി. അവൾ നിലത്തുകൂടി പറന്നുപോകുന്ന കരിയിലപോലെ കുറച്ച് ദൂരം മുന്നോട്ട് ഓടി. പിന്നീട് വന്യമായ ക്ഷമയോടെ അവൾ കീഴടങ്ങിയ മട്ടിൽ പതുങ്ങിയിരുന്നു. മൈനോ അവളെ ശ്രദ്ധിക്കുന്നില്ലെന്ന് അഭിനയിച്ചു. അവൻ ചുറ്റുമുള്ള പ്രകൃതിയിലേക്ക് കണ്ണ് തുറിച്ചു നോക്കി. ഒരു മിനിറ്റിനുള്ളിൽ അവൾ സ്വയം എഴുന്നേറ്റ് സാവധാനം കുറച്ചുദൂരം മുന്നോട്ടുപോയി. അവൾ അവളുടെ നടത്തത്തിന്റെ വേഗത കൂട്ടാൻ തുടങ്ങി. ഒരു നിമിഷത്തിനുള്ളിൽ അവൾ ഒരു സ്വപ്നം പോലെ മാഞ്ഞുപോകുമായിരുന്നു. അപ്പോഴേക്കും ചാരനിറമുള്ള പ്രഭു അവളുടെ മുന്നിലേക്ക് ഓടിക്കയറി ഒരു മനോഹരമായ മാന്ത് മാന്തി. അവൾ ഉടൻതന്നെ അനുസരണയോടെ അടങ്ങിയിരുന്നു.

“അവൾ ഒരുകാട്ടുപൂച്ച ആണ്.” ബിർക്കിൻ പറഞ്ഞു. “അവൾ കാട്ടിൽ നിന്നും ഇറങ്ങിവന്നതാണ്.”

അലഞ്ഞു നടക്കുന്ന പൂച്ചയുടെ കണ്ണുകൾ നിമിഷനേരത്തേക്ക് നാലുചുറ്റും പരതി. ബിർക്കിന് അവ പച്ചനിറമുള്ള തീക്കനലുകൾ പോലെ തോന്നി. പിന്നീട് അവൾ പെട്ടെന്ന് തോട്ടത്തിലൂടെ പകുതിദൂരം ഓടി. അവിടെ അവൾ ചുറ്റും നോക്കാൻ വേണ്ടി ഓട്ടം നിർത്തി. മൈനോ ശുദ്ധമായ മേല്ക്കോയ്മയോടെ അയാളുടെ യജമാനനെനോക്കി ചെറുപ്പത്തിന്റെ പൂർണ്ണതയോടെ നിവർന്നു നിന്നുകൊണ്ട് സാവധാനം കണ്ണുകൾ അടച്ചു. ഈ സമയത്തെല്ലാം അസാധാരണമായ തീക്കനലുകൾ പോലെയുള്ള കാട്ടുപൂച്ചയുടെ ഉരുണ്ട പച്ചക്കണ്ണുകൾ നാലുചുറ്റും അലഞ്ഞുതിരിയുകയായിരുന്നു. പിന്നീട് വീണ്ടും അവൾ അടുക്കളഭാഗത്തേക്ക് ഒരുനിഴൽപോലെ തെന്നിമാറി.

മനോഹരമായ ഒരു കുതിച്ചുചാട്ടത്തിലൂടെ മൈനോ അവളുടെ മുകളിൽ വീണ് വെളുത്ത് മൃദുലമായ കൈപ്പത്തികൾ കൊണ്ട് വളരെ ആത്മവിശ്വാസമുള്ള രണ്ട് തോണ്ടലുകൾ തോണ്ടി. അവൾ പതുങ്ങിയതിന് ശേഷം എതിർപ്പ് പ്രകടിപ്പിക്കാതെ പിന്നോട്ട് മാറി. അവൻ അവളുടെ പിന്നിൽ നടന്നു. അവന്റെ വെളുത്ത മാന്ത്രികകൈപ്പത്തി കൊണ്ട് ഒന്നോ രണ്ടോതവണ ചെറിയ മാന്തലുകൾ അവളെ മാന്തി.

“ഇപ്പോൾ അവൻ എന്തിനാണ് ഇങ്ങനെ ചെയ്യുന്നത്?” ധാർമ്മിക രോഷത്തോടെ ഉർസുല ഉച്ചത്തിൽ വിളിച്ചുപറഞ്ഞു.

“അവർ അടുത്ത സൗഹൃദത്തിലാണ്.” ബിർക്കിൻ പറഞ്ഞു.

“അതുകൊണ്ടാണോ അവൻ അവളെ മാന്തുന്നത്?”

“അതെ.” ബിർക്കിൻ ചിരിച്ചു. “അവളോട് അവൻ സൗഹൃദം വ്യക്തമാക്കാൻ ആഗ്രഹിക്കുന്നുണ്ടെന്നാണ് എനിക്ക് തോന്നുന്നത്.”

“അവൻ ഇങ്ങനെ ചെയ്താൽ അവൾ പേടിച്ച് പോകില്ലേ!” അവൾ വിളിച്ച് കൂവിക്കൊണ്ട് തോട്ടത്തിലേക്ക് ചെന്ന് മൈനയോട് വിളിച്ചു

പറഞ്ഞു.

"അവളെ അടിക്കരുത്. റൗഡിത്തരം നിർത്തെടാ."

അലഞ്ഞു നടക്കുന്ന പൂച്ച അതിവേഗതയിൽ നീങ്ങുന്ന നിഴൽപോലെ അപ്രത്യക്ഷമായി.

"മൈനോ നീ റൗഡിയാണോടാ" അയാൾ കുന്നൻ പൂച്ചയോട് ചോദിച്ചു.

"മെലിഞ്ഞ കുന്നൻപൂച്ച അയാളെ നോക്കി സാവധാനം കണ്ണുകൾ ചെറുതാക്കി. പിന്നീട് അവിടെ ഉണ്ടായിരുന്ന രണ്ട് മനുഷ്യജീവികളെ മറന്നുപോയെന്നുള്ളമട്ടിൽ അവൻ ദൂരെയുള്ള പ്രകൃതിദൃശ്യങ്ങളിലേക്ക് നോക്കി ഇരുന്നു.

"മൈനോ." ഉർസുല പറഞ്ഞു. "നിന്നെ എനിക്ക് ഇഷ്ടമല്ല. എല്ലാ ആണുങ്ങളെയും പോലെ നീയും ഒരു റൗഡിയാണ്.

"അല്ല." ബിർക്കിൻ പറഞ്ഞു. "അവന് ന്യായീകരണം ഉണ്ട്. അവൻ റൗഡി അല്ല. അവൻ ആ കാട്ടുപൂച്ചയോട് അവനെ അവളുടെ വിധി എന്ന രീതിയിൽ അംഗീകരിക്കണമെന്ന് നിർബ്ബന്ധിക്കുകയായിരുന്നു. അവൾ അലഞ്ഞുതിരിഞ്ഞ് കാറ്റുപോലെ എവിടെയും ചെന്ന് കയറി വേഴ്ച നടത്തുന്നവളാണെന്ന് നിങ്ങൾക്ക് മനസ്സിലായില്ലേ. ഞാൻ പൂർണ്ണമായും അവനോടൊപ്പം ആണ്."

"ശരി. എനിക്ക് അറിയാം." ഉർസുല വിളിച്ചുപറഞ്ഞു. "അവന് വേണ്ടത് അവന്റെ രീതികളാണ് — നിങ്ങളുടെ നല്ല വാക്കുകൾ എവിടേക്കാണ് വന്നു ചേരുന്നതെന്ന് എനിക്ക് അറിയാം. അധികാരം, ഞാൻ അതിനെ അധികാരം എന്ന് പറയും."

ശബ്ദം ഉണ്ടാക്കുന്ന സ്ത്രീയോടുള്ള അവജ്ഞകൊണ്ട് മൈനോ ബിർക്കിനെ ഒളികണ്ണിട്ട് നോക്കി.

"ഞാൻ നിന്നോട് പൂർണ്ണമായും യോജിക്കുന്നു." ബിർക്കിൻ പൂച്ചയോട് പറഞ്ഞു. "നീ ആണായതിന്റെ അന്തസ്സും ഉയർന്ന ധാരണയും സംരക്ഷിക്കണം."

സൂര്യനെ നോക്കിക്കൊണ്ടിരിക്കുകയാണെന്നുള്ള ഭാവത്തിൽ മൈനോ വീണ്ടും കണ്ണുകൾ ചുരുക്കി. പിന്നീട് ആ രണ്ട് മനുഷ്യരുമായി യാതൊരു ബന്ധവും ഇല്ലെന്ന മട്ടിൽ അവൻ വാൽ ഉയർത്തിപ്പിടിച്ച് പെട്ടെന്ന് ചുറുചുറുക്കോടെ അവന്റെ വെളുത്തകാലുകൾ നീട്ടിവെച്ച് അവിടെ നിന്ന് കുതിച്ചോടി.

"ഇപ്പോൾ അവൻ പോയി കാനനസുന്ദരിയെ കണ്ടുപിടിച്ച് അവന്റെ ഉയർന്ന വിവേകം ഉപയോഗിച്ച് അവളെ സല്ക്കരിക്കും." ബിർക്കിൻ പൊട്ടിച്ചിരിച്ചു.

പാറിപ്പറക്കുന്ന മുടിയിഴകളും വിപരീതാർത്ഥത്തിലുള്ള പുഞ്ചിരിയുമായി അവളുടെ മുന്നിൽ നിന്നിരുന്ന മനുഷ്യനെ ഉർസുലനോക്കി. അവൾ ഉറക്കെ വിളിച്ചു പറഞ്ഞു.

"പുരുഷ മേധാവിത്വത്തിന്റെ ഈ അഹംഭാവം എനിക്ക് എതിർപ്പ്

ഉണ്ടാക്കുന്നു! ഇത് ഒന്നാംതരം കള്ളമാണ്! അതിന് എന്തെങ്കിലും ന്യായീകരണം ഉണ്ടോ എന്ന് ഒരാളും ശ്രദ്ധിക്കില്ല!"

"ആ കാട്ടുപൂച്ചയ്ക്ക് ഒരു പ്രശ്നവും ഇല്ല. അതിന് ന്യായീകരണം ഉണ്ടെന്ന് അവൾ മനസ്സിലാക്കുന്നുണ്ട്." ബിർക്കിൻ പറഞ്ഞു.

"അവൾ മനസ്സിലാക്കുന്നുണ്ടെന്നോ?" ഉർസുല ഉറക്കെ പറഞ്ഞു. "എങ്കിൽ അത് നാവികരോട് പോയി പറയൂ."

"അവർക്കും അത് മനസ്സിലാകും."

"ഇത് ജറാൾഡ് ക്രിച്ചിന്റെയും അയാളുടെ കുതിരയുടെയും കഥ തന്നെ ആണ് —റൗഡിത്തരത്തിനുള്ള ഒരു ആസക്തി — അങ്ങേയറ്റത്തെ അധഃപതനം."

'പക്ഷേ, ചക്കിപ്പൂച്ചയെ ശുദ്ധവും ഉറപ്പും ഉള്ള ഒരു സമതുലിതാവസ്ഥയിലേക്ക് കൊണ്ടുവരാനുള്ള ആഗ്രഹമാണ് മൈനോ പ്രകടിപ്പിച്ചത്. ഒരു പുരുഷനുമായുള്ള ഉൽകൃഷ്ടവും സുസ്ഥിരവും ആയ ഒരു ബന്ധം. എന്നാൽ അവൻ ഇല്ലെങ്കിൽ അവൾ അലഞ്ഞുതിരിയുമെന്ന് നിങ്ങൾ മനസ്സിലാക്കിയിട്ടുണ്ട്. അവൻ ഒരു പ്രഖ്യാപനം നടത്തിയെന്ന് മാത്രം— നിനക്ക് ഇഷ്ടമാണെങ്കിൽ ഞാൻ എന്റെ കഴിവിനൊത്ത് നോക്കാം."

"ഹോ! കള്ളന്യായങ്ങൾ. ഇത് പഴയ ആദാം തന്നെ ആണ്."

"ഓ! ശരിയാണ്. ആദാം ഹവ്വയെ അയാളോടൊപ്പം തനിച്ചുണ്ടായിരുന്ന സമയത്ത് സ്വന്തം ഭ്രമണപഥത്തിലെ നക്ഷത്രത്തെപ്പോലെ നാശം ഇല്ലാത്ത ഒരു സ്വർഗ്ഗത്തിലാണ് സംരക്ഷിച്ചത്."

"ശരിയാണ്, ശരിയാണ്" അയാളുടെ നേർക്ക് വിരൽചൂണ്ടിക്കൊണ്ട് ഉർസുല ഉറക്കെപ്പറഞ്ഞു."നിങ്ങൾ സത്യം പറഞ്ഞു. സ്വന്തം ഭ്രമണപഥത്തിലെ നക്ഷത്രം! ഒരു ഉപഗ്രഹം. ചൊവ്വയുടെ ഒരു ഉപഗ്രഹം. അവൾ അതാണ്! അവിടെ നിങ്ങൾ അറിയാതെ വെളിപ്പെടുത്തിപ്പോയി! നിങ്ങൾക്ക് ഒരു ഉപഗ്രഹം വേണം. ചൊവ്വയും അവന്റെ ഉപഗ്രഹവും! നിങ്ങൾ അത് പറഞ്ഞു! നിങ്ങൾ അത് പറഞ്ഞു! നിങ്ങൾ സ്വയം സമ്മതിച്ചു!"

അയാൾ തോല്വിയും വിസ്മയവും കോപവും ആദരവും സ്നേഹവും കൊണ്ട് പുഞ്ചിരിച്ചുകൊണ്ട് നിന്നു.

അവൾ വളരെ പെട്ടെന്ന് കാര്യങ്ങൾ തിരിച്ചറിഞ്ഞ് മനസ്സിലാക്കുന്നവളും അങ്ങേയറ്റം പ്രതികാരമുള്ളവളും അപകടകരമായ സൂക്ഷ്മസംവേദനശക്തിയിൽ അങ്ങേയറ്റം സമ്പന്നയും ആയിരുന്നു.

"ഞാൻ ഒരിക്കലും അങ്ങനെ പറഞ്ഞിട്ടില്ല." അയാൾ പറഞ്ഞു. "നിങ്ങൾ സംസാരിക്കാൻ എനിക്ക് അവസരം തന്നാൽ ഞാൻ പറയാം."

"അല്ല, അല്ല!" അവൾ വിളിച്ചു പറഞ്ഞു."ഞാൻ നിങ്ങളെ സംസാരിക്കാൻ അനുവദിക്കില്ല. നിങ്ങൾ അത് പറഞ്ഞു. ഉപഗ്രഹം. നിങ്ങൾ അതിൽ നിന്ന് തല ഊരാൻ നോക്കേണ്ട. നിങ്ങൾ അത് പറഞ്ഞു."

"ഞാൻ അത് പറഞ്ഞിട്ടില്ലെന്ന് ഇപ്പോൾ നിങ്ങൾ ഒരിക്കലും വിശ്വസിക്കില്ല." അയാൾ മറുപടിപറഞ്ഞു. "ഞാൻ ഒരിക്കലും ഉപഗ്രഹം എന്ന്

അർത്ഥമാക്കുകയോ സൂചിപ്പിക്കുകയോ പറയുകയോ ഉദ്ദേശിക്കുകയോ ചെയ്തിട്ടില്ല."

"നിങ്ങൾ കള്ളനാണ്!" യഥാർത്ഥ ധാർമ്മികരോഷത്തോടെ അവൾ ഉറക്കെപ്പറഞ്ഞു.

"സാർ, ചായ തയ്യാറായിട്ടുണ്ട്." വാതിലിൽ നിന്നുകൊണ്ട് ഉടമസ്ഥ വിളിച്ചുപറഞ്ഞു.

കുറച്ച് സമയം മുമ്പ് പൂച്ചകൾ അവരെ നോക്കിയതുപോലെ അവർ രണ്ടുപേരും ഉടമസ്ഥയെ നോക്കി.

"നന്ദി മിസ്സിസ്. ഡെക്കിൻ."

അവർക്കിടയിൽ ഒരു തടസ്സം നേരിട്ടതിന്റെ ഒരു നിശ്ശബ്ദത നിലവിൽ വന്നു. ഒരു അകൽച്ചയുടെ നിമിഷം.

"വരൂ. ഒരു ചായകുടിക്കാം." അയാൾ പറഞ്ഞു.

"ശരിയാണ്. എനിക്ക് ഇത് ഇഷ്ടമാണ്." നടക്കാൻ തയ്യാറെടുത്തുകൊണ്ട് അവൾ പറഞ്ഞു.

അവർ ചായകുടിക്കുന്ന മേശയുടെ ഇരുവശത്തായി മുഖത്തോടു മുഖം നോക്കി ഇരുന്നു.

"ഞാൻ ഉപഗ്രഹമെന്ന് പറയുകയോ ഉദ്ദേശിക്കുകയോ ചെയ്തിട്ടില്ല. ഞാൻ ഉദ്ദേശിച്ചത് പരസ്പരം ആകർഷിച്ച് സംയോജിച്ച് നില്ക്കുന്ന ഒരുപോലെയുള്ള രണ്ട് നക്ഷത്രങ്ങളെയാണ്."

"നിങ്ങൾ അറിയാതെ പറഞ്ഞുപോയി. നിങ്ങളുടെ വാദം പൂർണ്ണമായും പൊളിഞ്ഞു." അവൾ വിളിച്ചു പറഞ്ഞുകൊണ്ട് ഉടൻ തന്നെ ഭക്ഷണം കഴിക്കാൻ തുടങ്ങി. അയാളുടെ എതിർവാദങ്ങൾക്ക് അവൾ കൂടുതൽ ശ്രദ്ധകൊടുക്കുന്നില്ലെന്ന് അയാൾക്ക് മനസ്സിലായി. അതുകൊണ്ട് അയാൾ ചായ ഒഴിക്കാൻ തുടങ്ങി.

"തിന്നാൻ നല്ല സ്വാദുള്ള സാധനങ്ങളാണ്" അവൾ ഉറക്കെപ്പറഞ്ഞു.

"ആവശ്യത്തിന് പഞ്ചസാര എടുക്കൂ." അയാൾ പറഞ്ഞു.

അയാൾ അവളുടെ കപ്പ് അവളെ ഏല്പിച്ചു. അയാളുടെ സാധനങ്ങൾ എല്ലാം അങ്ങേയറ്റം ആകർഷകമാണ്. ഇളം നീലയും പച്ചയും നിറത്തിൽ ചിത്രങ്ങളുള്ള ഭംഗിയുള്ള പ്ലേറ്റുകൾ, കപ്പുകൾ, സുന്ദരമായ ആകൃതിയിലുള്ള ഗ്ലാസ് കോപ്പകൾ, കുപ്പികൾ പഴയ സ്പൂണുകൾ വിളറിയ ചാരനിറവും കറുപ്പും ചുവപ്പും കലർന്ന മേശവിരി, എല്ലാം ചേർന്ന് അവിടം വളരെ സമ്പന്നവും മനോഹരവും ആയിരുന്നു. പക്ഷേ, ഉർസുലയ്ക്ക് അതിൽ ഹെർമിയോണിന്റെ സ്വാധീനം കാണാൻ കഴിഞ്ഞു.

"നിങ്ങളുടെ സാധനങ്ങളൊക്കെ വളരെ മനോഹരമാണ്." ഉള്ളിൽ ദേഷ്യം വെച്ചുകൊണ്ട് അവൾ പറഞ്ഞു.

"എനിക്ക് അവ ഇഷ്ടമാണ്. കാഴ്ചയിൽ ആകർഷണീയമായ സാധനങ്ങൾ ഉപയോഗിക്കുമ്പോൾ എനിക്ക് സത്യത്തിൽ സന്തോഷം തോന്നാറുണ്ട്. മിസ്സിസ് ഡെക്കിൻ നല്ല സ്ത്രീ ആണ്. എനിക്ക് വേണ്ടതെല്ലാം നന്നായിരിക്കണം എന്നാണ് അവർ ആലോചിക്കുന്നത്."

"ശരിക്കും അങ്ങനെയാണോ?" ഉർസുല പറഞ്ഞു. "ഇന്നത്തെ കാലത്ത് വീട്ടുടമസ്ഥന്മാർ ഭാര്യമാരേക്കാൾ മെച്ചമാണ്. അവർ നിശ്ചയമായും വളരെക്കൂടുതൽ ശ്രദ്ധിക്കുന്നുണ്ട്. ഇവിടം നിങ്ങൾ വിവാഹം കഴിച്ചാലുള്ള അവസ്ഥയേക്കാൾ ഇപ്പോൾ കൂടുതൽ മനോഹരമായിട്ടുണ്ട്."

"പക്ഷേ, ഉള്ളിലുള്ള ശൂന്യതയെപ്പറ്റി ആലോചിക്കണം" അയാൾ പൊട്ടിച്ചിരിച്ചു.

"ശരിയല്ല." അവൾ പറഞ്ഞു. "പുരുഷന്മാർക്ക് ഇത്രയും കുറ്റമറ്റ വീട്ടുടമസ്ഥന്മാരും ഇതുപോലെ മനോഹരമായ താമസസ്ഥലങ്ങളും ഉണ്ടാകുന്നതിൽ എനിക്ക് അസൂയ തോന്നുന്നു. അവർക്ക് ആഗ്രഹിക്കാനായി മറ്റൊന്നും ബാക്കി ഇല്ല."

"വീടിന്റെ സംവിധാനങ്ങളിൽ ആഗ്രഹിക്കാൻ ബാക്കിയില്ല. ആളുകൾ വീടിനുവേണ്ടി വിവാഹം കഴിക്കുന്നത് അറപ്പുണ്ടാക്കുന്ന കാര്യമാണ്."

"എന്നിട്ടും" ഉർസുല പറഞ്ഞു. "ഒരു പുരുഷന് ഒരു സ്ത്രീയെക്കൊണ്ട് ഇപ്പോൾ വലിയ ആവശ്യം ഒന്നും ഇല്ല. ഉണ്ടോ?"

"കിടക്ക പങ്കിടുന്നതും കുട്ടികളെ ഗർഭം ധരിക്കുന്നതും ഒഴിച്ച് ബാക്കി കാര്യങ്ങളിൽ നിങ്ങൾ പറഞ്ഞത് ശരിയായിരിക്കാം. പക്ഷേ, എന്നും ഉണ്ടായിരുന്ന ആവശ്യങ്ങളൊക്കെ ഇപ്പോഴും ഉണ്ട്. ആരും അത് അത്യാവശ്യമായി പരിഗണിക്കുന്നില്ലെന്ന് മാത്രം."

"എന്ത് അത്യാവശ്യം?"

അയാൾ പറഞ്ഞു. "ഈ ലോകം യോജിച്ചുനില്ക്കുന്നത് ആളുകൾ തമ്മിലുള്ള നിഗൂഢമായ ഒരു കൂടിച്ചേരൽ കാരണം ആണെന്നാണ് ഞാൻ വിചാരിക്കുന്നത്. ഒരു ബന്ധനം. നേരിട്ടുള്ള ആ ബന്ധനം സ്ത്രീയും പുരുഷനും തമ്മിൽ ആണ്."

"അത് ശരിയല്ല." ഉർസുല പറഞ്ഞു. "പ്രണയം എന്തിനാണ് ബന്ധനം ആകുന്നത്? ഇല്ല. എനിക്ക് അത്തരം ഒരു തോന്നൽ ഇല്ല."

അയാൾ പറഞ്ഞു. "നിങ്ങൾ പടിഞ്ഞാട്ട് നടക്കുകയാണെങ്കിൽ കിഴക്ക് തെക്ക് വടക്ക് എന്നീ ദിശകളെ നിങ്ങൾ തള്ളിക്കളയുന്നു. നിങ്ങൾ ഒരു ഒരുമ സമ്മതിക്കുകയാണെങ്കിൽ കലഹത്തിനുള്ള എല്ലാ സാദ്ധ്യതകളും നിങ്ങൾ തള്ളിക്കളയുന്നു."

"പക്ഷേ, പ്രണയം സ്വാതന്ത്ര്യം ആണ്." അവൾ പ്രഖ്യാപിച്ചു.

"എന്നോട് കള്ളം പറയരുത്." അയാൾ പറഞ്ഞു. "മറ്റെല്ലാദിശകളെയും മാറ്റിനിർത്തിക്കൊണ്ടുള്ള ഒരുദിശയാണ് പ്രണയം. നിങ്ങൾക്ക് ഇഷ്ടമാണെങ്കിൽ അതിനെ ഒരുമയുടെ സ്വാതന്ത്ര്യം എന്ന് പറയാം."

"അല്ല." അവൾ പറഞ്ഞു. "പ്രണയം എല്ലാം ഉൾക്കൊള്ളുന്നതാണ്."

"വികാരതീവ്രതയുടെ കള്ളങ്ങൾ" അയാൾ മറുപടി പറഞ്ഞു. "നിങ്ങൾക്ക് വേണ്ടത് താറുമാറായ അവസ്ഥയാണ്. ഇത് അങ്ങേയറ്റത്തെ പൂർണ്ണനിഷേധം ആണ്. ശൂന്യതാവാദം. ഈ പ്രണയത്തിലെ സ്വാതന്ത്ര്യം

എന്ന ഇടപാട്. സ്വാതന്ത്ര്യം എന്ന പ്രണയവും പ്രണയം എന്ന സ്വാതന്ത്ര്യവും. സത്യം പറഞ്ഞാൽ നിങ്ങൾ പരിശുദ്ധമായ ഒരുമയിലേക്ക് കടക്കുകയാണെങ്കിൽ അത് തിരിച്ചെടുക്കാൻ പറ്റാത്ത അവസ്ഥയാണ്. അത് തിരിച്ചെടുക്കാൻ പറ്റാതാവുന്നതുവരെ അത് ഒരിക്കലും പരിശുദ്ധം അല്ല. അത് തിരിച്ചെടുക്കാൻ പറ്റാതായിക്കഴിഞ്ഞാൽ അത് ഒരു നക്ഷത്രത്തിന്റെ സഞ്ചാരപഥംപോലെ ഒരേ ഒരു വഴിയാണ്."

"ഓ!" അവൾ ഇഷ്ടപ്പെടാത്തമട്ടിൽ വിളിച്ചു പറഞ്ഞു. "ഇത് മരിച്ചു കഴിഞ്ഞ പഴയ സദാചാരം ആണ്."

"അല്ല." അയാൾ പറഞ്ഞു. "ഇത് സൃഷ്ടിയുടെ നിയമം ആണ്. ഒരാൾ പ്രതിജ്ഞാബദ്ധനാണ്. ഒരാൾ മറ്റൊരാളോട് എന്നെന്നേക്കുമായി ഒരു സംയോജനം പ്രതിജ്ഞ ചെയ്യുന്നു. പക്ഷേ, അത് നിസ്വാർത്ഥം അല്ല. അത് നിഗൂഢമായ സമനിലയിലും സത്യസന്ധതയിലും സ്വാർത്ഥതയെ നിലനിർത്തുകയാണ്. ഒരു നക്ഷത്രം മറ്റൊരു നക്ഷത്രത്തെ നിലനിർത്തുന്നതുപോല."

"നിങ്ങൾ നക്ഷത്രങ്ങളെ വലിച്ച് ഉള്ളിലിടുമ്പോൾ ഞാൻ നിങ്ങളെ വിശ്വസിക്കുന്നില്ല." അവൾ പറഞ്ഞു."നിങ്ങൾ പറയുന്നത് മുഴുവനും സത്യമാണെങ്കിൽ അവയെ ഇത്രയും ദൂരത്തു നിന്ന് വിളിച്ചുകൊണ്ട് വരേണ്ട ആവശ്യം ഇല്ല."

"അപ്പോൾ എന്നെ വിശ്വസിക്കേണ്ട" അയാൾ പറഞ്ഞു. "ഞാൻ എന്നെ വിശ്വസിക്കുന്നതു തന്നെ ധാരാളമാണ്."

"അവിടെയാണ് നിങ്ങൾ മറ്റൊരു തെറ്റ് വരുത്തുന്നത്" അവൾ മറുപടി പറഞ്ഞു. "നിങ്ങൾ നിങ്ങളെ വിശ്വസിക്കുന്നില്ല. നിങ്ങൾ പറയുന്ന കാര്യങ്ങൾ നിങ്ങൾ പൂർണ്ണമായും വിശ്വസിക്കുന്നില്ല. നിങ്ങൾ സത്യത്തിൽ ഈ സംയോജനം ആഗ്രഹിക്കുന്നില്ല. അല്ലെങ്കിൽ നിങ്ങൾ അതിനെപ്പറ്റി ഇത്രമാത്രം സംസാരിക്കില്ല. നിങ്ങൾക്ക് അത് ലഭിക്കും." അയാൾ നിമിഷനേരത്തേക്ക് നിശ്ശബ്ദനായി.

"എങ്ങനെ?" അയാൾ ചോദിച്ചു.

"വെറുതെ പ്രണയിക്കുന്നതിലൂടെ." അവൾ തിരിച്ചുപറഞ്ഞു

അയാൾ വീണ്ടും ഒരുനിമിഷം ദേഷ്യത്തിൽ ആയിരുന്നു. അതിനുശേഷം അയാൾ പറഞ്ഞു.

"നിങ്ങളോട് ഞാൻ പറയാം. ആ രീതിയിൽ ഞാൻ പ്രണയത്തിൽ വിശ്വസിക്കുന്നില്ല. ഞാൻ പറയാം. നിങ്ങളുടെ ഞാനെന്ന ഭാവത്തെ പ്രണയം സഹായിക്കണമെന്ന് നിങ്ങൾ ആഗ്രഹിക്കുന്നു. നിങ്ങൾക്ക് പ്രണയം നിങ്ങളുടെ സഹായത്തിനുള്ള ഒരു നടപടി ആണ്. പലർക്കും അങ്ങനെയാണ്. എനിക്ക് അതിനോട് വെറുപ്പാണ്."

"അല്ല." ഒരു മൂർഖൻ പാമ്പിനെപ്പോലെ തല പിന്നോട്ട് വലിച്ചുകൊണ്ട് ജ്വലിക്കുന്ന കണ്ണുകളോടെ അവൾ ഉറക്കെ പറഞ്ഞു. "അത് അഭിമാനത്തിന്റെ ഒരു നടപടിക്രമം ആണ്. ഞാൻ അഭിമാനം ഉളവാക്കാൻ ആഗ്രഹിക്കുന്നു."

“അഭിമാനവും സഹായവും, സഹായവും അഭിമാനവും, എനിക്ക് നിങ്ങളെ അറിയാം.” അയാൾ താല്പര്യമില്ലാതെ തിരിച്ച് പറഞ്ഞു. “അഭിമാനവും സഹായവും അപ്പോൾ അഭിമാനത്തിനുള്ള സഹായം: എനിക്ക് നിങ്ങളെ അറിയാം, നിങ്ങളുടെ പ്രണയത്തെ അറിയാം. അത് വിപരീതങ്ങളുടെ ഒരു നൃത്തം ആണ്.”

“എന്റെ പ്രണയം എന്താണെന്ന് നിങ്ങൾക്ക് ഉറപ്പുണ്ടോ?” അവൾ കുസൃതിയോടെ കളിയാക്കി.

“ഉണ്ട്. എനിക്ക് ഉറപ്പുണ്ട്.”

“അങ്ങേയറ്റത്തെ ഉറപ്പ്!” അവൾ ഉറക്കെ വിളിച്ചുപറഞ്ഞു. “അങ്ങേയറ്റം പൂർണ്ണമായ ഉറപ്പുള്ള ആർക്കെങ്കിലും എന്നെങ്കിലും ശരിയുടെ ഭാഗത്താകാൻ കഴിയുമോ? അതിന്റെ അർത്ഥം നിങ്ങൾക്ക് തെറ്റിപ്പോയെന്നാണ്.”

നിരാശ തോന്നിയതുകൊണ്ട് അയാൾ നിശ്ശബ്ദനായിരുന്നു.

അവർ രണ്ടും ക്ഷീണിച്ച് അവശരാകുന്നതുവരെ അവർ സംസാരിച്ചു. അവർ പോരടിച്ചു.

“എനിക്ക് നിങ്ങളെപ്പറ്റിയും നിങ്ങളുടെ ആളുകളെപ്പറ്റിയും പറഞ്ഞ് തന്നാൽ നന്നായിരുന്നു.”

അവൾ അച്ഛനെപ്പറ്റി പറഞ്ഞു. അമ്മയെപ്പറ്റി പറഞ്ഞു. സ്ക്രബൻസ്കി എന്ന അവളുടെ ആദ്യകാമുകനെപ്പറ്റി പറഞ്ഞു. അതിനു ശേഷമുള്ള അവളുടെ അനുഭവങ്ങളെപ്പറ്റി പറഞ്ഞു. അവൾ സംസാരിക്കുന്നത് ശ്രദ്ധിച്ചുകൊണ്ട് അയാൾ അനക്കമില്ലാതെ ഇരുന്നു. അയാൾ ആദരവോടെ അവളുടെ സംസാരം ശ്രദ്ധിക്കുന്നതായി തോന്നി. അവളെ ആഴത്തിൽ വേദനിപ്പിച്ചതും അത്ഭുതപ്പെടുത്തിയതും ആയ കാര്യങ്ങൾ അയാളോട് പറയുമ്പോൾ അവളുടെ ഭംഗിയുള്ള മുഖത്ത് സംഭ്രമത്തിന്റെ വെളിച്ചം ഉണ്ടായിരുന്നു. അവളുടെ സ്വഭാവത്തിന്റെ മനോഹരമായ പ്രകാശത്തിൽ അയാൾ അയാളുടെ ആത്മാവിന് സാന്ത്വനവും സ്നേഹവും നല്കുകയാണെന്ന് തോന്നി.

‘‘അവൾക്ക് സ്വയം പ്രതിജ്ഞ എടുക്കാൻ കഴിഞ്ഞിരുന്നെങ്കിൽ.യാതൊരു പ്രതീക്ഷയും ഇല്ലാതെ എന്നാൽ തീക്ഷ്ണമായ നിർബ്ബന്ധബുദ്ധിയോടെ അയാൾ സ്വയം ആലോചിച്ചു. എങ്കിലും അപൂർവ്വവും ഉത്തരവാദിത്വം ഇല്ലാത്തതുമായ ഒരു പുഞ്ചിരി അയാളുടെ ഹൃദയത്തിൽ പ്രത്യക്ഷപ്പെട്ടിരുന്നു.

“നമ്മൾ എല്ലാവരും ഒരുപാട് കഷ്ടപ്പെട്ട് കഴിഞ്ഞിരിക്കുന്നു.” അയാൾ കളിയാക്കി.

അവൾ അയാളെ നോക്കി. വന്യമായ ഒരു ആഹ്ലാദം അവളുടെ മുഖത്തുകൂടി കടന്നുപോയി. അസാധാരണമായ ഒരു മഞ്ഞ ജ്വാല അവളുടെ കണ്ണുകളിൽ നിന്ന് പുറത്തേക്ക് വരുന്നുണ്ടായിരുന്നു.

“കഷ്ടപ്പെട്ടിട്ടില്ലേ!” അവൾ ഒരു കരുതലുമില്ലാതെ ഉറക്കെ വിളിച്ചു പറഞ്ഞു. “അത് ഏറെക്കുറെ അസംബന്ധമാണ്. അല്ലേ?”

"പൂർണ്ണമായും അസംബന്ധം" അയാൾ പറഞ്ഞു. "കഷ്ടപ്പാടുകൾ എന്നെ മടുപ്പിക്കുന്നില്ല."

"എനിക്കും അത് അങ്ങനെതന്നെയാണ്."

അവളുടെ മനോഹരമായ മുഖത്തെ അശ്രദ്ധമായ പരിഹാസത്തെ അയാൾ ഏറെക്കുറെ ഭയന്നിരുന്നു. നരകത്തിലേക്ക് പോകേണ്ടിവന്നാലും സ്വർഗ്ഗത്തിലേക്ക് പോകേണ്ടി വന്നാലും അവിടെ മുഴുവനും കറങ്ങിനടക്കാൻ പോകുന്ന ഒരുവൾ ഇവിടെ ഉണ്ട്. അയാൾ അവളെ അവിശ്വസിച്ചു. നശീകരണത്തിനുള്ള അപകടകരമായ മികവു പുലർത്താനും അതേപോലെ കയ്യൊഴിയാനും കഴിവുള്ള ഒരു സ്ത്രീയെ അയാൾക്ക് ഭയം ആയിരുന്നു. എങ്കിലും അയാൾ സ്വയം അടക്കിപ്പിടിച്ച് ചിരിച്ചു.

അവൾ അടിത്തട്ടിൽ പൈശാചികമായ നോട്ടം ഒളിപ്പിച്ച് വെച്ചുകൊണ്ട് സ്നേഹത്തോടെ അയാളെ നോക്കി. അസാധാരണമായ സ്വർണ്ണത്തിളക്കമുള്ള ആ കണ്ണുകളുടെ നോട്ടം പിൻവലിക്കാതെ അവൾ അയാളുടെ അടുത്തുവന്ന് തോളത്ത് കൈവെച്ചു.

"നിങ്ങൾ എന്നെ സ്നേഹിക്കുന്നുണ്ടെന്ന് പറയൂ. എന്നോട് "എന്റെ പൊന്നേ എന്ന് പറയൂ" അവൾ അഭ്യർത്ഥിച്ചു.

അയാൾ അവളുടെ കണ്ണുകളിലേക്കുനോക്കി അയാളെ കണ്ടു. പരിഹാസം നിറഞ്ഞ ധാരണകൾകൊണ്ട് അയാളുടെ മുഖം മിന്നിത്തിളങ്ങി.

"ഞാൻ നിങ്ങളെ ശരിയായ രീതിയിൽ വേണ്ടതുപോലെ സ്നേഹിക്കുന്നുണ്ട്." അയാൾ ഗൗരവത്തിൽ പറഞ്ഞു. "പക്ഷേ, ഞാൻ അത് മറ്റെന്തോ ആയിട്ടാണ് ആഗ്രഹിക്കുന്നത്."

"പക്ഷേ, എന്തുകൊണ്ട്? പക്ഷേ, എന്തുകൊണ്ട്?" അവളുടെ പ്രകാശം പരത്തുന്ന മുഖം അയാളുടെ അടുത്തേക്ക് കുനിച്ചുകൊണ്ട് അവൾ ആവർത്തിച്ചു. "എന്തുകൊണ്ടാണ് അത് വേണ്ടതുപോലെ ആകാത്തത്?"

"കാരണം ഇതിലും മെച്ചമായി നമുക്ക് അത് കഴിയുന്നതുകൊണ്ട്" അയാളുടെ കൈകൾ അവളെ വരിഞ്ഞുചുറ്റി.

"ഇല്ല, പറ്റില്ല" വഴങ്ങുന്നതിന്റെ മദാലസമായ ശബ്ദത്തിൽ അവൾ പറഞ്ഞു. "നമുക്ക് സ്നേഹിക്കാൻ മാത്രമേ കഴിയൂ. എന്നോട് 'എന്റെ പൊന്നേ' എന്ന് പറയൂ. എന്നോട് പറയൂ. എന്നോട് പറയൂ."

അവൾ അയാളുടെ കഴുത്തിൽ കൈചുറ്റി. അയാൾ പ്രണയത്തിന്റെയും പരിഹാസത്തിന്റെയും കീഴടങ്ങലിന്റെയും നേർത്ത സ്വരത്തിൽ പിറുപിറുത്തുകൊണ്ട് അവളെ ചുംബിച്ചു.

"ശരിയാണ് എന്റെ പൊന്ന് അതെ. എന്റെ പൊന്ന് അപ്പോൾ സ്നേഹം വേണ്ടതുപോലെ ആകട്ടെ. അപ്പോൾ ഞാൻ നിന്നെ സ്നേഹിക്കുന്നുണ്ട്. ഞാൻ നിന്നെ സ്നേഹിക്കുന്നു. മറ്റുള്ളതെല്ലാം എന്നെ മടുപ്പിക്കുന്നു."

"ശരിയാണ്" അയാളിലേക്ക് പറ്റിച്ചേർന്നുകൊണ്ട് അവൾ ഒരു പുതിയ ശബ്ദത്തിൽ അവ്യക്തമായി പറഞ്ഞു.

14

തടാകത്തിലെ വിരുന്ന്

ഓരോ വർഷവും തടാകത്തിൽവെച്ച് മിസ്റ്റർ ക്രിച്ച് ഏറെക്കുറെ പൊതുവിരുന്ന് എന്ന് പറയാവുന്ന ഒരു സല്ക്കാരം നടത്താറുണ്ട്. വില്ലി വാട്ടറിൽ ഒരു ചെറിയ ഉല്ലാസബോട്ടും പലതരത്തിലുള്ള തുഴയുന്ന വള്ള ങ്ങളും ഉണ്ടായിരുന്നു. അതിഥികൾക്ക് വീട്ടുമുറ്റത്തെ പന്തലിൽ ഇരുന്ന് ചായ കുടിക്കാനുള്ള സൗകര്യം ഉണ്ടായിരുന്നു. അല്ലെങ്കിൽ തടാകക്കര യിലെ വലിയ ആക്രോട്ടുമരത്തിന്റെ തണലിൽ ഇരുന്നു സൊറ പറയാം. ഈ വർഷം ഗ്രാമർ സ്കൂളിലെ അദ്ധ്യാപകരെയും ഖനിയിലെ പ്രധാന പ്പെട്ട ഉദ്യോഗസ്ഥന്മാരെയും വിരുന്നിന് ക്ഷണിച്ചിരുന്നു. ജറാൾഡും ക്രിച്ചിന്റെ ഇളയമക്കളും ഈ വിരുന്നിനെ കാര്യമായി ഗൗനിച്ചിരുന്നില്ല. പക്ഷേ, വിരുന്ന് ഒരു പതിവായി മാറിയിരുന്നു. തന്നോടൊപ്പം ഒരു ആഘോ ഷത്തിന് ആ പ്രദേശത്തെ ആളുകളെ വിളിച്ചുകൂട്ടാൻ കഴിയുന്ന ഏക അവസരം എന്ന നിലയിൽ വിരുന്ന് അച്ഛനെ തൃപ്തിപ്പെടുത്തി. കാരണം അയാളേക്കാൾ പാവപ്പെട്ടവരെയും അയാളുടെ ജോലിക്കാരെയും ആശ്രി തരെയും സന്തോഷിപ്പിക്കുന്നത് അയാൾക്ക് ഇഷ്ടമായിരുന്നു. പക്ഷേ, അയാളുടെ മക്കൾ അവർക്ക് തുല്യം സമ്പന്നരായവരുടെ സൗഹൃദമാണ് കൂടുതൽ ഇഷ്ടപ്പെട്ടത്. അവരേക്കാൾ താണതരക്കാരുടെ വിനയവും നന്ദിയും പരുങ്ങലും അവർ വെറുത്തു.

എങ്കിലും കുട്ടിക്കാലം മുതൽ അവർ ചെയ്യുന്ന കാര്യം എന്ന നില യിൽ വിരുന്നിൽ പങ്കെടുക്കാൻ അവർ തയ്യാറായിരുന്നു. അതിനും അപ്പു റത്ത് ഇപ്പോൾ അവരുടെ അച്ഛന് അസുഖം കൂടുതൽ ആയിരു ന്നതുകൊണ്ട് അദ്ദേഹത്തിന്റെ ആഗ്രഹത്തിന് തടസ്സം നില്ക്കുന്നതിൽ അവർക്ക് എല്ലാവർക്കും കുറ്റബോധവും തോന്നും. അതുകൊണ്ട് ആതിഥേയ എന്ന അമ്മയുടെ ഭാഗം സന്തോഷത്തോടെ ഏറ്റെടുക്കാൻ ലോറ തയ്യാറായിരുന്നു. ബോട്ടിലെ വിനോദങ്ങളുടെ ചുമതല ജറാൾഡി

നായിരുന്നു.

വിരുന്നിൽവെച്ച് ഉർസുലയെ കാണാമെന്നുള്ള പ്രതീക്ഷയുണ്ടെന്ന് ബിർക്കിൻ അവൾക്ക് എഴുതിയിരുന്നു. ക്രിച്ചിന്റെ കുടുംബത്തിന്റെ മഹാമനസ്കതയിൽ ഗുഡ്റണിന് പുച്ഛംതോന്നിയിരുന്നെങ്കിലും നല്ല കാലാവസ്ഥയാണെങ്കിൽ അമ്മയ്ക്കും അച്ഛനും കൂട്ടുപോകാമെന്ന് അവളും തീരുമാനമെടുത്തു.

ദിവസം ആരംഭിച്ചത് നീലാകാശം കണ്ടുകൊണ്ടായിരുന്നു. ഇളം കാറ്റും സൂര്യപ്രകാശവും കൊണ്ട് അന്തരീക്ഷം നിറഞ്ഞിരുന്നു. സഹോദരന്മാർ വെളുത്ത വേഷങ്ങളും മൃദുലമായ പുൽനാമ്പുകൾ കൊണ്ടുള്ള തൊപ്പിയുമാണ് ധരിച്ചിരുന്നത്. ഗുഡ്റൺ തിളങ്ങുന്ന കറുപ്പും ഇളം ചുവപ്പും മഞ്ഞയും കലർന്ന അരക്കച്ച അരയിൽ ചുറ്റിയിരുന്നു. അവളുടെ സിൽക്ക് സ്റ്റോക്കിങ്ങുകൾക്ക് ഇളംചുവപ്പായിരുന്നു. അവളുടെ തൊപ്പിയുടെ അരികിൽ കറുപ്പും ഇളംചുവപ്പും മഞ്ഞയുംകലർന്ന അലങ്കാരങ്ങൾ തുന്നിയിരുന്നു. അതുകൂടാതെ ഒരു സിൽക്കിന്റെ മഞ്ഞ മേൽവസ്ത്രവും അവൾ കയ്യിൽ കരുതിയിരുന്നു. അവൾ കാഴ്ചയിൽ ഒരു സ്വീകരണമുറിയിലെ ചിത്രംപോലെ ശ്രദ്ധേയയായിരുന്നു. അവളുടെ വേഷം കണ്ട് അവളുടെ അച്ഛന് നീരസംതോന്നി. അയാൾ ദേഷ്യപ്പെട്ടുകൊണ്ടു പറഞ്ഞു.

“നീ വേഷംകെട്ടിയിരിക്കുന്നത് ക്രിസ്മസിന് വേഷം കെട്ടിയതു പോലെയാണെന്ന് നിനക്ക് തോന്നുന്നില്ലേ?”

പക്ഷേ, ഗുഡ്റൺ സുന്ദരി ആയിരുന്നു. അവൾക്ക് താല്പര്യമുള്ള വേഷങ്ങളാണ് അവൾ ധരിച്ചിരുന്നത്. ആളുകൾ അവളെ തുറിച്ച് നോക്കുകയും പരിഹസിക്കുന്ന മട്ടിൽ ആരാധനയോടെ കുലുങ്ങിച്ചിരിക്കുകയും ചെയ്തപ്പോൾ അവൾ ഉർസുലയോട് ഫ്രഞ്ച് ഭാഷയിൽ ഉറക്കെപ്പറഞ്ഞു.

“അവരെ നോക്കൂ. അവർ വിശ്വസിക്കാൻ കൊള്ളാത്ത മൂങ്ങകളല്ലേ?” പറയുന്നതിനൊപ്പം കൂടുതൽ കുലുങ്ങിച്ചിരിക്കുന്നവരെ അവൾ വെറുപ്പോടെ നോക്കി.

“ഇല്ല. സത്യത്തിൽ ഇതൊന്നും അനുവദിക്കരുത്!” ഉർസുല വ്യക്തമായി മറുപടി പറയും. അങ്ങനെ രണ്ട് പെൺകുട്ടികളും അവരുടെ സർവ്വവ്യാപികളായ ശത്രുക്കളിൽ നിന്നും രക്ഷപ്പെട്ടു. പക്ഷേ, അവരുടെ അച്ഛന് കൂടുതൽ കൂടുതൽ ദേഷ്യം വരുന്നുണ്ടായിരുന്നു.

ഇളംചുവപ്പ് നിറത്തിലുള്ള തൊപ്പിയൊഴിച്ച് ഉർസുലയുടെവേഷം തൂവെള്ള ആയിരുന്നു. അവളുടെ വേഷത്തിൽ ഒരുവിധത്തിലുള്ള അലങ്കാരങ്ങളും ഉണ്ടായിരുന്നില്ല. അവളുടെ ഷൂ ഇരുണ്ട ചുവപ്പായിരുന്നു. അവൾ കൈയിൽ ഓറഞ്ച് നിറത്തിലുള്ള ഒരുമേൽവസ്ത്രം കരുതിയിരുന്നു. ഈ വേഷത്തിൽ മുന്നിൽ ഉണ്ടായിരുന്ന അച്ഛനും അമ്മയ്ക്കും പിറകേ അവർ ഷോർട്ട്ലാൻഡ്സ് വരെ നടക്കുകയായിരുന്നു.

കറുപ്പും ചുവപ്പും വരകളുള്ള ഉടുപ്പും ചുവന്ന പുൽത്തൊപ്പിയും അണിഞ്ഞ് മുന്നിൽ നടന്നിരുന്ന അമ്മയെപ്പറ്റി പറഞ്ഞ് അവർ ചിരിച്ചു

അവരുടെ പെൺമക്കൾക്ക് ഇല്ലാത്ത നാണവും അമ്പരപ്പും അവരുടെ മുഖത്ത് ഉണ്ടായിരുന്നു. അവരുടെ ഭർത്താവിനോട് ചേർന്ന് ശാലീനയായ ഒരുകൊച്ചുപെൺകുട്ടിയെ പോലെയാണ് അവർ മുന്നോട്ട് നീങ്ങിയത്. അച്ഛന് അദ്ദേഹത്തിന്റെ ഏറ്റവും നല്ല കോട്ടിനുള്ളിൽ ഏറെക്കുറെ മെലിഞ്ഞ ലക്ഷണം ഉണ്ടായിരുന്നു. അയാൾ കാഴ്ചയിൽ ഭാര്യ ഒരുങ്ങുന്ന സമയത്ത് കുട്ടിയെ എടുത്തുകൊണ്ട് നടന്ന ചെറുപ്പക്കാരനായ ഒരു ഭർത്താവിനെ ഓർമ്മിപ്പിച്ചു.

"മുമ്പിൽ പോകുന്ന യുവമിഥുനങ്ങളെ നോക്കൂ." ഗുഡ്റൺ ശാന്തമായി പറഞ്ഞു. ഉർസുല അച്ഛനേയും അമ്മയേയും നോക്കി. പെട്ടെന്ന് അവൾ അടക്കിനിർത്താൻ കഴിയാതെ പൊട്ടിച്ചിരിച്ചു. രണ്ട് പെൺകുട്ടികളും രക്ഷകർത്താക്കൾ ലോകവുമായി ബന്ധമില്ലാത്തവരെപ്പോലെ പോകുന്നത് കണ്ടപ്പോൾ അവരുടെ മുഖത്തുകൂടി കണ്ണുനീർ ഒഴുകുന്നതുവരെ നടത്തം അവസാനിപ്പിച്ചുകൊണ്ട് പൊട്ടിച്ചിരിച്ചു.

"അമ്മേ, ഞങ്ങൾ നിങ്ങളുടെ കാര്യം പറഞ്ഞ് പൊട്ടിച്ചിരിക്കുകയായിരുന്നു." ഉർസുല അച്ഛനും അമ്മയ്ക്കും ഒപ്പം എത്താൻ പാടുപെട്ടുകൊണ്ട് വിളിച്ചുപറഞ്ഞു.

മിസ്സിസ്സ് ബ്രാങ്വൻ ദേഷ്യപ്പെട്ടുകൊണ്ട് തിരിഞ്ഞുനോക്കി. അവരുടെ മുഖത്ത് ചെറിയ അമ്പരപ്പ് കാണാനുണ്ടായിരുന്നു. "എന്താണ് കാര്യം!" അവർ പറഞ്ഞു "എന്നെപ്പറ്റി ഇത്രമാത്രം പറഞ്ഞ് ചിരിക്കാൻ എന്താണുള്ളതെന്ന് എനിക്കുകൂടി അറിയണമെന്നുണ്ട്."

അവരുടെ വേഷത്തിലും ഭാവത്തിലും എന്തെങ്കിലും പന്തികേട് തോന്നുന്നുണ്ടോ? എന്ന് അവർക്ക് മനസ്സിലാക്കാൻ കഴിഞ്ഞിരുന്നില്ല. അവർക്ക് ആത്മവിശ്വാസവും കഴിവും ഉണ്ടായിരുന്നു. എന്ത് കുറ്റപ്പെടുത്തലുകളോടും താൻ അതിനൊക്കെ അതീതയാണെന്ന ഒരു ഭാവം അവർ വച്ചുപുലർത്തിയിരുന്നു. അശ്രദ്ധയുടെ ലക്ഷണം പോലെ അവരുടെ വേഷങ്ങൾ എപ്പോഴും വളരെ അസാധാരണം ആയിരുന്നു. എങ്കിലും അവർ അത് പൂർണ്ണമായ സംതൃപ്തിയോടെയാണ് ധരിച്ചിരുന്നത്. എന്ത് വേഷം ധരിച്ചാലും അവർക്ക് കഷ്ടിച്ചേ വൃത്തി തോന്നുകയുള്ളൂ. പക്ഷേ, അതെല്ലാം അവർക്ക് കുറ്റപ്പെടുത്തലുകൾക്കും അപ്പുറത്തുള്ളവ ആയിരുന്നു. അവർ ജന്മനാൽതന്നെ അത്തരത്തിലുള്ള ഒരു കുലീനയായിരുന്നു.

"അമ്മയെ കണ്ടാൽ ഒരു മാടമ്പിയുടെ വീട്ടുകാരിയെപ്പോലെ ഉണ്ട്." അമ്മയുടെ കാപട്യമില്ലാത്ത അമ്പരപ്പ് കണ്ട് അല്പം വാത്സല്യത്തോടെ ഉർസുല പറഞ്ഞു.

"ശരിക്കും അതുപോലെ ഉണ്ട്!" ഗുഡ്റൺ ഉർസുലയോട് യോജിച്ചു. അമ്മയുടെ സ്വാഭാവികമായ ഗൗരവത്തെപ്പറ്റി അമ്മ ബോധവതിയായി. പെൺകുട്ടികൾ വീണ്ടും പൊട്ടിച്ചിരിച്ചു.

"വിഡ്ഢിച്ചിരി ചിരിക്കാതെ വീട്ടിലേക്ക് പോകൂ!" സ്വൈരക്കേട് തോന്നി അച്ഛൻ വിളിച്ചുകൂവി.

"ഓ........" ഉർസുല അച്ഛന്റെ ദേഷ്യത്തിനെതിരെ ഗോഷ്ടി കാണിച്ചു

കൊണ്ട് പറഞ്ഞു.

അയാളുടെ കണ്ണുകളിൽ മഞ്ഞ വെളിച്ചം നൃത്തം ചെയ്തു. യഥാർത്ഥ ദേഷ്യം കൊണ്ട് അയാൾ മുന്നോട്ടാഞ്ഞു.

"വെറുതെ വഴക്കുണ്ടാക്കേണ്ട. ആ വായാടികളെ ശ്രദ്ധിക്കേണ്ട." മിസ്സിസ്. ബ്രാങ്വാൻ അഭിപ്രായം പറഞ്ഞു.

"എന്റെ പിന്നിൽ രണ്ട് വിഡ്ഢികൾ അട്ടഹസിച്ചുകൊണ്ട് നടന്നാൽ ഞാൻ അത് ശ്രദ്ധിക്കും." അയാൾ പകയോടെ വിളിച്ചുപറഞ്ഞു.

വഴിയരികിലെ കുറ്റിച്ചെടികളുടെ അടുത്ത് നിന്നുകൊണ്ട് അയാളുടെ ദേഷ്യം സഹിക്കാൻ കഴിയാതെ പെൺകുട്ടികൾ പൊട്ടിച്ചിരിച്ചു.

"അവരെപ്പോലെ നിങ്ങൾ എന്തിനാണ് ഇങ്ങനെ ബുദ്ധിമോശം കാണിക്കുന്നത്." അയാൾ ദേഷ്യപ്പെടുന്നത് കണ്ടിട്ട് മിസ്സിസ് ബ്രാങ്വാനും ദേഷ്യം വരുന്നുണ്ടായിരുന്നു.

"ആരോ ചിലർ വരുന്നുണ്ട്." ഉർസുല ഒരു മുന്നറിയിപ്പ് കൊടുത്തു കൊണ്ട് പരിഹാസത്തോടെ വിളിച്ചുപറഞ്ഞു. അയാൾ പെട്ടെന്ന് ചുറ്റു പാടും നോക്കി. പിന്നീട് ഭാര്യയോടൊപ്പം എത്താൻ വേണ്ടി ദേഷ്യ ത്തോടെ നടന്നു. പെൺകുട്ടികൾ ചിരിയുടെ ക്ഷീണവുമായി പിന്നിൽ നടന്നു.

ആളുകൾ കടന്നുപോയിക്കഴിഞ്ഞപ്പോൾ, ബ്രാങ്വൻ ഉറക്കെ വി ളിച്ചു പറഞ്ഞു.

"ഇനിയും ഇത് തുടരുകയാണെങ്കിൽ ഞാൻ വീട്ടിലേക്ക് തിരിച്ചു പോകും. പൊതുവഴിയിൽ എന്നെ ഇങ്ങനെ കളിയാക്കിയാൽ ഞാൻ എന്റെ വഴിക്കും പോകും."

അയാൾക്ക് സത്യത്തിൽ ക്ഷമ നശിച്ചു കഴിഞ്ഞിരുന്നു. അയാളുടെ പ്രതികാരത്തോടെയുള്ള ശബ്ദംകേട്ടപ്പോൾ പെട്ടെന്ന് പെൺകുട്ടികളുടെ ചിരി അവരെ വിട്ടു പോയി. അവരുടെ ഹൃദയം വെറുപ്പു കൊണ്ട് ചുരുങ്ങി. അയാൾ പൊതുവഴി എന്ന് പറഞ്ഞതിൽ അവർക്ക് വെറുപ്പുതോന്നി. പൊതുവഴിയെ അവർ എന്തിനാണ് ശ്രദ്ധിക്കുന്നത്? പക്ഷേ, ഗുഡ്റൺ അനുരഞ്ജനത്തിന് തയ്യാറായിരുന്നു.

"പക്ഷേ, ഞങ്ങൾ നിങ്ങളെ വിഷമിപ്പിക്കാൻ വേണ്ടി അല്ല ചിരിച്ചത്." അവൾ അവലക്ഷണം പിടിച്ച ഒരു ശാന്തതയോടെ വിളിച്ച് പറഞ്ഞു. അത് അച്ഛനമ്മമാരെ അസ്വസ്ഥരാക്കി. ഞങ്ങൾക്ക് നിങ്ങളോടുള്ള സ്നേഹം കൊണ്ടാണ് ഞങ്ങൾ ചിരിച്ചത്."

"അവർക്ക് ഇത്രമാത്രം വിഷമം ഉണ്ടെങ്കിൽ നമുക്ക് അവരുടെ മുമ്പിൽ കയറി നടക്കാം." ഉർസുല ദേഷ്യപ്പെട്ടുകൊണ്ട് പറഞ്ഞു. ഇതു പോലെ; നീലനിറത്തിൽ തെളിഞ്ഞ് കിടക്കുകയായിരുന്നു. ഒരുവശത്ത് വെയിലേറ്റ് കിടക്കുന്ന ചരിഞ്ഞ പുൽത്തകിടി; മറുവശത്ത് ഉയർന്നുപോ കുന്ന ഇരുണ്ടകാട്. ചെറിയ ഉല്ലാസബോട്ട് നിറയെ മനുഷ്യരുമായി അതിന്റെ സംഗീതം മൂളിക്കൊണ്ട് ജെട്ടിയിൽക്കിടന്ന് ബഹളം ഉണ്ടാക്കു ന്നുണ്ടായിരുന്നു. ബോട്ട് ജെട്ടിക്കടുത്ത് നന്നായിവേഷം ധരിച്ച കുറേപ്പേർ

നിന്നിരുന്നു. പ്രധാനവഴി അവർ വില്ലിവാട്ടറിൽ എത്തിച്ചേർന്നു. തടാകം കുറ്റിച്ചെടികളുടെ വേലിയുടെ സമീപത്തായി സ്വർഗ്ഗത്തിലേക്ക് പ്രവേശനം കിട്ടാത്ത ആത്മാവുകളെപ്പോലെ ഏതാനും സാധാരണക്കാർ അസൂയയോടെ ഉത്സവം നോക്കിക്കൊണ്ട് നില്ക്കുന്നുണ്ടായിരുന്നു.

"എന്റെ ദൈവമേ!" അഥിഥികളുടെ വർണ്ണശബളമായ സംഘത്തെ നോക്കിക്കൊണ്ട് ഗുഡ്റൺ പറഞ്ഞു. "അവിടെ വലിയ ഒരു ആൾക്കൂട്ടം ഉണ്ട്. അതിനിടയിൽ പെട്ടുപോയതായി ഒന്ന് സങ്കല്പിച്ച് നോക്കൂ."

ആൾക്കൂട്ടത്തോടുള്ള ഗുഡ്റണിന്റെ ആശങ്ക കലർന്ന ഭയം ഉർസുലയെ ഉണർത്തി. "അതുകണ്ടിട്ട് ബുദ്ധിമുട്ട് തോന്നുന്നുണ്ട്" ഉൽക്കണ്ഠയോടെ ഉർസുല പറഞ്ഞു.

"അവർ എങ്ങനെ ഉള്ളവരായിരിക്കുമെന്ന് സങ്കല്പിച്ചു നോക്കൂ; സങ്കല്പിച്ചു നോക്കൂ."

ഗുഡ്റണിന്റെ ശബ്ദം ഇപ്പോഴും വളരെ താഴ്ന്ന സ്ഥായിയിൽ ആയിരുന്നു. എങ്കിലും അവൾ ആത്മവിശ്വാസത്തോടെ മുന്നോട്ട് നീങ്ങി.

"നമുക്ക് അവരുടെ അടുത്തു നിന്ന് മാറിനില്ക്കാമെന്നാണ് ഞാൻ വിചാരിക്കുന്നത്" ഉർസുല ഉൽക്കണ്ഠയോടെ പറഞ്ഞു.

"നമുക്ക് അതിന് കഴിഞ്ഞില്ലെങ്കിൽ നമ്മൾ വിഷമത്തിലാകും" ഗുഡ്റൺ പറഞ്ഞു. അവളുടെ അങ്ങേയറ്റത്തെ അറപ്പും ആശങ്കയും ഉർസുലയ്ക്ക് വലിയ ബുദ്ധിമുട്ടാകുന്നുണ്ടായിരുന്നു.

"നമുക്ക് ഇവിടെ നില്ക്കണ്ട." അവൾ പറഞ്ഞു.

"നിശ്ചയമായും. ഞാൻ ആ ആൾക്കൂട്ടത്തിനിടയിൽ അഞ്ച് മിനിറ്റിൽ കൂടുതൽ തങ്ങില്ല." ഗുഡ്റൺ പറഞ്ഞു. ഗേറ്റിൽ പൊലീസുകാർ നില്ക്കുന്നത് കാണുന്നതുവരെ അവർ കൂടുതൽ മുന്നോട്ടു നടന്നു.

"നിങ്ങളെ അകത്ത് കടത്തിവിടാൻ പൊലീസുകാരും ഉണ്ട്" ഗുഡ്റൺ പറഞ്ഞു. "ഇത് ഒരു മനോഹരമായ സംഭവം ആണെന്ന് തോന്നുന്നു."

"നമുക്ക് അച്ഛനും അമ്മയും എവിടെപ്പോയെന്ന് നോക്കാം." ഉർസുല ഉൽക്കണ്ഠയോടെ പറഞ്ഞു.

"ഈ ചെറിയ ആഘോഷത്തിൽ പങ്കുചേരാനുള്ള കഴിവ് അമ്മയ്ക്കുണ്ട്." ഗുഡ്റൺ അല്പം വെറുപ്പോടെ പറഞ്ഞു.

പക്ഷേ, അവളുടെ അച്ഛന് ബുദ്ധിമുട്ടാണെന്ന് ഉർസുലയ്ക്ക് അറിയാം. അച്ഛൻ ദേഷ്യത്തിലാണെന്നും തീരെ സന്തോഷത്തിലല്ലെന്നും ഉർസുല ഓർത്തു. അവൾ അതുകൊണ്ട് അസ്വസ്ഥയായിരുന്നു. അവർ അച്ഛനും അമ്മയും വന്നുചേരുന്നതുവരെ ഗേറ്റിന് പുറത്തു കാത്തുനിന്നു. മെലിഞ്ഞ് പൊക്കമുള്ള ആ മനുഷ്യന്റെ കോട്ട് ചുളിഞ്ഞതായിരുന്നു. പൊതുവായ ആഘോഷത്തിന്റെ വക്കിലെത്തിയപ്പോൾ അയാൾ ഒരു ആൺകുട്ടിയെപ്പോലെ അസ്വസ്ഥനായിരുന്നു. അയാൾക്ക് താൻ ഒരു മാന്യനാണെന്നു തോന്നിയില്ല. കടുത്ത ഈർഷ്യയല്ലാതെ മറ്റൊന്നും അയാൾക്ക് അനുഭവപ്പെട്ടില്ല.

ഉർസുല അച്ഛന്റെ ഒരുവശം ചേർന്നു നിന്നു. അവർ അവരുടെ ടിക്കറ്റുകൾ പൊലീസുകാരനെ കാണിച്ചു. അവർ നാലുപേരും ഒന്നിച്ച് പുൽത്തകിടിയിലേക്ക് കടന്നു. നേർത്ത പുരികമുള്ള ഉയരംകൂടിയ ഇരുണ്ട മനുഷ്യന്റെ മുഖത്ത് ദേഷ്യം ഉണ്ടായിരുന്നു. തലമുടി ഒരുവശത്തേക്ക് തെന്നിവീഴുന്നുണ്ടായിരുന്നെങ്കിലും സ്ത്രീയുടെ മുഖത്ത് ഉന്മേഷം ഉണ്ടായിരുന്നു. അവർ ഒട്ടുംതന്നെ പതറിയിരുന്നില്ല. അതിനുശേഷം ഗുഡ്റൺ അവളുടെ കറുത്ത കണ്ണുകൾകൊണ്ട് ചുറ്റുപാടും നോക്കുന്നുണ്ടായിരുന്നു. ഏറെക്കുറെ മുഖത്ത് ബുദ്ധിമുട്ട് പ്രകടമായിരുന്നു. അതുകൊണ്ട് അവൾ മുന്നോട്ട് നടന്നുകൊണ്ടിരുന്ന സമയത്തും വിരോധം കാരണം അവൾ പിന്നോട്ട് പോകുകയാണെന്ന് തോന്നി. അതിനുശേഷം ഉർസുല, അവളുടെ മുഖത്ത് അവൾ ഏതെങ്കിലും യോജിപ്പില്ലാത്ത ചുറ്റുപാടിൽപ്പെടുമ്പോൾ പ്രത്യക്ഷപ്പെടുന്ന തിളക്കമുള്ള വിസ്മയം ഉണ്ടായിരുന്നു.

ബിർക്കിൻ സന്തുഷ്ടനായിരുന്നു. അയാൾ സൗഹൃദത്തോടെ പുഞ്ചിരിച്ചുകൊണ്ട് അവരുടെ അടുത്തേക്കുവന്നു. അത് എന്തുകൊണ്ടോ പൂർണ്ണമായും ശരിയായില്ല. പക്ഷേ, അയാൾ തൊപ്പി ഊരിമാറ്റിക്കൊണ്ട് കണ്ണുകളിൽ യഥാർത്ഥ പുഞ്ചിരിയുമായി അവരെ നോക്കി. പുഞ്ചിരിച്ചതുകൊണ്ട് ബ്രാങ്വൻ ആശ്വാസത്തോടെ മനസ്സറിഞ്ഞ് വിളിച്ചു പറഞ്ഞു.

"നിങ്ങൾക്ക് എങ്ങനെയുണ്ട്? കുറവുണ്ടല്ലോ? ഇല്ലേ?"

"അതെ. എനിക്ക് കുറവുണ്ട്. മിസ്റ്റർ ബ്രാങ്വാൻ നിങ്ങൾക്ക് എങ്ങനെയുണ്ട്? എനിക്ക് ഗുഡ്റണിനേയും ഉർസുലയെയും നല്ലപോലെ അറിയാം."

ജന്മനാ ഉള്ള സൗഹൃദസ്വഭാവം കൊണ്ടുള്ള പുഞ്ചിരി അയാളുടെ കണ്ണുകളിൽ വിടർന്നു. പ്രത്യേകിച്ചും ചെറുപ്പക്കാരല്ലാത്ത സ്ത്രീകളെ പുകഴ്ത്തി സംസാരിച്ച് മൃദുലമായി ഇടപെടുന്ന ഒരുരീതി അയാൾക്ക് സ്വന്തമായി ഉണ്ടായിരുന്നു.

"ശരിയാണ്" മിസ്സിസ്. ബ്രാങ്വൻ നിർവ്വികാരമായാണ് സംസാരിച്ചതെങ്കിലും അവർ സംതൃപ്തയായിരുന്നു. "അവർ പലപ്പോഴും നിങ്ങളെപ്പറ്റി സംസാരിക്കുന്നത് ഞാൻ കേട്ടിട്ടുണ്ട്."

അയാൾ പൊട്ടിച്ചിരിച്ചു. തന്നെ കൊച്ചാക്കുകയാണെന്ന് തോന്നിയതുകൊണ്ട് ഗുഡ്റൺ മറ്റൊരുവശത്തേക്ക് നോക്കി. ആളുകൾ ചെറിയ സംഘങ്ങളായി അങ്ങുമിങ്ങും കൂട്ടംകൂടിനിന്നിരുന്നു. കയ്യിൽ ചായക്കപ്പുകളുമായി ഏതാനും സ്ത്രീകൾ *അക്രോട്ടുമരത്തിന്റെ തണലിൽ ഇരിക്കുന്നുണ്ടായിരുന്നു. ഒരു പരിചാരകൻ അവിടെ ചുറ്റും നടക്കുന്നുണ്ടായിരുന്നു. അലങ്കാരക്കുടകൾക്ക് താഴെ ഇരുന്ന് ചില പെൺകുട്ടികൾ കാര്യമില്ലാതെ പൊട്ടിച്ചിരിച്ചുകൊണ്ടിരുന്നു. തുഴച്ചിൽ നിർത്തി വള്ളങ്ങളിൽ നിന്ന് കരയ്ക്കുകയറിയ ചില ചെറുപ്പക്കാർ പുൽത്തകിടിയിൽ കോട്ടില്ലാതെ ചമ്രം പിണഞ്ഞിരുന്നിരുന്നു. അവരുടെ ഷർട്ടിന്റെ കൈകൾ ആണുങ്ങൾക്ക് യോജിച്ചരീതിയിൽ ചുരുട്ടിക്കയറ്റിവെച്ചിരുന്നു. അവർ ചെറുപ്പ

* വാൽനട്ട് മരം

ക്കാരികളോട് ഫലിതം പറയാൻ ശ്രമിച്ചുകൊണ്ട് പൊട്ടിച്ചിരിക്കുമ്പോൾ അവരുടെ കഴുത്തിലെ തിളക്കമുള്ള ടൈകൾ അങ്ങോട്ടും ഇങ്ങോട്ടും തെന്നിനീങ്ങി.

"എന്തുകൊണ്ട്?" ഗുഡ്റൺ വെറുപ്പോടെ വിചാരിച്ചു. "കോട്ടിടാനുള്ള മര്യാദ അവർ കാണിക്കുന്നില്ല. അവരുടെ ശരീരം ഇതുപോലെ സൂക്ഷ്മ പരിശോധനയ്ക്ക് വിധേയമാക്കുന്നത് എന്തിനാണ്?"

തലമുടി പിന്നോട്ട് ഒട്ടിച്ചുവെച്ച അലസന്മാരായ ഇത്തരം ചെറുപ്പക്കാരെ അവൾക്ക് വെറുപ്പാണ്. മനോഹരമായ ഒരു വെളുത്ത അയഞ്ഞ മേൽവസ്ത്രം ധരിച്ചുകൊണ്ട് ഹെർമിയോൺ റോഡിസ് വന്നു. വലിയ പൂക്കൾ തുന്നിയ ഒരു ഷാൾ അവൾ വലിച്ചിഴയ്ക്കുന്നുണ്ടായിരുന്നു. വളരെ വലിയ ഒരു തൊപ്പി അവൾ തലയിൽ സമനിലയിൽ നിർത്തിയിരുന്നു. നിലത്ത് കിടന്നിഴയുന്ന തിളങ്ങുന്ന നിറങ്ങൾ നിറഞ്ഞ ഷാളും പുരികത്തിൽ തൊടുന്ന കട്ടിത്തലമുടിയും നീണ്ട് വിളറിയ അസാധാരണമായ മുഖവും എല്ലാം ചേർന്ന് അവളുടെ പൊക്കമുള്ള രൂപം ആശ്ചര്യപ്പെടുത്തുന്ന തരത്തിൽ മനസ്സിൽ തട്ടുന്നതായിരുന്നു.

"അവളെ കണ്ടാൽ ഭയം തോന്നുന്നില്ലേ?" ചില പെൺകുട്ടികൾ പിന്നിൽ നിന്ന് അമർത്തിച്ചിരിക്കുന്നത് ഗുഡ്റൺ കേട്ടു. അവൾ അവരെ കൊല്ലുമായിരുന്നു.

ഗുഡ്റണിന്റെ അച്ഛന്റെയും അമ്മയുടെയും അടുത്തെത്തിക്കൊണ്ട് ഹെർമിയോൺ പാട്ടുപോലെ നീട്ടിച്ചോദിച്ചു. "എന്തൊക്കെയുണ്ട് വിശേഷങ്ങൾ?" അത് ഗുഡ്റണിന് ബുദ്ധിമുട്ട് തോന്നിയ ഒരു നിമിഷം ആയിരുന്നു. ഹെർമിയോൺ അവളുടെ വർഗ്ഗത്തിന്റെ ഉയർന്ന പദവികൊണ്ട് യഥാർത്ഥത്തിൽ അതിശക്തമായ രീതിയിൽ വരിഞ്ഞുചുറ്റപ്പെട്ടിരുന്നു. വെറും കൗതുകത്തിനുവേണ്ടി അവൾ ആളുകളെ കണ്ടെത്തി. അവർ പ്രദർശനത്തിനുള്ള ജന്തുക്കളാണെന്നമട്ടിൽ അവരെപ്പറ്റി മനസ്സിലാക്കും. ഗുഡ്റണും ഇതുതന്നെ ചെയ്യും. പക്ഷേ, മറ്റാരെങ്കിലും അവളോട് ഇങ്ങനെ പെരുമാറുന്ന സാഹചര്യം അവൾ ഒട്ടും തന്നെ ഇഷ്ടപ്പെട്ടിരുന്നില്ല.

കാഴ്ചയിൽ വളരെ വ്യത്യസ്തയായിരുന്ന ഹെർമിയോൺ ഗുഡ്റണിന്റെ അച്ഛനമ്മമാരെ ലോറ ക്രിച്ച് അതിഥികളെ സ്വീകരിച്ചുകൊണ്ട് നിന്ന ഭാഗത്തേക്ക് പ്രത്യേകം കൂട്ടിക്കൊണ്ടുപോയി.

"ഇത് മിസ്സിസ് ബ്രാങ്വാൻ ആണ്" ഹെർമിയോൺ പാടിക്കേൾപ്പിച്ചു. കട്ടിയുള്ള ചിത്രത്തുന്നലുകൾ നിറഞ്ഞ ലിനൻ വേഷത്തിലായിരുന്ന ലോറ അവൾക്ക് കൈകൊടുത്തുകൊണ്ട് കണ്ടതിൽ സന്തോഷം ഉണ്ടെന്ന് പറഞ്ഞു. പിന്നീട് കറുപ്പും തവിട്ടുനിറവും കലർന്ന ബ്ലെയ്സറും വെളുത്തവേഷങ്ങളും ധരിച്ചിരുന്ന ജറാൾഡ് വന്നു. അയാൾ കാഴ്ചയിൽ സുന്ദരനായിരുന്നു. ബ്രാങ്വനേയും ഭാര്യയേയും ഹെർമിയോൺ ജറാൾഡിന് പരിചയപ്പെടുത്തിക്കൊടുത്തു. ഉടൻ തന്നെ അയാൾ മിസ്സിസ്. ബ്രാങ്വാനോട് ഒരു കുലീനയായ സ്ത്രീയോട് സംസാരിക്കുന്നതുപോലെ

സംസാരിച്ചു. മിസ്റ്റർ ബ്രാങ്വാനിനോട് അയാൾ ഒരു മാന്യനല്ല എന്ന മട്ടിലാണ് ജറാൾഡ് ഇടപെട്ടത്. ജറാൾഡിന്റെ പെരുമാറ്റത്തിൽ വേർതിരിവ് വ്യക്തമായിരുന്നു. അയാളുടെ വലതുകൈയ്ക്ക് പരുക്ക് പറ്റിയതുകൊണ്ട് ഇടതുകൈകൊണ്ടാണ് അയാൾ എല്ലാവർക്കും കൈകൊടുത്തുകൊണ്ടിരുന്നത്. മുറിവ് കെട്ടിവെച്ച വലതുകൈ അയാളുടെ പുറംകുപ്പായത്തിന്റെ പോക്കറ്റിലായിരുന്നു. വിരുന്നിനെത്തിയ ആരുംതന്നെ അയാളോട് കൈയ്ക്ക് എന്ത് സംഭവിച്ചു എന്ന് ചോദിക്കാത്തതിൽ ഗുഡ്റണിന് നന്ദി ഉണ്ടായിരുന്നു.

ആവിക്കപ്പൽ ബഹളം ഉണ്ടാക്കിക്കൊണ്ട് കരയ്ക്കടുക്കാൻ തുടങ്ങുകയായിരുന്നു. അതിൽനിന്നും പാട്ടുകളുടെ കിലുക്കം പുറത്തേക്ക് ഒഴുകി. ആളുകൾ കപ്പലിന്റെ മേൽത്തട്ടിൽ നിന്നും ആവേശത്തോടെ വിളിച്ചുകൂവി. ജറാൾഡ് കപ്പൽ കരയ്ക്കടുക്കുന്നത് കാണാൻ വേണ്ടി പോയി. ബിർക്കിൻ മിസ്സിസ് ബ്രാങ്വാനിന് ചായകൊണ്ടുവരാൻ വേണ്ടി പോയി. ബ്രാങ്വൻ ഗ്രാമർ സ്കൂളിൽ നിന്നുമുള്ള ഒരു സംഘത്തിനൊപ്പം ചേർന്നു. ഹെർമിയോൺ അവരുടെ അമ്മയുടെ കൂടെ ഇരുന്നു. പെൺകുട്ടികൾ കപ്പലടുക്കുന്നത് കാണാൻ പോയി.

കപ്പൽ സന്തോഷത്തോടെ കൂക്കിവിളിച്ചു, കുഴലൂതി. അതിനുശേഷം അതിന്റെ തുഴച്ചക്രങ്ങൾ നിശ്ശബ്ദമായി. വടങ്ങൾ കരയിലേക്ക് എറിയപ്പെട്ടു. കപ്പൽ ഒരു ചെറിയകുലുക്കത്തോടെ കരയിലേക്ക് ഒഴുകി അടുത്തു. പെട്ടെന്ന് തന്നെ യാത്രക്കാർ ആവേശത്തോടെ കരയിലേക്ക് ഇറങ്ങാൻ വേണ്ടി തിക്കിത്തിരക്കി.

"ഒരു മിനിറ്റ് കാത്തുനില്ക്കണം. ഒരു മിനിറ്റ് കാത്തുനില്ക്കണം." ജറാൾഡ് രൂക്ഷമായി ആജ്ഞാപിച്ചു.

വടത്തിൽ ബോട്ട് ബലമായി കെട്ടി ഉറപ്പിക്കുന്നതുവരെ അവർ ഉറപ്പായും കാത്തുനില്ക്കേണ്ടി ഇരിക്കുന്നു. വലിയവാതിൽ എടുത്തു മാറ്റുന്നതുവരെയും അവർ നിശ്ചയമായും കാത്തുനിന്നേ പറ്റൂ. അതിനുശേഷം ആഫ്രിക്കയിൽനിന്ന് വരുന്നവരാണെന്ന മട്ടിൽ ആരവങ്ങളോടെ അവർ കരയിലേക്ക് ഒഴുകി.

"ഹോ! ഭയങ്കര രസമായിരുന്നു." ചെറുപ്പക്കാരികൾ ഉറക്കെ വിളിച്ചുപറഞ്ഞു. "അത് അതിമനോഹരമായിരുന്നു."

"മേൽത്തട്ടിൽ ഉണ്ടായിരുന്ന പരിചാരകർ കൂടുകളുമായി ബോട്ടുജെട്ടിയിലേക്ക് ഓടി. കപ്പലിന്റെ ക്യാപ്റ്റൻ ചെറിയ പാലത്തിലേക്ക് ഇറങ്ങി വന്ന് വിശ്രമിച്ചു. എല്ലാവരും സുരക്ഷിതരായി ഇറങ്ങിക്കഴിഞ്ഞെന്ന് മനസ്സിലാക്കിയതിന് ശേഷം ജറാൾഡ് ഗുഡ്റണിന്റെയും ഉർസുലയുടെയും അടുത്തേക്ക് വന്നു.

"അടുത്ത തവണ കപ്പലിൽ കയറി മേൽത്തട്ടിൽ ഇരുന്ന് ചായ കുടിക്കുന്നതിൽ നിങ്ങൾക്ക് പ്രശ്നം ഇല്ലല്ലോ?"

"വേണ്ട നന്ദി" ഗുഡ്റൺ ശാന്തമായിപറഞ്ഞു. "നിങ്ങൾക്ക് വെള്ളം പ്രശ്നമാകുന്നുണ്ടോ?"

"വെള്ളം പ്രശ്നമല്ല. എനിക്ക് അത് വളരെ ഇഷ്ടമാണ്." അയാൾ സംശയത്തോടെ അവളെ നോക്കി.

"അപ്പോൾ കപ്പലിൽ പോകുന്നതിന് നിങ്ങൾക്ക് പ്രശ്നമില്ല."

അവൾ ഉത്തരം പറയാൻ സമയമെടുത്തു. പിന്നീട് അവൾ സാവധാനം സംസാരിച്ചു.

"ഇല്ല." അവൾ പറഞ്ഞു. "എനിക്ക് പ്രശ്നമില്ല. എന്ന് പറയാൻ കഴിയില്ല." അവളുടെ മുഖംതുടുത്തിരുന്നു. എന്തോ കാര്യത്തിൽ അവൾ ദേഷ്യം പിടിച്ചിരുന്നതായി തോന്നി.

ആളുകളുടെ തിരക്ക് കുറച്ച് അധികമാണെന്ന് ഉർസുല വിശദീകരിച്ചു.

"ഓ," അയാൾ പെട്ടെന്ന് പൊട്ടിച്ചിരിച്ചു. "ശരിയാണ്, ആളുകൾ കുറച്ചു കൂടുതൽ ഉണ്ട്."

ഗുഡ്റൺ ബുദ്ധിപൂർവ്വം അയാളുടെ നേർക്ക് തിരിഞ്ഞു.

"നിങ്ങൾ എന്നെങ്കിലും വെസ്റ്റ് മിനിസ്റ്റർ ബ്രിഡ്ജിൽ നിന്നും റിച്ച്മോൺഡിലേക്ക് പോകുന്ന തെയിംസ് നദിയിലെ ഏതെങ്കിലും ഒരു ആവിക്കപ്പലിൽ കയറിയിട്ടുണ്ടോ?"

"ഇല്ല." അയാൾ പറഞ്ഞു. "ഞാൻ കയറിയിട്ടില്ല."

"അത് ഞാൻ അനുഭവിച്ചിട്ടുള്ള ഏറ്റവും മോശപ്പെട്ട അനുഭവങ്ങളിൽ ഒന്നാണ്." അവൾ ആവേശത്തോടെ പെട്ടെന്ന് പറഞ്ഞു. അവളുടെ മുഖം തുടുത്തിരുന്നു. "അതിൽ ഇരിക്കാൻ അല്പംപോലും സ്ഥലം ഇല്ലായിരുന്നു. ഒരു മനുഷ്യൻ മുഴുവൻ സമയവും പാട്ടുപാടുന്നുണ്ടായിരുന്നു. അയാൾ ഒരു കണ്ണുപൊട്ടൻ ആയിരുന്നു. അയാളുടെ പക്കൽ കയ്യിൽക്കൊണ്ടു നടക്കുന്ന ഒരു ചെറിയ വാദ്യം ഉണ്ടായിരുന്നു. അയാൾ പണം പ്രതീക്ഷിച്ചിരുന്നു. അപ്പോൾ നിങ്ങൾക്ക് അത് എങ്ങനെയായിരിക്കുമെന്ന് ഊഹിക്കാം. താഴെനിന്ന് ഉച്ചഭക്ഷണത്തിന്റെയും എണ്ണയിട്ട യന്ത്രങ്ങളുടെയും മണം തുടർച്ചയായി വന്നുകൊണ്ടിരുന്നു. മണിക്കൂറുകളോളം യാത്ര ചെയ്യേണ്ടിവന്നു. അക്ഷരാർത്ഥത്തിൽ മൈലുകൾ നീളുന്ന യാത്ര. കരയിലൂടെ ഭയം തോന്നുന്ന തരത്തിൽ ആൺകുട്ടികൾ തെയിംസിലെ അരയറ്റം ചേറിൽ പുതഞ്ഞ് ഞങ്ങൾക്കൊപ്പം ഓടുന്നുണ്ടായിരുന്നു. അവർ പകുതിയും ചേറിനുള്ളിലായിരുന്നു. തെയിംസിലെ ചേറ്. കാലുറകൾ കറകറാ കറുത്തുപോയിരുന്നു. അവർ ഞങ്ങളുടെ മുഖത്ത് നിന്ന് കണ്ണെടുത്തില്ല. ചീഞ്ഞ മാംസം തിന്നുന്ന ജന്തുക്കളെപ്പോലെ അവർ ആർത്തിയോടെ മുറവിളികൂട്ടി. "സർ എന്തെങ്കിലും തരണേ" "സാർ എന്തെങ്കിലും തരണേ." ആൺകുട്ടികൾ ചേറിനുള്ളിലേക്ക് വീണുപോയപ്പോൾ മേൽത്തട്ടിൽ നിന്നിരുന്ന വീട്ടുകാർ വല്ലപ്പോഴും അവർക്ക് ഒരു അരപെനിയുടെ നാണയം എറിഞ്ഞുകൊടുത്തുകൊണ്ട് പൊട്ടിച്ചിരിച്ചു. നാണയത്തുട്ടുകൾ എറിഞ്ഞുകൊടുക്കുമ്പോൾ ചേറിലൂടെ കുട്ടികളുടെ മുഖത്തെ ഏകാഗ്രത നിങ്ങൾ കാണണമായിരുന്നു. അവർ അതിനുവേണ്ടി അഴുക്കിലൂടെ നീന്തിയ നീന്തൽ നിങ്ങൾ കാണണമായിരുന്നു— കഴുകനും കുറുക്കനും

പോലും ദുർഗന്ധം കൊണ്ട് അവരുടെ അടുത്തുചെല്ലാൻ സ്വപ്നം കാണുകയില്ല. ഞാൻ വീണ്ടും ഒരിക്കൽക്കൂടി ഈ ഉല്ലാസക്കപ്പലിൽ കയറില്ല. ഒരിക്കലും ഇല്ല."

കണ്ണുകളിൽ പെട്ടെന്നുവന്ന അവ്യക്തമായ ഉത്സാഹത്തിന്റെ തിളക്കവുമായി ജറാൾഡ് അവളുടെ സംസാരം മുഴുവൻ ശ്രദ്ധയോടെ കേട്ടുകൊണ്ടുനിന്നു. അവൾ സംസാരിച്ചത് കൂടിപ്പോയതുകൊണ്ടല്ല. അയാൾക്ക് ഉത്സാഹം തോന്നിയതിന്റെ കാരണം അവൾ തന്നെ ആയിരുന്നു. ചെറിയതോതിൽ മനസ്സിനെ വേദനിപ്പിക്കുന്ന ഉത്സാഹം.

"നിശ്ചയമായും." അയാൾ പറഞ്ഞു. "വളരെ സംസ്കാരം ഉള്ള മനുഷ്യർക്കുള്ളിലും വിഷം ഉണ്ട്."

"എന്തിന്?" ഉർസുല വിളിച്ചുപറഞ്ഞു. "എനിക്ക് വിഷം ഇല്ല."

"അതല്ല, മൊത്തത്തിൽ ഉല്ലാസയാത്രയുടെ അന്തരീക്ഷമാണ്. കാര്യം കുടുംബങ്ങൾ അവരുടെ ഓട്ടം കളിതമാശ ആണെന്ന് വിചാരിക്കുന്നു. തടിച്ച കാൽമുട്ടുകൾ അകത്തി ഇരുന്ന് യജമാനന്മാരുടെ കുടുംബങ്ങൾ തിന്നുകൊണ്ടേയിരിക്കുന്നു. ഒരിക്കലും അവസാനിക്കാത്ത ഭക്ഷണം." ഗുഡ്റൺ മറുപടി പറഞ്ഞു.

"ശരിയാണ്" ഉർസുല പറഞ്ഞു.

ജറാൾഡ് പൊട്ടിച്ചിരിച്ചു. "സാരമില്ല" അയാൾ പറഞ്ഞു. "നിങ്ങൾ കപ്പലിൽ കയറേണ്ട."

അയാളുടെ ശാസനയിൽ ഗുഡ്റണിന്റെ മുഖം പെട്ടെന്ന് ചുവന്നു.

കുറച്ച് സമയത്തേക്ക് അവിടെ നിശ്ശബ്ദത ആയിരുന്നു. ജറാൾഡ് ഒരു പാറാവുകാരനെപ്പോലെ ബോട്ടിലേക്ക് പോകുന്ന ആളുകളെ ശ്രദ്ധിച്ചു നോക്കിക്കൊണ്ടിരുന്നു. അയാൾ കാഴ്ചയിൽ സുന്ദരനായിരുന്നു. പക്ഷേ, പട്ടാളക്കാരനെപ്പോലെയുള്ള അയാളുടെ ജാഗ്രത സഹിക്കാൻ ബുദ്ധിമുട്ടായിരുന്നു.

"അപ്പോൾ നിങ്ങൾ ഇവിടെ ഇരുന്ന് ചായ കഴിക്കുന്നോ? അതോ വീട്ടിലേക്ക് പോകുന്നോ? അവിടെ ആണെങ്കിൽ പുൽത്തകിടിയിൽ ഒരു പന്തൽ ഉണ്ട്." അയാൾ പറഞ്ഞു.

"ഞങ്ങൾക്ക് പുറത്ത് പോകാൻ ഒരു തുഴയുന്ന വള്ളം കിട്ടുമോ?" വളരെ പെട്ടെന്ന് എപ്പോഴും തീരുമാനങ്ങൾ എടുക്കുന്ന ഉർസുല ചോദിച്ചു.

"പുറത്തു പോകാനോ?" ജറാൾഡ് പൊട്ടിച്ചിരിച്ചു.

ഉർസുലയുടെ മര്യാദ ഇല്ലാത്ത സംസാരം കേട്ട് ഗുഡ്റണിന്റെ മുഖം ചുവന്നു. അവൾ പറഞ്ഞു. "ഞങ്ങൾക്ക് ഇവിടെ പരിചയക്കാരില്ലെന്ന് നിങ്ങൾക്കറിയാമല്ലോ. ഞങ്ങൾ ഇവിടെ ഏതാണ്ട് പരിപൂർണ്ണമായും അപരിചിതർ ആണ്."

"ഓ! എനിക്ക് ഇപ്പോൾത്തന്നെ നിങ്ങൾക്ക് ചില പരിചയക്കാരെ ഉണ്ടാക്കിത്തരാൻ കഴിയും."

അയാൾ കളിയാക്കിയതാണോ എന്ന് തിരിച്ചറിയാൻ വേണ്ടി ഗുഡ്റൺ അയാളെ നോക്കി: പിന്നീട് അവൾ അയാളോട് പുഞ്ചിരിച്ചു.

അവൾ പറഞ്ഞു. "ങാ! ഞങ്ങൾ ഉദ്ദേശിച്ചത് നിങ്ങളോട് പറയാം. ഞങ്ങൾക്ക് ആ കാണുന്ന തീരദേശത്തേക്ക് പോകരുതോ?" തടാകത്തിന്റെ വശത്തുള്ള പുൽത്തകിടിയുടെ ഭാഗത്തെ മരക്കൂട്ടത്തിലേക്ക് അവൾ വിരൽചൂണ്ടി. അത് കാണാൻ വളരെ ഭംഗിയാണ്. നമുക്ക് വേണമെങ്കിൽ കളിക്കാൻ വരെ കഴിയും. ഈ വെളിച്ചത്തിൽ അത് മനോഹരം ആയിരിക്കുന്നു. സത്യത്തിൽ അത്, നൈലിനെ സങ്കല്പിക്കുകയാണെങ്കിൽ നൈലിന്റെ ഒരു തീരംപോലെ ഉണ്ട്."

ദൂരത്തുള്ള സ്ഥലത്തെ പറ്റിയുള്ള അവളുടെ കൃത്രിമമായ ആവേശം കണ്ടപ്പോൾ ജറാൾഡ് പുഞ്ചിരിച്ചു.

"അത്രയും ദൂരം മതിയാകുമെന്ന് നിങ്ങൾക്ക് ഉറപ്പുണ്ടോ?" കളിയാക്കുന്ന മട്ടിൽ ജറാൾഡ് ചോദിച്ചു. ഉടൻതന്നെ അയാൾ കൂട്ടിച്ചേർത്തു. "നമുക്ക് ഒരു വള്ളം കിട്ടിയാൽ നിങ്ങൾക്ക് അവിടെപോകാൻ പറ്റും. എല്ലാ വള്ളവും വെള്ളത്തിൽ ഇറങ്ങിക്കഴിഞ്ഞെന്നാണ് തോന്നുന്നത്."

അയാൾ തടാകത്തിന്റെ എല്ലാ ഭാഗത്തും തുഴഞ്ഞു നീങ്ങിക്കൊണ്ടിരുന്ന വള്ളങ്ങളുടെ കണക്കെടുത്തു.

"വള്ളം തുഴയാൻ എന്ത് രസമായിരിക്കും." പ്രകടമായ ആഗ്രഹത്തോടെ ഉർസുല ഉറക്കെപ്പറഞ്ഞു.

"അപ്പോൾ നിങ്ങൾക്ക് ചായ വേണ്ടേ?"അയാൾ ചോദിച്ചു.

"ഓ!" ഗുഡ്റൺ പറഞ്ഞു. "നമുക്ക് പെട്ടെന്ന് ഒരുകപ്പ് കുടിച്ചു കൊണ്ട് വള്ളത്തിൽ കയറാം."

അയാൾ പുഞ്ചിരിച്ചുകൊണ്ട് അവരെ മാറിമാറി നോക്കി. അയാൾക്ക് ഇഷ്ടക്കേട് തോന്നുന്നുണ്ടായിരുന്നു. അയാൾ അത് കാര്യമാക്കിയില്ല.

"നിങ്ങൾക്ക് നന്നായി വള്ളം തുഴയാൻ അറിയാമോ?"അയാൾ ചോദിച്ചു.

"അറിയാം." ഗുഡ്റൺ പറഞ്ഞു. "വളരെ നന്നായി തുഴയാൻ അറിയാം."

"അറിയാം." ഉർസുല പറഞ്ഞു. "ഞങ്ങൾക്ക് രണ്ടുപേർക്കും വെള്ളത്തിലെ എട്ടുകാലിയേക്കാൾ തുഴയാൻ അറിയാം."

"അവിടെ എന്റെ ഒരു ഭാരം കുറഞ്ഞ ചെറിയ വള്ളം കിടപ്പുണ്ട്. ആരെങ്കിലും അപകടം ഉണ്ടാക്കും എന്ന് കരുതി ഞാൻ അത് വെള്ളത്തിൽ ഇറക്കാറില്ല. അത് തുഴയാൻ പറ്റുമെന്ന് നിങ്ങൾക്ക് തോന്നുന്നുണ്ടോ?"

"നന്നായി തുഴയാൻ പറ്റും." ഗുഡ്റൺ പറഞ്ഞു.

"നല്ല ഭംഗി ഉണ്ട്!" ഉർസുല വിളിച്ചു പറഞ്ഞു.

"ദയവായി എന്നെ വിചാരിച്ച് അപകടം ഒന്നും ഉണ്ടാക്കരുത്. തടാകത്തിലെ കാര്യങ്ങളുടെ ചുമതല എനിക്കാണ്."

"ഒരിക്കലും ഇല്ല." ഗുഡ്റൺ വാക്കുകൊടുത്തു.

"കൂടാതെ ഞങ്ങൾക്ക് രണ്ടുപേർക്കും നല്ലവണ്ണം നീന്താൻ അറിയാം."

"ശരി– അപ്പോൾ ചായയും ഭക്ഷണവും വള്ളത്തിനുള്ളിൽ വയ്ക്കാൻ ഞാൻ അവരോട് പറയാം. നിങ്ങളുടെ സ്വന്തം ഇഷ്ടത്തിന് വള്ളംതുഴയാം അത് ശരിയാവും ഇല്ലേ?"

"വളരെ നന്നായി. നിങ്ങൾക്ക് അങ്ങനെ ചെയ്യാൻ കഴിയുമെങ്കിൽ അതിലും മെച്ചമായി മറ്റൊന്നില്ല." ഗുഡ്റൺ സന്തോഷത്തോടെ ഉറക്കെ പ്പറഞ്ഞു. അവളുടെ നിറം വീണ്ടും ചുവന്നു തുടുത്തു. അവൾ അയാളുടെ നേർക്ക് സാവധാനം തിരിഞ്ഞുനിന്ന് അവളുടെ നന്ദി അയാളുടെ ശരീരത്തിലേക്ക് പകർന്ന് കൊടുത്ത നിഗൂഢമായ രീതി അയാളുടെ സിരകളിലെ രക്തത്തിൽ ചലനങ്ങൾ ഉണ്ടാക്കി.

"ബിർക്കിൻ എവിടെ?"അയാൾ പറഞ്ഞു. അയാളുടെ കണ്ണുകൾ തിളങ്ങുന്നുണ്ടായിരുന്നു. "ഇത് വെള്ളത്തിൽ ഇറക്കാൻ അയാൾ എന്നെ സഹായിക്കുമായിരുന്നു."

"പക്ഷേ, നിങ്ങളുടെ കൈകൊണ്ട്എന്ത് ചെയ്യാൻ കഴിയും? കൈക്ക് മുറിവില്ലേ?" ഗുഡ്റൺ സൗഹൃദം മാറ്റിനിർത്തിക്കൊണ്ട് ശബ്ദം താഴ്ത്തി ചോദിച്ചു. ഇപ്പോൾ ആദ്യമായിട്ടായിരുന്നു മുറിവിനെപ്പറ്റി സംസാരം ഉണ്ടാകുന്നത്. ഈ വിഷയം ചോദിക്കാൻ അവൾ കണ്ടെത്തിയ വളഞ്ഞ വഴി ഒരു പുതിയ സാന്ത്വനമായി അവളുടെ സിരകളിലൂടെ കടന്നുപോയി. അയാൾ പോക്കറ്റിൽ നിന്നും കൈ പുറത്തെടുത്തു. അത് കെട്ടിവച്ചിരിക്കുകയായിരുന്നു. അയാൾ അത് പരിശോധിച്ചു. വീണ്ടും കൈപോക്കറ്റിൽ തിരുകി കെട്ടിവെച്ചിരിക്കുന്ന കൈപ്പത്തി കണ്ടപ്പോൾ ഗുഡ്റൺ വിറച്ചു.

"ഓ! എനിക്ക് ഒരു കൈകൊണ്ട് അത് വെള്ളത്തിൽ ഇറക്കാൻ പറ്റും. ആ വള്ളത്തിനും തൂവലിനും ഒരോ ഭാരം ആണ്." അയാൾ പറഞ്ഞു. "അതാ റൂപർട്ട് നില്ക്കുന്നു. റൂപർട്ട്."

ബിർക്കിൻ അയാൾ സംസാരിച്ചുകൊണ്ടുനിന്ന സംഘത്തിൽ നിന്നും വിട്ടുമാറി അവരുടെ അടുത്തേക്ക് വന്നു.

"നിങ്ങൾ ആ കൈകൊണ്ട് എന്തുചെയ്തു?" അരമണിക്കൂറിന് മുമ്പ് മുതൽ ചോദിക്കാൻ കരുതിവെച്ചിരുന്ന ചോദ്യം ഉർസുല ചോദിച്ചു.

"എന്റെ കൈകൊണ്ട് ഞാൻ ചെയ്തത് എന്താണെന്നോ?" അയാൾ പറഞ്ഞു. "അത് ഒരു യന്ത്രത്തിൽ പെട്ടുപോയതാണ്."

"വലിയ മുറിവാണോ?" ഉർസുല ചോദിച്ചു. "അതെ."അയാൾ പറഞ്ഞു. "ആ സമയത്ത് ആയിരുന്നു. ഇപ്പോൾ ഭേദമായിവരുന്നുണ്ട്. വിരലുകൾ ചതഞ്ഞ് പോയിരുന്നു."

"ഹോ!" വേദന ഉള്ളതുപോലെ ഉർസുല ഉച്ചത്തിൽ പറഞ്ഞു. "ആളുകൾക്ക് സ്വയം പരുക്ക് പറ്റുന്നത് എനിക്ക് സഹിക്കാൻ കഴിയില്ല. എനിക്ക് അത് സംഭവിക്കുന്നതായി തോന്നും." അവൾ സ്വന്തം കൈപ്പത്തി കുടഞ്ഞു.

"നിങ്ങൾക്ക് എന്തു വേണം?" ബിർക്കിൻ ചോദിച്ചു.

രണ്ട് പുരുഷന്മാരും കൂടി കനം കുറഞ്ഞ ആ തവിട്ട് നിറമുള്ള വള്ളം

ചുമന്ന് വെള്ളത്തിൽ കൊണ്ടു വെച്ചു.

"നിങ്ങൾക്ക് ഇതിൽ സുരക്ഷിതരായി തുഴയാമെന്ന് ഉറപ്പല്ലേ?" ജറാൾഡ് ചോദിച്ചു.,

"വളരെ ഉറപ്പുണ്ട്" ഗുഡ്റൺ പറഞ്ഞു."ചെറിയ സംശയംപോലും തോന്നിയിരുന്നെങ്കിൽ ഞാൻ ഇത് എടുക്കാമെന്ന് വിചാരിക്കുമായിരുന്നില്ല. എനിക്ക് അരുൺഡലിൽവെച്ച് ഒരു വള്ളം ഉണ്ടായിരുന്നു. എനിക്ക് അപകടം പറ്റില്ലെന്ന് ഞാൻ നിങ്ങൾക്ക് ഉറപ്പ് തരുന്നു."

ഒരു പുരുഷനെപ്പോലെ വാക്ക് കൊടുത്തതിന് ശേഷം അവർ ഭാരം കുറഞ്ഞ ആ വള്ളത്തിൽക്കയറി സാവധാനം തുഴഞ്ഞുനീങ്ങി. രണ്ട് പുരുഷന്മാരും അവരെ നോക്കിക്കൊണ്ട് നിന്നു. ഗുഡ്റൺ തുഴയുകയായിരുന്നു. ആണുങ്ങൾ അവളെയാണ് നോക്കുന്നതെന്ന് ഗുഡ്റണിന് അറിയാം. അത് അവളുടെ തുഴച്ചിലിന്റെ ലക്ഷണം കെടുത്തി. അവളുടെ ചലനങ്ങൾ വളരെ സാവധാനത്തിലായി. അവളുടെ മുഖത്ത് ചുവപ്പുനിറം ഒരു കൊടിപോലെ പാറിപ്പറന്നു.

വള്ളം ഒഴുകിനീങ്ങുന്നതിനിടയിൽ അവൾ അയാളോട് വിളിച്ചു പറഞ്ഞു. "അങ്ങേയറ്റത്തെ നന്ദിയുണ്ട്. ഇത് മനോഹരം ആയിരിക്കുന്നു. ഒരു ഇലയിൽ കയറി ഇരിക്കുന്നതുപോലെ തോന്നുന്നു."

അയാൾ അവളുടെ വിചിത്ര ഭാവനകേട്ട് പൊട്ടിച്ചിരിച്ചു. അവളുടെ ശബ്ദം ദൂരെ നിന്ന് കേൾക്കുമ്പോൾ അപരിചിതമായിരുന്നു. അവൾ തുഴഞ്ഞുപോകുന്നത് അയാൾ ശ്രദ്ധയോടെ നോക്കിനിന്നു. അവളുടെ പെരുമാറ്റത്തിൽ ഒരുകുട്ടിയുടെ പെരുമാറ്റത്തിലെപ്പോലെ നിഷ്കളങ്കത ഉണ്ടായിരുന്നു. അതേരീതിയിലുള്ള വിനയവും വിശ്വാസ്യതയും ഉണ്ടായിരുന്നു. അവൾ തുഴഞ്ഞുകൊണ്ടിരുന്ന സമയംമുഴുവൻ അയാൾ അവളെത്തന്നെ ശ്രദ്ധിച്ചു. വെളുത്ത വേഷങ്ങളിൽ അതിസുന്ദരനായ ഒരു മനുഷ്യൻ കരയ്ക്കുനിന്ന് അവളെമാത്രം ശ്രദ്ധിക്കുന്നതിൽ ഗുഡ്റണിന് സത്യത്തിൽ ആഹ്ലാദം തോന്നിയിരുന്നു. അതുമാത്രമല്ല ആ നിമിഷത്തിൽ അവൾക്ക് പരിചയമുള്ള ഏറ്റവും വലിയ മനുഷ്യൻ അയാൾ ആയിരുന്നു. അയാളുടെ അടുത്തുനിന്നിരുന്ന പ്രത്യേകതകൾ ഒന്നുംതന്നെ ഇല്ലാത്ത ബിർക്കിനെ അവൾ ശ്രദ്ധിച്ചില്ല. അവളുടെ ശ്രദ്ധയുടെ വിശാലവിസ്തൃതിയെ ഒരു രൂപം ആ സമയത്ത് പൂർണ്ണമായും കൈവശപ്പെടുത്തിക്കഴിഞ്ഞിരുന്നു.

വള്ളം ജലപ്പരപ്പിലൂടെ സാവധാനം ഉലഞ്ഞുകൊണ്ടിരുന്നു. പുൽത്തകിടിയുടെ ഒരറ്റത്ത് ഉണ്ടായിരുന്ന വില്ലോ മരങ്ങൾക്കിടയിലെ കളിക്കാൻ വന്നവരുടെ തുറന്ന കൂടാരങ്ങളെ മറികടന്ന് അവർ മുന്നോട്ടുപോയി. തുറസ്സായ തടാകക്കരയിൽ പുൽത്തകിടിക്ക് പിന്നിലെ മലഞ്ചെരിവ് സന്ധ്യയോടെ സ്വർണ്ണമായി മാറിയിരുന്നു. മറ്റ് വള്ളങ്ങൾ എതിർവശത്തെ കാടുകൾക്ക് അടിയിലൂടെ ഊളിയിട്ട് നീങ്ങിക്കൊണ്ടിരുന്നു. അവർക്ക് ആളുകളുടെ പൊട്ടിച്ചിരിയും സംസാരവും കേൾക്കാൻ കഴിഞ്ഞു. പക്ഷേ, ഗുഡ്റൺ സ്വർണ്ണവെളിച്ചത്തിൽ ദൂരത്ത് നിരനിരയായി നിന്നിരുന്ന മര

ക്കൂട്ടത്തിനടുത്തേക്കാണ് തുഴഞ്ഞുപോയത്.

തടാകത്തിലേക്ക് ഇളംചുവപ്പ് നിറമുള്ള വില്ലോ ചില്ലകളും പൂക്കളും പുൻനാമ്പുകളും ഒഴുകിവന്നുകൊണ്ടിരുന്നു. ഒരുനേർത്ത അരുവി അവർ കണ്ടു. ഒരുവശത്തായി മണൽത്തിട്ടയുള്ള ഒരു കരഭൂമിയും അവർ കണ്ടു. ഇവിടെ അവർ രണ്ടുപേരും ചേർന്ന് അവരുടെ ഭാരംകുറഞ്ഞ വള്ളം കരയ്ക്കടുപ്പിച്ചു. രണ്ട് പെൺകുട്ടികളും അവരുടെ ഷൂസും സ്റ്റോക്കിങ്ങുകളും ഊരി മാറ്റിയതിന് ശേഷം വെള്ളത്തിന്റെ അരികിലൂടെ പുല്ലിലേക്ക് നടന്നുകയറി. തടാകത്തിലെ തെളിഞ്ഞ ഓളങ്ങൾക്ക് ചൂടുണ്ടായിരുന്നു. അവർ വള്ളം കരയിലേക്ക് കയറ്റി വെച്ചതിന് ശേഷം ആഹ്ലാദത്തോടെ നാലുപാടും നോക്കി. എല്ലാവരാലും ഉപേക്ഷിക്കപ്പെട്ടുകിടന്ന ആ ചെറിയ അരുവിക്കരയിൽ അവർ പരിപൂർണ്ണമായും തനിച്ചായിരുന്നു. തൊട്ടു പിന്നിലുള്ള കുന്നുംപ്രദേശത്ത് മരങ്ങളുടെ ഒരുകൂട്ടം ഉണ്ടായിരുന്നു.

"നമുക്ക് പെട്ടെന്നൊരു കുളി കുളിക്കാം." ഉർസുല പറഞ്ഞു. "പിന്നീട് നമുക്ക് ചായ കുടിക്കാം."

അവർ ചുറ്റുപാടും നോക്കി. ആർക്കും അവരെ കാണാൻ കഴിയില്ല. പെട്ടെന്ന് ആർക്കും അവരെ കാണാൻ വേണ്ടി എത്തിച്ചേരാനും കഴിയില്ല. മിനിറ്റിനുള്ളിൽ ഉർസുല അവളുടെ വേഷങ്ങൾ ഊരിയെറിഞ്ഞ് നഗ്നയായി വെള്ളത്തിലേക്ക് ഊർന്നിറങ്ങി. അവൾ നീന്താൻ തുടങ്ങിക്കഴിഞ്ഞു. നിമിഷത്തിനുള്ളിൽ ഗുഡ്റണും അവളോടൊപ്പം ചേർന്നു. അവർ ആ വെള്ളച്ചാട്ടത്തിൽ നിശ്ശബ്ദരായി നിർവൃതിയോടെ നീന്തിത്തുടിച്ചു. പിന്നീട് അവർ കരയിലേക്ക് ഓടിക്കയറി. ജലകന്യകകളെപ്പോലെ വീണ്ടും മരത്തോപ്പിനുള്ളിലേക്ക് ഓടിപ്പോയി.

"സ്വാതന്ത്ര്യം എത്രമാത്രം മനോഹരമാണ്." മരങ്ങൾക്കിടയിലൂടെ അഴിച്ചിട്ട തലമുടിയുമായി അങ്ങോട്ടുമിങ്ങോട്ടും അതിവേഗത്തിൽ ഓടിനടന്നുകൊണ്ട് ഉർസുല പറഞ്ഞു. അവിടം ഒരു ബീച്ച് മരത്തോപ്പ് ആയിരുന്നു. വലിയ മനോഹരമായ ബീച്ച്മരങ്ങൾ. തായ്മരങ്ങളും മരച്ചില്ലകളും കൊണ്ടു നിർമ്മിച്ച ചാരനിറമുള്ള ശക്തമായ ഒരു ചട്ടക്കൂട്. ചട്ടക്കൂടിന്റെ പലഭാഗങ്ങളും കടുത്ത പച്ചനിറമാണ്. വടക്ക് ഭാഗത്തായി ഒരു ജനാല തുറന്നിരിക്കുന്നതുപോലെ ദൂരെ എവിടെയോ തിളങ്ങുന്ന ആകാശം കാണാം.

നൃത്തംചെയ്ത് ഓടിനടന്ന് പെൺകുട്ടികൾ സ്വയം നനവിൽനിന്ന് വിമുക്തരായപ്പോൾ അവർ സുഗന്ധമുള്ള ചായ കുടിക്കാൻവേണ്ടി പെട്ടെന്ന് വസ്ത്രങ്ങൾ ധരിച്ച് തയ്യാറെടുത്തു. അവർ മരത്തോപ്പിന്റെ വടക്കുഭാഗത്ത് പുല്ല് വളർന്നുനില്ക്കുന്ന കുന്നിൻചരിവിന് അഭിമുഖമായുള്ള അവർക്ക് മാത്രം സ്വന്തമായ വന്യമായ ഒരു ലോകത്ത് ഒറ്റപ്പെട്ടുപോയിരുന്നു. ചായയ്ക്ക് ചൂടും മണവും ഉണ്ടായിരുന്നു. വീഞ്ഞിന്റെ മണമുള്ള കേക്കും വെള്ളരിക്കയും ഉപ്പിലിട്ട മത്സ്യവും ചേർത്ത് മൊരിച്ചെടുത്ത സ്വാദുള്ള പലഹാരങ്ങളും ഉണ്ടായിരുന്നു.

"നിനക്ക് സന്തോഷം ഉണ്ടോ?" ഉർസുല ഗുഡ്റണിനെ നോക്കി

ക്കൊണ്ട് ആഹ്ലാദത്തോടെ ഉറക്കെ ചോദിച്ചു.

"എനിക്ക് പരിപൂർണ്ണമായും സന്തോഷം തോന്നുന്നു." അസ്തമയ സൂര്യനെ നോക്കിക്കൊണ്ട് ഗുഡ്റൺ ഗൗരവത്തിൽ പറഞ്ഞു.

"എനിക്കും അങ്ങനെതന്നെയാണ് തോന്നുന്നത്."

അവർക്ക് ആസ്വദിക്കാൻ കഴിയുന്ന കാര്യങ്ങളുമായി സഹോദരിമാർ ഒത്തുചേർന്നപ്പോൾ അവർ അവരുടേതായ ലോകത്ത് പരിപൂർണ്ണമായും സംതൃപ്തരായിരുന്നു. ഇത് എല്ലാകാര്യങ്ങളിലും വിശിഷ്ടവും അനുഗ്രഹീതവുമായ സാഹസികത നിറഞ്ഞിരിക്കുന്നതായി അനുഭവപ്പെടുന്ന പരിപൂർണ്ണ നിമിഷങ്ങളിൽ ഒന്നായിരുന്നു. പക്ഷേ, ഈ സാഹസികത തിരിച്ചറിയാനുള്ള കഴിവ് കുട്ടികൾക്ക് മാത്രമാണ് ലഭിക്കുന്നത്. സ്വാതന്ത്ര്യത്തിന്റെയും ആഹ്ലാദത്തിന്റെയും വിശിഷ്ട നിമിഷങ്ങളിൽ ഒന്ന്.

അവർ ചായ കുടിച്ച് കഴിഞ്ഞപ്പോൾ രണ്ടുപേരും സംസാരം അവസാനിപ്പിച്ച മട്ടായിരുന്നു. അപ്പോൾ മനോഹരമായ ശബ്ദമുള്ള ഉർസുല സ്വയം പാടാൻ ആരംഭിച്ചു. മരച്ചുവട്ടിൽ ഇരുന്ന് പാട്ടുകേട്ടുകൊണ്ടിരുന്നപ്പോൾ ഗുഡ്റണിന്റെ മനസ്സിലേക്ക് തീവ്രവമായ അഭിലാഷങ്ങൾ കടന്നുവന്നു. ശക്തമായ ഒരു ജർമ്മൻ നാടോടിഗാനമാണ് ഉർസുല പാടിക്കൊണ്ടിരുന്നത്. സ്വയം അറിയാതെ പാട്ട് മൂളിക്കൊണ്ടിരുന്ന ഉർസുല പരിപൂർണ്ണസമാധാനത്തിലും സംതൃപ്തിയിലുമാണെന്ന് തോന്നി. അവൾ അവളുടെ സ്വന്തം പ്രപഞ്ചത്തിന്റെ മദ്ധ്യത്തിൽ ചോദ്യം ചെയ്യപ്പെടാൻ പറ്റാത്ത അവസ്ഥയിലായിരുന്നു. ഗുഡ്റണിന് അവൾ സ്വയം പുറത്താക്കപ്പെട്ടതുപോലെ തോന്നി. എല്ലാസമയത്തും താൻ ജീവിതത്തിന് പുറത്താണെന്നും ഉർസുല ജീവിതത്തിന്റെ ഭാഗമാണെന്നും ഉള്ള വേദനിപ്പിക്കുന്ന ഒരു തോന്നൽ ഗുഡ്റണിന് ഉണ്ടായിരുന്നു. ഈ തോന്നൽ ഗുഡ്റണിൽ ആത്മനിഷേധത്തിനുള്ള ഒരുമനോഭാവത്തിന് കാരണമായി മാറിയിരുന്നു. അതുകൊണ്ട് ഉർസുലയും താനുമായുള്ള ബന്ധം നിലനിർത്തിക്കൊണ്ടുപോകാൻ എല്ലാസമയത്തും ഉർസുലയോട് തന്നെപ്പറ്റി ശ്രദ്ധ വേണമെന്ന് അഭ്യർത്ഥിച്ചുകൊണ്ടിരിക്കേണ്ട ഒരു ആവശ്യം ഗുഡ്റൺ അനുഭവിച്ചിരുന്നു.

"ഞാൻ ആ പാട്ടിനൊപ്പം ഡാൽക്രോസ് ഡാൻസ്* ചെയ്യുന്നതിൽ വിരോധം ഉണ്ടോ?" വളരെ അസാധാരണമായ രീതിയിൽ ചുണ്ടുകൾ ചലിപ്പിക്കാതെ വളരെ ശബ്ദം താഴ്ത്തി ഗുഡ്റൺ ചോദിച്ചു.

"എന്താണ് ചോദിച്ചത്?" ശാന്തമായ വിസ്മയത്തോടെ ഉർസുല ചോദിച്ചു.

"ഞാൻ ഡാൽക്രോസ് ചെയ്യുമ്പോൾ ചേച്ചി പാടുമോ?" ആവർത്തിക്കേണ്ടിവന്നതിന്റെ സങ്കടത്തോടെ ഗുഡ്റൺ പറഞ്ഞു.

ചിതറിപ്പോയ ചിന്തകളെ ഒരുമിച്ച് ചേർത്തുകൊണ്ട് ഉർസുല ഒരു നിമിഷം ആലോചനയിൽ മുഴുകി.

---

* ശാരീരിക ചലനങ്ങളിലൂടെ ആത്മപ്രകാശനം സാദ്ധ്യമാക്കുന്ന സംഗീതനൃത്തം എമിലി ജാക്വസ് ഡാൽക്രോസ് (1865–1950) കണ്ടുപിടിച്ച നൃത്തശൈലി.

"നീ എന്ത് ചെയ്യുമ്പോഴാണ്?" ഉർസുല അലസമായി ചോദിച്ചു.

"ഡാൽക്രോസ് നൃത്തചലനങ്ങൾ" സ്വന്തം സഹോദരി കാരണമാണെങ്കിലും ആത്മാഭിമാനത്തിന് ക്ഷീണം തട്ടിയതിന്റെ ബുദ്ധിമുട്ടോടെ ഗുഡ്റൺ പറഞ്ഞു.

"ഓ! ഡാൽക്രോസ് ഡാൻസ്! ഞാൻ പേര് പറഞ്ഞത് കേട്ടില്ല. നീ ഡാൻസ് ചെയ്യുന്നത് കാണാൻ എനിക്ക് താല്പര്യമുണ്ട്. ഡാൻസ് ചെയ്തോളൂ!" കുട്ടികളെപ്പോലെ വിസ്മയത്തിന്റെ തിളക്കത്തോടെ ഉർസുല ഉറക്കെപ്പറഞ്ഞു."ഞാൻ ഏതു പാട്ടാണ് പാടേണ്ടത്?"

"ഇഷ്ടമുള്ള പാട്ട് പാടിക്കോളൂ! ഞാൻ അതിന്റെ താളം കണ്ടെത്തിക്കൊള്ളാം."

പക്ഷേ, ഉർസുലയ്ക്ക് എത്ര ആലോചിച്ചിട്ടും ഒരുപാട്ട് കണ്ടെത്താൻ കഴിഞ്ഞില്ല. എന്തായാലും അവൾ കളിയാക്കുന്ന മട്ടിൽ ചിരിച്ചുകൊണ്ട് പെട്ടെന്ന് ഒരുപാട്ട് പാടാൻ തുടങ്ങി.

"എന്റെ മകൾ ഒരു ഉന്നതകുല ജാത."

കാലുകളിലും കൈകളിലും അദൃശ്യമായ ഒരു ചങ്ങല കിടക്കുന്നുണ്ടെന്നുള്ളമട്ടിൽ ഗുഡ്റൺ കൈകാലുകളിലേക്ക് നോക്കി. അവൾ സാവധാനം ഈണത്തിനൊത്ത് കൈകാലുകൾ ചലിപ്പിച്ചുകൊണ്ട് നൃത്തം ചെയ്യാൻ തുടങ്ങി. അവൾ കൈകളും കൈപ്പത്തികളും കൊണ്ട് ആംഗ്യങ്ങൾ കാണിച്ചു. കൈകൾ വിടർത്തി. ചിലപ്പോൾ കൈകൾ ഉയർത്തി. ചിലപ്പോൾ തല ഉയർത്തി. പാട്ടിന് അനുസരിച്ചുള്ള ചുവടുകൾ വെച്ചു. അസാധാരണവും അനിയന്ത്രിതവും ആയ ആവേശത്തോടെ അങ്ങോട്ടും ഇങ്ങോട്ടും ഒഴുകിനീങ്ങി. വിചിത്രമായ ചെറിയ ഞെട്ടലുകളോടെ അവൾ മന്ത്രശക്തിയുടെ കാറ്റുതട്ടിയിട്ടാണെന്ന് തോന്നുന്ന തരത്തിൽ മുകളിലേക്ക് ഉയർന്നു. ഉർസുല പുൽത്തകിടിയിൽ ഇരുന്നു. ഒരു ഫലിതം കാണുന്ന മട്ടിൽ അവളുടെ കണ്ണുകളിൽ ചിരി ഉണ്ടായിരുന്നു. പാട്ട് പാടാൻ വേണ്ടി അവളുടെ വായ് തുറന്നിരിക്കുകയായിരുന്നു. പക്ഷേ, അവളുടെ സഹോദരിയുടെ വെളുത്ത രൂപത്തിന്റെ സ്വയം അറിയാതെയുള്ള ഞെട്ടലുകളുടെയും വിറയലുകളുടെയും ഒഴുകി മാറലുകളുടെയും താളത്തിനൊത്തുള്ള ചലനങ്ങളുടെയും ഉയർന്നുപൊങ്ങലുകളുടെയും ശക്തമായ മോഹനിദ്രയുടെസ്വാധീനം കൊണ്ട് ഉർസുലയുടെ കണ്ണുകളിൽ ഒരു മഞ്ഞവെളിച്ചം കാണുന്നുണ്ടായിരുന്നു.

"എന്റെ മകൾ ഒരു ഉന്നതകുലജാതയാണ്. അവൾ ഏറെക്കുറെ കറുത്തിട്ടാണ്. ഉർസുലയുടെ പൊട്ടിച്ചിരിക്കൊപ്പം അവളുടെ ആക്ഷേപഹാസ്യഗാനത്തിന്റെ വേഗതയും കൂടി. അതിനു യോജിച്ച രീതിയിൽ ഗുഡ്റണിന്റെ നൃത്തത്തിന്റെ രൂക്ഷതയും വർദ്ധിച്ചു. അവൾ ഏതോ കെട്ട് പൊട്ടിച്ചെറിയാൻ ശ്രമിക്കുന്ന രീതിയിൽ കാലുകൾ ഉയർത്തി ചവുട്ടി. പെട്ടെന്ന് അവൾ കൈകൾ ചുഴറ്റിക്കൊണ്ട് വീണ്ടും കാലുകൾ അമർത്തി ചവുട്ടി. പകുതി അടഞ്ഞകണ്ണുകളുമായി അവൾ തലയുയർത്തിക്കൊണ്ട് മുന്നോട്ട് കുതിച്ചു. സൂര്യൻ താഴ്ന്നതുകൊണ്ട് മഞ്ഞനിറംവന്നു. ആകാശം

മെലിഞ്ഞ് നിഷ്ക്രിയനായ ഒരു ചന്ദ്രനെ ഒഴുക്കിവിട്ടിരുന്നു.

ഉർസുല പൂർണ്ണമായും അവളുടെ ഗാനത്തിൽ ലയിച്ചിരിക്കുകയായിരുന്നു. അപ്പോഴാണ് ഗുഡ്റൺ പെട്ടെന്ന് നൃത്തം അവസാനിപ്പിച്ചത്. അവൾ അർത്ഥംവെച്ച് ചിരിച്ചുകൊണ്ട് പറഞ്ഞു.

"ഉർസുല ചേച്ചി!"

"എന്തു വേണം?" മയക്കത്തിൽ നിന്ന് കണ്ണ് തുറന്നുകൊണ്ട് ഉർസുല ചോദിച്ചു.

മുഖത്ത് പരിഹാസത്തിന്റെ പുഞ്ചിരിയുമായി ഗുഡ്റൺ അപ്പോഴും അനങ്ങാതെ നില്ക്കുകയായിരുന്നു

"ഹോ!" പെട്ടെന്ന് ചാടി എഴുന്നേറ്റുകൊണ്ട് ഉർസുല പരിഭ്രാന്തിയോടെ വിളിച്ചുകൂവി.

"അവയെക്കൊണ്ട് ശല്യം ഒന്നുമില്ല." ഗുഡ്റണിന്റെ പുച്ഛം നിറഞ്ഞ ശബ്ദം ഉയർന്നു.

അവരുടെ ഇടതുവശത്തായി പലനിറത്തിലുള്ള കന്നുകാലികളുടെ ഒരു ചെറിയസംഘം നിലയുറപ്പിച്ചിരുന്നു. സന്ധ്യാവെളിച്ചത്തിൽ അവയുടെ രോമങ്ങൾക്ക് തിളക്കം ഉണ്ടായിരുന്നു. അവയുടെ കൊമ്പുകൾ ആകാശത്തേക്ക് ഉയർന്നുനിന്നു. എന്തൊക്കെയാണ് സംഭവിക്കുന്നതെന്ന് അറിയാനുള്ള വ്യഗ്രതയോടെ അവ മൂക്കുംവായും മുന്നോട്ട് തള്ളിപ്പിടിച്ചിരുന്നു. അവയുടെ മുടിച്ചുരുളുകൾക്കിടയിലൂടെ കണ്ണുകൾ തിളങ്ങുന്നുണ്ടായിരുന്നു. അവയുടെ നാസാരന്ധ്രങ്ങളിൽ നിഴൽ നിറഞ്ഞിരുന്നു.

"അവ എന്തെങ്കിലും ചെയ്യില്ലേ?" ഉർസുല ഭയംകൊണ്ട് വിളിച്ചു ചോദിച്ചു.

ഒരു വിളറിയ പുഞ്ചിരിയുമായി പകുതി സംശയവും പകുതി പുച്ഛവും നിറഞ്ഞ ഒരു ചലനത്തോടെ സാധാരണഗതിയിൽ കന്നുകാലികളെ ഭയമുള്ള ഗുഡ്റൺ ഈ അവസരത്തിൽ വെറുതെ തലകുലുക്കിക്കാണിച്ചു.

"അവ ആകർഷണം തോന്നുന്ന മൃഗങ്ങളല്ലേ?" ഒരു കടൽക്കാക്കയുടെ കരച്ചിൽ പോലെയുള്ള പരുഷമായ ശബ്ദത്തിൽ ഗുഡ്റൺ ഉറക്കെ ചോദിച്ചു.

"ആകർഷണം!" ഉർസുല ഉദ്വേഗത്തോടെ വിളിച്ചുകൂവി. "പക്ഷേ, അവ നമ്മളെ ഏതെങ്കിലും തരത്തിൽ ഉപദ്രവിക്കില്ലേ?"

വീണ്ടും നിഗൂഢമായ ഒരു പുഞ്ചിരിയോടെ ഉർസുലയെ നോക്കിക്കൊണ്ട് ഗുഡ്റൺ തലകുലുക്കി.

"അവ ഉപദ്രവിക്കില്ലെന്ന് എനിക്ക് ഉറപ്പുണ്ട്." ഈ കാര്യം സ്വയം പറഞ്ഞ് ഉറപ്പിക്കേണ്ട ആവശ്യം അവൾക്കും ഉണ്ടെന്നുള്ള ഭാവത്തിൽ ഗുഡ്റൺ പറഞ്ഞു. അവർ പറയുന്നത് കേട്ടാൽ അവൾക്കുള്ളിൽ ഏതോ രഹസ്യശക്തിയുണ്ടെന്നും ആ ശക്തി പുറത്തെടുത്ത് പരീക്ഷിച്ച് നോക്കാനുള്ള ആത്മവിശ്വാസം അവൾ പ്രകടിപ്പിക്കേണ്ട ആവശ്യം ഉണ്ടെന്നും ഉള്ള തോന്നലാണ് ഉണ്ടാകുന്നത്. "ഇരുന്നുകൊണ്ട് വീണ്ടും പാട്ടുപാടൂ." അവൾ പരുഷമായ ശബ്ദത്തിൽ ഉറക്കെ വിളിച്ചുപറഞ്ഞു.

“എനിക്ക് പേടിയാണ്. കണ്ണുമൂടുന്ന മുടിയിഴകൾക്കിടയിലൂടെ കുസൃതിനിറഞ്ഞ നോട്ടവുമായി നില്ക്കുന്ന ചെറിയ കന്നുകാലികളുടെ സംഘത്തെ സൂക്ഷിച്ചുനോക്കിക്കൊണ്ട് ഉർസുല പറഞ്ഞു. എന്തായാലും അവൾ മുമ്പ് ഇരുന്നിരുന്ന സ്ഥലത്ത് തന്നെ വീണ്ടും ഇരുന്നു.

“അവ ഉപദ്രവിക്കില്ല.”ഗുഡ്റൺ ഉറക്കെവിളിച്ചു പറഞ്ഞു.“എന്തെങ്കിലും പാടൂ. എന്തെങ്കിലും പാട്ട് പാടിയാൽ മതി.”ആരോഗ്യവും ഭംഗിയും ഉള്ള ആ മൃഗങ്ങൾക്ക് മുമ്പിൽ നൃത്തം ചെയ്യാനുള്ള ആവേശം അവൾക്കു തോന്നിയിരുന്നു എന്ന് അവളുടെ ശബ്ദംവ്യക്തമാക്കുന്നുണ്ടായിരുന്നു.

ഉർസുല കൃത്രിമമായ ഒരു വിറയലോടെ പാടാൻ തുടങ്ങി.

“ടെന്നസിയിലൂടെ നീങ്ങുമ്പോൾ...”*

അവളുടെ ശബ്ദത്തിൽ ഉൽക്കണ്ഠ ഉണ്ടായിരുന്നു. എന്തായാലും ഗുഡ്റൺ ഒരു മന്ത്രത്തിന് അടിമപ്പെട്ടതുപോലെ അറിയപ്പെടാത്ത ഒരു അഭിനിവേശത്തിന് കീഴടങ്ങിയ ഭ്രാന്തമായ കാൽവെപ്പുകളോടെ അസാധാരണമായ തുടിപ്പുകളുള്ള നൃത്തച്ചുവടുകൾ വെച്ച് കന്നുകാലികളുടെ മുന്നിലേക്ക് ചെന്നു. അവൾ തലയും കാലും അരക്കെട്ടും ഉയർത്തിയും താഴ്ത്തിയും വീണ്ടും ഉയർത്തിയും താഴ്ത്തിയും നൃത്തംചെയ്തു. അവൾ തല ഉയർത്തിപ്പിടിച്ചുകൊണ്ട് മാറിടം കന്നുകാലികളുടെ മുന്നിലേക്ക് ഉയർത്തിയും കുലുക്കിയുമാണ് നൃത്തം തുടർന്നത്. ഏതോ മദാലസമായ നിർവൃതിയിലെന്നപോലെ അവളുടെ കഴുത്ത് കന്നുകാലികളുടെ മുന്നിൽ നഗ്നമാക്കപ്പെട്ടിരുന്നു. അവൾ അബോധപൂർവ്വം കന്നുകാലികളുടെ അടുത്ത് എത്തിക്കഴിഞ്ഞപ്പോൾ അതുവരെ അവിടെ കാത്തുനിന്ന അവയ്ക്കിടയിൽ ഒരു ചലനം ഉണ്ടായി. ഇത്രയും നേരം മോഹനിദ്രയിലെന്നപോലെ കാത്തുനിന്നിരുന്ന കന്നുകാലികൾ പെട്ടെന്ന് സങ്കോചം കൊണ്ട് തലതാഴ്ത്തി. അവൾക്ക് തൊട്ടുമുന്നിലായി അവയുടെ സാന്നിദ്ധ്യം മനസ്സിലാക്കാൻ കഴിഞ്ഞിരുന്നു. അത് അവയുടെ നെഞ്ചിൽ നിന്നും അവളുടെ കൈകളിലേക്ക് വൈദ്യുതി പ്രവഹിക്കുന്നതുപോലെയുള്ള അനുഭവം ആയിരുന്നു. ഇപ്പോൾ അവൾക്ക് അവയെ തൊടാൻ കഴിയും. ശരിക്കും തൊടാൻ കഴിയും. ഒരു ഭയാനകമായ വിറയലും ആശങ്കയും അവളിലൂടെ കടന്നുപോയി. ഈസമയം മുഴുവൻ ഉർസുല അവളുടെ പ്രസക്തമല്ലാത്ത ശുഷ്കിച്ച ഗാനം വെറുതെ മൂളിക്കൊണ്ടിരിക്കുന്നുണ്ടായിരുന്നു. അവളുടെ പാട്ട് മാഞ്ഞുതുടങ്ങുന്ന പകലിലേക്ക് ഒരു മന്ത്രോച്ചാരണം പോലെ തുളച്ചിറങ്ങി.

ഭയത്തിന്റെയും ആകർഷണത്തിന്റെയും നിസ്സഹായതയിൽ കന്നുകാലികൾ അതിശക്തമായി ശ്വാസംവിടുന്നത് ഗുഡ്റണിന് കേൾക്കാൻ കഴിഞ്ഞിരുന്നു. സ്കോട്ട്ലാൻഡിൽ നിന്നുള്ള വരികീറിയ കാളകൾ ധൈര്യമുള്ള കാട്ടുമൃഗങ്ങളാണ്. അവയാണ് അവിടെ ഉണ്ടായിരുന്നത്. അവയുടെ ശരീരം മുഴുവൻ രോമമാണ്. പെട്ടെന്ന് അവയിൽ ഒരെണ്ണം മുക്കുറയിട്ടു. തലകുലുക്കിക്കൊണ്ട് അത് പിന്നോട്ട് മാറി.

---

* ആൽഫ്രഡ് സ്കോട്ട്ഗാറ്റിയുടെ (1847–1918) പ്രശസ്തമായഗാനം.

"ഹൂ....ഹൂ..." മരക്കൂട്ടത്തിന് പുറത്തുനിന്നും ഉറക്കെയുള്ള ഒരു ശബ്ദം കടന്നുവന്നു. കന്നുകാലികളുടെ കൂട്ടം പെട്ടെന്ന് നാലുവഴിക്ക് കുന്നിന്റെ മുകളിലേക്ക് ഓടിക്കയറി. ഓടുമ്പോൾ അവയുടെ രോമങ്ങൾ അഗ്നിജ്വാലകൾ പോലെ പാറിപ്പറന്നു. ഗുഡ്റൺ പുൽത്തകിടിയിൽ സംശയത്തോടെ ദനാക്കിനിന്നു. ഉർസുല എഴുന്നേറ്റുനിന്നു.

അത് അവരെ അന്വേഷിച്ച് വന്ന ജറാൾഡും ബിർക്കിനും ആയിരുന്നു. കന്നുകാലികളെ വിരട്ടി ഓടിക്കാൻ വേണ്ടി കൂവിവിളിച്ചത് ജറാൾഡ് ആയിരുന്നു.

"നിങ്ങൾ എന്ത് ചെയ്യുകയാണെന്നാണ് നിങ്ങളുടെ വിചാരം?" ദേഷ്യപ്പെട്ടുകൊണ്ട് ജറാൾഡ് ഉറക്കെ വിളിച്ചുചോദിച്ചു.

"നിങ്ങൾ എന്തിനാണ് വന്നത്?" ഗുഡ്റണിന്റെ കോപത്തോടെയുള്ള പരുഷമായ മറുചോദ്യംവന്നു.

"നിങ്ങൾ എന്ത് ചെയ്യുകയാണെന്നാണ് നിങ്ങളുടെ വിചാരം?" ജറാൾഡ് യാന്ത്രികമായി ആവർത്തിച്ചു.

"ഞങ്ങൾ നൃത്തം ചെയ്യുകയാണ്." ഉർസുല ഇടർച്ചയോടെ പൊട്ടിച്ചിരിച്ചു.

ഗുഡ്റൺ അല്പസമയത്തേക്ക് അത്ഭുതംകൊണ്ട് വിടർന്ന വലിയ കറുത്ത കണ്ണുകൾകൊണ്ട് നീരസത്തോടെ അവരെ നോക്കി. പിന്നീട് കന്നുകാലികളുടെ പിന്നാലെ അവളും കുന്നിന്റെ മുകളിലേക്ക് നടന്നുകയറി. കന്നുകാലികൾ അല്പം അത്ഭുതത്തോടെ കുന്നിന്റെ മുകളിലായി വീണ്ടും കൂട്ടംകൂടി നിന്നിരുന്നു.

"നിങ്ങൾ എവിടെ പോകുന്നു?" ജറാൾഡ് അവളോട് വിളിച്ച് ചോദിച്ചു. അയാളും കുന്നിന്റെ മുകളിലേക്ക് അവളെ പിന്തുടർന്നു. നിലത്ത് നിഴലുകൾ പറ്റിപ്പിടിച്ച് കിടന്നിരുന്നു. ആകാശത്ത് വെളിച്ചം സഞ്ചരിച്ചുകൊണ്ടിരുന്നു.

"പാട്ട് ഡാൻസിന് പറ്റിയതല്ല." ഉർസുലയുടെ മുന്നിൽ ഒരു പരിഹാസപുഞ്ചിരിയുമായി നിന്നിരുന്ന ബിർക്കിൻ പറഞ്ഞു. ഒരു നിമിഷം കഴിഞ്ഞപ്പോൾ അയാൾ സ്വയം പാടിക്കൊണ്ട് അവളുടെ മുന്നിൽ നൃത്തം ചെയ്യാൻ തുടങ്ങി. അയാൾ പാടുന്നത് വളരെ പതുക്കെയായിരുന്നു. അയാളുടെ കാലുകൾക്കും ശരീരത്തിനും അയവ് ഉണ്ടായിരുന്നു. അയാളുടെ മുഖത്തിന് വിളറിയ തിളക്കം ഉണ്ടായിരുന്നു. പക്ഷേ, മുഖം ചലിക്കുന്നുണ്ടായിരുന്നില്ല. അയാളുടെ കാലുകൾ അതിവേഗത്തിൽ നിലത്ത് ചിത്രം വരച്ചുകൊണ്ടിരുന്നു. അവയ്ക്കിടയിൽ അയാളുടെ ശരീരം ഒരു നിഴൽപോലെ തൂങ്ങിക്കിടന്ന് കുലുങ്ങുകയാണെന്ന് തോന്നി.

"നമുക്ക് എല്ലാവർക്കും ഭ്രാന്ത് പിടിച്ചെന്നാണ് എനിക്കുതോന്നുന്നത്." ഏറെക്കുറെ ഭയത്തോടെ ഉർസുല പൊട്ടിച്ചിരിച്ചുകൊണ്ട് പറഞ്ഞു.

"നമുക്ക് കൂടുതൽ ഭ്രാന്ത് പിടിക്കാത്തതാണ് കഷ്ടം!" ഇടവിടാതെ നൃത്തം തുടരുന്നതിനിടയിൽ അയാൾ പറഞ്ഞു. പിന്നീട് അയാൾ പെട്ടെന്ന് കുനിഞ്ഞ് അവളുടെ കണ്ണുകളിലേക്ക് നോക്കി ഒരു വിളറിയ

പുഞ്ചിരിയോടെ അവളുടെ വിരലുകളിൽ ചുംബിച്ചു. അവൾ അപമാന ത്തോടെ പിന്നോട്ട് മാറി.

"വിഷമം ആയോ?" പെട്ടെന്ന് വീണ്ടും ഗൗരവം കൈവരിച്ചുകൊണ്ട് അയാൾ പറഞ്ഞു. "നിങ്ങൾക്ക് നൃത്തം ഇഷ്ടമാണെന്നാണ് ഞാൻ വിചാ രിച്ചത്."

"അങ്ങനെയൊന്നും ഇല്ല." അവൾ ഏറെക്കുറെ അപമാനത്തോടെ അത്ഭുതപ്പെട്ടുകൊണ്ട് പറഞ്ഞു. എങ്കിലും അവളുടെ ഉള്ളിൽ എവി ടെയോ അയാളുടെ പുഞ്ചിരിക്കാത്ത മുഖവും വിദഗ്ദ്ധമായി ആടിയുല യുന്ന ശരീരവും അവളെ വശീകരിച്ചിരുന്നു. എന്നാൽ യാന്ത്രികമായി അവൾ അത് നിഷേധിച്ചുകൊണ്ട് സ്വയം ഒഴിഞ്ഞുമാറി.

"എന്തുകൊണ്ടാണ് നൃത്തം ഇഷ്ടപ്പെടാത്തത്?" അയാൾ കളിയാക്കി. അതിനുശേഷം പെട്ടെന്ന് അവളെ കുസൃതിയോടെ നോക്കിക്കൊണ്ട് അ യാൾ അവിശ്വസനീയമായ വേഗതയിലുള്ള നൃത്തത്തിലേക്ക് വീണ്ടും തിരിച്ചുപോയി. വേഗതയ്ക്കിടയിൽ നൃത്തം അവസാനിപ്പിച്ചുകൊണ്ട് അയാൾ അവളുടെ അടുത്തുവരെ എത്തി. അവളെ വീണ്ടും ചുംബിക്കാൻ തുടങ്ങിയതായിരുന്നു. അവൾ പിന്നോട്ട് ഞെട്ടലോടെ ഒഴിഞ്ഞുമാറിയി രുന്നില്ലെങ്കിൽ അയാൾ വീണ്ടും ചുംബിക്കുമെന്ന് ഉറപ്പായിരുന്നു.

"ഇല്ല. പാടില്ല!" ശരിക്കും ഭയത്തോടെ അവൾ വിളിച്ചുകൂവി.

"എന്തായാലും കൊർഡീലിയ*യാണോ? അയാൾ പരിഹസിച്ചു. അത് ഒരു അപമാനമായി അവൾക്ക് തോന്നി. അവൾക്ക് വേദനിച്ചു. അയാൾ ഉദ്ദേശിച്ചത് അവൾക്ക് മനസ്സിലായി. അത് അവളെ അമ്പരപ്പിച്ചു.

"നിങ്ങൾ" അവൾ തിരിച്ച് വിളിച്ച് പറഞ്ഞു. "നിങ്ങൾ എന്തിനാണ് മനസ്സിൽ തോന്നുന്നതൊക്കെ വായിൽ നിറയ്ക്കുന്നത്?"

"എനിക്ക് എപ്പോൾവേണമെങ്കിലും അത് തുപ്പിക്കളയാൻ പറ്റില്ലേ?" സ്വന്തം മറുപടിയിൽ സംതൃപ്തി അനുഭവിച്ചുകൊണ്ട് അയാൾ പറഞ്ഞു.

മുഖത്ത് ആലോചനയുടെ നേരിയ തിളക്കവുമായി ഗുഡ്റണിന്റെ പിന്നാലെ ജറാൾഡ് ക്രിച്ച് കുന്നിന്റെ മുകളിലേക്ക് പെട്ടെന്ന് നടന്നുക യറി. കന്നുകാലികൾ താഴെ സ്ത്രീകളുടെ വെളുത്ത രൂപങ്ങൾക്ക് ചുറ്റും വട്ടമിടുന്ന വെളുത്തവേഷം ധരിച്ച പുരുഷന്മാരെ ശ്രദ്ധിച്ചുകൊണ്ട് കുന്നി ന്റെനിറുകയിൽ കൂട്ടംകൂടി നിന്നു. അതിനേക്കാൾ കൂടുതൽ അവയുടെ അടുത്തേക്ക് സാവധാനം നടന്നുവന്നുകൊണ്ടിരുന്ന ഗുഡ്റണിനെയാണ് കന്നുകാലികൾ ശ്രദ്ധിച്ചത്. അവൾ ഒരു നിമിഷം നടത്തം നിർത്തി. ക ന്നുകാലികളെ നോക്കിയതിന് ശേഷം അവൾ ജറാൾഡിനെ തിരിഞ്ഞ് നോക്കി.

പിന്നീട് കൈ ഉയർത്തിക്കൊണ്ട് അവൾ നീണ്ടകൊമ്പുകളുള്ള കാള കളുടെ അടുത്തേക്ക് പാഞ്ഞ് ചെന്നു. ഒരു നിമിഷം ഓട്ടം നിർത്തി. അവൾ

---

* അച്ഛനോടുള്ള സ്നേഹംപ്രഖ്യാപിക്കാതിരുന്ന ലിയർ രാജാവിനെ ഏറ്റവും കൂടു തൽ സ്നേഹിച്ച അദ്ദേഹത്തിന്റെ ഇളയമകൾ. (ഷേക്സ്പിയറുടെ *കിങ് ലിയറിൽ* നിന്ന്)

അവയെ നോക്കിക്കൊണ്ട് നിന്നു. വീണ്ടും അവൾ കൈകൾ ഉയർത്തി ഒരു മിന്നൽപോലെ അവയുടെ അടുത്തേക്ക് പാഞ്ഞുചെന്നു. കന്നുകാലികൾ ഭയന്ന് മുക്കുറയിട്ടുകൊണ്ട് ഓടാൻ തുടങ്ങി. അവ സന്ധ്യയിലേക്ക് കുതിച്ചു പാഞ്ഞുകൊണ്ടിരുന്നു. ഒടുവിൽ വളരെദൂരെ ചെറിയ പൊട്ടുകളായി മാറിയിട്ടും അവ ഓട്ടം നിർത്തിയിരുന്നില്ല.

ഗുഡ്റൺ അനുസരണക്കേടിന്റെ മുഖംമൂടി വെച്ച മുഖവുമായി അവയെ നോക്കിക്കൊണ്ട് നിന്നു.

"നിങ്ങൾ എന്തിനാണ് അവയെ ഭ്രാന്തുപിടിപ്പിച്ച് ഓടിച്ചുവിട്ടത്?" അവളുടെ അടുത്തെത്തിയപ്പോൾ ജറാൾഡ് ക്രിച്ച് ചോദിച്ചു.

അവൾ അയാൾ പറഞ്ഞത് ശ്രദ്ധിക്കാതെ അയാളിൽ നിന്ന് മുഖം തിരിച്ചു. "അത് അപകടകരമാണെന്ന് അറിയില്ലേ?" അയാൾ പറഞ്ഞു. "അവയുടെ തലതിരിഞ്ഞാൽ അവ ഉപദ്രവകാരികളാണ്."

"എങ്ങോട്ട് തിരിഞ്ഞാൽ? അങ്ങ് ദൂരത്തേക്ക് തിരിഞ്ഞാലോ?" അവൾ ഉറക്കെ കളിയാക്കി.

"അല്ല." അയാൾ പറഞ്ഞു. "നിങ്ങൾക്ക് എതിരായി തിരിഞ്ഞാൽ."

അയാൾക്ക് ഇതിൽ നിന്ന് ഒരു ഗുണവും സൃഷ്ടിക്കാൻ കഴിഞ്ഞില്ല.

"എന്തായാലും കഴിഞ്ഞ ദിവസം അവ ഒരു കൃഷിക്കാരന്റെ പശുവിനെ കുത്തിമുറിച്ചിരുന്നു." അയാൾ പറഞ്ഞു.

"ഞാൻ എന്തിനാണ് അത് ശ്രദ്ധിക്കുന്നത്?" അവൾ പറഞ്ഞു.

"പക്ഷേ, അവ എന്റെ കന്നുകാലികൾ ആയതുകൊണ്ട് എനിക്ക് അത് ശ്രദ്ധിച്ചേ പറ്റൂ." അയാൾ മറുപടി പറഞ്ഞു.

"അവ നിങ്ങളുടേതാകുന്നത് എങ്ങനെയാണ്? നിങ്ങൾ അവയെ പിടികൂടിയിട്ടില്ലല്ലോ. എങ്കിൽ അവയിൽ ഒരെണ്ണത്തിനെ ഇപ്പോൾ നിങ്ങൾക്ക് എനിക്ക് തരാൻപറ്റുമോ?" അവൾ കൈനീട്ടിക്കാണിച്ചു കൊണ്ട് ചോദിച്ചു.

"അവ എവിടെയുണ്ടെന്ന് നിങ്ങൾക്ക് അറിയാമല്ലോ" കുന്നിന്റെ മുകളിലേക്ക് വിരൽചൂണ്ടിക്കൊണ്ട് അയാൾ പറഞ്ഞു. "ഇഷ്ടമാണെങ്കിൽ ഒരെണ്ണത്തിനെ ഞാൻ പിന്നീട് നിങ്ങൾക്ക് എത്തിച്ചുതരാം."

അവൾ മനസ്സിലാക്കാൻ കഴിയാത്ത ഒരു നോട്ടം അയാളുടെ മുഖത്തേക്ക് നോക്കി.

"നിങ്ങളെയും നിങ്ങളുടെ കന്നുകാലികളെയും എനിക്ക് പേടിയാണെന്നാണ് നിങ്ങളുടെ വിചാരം. ഞാൻ പറഞ്ഞത് ശരിയല്ലേ?" അവൾ ചോദിച്ചു.

അയാളുടെ കണ്ണുകൾ അപകടകരമായ വിധത്തിൽ ചെറുതായി. അയാളുടെ മുഖത്ത് ഒരു അധികാരഭാവത്തിലുള്ള പുഞ്ചിരി ഉണ്ടായിരുന്നു.

"ഞാൻ എന്തിനാണ് അങ്ങനെ വിചാരിക്കുന്നത്?" അയാൾ പറഞ്ഞു.

"ഈ സമയത്തെല്ലാം അവൾ അയാളെ പകുതി തുറന്ന കറുത്ത കണ്ണുകൾകൊണ്ട് പാളി നോക്കുന്നുണ്ടായിരുന്നു. അവൾ മുന്നോട്ട് ചരിഞ്ഞ് കൈ കറക്കിവീശി അയാളുടെ മുഖത്ത് അവളുടെ കൈപ്പത്തി

യുടെ പിൻവശംകൊണ്ട് ഒരുചെറിയ അടി അടിച്ചു.ഇതുചെയ്യാനുള്ള സമയത്ത് അവൾ ഭയപ്പെടാൻ പോകുന്നില്ലെന്ന് സ്ഥാപിക്കാനായിരുന്നു അവൾ ആഗ്രഹിച്ചിരുന്നത്.

അവളുടെ ആത്മാവിനുള്ളിൽ അയാൾക്ക് എതിരായുള്ള ആഴമുള്ള ക്രൂരതയുടെ അടക്കാനാകാത്ത ഒരു ആഗ്രഹം അവൾക്ക് തോന്നി. അവളുടെ ബോധമനസ്സിൽ നിറഞ്ഞുനിന്ന ഭയവും അത്ഭുതവും അവൾ പുറത്തുകളഞ്ഞു.

മുഖത്ത് വീണ ചെറിയ അടിയോടെ അയാൾ പിന്നോട്ട് മാറി. അയാൾ ഒരു ശവത്തിനെപ്പോലെ വിളറിപ്പോയി. അപകടകരമായ ഒരു ജ്വാല അയാളുടെ കണ്ണുകൾക്ക് കൂടുതൽ ഇരുട്ട് പകർന്നു. കുറച്ചുസമയത്തേക്ക് അയാൾക്ക് സംസാരിക്കാൻ കഴിഞ്ഞില്ല. അയാളുടെ ശ്വാസകോശത്തിലേക്ക് രക്തം ഇരച്ചുകയറി. നിയന്ത്രിക്കാൻ കഴിയാത്ത വികാരങ്ങളുടെ കുത്തൊഴുക്കിൽ അയാളുടെ ഹൃദയം വലിഞ്ഞുമുറുകി പൊട്ടിപ്പോകുമെന്ന് തോന്നി. അയാളുടെ ഉള്ളിൽ എവിടെയോ ഇരുണ്ടവികാരങ്ങളുടെ ഒരു അണ തകർന്ന് അയാൾ അതിൽ മുങ്ങിപ്പോകുന്നതുപോലെയുള്ള അനുഭവമായിരുന്നു.

“ആദ്യത്തെ അടി നിങ്ങൾ എന്നെ അടിച്ചു.”വാക്കുകളെ നെഞ്ചിൽ നിന്നും പാടുപെട്ട് പുറത്തേക്ക് കൊണ്ടുവന്നുകൊണ്ട് അയാൾ വളരെ പതിഞ്ഞ ശബ്ദത്തിൽ പറഞ്ഞു. അയാൾ പറഞ്ഞത് ഇതുവരെ പുറത്ത് പറയാതെ അവളുടെ ഉള്ളിൽ ഒളിപ്പിച്ചിരിക്കുന്ന ഒരു സ്വപ്നംപോലെ തോന്നി.

“അവസാനത്തെ അടിയും ഞാൻ തന്നെ അടിക്കും.” അവൾ ആത്മവിശ്വാസത്തോടെ പറഞ്ഞു. പക്ഷേ, അവൾ അത് കരുതിക്കൂട്ടിയല്ല പറഞ്ഞത്. അയാൾ നിശ്ശബ്ദനായിരുന്നു. അയാൾ അവളെ എതിർത്തില്ല.

അവൾ അയാളെ അവഗണിക്കുന്നതായി ഭാവിച്ച് ദൂരത്തേക്ക് നോക്കി നിന്നു. അവളുടെ ബോധത്തിന്റെ അതിർത്തിയിൽവെച്ച് യാന്ത്രികമായി അവൾ ആ ചോദ്യം ചോദിക്കുന്നുണ്ടായിരുന്നു.

“നീ എന്തുകൊണ്ടാണ് ഇതുപോലെ അസാദ്ധ്യവും പരിഹാസ്യവുമായ രീതിയിൽ പെരുമാറുന്നത്?” പക്ഷേ, അവൾ ദേഷ്യത്തിലായിരുന്നു. അവൾ ചോദ്യത്തിന്റെ നേർപകുതിയെ അവളിൽ നിന്ന് പുറംതള്ളിയിരുന്നു. അത് പൂർണ്ണമായും തൂത്തുവാരിക്കളയാൻ അവൾക്ക് കഴിഞ്ഞില്ല. ആ കാര്യത്തിൽ അവൾക്ക് ആത്മാഭിമാനം തോന്നി.

അങ്ങേയറ്റം വിളറിപ്പോയ ജറാൾഡ് അവളെ സൂക്ഷ്മമായി ശ്രദ്ധിക്കുന്നുണ്ടായിരുന്നു. അയാളുടെ കണ്ണുകളിൽ ഏകാഗ്രതയുടെ വെളിച്ചം കത്തിനിന്നിരുന്നു. അവൾ പെട്ടെന്ന് അയാളുടെ നേർക്കുതിരിഞ്ഞു.

“ഞാൻ ഈ രീതിയിൽ പെരുമാറാൻ ഇടയായത് നിങ്ങൾ കാരണം ആണെന്ന് അറിയാമല്ലോ.” അവൾ ഏറെക്കുറെ സൂചന നല്കുന്ന മട്ടിൽ പറഞ്ഞു.

“ഞാൻ കാരണം ആണെന്നോ? പക്ഷേ, അത് എങ്ങനെയാണ്.

ഞാൻ കാരണം ആകുന്നത്?" അയാൾ പറഞ്ഞു.

പക്ഷേ, അവൾ തടാകത്തിന്റെ അടുത്തേക്ക് തിരിഞ്ഞു നടന്നു. താഴെ വെള്ളത്തിൽ വിളക്കുകൾ തെളിഞ്ഞു തുടങ്ങിയിരുന്നു. സന്ധ്യയുടെ വിളറിയ വെളിച്ചത്തിൽ തീനാളങ്ങളുടെ മങ്ങിയ പ്രേതങ്ങൾ ഒഴുകിനടന്നുകൊണ്ടിരുന്നു. ഭൂമിയിൽ ഇരുട്ടിന്റെ മൂടുപടംവീണു. മുകളിൽ ആകാശം വിളറിപ്പോയിരുന്നു. ഒരുഭാഗത്ത് തടാകം പാലുപോലെ വിളറിയിരിക്കുന്നു. ദൂരെ കരയിൽ നിന്നും നേർത്ത നിറമുള്ള കിരണങ്ങളുടെ നൂൽക്കമ്പികൾ സന്ധ്യയിൽ തടാകത്തിലേക്ക് തൂങ്ങിക്കിടന്നു. കപ്പലിൽ വിളക്കുകൾ തെളിയിച്ചിരിക്കുന്നു. ചുറ്റുപാടുമുള്ള വൃക്ഷങ്ങളിൽനിന്നും നിഴലുകൾ കൂട്ടംകൂടിയിരുന്നു.

വസന്തകാലത്തിന്റെ സാന്നിദ്ധ്യംപോലെ തുറന്ന പുൽത്തകിടിയിലൂടെ ജറാൾഡ് കുന്നിന്റെ മുകളിൽ നിന്നും അവളെ പിന്തുടർന്നു. ഗുഡ്റൺ അയാൾക്കുവേണ്ടി കാത്തുനിന്നു. പിന്നീട് അവൾ കൈനീട്ടി അയാളെ മൃദുലമായി സ്പർശിച്ചുകൊണ്ടു പറഞ്ഞു.

"എന്നോട് ദേഷ്യം തോന്നരുത്."

അയാളിലൂടെ ഒരു തീജ്വാല ഒഴുകിയിറങ്ങി. അയാളുടെ ബോധം നശിച്ചു എങ്കിലും അയാൾ വിക്കിവിക്കിപ്പറഞ്ഞു.

"എനിക്ക് നിങ്ങളോട് ദേഷ്യം ഇല്ല. എനിക്ക് നിങ്ങളോട് പ്രണയമാണ്."

അയാൾക്ക് മനസ്സ് നഷ്ടപ്പെട്ടുകഴിഞ്ഞിരുന്നു. അയാൾ സ്വയം രക്ഷപ്പെടാൻ ശ്രമിച്ചു. യാന്ത്രികമായ നിയന്ത്രണത്തിനുവേണ്ടി അയാൾ അദ്ധ്വാനിച്ചു. അവൾ താങ്ങാൻ കഴിയാത്തത്ര സാന്ത്വനം നല്കുന്ന ഒരു പരിഹാസച്ചിരി ചിരിച്ചു.

"അത് ആ കാര്യം പുറത്തുപറയാനുള്ള ഒരു രീതിയാണ്." അവൾ പറഞ്ഞു.

അയാളുടെ മനസ്സിലെ ഭയാനകമായ ഈ മയക്കത്തിന്റെ ഭാരവും അതുവഴി അയാളുടെ മനസ്സിന്റെ എല്ലാ നിയന്ത്രണവും നഷ്ടമായതും സത്യത്തിൽ അയാൾക്ക് താങ്ങാൻ കഴിയുന്നതിലും കൂടുതലായിരുന്നു. അയാളുടെ കൈ ഇരുമ്പാണെന്ന മട്ടിൽ അയാൾ അവളുടെ കൈയ്ക്ക് പിടിച്ചു.

"അപ്പോൾ അതുകൊണ്ട് കുഴപ്പമില്ല. അല്ലേ?" അവളെ പിടിച്ച് നിർത്തിക്കൊണ്ട് അയാൾ ചോദിച്ചു.

അവൾ അയാളെ സൂക്ഷിച്ചുനോക്കി. അവളുടെ രക്തം തണുത്തു.

"ശരി, അതുകൊണ്ട് കുഴപ്പം ഇല്ല." അവൾ മയക്കത്തിലേക്കെന്നപോലെ മൃദുവായി പറഞ്ഞു. അവളുടെ ശബ്ദം ഒരു മന്ത്രവാദിനിയുടെ മൂളൽപോലെ ഉണ്ടായിരുന്നു.

അയാൾ അവളുടെ അരികിൽക്കൂടി നടന്നു. അയാൾ സഞ്ചരിക്കുന്ന മനസ്സു നഷ്ടപ്പെട്ട ഒരു ശരീരം മാത്രമായി മാറിയിരുന്നു. പക്ഷേ, കുറച്ച് ദൂരം നടന്നപ്പോഴേക്കും അയാൾ അതിൽ നിന്നും ഏറെക്കുറെ കരകയറി.

അയാൾ വളരെ അധികം നരകിച്ചിട്ടുണ്ട്. അയാളുടെ കുട്ടിക്കാലത്ത് അയാൾ അയാളുടെ സഹോദരനെ കൊന്നിട്ടുണ്ട്. അതുകൊണ്ട് അയാൾ *കെയിനിനെപ്പോലെ ഒറ്റപ്പെട്ട് പോയിരുന്നു.

ബിർക്കിനും ഉർസുലയും വള്ളത്തിനടുത്ത് ഒന്നിച്ച് ചിരിച്ച് സംസാരിച്ചുകൊണ്ടിരിക്കുന്നത് അവർ കണ്ടു.

"നിങ്ങൾക്ക് ആ ചെളിക്കെട്ടിന്റെ വൃത്തികെട്ട മണം അറിയാൻ കഴിയുന്നില്ലേ?" അന്തരീക്ഷത്തിൽ മണം പിടിച്ചുകൊണ്ട് ബിർക്കിൻ ചോദിച്ചു. അയാൾ ഗന്ധങ്ങളോട് കൂടുതൽ പ്രതികരണശേഷി ഉള്ളവനാണ്. വളരെ പെട്ടെന്ന് അയാൾ ഗന്ധങ്ങൾ തിരിച്ചറിയും.

"അത് നല്ല മണമാണ്." അവൾ പറഞ്ഞു.

"അല്ല." അയാൾ മറുപടി പറഞ്ഞു. "അത് അപകടകരമാണ്."

"എന്തുകൊണ്ടാണ് അപകടകരം ആകുന്നത്?" അവൾ പൊട്ടിച്ചിരിച്ചു.

"അത് പതഞ്ഞ് പൊങ്ങിക്കൊണ്ടിരിക്കുന്ന ഒരു ഇരുണ്ട നദിയാണ്." അയാൾ പറഞ്ഞു. "ആമ്പലുകളും പാമ്പുകളുമായി എപ്പോഴും മുന്നോട്ട് പ്രവഹിക്കുന്ന നദി. അത് മുന്നോട്ട് ഒഴുകുന്ന കാര്യം നമ്മൾ ഒരിക്കലും കണക്കിലെടുക്കാറില്ല."

"എന്തിനെ കണക്കിലെടുക്കുന്നില്ലെന്നാണ് പറയുന്നത്?"

"മറ്റേ നദിയെ. കറുത്തനദിയെ. നമ്മൾ എപ്പോഴും ജീവിതത്തിന്റെ തിളക്കമുള്ള നദിയെ കുറിച്ചാണ് ആലോചിക്കുന്നത്. അത് ലോകത്തെ തിളക്കത്തിലേക്ക് എത്തിച്ചുകൊണ്ട് സ്വർഗ്ഗത്തിലേക്ക് ഒഴുകുന്നു. അത് മാലാഖമാർ നിറഞ്ഞ തിളങ്ങുന്ന ശാശ്വതമായ കടലിലേക്കാണ് ഒഴുകിച്ചെല്ലുന്നത്. പക്ഷേ, നമ്മുടെ യാഥാർത്ഥ്യം മറ്റേതാണ്."

"പക്ഷേ, എന്ത് മറ്റേത്? ഞാൻ ഒരു മറ്റേതും കാണുന്നില്ല." ഉർസുല പറഞ്ഞു.

"അത് എന്തുതന്നെ ആയാലും നിങ്ങളുടെ യാഥാർത്ഥ്യമാണ്." അയാൾ പറഞ്ഞു. "വിഷയാസക്തിയുടെ ആ ഇരുണ്ട നദി. മറ്റേ നദി ഒഴുകുന്നതുപോലെ ഇതും ഒഴുകുന്നുണ്ടെന്ന് നിങ്ങൾ മനസ്സിലാക്കണം. നമ്മുടെ എല്ലാ പൂക്കളും ഈ നദിയിലാണ്— നമ്മുടെ കടലിലെ രതീദേവി ഇവിടെയാണ്. ഇന്നത്തെക്കാലത്ത് നമ്മുടെ ആനന്ദത്തിന്റെ പ്രകാശമുള്ള വെളുത്ത പൂക്കളും നമ്മുടെ യാഥാർത്ഥ്യങ്ങളും എല്ലാം തന്നെ ഇവിടെയാണ്."

"വിഷയാസക്തി യഥാർത്ഥത്തിൽ മരണതുല്യമാണെന്നാണോ നിങ്ങൾ ഉദ്ദേശിക്കുന്നത്?" ഉർസുല ചോദിച്ചു.

"ഞാൻ ഉദ്ദേശിച്ചത് ആ നദി മരണത്തിന്റെ നടപടിക്രമത്തിൽ നിന്നും വിടർന്നുവരുന്ന നിഗൂഢതയാണെന്നാണ്." അയാൾ പറഞ്ഞു. "കൃത്രിമമായ സൃഷ്ടിയുടെ അരുവിയുടെ ഒഴുക്ക് നിലയ്ക്കുമ്പോൾ നമ്മൾ വിപ

* സഹോദരനായ ആബേലിനെ കൊന്ന ആദാമിന്റെയും ഹവ്വയുടെയും ഏറ്റവും മൂത്തമകൻ.

രീത പരിണാമ പദ്ധതിയുടെ ഒരു ഭാഗമാണെന്ന് സ്വയം തിരിച്ചറിയുന്നു. സാർവ്വത്രികമായ ദ്രവീകരണത്തിന്റെ ആദ്യ വികാരമൂർച്ഛയിൽ തന്നെ വിഷയാസക്തി ജനിക്കുന്നുണ്ട് — പിന്നീട് പാമ്പുകളും അരയന്നവും താമരയും ചേറിലെ പൂക്കളും ഗുഡ്റണും ജറാൾഡും എല്ലാം തന്നെ വിനാശത്തിന്റെ സൃഷ്ടിയുടെ പരിണാമക്രമത്തിലാണ് ജനിക്കുന്നത്."

"അപ്പോൾ നിങ്ങളും ഞാനും?" അയാൾ ചോദിച്ചു.

"ഒരുപക്ഷേ, ഭാഗികമായി അതിൽത്തന്നെയാണ് ജനിക്കുന്നതെന്ന് ഉറപ്പാണ്." മൊത്തത്തിൽ അങ്ങനെയാണോ എന്ന് ഇതുവരെ എനിക്ക് അറിയില്ല."

"നമ്മൾ ദ്രവീകരണത്തിന്റെ പൂക്കളാണെന്നാണോ നിങ്ങൾ ഉദ്ദേശിക്കുന്നത്. ഞാൻ അങ്ങനെയായിരുന്നെന്ന് എനിക്ക് തോന്നുന്നില്ല." അവൾ എതിർപ്പ് പ്രകടിപ്പിച്ചു.

അയാൾ കുറച്ച് സമയത്തേക്ക് നിശ്ശബ്ദനായി.

"നമ്മൾ മൊത്തത്തിൽ അങ്ങനെയായിരുന്നെന്ന് എനിക്ക് തോന്നുന്നില്ല." അയാൾ മറുപടി പറഞ്ഞു. "ആമ്പൽപ്പൂവ് പോലെ ചിലതെല്ലാം ശുദ്ധമായ ചേറിന്റെ സൃഷ്ടിയാണ്. പക്ഷേ, ചൂടുള്ള ചാപല്യം നിറഞ്ഞ ചില റോസാപ്പൂക്കളും ഉണ്ട്. ഹിറാക്ലിറ്റോസ് പറഞ്ഞത് അറിയാമല്ലോ. "ഒരു വരണ്ട ആത്മാവാണ് ഏറ്റവും നല്ലത്." എനിക്ക് ആ പറഞ്ഞതിന്റെ അർത്ഥം നല്ലവണ്ണം മനസ്സിലായിട്ടുണ്ട്. നിങ്ങൾക്ക് മനസ്സിലായിട്ടുണ്ടോ?"

"എനിക്ക് ഉറപ്പില്ല." ഉർസുല മറുപടി പറഞ്ഞു. "ആളുകൾ എല്ലാവരും ദ്രവീകരണത്തിന്റെ പൂക്കളാകുന്നതിൽ എന്താണ് തെറ്റ്. എന്തായാലും അവർ പൂക്കൾ ആകുമ്പോൾ അതുകൊണ്ട് എന്ത് വ്യത്യാസമാണ് സൃഷ്ടിക്കപ്പെടാൻ പോകുന്നത്."

"ഒരു വ്യത്യാസവുമില്ല. എന്നാൽ എല്ലാ വ്യത്യാസവും ഉണ്ട്. ദ്രവീകരണവും നിർമ്മാണം പോലെതന്നെ തുടർന്നുപോകുന്നു." അയാൾ പറഞ്ഞു. "അത് പുരോഗമിച്ചുകൊണ്ടിരിക്കുന്ന ഒരു നടപടിക്രമം ആണ് — അത് സാർവ്വലൗകികമായ ഇല്ലായ്മയിലാണ് അവസാനിക്കുന്നത് — നിങ്ങൾക്ക് ഇഷ്ടമാണെങ്കിൽ ലോകാവസാനം എന്ന് പറയാം. പക്ഷേ, എന്തുകൊണ്ട് ലോകത്തിന്റെ അവസാനം ലോകത്തിന്റെ തുടക്കം പോലെ നല്ലതാവുന്നില്ല."

"അത് തെറ്റാണെന്നാണ് എനിക്ക് തോന്നുന്നത്?" ഉർസുല ദേഷ്യപ്പെട്ടുകൊണ്ട് പറഞ്ഞു.

"ആത്യന്തികമായി അത് ശരിയാണ്." അയാൾ പറഞ്ഞു. "പിന്നീടുള്ള ഒരു സൃഷ്ടിയെക്കുറിച്ചാണ് അത് പറയുന്നത്. പക്ഷേ, നമുക്കുവേണ്ടി അല്ല. അത് ആത്യന്തികമാണെങ്കിൽ നമ്മൾ അന്ത്യത്തിന് സ്വന്തമാണ്. അങ്ങനെയാണെങ്കിൽ നമ്മൾ സന്തോഷത്തിന്റെ റോസാപ്പൂക്കൾ അല്ല."

"പക്ഷേ, ഞാൻ വിചാരിക്കുന്നത് ഞാൻ സന്തോഷത്തിന്റെ റോസാപ്പൂ ആണെന്നാണ്." ഉർസുല പറഞ്ഞു.

"കൃത്രിമപ്പൂവ്?"

"അല്ല, യഥാർത്ഥ പൂവ്." അവൾ ദുഃഖത്തോടെ പറഞ്ഞു.

"അന്ത്യം നമ്മളാണെങ്കിൽ തുടക്കം നമ്മളല്ല." അയാൾ പറഞ്ഞു.

"തുടക്കവും നമ്മളാണ്" അവൾ പറഞ്ഞു."അന്ത്യത്തിൽ നിന്നാണ് തുടക്കം ഉണ്ടാക്കുന്നത്."

"അതിനുശേഷമാണ് തുടക്കം ഉണ്ടാകുന്നത്. അന്ത്യത്തിൽ നിന്നല്ല. നമുക്ക് ശേഷം. നമ്മളിൽ നിന്നല്ല."

"സത്യത്തിൽ നിങ്ങൾ ഒരു പിശാചാണെന്ന് നിങ്ങൾക്ക് അറിയാം," അവൾ പറഞ്ഞു. "നമ്മുടെ പ്രതീക്ഷകളെ തകർക്കാനാണ് നിങ്ങളുടെ ആഗ്രഹം. നിങ്ങൾ ഞങ്ങളെ ശവങ്ങളാക്കാൻ ആഗ്രഹിക്കുന്നു."

"അല്ല." അയാൾ പറഞ്ഞു. "നമ്മൾ എന്താണെന്ന് അറിയണം എന്ന് മാത്രമാണ് ഞാൻ ആഗ്രഹിക്കുന്നത്."

"ഹാ ഹാ" അവൾ ദേഷ്യത്തോടെ വിളിച്ചുകൂവി. "ഞങ്ങൾ മരണം മനസ്സിലാക്കണമെന്ന് മാത്രമാണ് നിങ്ങൾ ആഗ്രഹിക്കുന്നത്."

"നിങ്ങൾ പറഞ്ഞത് വളരെ ശരിയാണ്."പിന്നിലെ ഇരുട്ടിൽ നിന്നും ജറാൾഡിന്റെ ശബ്ദം കേട്ടു.

ബിർക്കിൻ എഴുന്നേറ്റു. ജറാൾഡും ഗുഡ്റണും അടുത്തേക്ക് വന്നു. അവർ നിശ്ശബ്ദരായിനിന്ന് പുകവലിക്കാൻ തുടങ്ങി. ഒന്നിനുശേഷം ഒന്നായി ബിർക്കിൻ അവരുടെ സിഗററ്റുകൾ കൊളുത്തി. സന്ധ്യയുടെ വെളിച്ചത്തിൽ തീപ്പെട്ടിക്കൊള്ളി മിന്നിമിന്നി കത്തി. അവർ എല്ലാവരും തടാകക്കരയിലിരുന്ന് സമാധാനമായി പുകവലിച്ചു. തടാകം മങ്ങിപ്പോയിരുന്നു. ഇരുണ്ട പ്രദേശങ്ങൾക്ക് നടുവിൽ വെളിച്ചം തടാകത്തിൽ നിന്ന് ഒഴിഞ്ഞുപോയിരുന്നു. ചുറ്റുപാടുമുള്ള അന്തരീക്ഷം ഇരുട്ടിലായിരുന്നു. എവിടെനിന്നാണെന്ന് വ്യക്തത ഇല്ലാതെ ദൂരത്തുനിന്ന് ചില സംഗീത ഉപകരണങ്ങളുടെ മുഴക്കം കേൾക്കാനുണ്ടായിരുന്നു.

തലയ്ക്ക് മുകളിലെ സ്വർണ്ണവെളിച്ചത്തിന്റെ തുടിപ്പ് അവസാനിച്ചപ്പോൾ ചന്ദ്രന് തിളക്കം വെച്ചു. ആ തിളക്കം കണ്ടാൽ ചന്ദ്രൻ അധികാരം ഏറ്റതിന്റെ പുഞ്ചിരിയാണെന്ന് തോന്നും. എതിർകരയിലെ ഇരുണ്ട കാടുകൾ ലോകം മുഴുവൻ വ്യാപിക്കുന്ന ഒരു നിഴലായി മാറിയിരുന്നു. നിഴലിനുള്ളിൽ അങ്ങിങ്ങായി വെളിച്ചം നുഴഞ്ഞ് കയറിയിരുന്നു. തടാകത്തിൽ ദൂരത്തായി നിറങ്ങളുടെ വിളറിയതും അസാധാരണവും ആയ രേഖകൾ കാണാനുണ്ടായിരുന്നു. കപ്പൽ ദീപക്കാഴ്ചകളുമായി വലിയ നിഴലിലേക്ക് കടന്നുവരുമ്പോൾ സംഗീതം കപ്പലിന്റെ കിതപ്പിനൊപ്പം പുറത്തേക്ക് വന്നു.

എല്ലായിടത്തും വെളിച്ചം ഉണ്ടായിരുന്നു. വിളറിയ ജലപ്പരപ്പിനു സമീപത്തും ആകാശത്തിലെ അവസാനവെളിച്ചത്തിൽ തിളങ്ങുന്ന തടാകത്തിന്റെ അകലങ്ങളിലും എല്ലാം തന്നെ വിളക്കുകൾ തെളിഞ്ഞിരുന്നു. നിഴലുകൾ ഉണ്ടായിരുന്നില്ല. കാണാൻ കഴിയാത്ത വള്ളങ്ങളിലെ ദുർബ്ബലമായ ചട്ടക്കൂടുകളിൽ റാന്തലുകൾ ജലപ്പരപ്പിലൂടെ ഒഴുകിനടക്കുന്നുണ്ടായിരുന്നു. തുഴകളുടെ ശബ്ദം കേട്ടു. വിളറിയ വെളിച്ചത്തിൽ നിന്നും

ഒരു വള്ളം കാടിനു താഴെയുള്ള ഇരുട്ടിലേക്ക് കടന്നുപോയി. അവിടെ വെച്ച് അതിന്റെ റാന്തലുകളിൽ തീ പടരുന്നതുപോലെ തോന്നി. ഭംഗിയുള്ള ചുവന്ന ഗോളങ്ങൾ തൂങ്ങിക്കിടക്കുന്നതായി തോന്നി. എല്ലാ സ്ഥലത്തും ജലനിരപ്പിനോട് തൊട്ട് ചുവന്ന അഗ്നിഗോളങ്ങൾ ഏറ്റവും അപൂർവ്വമായ പ്രതിബിംബങ്ങളുമായി ഒഴുകിനടന്നു.

ബിർക്കിൻ വലിയ വള്ളത്തിൽ നിന്നും റാന്തലുകൾ കൊണ്ടുവന്നു. നിഴൽപോലുള്ള വെളുത്ത മനുഷ്യരൂപങ്ങൾ റാന്തൽ കൊളുത്താൻ വേണ്ടി അവയ്ക്ക് ചുറ്റംകൂടി. ഉർസുല ആദ്യത്തെ റാന്തൽ ഉയർത്തി. ബിർക്കിൻ ചുവന്ന തിളക്കമുള്ള കൈക്കുമ്പിളിൽ നിന്നും റാന്തലിന്റെ തിരികൊളുത്തി. അത് കത്തി. ഉർസുലയുടെ മുഖത്ത് അസാധാരണമായ ഒരു പ്രകാശം സമ്മാനിച്ചുകൊണ്ട് അവളുടെ കയ്യിൽ നിന്നും തൂങ്ങിക്കിടന്ന നീലചന്ദ്രനെ നോക്കാൻ വേണ്ടി എല്ലാവരും പിന്നോട്ടുമാറി. അത് വെട്ടിവെട്ടിത്തിളങ്ങി. ബിർക്കിൻ ആ പ്രകാശത്തിന്റെ കിണറിന് മുകളിൽ കുനിഞ്ഞുനിന്ന് നോക്കി. അയാളുടെ മുഖത്തിന് പൈശാചികമായ ഒരു ഭാവം തോന്നി. ഉർസുലയുടെ മുഖം മൂടുപടം ഇട്ടതുപോലെ മങ്ങിപ്പോയിരുന്നു.

"അതിനു കുഴപ്പം ഇല്ല." അയാളുടെ മൃദുവായ ശബ്ദംകേട്ടു.

അവൾ റാന്തൽ ഉയർത്തിപ്പിടിച്ചു. അതിൽ ഇരുണ്ട ഭൂമിക്ക് മുകളിലുള്ള തെളിഞ്ഞ നീലാകാശത്തിലൂടെ വരിവെച്ച് പറക്കുന്ന കൊക്കുകളുടെ ചിത്രം ഉണ്ടായിരുന്നു.

"ഇത് മനോഹരമാണ്." അവൾ പറഞ്ഞു.

"മനോഹരമായിരിക്കുന്നു" ഗുഡ്റൺ ഒപ്പം പറഞ്ഞു. അവളും സുന്ദരമായ മറ്റൊരു റാന്തൽ എടുത്ത് ഉയർത്തിപ്പിടിക്കാൻ ആഗ്രഹിച്ചിരുന്നു.

"എനിക്കും ഒരെണ്ണം കത്തിച്ചുതരൂ."അവൾ പറഞ്ഞു. ജറാൾഡ് അതിനുള്ള കഴിവില്ലാതെ അവളുടെ അടുത്ത് വെറുതെ നിന്നു. അവൾ ഉയർത്തിപ്പിടിച്ചിരുന്ന റാന്തൽ ബിർക്കിൻ കൊളുത്തി. അത് എത്രമാത്രം ഭംഗിയുള്ളതാണെന്ന് കാണാൻ വേണ്ടി അവളുടെ ഹൃദയം ആകാംക്ഷയോടെ തുടിച്ചു. അതിൽ ഇരുണ്ട ഇലച്ചാർത്തുകളിൽ നിന്നും മഞ്ഞനിറമുള്ള പകലിലേക്ക് വട്ടമിട്ടു പറക്കുന്ന ചിത്രശലഭങ്ങളുമായി തലയുയർത്തി നില്ക്കുന്ന മഞ്ഞപ്പൂക്കൾ ഉണ്ടായിരുന്നു.

ആഹ്ലാദം അവളിലേക്ക് തുളച്ചിറങ്ങിയതുപോലെ ഗുഡ്റൺ ആവേശത്തോടെ വിളിച്ചു കൂവി.

"ഇത് മനോഹരമല്ലേ! ഓ, ഇത് മനോഹരമല്ലേ!"

യഥാർത്ഥത്തിൽ അവളുടെ ആത്മാവിലേക്ക് സൗന്ദര്യം തുളച്ചിറങ്ങിയിരുന്നു. അവൾ അവൾക്ക് ഉപരിയായി പരിവർത്തനം ചെയ്യപ്പെട്ടു കഴിഞ്ഞിരുന്നു. ജറാൾഡ് അവളുടെ പ്രകാശവലയത്തിനുള്ളിലേക്ക് അടുത്തു നിന്നു. അയാൾ അവളുടെ അടുത്തെത്തി അവളെ തൊട്ടുകൊണ്ടു നിന്നു. അയാൾ അവളോടൊപ്പം മഞ്ഞപ്പൂക്കൾ തിളങ്ങുന്ന ഗോളത്തിലേക്ക് നോക്കി. അവർ വെളിച്ചത്താൽ ചുറ്റപ്പെട്ട് മറ്റുള്ളവരെ

എല്ലാം ഒഴിവാക്കി അടുത്തടുത്തായി ഒന്നിച്ച് നിന്നു.

ബിർക്കിൻ ദൂരത്തേക്ക് നോക്കിക്കൊണ്ട് ഉർസുലയുടെ രണ്ടാമത്തെ റാന്തൽ കൊളുത്താൻ വേണ്ടി പോയി. അതിൽ സുതാര്യമായ ഇളംചുവപ്പ് നിറമുള്ള കടലിന്റെ അടിത്തട്ടിലൂടെ വളഞ്ഞു പുളയുന്ന കടൽപ്പായലുകളും കറുത്ത ഞണ്ടുകളും ഉണ്ടായിരുന്നു.

“നിങ്ങൾക്ക് മുകളിലെ സ്വർഗ്ഗവും ഭൂമിക്കടിയിലെ വെള്ളവും ഉണ്ട്.” ബിർക്കിൻ ഉർസുലയോട് പറഞ്ഞു.

“ഭൂമി ഒഴിച്ച് മറ്റെല്ലാം ഉണ്ട്.” റാന്തൽ കൊളുത്താൻ തുടങ്ങുന്ന അയാളുടെ കൈകളിലേക്ക് നോക്കിക്കൊണ്ട് ഉർസുല പൊട്ടിച്ചിരിച്ചു.

“എന്റെ രണ്ടാമത്തെ റാന്തൽ എന്താണെന്ന് കാണാൻ എനിക്ക് ആഗ്രഹമുണ്ട്.”ഉർസുല പറഞ്ഞു.

ബിർക്കിൻ അവളുടെ അടുത്തു ചെന്ന് അത് കത്തിച്ചുകൊടുത്തു. അതിന് ചുവന്ന അടിഭാഗം ഒഴിച്ച് ബാക്കി പകുതിയോളം ഭാഗം നീലനിറമായിരുന്നു. തെളിഞ്ഞ അരുവിയിലൂടെ നീന്തുന്ന ഒരു വെളുത്ത വലിയ മത്സ്യം അതിന്റെ മുകൾഭാഗത്ത് നിറഞ്ഞുനിന്നു. മത്സ്യത്തിന്റെ മുഖം വിളക്കിന്റെ ഒത്തനടുക്ക് നിന്ന് ഏകാഗ്രതയോടെ പുറത്തേക്ക് നോക്കി.

“കണ്ടാൽ ശരിക്കും പേടിച്ചുപോകും.” ഗുഡ്റൺ ഭയന്ന ശബ്ദത്തിൽ ഉറക്കെ പറഞ്ഞു. അവളുടെ അടുത്ത് നിന്നിരുന്ന ജറാൾഡ് ശബ്ദം താഴ്ത്തി ചിരിച്ചു.

“പക്ഷേ, ഇത് കണ്ടാൽ സത്യത്തിൽ പേടിച്ച് പോകും!” അവൾ ഭീതിയോടെ വിളിച്ചുകൂവി.

വീണ്ടും അയാൾ ചിരിച്ചുകൊണ്ട് പറഞ്ഞു.

“അതിനെ ഉർസുലയ്ക്ക് കൊടുത്തിട്ട് ഞണ്ടിനെ പകരം വാങ്ങൂ.”

ഒരു നിമിഷം ഗുഡ്റൺ നിശ്ശബ്ദയായി.

“ഉർസുലച്ചേച്ചി” അവൾ വിളിച്ചുകൂവി.“ഈ പേടിപ്പെടുത്തുന്ന സാധനം സ്വീകരിക്കുമോ?”

“അതിന്റെ നിറം മനോഹരമാണെന്നാണ് എനിക്ക് തോന്നുന്നത്.” ഉർസുല പറഞ്ഞു.

“ഞാനും അങ്ങനെതന്നെയാണ് വിചാരിക്കുന്നത്.” ഗുഡ്റൺ പറഞ്ഞു. “പക്ഷേ, ഇത് നിങ്ങളുടെ വള്ളത്തിൽ കെട്ടിത്തൂക്കാൻ പറ്റിയതാണോ? ചേച്ചിക്ക് ഇതു കണ്ടിട്ട് ഉടൻ തന്നെ നശിപ്പിച്ചുകളയാൻ തോന്നുന്നില്ലേ?”

“ഓ, ഇല്ല.” ഉർസുല പറഞ്ഞു. “എനിക്ക് അത് നശിപ്പിക്കാൻ തോന്നുന്നില്ല.”

“ശരി, ഞണ്ടിന് പകരം ഇത് സ്വീകരിക്കാൻ തയ്യാറാണോ? ഇത് പ്രശ്നമാണെന്ന് വിചാരിക്കുന്നുണ്ടോ?”

റാന്തലുകൾ കൈമാറാൻ വേണ്ടി ഗുഡ്റൺ മുന്നോട്ടുവന്നു.

“ഇല്ല.” മത്സ്യം സ്വീകരിച്ച് ഞണ്ടുകളെ പകരം കൊടുത്തുകൊണ്ട് ഉർസുല പറഞ്ഞു.

എങ്കിലും ഗുഡ്റണും ജറാൾഡും അവളുടെ മുകളിൽ ഒരു അധികാരഭാവം കൈക്കൊണ്ടതിൽ അവൾക്ക് നീരസം തോന്നാതിരിക്കാൻ കഴിഞ്ഞില്ല.

"വരൂ." ബിർക്കിൻ പറഞ്ഞു. "ഞാൻ ഇവയെ വള്ളത്തിൽ തൂക്കാം."

അയാളും ഉർസുലയും വലിയ വള്ളത്തിനടുത്തേക്ക് നടന്നുതുടങ്ങിയിരുന്നു.

"റൂപർട്ട്, നിങ്ങൾക്ക് എന്നെ തിരിച്ച് തുഴഞ്ഞ് കൊണ്ടുവിടാമെന്നാണ് ഞാൻ വിചാരിക്കുന്നത്." സന്ധ്യാസമയത്തെ വിളറിയ നിഴലിൽ നിന്നുകൊണ്ട് ജറാൾഡ് പറഞ്ഞു.

"നിങ്ങൾ ഗുഡ്റണിന്റെ കൂടെ വള്ളത്തിൽ പോകുകയില്ലേ?" ബിർക്കിൻ പറഞ്ഞു. "അത് കൂടുതൽ രസമായിരിക്കും."

കുറച്ച് സമയം ഒരു നിശ്ശബ്ദത ഉണ്ടായിരുന്നു. ബിർക്കിനും ഉർസുലയും തടാകക്കരയിലെ ഇരുട്ടിൽ ആടുന്ന റാന്തൽ വിളക്കുകളും പിടിച്ച് കൊണ്ട് നിന്നു. ലോകം ഒരു മായക്കാഴ്ചയാണെന്ന് തോന്നി.

"അതിൽ പ്രശ്നം ഉണ്ടോ?" ഗുഡ്റൺ ജറാൾഡിനോട് ചോദിച്ചു.

"എനിക്ക് പ്രശ്നമൊന്നുമില്ല." അയാൾ പറഞ്ഞു. "പക്ഷേ, വള്ളം തുഴയുന്നതിനെപ്പറ്റി നിങ്ങൾ എന്തുപറയുന്നു? നിങ്ങൾ എന്തിനാണ് എന്നെക്കൂടി തുഴഞ്ഞു കൊണ്ട് നടക്കുന്നതെന്ന് എനിക്ക് മനസ്സിലാകുന്നില്ല."

"എന്തുകൊണ്ട് പറ്റില്ല?" അവൾ പറഞ്ഞു. "ഉർസുല ചേച്ചിയെ തുഴഞ്ഞുകൊണ്ട് നടക്കുന്നതുപോലെ എനിക്ക് നിങ്ങളേയും തുഴഞ്ഞു കൊണ്ട് നടക്കാം."

അവളുടെ ശബ്ദത്തിൽ നിന്ന് അയാൾ വള്ളത്തിൽ അവളോടൊപ്പം തനിച്ചുണ്ടാവണമെന്ന് അവൾ ആഗ്രഹിക്കുന്നതായി പറയാൻ അയാൾക്ക് കഴിയുമായിരുന്നു. അവരുടെ രണ്ടുപേരുടെ മുകളിലും അവൾക്ക് അധികാരമുണ്ടെന്ന് വരുത്തിത്തീർക്കുന്നതിൽ അവൾക്ക് ചാരിതാർത്ഥ്യം തോന്നി. അയാൾ പെട്ടെന്നുള്ള ഒരു കീഴടങ്ങലിന് വിധേയനായി.

അവൾ വള്ളത്തിന്റെ അറ്റത്ത് കമ്പ് വെച്ച് കെട്ടാൻ പോയപ്പോൾ റാന്തൽ അയാൾക്ക് കൈമാറി. അയാൾ അവളെ പിൻതുടർന്നു.

അയാൾ വെളുത്ത തുണികൊണ്ട് പൊതിഞ്ഞ തുടകൾക്ക് കുറുകെ ഊഞ്ഞാലാടുന്ന റാന്തൽ ഉയർത്തിപ്പിടിച്ചുകൊണ്ട് നിന്നു. റാന്തലിന്റെ വെളിച്ചം ചുറ്റുപാടും ഉള്ള നിഴലുകളെ കൂടുതൽ ദൃഢപ്പെടുത്തി.

"നമ്മൾ പോകുന്നതിന് മുമ്പ് എനിക്ക് ഉമ്മ തരണം" മുകളിലുള്ള നിഴലിൽനിന്നും അയാളുടെ മൃദുവായ ശബ്ദം പുറത്തുവന്നു.

സത്യത്തിൽ നൈമിഷികമായ ആശ്ചര്യം തോന്നിയതുകൊണ്ട് അവൾ ചെയ്തുകൊണ്ടിരുന്ന ജോലി നിർത്തിവച്ചു.

"പക്ഷേ, എന്തിന്?" അവൾ ശുദ്ധമായ അത്ഭുതംകൊണ്ട് വിശദീകരണം ആവശ്യപ്പെട്ടു.

"എന്തിന്?" അയാൾ തമാശമട്ടിൽ ആവർത്തിച്ചു.

അവൾ കുറച്ച് സമയത്തേക്ക് അയാളെ സൂക്ഷിച്ചുനോക്കി. പിന്നീട് അവൾ മുന്നോട്ട് ചാഞ്ഞു അയാളുടെ ചുണ്ടിൽ സമയമെടുത്ത് സാവധാനത്തിൽ വിശാലമായി ചുംബിച്ചു. പിന്നീട് സന്ധികളിലെല്ലാം ആളിപ്പടരുന്ന അഗ്നിയുമായി നില്ക്കുന്ന അയാളുടെ കൈയിൽ നിന്നും അവൾ റാന്തൽ തിരിച്ചുവാങ്ങി.

അവർ വള്ളം വെള്ളത്തിലേക്ക് എടുത്തുവെച്ചു. ഗുഡ്റൺ തുഴയാനുള്ള സ്ഥാനത്ത് ഇരുന്നു. ജറാൾഡ് വള്ളം തള്ളിവിട്ടു.

"വള്ളം തള്ളിവിടുമ്പോൾ നിങ്ങളുടെ കൈക്ക് പരുക്കൊന്നും പറ്റിയിട്ടില്ലെന്ന് ഉറപ്പല്ലേ?" അവൾ അറിയാനുള്ള വ്യഗ്രതയോടെ ചോദിച്ചു. "എനിക്ക് അത് നല്ലവണ്ണം ചെയ്യാൻ കഴിയും."

"ഞാൻ തനിയെ പരുക്കൊന്നും സൃഷ്ടിച്ചിട്ടില്ല." പറഞ്ഞറിയിക്കാൻ കഴിയാത്ത അഴകോടെ അവളെ തഴുകിയ ഒരു മൃദുലസ്വരത്തിൽ അയാൾ പറഞ്ഞു.

അയാൾ വള്ളത്തിന്റെ പടിയിൽ പാദങ്ങൾ തമ്മിൽ സ്പർശിച്ചുകൊണ്ട് അവളുടെ നേർക്ക് കാലുനീട്ടി ഇരുന്നപ്പോൾ അവൾ അയാളെ ശ്രദ്ധിച്ചു. അയാൾ അർത്ഥവത്തായി എന്തെങ്കിലും അവളോട് പറയുമെന്നുള്ള മോഹത്തിൽ അവൾ സമയമെടുത്ത് വളരെ പതുക്കെ വള്ളം തുഴഞ്ഞു. പക്ഷേ, അയാൾ ഒന്നും സംസാരിച്ചില്ല.

"ഇത് നിങ്ങൾക്ക് ഇഷ്ടമാണോ?"

"അയാൾ ചെറുതായൊന്ന് ചിരിച്ചു.

"നമ്മൾക്കിടയിൽ ഒരു അകലം ഉണ്ട്." അയാൾ മുമ്പ് സംസാരിച്ച അതേ മൃദുല ശബ്ദത്തിൽ പറഞ്ഞു. അയാളുടെ ശബ്ദം ബോധപൂർവ്വം ആയിരുന്നില്ല. അത് മറ്റാരോ അയാളുടെ ഉള്ളിലിരുന്നു സംസാരിക്കുന്നതുപോലെ തോന്നിച്ചു. അവൾക്ക് വള്ളത്തിനുള്ളിലെ അകലം മന്ത്രശക്തികൊണ്ട് ബോദ്ധ്യപ്പെട്ടതുപോലെ തോന്നി. അവൾക്ക് തീവ്രമായ അറിവുകളും ആഹ്ലാദവുംകൊണ്ട് മയക്കം ബാധിച്ചു.

"പക്ഷേ, ഞാൻ വളരെ അടുത്താണ്." അവൾ ഒരു തലോടൽപോലെ പറഞ്ഞു.

"എന്നിട്ടും അകലത്തിലാണ്. അകലത്തിലാണ്."അയാൾ പറഞ്ഞു.

വീണ്ടും അവൾ രോമാഞ്ചം ഉണ്ടാക്കുന്ന ദുർബ്ബലമായ ശബ്ദത്തിൽ മറുപടി പറയുന്നതിനു മുമ്പ് ആഹ്ലാദം കൊണ്ട് അവൾ സംസാരിച്ചില്ല.

"എങ്കിലും നമ്മൾ വള്ളത്തിലായിരിക്കുമ്പോൾ നമുക്ക് സ്ഥാനം മാറാൻ എളുപ്പമല്ല." അവൾ അയാളെ തലോടിക്കൊണ്ട് പൂർണ്ണമായും അവളുടെ കാരുണ്യത്തിലാക്കി.

പന്ത്രണ്ടിൽ കൂടുതൽ വള്ളങ്ങളിൽ നിന്നും ചുവന്ന ചന്ദ്രനെ പോലെയുള്ള അവയുടെ റാന്തലുകൾ ജലപ്പരപ്പിന് തൊട്ടുമുകളിൽക്കിടന്ന് ഊഞ്ഞാലാടി. ദൂരത്ത് ആവിക്കപ്പൽ മൂളുകയും മുരളുകയും ചെയ്തു. അതിന്റെ തുഴച്ചക്രം വെള്ളം തെറിപ്പിച്ചു. കരിമരുന്ന് പ്രയോഗം കൊണ്ട് അത് കിടക്കുന്ന പ്രദേശം മുഴുവൻ വല്ലപ്പോഴും പ്രകാശത്തിൽ കുളിച്ചു.

പൂക്കുറ്റിയും നക്ഷത്രങ്ങളും ജലപ്പരപ്പിനെ പ്രകാശത്തിൽ ആറാടിച്ചപ്പോൾ ചുറ്റുപാടും ഇഴഞ്ഞ് നീങ്ങിക്കൊണ്ടിരുന്ന വള്ളങ്ങൾ തെളിഞ്ഞു കണ്ടു. വീണ്ടും മനോഹരമായ ഇരുട്ട് വീണപ്പോൾ റാന്തലുകൾ ചെറുതായി മിന്നിത്തിളങ്ങി.

ഗുഡ്റൺ തുഴയുന്നത് ഏറെക്കുറെ കാണാൻ കഴിഞ്ഞിരുന്നില്ല. ബിർക്കിൻ തുഴയുന്നതും വള്ളത്തിൽ നിന്നും ഉർസുലയുടെ നീലനിറത്തിലും റോസ്നിറത്തിലും ഉള്ള റാന്തലുകൾ തൂങ്ങിക്കിടന്ന് ആടുന്നതും കപ്പൽ ചാലിൽ നൈമിഷികമായി മഴവിൽ നിറങ്ങൾ വിരിയുന്നതും അധികം ദൂരെയല്ലാതെ ജറാൾഡിന് കാണാൻ കഴിഞ്ഞിരുന്നു. അയാളുടെ സ്വന്തം വള്ളത്തിലെ റാന്തലുകളിൽ നിന്ന് നേരിയെ നിറങ്ങളുള്ള പ്രകാശകിരണങ്ങൾ തടാകത്തിൽ പതിക്കുന്നതിനെപ്പറ്റിയും അയാൾ ബോധവാനായിരുന്നു.

ഗുഡ്റൺ തുഴച്ചിൽ നിർത്തിവെച്ച് ചുറ്റുപാടും നോക്കി. തടാകത്തിലെ ഏറ്റവും ചെറിയ തിരയിൽപ്പോലും വള്ളം മേലോട്ട് ഉയർന്നു. ജറാൾഡിന്റെ വെളുത്ത കാൽമുട്ടുകൾ അവളുടെ തൊട്ടടുത്ത് എത്തിയിരുന്നു.

"ഇത് മനോഹരമായ കാഴ്ചയല്ലേ!" അവൾ ബഹുമാനം തോന്നിയതുകൊണ്ടുള്ള ആർദ്രതയോടെ പറഞ്ഞു.

റാന്തൽ വെളിച്ചത്തിന്റെ മങ്ങിയ സുതാര്യതയിൽ പിന്നോട്ട് ചാരി ഇരുന്നിരുന്ന ജറാൾഡിനെ അവൾ നോക്കി. അവളുടെ മുഖം കുറ്റമറ്റ ഒരു നിഴൽ ആയിരുന്നെങ്കിലും അവൾക്ക് അത് കാണാൻ കഴിഞ്ഞിരുന്നു. പക്ഷേ, അത് മൂവന്തിയുടെ ഒരു കഷണം ആയിരുന്നു. അയാളോടുള്ള വികാരംകൊണ്ട് അവളുടെ മാറിടത്തിന് തീക്ഷ്ണത വന്നിരുന്നു. അയാളുടെ അചഞ്ചലമായ പൗരുഷത്തിന്റെ നിഗൂഢതയിൽ അയാൾ അങ്ങേയറ്റം സൗന്ദര്യമുള്ളവനായിരുന്നു. അത് പുരുഷത്വത്തിന്റെ ഒരുതരം ശുദ്ധമായ വഴിഞ്ഞൊഴുകൽ ആയിരുന്നു. അത് അയാളുടെ ഉറപ്പുള്ള ശരീരവടിവുകളിൽ നിന്നും പുറത്തുവരുന്ന ഒരു സുഗന്ധം പോലെ ആയിരുന്നു. അയാളുടെ സാന്നിദ്ധ്യത്തിന്റെ ഒരുതരം പരിപൂർണ്ണത. അത് അവളെ നിർവൃതിയോടെ സ്പർശിച്ചു. പരിശുദ്ധമായ ലഹരിയുടെ ഒരു രോമാഞ്ചം. അയാളെ നോക്കി ഇരിക്കാൻ അവൾ ഇഷ്ടപ്പെട്ടു. അയാളുടെ ചൈതന്യമുള്ള ശരീരത്തിന്റെ തൃപ്തിപ്പെടുത്തുന്ന സത്ത പിന്നീട് മനസ്സിലാക്കാൻ വേണ്ടി തല്ക്കാലത്തേക്ക് അയാളെ സ്പർശിക്കാൻ അവൾ ആഗ്രഹിച്ചില്ല. അയാളെ വ്യക്തമായി മനസ്സിലാക്കാൻ കഴിയുന്നില്ല. എങ്കിലും അയാൾ തൊട്ടടുത്ത് തന്നെ ഉണ്ട്. അവളുടെ കൈകൾ ഒരു മയക്കത്തിലെന്നപോലെ തുഴയിൽ പിടിച്ചിരുന്നു. അവളുടെ ആഗ്രഹം അയാളുടെ കലർപ്പില്ലാത്ത സാന്നിദ്ധ്യം ഒരു പളുങ്ക് നിഴൽപോലെ അവൾക്ക് കാണാൻ കഴിയണമെന്നു മാത്രമാണ്.

"ശരിയാണ്" അയാൾ പറഞ്ഞു. "ഇതു വളരെ മനോഹരമായ കാഴ്ചയാണ്."

അയാൾ അടുത്തുനിന്നു കേൾക്കുന്ന ശബ്ദങ്ങൾ ശ്രദ്ധിക്കുകയായിരുന്നു. തുഴയുടെ അറ്റത്തുനിന്നും വെള്ളത്തുള്ളികൾ പൊഴിഞ്ഞുവീഴുന്നതും അയാളുടെ പിന്നിലെ റാന്തൽവിളക്കുകൾ പരസ്പരം ഉരയുന്നതും അയാൾ കേട്ടു. ഈ ശബ്ദങ്ങളുമായി പൊരുത്തം ഇല്ലാത്ത കരയിലും കേൾക്കാൻ കഴിയുന്ന ഒറ്റപ്പെട്ട ഒരു ശബ്ദം ഗുഡ്റണിന്റെ ഉടുപ്പ് ഉലയുന്നതായിരുന്നു. അയാൾ ജീവിതത്തിൽ ആദ്യമായി തനിക്കു ചുറ്റുമുള്ള കാര്യങ്ങളിൽ ഏകദേശം മുങ്ങിപ്പോയിരുന്നു. അയാൾ ഏകദേശം രൂപാന്തരപ്പെട്ടിരുന്നു. കാരണം ഇത്തരത്തിലുള്ള ഏകാഗ്രമായ ശ്രദ്ധയെ അയാൾ എല്ലാസമയത്തും ഉള്ളിൽ ഒതുക്കിവെയ്ക്കുകയാണ് പതിവ്. ഇപ്പോൾ അയാൾ അതിനെ പുറത്തുവിട്ടിരിക്കുന്നു. സ്വയം അറിയാതെ അയാൾ ഒന്നടങ്കം എല്ലാ കാര്യങ്ങളിലേക്കും ഇപ്പോൾ ഉരുകിച്ചേർന്ന് ഒന്നായി മാറിയിരിക്കുന്നു. ഇത് ശുദ്ധവും പരിപൂർണ്ണവും ആയ ഉറക്കം പോലെയുള്ള അനുഭവമാണ്. അയാളുടെ ജീവിതത്തിലെ ആദ്യത്തെ മഹത്തായ ഉറക്കം. അയാൾ അങ്ങേയറ്റം പിടിവാശിക്കാരൻ ആയിരുന്നു. അയാൾ ജീവിതകാലം മുഴുവൻ അങ്ങേയറ്റം മുൻകരുതൽ ഉള്ളവനായിരുന്നു. പക്ഷേ, ഇവിടെ അയാൾക്ക് വിശ്വാസം ഉപേക്ഷിക്കേണ്ടി വന്നിരിക്കുന്നു. ഇവിടെ അയാൾക്ക് ഉറക്കവും സമാധാനവും ഉണ്ടായിരിക്കുന്നു.

"ഞാനിത് വള്ളക്കടവിലേക്ക് തുഴയട്ടെ?"

"എവിടേക്ക് വേണമെങ്കിലും തുഴഞ്ഞുകൊള്ളൂ." അയാൾ ഉത്തരം പറഞ്ഞു." ഇത് ഒഴുകുന്നതുപോലെ ഒഴുകട്ടെ."

"അപ്പോൾ നമ്മൾ എവിടേക്കാണ് പോകുന്നതെന്ന് എന്നോട് പറയണം." കലർപ്പില്ലാത്ത സൗഹൃദത്തിന്റെ ശബ്ദത്തിൽ അവൾ ശബ്ദം താഴ്ത്തി പറഞ്ഞു.

"വിളക്കുകൾ വഴി കാണിച്ചുതരും." അയാൾ പറഞ്ഞു.

അങ്ങനെ നിശ്ശബ്ദതയിലൂടെ ഏകദേശം യാതൊരു ചലനവും ഇല്ലാതെ അവർ ഒഴുകിനടന്നു. അയാൾ ശുദ്ധവും പൂർണ്ണവുമായ നിശ്ശബ്ദത ആഗ്രഹിച്ചു. പക്ഷേ, അവൾ ഏതോ വാക്കുകൾക്കോ ഏതോ വാഗ്ദാനത്തിനോ വേണ്ടി അസ്വസ്ഥയായിരുന്നു.

"നിങ്ങളെ ആരെങ്കിലും പ്രതീക്ഷിക്കുന്നുണ്ടോ?" ഒരു വർത്തമാനത്തിനുള്ള ആഗ്രഹത്തോടെ അവൾ ചോദിച്ചു.

"എന്നെ പ്രതീക്ഷിക്കുന്നുണ്ടോ?" അയാൾ ചോദ്യം ആവർത്തിച്ചു. "ഇല്ല എന്തിന്?"

"ആരെങ്കിലും നിങ്ങളെ അന്വേഷിക്കുന്നുണ്ടാകുമെന്ന് ഞാൻ സംശയിച്ചു."

"അവർ എന്നെ എന്തിനാണ് അന്വേഷിക്കുന്നത്?" പെട്ടെന്ന് അയാൾക്ക് പെരുമാറേണ്ട രീതി ഓർമ്മ വന്നു. "ഒരുപക്ഷേ, നിങ്ങൾക്ക് തിരിച്ചുപോകാറായിട്ടുണ്ടാവും."

"ഇല്ല. എനിക്ക് തിരിച്ചുപോകണമെന്നില്ല." അവൾ മറുപടി പറഞ്ഞു. "ഇല്ല. ഞാൻ നിങ്ങളോട് ഉറപ്പായും പറയുന്നു."

"നിങ്ങൾക്ക് പ്രശ്നമില്ലെന്ന് ഉറപ്പാണല്ലോ."

"ഒരു പ്രശ്നവും ഇല്ല."

വീണ്ടും അവർ നിശ്ശബ്ദരായി. കപ്പലിൽ നിന്ന് മുഴക്കങ്ങളും കൂക്കു വിളികളും ഉയർന്നു. ആരോ പാട്ടുപാടുന്നുണ്ടായിരുന്നു. പെട്ടെന്ന് രാത്രിയുടെ ഇരുട്ട് തകർന്നുതരിപ്പണമാകുന്നതുപോലെ ഒരു വലിയ അലർച്ച കേട്ടു. പിന്നീട് കുഴഞ്ഞ് മറിഞ്ഞ അലർച്ചകൾ വെള്ളത്തിനുമുകളിലൂടെ പറന്നു. പിന്നീട് അതിവേഗത്തിൽ തുഴച്ചക്രങ്ങൾ തിരിക്കുന്നതിന്റെ ഭയാനകമായ ശബ്ദം. വള്ളങ്ങൾ തീക്ഷ്ണതയോടെ തിരിയുന്നതിന്റെ ശബ്ദം.

ജറാൾഡ് നിവർന്നിരുന്നു. ഗുഡ്റൺ ദയയോടെ അയാളെ നോക്കി.

"ആരോ വെള്ളത്തിൽ വീണിട്ടുണ്ട്." അയാൾ ഇരുട്ടിലേക്ക് സൂക്ഷിച്ചുനോക്കുന്നുന്നതിനിടയിൽ ദേഷ്യപ്പെട്ടുകൊണ്ട് പറഞ്ഞു. "നിങ്ങൾക്ക് തുഴയാമോ?"

"എവിടേക്ക്? കപ്പലിനടുത്തേക്കാണോ?" വെപ്രാളത്തിനിടയിൽ ഗുഡ്റൺ ചോദിച്ചു.

"അതെ."

"ഞാൻ തുഴയുന്നത് അവിടേക്കല്ലെങ്കിൽ നിങ്ങൾ എന്നോട് പറയണം" അവൾ ആശങ്ക പ്രകടിപ്പിച്ചു.

"നിങ്ങൾ വളരെ കൃത്യമായാണ് തുഴയുന്നത്" അയാൾ പറഞ്ഞു. വള്ളം വേഗത്തിൽ മുന്നോട്ടു നീങ്ങി. ഇരുട്ടിൽ തടാകത്തിന് മുകളിലൂടെയുള്ള ഭയാനകമായ ശബ്ദങ്ങളും അലർച്ചയും തുടരുന്നുണ്ടായിരുന്നു.

"ഇത് കരുതിക്കൂട്ടി നടത്തിയെടുത്ത കാര്യമല്ലേ?" ഗുഡ്റൺ വെറുപ്പ് തോന്നുന്ന രൂക്ഷമായ ഒരു നേരമ്പോക്ക് പറഞ്ഞു. പക്ഷേ, അയാൾ അത് കേട്ടില്ല. അവൾ അയാളുടെ തോളിനു മുകളിലൂടെ വഴികാണാൻ വേണ്ടി എത്തി നോക്കി. ഇരുണ്ട തടാകത്തിന് മുകളിൽ ഇളകുന്ന മനോഹരമായവെളിച്ചത്തിന്റെ കുമിളകൾ വിതറിയിട്ടിരുന്നു. കപ്പൽ വളരെ ദൂരത്താണെന്ന് തോന്നിയില്ല. കപ്പലിലെ വിളക്കുകൾ ഇരുട്ടിൽ ഇളകിക്കൊണ്ടിരുന്നു. ഗുഡ്റൺ കഴിയുന്നത്ര വേഗത്തിൽ തുഴഞ്ഞു. പക്ഷേ, ഇപ്പോൾ കാര്യത്തിന് ഗൗരവം വന്നിരുന്നു. അവളുടെ തുഴച്ചിലിൽ ഒരു വിശ്വാസക്കുറവ് സംഭവിച്ചിരിക്കുന്നതുപോലെ തോന്നി. പെട്ടെന്ന് തുഴയാൻ അവൾ ബുദ്ധിമുട്ടി. അവൾ അയാളുടെ മുഖത്തേക്ക് നോക്കി. അയാൾ ഇരുട്ടിലേക്ക് കണ്ണുംനട്ട് ഇരിക്കുകയായിരുന്നു. ചുറ്റുപാടും സംഭവിക്കുന്നത് അവൾ അറിയുന്നുണ്ടായിരുന്നില്ല. അവളുടെ ഹൃദയം മുങ്ങിപ്പോയി. അവൾ മരിക്കാൻ പോകുകയാണെന്ന് തോന്നി. 'നിശ്ചയമായും' അവൾ സ്വയംപറഞ്ഞു. "ആരും മുങ്ങി മരിച്ചിട്ടുണ്ടാവില്ല. നിശ്ചയമായും അവരാരും വെള്ളത്തിൽ ചാടാൻ ഇടയില്ല. അത് അഹങ്കാരമാണ്." പക്ഷേ, അയാളുടെ നിർവികാരമായ മുഖം കാരണം അയാളുടെ ഹൃദയം തണുത്തുറഞ്ഞു.

പിന്നീട് ഒരു പെൺകുട്ടിയുടെ തുളച്ചിറങ്ങുന്ന നിലവിളി കേട്ടു.

"ഡയാ.. ഡയാ.. ഓ ഡയാ..."

ഗുഡ്റണിന്റെ സിരകളിൽ രക്തം കട്ടപിടിച്ചു.

"കേൾക്കുന്നത് ഡയാന എന്നല്ലേ?" ജറാൾഡ് പതുക്കെ പിറുപിറുത്തു. "കുരങ്ങത്തി. അവൾ എന്തോ തമാശ ഒപ്പിച്ചുകാണും."

അയാൾ വീണ്ടും തുഴച്ചക്രത്തിലേക്ക് നോക്കി. അയാൾക്ക് വേണ്ടത്ര വേഗതയിൽ വള്ളം നീങ്ങുന്നുണ്ടായിരുന്നില്ല. അയാളുടെ ഈ പിരിമുറുക്കം ഗുഡ്റണിനെ നിസ്സഹായയാക്കി. അവൾക്ക് തുഴയാൻ കഴിയാതായി. അവൾ എല്ലാ ശക്തിയുമെടുത്ത് തുഴഞ്ഞു. അപ്പോഴും ശബ്ദങ്ങളുടെ വിളിച്ചു ചോദിക്കലും മറുപടി പറയലും തുടരുന്നുണ്ടായിരുന്നു.

"എവിടെ എവിടെ? അവിടെത്തന്നെ നിങ്ങൾ നില്ക്കുന്നിടത്തുതന്നെ— അവിടെയല്ല. നാശം. ഇതാ ഇവിടെ, ഇവിടെയാണ്" വള്ളങ്ങൾ എല്ലാ ഭാഗത്തുനിന്നും അവിടേക്ക് പാഞ്ഞുവരുന്നുണ്ടായിരുന്നു. തടാകത്തിന് തൊട്ടുമുകളിൽ നിറമുള്ള റാന്തലുകൾ തിടുക്കത്തിൽ ചാഞ്ചാടുന്നത് കാണുന്നുണ്ടായിരുന്നു. വ്യത്യസ്തമായ വേഗതകളിൽ അവയുടെ പ്രതിബിംബങ്ങൾ ചാഞ്ചാടുന്നതും കാണാൻ കഴിഞ്ഞു. ആവിക്കപ്പൽ അറിയപ്പെടാത്ത ഏതോ കാരണംകൊണ്ട് ഒരിക്കൽക്കൂടി കൂവിവിളിച്ചു. ഗുഡ്റണിന്റെ വള്ളത്തിന്റെ വേഗത കൂടിയിരുന്നു. ജറാൾഡിന്റെ പിന്നിലായി റാന്തലുകൾ ഊഞ്ഞാലാടിക്കൊണ്ടിരുന്നു.

അപ്പോൾ വീണ്ടും കുട്ടിയുടെ നിലവിളി കേട്ടു. ഇപ്പോൾ അതിൽ അക്ഷമയും കണ്ണുനീരിന്റെ നനവും ഉണ്ടായിരുന്നു.

"ഡയാ— ഡയാ---ഓ ഡയാ--"

സന്ധ്യയുടെ ഇരുണ്ട അന്തരീക്ഷത്തിലൂടെ കടന്നുവന്ന ആ ശബ്ദം ഭയാനകമായിരുന്നു.

"വിനീ, നീ ഉറങ്ങാൻ പോകുന്നതായിരുന്നു കൂടുതൽ നല്ലത്." ജറാൾഡ് സ്വയം പിറുപിറുത്തു.

അയാൾ കുനിഞ്ഞിരുന്ന് ഷൂ അഴിച്ചു മാറ്റുകയായിരുന്നു. പിന്നീട് അയാൾ തന്റെ മൃദുലമായ തൊപ്പി ഊരി വള്ളത്തിനുള്ളിലേക്കിട്ടു.

"പരുക്കുപറ്റിയ കൈയും കൊണ്ട് നിങ്ങൾക്ക് വെള്ളത്തിനടിയിൽ പോകാൻ പറ്റില്ല." അവൾ നെഞ്ചിടിപ്പോടെ പറഞ്ഞു.

"എന്ത്? അത് വേദനിക്കില്ല." അയാൾ ബുദ്ധിമുട്ടി ജാക്കറ്റ് ഊരി എടുത്ത് താഴെ ഇട്ടു. അയാൾ അരയിലെ ബെൽറ്റ് തപ്പിനോക്കി. അവർക്കു മുകളിൽ തല ഉയർത്തി നില്ക്കുന്ന കപ്പലിന്റെ അടുത്തേക്ക് അവരുടെ വള്ളം അടുത്തുകൊണ്ടിരിക്കുകയായിരുന്നു.

"ഓ! അവളെ പുറത്തെടുക്ക്! അച്ഛാ, അവളെ പുറത്തെടുക്കാൻ പറ! ഓ! അവളെ പുറത്തെടുക്ക്! ഡയാ... പൊന്നുമോളേ! അച്ഛാ!..." കുട്ടിയുടെ ശബ്ദം ഏങ്ങലടിച്ചു. രണ്ട് വള്ളങ്ങൾ തുഴഞ്ഞെത്തിയിരുന്നു. അവയുടെ റാന്തലുകളുടെ വെളിച്ചം കൊണ്ട് ഉദ്ദേശിച്ച ഫലം ഉണ്ടായിരുന്നില്ല. വള്ളങ്ങൾ ജിജ്ഞാസയോടെ ചുറ്റിത്തിരിഞ്ഞു.

"ദാ അവിടെ — റോക്ക്ലി — ദാ ഇവിടെ!"

"മിസ്റ്റർ ജറാൾഡ്" ക്യാപ്റ്റന്റെ ഭയം നിറഞ്ഞ ശബ്ദം കേട്ടു. "മിസ്.

ഡയാന വെള്ളത്തിൽവീണു."

"ആരെങ്കിലും അവൾക്കുവേണ്ടി വെള്ളത്തിൽ ഇറങ്ങിയോ?" ജറാൾഡിന്റെ രൂക്ഷമായ ശബ്ദം കേട്ടു.

"സാർ, ഡോക്ടർ ബ്രിൽഡൽ എന്നുപറയുന്ന ചെറുപ്പക്കാരൻ ചാടിയിട്ടുണ്ട്."

"എവിടെ?"

"രണ്ടുപേരേയും കാണുന്നില്ല. സാർ, എല്ലാവരും നോക്കുന്നുണ്ട്. പക്ഷേ, ഇതുവരെ ഒന്നും സംഭവിച്ചിട്ടില്ല."

"ഒരു അപശകുനം പോലെ അല്പസമയത്തേക്ക് സംസാരം നിലച്ചു.

"അവൾ എവിടെയാണ് വീണത്?"

"ആ വള്ളം കിടക്കുന്ന ഭാഗത്താണെന്നാണ് ഞാൻ കരുതുന്നത്." ഉറപ്പില്ലാത്ത ഒരു മറുപടി വന്നു. "ചുവപ്പും പച്ചയും വിളക്കുകൾ കത്തുന്ന ആ വള്ളത്തിനടുത്ത്."

"അവിടേക്ക് തുഴയൂ." ജറാൾഡ് ഗുഡ്റണിനോട് പെട്ടെന്ന് പറഞ്ഞു.

"അവളെ പുറത്തെടുക്ക് ജറാൾഡ് ചേട്ടാ, അവളെ പുറത്തെടുക്ക്," കുട്ടി ഉൽക്കണ്ഠയോടെ കരച്ചിൽ തുടരുന്നുണ്ടായിരുന്നു. അയാൾ ശ്രദ്ധിച്ചില്ല.

"അങ്ങോട്ട് തിരിയട്ടെ" ജറാൾഡ് വള്ളത്തിനുള്ളിൽ എഴുന്നേറ്റുനിന്നുകൊണ്ട് ഗുഡ്റണിനോട് പറഞ്ഞു. "അവൾ കുഴപ്പം ഉണ്ടാക്കില്ല."

അടുത്ത നിമിഷത്തിൽ അയാൾ വെള്ളത്തിലേക്ക് സാവധാനം വീണു. ഗുഡ്റൺ വള്ളത്തിനുള്ളിലിരുന്ന് ഭയങ്കരമായി കുലുങ്ങി. ഓളം തല്ലുന്ന വെള്ളം അല്പസമയത്തേക്ക് തിളങ്ങി. മങ്ങിയ നിലാവ് ഉണ്ടെന്ന് അവൾ തിരിച്ചറിഞ്ഞു. അയാളെ കാണാൻ ഉണ്ടായിരുന്നില്ല. ഒരുപക്ഷേ, പോയിരിക്കാനുള്ള സാദ്ധ്യതയുണ്ട്. എല്ലാ വികാരങ്ങളിൽ നിന്നും ചിന്തകളിൽ നിന്നും വിധിയെപ്പറ്റിയുള്ള ഭയാനകമായ ബോധം അവളെ കവർന്നെടുത്തു. ഈ ലോകത്ത് നിന്നും അയാൾ പോയിരിക്കുകയാണെന്ന് അവൾക്ക് അറിയാം. ഇപ്പോൾ ഈ ലോകം മാത്രമാണ് അവശേഷിക്കുന്നത്. അയാൾ ഇല്ല. രാത്രി വിശാലവും ശൂന്യവും ആണെന്ന് തോന്നി. റാന്തലുകൾ അങ്ങിങ്ങായി ഇളകുന്നുണ്ടായിരുന്നു. കപ്പലിലും വള്ളങ്ങളിലും ആളുകൾ പിറുപിറുത്തുകൊണ്ടിരുന്നു. വിനിഫ്രഡിന്റെ കരച്ചിലും അവളെ സാന്ത്വനപ്പെടുത്താൻ ആരോ പരിശ്രമിക്കുന്നതും ഗുഡ്റണിന് കേൾക്കാൻ കഴിഞ്ഞിരുന്നു. ഗുഡ്റൺ ലക്ഷ്യം ഇല്ലാതെ അവിടെയുമിവിടെയുമായി തുഴഞ്ഞു നടന്നു. അതിരുകളില്ലാത്ത തണുത്ത ഭയനാകമായ ജലനിരപ്പ് പറഞ്ഞറിയിക്കാൻ കഴിയാത്ത തരത്തിൽ അവളെ ഭയപ്പെടുത്തി. അയാൾ ഒരിക്കലും തിരിച്ചുവരാതിരിക്കുമോ? ഭയാനകത മനസ്സിലാക്കാൻ വേണ്ടി താൻകൂടി വെള്ളത്തിലേക്ക് നിശ്ചയമായും ചാടണമെന്ന തോന്നലിന് അവൾ അടിമപ്പെട്ടു.

ആരോ പറയുന്നത് അവൾ കേട്ടുതുടങ്ങി. അയാൾ അവിടെ ഉണ്ട്. അയാൾ നീന്തുന്നത് അവൾ കണ്ടു. അവൾ അറിയാതെതന്നെ അയാ

ളുടെ അടുത്തേക്ക് തുഴഞ്ഞു. പക്ഷേ, അയാൾ കൂടുതൽ വലിപ്പമുള്ള മറ്റൊരു വള്ളത്തിനടുത്തേക്ക് പോയി. എങ്കിലും അവൾ വീണ്ടും അയാളുടെ അടുത്തേക്ക് തുഴഞ്ഞു. അവൾ നിശ്ചയമായും അയാളുടെ അടുത്തെത്തിയിട്ടുണ്ടാവണം. അവൾ അയാളെ കണ്ടു. വള്ളത്തിന്റെ അരുകിൽ പിടിച്ച് ഉയർന്നപ്പോൾ അയാൾ ഒരു നീർനായയെപ്പോലെ ഉണ്ടായിരുന്നു. അയാളുടെ ഭംഗിയുള്ള തലമുടി തലയുടെ പിന്നിലേക്ക് നനഞ്ഞൊട്ടി ഇരുന്നു. അയാളുടെ മുഖം മിന്നിത്തിളങ്ങുന്നതുപോലെ തോന്നി. അയാൾ കിതയ്ക്കുന്നതു അവൾ കേട്ടു.

പിന്നീട് അയാൾ വള്ളത്തിലേക്ക് അള്ളിപ്പിടിച്ചുകയറി. ബോട്ടിന്റെ വശത്തുകൂടി അയാൾ ബുദ്ധിമുട്ടി കയറുമ്പോൾ അരണ്ടവെളിച്ചത്തിൽ തിളങ്ങുന്ന അയാളുടെ അരക്കെട്ടിന്റെ ഭംഗി കണ്ട് അവൾക്ക് മരിക്കണമെന്ന് തോന്നി. ഹോ! അവൾക്ക് ഇത് താങ്ങാൻ കഴിയുന്നതിനും അപ്പുറമായിരുന്നു. അങ്ങേയറ്റം നിർണ്ണായകമായ ഒരു കാഴ്ച. അവൾക്ക് അത് അവളുടെ വിധിയാണെന്ന് അറിയാം. വിധിയുടെയും അപാരമായ സൗന്ദര്യത്തിന്റെയും ഭയാനകമായ നൈരാശ്യം!

അയാൾ അവൾക്ക് ഒരു മനുഷ്യൻ ആയിരുന്നില്ല. അയാൾ ഒരു അവതാരം ആയിരുന്നു. ജീവിതത്തിന്റെ മഹത്തായ ഒരു അദ്ധ്യായം. അയാൾ മുഖത്തുനിന്ന് വെള്ളം തുടച്ച് മാറ്റുന്നതും കൈയിലെ കെട്ട് പരിശോധിക്കുന്നതും അവൾ കണ്ടു. അവൾ ചെയ്ത കാര്യങ്ങൾകൊണ്ട് പ്രയോജനമില്ലെന്നും അയാളെ മറികടന്ന് അവൾ പോകുന്നില്ലെന്നും അവൾക്ക് മനസ്സിലായിട്ടുണ്ട്. ജീവിതത്തിന്റെ അന്തിമമായ അനുമാനം അവളെ സംബന്ധിച്ചിടത്തോളം അയാൾ ആയിരുന്നു.

"വിളക്കുകൾ അണയ്ക്കണം. നമുക്ക് കുറച്ചുകൂടി നല്ലവണ്ണം കാണാൻ കഴിയും." പുരുഷന്മാരുടെ ലോകത്തുനിന്നും അയാൾ തിടുക്കത്തിൽ വിളിച്ചുകൂവുന്നതു കേട്ടു. പുരുഷന്മാരുടെ ഒരു ലോകം ഉണ്ടെന്ന് അവൾക്ക് വിശ്വാസം ഉണ്ടായിരുന്നില്ല. അവൾ ചരിഞ്ഞുകിടന്ന് റാന്തലുകൾ കെടുത്തി. അത് കെടുത്താൻ ബുദ്ധിമുട്ടായിരുന്നു. കപ്പലിന്റെ വശങ്ങളിലെ നിറമുള്ള വിളക്കുകൾ ഒഴിച്ച് എല്ലാഭാഗത്തും ഉണ്ടായിരുന്ന വിളക്കുകൾ അണഞ്ഞു. രാത്രിയുടെ ആരംഭം അറിയിക്കുന്ന നരച്ച നീല നിറം വ്യാപിച്ചു കഴിഞ്ഞിരുന്നു. തലയ്ക്ക് മുകളിൽ ചന്ദ്രൻ വന്നു കഴിഞ്ഞു. അവിടെയും ഇവിടെയുമായി വള്ളങ്ങളുടെ നിഴലുകൾ കാണാം.

വീണ്ടും വെള്ളം തെറിക്കുന്നത് കേട്ടു. അയാൾ വെള്ളത്തിൽ ഇറങ്ങിക്കഴിഞ്ഞിരുന്നു. തടാകത്തിലെ വെള്ളത്തിന്റെ ആഴം ഓർത്ത് ഭയപ്പെട്ടുകൊണ്ട് അവൾ വള്ളത്തിൽ ഇരുന്നു. അവൾക്ക് താഴെയായി പരന്നുകിടക്കുന്ന ജീവനില്ലാത്ത ജലപ്പരപ്പിൽ അവൾ ഒറ്റപ്പെട്ടുപോയിരുന്നു. അത് നല്ല ഏകാന്തത ആയിരുന്നില്ല. അത് ഭയാനകവും വിരസവും ആയ ഒരു ഒറ്റപ്പെടൽ ആയിരുന്നു. അറിയാതെ പടരുന്ന സത്യാവസ്ഥയിൽ അവൾ അപ്രത്യക്ഷയാകുന്നത് വരെ അവൾ സത്യാവസ്ഥയുടെ ഉപരി

തലത്തിൽ തങ്ങിനിന്നു.

പിന്നീട് ശബ്ദങ്ങളിൽ നിന്നും അയാൾ വീണ്ടും വള്ളത്തിലേക്ക് വലിഞ്ഞുകയറിയെന്ന് അവൾ മനസ്സിലാക്കി. അയാളുമായി ബന്ധം സ്ഥാപിക്കാനുള്ള ആഗ്രഹത്തോടെ അവൾ വള്ളത്തിൽ ഇരുന്നു. തടാകത്തിന്റെ കാണാൻ കഴിയാത്ത അകലങ്ങളിൽ അയാളുമായുള്ള ബന്ധത്തിന്റെ അവകാശം സ്ഥാപിക്കാൻ വേണ്ടി അവൾ കിണഞ്ഞു പരിശ്രമിക്കുന്നുണ്ടായിരുന്നു. പക്ഷേ, ഒന്നിനും തുളച്ചിറങ്ങാൻ കഴിയാത്ത ഏകാന്തത അവളെ വലയം ചെയ്തിരുന്നു.

"കപ്പൽ അടുപ്പിക്കൂ. കപ്പൽ ഇവിടെ കിടക്കുന്നതുകൊണ്ട് പ്രയോജനം ഒന്നും ഇല്ല." മൊത്തം അഭിപ്രായം കേട്ടു തീരുമാനം എടുത്തമട്ടിലുള്ള യാന്ത്രികമായ ശബ്ദംകേട്ടു.

കപ്പൽ വളരെ പതുക്കെ വെള്ളത്തിലേക്ക് ചലനങ്ങൾ ഉണ്ടാക്കാൻ തുടങ്ങി.

"ജെറാൾഡ് ചേട്ടാ! ജറാൾഡ്" വിനിഫ്രഡിന്റെ വന്യമായ കരച്ചിൽ കേൾക്കുന്നുണ്ടായിരുന്നു. അയാൾ മറുപടി പറഞ്ഞില്ല. കപ്പൽ ദയനീയമായി തിരിഞ്ഞ് കരയിലേക്ക് ഇഴഞ്ഞു. സാവധാനം അത് ഇരുട്ടിലേക്ക് പിൻവാങ്ങി. കപ്പലിന്റെ തുഴച്ചക്രത്തിന്റെ വേഗത കുറഞ്ഞിരുന്നു. ഭാരം കുറഞ്ഞ വള്ളത്തിനുള്ളിൽ ഗുഡ്റൺ ഇരുവശത്തേക്കും ഇളകി. അവൾ വള്ളം നിലയ്ക്ക് നിർത്താൻ വേണ്ടി തുഴ യാന്ത്രികമായി വെള്ളത്തിൽ താഴ്ത്തി.

"ഗുഡ്റൺ?" ഉർസുലയുടെ ശബ്ദം വിളിച്ച് ചോദിച്ചു.

"ഉർസുല ചേച്ചി!"

അവരുടെ വള്ളങ്ങൾ തമ്മിൽ അടുത്തു.

"ജറാൾഡ് എവിടെയാണ്?" ഗുഡ്റൺ ചോദിച്ചു.

"അയാൾ വീണ്ടും വെള്ളത്തിൽ ചാടി." ഉർസുല പരാതി പറഞ്ഞു. "പരുക്ക് പറ്റിയ കൈയുംകൊണ്ട് അയാൾ വെള്ളത്തിൽ ചാടരുതെന്ന് എനിക്ക് അറിയാം."

"ഈ പ്രാവശ്യം ഞാൻ അയാളെ വീട്ടിലേക്ക് കൂട്ടിക്കൊണ്ട് പോകും." ബിർക്കിൻ പറഞ്ഞു.

ആവിക്കപ്പലിന്റെ ഓളത്തിൽ വള്ളങ്ങൾ ഒരിക്കൽക്കൂടി കുലുങ്ങി. ഗുഡ്റണും ഉർസുലയും ജറാൾഡിനുവേണ്ടി തടാകത്തിലേക്ക് നോക്കി.

"അയാൾ അവിടെ ഉണ്ട്!" കൂടുതൽ സൂക്ഷ്മതയുള്ള കണ്ണുകളുള്ള ഉർസുല വിളിച്ചുകൂവി. അയാൾ അധികസമയം വെള്ളത്തിൽ മുങ്ങി കിടന്നിരുന്നില്ല. ബിർക്കിൻ അയാളുടെ അടുത്തേക്ക് തുഴഞ്ഞു. ഗുഡ്റൺ അവരെ പിൻതുടർന്നു. അയാൾ സാവധാനത്തിലാണ് നീന്തിയിരുന്നത്. പരുക്ക് പറ്റിയ കൈകൊണ്ട് അയാൾ വള്ളത്തിൽ പിടിച്ചു. അത് തെന്നിപ്പോയി. അയാൾ വീണ്ടും വെള്ളത്തിൽ മുങ്ങി.

"നിങ്ങൾക്ക് അയാളെ സഹായിച്ചുകൂടേ?" ഉർസുല രൂക്ഷമായി ചോദിച്ചു.

അയാൾ വീണ്ടും പൊങ്ങിവന്നു. ബിർക്കിൻ അയാളെ വള്ളത്തിലേക്ക് പിടിച്ച് കയറ്റാൻ വേണ്ടി കുനിഞ്ഞു. വള്ളത്തിനുള്ളിലേക്ക് അയാൾ അള്ളിപ്പിടിച്ച് കയറുന്നത് ഗുഡ്റൺ വീണ്ടും ശ്രദ്ധിച്ചു. പക്ഷേ, ഈ പ്രാവശ്യം അയാളുടെ ബുദ്ധിമുട്ടിയുള്ള ചലനങ്ങൾ തളർന്നുപോയ ഒരു കടൽ ജീവിയുടേതായിരുന്നു. ഒരിക്കൽക്കൂടി മങ്ങിയ നിലാവിൽ അയാളുടെ നനഞ്ഞ അരക്കെട്ട് അവ്യക്തമായി തെളിഞ്ഞു. പക്ഷേ, ഇപ്പോൾ അയാളുടെ നനഞ്ഞ വെളുത്തരൂപത്തിന് ഒരുപരാജിതന്റെ ലക്ഷണം ഉണ്ടായിരുന്നു. അയാൾ വേദന അനുഭവിക്കുന്ന ഒരു മൃഗത്തെപ്പോലെ ശ്വാസം വിടാൻ വിഷമിക്കുന്നുണ്ടായിരുന്നു. അയാൾ വള്ളത്തിനുള്ളിൽ അനക്കമില്ലാതെ തളർന്നിരുന്നു. ബിർക്കിന്റെ വള്ളത്തിനെ പിൻതുടരുമ്പോൾ ഗുഡ്റൺ വിറച്ചു. ബിർക്കിൻ ഒന്നും സംസാരിക്കാതെ കടവിലേക്ക് തുഴഞ്ഞു.

"നിങ്ങൾ എവിടെയാണ് പോകുന്നത്?" ഉറക്കം ഉണർന്നതുപോലെ ജറാൾഡ് വിളിച്ചു കൂവി.

"വീട്ടിലേക്ക്" ബിർക്കിൻ പറഞ്ഞു.

"അതുവേണ്ട" ജറാൾഡ് അധികാരഭാവത്തിൽ പറഞ്ഞു. "അവൾ വെള്ളത്തിൽ കിടക്കുമ്പോൾ നമുക്ക് വീട്ടിൽ പോകാൻ കഴിയില്ല. വള്ളം തിരിക്ക്. ഞാൻ അവരെ കണ്ടെത്താൻ പോകുകയാണ്."ഉർസുല പേടിച്ചുപോയി. അയാളുടെ ശബ്ദം അപകടകരമായ വിധത്തിൽ നിർവ്വികാരമായിരുന്നു. ഏകദേശം എതിർക്കാൻ പറ്റാത്ത തരത്തിൽ ഭ്രാന്തവും ആയിരുന്നു.

"ഇല്ല." ബിർക്കിൻ പറഞ്ഞു. "നിങ്ങൾക്ക് പറ്റില്ല." അയാളുടെ ശബ്ദത്തിൽ വിചിത്രമായ ഒരു നിർബ്ബന്ധം ഉണ്ടായിരുന്നു. ജറാൾഡിന്റെ മനസ്സിൽ യുദ്ധം നടന്നു. അയാൾ മറ്റയാളെ കൊല്ലുമെന്ന് തോന്നി. പക്ഷേ, ബിർക്കിൻ നിർദ്ദയമായ നിർബ്ബന്ധ ബുദ്ധിയോടെ വള്ളം തുഴഞ്ഞുകൊണ്ടിരുന്നു.

"നിങ്ങൾ എന്തിനാണ് ഇടപെടുന്നത്?" ജറാൾഡ് വെറുപ്പോടെ ചോദിച്ചു.

ബിർക്കിൻ മറുപടി പറഞ്ഞില്ല. അയാൾ കടവിലേക്ക് വള്ളം തുഴഞ്ഞു. ജറാൾഡ് ഊമയായ മൃഗത്തെപ്പോലെ നിശ്ശബ്ദനായിരുന്നു. അയാളുടെ പല്ലുകൾ കൂട്ടിയിടിക്കുന്നുണ്ടായിരുന്നു. അയാളുടെ കൈകൾ നിർജ്ജീവമായിരുന്നു. അയാളുടെ തല ഒരു നീർനായയുടെ തലപോലെ ആയിരുന്നു.

അവർ വള്ളക്കടവിലെത്തി. നനഞ്ഞുകുതിർന്ന ജറാൾഡ് അവിടെ ഉണ്ടായിരുന്നു. ചെറിയ പടിക്കെട്ടിന് മുകളിൽ എത്തി. അയാളുടെ അച്ഛൻ അവിടെ ഇരുട്ടത്ത് നില്ക്കുന്നുണ്ടായിരുന്നു.

"അച്ഛാ!" അയാൾ പറഞ്ഞു.

"നീ വീട്ടിൽപ്പോയി അതെല്ലാം അഴിച്ചുകളയൂ."

"അച്ഛാ, നമുക്ക് അവരെ രക്ഷിക്കാൻ കഴിഞ്ഞില്ല." ജറാൾഡ്

പറഞ്ഞു.

"നമുക്ക് അതിന് കഴിഞ്ഞില്ലെന്ന് ഞാൻ ഭയക്കുന്നു. അവർ എവിടെയാണെന്ന് അറിവില്ല. നിങ്ങൾക്ക് അവരെ കണ്ടെത്താൻ കഴിയില്ല. അവിടെ നരകം പോലെ തണുത്ത ഒരു അടിയൊഴുക്ക് ഉണ്ട്."

"നമുക്ക് വെള്ളം വറ്റിച്ച് നോക്കാം."അച്ഛൻ പറഞ്ഞു. "നീ വീട്ടിൽ പോയി വിശ്രമിക്ക്. റൂപർട്ട്. അവന്റെ കാര്യങ്ങൾ നിങ്ങൾ ഒന്ന് ശ്രദ്ധിക്കണം." അയാൾ കൂട്ടിച്ചേർത്തു.

"അച്ഛാ, ഇത് എന്റെ കുറ്റമാണെന്ന് എനിക്ക് പേടി തോന്നുന്നു. പക്ഷേ, എനിക്ക് ഒന്നും ചെയ്യാൻ കഴിഞ്ഞില്ല. എനിക്ക് ചെയ്യാവുന്നതെല്ലാം ഞാൻ ചെയ്തു. കുറച്ച് നേരംകൂടി എനിക്ക് മുങ്ങാൻ കഴിയുമെങ്കിലും അതുകൊണ്ട് പ്രയോജനം ഒന്നും ഉണ്ടാവില്ല."

അയാൾ നഗ്നമായ പാദങ്ങളുമായി കടവിലെ പലകത്തട്ടിനു മുകളിലൂടെ നടന്നു. അയാൾ കൂർത്തുനില്ക്കുന്ന ഏതോ സാധനത്തിൽ ചവിട്ടി.

"നിങ്ങളുടെ കാലിൽ ഷൂ ഇല്ല."ബിർക്കിൻ പറഞ്ഞു.

"അയാളുടെ ഷൂ ഇവിടെയുണ്ട്!" ഗുഡ്റൺ താഴെ നിന്ന് വിളിച്ചു കൂവി. അവൾ കൂടുതൽ വേഗത്തിൽ വള്ളം തുഴയുന്നുണ്ടായിരുന്നു.

അത് കൊണ്ടുവരുന്നതിന് വേണ്ടി ജറാൾഡ് കാത്തുനിന്നു. ഗുഡ്റൺ ഷൂ കൊണ്ടുവന്നു. അയാൾ അത് കാലിൽ അണിഞ്ഞു.

അയാൾ പറഞ്ഞു. "നിങ്ങൾ ഒരിക്കൽ മരിക്കുകയാണെങ്കിൽ അതു കഴിയുന്നതോടെ അത് അവസാനിക്കുന്നു. വീണ്ടും എന്തിനാണ് ജീവിതത്തിലേക്ക് വരുന്നത്? അവിടെ വെള്ളത്തിനടിയിൽ ആയിരങ്ങൾക്ക് വേണ്ട സ്ഥലമുണ്ട്."

"രണ്ട് തന്നെ ധാരാളമാണ്" അവൾ മുറുമുറുത്തു. അയാൾ രണ്ടാമത്തെ ഷൂ കുത്തിക്കയറ്റി. അയാൾ അതിഭയങ്കരമായി വിറയ്ക്കുന്നുണ്ടായിരുന്നു. സംസാരിക്കുമ്പോൾ അയാളുടെ താടിയെല്ലുകൾ കൂട്ടിയിടിച്ചു.

അയാൾ പറഞ്ഞു. "ഒരുപക്ഷേ, അത് സത്യം ആയിരിക്കാം. പക്ഷേ, അവിടെ എന്തുമാത്രം സ്ഥലം ഉണ്ടെന്നുള്ളത് തികച്ചും വിചിത്രമാണ്. അവിടെ അടിയിലായി ഒരു പ്രപഞ്ചംതന്നെ ഉണ്ട്. നരകംപോലെ തണുത്ത ഒരു പ്രപഞ്ചം. അവിടെ നിങ്ങൾ തലവെട്ടിമാറ്റിയത് പോലെ നിസ്സഹായരാണ്. അയാൾ സംസാരിക്കാൻ കഴിയാത്ത തരത്തിൽ വിറയ്ക്കുന്നുണ്ടായിരുന്നു. ഞങ്ങളുടെ വീടിനെ സംബന്ധിച്ചുള്ള ഒരുകാര്യം നിങ്ങൾക്ക് അറിയാമോ? അയാൾ സംസാരം തുടർന്നു. "ഒരിക്കൽ എന്തെങ്കിലും കുഴപ്പം സംഭവിച്ചാൽ പിന്നീട് ഒരിക്കലും അത് വീണ്ടും ശരിയാക്കാൻ പറ്റില്ല. എന്റെ ജീവിതകാലം മുഴുവൻ ഈ കാര്യം എന്റെ ശ്രദ്ധയിൽപ്പെട്ടിട്ടുണ്ട്. ഒരുകാര്യം തെറ്റിപ്പോയാൽ ഒരിക്കലും പിന്നീട് അത് ശരിയാക്കാൻ നിങ്ങൾക്ക് പറ്റില്ല."

അവർ ഉയർന്ന വഴിയിലൂടെ വീട്ടിലേക്ക് തിരിച്ചു പോകുകയായിരുന്നു.

"അവിടെ എത്തിക്കഴിയുമ്പോൾ ഭയങ്കര തണുപ്പാണെന്ന് നിങ്ങൾക്ക്

അറിയാമോ? അവിടെ ചെന്നുകഴിയുമ്പോൾ ഒന്നിനും അവസാനം ഇല്ല. മുകൾഭാഗത്തെക്കാൾ അടിത്തട്ടിന് വളരെയധികം വ്യത്യാസങ്ങൾ ഉണ്ട്. ഇവിടെ ഇത്ര അധികം ജീവജാലങ്ങൾ ഉണ്ടോ എന്ന് നിങ്ങൾ അത്ഭുതപ്പെടും. നിങ്ങൾ പോകുകയാണോ? ഞാൻ വീണ്ടും നിങ്ങളെ കാണും. കാണില്ലേ? നിങ്ങൾക്ക് നന്ദി. നിങ്ങളോട് വളരെ അധികം നന്ദി ഉണ്ട്."

പെൺകുട്ടികൾ എന്തെങ്കിലും പ്രതീക്ഷയുണ്ടോ എന്ന് മനസ്സിലാക്കാൻ വേണ്ടി അല്പസമയം കാത്തുനിന്നു. ചന്ദ്രൻ ഏറെക്കുറെ ധിക്കാരത്തോടെ ആകാശത്ത് തിളങ്ങി. ഇരുണ്ട വള്ളങ്ങൾ തടാകത്തിൽ ഒന്നിച്ച് കൂടിയിരുന്നു. അടക്കിപ്പിടിച്ച ആക്രോശങ്ങൾ കേൾക്കുന്നുണ്ടായിരുന്നു. പക്ഷേ, അതൊന്നുംകൊണ്ട് യാതൊരു പ്രയോജനവും ഉണ്ടായില്ല. ബിർക്കിൻ തിരിച്ചുപോയപ്പോൾ ഗുഡ്റണും വീട്ടിലേക്ക് മടങ്ങി.

തടാകത്തിൽനിന്നും വെള്ളം പുറത്തേക്ക് ഒഴുക്കിക്കളയാനുള്ള വാൽവ് തുറക്കാൻ അയാളെ ചുമതലപ്പെടുത്തിയിരുന്നു. വഴിയുടെ അടുത്ത് അത് തുറക്കാനുള്ള സൗകര്യം ഉണ്ടായിരുന്നു. അത്യാവശ്യം ഉള്ളപ്പോൾ ദൂരെയുള്ള ഖനികളിലേക്ക് വെള്ളം എത്തിക്കാനുള്ള ജലസംഭരണിയായും അത് ഉപയോഗപ്പെട്ടിരുന്നു. "എന്റെ കൂടെ വരൂ" അയാൾ ഉർസുലയോട് പറഞ്ഞു. "ഈ ജോലി കഴിഞ്ഞാൽ ഞാൻ നിങ്ങളുടെ കൂടെ നടന്നുവരാം."

അയാൾ കാവൽക്കാരന്റെ വീട്ടിലേക്കുപോയി. വാൽവിന്റെ താക്കോൽ വാങ്ങിച്ചു. അവർ തടാകത്തിന്റെ അറ്റത്തേക്ക് നടന്നു. അവിടെ വെള്ളം ഒഴുകിവീഴാനുള്ള ഒരു വലിയ കൽത്തൊട്ടി ഉണ്ടായിരുന്നു. തടാകത്തിലേക്ക് ഇറങ്ങിപ്പോകുന്ന ചവിട്ടുപടികളും ഉണ്ടായിരുന്നു. ചവിട്ടുപടികളുടെ അറ്റത്തായിരുന്നു വാൽവിന്റെ പൂട്ട്.

ചിതറിവീഴുന്ന വെറിപിടിച്ച ശബ്ദങ്ങൾ മാറ്റിനിർത്തിയാൽ രാത്രി തികച്ചും പരിപൂർണ്ണമായിരുന്നു. നിലാവിന്റെ മങ്ങിയ തിളക്കത്തിൽ ഇരുണ്ട വള്ളങ്ങൾ തടാകത്തിലൂടെ നീങ്ങുന്നുണ്ടായിരുന്നു. പക്ഷേ, ഉർസുലയുടെ മനസ്സ് ഒന്നുംതന്നെ സ്വീകരിക്കാതായിക്കഴിഞ്ഞിരുന്നു. അവൾക്ക് എല്ലാംതന്നെ സത്യവിരുദ്ധവും അപ്രധാനവും ആയി മാറിയിരുന്നു.

ബിർക്കിൻ വാൽവിന്റെ കൈപ്പിടി കണ്ടുപിടിച്ച് ഒരു തിരുക്കി ഉപയോഗിച്ച് അത് തിരിച്ചു. ചക്രപ്പല്ലുകൾ സാവധാനം ഉയരാൻ തുടങ്ങി. അയാൾ വീണ്ടും വീണ്ടും ഒരു അടിമയെപ്പോലെ വാൽവ് തിരിച്ചുകൊണ്ടിരുന്നു. അയാളുടെ വെളുത്തരൂപം വ്യക്തമായിരുന്നു. ഉർസുല ദൂരത്തേക്ക് നോക്കി. അയാൾ കുനിഞ്ഞുനിന്ന് യാന്ത്രികമായി ആയാസപ്പെട്ട് ഒരു അടിമയെപ്പോലെ വാൽവിന്റെ കൈപ്പിടി തിരിക്കുന്ന കാഴ്ച അവൾക്ക് കണ്ടുനില്ക്കാൻ കഴിഞ്ഞില്ല.

പിന്നീട് ഇരുട്ടിൽ വഴിയുടെ താഴെയുള്ള മരക്കൂട്ടത്തിലേക്ക് വെള്ളം തെറിച്ചുവീഴുന്നതിന്റെ മുഴക്കം കേട്ട് ഉർസുല ശരിക്കും ഞെട്ടിപ്പോയി. അത് പെട്ടെന്ന് ഒരു പരുക്കൻ അലർച്ചയായി മാറി. അതിനുശേഷം

വെള്ളംകുത്തിയൊഴുകി ഒരുപോലെ വീഴുന്നതിന്റെ ഇടതടവില്ലാത്ത ശബ്ദം. എല്ലാം വെള്ളത്തിൽ മുങ്ങിനഷ്ടപ്പെടുന്നു. ഉർസുലയ്ക്ക് ജീവനു വേണ്ടി പോരാടേണ്ടി വരുമെന്നുള്ള തോന്നലുണ്ടായി. അവൾ ചെവി പൊത്തിപ്പിടിച്ചുകൊണ്ട് സൗമ്യതയോടെ പ്രകാശിക്കുന്ന ചന്ദ്രനെ നോക്കി.

"ഇനി നമുക്ക് പോകരുതോ?" പടിയിൽ നിന്നുകൊണ്ട് തടാകത്തിലെ ജലനിരപ്പ് താഴുന്നുണ്ടോ എന്ന് പരിശോധിച്ചുകൊണ്ടു നിന്ന ബിർക്കിനോട് അവൾ വിളിച്ചുചോദിച്ചു. വെള്ളത്തിന്റെ കുത്തൊഴുക്ക് അയാളെ ആകർഷിച്ചിരിക്കുന്നതായി തോന്നി. അയാൾ അവളെ നോക്കി തലകുലുക്കി.

ഇരുണ്ട വള്ളങ്ങൾ ഒന്നിച്ച് കൂടിയിരുന്നു. വഴിയിലെ കുറ്റിച്ചെടി കൊണ്ടുള്ള വേലിയുടെ അടുത്ത് കാണാൻ പോകുന്ന കാര്യം കാണാൻ വേണ്ടിആളുകൾ തടിച്ചുകൂടിയിരുന്നു. ബിർക്കിനും ഉർസുലയും കാവൽക്കാരന്റെ വീട്ടിലേക്ക് പോയതിനുശേഷം തിരിച്ചുവന്നു. അവൾ തിടുക്കം കൂട്ടുന്നുണ്ടായിരുന്നു. കുത്തിയൊഴുകുന്ന വെള്ളത്തിന്റെ ശബ്ദം അവൾക്ക് താങ്ങാൻ കഴിഞ്ഞിരുന്നില്ല.

"അവർ മരിച്ചെന്നാണോ നിങ്ങൾ വിചാരിക്കുന്നത്?"

"അതെ." അയാൾ മറുപടി പറഞ്ഞു.

"അത് ഭയങ്കരമായിപ്പോയി!"

അയാൾ അവൾ പറഞ്ഞത് ശ്രദ്ധിച്ചില്ല. അവർ ശബ്ദത്തിൽനിന്ന് അകന്നുനില്ക്കാൻ വേണ്ടി കുന്നിന് മുകളിലേക്ക് നടന്നുകൊണ്ടിരുന്നു.

"നിങ്ങൾക്ക് വിഷമം തോന്നുന്നില്ലേ?"അവൾ അയാളോട് ചോദിച്ചു.

"ഞാൻ മരിച്ചവരെപ്പറ്റി വിഷമിക്കാറില്ല." അയാൾ പറഞ്ഞു. "അവർ ജീവിക്കുന്നവരെ ഉപേക്ഷിച്ച് പോകുന്നില്ല എന്നതാണ് ഏറ്റവും മോശപ്പെട്ട കാര്യം."

അവൾ അല്പസമയം ആലോചിച്ചു. "ശരിയാണ്."അവൾ പറഞ്ഞു. "മരണത്തിന് സത്യത്തിൽ വലിയ പ്രാധാന്യം ഒന്നും ഇല്ല. ഉണ്ടോ?"

"ഇല്ല." അയാൾ പറഞ്ഞു. "ഡയാന ക്രിച്ച് ജീവിച്ചിരിക്കുന്നതോ മരിക്കുന്നതോ തമ്മിൽ എന്താണ് വ്യത്യാസം."

"ഒരു വ്യത്യാസവും ഇല്ലേ?" അവൾ ഞെട്ടലോടെ പറഞ്ഞു.

"ഇല്ല. എന്ത് വ്യത്യാസമാണ് ഉണ്ടാവാനുള്ളത്? അവൾ മരിച്ചത് കൊണ്ട് അവൾ കൂടുതൽ യാഥാർത്ഥ്യമായി മാറും. മരണംകൊണ്ട് അവൾക്ക് കൂടുതൽ വ്യക്തത കിട്ടും. ജീവിതത്തിൽ അവൾ അവഗണിക്കപ്പെട്ട ഒരു വസ്തു ആയിരുന്നു."

"നിങ്ങൾ സാമാന്യം ഭയപ്പെടുത്തുന്നുണ്ട്." ഉർസുല മുറുമുറുത്തു.

"ഇല്ല. ഞാൻ ഡയാന ക്രിച്ച് മരിച്ചാലുള്ള കാര്യമാണ് പറഞ്ഞത്. അവളുടെ ജീവിതം എന്തായാലും മൊത്തത്തിൽ കുഴപ്പം ആയിരുന്നു. ചെറുപ്പക്കാരന്റെ കാര്യം പറഞ്ഞാൽ അയാൾ സാവധാനം അയാളുടെ വഴി കണ്ടെത്തുന്നതിന് പകരം വളരെ വേഗം അത് കണ്ടെത്തി. മരണം സാരമില്ല."

"എന്നിട്ടും നിങ്ങൾക്ക് മരിക്കാൻ ആഗ്രഹം ഇല്ലല്ലോ" അവൾ അയാളെ വെല്ലുവിളിച്ചു.

അയാൾ കുറച്ച് സമയം ഒന്നും സംസാരിച്ചില്ല. പിന്നീട് അയാളുടെ ശബ്ദത്തിന് വന്ന വ്യത്യാസം അവളെ ഭയപ്പെടുത്തി. അയാൾ പറഞ്ഞു.

"എനിക്ക് അതിലൂടെ കടന്നുപോകാൻ താല്പര്യമുണ്ട്. മരണ പ്രക്രിയയിലൂടെ കടന്നുപോകാൻ ഞാൻ ഇഷ്ടപ്പെടുന്നു."

അവർ നിശ്ശബ്ദരായി കുറേദൂരം മരങ്ങൾക്കിടയിലൂടെ നടന്നു. പിന്നീട് പറയാൻ ഭയക്കുന്ന മട്ടിൽ അയാൾ സാവധാനം പറഞ്ഞു.

"മരണത്തിന് സ്വന്തമായിരിക്കുന്ന ജീവിതവും മരണമല്ലാത്ത ജീവിതവും ഉണ്ട്. മരണത്തിന് സ്വന്തമായിരിക്കുന്ന ജീവിതം ഒരുവന് മടുപ്പായിരിക്കും. നമ്മുടെ ജീവിതം അതുപോലുള്ള ജീവിതമാണ്. പക്ഷേ, അത് തീരുന്ന കാര്യം ദൈവത്തിനാണ് അറിയാവുന്നത്. ഞാൻ ആഗ്രഹിക്കുന്നത് ലോകത്തിലേക്ക് കടന്നുവരുന്ന ഒരു കുട്ടിയെപ്പോലെ കോമളമായ വീണ്ടും വന്നുചേരുന്ന ഉറക്കംപോലെയുള്ള സ്നേഹമാണ് ഞാൻ ആഗ്രഹിക്കുന്നത്."

ഉർസുല പകുതി ശ്രദ്ധയോടെ അയാൾ പറയുന്നത് കേട്ടു. അയാൾ പറഞ്ഞതിന്റെ അർത്ഥം അവൾക്ക് മനസ്സിലായിട്ടുണ്ടെന്ന് തോന്നി. പിന്നീട് അവൾ പിന്നോട്ട് മാറി. അവൾക്ക് അയാൾ പറയുന്നത് കേൾക്കാൻ ആഗ്രഹം ഉണ്ട്. പക്ഷേ, പങ്കുചേരാൻ ആഗ്രഹം ഇല്ല. അവൾ സമ്മതിക്കണമെന്ന് അയാൾ ആഗ്രഹിക്കുന്ന കാര്യങ്ങൾ സമ്മതിച്ചു കൊടുക്കുന്നതിന് അവൾ തയ്യാറായില്ല.

"എന്തിനാണ് സ്നേഹം ഉറക്കംപോലെ ആകുന്നത്?" അവൾ ദുഃഖത്തോടെ ചോദിച്ചു.

"എനിക്ക് അറിയില്ല. എന്തിനാണ് അങ്ങനെ ആകുന്നതെന്ന് എനിക്ക് അറിയില്ല. ഈ ജീവിതത്തിൽ നിന്ന് മരിക്കണമെന്ന് ഞാനും ആഗ്രഹിക്കുന്നുണ്ട്. എങ്കിലും അത് ജീവിതത്തേക്കാൾ വലുതാണ്. ഗർഭപാത്രത്തിൽ നിന്നുള്ള ശിശുവിനെപ്പോലെ ഒരാൾ വീണ്ടും നഗ്നനായി ജനിക്കുന്നു. പഴയശരീരവും പഴയ പ്രതിരോധങ്ങളും അയാൾക്ക് നഷ്ടപ്പെടുന്നു. അയാൾ ഇതുവരെ ശ്വസിക്കാത്ത ഒരു പുതിയ അന്തരീക്ഷത്താൽ വലയം ചെയ്യപ്പെടുന്നു."

അയാൾ പറഞ്ഞ കാര്യങ്ങളിൽ വ്യക്തത വരുത്തിക്കൊണ്ട് അവൾ അയാളുടെ സംസാരം ശ്രദ്ധിച്ചു കേട്ടു. വാക്കുകൾ തനിയെ അർത്ഥം കൈമാറ്റം ചെയ്യുന്നില്ലെന്ന് അയാളെപ്പോലെ അവൾക്കും അറിയാവുന്ന കാര്യമാണ്. അവ നമ്മൾ പ്രകടിപ്പിക്കുന്ന ഒരു ആംഗ്യംപോലെ ആണ്. അയാളുടെ ആംഗ്യങ്ങൾ അവളുടെ രക്തത്തിലൂടെ അവൾക്ക് അനുഭവിക്കാൻ കഴിയുന്നതായി അവൾക്ക് തോന്നി. അവളുടെ മോഹം അവളെ മുന്നോട്ട് തള്ളിവിട്ടെങ്കിലും അവൾ പിന്നോട്ട് മാറി.

അവൾ ഗൗരവത്തിൽ പറഞ്ഞു. "പക്ഷേ, സ്നേഹത്തിനപ്പുറമുള്ള സ്നേഹം അല്ലാത്ത എന്തൊക്കെയോ കാര്യങ്ങൾ നിങ്ങൾ ആഗ്രഹിക്കു

ന്നുണ്ടെന്നല്ലേ നിങ്ങൾ പറഞ്ഞത്?"

അയാൾ ചിന്താക്കുഴപ്പത്തിലായി. സംസാരത്തിൽ എപ്പോഴും ചിന്താക്കുഴപ്പം ഉണ്ടായിരുന്നു. എങ്കിലും നിശ്ചയമായും അത് പറയണം. ഒരാൾ ഏത് രീതിയിൽ ചലിച്ചാലും അയാൾക്ക് മുന്നോട്ടുപോകണമെന്നുണ്ടെങ്കിൽ ഒരുവഴി അയാൾക്ക് നിശ്ചയമായും കണ്ടെത്താൻ കഴിയണം. സംസാരിക്കാൻ കഴിയണമെങ്കിൽ ഗർഭസ്ഥശിശു ഗർഭപാത്രത്തിന്റെ ഭിത്തികൾക്കിടയിലൂടെ പുറത്ത് കടക്കാൻ അദ്ധ്വാനിക്കുന്നതുപോലെ ഒരു തടവറയുടെ മതിൽ തകർത്തുകളയേണ്ടതായിട്ടുണ്ട്. പുറത്തു കടക്കാനുള്ള അദ്ധ്വാനത്തിനിടയിൽ കരുതിക്കൂട്ടി പഴയ ശരീരം തകർത്തുകളഞ്ഞില്ലെങ്കിൽ പുതിയ ചലനങ്ങൾ ഉണ്ടാകില്ല.

"ഞാൻ സ്നേഹം ആഗ്രഹിക്കുന്നില്ല." അയാൾ പറഞ്ഞു. "എനിക്ക് നിങ്ങളെ അറിയണമെന്നില്ല. ഞാൻ എന്നിൽ നിന്ന് പുറത്തുകടക്കാൻ ആഗ്രഹിക്കുന്നു. നിങ്ങൾ നിങ്ങളിൽ തന്നെ ലയിച്ചിരിക്കാൻ ഞാൻ ആഗ്രഹിക്കുന്നു. അതുകൊണ്ട് നമുക്കു കണ്ടുമുട്ടാൻ ബുദ്ധിമുട്ടേണ്ടിവരും. ഒരാൾ ക്ഷീണിതനായിരിക്കുമ്പോൾ സംസാരിക്കാൻ പാടില്ല. ആരോഗ്യകരമായ അഹങ്കാരവും ഉദാസീനതയും ഞാൻ നിങ്ങളോട് കാണിക്കുമ്പോൾ മാത്രം എന്നെ നിങ്ങൾക്ക് വിശ്വസിക്കാം. സ്വയം ഗൗരവം കാണിക്കുന്നത് എനിക്ക് വെറുപ്പാണ്."

"നിങ്ങൾക്ക് എന്തുകൊണ്ട് ഗൗരവം സ്വീകരിച്ചുകൂടാ?" അവൾ ചോദിച്ചു.

കുറച്ച് സമയം ആലോചിച്ചതിനുശേഷം അയാൾ ദേഷ്യപ്പെട്ടു!

"എനിക്ക് അറിയില്ല."പിന്നീട് അവർ നിശ്ശബ്ദരായി നടത്തം തുടർന്നു. അയാൾ വ്യക്തത ഇല്ലാത്ത ആലോചനയിലായിരുന്നു.

പെട്ടെന്ന് സ്നേഹത്തോടെ അയാളുടെ കൈയിൽ കടന്നുപിടിച്ചുകൊണ്ട് അവൾ പറഞ്ഞു. "എല്ലാസമയത്തും നമ്മൾ ഇതുപോലെ സംസാരിക്കുന്നത് അസാധാരണമായ കാര്യമല്ലേ! നമ്മളും ഏതൊക്കെയോ രീതിയിൽ സ്നേഹിക്കുന്നുണ്ടെന്നാണ് എനിക്ക് തോന്നുന്നത്."

"ശരിയാണ്" അയാൾ പറഞ്ഞു. "വളരെ ശരിയാണ്."

അവൾ ഏറെക്കുറെ സന്തോഷത്തോടെ തന്നെ ചിരിച്ചു.

"നിങ്ങൾക്ക് അത് നിങ്ങളുടേതായ രീതിയിൽ ലഭിക്കണം. ശരിയല്ലേ?" അവൾ കളിയാക്കി. "ഒരിക്കലും നിങ്ങൾ അത് വിശ്വാസത്തിൽ എടുക്കില്ല."

അയാൾക്ക് വ്യത്യാസം വന്നു. അയാൾ സാവധാനം ചിരിച്ചു. അതിനുശേഷം വഴിയുടെ നടുക്ക് വെച്ചുതന്നെ അയാൾ അവളെ കെട്ടിപ്പിടിച്ചു.

"അതെ." അയാൾ പതുക്കെപ്പറഞ്ഞു.

വളരെ നേർത്ത ഒരു സന്തോഷത്തോടെ അയാൾ അവളുടെ പുരികത്തും മുഖത്തും ചുംബിച്ചു. അയാളുടെ സന്തോഷം അവളെ അങ്ങേയറ്റം അത്ഭുതപ്പെടുത്തി. അവൾക്ക് അതിനോട് പ്രതികരിക്കാൻ കഴിഞ്ഞില്ല. അവ അന്ധവും മൃദുലവും ആയ ചുംബനങ്ങൾ ആയിരുന്നു.

അവയുടെ പ്രശാന്തതയിൽ അവ പരിപൂർണ്ണ ചുംബനങ്ങൾ ആയിരുന്നു. എങ്കിലും അവൾ അവയിൽ നിന്ന് പിൻവാങ്ങി. ആ ചുംബനങ്ങൾ അവളുടെ ആത്മാവിന്റെ ഇരുട്ടിൽ നിന്നും പറന്നുവന്ന് അവളുടെ മുകളിൽ വന്ന് പറ്റിപ്പിടിച്ച നിശ്ശബ്ദശലഭങ്ങളെപ്പോലെ ആയിരുന്നു. അവൾക്ക് അസ്വസ്ഥത തോന്നി. അവൾ വിട്ടുമാറി.

"ആരോ വരുന്നുണ്ടെന്ന് തോന്നുന്നു." അവൾ പറഞ്ഞു.

അതുകൊണ്ട് ഇരുണ്ടവഴിയിലൂടെ ബൽഡോവറിലേക്ക് വീണ്ടും അവർ താഴോട്ട് നോക്കി നടക്കാൻ തുടങ്ങി. പിന്നീട് പെട്ടെന്ന് താൻ അമിത വിനയക്കാരിയല്ലെന്ന് കാണിക്കുന്നതിന് വേണ്ടി അവർ പെട്ടെന്ന് നടത്തംനിർത്തി. അയാളെ ഇറുകെ പുണർന്നുകൊണ്ട് വികാരവായ്പോടെ അയാളുടെ മുഖത്ത് അമർത്തി ചുംബിച്ചു. അയാളുടെ അന്യതാബോധത്തിനിടയിലും അയാളുടെ രക്തത്തിൽ ഓളങ്ങൾ ഉണ്ടായി.

"ഇതല്ല, ഇതല്ല" അവൾ അയാളെ പിടിച്ചടുപ്പിച്ചപ്പോൾ അയാളുടെ കാലുകളിലേക്കും മുഖത്തേക്കും മൃദുലവികാരങ്ങളുടെ വേലിയിറക്കം ഉണ്ടായി. പെട്ടെന്ന് അയാൾ അവൾക്ക് വേണ്ടിയുള്ള അഭിനിവേശത്തിന്റെ ഒരു തീവ്രജ്വാലയായി മാറി. എന്നിട്ടും ആ ജ്വാലയുടെ ഹൃദയഭാഗത്ത് മറ്റെന്തിനോ വേണ്ടിയുള്ള കീഴടങ്ങാത്ത ഒരു മാനസിക വേദന ഉണ്ടായിരുന്നു. പക്ഷേ, ഇതും ഇല്ലാതായി. പിന്നീട് ഒരിക്കലും ചോദ്യംചെയ്യപ്പെടാത്തതും മരണംപോലെ അനിവാര്യമെന്ന് തോന്നിയതും ആയ അങ്ങേയറ്റത്തെ ആഗ്രഹത്തോടെ അയാൾ അവളെ മാത്രം ആഗ്രഹിച്ചു.

പിന്നീട് തകർന്നു നശിച്ച് സംതൃപ്തിയോടെ അയാൾ അവളിൽ നിന്ന് വിട്ടുമാറി. അയാൾ വീട്ടിലേക്ക് ഇരുട്ടിലൂടെ ഒഴുകിനീങ്ങി. ഇരുട്ടിൽ വളരെദൂരെ നിന്ന് ഒരു കരച്ചിൽ ഉയരുന്നുണ്ടെന്ന് തോന്നി. പക്ഷേ, അതിൽ എന്തുകാര്യമാണ് ഉള്ളത്? ജീവിതത്തിന്റെ ഒരുപുതിയ മാന്ത്രികശക്തിപോലെ ആളിപ്പടരുന്ന ശാരീരിക വികാരത്തിന്റെ ആത്യന്തികമായ ഈ അനുഭവം ഒഴിച്ച് മറ്റ് ഒന്നിലും തന്നെ എന്ത് കാര്യമാണ് ഉള്ളത്?

അയാൾ തിരിച്ച് വന്നപ്പോഴും ആളുകൾ തടാകം വറ്റിച്ചു കൊണ്ടിരിക്കുകയായിരുന്നു. തടാകത്തിന്റെ കരയിലെത്തിയപ്പോൾ അയാൾ ജറാൾഡിന്റെ ശബ്ദം കേട്ടു. വെള്ളം വീഴുന്നതിന്റെ മുഴക്കം അപ്പോഴും തുടരുന്നുണ്ടായിരുന്നു. രാത്രിയിൽ ചന്ദ്രന് തെളിച്ചം ഉണ്ടായിരുന്നു. എങ്കിലും ദൂരെയുള്ള കുന്നുകൾ കാണാനുണ്ടായിരുന്നില്ല.

ആരും ഉറങ്ങാത്ത മട്ടിൽ ഷോർട്ട്ലാൻഡ്സിലെ ജനാലകളിലെല്ലാം വെളിച്ചം ഉണ്ടായിരുന്നു. വെള്ളത്തിൽ കാണാതായ ചെറുപ്പക്കാരനായ ഡോക്ടറുടെ അച്ഛൻ വൃദ്ധനായ ഡോക്ടർ വള്ളക്കടവിൽ ഉണ്ടായിരുന്നു. അയാൾ നിശ്ശബ്ദനായി അവിടെ കാത്തുനിന്നു. ബിർക്കിനും തടാകത്തിലേക്ക് നോക്കിക്കൊണ്ട് അവിടെ കാത്തുനിന്നു. ഒരു വള്ളത്തിൽ ജറാൾഡ് അവിടെ എത്തി.

"റൂപർട്ട്, നിങ്ങൾ ഇപ്പോഴും ഇവിടെ നില്ക്കുകയാണോ?" അയാൾ പറഞ്ഞു. "ഞങ്ങൾക്ക് അവരെ കിട്ടിയില്ല. താഴെയുള്ള ചരിവുകൾ കുത്ത

നെയുള്ളവയാണ്. രണ്ട് കുത്തനെയുള്ള ചരിവുകൾക്കിടയിലാണ് വെള്ളം കിടക്കുന്നത്. അടിയൊഴുക്ക് നിങ്ങളെ എവിടെ കൊണ്ടുപോകുമെന്ന് ദൈവത്തിനു മാത്രമേ അറിയൂ. ഈ ഭാഗം നിരപ്പുള്ള അടിത്തട്ടുപോലെ യല്ല. ഒഴുക്കിൽ നിങ്ങൾ എവിടെയാണെന്ന് നിങ്ങൾക്ക് ഒരിക്കലും തിരിച്ചറിയാൻ കഴിനില്ല."

"നിങ്ങൾക്ക് ഇവിടെ പണിയെടുക്കേണ്ട കാര്യം ഉണ്ടോ?" ബിർക്കിൻ പറഞ്ഞു. "ഉറങ്ങാൻ പോയിരുന്നെങ്കിൽ അതുകൂടുതൽ നല്ല കാര്യം ആകുമായിരുന്നു."

"ഉറങ്ങാനോ?" എന്റെ ദൈവമേ! ഞാൻ ഉറങ്ങണമെന്നാണോ നിങ്ങൾ വിചാരിക്കുന്നത്. ഞാൻ ഇവിടെനിന്ന് പോകുന്നതിനുമുമ്പ് ഞങ്ങൾ അവരെ കണ്ടുപിടിക്കും."

"നിങ്ങൾ ഇല്ലെങ്കിലും ആളുകൾ അവരെ കണ്ടെത്തും. നിങ്ങൾ എന്തിനാണ് നിർബ്ബന്ധം പിടിക്കുന്നത്?"

ജറാൾഡ് അയാളുടെ മുഖത്തേക്ക് നോക്കി. പിന്നീട് ബിർക്കിന്റെ തോളിൽ സ്നേഹത്തോടെ കൈവെച്ചുകൊണ്ട് പറഞ്ഞു.

"റൂപർട്ട്, നിങ്ങൾ എന്നെപ്പറ്റി വിഷമിക്കേണ്ട. ആരുടെ എങ്കിലും ആരോഗ്യത്തെപ്പറ്റി നിങ്ങൾക്ക് ചിന്തിക്കണമെന്ന് താല്പര്യം ഉണ്ടെങ്കിൽ അത് നിങ്ങളുടെ സ്വന്തം ആരോഗ്യത്തെപ്പറ്റിയാണ്. എന്റെ ആരോഗ്യത്തെപ്പറ്റി അല്ല. നിങ്ങൾക്ക് സ്വയം എന്തു തോന്നുന്നു?"

"ശരിയാണ്. പക്ഷേ, നിങ്ങൾ നിങ്ങളുടെ സ്വന്തം ജീവിതത്തിന്റെ സാദ്ധ്യത നശിപ്പിക്കുന്നു. നിങ്ങളുടെ ഏറ്റവും നല്ല സത്തയെ നിങ്ങൾ പാഴാക്കുന്നു."

ജറാൾഡ് ഒരു നിമിഷം നിശ്ശബ്ദനായിരുന്നു. പിന്നീട് അയാൾ പറഞ്ഞു.

"പാഴാക്കുന്നെന്നോ? അതുകൊണ്ട് മറ്റ് എന്ത് കാര്യമാണ് ചെയ്യാനുള്ളത്?"

"പക്ഷേ, നിങ്ങൾ ഇത് ഉപേക്ഷിക്കില്ല. നിങ്ങൾ സ്വയം ഭീതിയിലേക്ക് അവളെ തള്ളിവിടും. എന്നിട്ട് മൃഗീയമായ ഓർമ്മകളെ കഴുത്തിൽ കെട്ടിത്തൂക്കും. ഇപ്പോൾത്തന്നെ അതിൽനിന്ന് പുറത്തുവരൂ."

"മൃഗീയമായ ഓർമ്മകൾ" ജറാൾഡ് ആവർത്തിച്ചു. വീണ്ടും അയാൾ സ്നേഹപൂർവ്വം ബിർക്കിന്റെ തോളിൽ കൈവെച്ചു. "റൂപർട്ട് നിങ്ങൾക്ക് കാര്യങ്ങൾ അവതരിപ്പിക്കാൻ ഒരുപ്രത്യേക സംസാരരീതി ഉണ്ട്."

ബിർക്കിന്റെ മനസ്സിന് ക്ഷീണം തട്ടി. "കാര്യങ്ങൾ അവതരിപ്പിക്കാനുള്ള പ്രത്യേക രീതി" എന്ന് പറഞ്ഞത് അയാൾക്ക് ഇഷ്ടപ്പെട്ടില്ല.

"നിങ്ങൾ അത് കാര്യമാക്കേണ്ട. എന്റെ സ്ഥലത്തേക്ക് വരൂ." ഒരാൾ ഒരു മദ്യപാനിയോട് നിർബ്ബന്ധിച്ചു പറയുന്നതുപോലെ ബിർക്കിൻ പറഞ്ഞു.,

"ഇല്ല." ബിർക്കിന്റെ തോളിൽ കൈ വെച്ചുകൊണ്ട് ജറാൾഡ്

സ്നേഹത്തോടെ പറഞ്ഞു."റൂപർട്ട്, വളരെ നന്ദിയുണ്ട്. നാളെ വന്നാൽ മതിയെങ്കിൽ ഞാൻ സന്തോഷിക്കും. നിങ്ങൾക്ക് മനസ്സിലാകുന്നില്ലേ? ഈ കാര്യത്തിന്റെ അവസാനം കാണണമെന്ന് എനിക്ക് ആഗ്രഹം ഉണ്ട്. പക്ഷേ, ഞാൻ നാളെ വരും. മറ്റ് എന്തിനേക്കാളും കൂടുതലായി നാളെ ഞാൻ നിങ്ങളുടെ അടുത്തുവന്ന് സംസാരിക്കാൻ ആഗ്രഹിക്കുന്നുണ്ടെന്ന് സത്യത്തിൽ എനിക്ക് വിശ്വാസം തോന്നുന്നുണ്ട്. അതെ. ഞാൻ വരും. റൂപർട്ട് നിങ്ങൾക്ക് മനസ്സിലായിട്ടുള്ളതിനേക്കാൾ കൂടുതൽ പ്രാധാന്യം എന്നെ സംബന്ധിച്ചിടത്തോളം നിങ്ങൾക്ക് ഉണ്ട്."

"ഞാൻ മനസ്സിലാക്കിയതിനേക്കാൾ കൂടുതൽ എന്ന് പറഞ്ഞതു കൊണ്ട് നിങ്ങൾ എന്താണ് ഉദ്ദേശിക്കുന്നത്?" ബിർക്കിൻ രോഷത്തോടെ ചോദിച്ചു. അയാളുടെ തോളിൽ പിടിച്ചിരിക്കുന്ന ജറാൾഡിന്റെ കൈകളെപ്പറ്റി ബിർക്കിൻ ആഴത്തിൽ ബോധവാനായിരുന്നു. ഈ വാക്കുതർക്കം തുടരാൻ അയാൾ ആഗ്രഹിച്ചില്ല. മറ്റെയാൾ ഈ വൃത്തികെട്ട കഷ്ടപ്പാടിൽ നിന്നും പുറത്തുവരണമെന്നാണ് അയാൾ ആഗ്രഹിച്ചത്.

"ഞാൻ മറ്റൊരു അവസരത്തിൽ പറയാം." ജറാൾഡ് സ്നേഹത്തോടെ പറഞ്ഞു.

"ഇപ്പോൾ എന്റെകൂടെ വരൂ. നിങ്ങൾ വരണമെന്ന് ഞാൻ ആഗ്രഹിക്കുന്നുണ്ട്." ബിർക്കിൻ പറഞ്ഞു.

അവിടെ തീവ്രവും സത്യസന്ധവുമായ ഒരു ഇടവേള ഉണ്ടായിരുന്നു. എന്തുകൊണ്ടാണ് തന്റെ ഹൃദയം ശക്തിയായി മിടിക്കുന്നതെന്ന് ബിർക്കിൻ സ്വയം അത്ഭുതപ്പെട്ടു. പിന്നീട് ജറാൾഡ് സംസാരിക്കുമ്പോൾ അയാളുടെ വിരലുകൾ ബിർക്കിന്റെ തോളിൽ ആശയവിനിമയം നടത്തിക്കൊണ്ട് കാഠിന്യത്തോടെ പിടിമുറുക്കിയിരുന്നു.

"റൂപർട്ട് ഇതിന്റെ അവസാനം വരെ ഞാൻ ഇവിടെ ഉണ്ടാവും. നിങ്ങളോട് നന്ദിയുണ്ട്. നിങ്ങൾ ഉദ്ദേശിക്കുന്നത് എനിക്ക് അറിയാം. നിങ്ങളും ഞാനും നമുക്ക് കുഴപ്പം ഒന്നും ഇല്ലെന്ന് നിങ്ങൾക്ക് അറിയാം."

"എനിക്ക് കുഴപ്പം ഒന്നും ഇല്ലായിരിക്കാം. പക്ഷേ, ഈ അഴുക്കിൽക്കിടന്ന് മുങ്ങുന്ന നിങ്ങൾ കുഴപ്പം ഉണ്ടെന്ന കാര്യത്തിൽ എനിക്ക് ഉറപ്പ് തോന്നുന്നുണ്ട്." ബിർക്കിൻ പറഞ്ഞു. പിന്നീട് അയാൾ അവിടെനിന്ന് നടന്നുപോയി.

പുലരുന്നതുവരെ മരിച്ചവരുടെ ശരീരങ്ങൾ കണ്ടെത്താൻ കഴിഞ്ഞില്ല. ചെറുപ്പക്കാരനെ ശ്വാസംമുട്ടിച്ചുകൊണ്ട് ഡയാനയുടെ കൈകൾ അയാളുടെ കഴുത്തിൽ വരിഞ്ഞു ചുറ്റിയിരുന്നു.

"അവൾ അയാളെ കൊന്നു." ജറാൾഡ് പറഞ്ഞു.

ചന്ദ്രൻ ആകാശത്തുകൂടി ചരിഞ്ഞിറങ്ങി ഒടുവിൽ അപ്രത്യക്ഷമായി. തടാകത്തിന്റെ ആഴം നാലിലൊന്നായി കുറഞ്ഞിരുന്നു. അടിത്തട്ടിൽ ചേറ് കട്ടപിടിച്ചിരുന്നു. വെള്ളത്തിന് അഴുകിയ മണം ഉണ്ടായിരുന്നു. കിഴക്ക്ഭാഗത്തെ കുന്നുകൾക്ക് പിന്നിൽ പുലരി പൊട്ടിവിടർന്നു. വെള്ളം അപ്പോഴും വാൽവിലൂടെ മുഴക്കം ഉണ്ടാക്കിക്കൊണ്ട് ഒഴുകുന്നുണ്ടായിരുന്നു.

പ്രഭാതത്തിന്റെ തുടക്കത്തിൽ കിളികൾ ആദ്യമായി ചിലച്ച് തുടങ്ങുകയും ഒഴിഞ്ഞ തടാകത്തിനു പിന്നിലെ കുന്നുകൾ പുലരിവെളിച്ചത്തിൽ തിളങ്ങാൻ തുടങ്ങുകയും ചെയ്തപ്പോൾ ശവശരീരങ്ങൾ കിടത്തിയ മഞ്ചലുകളുമായി ഒരു ഘോഷയാത്ര ഷോർട്ട്ലാൻഡ്സിലേക്ക് കടന്നുപോയി. അതിന്റെ ഒരുവശത്ത് ജറാൾഡ് ഉണ്ടായിരുന്നു. നരച്ചതാടിയുള്ള രണ്ട് അച്ഛന്മാരും അതിനെ നിശ്ശബ്ദരായി അനുഗമിച്ചു. വീട്ടുകാരെല്ലാം വീട്ടിനുള്ളിൽ ഉറങ്ങാതെ കാത്തിരിക്കുകയായിരുന്നു. ആരെങ്കിലും അമ്മയുടെ മുറിയിൽ ചെന്ന് അവരോട് കാര്യം അറിയിക്കണം. ഡോക്ടർ രഹസ്യമായി അയാൾ തളരുന്നതുവരെ മകനെ തിരിച്ചുകൊണ്ടുവരാൻ വേണ്ടി ബുദ്ധിമുട്ടുന്നുണ്ടായിരുന്നു.

ചുറ്റുപാടുമുള്ള എല്ലാ പ്രദേശങ്ങളിലും ആ ഞായറാഴ്ചത്തെ പ്രഭാതത്തിൽ ഭയാനകമായ പിരിമുറുക്കത്തിന്റെ നിശ്ശബ്ദത പടർന്നിരുന്നു. ഖനിയിലെ ആളുകൾക്ക് ഈ മഹാവിപത്ത് അവർക്ക് നേരിട്ട് സംഭവിച്ചത് പോലെതോന്നി. അവരുടെ ഇടയിൽ നിന്നുമുള്ള ആളുകൾ മരിച്ചുപോയതിനേക്കാൾ വലിയ ഞെട്ടലാണ് അവർക്ക് അനുഭവപ്പെട്ടത്. ആ ജില്ലയിലെ ഏറ്റവും വലിയ വീട്ടിലെ ഇതുപോലെയുള്ള ഒരു ദുരന്തം! കപ്പലിന്റെ മേൽത്തട്ടിൽ നൃത്തം ചെയ്തുകൊണ്ടിരുന്ന ചെറുപ്പക്കാരികളായ യജമാനത്തിമാരിൽ തന്നിഷ്ടക്കാരിയായ ഒരുവൾ ആഘോഷത്തിനിടയിൽ ചെറുപ്പക്കാരനായ ഡോക്ടറോടൊപ്പം വെള്ളത്തിൽ മുങ്ങിമരിക്കുന്നു! ഞായറാഴ്ച രാവിലെ എല്ലാ സ്ഥലങ്ങളിലും ആപത്തിനെ പറ്റിയുള്ള ചർച്ചകളുമായി ഖനി ജോലിക്കാർ അലഞ്ഞുതിരിഞ്ഞു. മരണത്തിന്റെ ദേവത അടുത്തെത്തിയിരിക്കുന്നത് പോലെയുള്ള ഒരു പ്രതീതി ആയിരുന്നു. അന്തരീക്ഷത്തിന് അലൗകികമായ ഒരു പരിവേഷം ഉണ്ടായിരുന്നു. പരുഷന്മാരുടെ മുഖത്ത് പരിഭ്രമം ഉണ്ടായിരുന്നു. സ്ത്രീകൾ ഗൗരവത്തിലാണെന്ന് തോന്നി. അവരിൽ ചിലർ കരയുന്നുണ്ടായിരുന്നു. തുടക്കത്തിൽ അവിടുത്തെ ബഹളം കുട്ടികൾ ആസ്വദിച്ചു. അന്തരീക്ഷത്തിൽ ഏറെക്കുറെ ഐന്ദ്രജാലികമെന്ന് പറയാവുന്ന ഒരു തീവ്രത ഉണ്ടായിരുന്നു. അത് എല്ലാവരും ആസ്വദിച്ചിരുന്നോ? അതിന്റെ സ്പന്ദനം എല്ലാവരും ആസ്വദിക്കുന്നുണ്ടായിരുന്നോ?

ജറാൾഡിനെ സാന്ത്വനപ്പെടുത്തുന്നതിനെപ്പറ്റി ഗുഡ്റണിന് വന്യമായ ആശയങ്ങൾ ഉണ്ടായിരുന്നു. ഈ സമയത്തെല്ലാം അവൾ അയാളെ പൂർണ്ണമായും സാന്ത്വനപ്പെടുത്തുന്നതിനെപ്പറ്റി ആലോചിക്കുകയായിരുന്നു. അയാൾക്ക് ധൈര്യം കൊടുക്കുന്നതിനുള്ള കാര്യങ്ങളെപ്പറ്റി ചിന്തിക്കുകയായിരുന്നു. അവൾക്ക് ഭയം തോന്നുന്നുണ്ടായിരുന്നു. പക്ഷേ, അവൾ സ്വയം ജറാൾഡിനോട് എങ്ങനെയാണ് പെരുമാറാൻ പോകുന്നതെന്നുള്ള ആലോചനകൊണ്ട് അവളുടെ ഭയം ഇല്ലാതായി. അവളുടെ ഭാഗം അവൾ എങ്ങനെയാണ് അഭിനയിക്കാൻ പോകുന്നത്? അവളുടെ ഭാഗം എങ്ങനെ അഭിനയിക്കും എന്നതാണ് സത്യത്തിൽ ഏറ്റവും രോമാഞ്ചം ഉണ്ടാക്കുന്ന കാര്യം.

ഉർസുലയ്ക്ക് ബിർക്കിനോട് ആഴത്തിലുള്ള പ്രണയം ആയിരുന്നു. അവൾക്ക് ഒന്നും ചെയ്യാനുള്ള കഴിവ് ഉണ്ടായിരുന്നില്ല. അവൾ അപകടത്തെ പരിപൂർണ്ണമായും അവഗണിച്ചു. പക്ഷേ, അവളുടെ പിണങ്ങിയിരിക്കുന്നതുപോലുള്ള മുഖഭാവം അവൾക്കു വിഷമം ഉണ്ടെന്നുള്ള കാര്യം വ്യക്തമാക്കി. അവൾ കാണുന്ന സ്ഥലങ്ങളിലൊക്കെ അയാളെ പ്രതീക്ഷിച്ചുകൊണ്ട് വെറുതെ ഇരുന്നു. അയാൾ വീട്ടിൽവരണമെന്ന് അവൾ ആഗ്രഹിച്ചു. മറ്റൊരു രീതിയിലും അവൾക്ക് അയാളെ കാണാനുള്ള വഴിയില്ല. അയാൾ നിശ്ചയമായും ഉടൻതന്നെ വന്നുചേരണം. അവൾ അയാൾക്ക് വേണ്ടി കാത്തിരിക്കുന്നു. അവൾ പകൽ മുഴുവൻ അയാൾ വാതിലിൽ മുട്ടുന്നതും പ്രതീക്ഷിച്ച് വീട്ടിനുള്ളിൽ തന്നെ ഇരുന്നു. ഓരോ മിനിറ്റിലും അവൾ യാന്ത്രികമായി ജനാലയിലേക്ക് പ്രതീക്ഷയോടെ നോക്കി. അയാൾ അവിടെ ഉണ്ടാവും.

15

ഞായറാഴ്ച വൈകുന്നേരം

പകൽ കൊഴിഞ്ഞുതീരുന്നതിനൊത്ത് ഉർസുലയുടെ ഉള്ളിൽ നിന്നും ജീവരക്തം വറ്റിപ്പോകുന്നതായി തോന്നി. അവളുടെ ഉള്ളിൽ കടുത്ത നൈരാശ്യത്തിന്റെ ശൂന്യത ഉരുണ്ടുകൂടി. അവളുടെ അഭിനിവേശത്തിന്റെ ചോര ഒഴുകിത്തീർന്ന് മരിക്കാൻ പോകുകയാണെന്ന് തോന്നി. അതിനുശേഷം ഒന്നും അവശേഷിക്കുന്നില്ല. അവൾ മരണത്തേക്കാൾ അസഹനീയമായ പരിപൂർണ്ണ ശൂന്യതയുടെ അവസ്ഥയിൽ എത്തിയിരുന്നു.

അന്തിമമായ കഷ്ടപ്പാടിന്റെ തെളിച്ചമുള്ള വ്യക്തതയിൽ അവൾ സ്വയം പറഞ്ഞു."എന്തെങ്കിലും സംഭവിച്ചില്ലെങ്കിൽ ഞാൻ മരിക്കും. ഞാൻ എന്റെ ജീവിതരേഖയുടെ അന്ത്യത്തിൽ എത്തിയിരിക്കുന്നു."

അവൾ മരണത്തിന്റെ അതിർത്തിയായ ഇരുട്ടിൽ തകർന്നു നശിച്ച് വെറുതെ ഇരുന്നു. ജീവിതകാലം മുഴുവൻ ഈ അതിർത്തിയിലേക്ക് അവൾ എങ്ങനെയാണ് അടുത്തുവന്നുകൊണ്ടിരുന്നതെന്ന് അവൾ ആലോചിച്ചു. അതിനുമപ്പുറത്ത് ഒന്നും തന്നെ ഇല്ല. അവിടെനിന്നും അറിയപ്പെടാത്തതിലേക്ക് ഒരാൾക്ക് സാപ്ഫോയെ* പ്പോലെ കുതിച്ചുചാടാം. മരണം തലയ്ക്കു മുകളിൽ തൂങ്ങുന്നുണ്ടെന്നുള്ള അറിവ് ഒരു മയക്കുമരുന്ന് പോലെയാണ്. ഇരുട്ടിൽ ആലോചിക്കാതെ തന്നെ താൻ മരണത്തിനടുത്തെത്തിയെന്ന് അവൾക്ക് അറിയാം. അവളുടെ ജീവിതം മുഴുവൻ സംതൃപ്തിയുടെ രേഖയിലൂടെയാണ് അവൾ സഞ്ചരിച്ചിരുന്നത്. ആ രേഖ ഏകദേശം അവസാനിച്ചിരിക്കുന്നു. അറിയേണ്ടതെല്ലാം അവൾ അറിഞ്ഞു കഴിഞ്ഞു. അനുഭവിക്കേണ്ടതെല്ലാം അവൾ അനുഭവിച്ചുകഴിഞ്ഞു. അവൾ

---

* ഫാഓൺ എന്ന സുന്ദരനായ ചെറുപ്പക്കാരൻ ഉപേക്ഷിച്ചതുകൊണ്ട് കടലിൽ ചാടി മരിച്ച ഗ്രീക്ക് കവയിത്രി (600 ബി സി)

പരിപക്വമായിരുന്നു. ഇനിയും ബാക്കിവരുന്നത് മരത്തിൽ നിന്ന് മരണത്തിലേക്ക് വീഴുന്നത് മാത്രമാണ്. ഒരാൾക്ക് അയാളുടെ വികാസത്തെ അന്ത്യംവരെ നിശ്ചയമായും കൊണ്ടെത്തിക്കണം. ഒരാൾക്ക് വികാസത്തിന്റെ സാഹസികതയെ അതിന്റെ അവസാനംവരെ ചുമന്നുകൊണ്ട് പോകണം. അടുത്ത ചുവട് അതിർത്തിക്ക് മുകളിലൂടെ മരണത്തിലേക്കായിരുന്നു. അതായത് ആ ചുവട് അപ്പോഴായിരിക്കും! ഈ അറിവിൽ ഒരുതരം സമാധാനം ഉണ്ടായിരുന്നു.

എന്തായാലും ഒരാൾ പൂർണ്ണതയിൽ എത്തിക്കഴിയുമ്പോൾ ഒരു പഴുത്തപഴം താഴോട്ട് വീഴുന്നതുപോലെ ഒരാൾക്ക് മരണത്തിലേക്ക് വീഴാൻ അങ്ങേയറ്റം സന്തോഷം ഉണ്ടായിരിക്കും. മരണം ഒരു പൂർത്തിയാക്കൽ ആണ്. പൂർത്തീകരണത്തിന്റെ ഒരു അനുഭവം. അത് ജീവിതത്തിൽ നിന്നുള്ള ഒരു പുരോഗതി ആണ്. നമ്മൾ ജീവിച്ചിരിക്കുമ്പോൾ തന്നെ നമുക്ക് ഈ കാര്യം അറിവുണ്ട്. അപ്പോൾ പിന്നെ നമ്മൾ കൂടുതൽ ചിന്തിക്കുന്നത് എന്തിനാണ്? പൂർത്തീകരണത്തിന് അപ്പുറമുള്ള കാര്യങ്ങൾ ഒരാൾക്ക് ഒരിക്കലും കാണാൻ കഴിയില്ല. മരണം മഹത്തായ ഒരു നിർണ്ണായക അനുഭവം ആണെന്നുള്ള കാര്യംതന്നെ ധാരാളമാണ്. ആ അനുഭവം നമുക്ക് അറിയാത്ത ഒരു കാര്യമായിരിക്കുമ്പോൾ ആ അനുഭവത്തിനുശേഷം സംഭവിക്കുന്നത് എന്തൊക്കെയാണെന്ന് നമ്മൾ എന്തിനാണ് അന്വേഷിക്കുന്നത്? നമുക്ക് മരിക്കാം. കാരണം എല്ലാ അനുഭവങ്ങൾക്കും അവസാനം വരുന്ന മഹത്തായ അനുഭവം അതാണ്. നമ്മൾ ഈ അനുഭവത്തിന്റെ മുന്നിൽ എത്തിച്ചേരുന്നതാണ്. അടുത്ത വലിയ പ്രതിസന്ധിഘട്ടം നമ്മൾ കാത്തുനില്ക്കുകയാണെങ്കിൽ കടന്നു ചെല്ലാൻ നമ്മൾ മടിക്കുകയാണെങ്കിൽ നമ്മൾ മാന്യത ഇല്ലാത്ത അസ്വസ്ഥതയോടെ വാതിലിൽ ചുറ്റിത്തിരിയുകയാണ് ചെയ്യുന്നത്. നമുക്കു മുന്നിൽ സാഫ്പോയുടെ മുന്നിലെന്നപോലെ അതിർത്തികൾ ഇല്ലാത്ത ശൂന്യത ഉണ്ട്. അതിനുള്ളിലേക്കാണ് യാത്ര തുടരേണ്ടത്. നമ്മുടെ യാത്ര തുടർന്നുകൊണ്ട് പോകാനുള്ള ധൈര്യം നമുക്കില്ലേ? എനിക്ക് പേടിയാണേ?" എന്ന് നമ്മൾ വിളിച്ചുകൂവണോ? മരണത്തിന്റെ അർത്ഥം എന്തുതന്നെ ആയാലും മുന്നോട്ട് പോകുമ്പോൾ നമ്മൾ മരണത്തിൽത്തന്നെ എത്തിച്ചേരും. ഒരാൾക്ക് അടുത്ത ചുവട് കാണാൻ കഴിയുന്നുണ്ടെങ്കിൽ അതിനടുത്തുള്ള ചുവടിനെ അയാൾ എന്തിനാണ് ഭയക്കുന്നത്? അടുത്തതിന്റെ അടുത്ത ചുവടിനെപ്പറ്റി എന്തിനാണ് ചോദിക്കുന്നത്. അടുത്ത ചുവടിനെപ്പറ്റി നമുക്ക് സംശയമില്ല. അത് മരണത്തിലേക്കുള്ള ചുവടാണ്.

"ഞാൻ മരിക്കും. ഞാൻ പെട്ടെന്ന് മരിക്കും."ഉർസുല മനുഷ്യർക്കു തോന്നുന്ന ഉറപ്പിന്റെ അപ്പുറം ഉള്ള ഉറപ്പിൽ ഒരു മയക്കത്തിലെന്നപോലെ വ്യക്തമായി പറഞ്ഞു. പക്ഷേ, പിന്നിൽ എവിടെയോ ഒരു നൈരാശ്യവും സങ്കടവും ഉണ്ടായിരുന്നു. അത് നിശ്ചയമായും ശ്രദ്ധിക്കേണ്ട കാര്യം ഇല്ല. ഇടറാത്ത മനസ്സ് സഞ്ചരിക്കുന്ന വഴിക്കു വേണം ഒരാൾ സഞ്ചരിക്കാൻ. ഭയംകൊണ്ട് മടിച്ചു നില്ക്കാൻ പാടില്ല. മടിച്ചുനില്ക്കാൻ ഇല്ല. കുറഞ്ഞ

ശബ്ദങ്ങൾക്ക് ചെവി കൊടുക്കലും ഇല്ല. ഇപ്പോഴത്തെ ഏറ്റവും ആഴമുള്ള ആഗ്രഹം അജ്ഞാതമായ മരണത്തിലേക്ക് പോകാനാണെങ്കിൽ ആഴം കഴിഞ്ഞ ഒരു സത്യത്തിനുവേണ്ടി ഒരാൾ ഏറ്റവും ആഴമുള്ള സത്യത്തെ നഷ്ടപ്പെടുത്തണോ?

"അപ്പോൾ അത് അവസാനിക്കട്ടെ!" അവൾ സ്വയം പറഞ്ഞു. അത് ഒരു തീരുമാനം ആയിരുന്നു. അത് ഒരാളുടെ ജീവിതം അവസാനിപ്പിക്കുന്ന പ്രശ്നം അല്ല. അവൾ ഒരിക്കലും സ്വയം കൊല്ലുകയില്ല. അത് ക്രൂരവും അസഹ്യവും ആണ്. അത് അടുത്ത ചുവട് അറിയുന്നതിന്റെ പ്രശ്നം ആണ്. അടുത്ത ചുവട് മരണത്തിന്റെ ശൂന്യതയിലേക്കാണ് നയിക്കുന്നത്.

അവളുടെ ചിന്തകൾ അബോധാവസ്ഥയിലേക്ക് ഒലിച്ചുപോയി. അവൾ നെരിപ്പോടിനടുത്ത് ഉറങ്ങുന്ന മട്ടിൽ ഇരുന്നു. അപ്പോൾ ചിന്തകൾ വീണ്ടും തിരിച്ചുവന്നു. മരണത്തിന്റെ ശൂന്യത! അവൾക്ക് അവളെ സ്വയം അതിന് കൊടുക്കാൻ കഴിയുമോ? കഴിയും. അത് ഒരു ഉറക്കം ആയിരുന്നു. അവൾ വേണ്ടത്ര ഉറങ്ങിക്കഴിഞ്ഞു. വളരെക്കാലം അവൾ അടക്കിവെച്ചിരുന്നു. അവൾ ചെറുത്തുനിന്നിരുന്നു. ഇപ്പോൾ അടിയറവ് പറയേണ്ട സമയമാണ്. കൂടുതൽ ചെറുത്ത് നില്ക്കേണ്ടതില്ല.

ഒരുതരം ആത്മീയമായ മയക്കത്തിനു അവൾ വഴങ്ങിക്കൊടുത്തു. അവൾ കീഴടങ്ങി. എല്ലാം ഇരുട്ടായി. ഇരുട്ടിനുള്ളിൽ അവളുടെ ശരീരത്തിന്റെ ഭയാനകമായ അവകാശവാദം പുറത്ത് പറയാൻ കഴിയാതെ ദ്രവീകരണത്തിന്റെ തീവ്രവേദന, ശരീരത്തിനുള്ളിലെ ദ്രവീകരണത്തിന്റെ ഭയങ്കരമായ മനം പുരട്ടൽ, അവൾക്ക് അനുഭവിക്കാൻ കഴിഞ്ഞു.

"മനസ്സിനോട് ശരീരം ഇത്രപെട്ടെന്ന് യോജിപ്പിലെത്താറുണ്ടോ?" ആത്യന്തികമായ അറിവിന്റെ വ്യക്തതയിൽ ശരീരം മനസ്സിന്റെ ആവിഷ്കരണങ്ങളിൽ ഒന്നാണെന്നും ശരീരത്തിന്റെ പരിവർത്തനങ്ങൾ അവിഭാജ്യമായ മനസ്സിന്റെ ആവിഷ്കരണങ്ങൾ ആണെന്നും അവൾക്ക് അറിയാം. ജീവിതത്തിന്റെ താളത്തിൽ നിന്നും ഞാൻ എന്നെ സ്വയം കുറ്റവിമുക്തനാക്കിയില്ലെങ്കിൽ, ഞാൻ എന്റെ ഇച്ഛാശക്തിയെ നിലയ്ക്ക് നിർത്തിയില്ലെങ്കിൽ, ഞാൻ ജീവിതത്തിൽനിന്ന് ഒറ്റപ്പെട്ട് എന്റെ ഇച്ഛാശക്തിക്കുള്ളിൽ തന്നെ കുറ്റവിമുക്തയാകേണ്ടിവരും. ആവർത്തനങ്ങളുടെ ആവർത്തനമായ ജീവിതം യാന്ത്രികമായി ജീവിക്കുന്നതിലും ഭേദം മരിക്കുന്നതാണ്. മരിക്കുന്നത് അദൃശ്യമായതിനൊപ്പം സഞ്ചരിക്കലാണ്. മരിക്കുന്നത് ഒരു ആഹ്ലാദം കൂടി ആണ്. അറിയപ്പെടുന്നതിനേക്കാൾ മഹത്തരമായ അറിയപ്പെടാത്തതിനു കീഴടങ്ങുന്നതിന്റെ ആഹ്ലാദം അതിൽ ഉണ്ട്. അത് ഒരു ആഹ്ലാദം ആണ്. പക്ഷേ, ഇച്ഛാശക്തിയുടെ ചലനങ്ങളിൽ നിന്നും വിട്ടുമാറി യാന്ത്രികമായി ജീവിക്കുന്നത് നാണക്കേടാണ്. മാനഹാനി വരുത്തുന്ന കാര്യമാണ്. മരണത്തിൽ മാനഹാനി ഇല്ല. ഒന്നും കൂട്ടിച്ചേർക്കപ്പെടാത്ത യാന്ത്രികമായ ജീവിതത്തിൽ പൂർണ്ണമായ മാനഹാനി ഉണ്ട്. ജീവിതം നിശ്ചയമായും ഒരുപക്ഷേ, ആത്മാവിന് നാണ

ക്കേടായിരിക്കാം. പക്ഷേ, മരണം ഒരിക്കലും നാണക്കേടല്ല. മരണം അനന്തമായ ശൂന്യത പോലെ നമുക്ക് മലിനമാക്കാൻ കഴിയുന്നതിനും അപ്പുറമാണ്.

പിറ്റേ ദിവസം തിങ്കളാഴ്ച ആയിരുന്നു. തിങ്കളാഴ്ച; സ്കൂളിൽ: മറ്റൊരു ആഴ്ച കൂടി തുടങ്ങുന്നു! വിരസമായ നാണംകെട്ട ഒരാഴ്ചകൂടി. പതിവ് അനുസരിച്ചുള്ള യാന്ത്രികമായ പ്രവർത്തനങ്ങൾ. മരണത്തിന്റെ സാഹസികതയ്ക്ക് അതിരറ്റ മുൻതൂക്കം ഇല്ലേ? ഇത്തരം ഒരു ജീവിതത്തേക്കാൾ മരണം കൂടുതൽ മനോഹരവും മാന്യവും അല്ലേ? ആന്തരികമായി യാതൊരു അർത്ഥവും ഇല്ലാത്ത യാതൊരു യഥാർത്ഥ താല്പര്യങ്ങളും ഇല്ലാത്ത ഒരു ജീവിതം. ജീവിതം എത്രമാത്രം ദുഷിച്ചിരിക്കുന്നു. ആത്മാവിന് ഇത് എത്രമാത്രം നാണക്കേടായിരുന്നു. ഇപ്പോൾ ജീവിക്കുന്നത് ആത്മാവിന് എത്രമാത്രം ഭയാനകമായ നാണക്കേടാണ്. മരിക്കുന്നത് എത്രമാത്രം വൃത്തിയും അന്തസ്സും ഉള്ളകാര്യമാണ്. ഒരാൾ മരണത്തിലൂടെ ഫലപ്രാപ്തിയിലെത്തും. അവൾ ധാരാളം കണ്ടുകഴിഞ്ഞു. ജീവിതം എവിടെയാണ് കാണുന്നതെന്ന് അവൾക്ക് അറിയാം. തിരക്കുള്ള യന്ത്രങ്ങളിൽ പൂക്കൾ വിരിയില്ല. പതിവായി ഒരേ ആകാശം ഇല്ല. കറങ്ങുന്ന ചലനത്തിൽ ശൂന്യത ഇല്ല. ജീവിതം സത്യത്തിൽനിന്നും ഒറ്റപ്പെട്ടുപോയ ഒരു കറങ്ങുന്ന യാന്ത്രികമായ ചലനം ആണ്. ജീവിതത്തിൽ നിന്ന് ഒന്നും പ്രതീക്ഷിക്കാനില്ല. എല്ലാ രാജ്യങ്ങളിലും എല്ലാ മനുഷ്യരിലും അത് അങ്ങനെ തന്നെ ആയിരുന്നു. ഒരേ ഒരു ജനാല മരണം മാത്രമായിരുന്നു. മരണത്തിന്റെ ഇരുണ്ട വിശാലമായ ആകാശത്തേക്ക് തികഞ്ഞ ആവേശത്തോടെ ക്ലാസ് മുറിയിൽനിന്ന് ജനാലയിലൂടെ പുറത്തെ പരിശുദ്ധമായ സ്വാതന്ത്ര്യം നോക്കിനില്ക്കുന്ന കുട്ടിയെപ്പോലെ ഒരുവന് നോക്കിക്കൊണ്ട് നില്ക്കാൻ കഴിയും. ഇപ്പോൾ ആ ഒരാൾ ഒരു കുട്ടിയല്ല. മനസ്സ് ജീവിതത്തിന്റെ വിശാലവും മലിനവും ആയ മണിമാളികയിലെ തടവുകാരനാണെന്ന് അവൾക്ക് അറിയാം. മരണത്തിലൂടെയല്ലാതെ ഒരിക്കലും രക്ഷപ്പെടാൻ കഴിയില്ലെന്നും അവൾക്കറിയാം.

പക്ഷേ, എന്തുമാത്രം സന്തോഷം? മനുഷ്യവർഗ്ഗം ചെയ്തുകൂട്ടിയ കാര്യങ്ങൾക്കൊന്നും മരണത്തിന്റെ സാമ്രാജ്യത്തെ കീഴടക്കി അതിനെ നിഷ്പ്രഭമാക്കാൻ കഴിഞ്ഞില്ലെന്നുള്ള ചിന്ത എത്രമാത്രം സന്തോഷകരമാണ്. കടലിനെ അവർ മാരകമായ തെരുവുകളാക്കി മാറ്റി. അതിനെ അവർ കച്ചവടത്തിനുള്ള കലുഷിതമായ വഴികളാക്കിമാറ്റി. ഒരുവൻ നഗരത്തിലെ ഓരോ ഇഞ്ചിനുവേണ്ടിയും തർക്കിക്കുന്നത് പോലെ കടലിനുവേണ്ടിയും അവർ തർക്കിച്ചു. അന്തരീക്ഷവും അവർ സ്വന്തമാണെന്ന് പറഞ്ഞു. അത് അവർ പങ്കുവെച്ചു. ചില ഉടമസ്ഥർക്ക് അവർ ഭാഗിച്ചു കൊടുത്തു. അതിനുവേണ്ടി വഴക്കടിക്കാൻ വേണ്ടി അവർ അതിർത്തികൾ അതിക്രമിച്ചുകടന്നു. എല്ലാം ആണികൾ തറച്ചു നിർത്തിയ മതിൽക്കെട്ടിനുള്ളിലായി. ഒരുവന് നിശ്ചയമായും ജീവിതത്തിന്റെ ദുർഘടമായ വഴികളിലെ ആണികൾ കൂർത്തുനില്ക്കുന്ന ഈ മതിൽക്കെട്ടു

കൾക്കിടയിലൂടെ നാണംകെട്ട് ഇഴയേണ്ടിവരുന്നു.

പക്ഷേ, അതിരുകൾ ഇല്ലാത്ത വിശാലമായ മരണത്തിന്റെ ഇരുണ്ട സാമ്രാജ്യത്തിൽ മനുഷ്യവർഗ്ഗം പരിഹസിക്കപ്പെട്ടു. ഭൂമിയിൽ അവർക്ക് വളരെ അധികം ചെയ്യാൻ കഴിഞ്ഞു. അവർ അവിടെ വിവിധതരത്തിലുള്ള ചെറിയ ദൈവങ്ങൾ ആയിരുന്നു. പക്ഷേ, മരണത്തിന്റെ സാമ്രാജ്യത്തിൽ അവരെല്ലാം പരിഹസിക്കപ്പെട്ടു. അതിനെ നേരിട്ടപ്പോൾ അവരുടെ യഥാർത്ഥത്തിലുള്ള പ്രാകൃതമായ നിസ്സഹായതയിലേക്ക് അവർ ചുരുങ്ങിപ്പോയി.

മരണം എത്രമാത്രം സുന്ദരവും മഹനീയവും പരിപൂർണ്ണവും ആണ്. അതിനെ പ്രതീക്ഷിക്കുന്നത് എത്രമാത്രം നല്ലകാര്യമാണ്. ഇവിടെവെച്ച് ഒരാളെ മൂടിയ അഴുക്കുമാലിന്യങ്ങളും കള്ളങ്ങളും എല്ലാംതന്നെ മരണത്തിലൂടെ കഴുകിക്കളയാൻ പറ്റും. വൃത്തിയിലേക്കുള്ള ഒരു പരിപൂർണ്ണമായ കുളിക്ക് ശേഷം അറിയപ്പെടാതെ, ചോദ്യംചെയ്യപ്പെടാതെ പുതിയ ഉന്മേഷത്തോടെയുള്ള ഒരു യാത്ര. ഉത്തമമായ ഒരു മരണം വാഗ്ദാനം ചെയ്യപ്പെട്ടിട്ടുണ്ടെങ്കിൽ മാത്രമേ ഒരാൾ സമ്പന്നനാകുന്നുള്ളൂ. എല്ലാത്തിലും വലിയ സന്തോഷം അതാണ്.

ജീവിതം എന്തുതന്നെ ആയാലും അതിന് മരണത്തെ മാറ്റി നിർത്താൻ കഴിയില്ല. ദയയില്ലാത്ത അതീന്ദ്രിയമായ മരണം. ഹോ. നമുക്ക് അതിനെപ്പറ്റി ചോദ്യങ്ങൾ ചോദിക്കാതിരിക്കാം. അത് എന്താണെന്നോ അത് എന്ത് അല്ലെന്നോ നമുക്ക് ചോദിക്കാതിരിക്കാം. അറിയുന്നത് മനുഷ്യസഹജമാണ്. മരണത്തിൽ നമ്മൾ അറിയുന്നില്ല. മരണത്തിന്റെ സന്തോഷം അറിവിന്റെ കയ്പിനും നമ്മുടെ മനുഷ്യപ്രകൃതിയുടെ അധമത്വത്തിനും പ്രായശ്ചിത്തമായിമാറുന്നു. മരണത്തിൽ നമ്മൾ മനുഷ്യസഹജം ആയിരിക്കില്ല. നമ്മൾ അറിയുന്നുണ്ടാവില്ല. ഈ വാഗ്ദാനമാണ് നമ്മുടെ പൈതൃകം. അതിലേക്ക് അനന്തരാവകാശികളെപ്പോലെ നമ്മൾ പ്രതീക്ഷയോടെ ഉറ്റുനോക്കുന്നു.

ഉർസുല സ്വീകരണ മുറിയിലെ നെരിപ്പോടിനടുത്ത് എല്ലാം മറന്ന് നിശ്ശബ്ദയായി ഇരുന്നു. കുട്ടികൾ അടുക്കളയിൽ കളിച്ചുകൊണ്ടിരിക്കുകയായിരുന്നു. മറ്റെല്ലാവരും പള്ളിയിൽ പോയിരുന്നു. അവൾ അവളുടെ ആത്മാവിന്റെ ആത്യന്തികമായ ഇരുട്ടിൽ എത്തിച്ചേർന്നിരുന്നു.

ദൂരെ അടുക്കളയ്ക്കുള്ളിൽ ഒരുമണി മുഴങ്ങുന്നതുകേട്ട് ഉർസുല ഞെട്ടിപ്പോയി. കുട്ടികൾ അമ്പരപ്പോടെ ഇടനാഴിയിലേക്ക് ഓടിവന്നു.

"ആരോ വന്നിട്ടുണ്ട്."

"എനിക്ക് അറിയാം. പറഞ്ഞുതരണ്ട." അവൾ മറുപടി പറഞ്ഞു. അവളും അമ്പരന്നിരുന്നു. ഏകദേശം ഭയപ്പെട്ടിരുന്നു. വാതിലിനടുത്തേക്ക് പോകാൻ അവൾക്ക് ധൈര്യം ഉണ്ടായിരുന്നില്ല.

ബിർക്കിൻ മഴക്കോട്ട് ചെവിവരെ ഉയർത്തിവെച്ച് ഉമ്മറപ്പടിയിൽ നില്ക്കുന്നുണ്ടായിരുന്നു. അയാൾ വന്ന ഈ നിമിഷത്തിൽ അവൾ വളരെ വേഗത്തിലായിരുന്നു. അയാളുടെ പിന്നിലെ മഴപെയ്യുന്ന രാത്രിയെപ്പറ്റി

അവൾ ബോധവതിയായി.

"ഓ നിങ്ങൾ ആയിരുന്നോ?" അവൾ പറഞ്ഞു.

"നിങ്ങൾ വീട്ടിലുള്ളതിൽ എനിക്ക് സന്തോഷമുണ്ട്" വീട്ടിലേക്ക് പ്രവേശിച്ചുകൊണ്ട് അയാൾ ശബ്ദംതാഴ്ത്തി പറഞ്ഞു.

"അവരെല്ലാം പള്ളിയിൽ പോയിരിക്കുകയാണ്."

അയാൾ മഴക്കോട്ട് ഊരി തൂക്കി ഇട്ടു. കുട്ടികൾ മുറിയുടെ മൂലയിൽ നിന്നുകൊണ്ട് അയാളെ ഉളിഞ്ഞു നോക്കിക്കൊണ്ടിരുന്നു.

"ബില്ലിയും ഡോറയും പോയി വേഷം മാറ്റൂ." ഉർസുല പറഞ്ഞു. "അമ്മ ഇപ്പോൾ തിരിച്ചുവരും. നിങ്ങൾ ഉറങ്ങാൻ പോയില്ലെങ്കിൽ അമ്മ വിഷമിക്കും."

കുട്ടികൾ ഒരു വാക്കുപോലും പറയാതെ പെട്ടെന്ന് പിൻവാങ്ങി. ബിർക്കിനും ഉർസുലയും സ്വീകരണമുറിയിലേക്ക് പോയി.

തീ ശക്തിയില്ലാതെ കത്തിക്കൊണ്ടിരുന്നു. അയാൾ അവളെ നോക്കി. അവളുടെ കണ്ണുകളുടെ തിളക്കവും അവളുടെ സൗന്ദര്യത്തിന്റെ ലാളിത്യവും കണ്ട് അയാൾ അത്ഭുതപ്പെട്ടു. ഹൃദയത്തിൽ അത്ഭുതവുമായി അയാൾ അല്പം അകലത്തുനിന്നുകൊണ്ട് അവളെ ശ്രദ്ധിച്ചു. വിളക്കിന്റെ വെളിച്ചത്തിൽ അവൾക്ക് രൂപാന്തരം സംഭവിച്ചിരിക്കുന്നതുപോലെ തോന്നി.

"പകൽ മുഴുവൻ നിങ്ങൾ എന്തു ചെയ്യുകയായിരുന്നു?" അയാൾ അവളോട് ചോദിച്ചു.

"വെറുതെ ഇരിക്കുകയായിരുന്നു." അവൾ പറഞ്ഞു.

അയാൾ അവളെ നോക്കി. അവൾക്ക് ഒരു വ്യത്യാസം വന്നിരുന്നു. പക്ഷേ, അവൾ അയാളിൽ നിന്നും വേർപെട്ട് നിന്നു. അവൾ ഒരുതരം തിളക്കത്തോടെ ഒറ്റപ്പെട്ടിരുന്നു. വിളക്കിന്റെ അരണ്ട വെളിച്ചത്തിൽ അവർ രണ്ടുപേരും നിശ്ശബ്ദരായി ഇരുന്നു. അയാൾക്ക് അവിടെനിന്ന് തിരിച്ചു പോകണമെന്നും വരേണ്ടിയിരുന്നില്ലെന്നും തോന്നി. എങ്കിലും അയാൾക്ക് അവിടെ നിന്നുപോകാനുള്ള തീരുമാനത്തിലെത്താൻ കഴിഞ്ഞില്ല. പക്ഷേ, അയാൾക്ക് മടുപ്പ് തോന്നി. അവളുടെ മുഖം മ്ലാനമായിരുന്നു. അവൾ ഒറ്റപ്പെട്ടിരുന്നു.

അപ്പോൾ വാതിലിന് പുറത്തുനിന്നും രണ്ടുകുട്ടികൾ പേടിച്ച് നാണിച്ച് വിളിക്കുന്ന ശബ്ദം കേട്ടു.

"ഉർസുല ചേച്ചി! ഉർസുല ചേച്ചി!"

അവൾ എഴുന്നേറ്റ് ചെന്ന് വാതിൽ തുറന്നു. വാതിലിൽ നീളം കൂടിയ രാത്രിവേഷം അണിഞ്ഞ് മാലാഖമാരുടെ മുഖവുമായി രണ്ടുകുട്ടികൾ നില്ക്കുന്നുണ്ടായിരുന്നു. ആ നിമിഷത്തിൽ അവർ വളരെ അനുസരണയുള്ള കുട്ടികളായി അഭിനയിക്കുകയായിരുന്നു.

"ഞങ്ങളെ ചേച്ചി ഉറങ്ങാൻ കൊണ്ടുപോകുമോ?" ബില്ലി ഉറക്കെ രഹസ്യംപറയുന്ന ഭാവത്തിൽ അവളോട് ചോദിച്ചു.

"എന്തിന് ഇന്നുരാത്രിയിൽ നിങ്ങൾ മാലാഖമാരാണല്ലോ." അവൾ

സ്നേഹത്തോടെ പറഞ്ഞു. "നിങ്ങൾ വന്ന് ബിർക്കിനോട് ഗുഡ്നൈറ്റ് പറയില്ലേ?"

കുട്ടികൾ നാണത്തോടെ മുറിയിലേക്ക് പ്രവേശിച്ചു. ബില്ലി പുഞ്ചിരിക്കുന്നുണ്ടായിരുന്നു. പക്ഷേ, അവന്റെ വലിയ നീലക്കണ്ണുകളിൽ മര്യാദക്കാരനായതിന്റെ ഗൗരവം കാണുന്നുണ്ടായിരുന്നു. ഒരു വളരെ ചെറിയ വനദേവതയെ പോലെയുള്ള ഡോറ അവളുടെ നനുത്ത മുടിയിഴകൾക്കിടയിലൂടെ ഉളിഞ്ഞു നോക്കിക്കൊണ്ടിരുന്നു.

"നിങ്ങൾ എന്നോട് ഗുഡ്നൈറ്റ് പറയുമോ?" അസാധാരണമായ രീതിയിൽ മൃദുലവും ശാന്തവും ആയ ശബ്ദത്തിൽ ബിർക്കിൻ ചോദിച്ചു. കാറ്റടിച്ച് കരിയില ഉയരുന്നതുപോലെ ഡോറ ഉടൻ തന്നെ ഒഴുകിമാറി. പക്ഷേ, ചുംബിക്കപ്പെടാൻ വേണ്ടി അമർത്തി അടച്ച ചുണ്ടുകൾ ഉയർത്തിക്കൊണ്ട് ബില്ലി സാവധാനം മുന്നോട്ടുവന്നു. അയാളുടെ ചുണ്ടുകൾ ആൺകുട്ടിയുടെ ചുണ്ടുകളിൽ അങ്ങേയറ്റം സൗമ്യതയോടെ സ്പർശിക്കുന്നത് ഉർസുല ശ്രദ്ധിച്ചു. ബിർക്കിൻ വിരലുകൾ കൊണ്ട് ബില്ലിയുടെ ഉരുണ്ട കവിളിൽ നേരിയ സ്നേഹത്തോടെ സ്പർശിച്ചു.

"നിനക്ക് ഉമ്മ വേണ്ടേ?" ഉർസുല പെൺകുട്ടിയോട് ഇടയ്ക്ക് കയറി. ചോദിച്ചു. പക്ഷേ, തൊടാൻ പാടില്ലാത്ത ഒരുകൊച്ചു വനദേവതയെ പോലെ ഡോറ ഒഴിഞ്ഞുമാറി.

"നീ മിസ്റ്റർ ബിർക്കിനോട് ഗുഡ്നൈറ്റ് പറയുന്നില്ലേ? അങ്ങോട്ടുചെല്ലൂ. അയാൾ നിനക്കുവേണ്ടി കാത്തിരിക്കുകയാണ്. ഉർസുല പറഞ്ഞു. പക്ഷേ, പെൺകുട്ടി അയാളുടെ അടുത്തുനിന്ന് അല്പം കൂടി ദൂരത്തേക്ക് അകന്നുനിന്നു.

"ഡോറാ മണ്ടി, ഡോറാ മണ്ടി" ഉർസുല പറഞ്ഞു.

ചെറിയ കുട്ടിയിൽ ഒരു എതിർപ്പും അവിശ്വാസവും ബിർക്കിന് അനുഭവിക്കാൻ കഴിഞ്ഞു. അയാൾക്ക് അത് മനസ്സിലാക്കാൻ കഴിഞ്ഞില്ല.

"അപ്പോൾ വരൂ" ഉർസുല പറഞ്ഞു. "അമ്മവരുന്നതിനു മുമ്പ് നമുക്ക് പോകാം." അവൾ മുകളിലേക്ക് പോയി.

നെരിപ്പോടിനടുത്ത് ഇരിക്കാൻ തുടങ്ങിയപ്പോൾ ബിർക്കിൻ സ്വയം പുഞ്ചിരിച്ചു. ഉർസുല താഴെ ഇറങ്ങിവരുമ്പോൾ അയാൾ മുട്ടിൽ കൈവെച്ച് അനക്കമില്ലാതെ ഇരിക്കുകയായിരുന്നു. ഏതോ മതത്തിന്റെ വിഗ്രഹം പോലെ ചലനമില്ലാതെ കുമ്പിട്ടിരിക്കുന്ന അയാളെ അവൾ കണ്ടു. അയാൾ തലതിരിച്ച് അവളെ നോക്കി. അയാളുടെ മുഖം വിളറിയിരുന്നു. അയാളുടെ വെളുത്ത നിറത്തിന് സത്യത്തിലില്ലാത്ത ഒരു തിളക്കം ഉള്ളതുപോലെ തോന്നി.

'നിങ്ങൾക്ക് സുഖമില്ലേ?" വേർതിരിച്ചറിയാൻ കഴിയാത്ത അകൽച്ചയോടെ അവൾ ചോദിച്ചു.

"ഞാൻ അതിനെപ്പറ്റി ആലോചിച്ചിട്ടില്ല."

"പക്ഷേ, അതിനെപ്പറ്റി ആലോചിക്കാതെ തന്നെ നിങ്ങൾക്ക് അത് മനസ്സിലാക്കാൻ കഴിയില്ലേ?"

അയാൾ പെട്ടെന്ന് അവളെ നോക്കി. അയാൾ അവളുടെ വെറുപ്പു കണ്ടു. അയാൾ അവളുടെ ചോദ്യത്തിന് മറുപടി പറഞ്ഞില്ല.

"നിങ്ങൾക്ക് സുഖമാണോ അസുഖമാണോ എന്ന് അതിനെപ്പറ്റി ആലോചിക്കാതെ തന്നെ നിങ്ങൾക്ക് അറിയാൻ കഴിയില്ലേ." അവൾ ആവർത്തിച്ചു.

"എല്ലാ സമയത്തും അതിന് കഴിയില്ല." അയാൾ ശാന്തമായി മറുപടി പറഞ്ഞു.

"പക്ഷേ, അതു പാതകമാണെന്ന് നിങ്ങൾ കരുതുന്നില്ലേ?"

"പാതകമോ?"

"അതെ, നിങ്ങൾക്ക് അസുഖം ഉണ്ടെന്ന് പോലും തിരിച്ചറിയാൻ കഴിയാത്ത വിധത്തിൽ നിങ്ങളുടെ ശരീരവുമായി ബന്ധം ഇല്ലാതിരിക്കുന്നത് കുറ്റകരമാണെന്നാണ് ഞാൻ വിചാരിക്കുന്നത്."

അയാൾ അവളെ കോപത്തോടെ നോക്കി. "ശരിയാണ്" അയാൾ പറഞ്ഞു.

"നിങ്ങൾക്ക് സുഖം ഇല്ലാത്തപ്പോൾ വിശ്രമിച്ചുകൂടേ? നിങ്ങൾക്ക് വിളർച്ച തോന്നുന്നുണ്ട്."

"കുറ്റകരമായ തരത്തിലുള്ള വിളർച്ച ഉണ്ടോ?" അയാൾ അർത്ഥം വച്ച് ചോദിച്ചു.

"ഉണ്ട്. അങ്ങേയറ്റം കുറ്റകരം. അങ്ങേയറ്റം മോശമായിപ്പോയി."

"ശരി, അത് കഷ്ടം തന്നെ."

"മഴ പെയ്തുകൊണ്ടിരിക്കുന്നു. വല്ലാത്തൊരു രാത്രിതന്നെ. ഇതുപോലെ നിങ്ങളുടെ ശരീരത്തിനോട് പെരുമാറുന്നതിന് നിങ്ങളോട് ക്ഷമിക്കാൻ പാടില്ല. ഇതുപോലെ ശരീരം ശ്രദ്ധിക്കാത്ത മനുഷ്യൻ കഷ്ടപ്പെടാനും തയ്യാറായിരിക്കണം."

"ഇതുപോലെ ശരീരം ശ്രദ്ധിക്കാത്തവൻ" അയാൾ യാന്ത്രികമായി ആവർത്തിച്ചു.

ഇതോടെ അവൾ സംസാരം നിർത്തി. അതിനുശേഷം അവിടെ നിശ്ശബ്ദത ആയിരുന്നു.

മറ്റുള്ളവർ പള്ളിയിൽ നിന്നും മടങ്ങിവന്നു.

"ഗുഡ് ഈവനിങ്" നേരിയ അത്ഭുതത്തോടെ മിസ്റ്റർ ബ്രാങ്വൻ പറഞ്ഞു. "എന്നെ കാണാൻ വന്നതല്ലേ?"

"അല്ല." ബിർക്കിൻ പറഞ്ഞു. "പ്രത്യേകിച്ച് ഒരു കാര്യവും ഇല്ല. പകൽ മൂടിക്കെട്ടി നില്ക്കുകയായിരുന്നു. ഞാൻ വരുന്നതുകൊണ്ട് നിങ്ങൾക്ക് പ്രശ്നമില്ലെന്ന് ഞാൻ വിചാരിച്ചു."

"ഇന്നത്തെ ദിവസം പുറത്തിറങ്ങാൻ പറ്റില്ലായിരുന്നു മിസ്സിസ്. ബ്രാങ്വൻ അനുകമ്പയോടെ പറഞ്ഞു. ആസമയത്ത് കുട്ടികൾ മുകളിലത്തെ നിലയിൽനിന്ന് വിളിച്ചുകൂവുന്ന ശബ്ദംകേട്ടു."അമ്മേ! അമ്മേ!" അവർ മുഖം ഉയർത്തി മുകളിലേക്ക് വിളിച്ചുപറഞ്ഞു. "ഡേയ്സി ഒരു മിനിറ്റിൽ ഞാൻ അവിടെയെത്താം." പിന്നീട് മിസ്സിസ്. ബ്രാങ്വൻ ബിർക്കിനോട് പറഞ്ഞു. "ഷോർട്ട്ലാൻഡ്സിൽ പുതിയ വിശേഷം ഒന്നും ഇല്ലെന്ന്

ഞാൻ വിചാരിക്കുന്നു." അവർ നെടുവീർപ്പിട്ടു. "പാവങ്ങൾ എനിക്ക് ആലോചിക്കാൻ പറ്റുന്നില്ല."

"ഇന്ന് നിങ്ങൾ അവിടെ പോയിട്ടുണ്ടാകുമെന്ന് ഞാൻ വിചാരിക്കുന്നു." മിസ്റ്റർ ബ്രാങ്ങ്വൻ പറഞ്ഞു.

"ജറാൾഡ് എന്റെകൂടെ ചായ കുടിക്കാൻ വന്നിരുന്നു. ഞാൻ അയാളുടെ കൂടെ തിരിച്ചുപോയിരുന്നു. വീട്ടിൽ വലിയ കരച്ചിലും ബഹളവും ആയിരിക്കുമെന്ന് എനിക്ക് അറിയാമായിരുന്നു."

"അവർ സംയമനം ഉള്ള മനുഷ്യരല്ലെന്നാണ് ഞാൻ വിചാരിക്കുന്നത്." ഗുഡ്റൺ പറഞ്ഞു.

"അല്ലെങ്കിൽ കൂടുതൽ സംയമനം ഉള്ളവരാണ്." ബിർക്കിൻ പറഞ്ഞു.

"ശരിയാണ് എനിക്ക് ഉറപ്പുണ്ട്." ഏകദേശം പ്രതികാര മനോഭാവത്തോടെ ഗുഡ്റൺ പറഞ്ഞു. "ഒന്നല്ലെങ്കിൽ മറ്റൊന്ന്."

"ഒരുതരം അസ്വാഭാവികമായ രീതിയിൽ പെരുമാറേണ്ടത് ആവശ്യമാണെന്നുള്ള ഒരു തോന്നൽ അവർക്ക് എല്ലാവർക്കും ഉണ്ട്." ബിർക്കിൻ പറഞ്ഞു. "ആളുകൾക്ക് ദുഃഖം ഉള്ളപ്പോൾ അവർ പഴയ കാലത്തെപ്പോലെ മുഖം പുറത്തുകാണിക്കാതെ പിൻവാങ്ങുന്നതാണ് കൂടുതൽ നല്ലത്."

"നിശ്ചയമായും!" ഗുഡ്റൺ ക്ഷോഭത്തോടെ വിളിച്ചുപറഞ്ഞു. അവളുടെ മുഖം തുടുത്തിരുന്നു. "പൊതുവായ ദുഃഖത്തേക്കാൾ മോശമായ മറ്റ് എന്ത് കാര്യമാണ് ഉള്ളത്— അതിലും ഭീകരമായി എന്താണുള്ളത്! അതിലും വലിയ എന്ത് കാപട്യമാണുള്ളത്! ദുഃഖം സ്വകാര്യത അല്ലെങ്കിൽ പിന്നെ മറ്റെന്താണ്?"

"നിശ്ചയമായും" അയാൾ പറഞ്ഞു. "ഞാൻ അവിടെ ഉണ്ടായിരുന്നപ്പോൾ അവർ സാധാരണവും സ്വാഭാവികവും ആയി പെരുമാറാതെ കപടമായ വിഷാദഭാവത്തോടെ ചുറ്റിത്തിരിയുന്നത് കണ്ടപ്പോൾ എനിക്ക് നാണക്കേട് തോന്നി."

"ശരി." കുറ്റപ്പെടുത്തലുകൾ ഇഷ്ടപ്പെടാതെ മിസ്സിസ്. ബ്രാങ്ങ്വൻ പറഞ്ഞു. "ഇത്തരം ഒരു ദുഃഖം സഹിക്കാൻ അത്ര എളുപ്പമല്ല."

അവർ മുകളിൽ കുട്ടികളുടെ അടുത്തേക്ക് പോയി.

കുറച്ചുസമയംകൂടി അവിടെ കഴിച്ചുകൂട്ടിയിട്ട് അയാൾ സ്ഥലംവിട്ടു. അയാൾ പോയിക്കഴിഞ്ഞപ്പോൾ ഉർസുലയ്ക്ക് അയാളെപ്പറ്റി രൂക്ഷമായ വെറുപ്പുതോന്നി. അവളുടെ തലച്ചോറ് ശുദ്ധമായ വെറുപ്പിന്റെ കൂർത്ത മുനകളുള്ള ഒരു സ്ഫടികക്കട്ടയായി മാറിയിരിക്കുന്നതായി തോന്നി. അവളുടെ മൊത്തം വികാരങ്ങളുടെയും തീക്ഷ്ണത വർദ്ധിച്ച് വെറുപ്പിന്റെ മൂർച്ചയുള്ള ഒരു ചാട്ടുളിയായി രൂപാന്തരപ്പെട്ടിരിക്കുന്നതായി അനുഭവപ്പെട്ടു. അത് എന്താണെന്ന് അവൾക്കു സങ്കല്പിക്കാൻ കഴിഞ്ഞില്ല. ആലോചനകൾക്കപ്പുറമുള്ള പരിശുദ്ധവും വ്യക്തവും ആയ വെറുപ്പ് അവളെ പിടികൂടി. അവൾക്ക് അതിനെപ്പറ്റി ഒന്നുംതന്നെ ആലോചിക്കാൻ കഴിഞ്ഞില്ല. അവൾ അവൾക്കുപരിയായി പരിവർത്തനം ചെയ്യപ്പെട്ടിരുന്നു. അവൾ അവകാശപ്പെട്ട ഒരു സ്വത്തുപോലെ ആയിരുന്നു. അവൾ

എന്തിനോ അവകാശപ്പെട്ടിരിക്കുന്നത് പോലെ അവൾക്ക് തോന്നി. അയാളോട് തോന്നിയ തീവ്രമായ വെറുപ്പിന് അവളുടെ മേലുള്ള അവകാശം അംഗീകരിച്ചുകൊണ്ട് പല ദിവസങ്ങൾ അവൾ കഴിച്ചുകൂട്ടി. അവൾ മുമ്പ് അനുഭവിച്ചിട്ടുള്ള എന്തിനേയും കവച്ചു വെക്കുന്നതായിരുന്നു ഈ അനുഭവം. അത് അവളെ പഴയ ജീവിതത്തിന്റെ നന്മകൾ ഒന്നും അവശേഷിക്കാത്ത മറ്റൊരു ഭയാനകമായ പ്രദേശത്തേക്ക് എടുത്തെറിഞ്ഞിരിക്കുകയാണെന്ന് തോന്നി. അവൾ പരിപൂർണ്ണമായും പരിഭ്രമിച്ചു പോയിരുന്നു. അവൾക്ക് ആലോചിക്കാനുള്ള കഴിവുണ്ടായിരുന്നില്ല. സ്വന്തം ജീവിതത്തിൽ തന്നെ സത്യത്തിൽ അവൾ മരിച്ചുകഴിഞ്ഞിരുന്നു.

അത് ഒരുതരത്തിലും പൂർണ്ണമായി മനസ്സിലാക്കാൻ പറ്റാത്തതും യുക്തിഹീനവും ആയിരുന്നു. അയാളെ അവൾ വെറുക്കുന്നത് എന്തുകൊണ്ടാണെന്ന് അവൾക്ക് മനസ്സിലായില്ല. അവളുടെ വെറുപ്പ് യഥാർത്ഥത്തിൽ ആകൃതി ഇല്ലാത്തതായിരുന്നു. ഈ വെറുപ്പ് അവളെ കീഴടക്കിയെന്ന് ഒരു ഞെട്ടലോടെയാണ് അവൾ തിരിച്ചറിഞ്ഞത്. അവൾ രത്നംപോലെ ഉറപ്പും വജ്രംപോലെ ശുദ്ധിയും ഉള്ള ശത്രു ആയിരുന്നു. അയാൾ എല്ലാ ശത്രുക്കളുടേയും സത്ത ആയിരുന്നു.

അവൾ അയാളുടെ അപരിഷ്കൃതമായ നിഷ്കളങ്കതയുള്ള മുഖത്തെപ്പറ്റി ആലോചിച്ചു. അവകാശത്തിന്റെ ഇളക്കം തട്ടാത്ത ഇച്ഛാശക്തിയുള്ള അയാളുടെ കറുത്ത കണ്ണുകളെപ്പറ്റി ആലോചിച്ചു. പിന്നീട് അവൾക്ക് ഭ്രാന്തുണ്ടോ എന്ന് അറിയാൻ വേണ്ടി അവൾ സ്വന്തം നെറ്റിയിൽ തൊട്ടുനോക്കി. കലർപ്പില്ലാത്ത വെറുപ്പിന്റെ വെളുത്ത ജ്വാലയിൽ അവൾക്കു രൂപാന്തരം വന്നിരുന്നു.

അവളുടെ വെറുപ്പ് ലൗകികം ആയിരുന്നില്ല. അതിനോ ഇതിനോ വേണ്ടി അല്ല അവൾ അയാളെ വെറുത്തത്. അയാളുമായി ബന്ധപ്പെട്ട് അവൾ ഒന്നുംതന്നെ ചെയ്യാൻ ആഗ്രഹിക്കുന്നില്ല. അയാളുമായി യാതൊരു സമ്പർക്കവും അവൾക്ക് വേണ്ട. അവളുടെ ബന്ധം തീർത്തും വാക്കുകൾക്ക് അതീതമായിരുന്നു. അവളുടെ ബന്ധം അങ്ങേയറ്റത്തെ ബന്ധമായിരുന്നു. ആ വെറുപ്പ് ഏറ്റവും പരിശുദ്ധവും വില മതിക്കാൻ പറ്റാത്തതും ആയിരുന്നു. അത് അയാൾ കലർപ്പില്ലാത്ത ശത്രുതയുടെ ഒരു കിരണം ആണ് എന്ന തരത്തിലുള്ള വെറുപ്പായിരുന്നു. അവളെ നശിപ്പിക്കുന്നതു കൂടാതെ അവളെ മൊത്തത്തിൽ നിഷേധിക്കുകയും അവളുടെ ലോകത്തെ ദുർബ്ബലപ്പെടുത്തുകയും ചെയ്യുന്ന ഒരു പ്രകാശകിരണം. അയാളെ അവൾ ഏറ്റവും പരിപൂർണ്ണമായ വൈരുദ്ധ്യങ്ങളുടെ ഒരു തഴുകലായാണ് മനസ്സിലാക്കിയത്. അവളുടെ അസ്തിത്വം ഇല്ലായ്മയെ സ്വന്തം അസ്തിത്വംകൊണ്ട് നിർവ്വചിക്കുന്ന മഹത്തായ ഒരു ജീവി. അയാൾക്ക് വീണ്ടും സുഖമില്ലെന്ന് കേട്ടപ്പോൾ അവളുടെ വെറുപ്പിന്റെ രൂക്ഷത കൂടാനുള്ള സാദ്ധ്യത ഉണ്ടായിരുന്നെങ്കിൽ അത് വർദ്ധിക്കുമായിരുന്നു. അത് അവളെ ബോധംകെടുത്തി. അത് അവളെ നശിപ്പിച്ചു. പക്ഷേ, അവൾക്ക് രക്ഷപ്പെടാൻ കഴിഞ്ഞില്ല. അവളെ പിടികൂടിയ ഈ വെറുപ്പിന്റെ രൂപപരിണാമത്തിൽ നിന്ന് അവൾക്ക് രക്ഷപ്പെടാൻ പറ്റില്ല.

16

മനുഷ്യൻ മനുഷ്യനോട്

എല്ലാറ്റിനോടുമുള്ള ശുദ്ധമായ എതിർപ്പുമായി അയാൾ അസുഖം പിടിച്ച് അനങ്ങാതെ കിടന്നു. അയാളുടെ ജീവിതത്തെ ഉൾക്കൊണ്ടിരിക്കുന്ന പാത്രം പൊട്ടിപ്പോകാറായിട്ടുണ്ടെന്ന് അയാൾക്ക് അറിയാം. അതിന് എന്തുമാത്രം ബലം ഉണ്ടെന്നും എത്രകാലം കൂടി അത് പൊട്ടാതിരിക്കുമെന്നും അയാൾക്ക് അറിവുണ്ട്. അയാൾ അത് ഗൗരവമായി എടുക്കുന്നില്ല. ഒരാൾ ആഗ്രഹിക്കാത്ത ജീവിതം അംഗീകരിക്കുന്നതിനേക്കാൾ മരണത്തിന് ഒരു അവസരം നല്കുന്നത് ആയിരം മടങ്ങ് നല്ല കാര്യം ആണ്. പക്ഷേ, എല്ലാത്തിലും നല്ലത് ഒരാൾക്ക് ജീവിതത്തിൽ സംതൃപ്തി വരുന്നതുവരെ നിരന്തരമായി അതിനുവേണ്ടി പരിശ്രമിക്കുന്നതാണ്.

ഉർസുല അയാളിലേക്ക് തിരിച്ചെത്തിയിരിക്കുകയാണെന്ന് അയാൾക്ക് അറിയാം. അയാളുടെ ജീവിതം അവളെയാണ് ആശ്രയിക്കുന്നതെന്ന് അയാൾക്ക് അറിയാം. പക്ഷേ, അവൾ വെച്ചുനീട്ടുന്ന പ്രണയം സ്വീകരിക്കുന്നതിലും നല്ലത് അയാൾ മരിക്കുന്നതാണ്. പ്രണയത്തിന്റെ പഴയരീതി ഭയാനകമായ ഒരു ബന്ധനം ആണെന്ന് തോന്നി. ഒരുതരം നിർബ്ബന്ധിത സേവനം. അയാളിൽ എന്താണ് ഉള്ളതെന്ന് അയാൾക്ക് അറിയില്ല. പക്ഷേ, പ്രണയം, വിവാഹം, കുട്ടികൾ, വീടിന്റെ ഭയാനകമായ സ്വകാര്യതയിൽ ഒന്നിച്ചുള്ള ജീവിതം, ദാമ്പത്യത്തിന്റെ സംതൃപ്തി, ഇത്തരം കാര്യങ്ങളെപ്പറ്റിയുള്ള ചിന്ത പോലും വെറുപ്പുണ്ടാക്കുന്നതായിരുന്നു. അയാൾ കൂടുതൽ വ്യക്തതയുള്ള കൂടുതൽ സ്പഷ്ടമായ കൂടുതൽ ശാന്തമായ മറ്റെന്തോ ആണ് ആഗ്രഹിച്ചത്. ഭർത്താവും ഭാര്യയും തമ്മിലുള്ള ചൂടുള്ള ഇടുങ്ങിയ അടുപ്പം വെറുപ്പുണ്ടാക്കുന്നതായിരുന്നു. പരസ്പരമുള്ള വിവാഹബന്ധം കൊണ്ടുള്ള പ്രണയത്തിലാണെങ്കിൽ കൂടി അവർ കതക് അടയ്ക്കുന്ന രീതിയെ അയാൾ വെറുത്തു. അവർ ഒറ്റപ്പെട്ട മുറികളിലും ഒറ്റപ്പെട്ട വീടുകളിലും ഇരട്ടകളായിത്തന്നെ അപ

മാനിക്കപ്പെടുന്ന അവിശ്വാസം നിറഞ്ഞ ദമ്പതികളുടെ ഒരു സമൂഹം ആയിരുന്നു. അവർക്ക് അതിനുമപ്പുറമുള്ള ജീവിതം ഇല്ല. താല്പര്യങ്ങളില്ലാത്ത ഒരു ബന്ധവും അംഗീകരിക്കപ്പെടുന്നില്ല. ക്രമരഹിതമായ ലൈംഗിക ബന്ധത്തെ അയാൾ വിവാഹത്തിനേക്കാൾ വെറുക്കുന്നുണ്ടെന്നുള്ള കാര്യം സത്യമാണ്. നിയമപ്രകാരമുള്ള വിവാഹത്തിൽ നിന്നും വിപരീതമായ മറ്റൊരുതരം യോജിപ്പിലൂടെയുള്ള ബന്ധമാണ് അയാൾ കാണുന്നത്. പ്രതിപ്രവർത്തനം പ്രവർത്തനത്തേക്കാൾ വിരസമാണ്.

മൊത്തത്തിൽ അയാൾ ലൈംഗികതയെ വെറുത്തു. അത് അത്തരത്തിലുള്ള ഒരു പരിമിതിപ്പെടുത്തൽ ആയിരുന്നു. ഒരു ബന്ധത്തിന്റെ അടർന്നുപോയ ഒരു പകുതിയായി പുരുഷനേയും മറ്റൊരു പകുതിയായി സ്ത്രീയേയും മാറ്റുന്നത് ലൈംഗികതയാണ്. അയാൾ അയാളായി ഒറ്റപ്പെട്ട് നില്ക്കാനും സ്ത്രീ അവളായി ഒറ്റപ്പെട്ട് നില്ക്കാനും അയാൾ ആഗ്രഹിച്ചു. അയാൾ ലൈംഗികതയെ മറ്റ് ആസക്തികളുടെ നിലയിലേക്ക് തിരിച്ചുകൊണ്ടുവരാൻ ആഗ്രഹിച്ചു. അയാൾ ലൈംഗികതയെ ഒരു സംതൃപ്തിപ്പെടൽ അല്ലാതെ ഒരു ചുമതലാപരമായ പ്രക്രിയയായി പരിഗണിച്ചു. അയാൾ ലൈംഗിക വിവാഹത്തിൽ വിശ്വസിച്ചു. പക്ഷേ, അയാൾ അതിനേക്കാൾ അപ്പുറമുള്ള മറ്റൊരു ഒന്നിച്ചുചേരൽ ആഗ്രഹിച്ചു. അവിടെ ആണിനും പെണ്ണിനും സ്വന്തമായി വേറിട്ടുള്ള അസ്തിത്വമുണ്ട്. അവിടെ ഓരോരുത്തരും മറ്റെയാളുടെ സ്വാതന്ത്ര്യത്തെ രൂപവല്ക്കരിക്കുന്നു. രണ്ട് പേരും രണ്ട് മാലാഖമാരെപ്പോലെ അല്ലെങ്കിൽ രണ്ട് ചെകുത്താന്മാരെപ്പോലെ ഒരേ ശക്തിയുടെ രണ്ട് അഗ്രങ്ങൾ എന്ന മട്ടിൽ പരസ്പരം സമതുലിതാവസ്ഥ പാലിക്കുന്നു.

എകീകരണത്തിന്റെ ആവശ്യത്തിനായുള്ള ഒരു നിർബ്ബന്ധത്തിനും വഴങ്ങാതെയുള്ള ഒരു അമിത സ്വാതന്ത്ര്യമാണ് അയാൾ ആഗ്രഹിച്ചത്. അല്ലെങ്കിൽ അസംതൃപ്തമായ ആഗ്രഹങ്ങളുടെ പീഡനം അനുഭവിക്കാത്ത ഒരു സ്വാതന്ത്ര്യമാണ് അയാൾ ആഗ്രഹിച്ചത്. ധാരാളം വെള്ളമുള്ള ഒരു ലോകത്ത് ബോധപൂർവ്വമല്ലാതെ ശമിക്കുന്ന ദാഹത്തെ പരിഗണിക്കേണ്ട കാര്യം ഇല്ലാത്തതുപോലെ ആഗ്രഹങ്ങളും അഭിലാഷങ്ങളും പീഡനങ്ങളും ഇല്ലാതെതന്നെ അവയുടെ ലക്ഷ്യം കണ്ടെത്തണം. അയാൾക്കു അയാളോടുള്ള സ്വാതന്ത്ര്യത്തോളം സ്വാതന്ത്ര്യം ഉർസുലയോടും വേണമെന്ന് അയാൾ ആഗ്രഹിച്ചു. പ്രണയത്തിന്റെ ലയനവും മുറുകെപ്പിടുത്തവും കൂടിച്ചേരലും അയാൾക്ക് വെറിപിടിച്ചമട്ടിലുള്ള വെറുപ്പായി മാറിയിരുന്നു.

പക്ഷേ, സ്ത്രീകൾ അത്രത്തോളം ഭയാനകമായി പിടിമുറുക്കുന്നവരാണെന്ന് അയാൾക്ക് തോന്നി. അവൾക്ക് ഉടമസ്ഥാവകാശത്തിനുള്ള അടങ്ങാത്ത ദാഹം ഉണ്ട്. പ്രണയത്തിൽ അവൾക്ക് അഹംഭാവത്തിന്റെ ഒരു അത്യാർത്തി ഉണ്ട്. അവൾക്ക് വേണമെന്നും, ഉടമസ്ഥത ഉണ്ടാവണമെന്നും, നിയന്ത്രണം വേണമെന്നും ആധിപത്യം വേണമെന്നും, ആഗ്രഹമുണ്ട്. സകലതിന്റെയും മഹത്തായ അമ്മയായ അവളോട് അതായത്

സ്ത്രീയോട് എല്ലാകാര്യങ്ങളും നിശ്ചയമായും തിരിച്ചുവരുത്തി സംശയം തീർത്തിരിക്കണം. അവളിൽ നിന്നാണ് എല്ലാ കാര്യങ്ങളും ആരംഭിച്ചത്. നിശ്ചയമായും എല്ലാ കാര്യങ്ങളും അവളിലേക്ക് തന്നെ തിരിച്ചേല്പിച്ചിരിക്കണം.

സകലതിനെയും അവൾ വഹിച്ചിരുന്നതുകൊണ്ട് എല്ലാം അവളുടേതാണെന്നുള്ള അവകാശബോധത്തിന്റെ അഹംഭാവം അയാളിൽ ഏകദേശം ഭ്രാന്തമായ കോപം കോരിനിറച്ചിരുന്നു. മനുഷ്യൻ അവളുടേതാണ്. കാരണം അവൾ അയാളെ വഹിച്ചിട്ടുണ്ട്. അയാളെ വഹിച്ചത് ഒരു മഹാകാര്യമാണ്. ഇപ്പോൾ വീണ്ടും അവൾ അയാളുടെ ഉടമസ്ഥാവകാശം പ്രഖ്യാപിക്കുന്നു. അയാളുടെ ആത്മാവും ശരീരവും ലൈംഗികതയും താല്പര്യങ്ങളും എല്ലാംതന്നെ അവൾക്ക് അവകാശപ്പെട്ടതാണ്. അയാൾക്ക് കഷ്ടപ്പെടുന്ന, ജീവാർപ്പണം ചെയ്യുന്ന മഹത്തായ അമ്മയോട് ഭീതിയുണ്ട്. അവൾ വെറുക്കപ്പെടേണ്ടവൾ ആയിരുന്നു.

ഈ മഹത്തായ അമ്മ ഒരു സ്ത്രീ ആയിരുന്നു. അവൾ വീണ്ടും വളരെ ഉയരമുള്ള ഒരു കുതിരപ്പുറത്താണ് ഇരുന്നിരുന്നത്. ഹെർമിയോണിൽ ഈ കാര്യം അയാൾ മനസ്സിലാക്കിയില്ലേ? ഹെർമിയോൺ അവളുടെ വിധേയത്വത്തിലൂടെ കഷ്ടപ്പാടിൽ അവൾ വഹിച്ചിരുന്ന മനുഷ്യന്റെ ഉടമസ്ഥാവകാശം തിരിച്ചുചോദിക്കുകയല്ലേ ചെയ്യുന്നത്? അവൾ വിധേയത്വത്തിലൂടെ ഭയാനകവും വഞ്ചനാപരവുമായ അധികാരവും സ്ത്രൈണമായ സ്വേച്ഛാധിപത്യവും ഉള്ള മഹത്തായ അമ്മയുടെ ഉടമസ്ഥാവകാശമല്ലേ ആവശ്യപ്പെടുന്നത്? അവളുടെ കഷ്ടപ്പാടും എളിമയും കൊണ്ട് അവൾ മകനെ ചങ്ങലയ്ക്കിട്ട് സ്ഥിരം തടവുകാരനാക്കുന്നു.

അടുത്ത് ഉർസുല. ഉർസുലയും അതുതന്നെ ആയിരുന്നു. അല്ലെങ്കിൽ അതിന്റെ വിപരീതം. താൻ ബാക്കി ഈച്ചകളെല്ലാം ആശ്രയിക്കുന്ന റാണി ഈച്ച ആണെന്നുള്ള മട്ടിൽ അവളും ജീവിതത്തിൽ ഭയങ്കരമായ അഹങ്കാരമുള്ള മറ്റൊരു രാജ്ഞിയാണ്. അയാൾ അവളുടെ കണ്ണുകളിലെ മഞ്ഞ വെളിച്ചം കണ്ടു. അവളിലെ ഔന്നത്യത്തിന്റെ ആലോചിക്കാൻ കഴിയാത്ത ധിക്കാരം നിറഞ്ഞ അഹംഭാവം അയാൾക്ക് അറിയാവുന്നതാണ്. അവൾ സ്വയം അതിനെപ്പറ്റി ബോധവതിയല്ല. അവൾ ഒരു പുരുഷന്റെ മുന്നിൽ അവളുടെ തല തറയിൽ മുട്ടിക്കാൻ അങ്ങേയറ്റം തയ്യാറുള്ളവളായിരുന്നു. പക്ഷേ, അത് സ്വന്തം കുഞ്ഞിനെപ്പോലെ അവളുടെ പരിപൂർണ്ണ അവകാശത്തിലാണ് അയാൾ എന്ന് അങ്ങേയറ്റത്തെ ഉറപ്പുണ്ടെങ്കിൽ മാത്രമേ അവൾ അതിന് തയ്യാറാവുകയുള്ളൂ.

ഇത് താങ്ങാൻ കഴിയില്ലായിരുന്നു. സ്ത്രീകളുടെ ഈ കൈവശാവകാശം. എല്ലാ സമയത്തും ഒരു പുരുഷനെ സ്ത്രീയുടെ അടർന്നുമാറിയ ഒരു കഷണമായും ലൈംഗികതയെ ആ മുറിവിന്റെ വിട്ടുമാറാത്ത വടു ആയും പരിഗണിക്കപ്പെടുന്നുണ്ടെന്ന് ഉറപ്പിച്ചു പറയാം. പുരുഷന് ഒരു യാഥാർത്ഥ സ്ഥാനം ലഭിക്കുന്നതിന് മുമ്പുതന്നെ നിശ്ചയമായും അയാളെ ഒരു സ്ത്രീയുമായി കൂട്ടിച്ചേർത്തിരിക്കും.

എന്തുകൊണ്ട്? ആണിനെയും പെണ്ണിനെയും പരിപൂർണ്ണമായ ഒന്നിന്റെ അടർന്നുമാറിയ രണ്ട് കഷണങ്ങളായി നമ്മൾ എന്തിനാണ് പരിഗണിക്കുന്നത്? അത് സത്യം അല്ല. നമ്മൾ പൂർണ്ണമായ ഒന്നിന്റെ പൊട്ടിയ കഷണങ്ങൾ അല്ല. ഏറെക്കുറെ കലർന്നുകിടന്ന കാര്യങ്ങളിൽ നിന്നും ഒറ്റപ്പെട്ട് മാറി വ്യക്തമായ അസ്തിത്വം നമുക്ക് കിട്ടിയിട്ടുണ്ട്. കൂടിക്കുഴഞ്ഞുകിടന്ന കാര്യങ്ങളിൽ വേർപെടുത്താതെ കിടക്കുന്നത്, ഏറെക്കുറെ ലൈംഗികതയാണ്.

പഴയകാലത്ത് ലൈംഗികതയ്ക്കു മുമ്പ് നമ്മൾ കൂടിക്കലർന്നിരുന്നു. ഓരോരുത്തരും ഓരോ മിശ്രിതം ആയിരുന്നു. വ്യക്തിസവിശേഷതകളിലേക്കുള്ള ഒറ്റപ്പെടുത്തൽ ലൈംഗികതയുടെ ധ്രുവീകരണത്തിന് കാരണമായി. സ്ത്രൈണത ഒരു ഭാഗത്തേക്കും പുരുഷത്വം മറ്റൊരു ഭാഗത്തേക്കും വലിച്ചുമാറ്റി. പക്ഷേ, അപ്പോഴേക്കും വേർപിരിയൽ പൂർണ്ണമായിരുന്നില്ല. ഇപ്പോൾ പുതിയ ദിവസത്തിലേക്ക് വന്നാൽ നമ്മളിൽ ഓരോരുത്തർക്കും വ്യത്യാസങ്ങളിൽ പൂർണ്ണതയുള്ള അസ്തിത്വം ഉണ്ട്. പുരുഷന്മാർ ശുദ്ധപുരുഷന്മാരാണ്. സ്ത്രീ ശുദ്ധസ്ത്രീയാണ്. അവർ പരിപൂർണ്ണമായും വേർതിരിക്കപ്പെട്ടിരിക്കുന്നു. പക്ഷേ, ഭയാനകമായ ലയനം ഇല്ല. പ്രണയത്തിന്റെ കൂടിച്ചേരലിൽ സ്വമേധയാ ഉള്ള പരിത്യാഗം ഇല്ല. ഓരോരുത്തരും മറ്റൊരാളിൽ നിന്നുള്ള എല്ലാ മലിനീകരണങ്ങളിൽ നിന്നും സ്വതന്ത്രമാണ്. ധ്രുവീകരണത്തിന്റെ ശുദ്ധമായ ദ്വൈതഭാവം മാത്രമാണ് ഉള്ളത്. ഓരോരുത്തർക്കും തനതായ വ്യത്യസ്തമായ അസ്തിത്വം ഉണ്ട്. ഓരോരുത്തരിലും വ്യക്തിക്കാണ് പ്രാധാന്യം. ലൈംഗികത അപ്രധാനമാണ്. ഓരോരുത്തർക്കും സ്വന്തമായ നിയമങ്ങളുള്ള ഒറ്റപ്പെട്ട വ്യത്യസ്തമായ അസ്തിത്വം ഉണ്ട്. ഒരു പുരുഷന് അയാളുടെ ശുദ്ധമായ സ്വാതന്ത്ര്യം ഉണ്ട്. ഒരു സ്ത്രീയ്ക്ക് അവളുടേതായ ശുദ്ധമായ സ്വാതന്ത്ര്യം ഉണ്ട്. ധ്രുവീകരിച്ച ലൈംഗിക പരിക്രമണത്തിന്റെ പരിപൂർണ്ണതയെ ഓരോരുത്തരും അംഗീകരിക്കുന്നു. ഓരോരുത്തരും മറ്റെയാളുടെ വ്യത്യസ്തമായ സ്വഭാവത്തെ അനുവദിക്കുന്നു

അസുഖം ഉള്ളപ്പോൾ ബിർക്കിൻ ഇങ്ങനെയൊക്കെ ചിന്തിച്ചു. ചില സമയത്ത് കിടപ്പിലാകത്തക്ക അസുഖം വരാൻ അയാൾ ഇഷ്ടപ്പെട്ടു. അങ്ങനെവന്നാൽ അയാൾക്ക് വളരെപ്പെട്ടെന്ന് അസുഖം ഭേദമാകും. കാര്യങ്ങൾക്ക് ഉറപ്പും വ്യക്തതയും കിട്ടും.

അയാൾ കിടപ്പിലായപ്പോൾ ജറാൾഡ് അയാളെ കാണാൻ വന്നു. രണ്ടുപേർക്കും ഓരോരുത്തരോടും ആഴത്തിലുള്ള ഇഷ്ടക്കേട് ഉണ്ടായിരുന്നു. ജറാൾഡിന്റെ കണ്ണുകൾ അസ്വസ്ഥമായിരുന്നു. അയാളുടെ പെരുമാറ്റത്തിൽ അക്ഷമയും പിരിമുറുക്കവും ഉണ്ടായിരുന്നു. കീഴ്വഴക്കം അനുസരിച്ച് കറുത്ത വേഷങ്ങളായിരുന്നു അയാൾ ധരിച്ചിരുന്നത്. അയാളുടെ ഏകദേശം വെളുത്ത തലമുടി പ്രകാശകിരണങ്ങൾപോലെ എഴുന്നുനിന്നു. അയാളുടെ മുഖം തുടുത്തു ചുവന്നിരുന്നു. സത്യത്തിൽ ബിർക്കിനെ അയാൾ പൂർണ്ണമായി വിശ്വസിച്ചിരുന്നില്ലെങ്കിലും അയാളോട്

ജറാൾഡിന് സ്നേഹം ആയിരുന്നു. ബിർക്കിൻ ബുദ്ധിയുള്ളവനും ആശയങ്ങൾ ഉള്ളവനും ആയിരുന്നു. പക്ഷേ, അയാൾക്ക് വേണ്ടത്ര പ്രായോഗികബുദ്ധി ഉണ്ടായിരുന്നില്ല. ജറാൾഡിന് അയാളുടെ ധാരണകൾ കൂടുതൽ ഭദ്രവും സുരക്ഷിതവും ആണെന്ന് തോന്നിയിരുന്നു. ബിർക്കിൻ സന്തോഷമുള്ള ഒരു നല്ല മനസ്സിന്റെ ഉടമയായിരുന്നു. പക്ഷേ, അയാൾ ഗൗരവത്തോടെ കണക്കിലെടുക്കേണ്ട ഒരു മനുഷ്യൻ ആയിരുന്നില്ല. ആണുങ്ങളുടെ കൂട്ടത്തിൽ ആണായി കണക്കുകൂട്ടാൻ പറ്റാത്ത ഒരാൾ.

"നിങ്ങൾ എന്താണ് വീണ്ടും കിടപ്പിലായത്" ജറാൾഡ് അല്പം നേരമ്പോക്കോടെ സുഖമില്ലാത്ത മനുഷ്യന്റെ കൈയിൽ പിടിച്ചുകൊണ്ട് ചോദിച്ചു. എല്ലാസമയത്തും തന്റെ ശാരീരിക ശക്തിയുടെ ചൂടുള്ള തണൽ വാഗ്ദാനം ചെയ്തുകൊണ്ട് സംരക്ഷകനാവുന്നത് ജറാൾഡ് ആയിരുന്നു.

"എന്റെ പാപങ്ങൾ കാരണം ആയിരിക്കുമെന്നാണ് എനിക്കു തോന്നുന്നത്." ബിർക്കിൻ ചിരിച്ചുകൊണ്ട് പറഞ്ഞു.

"നിങ്ങളുടെ പാപങ്ങൾ കാരണമാണെന്നോ? ശരിയാണ്. ഒരുപക്ഷേ, അതുകൊണ്ട് ആയിരിക്കാം. നിങ്ങൾ പാപങ്ങളുടെ എണ്ണം കുറച്ച് നിങ്ങളുടെ ആരോഗ്യം നന്നാക്കി എടുക്കണം."

"അത് എങ്ങനെയാണെന്ന് നിങ്ങൾ എന്നെ പഠിപ്പിച്ച് തന്നാൽ അത് കൂടുതൽ നല്ല കാര്യം ആയിരിക്കും."

അയാൾ തമാശ പറഞ്ഞമട്ടിൽ ജറാൾഡിനെ നോക്കി.

"നിങ്ങളുടെ കാര്യങ്ങൾ എങ്ങനെയൊക്കെ പോകുന്നു?" ബിർക്കിൻ ചോദിച്ചു.

"എന്റെ കാര്യങ്ങളോ?" ജറാൾഡ് ബിർക്കിനെ നോക്കി. ബിർക്കിൻ ആത്മാർത്ഥമായി ചോദിച്ചതാണെന്ന് അയാൾ തിരിച്ചറിഞ്ഞു. അയാളുടെ കണ്ണുകളിൽ സൗഹൃദത്തിന്റെ വെളിച്ചം കണ്ടു.

"എന്തെങ്കിലും വ്യത്യാസം ഉണ്ടോ എന്ന് എനിക്ക് അറിയില്ല. അതൊക്കെ എങ്ങനെ ആയിരിക്കണമെന്ന് എനിക്ക് മനസ്സിലായിട്ടില്ല. അതിൽ വ്യത്യാസം വരാൻ ഒന്നുമില്ല."

"നിങ്ങൾ നിങ്ങളുടെ മനസ്സിന്റെ ആവശ്യം പരിഗണിക്കാതെ പതിവുപോലെ കച്ചവടം നന്നായി നടത്തിക്കൊണ്ടിരിക്കുകയാണെന്നാണ് എന്റെ വിശ്വാസം."

"അതു ശരിയാണ്." ജറാൾഡ് പറഞ്ഞു. "കുറഞ്ഞ പക്ഷം കച്ചവടത്തിന്റെ കാര്യം പറഞ്ഞാൽ എനിക്ക് മനസ്സിന്റെ കാര്യം പറയാൻ പറ്റില്ലെന്ന് ഉറപ്പാണ്."

"അത് ശരിയല്ല."

"നിശ്ചയമായും നിങ്ങൾ ഞാൻ കച്ചവടത്തിന്റെ കാര്യം പറയുമെന്ന് പ്രതീക്ഷിക്കുന്നില്ല." ജറാൾഡ് പൊട്ടിച്ചിരിച്ചു.

"ഇല്ല. നിങ്ങളുടെ കച്ചവടം ഒഴിച്ചുള്ള മറ്റ് കാര്യങ്ങളൊക്കെ എങ്ങനെ പോകുന്നു?"

"മറ്റ് കാര്യങ്ങളോ? അത് എന്ത് കാര്യങ്ങൾ ആണ്? എനിക്ക് അറിയില്ല. നിങ്ങൾ എന്ത് കാര്യമാണ് ഉദ്ദേശിക്കുന്നതെന്ന് എനിക്ക് അറിയില്ല."

'നിങ്ങൾക്ക് നല്ലവണ്ണം അറിയാം." ബിർക്കിൻ പറഞ്ഞു. "നിങ്ങൾ സന്തോഷത്തിലാണോ സങ്കടത്തിലാണോ? ഗുഡ്റൺ ബ്രാങ്വൻ എന്തു പറയുന്നു."

"അവൾ എന്തുപറയാൻ?" ജറാൾഡ് പരിഭ്രമിച്ചതുപോലെ തോന്നി. "ശരി" അയാൾ കൂട്ടിച്ചേർത്തു. "എനിക്ക് അറിയില്ല. അവസാനം ഞാൻ അവളെ കണ്ടസമയത്ത് എന്റെ മുഖത്ത് അവൾ കൈകൊണ്ട് അടിച്ചു എന്ന് മാത്രമേ എനിക്ക് നിങ്ങളോട് പറയാൻ കഴിയുകയുള്ളൂ."

"മുഖത്ത് അടിച്ചെന്നോ! എന്തിന്?"

"അത് എനിക്കും പറയാൻ കഴിയില്ല."

"സത്യമാണോ! എപ്പോൾ?"

"വിരുന്നിന്റെ ദിവസം. ഡയാന മുങ്ങിമരിച്ച ദിവസം. അവൾ കന്നുകാലികളെ കുന്നിന്റെ മുകളിലേക്ക് ഓടിച്ചുവിട്ടു. ഞാൻ അവളുടെ പിറകേ പോയിരുന്നു. നിങ്ങൾ ഓർക്കുന്നില്ലേ?"

"ശരിയാണ്. ഞാൻ ഓർക്കുന്നുണ്ട്. പക്ഷേ, അവൾ അങ്ങനെ ചെയ്തത് എന്തിനാണ്? നിങ്ങൾ അങ്ങനെ ചെയ്യാൻ അവളോട് നിശ്ചയമായും ആവശ്യപ്പെട്ടു കാണില്ലെന്നാണ് ഞാൻ വിചാരിക്കുന്നത്?'

"ഞാൻ ഒരിക്കലും ആവശ്യപ്പെട്ടിട്ടില്ല. എനിക്ക് ഇങ്ങനെ സംഭവിക്കുമെന്ന് അറിയില്ലായിരുന്നു. ആ ഹൈലാൻഡിൽ നിന്നുള്ള കാളകളെ ഓടിക്കുന്നത് അപകടമാണെന്ന് ഞാനൊരു മുന്നറിയിപ്പ് കൊടുത്തു. അത് സത്യം തന്നെയാണ്. അവൾ മട്ടുമാറി എന്റെ നേർക്ക് തിരിയുകയായിരുന്നു." "നിങ്ങളുടെ വിചാരം എനിക്ക് നിങ്ങളേയും നിങ്ങളുടെ കാളകളെയും പേടിയാണെന്നാണ് അല്ലേ?" അപ്പോൾ ഞാൻ ചോദിച്ചു. "ഞാൻ എന്തിനാണ് അങ്ങനെ വിചാരിക്കുന്നത്?" മറുപടിയായിട്ട് അവൾ എന്റെ മുഖത്തിന് കുറുകെ ഒരു അടി വെച്ചുതന്നു.

അടി ഇഷ്ടപ്പെട്ട മട്ടിൽ ബിർക്കിൻ പെട്ടെന്ന് പൊട്ടിച്ചിരിച്ചു. ജറാൾഡ് അത്ഭുതത്തോടെ കൂടെ ചിരിക്കാൻ തുടങ്ങുന്നതിനിടയിൽ പറഞ്ഞു കൊണ്ടിരുന്നു.

"ആ സമയത്ത് ഞാൻ ചിരിച്ചില്ലെന്ന് നിങ്ങൾക്ക് ഉറപ്പുതരാം. എന്റെ ജീവിതത്തിൽ ഒരിക്കലും ഇതുപോലെ ഞാൻ അമ്പരന്നിട്ടില്ല."

"നിങ്ങൾക്ക് ദേഷ്യം വന്നില്ലേ?"

"ദേഷ്യം? എനിക്ക് ദേഷ്യം വന്നെന്ന് തന്നെ വിചാരിക്കണം. ഞാൻ അവളെ രണ്ട് കുത്തിന് കൊല്ലുമായിരുന്നു."

ബിർക്കിൻ പെട്ടെന്ന് വിളിച്ചുപറഞ്ഞു. "പാവം ഗുഡ്റൺ പിന്നീട് അവൾ നിലവിട്ട് പെരുമാറിയതോർത്ത് അവൾ ബുദ്ധിമുട്ടിയിട്ടുണ്ടാവും." അയാൾ വളരെ സന്തോഷത്തിലായിരുന്നു.

"അവൾക്ക് ബുദ്ധിമുട്ട് തോന്നിയിട്ടുണ്ടാകുമോ?" ജറാൾഡ് ചോദിച്ചു. ഇപ്പോൾ അയാളും സന്തോഷത്തിലായിരുന്നു.

രണ്ടുപേരും ദുർവ്വിചാരത്തോടെ സന്തോഷിച്ചു.

"അവൾ എത്രമാത്രം അഹങ്കാരിയാണെന്നതോർത്ത് അവൾ ശരിക്കും ബുദ്ധിമുട്ടിക്കാണും."

"അവൾ അഹങ്കാരിയാണോ? അപ്പോൾ അവൾ അങ്ങനെ ചെയ്യാൻ എന്താണ് കാരണം? നിശ്ചയമായും ഇതിന്റെ യാതൊരു കാര്യവും ഇല്ലെന്നാണ് എന്റെ വിശ്വാസം. ഇത് ഒരുതരത്തിലും ന്യായീകരിക്കാൻ പറ്റില്ല."

"അതു പെട്ടെന്നുണ്ടായ ഒരു ആവേശത്തിൽ ചെയ്തതാണെന്നാണ് എനിക്ക് തോന്നുന്നത്?"

"അതെ. പക്ഷേ, അവൾക്ക് ഇങ്ങനെ ഒരു ആവേശം തോന്നിയതിനെ നിങ്ങൾ എങ്ങനെ ന്യായീകരിക്കും? ഞാൻ അവളെ യാതൊരു തരത്തിലും ഉപദ്രവിച്ചിട്ടില്ല.,"

ബിർക്കിൻ തലകുലുക്കി.

അവസാനത്തെ അടിയും താൻതന്നെ അടിക്കുമെന്ന് ഗുഡ്റൺ എന്തുകൊണ്ടാണ് പറഞ്ഞതെന്ന് ജറാൾഡ് ആലോചിക്കുകയായിരുന്നു. പക്ഷേ, അയാൾ ബിർക്കിനോട് ഏതോ ചില കാരണങ്ങൾകൊണ്ട് ഈ കാര്യം ഒളിച്ചുവെച്ചു.

"നിങ്ങൾക്ക് വെറുപ്പ് തോന്നുന്നില്ലേ?"

"എനിക്ക് വെറുപ്പ് തോന്നുന്നില്ല." ഒരു നിമിഷം നിശ്ശബ്ദനായി ഇരുന്നതിനുശേഷം അയാൾ കൂട്ടിച്ചേർത്തു. "ഇല്ല. ഞാൻ അതിനെ മറികടക്കും. അത്രതന്നെ. അതിനുശേഷം അവൾക്ക് വിഷമം ഉണ്ടെന്ന് തോന്നി."

"അവൾക്ക് വിഷമം തോന്നിയിരുന്നോ? അന്നത്തെ രാത്രിക്ക് ശേഷം നിങ്ങൾ തമ്മിൽ കണ്ടിട്ടില്ലല്ലോ."

അയാൾ പറഞ്ഞു. "ഞങ്ങൾ കണ്ടിരുന്നു. ആ സംഭവത്തിനുശേഷം ഞങ്ങളുടെ കൂടിക്കാഴ്ച എങ്ങനെ ആയിരിക്കുമെന്ന് നിങ്ങൾക്ക് സങ്കല്പിക്കാൻ കഴിയും."

"ശരിയാണ്. അത് മയപ്പെട്ടു വരുന്നുണ്ടോ?"

"എനിക്ക് അറിയില്ല. തീർച്ചയായും ദേഷ്യംതോന്നി. അവൾ അത് കാര്യമാക്കിയെന്ന് ഞാൻ സത്യത്തിൽ വിശ്വസിക്കുന്നില്ല. അവൾ കുട്ടികളെപ്പോലെയാണെന്നുള്ളതാണ് ഏറ്റവും വലിയ തമാശ. ഒന്നും പ്രശ്നമല്ല."

"നിങ്ങളെ അന്നത്തെ മരണം താറുമാറാക്കിയോ?"

"ഞാൻ അത് കാരണം പരിഭ്രമിച്ചു. പക്ഷേ, സത്യത്തിൽ എനിക്ക് വലിയ വിഷമം ഒന്നും തോന്നിയില്ല. എനിക്ക് വലിയ വ്യത്യാസം ഒന്നും തോന്നിയില്ല. നമുക്ക് എല്ലാവർക്കും മരിച്ചേ പറ്റൂ. എന്തായാലും നിങ്ങൾ മരിക്കുന്നതോ മരിക്കാതിരിക്കുന്നതോ കൊണ്ട് വലിയ വ്യത്യാസം ഒന്നും ഉണ്ടാവാനുണ്ടെന്ന് തോന്നുന്നില്ല. നിങ്ങൾക്ക് തോന്നുന്ന ഏത് ദുഃഖവും എനിക്ക് അനുഭവിക്കാൻ കഴിയുകയില്ല. എന്നെ അത് സ്പർശിക്കില്ല. എനിക്ക് അതിന് പരിപൂർണ്ണമായ പ്രാധാന്യം കൊടുക്കാൻ കഴിയില്ല."

"നിങ്ങൾക്ക് മരിക്കുന്നതും മരിക്കാതിരിക്കുന്നതും ഒരുപോലെയാണോ?" ബിർക്കിൻ ചോദിച്ചു.

ജറാൾഡ് ഒരു ആയുധത്തിന്റെ വായ്ത്തലപോലെ മൂർച്ചയുള്ള ഒരു നോട്ടം നോക്കി. അയാൾക്ക് ബുദ്ധിമുട്ടുതോന്നി. പക്ഷേ, അത് കാര്യമാക്കിയില്ല. സത്യത്തിൽ വലിയ ഭയത്തോടെ അയാൾ മരണത്തെ അങ്ങേയറ്റം ഗൗനിച്ചിരുന്നു.

"ഓ!" അയാൾ പറഞ്ഞു. "ഞാൻ മരിക്കാൻ ആഗ്രഹിക്കുന്നില്ല. ഞാൻ എന്തിനാണ് മരിക്കാൻ ആഗ്രഹിക്കുന്നത്? പക്ഷേ, ഞാൻ ഒരിക്കലും ആ കാര്യം ആലോചിച്ച് ബുദ്ധിമുട്ടാറില്ല. അത് എന്റെ മുമ്പിലുള്ള ചോദ്യമായി എനിക്ക് തോന്നാറില്ല. എനിക്ക് അതിൽ താല്പര്യം ഇല്ലെന്ന് നിങ്ങൾക്ക് അറിയാമല്ലോ."

"മരണ ഭയം എന്നെ ബുദ്ധിമുട്ടിക്കുന്നു" ബിർക്കിൻ പറഞ്ഞു. ഉടൻ തന്നെ അയാൾ കൂട്ടിച്ചേർത്തു. "ഇല്ല. മരണം പ്രധാനകാര്യമാണെന്ന് ഇപ്പോൾ തോന്നുന്നില്ല. അത് ഒരാളെ ജിജ്ഞാസയുണർത്തുന്ന രീതിയിൽ ബാധിക്കുന്നില്ല. അത് സാധാരണ കടന്നുവരുന്ന ഒരു നാളത്തെ ദിവസം പോലെയാണ്."

ജറാൾഡ് അയാളുടെ സുഹൃത്തിനെ സൂക്ഷിച്ച് നോക്കി. അവരുടെ കണ്ണുകൾ കൂട്ടിമുട്ടി. ഉച്ചരിക്കപ്പെടാത്ത ഒരു ധാരണ കൈമാറ്റം ചെയ്യപ്പെട്ടു.

ജറാൾഡ് ആലോചിക്കാൻ തുടങ്ങിയപ്പോൾ അയാളുടെ കണ്ണുകൾ ചെറുതായി. ബിർക്കിനെ നോക്കുമ്പോൾ അയാളുടെ മുഖം എന്തിനും മടിക്കാത്ത ഒരു മുഖം ആയിരുന്നു. അസാധാരണമായ സൂക്ഷ്മതയുള്ള അയാളുടെ കണ്ണുകൾക്ക് അപ്പോൾ അന്ധത ബാധിച്ചിരുന്നതായി തോന്നി. വളരെ ദൂരത്ത് ശൂന്യതയുടെ ഒരുബിന്ദുവിലാണ് അയാളുടെ നോട്ടം അവസാനിച്ചത്.

"മരണം ഒരു അതിർത്തിയല്ലെങ്കിൽ അത് മറ്റെന്താണ്?" അസാധാരണവും വ്യക്തവും ആയ ഒരു തണുപ്പൻ ശബ്ദത്തിൽ ജറാൾഡ് ചോദിച്ചു. അയാളുടെ ശബ്ദം അന്വേഷിച്ച് പിടികൂടപ്പെട്ട ഒരുവന്റെ ശബ്ദം പോലെ തോന്നി.

"അത് എന്താണ്?" ബിർക്കിൻ ആവർത്തിച്ചു. അതിനുശേഷം പരിഹാസം നിറഞ്ഞ ഒരു നിശ്ശബ്ദത ഉണ്ടായിരുന്നു. "അടിസ്ഥാനപരമായ മരണത്തിന്റെ അതിർത്തിയിൽ എത്തിച്ചേർന്ന് നമ്മൾ അപ്രത്യക്ഷരാകുന്നതിന് മുമ്പ് സുദീർഘമായ ഒരുവഴി താണ്ടേണ്ടതായിട്ടുണ്ട്."

"അതുവേണം." ജറാൾഡ് പറഞ്ഞു., "പക്ഷേ, എന്തുതരം വഴി?" തനിക്ക് ബിർക്കിനെക്കാൾ നന്നായി അറിയാവുന്ന കാര്യം ജറാൾഡ് ബിർക്കിനെക്കൊണ്ട് നിർബ്ബന്ധിച്ച് പറയിക്കാൻ ശ്രമിക്കുകയാണെന്ന് തോന്നി.

"അധഃപതനത്തിന്റെ ഇറക്കത്തിലൂടെ താഴോട്ട് പോകുന്ന വഴി - സാർവ്വത്രികമായ അധഃപതനത്തിന്റെ നിഗൂഢമായ വഴി. നമുക്ക് കടന്നു

പോകേണ്ട ശുദ്ധമായ അധഃപതനത്തിന്റെ പല ഘട്ടങ്ങൾ ഉണ്ട്. നമ്മൾ നമ്മുടെ മരണത്തിനുശേഷവും വളരെക്കാലം ജീവിക്കുന്നുണ്ട്."

ഈ കാര്യങ്ങളൊക്കെ തനിക്ക് ബിർക്കിനേക്കാൾ നന്നായി അറിയാവുന്നതാണെന്നുള്ള മട്ടിൽ ഒരു നേർത്ത പുഞ്ചിരിയോടെ ജറാൾഡ് ബിർക്കിൻ പറയുന്നതെല്ലാം ശ്രദ്ധിച്ചുകേട്ടു. തന്റെ അറിവുകൾ നേരിട്ട് സ്വന്തമായി നേടിയവയാണെന്നും ബിർക്കിന്റെ അറിവുകൾ വെറും അനുമാനങ്ങളും നിരീക്ഷണങ്ങളും മാത്രമാണെന്നും അതുകൊണ്ട് ലക്ഷ്യം വെച്ച സ്ഥാനത്ത് കൃത്യമായി കൊള്ളുന്നില്ലെന്നും ജറാൾഡ് ഭാവിച്ചു. പക്ഷേ, അയാൾ പിൻമാറാൻ പോകുന്നില്ല. ബിർക്കിന് രഹസ്യങ്ങളിൽ എത്തിച്ചേരാൻ കഴിയുമെങ്കിൽ അയാൾ എത്തിച്ചേരട്ടെ. ജറാൾഡ് ഒരിക്കലും അയാളെ സഹായിക്കില്ല. അവസാനംവരെ ജറാൾഡ് അപ്രാപ്യനായിരിക്കും.

"നിശ്ചയമായും" സംസാരത്തിൽ അത്ഭുതപ്പെടുത്തുന്ന ഒരുവ്യത്യാസം വരുത്തിക്കൊണ്ട് അയാൾ പറഞ്ഞു. "അത് ശരിക്കും ബാധിച്ചത് അച്ഛനെ ആണ്. അത് അച്ഛനെ നശിപ്പിക്കും. അച്ഛനെ സംബന്ധിച്ചിടത്തോളം ലോകം തകർന്നുകഴിഞ്ഞു. ഇപ്പോൾ അച്ഛന്റെ എല്ലാ ശ്രദ്ധയും വിനിയിലാണ്. വിനിയെ നിശ്ചയമായും അച്ഛന് രക്ഷിക്കണം. അച്ഛൻ പറയുന്നത് അവളെ ദൂരെയുള്ള സ്കൂളിൽ വിടണമെന്നാണ്. പക്ഷേ, അവൾ അത് അനുസരിക്കില്ല. അച്ഛൻ അത് ചെയ്യുകയും ഇല്ല. നിശ്ചയമായും അവൾ ഒരു പ്രത്യേക സ്വഭാവക്കാരി ആണ്. ഞങ്ങൾ എല്ലാവരും ജീവിക്കുന്ന കാര്യത്തിൽ വളരെ മോശമാണ്. ഞങ്ങൾക്ക് കാര്യങ്ങൾ ചെയ്യാൻ കഴിയും. പക്ഷേ, ഞങ്ങൾക്ക് ജീവിതവുമായി പൊരുത്തപ്പെടാൻ കഴിയില്ല. അത് വിചിത്രമാണ്. കുടുംബപരമായുള്ള ഒരു കുറവ്."

"അവളെ ദൂരെയുള്ള സ്കൂളിലേക്ക് പറഞ്ഞു വിടരുത്" ഒരു പുതിയ പോംവഴി ആലോചിച്ച് കൊണ്ട് ബിർക്കിൻ പറഞ്ഞു.

"അവളെ പറഞ്ഞയക്കരുതെന്നോ? എന്തുകൊണ്ട്?"

"അവൾ പ്രത്യേകതയുള്ള ഒരു കുട്ടിയാണ്. നിങ്ങളേക്കാൾ പ്രത്യേകതയുള്ളവൾ. എന്റെ അഭിപ്രായത്തിൽ പ്രത്യേകതയുള്ള കുട്ടികളെ ഒരിക്കലും ദൂരെയുള്ള സ്കൂളിലേക്ക് അയയ്ക്കരുത്. സാധാരണ കുട്ടികളെ മാത്രമേ സ്കൂളിൽ വിടേണ്ട കാര്യമേയുള്ളൂ. എനിക്ക് അങ്ങനെയാണ് തോന്നുന്നത്."

"ഞാൻ ആലോചിക്കുന്നത് വിപരീത രീതിയിലാണ്. അതുകൊണ്ട് ഒരുപക്ഷേ, മറ്റുകുട്ടികളുമായി ഇടപഴകി അവൾക്ക് കൂടുതൽ സാധാരണനിലയിലേക്ക് വരാൻ കഴിയുമെന്നാണ് എനിക്ക് തോന്നുന്നത്."

"അവൾ ഇടപഴകില്ല. നിങ്ങൾ സത്യത്തിൽ ഒരിക്കലും ഇടപഴകിയിട്ടില്ല. ഉണ്ടോ? അവൾക്ക് അങ്ങനെ അഭിനയിക്കാൻ പോലും ആഗ്രഹം കാണില്ല. അവൾ അഭിമാനിയാണ്. അവൾ സ്വാഭാവികമായി ഒറ്റപ്പെട്ടവൾ ആണ്. അവൾ ഒറ്റപ്പെട്ട പ്രകൃതക്കാരി ആണെങ്കിൽ നിങ്ങൾ എന്തി

നാണ് അവളെ ആളുകളുടെ കൂട്ടത്തിലേക്ക് തള്ളിവിടുന്നത്?"

"അതല്ല. എനിക്ക് അവളെ എന്തെങ്കിലും ആക്കിയെടുക്കണമെന്ന് ആഗ്രഹം ഇല്ല. പക്ഷേ, സ്കൂൾ അവൾക്ക് നല്ലതായിരിക്കുമെന്നാണ് എനിക്ക് തോന്നുന്നത്."

"അതു നിങ്ങൾക്ക് നല്ലതായിരുന്നോ?"

ജറാൾഡിന്റെ കണ്ണുകൾ വൃത്തികെട്ടരീതിയിൽ ചെറുതായി. സ്കൂൾ അയാൾക്ക് പീഡനം ആയിരുന്നു. എങ്കിലും ഒരാൾ ഈ പീഡനത്തിലൂടെ കടന്നുപോകേണ്ടതിന്റെ ആവശ്യകതയെ അയാൾ ഒരിക്കലും ചോദ്യം ചെയ്തില്ല. അനുസരണയിലൂടെയും പീഡനത്തിലൂടെയും കടന്നുപോകുന്ന വിദ്യാഭ്യാസത്തിൽ അയാൾക്ക് വിശ്വാസം ഉണ്ടെന്ന് തോന്നി.

"ഞാൻ അതിനെ ആ സമയത്ത് വെറുത്തിരുന്നു. പക്ഷേ, അത് ആവശ്യം ആയിരുന്നെന്ന് എനിക്ക് മനസ്സിലായിട്ടുണ്ട്." അയാൾ പറഞ്ഞു.

"എന്നെ അത് കുറച്ചൊക്കെ അനുസരണയുള്ളവനാക്കി. എവിടെയെങ്കിലുമൊക്കെ അനുസരണ കാണിച്ചില്ലെങ്കിൽ നിങ്ങൾക്ക് ജീവിക്കാൻ കഴിയുകയില്ല."

"ശരി," ബിർക്കിൻ പറഞ്ഞു."നിങ്ങൾ പൂർണ്ണമായും അനുസരണയിൽ നിന്ന് പുറത്തു കടന്നില്ലെങ്കിൽ നിങ്ങൾക്ക് ജീവിക്കാൻ കഴിയില്ലെന്നാണ് ഞാൻ ചിന്തിച്ച് തുടങ്ങിയിരിക്കുന്നത്. അനുസരണക്കേട് കാണിക്കാൻ നിങ്ങൾക്ക് ആവേശം ഉള്ളപ്പോൾ നിർബ്ബന്ധമായി അനുസരിക്കാൻ ശ്രമിക്കുന്നതുകൊണ്ട് പ്രയോജനം ഇല്ല. വിനി ഒരു പ്രത്യേക പ്രകൃതക്കാരി ആണ്. പ്രത്യേക പ്രകൃതിക്കാർക്ക് നിങ്ങൾ നിശ്ചയമായും ഒരു പ്രത്യേക ലോകം നല്കിയിരിക്കണം."

"ശരിയാണ്. പക്ഷേ, നിങ്ങളുടെ ഈ പ്രത്യേക ലോകം എവിടെ നിന്ന് കിട്ടും."

"ഉണ്ടാക്കിയെടുക്കണം. ലോകത്തിന് ചേരുന്ന രീതിയിൽ നിങ്ങളെ മാറ്റിയെടുക്കാതെ നിങ്ങൾക്ക് ചേരുന്ന രീതിയിൽ ലോകത്തെ മാറ്റി എടുക്കണം. രണ്ട് വ്യത്യസ്തരായ ആളുകൾ മറ്റൊരു ലോകം സൃഷ്ടിക്കും എന്നത് ഒരു യഥാർത്ഥ വസ്തുത ആണ്. നിങ്ങളും ഞാനും. നമ്മൾ മറ്റൊരു ലോകം സൃഷ്ടിക്കുന്നുണ്ട്. നിങ്ങളുടെ സഹോദരിമാരുടെ ഭർത്താക്കന്മാരുടെ ലോകം പോലെയുള്ള ഒരുലോകം നിങ്ങൾ ആഗ്രഹിക്കുന്നില്ല. ഒരു പ്രത്യേക യോഗ്യതയ്ക്കാണ് നിങ്ങൾ വില കല്പിക്കുന്നത്. നിങ്ങൾ ഒരു സാധാരണ മനുഷ്യനാകാൻ നിങ്ങൾ ആഗ്രഹിക്കുന്നുണ്ടോ! അത് ഒരു കള്ളം തന്നെ ആണ്. നിങ്ങൾ അസാധാരണമായ സ്വാതന്ത്ര്യത്തിന്റെ ലോകത്ത് അസാധാരണമായ സ്വാതന്ത്ര്യം ആഗ്രഹിക്കുന്നുണ്ട്."

ജറാൾഡ് അറിവ് ലഭിച്ചതിന്റേതായ ഒരു നിഗൂഢനോട്ടം ബിർക്കിനെ നോക്കി. പക്ഷേ, അയാൾ ഒരിക്കലും അയാൾക്ക് തോന്നിയ കാര്യം തുറന്ന് സമ്മതിക്കില്ല. ഒരു ദിശയിൽ അയാൾക്ക് ബിർക്കിനെക്കാൾ കൂടുതൽ അറിവുണ്ട്. വളരെ കൂടുതൽ അറിവുണ്ട്. ബിർക്കിൻ ഏതോ തര

ത്തിൽ ചെറുപ്പവും കുട്ടികളെപ്പോലെ നിഷ്കളങ്കനും, അത്ഭുതപ്പെടുത്തുന്ന തരത്തിൽ ബുദ്ധിമാനും ആണെങ്കിലും മാറ്റാനൊക്കാത്ത തരത്തിൽ ശുദ്ധഗതിക്കാരനും ആയതുകൊണ്ട് ബിർക്കിന് ജറാൾഡ് അയാളുടെ ശാന്തമായ സ്നേഹം നല്കി. "എങ്കിലും എന്നെ ഒരു വിചിത്ര സ്വഭാവക്കാരനായി നിങ്ങൾ കരുതുന്നുണ്ട്." ബിർക്കിൻ സൂചന നല്കിക്കൊണ്ട് പറഞ്ഞു.

"വിചിത്ര സ്വഭാവക്കാരനോ!" ജറാൾഡ് പരിഭ്രമത്തോടെ ഉറക്കെ പറഞ്ഞു. പെട്ടെന്ന് ഭംഗിയുള്ള പൂമൊട്ടിൽ നിന്ന് പൂ വിരിയുന്നത് പോലെ അയാളുടെ മുഖം പ്രസന്നമായി. ഇല്ല. ഞാൻ ഒരിക്കലും നിങ്ങളെ ഒരു വിചിത്ര സ്വഭാവക്കാരനായി കണക്കാക്കിയിട്ടില്ല. അതിനുശേഷം അയാൾ മറ്റെയാളെ ശ്രദ്ധിച്ചുനോക്കി. ബിർക്കിന് ആ നോട്ടത്തിന്റെ അർത്ഥം മനസ്സിലാക്കാൻ കഴിഞ്ഞില്ല. ജറാൾഡ് തുടർന്നു. "എനിക്ക് നിങ്ങളിൽ എല്ലാ സമയത്തും അനിശ്ചിതത്വത്തിന്റെ ഒരു അംശം നിലനില്ക്കുന്നുണ്ടെന്നാണ് തോന്നുന്നത്. ഒരുപക്ഷേ, നിങ്ങൾക്ക് നിങ്ങളെപ്പറ്റി ഒരു അനിശ്ചിതത്വം തോന്നുന്നുണ്ടാവും. പക്ഷേ, എനിക്ക് നിങ്ങളെപ്പറ്റി ഒരിക്കലും ഒരു വിശ്വാസം തോന്നിയിട്ടില്ല. നിങ്ങൾക്ക് ഒരു ആത്മാവില്ലാത്തപോലെ വളരെ എളുപ്പത്തിൽ വ്യത്യാസം വന്ന് അകന്നു പോകാൻ സാധിക്കും."

അയാൾ തുളച്ചിറങ്ങുന്ന കണ്ണുകൾകൊണ്ട് ബിർക്കിനെ നോക്കി. ബിർക്കിൻ അത്ഭുതപ്പെട്ടുപോയി. ഈ ലോകത്തിന്റെ മൊത്തം ആത്മാവും തന്നിൽ ഉണ്ടെന്നാണ് അയാൾ വിചാരിച്ചിരുന്നത്. അയാൾ അത്ഭുതത്തോടെ നോക്കി. ശ്രദ്ധിച്ചപ്പോൾ അയാളുടെ കണ്ണുകളിലെ സ്വാഭാവികമായ നന്മ ജറാൾഡ് കണ്ടു. അത് ജറാൾഡിനെ അളവില്ലാത്തവിധത്തിൽ ആകർഷിച്ചെങ്കിലും അയാളെ അത് വല്ലാതെ പൊറുതിമുട്ടിച്ചു. കാരണം അതിനെ അയാൾ അങ്ങേയറ്റം അവിശ്വസിച്ചു. അയാൾ ഇല്ലെങ്കിലും ബിർക്കിന് പ്രശ്നം ഇല്ലെന്ന് അയാൾക്ക് അറിയാം. അയാൾക്ക് മറക്കാനും ദുഖിക്കാതിരിക്കാനും കഴിയും. ജറാൾഡിന് ഈ ബോധം എല്ലാസമയത്തും ഉണ്ടായിരുന്നു. ഇത് അയാളിൽ കയ്പുള്ള അവിശ്വാസം നിറച്ചു. അകന്നുമാറലിന്റെ യുവത്വം നിറഞ്ഞതും മൃഗീയവുമായ ഈ സ്വാഭാവികത അയാളിൽ അവിശ്വാസം വർദ്ധിപ്പിച്ചു. അത് ചിലപ്പോഴല്ല പലപ്പോഴും ബിർക്കിന്റെ ഭാഗത്തുനിന്ന് അങ്ങേയറ്റം ആഴവും പ്രാധാന്യവും ഉള്ള സംസാരവുമായി മാറിക്കൊണ്ട് ഏകദേശം ഒരു കള്ളമോ കാപട്യമോ പോലെ തോന്നി.

മറ്റു പല കാര്യങ്ങളും ബിർക്കിന്റെ മനസ്സിലൂടെ കടന്നുപോയിരുന്നു. പെട്ടെന്ന് താൻ മറ്റൊരു പ്രശ്നത്തിനുമുന്നിൽ സ്വയം ചെന്നുപെട്ടിരിക്കുകയാണെന്ന് ബിർക്കിന് മനസ്സിലായി. രണ്ട് ആണുങ്ങൾക്കിടയിലുള്ള സ്നേഹത്തിന്റെയും ശാശ്വതമായ യോജിപ്പിന്റെയും പ്രശ്നം. നിശ്ചയമായും ഇത് ആവശ്യം ആയിരുന്നു. അയാളുടെ ജീവിതം മുഴുവൻ ഇത് അയാളുടെ ഉള്ളിൽ ഉണ്ടായിരുന്ന ഒരു ആവശ്യം ആയിരുന്നു. ഒരു പുരുഷനെ പൂർണ്ണമായും ശുദ്ധമായും സ്നേഹിക്കുക. അയാൾ ജറാൾഡിനെ

എല്ലാക്കാലത്തും നിശ്ചയമായും സ്നേഹിച്ചുകൊണ്ടിരിക്കുകയും എല്ലാക്കാലത്തും ആ സ്നേഹം നിഷേധിക്കപ്പെട്ടുകൊണ്ടിരിക്കുകയും ആയിരുന്നു.

ജറാൾഡ് ബിർക്കിന്റെ അടുത്തിരുന്ന് ആലോചിക്കുമ്പോൾ ബിർക്കിൻ കിടക്കയിൽ കിടന്ന് അത്ഭുതപ്പെട്ടു. ഓരോരുത്തരും അവരവരുടെ ചിന്തകളിൽ മുഴുകിപ്പോയിരുന്നു.

"പഴയ ജർമ്മൻ യോദ്ധാക്കൾ രക്തസാഹോദര്യത്തിന്റെ പ്രതിജ്ഞ എടുത്തിരുന്നത് എങ്ങനെയായിരുന്നെന്ന് നിങ്ങൾക്ക് അറിയാമോ?" ബിർക്കിൻ ജറാൾഡിനോട് ചോദിച്ചു. അയാളുടെ കണ്ണുകളിൽ ഒരു പുതിയ സന്തോഷത്തിന്റെ ഉത്സാഹം ഉണ്ടായിരുന്നു.

"കൈയിൽ അവർ ഒരു ചെറിയ മുറിവുണ്ടാക്കിയിട്ട് ആ മുറിവുകൾ തമ്മിൽ ഉരസി ചോര കൂട്ടിക്കലർത്തും." ജറാൾഡ് പറഞ്ഞു.

"അതെ. എന്നിട്ട് അവർ പരസ്പരം ജീവിതകാലം മുഴുവൻ വിശ്വസ്തത പുലർത്തുമെന്ന് പ്രതിജ്ഞ ചെയ്യും. നമ്മളും ചെയ്യേണ്ടത് അതു തന്നെയാണ്. മുറിവുകൾ വേണ്ട. അത് പഴഞ്ചൻ രീതിയാണ് പക്ഷേ, നമ്മൾ പരസ്പരം സ്നേഹിക്കുമെന്ന് പ്രതിജ്ഞ എടുക്കേണ്ടതുണ്ട്. നിങ്ങളും ഞാനും ഒരു തിരിച്ചുപോക്ക് ഇല്ലാത്തരീതിയിൽ പരിപൂർണ്ണമായും ഗാഢമായും സ്നേഹിക്കുമെന്ന് വേണം പ്രതിജ്ഞ എടുക്കാൻ."

അയാൾ കണ്ടെത്തലിന്റെ സന്തോഷമുള്ള തെളിഞ്ഞ കണ്ണുകൾകൊണ്ട് ജറാൾഡിനെ നോക്കി. ജറാൾഡ് ആകർഷണത്തിന്റെ പരാധീനതയോടെ ബിർക്കിനെ നോക്കി. കാരണം, ആകർഷണത്തെ അയാൾ വെറുത്തു. അയാൾക്ക് അവിശ്വാസം തോന്നിയിരുന്നു.

"നമ്മൾ ഒരു ദിവസം പരസ്പരം പ്രതിജ്ഞ ചെയ്യും. ചെയ്യില്ലേ?" ബിർക്കിൻ വാദിച്ചു. "നമ്മൾ പരസ്പരം സഹായിക്കുമെന്നും പരസ്പരം വിശ്വസ്തരായിരിക്കുമെന്നും തിരിച്ചെടുക്കാനുള്ള സാദ്ധ്യത ഇല്ലാതെ പരസ്പരം ദാനം ചെയ്യുമെന്നും പ്രതിജ്ഞചെയ്യും."

ബിർക്കിൻ സ്വയം ആവിഷ്കരിക്കാൻ വേണ്ടി ബുദ്ധിമുട്ടുന്നുണ്ടായിരുന്നു. ജറാൾഡ് ശ്രദ്ധിച്ചില്ല. അയാളുടെ മുഖത്ത് ഒരുതരം തിളക്കമുള്ള സന്തോഷം പ്രകടമായി.

"ഒരു ദിവസം നമുക്ക് പ്രതിജ്ഞ എടുക്കരുതോ?" ജറാൾഡിന്റെ നേർക്ക് കൈനീട്ടിക്കൊണ്ട് ബിർക്കിൻ ചോദിച്ചു.

ഭയംകൊണ്ട് പിൻമാറുന്നതുപോലെ ജറാൾഡ് ജീവനുള്ള ആ കൈപ്പത്തിയിൽ വെറുതെ തൊട്ടു.

"ഞാൻ ഇത് കൂടുതൽ നന്നായി മനസ്സിലാക്കുന്നതുവരെ നമുക്ക് ഇക്കാര്യം ഉപേക്ഷിക്കാം." അയാൾ ക്ഷമാപണസ്വരത്തിൽ പറഞ്ഞു.

ബിർക്കിൻ അയാളെ ശ്രദ്ധിച്ചുനോക്കി. രൂക്ഷമായ ഒരു ചെറിയനൈരാശ്യം അയാളുടെ ഉള്ളിലേക്ക് കടന്നുവന്നു. ഒരുപക്ഷേ, അത് വെറുപ്പിന്റെ ഒരു സ്പർശനം ആയിരിക്കാം.

"ശരിയാണ്" ബിർക്കിൻ പറഞ്ഞു. "നിങ്ങൾ ചിന്തിക്കുന്ന കാര്യം

നിശ്ചയമായും പിന്നീട് നിങ്ങൾ എന്നോട് പറയണം. ഞാൻ ഉദ്ദേശിക്കുന്നത് എന്താണെന്ന് നിങ്ങൾക്ക് അറിയാം. ബാലിശമായ വൈകാരികതയല്ല. ഒരാളെ സ്വതന്ത്രനായി അവശേഷിപ്പിക്കുന്ന വ്യക്തിപരമല്ലാത്ത കൂട്ടുകെട്ട്."

അവർ രണ്ടുപേരും നിശ്ശബ്ദതയിലേക്ക് വഴുതിവീണു. ഈ സമയത്ത് മുഴുവൻ ബിർക്കിൻ ജറാൾഡിനെ നോക്കിക്കൊണ്ടിരിക്കുകയായിരുന്നു. പക്ഷേ, ഇപ്പോൾ അയാൾ സാധാരണ ജറാൾഡിൽ കാണാറുള്ള അയാൾ ഇഷ്ടപ്പെടുന്ന കരുത്തുള്ള മനുഷ്യനെ അല്ല കാണുന്നതെന്ന് അയാൾക്ക് തോന്നി. ഇപ്പോൾ അയാൾക്ക് പരിമിതികൾ ഉണ്ടെന്ന് തോന്നി. അയാൾ ജീവിതത്തിന്റെ ഒരു വ്യവസ്ഥയിലേക്കും ഒരു അറിവിലേക്കും ഒരു പ്രവർത്തനത്തിലേക്കും പരിമിതപ്പെട്ടിരിക്കുന്നു. അയാൾക്ക് അത് മൊത്തം ജീവിതം ആണെന്നാണ് തോന്നുന്നത്. അവരുടെ വൈകാരികമായ സമീപനത്തിന്റെ നിമിഷങ്ങൾക്ക് ശേഷം ഈ പരിമിതി ബിർക്കിനെ കീഴടക്കി. അയാളിൽ അത് ഒരുതരം മുഷിപ്പോ വെറുപ്പോ നിറച്ചു. ജറാൾഡിൽ ബിർക്കിന് അങ്ങേയറ്റത്തെ മുഷിച്ചിൽ ഉണ്ടാക്കിയത് ഈ പരിമിതിയോടുള്ള അയാളുടെ നിർബ്ബന്ധം ആയിരുന്നു. സത്യത്തിൽ താല്പര്യമില്ലാത്ത ആഹ്ലാദത്തിനുവേണ്ടി ജറാൾഡിന് ഒരിക്കലും അയാളിൽ നിന്ന് ദൂരത്തേക്ക് പറന്നുപോകാൻ കഴിയില്ലായിരുന്നു. അയാൾക്ക് ഒരു തടസ്സം ഉണ്ടായിരുന്നു. അയാളുടെ മനസ്സിൽ ഒരു താല്പര്യം ഒഴിയാബാധയായി ഉണ്ടായിരുന്നു.

കുറേസമയത്തേക്ക് ആരും സംസാരിച്ചില്ല. പിന്നീട് സന്ദർഭത്തിന്റെ പിരിമുറുക്കം കുറച്ചുകൊണ്ട് ജറാൾഡ് കുറേക്കൂടി മൃദുവായ ശബ്ദത്തിൽ പറഞ്ഞു. "വിനിഫ്രഡിന് ഒരു നല്ല അദ്ധ്യാപികയെ കൊണ്ടുത്തരാൻ നിങ്ങൾക്ക് പറ്റില്ലേ?— വളരെ വ്യത്യസ്തയായ ഒരു അദ്ധ്യാപികയെ? അവളെ ചിത്രരചനയും ശില്പനിർമ്മാണവും പഠിപ്പിക്കാൻ ഗുഡ്റണിനോട് നമുക്ക് ചോദിച്ചുനോക്കാമെന്ന് ഹെർമിയോൺ റോഡിസ് അഭിപ്രായം പറഞ്ഞിരുന്നു. വിനി ഭയങ്കരബുദ്ധിശാലിയാണെന്ന് നിങ്ങൾക്ക് അറിയാമല്ലോ. അവൾ ഒരു കലാകാരിയാണെന്ന് ഹെർമിയോൺ പ്രഖ്യാപിച്ചിട്ടുണ്ട്." അസാധാരണമായി ഒന്നും സംഭവിച്ചിട്ടില്ലെന്ന മട്ടിൽ സാധാരണ സംസാരിക്കുന്ന രീതിയിലാണ് ജറാൾഡ് സംസാരിച്ചത്. പക്ഷേ, ബിർക്കിന്റെ പെരുമാറ്റം മറിച്ചായിരുന്നു.

"ശരിയാണോ! എനിക്ക് ആ കാര്യം അറിയില്ലായിരുന്നു. അതെന്തായാലും നന്നായി. ഗുഡ്റൺ അവളെ പഠിപ്പിച്ചാൽ അതു കൃത്യം ആയിരിക്കും. അതിലും നല്ലതെന്ന് പറയാൻ മറ്റൊന്നില്ല; വിനിഫ്രഡ് ഒരു കലാകാരി ആണെങ്കിൽ? കാരണം ഗുഡ്റൺ എന്തായാലും ഒരു കലാകാരിയാണ്. ഓരോ യഥാർത്ഥ കലാകാരനും ഓരോ മറ്റു കലാകാരന്റേയും മോക്ഷം ആണ്."

"അവർ ഒരു നിയമം പോലെ വളരെ മോശപ്പെട്ടരീതിയിലാണ് ജീവിക്കുന്നതെന്നാണ് ഞാൻ വിചാരിച്ചിരുന്നത്"

"ഒരുപക്ഷേ, ശരിയായിരിക്കാം. പക്ഷേ, ജീവിക്കാൻ കൊള്ളാവുന്ന ഒരു ലോകം പരസ്പരം സൃഷ്ടിച്ചുകൊടുക്കുന്നത് കലാകാരന്മാർ മാത്രമാണ്. വിനിഫ്രഡിന് ആ കാര്യം നിങ്ങൾക്ക് ഏർപ്പെടുത്തിക്കൊടുക്കാൻ കഴിഞ്ഞാൽ അത് വളരെ നല്ല കാര്യമാണ്. പക്ഷേ, ഗുഡ്റൺ അതിന് തയ്യാറാവില്ലെന്നാണ് നിങ്ങൾ വിചാരിക്കുന്നത്."

"എനിക്ക് അറിയില്ല. ഗുഡ്റൺ ഏറെക്കുറെ സ്വന്തം അഭിപ്രായം ഉള്ളവളാണ്. എവിടെ വിളിച്ചാലും അവൾ പോകുകയില്ല. പോയാൽത്തന്നെ വലിയ താമസമില്ലാതെ തിരിച്ചുപോരും. അവൾ വീട്ടിൽവന്ന് പ്രത്യേകം പഠിപ്പിക്കാൻ നിലവിട്ട് താഴോട്ടുവരുമോ എന്ന് എനിക്ക് അറിയില്ല. പ്രത്യേകിച്ചും ബെൽഡോവറിൽ അവൾ തീരെ തയ്യാറാവില്ല. പക്ഷേ, ഏറ്റവും നല്ലകാര്യം അതായിരിക്കും. വിനിഫ്രഡ് ഒരു പ്രത്യേക സ്വഭാവക്കാരി ആണ്. സ്വയംപര്യാപ്തതയ്ക്കുള്ള മാർഗ്ഗം അവൾക്ക് കാണിച്ചുകൊടുക്കുന്നതാണ് ചെയ്യാൻ പറ്റുന്ന ഏറ്റവും നല്ല കാര്യം. സാധാരണ ജീവിതവുമായി അവൾ ഒരിക്കലും പൊരുത്തപ്പെട്ട് പോകില്ല. നിങ്ങൾക്ക് തന്നെ അത് ബുദ്ധിമുട്ടായി മാറും. അവൾ നിങ്ങളെക്കാൾ പെട്ടെന്ന് ക്ഷോഭിക്കുന്നവളാണ്. ആശയപ്രകടനത്തിനുള്ള ഒരു വഴി കണ്ടെത്തിയില്ലെങ്കിൽ അവളുടെ ജീവിതം ഏത് രീതിയിലാകുമെന്ന് ആലോചിക്കുന്നത് ബുദ്ധിമുട്ടായിരിക്കും. വിധിക്ക് വിട്ടുകൊടുത്താൽ എന്താകുമെന്ന് നിങ്ങൾക്ക് അറിയാം. വിവാഹങ്ങളെ എന്തുമാത്രം വിശ്വസിക്കാമെന്ന് നിങ്ങൾ മനസ്സിലാക്കിയിട്ടുണ്ട്. നിങ്ങളുടെ അമ്മയുടെ കാര്യം തന്നെ നോക്കൂ."

"അമ്മയുടെ പെരുമാറ്റം അസാധാരണമാണെന്ന് നിങ്ങൾ വിചാരിക്കുന്നുണ്ടോ?"

"ഇല്ല! അവർ കൂടുതൽ എന്തോ ആഗ്രഹിക്കുന്നുണ്ടെന്നാണ് ഞാൻ വിചാരിക്കുന്നത്. അല്ലെങ്കിൽ സാധാരണ ജീവിതത്തിലല്ലാതെ മറ്റെന്തോ കാര്യം അവർക്ക് വേണം. അതു കിട്ടാതായപ്പോൾ ഒരുപക്ഷേ, അവർക്ക് വഴി തെറ്റിയിട്ടുണ്ടാവാം."

"വഴിതെറ്റിയ സന്തതികളെ സൃഷ്ടിച്ചതിനു ശേഷം!" ജറാൾഡ് ദുഃഖത്തോടെ പറഞ്ഞു.

"ബാക്കിയുള്ളവരെക്കാൾ കൂടുതൽ തെറ്റൊന്നും അവർക്ക് പറ്റിയിട്ടില്ല." ബിർക്കിൻ മറുപടി പറഞ്ഞു. ഏറ്റവും സാധാരണക്കാരായവരെ ഓരോരുത്തരെയായി പരിശോധിച്ചുനോക്കൂ. അവർ ഏറ്റവും മോശപ്പെട്ട രീതിയിൽ സ്വാർത്ഥരാണെന്ന് കാണാം."

"ചിലപ്പോൾ ജീവിച്ചിരിക്കുന്നതുതന്നെ ഒരു ശാപമാണെന്ന് ഞാൻ വിചാരിക്കാറുണ്ട്." പെട്ടെന്ന് കാരണമില്ലാതെ ദേഷ്യപ്പെട്ടുകൊണ്ട് ജറാൾഡ് പറഞ്ഞു.

"ശരി"ബിർക്കിൻ പറഞ്ഞു. "എന്തുകൊണ്ട്?, ചില സമയത്ത് ജീവിച്ചിരിക്കുന്നത് ഒരു ശാപം തന്നെയാണെന്ന് വിചാരിച്ചുകൊള്ളൂ. പക്ഷേ, മറ്റുസമയങ്ങളിൽ അത് ശാപം ഒഴിച്ച് മറ്റ് എന്തൊക്കെയോ ആണ്. സത്യ

ത്തിൽ നിങ്ങൾക്ക് അതിൽ ധാരാളം സന്തോഷിക്കാനുള്ള കാര്യങ്ങളുണ്ട്."

"നിങ്ങൾ വിചാരിക്കുന്നതിനേക്കാൾ അത് മോശമാണ്." മറ്റയാളെ അസാധാരണമായ ദൈന്യത കലർന്ന ഒരു നോട്ടം നോക്കിക്കൊണ്ട് ജറാൾഡ് പറഞ്ഞു.

കുറച്ച് സമയത്തേക്ക് നിശ്ശബ്ദത ആയിരുന്നു. ഓരോരുത്തരും അവരവരുടെ ചിന്തയിലായിരുന്നു.

"വിനിയെ പഠിപ്പിക്കാൻ വരുന്നതും ഗ്രാമർ സ്കൂളിൽ പഠിപ്പിക്കുന്നതും തമ്മിൽ അവൾ എന്ത് വ്യത്യാസമാണ് കാണുന്നതെന്ന് എനിക്ക് മനസ്സിലാകുന്നില്ല."

"ഒരു സ്വകാര്യ ജീവനക്കാരനും സർക്കാർ ജീവനക്കാരനും തമ്മിലുള്ള വ്യത്യാസം: രാജാവും കുലീനനുമാണ് ഇന്നത്തെ മഹാൻ. അവരാണ് സർക്കാർ. നിങ്ങൾ സർക്കാരിനുവേണ്ടി സേവനം നടത്താൻ തയ്യാറാണ്. പക്ഷേ, ഒരു സ്വകാര്യസേവനം."

"ഞാൻ രണ്ടിടത്തും സേവനം നടത്താൻ ആഗ്രഹിക്കുന്നില്ല."

"ഗുഡ്റണും ഒരുപക്ഷേ, അതുതന്നെ ആയിരിക്കും തോന്നുന്നത്."

ജറാൾഡ് അല്പസമയം ആലോചിച്ചുകൊണ്ടിരുന്നു. പിന്നീട് അയാൾ പറഞ്ഞു.

"എന്തുതന്നെ ആയാലും അച്ഛൻ അവൾക്ക് ഒരു സ്വകാര്യ ജീവനക്കാരിയാണെന്നുള്ള തോന്നൽ ഉണ്ടാക്കുകില്ല. അച്ഛൻ വേണ്ടത്ര നന്ദിയുള്ളവനായിരിക്കും. വേണ്ടപോലെ ശ്രദ്ധിച്ച് പെരുമാറുകയും ചെയ്യും."

"അങ്ങനെതന്നെ വേണം. നിങ്ങൾ എല്ലാവരും അതുപോലെ വേണം. ഗുഡ്റൺ ബ്രാങ്ഗ്വനിനെ പോലൊരു സ്ത്രീയെ പണം കൊടുത്ത് വാടകയ്ക്ക് എടുക്കാമെന്ന് നിങ്ങൾ കരുതുന്നുണ്ടോ? അവൾ എന്തുകൊണ്ടും നിങ്ങളോടൊപ്പം നില്ക്കുന്നവളാണ്; ഒരുപക്ഷേ, നിങ്ങളെക്കാൾ മുകളിൽ"

"ആണോ?"

"ആണ്. നിങ്ങൾക്ക് അത് മനസ്സിലാക്കാനുള്ള മനക്കരുത്തില്ലെങ്കിൽ അവൾ നിങ്ങളെ നിങ്ങളുടെ വഴിക്ക് ഉപേക്ഷിക്കുമെന്നാണ് എനിക്ക് തോന്നുന്നത്."

ജറാൾഡ് പറഞ്ഞു. "എന്തായാലും അവൾ എനിക്ക് തുല്യയാണെങ്കിൽ അവൾ ഒരു അദ്ധ്യാപിക ആകരുതായിരുന്നു. കാരണം ന്യായമായും അദ്ധ്യാപികമാർ എനിക്ക് തുല്യരാണെന്ന് ഞാൻ വിചാരിക്കുന്നില്ല."

"ഞാനും വിചാരിക്കുന്നില്ല. പക്ഷേ, ഞാൻ പഠിപ്പിക്കുന്നതുകൊണ്ടാണോ ഞാൻ അദ്ധ്യാപകൻ ആകുന്നത്? അല്ലെങ്കിൽ പ്രസംഗിക്കുന്നതുകൊണ്ടാണോ ഞാൻ വലിയ പ്രമാണി ആകുന്നത്?"

ജറാൾഡ് ചിരിച്ചു. ഇത്തരം പകരം പറച്ചിലുകളിൽ അയാൾ എല്ലാ സമയത്തും അസ്വസ്ഥനായിരുന്നു. സാമൂഹികമേന്മ അവകാശപ്പെടാൻ അയാൾക്ക് ആഗ്രഹം ഇല്ല. സൂക്ഷ്മമായ വ്യക്തിപരമായ മേന്മയും

അയാൾ അവകാശപ്പെട്ടില്ല. കാരണം അയാളുടെ മൂല്യങ്ങളുടെ അളവു കോൽ ഒരിക്കലും ശുദ്ധമായ സ്വഭാവത്തെ അടിസ്ഥാനമാക്കിയുള്ളതല്ല. അതുകൊണ്ട് സമൂഹത്തിലെ അവസ്ഥയുടെ മൗനമായ അഹംഭാവത്തിൽ അയാൾ ചാഞ്ചാടിക്കൊണ്ടിരുന്നു. മനുഷ്യർ തമ്മിലുള്ള അതിസൂക്ഷ്മ മായ വ്യത്യാസങ്ങൾ ഒരു സത്യമാണെന്ന് അയാളെക്കൊണ്ട് സമ്മതിപ്പി ക്കാൻ ബിർക്കിൻ ആഗ്രഹിച്ചു. പക്ഷേ, അയാൾക്ക് അത് സമ്മതിച്ചു കൊടുക്കാൻ ഉദ്ദേശ്യമില്ല. അത് അയാളുടെ സാമൂഹികമായ കുലീന തയ്ക്ക് എതിരാണ്. അയാളുടെ തത്ത്വങ്ങൾക്ക് എതിരാണ്. അയാൾ പോകാൻ വേണ്ടി എഴുന്നേറ്റു.

"ഞാൻ ഈ സമയം മുഴുവൻ എന്റെ വ്യാപാരം അവഗണിക്കുക യായിരുന്നു." അയാൾ പുഞ്ചിരിച്ചുകൊണ്ട് പറഞ്ഞു.

"ഞാൻ അത് നേരത്തേതന്നെ നിങ്ങളെ ഓർമ്മിപ്പിക്കേണ്ടതായി രുന്നു." പരിഹാസത്തോടെ ചിരിച്ചുകൊണ്ട് ബിർക്കിൻ മറുപടിപറഞ്ഞു.

"നിങ്ങൾ ഇതുപോലെ എന്തെങ്കിലും പറയുമെന്ന് എനിക്ക് അ റിയാം." സാമാന്യം അസ്വസ്ഥതയോടെ ജറാൾഡ് ചിരിച്ചു.

"അറിയുമായിരുന്നോ?"

"അറിയുമായിരുന്നു റൂപർട്ട്. ഞങ്ങൾക്ക് എല്ലാവർക്കും നിങ്ങളെ പ്പോലെ ആകാൻ കഴിഞ്ഞെന്നുവരില്ല. ഞങ്ങൾക്ക് ബുദ്ധിമുട്ട് ഉണ്ട്. ഞാൻ ലോകത്തിന്റെ മുകളിൽ എത്തുമ്പോൾ എന്റെ എല്ലാ വ്യാപാരവും ഞാൻ അവഗണിക്കും."

"നിശ്ചയമായും നമ്മൾ ഇപ്പോൾ ബുദ്ധിമുട്ടിലല്ല." ബിർക്കിൻ പരി ഹസിച്ച് പറഞ്ഞു.

"നിങ്ങൾ മനസ്സിലാക്കിയിട്ടുള്ളത് പോലെയല്ല. എന്തായാലും കുടി ക്കാനും തിന്നാനും വേണ്ടത് ഞങ്ങൾക്ക് ഉണ്ട്."

"അതുകൊണ്ട് തൃപ്തിവേണം."ബിർക്കിൻ കൂട്ടിച്ചേർത്തു.

ജറാൾഡ് കിടക്കയുടെ അടുത്തുവന്ന് ബിർക്കിനെ നോക്കിക്കൊണ്ട് നിന്നു. അയാളുടെ കഴുത്ത് പുറത്ത് കാണുന്നുണ്ടായിരുന്നു. അയാളുടെ പരിഹാസം നിറഞ്ഞ കണ്ണുകൾക്ക് മുകളിലെ സ്നേഹം നിറഞ്ഞ പുരി കത്തിലേക്ക് അയാളുടെ തലമുടി ഭംഗിയോടെ ചിതറിവീണിരുന്നു. ജറാൾഡ് പോകാൻ മനസ്സില്ലാതെ അവിടെത്തന്നെ നിന്നു. മറ്റെയാളുടെ സാന്നിദ്ധ്യം അയാളെ അവിടെ പിടിച്ചു നിർത്തി. അയാൾക്ക് വിട്ടുപോ കാനുള്ള ശക്തി ഉണ്ടായിരുന്നില്ല.

ബിർക്കിൻ പറഞ്ഞു. "ശരി. പോയിട്ടു വരൂ. പുതപ്പിനടിയിൽനിന്നും അയാൾ തിളക്കമുള്ള ചിരിയോടെ കൈ പുറത്തേക്ക് നീട്ടി.

"പോയിട്ടുവരാം." സുഹൃത്തിന്റെ ചൂടുള്ള കൈയിൽ ശക്തിയായി പിടിച്ചുകൊണ്ട് ജറാൾഡ് പറഞ്ഞു. "ഞാൻ വീണ്ടും വരും. മില്ലിൽ ഞാൻ നിങ്ങളുടെ കുറവ് അറിയുന്നുണ്ട്."

"കുറച്ച് ദിവസത്തിനുള്ളിൽ ഞാൻ അവിടെ എത്തും."

രണ്ടുപേരുടെയും കണ്ണുകൾ വീണ്ടും കൂട്ടിമുട്ടി. പരുന്തിനെപ്പോലെ

സൂക്ഷ്മതയുള്ള ജറാൾഡിന്റെ കണ്ണുകളിൽ ഇപ്പോൾ കൈക്കൊള്ളാൻ കഴിയാത്ത സ്നേഹത്തിന്റെ ചൂടുള്ള വെളിച്ചം പടർന്നിരുന്നു. ശബ്ദങ്ങ ളില്ലാത്ത അജ്ഞാതമായ ഇരുട്ടിൽ നിന്നും നോക്കുന്നതുപോലെ ബിർക്കിൻ ജറാൾഡിനെ തിരിച്ചുനോക്കി. എങ്കിലും ജറാൾഡിന്റെ തല ച്ചോറിലൂടെ ഒഴുകുന്ന സ്വപ്നങ്ങൾ നിറഞ്ഞ ഒരു മയക്കംപോലെ അയാ ളുടെ നോട്ടത്തിലും ഒരുതരം സ്നേഹം ഉണ്ടായിരുന്നു.

"എങ്കിൽ പോയിട്ടുവരൂ. ഞാൻ നിങ്ങൾക്കുവേണ്ടി എന്തെങ്കിലും ചെയ്യാനുണ്ടോ?"

"ഒന്നുമില്ല. നന്ദി."

കറുത്തവേഷം ധരിച്ച മറ്റെയാളുടെ രൂപം വാതിലിലൂടെ പുറത്തേക്ക് പോകുന്നത് ബിർക്കിൻ ശ്രദ്ധയോടെ നോക്കി. അയാൾ ഉറങ്ങാൻ വേണ്ടി തിരിഞ്ഞു കിടന്നു.

17

വ്യവസായ പ്രമുഖൻ

ബൽഡോവറിൽ ഉർസുലയ്ക്കും ഗുഡ്റണിനും ഒരു ഇടവേള ആയിരുന്നു. ഉർസുലയ്ക്ക് ബിർക്കിൻ അവളെ വിട്ടുപോയിരിക്കുന്നതായി തോന്നി. അയാൾക്ക് അയാളുടെ പ്രാധാന്യം നഷ്ടപ്പെട്ടിരുന്നു. അവളുടെ ലോകത്ത് അയാൾ പ്രശ്നമായിരുന്നില്ല. അവൾക്ക് അവളുടേതായ കൂട്ടുകാർ ഉണ്ടായിരുന്നു. അവളുടേതായ പ്രവർത്തനങ്ങൾ ഉണ്ടായിരുന്നു. അവളുടേതായ ജീവിതം ഉണ്ടായിരുന്നു. അവൾ അയാളിൽനിന്ന് വേറിട്ടുള്ള അവളുടെ പഴയ താല്പര്യങ്ങളിലേക്ക് മടങ്ങിപ്പോയി.

ഓരോ നിമിഷത്തിലും ജറാൾഡ് ക്രിച്ചിനെ ഓർമ്മയിൽ ഉണ്ടായിരുന്ന ഗുഡ്റണിന് അയാളെപ്പറ്റിയുള്ള ആലോചനയിൽ ഇപ്പോൾ സാമാന്യം താല്പര്യക്കുറവു തോന്നിത്തുടങ്ങിയിരുന്നു. ദൂരെപോയി ഒരു പുതുജീവിതം ശ്രമിച്ചുനോക്കുന്നതിനെപ്പറ്റിയുള്ള പുതിയ പദ്ധതികൾ അവൾ മനസ്സിൽ താലോലിച്ചുതുടങ്ങി. എപ്പോഴും ജറാൾഡുമായി ഒരു ബന്ധം അന്തിമമായി സ്ഥാപിക്കുന്നത് ഒഴിവാക്കണമെന്നുള്ള ഒരു വ്യഗ്രത അവളിൽ നിന്നുതന്നെ ഉയർന്നുവന്നിരുന്നു. ഒരു സാധാരണ പരിചയത്തിനുമപ്പുറത്തേക്ക് പോകാതിരിക്കുന്നതാണ് കൂടുതൽ നല്ലതെന്ന് അവൾക്ക് തോന്നി.

അവൾക്ക് സെയിന്റ് പീറ്റേഴ്സ്ബർഗിലേക്ക് പോകാൻ ഒരു പദ്ധതി ഉണ്ടായിരുന്നു. അവിടെ അവൾക്ക് രത്നനിർമ്മാണത്തിൽ അഭിരുചിയുള്ള സമ്പന്നനായ ഒരു റഷ്യക്കാരന്റെ കൂടെ ജീവിക്കുന്ന അവളെപ്പോലെ തന്നെ ശില്പിയായ ഒരുസുഹൃത്തുണ്ട്. റഷ്യാക്കാരുടെ വൈകാരികവും ഏറക്കുറെ വേരുകൾ ഇല്ലാത്തതുമായ ജീവിതം അവളെ ആകർഷിച്ചിരുന്നു. അവൾ പാരീസിൽ പോകാൻ ആഗ്രഹിച്ചില്ല. പാരീസ് ശുഷ്കവും അത്യാവശ്യത്തിന് വിരസവും ആയിരുന്നു. റോമിലോ മ്യൂണിച്ചിലോ വിയ

ന്നയിലോ സെയിന്റ് പീറ്റേഴ്സ്ബർഗിലോ മോസ്കോയിലോ പോകാൻ അവൾക്ക് താല്പര്യമാണ്. അവൾക്ക് ഒരു സുഹൃത്ത് സെയിന്റ് പീറ്റേഴ്സ് ബർഗിലുണ്ട്, ഒരു സുഹൃത്ത് മോസ്കോയിൽ ഉണ്ട്. താമസസൗകര്യം അന്വേഷിച്ചുകൊണ്ട് ഇവർക്ക് രണ്ടുപേർക്കും അവൾ എഴുതിയിരുന്നു.

അവളുടെ കൈയിൽ ഒരുവിധം പണം ഉണ്ട്. സമ്പാദിക്കാനുള്ള ഭാഗികമായ ഉദ്ദേശ്യത്തോടെയാണ് അവൾ വീട്ടിൽവന്നത്. ഇപ്പോൾ പല ശില്പങ്ങളും അവൾ വിറ്റിരിക്കുന്നു. പല പ്രദർശനങ്ങളിലും അവൾക്ക് പ്രശംസ കിട്ടിയിരുന്നു. ലണ്ടനിൽ പോയിട്ട് കാര്യമില്ലെന്ന് അവൾക്ക് അറിയാം. പക്ഷേ, ലണ്ടൻ അവൾക്ക് പരിചയമുണ്ട്. അവിടെനിന്ന് അവൾക്ക് വേണ്ടത് മറ്റെന്തൊക്കെയോ ആണ്. അവൾക്ക് എഴുപത് പൗണ്ട് ഉണ്ടായിരുന്നു. അതിനെപ്പറ്റി ആർക്കും ഒന്നും അറിയില്ല. അവളുടെ സുഹൃത്തുക്കളുടെ മറുപടി കിട്ടിയാൽ ഉടൻതന്നെ അവൾ അവിടം വിട്ട് പോകും. കാഴ്ചയിലുള്ള ശാന്തതയുടെ മറുവശത്ത് അവളുടെ പ്രകൃതം ആഴത്തിലുള്ള അസ്വസ്ഥത ആയിരുന്നു.

സഹോദരിമാർക്കു തേൻ വാങ്ങാൻ വേണ്ടി വില്ലിഗ്രീനിലെ ഒരു കുടിലിൽ പോകേണ്ടിവന്നു. തടിച്ചു വിളറിനീണ്ട മൂക്കുള്ള മിസ്സിസ്. ക്രിസ് എന്ന സ്ത്രീ അവരുടെ കൂടുതൽ സൗകര്യവും കൂടുതൽ വൃത്തിയും ഉള്ള അടുക്കളയിലേക്ക് പെൺകുട്ടികളെ ക്ഷണിച്ചു. കൗശലക്കാരിയായ ആ സ്ത്രീയുടെ ഉള്ളിൽ പൂച്ചയെപ്പോലെ ഒരു വഴക്കാളി ഉണ്ടായിരുന്നു. എല്ലാ സ്ഥലത്തും പൂച്ചയുടേതുപോലുള്ള ഒരു സ്വാസ്ഥ്യവും വൃത്തിയും ഉണ്ടായിരുന്നു.

"എന്താണ് മിസ് ബ്രാങ്വാൻ" കുതിര ചിനയ്ക്കുന്നതുപോലുള്ള അവരുടെ ശബ്ദത്തിൽ ദുഃസൂചന ഉണ്ടായിരുന്നു. "അപ്പോൾ പഴയ സ്ഥലത്ത് തിരിച്ചുവന്നത് നിങ്ങൾക്ക് ഇഷ്ടമായിട്ടുണ്ടോ?"

"അവൾ സംസാരിക്കാൻ തുടങ്ങിയത് ഗുഡ്റണിനോട് ആയിരുന്നു. ഉടൻ തന്നെ ഗുഡ്റണിന് അവരോട് വെറുപ്പ് തോന്നി.

"ഞാൻ അതൊന്നും ശ്രദ്ധിക്കാറില്ല." പെട്ടെന്ന് തന്നെ അവൾ മറുപടി പറഞ്ഞു.

"നിങ്ങൾക്ക് പ്രശ്നമല്ലേ? ഓ ശരി; ലണ്ടനിൽ നിന്ന് ഒരു വ്യത്യാസം നിങ്ങൾക്ക് തോന്നും എന്നാണ് ഞാൻ വിചാരിക്കുന്നത്. വലിയ പ്രധാനപ്പെട്ട സ്ഥലങ്ങളിലെ ജീവിതം നിങ്ങൾക്ക് ഇഷ്ടമാണ്. ഞങ്ങളിൽ ചിലർക്കൊക്കെ വില്ലിഗ്രീനും ബെർഡോവറും കൊണ്ട് സംതൃപ്തിപ്പെടേണ്ടിവരുന്നു. ഗ്രാമർസ്കൂളിനെ പറ്റി ഒരുപാട് സംസാരം കേൾക്കുന്നുണ്ട്. നിങ്ങൾ ഗ്രാമർസ്കൂളിനെ പറ്റി എന്താണ് വിചാരിക്കുന്നത്?

"അതിനെ പറ്റി ഞാൻ എന്തുവിചാരിക്കാൻ?" ഗുഡ്റൺ സാവധാനം അവരെ നോക്കി. "ഞാൻ അതൊരു നല്ല സ്കൂളാണെന്ന് വിചാരിക്കുന്നുണ്ടോ എന്നാണോ നിങ്ങൾ ഉദ്ദേശിക്കുന്നത്?"

"അതെ, അതിനെപ്പറ്റി നിങ്ങളുടെ അഭിപ്രായം എന്താണ്?"

"അതൊരു നല്ല സ്കൂളാണെന്നാണ് ഞാൻ വിചാരിക്കുന്നത്."

ഗുഡ്‌റൺ വലിയ താല്പര്യം കാണിച്ചില്ല. സാധാരണക്കാർക്ക് ആ സ്കൂളിനോട് വെറുപ്പാണെന്ന് അവൾക്ക് അറിയാം.

"നിങ്ങൾ അപ്പോൾ അങ്ങനെയാണ് വിചാരിക്കുന്നത്. ഞാൻ തിരിച്ചും മറിച്ചും പലതും കേട്ടിട്ടുണ്ട്. അതിൽ ഉള്ളവരുടെ അഭിപ്രായം അറിയുന്നത് നല്ലതാണ്. പക്ഷേ, അഭിപ്രായങ്ങൾ പലതായിരിക്കും. ശരിയല്ലേ? മിസ്റ്റർ ക്രിച്ച് അതിനുവേണ്ടതെല്ലാം ചെയ്യും. പാവം മനുഷ്യൻ അയാൾ ഈ ലോകത്ത് അധികകാലം ഉണ്ടാകില്ലെന്ന് എനിക്ക് പേടി ഉണ്ട്. അയാളുടെ അവസ്ഥ വളരെ മോശമാണ്."

"അസുഖം കൂടുതലാണോ?" ഉർസുല ചോദിച്ചു.

"ങാ. അതെ. അവർക്ക് ഡയാനയെ നഷ്ടപ്പെട്ടതിനുശേഷം അയാൾ ഒരു നിഴൽ പോലെ ആയി. പാവം മനുഷ്യൻ. അയാൾ വലിയ ബുദ്ധിമുട്ടിലാണ്."

"ആണോ?" അവരെ ചെറിയ തോതിൽ പരിഹസിക്കുന്ന മട്ടിൽ ഗുഡ്‌റൺ ചോദിച്ചു.

"അയാൾ വലിയ ബുദ്ധിമുട്ടിലാണ്. നിങ്ങൾ ചെന്ന് കാണണമെന്ന് തോന്നുന്നു. ഒന്നാംതരം ഒരു മാന്യനും ദയാലുവും ആയ ഒരു മനുഷ്യൻ. അയാളുടെ മക്കൾ അയാളെ ശ്രദ്ധിക്കുന്നില്ല."

"അവർ അമ്മയെ ശ്രദ്ധിക്കുന്നുണ്ടെന്നാണ് എനിക്ക് തോന്നുന്നത്."

"പലരീതിയിൽ." മിസ്സിസ് കിർക്ക് അവരുടെ ശബ്ദം ചെറുതായി കുറച്ചു. "ഈ ഭാഗത്തേക്ക് വരുമ്പോൾ അവർ അഹംഭാവമുള്ള ഒരു ധിക്കാരിയായ സ്ത്രീ ആയിരുന്നു. എന്റെ വാക്ക് വിശ്വസിക്കാം. അവർ അതായിരുന്നു! അവരെ ശ്രദ്ധിക്കാൻ പാടില്ല. അവരോട് സംസാരിക്കുന്നത് നിങ്ങൾ മരിക്കുന്നതിന് തുല്യമാണ്."

"അവർ വിവാഹം കഴിച്ച് വരുന്ന സമയത്ത് നിങ്ങൾക്ക് അവരെ പരിചയം ഉണ്ടോ?"

"ഉണ്ട്. എനിക്ക് അവരെ പരിചയം ഉണ്ട്. അവരുടെ മൂന്നു കുട്ടികളെ ഞാനാണ് വളർത്തിയത്. അവർ ചെറിയ ഭീകരജന്തുക്കൾ ആയിരുന്നു. ചെറിയ പിശാചുക്കൾ. ആ ചെറിയ ജറാൾഡ് ഒരു തനി പിശാചായിരുന്നു. ആറുമാസം പ്രായം ഉള്ളപ്പോൾ അവൻ ലക്ഷണമൊത്ത ഒരു പിശാചായിരുന്നു." സ്ത്രീയുടെ ശബ്ദത്തിൽ അസാധാരണമായ ഒരു പക ഒളിഞ്ഞിരിക്കുന്നുണ്ടായിരുന്നു.

"സത്യമാണോ?" ഗുഡ്‌റൺ ചോദിച്ചു.

"ആറുമാസം ഉള്ളപ്പോൾ അവൻ മനഃപൂർവ്വം ഒരു ആയയെ വരുതിക്ക് നിർത്തി. ഇടിയും നിലവിളിയും. എന്നിട്ട് പിശാചിനെപ്പോലെ പിടയും. പലതവണ ഞാൻ അവന്റെ കൊച്ചുചന്തിയിൽ പിച്ച് കൊടുത്തിട്ടുണ്ട്, എടുത്തുകൊണ്ട് നടക്കുന്ന പ്രായത്തിൽ. അവന് കുറേക്കൂടി പിച്ച് കൊടുത്തിരുന്നെങ്കിൽ അവൻ കുറേക്കൂടി നന്നാകുമായിരുന്നു. പക്ഷേ, അവൾ അത് ഒരിക്കലും ചെയ്യില്ല. പറഞ്ഞാലും കേക്കില്ല. സത്യമായിട്ടും മിസ്റ്റർ ക്രിച്ചുമായിട്ടുള്ള അവളുടെ ലഹള എനിക്ക് ഓർമ്മ

യുണ്ട്. ഒടുവിൽ അയാൾക്ക് പിടിച്ച് നില്ക്കാൻ കഴിയാത്തപോലെ ക്ഷമ കെടുമ്പോൾ മുറിക്കുള്ളിൽ കയറി കതക് അടച്ച് അവരെ അടിക്കാൻ തുടങ്ങും.

“സത്യത്തിൽ അങ്ങനെ ആയിരുന്നു? ഗുഡ്റൺ ചോദിച്ചു.

“ഏത് രീതിയിൽ നോക്കിയാലും അങ്ങനെ ആയിരുന്നു. അവരുടെ പാത്രം മേശപ്പുറത്തിട്ട് തല്ലിപ്പൊട്ടിക്കാൻ അനുവദിച്ചില്ലെങ്കിൽ, പൂച്ചക്കുട്ടിയുടെ കഴുത്തിൽ ചരടുകെട്ടി അതിനെ വലിച്ചുകൊണ്ട് നടക്കാൻ സമ്മതിച്ചില്ലെങ്കിൽ അവർ ചോദിക്കുന്ന ഏത് കാര്യവും നശിപ്പിക്കാൻ കൊടുത്തില്ലെങ്കിൽ പിന്നെ അവിടെ ഒരു ലഹളയാണ്. അവരുടെ അമ്മ ചോദ്യവും കൊണ്ട് വരും “അവന് എന്താണ് പ്രശ്നം? നിങ്ങൾ അവനെ എന്ത് ചെയ്തു? പൊന്നുമോനേ എന്തിനാടാ കരയുന്നത്? പിന്നീട് നിങ്ങളെ അവൾ കാലിന്റെ അടിയിലിട്ട് ചവിട്ടി ഞെരിക്കുമെന്നുള്ള മട്ടിൽ നിങ്ങളുടെ നേർക്ക് തിരിയും. പക്ഷേ, അവൾ എന്നെ ചവിട്ടി ഞെരിച്ചിട്ടില്ല. അവളുടെ പിശാചുക്കളോട് എന്തെങ്കിലും ചെയ്യാൻ പറ്റുന്നത്, എനിക്ക് മാത്രം ആയിരുന്നു. ഞാൻ ചെയ്തിട്ടുണ്ട്. അത് ചെയ്തതിൽ എനിക്ക് വിഷമവും ഇല്ല.”

ഗുഡ്റണിന് അവരോട് വെറുപ്പ് തോന്നി. അവൾ അവിടെ നിന്നും പോയി. ‘അവന്റെ കൊച്ച് ചന്തിക്ക് ഞാൻ പിച്ച് വെച്ച് കൊടുത്തിട്ടുണ്ടെന്നുള്ള’ പ്രയോഗം അവളെ ദേഷ്യം പിടിപ്പിച്ചു. അവൾക്ക് അത് താങ്ങാൻ കഴിഞ്ഞില്ല. ആ സ്ത്രീയെ ഉടൻതന്നെ ഞെരിച്ചു കൊല്ലണമെന്ന് അവൾ ആഗ്രഹിച്ചു. അതിനുശേഷം ആ വാചകം അവളുടെ മനസ്സിൽ നിന്ന് വഴുതിപ്പോകാത്ത തരത്തിൽ ഇടംപിടിച്ചു. അയാൾ അതിനോട് എങ്ങനെ പ്രതികരിക്കുമെന്നറിയാൻ ഒരുദിവസം ഒരു കാര്യം അയാളോടു പറയണമെന്ന് അവൾക്ക് തോന്നി. ഇത്തരത്തിൽ ആലോചിച്ചതിന് അവൾക്ക് അവളോട് തന്നെ വെറുപ്പ് തോന്നി.

പക്ഷേ, ഷോർട്ട്ലാൻഡ്സിൽ ഒരു ജീവിതം മുഴുവൻ നീണ്ടുനിന്ന പോരാട്ടം അവസാനിക്കുകയായിരുന്നു. അച്ഛൻ അസുഖം കൊണ്ട് മരണത്തോട് അടുക്കുകയായിരുന്നു. അയാൾക്ക് ജീവിതത്തിലുള്ള ശ്രദ്ധ ഇല്ലാതാക്കുന്ന തരത്തിലുള്ള വേദന ഉണ്ടായിരുന്നു. ആ വേദന അയാളിൽ ബാക്കിവെച്ചിരുന്നത് അയാളുടെ ബോധത്തിന്റെ അവശിഷ്ടങ്ങൾമാത്രമായിരുന്നു. കൂടുതൽ കൂടുതൽ നിശ്ശബ്ദത അയാളിലേക്ക് വന്നുകൊണ്ടിരുന്നു. ചുറ്റുപാടുകളെപ്പറ്റിയുള്ള അയാളുടെ ബോധത്തിന്റെ സൂക്ഷ്മത കുറഞ്ഞുകുറഞ്ഞുവന്നു. അയാളുടെ പ്രവർത്തനങ്ങളെ വേദന വിഴുങ്ങിക്കളഞ്ഞതായി തോന്നി. അയാൾക്ക് വേദന അവിടെ ഉണ്ടെന്നറിയാം. വേദന തിരിച്ചുവരുമെന്നും അറിയാം. അയാളുടെ ഉള്ളിലെ ഇരുട്ടിൽ അത് ഒളിച്ചിരിക്കുന്നതുപോലെ ആയിരുന്നു. അയാൾക്ക് അതിനെ അന്വേഷിച്ച് കണ്ടെത്തി മനസ്സിലാക്കാനുള്ള ത്രാണിയോ ഇച്ഛാശക്തിയോ ഇല്ല. ആ വേദന ചിലപ്പോൾ അയാളെ വലിച്ചുകീറി. ചിലപ്പോൾ അത് നിശ്ശബ്ദമായി. അയാളെ അത് വലിച്ചുകീറുമ്പോൾ അയാൾ നിശ്ശബ്ദമായി

അനുസരണയോടെ അതിനെ നമസ്കരിച്ചു. വീണ്ടും അയാളെ തനിച്ചാക്കി അത് കടന്നുപോകുമ്പോൾ അയാൾ അതിനെ മനസ്സിലാക്കാൻ കൂട്ടാക്കിയില്ല. അത് ഇരുട്ടിനുള്ളിൽ ആയിരുന്നു. ഇത് മനസ്സിലാക്കപ്പെടാതെ ബാക്കി നില്ക്കട്ടെ. അയാളുടെ ഒരിക്കലും വെളിപ്പെടുത്താത്ത ഭയങ്ങളും രഹസ്യങ്ങളും കുന്നുകൂടിക്കിടക്കുന്ന മനസ്സിന്റെ മൂലയൊഴിച്ച് മറ്റൊരിടത്തും അയാൾ അതിനെ അംഗീകരിച്ചില്ല. മറ്റ് എല്ലാ സ്ഥലങ്ങളിലും അയാൾക്ക് ഒരുവേദന ഉണ്ടായിരുന്നു. അത് ഇപ്പോൾ പോയി. അത് അയാൾക്ക് ഒരു വ്യത്യാസവും വരുത്തിയിട്ടില്ല. അത് അയാൾക്ക് ഉത്സാഹം പോലും നല്കി. അയാളെ ഇളക്കി മറിച്ചു.

പക്ഷേ, പടിപടിയായി അത് അയാളുടെ ജീവിതത്തെ വിഴുങ്ങി. സാവധാനം അത് അയാളുടെ എല്ലാ സാദ്ധ്യതകളെയും അയാളിൽ നിന്ന് എടുത്തുമാറ്റി. അത് ഇരുട്ടിൽ അയാൾ ചോര ഒലിച്ചുകൊണ്ട് കിടക്കാൻ ഇടവരുത്തി. അത് അയാളെ ജീവിതത്തിൽനിന്ന് പിൻതിരിപ്പിച്ചു. അയാളെ ഇരുട്ടിലേക്ക് വലിച്ചിഴച്ചു കൊണ്ടുപോയി. അയാളുടെ ജീവിതത്തിന്റെ സന്ധ്യാവെളിച്ചത്തിൽ അയാളുടെ കാഴ്ചയിൽ ബാക്കിവന്നത് വളരെ കുറച്ചുകാര്യങ്ങൾ മാത്രം ആയിരുന്നു. അയാളുടെ വ്യവസായം, അയാളുടെ ജോലി എന്നിവയെല്ലാം പൂർണ്ണമായും അപ്രത്യക്ഷമായി. അയാളുടെ പൊതുതാല്പര്യങ്ങൾ ഒരിക്കലും അയാൾക്ക് അവ ഉണ്ടായിരുന്നില്ലെന്ന മട്ടിൽ അപ്രത്യക്ഷമായി. അയാളുടെ കുടുംബം പോലും അയാൾക്ക് അസംബന്ധമായി മാറി. അയാളുടെ മനസ്സിന്റെ അപ്രധാനമായ ഒരു ഭാഗത്ത് ഇവരൊക്കെയാണ് എന്റെ മക്കൾ എന്ന് അവ്യക്തമായി ഓർക്കാൻ മാത്രമേ അയാൾക്ക് കഴിഞ്ഞുള്ളൂ. പക്ഷേ, ഇത് ചരിത്രസത്യം ആയിരുന്നു. അയാൾക്ക് മാത്രമുള്ള കാര്യം അല്ല. അയാളുടെ ഭാര്യപോലും നിലനില്ക്കുന്നുണ്ടായിരുന്നില്ല. അയാളുടെ ഉള്ളിലെ വേദനപോലെ നിശ്ചയമായും അവളും ഇരുട്ടിനുള്ളിൽത്തന്നെ ആയിരുന്നു. ഏതോ അപരിചിതമായ കൂട്ടുകെട്ട് കൊണ്ട് അയാളുടെ വേദനയെ ഉൾക്കൊള്ളുന്ന ഇരുട്ടും അയാളുടെ ഭാര്യയെ ഉൾക്കൊള്ളുന്ന ഇരുട്ടും തമ്മിൽ തിരിച്ചറിയാൻ പാടില്ലായിരുന്നു. ഈ ആലോചനകളും ധാരണകളും എല്ലാംകൂടി പരസ്പരം കലർന്ന് നിറംമങ്ങി ഒടുവിൽ ഇപ്പോൾ ഇതുവരെ അയാൾക്ക് നേരിടേണ്ടി വന്നിട്ടില്ലാത്ത രഹസ്യമായ ഒരു ഇരുണ്ട എതിർശക്തിയായി അയാളുടെ വേദനയും ഭാര്യയും രൂപം മാറിയിരുന്നു. ഒരു ഇരുണ്ട സ്ഥലം ഉണ്ടെന്നും അവിടത്തെ ഇരുട്ടിൽ സ്ഥിരം താമസമാക്കിയിരിക്കുന്ന എന്തോ ചിലത് ഇടയ്ക്കിടയ്ക്ക് പുറത്തേക്ക് വന്നു അയാളെ കഷ്ടപ്പെടുത്തുന്നുണ്ടെന്നും മാത്രമാണ് അയാൾക്ക് മനസ്സിലാക്കാൻ കഴിഞ്ഞിരുന്നത്. പക്ഷേ, ആ ഇരുട്ടിലേക്ക് തുളച്ചുകയറി ആ വന്യമൃഗത്തെ പുറത്തേക്ക് ഓടിച്ചുകളയാൻ അയാൾ ധൈര്യപ്പെട്ടില്ല. അതിന്റെ നിലനില്പിനെ അയാൾ ഏറെക്കുറെ അവഗണിക്കുകയായിരുന്നു. അയാളുടെ അവ്യക്തമായ ആലോചനകളിൽ ഭാര്യ സംഹാരകയും വേദന സംഹാരകവും അവ ഓരോന്നായാലും ഒന്നിച്ചു

ചേർന്നാലും അത് ഇരുട്ടും ആയിരുന്നു.

അയാൾ ഭാര്യയെ വല്ലപ്പോഴും മാത്രമേ കണ്ടിരുന്നുള്ളൂ. അവർ അവരുടെ മുറിക്കുള്ളിലായിരുന്നു. വല്ലപ്പോഴും മാത്രം അവർ പുറത്തുവന്ന് അവരുടെ വികാരഭരിതമായ പതിഞ്ഞ ശബ്ദത്തിൽ അയാൾക്ക് എങ്ങനെയുണ്ടെന്ന് കുനിഞ്ഞുനിന്ന് അന്വേഷിച്ചു. മുപ്പതിലും കൂടുതൽ വർഷങ്ങളുടെ ശീലം അനുസരിച്ച് അയാൾ മറുപടി പറഞ്ഞു. “എന്റെ അവസ്ഥ എന്തെങ്കിലും കൂടുതൽ മോശപ്പെട്ടതായി എനിക്ക് തോന്നുന്നില്ല.” പക്ഷേ, അയാൾക്ക് അവളെപ്പറ്റി ഭയം ആയിരുന്നു. സ്വയം സംരക്ഷണത്തിന്റെ ഈ ശീലത്തിനുപിന്നിൽ ഏകദേശം മരണത്തിന്റെ വക്കോളം എത്തുന്ന അവളെപ്പറ്റിയുള്ള പേടിയായിരുന്നു.

പക്ഷേ, ജീവിതകാലം മുഴുവൻ അയാൾ ഒരുപോലെ പ്രകാശിച്ചിരുന്നു. അയാൾ ഒരിക്കലും തളർന്നു വീണിട്ടില്ല. ഇപ്പോൾപ്പോലും അയാൾക്ക് അവളോടുള്ള വികാരങ്ങൾ തിരിച്ചറിയാതെയാണെങ്കിലും തളർന്നു വീഴാതെ തന്നെ അയാൾ മരിക്കും. ജീവിതകാലം മുഴുവൻ അയാൾ പറയുന്നുണ്ടായിരുന്നു; “പാവം ക്രിസ്റ്റിയാന അവൾക്ക് ഭയങ്കര ദേഷ്യമാണ്.” അവളെ സംബന്ധിച്ചുള്ള കാര്യങ്ങളിൽ തളരാത്ത ഇച്ഛാശക്തിയോടെ അയാൾ ഈ ഒരു തീരുമാനത്തിൽ ഉറച്ചുനിന്നു. അയാളുടെ എല്ലാ വിരോധങ്ങളെയും അയാൾ അനുകമ്പകൊണ്ട് പകരം വെച്ചു. അനുകമ്പ അയാളുടെ പരിചയും സംരക്ഷകനും ആയിരുന്നു. അയാളുടെ ഉന്നംപിഴയ്ക്കാത്ത ആയുധം. എന്നിട്ടും അയാൾക്ക് അവളെ പറ്റി വിഷമം ഉണ്ടായിരുന്നു. അവളുടെ സ്വഭാവത്തിൽ അങ്ങേയറ്റത്തെ ക്രൂരതയും അങ്ങേയറ്റത്തെ അക്ഷമയും ഉണ്ടായിരുന്നു. പക്ഷേ, ഇപ്പോൾ അയാളുടെ ജീവിതത്തിൽ ഉണ്ടായിരുന്ന അയാളുടെ അനുകമ്പ ജീർണ്ണിച്ചു തുടങ്ങിയിരിക്കുന്നു. ഭീതിയോളം എത്തുന്ന ഭയം നിലവിൽ വന്നിരിക്കുന്നു. പുറംതോടിന് വിള്ളൽ വീണ ഒരു പ്രാണിയെപ്പോലെ അയാളുടെ അനുകമ്പയുടെ പടച്ചട്ട തകരുന്നതിന് മുമ്പ് അയാൾ മരിക്കും. ഇത് അയാളുടെ അന്തിമമായ സമ്പാദ്യം ആണ്. മറ്റുള്ളവർ മുന്നോട്ട് ജീവിച്ച് ജീവിക്കുന്ന മരണത്തെ മനസ്സിലാക്കും. അത് പ്രതീക്ഷകളില്ലാത്ത കോലാഹലങ്ങളുടെ ഒരു തുടർച്ചയാണ്. അയാൾ അതിൽ ഇല്ല. അയാൾ മരണത്തിന് അതിന്റെ വിജയത്തെ നിഷേധിച്ചിരിക്കുന്നു.

അയാൾ പരോപകാരത്തിലും അയൽക്കാരനോടുള്ള സ്നേഹത്തിലും മുന്നിൽ ആയിരുന്നു. ഒരുപക്ഷേ, അയാൾ അയൽക്കാരനെ അയാളെക്കാൾ കൂടുതൽ സ്നേഹിച്ചിട്ടുണ്ട്. അയാൾ ദൈവകല്പനയെക്കാൾ ഒരുചുവട് മുന്നോട്ട് പോയിരിക്കുന്നു. എല്ലാ സമയത്തും ആളുകളുടെ ക്ഷേമം എന്ന ജ്വാല അയാളുടെ ഹൃദയത്തിൽ എരിയുന്നുണ്ടായിരുന്നു. അയാൾ തൊഴിലാളികളുടെ ഒരുവലിയ തൊഴിൽ ദാതാവ് ആയിരുന്നു. അയാൾ ഒരു വലിയ ഖനിയുടെ ഉടമസ്ഥൻ ആയിരുന്നു. അയാളുടെ ജോലിക്കാരെപ്പോലെ താനും അവരിൽ ഒരാളാണെന്ന ബോധം അയാളുടെ ഹൃദയത്തിൽ നിന്ന് ഒരിക്കലും നഷ്ടപ്പെട്ടിരുന്നില്ല. ഇല്ല. അയാൾക്ക്

താൻ അവരേക്കാൾ താഴെയാണെന്നുള്ള തോന്നൽ ആയിരുന്നു. ഖനിത്തൊഴിലാളികളുടെ കൈയിലാണ് മോക്ഷത്തിലേക്കുള്ള മാർഗ്ഗങ്ങൾ ഉള്ളതെന്ന വിശ്വാസം അയാൾ അംഗീകരിച്ചിരുന്നു. അവർ ദാരിദ്ര്യത്തിലൂടെയും അദ്ധ്വാനത്തിലൂടെയും അയാളേക്കാൾ കൂടുതൽ ഈശ്വരനോട് അടുത്തുകഴിഞ്ഞിരുന്നു. ദൈവത്തിനോട് കൂടുതൽ അടുക്കാൻ വേണ്ടി അയാൾ നിശ്ചയമായും ഖനിത്തൊഴിലാളികളോട് അടുക്കണം. അയാളുടെ ജീവിതം അവരുടെ ജീവിതത്തിലേക്ക് നിശ്ചയമായും ആകർഷിക്കപ്പെടണം. അവർ അയാളുടെ ബോധത്തിലില്ലാത്ത വിഗ്രഹമാണ്. പ്രത്യക്ഷപ്പെടുത്തപ്പെട്ട ദൈവം. അവരിലൂടെ ഏറ്റവും ഉന്നതമായതിനെ, മഹത്തായതിനെ, അനുകമ്പ നിറഞ്ഞതിനെ അയാൾ ആരാധിച്ചു.

എല്ലാസമയത്തും നരകത്തിലെ പ്രതാപിയായ ചെകുത്താനെപ്പോലെ അയാളുടെ ഭാര്യ അയാളെ എതിർത്തു. മോഹിപ്പിക്കുന്ന സൗന്ദര്യമുള്ള ഒരു പരുന്തിനെപ്പോലെ അയാളുടെ മനുഷ്യസ്നേഹത്തിന്റെ അഴികളിൽ അവൾ ചിറകിട്ടടിച്ചു. പിന്നീട് കൂട്ടിലെ പരുന്തിനെപ്പോലെ അവൾ നിശ്ശബ്ദതയിലേക്ക് പിൻവാങ്ങി. സാഹചര്യങ്ങളുടെ സമ്മർദ്ദംകൊണ്ട് തകർക്കാൻ പറ്റാത്ത കൂട് നിർമ്മിക്കാൻ വേണ്ടി ലോകം ഒന്നിച്ചതുകൊണ്ട് അയാൾക്ക് അവളെക്കാൾ ശക്തികിട്ടി. അയാൾ അവളെ തടവുകാരിയാക്കി. അവൾ അയാളുടെ തടവുകാരി ആയതുകൊണ്ട് അയാൾക്ക് അവളോടുള്ള വികാരം എന്നും മരണംപോലെ മൂർച്ചയുള്ളതായിരുന്നു. എല്ലാക്കാലത്തും അയാൾ അവളെ സ്നേഹിച്ചു. തീവ്രമായി അവളെ സ്നേഹിച്ചു. കൂട്ടിനുള്ളിൽ അവൾക്ക് ഒന്നും നിഷേധിക്കപ്പെട്ടിരുന്നില്ല. അവൾക്ക് എല്ലാ അനുമതികളും നല്കിയിരുന്നു.

പക്ഷേ, അവൾക്ക് ഏകദേശം ഭ്രാന്ത് പിടിച്ചിരുന്നു. ഒരു തരത്തിലും ഇണങ്ങാത്ത അഹന്തയുള്ള മനോഭാവം ആയിരുന്നതുകൊണ്ട് അവളുടെ ഭർത്താവിന്റെ എല്ലാവരോടുമുള്ള അനുകമ്പയുടെ നാണക്കേട് അവൾക്ക് താങ്ങാൻ കഴിഞ്ഞിരുന്നില്ല. പാവങ്ങൾ അവളെ വഞ്ചിച്ചിരുന്നില്ല. അവരിൽ ഏറ്റവും മോശപ്പെട്ടവർ വരുന്നത് പരാതികൾ നിരത്തി അയാളെ പറ്റിക്കാനാണെന്ന് അയാൾക്ക് നല്ലപോലെ അറിയാം. പക്ഷേ, അയാളുടെ ഭാഗ്യത്തിന് അവരിൽ കൂടുതൽ പേരും എന്തെങ്കിലും ആവശ്യപ്പെടുന്നതിന് മടിയുള്ളവർ ആയിരുന്നു. വാതിലിൽ മുട്ടിനോക്കാൻ അവരുടെ അഭിമാനം അവരെ സമ്മതിച്ചില്ല. പക്ഷേ, സമൂഹത്തിന്റെ ശരീരത്തിൽ നിന്നും പേനുകളെപ്പോലെ ഭക്ഷണം കണ്ടെത്തുന്ന പരാന്നഭോജികൾ ബെൽഡോവറിലും ഉണ്ടായിരുന്നു. അവർ സഹായങ്ങൾക്കു പിന്നാലെ ഇഴഞ്ഞു നടക്കുന്നുണ്ടായിരുന്നു. മുഷിഞ്ഞ കറുത്ത വേഷം ധരിച്ച രണ്ട് വിളറിയ സ്ത്രീകൾ ഗേറ്റിനടുത്തു നിന്നുകൊണ്ട് ദുഃഖഭാവത്തിൽ യാചിക്കുന്നത് കണ്ടപ്പോൾ ക്രിസ്റ്റിയാന ക്രിച്ചിന്റെ തലച്ചോറിൽ ഒരുതരം തീ ആളിക്കത്തി. അവരുടെ മുന്നിലേക്ക് പട്ടിയെ അഴിച്ചുവിടാൻ അവൾ ആഗ്രഹിച്ചു. “റിപ്പ്! റെയിംജർ! അവളുമാരെ ഓടിക്കടാ! അവരെ അഴിച്ചുവിട്!” പക്ഷേ, പാചകക്കാരൻ ക്രോതർ ബാക്കി എല്ലാ ജോലിക്കാരോടുമൊപ്പം

മിസ്റ്റർ ക്രിച്ചിന്റെ ഭാഗത്തായിരുന്നു. എങ്കിലും അവളുടെ ഭർത്താവ് സ്ഥലത്തില്ലാത്തപ്പോൾ ഇഴഞ്ഞു കയറുന്ന അഭയാർത്ഥികളുടെ നേർക്ക് അവൾ ഒരു ചെന്നായയെപ്പോലെ മുകളിൽ നിന്ന് ഇറങ്ങിവരും. "നിങ്ങൾക്ക് എന്താണ് വേണ്ടത്? ഇവിടെ നിങ്ങൾക്ക് ഒന്നും ഇരിപ്പില്ല. വീട്ടിലേക്കുള്ള വഴിയിൽ നിങ്ങൾക്ക് യാതൊരു കാര്യവും ഇല്ല. സിംസൺ, അവരെ ഓടിച്ച് കളഞ്ഞിട്ട് ഗേറ്റ് വഴി ഇതുപോലെയുള്ള ആരേയും കടത്തിവിടരുത്."

ജോലിക്കാർക്ക് അവളെ അനുസരിക്കാതിരിക്കാൻ പറ്റില്ല. അയാൾ അവരെ കോഴികളെപ്പോലെ തടുത്തുകൂട്ടി പറപറപ്പിക്കുന്നത് അവൾ കഴുകന്റെ കണ്ണുകളോടെ ശ്രദ്ധിച്ചുകൊണ്ട് നില്ക്കും.

പക്ഷേ, അവർ വീട്ടുകാവൽക്കാരനിൽ നിന്നും മിസ്സിസ് ക്രിച്ച് വീട്ടിൽ ഇല്ലാത്ത നേരം മനസ്സിലാക്കാൻ പഠിച്ചു. അവർ അവരുടെ സന്ദർശനം അതിനനുസരിച്ച് ക്രമപ്പെടുത്തി. ആദ്യവർഷങ്ങളിൽ എത്രയോപ്രാവശ്യം ക്രോതർ വാതിലിൽ പതുക്കെ മുട്ടിയിട്ടുണ്ട്. "സാർ, കാണാൻ ഒരാൾ വന്നിട്ടുണ്ട്."

"അയാളുടെ പേരെന്താണ്?"

"സർ ഗ്രോക്കോക് എന്നാണ്."

"അവർക്ക് എന്താണ് വേണ്ടത്?"ചോദ്യത്തിൽ പകുതി അക്ഷമയും പകുതി സംതൃപ്തിയും ഉണ്ടായിരിക്കും. അയാളുടെ അനുകമ്പയ്ക്ക് വേണ്ടിയുള്ള അഭ്യർത്ഥന കേൾക്കാൻ അയാൾ ഇഷ്ടപ്പെട്ടിരുന്നു.

"സാർ, ഒരുകുട്ടിയുടെ കാര്യം പറയാനാണ്."

"അവരെ വായനാ മുറിയിലേക്ക് പറഞ്ഞുവിടൂ. രാവിലെ പതിനൊന്നുമണി കഴിഞ്ഞ് വരരുതെന്ന് അവരോട് പ്രത്യേകം പറയണം."

"നിങ്ങൾ എന്തിനാണ് അത്താഴം കഴിക്കുന്നിടത്ത് നിന്ന് എഴുന്നേല്ക്കുന്നത്? അവരെ പറഞ്ഞു വിടൂ." അയാളുടെ ഭാര്യ അപ്പോൾത്തന്നെ പറയും.

"ഹോ! എനിക്ക് അത് പറ്റില്ല. അവർക്ക് പറയാനുള്ളത് കേൾക്കുന്നതുകൊണ്ട് ബുദ്ധിമുട്ടൊന്നും ഇല്ല."

"ഇന്ന് ഇതുപോലെ എത്ര എണ്ണമാണ് വന്നത്? അവർക്കുവേണ്ടി നിങ്ങൾക്ക് ഒരു സമ്മേളനം നടത്തിക്കൂടേ? വലിയ താമസം ഇല്ലാതെ അവർ എന്നെയും മക്കളെയും പുറത്താക്കും."

"അവർക്ക് പറയാനുള്ളത് കേൾക്കുന്നത് എനിക്ക് ഒരു ഉപദ്രവമായി തോന്നുന്നില്ല. അവർ യഥാർത്ഥത്തിൽ ബുദ്ധിമുട്ടിലാണെങ്കിൽ അവരെ സഹായിക്കേണ്ടത് എന്റെ ചുമതലയാണ്."

"ലോകത്തുള്ള എലികളെ മുഴുവൻ വിളിച്ചുവരുത്തി നിങ്ങളുടെ എല്ല് കരണ്ടു തിന്നാൻ കൊടുക്കുന്നതാണോ നിങ്ങളുടെ ചുമതല?"

"ക്രിസ്റ്റിയാന, ഇത് അങ്ങനെ അല്ല. ഉപകാരം ചെയ്യാനുള്ള മനസ്സ് വേണം."

പക്ഷേ, അവൾ പെട്ടെന്ന് മുറിവിട്ട് വായനാമുറിയിലേക്ക് പോയി. ഡോക്ടറുടെ അടുത്ത് കാത്തിരിക്കുന്നതുപോലെ അനുകമ്പ അന്വേഷിച്ചു

വന്ന പാവങ്ങൾ അവിടെ കാത്തിരിക്കുന്നുണ്ടായിരുന്നു.

"മിസ്റ്റർ ക്രിച്ചിന് നിങ്ങളെ കാണാൻ പറ്റില്ല. ഈ സമയത്ത് അദ്ദേഹത്തിന് നിങ്ങളെ കാണാൻ കഴിയില്ല. നിങ്ങൾക്ക് തോന്നുന്ന സമയത്തൊക്കെ വന്ന് കാണാൻ അദ്ദേഹം നിങ്ങളുടെ സ്വത്താണെന്ന് നിങ്ങൾ കരുതുന്നുണ്ടോ? നിങ്ങൾ നിശ്ചയമായും പോകണം. ഇവിടെ നിങ്ങൾക്ക് കാര്യമൊന്നും ഇല്ല."

"ശരിയാണ്. എനിക്ക് നിങ്ങൾ ഇതുപോലെ താമസിച്ചുവരുന്നത് ഇഷ്ടമല്ല. നേരംവെളുത്ത് രാവിലെ ആരുവന്നാലും ഞാൻ കാര്യങ്ങൾ കേൾക്കും. പക്ഷേ, ഇത്രയും ഇരുട്ടിയതിനുശേഷം എനിക്ക് സത്യത്തിൽ പറ്റില്ല. എന്താണ് കാര്യം? നിങ്ങളുടെ ഭാര്യയ്ക്ക് എങ്ങനെയുണ്ട്?"

"എന്താണെന്ന് അറിയില്ല. മിസ്റ്റർ ക്രിച്ച് അവളുടെ നില വളരെമോശമാണ്. അവൾ ഏകദേശം കഴിഞ്ഞെന്ന് തന്നെ പറയാം. അവൾ..."

ചിലപ്പോൾ തന്റെ ഭർത്താവ് മനുഷ്യരുടെ ദുഃഖങ്ങൾ തിന്ന് ജീവിക്കുന്ന ഒരു ശ്മശാനക്കിളിയാണെന്ന് മിസ്സിസ് ക്രിച്ചിന് തോന്നി. ഏതെങ്കിലും മോശപ്പെട്ട കഥ അയാൾക്ക് പാത്രത്തിൽ ഒഴിച്ചു കൊടുത്തില്ലെങ്കിൽ അയാൾ ഒരിക്കലും സംതൃപ്തനല്ലെന്ന് അവൾക്ക് തോന്നി. അത് ഒരുതരം ദുഃഖകരമായ അനുകമ്പയുടെ സംതൃപ്തിയോടെ അയാൾ ഊറ്റിക്കുടിക്കും. ശവസംസ്കാരങ്ങൾ ഇല്ലെങ്കിൽ ഒരു ശവപ്പെട്ടിക്കാരന്റെ ജീവിതത്തിന് അർത്ഥം ഇല്ലാത്തതുപോലെ ആകുലതകൾ നിറഞ്ഞ ദുരിതങ്ങൾ ഇല്ലെങ്കിൽ അയാളുടെ അസ്തിത്വത്തിനുള്ള നീതീകരണം ഇല്ല.

മിസ്സിസ് ക്രിച്ച് പടർന്നുകയറുന്ന ഈ ജനാധിപത്യത്തിന്റെ ലോകത്ത് നിന്നും സ്വയം പിൻവാങ്ങി. ദുഃഖകരമായ പുറംതള്ളലിന്റെ ഒരുനാട അവളുടെ ഹൃദയത്തെ വരിഞ്ഞുമുറുക്കി. അവളുടെ ഒറ്റപ്പെടൽ രൂക്ഷവും ദുസ്സഹവും ആയിരുന്നു. അവളുടെ എതിർപ്പ് നിഷ്ക്രിയമായിരുന്നു. പക്ഷേ, കൂട്ടിലിട്ട പരുന്തിന്റെ എതിർപ്പുപോലെ ഭയാനകമായ തരത്തിൽ സത്യസന്ധമായിരുന്നു. വർഷങ്ങൾ കഴിയുംതോറും അവൾക്ക് ലോകത്തെ പറ്റിയുള്ള മതിപ്പു കുറഞ്ഞു കുറഞ്ഞു വന്നു. അവൾ ഏറെക്കുറെ സ്വയം അറിയാതെ തന്നെ ഏതോ അമൂർത്തമായ തിളക്കത്തിൽ ലയിച്ചു പോയിരുന്നതായി തോന്നി. അവൾ വീട്ടിലും ചുറ്റുപാടുമുള്ള പ്രദേശങ്ങളിലും തീക്ഷ്ണമായി തുറിച്ചു നോക്കിക്കൊണ്ട് വെറുതെ അലഞ്ഞുതിരിയും. പക്ഷേ, അവൾ ഒന്നും തന്നെ കാണുന്നുണ്ടാവില്ല. അവൾ വല്ലപ്പോഴും മാത്രം സംസാരിച്ചു. അവൾക്ക് ഈ ലോകവുമായി ബന്ധം ഉണ്ടായിരുന്നില്ല. അവൾക്ക് ചിന്ത പോലും ഇല്ല. ഒരു കാന്തത്തിന്റെ എതിർ ധ്രുവങ്ങൾ പോലെ അവൾ എതിർപ്പിന്റെ തീവ്രമായ പിരിമുറുക്കത്തിലായിരുന്നു.

അവൾ പലതവണ ഗർഭിണിയായി. കാലംകഴിഞ്ഞപ്പോൾ അവൾ ഭർത്താവിനെ ഒരിക്കൽപ്പോലും വാക്കുകൊണ്ടോ പ്രവൃത്തികൊണ്ടോ എതിർക്കാതായി. കാഴ്ചയിൽ അവൾ അയാളെ ശ്രദ്ധിക്കുന്നുണ്ടായിരുന്നില്ല. അവൾ അയാൾക്ക് വഴങ്ങിക്കൊടുത്തു. അയാൾക്ക് വേണ്ടത്

അയാൾ കൈവശപ്പെടുത്തട്ടെ. അവളെക്കൊണ്ട് അയാൾ ആഗ്രഹിക്കുന്നത് അയാൾ നടത്തട്ടെ. അവൾ ദുഃഖത്തോടെ എല്ലാത്തിനും വഴങ്ങിക്കൊടുക്കുന്ന ഒരു പരുന്തിനെപ്പോലെ ആയിരുന്നു. അവളും ഭർത്താവും തമ്മിലുള്ള ബന്ധത്തിൽ സംസാരം ഇല്ലായിരുന്നു. അത് അജ്ഞാതം ആയിരുന്നു. പക്ഷേ, അത് ഭയങ്കര ആഴമുള്ളതായിരുന്നു. പരിപൂർണ്ണമായ പരസ്പരവിനാശത്തിന്റെ ഒരു ബന്ധം. ലോകത്തിൽ വിജയിച്ച അയാൾക്ക് അയാളുടെ ശക്തിയിൽ കൂടുതൽ കൂടുതൽ വിള്ളൽ ഉണ്ടായിക്കൊണ്ടിരുന്നു. ഒരു രക്തസ്രാവംപോലെ അയാളുടെ ശക്തി അയാളിൽ നിന്ന് ഒഴുകിപ്പോയി. അവൾ കൂട്ടിനുള്ളിലെ പരുന്തിനെപ്പോലെ കോലംകെട്ടു. പക്ഷേ, അവളുടെ മനസ്സ് നശിപ്പിക്കപ്പെട്ടിരുന്നെങ്കിലും അവളുടെ ഹൃദയത്തിന് ക്ഷതം തട്ടിയില്ല. അതിന് തീവ്രത ഉണ്ടായിരുന്നു.

അതുകൊണ്ട് അവസാനം വരെയും അയാൾ അവളുടെ അടുത്തെത്തി എല്ലാശക്തിയും പോകുന്നതിന് മുമ്പ് അവളെ കെട്ടിപ്പിടിച്ചു. അവളുടെ കണ്ണുകളിൽ എരിഞ്ഞിരുന്ന ഭയാനകവും വിനാശകരവും ആയ വെളുത്ത പ്രകാശം അയാളെ ഉണർത്തുകയും ഉത്തേജിപ്പിക്കുകയും ചെയ്തു. അയാളുടെ ശക്തി ഒഴുകിത്തീർന്ന് അയാൾ മരണത്തിലെത്തുന്നതുവരെ ഇത് തുടർന്നു. പിന്നീട് മറ്റ് എന്തിനെക്കാളും അയാൾ അവളെ ഭയപ്പെട്ടു. പക്ഷേ, അയാൾ എത്രമാത്രം സന്തോഷവാനാണെന്നും അയാളെ അറിയുന്ന കാലം മുതൽ താൻ അവളെ എത്രമാത്രം നിഷ്കളങ്കമായി സ്നേഹിച്ചെന്നും അയാൾ എന്നും സ്വയം പറഞ്ഞുകൊണ്ടിരുന്നു. അയാൾ അവളെ നിഷ്കളങ്കയായും പതിവ്രതയായും മനസ്സിൽ കൊണ്ടുനടന്നു. അയാൾക്ക് മാത്രം അറിയാവുന്ന അവളുടെ ലൈംഗികതയുടെ വെളുത്തജ്വാല അയാളുടെ മനസ്സിൽ മഞ്ഞുകൊണ്ടുള്ള ഒരു വെളുത്ത പൂവായിരുന്നു. അയാൾ അനന്തമായി ആഗ്രഹിക്കുന്ന അത്ഭുതകരമായ ഒരു വെളുത്ത ഹിമപുഷ്പം ആയിരുന്നു അവർ. ഇപ്പോൾ അയാളുടെ എല്ലാ ആശയങ്ങളും വ്യാഖ്യാനങ്ങളും സുരക്ഷിതമാക്കിക്കൊണ്ട് അവൾ മരിച്ചുകൊണ്ടിരിക്കുകയായിരുന്നു. അയാളുടെ ശ്വാസം ശരീരത്തെ ഉപേക്ഷിച്ചു പോകുമ്പോൾ മാത്രം അയാളുടെ ആശയങ്ങളും വ്യാഖ്യാനങ്ങളും തകർന്നുവീഴും. അതുവരെ അവയെല്ലാം അയാൾക്ക് ശുദ്ധസത്യങ്ങളായിരിക്കും. ആ കള്ളത്തിന്റെ പരിപൂർണ്ണത കാട്ടിക്കൊടുക്കാൻ മരണത്തിനുമാത്രമേ കഴിയുകയുള്ളൂ. മരണം വരെ അവൾ അയാളുടെ വെളുത്ത ഹിമപുഷ്പം ആയിരിക്കും. അയാൾ അവളെ കീഴടക്കി. അവളുടെ കീഴടങ്ങൽ അയാൾക്ക് അവളിലുള്ള ഒരു അളക്കാൻ പറ്റാത്ത ചാരിത്ര്യം ആയിരുന്നു. അയാൾക്ക് ഒരിക്കലും തകർക്കാൻ കഴിയാത്ത ഒരു കന്യകാത്വം. ഒരു മന്ത്രത്തിന്റെ ആധിപത്യം പോലെ ഈ കന്യകാത്വത്തിനും അയാളുടെ മുകളിൽ ആധിപത്യം ഉണ്ടായിരുന്നു.

അവൾ പുറംലോകത്തെ അവഗണിച്ചു. പക്ഷേ, അവളുടെ ഉള്ളിൽ അവൾക്ക് കോട്ടംതട്ടിയിരുന്നില്ല. അവൾ തകർന്നിരുന്നില്ല. അവളുടെ മുറി

ക്കുള്ളിൽ ചലനമില്ലാതെ ഗോഷ്ഠികാണിച്ചുകൊണ്ടിരിക്കുന്ന ഒരു വൃത്തികെട്ട പരുന്തിനെപ്പോലെ അവൾ വെറുതെ ഇരുന്നു. ചെറുപ്പത്തിൽ അവൾക്ക് അങ്ങേയറ്റം തീവ്രത ഉണ്ടായിരുന്ന അവളുടെ മക്കൾ ഇപ്പോൾ അവൾക്ക് ഒന്നും അല്ലാതായി. അതെല്ലാം അവൾക്ക് നഷ്ടപ്പെട്ടുകഴിഞ്ഞു. അവൾ ഇപ്പോൾ പൂർണ്ണമായും അവൾ മാത്രമാണ്. അവളെ സംബന്ധിച്ചിടത്തോളം കുറച്ചെങ്കിലും നിലനില്പുള്ളത് ജറാൾഡിനു മാത്രമായിരുന്നു. പക്ഷേ, കഴിഞ്ഞ കുറേവർഷങ്ങളായി അയാൾ വ്യാപാരത്തിന്റെ തലവനായിക്കഴിഞ്ഞപ്പോൾ അയാളും മറവിയിലേക്ക് പോയി. എന്നാൽ മരണത്തോട് അടുത്തുകൊണ്ടിരിക്കുന്ന അച്ഛൻ അനുകമ്പയ്ക്ക് വേണ്ടി ജറാൾഡിന്റെ നേർക്ക് തിരിഞ്ഞു. അവർ തമ്മിൽ എന്നും എതിർപ്പുകൾ ഉണ്ടായിരുന്നു. ജറാൾഡ് അച്ഛനെ ഭയന്നിരുന്നു. അയാൾക്ക് അച്ഛനോട് പുച്ഛവും ആയിരുന്നു. അയാളുടെ ബാല്യത്തിലും കൗമാരത്തിലും ഒരളവുവരെ അയാൾ അച്ഛനെ ഒഴിവാക്കിയിരുന്നു. അച്ഛന് പലപ്പോഴും മൂത്തമകനോട് ഇഷ്ടക്കേട് തോന്നിയിട്ടുണ്ടെങ്കിലും അയാൾ ഈ ഇഷ്ടക്കേടിന് കീഴടങ്ങാൻ ആഗ്രഹിക്കാത്തതുകൊണ്ട് ഒരിക്കലും അയാൾ ഈ യാഥാർത്ഥ്യം അംഗീകരിച്ചില്ല. അയാൾ കഴിയുന്നത്ര ജറാൾഡിനെ ഒറ്റയ്ക്കാക്കിക്കൊണ്ട് അയാളെ അവഗണിച്ചു.

ജറാൾഡ് വ്യവസായത്തിന്റെ ചുമതല ഏറ്റെടുത്ത് ഒരു ഒന്നാംതരം മേധാവിയാണെന്ന് തെളിയിച്ചുകഴിഞ്ഞപ്പോൾ അച്ഛൻ യാതൊരു സംശയവുമില്ലാതെ അതിന്റെ കാര്യങ്ങളെല്ലാം മകനെ വിശ്വാസത്തോടെ ചുമതലപ്പെടുത്തി. ചെറുപ്പക്കാരനായ ശത്രുവിനോട് വികാരപരമായ ഒരു ആശ്രിതത്വം അയാൾ അംഗീകരിച്ചു. ഇത് എന്നും അച്ഛനോടുള്ള വെറുപ്പിന്റെയും അംഗീകരിക്കപ്പെടാത്ത ശത്രുതയുടെയും നിഴൽ പരന്നിരുന്ന ജറാൾഡിന്റെ മനസ്സിൽ പെട്ടെന്ന് തീക്ഷ്ണമായ അനുകമ്പയും കൂറും ഉണർന്നുവരാൻ കാരണമായി. ജറാൾഡ് അനുകമ്പയെ എതിർത്തിരുന്നെങ്കിലും അത് അയാളുടെ മുകളിൽ ആധിപത്യം സ്ഥാപിച്ചിരുന്നു. അയാളുടെ ആന്തരിക ജീവിതത്തിൽ അതിന് മുൻതൂക്കം ഉണ്ട്. അയാൾക്ക് അത് ഖണ്ഡിക്കാൻ കഴിഞ്ഞില്ല. അതുകൊണ്ട് അയാൾ ഭാഗികമായി അയാളുടെ അച്ഛന്റെ നിലപാടിന് വിധേയനായിരുന്നു. പക്ഷേ, അയാൾ അതിനെ എതിർത്തുകൊണ്ടിരിക്കുകയും ചെയ്തു. ഇപ്പോൾ അയാൾക്ക് സ്വയം അയാളെ രക്ഷപ്പെടുത്താൻ കഴിയുന്നില്ല. നേരിയ വിരോധം ഉണ്ടെങ്കിലും അയാളുടെ അച്ഛനെപ്പറ്റിയുള്ള അനുകമ്പയും ദുഃഖവും അലിവും അയാളെ പരാജയപ്പെടുത്തിക്കഴിഞ്ഞു.

അച്ഛൻ അനുകമ്പയിലൂടെ ജറാൾഡിൽ നിന്നും അഭയം കണ്ടെത്തി. പക്ഷേ, സ്നേഹിക്കാൻ അയാൾക്ക് വിനിഫ്രഡ് ഉണ്ടായിരുന്നു. അവൾ അയാളുടെ ഏറ്റവും ഇളയ കുട്ടി ആയിരുന്നു. അയാളുടെ കുട്ടികളിൽ അയാൾ അടുപ്പത്തോടെ സ്നേഹിച്ചത് അവളെ മാത്രം ആയിരുന്നു. അയാൾ അവളെ മരിച്ചുകൊണ്ടിരിക്കുന്ന ഒരു മനുഷ്യന്റെ അഹംഭാവത്തോടെ സ്നേഹിച്ചു. അയാൾ അവളെ അനന്തമായി സംരക്ഷിക്കാൻ

ആഗ്രഹിച്ചു. അവളെ സ്നേഹംകൊണ്ട് പൊതിഞ്ഞ് പരിപൂർണ്ണമായി സംരക്ഷിക്കാൻ അയാൾ കൊതിച്ചു. അവൾക്ക് ഒരു വേദനയോ ഒരു ദുഃഖമോ ഒരുകോട്ടമോ വരാതെ നോക്കാൻ അയാൾക്ക് കഴിഞ്ഞിരുന്നെങ്കിൽ? അയാളുടെ ജീവിതകാലം മുഴുവൻ അയാൾ എന്നും ശരിയുടെ പക്ഷത്തായിരുന്നു. അയാളുടെ നന്മകളിലും അയാളുടെ അനുകമ്പകളിലും ഒരിക്കലും അയാൾ ഒരു കുറവു വരുത്തിയിട്ടില്ല. ഇത് അയാളുടെ അവസാനത്തെ വൈകാരികമായ അവകാശം ആണ്. വിനിഫ്രഡ് എന്ന മകളോടുള്ള അയാളുടെ സ്നേഹം. എങ്കിലും ചില കാര്യങ്ങൾ അയാളെ ബുദ്ധിമുട്ടിച്ചു. അയാളുടെ ശക്തി ക്ഷയിച്ചതുപോലെ ഈ ലോകവും അയാളിൽ നിന്നു മറഞ്ഞുപോയിരിക്കുന്നു. അയാൾക്ക് സഹായിക്കാനും സംരക്ഷിക്കാനും ദരിദ്രരും നിന്ദിതരും പീഡിതരും അവശേഷിക്കുന്നില്ല. അയാളുടെ മുകളിൽ അസ്വാഭാവികമായ ചുമതലയായി അയാളെ ബുദ്ധിമുട്ടിക്കാൻ ആൺമക്കളും പെൺമക്കളും ഇല്ലാതായിരിക്കുന്നു. ഇതെല്ലാം തന്നെ സത്യത്തിൽ നിന്നും നിറം മങ്ങി മാഞ്ഞുപോയിരിക്കുന്നു. ഇതെല്ലാം അയാളെ സ്വതന്ത്രനാക്കിക്കൊണ്ട് അയാളുടെ കൈവിട്ടുപോയിരിക്കുന്നു.

അയാളുടെ ഭാര്യ ആലോചന ഇല്ലാതെ അവരുടെ മുറിയിൽ ഇരിക്കുമ്പോൾ അല്ലെങ്കിൽ തലകുമ്പിട്ട് അവർ സാവധാനം പതുങ്ങിനടന്ന് അയാളുടെ മുറിയിലേക്ക് കടന്നുവരുമ്പോൾ, അയാളിൽ അവശേഷിച്ചിരുന്നത് അയാളുടെ ഭാര്യയെക്കുറിച്ചുള്ള രൂപം മാറിയ ഭയവും ഭീതിയും ആയിരുന്നു. പക്ഷേ, അയാൾ ഈ ഭയത്തെ തള്ളിക്കളഞ്ഞു. അയാളുടെ ജീവിതകാലത്തെ ശരികൾക്ക് എന്തായാലും അയാളെ അയാളുടെ ഉള്ളിലെ ഈ ഭീതിയിൽ നിന്നും മോചിപ്പിക്കാൻ കഴിഞ്ഞിട്ടില്ല. അയാൾക്ക് അതിനെ വേണ്ടവിധം അകറ്റി നിർത്താൻ കഴിഞ്ഞിട്ടില്ല. അത് ഒരിക്കലും അയാളെ തകർത്ത് പുറത്തുവരില്ല. മരണം അതിനുമുമ്പ് വന്നിരിക്കും.

പിന്നീട് അവിടെ വിനിഫ്രഡ് ഉണ്ടായിരുന്നു. അയാൾക്ക് അവളെക്കുറിച്ച് വേവലാതി ഇല്ലായിരുന്നെങ്കിൽ? അയാൾക്ക് അവളെക്കുറിച്ച് തീർച്ച ഉണ്ടായിരുന്നെങ്കിൽ? ഡയാന മരിച്ചതിനും അയാളുടെ രോഗം കൂടിയതിനും ശേഷം വിനിഫ്രഡിനെക്കുറിച്ചുള്ള അയാളുടെ വേവലാതി ഏകദേശം ഒരു ഒഴിയാബാധയായി മാറിയിരുന്നു. അത് മരിക്കുന്ന സമയത്തും അയാൾക്ക് സ്നേഹത്തിന്റെ ഏതെങ്കിലും ചുമതല ഉണ്ടാവണം എന്നുള്ള ഒരു വാശിപോലെ ആയിരുന്നു. ഹൃദയപൂർവ്വമുള്ള അനുകമ്പയുടെ ഉൽക്കണ്ഠ നിറഞ്ഞ ഒരു വാശി.

അവൾ മുൻശുണ്ഠിക്കാരിയായ ഒരു കുട്ടിയായിരുന്നു. അവൾക്ക് അവളുടെ അച്ഛന്റെ കറുത്ത തലമുടിയും ശാന്തസ്വഭാവവും കിട്ടിയിരുന്നു. പക്ഷേ, അവൾ പരിപൂർണ്ണമായും അകന്ന് മാറി നിന്നു. അവളുടെ വികാരങ്ങളെ അവൾ പരിഗണിക്കുന്നില്ലെന്ന് തോന്നും. അവൾ പലപ്പോഴും കുട്ടികളിൽ വെച്ച് ഏറ്റവും കുട്ടിത്തം ഉള്ളവളെപ്പോലെ സന്തോഷിക്കുകയും കളിക്കുകയും ചെയ്യുന്നതായി തോന്നി. ചില കാര്യങ്ങളോട്

അവൾക്ക് അങ്ങേയറ്റം ആഹ്ലാദമുള്ള മമത ഉണ്ടായിരുന്നു. അവളുടെ അച്ഛനോടും അവൾ വളർത്തുന്ന മൃഗങ്ങളോടും അവൾക്ക് പ്രത്യേകം മമതയുണ്ട്. പക്ഷേ, അവളുടെ ലിയോ എന്ന പൂച്ചക്കുട്ടിയുടെ പുറത്ത് കാറുകയറിയെന്ന് കേട്ടാൽ നീരസത്തോടെ തലചരിച്ച് കൊണ്ട് അവൾ പറയും, "അവന്റെ പുറത്ത് കാറ് തട്ടിയോ?" പിന്നീട് അവൾ അതിനെ പറ്റി ഗൗനിക്കില്ല. ചീത്ത വാർത്ത അവൾക്ക് കൊണ്ടുകൊടുക്കുന്ന ജോലിക്കാരെ മാത്രം അവൾ വെറുത്തു. അവൾ അമ്മയെയും വീട്ടിലെ പല അംഗങ്ങളെയും ഒഴിച്ചുനിർത്തി. അവളുടെ മുന്നിൽ വീണ്ടും കുട്ടിയായി മാറി ചുമതലകൾ ഇല്ലാതെ പെരുമാറുന്നതുകൊണ്ടും അവളുടെ സന്തോഷം എപ്പോഴും ആഗ്രഹിക്കുന്നതുകൊണ്ടും അവൾ അവളുടെ അച്ഛനെ സ്നേഹിച്ചു. അധികം സംസാരിക്കാത്തതുകൊണ്ട് അവൾക്ക് ജറാൾഡിനെ ഇഷ്ടമായിരുന്നു. അവളുടെ ജീവിതം ഒരു കളിയാക്കി മാറ്റുന്നവരെ അവൾ സ്നേഹിച്ചു. അവൾക്ക് ആശ്ചര്യപ്പെടുത്തുന്ന തരത്തിൽ വിമർശിക്കാനുള്ള കഴിവുണ്ടായിരുന്നു. അവൾ ഒരേ സമയം ഒരു അരാജകത്വവാദിയും ഒരു കുലീനയും ആയിരുന്നു. കാരണം അവളോട് തുല്യത ഉള്ളവരെ അവൾ എവിടെക്കണ്ടാലും പരിഗണിക്കും. അവളെക്കാൾ കുറഞ്ഞവരെ അവർ ബന്ധുക്കളായാലും വീട്ടിലെത്തുന്ന സമ്പന്നരായ അതിഥികളായാലും അവൾ സന്തോഷത്തോടെ അവഗണിക്കും. അവൾ ആരിൽ നിന്നും കടമെടുക്കാത്ത സ്വന്തം സ്വഭാവക്കാരി ആയിരുന്നു. എല്ലാ കാര്യങ്ങളിൽ നിന്നും ജീവിതത്തിന്റെ തുടർച്ചയിൽനിന്നും ഒറ്റപ്പെട്ട് നിമിഷങ്ങളിൽ മാത്രമായാണ് അവൾ ജീവിക്കുന്നതെന്ന് തോന്നും.

അച്ഛന് അയാളുടെ ഏതോ അന്തിമമായ മിഥ്യാധാരണയിൽ അയാളുടെ ജീവിതം വിനിഫ്രഡിന്റെ സന്തോഷം ഉറപ്പാക്കുന്നതിനെ ആശ്രയിച്ചാണെന്ന് തോന്നി. അനിവാര്യമായ ബന്ധങ്ങൾ ഒരിക്കലും സൃഷ്ടിക്കാത്തതുകൊണ്ട് ദുഃഖിക്കേണ്ടിവരാത്തവളും; ജീവിതത്തിലെ ഏറ്റവും ഇഷ്ടപ്പെട്ട കാര്യങ്ങൾ നഷ്ടമാകുന്നതിന്റെ പിറ്റേന്ന് ജീവിതത്തിന് യാതൊരു വ്യത്യാസവും സംഭവിക്കാത്തവളും; അതിന്റെ ഓർമ്മകൾ കരുതിക്കൂട്ടി ഉപേക്ഷിക്കുന്നവളും; അസാധാരണമായ രീതിയിൽ സ്വതന്ത്രമായ ഇച്ഛാശക്തിയുള്ളവളും അരാജകത്വവാദിയും ഏറെക്കുറെ നിഷേധിയും; നിമിഷത്തിനപ്പുറം ബന്ധങ്ങളോ ചുമതലകളോ ഇല്ലാത്തവളും ഓരോ ചലനത്തിലും ഗൗരവമുള്ള ബന്ധങ്ങളുടെ ചരട് സന്തോഷത്തോടെ പൊട്ടിക്കുന്നവളുമായ വിനിഫ്രഡ് നിശ്ചയമായും അവളുടെ അച്ഛന്റെ അന്തിമമായ വൈകാരിക അഭിനിവേശത്തിന്റെ വിഷയം ആകാതെ തരമില്ല.

വിനിഫ്രഡിനെ ചിത്രരചനയിലും കളിമണ്ണുകൊണ്ടുള്ള മാതൃകകളുടെ നിർമ്മാണത്തിലും സഹായിക്കാൻവേണ്ടി ഗുഡ്റൺ ബ്രാങ്വാൻ വരാനുള്ള സാദ്ധ്യത ഉണ്ടെന്ന് കേട്ടപ്പോൾ വിനിഫ്രഡിന്റെ മോചനത്തിനുള്ള ഒരു വഴി മിസ്റ്റർ ക്രിച്ച് അതിൽ കണ്ടു. വിനിഫ്രഡിന് അതിനുള്ള പ്രത്യേക കഴിവുണ്ടെന്ന് അയാൾ വിശ്വസിച്ചു. അയാൾ ഗുഡ്റണിനെ

കണ്ടിട്ടുണ്ട്. അവൾ പരിചയസമ്പന്നയാണെന്ന് അയാൾക്ക് അറിയാം. ശരിയായ ആളിന്റെ കൈയിൽ ഏല്പിക്കുന്നതുപോലെ അയാൾക്ക് വിനിഫ്രഡിനെ ഗുഡ്റണിന്റെ കൈയിൽ ഏല്പിക്കാം. ഇവിടെ അയാളുടെ കുട്ടിക്ക് കാണിച്ചുകൊടുക്കാൻ ഒരുവഴി ഉണ്ടായിരിക്കുന്നു. അവളെ ദിശാബോധം ഇല്ലാതെ നിസ്സഹായയായി അയാൾഗ് ഉപേക്ഷിക്കേണ്ടിവരില്ല. അയാൾക്ക് മരിക്കുന്നതിനു മുമ്പ് അവളെ ഏതെങ്കിലും സംസാരിക്കുന്ന മരവുമായി ഒട്ടിച്ചേർക്കാൻ കഴിഞ്ഞാൽ അയാൾക്ക് അയാളുടെ ചുമതല നിറവേറ്റാൻ കഴിയും. ഇവിടെ അത് സാദ്ധ്യമാക്കാം. അയാൾ ഗുഡ്റണിനോട് അപേക്ഷിക്കാൻ മടിച്ചില്ല.

അച്ഛൻ ജീവിതത്തിൽ നിന്ന് കൂടുതൽ കൂടുതൽ അകന്നു കൊണ്ടിരുന്നപ്പോൾ ജറാൾഡ് കൂടുതൽ കൂടുതൽ പുതിയ കാര്യങ്ങൾ പരിചയപ്പെടുകയായിരുന്നു. എന്തായാലും അയാൾക്ക് അച്ഛൻ ലോകത്തിനു വേണ്ടി ജീവിച്ചിട്ടുള്ളവനാണ്. അയാളുടെ അച്ഛൻ ജീവിക്കുമ്പോൾ ജറാൾഡിന് ലോകത്തോട് ചുമതലകൾ ഉണ്ടായിരുന്നില്ല. പക്ഷേ, ഇപ്പോൾ അയാളുടെ അച്ഛൻ മരിച്ചുകൊണ്ടിരിക്കുന്നു. അതിജീവനത്തിന്റെ കൊടുങ്കാറ്റിന് മുന്നിൽ സൈനിക കലാപത്തിൽ ക്യാപ്റ്റൻ നഷ്ടപ്പെട്ട കപ്പലിലെ അടുത്ത ഉദ്യോഗസ്ഥനെപ്പോലെ ജറാൾഡ് പകച്ച് നില്ക്കുന്നത് അയാൾ സ്വയം കണ്ടു. അയാൾ ഭയാനകമായ കോലാഹലങ്ങൾ മാത്രമാണ് മുന്നിൽ കാണുന്നത്. അയാൾക്ക് കൃത്യമായ ആജ്ഞയോ ആശയമോ പകർന്നുകിട്ടിയിട്ടില്ല. മനുഷ്യവർഗ്ഗത്തിന്റെ എല്ലാ ആശയങ്ങളും അയാളുടെ അച്ഛനോടൊപ്പം മരിക്കുകയാണെന്ന് തോന്നി. എല്ലാം ഒന്നിച്ചു നിർത്തുന്ന കേന്ദ്രീകൃത ശക്തി അച്ഛനോടൊപ്പം തകർന്നുവീഴുന്നു. എല്ലാ ഭാഗങ്ങളും വേർപെട്ട് മാറി ശിഥിലീകരണത്തിന് തയ്യാറെടുക്കുന്നു. കാൽച്ചുവട്ടിൽ പൊളിഞ്ഞുവീഴാൻ തുടങ്ങുന്ന കപ്പലിന്റെ മേൽത്തട്ടിലാണ് ജറാൾഡ് നിന്നിരുന്നത്. തകർന്നുകൊണ്ടിരിക്കുന്ന ഈ കപ്പലിന്റെ ചുമതലക്കാരൻ അയാൾ ആയിരുന്നു.

ജീവിതകാലം മുഴുവൻ ജീവിതത്തിന്റെ ചട്ടക്കൂടിനെ പൊളിക്കാനാണ് താൻ ശ്രമിച്ചിരുന്നതെന്ന് അയാൾക്കറിയാം. ഇപ്പോൾ നശീകരണവാസനയുള്ള ഒരു കുട്ടിയുടെ നടുക്കത്തോടെ അയാൾക്ക് സ്വന്തം നാശത്തിന്റെ പിൻതുടർച്ചാവകാശം ലഭിക്കുന്നത് അയാൾ കണ്ടു. കഴിഞ്ഞ മാസങ്ങളിൽ മരണത്തിന്റെയും ബിർക്കിന്റെ സംസാരത്തിന്റെയും ഗുഡ്റണിന്റെ തുളച്ചിറങ്ങുന്ന സ്വഭാവത്തിന്റെയും സ്വാധീനത്തിൽ അയാളുടെ വിജയമായിരുന്ന യാന്ത്രികമായ ദൃഢത അയാൾക്ക് പൂർണ്ണമായും നഷ്ടപ്പെട്ടു. ചിലപ്പോൾ ബിർക്കിനോടും ഗുഡ്റണിനോടും ആ കൂട്ടത്തിൽപ്പെട്ട മറ്റുള്ളവരോടും എല്ലാം തോന്നുന്ന ഒരു വെറുപ്പിന്റെ പിരിമുറുക്കത്തിന് അയാൾ കീഴടങ്ങി. സാധാരണക്കാരുടെ മടുപ്പിക്കുന്ന സംസാരത്തിലേക്ക് മടങ്ങിപ്പോകാൻ അയാൾ ആഗ്രഹിച്ചു. ഏറ്റവും കർശനമായ യാഥാസ്ഥിതികത്വത്തിലേക്ക് തിരിച്ചുപോകാൻ അയാൾ മോഹിച്ചു. പക്ഷേ, അതുപ്രാവർത്തികമാക്കാൻ വേണ്ട സമയത്തേക്ക് അയാ

ളുടെ മോഹം നീണ്ടുനിന്നില്ല.

അയാളുടെ ബാല്യത്തിലും കൗമാരത്തിലും ഒരുതരം പ്രാകൃതാവസ്ഥ അയാൾ ആഗ്രഹിച്ചിരുന്നു. ഒരു മനുഷ്യൻ ധീരന്മാരായ സൈനികരുടെ നായകനായിരിക്കും. നീണ്ട നില്ക്കുന്ന സാഹസികയാത്രകൾ നടത്തുകയും ചെയ്യുന്ന ഹോമറിന്റെ ദിവസങ്ങളായിരുന്നു അയാളുടെ മാതൃക. ബെൽഡോവറും അവിടത്തെ ഖനിത്താഴ്‌വരകളും ഒരിക്കൽപ്പോലും ശ്രദ്ധയോടെ കാണാൻ തയ്യാറാവാത്ത തരത്തിൽ അയാൾ അയാളുടെ ജീവിതത്തിന്റെ ചുറ്റുപാടുകളെ യാതൊരു മനസ്സാക്ഷിക്കുത്തുമില്ലാതെ വെറുത്തു. ഷോർട്ട്‌ലാൻഡ്സിന്റെ വലതുവശത്ത് പരന്നുകിടക്കുന്ന കറുത്ത ഖനി പ്രദേശത്തുനിന്നും അയാൾ പൂർണ്ണമായും മുഖംതിരിച്ചു. വില്ലിവാട്ടറിനപ്പുറമുള്ള സ്ഥലങ്ങളിലേക്കു അയാൾ ശ്രദ്ധതിരിച്ചു. കൽക്കരി ഖനിയിലെ തട്ടലും മുട്ടലും ഷോർട്ട്‌ലാൻഡ്സിൽ എല്ലാസമയത്തും കേൾക്കുമായിരുന്നു. പക്ഷേ, കുട്ടിക്കാലം മുതൽ ജറാൾഡ് ഇത് ശ്രദ്ധിച്ചില്ല. വ്യവസായത്തിന്റെ കടലിൽ നിന്നും വീട്ടിലേക്ക് ഇരച്ചുവരുന്ന കൽക്കരി കറുപ്പിച്ച വേലിയേറ്റങ്ങളെ അയാൾ അവഗണിച്ചു. ആ ലോകം സത്യത്തിൽ മനുഷ്യൻ വേട്ടയാടുകയും നീന്തിത്തുടിക്കുകയും കുതിരസവാരി നടത്തുകയും ചെയ്യുന്ന കാട്ടുപ്രദേശം ആയിരുന്നു. അയാൾ അധികാരത്തിനെതിരെ കലഹിച്ചു. ജീവിതം പ്രാകൃതമായ സ്വാതന്ത്ര്യത്തിന്റെ അവസ്ഥ ആയിരുന്നു.

പിന്നീട് അയാളെ സ്കൂളിലേക്ക് പറഞ്ഞയച്ചിരുന്നു. അത് അയാൾക്ക് അങ്ങേയറ്റത്തെ ബുദ്ധിമുട്ടായിരുന്നു. അയാൾ ഓക്സ്ഫോർഡിൽ പോകാൻ കൂട്ടാക്കിയില്ല. പകരം ഒരു ജർമ്മൻ സർവ്വകലാശാല അയാൾ തിരഞ്ഞെടുത്തു. കുറച്ചുകാലം അയാൾ ബോണിലും ബർലിനിലും ഫ്രാങ്ക്ഫർട്ടിലും ചെലവഴിച്ചു. അവിടെവെച്ച് അയാളുടെ മനസ്സിൽ ഒരു കൗതുകം ഉണർന്നു. അയാൾ ഒരു നേരമ്പോക്കെന്ന മട്ടിൽ ജിജ്ഞാസയോടെ വസ്തുനിഷ്ഠമായി കാര്യങ്ങൾ കാണാനും മനസ്സിലാക്കാനും ആഗ്രഹിച്ചു. അതിനുശേഷം നിശ്ചയമായും അയാൾക്ക് യുദ്ധം പരിശീലിക്കണം. പിന്നീട് അയാളെ ഏറ്റവും കൂടുതൽ ആകർഷിച്ച പ്രാകൃതമായ പ്രദേശങ്ങളിൽ നിശ്ചയമായും അയാൾക്ക് സഞ്ചരിക്കണം.

ഫലം എല്ലാ സ്ഥലത്തും അയാൾക്ക് മനുഷ്യവർഗ്ഗത്തെ ഒരുപോലെ കാണാൻ കഴിഞ്ഞു എന്നതായിരുന്നു. അയാളെപ്പോലെ ജിജ്ഞാസയുള്ള ഒരു മനസ്സിന് അപരിഷ്കൃതൻ യൂറോപ്പുകാരനെക്കാൾ താല്പര്യം ഉണർത്തുന്നവൻ ആയിരുന്നില്ല. അതുകൊണ്ട് അയാൾ എല്ലാത്തരം സാമൂഹ്യശാസ്ത്രപരമായ ആശയങ്ങളിലേക്കും പരിഷ്കരണത്തിന്റെ ആശയങ്ങളിലേക്കും കടന്നുചെന്നു. പക്ഷേ, അവയെല്ലാം തൊലിപ്പുറത്ത് മാത്രം ഒതുങ്ങിനിന്നു. അവ ഒരു മാനസിക ഉല്ലാസത്തിന് അപ്പുറത്തേക്ക് പോയില്ല. അതിന്റെ താല്പര്യം നശീകരണത്തിന്റെ പ്രതികരണങ്ങൾ ആയിരുന്നു.

ഒടുവിൽ കൽക്കരി ഖനികളിൽ അയാൾ യഥാർത്ഥ സാഹസികത

കണ്ടെത്തി. അയാളുടെ അച്ഛൻ വ്യവസായശാലയിൽ ജോലി ചെയ്യാൻ അയാളോട് ആവശ്യപ്പെട്ടു. ഖനനത്തിന്റെ ശാസ്ത്രത്തിൽ ജറാൾഡിന് വിദ്യാഭ്യാസം കിട്ടിയിരുന്നു. ഒരിക്കലും അയാൾക്ക് അതിൽ താല്പര്യം തോന്നിയിരുന്നില്ല. ഇപ്പോൾ ഒരുതരം വിജയാഹ്ലാദത്തോടെ അയാൾ ആ ലോകത്തെ വരുതിയിലാക്കുന്നു.

ആ വലിയവ്യവസായത്തിന്റെ മുദ്രവെച്ച ഒരുചിത്രം അയാളുടെ ബുദ്ധിയിൽ ഉണ്ടായിരുന്നു. പെട്ടെന്ന് അത് യാഥാർത്ഥ്യമായി മാറി. അയാൾ അതിന്റെ ഭാഗമായി. താഴെയുള്ള റെയിൽപാളത്തിലൂടെ ട്രെയിനുകൾ ഓടിക്കൊണ്ടിരുന്നു. അമിതഭാരം കയറ്റിയ ചെറിയ ട്രെയിനുകളും ഒഴിഞ്ഞ ചരക്കുവണ്ടികളുമായി നീളംകൂടിയ ട്രെയിനുകളും. എല്ലാവണ്ടികളിലും വെളുത്ത വലിയ അക്ഷരങ്ങളിൽ ഇങ്ങനെ എഴുതിയിരിക്കുന്നു.

'സി ബി & കോ'

കുട്ടിക്കാലം മുതൽ വണ്ടികളിലെ ഈ വെളുത്ത അക്ഷരങ്ങൾ അയാൾ കണ്ടിട്ടുണ്ട്. കണ്ടുകണ്ട് അവ അയാൾ ഒരിക്കലും കണ്ടിട്ടില്ലാത്തപോലെ ആയിക്കഴിഞ്ഞിരുന്നു. അവ അങ്ങേയറ്റം പരിചിതമായിക്കഴിഞ്ഞിരുന്നതുകൊണ്ട് അവ അങ്ങേയറ്റം അവഗണിക്കപ്പെട്ടിരുന്നു. ഇപ്പോൾ ഒടുവിൽ സ്വന്തംപേര് എഴുതിയിരിക്കുന്നത് അയാൾ കണ്ടു. ഇപ്പോൾ അയാൾക്ക് അധികാരത്തിന്റെ ഒരു കാഴ്ചപ്പാട് ഉണ്ടായിരിക്കുന്നു.

അയാളുടെ പേരിന്റെ ആദ്യാക്ഷരങ്ങളുമായി നാടുമുഴുവൻ ഓടിക്കൊണ്ടിരിക്കുന്ന അനേകം വണ്ടികൾ. ട്രെയിനിൽ ലണ്ടനിലേക്ക് പ്രവേശിക്കുമ്പോൾ അയാൾ ആ വണ്ടികൾ കണ്ടു. ഡോവറിൽ അയാൾ അവ പോകുന്നതു കണ്ടു. അയാളുടെ ശക്തി അവിടെയെല്ലാം പടർന്നുപിടിച്ചിരിക്കുന്നു. അയാളുടെ ഖനികളെ ആശ്രയിച്ചുകഴിയുന്ന ബെർഡോവർ സാൽബി, വാട്ട്മോർ, ലത്‌ലെ ബാങ്ക് തുടങ്ങിയ ഖനിഗ്രാമങ്ങളെ അയാൾ നോക്കി. അവ അയാളുടെ കുട്ടിക്കാലത്ത് അറപ്പുണ്ടാക്കുന്നവയും വൃത്തികെട്ടവയും ആയിരുന്നു. അവ അയാളുടെ ബോധത്തിലെ വ്രണങ്ങൾ ആയിരുന്നു. എന്നാൽ ഇപ്പോൾ അഭിമാനത്തോടെ അയാൾ അവയെ കണ്ടു. അയാളെ ആശ്രയിച്ച് നാല് പുതിയ പട്ടണങ്ങളും ധാരാളം വൃത്തികെട്ട വ്യാവസായികചേരികളും കിളിർത്തുവന്നു. സന്ധ്യക്ക് ഖനികളിൽ നിന്നുള്ള കല്ലുപാതകളിലൂടെ ചെറുതായി കൂനിയ ആയിരക്കണക്കിന് കറുത്ത മനുഷ്യർ അയാളുടെ ഇച്ഛാശക്തിക്ക് കീഴടങ്ങി നടന്നു നീങ്ങുന്നത് അയാൾ കണ്ടു. വെള്ളിയാഴ്ച രാത്രിയിൽ ഒരാഴ്ചത്തെ പണം ചെലവുചെയ്ത് ബെൽഡോവറിലെ ചന്തയിൽ നിന്ന് സാധനങ്ങൾ വാങ്ങുന്ന ആൾക്കൂട്ടത്തിനിടയിലൂടെ അയാൾ വളരെ സാവധാനത്തിൽ കാറോടിച്ചു. അവരെല്ലാവരും അയാളുടെ ജോലിക്കാർ ആയിരുന്നു. അവർ വൃത്തികെട്ടവരും വികൃതമാക്കപ്പെട്ടവരും ആയിരുന്നു. പക്ഷേ, അവർ അയാളുടെ ഉപകരണങ്ങളാണ്. അയാൾ ആ യന്ത്രഘടനയുടെ ദൈവം ആണ്. അവർ സാവധാനം യാന്ത്രികമായി അയാളുടെ കാറിന് വഴിമാറി

ക്കൊടുത്തു.

അവർ വഴിമാറിയത് ഉത്സാഹത്തോടെയാണോ അതോ മനസ്സില്ലാ മനസ്സോടെയാണോ എന്ന് അയാൾ ശ്രദ്ധിച്ചില്ല. അയാളെപ്പറ്റി അവർ എന്ത് വിചാരിക്കുമെന്ന് അയാൾ ഗൗനിച്ചില്ല. അയാളുടെ കാഴ്ചപ്പാട് പെട്ടെന്ന് ഉറഞ്ഞുപോയിരുന്നു. മനുഷ്യവർഗ്ഗത്തിന്റെ ശുദ്ധമായ യാന്ത്രികതയെ അയാൾ ഉൾക്കൊണ്ടിരിക്കുന്നു. മനുഷ്യസ്നേഹത്തെപ്പറ്റിയും കഷ്ടപ്പാടുകളെപ്പറ്റിയും അനുകമ്പയെ പറ്റിയും ധാരാളം സംസാരം നടന്നു കഴിഞ്ഞിരുന്നു. അതെല്ലാം മണ്ടത്തരങ്ങൾ ആയിരുന്നു. വ്യക്തികളുടെ കഷ്ടപ്പാടുകൾക്കും വികാരങ്ങൾക്കും യാതൊരു പ്രാധാന്യവും ഇല്ല. അത് കാലാവസ്ഥപോലെ വെറും ഒരു അവസ്ഥ മാത്രം ആയിരുന്നു. പ്രാധാന്യം ഉള്ളത് വ്യക്തിയുടെ ശുദ്ധമായ യാന്ത്രികതയ്ക്ക് മാത്രമാണ്. ഒരു മനുഷ്യൻ ഒരു കത്തിക്ക് തുല്യമാണ്. അതുകൊണ്ട് നന്നായി മുറിക്കാൻ പറ്റുമോ? പറ്റുമെന്നുണ്ടെങ്കിൽ അയാൾ അയാളുടെ ജീവിതം നിർവ്വഹിച്ചുകഴിഞ്ഞിരിക്കുന്നു. മറ്റൊന്നിനും പ്രാധാന്യം ഇല്ല.

ഈ ലോകത്തുള്ള എല്ലാ കാര്യങ്ങൾക്കും അതിന്റേതായ പ്രവൃത്തി ഉണ്ട്. ഈ പ്രവൃത്തി നല്ലതായാലും ചീത്തയായാലും ഏറെക്കുറെ പരിപൂർണ്ണതയോടെ നിർവ്വഹിക്കപ്പെടണം. ഒരു ഖനി ജോലിക്കാരൻ ഒരു നല്ല ഖനി ജോലിക്കാരൻ ആയിരുന്നോ? അപ്പോൾ അയാൾക്ക് പൂർണ്ണതയുണ്ട്. ഒരു കാര്യസ്ഥൻ നല്ല ഒരുകാര്യസ്ഥൻ ആയിരുന്നോ? അതു മതിയായിരുന്നു. ഈ വ്യവസായത്തിന്റെ ചുമതലക്കാരനായ ജറാൾഡ് പോലും ഒരു നല്ല ചുമതലക്കാരൻ ആയിരുന്നോ? അയാൾ അങ്ങനെ ആയിരുന്നെങ്കിൽ അയാൾ അയാളുടെ ജീവിതം നിറവേറ്റിക്കഴിഞ്ഞിരിക്കുന്നു. ബാക്കി എല്ലാം അപ്രധാനമാണ്.

അവിടെയുള്ള ഖനികൾ പഴയ ഖനികൾ ആയിരുന്നു. അവ ശൂന്യമായിക്കൊണ്ടിരിക്കുകയായിരുന്നു. കൂടുതൽ കുഴിച്ചതുകൊണ്ട് പ്രയോജനം ഉണ്ടെന്ന് തോന്നുന്നില്ല. അതിൽ രണ്ടെണ്ണം അടച്ചുപൂട്ടുന്നതിനെപ്പറ്റി സംസാരം ഉണ്ടായിരുന്നു. ഈ സമയത്താണ് ജറാൾഡ് രംഗത്തു വരുന്നത്.

അയാൾ ചുറ്റുപാടും നോക്കി. ഖനികൾ കണ്ടു. അവ പഴയതും കാലത്തിനു യോജിക്കാത്തതും ആയിരുന്നു. അവ പ്രയോജനം ഇല്ലാത്ത പ്രായമായ സിംഹങ്ങളെപ്പോലെ ആയിരുന്നു. അയാൾ വീണ്ടും നോക്കി. ങാ! ഖനികൾ മലിനമായ മനസ്സുകളുടെ വൃത്തികെട്ട പരിശ്രമം എന്നതിലുപരി മറ്റൊന്നും അല്ല. ആ ഖനികൾ പകുതി പരിശീലനം കിട്ടിയ മനസ്സുകളുടെ പരാജയമായിരുന്നു. അവരുടെ ആശയങ്ങൾ തൂത്തു മാറ്റണം. അവരെപ്പറ്റിയുള്ള ചിന്ത അയാൾ ഉപേക്ഷിച്ചു. ഭൂമിക്കടിയിലെ കൽക്കരിയെ പറ്റി മാത്രം ആലോചിച്ചു. അത് എത്രമാത്രം ഉണ്ടായിരിക്കും?

കൽക്കരി ധാരാളം ഉണ്ടായിരുന്നു. പഴയരീതിയിലുള്ള ജോലി കൊണ്ട് അതുപുറത്തെടുക്കാൻ കഴിഞ്ഞില്ല. അതായിരുന്നു കാര്യം. അപ്പോൾ പഴയ ജോലിയുടെ കഴുത്ത് വെട്ടണം. ഖനിയുടെ അട്ടികൾക്ക്

കനം കുറവാണെങ്കിലും അവയിൽ കൽക്കരി കിടപ്പുണ്ട്. കാലത്തിന്റെ തുടക്കം മുതൽ മനുഷ്യന്റെ ഇച്ഛാശക്തിക്കു വിധേയമാകാൻ ഒരു ജഡ പദാർത്ഥമായി അത് അവിടെ ഉണ്ടായിരുന്നു. തീരുമാനങ്ങൾ മനുഷ്യന്റെ ഇച്ഛാശക്തിയുടേതാണ്. മനുഷ്യൻ ഭൂമിയുടെ പ്രധാന ദൈവം ആയിരുന്നു. അവന്റെ മനസ്സ് അവന്റെ ഇച്ഛാശക്തിയെ അനുസരിച്ചു. സമ്പൂർണ്ണമായത് മനുഷ്യന്റെ ഇച്ഛാശക്തി മാത്രമായിരുന്നു.

പദാർത്ഥത്തെ അവനുവേണ്ടി കീഴടക്കിയത് അവന്റെ ഇച്ഛാശക്തി ആയിരുന്നു. പണത്തിനുവേണ്ടിയല്ല ജറാൾഡ് ഖനികൾ ഏറ്റെടുത്തത്. അടിസ്ഥാനപരമായി അയാൾക്ക് പണം ഒരു കാര്യമല്ല. അയാൾ പൊങ്ങച്ചക്കാരനോ ആഡംബരപ്രിയനോ അല്ല. കൂടാതെ സമൂഹത്തിലെ സ്ഥാനത്തെപ്പറ്റി അയാൾ ശ്രദ്ധിക്കാറില്ല. സ്വാഭാവികമായ അവസ്ഥകളുമായുള്ള പോരാട്ടത്തിൽ അയാളുടെ ഇച്ഛാശക്തിയുടെ നിർവ്വഹണം ആണ് അയാൾ ആഗ്രഹിച്ചിരുന്നത്. ഭൂമിയുടെ അടിയിൽ നിന്നും കൽക്കരി പുറത്തെടുക്കാനായിരുന്നു അയാൾ ഇപ്പോൾ ആഗ്രഹിച്ചിരുന്നത്. ലാഭം വിജയത്തിന്റെ ഒരുവ്യവസ്ഥ മാത്രമാണ്. കാര്യനിർവ്വഹണത്തിലാണ് പക്ഷേ, വിജയം കിടക്കുന്നത്. ഈ വെല്ലുവിളിയുടെ മുന്നിൽ അയാൾ പ്രകമ്പനം കൊണ്ടു. ഓരോ ദിവസവും പരീക്ഷണങ്ങളും വിശകലനങ്ങളും ആയി അയാൾ ഖനിയിൽ ഉണ്ടായിരുന്നു. അയാൾ വിദഗ്ദ്ധരുമായി കൂടി ആലോചിച്ചു. ക്രമേണ മൊത്തം സാഹചര്യവും അയാൾ മനസ്സിൽ ശേഖരിച്ചു.

പിന്നീട് പരിപൂർണ്ണമായ ഒരു മുന്നേറ്റത്തിന്റെ ആവശ്യം ഉണ്ടായിരുന്നു. ഖനികൾ കാലപ്പഴക്കം ചെന്ന ആശയത്തിനുമുകളിലാണ് ഓടിക്കൊണ്ടിരുന്നത്. തുടക്കത്തിലുള്ള ആശയം ഭൂമിയിൽ നിന്നും ഉടമസ്ഥർക്ക് വേണ്ടത്ര പണം സമ്പാദിക്കുക എന്നതായിരുന്നു. അതുകൊണ്ട് ജോലിക്കാർക്ക് മതിയായ വേതനവും നല്ല വ്യവസ്ഥകളും അനുവദിക്കാൻ സാധിക്കും. കൂടാതെ മൊത്തത്തിൽ രാജ്യത്തിന്റെ സമ്പത്ത് വർദ്ധിക്കുകയും ചെയ്യും. രണ്ടാമത്തെ തലമുറക്കാരനായ ജറാൾഡിന്റെ അച്ഛന് മതിയായസമ്പത്ത് ഉണ്ടായിരുന്നതുകൊണ്ട് ജോലിക്കാരെപ്പറ്റി മാത്രമേ ആലോചിച്ചിരുന്നുള്ളൂ. അച്ഛന് ഖനികൾ അതിനു ചുറ്റുംകൂടുന്ന നൂറുകണക്കിനു മനുഷ്യർക്ക് ഭക്ഷണവും പണവും സൃഷ്ടിക്കാനുള്ള വിശാലമായ പ്രദേശം ആയിരുന്നു. ഓരോ കാലത്തും ആളുകൾക്ക് പ്രയോജനം കിട്ടാൻ വേണ്ടി അയാൾ ഒപ്പമുള്ള മറ്റ് ഉടമസ്ഥരുടെ കൂടെ അദ്ധ്വാനിച്ചിരുന്നു. ആളുകൾക്ക് അവരുടെ രീതിയിൽ പ്രയോജനവും കിട്ടിയിരുന്നു. ഏതാനും പാവങ്ങളും ആവശ്യക്കാരും മാത്രമാണ് ഉണ്ടായിരുന്നത്. നല്ല ഖനികൾ ആയിരുന്നതുകൊണ്ടും ജോലി എളുപ്പമായിരുന്നതുകൊണ്ടും എല്ലാവരും സമൃദ്ധിയിലായിരുന്നു. ആ സമയത്തെ ഖനി ജോലിക്കാർക്ക് അവർ പ്രതീക്ഷിച്ചിരുന്നതിനേക്കാൾ സമ്പന്നരാണെന്ന് കണ്ടപ്പോൾ സന്തോഷം തോന്നിയിരുന്നു. അവർക്ക് അവർ വിജയികളാണെന്ന് തോന്നി. അവർ പണക്കാരാണെന്ന് സ്വയം വിചാരിച്ചു. അവരുടെ സമ്പത്തിനെപ്പറ്റി അവർ സ്വയം അഭിനന്ദിച്ചു. അവരുടെ അച്ഛന്മാർ പട്ടിണികി

ടന്നതും കഷ്ടപ്പെട്ടതും അവർ ഓർത്തു. നല്ല സമയം വന്നിരിക്കുകയാണെന്ന് അവർക്കു തോന്നി. വഴി കാട്ടിയവരോടും പുതിയ ഖനികൾ തുറന്ന് സമൃദ്ധിയുടെ അരുവി പുറത്തേക്ക് ഒഴുക്കിയ പുതിയ ഉടമസ്ഥരോടും അവർ നന്ദിയുള്ളവരായിരുന്നു.

പക്ഷേ, മനുഷ്യന് ഒരിക്കലും സംതൃപ്തി ഉണ്ടാകില്ല. അതുകൊണ്ട് ഖനിജോലിക്കാർ അവരുടെ ഉടമസ്ഥരോടുള്ള നന്ദിയിൽ നിന്നും മുറുമുറുപ്പിലേക്ക് സഞ്ചരിച്ചു. അവരുടെ തൃപ്തി അറിവിനോടൊപ്പം കുറഞ്ഞു. അവർ കൂടുതൽ ആഗ്രഹിച്ചു. എന്തുകൊണ്ടാണ് ഉടമസ്ഥൻ യാതൊരു അനുവാദവും ഇല്ലാതെ ധനവാനാകുന്നത്?"

ജറാൾഡ് കുട്ടിയായിരുന്നപ്പോൾ ഒരു പ്രതിസന്ധി ഉണ്ടായിരുന്നു. ഖനി ഉടമസ്ഥരുടെ സംഘടന ഒരു കൂലി കുറയ്ക്കൽ ആവശ്യപ്പെട്ടപ്പോൾ ഖനിത്തൊഴിലാളികൾ അത് സമ്മതിക്കാതിരുന്നതുകൊണ്ട് സംഘടന ഖനികൾ അടച്ചിട്ടു. ഈ ലോക്ക് ഔട്ട് തോമസ് ക്രിച്ചിന് പുതിയ അവസ്ഥ മനസ്സിലാക്കാൻ കാരണമായി. സംഘടനയിലുള്ള ആളായതുകൊണ്ട് അയാളുടെ നീതിബോധം കാരണം അയാളുടെ ആളുകൾക്ക് എതിരായി ഖനി അടച്ചിടാൻ അയാൾ നിർബ്ബന്ധിതനായി. അയാൾ എന്ന അച്ഛൻ അയാളുടെ മക്കളുടെ ജീവിതമാർഗ്ഗം നിഷേധിക്കാൻ നിർബ്ബന്ധിതനായിരിക്കുന്നു. സമ്പത്തുകാരണം സ്വർഗ്ഗത്തിൽ പ്രവേശിക്കാൻ സാദ്ധ്യത ഇല്ലാത്ത അയാൾ അയാളേക്കാൾ ക്രിസ്തുവിനോട് അടുത്തുനില്ക്കുന്ന നിന്ദിതരും പീഡിതരും ആയ പാവങ്ങളുടെ നേർക്ക് നിശ്ചയമായും തിരിഞ്ഞുനോക്കിക്കൊണ്ട് അദ്ധ്വാനത്തിന്റെ കാര്യത്തിൽ കൂടുതൽ കുലീനത ഉള്ള അവരോട് ഉറപ്പിച്ചുപറയേണ്ടി വരുന്നു. "നിങ്ങൾ അദ്ധ്വാനിക്കുകയോ ആഹാരം കഴിക്കുകയോ വേണ്ട."

ഈ യുദ്ധത്തിന്റെ തിരിച്ചറിവാണ് സത്യത്തിൽ അയാളുടെ ഹൃദയം തകർത്തത്. അയാളുടെ വ്യവസായം സ്നേഹംകൊണ്ട് മുന്നോട്ടു പോകണമെന്നാണ് അയാൾ ആഗ്രഹിച്ചിരുന്നത്. ഖനികളുടെ പോലും നടത്തിപ്പിന്റെ ശക്തി സ്നേഹം ആവണമെന്നാണ് അയാൾ ആഗ്രഹിച്ചിരുന്നത്. എന്നാൽ ഇപ്പോൾ സ്നേഹത്തിന്റെ മേലങ്കിക്കടിയിൽ നിന്ന് യാന്ത്രികമായ ആവശ്യങ്ങളുടെ വാൾ വിദ്വേഷത്തോടെ വലിച്ചൂരി എടുത്തിരിക്കുന്നു.

ഇത് ശരിക്കും അയാളുടെ ഹൃദയം തകർത്തു. ആളുകൾ അയാൾക്ക് എതിരില്ലായിരുന്നു. പക്ഷേ, അവർ യജമാനന്മാർക്ക് എതിരായിരുന്നു. എന്തായാലും അയാളുടെ സ്വന്തം മനസ്സാക്ഷിയിൽ അയാൾ തെറ്റായ ഭാഗത്താണെന്ന് അയാൾ സ്വയം മനസ്സിലാക്കി. ഖനിത്തൊഴിലാളികൾ ദിവസവും ഇരമ്പലോടെ ഒത്തുകൂടി. ഒരു പുതിയ ധർമ്മബോധം അവരെ ആവേശം കൊള്ളിച്ചിരുന്നു. ആ ആശയം അവരിലൂടെ പറന്നുനടന്നു. "ഭൂമിയിലെ എല്ലാ മനുഷ്യരും തുല്യരാണ്." ഈ ആശയത്തെ അതിന്റെ ഭൗതികമായ നിർവ്വഹണത്തിലേക്ക് അവർ ആനയിക്കും. എന്തായാലും ഇത് ക്രിസ്തുവിന്റെ അനുശാസനം അല്ല. ഭൗതികമായ

ലോകത്ത് ഒരു പ്രവർത്തനത്തിന്റെ ആരംഭം അല്ലെങ്കിൽ ഒരു ആശയം കൊണ്ട് എന്ത് പ്രയോജനമാണുള്ളത്. "എല്ലാ മനുഷ്യരും ആത്മാവിൽ തുല്യതയുള്ളവരാണ്. അവർ എല്ലാവരും ദൈവത്തിന്റെ മക്കൾ ആണ്, അപ്പോൾ വ്യക്തമായ ഈ അസമത്വം എവിടെ നിന്നാണ്? ഈ ഭൗതികമായ തീരുമാനത്തിലേക്ക് തള്ളിവിട്ടത് ധർമ്മനിഷ്ഠമായ വിശ്വാസപ്രമാണങ്ങൾ ആയിരുന്നു. കുറഞ്ഞപക്ഷം തോമസ് ക്രിച്ചിന് ഉത്തരം ഉണ്ടായിരുന്നില്ല. പക്ഷേ, അയാളുടെ ആത്മാർത്ഥതകൊണ്ട് ഇത് യോഗ്യതയല്ലെന്ന് സമ്മതിക്കാൻ അയാൾക്ക് കഴിഞ്ഞു. പക്ഷേ, ഈ അയോഗ്യതയുടെ അകത്ത് നിറഞ്ഞിരുന്ന അയാളുടെ ധർമ്മബോധത്തെ അയാൾക്ക് ഉപേക്ഷിക്കാൻ കഴിഞ്ഞില്ല. അതുകൊണ്ട് ആളുകൾ അവരുടെ അവകാശങ്ങൾക്കു വേണ്ടി പോരാടിക്കൊണ്ടിരിക്കും. അവസാനത്തെ മതപരമായ അഭിനിവേശത്തിന്റെ അവസാനത്തെ ആവേശമായ സമത്വത്തിനുവേണ്ടിയുള്ള അഭിനിവേശം അവരെ പ്രചോദിപ്പിച്ചു.

ഇളകിമറിയുന്ന ജനക്കൂട്ടം വിശുദ്ധ യുദ്ധത്തിനെന്നപോലെ മുഖത്ത് പ്രകാശവുമായി ആർത്തിയുടെ പുകയും കൊണ്ട് ചുറ്റിനടന്നു. സ്വത്തിന്റെ സമത്വത്തിനു വേണ്ടിയുള്ള പോരാട്ടത്തിൽ സമത്വത്തിനുള്ള അഭിനിവേശവും അത്യാർത്തിയുടെ അഭിനിവേശവും തമ്മിൽ വേർതിരിക്കുന്നത് എങ്ങനെയാണ്? പക്ഷെ, ദൈവം യന്ത്രമായിരുന്നു. ഈ മഹത്തായ നിർമ്മാണയന്ത്രത്തിൽ ഓരോ മനുഷ്യനും സമത്വം അവകാശപ്പെട്ടു. ഓരോ മനുഷ്യനും ഒരേപോലെ അതിന്റെ ഭാഗം ആയിരുന്നു. പക്ഷേ, എങ്ങനെയോ എവിടെയോ ഇത് തെറ്റാണെന്ന് തോമസ് ക്രിച്ചിന് അറിയാം. നിർമ്മാണ യന്ത്രം ദൈവമായും നിർമ്മാണവും അദ്ധ്വാനവും ആരാധനയും ആകുമ്പോൾ ഏറ്റവും ശുദ്ധവും ഉന്നതവും ആകുന്നത് ഏറ്റവും യാന്ത്രികമായ മനസ്സാണ്. ബാക്കി എല്ലാവരും അവരവരുടെ നില അനുസരിച്ച് അതിനു താഴെയാണ്.

ലഹള പൊട്ടിപ്പുറപ്പെട്ടു. വാട്ട്മോറിലെ ഖനിമുഖത്തിന് തീപിടിച്ചു. ഇത് കാടിനടുത്തായി ഏറ്റവും ദൂരത്തുള്ള ഖനി ആയിരുന്നു. പട്ടാളക്കാർ വന്നു. ഗ്രഹപ്പിഴപിടിച്ച ആ ദിവസത്തിൽ ഷോർട്ട്ലാൻഡ്സിലെ ജനാലകളിൽ നിന്നും വെടിപൊട്ടുന്നതിന്റെ മിന്നലുകൾ കാണുന്നുണ്ടായിരുന്നു. ഇപ്പോൾ ദൂരെയുള്ള വാട്ടമോറിലേക്ക് തൊഴിലാളികളെയും കൊണ്ടുപോയിരുന്ന കൽക്കരി ഖനിയിലെ ചെറിയ തീവണ്ടി ധാരാളം പട്ടാളക്കാരുമായി താഴ്വാരത്തിലൂടെ കുറുകെകടന്നുപോകുകയായിരുന്നു. പിന്നീട് ദൂരെ നിന്ന് വെടിവെപ്പിന്റെ ശബ്ദം ഉണ്ടായിരുന്നു. അതിനുശേഷം വാർത്ത വന്നു. ആൾക്കൂട്ടത്തെ പിരിച്ചുവിട്ടു. ഒരു മനുഷ്യൻ വെടികൊണ്ട് മരിച്ചു. തീ അണച്ചു.

കുട്ടിയായിരുന്ന ജറാൾഡിൽ വന്യമായ ആവേശവും ആഹ്ലാദവും നിറഞ്ഞിരുന്നു. അവന് ആളുകളെ വെട്ടിവെയ്ക്കാൻ വേണ്ടി പട്ടാളക്കാരോടൊപ്പം പോകണമെന്ന് തോന്നി. പക്ഷേ, വീടിന്റെ ഗേറ്റിനു പുറത്ത് പോകാൻ അവനെ അനുവദിച്ചില്ല. എല്ലാ ഗേറ്റിലും തോക്കുമായി

കാവൽക്കാരുണ്ടായിരുന്നു. പരിഹാസങ്ങളും ആഹ്വാനങ്ങളുമായി ഖനി തൊഴിലാളികളുടെ സംഘങ്ങൾ വെറുപ്പോടെ നടവഴികളിലൂടെ കടന്നു പോകുമ്പോൾ അവൻ കാവൽക്കാരുടെ അടുത്ത് ആഹ്ലാദത്തോടെ അവരെ നോക്കിക്കൊണ്ട് നിന്നു. മതിലുകളിലും വേലിക്കെട്ടുകളിലും അപമാനങ്ങൾ എഴുതിവെച്ചിരുന്നു.

ഈ സമയത്തെല്ലാം തോമസ് ക്രിച്ചിന്റെ ഹൃദയം തകർന്നുകൊണ്ടിരുന്നു. അയാൾ നൂറുകണക്കിന് പൗണ്ട് ദാനം കൊടുത്തുകൊണ്ടിരുന്നു. എല്ലാസ്ഥലത്തും ഭക്ഷണം പണം കൊടുക്കാതെ കിട്ടി. പണം കൊടുക്കാതെ മൂക്കറ്റം ഭക്ഷണം ചോദിച്ചാൽ തുച്ഛമായ വിലയ്ക്ക് ആർക്കും റൊട്ടി കിട്ടും. എല്ലാ ദിവസവും എവിടെയെങ്കിലും പണം വാങ്ങാതുള്ള ഒരു ചായസൽക്കാരം ഉണ്ടാകും. കുട്ടികൾക്ക് ഒരിക്കലും ഇത്രയധികം വിരുന്നുകൾ ജീവിതത്തിൽ ഉണ്ടായിട്ടില്ല. വെള്ളിയാഴ്ച ഉച്ചതിരിഞ്ഞ് റൊട്ടിയും കേക്കും നിറച്ച വലിയ കൂടുകളും വലിയ പാൽപ്പാത്രങ്ങളും സ്കൂളുകളിൽ എത്തി. സ്കൂൾ കുട്ടികൾക്ക് അവർ ആഗ്രഹിച്ചതൊക്കെ കിട്ടി. കേക്കുതിന്നും പാലുകുടിച്ചും അവർക്ക് മതിയായി.

അതിനുശേഷം ഇത് അവസാനിച്ചു. ആളുകൾ തിരിച്ച് ജോലിക്ക് പോയി. പക്ഷേ, ഇത് ഒരിക്കലും മുമ്പ് ജോലിക്ക് പോയതുപോലെ ആയിരുന്നില്ല. ഒരുപുതിയ സാഹചര്യം സൃഷ്ടിക്കപ്പെട്ടിരുന്നു. ഒരുപുതിയ ആശയം പ്രബലമായിരുന്നു. യന്ത്രസംവിധാനത്തിന്റെ കാര്യത്തിൽപ്പോലും സമത്വം വേണം. ഒരുഭാഗവും മറ്റൊരു ഭാഗത്തിന്റെ താഴെയാകാൻ പാടില്ല. എല്ലാം തുല്യമായിരിക്കണം. കലാപത്തിനുള്ള ജന്മവാസന കടന്നുവന്നിട്ടുണ്ട്. നിഗൂഢമായ സമത്വം സങ്കല്പത്തിലാണ് സ്ഥിതിചെയ്യുന്നത്. ഉള്ള കാര്യങ്ങളിലോ ചെയ്യുന്ന കാര്യങ്ങളിലോ അല്ല. അതെല്ലാം ഓരോതരം പ്രക്രിയകളാണ്. പ്രക്രിയകളിലും പ്രവൃത്തികളിലും ഒരു മനുഷ്യൻ അല്ലെങ്കിൽ ഒരുഭാഗം നിശ്ചയമായും മറ്റൊന്നിന്റെ താഴെയാവണം എന്നുള്ളത് ഒരു ആവശ്യമാണ്. ഇത് അസ്തിത്വത്തിന്റെ ഒരു വ്യവസ്ഥയാണ്. പക്ഷേ, കലാപത്തിനുള്ള ആഗ്രഹം ഉയർന്നുകഴിഞ്ഞിരുന്നു. മനുഷ്യന്റെ ഇച്ഛാശക്തിയുടെ അല്ലെങ്കിൽ കലാപത്തിനുവേണ്ടിയുള്ള ഇച്ഛാശക്തിയുടെ നടത്തിപ്പിനുള്ള വിള്ളൽ സൃഷ്ടിക്കാനുള്ള ആയുധം യാന്ത്രികമായ സമത്വത്തിന്റെ ആശയം ആയിരുന്നു.

പണിമുടക്കിന്റെ സമയത്ത് ജറാൾഡ് കുട്ടി ആയിരുന്നു. പക്ഷേ, ഖനി ജോലിക്കാരുമായി പോരാടാൻ വേണ്ടി വലുതാവണമെന്ന് അവൻ ആഗ്രഹിച്ചു. എന്തായാലും അച്ഛൻ രണ്ട് പകുതി സത്യങ്ങൾക്കിടയിൽ കുടുങ്ങി തകർന്നുപോയിരുന്നു. അയാൾ ഒരു ശുദ്ധ ക്രിസ്ത്യാനി ആകാൻ ആഗ്രഹിച്ചു. എല്ലാവർക്കും തുല്യനായ ഒരു മനുഷ്യൻ. അയാൾക്ക് ഉള്ളതുമുഴുവൻ പാവങ്ങൾക്ക് കൊടുക്കാൻ പോലും അയാൾ ആഗ്രഹിച്ചിരുന്നു. എന്നിട്ടും അയാൾ ഒരു വലിയ വ്യവസായത്തിന്റെ രക്ഷാധികാരി ആയിരുന്നു. അയാളുടെ സമ്പത്തും അയാളുടെ അധികാരവും നിശ്ചയമായും സംരക്ഷിക്കപ്പെടേണ്ടതാണെന്നും അയാൾ വ്യക്തമായി തിരിച്ച

റിയുന്നുണ്ട്. അയാൾക്ക് ഉള്ളതെല്ലാം ദാനം കൊടുക്കേണ്ടത് ആവശ്യമാണെന്നുള്ളതുപോലെ ഈ തിരിച്ചറിവും അയാളുടെ ഒരു ദിവ്യമായ ആവശ്യംആയിരുന്നു. കൂടുതൽ ദിവ്യമായ ഒരു ആവശ്യം. കാരണം ഈ ആവശ്യത്തിനുവേണ്ടിയാണ് അയാൾ പ്രവർത്തിക്കുന്നത്. എങ്കിലും മറ്റേ ആദർശത്തിനുവേണ്ടി അയാൾ പ്രവർത്തിക്കാത്തതുകൊണ്ട് അത് അയാളെ കീഴടക്കി. ആ ആദർശം അയാൾക്ക് നഷ്ടപ്പെട്ടതു കാരണം അയാൾ മനോവിഷമം കൊണ്ടു മരിക്കുകയായിരുന്നു. അയാൾ സ്നേഹത്തിന്റെ അനുകമ്പയും ത്യജിക്കാനുള്ള മനസ്സും ഔദാര്യവും ഉള്ള അച്ഛൻ ആകാൻ ആഗ്രഹിച്ചു. ഖനിത്തൊഴിലാളികൾ അയാളുടെ വർഷംതോറുമുള്ള ആയിരങ്ങളെ പറ്റി അയാളോട് ആക്രോശിച്ചു. അവരെ ചതിക്കാൻ പാടില്ല.

ജറാൾഡ് ലോകത്തിന്റെ വഴികളിലൂടെ വളർന്നുവന്നപ്പോൾ അയാൾ നിലപാട് മാറ്റി. അയാൾ സമത്വത്തിന് വിലകൊടുത്തില്ല. സ്നേഹത്തിന്റെയും ആത്മാർപ്പണത്തിന്റെയും ക്രിസ്തീയ മനസ്ഥിതി പഴകിപ്പോയിരിക്കുന്നു. ലോകത്തിൽ ശരിയായ കാര്യങ്ങൾ സ്ഥാനവും അധികാരവും ആണെന്ന് അയാൾക്ക് അറിയാം. അതിനെ തള്ളിപ്പറയുന്നതുകൊണ്ട് പ്രയോജനം ഇല്ല. അവ പ്രവർത്തനത്തിന് ആവശ്യമാണെന്നുള്ള ഒറ്റക്കാരണം കൊണ്ടു തന്നെ അവ ശരിയായ കാരണങ്ങൾ ആയിരുന്നു. അത് സത്ത ആയിരുന്നില്ല. അവസാനവും ആയിരുന്നില്ല. അത് ഒരു യന്ത്രസംവിധാനത്തിന്റെ ഭാഗം ആകുന്നതു പോലെയാണ്. അയാൾക്ക് അതിന്റെ നിയന്ത്രണത്തിന്റെ കേന്ദ്രഭാഗമായി സ്വയം അനുഭവപ്പെട്ടു. ആൾക്കൂട്ടം പലതരത്തിൽ നിയന്ത്രിക്കപ്പെടുന്ന മറ്റ് ഭാഗങ്ങളായി മാറിയിരുന്നു. കാരണം ഈ പ്രപഞ്ചം തന്നെ സൂര്യനെ ചുറ്റിയാണ് കറങ്ങിക്കൊണ്ടിരിക്കുന്നത്. എന്തായാലും ചന്ദ്രനും ഭൂമിക്കും ശനിക്കും വ്യാഴത്തിനും ശുക്രനും സൂര്യനെപ്പോലെ പ്രപഞ്ചത്തിന്റെ കേന്ദ്രമാകാനുള്ള അവകാശമുണ്ടെന്ന് പറഞ്ഞാൽ അതൊരു മണ്ടത്തരം ആയിരിക്കും. കലാപത്തിനുള്ള ആഗ്രഹം പ്രകടമാക്കപ്പെട്ടതാണ് ഇത്തരത്തിലുള്ള ഒരു പ്രഖ്യാപനത്തിന് വഴിവെച്ചത്.

ഒരു പരിസമാപ്തിയെപ്പറ്റി ചിന്തിക്കാൻ കൂട്ടാക്കാതെ ജറാൾഡ് അതിലേക്ക് എടുത്തുചാടി. ജനാധിപത്യപരമായ സമത്വത്തിന്റെ പ്രശ്നത്തെ അയാൾ മണ്ടത്തരത്തിന്റെ പ്രശ്നമാക്കി കയ്യൊഴിഞ്ഞു. ശ്രദ്ധിക്കേണ്ട കാര്യം മഹത്തായ സമൂഹത്തിന്റെ നിർമ്മാണ യന്ത്രത്തെപ്പറ്റിയാണ്. അത് വേണ്ടവിധം പ്രവർത്തിക്കുകയാണെങ്കിൽ എല്ലാകാര്യങ്ങളിലും അതൊരു പര്യാപ്തത സൃഷ്ടിക്കട്ടെ. ഓരോ മനുഷ്യനും പ്രവർത്തനത്തിന്റെ ഏറ്റക്കുറച്ചിലുകൾക്ക് അനുസരിച്ചുള്ള അവന്റെ ഓഹരി ലഭിക്കട്ടെ. അതിനുശേഷം വ്യവസ്ഥ അനുവദിക്കുമെങ്കിൽ പിശാച് പുറത്തുനിന്ന് വരട്ടെ. ഓരോ മനുഷ്യനും അയാൾ ആരുടെയും കാര്യത്തിൽ ഇടപെടാതിരിക്കുന്നിടത്തോളം അയാളുടെ സ്വന്തം അഭിലാഷങ്ങളും വിനോദങ്ങളും സംരക്ഷിക്കട്ടെ.

അതുകൊണ്ട് മഹത്തായ വ്യവസായത്തെ ചിട്ടപ്പെടുത്താൻ വേണ്ടി ജറാൾഡ് സ്വയം ജോലി ചെയ്യാൻ തുടങ്ങി. യാത്രകളിലൂടെയും അതിനൊപ്പം വരുന്ന വായനകളിലൂടെയും ജീവിതത്തിന്റെ സർവ്വപ്രധാനമായ രഹസ്യം ഐക്യം ആയിരുന്നു എന്നുള്ള തീരുമാനത്തിൽ അയാൾ എത്തിച്ചേർന്നു. ഐക്യം എന്തായിരുന്നെന്ന് അയാൾ വ്യക്തമായി സ്വയം നിർവ്വചിച്ചില്ല. ആ വാക്ക് അയാളെ തൃപ്തിപ്പെടുത്തി. അയാൾ സ്വന്തം തീരുമാനങ്ങളിൽ എത്തിക്കഴിഞ്ഞിരിക്കുന്നതായി അയാൾക്ക് തോന്നി. നിലവിലുള്ള ലോകത്തിലേക്ക് വ്യവസ്ഥകൾ തിരുകിക്കൊണ്ട് അയാൾ സ്വന്തം തത്ത്വശാസ്ത്രം പ്രയോഗത്തിലെത്തിക്കാൻ വേണ്ടി മുന്നോട്ടു നീങ്ങി. ഐക്യം എന്ന നിഗൂഢമായ വാക്കിനെ അയാൾ സ്ഥാപനം എന്ന പ്രായോഗിക വാക്കായി വിവർത്തനം ചെയ്തു.

പെട്ടെന്ന് അയാൾ വ്യവസായശാല മനസ്സിൽ കണ്ടു. അയാൾക്ക് ചെയ്യാൻ കഴിയുന്ന കാര്യങ്ങൾ അയാൾ മനസ്സിലാക്കി. ഭൂമിയും അതു പൊതിഞ്ഞുവച്ചിരിക്കുന്ന കൽക്കരിയുമായി അയാൾ നേരിട്ട് ഏറ്റുമുട്ടും. മൊത്തം ആശയം ഇതായിരുന്നു. ഭൂമിക്കടിയിലെ ജീവനില്ലാത്ത പദാർത്ഥത്തെ തകിടം മറിച്ച് അയാളുടെ സങ്കല്പത്തിനൊത്ത് രൂപമാറ്റം നടത്തുക. പദാർത്ഥങ്ങളുമായി യുദ്ധം ചെയ്യാൻ ഒരാൾക്ക് കുറ്റമറ്റ സ്ഥാപനവും വേണം. ജോലിയിൽ ഒരേ ഒരു മനുഷ്യന്റെ മനസ്സുപോലെപ്രവർത്തിക്കുന്ന ഐക്യവും വൈദഗ്ദ്ധ്യവുമുള്ള ഒരു യാന്ത്രികപ്രവർത്തനം വേണം. ഈ യാന്ത്രികപ്രവർത്തനത്തിന്റെ കഠിനമായ തുടർച്ചകൊണ്ട് തടുത്തു നിർത്താൻ പറ്റാത്ത മനുഷ്യത്വരഹിതമായ ഒരുപ്രയോജനം അതിലൂടെ പുറത്തുവരും. യാന്ത്രികമായ പ്രവർത്തനത്തിനുള്ളിലെ ഈ മനുഷ്യത്വരഹിതമായ പദ്ധതിയാണ് ജറാൾഡ് കെട്ടിപ്പൊക്കാൻ ആഗ്രഹിച്ചത്. അയാൾ എന്ന മനുഷ്യന് അയാൾക്കും അയാൾക്ക് കീഴ്പ്പെടുത്തേണ്ട പദാർത്ഥത്തിനും ഇടയിൽ ഒരു വ്യത്യാസവും സംഭവിക്കാത്ത പൂർണ്ണതയുള്ള മാധ്യമമായി കയറി നില്ക്കാൻ കഴിയും. അവിടെ രണ്ട് വിരുദ്ധ ശക്തികൾ ഉണ്ട്. അയാളുടെ ഇച്ഛാശക്തിയും അതിനെ പ്രതിരോധിക്കുന്ന ഭൂമിയിലെ പദാർത്ഥവും. ഇവയ്ക്കിടയിലെ അയാൾക്ക് അയാളുടെ ഇച്ഛാശക്തിയുടെ ഭാവാവിഷ്കാരത്തെ നിലനിർത്തണം. അത് അയാളുടെ അധികാരത്തിന്റെ മൂർത്തീകരണം ആണ്. ഒരു മഹത്തായ പരിപൂർണ്ണയന്ത്രം. ഒരു അണി. ശുദ്ധമായ വ്യവസ്ഥയുടെ ഒരു പ്രവർത്തനം. ശുദ്ധമായ യാന്ത്രിക ആവർത്തനം ശാശ്വതവും അനന്തവുമായ ആവർത്തനം.

അയാൾക്ക് ഇപ്പോൾ അയാളുടെ ജീവിതത്തിന്റെ ജോലി കിട്ടിക്കഴിഞ്ഞു. ഭൂമിയിൽ ഒരു മനുഷ്യന്റെ ഇച്ഛാശക്തികൊണ്ട് തടസ്സം ഇല്ലാതെ ചലിക്കുന്ന ഒരു സമ്പൂർണ്ണ പദ്ധതി അയാൾക്ക് വ്യാപിപ്പിക്കണം. അയാൾക്ക് തുടക്കം ഇടേണ്ടത് ഖനികളിൽ നിന്നാണ്. നിർദ്ദേശങ്ങൾ കൊടുത്തിരുന്നു. ഒന്നാമതായി ഭൂമിക്കടിയിലെ ചെറുത്തുനില്ക്കുന്ന പദാർത്ഥം. പിന്നീട് അതിനെ കീഴടക്കാനുള്ള ഉപകരണങ്ങൾ. മനുഷ്യ

ഉപകരണങ്ങളും ലോഹ ഉപകരണങ്ങളും. ഒടുവിൽ അയാളുടെ ഇച്ഛാശക്തി. അയാളുടെ സ്വന്തം മനസ്സ്. പ്രവർത്തനത്തിന് മനുഷ്യൻ, ലോഹം, ചലിക്കുന്നതും ശക്തിയുള്ളതുമായ ഉപകരണങ്ങൾ ഇവയുടെയെല്ലാം ആവശ്യമുണ്ട്. ഒരു വലിയ പരിപൂർണ്ണതയുള്ള ദ്വാരം അനേകം ചെറിയ തുളകൾ തുളച്ച് വാർത്തെടുക്കുന്നതിന് എല്ലാത്തരം ഉപകരണങ്ങളും വേണം. അതിനുശേഷം അതിന് പൂർണ്ണത ലഭിക്കുകയാണെങ്കിൽ ഏറ്റവും ഉന്നതമായ ഇച്ഛാശക്തിയുടെ പൂർണ്ണ നിർവ്വഹണം നടന്നിരിക്കുന്നു. മനുഷ്യവർഗ്ഗത്തിന്റെ ഇച്ഛാശക്തിയെ രംഗത്ത് അവതരിപ്പിച്ചുകഴിഞ്ഞു. കാരണം മനുഷ്യവർഗ്ഗത്തിന്റെ ചരിത്രം ജീവനില്ലാത്ത പദാർത്ഥങ്ങളുടെ മുകളിലുള്ള വിജയത്തിന്റെ ചരിത്രം അല്ലേ?

ഖനിത്തൊഴിലാളികൾ കബളിപ്പിക്കപ്പെട്ടിരുന്നു. അവർ മനുഷ്യന്റെ വിശുദ്ധമായ സമത്വത്തിനുവേണ്ടി പാടുപെട്ടുകൊണ്ടിരിക്കുമ്പോൾ ജറാൾഡ് ക്രിച്ച് മനുഷ്യവർഗ്ഗത്തിന്റെതന്നെ ഇച്ഛാശക്തി പൂർത്തീകരിക്കാൻ വേണ്ടി മുന്നോട്ടു നീങ്ങിക്കഴിഞ്ഞിരുന്നു. പൂർണ്ണമായും മനുഷ്യത്വമില്ലാത്ത യന്ത്ര സംവിധാനം ഏർപ്പെടുത്തുന്നതാണ് മനുഷ്യന്റെ ഇച്ഛാശക്തി നിറവേറ്റാനുള്ള ഏക മാർഗ്ഗം എന്ന് അയാൾ മനസ്സിലാക്കിക്കഴിയുമ്പോൾ കുറേക്കൂടി ഉയർന്ന അർത്ഥത്തിൽ ജറാൾഡ് ഖനിത്തൊഴിലാളികളുടെ തന്നെ പ്രതിനിധി ആകുകയായിരുന്നു. പക്ഷേ, അയാൾ അവരെ പ്രതിനിധീകരിച്ചത് താത്ത്വികമായി ആയിരുന്നു. അവർ അവരുടെ ഭൗതികമായ സമത്വത്തിനുവേണ്ടി കലഹിക്കുമ്പോൾ അവർ വളരെ പിന്നിലായിരുന്നു. അവർ പഴകിപ്പോയിരുന്നു. അവരുടെ ആഗ്രഹം ഒരുവലിയ ആഗ്രഹത്തിലേക്ക് സംക്രമിച്ചു കഴിഞ്ഞിരുന്നു. പദാർത്ഥത്തിനും മനുഷ്യനും ഇടയിലുള്ള പരിപൂർണ്ണമായ ഇടപെടലിന്റെ ഒരു യാന്ത്രികവിദ്യ.

ജറാൾഡ് വ്യവസായശാലയിലേക്ക് കടന്നുവന്നപ്പോൾ തന്നെ പഴയ ചിട്ടവട്ടങ്ങളിലൂടെ മരണത്തിന്റെ പ്രകമ്പനങ്ങൾ കടന്നുപോയി. ചിലപ്പോഴെല്ലാം ഭ്രാന്തുപോലെ ആവേശിച്ചിരുന്ന കോപാകുലനും നശിപ്പിക്കുന്നതുമായ ഒരു ചെകുത്താൻ ജീവിതം മുഴുവൻ അയാളെ പീഡിപ്പിച്ചുകൊണ്ടിരുന്നു. ഈ മനോഭാവം ഒരു വിഷാണുപോലെ ഇപ്പോൾ വ്യവസായശാലയിലേക്ക് കടന്നുവന്ന് അവിടെ ക്രൂരമായ പൊട്ടിത്തെറികൾ ഉണ്ടാക്കുന്നുണ്ടായിരുന്നു. ഓരോ വിശദാംശങ്ങളിലേക്കുമുള്ള അയാളുടെ അന്വേഷണങ്ങൾ ക്രൂരവും ഭയാനകവും ആയിരുന്നു. ഒരു സ്വകാര്യതയും അയാൾ അനുവദിച്ചില്ല. അയാൾ ഇളക്കി മറിക്കാത്ത ഒരു പഴയ പ്രവണത പോലും ബാക്കിയില്ല. പ്രായം ചെന്ന കാര്യസ്ഥന്മാരെയും ഗുമസ്ഥന്മാരെയും ചുറ്റിപ്പറ്റി നടക്കുന്ന പിരിഞ്ഞുപോയ വൃദ്ധരായ ജോലിക്കാരെയും അയാൾ ചപ്പുചവറുകൾ നീക്കംചെയ്യുന്നതുപോലെ നീക്കം ചെയ്തു. അയാൾക്ക് വ്യവസായശാല ജോലി ചെയ്യാനുള്ള കഴിവ് നഷ്ടപ്പെട്ട ജോലിക്കാരുടെ ഒരു ആശുപത്രിയാണെന്ന് തോന്നി. അയാൾക്ക് വൈകാരികമായ മനസ്സാക്ഷിക്കുത്ത് ഉണ്ടായിരുന്നില്ല. അയാൾ ആവശ്യ

മുള്ളിടത്തെല്ലാം പെൻഷൻ അനുവദിച്ചു. കഴിവുള്ള ജോലിക്കാരെ അയാൾ പകരം നിയമിച്ചു.

"എനിക്ക് ലതറിങ്ടണിന്റെ ഒരു ദയനീയമായ എഴുത്തുകിട്ടിയിട്ടുണ്ട്," അയാളുടെ അച്ഛൻ അഭ്യർത്ഥനയുടെ സ്വരത്തിൽ പറയും. ആ പാവം കുറച്ചുകാലം കൂടെ തുടരട്ടെ എന്ന് നീ വിചാരിക്കുന്നില്ലേ? എനിക്ക് അയാൾ നല്ലപോലെ ജോലിചെയ്യുമെന്നാണ് തോന്നിയിട്ടുള്ളത്."

"അച്ഛാ, അയാളുടെ സ്ഥാനത്ത് എനിക്കിപ്പോൾ മറ്റൊരാളെക്കിട്ടി. അയാൾക്ക് പുറത്തുപോകാൻ സന്തോഷമാണ്. ഞാൻ പറയുന്നത് വിശ്വസിക്കൂ. അയാൾക്ക് അനുവദിച്ച തുക ധാരാളമാണെന്ന് അച്ഛന് തോന്നുന്നില്ലേ?'

"പാവം അയാൾ ആഗ്രഹിക്കുന്നത് പണംകിട്ടാനല്ല. അയാൾക്ക് ജോലിചെയ്യാൻ പറ്റാതായെന്നുള്ളതോന്നൽ അയാളെ വല്ലാതെ ബുദ്ധിമുട്ടിക്കുന്നുണ്ട്. ഇരുപത് കൊല്ലംകൂടി അയാൾക്ക് ജോലിചെയ്യാൻ കഴിയുമെന്നാണ് അയാൾ പറയുന്നത്."

"അത് എനിക്ക് ആവശ്യമുള്ള തരത്തിലുള്ള ജോലിയല്ല. അയാൾക്ക് പറഞ്ഞാൽ മനസ്സിലാകില്ല."

അച്ഛൻ നെടുവീർപ്പിട്ടു. അയാൾ കൂടുതലൊന്നും അറിയാൻ ആഗ്രഹിച്ചില്ല. ജോലിതുടരുന്നതിന് കുഴികളുടെ അറ്റകുറ്റപ്പണി നടത്തണമെന്ന് അയാൾ വിശ്വസിച്ചിരുന്നു. എന്തുതന്നെ ആയാലും കാലംകഴിയുമ്പോൾ അവർക്ക് അത് അടച്ചിടേണ്ടി വരുകയാണെങ്കിൽ അത് എല്ലാവർക്കും മോശം ആയിരിക്കും. അതുകൊണ്ട് അയാളുടെ വിശ്വസ്തരായ പഴയ ജോലിക്കാരുടെ അപേക്ഷകൾക്ക് മറുപടി പറയാൻ അയാൾക്ക് കഴിഞ്ഞില്ല. അയാൾക്ക് വെറുതെ "ജറാൾഡ് പറയുന്ന" എന്ന് ആവർത്തിക്കാൻ മാത്രമേ കഴിഞ്ഞുള്ളൂ.

അതുകൊണ്ട് അച്ഛൻ വെളിച്ചത്തിൽ നിന്ന് കൂടുതൽ കൂടുതൽ പിൻവാങ്ങി. അയാളുടെ യഥാർത്ഥ ജീവിതത്തിന്റെ ചട്ടക്കൂട് അയാളെ സംബന്ധിച്ചിടത്തോളം തകർന്നുകഴിഞ്ഞിരുന്നു. അയാളുടെ കാഴ്ചപ്പാടനുസരിച്ച് അയാൾ 'ശരി' ആയിരുന്നു. അയാളുടെ കാഴ്ചപ്പാടുകളാകട്ടെ, മഹത്തായ മതത്തിന്റേതായിരുന്നു. എങ്കിലും അവയുടെ കാലം കഴിഞ്ഞുപോയിരിക്കുന്നതായി തോന്നുന്നു. ലോകം അതിന്റെ മുന്നിൽകടന്നുപോയിരിക്കുന്നു. അയാൾ ചെയ്തത് സ്വന്തം കാഴ്ചപ്പാടുകളുമായി വീടിന്റെ ഒഴിഞ്ഞ കോണിലുള്ള ഒരു മുറിയുടെ നിശ്ശബ്ദതയിലേക്ക് പിൻവാങ്ങുകയായിരുന്നു. വിശ്വാസത്തിന്റെ മനോഹരമായ മെഴുകുതിരികൾക്ക് ഈ ലോകത്തിന് വെളിച്ചം കൊടുക്കാൻ കഴിയാതെ വന്നിരിക്കുന്നു. അയാളുടെ പിൻവാങ്ങലിന്റെ നിശ്ശബ്ദതയിൽ, അയാളുടെ ആത്മാവിന്റെ ഉള്ളറകളിൽ മതിയായ വെളിച്ചത്തോടെ അതിന് ഇപ്പോഴും എരിയാൻ കഴിയും.

ജറാൾഡ് ഓഫീസിൽ നിന്ന് തുടക്കം ഇട്ടുകൊണ്ട് കമ്പനിയുടെ പരിഷ്കരണത്തിലേക്ക് തിരക്കിട്ട് പ്രവേശിച്ചു. അയാൾ അവതരിപ്പിക്കാൻ

പോകുന്ന വലിയ മാറ്റങ്ങൾ നടപ്പിൽ വരുത്താൻ കാര്യമായ ചെലവ് ചുരുക്കൽ ആവശ്യമായിരുന്നു.

"ഈ വിധവകളുടെ കൽക്കരി എന്നുപറയുന്ന സാധനം എന്താണ്?" അയാൾ ചോദിച്ചു.

"എന്നും നമ്മൾ ഈ കമ്പനിഷ് വേണ്ടി ജോലി ചെയ്തിരുന്നവരുടെ വിധവകൾക്ക് മൂന്നു മാസത്തിലൊരിക്കൽ ഒരു വണ്ടി കൽക്കരി അനുവദിച്ചിരുന്നു."

"ഇനിയങ്ങോട്ട് അവർ അതിന് ചെലവാക്കുന്ന തുക നിശ്ചയമായും തരണം. കമ്പനി ഒരു ധർമ്മസ്ഥാപനം അല്ല. എല്ലാവരും അങ്ങനെ ചിന്തിക്കുന്നുണ്ടെന്ന് തോന്നുന്നു."

അതിഭാവുകത്വമുള്ള ജീവകാരുണ്യം നിറയ്ക്കാനുള്ള രൂപങ്ങളായ വിധവകളെപ്പറ്റി ആലോചിച്ചപ്പോൾ തന്നെ അയാൾക്ക് അവരോട് ഇഷ്ടക്കേട് തോന്നി. അവർ ഏറെക്കുറെ അറപ്പ് തോന്നുന്നവരായിരുന്നു. അവർ ഇന്ത്യയിലെ സതി പോലെ എന്തുകൊണ്ട് ഭർത്താവിന്റെ ചിതയിൽ ചാടി ബലികൊടുത്തില്ല? എന്തായാലും അവരുടെ കൽക്കരിയുടെവില അവർ കൊടുക്കട്ടെ.

മനുഷ്യരുടെ ശ്രദ്ധയിൽപ്പെടാത്ത ആയിരം വഴികളിലൂടെ അയാൾ ചെലവ് ചുരുക്കി. ഖനിത്തൊഴിലാളികൾ അവരുടെ കൽക്കരി നീക്കുന്നതിന് വണ്ടിക്കൂലി കൊടുക്കണം. വലിയ വണ്ടിക്കൂലി. അവരുടെ ആയുധങ്ങൾ മൂർച്ചകൂട്ടുന്നതിന് അവർ പണം കൊടുക്കണം. എല്ലാ നിസ്സാര കാര്യങ്ങൾക്കും അവർ കണക്ക് തയ്യാറാക്കി. ഓരോ ആഴ്ചയിലും ഓരോ ജോലിക്കാരനും ഏതാണ്ട് ഒരു ഷില്ലിങ്ങോളം കൊടുക്കേണ്ടിവന്നിരുന്നു. ഖനിജോലിക്കാർക്ക് നീരസം തോന്നിയിരുന്നെങ്കിലും അവർ അത് വേണ്ട വിധം മനസ്സിലാക്കിയില്ല. പക്ഷേ, ഇത് ആഴ്ചതോറും നൂറുകണക്കിന് പൗണ്ട് കമ്പനിക്ക് ലാഭം ഉണ്ടാക്കിക്കൊടുത്തു.

പതുക്കെ എല്ലാ കാര്യങ്ങളിലും ജറാൾഡ് പിടിമുറുക്കി. അതിനു ശേഷം അയാൾ വലിയ പരിഷ്കാരങ്ങൾ തുടങ്ങി. എല്ലാ വകുപ്പുകളിലും വിദഗ്ദ്ധരായ എഞ്ചിനീയറന്മാരെ നിയമിച്ചു. വൈദ്യുതിക്കുവേണ്ടി ഒരു വലിയ പദ്ധതി ആരംഭിച്ചു. എല്ലാ ഖനികളിലും വൈദ്യുതി എത്തിച്ചു. പുതിയ യന്ത്രസാമഗ്രികളും അസാധാരണമായ ഉപകരണങ്ങളും അമേരിക്കയിൽ നിന്നും കൊണ്ടുവന്നിരുന്നു. ഖനിജോലിക്കാർ മുമ്പൊരിക്കലും കണ്ടിട്ടില്ലാത്ത മുറിക്കാനും അറുക്കാനും ഉള്ള യന്ത്രസമാഗ്രിക്ക് അവർ ഇരുമ്പു മനുഷ്യൻ എന്നാണ് പേരിട്ടിരുന്നത്. ഖനിയിലെ ജോലിക്ക് പൂർണ്ണമായും വ്യത്യാസം വന്നിരുന്നു. ഖനിത്തൊഴിലാളികൾക്ക് ഉണ്ടായിരുന്ന എല്ലാ നിയന്ത്രണങ്ങളും ഇല്ലാതായി. എല്ലാ സ്ഥലത്തും വിദ്യാഭ്യാസവും വൈദഗ്ദ്ധ്യവും ഉള്ള ആളുകൾക്കായിരുന്നു നിയന്ത്രണം. *പെട്ടി സമ്പ്രദായം നിന്നു. എല്ലാക്കാര്യങ്ങളും കൃത്യവും ശാസ്ത്രീയവും

---

* ഖനിജോലിക്കാരുടെ ഓരോരോ ചെറിയ സംഘങ്ങളെ ഖനിയുടെ ഓരോരോ ഭാഗത്ത് ഓരോരുത്തർ നയിക്കുന്ന രീതി. ജോലിക്കാരുടെ കൂലി വീതംവച്ച് കൊടുക്കുന്നതും ഈ നോട്ടക്കാരന്റെ ചുമതലയാണ്.

ആയ രീതയിലായിരുന്നു. ഖനിജോലിക്കാർ വെറും യാന്ത്രികമായ ഉപകരണങ്ങളായി തരം താഴ്ത്തപ്പെട്ടു. അവർക്ക് പഴയകാലത്തേക്കാൾ കഠിനമായി ജോലിചെയ്യേണ്ടി വന്നിരുന്നു. അവരുടെ ജോലി അതിന്റെ യാന്ത്രികതയിൽ ഭയാനകവും ഹൃദയഭേദകവും ആയിരുന്നു.

പക്ഷേ, ഇതിനെല്ലാം അവർ കീഴടങ്ങി. ആഹ്ലാദം അവരുടെ ജീവിതത്തിൽ നിന്ന് പുറത്തുപോയി. അവർ കൂടുതൽ കൂടുതൽ യാന്ത്രികമാകുന്നതിനനുസരിച്ച് അവർക്ക് പ്രതീക്ഷ നശിക്കുന്നതുപോലെ തോന്നി. എന്നിട്ടും അവർ പുതിയ വ്യവസ്ഥകൾ അംഗീകരിച്ചു. അവർക്ക് അവയിൽ നിന്നും കൂടുതൽ സംതൃപ്തി പോലും ലഭിച്ചു. ആദ്യമൊക്കെ അവർ ജറാൾഡ് ക്രിച്ചിനെ വെറുത്തു. എന്തെങ്കിലും ചെയ്ത് അയാളെ കൊല്ലുമെന്ന് അവർ പ്രതിജ്ഞ എടുത്തു. പക്ഷേ, കാലം കഴിഞ്ഞപ്പോൾ ഒരു തരം വിധിയുടെ സംതൃപ്തിയോടെ അവർ എല്ലാ കാര്യങ്ങളും അംഗീകരിച്ചു. ജറാൾഡ് അവരുടെ ഏറ്റവും വലിയ പുരോഹിതൻ ആയിരുന്നു. അവർ യഥാർത്ഥത്തിൽ അനുഭവിച്ചിരുന്ന മതത്തെയാണ് അയാൾ പ്രതിനിധാനം ചെയ്യുന്നത്. അയാളുടെ അച്ഛൻ മറവിയിലായിക്കഴിഞ്ഞിരുന്നു. പകരം അവിടെ കർക്കശവും ഭയാനകവും മനുഷ്യത്വരഹിതവും ആയ ഒരു പുതിയ ലോകം ഉണ്ട്. ആ ലോകം അതിന്റെ നശീകരണ പ്രവണതയിൽപ്പോലും സംതൃപ്തി തരുന്നതായിരുന്നു. അവരെ അത് നശിപ്പിക്കുമ്പോൾ പോലും അത്ഭുതകരമായ ആ വലിയ യന്ത്രസംവിധാനത്തിന് ഞങ്ങൾ സ്വന്തമാണെന്നുള്ള ബോധത്തിൽ അവർ സംതൃപ്തരായിരുന്നു. അവർക്ക് മനുഷ്യസൃഷ്ടിയിൽ ഏറ്റവും ഉയർന്നതും അത്ഭുതകരവും അമാനുഷികവും ആയത് ഇതുതന്നെ ആയിരുന്നു. അവർ ആഗ്രഹിച്ചിരുന്നത് ഈ സംവിധാനം ആയിരുന്നു. അല്ലെങ്കിൽ ജറാൾഡ് ചെയ്തകാര്യം അയാൾക്ക് ചെയ്യാൻ കഴിയില്ലായിരുന്നു. അവർ ആഗ്രഹിച്ചത് അവർക്ക് കൊടുക്കുന്നതിൽ അയാൾ അവരേക്കാൾ മുന്നിലായിരുന്നു. ശുദ്ധമായ ഗണിതശാസ്ത്രതത്ത്വങ്ങൾക്ക് വിധേയമായ പരിപൂർണ്ണതയുള്ള ഒരു സമ്പ്രദായത്തിൽ പങ്കാളികളാകാനാണ് അവർ ആഗ്രഹിച്ചിരുന്നത്. ഇത് സത്യത്തിൽ അവർ ആഗ്രഹിച്ചിരുന്ന ഒരുതരം സ്വാതന്ത്ര്യം ആയിരുന്നു. ഇത് ശിഥിലീകരണത്തിന്റെ മഹത്തായ ആദ്യത്തെ ചുവടുവെപ്പ് ആയിരുന്നു. ഇത് കലാപത്തിന്റെ ആദ്യത്തെ ശ്രദ്ധേയമായ ഘട്ടം ആയിരുന്നു. മൗലികതയ്ക്ക് പകരം യാന്ത്രികത വരുന്നു. മൗലികമായ താല്പര്യത്തിന്റെ നാശം. മൗലികമായ ഒരുമയുടെ നാശം. യാന്ത്രികതാല്പര്യത്തിന് മൗലികഘടകങ്ങളുടെ കീഴടങ്ങൽ. ഇത് മൗലികമായതിന്റെ ശിഥിലീകരണവും യാന്ത്രികമായതിന്റെ രൂപീകരണവും ആയിരുന്നു. ഇത് കലാപത്തിന്റെ ആദ്യത്തെ തീക്ഷ്ണമായ അവസ്ഥയാണ്.

ജറാൾഡ് സംതൃപ്തനായിരുന്നു. ഖനിത്തൊഴിലാളികൾ അയാളെ വെറുക്കുന്നതായി പറയാറുണ്ടെന്ന് അയാൾ മനസ്സിലാക്കിയിരുന്നു. പക്ഷേ, അവരെ വെറുക്കുന്നത് അയാൾ അവസാനിപ്പിച്ചിരുന്നു. വൈകിട്ട്

അല്പം കുനിഞ്ഞുപോയ തോളുകളും ചെളി ഇറ്റുവീഴുന്ന ഭാരമുള്ള ബൂട്ടുകളുമായി അയാളുടെ മുന്നിലെ നടപ്പാതയിലൂടെ അവർ ക്ഷീണിച്ച് ഒഴുകുമ്പോൾ അവർ അയാളെ ശ്രദ്ധിച്ചില്ല. അവർ അയാളെ അഭിവാദ്യം ചെയ്തില്ല. അയാളെ സംബന്ധിച്ചിടത്തോളം ഉപകരണങ്ങൾ എന്നതിനുപരി അവർക്ക് യാതൊരു പ്രാധാന്യവും ഇല്ല. അവരെ സംബന്ധിച്ചിടത്തോളം എല്ലാം നിയന്ത്രിക്കുന്ന സർവ്വപ്രധാനമായ ഉപകരണം എന്നതിനേക്കാൾ പ്രാധാന്യം അയാൾക്കും ഇല്ല. ഖനിത്തൊഴിലാളികൾ എന്ന നിലയിൽ അവർക്ക് അവരുടെ ജീവിതം ഉണ്ടായിരുന്നു. ഖനിയുടെ മേധാവി എന്ന നിലയിൽ അയാൾക്ക് അയാളുടെ ജീവിതം ഉണ്ടായിരുന്നു. അയാൾ അവരുടെ കഴിവുകളെ ബഹുമാനിച്ചു. പക്ഷേ, മനുഷ്യൻ എന്ന നിലയിൽ വ്യക്തിത്വങ്ങൾ എന്ന നിലയിൽ അവർ വെറും അപകടങ്ങൾ ആയിരുന്നു. മൗനമായി ആളുകൾ ഇത് സമ്മതിച്ചിരുന്നു. കാരണം ജറാൾഡ് അയാളുടെ കാര്യത്തിലും ഇത് സ്വയം സമ്മതിച്ചിരുന്നു.

അയാൾ വിജയിച്ചിരുന്നു. അയാൾ ആ വ്യവസ്ഥയെ ഒരു പുതിയ ഭയാകനമായ പരിശുദ്ധിയാക്കി മാറ്റിയിരുന്നു. എന്നത്തേക്കാളും കൽക്കരിയുടെ ഉല്പാദനം കൂടി അത്ഭുതകരവും സൂക്ഷ്മവും ആയ സമ്പ്രദായം ഏകദേശം കുറ്റമറ്റരീതിയിൽ പ്രവർത്തിച്ചു. അയാൾക്ക് വാസ്തവത്തിൽ സാമർത്ഥ്യമുള്ള ഒരുസംഘം എഞ്ചിനീയറന്മാർ ഉണ്ടായിരുന്നു. ഉന്നത വിദ്യാഭ്യാസം കിട്ടിയ ഒരാൾക്ക് ഒരു ജോലിക്കാരനേക്കാൾ വളരെക്കൂടുതൽ ചെലവ് ഉണ്ടായിരുന്നില്ല. അയാളുടെ മാനേജർമാർക്ക് അയാളുടെ അച്ഛന്റെ കാലത്തെ വിഡ്ഢികളെക്കാൾ കൂടുതൽ ചെലവ് വന്നില്ല. പഴയ മാനേജർമാർ ഖനിത്തൊഴിലാളികൾക്ക് ഉദ്യോഗക്കയറ്റം കിട്ടി വന്നവർ ആയിരുന്നു. അയാളുടെ മുഖ്യ മാനേജർക്ക് വർഷത്തിൽ ആയിരത്തിഇരുന്നൂറ് കിട്ടിയിരുന്നു. അയാൾ കമ്പനിക്ക് ഏറ്റവും കുറഞ്ഞത് അയ്യായിരം ലാഭമുണ്ടാക്കിക്കൊടുത്തു. നടത്തിപ്പ് മൊത്തത്തിൽ ഇപ്പോൾ അങ്ങേയറ്റം കുറ്റമറ്റ രീതിയിൽ ആയിരുന്നതുകൊണ്ട് ഇനി ഇപ്പോൾ ജറാൾഡിന്റെ ആവശ്യം പോലും ഉണ്ടായിരുന്നില്ല.

പക്ഷേ, ഇപ്പോൾ അയാൾ വിജയിച്ചിരിക്കുന്നു: അവസാനമായി അയാൾ വിജയിച്ചിരിക്കുന്നു. ഒന്നോ രണ്ടോ പ്രാവശ്യം വൈകുന്നേരങ്ങളിൽ ഒന്നും ചെയ്യാനില്ലാതെ അയാൾ ഒറ്റപ്പെട്ടുപോയപ്പോൾ അയാൾ പെട്ടെന്ന് ഭയത്തോടെ ഞെട്ടി എഴുന്നേറ്റ് എന്താണ് ചെയ്യുന്നതെന്ന് തിരിച്ചറിയാതെ കണ്ണാടിയുടെ മുമ്പിൽ പോയി നിന്നിരുന്നു. അയാൾ എന്തോ അന്വേഷിക്കുന്നതുപോലെ സ്വന്തം മുഖവും സ്വന്തം കണ്ണുകളും വളരെ നേരത്തേക്ക് സൂക്ഷിച്ചുനോക്കിക്കൊണ്ടിരുന്നു. നശ്വരമായ വരണ്ട ഭയം അയാളെ പൊതിഞ്ഞു. പക്ഷേ, അയാൾക്ക് അത് അറിയില്ല. അയാൾ സ്വന്തം മുഖത്തെ നോക്കി. അത് ആരോഗ്യത്തോടെ ആകൃതിയോടെ എന്നത്തേയും പോലെ അവിടെത്തന്നെ ഉണ്ടായിരുന്നു. എന്നിട്ടും എന്തുകൊണ്ടോ അത് സത്യം ആയിരുന്നില്ല. അത് ഒരു മുഖംമൂടി ആയിരുന്നു. അത് ഒരു മുഖംമൂടി ആണെന്ന് തെളിയുമെന്നുള്ള ഭയംകൊണ്ട് അയാൾ

അതിൽ തൊട്ടുനോക്കാൻ ധൈര്യപ്പെട്ടില്ല. അയാളുടെ കണ്ണുകൾ എന്നത്തേയും പോലെ നീലനിറമുള്ളതും തുളച്ചിറങ്ങുന്നതും ആയിരുന്നു. എന്നിട്ടും അവ ഒരു ശൂന്യത അവശേഷിപ്പിച്ചുകൊണ്ട് നിമിഷത്തിനുള്ളിൽ പൊട്ടിത്തെറിക്കാൻ പോകുന്ന നീലക്കുമിളകൾ അല്ലെന്ന് അയാൾക്ക് ഉറപ്പ് തോന്നിയില്ല. അയാൾക്ക് അവയിലെ ഇരുട്ട് കാണാൻ കഴിഞ്ഞു. അവ ഇരുട്ടിന്റെ കുമിളകളാണെന്ന് തോന്നി. ഒരുദിവസം അയാൾ പൊട്ടിത്തകരുമെന്നും അതിനുശേഷം അർത്ഥശൂന്യമായ ഒരു പുലമ്പലായി അയാൾ ഇരുട്ടിൽ ചുറ്റിത്തിരിയുമെന്നും അയാൾ ശങ്കിച്ചിരുന്നു.

പക്ഷേ, അയാളുടെ ഇച്ഛാശക്തിക്ക് കുറവൊന്നും സംഭവിച്ചിരുന്നില്ല. ദൂരെപോകുമ്പോൾ അയാൾക്ക് വായിക്കാനും ചിന്തിക്കാനും കഴിഞ്ഞിരുന്നു. ആദിമ മനുഷ്യനെ പറ്റിയുള്ള പുസ്തകങ്ങളും തത്ത്വശാസ്ത്രവും നരവംശശാസ്ത്രവും വായിക്കാൻ അയാൾ ഇഷ്ടപ്പെട്ടു. അയാളുടെ മനസ്സ് പ്രവർത്തനനിരതമായിരുന്നു. പക്ഷേ, അത് ഇരുട്ടിൽ ഒഴുകി നടക്കുന്ന ഒരു കുമിളപോലെ ആയിരുന്നു. ഏതു നിമിഷവും അത് പൊട്ടിത്തകർന്ന് അയാളെ കുഴപ്പത്തിലാക്കുമെന്ന് തോന്നി. അയാൾ മരിക്കില്ല അത് അയാൾക്ക് അറിയാം. അയാൾ ജീവിതം തുടർന്നുകൊണ്ടിരിക്കും. പക്ഷേ, അതിന്റെ അർത്ഥം അയാളിൽ നിന്ന് പൊളിഞ്ഞുവീണിരിക്കും. അയാളുടെ ദിവ്യമായ ന്യായങ്ങൾ നഷ്ടമായിരിക്കും. അസാധാരണമാംവിധം ഉദാസീനവും നിഷ്ഫലവും ആയ രീതിയിൽ അയാൾ പേടിച്ചുപോയിരുന്നു. പക്ഷേ, അയാൾക്ക് പേടിയോടുപോലും പ്രതികരിക്കാൻ കഴിഞ്ഞില്ല. അത് അയാളുടെ വികാരങ്ങളുടെ കേന്ദ്രം വരണ്ടുപോയതുപോലുള്ള ഒരു തോന്നൽ ആയിരുന്നു. ഈ പ്രതിസന്ധിയിൽ അയാളുടെ നിഗൂഢമായ ന്യായങ്ങൾ മങ്ങിയതെങ്കിലും നിഷ്ഫലമായ രീതിയോടെ തകരുകയാണെന്ന് തോന്നിയ സമയത്തും അയാൾ ചിന്തിച്ചുറച്ച് കണക്കുകൂട്ടി സമാധാനത്തോടെ നിലപാടുകൾ എടുത്തു.

അത് ഒരു പീഡനം ആയിരുന്നു. അവിടെ സമചിത്തത ഇല്ലെന്ന് അയാൾക്ക് അറിയാം. അയാൾക്ക് ആശ്വാസം കണ്ടെത്തുന്നതിനുവേണ്ടി ഉടൻതന്നെ ഏതെങ്കിലും ദിശയിലേക്ക് പോയേ പറ്റൂ. നിശ്ചയമായും അയാളുടെ ഭയത്തെ അകറ്റിനിർത്തുന്നത് ബിർക്കിൻ മാത്രമാണ്. വിശ്വാസത്തിന്റെ സത്ത ഉൾക്കൊണ്ടിരുന്നതായി തോന്നുന്ന അസാധാരണമായ ചലനങ്ങളും ഭാവമാറ്റങ്ങളും കൊണ്ട് അയാളുടെ ജീവിതത്തിന്റെ പെട്ടെന്നുള്ള തൃപ്തിയിൽനിന്ന് അയാളെ രക്ഷപ്പെടുത്തുന്നത് ബിർക്കിൻമാത്രമായിരുന്നു. പക്ഷേ, നിശ്ചയമായും പള്ളിയിലെ ശുശ്രൂഷ കഴിഞ്ഞ് തിരിച്ച് വരുന്നതുപോലെ ജറാൾഡിന് ബിർക്കിന്റെ അടുത്തുനിന്ന് ജോലിയുടെയും ജീവിതത്തിന്റെയും പുറംലോകത്തേക്ക് തിരിച്ചുവരാതിരിക്കാൻ പറ്റില്ല. ജോലിയുടെയും ഭൗതികജീവിതത്തിന്റെയും ലോകത്തെ സ്വയം പരിണമിച്ച് അതുമായി ഒത്തുചേർന്ന് പോകാതിരിക്കാൻ അയാൾക്കു കഴിയില്ല. ഇത് കൂടുതൽ കൂടുതൽ ബുദ്ധിമുട്ടായി മാറിക്കൊണ്ടിരുന്നു. അയാളുടെ ഉള്ളിൽ ശൂന്യതയും പുറത്ത് അതിഭയങ്കരമായ സമ്മർദ്ദവും അനു

ഭവിച്ചുകൊണ്ടിരിക്കുന്ന തരത്തിലുള്ള ഒരു അസാധാരണ പിരിമുറുക്കം അയാൾക്ക് മുകളിൽ ഉണ്ടായിരുന്നു.

അയാൾക്ക് ഏറ്റവും സംതൃപ്തി തോന്നുന്ന ആശ്വാസം സ്ത്രീകളിലാണെന്ന് അയാൾ കണ്ടെത്തിയിരിക്കുന്നു. എന്തിനും തുനിഞ്ഞ ഏതാനും സ്ത്രീകളുമായുള്ള നെറികേടുകൾക്ക് ശേഷം അയാൾ മറവിയുടെ അനുഗ്രഹവുമായി പ്രയാസം കൂടാതെ മുന്നോട്ടുപോയി. അയാൾ അവരെപ്പറ്റി കൂടുതൽ ശ്രദ്ധിക്കാതായി. അതിലെ മോശം കാര്യം ഈയിടെയായി സ്ത്രീകളിലുള്ള താല്പര്യം നിലനിർത്താൻ അയാൾ ബുദ്ധിമുട്ടിത്തുടങ്ങിയിരുന്നു. ഡാറിങ്ടൺ അവളുടേതായ രീതിയിൽ കുഴപ്പം ഇല്ലായിരുന്നു. അവളുപോലും ഒരു വലിയകാര്യം ആയിരുന്നില്ല. അല്ലെന്ന് ഉറപ്പാണ്. സ്ത്രീകൾ അത്തരത്തിൽ അയാൾക്ക് കൂടുതൽ ഉപയോഗം ഇല്ലാത്തവരായിരിക്കുന്നു. ശാരീരികമായി അയാൾക്കുണരാൻ കഴിയുന്നതിനുമുമ്പ് അയാളുടെ മനസ്സിന് തീവ്രമായ ഉത്തേജനം വേണമെന്ന് അയാൾക്ക് തോന്നി.

18

മുയൽ

ഷോർട്ട്ലാൻഡ്സിലേക്ക് പോകുന്നത് അവളെ സംബന്ധിച്ചിട ത്തോളം അപകടം പിടിച്ച കാര്യമാണെന്ന് ഗുഡ്റണിന് അറിയാം. അത് ജറാൾഡ് ക്രിച്ചിനെ കാമുകനായി അംഗീകരിക്കുന്നതിന് തുല്യമാണ്. പോകാൻ ഇഷ്ടക്കേട് തോന്നി അവൾ പിന്നോട്ട് മാറിയെങ്കിലും അവൾ മുന്നോട്ടുതന്നെ പോകുമെന്ന് അവൾക്ക് അറിയാം. അടിച്ചതും ചുംബിച്ച തും ഓർത്തുകൊണ്ട് അവൾ സ്വയം പറഞ്ഞു. "അതിലെന്ത് കാര്യം. ഒരു ചുംബനം? ഒരു അടി കൊടുത്താൽക്കൂടി അതിൽ എന്തുണ്ട്? അത് അപ്പോൾത്തന്നെ കഴിഞ്ഞു. ഞാൻ പോകുന്നതിനുമുമ്പ് കുറച്ചുകാല ത്തേക്കെങ്കിലും എനിക്ക് ഷോർട്ട്ലാൻഡിൽ പോകാൻ കഴിയും. അവിടം മനസ്സിലാക്കാൻ വേണ്ടി എങ്കിലും ഞാൻ പോകുന്നതിൽ തെറ്റില്ല." എല്ലാ ക്കാര്യങ്ങളും കാണാനും മനസ്സിലാക്കാനും അവൾക്ക് ഒരു അടങ്ങാത്ത ജിജ്ഞാസ ഉണ്ടായിരുന്നു.

സത്യത്തിൽ വിനിഫ്രഡിനെപ്പറ്റി അറിയണമെന്നും അവൾക്ക് ആഗ്രഹം ഉണ്ടായിരുന്നു. അന്ന് രാത്രിയിൽ ആവിക്കപ്പലിൽനിന്നുള്ള അവളുടെ കരച്ചിൽ കേട്ടതിന് ശേഷം അവളുമായി എന്തോ ഒരു നിഗൂ ഢബന്ധം ഗുഡ്റണിന് തോന്നിയിരുന്നു.

ഗുഡ്റൺ അച്ഛനുമായി വായനാമുറിയിലിരുന്ന് സംസാരിച്ചു. മകൾക്കുവേണ്ടി അയാൾ ഒരാളെ പറഞ്ഞയച്ചു. ഒരു ഫ്രഞ്ചുകാരി പെൺകുട്ടിയോടൊപ്പം അവൾ വന്നു.

"വിനി, ഇത് മിസ്. ബ്രാങ്ഗ്വൻ. മൃഗങ്ങളുടെ മാതൃക നിർമ്മിക്കുന്ന തിലും ചിത്രം വരയ്ക്കുന്നതിലും നിന്നെ സഹായിക്കാനുള്ള സന്മനസ്സ് അവർ കാണിച്ചിട്ടുണ്ട്." അച്ഛൻ പറഞ്ഞു.

മുഖം കുനിച്ച് കൈകൊടുക്കാൻ മുന്നോട്ടുവരുന്നതിന് മുമ്പു കുട്ടി ഗുഡ്റണിനെ താല്പര്യത്തോടെ നോക്കിയിരുന്നു. വിനിഫ്രഡിന്റെ ബാലി

ശമായ ഗൗരവത്തിൽ പരിപൂർണ്ണമായ ഒരു ആത്മവിശ്വാസവും താല്പര്യക്കുറവും ഉണ്ടായിരുന്നു.

വിനിഫ്രഡ് ഒരുവശത്തേക്ക് മാറിനിന്നപ്പോൾ ഗുഡ്റണിനെ ഫ്രഞ്ചുകാരിക്ക് അച്ഛൻ പരിചയപ്പെടുത്തി.

വിനിഫ്രഡ് ദൂരെനിന്ന് എല്ലാം ശ്രദ്ധിച്ചുകൊണ്ടിരുന്നു. ഇതുവരെ പുതിയ ആളെപ്പറ്റി ഉറപ്പ് തോന്നിയില്ലെങ്കിലും അയാൾക്ക് സന്തോഷം തോന്നിയിരുന്നു. അവൾ ധാരാളം പുതിയ ആളുകളെ കണ്ടിട്ടുണ്ട്. അതിൽ വളരെക്കുറച്ച് ആളുകളോടു മാത്രമേ അവൾക്ക് അടുപ്പംതോന്നിയിട്ടുള്ളൂ. ഫ്രഞ്ചുകാരിയെ അവൾ കാര്യമായി പരിഗണിച്ചിരുന്നില്ല. അവരുടെ ചെറിയ അധികാരങ്ങൾ പുച്ഛത്തോടെ അവൾ സമ്മതിച്ചുകൊടുത്തിരുന്നു.

"വിനിഫ്രഡ്" അച്ഛൻ പറഞ്ഞു. "മിസ് ബ്രാങ്ങ്വൻ വന്നതിൽ നിനക്ക് സന്തോഷം ഇല്ലേ? മിസ് ബ്രാങ്ങ്വൻ തടിയിലും കളിമണ്ണിലും മൃഗങ്ങളെ നിർമ്മിക്കും. കിളികളെ നിർമ്മിക്കും. അവയെ വാനോളം പുകഴ്ത്തി ലണ്ടനിലെ ആളുകൾ പത്രങ്ങളിൽ എഴുതാറുണ്ട്."

വിനിഫ്രഡ് ചെറുതായി പുഞ്ചിരിച്ചു. "അച്ഛനോട് ആരാണ് പറഞ്ഞത്?"

"ആരാണ് എന്നോട് പറഞ്ഞത്. ഹെർമിയോൺ പറഞ്ഞു, റൂപർട്ട് ബിർക്കിൻ പറഞ്ഞു."

"നിങ്ങൾക്ക് അവരെയൊക്കെ പരിചയം ഉണ്ടോ?" ചെറിയ സംശയത്തോടെ വിനിഫ്രഡ് ഗുഡ്റണിന്റെ നേർക്ക് തിരിഞ്ഞു.

"ഉണ്ട്." ഗുഡ്റൺ പറഞ്ഞു.

ഗുഡ്റണെ ഒരു ജോലിക്കാരിയായി സ്വീകരിക്കാൻ വിനിഫ്രഡ് ഒരുക്കമായിരുന്നു. ഇപ്പോൾ അയാളെ സുഹൃത്തായി വേണം സ്വീകരിക്കേണ്ടതെന്ന് അവൾക്ക് മനസ്സിലായി. അവൾക്ക് ഏറക്കുറെ സന്തോഷം തോന്നി. അവളെക്കാൾ ഒരുപടി താഴെ നില്ക്കുന്ന ഒരുപാട് ആളുകൾ അവൾക്കുണ്ട്. അവരെ അവൾ നല്ലരീതിയിൽ പരിഗണിക്കുന്നുണ്ട്.

ഗുഡ്റണും ഈ വക കാര്യങ്ങൾ ഗൗരവത്തിൽ എടുക്കാറില്ല. പുതിയ സന്ദർഭം അവൾക്ക് ഏറക്കുറെ കൗതുകം നിറഞ്ഞതായിരുന്നു. എന്തായാലും വിനിഫ്രഡ് ആരോടും അടുക്കുന്ന സ്വഭാവക്കാരി അല്ല. ഗുഡ്റൺ അവളെ ഇഷ്ടപ്പെട്ടു. അവൾ ഗുഡ്റണെ രഹസ്യമായി സ്വാധീനിച്ചു. ആദ്യത്തെ കൂടിക്കാഴ്ച ഒരുതരം മടുപ്പിൽ അവസാനിച്ചു. വിനിഫ്രഡോ അവളുടെ അദ്ധ്യാപികയോ കാര്യമായി ഇടപഴകിയില്ല.

എന്തായാലും പെട്ടെന്നുതന്നെ അവർ ഒരുതരം വിശ്വാസത്തോടെ പരസ്പരം കണ്ടുതുടങ്ങി. അവളെപ്പോലെ അല്പം പരിഹാസവും കളിതമാശയും ഇല്ലാത്ത മനുഷ്യജീവികളെ വിനിഫ്രഡ് ശ്രദ്ധിക്കില്ല. നേരംപോക്കുകളുടെ ലോകം ഒഴിച്ച് മറ്റൊന്നും തന്നെ അവൾക്ക് സ്വീകാര്യമല്ല. അവളുടെ ജീവിതത്തിലെ ഗൗരവമുള്ള വ്യക്തികൾ അവൾ വളർത്തുന്ന മൃഗങ്ങളായിരുന്നു. അവളുടെ സൗഹൃദവും സ്നേഹവും

അവൾ അവരുടെ മുകളിൽ വാരിച്ചൊരിഞ്ഞു. ബാക്കി മനുഷ്യർക്ക് അവ്യക്തവും വിരസവുമായ ഒരു താല്പര്യക്കുറവോടെ അവൾ കീഴടങ്ങി.

അവൾക്ക് ലുലു എന്ന് പേരുള്ള ഒരു നായ ഉണ്ടായിരുന്നു. അതിനോട് അവൾക്ക് സ്നേഹം ആയിരുന്നു.

"നമുക്ക് ലുലുവിനെ വരയ്ക്കാം." ഗുഡ്റൺ പറഞ്ഞു. "അവന്റെ ലൂലുത്തം പകർത്താൻ പറ്റുമോ എന്ന് നോക്കിക്കളയാം."

വിനിഫ്രഡ് നെരിപ്പോടിനടുത്ത് ധ്യാനത്തിലായിരുന്ന ലുലുവിന്റെ അടുത്തേക്ക് ഓടിച്ചെന്ന് അവന്റെ ഉന്തിനില്ക്കുന്ന പുരികങ്ങളിൽ ചുംബിച്ചു. "നിന്റെ പടം വരയ്ക്കട്ടെ? നിന്റെ അമ്മ നിന്റെപടം വരക്കട്ടെ?" പിന്നീട് അവൾ ആഹ്ലാദത്തോടെ ഗുഡ്റണിന്റെ നേർക്കുതിരിഞ്ഞ് നിശ്ശബ്ദമായി പുഞ്ചിരിച്ചുകൊണ്ട് പറഞ്ഞു. "നമുക്ക് തുടങ്ങാം."

പടം വരച്ചുകൊണ്ടിരിക്കുന്നതിനിടയിൽ അവൾ ശബ്ദം ഉണ്ടാക്കാതെ ചിരിച്ചു. ഇടയ്ക്കൊക്കെ അവൾ വിളിച്ചു പറഞ്ഞു.

"നിനക്ക് ഭയങ്കര സൗന്ദര്യമാണ്."

അവൾ വീണ്ടും ചിരിച്ചുകൊണ്ട് ലുലുവിനെ ഏതോ തരത്തിൽ ഉപദ്രവിച്ചതിന് പ്രായശ്ചിത്തം ചെയ്യുന്ന മട്ടിൽ ഓടിച്ചെന്ന് കെട്ടിപ്പിടിച്ചു. ലുലു പതുപതുത്ത മുഖത്ത് യുഗങ്ങളുടെ ശുണ്ഠിയും അനുസരണയുമായി വെറുതെ ഇരുന്നു. അവൾ തല ഒരുവശത്തേക്ക് ചരിച്ച് കുസൃതി നിറഞ്ഞ ശ്രദ്ധയോടെ വളരെ സാവധാനത്തിൽ ചിത്രംവരച്ചു. അവൾ ഏതോ മന്ത്രശക്തിക്ക് അടിമപ്പെട്ടതുപോലെ ജോലിചെയ്തു. പെട്ടെന്ന് അവൾ പടം വരച്ചുകഴിഞ്ഞു. അവൾ ലുലുവിനെ നോക്കി. പിന്നീട് ചിത്രത്തിലേക്ക് നോക്കി. പിന്നീട് അവൾ ചിത്രം അതിന്റെ മൂക്കിനുമുന്നിൽ പിടിച്ചു. അവന് അപമാനം തോന്നിയ മട്ടിൽ ലുലു നീരസത്തോടെ തരതിരിച്ചു. അവൾ ആവേശത്തോടെ അവന്റെ ഉന്തിനില്ക്കുന്ന രോമംനിറഞ്ഞ നെറ്റിയിൽ ചുംബിച്ചു.

"ഇത് ലുലുവിന്റെ പടമാണ്. ഒരുകൊച്ചു ലുലു. നിന്റെ അമ്മ നിനക്ക് വേണ്ടി വരച്ച ഈ പടം നോക്ക്." അയാൾ കടലാസിലേക്ക് നോക്കി. ശബ്ദം ഉണ്ടാക്കാതെ ചിരിച്ചു. വീണ്ടും അവനെ ഉമ്മവച്ചതിന് ശേഷം അവൾ എഴുന്നേറ്റ് ദുഃഖത്തോടെ ഗുഡ്റണിന്റെ അടുത്തുവന്ന് കടലാസ് അവളെ ഏല്പിച്ചു.

അത് ഒരു ചെറിയ വിചിത്ര മൃഗത്തിന്റെ ചിത്രം ആയിരുന്നു. ഗുഡ്റണിന്റെ മുഖത്തേക്ക് ഒരു ചെറിയ പുഞ്ചിരി കടന്നുവന്നു. അവളുടെ അടുത്തുനിന്നിരുന്ന വിനിഫ്രഡ് ആഹ്ലാദത്തോടെ പുഞ്ചിരിച്ചുകൊണ്ട് പറഞ്ഞു.

"ഇത് അവനെപ്പോലെ ഇല്ലേ? അവൻ ഇതിനേക്കാൾ സുന്ദരനാണ്." അവൾ ദുഃഖിച്ചിരിക്കുന്ന കൊച്ചു നായയെ കെട്ടിപ്പിടിക്കാൻ വേണ്ടി പറന്നുപോയി. അവൻ ദുഃഖത്തോടെ കുറ്റപ്പെടുത്തുന്ന കണ്ണുകൾകൊണ്ട് അവളെ നോക്കി. പിന്നീട് അവൾ അവളുടെ ചിത്രരചനയിലേക്ക് മടങ്ങിവന്ന് സംതൃപ്തിയോടെ പുഞ്ചിരിച്ചു.

"ഇത് അവനെപ്പോലെ ഇല്ലേ?" അവൾ ഗുഡ്റണിനോട് ചോദിച്ചു.

"അവനെപ്പോലെ തന്നെ ഉണ്ട്."ഗുഡ്റൺ മറുപടി പറഞ്ഞു.

കുട്ടി അവളുടെ പടം നിധിപോലെ എല്ലാവരുടെയും അടുത്തേക്കു കൊണ്ടുപോയി. നിശ്ശബ്ദമായ അമ്പരപ്പോടെ കാണിച്ചുകൊടുത്തു.

"ഭനാക്കൂ" അവളുടെ അച്ഛന്റെ ൈകെയിൽ കടലാസ് പിടിപ്പിച്ചു കൊണ്ട് അവൾ പറഞ്ഞു.

"ഇത് ലുലൂ അല്ലേ!" അയാൾ ഉറക്കെപ്പറഞ്ഞു. കുട്ടിയുടെ ഏറക്കുറെ നിർദ്ദയമായ പൊട്ടിച്ചിരി കേട്ട് അയാൾ തന്റെഅടുത്ത് നില്ക്കുന്ന വിനിഫ്രഡിനെ അത്ഭുതത്തോടെ നോക്കി.

ഗുഡ്റൺ ആദ്യമായി ഷോർട്ട്ലാൻഡ്സിൽ വരുമ്പോൾ ജറാൾഡ് വീട്ടിൽ ഉണ്ടായിരുന്നില്ല. അയാൾ ദൂരെ എവിടെയോ പോയിരിക്കുകയായിരുന്നു. പക്ഷേ, അയാൾ തിരിച്ചുവന്ന ദിവസം രാവിലെതന്നെ അയാൾ അവൾക്ക് വേണ്ടി ശ്രദ്ധതിരിക്കാൻ തുടങ്ങിയിരുന്നു. അന്ന് രാവിലെ അന്തരീക്ഷത്തിന് നല്ല തെളിച്ചം ഉണ്ടായിരുന്നു. അവൾ സ്ഥലത്ത് ഇല്ലാതിരുന്നപ്പോൾ വിരിഞ്ഞ പൂക്കളെ നോക്കിക്കൊണ്ട് തോട്ടത്തിലെ നടപ്പാതയിൽ അയാൾ താങ്ങിത്തൂങ്ങിനിന്നു. അയാൾ എന്നത്തേയും പോലെ വൃത്തിയായി മുഖം വടിച്ചിരുന്നു. മുടി ഒരുവശത്തേക്ക് ശ്രദ്ധയോടെ വകഞ്ഞുവെച്ചിരുന്നു. അയാളുടെ ഭംഗിയുള്ള മേൽമീശ സൂക്ഷ്മതയോടെ മുറിച്ചിരുന്നു. അയാളുടെ കണ്ണുകളുടെ പരിഹാസംനിറഞ്ഞ തിളക്കത്തിൽ അങ്ങേയറ്റത്തെ ഒരു കള്ളത്തരം ഉണ്ടായിരുന്നു. അയാളുടെ ആരോഗ്യമുള്ള ശരീരത്തിന് പറ്റിയ കറുത്തവേഷമാണ് അയാൾ ധരിച്ചിരുന്നത്. എങ്കിലും പൂത്തടത്തിനു ചുറ്റും രാവിലത്തെ സൂര്യപ്രകാശത്തിൽ ചുറ്റിത്തിരിയുമ്പോൾ അയാളെ പൊതിഞ്ഞുകൊണ്ട് എന്തിന്റെയോ കുറവുള്ളതുപോലെ ഒരുതരം ഏകാന്തത നിലനില്ക്കുന്നുണ്ടായിരുന്നു.

പെട്ടെന്ന് ഗുഡ്റൺ അയാൾ കാണാതെ അവിടേക്ക് വന്നു. അവൾ നീലവേഷത്തിലായിരുന്നു. അവൾ ധരിച്ചിരുന്നത് മഞ്ഞ സ്റ്റോക്കിങ്ങുകളായിരുന്നു. അയാൾ അത്ഭുത്തതോടെ നോക്കി. അവളുടെ വിളറിയ മഞ്ഞനിറമുള്ള സ്റ്റോക്കിങ്ങുകൾ അയാളെ അലട്ടാറുണ്ട്. ഫ്രഞ്ചുകാരിയോടും നായകളോടും ഒപ്പം തോട്ടത്തിൽ കളിച്ചുകൊണ്ടിരുന്ന വിനിഫ്രഡ് ഗുഡ്റണിന്റെ അടുത്തേക്കു പറന്നുവന്നു. കുട്ടി കറുപ്പും വെളുപ്പും കരകളുള്ള ഉടുപ്പാണ് ധരിച്ചിരുന്നത്. അവളുടെ മുടികഴുത്തുവരെ തൂങ്ങിക്കിടന്നിരുന്നു.

"നമ്മൾ ബിസ്മാർക്കിനെ* വരയ്ക്കാൻ പോകുകയല്ലേ?" ഗുഡ്റണിന്റെ കൈയിൽ ഞാണുകൊണ്ട് അവൾ ചോദിച്ചു.

"അതെ.നമ്മൾ ബിസ്മാർക്കിനെ വരയ്ക്കാൻ പോകുകയാണ്. നിനക്ക് വരയ്ക്കണമെന്നുണ്ടോ?"

"ഉണ്ട്. എനിക്ക് ബിസ്മാർക്കിനെ വരയ്ക്കാൻ ഭയങ്കര ആഗ്രഹം

---

* പ്രഷ്യൻ പ്രധാനമന്ത്രി ജർമ്മൻ ചാൻസലെർ (1815–98)

ഉണ്ട്. ഇന്ന് രാവിലെ അവനെ കണ്ടാൽ സിംഹം ആണെന്ന് തോന്നും. ഭയങ്കര ദേഷ്യത്തിലാണ്." കുട്ടി സ്വന്തം അതിശയോക്തിയിൽ അടക്കി പ്പിടിച്ച് ചിരിച്ചുകൊണ്ട് പറഞ്ഞു. "അവൻ ഒരു യഥാർത്ഥ രാജാവാണ്. ബിസ്മാർക്ക്. അവൻ രാജാവ് തന്നെ."

സംസാരം കേട്ടുകൊണ്ടുനിന്ന ജറാൾഡ് പറഞ്ഞു. "വിനിഫ്രഡ്, നീ പറഞ്ഞതുപോലെ ബിസ്മാർക്ക് രാജാവ് ആയിരുന്നില്ല. അയാൾ വെറും ഒരു ചാൻസെലർ ആയിരുന്നു."

"ചാൻസെലർ ആരാണ്?" ചെറിയ തോതിലുള്ള വെറുപ്പുകലർന്ന താല്പര്യക്കുറവോടെ വിനിഫ്രഡ് ചോദിച്ചു.

"ചാൻസെലർ ചാൻസെലർ ആണ്. എന്റെ വിശ്വാസം അയാൾ ഒരു തരം ജഡ്ജി ആണെന്നാണ്." ജറാൾഡ് മുന്നോട്ടുവന്ന് ഗുഡ്റണിന് കൈകൊടുത്തുകൊണ്ട് പറഞ്ഞു. "നിങ്ങൾ അവനോട് എന്ത് ചെയ്യാനാണ് പോകുന്നത്. മിസ് ബ്രാങ്വൻ ഞാൻ അവനെ പാചകം ചെയ്യാൻ അടുക്കളയിലേക്ക് അയക്കാനാണ് ആഗ്രഹിക്കുന്നത്."

"പറ്റില്ല." വിനിഫ്രഡ് ഉറക്കെപ്പറഞ്ഞു.

"ഞങ്ങൾ അവനെ വരയ്ക്കാൻ പോകുകയാണ്." ഗുഡ്റൺ പറഞ്ഞു.

"അവനെ കഷണങ്ങളാക്കി കറിവയ്ക്കാം." അറിഞ്ഞുകൊണ്ട് മണ്ട ത്തരം അഭിനയിച്ചുകൊണ്ട് ജറാൾഡ് പറഞ്ഞു.

"ഓ അതുവേണ്ട" വിനിഫ്രഡ് ശബ്ദമുണ്ടാക്കാതെ ചിരിച്ചുകൊണ്ട് ആത്മവിശ്വാസത്തോടെ പറഞ്ഞു.

അയാളുടെ സംസാരത്തിലെ പരിഹാസത്തിന്റെ മുഴക്കം ഗുഡ്റൺ കണ്ടുപിടിച്ചു. അവൾ മുഖം ഉയർത്തി അയാളുടെ മുഖത്തുനോക്കി. പുഞ്ചി രിച്ചു. അയാളെ ആരോ തഴുകുന്നതുപോലെ അയാൾക്ക് തോന്നി. അവ രുടെ കണ്ണുകൾ അർത്ഥവത്തായി കണ്ടുമുട്ടി.

"നിങ്ങൾക്ക് ഷോർട്ട് ലാൻഡ്സ് ഇഷ്ടപ്പെട്ടോ?"

"വളരെ"അവൾ അശ്രദ്ധമായി മറുപടി പറഞ്ഞു.

"ഈ പൂക്കൾ നിങ്ങൾ ശ്രദ്ധിച്ചിരുന്നോ?"

"അയാൾ അവളെ തോട്ടത്തിലെ നടവഴിയിലൂടെ നയിച്ചു. അവൾ സൂക്ഷ്മതയോടെ അയാളെ പിൻതുടർന്നു. വിനിഫ്രഡും അവരോടൊപ്പം വന്നു. ഫ്രഞ്ചുകാരി ഏറ്റവും പിന്നിലായി സാവധാനം നടന്നു.

അവൾ ശ്രദ്ധയോടെ പൂക്കളെ നോക്കിക്കൊണ്ട് നേർത്ത കൈവിര ലുകൾ കൊണ്ട് പൂവിന്റെ ഇതളുകളിൽ സ്പർശിച്ചു. അവൾ തല ഉയർത്തിയപ്പോൾ പൂക്കളുടെ സൗന്ദര്യത്തിന്റെ ലഹരികയറിയ അവളു ടെ കണ്ണുകൾ അയാളുടെ കണ്ണുകളിലേക്ക് നോക്കി.

"അവ എന്തുതരം പൂവാണ്?"

"ഒരുതരം പെറ്റൂണിയ ആണെന്നാണ് ഞാൻ വിചാരിക്കുന്നത്." അയാൾ മറുപടി പറഞ്ഞു. "സത്യത്തിൽ അവ എന്താണെന്ന് എനിക്ക് ശരിയായി അറിയില്ല."

"എനിക്കും അവരെ പരിചയമില്ല." അവൾ പറഞ്ഞു.

കൃത്രിമമായ ഒരു സൗഹൃദത്തോടെ അവർ ഒന്നിച്ചുനിന്നു. അയാൾക്ക് അവളോട് പ്രണയമായിരുന്നു.

എല്ലാം ശ്രദ്ധയോടെ കണക്കുകൂട്ടിക്കൊണ്ട് ഒരു വണ്ടിനെപ്പോലെ നിന്നിരുന്ന ഫ്രഞ്ചുകാരിയെപ്പറ്റി അവൾ ബോധവതി ആയിരുന്നു. ബിസ്മാർക്കിനെ അന്വേഷിച്ച് പോകുകയാണെന്ന് പറഞ്ഞ് അവൾ അവിടെനിന്നു പോയി.

ഈസമയം മുഴുവൻ കാശ്മീർ സിൽക്കിൽ പൊതിഞ്ഞിരുന്ന ഗുഡ്റണിന്റെ മൃദുലമായ ശരീരത്തിലേക്ക് നോക്കിക്കൊണ്ടുനില്ക്കുന്നതിനിടയിൽ ഫ്രഞ്ചുകാരിയും വിനിഫ്രഡും അവിടെ നിന്ന് പോകുന്നത് ജറാൾഡ് കണ്ടു. അഭിനന്ദനങ്ങളുടെ ഒരു പ്രവാഹം തന്നെ, അയാളിൽ നിന്ന് ഒഴുകി. അവളുടെ ശരീരം എന്തുമാത്രം ഭംഗിയുള്ളതായിരിക്കും. എന്തുമാത്രം മൃദുലമായിരിക്കും. മോഹങ്ങളുടെ ആകെത്തുക അവളായിരുന്നു. അയാൾ അവളിലേക്ക് കടന്നുചെല്ലാൻ മാത്രം ആഗ്രഹിച്ചു. അതിൽ കൂടുതൽ ഒന്നും ഇല്ല. അവളിലേക്ക് ചെന്ന് അവൾക്ക് നല്കപ്പെടുന്ന ഒരു ജീവിതത്തിലുപരിയായി അയാൾക്ക് മറ്റൊന്നും ഇല്ല.

അതേസമയം ഫ്രഞ്ചുകാരിയുടെ വൃത്തിയുള്ള കുറ്റമറ്റ രൂപത്തെപറ്റി അയാൾ വളരെ കൃത്യമായി ബോധവാനായിരുന്നു. അവളുടെ തിളങ്ങുന്ന കറുത്തവേഷം നല്ലവണ്ണം യോജിക്കുന്നുണ്ട്. അവളുടെ കറുത്ത തലമുടി ആരാധന തോന്നുന്ന തരത്തിൽ ചീകിയിരുന്നു. അവളുടെ പരിപൂർണ്ണത അങ്ങേയറ്റത്തെ അറപ്പുണ്ടാക്കി. അയാൾക്ക് അവളെ ഇഷ്ടപ്പെട്ടില്ല.

എന്നാൽ അയാൾ ഗുഡ്റണെ അഭിനന്ദിച്ചു. അവൾ ചെയ്തതെല്ലാം ശരിയായിരുന്നു. വീട്ടുകാർ ദുഃഖത്തിലായിരുന്നപ്പോൾ ഗുഡ്റൺ തിളങ്ങുന്ന നിറമുള്ള വേഷങ്ങൾ അണിഞ്ഞത് അയാളെ ഏറെക്കുറെ ശല്യപ്പെടുത്തിയിരിക്കുന്നു. അവൾ ഭൂമിയിൽ നിന്ന് സാവധാനത്തിൽ പാദങ്ങൾ ഉയർത്തുന്ന രീതി അയാൾ ശ്രദ്ധിച്ചു. അവളുടെ കണങ്കാലുകൾക്ക് വിളറിയ മഞ്ഞനിറം ആയിരുന്നു. അവളുടെ വേഷം കടുംനീലയും. അവളുടെ വസ്ത്രധാരണത്തിൽത്തന്നെ അയാൾക്ക് ഒരു വെല്ലുവിളി അനുഭവപ്പെട്ടു. അവൾ ഈ ലോകത്തെ മൊത്തത്തിൽ വെല്ലുവിളിച്ചു. ഒരു കാഹളത്തോട് പ്രതികരിക്കുന്നമട്ടിൽ അയാൾ പുഞ്ചിരിച്ചു.

ഗുഡ്റണും വിനിഫ്രഡും വീടിനകത്തുകൂടി കയറി കുതിരലായങ്ങളും മറ്റ് കെട്ടിടങ്ങളും ഉള്ള പിൻവശത്തേക്ക് പോയി. എല്ലാ സ്ഥലങ്ങളും അനക്കമില്ലാതെ ഒഴിഞ്ഞ് കിടക്കുകയായിരുന്നു. മിസ്റ്റർ ക്രിച്ച് കാറെടുത്ത് പുറത്തേക്ക് പോയിരുന്നു. കുതിരലായക്കാർ ജറാൾഡിന്റെ കുതിരയെ പുറത്തേക്കിറക്കിയിട്ട് അധികസമയം ആയിട്ടില്ല. പെൺകുട്ടികൾ ഒരു മൂലയിലുണ്ടായിരുന്ന കൂടിനടുത്തേക്ക് നടന്നു. അതിലുണ്ടായിരുന്ന കറുപ്പും വെളുപ്പും കലർന്ന വലിയ മുയലിനെ അവർ നോക്കി.

"അവനെ കാണാൻ ഭംഗിയില്ലേ! നോക്കൂ. അവൻ ശ്രദ്ധിക്കുന്നത്

കണ്ടോ! അവൻ ഒരു മണ്ടനാണെന്ന് തോന്നുന്നില്ലേ!" അവൾ പെട്ടെന്ന് പൊട്ടിച്ചിരിച്ചുകൊണ്ട് കൂട്ടിച്ചേർത്തു. "അവൻ നമ്മൾ പറയുന്നത് ശ്രദ്ധിച്ചു കേൾക്കട്ടെ! അവൻ അവനെത്തന്നെ മറന്ന് ശ്രദ്ധിക്കുകയാണ്. ശരിയല്ലേടാ ബിസ്മാർക്കേ?"

"അവനെ നമുക്ക് പുറത്തെടുക്കാൻ കഴിയുമോ?" ഗുഡ്റൺ ചോദിച്ചു.

"അവന് ഭയങ്കര ശക്തിയാണ്. അവന് ശരിക്കും ശക്തിയുണ്ട്." അവൾ തല ഒരു വശത്തേക്ക് ചരിച്ച് അസാധാരണമായ ഒരു അവിശ്വാസത്തോടെ ഗുഡ്റണിനെ നോക്കി.

"പക്ഷേ, നമുക്ക് ശ്രമിച്ചുനോക്കാം. ശ്രമിക്കാൻ പാടില്ലേ?"

"നിങ്ങൾക്ക് ഇഷ്ടമാണെങ്കിൽ ശ്രമിക്കാം. പക്ഷേ, അവൻ ഒരു ഭയങ്കര തൊഴിക്കാരനാണ്!"

അവർ വാതിൽ തുറക്കാനുള്ള താക്കോൽ എടുത്തു. മുയൽ വന്യമായ തിടുക്കത്തോടെ കൂട്ടിനുള്ളിൽ പൊട്ടിത്തെറിച്ചു.

"അവൻ ചിലപ്പോൾ ഭയങ്കരമായി മാന്തും." വിനിഫ്രഡ് ആവേശത്തോടെ വിളിച്ചു പറഞ്ഞു. "അവനെ നോക്കൂ. അവനെ കണ്ടാൽ അത്ഭുതം തോന്നുന്നില്ലേ?" മുയൽ കൂട്ടിനുള്ളിൽ വെപ്രാളപ്പെട്ട് ചുറ്റിത്തിരിഞ്ഞു. കൂടുതൽ ആവേശത്തോടെ കുട്ടി വിളിച്ചുകൂവി. "ബിസ്മാർക്ക് നിന്നെ കണ്ടാൽ പേടിക്കും. നീ ഒരു കാട്ടുമൃഗത്തിനെ പോലെ ഉണ്ട്." അവളുടെ വന്യമായ ആവേശത്തിനിടയിൽ വിനിഫ്രഡ് ഒരുതരം സംശയത്തോടെ ഗുഡ്റണിനെ നോക്കി. ഗുഡ്റൺ ചുണ്ട് കൊണ്ട് ഒരു പരിഹാസച്ചിരി ചിരിച്ചു. പ്രകടമാക്കാൻ കഴിയാത്ത ആവേശത്തിന്റെ ഒരു വിചിത്രമായ മൂളൽ വിനിഫ്രഡ് മൂളി. കൂടിന്റെ ഒരു മൂലയിൽ മുയൽ അനങ്ങാതിരിക്കുന്നതുകണ്ട് വിനിഫ്രഡ് വിളിച്ചുപറഞ്ഞു:

"ഇപ്പോൾ അവൻ അനങ്ങുന്നില്ല. അവനെ നമുക്ക് പുറത്തെടുക്കാം?" അവൾ ഗുഡ്റണിന്റെ അടുത്തേക്ക് വന്നുകൊണ്ട് രഹസ്യമായി പറഞ്ഞു. "അവനെ നമുക്ക് പുറത്തെടുക്കാം?" അവൾ കുസൃതിയോടെ സ്വയം ശബ്ദം ഉണ്ടാക്കാതെ ചിരിച്ചു.

അവർ കൂടിന്റെ വാതിൽ തുറന്നു. അവൾ പതുങ്ങി ഇരുന്ന തടിയൻ മുയലിന്റെ ചെവിയിൽ പിടികൂടി. അത് അതിന്റെ നാലുകാലും തറയിൽ ഉറപ്പിച്ച് പിന്നോട്ട് ബലം പിടിച്ചു. അതിനെ മുന്നോട്ട് വലിച്ചിഴയ്ക്കുമ്പോൾ കുറച്ച് സമയത്തേക്ക് ഒരു ഉരയുന്ന ശബ്ദം ഉണ്ടായിരുന്നു. അടുത്തനിമിഷത്തിൽ അത് സ്പ്രിങ് പോലെ ശരീരം ചുരുണ്ടും വിടർത്തിയും അന്തരീക്ഷത്തിൽ തൂങ്ങിക്കിടന്നു. ഗുഡ്റൺ കറുപ്പും വെളുപ്പും കലർന്ന ആ കൊടുങ്കാറ്റിനെ ചെവിയിൽ പിടിച്ച് ഒരു കൈ ദൂരത്ത് തൂക്കിപ്പിടിച്ചു. പക്ഷേ, മുയലിന് മാന്ത്രികശക്തിയുള്ളതുപോലെയുള്ള ശക്തിയായിരുന്നു. ഗുഡ്റണിന് അവന്റെ മുകളിലുള്ള പിടിമുറുക്കാൻ ഇതിൽ കൂടുതൽ ഒന്നും ചെയ്യാൻ കഴിഞ്ഞില്ല. അവൾക്ക് അവളുടെ മനസ്സാന്നിദ്ധ്യം തന്നെ ഏറെക്കുറെ നഷ്ടപ്പെട്ടു.

"ബിസ്മാർക്ക്, ബിസ്മാർക്ക്, നീ മനുഷ്യനെ പേടിപ്പിക്കുന്ന തരത്തിലാണ് പെരുമാറുന്നത്." വിനിഫ്രഡ് ഏറക്കുറെ ഭയന്ന ശബ്ദത്തിൽ പറഞ്ഞു. "അവനെ താഴെയിട്. അവൻ ഭയങ്കരമായി ബഹളം കൂട്ടുന്നു."

ഗുഡ്റൺ അവളുടെ കയ്യിൽ കിടന്നു പിടയുന്ന കൊടുങ്കാറ്റിനെ ഒരു നിമിഷം അമ്പരപ്പോടെ നോക്കിനിന്നു. പിന്നീട് മേഘം പോലെ ഒരു കനത്ത ദേഷ്യം അവളെ മൂടി. അവളുടെ നിറം മാറി. കൊടുങ്കാറ്റിൽ ഉലഞ്ഞുതകരുന്ന ഒരു വീടുപോലെ അവൾ പിടിച്ചുനിന്നു. ഈ പോരാട്ടത്തിന്റെ ക്രൂരമായ മണ്ടത്തരവും ഹൃദയശൂന്യതയും കൊണ്ട് അവൾക്ക് ഭ്രാന്ത് പിടിച്ചു. മുയലിന്റെ കൈനഖങ്ങൾ കൊണ്ട് അവളുടെ കൈപ്പത്തിയിൽ മൊത്തം പോറലേറ്റിരുന്നു. അതിഭയങ്കരമായ ക്രൂരത അവളിൽനിന്നും പുറത്തേക്ക് ഒഴുകി.

കുതിച്ചുചാടുന്ന മുയലിനെ കീഴ്പ്പെടുത്താൻ അവൾ ശ്രമിച്ചുകൊണ്ടിരിക്കുമ്പോൾ ജറാൾഡ് അവിടെ വന്നു. അവളിൽ ഒളിഞ്ഞിരുന്ന ക്രൂരത അയാൾ കണ്ടു.

"അതിനെ പിടിച്ചുതരാൻ നിങ്ങൾ ഏതെങ്കിലും ആണുങ്ങളോട് പറയണമായിരുന്നു." തിടുക്കത്തിൽ വന്നുകൊണ്ട് അയാൾ പറഞ്ഞു.

"ഹോ! ഇത് മനുഷ്യനെ പേടിപ്പിക്കും!" വിനിഫ്രഡ് ഭ്രാന്ത് പിടിച്ച പോലെ പറഞ്ഞു.

അയാൾ ഗുഡ്റണിന്റെ കൈയിൽ നിന്നും മുയലിനെ ചെവിക്ക് പിടിച്ച് പൊക്കിയെടുത്തു.

"ഇതിന്റെ ബലം കണ്ടാൽ പേടിതോന്നും." പകയോടെ കരയുന്ന ഒരു കടൽക്കാക്കയെപ്പോലെ അവൾ ഉറക്കെ പറഞ്ഞു.

മുയൽ അന്തരീക്ഷത്തിൽ ഒരു ഗോളമായി മാറി. പിന്നീട് വീണ്ടും നിവർന്ന് ഒരു വില്ലുപോലെയായി. അതിന്റെ ചലനങ്ങൾ ശരിക്കും പൈശാചികമായിരുന്നു. ജറാൾഡിന്റെ ശരീരം വലിഞ്ഞുമുറുകുന്നത് ഗുഡ്റൺ കണ്ടു. അയാളുടെ കണ്ണുകളിൽ രൂക്ഷമായ ഒരു അന്ധത ഉണ്ടായിരുന്നു.

"ഈ പഴയ തെണ്ടികളെ എനിക്ക് അറിയാം." അയാൾ പറഞ്ഞു.

പിശാചിനെപ്പോലെയുള്ള ആ കാട്ടുമൃഗം വീണ്ടും നിവർന്നു. വായുവിലൂടെ പറക്കുന്നമട്ടിൽ നിവർന്നു കിടന്നു. എന്നിട്ട് അവിശ്വസനീയമായ ശക്തിയോടെ വീണ്ടും ചുരുണ്ടു. അത് വില്ലുപോലെ വളഞ്ഞുനിവരുന്നതിന്റെ ശക്തിയിൽ അയാളുടെ ശരീരം ശക്തിയായി വിറച്ചു. പെട്ടെന്ന് അയാളിൽ രൂക്ഷമായ ദേഷ്യം പതഞ്ഞുപൊങ്ങി. ഒരു മിന്നലിന്റെ വേഗതയിൽ അയാൾ പിന്നോട്ട് മാറിക്കൊണ്ട് അയാളുടെ സ്വതന്ത്രമായ കൈകൊണ്ട് മുയലിന്റെ കഴുത്തിൽ അമർത്തിപ്പിടിച്ചു. അതിനോടൊപ്പം തന്നെ മരണഭയം കൊണ്ടുള്ള മുയലിന്റെ വെറുപ്പുതോന്നുന്ന നിലവിളിയും പുറത്തുവന്നു. അത് വലിയതോതിൽ ഒന്ന് പുളഞ്ഞു. ഒരു അവസാന പിടച്ചിലിൽ അയാളുടെ കൈ അത് വലിച്ചുകീറി. അതിന്റെ കൈപ്പത്തികളുടെ ചുഴലിക്കാറ്റിനിടയിൽ അതിന്റെ വെളുത്ത വയറ് മിന്നിമറഞ്ഞു. അതിനുശേഷം അയാൾ അതിനെ പെട്ടെന്ന് കറക്കിയെടുത്ത്

കൈപ്പിടിയിൽ ഒതുക്കി. അത് ഭയത്തോടെ പതുങ്ങിയിരുന്നു. അയാളുടെ മുഖത്ത് ഒരു പുഞ്ചിരിയുടെ തിളക്കം ഉണ്ടായിരുന്നു.

"ഒരു മുയലിന് ഇത്രയും ശക്തി ഉണ്ടാവുമെന്ന് നിങ്ങൾ വിചാരിക്കില്ല" അയാൾ ഗുഡ്‌റണെ നോക്കി പറഞ്ഞു. അയാൾ അവളുടെ വിളറിയ മുഖത്തെ രാത്രിപോലെ ഇരുണ്ട കറുത്ത കണ്ണുകൾ കണ്ടു. അവൾ മറ്റൊരു ലോകത്തുനിന്നാണെന്ന് തോന്നി. ക്രൂരമായ പോരാട്ടത്തിനു ശേഷമുള്ള മുയലിന്റെ നിലവിളി അവളുടെ ബോധത്തിന്റെ മുഖപടത്തെ വലിച്ചുകീറിയതായി തോന്നി. അയാൾ അവളെ നോക്കി. അയാളുടെ മുഖത്തെ വെളുത്ത വയറ് മിന്നിമറഞ്ഞു. അതിനുശേഷം അയാൾ അതിനെ പെട്ടെന്ന് കറക്കിയെടുത്ത് കൈപ്പിടിയിൽ ഒതുക്കി. അത് ഭയത്തോടെ പതുങ്ങിയിരുന്നു. അയാളുടെ മുഖത്തെ വെളുത്ത വൈദ്യുത തിളക്കത്തിന് ശക്തി വർദ്ധിച്ചു.

"എനിക്ക് സത്യത്തിൽ അവനെ ഇഷ്ടമല്ല." വിനിഫ്രഡ് പതുക്കെപ്പറഞ്ഞു. "ലുലുവിനോളം ഞാൻ ഇവനെ ശ്രദ്ധിക്കാറില്ല. അവനോട് സത്യത്തിൽ വെറുപ്പ് തോന്നും."

ഗുഡ്‌റൺ നല്ലബോധത്തിലേക്ക് തിരിച്ചെത്തിയപ്പോൾ അവളുടെ മുഖം പുഞ്ചിരികൊണ്ട് കോടിപ്പോയിരുന്നു. അവൾ സ്വയം വെളിപ്പെടുത്തപ്പെട്ടിട്ടുണ്ടെന്ന് അവൾക്ക് അറിയാം. "അവ കരയുമ്പോൾ പേടിപ്പെടുത്തുന്ന ശബ്ദമല്ലേ അവ ഉണ്ടാക്കുന്നത്?" അവൾക്ക് കഴിയുന്നത്ര ഉച്ചത്തിൽ ഗുഡ്‌റൺ ഒരു കടൽക്കാക്ക കരയുന്ന ശബ്ദത്തിൽ ചോദിച്ചു.

"വെറുപ്പ് തോന്നും." അയാൾ പറഞ്ഞു.

അയാളുടെ കൈയിൽ മരിച്ചതുപോലെ പതുങ്ങിയിരുന്ന മുയലിനെ പരീക്ഷണത്തിനുവേണ്ടി തൊട്ടുനോക്കിക്കൊണ്ട് വിനിഫ്രഡ് പറഞ്ഞു. "അവനെ പുറത്തേക്ക് എടുക്കുമ്പോൾ അവൻ ഇതുപോലെ ബഹളം കൂട്ടരുതായിരുന്നു." അവൾ ചോദിച്ചു. "അവൻ ചത്തോ?"

"ഇല്ല. അവൻ ചാവേണ്ടവനാണ്." അയാൾ പറഞ്ഞു.

"ശരിയാണ്. അവൻ ചാവണം." പെട്ടെന്നുണ്ടായ ഒരു ആവേശത്തിന്റെ മുന്നേറ്റത്തിൽ കുട്ടി വിളിച്ചുകൂവി. അതിനുശേഷം കൂടുതൽ ആത്മവിശ്വാസത്തോടെ അവൾ അതിനെ തൊട്ടു.

"നിനക്ക് ഇവനെ എവിടെക്കൊണ്ടുപോകണം?" ജറാൾഡ് ചോദിച്ചു.

"ആ പുല്ലു പിടിച്ച മുറ്റത്ത്." അവൾ പറഞ്ഞു.

ഗുഡ്‌റൺ ജറാൾഡിന്റെ കാരുണ്യത്തിൽ ജീവിക്കുന്ന ഒരു ജീവിയെപ്പോലെ അവളുടെ അസാധാരണമായ കറുത്തകണ്ണുകൾകൊണ്ട് അയാളെ നോക്കി. അവളുടെ നോട്ടത്തിൽ അഭ്യർത്ഥന ഉണ്ടായിരുന്നെങ്കിലും അത് ആത്യന്തികമായി ഒരു വിജയിയുടെ നോട്ടം ആയിരുന്നു. അവളോട് എന്ത് പറയണമെന്ന് അയാൾക്ക് അറിയില്ല. പരസ്പരമുള്ള നരകതുല്യമായ അംഗീകാരം അയാൾക്ക് അനുഭവിക്കാൻ കഴിഞ്ഞു. അതിനെ മൂടിവെയ്ക്കാൻ വേണ്ടി അവളോട് എന്തെങ്കിലും പറയണമെന്ന്

അയാൾക്ക് തോന്നി. അയാൾക്ക് ആത്മവിശ്വാസം ഉണ്ടായിരുന്നില്ല. ഭയം അയാളുടെ ഉള്ളിൽ ഉരുണ്ടുകൂടിയിരുന്നു.

"അവൻ നിങ്ങളെ മുറിവേല്പിച്ചോ? അയാൾ ചോദിച്ചു.

"ഇല്ല." അവൾ പറഞ്ഞു.

"അവൻ ഒരു ബോധവുമില്ലാത്ത മൃഗമാണ്." അയാൾ മുഖം തിരിച്ചുകൊണ്ട് പറഞ്ഞു.

അവർ വില്ലലുകളിലെല്ലാം പൂക്കൾ വിരിഞ്ഞുനില്ക്കുന്ന പഴയ ചുവന്ന മതിൽക്കെട്ടിനുള്ളിലുള്ള നടുമുറ്റത്ത് എത്തി. മുറ്റത്ത് പരവതാനി വിരിച്ചതുപോലെ പുല്ലുവളർന്നിരുന്നു. മുകളിൽ ആകാശത്തിന് നീലനിറം ആയിരുന്നു. ജറാൾഡ് മുയലിനെ തറയിലിട്ടു. അത് അനക്കമില്ലാതെ പതുങ്ങി ഇരുന്നു. ഗുഡ്റൺ നേരിയ ഭയത്തോടെ അതിനെ നോക്കി.

"ഇത് അനങ്ങാത്തത് എന്താണ്?" അവൾ ഉറക്കെ ചോദിച്ചു.

"അത് വെറുതെ പതുങ്ങിയിരിക്കുകയാണ്." അയാൾ പറഞ്ഞു.

അവൾ അയാളെ നോക്കി. തിന്മ നിഴലിക്കുന്ന ഒരു പുഞ്ചിരികൊണ്ട് അവളുടെ വെളുത്ത മുഖം സങ്കോചിച്ചു.

"ഇതൊരു പമ്പരവിഡ്ഢിയാണ്." അവൾ ഉറക്കെ വിളിച്ചു പറഞ്ഞു. പക നിറഞ്ഞുനിന്ന അവളുടെ പരിഹാസം അയാളുടെ തലച്ചോറിൽ വിറയൽ ഉണ്ടാക്കി. അയാളുടെ കണ്ണുകളിലേക്ക് നോക്കി അവൾ വീണ്ടും പരിഹാസം നിറഞ്ഞ ക്രൂരമായ അവളുടെ അംഗീകാരം അവൾ പ്രകടമാക്കി. അവർ തമ്മിൽ രണ്ടുപേർക്കും യോജിക്കാൻ കഴിയാത്ത ഒരു ഐക്യം ഉണ്ടായിരുന്നു. അവർ പരസ്പരം യോജിപ്പില്ലാത്ത രഹസ്യങ്ങൾ കൊണ്ട് ബന്ധിപ്പിക്കപ്പെട്ടിരുന്നു.

"നിങ്ങളെ എത്രതവണ മാന്തി?" ചുവന്ന പോറലുകൾ നിറഞ്ഞ ഉറപ്പുള്ള വെളുത്തകൈ നീട്ടിക്കാണിച്ചുകൊണ്ട് അയാൾ ചോദിച്ചു.

"എത്ര ഭയങ്കരമായിപ്പോയി" അവൾ അമ്പരപ്പോടെ ഉറക്കെ പറഞ്ഞു. "എന്റെ മുറിവ് സാരമില്ല."

അവൾ വെളുത്തു മൃദുലമായ തൊലിപ്പുറത്തെ ചുവന്ന പാട് കൈ ഉയർത്തി കാണിച്ചുകൊടുത്തു.

"എന്തൊരു പിശാചാണ്." അയാൾ കോപത്തോടെ ഉറക്കെ പറഞ്ഞു. അവളുടെ കൈയിലെ നീളത്തിലുള്ള ചുവന്ന പോറലിനെ പറ്റി അയാൾക്ക് അറിവുണ്ടായിരുന്നെന്ന് തോന്നുന്ന രീതിയിലാണ് അയാൾ സംസാരിച്ചത്. അയാൾ അവളെ തൊടാൻ ആഗ്രഹിച്ചില്ല. തൊടണമെന്നുണ്ടെങ്കിൽ അയാൾ കരുതിക്കൂട്ടി തൊട്ടുനോക്കണം. അയാളുടെ ബോധത്തിന്റെ ഉപരിതലത്തെ കീറിമുറിച്ചുകൊണ്ട് ആ മങ്ങിയ ചുവന്ന പോറൽ അയാളുടെ സ്വന്തം തലച്ചോറിലാണ് വീണിരിക്കുന്നതെന്ന് അയാൾക്ക് തോന്നി.

"ഇത് നിങ്ങൾക്ക് വല്ലാതെ വേദനിച്ചോ?"

"ഒട്ടും വേദനിച്ചില്ല." അയാൾ പറഞ്ഞു.

ഇതുവരെ പുല്ലിനിടയിൽ ഒരു പൂവുപോലെ പതുങ്ങി ഇരുന്ന മുയൽ ജീവിതത്തിലേക്ക് പെട്ടെന്ന് കടന്നുവന്നു. ഒരുതോക്കിൽ നിന്ന് പുറപ്പെട്ട

തുപോലെ അത് നടുമുറ്റത്ത് കിടന്ന് വട്ടത്തിൽ ഓടി. അതിന്റെ ഓട്ടം അവരുടെ തലച്ചോറിനെ ചുറ്റിവരിയുന്നതുപോലെ തോന്നി. മുയൽ അറിയപ്പെടാത്ത ഏതോ മന്ത്രത്തിന് അടിമപ്പെട്ടിരിക്കുകയാണെന്ന മട്ടിൽ അവർ എല്ലാവരും സ്വാഭാവികമല്ലാത്ത ഒരു പുഞ്ചിരിയോടെ കറങ്ങുന്ന മുയലിനെ ആശ്ചര്യത്തോടെ നോക്കിക്കൊണ്ട് നിന്നു. പഴയ ചുവന്ന മതിൽക്കെട്ടിനുള്ളിൽ അത് ഒരു കൊടുങ്കാറ്റുപോലെ പറന്നുനടന്നു.

പിന്നീട് പുല്ലിനിടയിലൂടെ പതുങ്ങി നടന്ന് അതു പെട്ടെന്ന് നടത്തം നിർത്തി പമ്മി ഇരുന്നു. മൂക്ക് വിറപ്പിച്ചുകൊണ്ട് അത് ആലോചനയിൽ മുഴുകി. കുറച്ചുസമയം ആലോചിച്ചശേഷം അത് കണ്ണ് തുറന്നു. അവരെ നോക്കിക്കൊണ്ടോ നോക്കാതെയോ സാവധാനം മുന്നോട്ട് നീങ്ങിയിരുന്ന് പുല്ല് കരണ്ടുതിന്നാൻ തുടങ്ങി.

“ഇതിന് ഭ്രാന്താണ്.” ഗുഡ്റൺ പറഞ്ഞു. “ഇതിന് നിശ്ചയമായും ഭ്രാന്താണ്.”

അയാൾ ചിരിച്ചു.

“പ്രശ്നം ഭ്രാന്ത് എന്താണെന്നുള്ളതാണ്?”

അയാൾ പറഞ്ഞു. “ഇത് ഭ്രാന്തൻ മുയലാണെന്ന് ഞാൻ വിചാരിക്കുന്നില്ല.”

“ഇതിന് ഭ്രാന്തുണ്ടെന്ന് വിചാരിക്കുന്നില്ലേ?”

“ഇല്ല. അത് ഒരു മുയലിന്റെ തനിസ്വഭാവം തന്നെയാണ്.”

അയാളുടെ മുഖത്ത് വിചിത്രമായ ഒരു പുഞ്ചിരി ഉണ്ടായിരുന്നു. അവൾ അയാളെ നോക്കി. അവൾ അയാളെ മനസ്സിലാക്കി. അയാൾ തുടക്കത്തിലായിരുന്നെന്നും അവൾ അടുപ്പത്തിലായിരുന്നെന്നും അവൾക്ക് അറിവുണ്ട്. ഇത് ആ നിമിഷങ്ങളിൽ അവളെ തടസ്സപ്പെടുത്തി. അവളിൽ എതിർപ്പുണ്ടാക്കി.

“നമ്മൾ മുയലല്ലാത്തതിന് ദൈവത്തിന് നന്ദി.”

അവൾ തുളച്ചിറങ്ങുന്ന ശബ്ദത്തിൽ ഉറക്കെപ്പറഞ്ഞു.

അയാളുടെ മുഖത്തെ പുഞ്ചിരിയുടെ ശക്തിവർദ്ധിച്ചു. “മുയൽ അല്ലാത്തതിനാണോ നന്ദി.” അവളെ സൂക്ഷിച്ചു നോക്കിക്കൊണ്ട് അയാൾ ചോദിച്ചു.

അവൾ സാവധാനം ശക്തമായി ആണുങ്ങൾ പറയുന്നതുപോലെ പറഞ്ഞു. “അതെ. ജറാൾഡ്, അതിനെല്ലാം നന്ദി. അതിനപ്പുറമുള്ളതിനും നന്ദി.” ഞെട്ടിപ്പിക്കുന്ന അശ്രദ്ധയോടെ അവളുടെ കണ്ണുകൾ അയാളെ നോക്കി. ഒടുവിൽ അവൾ വീണ്ടും അയാളുടെ നെഞ്ച് വലിച്ചു കീറിയിരിക്കുന്നതായി അയാൾക്ക് തോന്നി. അയാൾ ഒരു വശത്തേക്ക് തിരിഞ്ഞു.

“തിന്ന് മോനേ തിന്ന്” വിനിഫ്രഡ് മുയലിനെ നല്ലവാക്ക് പറഞ്ഞ് മയക്കാൻ നോക്കുകയായിരുന്നു. ഗുഡ്റൺ അതിനെ തൊടാൻവേണ്ടി മുന്നോട്ട് പതുങ്ങിച്ചെന്നു. അത് അവളെ തൊടാൻ സമ്മതിക്കാതെ മുന്നോട്ടുചാടി. “അവന്റെ അമ്മ അവനെ തഴുകട്ടെ!” ഗുഡ്റൺ വിചാരിച്ചു.

19

ചന്ദ്രനെപ്പോലെ

അസുഖത്തിനുശേഷം കുറച്ചുകാലത്തേക്ക് ബിർക്കിൻ തെക്കൻ ഫ്രാൻസിലേക്ക് പോയി. അയാളുടെ അടുത്തുനിന്ന് ആരും ഒന്നും അറിഞ്ഞില്ല. ഒറ്റപ്പെട്ടുപോയ ഉർസുലയ്ക്ക് എല്ലാം നഷ്ടപ്പെട്ടതുപോലെ തോന്നി. ലോകത്ത് പ്രതീക്ഷിക്കാൻ ഒന്നും ഇല്ലെന്നുള്ള തോന്നൽ ആയിരുന്നു. അവൾ ശൂന്യതയുടെ വേലിയേറ്റത്തിൽ ഒറ്റപ്പെട്ടു നില്ക്കുന്ന ഒരു വളരെ ചെറിയ പാറപോലെ ആയിരുന്നു. കുത്തൊഴുക്കിലെ പാറപോലെ അവൾ മാത്രമായിരുന്നു സത്യം. അവൾ മാത്രം. ബാക്കി മുഴുവൻ ശൂന്യത ആയിരുന്നു. അവൾ അവളിൽത്തന്നെ ഒറ്റപ്പെട്ട് ഒന്നിലും താല്പര്യമില്ലാതെ ഉറച്ചുനിന്നു.

പക്ഷേ, അവജ്ഞ നിറഞ്ഞ താല്പര്യക്കുറവല്ലാതെ ഇപ്പോൾ മറ്റൊന്നും ഇല്ല. ലോകം മൊത്തത്തിൽ ഒരു ഇരുണ്ട ശൂന്യതയിലേക്ക് നഷ്ടപ്പെട്ടുകൊണ്ടിരിക്കുകയായിരുന്നു. അവൾക്ക് ഒരിടത്തും ഒരു സമ്പർക്കമോ ബന്ധമോ ഇല്ല. അവൾക്ക് മൊത്തത്തിൽ അവജ്ഞയും വെറുപ്പും തോന്നി. അവളുടെ ഹൃദയത്തിന്റെയും ആത്മാവിന്റെയും അടിത്തട്ടിൽനിന്ന് അവൾക്ക് മനുഷ്യരോട്— മുതിർന്ന മനുഷ്യരോട് അവജ്ഞയും വെറുപ്പും തോന്നി. കുട്ടികളേയും മൃഗങ്ങളെയും മാത്രം അവൾ സ്നേഹിച്ചു. കുട്ടികളെ അവൾ വൈകാരികമായി സ്നേഹിച്ചു. അവരെ കെട്ടിപ്പിടിക്കണമെന്നും സംരക്ഷിക്കണമെന്നും അവർക്ക് ജീവിതം കൊടുക്കണമെന്നും മോഹം ഉണ്ടാക്കാൻ അവൾക്കു കഴിഞ്ഞു. പക്ഷേ, അനുകമ്പയും നൈരാശ്യവും അടിസ്ഥാനമാക്കിയുള്ള ഈ സ്നേഹം അവൾക്ക് ഒരു ബന്ധനം ആയിരുന്നു. ഒരു വേദന ആയിരുന്നു. മൃഗങ്ങളിൽ അവളെപ്പോലെ സംഘത്തിൽ നിന്നും ഒറ്റപ്പെട്ട മൃഗങ്ങളെ അവൾ കൂടുതൽ സ്നേഹിച്ചു. പാടത്ത് തനിച്ചു നില്ക്കുന്ന പശുക്കളേയും കുതിരകളേയും അവൾ സ്നേഹിച്ചു. വെറുപ്പുണ്ടാക്കുന്ന ഏതെങ്കിലും സാമൂ

ഹൃതത്ത്വത്തിലേക്ക് ഇതിനെ പരാമർശിക്കാൻ കഴിയില്ല.

അവൾ കണ്ടുമുട്ടുന്ന മനുഷ്യരോട് ഏകദേശം വിധേയത്വത്തോടെ തന്നെ സന്തോഷമായി പെരുമാറാൻ അവൾക്ക് കഴിയും. പക്ഷേ, ആരേയും അവൾ സ്വീകരിക്കില്ല. കണ്ടുമുട്ടുമ്പോൾ തന്നെ അവനോ അവൾക്കോ അവളുടെ മനുഷ്യജീവിയോടുള്ള വെറുപ്പുകലർന്ന പരിഹാസം അനുഭവപ്പെടും. അവൾക്ക് മനുഷ്യനോട് നിഗൂഢമായ പകയുണ്ട്. മനുഷ്യൻ എന്ന വാക്കിന് അവൾക്ക് തോന്നിയ അർത്ഥം നികൃഷ്ടമായതെന്നും വെറുപ്പുളവാക്കുന്നതെന്നും ആയിരുന്നു.

വെറുപ്പുനിറഞ്ഞ ഈ ശകാരത്തിൽ ബോധപൂർവ്വം അല്ലാതെ ഒളിഞ്ഞിരിക്കുന്ന പീഡനംകൊണ്ട് അവളുടെ ഹൃദയം കൂടുതൽ സമയവും മൂടിയിരിക്കും. അവൾ സ്നേഹിക്കുന്നുണ്ടെന്ന് അവൾ വിചാരിച്ചു. അവളിൽ മുഴുവൻ സ്നേഹമാണെന്ന് അവൾ വിചാരിച്ചു. പക്ഷേ, അവളുടെ സാന്നിദ്ധ്യത്തിന്റെ അസാധാരണമായ തിളക്കം അങ്ങേയറ്റത്തെ നിഷേധത്തിന്റെ തിളക്കം ആയിരുന്നു. അവളുടെ നൈസർഗികമായ ഊർജ്ജസ്വലതയുടെ വിസ്മയകരമായ തിളക്കം നിഷേധം അല്ലാതെ മറ്റൊന്നും അല്ല.

എങ്കിലും ചില നിമിഷങ്ങളിൽ അവൾ കീഴടങ്ങി. അവൾ മയപ്പെട്ടു. അവർ ശുദ്ധമായ സ്നേഹം ആഗ്രഹിച്ചു. സ്ഥിരമായ നിഷേധത്തിന്റെ അവസ്ഥ ഒരു പീഡനവും കഷ്ടപ്പാടും ആയിരുന്നു. ശുദ്ധമായ സ്നേഹത്തിനു വേണ്ടിയുള്ള ഭയാനകമായ ഒരു ആഗ്രഹം വീണ്ടും അവളെ കീഴടക്കി.

ഒരു വൈകുന്നേരം നിരന്തരമായ ഈ മൗലികമായ കഷ്ടപ്പാടിന്റെ മരവിപ്പുമായി അവൾ പുറത്തുപോയിരുന്നു. നശിപ്പിക്കപ്പെടാൻ സമയമായതെല്ലാം ഇപ്പോൾ നശിക്കണം. ഈ അറിവ് അവളിൽ ഒരു അന്ത്യത്തിലേക്ക് എത്തിയിരുന്നു. പോകാനുള്ളവരെ എല്ലാം മരണമോ അധഃപതനമോ കൊണ്ട് വിധി കൊത്തിക്കൊണ്ട് പോകുകയാണെങ്കിൽ അവൾ എന്തിനാണ് അതിൽ കഷ്ടപ്പെടുന്നത്? എന്തിനാണ് കൂടുതൽ നിരാകരിക്കുന്നത്? അവൾ അതിൽ നിന്നെല്ലാം സ്വതന്ത്രയായിരിക്കുന്നു. അവൾക്ക് മറ്റ് എവിടെയെങ്കിലും ഒരു പുതിയ കൂട്ടുകെട്ട് അന്വേഷിക്കാൻ കഴിയും.

ഉർസുല വില്ലിഗ്രീനിലെ മില്ലിന്റെ ഭാഗത്തേക്ക് നടന്നു. അവൾ വില്ലി വാട്ടറിൽ എത്തി. തടാകം ശൂന്യതയ്ക്ക് ശേഷം വീണ്ടും ഏകദേശം നിറഞ്ഞിരുന്നു. പിന്നീട് അവൾ കാട്ടിലേക്ക് തിരിഞ്ഞു. ഇരുട്ടിത്തുടങ്ങിയിരുന്നു. പക്ഷേ, ഭയക്കാനുള്ള ഒരുപാട് കാരണങ്ങളുള്ള അവൾ ഭയക്കാൻ മറന്നുപോയി. മരങ്ങൾക്കിടയിൽ മനുഷ്യരാരും ഉണ്ടായിരുന്നില്ല. മാന്ത്രികമായ ഒരുതരം സമാധാനം അവിടെ ഉണ്ടായിരുന്നു. മനുഷ്യന്റെ കറ പോലും ഇല്ലാതെ ശുദ്ധമായ ഏകാന്തത ഒരാൾക്ക് കാണാൻ കഴിഞ്ഞാൽ അത്, അയാൾക്ക് കൂടുതൽ നല്ല അനുഭവമായിരിക്കും. മനുഷ്യനെക്കുറിച്ചുള്ള ആശങ്കകൊണ്ട് വാസ്തവത്തിൽ അവൾ ഭയന്നിരുന്നു.

വലതുവശത്ത് മരങ്ങൾക്കിടയിലായി എന്തോ കണ്ട് അവൾ ഞെട്ടി.

അത് കൗശലത്തോടെ അവളെ ശ്രദ്ധിക്കുന്ന ഒരു വലിയ സാന്നിദ്ധ്യം ആയിരുന്നു. അത് മെലിഞ്ഞ മരങ്ങൾക്കിടയിലൂടെ ഉയർന്നുവരുന്ന ചന്ദ്രൻ ആയിരുന്നു. പക്ഷേ, അതിന്റെ മരിച്ചതുപോലെയുള്ള വിളറിയ പുഞ്ചിരി കൊണ്ട് അതിന് നിഗൂഢമായ ഒരു പരിവേഷം കിട്ടിയിരുന്നു. അതിനെ അകറ്റി നിർത്താൻ കഴിയില്ല. അവൾ വെളുത്തഗ്രഹത്തിൽനിന്ന് രക്ഷപ്പെട്ട് മുന്നോട്ടുനീങ്ങി. അവൾ വീട്ടിലേക്ക് തിരിച്ച് പോകുന്നതിന് മുമ്പ് മില്ലിനടുത്തെത്തി കുളം കണ്ടിരിക്കും.

പട്ടികളെ പേടിച്ച് പറമ്പിലൂടെ പോകാൻ അവൾ ആഗ്രഹിച്ചില്ല. അവൾ കുന്നിൻചരിവിലൂടെ കുളത്തിന്റെ ഭാഗത്തേക്ക് ഇറങ്ങി. നഗ്നമായ തുറന്ന പ്രദേശത്തിനു മുകളിൽ ചന്ദ്രൻ കൂടുതൽ പ്രബലനായിരുന്നു. അതിന്റെ മുന്നിൽ പെട്ടതിൽ അവൾക്ക് അസ്വസ്ഥത തോന്നി. തറയിൽ രാത്രി മുയലുകളുടെ തിളക്കം ഉണ്ടായിരുന്നു. രാത്രിക്ക് സ്ഫടികം പോലെ തെളിച്ചം ഉണ്ടായിരുന്നു. ഒരു ചലനം പോലും ഇല്ല. ദൂരെ എവിടെയോ ഒരു ആട് കരയുന്ന ശബ്ദം അവൾ കേട്ടു.

അതുകൊണ്ട് അവൾ മരങ്ങളുടെ വേരുകൾ ചുറ്റിപ്പിണഞ്ഞ് കിടക്കുന്ന കുളത്തിന്റെ മുകളിലെ കരയിലൂടെ താഴോട്ടിറങ്ങി. അവിടെ അല്പം മുകളിലായി ഒരു മരത്തിൽ കൈകുത്തിക്കൊണ്ട് അവൾ വെള്ളത്തിലേക്ക് നോക്കിനിന്നു. ചലനമില്ലാതെ കിടന്ന വെള്ളത്തിനു മുകളിൽ ചന്ദ്രൻ ഒഴുകി നടക്കുന്നുണ്ടായിരുന്നു. പക്ഷേ, എന്തോ കാരണംകൊണ്ട് അവൾക്ക് അത് ഇഷ്ടപ്പെട്ടില്ല. അത് അവൾക്ക് ഒന്നും നല്കിയില്ല. അതുകൊണ്ട് അവൾ വാൽവിന്റെ പരുക്കൻ മർമ്മരം ശ്രദ്ധിച്ചു. അവൾ രാത്രിയിൽ നിന്നും മറ്റെന്തോ പ്രതീക്ഷിച്ചു. ചന്ദ്രന്റെ തിളക്കത്തിന്റെ കാഠിന്യം ഇല്ലാത്ത മറ്റൊരു രാത്രിയെ അവൾ ആഗ്രഹിച്ചു. അവളുടെ ആത്മാവ് നൈരാശ്യത്തോടെ പൊട്ടിക്കരയുന്നത് അവൾക്ക് അനുഭവിക്കാൻ കഴിഞ്ഞിരുന്നു.

വെള്ളത്തിനടുത്തുകൂടി ഒരു നിഴൽ നീങ്ങിപ്പോകുന്നത് അവൾ കണ്ടു. അത് ബിർക്കിൻ ആയിരിക്കും. ആരും അറിഞ്ഞില്ലെങ്കിലും അയാൾ അപ്പോൾ തിരിച്ചെത്തിയിരുന്നു. അവൾ അഭിപ്രായം പറയാതെ അത് സ്വീകരിച്ചു. ഒന്നും അവളെ ബാധിച്ചില്ല. അവൾ മരത്തിന്റെ വേരുകൾക്കിടയിൽ ഇരുന്ന് രാത്രിയിൽ മഞ്ഞ് ഉരുകുന്നതിന്റെ ശബ്ദം പോലെയുള്ള വാൽവിന്റെ മർമ്മരം ശ്രദ്ധിച്ചു. ദ്വീപുകൾ ഇരുണ്ട് മങ്ങിപ്പോയിരുന്നു. മരക്കൊമ്പുകളും ഇരുണ്ടുപോയിരുന്നു. കുറച്ച് ചില്ലകളുടെ മാത്രം മങ്ങിയ പ്രതിബിംബങ്ങൾ തിളങ്ങുന്നുണ്ടായിരുന്നു. വെള്ളത്തിലെ വെളിച്ചം പുറത്ത് കൊണ്ടുവന്നുകൊണ്ട് ഒരു മീൻ രഹസ്യമായി തുള്ളിച്ചാടി. ഇരുട്ടിനെ തുടർച്ചയായി ഉടച്ചുകളയുന്ന ഈ തിളക്കം അവൾ ഇഷ്ടപ്പെട്ടില്ല. അവൾ ഒന്നും ചലിക്കാത്ത പൂർണ്ണമായ ഇരുട്ട് വേണമെന്ന് ആഗ്രഹിച്ചു. ഇരുട്ടിൽ നിലാവ് പുരണ്ട തലമുടിയുമായി ബിർക്കിൻ അടുത്തെത്തിയിരുന്നു. അയാൾ വളരെ അടുത്തെത്തിയെങ്കിലും അവൾ അത് ഗൗനിച്ചിരുന്നില്ല. അവൾ അവിടെ ഉണ്ടെന്ന് അയാൾക്കും അറിയില്ല.

മറ്റാരും കാണാതെ ചെയ്യാൻ ആഗ്രഹിക്കുന്ന എന്തെങ്കിലും കാര്യം അയാൾ അപ്പോൾ ചെയ്തിരുന്നെങ്കിൽ? പക്ഷേ, അവിടെ അതിന് എന്ത് പ്രസക്തിയാണുള്ളത്? അയാൾ ചെയ്യുന്ന കാര്യത്തിന് എന്ത് പ്രസക്തി? ചെറിയ സ്വകാര്യതകൾക്ക് എന്ത് പ്രസക്തി? എങ്ങനെയാണ് അവിടെ രഹസ്യങ്ങൾ ഉണ്ടാകുന്നത്? നമ്മൾ എല്ലാവരും ഒരേ അവയവഘടനയുള്ള ജീവികളാണ്. എല്ലാ കാര്യങ്ങളും നമ്മൾക്ക് എല്ലാവർക്കും അറിവുള്ളപ്പോൾ എങ്ങനെയാണ് ഒരു രഹസ്യം അവിടെ നിലനില്ക്കുന്നത്?

അയാൾ നടക്കുന്നതിനിടയിൽ ഉണങ്ങിയ പൂക്കളിൽ സ്വയം എന്തൊക്കെയോ പറഞ്ഞുകൊണ്ട് തൊട്ടുനോക്കുന്നുണ്ടായിരുന്നു.

"നിങ്ങൾക്ക് വിട്ടുപോകാൻ കഴിയില്ല." അയാൾ പറഞ്ഞുകൊണ്ടിരുന്നു. "ഒരുവഴിയും ഇല്ല. നിങ്ങൾ സ്വയം പിൻമാറുക ആയിരുന്നു."

അയാൾ ഒരു ഉണങ്ങിയ പൂക്കമ്പ് വെള്ളത്തിലേക്ക് എറിഞ്ഞു.

"കള്ളങ്ങൾ ഇല്ലെങ്കിൽ സത്യങ്ങളും ഉണ്ടാകില്ലായിരുന്നു. അപ്പോൾ ഒരാൾ ഒരിക്കലും ഉറച്ചു നില്ക്കേണ്ട ആവശ്യം ഇല്ല."

അയാൾ ഉണങ്ങിയ പൂച്ചില്ലകൾ വെള്ളത്തിലേക്ക് വലിച്ചെറിഞ്ഞുകൊണ്ടിരുന്നു. അയാൾ ജലപ്പരപ്പിലേക്ക് നോക്കിക്കൊണ്ട് അനങ്ങാതെ നിന്നു. *"സിബിലിയും സിറിയഡിയും നശിച്ചുപോകട്ടെ! ആർക്കെങ്കിലും അതിന് അവളോട് അസൂയ ഉണ്ടോ? അവിടെ എന്താണ് ബാക്കി ഉള്ളത്?"

അയാളുടെ തനിച്ചുള്ള സംസാരം കേട്ടിട്ട് ഉർസുലയ്ക്ക് ഭ്രാന്തമായി പൊട്ടിച്ചിരിക്കണമെന്ന് തോന്നി. അത് അങ്ങേയറ്റത്തെ മണ്ടത്തരങ്ങൾ ആയിരുന്നു.

അയാൾ വെള്ളത്തിലേക്ക് നോക്കിക്കൊണ്ട് നിന്നു. പിന്നീട് അയാൾ ഒരു കല്ല് കുനിഞ്ഞെടുത്ത് കുളത്തിലേക്ക് ഉന്നം നോക്കി എറിഞ്ഞു. ഉർസുല അവളുടെ കണ്ണിനു മുമ്പിൽ വികൃതമാക്കപ്പെട്ട് ആടിക്കളിക്കുന്ന ചന്ദ്രനെപ്പറ്റി ബോധവതി ആയിരുന്നു. അത് പ്രകാശത്തിന്റെ ഒരു വീക്കം പോലെ അവളുടെ മുന്നിൽ ശക്തമായി സ്പന്ദിക്കുന്നതായി തോന്നി.

പിന്നീട് കുളക്കരയിൽ നിലയുറപ്പിച്ചിരുന്ന അയാളുടെ ഇരുണ്ട രൂപം വെള്ളത്തിലേക്ക് കുറച്ച് സമയം നോക്കി നിന്നതിനുശേഷം കുനിഞ്ഞ് തറയിൽ തപ്പിനോക്കി. പിന്നീട് വീണ്ടും അവിടെ ഒരു ശബ്ദം പൊട്ടിത്തെറിച്ചു. വെള്ളത്തിൽ ചന്ദ്രൻ പൊട്ടിത്തകർന്ന് വെളുത്ത തീക്കനലുകളായി നാലുപാടും ചിതറി. ഏറ്റവും ദൂരെ എത്തിയ പ്രകാശത്തിന്റെ കഷണങ്ങൾ കരയ്ക്ക് കയറി രക്ഷപ്പെടാനുള്ള ശ്രമത്തിലാണെന്ന് തോന്നി. പക്ഷേ, നടുക്ക് പൂർണ്ണമായി നശിപ്പിക്കപ്പെടാത്ത തെളിഞ്ഞ് പ്രകാശിക്കുന്ന ഒരു ചന്ദ്രൻ വിറച്ചുകൊണ്ട് നിന്നിരുന്നു. അത് അസാധാരണമായപ്രാണവേദനയോടെ എല്ലാപ്രകാശത്തിന്റെ കഷണങ്ങളെയും വലിച്ചടുപ്പിക്കാൻ തീവ്ര പരിശ്രമം നടത്തുകയാണെന്ന് തോന്നി. അതിന് ശക്തി കൂടിക്കൊണ്ടിരുന്നു. നശിപ്പിക്കാൻ കഴിയാത്ത ചന്ദ്രൻ വീണ്ടും സ്വയം

* സിബിലി– റോമൻ പുരാണങ്ങളിലെ മഹത്തായ അമ്മ. സിറിയഡി – സ്നേഹത്തിന്റെയും യുദ്ധത്തിന്റെയും ബാബിലോണിയൻ ദേവി.

അവകാശം സ്ഥാപിക്കുകയായിരുന്നു. നിലാവിന്റെ കിരണങ്ങൾ ശക്തി കൂടിക്കൊണ്ടിരുന്ന ചന്ദ്രന്റെ അടുത്തേക്ക് ധൃതിയിൽ തിരിച്ചുവന്നുകൊണ്ടിരുന്നു.

കുളം ഏറെക്കുറെ ശാന്തമായി. ചന്ദ്രന് ഏകദേശം പ്രശാന്തത കൈവരുന്നതുവരെ ബിർക്കിൻ കുളത്തിലേക്ക് നോക്കിക്കൊണ്ടുനിന്നു. പിന്നീട് തൃപ്തി തോന്നിമട്ടിൽ അയാൾ കൂടുതൽ കല്ലുകൾ കുനിഞ്ഞെടുത്തു. അയാളുടെ അദൃശ്യമായ പിടിവാശി അവൾക്ക് അനുഭവിക്കാൻ കഴിഞ്ഞു. വീണ്ടും നിമിഷത്തിനുള്ളിൽ അവളെ അത്ഭുതപ്പെടുത്തിക്കൊണ്ട് പ്രകാശത്തിന്റെ കഷണങ്ങൾ പൊട്ടിത്തെറിച്ചു. അതിനുശേഷം ഏകദേശം അപ്പോൾത്തന്നെ അടുത്ത ഏറ് വന്നു. ചന്ദ്രൻ വെളുത്ത കഷണങ്ങളായി അന്തരീക്ഷത്തിൽ പൊട്ടിത്തെറിച്ചു. തിളങ്ങുന്ന പ്രകാശത്തിന്റെ അമ്പുകൾ തെറിച്ചുപോയി. കുളത്തിലേക്ക് ഇരുട്ട് ഇഴഞ്ഞുകയറി. അവിടെ ചന്ദ്രൻ ഉണ്ടായിരുന്നില്ല. തകർന്ന വെളിച്ചത്തിന്റെയും നിഴലുകളുടെയും ഒരു യുദ്ധഭൂമി മാത്രം അവിടെ അവശേഷിച്ചിരുന്നു. ചന്ദ്രൻ നിന്നിരുന്ന ഭാഗത്ത് അതിനെ തുടച്ചുമാറ്റിക്കൊണ്ട് വീണ്ടും വീണ്ടും കനത്ത ഇരുണ്ടനിഴലുകൾ കൂട്ടിമുട്ടിക്കൊണ്ടിരുന്നു. വെളുത്ത പ്രകാശത്തിന്റെ കഷണങ്ങൾ എവിടെപ്പോകണമെന്നറിയാതെ കാറ്റ് തൂവിയിട്ട റോസാപ്പൂവിന്റെ ഇതളുകൾപോലെ പലയിടത്തായി വെള്ളത്തിനു മുകളിലായി കിടന്ന് തിളങ്ങി.

എങ്കിലും വീണ്ടും അവ വാശിയോടെ വഴി കണ്ടെത്തി മദ്ധ്യത്തിലേക്ക് അടുത്തുകൊണ്ടിരുന്നു. ബിർക്കിനും ഉർസുലയും നോക്കിക്കൊണ്ടിരിക്കുമ്പോൾ വീണ്ടും എല്ലാം നിശ്ചലമായി. ചന്ദ്രൻ സ്വയം രഹസ്യമായി ഒന്നിച്ചുചേരുന്നത് അയാൾ കണ്ടു.

അപ്പോഴും അയാൾക്ക് സംതൃപ്തി തോന്നിയിരുന്നില്ല. ഒരു ഭ്രാന്തുപോലെ അയാൾക്ക് തുടർന്നേ പറ്റൂ. അയാൾ വലിയകല്ലുകൾ പെറുക്കിയെടുത്ത് ഒന്നൊന്നായി എറിഞ്ഞുകൊണ്ടിരുന്നു. ഒടുവിൽ ചന്ദ്രൻ ഇല്ലാതെ ഒരു തുടർച്ചയായ മുഴക്കം മാത്രം കുളത്തിൽ അവശേഷിച്ചു. പ്രകാശത്തിന്റെ ഏതാനും മുറിഞ്ഞ കഷണങ്ങൾ ലക്ഷ്യമോ അർത്ഥമോ ഇല്ലാതെ ഇടയ്ക്കിടയ്ക്ക് അനങ്ങുന്ന കറുപ്പും വെളുപ്പും കലർന്ന ഒരു കാലിഡോസ്കോപ്പിലെ കാഴ്ചപോലെ കൂടിക്കുഴഞ്ഞു കിടന്നു. ഇരുണ്ട രാത്രിയെ വാൽവിൽ നിന്നും ക്രമം തെറ്റാതെ ഉയരുന്ന ശബ്ദങ്ങൾ തകർത്തുകൊണ്ടിരുന്നു. ബിർക്കിൻ ശബ്ദങ്ങൾക്ക് ചെവികൊടുത്തു. അയാൾ സംതൃപ്തനായിരുന്നു.

ഉർസുല പരിഭ്രമിച്ചുപോയിരുന്നു. അവൾക്ക് മനസ്സ് നഷ്ടപ്പെട്ടു. അവൾ ഭൂമിയിൽ വീണ വെള്ളംപോലെ ഉള്ളിലേക്ക് ഊർന്നിറങ്ങിപ്പോയെന്ന് അവൾക്ക് തോന്നി. പക്ഷേ, പ്രകാശത്തിന്റെ കഷണങ്ങൾ തിരിച്ചുവന്നു കൊണ്ടിരിക്കുകയാണെന്ന് അവൾക്ക് അറിയാം. സാവധാനം കഷണങ്ങൾ ഒന്നിച്ചുകൂടി. അവ ഉയർന്നു. ചാഞ്ചാടി. നൃത്തം ചെയ്തു. അകാരണമായി ഭയന്ന് പിൻമാറി. വീണ്ടും മുന്നോട്ടുവന്നു. പക്ഷേ,

എപ്പോഴും അവ അടുത്തുകൊണ്ടിരുന്നു. ഒടുവിൽ വീണ്ടും ഒരു രൂപം മാറിയ പുതിയ ചന്ദ്രൻ വെള്ളത്തിനു മുകളിൽ ആത്മവിശ്വാസത്തോടെ ആടിക്കളിക്കാൻ തുടങ്ങുകയായിരുന്നു.

ബിർക്കിൻ കുളക്കരയിൽ പതുങ്ങിനടക്കുന്നത് വ്യക്തമായിരുന്നില്ല. അയാൾ ചന്ദ്രനെ വീണ്ടും കല്ലെറിയുമെന്ന് ഉർസുല ഭയക്കുന്നുണ്ടായിരുന്നു. അവൾ ഇരിപ്പിടത്തിൽ നിന്ന് തെന്നിയിറങ്ങി സംസാരിച്ചുകൊണ്ട് അയാളുടെ അടുത്തേക്ക് നടന്നു.

"നിങ്ങൾ ഇനിയും അതിനെ കല്ലെറിയുന്നുണ്ടോ? ഇല്ലല്ലോ?"

"നിങ്ങൾ ഇവിടെ വന്നിട്ട് എത്ര സമയമായി?"

"ഒരുപാടുനേരമായി. നിങ്ങൾ ഇനിയും കല്ലെറിയുന്നില്ലല്ലോ?"

"എനിക്ക് അതിനെ കുളത്തിൽ നിന്ന് പറഞ്ഞയയ്ക്കണമെന്നാണ് ആഗ്രഹം." അയാൾ പറഞ്ഞു.

"അതെ, അത് സത്യത്തിൽ കണ്ടുനില്ക്കാൻ കഴിയില്ല. നിങ്ങൾ ചന്ദ്രനെ എന്തിനാണ് വെറുക്കുന്നത്? അത് നിങ്ങൾക്ക് എന്തെങ്കിലും ഉപദ്രവം ഉണ്ടാക്കിയിട്ടുണ്ടോ?"

"അത് വെറുപ്പായിരുന്നോ?" അവർ അല്പസമയം ഒന്നും സംസാരിച്ചില്ല.

"നിങ്ങൾ എപ്പോഴാണ് തിരിച്ചുവന്നത്?"

"ഇന്ന്."

"നിങ്ങൾ ഒരിക്കലും എഴുതാതിരുന്നത് എന്താണ്?"

"എനിക്ക് ഒന്നും പറയാൻ ഉണ്ടായിരുന്നില്ല."

"എന്താണ് പറയാൻ ഒന്നും ഇല്ലാതായിപ്പോയത്?"

"എനിക്ക് അറിയില്ല. അവിടെ ഡാഫൊഡിലുകൾ ഇല്ലാത്തത് എന്തുകൊണ്ടാണ്?"

"അറിയില്ല."

വീണ്ടും നിശ്ശബ്ദതയുടെ ഒരു ഇടവേള ഉണ്ടായിരുന്നു. ഉർസുല ചന്ദ്രനെ നോക്കി. അത് ഒത്തുചേർന്നിരുന്നു. ചന്ദ്രൻ ചെറുതായി വിറയ്ക്കുന്നുണ്ടായിരുന്നു.

"ഒറ്റപ്പെടുന്നതാണോ നിങ്ങൾക്ക് ഇഷ്ടം?"

"ഒരുപക്ഷേ, ആയിരിക്കാം. എനിക്ക് കൂടുതൽ അറിയില്ല. പക്ഷേ, എനിക്ക് പ്രശ്നം ഒന്നും ഇല്ല. നിങ്ങൾ എന്തെങ്കിലും പ്രധാനപ്പെട്ട കാര്യങ്ങൾ ചെയ്തോ?"

"ഇല്ല. ഞാൻ ഇംഗ്ലണ്ടിനെ പറ്റി ആലോചിച്ചു."

"എന്തുകൊണ്ടാണ് ഇംഗ്ലണ്ടിനെ പറ്റി ആലോചിച്ചത്?" അയാൾ അത്ഭുതത്തോടെ ചോദിച്ചു.

"എനിക്ക് അറിയില്ല. അങ്ങനെ സംഭവിച്ചു."

"ഇത് രാജ്യങ്ങളുടെ പ്രശ്നം അല്ല." അയാൾ പറഞ്ഞു. "ഫ്രാൻസ് ഇതിനെക്കാൾ വളരെ മോശമാണ്."

"അതെ, എനിക്കറിയാം. ഞാൻ അതിനെപ്പറ്റി ആലോചിച്ചില്ല."

അവർ നടന്നുചെന്ന് നിഴലുള്ള മരത്തിന്റെ വേരുകളിൽ ഇരുന്നു. സംസാരിക്കാതിരുന്നപ്പോൾ അയാൾക്ക് അവളുടെ കണ്ണുകളുടെ സൗന്ദര്യം ഓർമ്മ വന്നു. അത്ഭുതപ്പെടുത്തുന്ന വാഗ്ദാനങ്ങൾ നിറഞ്ഞ വസന്തം പോലെ ചിലപ്പോൾ അവളുടെ കണ്ണുകളിൽ പ്രകാശം നിറഞ്ഞിരുന്നു. അതുകൊണ്ട് ബുദ്ധിമുട്ടിയാണെങ്കിലും അയാൾ അവളോട് സാവധാനം പറഞ്ഞു.

"നിങ്ങളിൽ ഒരു സ്വർണ്ണവെളിച്ചം ഉണ്ട്. അത് നിങ്ങൾ എനിക്കു തന്നിരുന്നെങ്കിലെന്ന് ഞാൻ ആഗ്രഹിക്കുന്നു." അയാൾ ഇതുപറയാൻ കുറച്ചുകാലമായി ആലോചിക്കുന്നുണ്ടെന്ന് തോന്നി.

അവൾ ഞെട്ടിപ്പോയി. എങ്കിലും അവൾക്ക് സന്തോഷം ഉണ്ടായിരുന്നു.

"എന്ത് തരം വെളിച്ചം?" അവൾ ചോദിച്ചു.

പക്ഷേ, അയാൾക്ക് നാണം തോന്നി. അയാൾ കൂടുതലൊന്നും പറഞ്ഞില്ല. അതുകൊണ്ട് ഈ പ്രാവശ്യം ആ നിമിഷം കടന്നുപോയി. സാവധാനം ദുഃഖം അവളെ കീഴടക്കി.

"എന്റെ ജീവിതം അപൂർണ്ണമാണ്." അവൾ പറഞ്ഞു.

"അതെ." അവൾ കേൾക്കാതിരിക്കാൻ വേണ്ടി അയാൾ പതുക്കെയാണ് പറഞ്ഞത്.

"എന്നെ ആർക്കും യഥാർത്ഥത്തിൽ സ്നേഹിക്കാൻ കഴിയില്ലെന്നാണ് എനിക്ക് തോന്നുന്നത്."

പക്ഷേ, അയാൾ മറുപടി പറഞ്ഞില്ല.

"ഞാൻ ശാരീരികമായ കാര്യങ്ങൾ മാത്രമാണ് ആഗ്രഹിക്കുന്നതെന്ന് നിങ്ങൾ വിചാരിക്കുന്നുണ്ട്. ശരിയല്ലേ?" അവൾ പറഞ്ഞു. "അത് സത്യം അല്ല. നിങ്ങൾ എന്റെ ആത്മാവിനെ സേവിക്കണമെന്നാണ് ഞാൻ ആഗ്രഹിക്കുന്നത്."

"നിങ്ങളുടെ ആഗ്രഹം എനിക്ക് അറിയാം. ശാരീരികമായ കാര്യങ്ങൾ മാത്രമായി നിങ്ങൾ ആഗ്രഹിക്കുന്നില്ലെന്ന് എനിക്ക് അറിയാം. പക്ഷേ, നിങ്ങൾ നിങ്ങളുടെ ആത്മാവ് എനിക്ക് തരണമെന്നാണ് എന്റെ ആഗ്രഹം. നിങ്ങളിലുള്ള ആ സ്വർണ്ണവെളിച്ചം— അത് നിങ്ങൾക്കറിയില്ല. അത് എനിക്ക് തരണം."

ഒരു നിമിഷം മിണ്ടാതിരുന്നതിനു ശേഷം അവൾ പറഞ്ഞു.

"പക്ഷേ, ഞാൻ എങ്ങനെ തരും, നിങ്ങൾ എന്നെ സ്നേഹിക്കുന്നില്ല! നിങ്ങളുടെ കാര്യങ്ങൾ മാത്രമേ നിങ്ങൾ ആഗ്രഹിക്കുന്നുള്ളൂ. നിങ്ങൾക്ക് എന്നെ സേവിക്കാൻ ആഗ്രഹം ഇല്ല. എങ്കിലും ഞാൻ നിങ്ങളെ സേവിക്കണമെന്ന് നിങ്ങൾ ആഗ്രഹിക്കുന്നു. അത് അങ്ങേയറ്റത്തെ സ്വാർത്ഥത ആണ്."

ഈ സംസാരം തുടർന്നുകൊണ്ട് പോകുന്നതിനും അവളുടെ ആത്മാവിന്റെ അവകാശം വിട്ടുകിട്ടുന്നതിനും അങ്ങനെ അവളിൽനിന്ന് അയാൾ ആഗ്രഹിക്കുന്ന കാര്യങ്ങൾ നിർബ്ബന്ധിച്ച് വാങ്ങുന്നതിനും വേണ്ടി

അയാൾക്ക് ഭയങ്കരമായി അദ്ധ്വാനിക്കേണ്ടി വന്നു.

"അത് വ്യത്യാസം ഉണ്ട്." അയാൾ പറഞ്ഞു. "രണ്ടുതരം സേവനങ്ങളും തമ്മിൽ വളരെ വ്യത്യാസം ഉണ്ട്. ഞാൻ നിങ്ങളെ സേവിക്കുന്നത് മറ്റൊരു രീതിയിൽ ആണ്. നിങ്ങളിലൂടെയല്ല മറ്റ് എവിടെയോ കൂടി ആണ്. പക്ഷേ, നമ്മളെപ്പറ്റി സ്വയം വിഷമിക്കാതെ നമ്മൾ ഒന്നിക്കണമെന്നാണ് ഞാൻ ആഗ്രഹിക്കുന്നത്—നമ്മൾ ഒരു പ്രതിഭാസം പോലെ അതായത് നമ്മുടെ പരിശ്രമം കൊണ്ട് നിലനിർത്തുന്ന ഒരുകാര്യം അല്ലാത്ത രീതിയിൽ നമ്മൾ ഒന്നിച്ചതുകൊണ്ട് മാത്രം — നമ്മൾ യഥാർത്ഥത്തിൽ ഒന്നാകണം."

"ഇല്ല." അവർ ആലോചനയോടെ പറഞ്ഞു. "നിങ്ങൾ നിങ്ങളിൽ മാത്രം കേന്ദ്രീകരിച്ചിരിക്കുകയാണ്. നിങ്ങൾക്ക് യാതൊരു താല്പര്യവും ഇല്ല. നിങ്ങൾ എന്നോടുള്ള ഒരു ഉന്മേഷം പുറത്തു കാണിക്കാറില്ല. നിങ്ങൾക്ക് സത്യത്തിൽ നിങ്ങളും നിങ്ങളുടെ കാര്യങ്ങളും മതി. ഞാൻ നിങ്ങളെ സേവിക്കാൻ വേണ്ടി മാത്രം നിങ്ങൾക്ക് അവിടെ ഉണ്ടാവണം."

പക്ഷേ, ഇത് അയാളെ അവളിൽ നിന്ന് ഒറ്റപ്പെടുത്തി.

"ശരി" അയാൾ പറഞ്ഞു. "വാക്കുകൾകൊണ്ട് പ്രയോജനം ഇല്ല. കാര്യം നമ്മൾ തമ്മിൽ ഉണ്ട്. അല്ലെങ്കിൽ നമ്മൾ തമ്മിൽ ഇല്ല."

"നിങ്ങൾക്ക് എന്നോട് സ്നേഹം പോലും ഇല്ല." അവൾ ഉറക്കെ വിളിച്ചു പറഞ്ഞു.

"എനിക്ക് സ്നേഹമുണ്ട്."അയാൾ ദേഷ്യപ്പെട്ടുകൊണ്ട് പറഞ്ഞു. "പക്ഷേ, ഞാൻ ആഗ്രഹിക്കുന്നത്" അത്ഭുതകരമായ ഏതോ ജനാലയിലൂടെ കടന്നുവരുന്നതുപോലെ അവളുടെ കണ്ണുകളിലൂടെ വസന്തത്തിന്റെ മനോഹരമായ ആ സ്വർണ്ണവെളിച്ചം സംക്രമിക്കുന്നത് അയാളുടെ മനസ്സിന് കാണാൻ കഴിഞ്ഞു. അഹംഭാവം ഉള്ള അയാളുടെ അനാസ്ഥയുടെ ലോകത്ത് അയാളോടൊപ്പം അവൾ വേണമെന്ന് അയാൾ ആഗ്രഹിച്ചു. പക്ഷേ, അഹംഭാവമുള്ള അനാസ്ഥയിൽ അവളുടെ കൂട്ടുവേണം എന്ന് പറയുന്നതുകൊണ്ട് എന്തു പ്രയോജനം? എന്തായാലും സംസാരം കൊണ്ട് എന്ത് പ്രയോജനം? വാക്കുകളുടെ ശബ്ദത്തിനപ്പുറത്ത് അത് നടക്കണം. അവളെ ശിക്ഷ വിധിച്ച് ശരിയാക്കാമെന്ന് വിചാരിക്കുന്നത് അനർത്ഥമാണ്. ഇത് ഒരിക്കലും വലയിൽ പെടുത്താൻ കഴിയാത്ത സ്വർഗ്ഗത്തിലെ പക്ഷിയായിരുന്നു. ഇത് ഹൃദയത്തിലേക്ക് സ്വയം പറന്നുവരണം.

"ഞാൻ സ്നേഹിക്കപ്പെടാൻ പോകുകയാണെന്ന് ഞാൻ എപ്പോഴും ആലോചിക്കും. അതിനുശേഷം ഞാൻ തഴയപ്പെടും. നിങ്ങൾ എന്നെ സ്നേഹിക്കുന്നില്ലെന്ന് നിങ്ങൾക്ക് അറിയാം. നിങ്ങൾക്ക് എന്നെ സേവിക്കാൻ ആഗ്രഹം ഇല്ല. നിങ്ങൾക്ക് നിങ്ങൾമാത്രം മതി."

അയാളുടെ സിരകളിലൂടെ കോപത്തിന്റെ ഒരു വിറയൽ കടന്നുപോയി. "നിങ്ങൾക്ക് എന്നെ സേവിക്കാൻ ആഗ്രഹം ഇല്ല." സ്വർഗ്ഗീയമായതെല്ലാം അയാളിൽ നിന്ന് അപ്രത്യക്ഷമായി.

"ഇല്ല." ഇഷ്ടക്കേടോടെ അയാൾ പറഞ്ഞു. "ഞാൻ നിങ്ങളെ സേവി

ക്കാൻ ആഗ്രഹിക്കുന്നില്ല. കാരണം സേവിക്കാൻ ഒന്നും തന്നെ ഇല്ല. നിങ്ങളുടെ സ്ത്രീയെന്നുള്ള അഹംഭാവത്തിന് ഞാൻ പുല്ലുവിലപോലും കല്പിക്കുന്നില്ല."

"ഹാ!" അവൾ പരിഹാസത്തോടെ ചിരിച്ചു. "നിങ്ങൾ എന്നെപ്പറ്റി വിചാരിക്കുന്നത് ഇത്രമാത്രം ആണ് അല്ലേ? അതിനുശേഷം എന്നെ സ്നേഹിക്കുന്നു എന്ന് പറയാനുള്ള ധിക്കാരവും നിങ്ങൾക്കുണ്ട്."

അവൾ വീട്ടിൽ പോകാൻ വേണ്ടി ദേഷ്യത്തോടെ എഴുന്നേറ്റു.

"എനിക്ക് അറിയാം."പകുതി കാണാൻ പറ്റുന്ന തരത്തിൽ നിഴലിൽ ഇരിക്കുന്ന അയാളുടെ നേർക്ക് തിരിഞ്ഞുകൊണ്ട് അവൾ പറഞ്ഞു. "അതിന്റെ അർത്ഥം എനിക്ക് അറിയാം. നിങ്ങൾക്ക് നന്ദി. ഞാൻ നിങ്ങളുടെ സാധനം ആയിരിക്കണമെന്ന് നിങ്ങൾ ആഗ്രഹിക്കുന്നു. ഒരിക്കലും നിങ്ങളെ കുറ്റപ്പെടുത്താനോ എന്റെ വകയായി എന്തെങ്കിലും പറയാനോ പാടില്ല. നിങ്ങളുടെ ഒരു സാധനമായി ഇരുന്നുകൊള്ളണം. വേണ്ട. നിങ്ങളോട് നന്ദിയുണ്ട്! അതാണ് വേണ്ടതെങ്കിൽ നിങ്ങൾക്ക് അത് തരാൻ ധാരാളം സ്ത്രീകൾ ഉണ്ട്. നിങ്ങൾക്ക് പുറത്തുകൂടി കയറി നടക്കാൻ പോലും കിടന്നുതരുന്ന ധാരാളം സ്ത്രീകൾ ഉണ്ട് — നിങ്ങൾക്ക് അതാണ് വേണ്ടതെങ്കിൽ അവരുടെ അടുത്തേക്ക് പോകൂ.

"അല്ല." അയാൾ തുറന്നു പറഞ്ഞു. "നിങ്ങളുടെ പിടിവാശിയും നിർബ്ബന്ധബുദ്ധിയും ഉപേക്ഷിക്കണം. അതാണ് ഞാൻ ആഗ്രഹിക്കുന്നത്. നിങ്ങൾ സംശയമില്ലാതെ നിങ്ങളെത്തന്നെ വിശ്വസിക്കണമെന്നാണ് എന്റെ ആഗ്രഹം. നിങ്ങൾക്ക് അപ്പോൾ മുന്നോട്ട് പോകാൻ കഴിയും."

"എനിക്ക് മുന്നോട്ട് പോകാമെന്നോ?" അവൾ പരിഹാസത്തോടെ വീണ്ടും ആവർത്തിച്ചു.

"എനിക്ക് ഒരു ബുദ്ധിമുട്ടും ഇല്ലാതെ തനിയെ മുന്നോട്ടു പോകാൻ കഴിയും. അതിനു കഴിയാത്തത് നിങ്ങൾക്കാണ്. നിങ്ങളുടെ ഏകനിധി നിങ്ങളാണെന്ന മട്ടിൽ അതിൽ പിടിച്ച് തൂങ്ങിക്കിടക്കുന്നത് നിങ്ങളാണ്. നിങ്ങളാണ് ഞായറാഴ്ച സ്കൂളിലെ അദ്ധ്യാപകൻ. നിങ്ങളാണ് ഉപദേശി."

ഇതിലുണ്ടായിരുന്ന സത്യത്തിന്റെ അളവ് അയാളെ വിറങ്ങലിപ്പിച്ചു.

"നിങ്ങൾ നിങ്ങളെപ്പറ്റി നിർബന്ധം പിടിക്കാതെ അവിടെ ഉണ്ടാവണമെന്നാണ് ഞാൻ ആഗ്രഹിക്കുന്നത്. സന്തോഷത്തോടെ, വിശ്വാസത്തോടെ അനാസ്ഥയോടെ അവിടെ വേണം."

"ആരാണ് നിർബ്ബന്ധം പിടിക്കുന്നത്?" അവൾ പരിഹസിച്ചു. "ആരാണ് നിർബ്ബന്ധം തുടർന്നുകൊണ്ടിരിക്കുന്നത്? അത് ഞാനല്ല."

അവളുടെ ശബ്ദത്തിൽ പരിഹാസത്തിന്റെ മടുപ്പിക്കുന്ന കയ്പ് ഉണ്ടായിരുന്നു. അയാൾ കുറച്ച് സമയത്തേക്ക് ഒന്നും സംസാരിച്ചില്ല.

"എനിക്കറിയാം." അയാൾ പറഞ്ഞു. "നമ്മളിൽ ആരെങ്കിലും എപ്പോഴും നിർബ്ബന്ധിക്കുകയാണെങ്കിൽ അത് തെറ്റാണ്."

കുളക്കരയിലെ മരത്തിന്റെ നിഴലിൽ അവർ നിശ്ശബ്ദരായി ഇരുന്നു.

അവർക്ക് ചുറ്റുമുള്ള രാത്രിക്ക് വെളിച്ചം ഉണ്ടായിരുന്നു. അവർ ഇരുട്ടിലാണെന്നുള്ളതിനെപ്പറ്റി അവർക്ക് ബോധം ഉണ്ടായിരുന്നില്ല.

സാവധാനം നിശ്ശബ്ദതയും സമാധാനവും അവരെ കീഴടക്കി. അവൾ അവളുടെ കൈ പരീക്ഷിക്കാൻ വേണ്ടി അയാളുടെ കൈപ്പുറത്ത് വെച്ചു. അവരുടെ കൈകൾ സമാധാനത്തോടെ ആർദ്രമായി പിടിമുറുക്കി.

"നിങ്ങൾക്ക് എന്നോട് യഥാർത്ഥ സ്നേഹം ഉണ്ടോ?" അവൾ ചോദിച്ചു.

അയാൾ ചിരിച്ചു. "ഞാൻ അതിനെ നിങ്ങളുടെ യുദ്ധപ്രഖ്യാപനം എന്ന് വിളിക്കും." അയാൾ അത്ഭുതത്തോടെ മറുപടി പറഞ്ഞു.

"എന്തുകൊണ്ട്?" അവൾ ഉറക്കെ ചോദിച്ചു.

"നിങ്ങളുടെ നിർബ്ബന്ധ ബുദ്ധി. നിങ്ങളുടെ പഴയ യുദ്ധപ്രഖ്യാപനം."

"അല്ല." അവൾ വാദിച്ചു. "അങ്ങനെ അല്ല. അങ്ങനെ അല്ല. പക്ഷേ, നിങ്ങൾ എന്നെ സ്നേഹിക്കുന്നുണ്ടെന്ന് ഞാൻ നിശ്ചയമായും മനസ്സിലാക്കണ്ടേ? ഞാൻ അത് മനസ്സിലാക്കണ്ടേ?"

"ശരി. അത് മനസ്സിലാക്കിക്കൊള്ളൂ."

"പക്ഷേ, നിങ്ങൾ സ്നേഹിക്കുന്നുണ്ടോ?"

"ഉണ്ട്. ഞാൻ സ്നേഹിക്കുന്നുണ്ട്. ഞാൻ നിങ്ങളെ സ്നേഹിക്കുന്നുണ്ട്. ഇത് അവസാനത്തെ പറച്ചിലാണ്. അതുകൊണ്ട് ഇനിയും അതിനെപ്പറ്റി കൂടുതൽ പറയേണ്ട കാര്യം ഇല്ല."

അവൾ ആഹ്ലാദവും ആശങ്കയും കൊണ്ട് കുറച്ച് സമയത്തേക്ക് സംസാരിച്ചില്ല.

"നിങ്ങൾക്ക് ഉറപ്പുണ്ടോ?" സന്തോഷത്തോടെ അയാളോട് പറ്റിച്ചേർന്നുകൊണ്ട് അവൾ ചോദിച്ചു.

"അങ്ങേയറ്റത്തെ ഉറപ്പുണ്ട് – അപ്പോൾ അത് കഴിഞ്ഞു. – അത് അംഗീകരിക്കണം."

അവൾ അയാളോട് കൂടുതൽ അടുത്തേക്ക് പറ്റിച്ചേർന്നു. അയാൾ അവളെ അടുപ്പിച്ചു പിടിച്ച് മൃദുവായി ചുംബിച്ചു. മോഹങ്ങളോ ആഗ്രഹങ്ങളോ ആലോചനകളോ ഇല്ലാതെ അവളെ കെട്ടിപ്പിടിച്ച് ചുംബിക്കുന്നത് അങ്ങേയറ്റത്തെ സമാധാനവും സ്വർഗ്ഗീയമായ സ്വാതന്ത്ര്യവും ആയിരുന്നു.

വളരെ നേരം അവൾ അയാളോട് പറ്റിച്ചേർന്നിരുന്നു. അയാൾ അവളുടെ കഴുത്തിലും മുഖത്തും കണ്ണിലും കാതിലും മുടിയിലും മഞ്ഞു പൊഴിയുന്നതുപോലെ മൃദുവായി ചുംബിച്ചു. പക്ഷേ, അവളുടെ കാതിൽ വന്നുതട്ടിയ അയാളുടെ ചൂടുള്ള നിശ്വാസം അവളെ വീണ്ടും അലോസരപ്പെടുത്തി. പഴയ വിനാശകരമായ കനലുകൾ ആളിക്കത്തി. അവൾ അയാളുടെ അടുത്തുനിന്ന് വിട്ടുമാറി. അയാളുടെ രക്തം രസം പോലെ ആയിത്തീരുന്നത് അയാൾക്ക് അനുഭവിക്കാൻ കഴിഞ്ഞു.

"പക്ഷേ, നമുക്ക് ഇവിടെ ഇരിക്കാം. ഇല്ലേ?" അയാൾ ചോദിച്ചു.

"ശരി." അവൾ അനുസരണയോടെ പറഞ്ഞു.

അവൾ അയാളോട് പറ്റിച്ചേരുന്നത് തുടർന്നു. പക്ഷേ, അല്പസമയ

ത്തിനകം തന്നെ അവൾ വിട്ടുമാറിക്കൊണ്ട് അയാളെ നോക്കി.

"എനിക്ക് വീട്ടിൽ പോകണം." അവൾ പറഞ്ഞു.

"ഉറപ്പാണോ? എനിക്ക് വിഷമമായി."

അവൾ മുന്നോട്ട്ചാഞ്ഞ് ചുണ്ടുകൾ ഉമ്മവെക്കാൻ വേണ്ടി അയാളുടെ മുഖത്തേക്ക് അടുപ്പിച്ചു.

"നിങ്ങൾക്ക് യഥാർത്ഥത്തിൽ വിഷമം ഉണ്ടോ?" അവൾ പുഞ്ചിരിച്ചുകൊണ്ട് മന്ത്രിച്ചു.

"ഉണ്ട്." അയാൾ പറഞ്ഞു. "നമുക്ക് എന്നും ഇതുപോലെ ആകാൻ കഴിഞ്ഞിരുന്നെങ്കിൽ."

"എന്നും! നിങ്ങൾക്ക് പറ്റുമോ?" അയാൾ ചുംബിക്കുന്നതിനിടയിൽ അവൾ പിറുപിറുത്തു. പിന്നീട് അവൾ ശബ്ദം ഉയർത്തിപ്പറഞ്ഞു. "എന്നെ ഉമ്മ വെയ്ക്കൂ! എന്നെ ഉമ്മ വെയ്ക്കൂ!" അവൾ അയാളോട് ഒട്ടിച്ചേർന്നു. അയാൾ അവളെ പലതവണ ചുംബിച്ചു. പക്ഷേ, അയാൾക്കും അയാളുടേതായ ആശയങ്ങളും ആഗ്രഹങ്ങളും ഉണ്ടായിരുന്നു. അയാൾ സൗമ്യമായ സല്ലാപത്തിനപ്പുറമൊന്നും ആഗ്രഹിച്ചിരുന്നില്ല. അതുകൊണ്ട് ഉടൻ തന്നെ അവൾ വിട്ടുമാറി. അവൾ തൊപ്പിയെടുത്തണിഞ്ഞു കൊണ്ട് വീട്ടിലേക്ക് പോയി.

എന്തായാലും അടുത്ത ദിവസം അയാൾക്ക് മോഹവും കൊതിയും തോന്നി. അയാൾക്ക് ഒരുപക്ഷേ, തെറ്റുപറ്റിയെന്ന് അയാൾ വിചാരിച്ചു. അയാൾക്ക് വേണ്ട കാര്യങ്ങളുടെ ആശയവുമായി അവളുടെ അടുത്തേക്ക് ചെന്നത് ഒരുപക്ഷേ, അയാൾക്ക് പറ്റിയ തെറ്റായിരിക്കാം. അത് വെറും ഒരു ആശയം മാത്രം ആയിരുന്നോ? അതോ നിഗൂഢമായ ഒരു മോഹത്തിന്റെ വ്യാഖ്യാനം ആയിരുന്നോ? രണ്ടാമത്തേതാണെങ്കിൽ അയാൾ എന്തിനാണ് എപ്പോഴും ശാരീരികമായ സംതൃപ്തിയെപ്പറ്റി പറഞ്ഞുകൊണ്ടിരിക്കുന്നത്. രണ്ടും തമ്മിൽ ശരിയായി യോജിക്കുന്നില്ല.

പെട്ടെന്ന് ഒരു സന്ദർഭത്തെ അയാൾ മുഖത്തോടുമുഖം കണ്ടു. അത് അങ്ങേയറ്റം ലളിതമായിരുന്നു. ഒരു ഭാഗത്ത് കൂടുതൽ ശാരീരികമായ ഒരു അനുഭവം അയാൾ ആഗ്രഹിക്കുന്നില്ല. സാധാരണ ജീവിതത്തിന് നില്ക്കാൻ കഴിയുന്നതിലും ആഴമുള്ള ഒരു അനുഭവം അയാൾക്ക് വേണ്ട. ഫലിഡെയുടെ വീട്ടിൽ പലപ്പോഴും കണ്ടിട്ടുള്ള ഹരം പകരുന്ന ആഫ്രിക്കയിൽ നിന്നുള്ള സാധനം അയാൾക്ക് ഓർമ്മവന്നു. കറുത്ത തിളക്കമുള്ള ആഫ്രിക്കൻ തടിയിൽ നിർമ്മിച്ച ലക്ഷണമൊത്ത പ്രതിമയുടെ ആകൃതിയിൽ ഗോപുരംപോലെ തലമുടി കെട്ടിവെച്ച ഒരു സ്ത്രീരൂപം ആയിരുന്നു. അയാൾ അവളെ സ്പഷ്ടമായി ഓർക്കുന്നുണ്ട്. അവൾ അയാളുടെ ആത്മാവിന്റെ അടുത്ത സുഹൃത്തുക്കളിൽ ഒരാളായിരുന്നു. അവളുടെ ശരീരം നീണ്ട് ലക്ഷണമൊത്തതായിരുന്നു. അവളുടെ മുഖം ഒരു വണ്ടിന്റെ മുഖം പോലെ ചുളിഞ്ഞിരുന്നു. അവൾക്ക് കഴുത്തിൽ വൃത്തത്തിലുള്ള കഴുത്തുപട്ടകളുടെ ഒരു നിരതന്നെ ഉണ്ടായിരുന്നു. അവളുടെ വണ്ടിന്റെ മുഖം പോലുള്ള കൊച്ചുമുഖവും വൃത്തികെട്ട കാലുകളും

അമ്പരപ്പിക്കുന്ന തരത്തിൽ ലക്ഷണമൊത്ത നീണ്ട ശരീരവും മെലിഞ്ഞ അരക്കെട്ടിനുതാഴെ വലിപ്പത്തിൽ തള്ളിനില്ക്കുന്ന നിതംബങ്ങളും എല്ലാം ചേർന്ന് അയാൾ അവളെ ഓർത്തു. അയാൾക്ക് സ്വയം അറിവില്ലാത്ത കാര്യങ്ങൾ അവൾക്ക് അറിയാം. അവൾക്ക് പിന്നിൽ ആയിരക്കണക്കിന് വർഷങ്ങളുടെ തികച്ചും ആത്മീയമല്ലാത്ത ശുദ്ധമായ ശാരീരിക അറിവുകൾ ഉണ്ട്. അവളുടെ വർഗ്ഗം ഇല്ലാതായിട്ട് നിശ്ചയമായും ആയിരക്കണക്കിന് വർഷങ്ങൾ കഴിഞ്ഞിട്ടുണ്ടാകും. അയാളിൽ ഇപ്പോൾ ആസന്നമായിരിക്കുന്ന കാര്യങ്ങൾ ഈ ആഫ്രിക്കക്കാരിയിൽ ആയിരം വർഷങ്ങൾക്ക് മുമ്പ് സംഭവിച്ചിട്ടുണ്ടാകാം. ഇന്ദ്രിയങ്ങളിലൂടെ ബുദ്ധിശൂന്യമായി മുന്നേറുന്ന അറിവിനും, ഇന്ദ്രിയങ്ങളിൽ അവസാനിക്കുന്ന അറിവിനും, ശിഥിലീകരണത്തിന്റെയും ദ്രവീകരണത്തിന്റെയും നിഗൂഢമായ അറിവിനും അഴുകിയവസ്തുക്കളുടെയും തണുത്ത മാലിന്യങ്ങളുടെയും ലോകത്ത് മാത്രം ജീവിക്കുന്ന വണ്ടുകളുടെ അറിവിന് സമാനമായ അറിവിനും വേണ്ടിയുള്ള ഒരേ ഒരു ആവേശം മാത്രം അവിടെ ബാക്കിവന്നിരിക്കാം. ഇതുകൊണ്ടാണ് അവളുടെ മുഖത്തിന് ഒരു വണ്ടിന്റെ മുഖത്തിന്റെ ഛായ തോന്നിയത്. ഇതുകൊണ്ടാണ് ഈജിപ്റ്റുകാർ സ്കറാബിനെ* ആരാധിച്ചത്. അതിന്റെ കാരണം ശിഥിലീകരണത്തിലും അശുദ്ധിയിലും ഉള്ള അറിവിന്റെ തത്ത്വം ആണ്.

മരണത്തകർച്ചക്ക് ശേഷം നമുക്ക് വളരെ ദൂരം സഞ്ചരിക്കാൻ കഴിയും. ആ സന്ദർഭത്തിനുശേഷം തീക്ഷ്ണമായ ക്ലേശം അനുഭവിക്കുന്ന ആത്മാവ് അതിന്റെ മൗലികമായ ബന്ധത്തിൽനിന്നും വിട്ടുമാറി ഒരു ഇല പൊഴിഞ്ഞു വീഴുന്നതുപോലെ വീഴും. ജീവിതത്തിൽനിന്നും പ്രതീക്ഷകളിൽനിന്നും നമ്മൾ ബന്ധം വേർപെട്ട് താഴെവീഴും. ശുദ്ധവും സമഗ്രവും ആയ ജീവിതത്തിലും സൃഷ്ടിയിലും സ്വാതന്ത്ര്യത്തിലും ഉള്ള അവകാശം നമുക്ക് നഷ്ടപ്പെടും. ശുദ്ധമായ കായികധാരണകളുടെയും ദ്രവീകരണത്തിന്റെ നിഗൂഢതയിലെ അറിവുകളുടെയും സുദീർഘമായ ആഫ്രിക്കൻ നടപടികളിലേക്ക് നമ്മൾ അധഃപതിക്കും.

ഇത് ഒരു സുദീർഘമായ പ്രക്രിയ ആണെന്ന് ഇപ്പോൾ അയാൾക്ക് മനസ്സിലായി. സൃഷ്ടിപരമായ ആത്മാവിന്റെ മരണത്തിനുശേഷം ആയിരക്കണക്കിന് വർഷങ്ങൾ ഇതിന് വേണ്ടിവരും. ലിംഗാരാധനയ്ക്കും അപ്പുറമുള്ള കായികവും ബുദ്ധിശൂന്യവും ഭയാനകവുമായ വലിയ നിഗൂഢതകൾ തുറക്കപ്പെടേണ്ടതായുണ്ടെന്ന് അയാൾക്ക് തോന്നി. ലൈംഗികമായ അറിവുകൾക്ക് അപ്പുറത്തേക്ക് ഈ പടിഞ്ഞാറൻ ആഫ്രിക്കക്കാർ അവരുടെ തലകീഴായ സംസ്കാരത്തിലൂടെ എത്രദൂരം പോയിട്ടുണ്ടാകും? വളരെദൂരം. നീണ്ട ശരീരവും അപ്രതീക്ഷിതമായ നിതംബങ്ങളും തടവിലാക്കപ്പെട്ട കഴുത്തും വണ്ടിന്റെ മുഖംപോലെ ചെറിയ മുഖവും ഉള്ള ആ സ്ത്രീരൂപത്തെ ബിർക്കിൻ വീണ്ടും ഓർത്തു. അത് ഏത് ലിംഗപര

---

* അഴുക്കിൽ ജീവിക്കുന്ന ഒരുതരം വണ്ട്

മായ അറിവുകൾക്കും അപ്പുറമായിരുന്നു. അത് ലിംഗപരമായ അന്വേഷ ണങ്ങളുടെ അർത്ഥത്തിനും അപ്പുറമുള്ള കായികവും സൂക്ഷ്മവും ആയ സത്യാവസ്ഥ ആയിരുന്നു.

ഈ രീതിയിൽ ഈ ഗംഭീരമായ ആഫ്രിക്കൻ സമ്പ്രദായം നിർവ്വ ഹിക്കപ്പെടാതെ കിടന്നു. വെളുത്ത വർഗ്ഗക്കാർ അത് മറ്റൊരു രീതിയിൽ നിർവ്വഹിക്കുമായിരുന്നു. ഉത്തരധ്രുവം പിന്നിലുള്ള അവർ മഞ്ഞിന്റെ നശീ കരണത്തിലുള്ള അറിവിലൂടെയും മഞ്ഞിന്റെ നിഗൂഢമായ നശീകരണ ത്തിലൂടെയും ആ രഹസ്യം നിർവ്വഹിക്കും. എന്നാൽ സഹാറായുടെ എരി യുന്ന മാരകമായ അശ്രദ്ധകൊണ്ട് നിയന്ത്രിക്കപ്പെടുന്ന പടിഞ്ഞാറേ ആ ഫ്രിക്കക്കാർ സൂര്യന്റെ നശീകരണം അതായത് സൂര്യരശ്മികളുടെ ദുഷിച്ച രഹസ്യംകൊണ്ട് അത് നിർവ്വഹിച്ചിരിക്കുന്നു.

ബാക്കി അവശേഷിക്കുന്നത് ഇത്രമാത്രം ആയിരുന്നോ? സന്തോഷ മുള്ള സൃഷ്ടിപരമായ ജീവിതത്തിൽ നിന്ന് അടർന്നുമാറുന്നത് മാത്രമാണോ അവശേഷിക്കുന്നത്? നമ്മുടെ സൃഷ്ടിപരമായ ജീവിത ത്തിന്റെ ദിവസങ്ങൾ അവസാനിച്ചോ?

ബിർക്കിൻ ജെറാൾഡിനെപ്പറ്റി ആലോചിച്ചു. അയാൾ നശീകരണ ത്തിന്റെ മഞ്ഞുമൂടിയ നിഗൂഢതകൊണ്ട് പൂർണ്ണമാക്കപ്പെട്ട വടക്കു നിന്നുള്ള വെളുത്ത ചെകുത്താന്മാരിൽ ഒരാളാണ്. അയാൾ ഈ അറിവി ലൂടെ അവസാനിക്കാൻ വിധിക്കപ്പെട്ടവനാണോ? അയാൾ വെണ്മയിലൂ ടെയും മഞ്ഞിലൂടെയും ഉള്ള സാർവ്വത്രികമായ ദ്രവീകരണത്തിന്റെ ഒരു ദൂതനോ ശകുനമോ ആണോ?

ബിർക്കിൻ ഭയന്നുപോയിരുന്നു. അയാളുടെ ആലോചന ഇത്ര ത്തോളം എത്തിയപ്പോൾ അയാൾ ക്ഷീണിച്ചുപോയി. പെട്ടെന്ന് അയാ ളുടെ അസാധാരണമായ അദ്ധ്വാനം ആവശ്യമുള്ള ശ്രദ്ധ അയാൾക്ക് നഷ്ടപ്പെട്ടു. അയാൾക്ക് ഈ നിഗൂഢതകളെ സ്വീകരിക്കാൻ കഴിയാതെ വന്നു. അവിടെ മറ്റൊരുവഴി ഉണ്ടായിരുന്നു. സ്വാതന്ത്ര്യത്തിന്റെ വഴി. അവിടെ ഗൂഢമായ ഒറ്റപ്പെട്ട ജീവിതത്തിലേക്കുള്ള സ്വർഗ്ഗീയമായ പ്രവേ ശനം ഉണ്ടായിരുന്നു. അത് വ്യക്തിയുടെ ആത്മാവ്, സ്നേഹത്തിനും ഒന്നി ക്കാനുള്ള ആഗ്രഹത്തിനും വഴങ്ങുന്ന സമയത്തും മറ്റുള്ളവരോടുള്ള ഒരു സ്ഥിരമായ കൂട്ടുകെട്ടിന്റെ ധാർമ്മികബാദ്ധ്യത സമ്മതിക്കുന്ന സ്വാത ന്ത്ര്യവും അഭിമാനകരവും ആയ ഒരു അന്യത അയാൾക്ക് ഉണ്ടാകുന്ന തരത്തിലുള്ള അവസ്ഥ ആയിരുന്നു. സ്നേഹത്തിന്റെ കലപ്പയ്ക്കും കയ റിനും കീഴ്പ്പെടുമ്പോൾപ്പോലും സ്വന്തം അഭിമാനകരമായ വ്യക്തിപര മായ അന്യത ഒരിക്കലും നഷ്ടപ്പെടാതെ സൂക്ഷിക്കുന്ന ഒരു അവസ്ഥ.

അവിടെ ഈ വഴി അവശേഷിക്കുന്നുണ്ടായിരുന്നു. അയാൾക്ക് നിശ്ച യമായും ഈ വഴി പിൻതുടരാം. അയാൾ ഉർസുലയെ പറ്റി ആലോചിച്ചു. അവൾ സത്യത്തിൽ എത്രമാത്രം തൊട്ടാവാടി ആയിരുന്നു. അവൾ സത്യ ത്തിൽ അത്ഭുതകരമായ തരത്തിൽ സൗമനസ്യം ഉള്ളവളായിരുന്നു. അയാൾ എന്തുകൊണ്ട് അത് മറന്നു? അയാൾ ഉടൻതന്നെ അവളെ നിശ്ച

യമായും കാണേണ്ടതാണ്. അവളോട് അയാളെ വിവാഹം കഴിക്കാൻ അയാൾ നിശ്ചയമായും ആവശ്യപ്പെടണം. അവൾ ഉടൻതന്നെ വിവാഹം കഴിച്ച് ഒരു വ്യക്തമായ പ്രതിജ്ഞ എടുത്ത് ഒരു കൃത്യമായ ആശയവിനിമയത്തിലേക്ക് പ്രവേശിക്കണം.അയാൾ അതിനുവേണ്ടി ഉടൻതന്നെ പോകണം. ഈ നിമിഷംതന്നെ അയാൾക്ക് അവളോട് ചോദിക്കണം. ഒരു നിമിഷം പോലും നഷ്ടപ്പെടുത്താനില്ല.

അയാൾ സ്വയം ബോധവാനല്ലാതെ പെട്ടെന്ന് ബെൽഡോവറിലേക്ക് നടന്നു. കുന്നിൻചരുവിൽ ഖനിത്തൊഴിലാളികളുടെ വീടുകൾ നിരന്നു നിന്നിരുന്ന പട്ടണത്തിന് അയാളുടെ സങ്കല്പത്തിൽ ജറുസലേമിനോട് സാമ്യംതോന്നി. ലോകം അപരിചിതവും അർദ്ധതാര്യവും ആയിരുന്നു.

റോസലിൻഡ് അയാൾക്ക് വാതിൽ തുറന്നുകൊടുത്തു. അവൾ പെൺകുട്ടികൾ ഞെട്ടാറുള്ളതുപോലെ ചെറുതായി ഞെട്ടി.

“ഓ! ഞാൻ അച്ഛനോട് പറയാം.”

ഇതും പറഞ്ഞ് അവൾ അപ്രത്യക്ഷയായി. അടുത്തകാലത്ത് ഗുഡ്റൺ മുറിയിൽ സ്ഥാപിച്ച പിക്കാസോയുടെ ചില പകർപ്പുകൾ അയാൾ നോക്കി നില്ക്കുന്ന സമയത്ത് ഷർട്ടിന്റെ കൈകൾ തെറുത്ത് വെച്ചുകൊണ്ട് വിൽ ബ്രാങ്ഗ്വൻ പ്രത്യക്ഷപ്പെട്ടു.

“ശരി.” ബ്രാങ്ഗ്വൻ പറഞ്ഞു. “ഞാൻ ഒരു കോട്ട് എടുത്തിട്ട് വരാം.” അയാളും നിമിഷനേരത്തേക്ക് അപ്രത്യക്ഷനായി. പിന്നീട് അയാൾ തിരിച്ചുവന്ന് സ്വീകരണമുറിയുടെ കതക് തുറന്നുകൊണ്ട് പറഞ്ഞു.

“നിങ്ങൾ എന്നോടു ക്ഷമിക്കണം. ഞാൻ പുറത്ത് അല്പം ജോലി ചെയ്തുകൊണ്ടിരിക്കുകയായിരുന്നു. അകത്ത് വരൂ.”

ബിർക്കിൻ അകത്തു കടന്നിരുന്നു. അയാൾ മറ്റെയാളുടെ ചുവന്ന തിളക്കമുള്ള മുഖത്തേക്കും, തിളങ്ങുന്ന കണ്ണുകളിലേക്കും മുറിച്ചു നിർത്തിയ കറുത്ത മേൽമീശയ്ക്ക് താഴെയുള്ള സാമാന്യം ഭംഗിയുള്ള വിടർന്ന ചുണ്ടുകളിലേക്കും നോക്കി. ബിർക്കിന് അയാളിൽ കുന്നുകൂടിക്കിടക്കുന്ന വികാരങ്ങളുടെയും ആഗ്രഹങ്ങളുടെയും സംയമനങ്ങളുടെയും പാരമ്പര്യങ്ങളുടെയും യാന്ത്രികമായ ആശയങ്ങളുടെയും അടുക്കും ചിട്ടയും ഇല്ലാത്ത ഒരു സമ്മേളനം മാത്രമാണു കാണാൻ കഴിഞ്ഞത്. തിളങ്ങുന്ന മെലിഞ്ഞ മുഖമുള്ള ഈ അൻപതുകാരൻ അയാൾക്ക് ഇരുപത് വയസ്സുള്ള കാലത്തെപ്പോലെ ഇപ്പോഴും ഉറപ്പില്ലാത്ത അവസ്ഥയിലായിരുന്നു. ഇയാൾക്ക് എങ്ങനെയാണ് ഉർസുലയുടെ രക്ഷകർത്താവാകാൻ കഴിയുന്നത്? അയാൾ രക്ഷകർത്താവല്ല. ജീവനുള്ള മാംസം അയാളിലൂടെ ഉരുത്തിരിഞ്ഞ് വന്നിട്ടുണ്ട്. പക്ഷേ, ആത്മാവ് അയാളിൽ നിന്ന് വന്നിട്ടില്ല. ആത്മാവ് ഏതെങ്കിലും പൂർവ്വികനിൽനിന്ന് അല്ല. അത് അജ്ഞാതമായതിൽ നിന്നാണ് വരുന്നത്.

“കാലാവസ്ഥ നേരത്തേ ഉള്ളതിലും മെച്ചപ്പെട്ടിട്ടുണ്ട്.” അല്പസമയം കഴിഞ്ഞ് ബ്രാങ്ഗ്വൻ പറഞ്ഞു. രണ്ടുമനുഷ്യരും തമ്മിൽ യാതൊരു ബന്ധവും ഇല്ലായിരുന്നു.

"ഇല്ല" ബിർക്കിൻ പറഞ്ഞു. "രണ്ട് ദിവസം മുമ്പ് വെളുത്തവാവ് ആയിരുന്നു."

"ഓ! അപ്പോൾ ചന്ദ്രൻ കാലാവസ്ഥയെ ബാധിക്കുമെന്ന് നിങ്ങൾ വിശ്വസിക്കുന്നുണ്ട്."

"ഇല്ല. ഞാൻ അങ്ങനെ വിശ്വസിക്കുന്നുണ്ടെന്ന് എനിക്ക് തോന്നുന്നില്ല. അതിനെപ്പറ്റിയൊന്നും സത്യത്തിൽ എനിക്കറിയില്ല."

"അവർ പറയുന്നത് എന്താണെന്ന് അറിയുമോ? ചന്ദ്രനും കാലാവസ്ഥയ്ക്കും ഒന്നിച്ച് വ്യത്യാസംവരും. പക്ഷേ, ചന്ദ്രന് വ്യത്യാസം വന്നതുകൊണ്ട് കാലാവസ്ഥയ്ക്ക് വ്യത്യാസം വരില്ല."

"അങ്ങനെയുണ്ടോ?" ബിർക്കിൻ പറഞ്ഞു. "ഞാൻ കേട്ടിട്ടില്ല."

അല്പസമയത്തേക്ക് ഒരു നിശ്ശബ്ദത ഉണ്ടായിരുന്നു. പിന്നീട് ബിർക്കിൻ പറഞ്ഞു.

"ഞാൻ നിങ്ങളെ ശല്യപ്പെടുത്തുകയാണോ? ഞാൻ സത്യത്തിൽ ഉർസുലയെ കാണാൻ വന്നതാണ്. അവൾ വീട്ടിലുണ്ടോ?"

"അവൾ ഉണ്ടെന്ന് തോന്നുന്നില്ല. അവൾ വായനശാലയിൽ പോയെന്നാണ് എനിക്ക് തോന്നുന്നത്. ഞാൻ ചോദിച്ചു നോക്കട്ടെ?"

അയാൾ ഭക്ഷണമുറിയിൽനിന്ന് അന്വേഷിക്കുന്നത് ബിർക്കിൻ കേട്ടു.

തിരിച്ചുവന്നപ്പോൾ അയാൾ പറഞ്ഞു. "ഇല്ല. പക്ഷേ, അവൾ താമസിക്കില്ല. നിങ്ങൾക്ക് അവളോട് സംസാരിക്കണോ?"

ബിർക്കിൻ മറ്റെയാളെ ശാന്തമായ തെളിഞ്ഞ കണ്ണുകൾകൊണ്ട് നോക്കി.

"കാര്യം എന്താണെന്ന് പറയാം." അയാൾ പറഞ്ഞു."എന്നെ വിവാഹം കഴിക്കാൻ അവളോട് ആവശ്യപ്പെടണമെന്ന് ഞാൻ ആഗ്രഹിക്കുന്നു."

പ്രായം കൂടിയ മനുഷ്യന്റെ സ്വർണ്ണ തവിട്ട്നിറമുള്ള കണ്ണുകളിൽ ഒരു പ്രകാശകിരണം കണ്ടു.

"ഓ?" അയാൾ ബിർക്കിനെ നോക്കി പറഞ്ഞു. പിന്നീട് ബിർക്കിന്റെ അചഞ്ചലമായ നോട്ടത്തിനുമുന്നിൽ തലകുനിച്ചുകൊണ്ട് പറഞ്ഞു. "അപ്പോൾ അവൾ നിങ്ങളെ പ്രതീക്ഷിക്കുന്നുണ്ടോ?"

"ഇല്ല." ബിർക്കിൻ പറഞ്ഞു.

"ഇല്ലേ? ഇത്തരത്തിൽ എന്തെങ്കിലും നടന്നുകൊണ്ടിരിക്കുന്നുണ്ടെന്ന് എനിക്ക് അറിയില്ലായിരുന്നു." അയാൾ ഉറക്കെ പറഞ്ഞു.

"ഇല്ല. ഒരുപക്ഷേ, അത് പെട്ടെന്നായിരുന്നു." ഉർസുലയോടുള്ള അയാളുടെ ബന്ധത്തെപ്പറ്റി ആലോചിച്ചുകൊണ്ട് അയാൾ കൂട്ടിച്ചേർത്തു. "പക്ഷേ, എനിക്കറിയില്ല."

"വളരെ പെട്ടെന്ന് ആയിരുന്നോ?" സ്വൈരക്കേടോടെ ബ്രാങ്വൻ ചോദിച്ചു. അയാൾ പരിഭ്രമിച്ചിരുന്നു.

"ഒരു തരത്തിൽ ആയിരുന്നു." ബിർക്കിൻ പറഞ്ഞു. "മറ്റൊരു തരത്തിൽ ആയിരുന്നില്ല."

കുറച്ച് സമയത്തേക്ക് ആരും സംസാരിച്ചില്ല. അതിനുശേഷം ബ്രാങ്വൻ ചോദിച്ചു.

“ശരി അവൾക്ക് ഇഷ്ടമാണോ...”

“ആണ്.” ബിർക്കിൻ ശാന്തമായി പറഞ്ഞു. വീണ്ടും സംസാരിച്ചു തുടങ്ങുമ്പോൾ ബ്രാങ്വനിന്റെ ശക്തിയുള്ള ശബ്ദത്തിൽ ഒരു വിറയൽ ഉണ്ടായിരുന്നു.

“വളരെ പെട്ടെന്ന് വേണമെന്ന് എനിക്ക് ആഗ്രഹം ഇല്ലായിരുന്നു. വളരെ താമസിച്ച് ചുറ്റുപാടും നോക്കുന്നതുകൊണ്ട് പ്രയോജനമില്ലെന്നും എനിക്കറിയാം.”

“ഓ! ഒരിക്കലും താമസിക്കേണ്ട കാര്യമില്ല.” ബിർക്കിൻ പറഞ്ഞു. “അത് തുടരുന്നത് വരെ.”

“നിങ്ങൾ എന്താണ് ഉദ്ദേശിക്കുന്നത്?” അച്ഛൻ ചോദിച്ചു.

“ഒരാൾക്ക് വിവാഹം കഴിക്കുന്നതിൽ പശ്ചാത്താപം ഉണ്ടെങ്കിൽ അതോടെ വിവാഹം അവസാനിച്ചു.”

“നിങ്ങൾ അങ്ങനെയാണോ വിചാരിക്കുന്നത്?”

“അതെ.”

“ശരി, അത് നിങ്ങളുടെ അതിനെപ്പറ്റിയുള്ള കാഴ്ചപ്പാടായിരിക്കാം.” ബിർക്കിൻ മറുപടിപറയാതെ സ്വയം ആലോചിച്ചു. ഈ കാര്യത്തിൽ ബ്രാങ്വന് ഒരു വിശദീകരണം വേണ്ടിവരും.

“ഞാൻ വിചാരിക്കുന്നത്” ബ്രാങ്വൻ പറഞ്ഞു. “ഞങ്ങൾ എന്തു തരം ആളുകളാണെന്ന് നിങ്ങൾക്ക് അറിയാമെന്നാണ്. അവൾ ഏതു രീതിയിലാണ് വളർന്നതെന്നും നിങ്ങൾക്ക് അറിവുണ്ടായിരിക്കും?”

“അവളെ എങ്ങനെയാണ് വളർത്തിയതെന്ന് ഞാൻ എങ്ങനെ അറിയും?” അയാൾ ഉറക്കെ പറഞ്ഞു.

അയാൾ അറിഞ്ഞുകൊണ്ട് ബ്രാങ്വനെ ബുദ്ധിമുട്ടിക്കുകയാണെന്ന് തോന്നി.

‘ശരി.”ബ്രാങ്വൻ പറഞ്ഞു. “ഒരുപെൺകുട്ടിക്ക് വേണ്ട കാര്യങ്ങളെല്ലാം ഞങ്ങളുടെ കഴിവിനൊത്ത് അവൾക്ക് കൊടുത്തിട്ടുണ്ട്.”

“അത് എനിക്കും ഉറപ്പുള്ള കാര്യമാണ്.” ബിർക്കിൻ പറഞ്ഞു. അതോടെ സംസാരം അപകടകരമായ ഒരു അന്ത്യത്തിലെത്തി. അച്ഛൻ പ്രകോപിപ്പിക്കപ്പെട്ടിരുന്നു. ബിർക്കിന്റെ സാന്നിദ്ധ്യത്തിൽ ബ്രാങ്വൻ സ്വാഭാവികമായി പ്രകോപിപ്പിക്കപ്പെടാനുള്ള ഏതോ ചില കാര്യങ്ങൾ ഉണ്ടായിരുന്നു.

“അവൾ ഇത് തുടർന്നുകൊണ്ട് പോകുന്നത് കാണാൻ എനിക്ക് ആഗ്രഹം ഇല്ല.”മറ്റൊരു ശബ്ദത്തിൽ അയാൾ പറഞ്ഞു.

“എന്തുകൊണ്ട്?” ബിർക്കിൻ ചോദിച്ചു.

ഈ ചോദ്യം ബ്രാങ്വന്റെ തലച്ചോറിൽ ഒരു ഭൂകമ്പം സൃഷ്ടിച്ചു.

“എന്തുകൊണ്ട്? ഞാൻ നിങ്ങളുടെ പുതിയ രീതികളിലും ആശയങ്ങളിലും വിശ്വസിക്കുന്നില്ല. അതിനോട് ഒരിക്കലും യോജിക്കാൻ കഴി

യില്ല."

ബിർക്കിൻ നിർവ്വികാരമായ കണ്ണുകൾ കൊണ്ട് അയാളെ നോക്കി. രണ്ടുപേരും തമ്മിലുള്ള മൗലികമായ എതിർപ്പ് തലപൊക്കുകയായിരുന്നു.

"പക്ഷേ, എന്റെ രീതികളും ആശയങ്ങളും പുതിയതാണോ?"

"അല്ലേ?" ബ്രാങ്ങ്വൻ എഴുന്നേറ്റു "ഞാൻ നിങ്ങളെപ്പറ്റി പ്രത്യേകം പറയുകയല്ല. എന്റെ കുട്ടികളെ മതത്തിനനുസരിച്ച് ചിന്തിക്കാനും പ്രവർത്തിക്കാനും ഉള്ള രീതിയിലാണ് വളർത്തിയിരിക്കുന്നതെന്നാണ് ഞാൻ ഉദ്ദേശിച്ചത്. ഞാനും അങ്ങനെതന്നെയാണ് വളർന്നത്. അവർ അതിൽനിന്ന് മാറിപ്പോകുന്നത് കാണാൻ എനിക്ക് ആഗ്രഹം ഇല്ല."

അവിടെ അപകടകരമായ ഒരു ഇടവേള ഉണ്ടായിരുന്നു.

"അതിൽ അപ്പുറം പോയാൽ?" ബിർക്കിൻ ചോദിച്ചു.

അച്ഛൻ അറച്ചുനിന്നു. അയാൾ ഒരു വൃത്തികെട്ട അവസ്ഥയിൽ ആയിരുന്നു.

"ങാ! നിങ്ങൾ എന്താണ് ഉദ്ദേശിക്കുന്നത്? ഞാൻ പറയാൻ ആഗ്രഹിച്ചത് എന്റെ മകൾ" ഫലം ഇല്ലെന്നുള്ള തോന്നലിൽ അയാൾ നിശ്ശബ്ദനായി. ഏതോ രീതിയിൽ അയാളുടെ സംസാരം വഴിമാറിപ്പോയെന്ന് അയാൾക്ക് അറിയാം.

"നിശ്ചയമായും" ബിർക്കിൻ പറഞ്ഞു. "ഞാൻ ആരേയും വേദനിപ്പിക്കാനോ സ്വാധീനിക്കാനോ ആഗ്രഹിക്കുന്നില്ല. ഉർസുലയ്ക്ക് അവൾക്ക് ഇഷ്ടമുള്ളതുപോലെ ചെയ്യാം."

പരസ്പര ധാരണ പരിപൂർണ്ണമായും ഇല്ലാത്തതുകൊണ്ട് അവിടെ ഒരു നിശ്ശബ്ദത നിലവിൽ വന്നിരുന്നു. ബിർക്കിന് മടുപ്പ് തോന്നി. അവളുടെ അച്ഛൻ പൊരുത്തപ്പെടുന്ന മനുഷ്യൻ അല്ല. അയാൾ പഴയ പ്രതിദ്ധ്വനികളുടെ ഒരു നിറകുടം ആയിരുന്നു. ബിർക്കിന്റെ കണ്ണ് ബ്രാങ്ങ്വന്റെ മുഖത്തുതന്നെ ആയിരുന്നു. ബ്രാങ്ങ്വൻ തല ഉയർത്തിയപ്പോൾ ബിർക്കിൻ അയാളെ നോക്കി ഇരിക്കുന്നത് കണ്ടു. വ്യക്തത ഇല്ലാത്ത കോപവും നാണക്കേടും ശക്തിക്കുറവുണ്ടെന്നുള്ള അറിവും ചേർന്ന് അയാളുടെ മുഖത്തെ പൊതിഞ്ഞു.

"വിശ്വാസം ഒരു കാര്യമാണ്."ബ്രാങ്ങ്വൻ പറഞ്ഞു. "എന്റെ പെൺമക്കളുടെ പിന്നിലെത്തി ആദ്യം ചൂളം അടിക്കുന്നവന്റെ പിന്നിൽ പോകുന്നതിനേക്കാൾ അവർ നാളെ മരിച്ചുപോകുന്നതാണ് ഞാൻ കൂടുതൽ ഇഷ്ടപ്പെടുന്നത്."

ബിർക്കിന്റെ കണ്ണുകളിൽ അസാധാരണമായ വേദനയുടെ വെളിച്ചം കണ്ടു.

"അതുപറഞ്ഞാൽ" ബിർക്കിൻ പറഞ്ഞു. "എന്റെ പിന്നാലെ അവൾ വരുന്നതിനേക്കാൾ അവളുടെ പിന്നാലെ ഞാൻ ചെല്ലുകയാണെന്ന് എനിക്കറിയാം."

വീണ്ടും ഒരു ഇടവേള ജനിച്ചു. അച്ഛൻ ഏകദേശം അമ്പരന്നുപോയിരുന്നു.

“എനിക്കറിയാം.” അയാൾ പറഞ്ഞു. “അവൾക്ക് സ്വന്തം ഇഷ്ടങ്ങൾ ഉണ്ട് — അവൾ എന്നും അങ്ങനെ ആയിരുന്നു. എനിക്ക് ചെയ്യാവുന്നതെല്ലാം ഞാൻ അവർക്ക് ചെയ്തിട്ടുണ്ട്. പക്ഷേ, അതിൽ കാര്യമില്ല. അവർക്ക് സ്വയം ഇഷ്ടപ്പെടണം. അവരുടെ ഇഷ്ടം മാത്രമാണ് അവർ നോക്കുന്നത്. പക്ഷേ, അവളുടെ അമ്മയേയും എന്നേയും കൂടി കണക്കിലെടുക്കുന്നതാണ് ശരിയായ കാര്യം.”

ബ്രാങ്ങ്വാൻ അയാളുടെ സ്വന്തം ചിന്തകളിൽ ആയിരുന്നു. “ഞാൻ നിങ്ങളോട് ഇത്രയും പറയാം. ഇന്നത്തെക്കാലത്ത് എല്ലാ സ്ഥലത്തും കാണുന്ന കുത്തഴിഞ്ഞ രീതിയിൽ അവരെ കാണാതിരിക്കാൻ വേണ്ടി ഞാൻ അവരെ കുഴിച്ചുമൂടുമെന്ന് നിസ്സംശയം പറയാം. ഞാൻ നിശ്ചയമായും അവരെ കുഴിച്ചുമൂടും.”

“ശരി; പക്ഷേ, ഒരു കാര്യം മനസ്സിലാക്കണം.” ഈ പുതിയ പരിവർത്തനത്തിൽ മടുപ്പുതോന്നി ബിർക്കിൻ പറഞ്ഞു. “അവരെ കുഴിച്ചുമൂടാനുള്ള അവസരം നിങ്ങൾക്കോ എനിക്കോ അവർ തരാൻ പോകുന്നില്ല. കാരണം അവർ കുഴിച്ചുമൂടപ്പെടാൻ ആഗ്രഹിക്കുന്നില്ല.”

ബ്രാങ്ങ്വൻ പെട്ടെന്നുണ്ടായ ദേഷ്യത്തിൽ ബിർക്കിനെ നോക്കി.

“മിസ്റ്റർ ബിർക്കിൻ” അയാൾ പറഞ്ഞു. “നിങ്ങൾ എന്തിനാണ് ഇവിടെ വന്നതെന്ന് എനിക്കറിയില്ല. നിങ്ങൾക്ക് എന്താണ് വേണ്ടതെന്നും എനിക്കറിയില്ല. പക്ഷേ, എന്റെ പെൺമക്കൾ എന്റെ പെൺമക്കളാണ്. എന്നെക്കൊണ്ട് കഴിയുന്ന കാലത്തോളം അവരെ സംരക്ഷിക്കേണ്ടത് എന്റെ കാര്യമാണ്.”

ബിർക്കിന് പെട്ടെന്ന് ദേഷ്യംവന്നു. അയാളുടെ കണ്ണുകളിൽ പരിഹാസം നിറഞ്ഞു. പക്ഷേ, അയാൾ കുലുങ്ങാതെ നിന്നു. കുറച്ചുസമയത്തേക്ക് സംസാരം ഉണ്ടായില്ല.

“നിങ്ങൾ ഉർസുലയെ വിവാഹം കഴിക്കുന്നതിൽ എനിക്ക് എതിർപ്പ് ഇല്ല.” ബ്രാങ്ങ്വൻ അവസാനം സംസാരിക്കാൻ ആരംഭിച്ചു. “ഞാനുമായി അതിന് യാതൊരു ബന്ധവും ഇല്ല. ഞാൻ ഉണ്ടെങ്കിലും ഇല്ലെങ്കിലും അവൾക്ക് അവൾക്കിഷ്ടമുള്ളതുപോലെ ചെയ്യാം.”

ബിർക്കിൻ ജനാലയിലൂടെ പുറത്തേക്ക് നോക്കി. ഇതുകൊണ്ടൊക്കെ എന്ത് പ്രയോജനം ഉണ്ടായി? ഇത് തുടരുന്നതിൽ കാര്യമില്ല. ഉർസുല വീട്ടിൽ വരുമ്പോൾ അവളുടെ കൂടെ ഇരുന്ന് സംസാരിച്ചതിനുശേഷം അയാൾക്ക് തിരിച്ചു പോകാം. അവളുടെ അച്ഛന്റെ ബുദ്ധിമുട്ടുകൾ അയാൾ സ്വീകരിക്കില്ല. ഇതെല്ലാം ആവശ്യമുള്ള കാര്യങ്ങളല്ല. അയാൾ സ്വയം ഇത് കുത്തിപ്പൊക്കരുതായിരുന്നു.

അവർ നിശ്ശബ്ദരായിരുന്നു. ബിർക്കിൻ അയാളുടെ ചുറ്റുപാടുകളെ പറ്റി ബോധവാനായിരുന്നില്ല. അയാൾ വന്നത് അവളോട് വിവാഹാഭ്യർത്ഥന നടത്താനായിരുന്നു, ശരി, അപ്പോൾ അയാൾ കാത്തിരുന്ന് അവളോട് ആവശ്യപ്പെടും. അവൾ അത് സ്വീകരിക്കുമോ തള്ളിക്കളയുമോ എന്നതിനെപ്പറ്റി അയാൾ ആലോചിച്ചിട്ടില്ല. അയാൾ പറയാൻ വന്നകാര്യം

അയാൾ പറയും. അതുമാത്രമാണ് അയാൾക്ക് ബോദ്ധ്യമുള്ളത്. ഈ വീട്അയാൾക്ക് അപ്രധാനമാണെന്നുള്ള കാര്യം അയാൾ അംഗീകരിച്ചു. പക്ഷേ, ഇപ്പോൾ എല്ലാം വിധിപോലെ ആയിരിക്കും. അയാൾ ഒരു കാര്യം മാത്രമാണ് മുന്നിൽക്കാണുന്നത്. അതിൽ കൂടുതലായി മറ്റൊന്നും ഇല്ല. ബാക്കി എല്ലാ കാര്യങ്ങളിൽ നിന്നും അയാൾ താല്ക്കാലത്തേക്ക് മോചിപ്പിക്കപ്പെട്ടിരിക്കുന്നു. ഇത് വിധിക്ക് വിട്ടുകൊടുക്കേണ്ടിയിരിക്കുന്നു.

ഒടുവിൽ അവർ ഗേറ്റ് അനങ്ങുന്നത് കേട്ടു. കൈയിൽ ഒരുകെട്ട് പുസ്തകങ്ങളുമായി അവൾ പടി കയറി വരുന്നത് അവർ കണ്ടു. പതിവുപോലെ അവളുടെ മുഖത്ത് അശ്രദ്ധ ഉണ്ടായിരുന്നു. സത്യാവസ്ഥകളുമായി ബന്ധമില്ലെന്ന മട്ടിലുള്ള അവളുടെ അശ്രദ്ധ അവളുടെ അച്ഛനെ വേദനിപ്പിച്ചിരുന്നു. സത്യാവസ്ഥയെ മാറ്റിനിർത്തിക്കൊണ്ട് അവൾക്ക് സ്വന്തമായി ഒരു വെളിച്ചം കൈക്കൊള്ളാനുള്ള ഭ്രാന്തമായ ഒരു കഴിവ് അവൾക്കുണ്ടായിരുന്നു. ആ കഴിവിനുള്ളിൽ അവൾക്ക് സൂര്യപ്രകാശത്തിൽ നില്ക്കുന്നതുപോലെയുള്ള തിളക്കം ഉണ്ടായിരുന്നതായി തോന്നി.

അവൾ ഭക്ഷണമുറിയിലേക്ക് പോയി പുസ്തകങ്ങൾ മേശപ്പുറത്തിടുന്ന ശബ്ദം അവർ കേട്ടു.

"പെൺകുട്ടികൾക്കുള്ള പുസ്തകം കൊണ്ടുവന്നോ?" റോസലിൻഡ് ഉറക്കെ ചോദിച്ചു.

"ഞാൻ അത് കൊണ്ടുവന്നിട്ടുണ്ട്. പക്ഷേ, നീ വേണമെന്ന് പറഞ്ഞ പുസ്തകം ഞാൻ മറന്നുപോയി."

"മറക്കുമെന്ന് എനിക്കറിയാം." റോസലിൻഡ് ദേഷ്യപ്പെട്ട് വിളിച്ചു പറഞ്ഞു. "അതിൽ അത്ഭുതം ഒന്നും ഇല്ല."

പിന്നീട് റോസലിൻഡ് ശബ്ദം താഴ്ത്തി എന്തോ പറയുന്നത് അവർ കേട്ടു.

"എവിടെ?" ഉർസുല ഉറക്കെ ചോദിച്ചു. വീണ്ടും റോസലിൻഡിന്റെ അടക്കിപ്പിടിച്ച ശബ്ദംകേട്ടു.

ബ്രാങ്വൻ കതക് തുറന്ന് അധികാരത്തിന്റെ ശക്തമായ ശബ്ദത്തിൽ വിളിച്ചു. "ഉർസുല"

അവൾ നിമിഷത്തിനുള്ളിൽ പ്രത്യക്ഷപ്പെട്ടു. അവൾ തൊപ്പി അണിഞ്ഞിരുന്നു.

"ഓ എന്തുണ്ട് വിശേഷം?" ബിർക്കിനെ കണ്ടപ്പോൾ അവൾ ചോദിച്ചു. അയാളുടെ സാന്നിദ്ധ്യം അവൾ മനസ്സിലാക്കിയിട്ടുണ്ടെന്ന് അറിഞ്ഞപ്പോൾ ബിർക്കിൻ അവളെ അത്ഭുതത്തോടെ നോക്കി. അവൾക്ക് യഥാർത്ഥ ലോകത്തെ മനസ്സിലാക്കാൻ കഴിയുന്നില്ലെന്നും അവളുടേതായ ഒരു തിളങ്ങുന്ന ലോകം ഉണ്ടെന്നും തോന്നുന്നതരത്തിലുള്ള ഒരു അസാധാരണമായ പെരുമാറ്റരീതി ഉണ്ടായിരുന്നു.

"ഞാൻ ഒരു സംസാരം തടസ്സപ്പെടുത്തുകയാണോ?" അവൾ ചോദിച്ചു.

"അല്ല. ഒരു നിശ്ശബ്ദതയെയാണ് തടസ്സപ്പെടുത്തുന്നത്." ബിർക്കിൻ

പറഞ്ഞു.

"ഓ!" ഉർസുല അശ്രദ്ധമായി പറഞ്ഞു. അവരുടെ സാന്നിദ്ധ്യത്തിന് അവൾക്ക് പ്രാധാന്യം ഇല്ല. അവൾ അവരെ ഗൗനിക്കുന്നില്ല. ഇത് അവളുടെ അച്ഛനെ എല്ലാസമയത്തും തളർത്തിക്കളയുന്ന ഒരു നിഗൂഢമായ പരിഹാസം ആയിരുന്നു.

"മിസ്റ്റർ. ബിർക്കിൻ നിന്നോട് സംസാരിക്കാൻ വന്നതാണ്. എന്നോടല്ല." അവളുടെ അച്ഛൻ പറഞ്ഞു.

"ഓ! ആണോ!" അത് അവളെ ബാധിക്കുന്ന കാര്യം അല്ലെന്നുള്ള മട്ടിൽ അവൾ അവ്യക്തമായി പറഞ്ഞു. പിന്നീട് ഓർമ്മ തിരിച്ചു വന്നതുപോലെ ചിരിച്ചുകൊണ്ട് അയാളുടെ അടുത്തേക്ക് വന്ന് സാധാരണമട്ടിൽ ചോദിച്ചു. "പ്രത്യേകിച്ച് എന്തെങ്കിലും കാര്യമുണ്ടോ?"

"ഉണ്ടെന്നാണ് എന്റെ വിശ്വാസം" അയാൾ അർത്ഥംവെച്ച് പറഞ്ഞു.

"നിന്നെ വിവാഹം ആലോചിക്കാൻ വന്നതാണ്." അവളുടെ അച്ഛൻ പറഞ്ഞു.

"ഓ!" ഉർസുല പറഞ്ഞു.

"ഓ!" അവളെ അനുകരിച്ചുകൊണ്ട് അച്ഛൻ അവളെ പരിഹസിച്ചു. "നിനക്ക് കൂടുതലൊന്നും പറയാനില്ലേ?" അപമാനിച്ച മട്ടിൽ അവൾ ഞെട്ടി.

"നിങ്ങൾ സത്യത്തിൽ എന്നെ വിവാഹം ആലോചിക്കാൻ വന്നതാണോ?" അതൊരു തമാശയാണെന്ന രീതിയിൽ അവൾ ബിർക്കിനോട് ചോദിച്ചു.

"അതെ"അയാൾ പറഞ്ഞു."ഞാൻ വിവാഹാഭ്യർത്ഥന നടത്താൻ വന്നതാണെന്നാണ് ഞാൻ വിചാരിക്കുന്നത്." വിവാഹാഭ്യർത്ഥന എന്ന വാക്കുപറയുന്നതിൽ അയാൾക്ക് നാണക്കേടുള്ളതുപോലെ തോന്നി.

"ആണോ?" അവളുടെ അവ്യക്തമായ തിളക്കത്തോടെ അവൾ ഉറക്കെപ്പറഞ്ഞു. അയാൾ എന്തൊക്കെയോ പറഞ്ഞുകൊണ്ടിരുന്നെങ്കിലും അവൾക്ക് അതിൽ തൃപ്തിയുണ്ടെന്ന് തോന്നി.

"അതെ."അയാൾ മറുപടി പറഞ്ഞു. "നിങ്ങൾ എന്നെ വിവാഹം കഴിക്കാൻ സമ്മതിക്കണമെന്ന് ഞാൻ ആഗ്രഹിക്കുന്നു."

അവൾ അയാളെ നോക്കി. അവളിൽനിന്ന് എന്തോ ആഗ്രഹിക്കുകയും എന്നാൽ ആഗ്രഹിക്കാതിരിക്കുകയും ചെയ്യുന്ന തരത്തിലുള്ള പലതരം വെളിച്ചങ്ങൾകൊണ്ട് അയാളുടെ കണ്ണുകൾ തിളങ്ങി. അയാളുടെ കണ്ണുകൾക്ക് മുമ്പിൽ നഗ്നമാക്കപ്പെട്ടപോലെ അവൾ ഒഴിഞ്ഞുമാറി. അവൾ ഇരുണ്ടു. അവളുടെ ആത്മാവിനെ മേഘം മൂടി. അവൾ ഒരുവശത്തേക്ക് തിരിഞ്ഞു. അവളുടെ തിളക്കമുള്ള തനതായ ലോകത്ത് നിന്നും അവൾ പുറത്താക്കപ്പെട്ടിരിക്കുന്നു. അവൾക്ക് സമ്പർക്കം പേടിയായിരുന്നു. അത് അവൾക്ക് ഏകദേശം അസ്വാഭാവികമായിരുന്നു.

"ശരി." ആശങ്ക കലർന്ന ശബ്ദത്തിൽ അവൾ അവ്യക്തമായി പറഞ്ഞു.

ബിർക്കിന്റെ ഹൃദയം പെട്ടെന്ന് ചുരുങ്ങി. അതെല്ലാം അവൾക്ക് പ്രത്യേകിച്ച് അർത്ഥമുള്ള കാര്യങ്ങൾ ആയിരുന്നില്ല. അയാൾക്ക് വീണ്ടും തെറ്റുപറ്റിയിരിക്കുന്നു. അവൾ സ്വയം സംതൃപ്തമായ അവളുടെ ലോകത്ത് ആയിരുന്നു. അയാളും അയാളുടെ പ്രതീക്ഷകളും അവൾക്ക് അപ്രധാനമായിരുന്നു. അവളോടുള്ള അതിക്രമം ആയിരുന്നു. അത് അവളുടെ അച്ഛനെ ഭ്രാന്തമായ ഈർഷ്യയുടെ കുഴിയിലേക്ക് തള്ളിയിട്ടു. ജീവിതകാലം മുഴുവൻ അയാൾക്ക് ഇത് അവളിൽ നിന്ന് തുടർന്നുകൊണ്ടിരിക്കും.

"ശരി നീ എന്താണ് പറയുന്നത്?" അയാൾ ഉറക്കെ ചോദിച്ചു.

അവൾക്ക് സങ്കോചം തോന്നി. പിന്നീട് ചെറിയ ഭയത്തോടെ അവളുടെ അച്ഛനെ നോക്കിക്കൊണ്ട് പറഞ്ഞു.

"ഞാൻ ഒന്നും പറഞ്ഞില്ലല്ലോ? പറഞ്ഞോ?" അവൾ സ്വയം പ്രതിബദ്ധത കാണിച്ചതായി അവൾ ഭയക്കുന്നുണ്ടെന്ന് തോന്നി.

"ഇല്ല." അവളുടെ അച്ഛൻ ദേഷ്യപ്പെട്ടുകൊണ്ട് പറഞ്ഞു. "പക്ഷേ, നീ ഒരു വിഡ്ഢിയെപ്പോലെ പെരുമാറേണ്ട ആവശ്യമില്ല. നിനക്ക് ബുദ്ധിയുണ്ട് ഇല്ലേ?"

"എനിക്ക് ബുദ്ധിയുണ്ട്. അതിനെന്ത്?" അവൾ ദേഷ്യംകൊണ്ട് ഇരുണ്ടുപോയ ശബ്ദത്തിൽ പറഞ്ഞു.

"നിന്നോടു ചോദിച്ച ചോദ്യം നീ കേട്ടില്ലേ?" ദേഷ്യം കൊണ്ട് അച്ഛൻ വിളിച്ചുകൂവി.

"തീർച്ചയായും ഞാൻ കേട്ടു."

"ശരി, അപ്പോൾ നിനക്ക് മറുപടി പറഞ്ഞുകൂടേ?" അച്ഛൻ പൊട്ടിത്തെറിച്ചു.

"ഞാൻ എന്തിന് മറുപടി പറയണം?" ഈ മറുപടിയിലെ ധിക്കാരം കൊണ്ട് അയാൾ വിറങ്ങലിച്ചുപോയി. പക്ഷേ, അയാൾ ഒന്നും പറഞ്ഞില്ല.

"വേണ്ട." ആ സന്ദർഭത്തിന്റെ പിരിമുറുക്കം കുറയ്ക്കാനായി ബിർക്കിൻ പറഞ്ഞു. "ഉടനെ മറുപടി തരേണ്ട ആവശ്യം ഇല്ല. ഇഷ്ടമുള്ളപ്പോൾ പറഞ്ഞാൽമതി."

അവളുടെ കണ്ണുകളിലൂടെ ശക്തമായ ഒരു വെളിച്ചം മിന്നിമറഞ്ഞു.

"ഞാൻ എന്തിനാണ് എന്തെങ്കിലും പറയുന്നത്?" അവൾ ഉറക്കെപ്പറഞ്ഞു. "നിങ്ങൾ നിങ്ങളായി ചെയ്ത കാര്യങ്ങളാണ്. എനിക്ക് ഇതുമായി ബന്ധം ഒന്നും ഇല്ല. നിങ്ങൾ രണ്ടുപേരും എന്നെ ഉപദ്രവിക്കാൻ ആഗ്രഹിക്കുന്നത് എന്തിനാണ്?"

"നിന്നെ ഉപദ്രവിച്ചെന്നോ!" അച്ഛൻ കടുത്ത കോപത്തോടെ വിളിച്ചുകൂവി. "നിന്നെ ഉപദ്രവിച്ച് അല്പം മാന്യത ഉണ്ടാക്കാനും കുറച്ചുബുദ്ധി ഉണ്ടാക്കാനും കഴിയാത്തതാണ് കഷ്ടം! നീ ഒരു തന്നിഷ്ടക്കാരിയാണ്?"

അവൾ മുറിയുടെ നടുക്ക് മുഖത്ത് അപകടകരമായ തിളക്കവുമായി നിന്നു. അനുസരണക്കേടിന്റെ സംതൃപ്തി അവളിൽ ഉണ്ടായിരുന്നു. ബിർക്കിൻ അവളെ നോക്കി. അയാൾക്കും ദേഷ്യം വന്നു.

"പക്ഷേ, ആരും നിങ്ങളെ ഉപദ്രവിക്കുന്നില്ല." ബിർക്കിൻ വളരെ

മൃദുവായി പറഞ്ഞു. ശബ്ദം മൃദുവായിരുന്നെങ്കിലും അപകടകരം ആയിരുന്നു.

"എനിക്ക് അറിയാം." അവൾ വിളിച്ചുകൂവി. "നിങ്ങൾ രണ്ടുപേരും ചേർന്ന് എന്നെ എന്തിനോവേണ്ടി നിർബ്ബന്ധിക്കാൻ ആഗ്രഹിക്കുന്നുണ്ട്."

"അത് നിങ്ങളുടെ തോന്നലാണ്." ബർക്കിൻ അർത്ഥം മനസ്സിലാക്കിയ മട്ടിൽ പറഞ്ഞു.

"തോന്നൽ" അവളുടെ അച്ഛൻ വിളിച്ചുകൂവി. "സ്വന്തം അഭിപ്രായം പറയുന്ന ഒരു വിഡ്ഢി. അവൾ അതാണ്."

ബിർക്കിൻ എഴുന്നേല്ക്കുന്നതിനിടയിൽ പറഞ്ഞു. "എന്തായാലും തല്ക്കാലത്തേക്ക് നമുക്ക് ഇത് ഉപേക്ഷിക്കാം."

പിന്നീട് ഒന്നുംപറയാതെ അയാൾ വീടിന് പുറത്തേക്ക് നടന്നു.

"എടീ വിഡ്ഢി!" അങ്ങേയറ്റത്തെ വെറുപ്പോടെ അച്ഛൻ അവളെ വിളിച്ചു. അവൾ സ്വയം പാട്ടുപാടിക്കൊണ്ട് മുറിയിൽ നിന്നും പുറത്തിറങ്ങി മുകളിലത്തെ നിലയിലേക്കു പോയി. ഒരു ഭയാനകമായ യുദ്ധത്തിനുശേഷം എന്നപോലെ അവൾ ഭയങ്കരമായി പരിഭ്രമിച്ചുപോയിരുന്നു. ബിർക്കിൻ റോഡിലൂടെ പോകുന്നത് അവൾക്ക് ജനാലയിലൂടെ കാണാം. അവൾക്ക് ഒരു അപകടത്തിൽ നിന്ന് രക്ഷപ്പെട്ടതുപോലെ തോന്നി.

നാണക്കേടും നൈരാശ്യവും കൊണ്ട് അച്ഛൻ താഴത്തെ നിലയിൽത്തന്നെ ഇരുന്നു. ഉർസുലയുമായുള്ള വിശദീകരണമില്ലാത്ത ഒരു വഴക്കിനുശേഷം അയാൾ പിശാചുക്കളുടെ അധീനതയിലാണെന്ന് തോന്നി. അവളെ അങ്ങേയറ്റം വെറുക്കുന്നതിൽ മാത്രമാണ് അയാളുടെ സത്യം നിലനില്ക്കുന്നത് എന്ന മട്ടിൽ അയാൾ അവളെ വെറുത്തു. അയാളുടെ ഹൃദയത്തിൽ മൊത്തം നരകവും ഉണ്ടായിരുന്നു. അയാൾ സ്വയം രക്ഷപ്പെടാൻ വേണ്ടി എഴുന്നേറ്റുപോയി. അയാൾക്ക് നിരാശപ്പെടേണ്ടി വരുമെന്ന് അയാൾക്ക് അറിയാം.

ഉർസുലയുടെ മുഖം ശാന്തമായിരുന്നു. അവരോടുള്ള എതിർപ്പ് അവൾ സ്വയം പൂർത്തീകരിച്ചുകഴിഞ്ഞു. സ്വയം അവസാനിപ്പിച്ചതിന്റെ പിൻവാങ്ങലിൽ അവൾക്ക് രക്തത്തിന്റെ കാഠിന്യം ഉണ്ടായിരുന്നു. അവളുടെ മറവിയുടെ ആഹ്ലാദം കാണാതിരിക്കാൻ അവളുടെ അച്ഛൻ പഠിക്കണം. അല്ലെങ്കിൽ അത് അയാളെ ഭ്രാന്ത് പിടിപ്പിക്കും. അവളുടെ പരിപൂർണ്ണമായ എതിർപ്പിന്റെ എല്ലാക്കാര്യങ്ങളിലും അവൾ അങ്ങേയറ്റം ആഹ്ലാദം ഉള്ളവൾ ആയിരുന്നു.

സ്വാഭാവികമെന്നു തോന്നുന്ന കാപട്യമില്ലാത്ത ഈ അവസ്ഥയിൽ അവൾ ദിവസങ്ങളോളം തുടരും. അവളുടെ നിലനില്പിനെപ്പറ്റി അനിവാര്യമായും മറന്നുപോകുന്ന ഈ അവസ്ഥ പക്ഷേ, അവളുടെ താല്പര്യങ്ങളിൽ അങ്ങേയറ്റം സന്നദ്ധതയും സാമർത്ഥ്യവും ഉള്ളതായിരുന്നു. അവളുടെ അടുത്തെത്തുന്നത് ഒരു പുരുഷനെ സംബന്ധിച്ചിടത്തോളം കയ്പേറിയ അനുഭവം ആയിരുന്നു. അവളുടെ അച്ഛൻ അയാളുടെ പിതൃത്വത്തെ ശപിച്ചു. പക്ഷേ, അവളെ കാണാതിരിക്കാനും അവളെപ്പറ്റി അ

റിയാതിരിക്കാനും അയാൾ പഠിക്കണം.

അയാൾ ഈ അവസ്ഥയിൽ ആയിരിക്കുമ്പോൾ അവളുടെ എതിർപ്പിന്റെ കാര്യത്തിൽ അവൾക്ക് പൂർണ്ണമായ ഉറപ്പുണ്ടായിരുന്നു. പക്ഷേ, വളരെ ശുദ്ധവും ആകർഷണീയവുമായ ഈ എതിർപ്പിനെ എല്ലാവരും എല്ലാ രീതിയിലും അവിശ്വസിച്ചു. അസാധാരണമായ വ്യക്തതയും അവഗണനയും നിഴലിക്കുന്ന അവളുടെ ശബ്ദമാണ് അവളെ ഒറ്റപ്പെടുത്തിയത്. ഗുഡ്റൺ മാത്രമാണ് അവളോട് യോജിച്ച് പോയിരുന്നത്. അവരുടെ ബുദ്ധിപോലും ഒന്നാണെന്ന തരത്തിൽ ഈ സമയത്ത് സഹോദരിമാർ തമ്മിലുള്ള കൂട്ടുകെട്ട് ഏറ്റവും കൂടുതൽ പൂർണ്ണമായിരുന്നു. എല്ലാ കാര്യങ്ങളെയും മറികടന്ന് അവർ തമ്മിലുള്ള ശക്തവും തിളക്കവുമുള്ളതും ആയ ഒരു പരസ്പര ധാരണയുടെ കെട്ടുപാട് അവർ അനുഭവിച്ചു, രണ്ടു പെൺമക്കളും തമ്മിലുള്ള തിളക്കമുള്ള ഈ സൗഹൃദത്തിന്റെ നാളുകളിൽ അച്ഛന് അയാളുടെ ജീവിതം തന്നെ നശിപ്പിക്കപ്പെട്ട തരത്തിൽ അയാൾ അന്ത്യശ്വാസം വലിക്കുകയാണെന്ന് തോന്നി. അയാൾ ഭ്രാന്തോളം എത്തുന്ന മുൻകോപത്തിന് അടിമയായി. അയാൾക്ക് വിശ്രമിക്കാൻ കഴിഞ്ഞില്ല. അയാളുടെ പെൺമക്കൾ അയാളെ നശിപ്പിച്ചുകൊണ്ടിരിക്കുകയാണെന്ന് അയാൾക്ക് തോന്നി. പക്ഷേ, അയാൾക്ക് അവർക്കെതിരെ അത് പ്രകടിപ്പിക്കാൻ കഴിഞ്ഞില്ല. അയാൾ നിസ്സഹായനായിരുന്നു. അയാളുടെ ആത്മാവിൽ അയാൾ അവരെ ശപിച്ചു. അവരെ അയാളിൽ നിന്ന് നീക്കം ചെയ്യണമെന്ന് മാത്രമാണ് അയാൾ ആഗ്രഹിച്ചിരുന്നത്.

അവരുടെ സ്ത്രൈണമായ ഉൽകൃഷ്ടതയിൽ അവർ തിളങ്ങിക്കൊണ്ടിരുന്നു. അവർ രഹസ്യങ്ങൾ കൈമാറി. അവർ അവസാനത്തെ വെളിപ്പെടുത്തലുകൾ നടത്താൻ മാത്രം സൗഹൃദത്തിലായിരുന്നു. എല്ലാ രഹസ്യങ്ങളും അവർ പരസ്പരം കൈമാറി. ഒരു രഹസ്യവും അവർ പിടിച്ചുവച്ചില്ല. അവർ തിന്മയുടെ അതിർത്തിയുടെ മുകളിൽ എത്തുന്നതുവരെ എല്ലാ കാര്യങ്ങളും അവർ സംസാരിച്ചു. അവർ അറിവുകൊണ്ട് പരസ്പരം പ്രതിരോധിക്കാൻ തയ്യാറെടുത്തു. അറിവിന്റെ ആപ്പിളിൽ നിന്നും ഏറ്റവും നിഗൂഢമായ സ്വാദുകൾ അവർ പിഴിഞ്ഞെടുത്തു. അവരുടെ ഓരോരുത്തരുടെയും അറിവുകൾ എത്രമാത്രം പരസ്പരം അഭിനന്ദനാർഹമായിരുന്നു എന്നുള്ളത് വിചിത്രമായ കാര്യമായിരുന്നു.

ഉർസുല അവളുടെ പുരുഷന്മാരെ ആൺമക്കളെപ്പോലെ കണ്ടു. അവരുടെ തീവ്രാഭിലാഷങ്ങളിൽ അവൾ അവരോട് സഹതപിച്ചു. ഒരമ്മ അവരുടെ കുട്ടികളെപ്പറ്റി അത്ഭുതപ്പെടുന്നതുപോലെ അവൾ അവരെ നോക്കി അത്ഭുതപ്പെട്ടു. അവരുടെ പുതുമയിൽ അവൾ ചെറുതായി ആഹ്ലാദിച്ചു. പക്ഷേ, ഗുഡ്റണിന് അവർ എതിരാളികൾ ആയിരുന്നു. അവൾ അവരെ ഭയന്നു. അവൾ അവരെ അവജ്ഞയോടെ നോക്കി. പക്ഷേ, അവരുടെ പ്രവർത്തനങ്ങളെ അതിരുകടന്ന് ബഹുമാനിച്ചു.

“നിശ്ചയമായും.” അവൾ പറഞ്ഞു. “ബിർക്കിന് തികച്ചും പ്രശംസ

നീയമായ ചില ഗുണങ്ങൾ ജീവിതത്തിൽ ഉണ്ട്. അയാളിൽ ജീവിതത്തിന്റെ അസാധാരണമായ രീതിയിൽ സമ്പന്നമായ ഒരു വസന്തം ഉണ്ട്. പക്ഷേ, അയാൾക്ക് ഒട്ടുംതന്നെ അറിയാത്ത പല കാര്യങ്ങളും ജീവിതത്തിൽ ഉണ്ട്. അത്തരം കാര്യങ്ങളെപ്പറ്റി ഒന്നുകിൽ അയാൾക്കറിവില്ല. അല്ലെങ്കിൽ അവ പരിഗണിക്കേണ്ട കാര്യം ഇല്ലെന്നമട്ടിൽ അയാൾ തള്ളിക്കളയുന്നു. അവ മറ്റെയാൾക്ക് പ്രാധാന്യമുള്ള കാര്യങ്ങളാണ്. ഒരുതരത്തിൽ അയാൾക്ക് വേണ്ടത്ര വിവേകം ഇല്ല. ചില സ്ഥലങ്ങളിൽ അയാൾക്ക് തീക്ഷ്ണത കൂടുതലാണ്."

"അതെ." ഉർസുല ഉറക്കെ പറഞ്ഞു. "അയാൾ ഒരു ഉപദേശിയാണ്. അയാൾ സത്യത്തിൽ ഒരു പുരോഹിതൻ ആണ്."

"സത്യം! മറ്റുള്ളവർക്ക് പറയാനുള്ളത് അയാൾക്ക് കേൾക്കാൻ കഴിയില്ല. അയാൾക്ക് അത് കേൾക്കാൻ താല്പര്യമില്ല. അയാളുടെ സ്വന്തം ശബ്ദത്തിന് മുഴക്കം കൂടുതലാണ്."

"അതെ, അയാൾ ഉറക്കെ വിളിച്ച് കൂവി നിങ്ങളെ സംസാരിക്കാൻ വിടില്ല."

"ഉറക്കെ വിളിച്ചുകൂവി നിങ്ങളെ സംസാരിക്കാൻ അനുവദിക്കില്ല." ഗുഡ്റൺ ആവർത്തിച്ചു. "അയാളുടേത് അക്രമാസക്തമായ പെരുമാറ്റമാണ്. അതുകൊണ്ട് പ്രയോജനം ഇല്ല. അക്രമംകൊണ്ട് ആരേയും ബോദ്ധ്യപ്പെടുത്താൻ കഴിയില്ല. അതുകൊണ്ട് അയാളോടുള്ള സംസാരം സാദ്ധ്യമാകാതെ വരും. അയാളോടൊപ്പം ജീവിക്കുന്നത് അസാദ്ധ്യതയ്ക്കും അപ്പുറമാണെന്നാണ് ഞാൻ വിചാരിക്കുന്നത്."

"ഒരാൾക്ക് അയാളോടൊപ്പം ജീവിക്കാൻ കഴിയില്ലെന്ന് നീ വിചാരിക്കുന്നുണ്ടോ?" ഉർസുല ചോദിച്ചു.

"അത് അങ്ങേയറ്റത്തെ തളർച്ച ഉണ്ടാക്കും എന്നാണ് ഞാൻ വിചാരിക്കുന്നത്. അയാൾ എല്ലാസമയത്തും അലറിത്തോല്പിച്ചുകൊണ്ടിരിക്കും. രക്ഷപ്പെടാൻ സമ്മതിക്കാതെ അയാളുടെ രീതികളിലേക്ക് തള്ളിക്കയറ്റും. നിങ്ങളെ പൂർണ്ണമായും നിയന്ത്രിക്കാൻ അയാൾ ആഗ്രഹിക്കും. അയാളുടേതല്ലാതെ മറ്റൊരു മനസ്സിനെ അനുവദിക്കാൻ അയാൾക്ക് കഴിയില്ല. അതുകൂടാതെ അയാളുടെ മനസ്സിന്റെ യഥാർത്ഥ ലക്ഷണക്കേട് അതിന്റെ ആത്മവിമർശനത്തിന്റെ കുറവാണ്. കഴിയില്ല, അയാളോടൊപ്പം ജീവിക്കുന്നത് അസഹനീയമായിരിക്കുമെന്നാണ് ഞാൻ വിചാരിക്കുന്നത്."

"ശരിയാണ്." ഉർസുല അവ്യക്തമായി സമ്മതം മൂളി. ഗുഡ്റണിനോട് അവൾക്ക് പകുതി യോജിപ്പു മാത്രമേ ഉണ്ടായിരുന്നുള്ളൂ. അവൾ പറഞ്ഞു. "ശല്യം ഇതാണ്. മിക്കവാറും എല്ലാവരും രണ്ടാഴ്ച കഴിഞ്ഞാൽ സഹിക്കാൻ ബുദ്ധിമുട്ടായി മാറും."

"അത് പൂർണ്ണമായും പേടി തോന്നുന്ന കാര്യമാണ്."ഗുഡ്റൺ പറഞ്ഞു. "പക്ഷേ, ബിർക്കിൻ, അയാൾ വളരെ കൂടുതൽ വാശിയുള്ളവനാണ്. നിങ്ങളുടെ ആത്മാവ് നിങ്ങളുടെ സ്വന്തമാണെന്ന് പറയുന്നത്

അയാൾക്ക് സഹിക്കാൻ കഴിയില്ല."

"ശരിയാണ്." ഉർസുല പറഞ്ഞു. "അയാളുടെ ആത്മാവാണ് നിങ്ങൾക്ക് ഉണ്ടാവേണ്ടത്."

"സത്യം! അതിലും മാരകമായി നിങ്ങൾക്ക് എന്താണ് വഹിച്ചുകൊണ്ടു നടക്കാൻ കഴിയുന്നത്?" ഇതെല്ലാം അങ്ങേയറ്റം സത്യം ആയിരുന്നു. വൃത്തികെട്ട ആ രുചി ആത്മാവിന്റെ അടിത്തട്ടിനെ അസ്വസ്ഥമാക്കുന്നത് ഉർസുല അനുഭവിച്ചു.

അവളിലെ ഈ യോജിപ്പില്ലാത്ത അവസ്ഥകളിലൂടെയും കലഹങ്ങളിലൂടെയും അവൾ മുന്നോട്ടുപോയി. കഷ്ടപ്പാടിന്റെ ഏറ്റവും വലിയ വിരസതയിലൂടെയാണ് അവൾ നീങ്ങിയത്.

പിന്നീട് ഗുഡ്റണിനോടുള്ള ഒരു വിരക്തി ആരംഭിച്ചു. അവൾ കാര്യങ്ങൾ അങ്ങേയറ്റം വൃത്തികേടും അങ്ങേയറ്റം അന്തിമവും ആക്കുന്നു. യാഥാർത്ഥ്യം ഗുഡറൺ പറയുന്നതായാൽപ്പോലും ബിർക്കിന്റെ കാര്യത്തിൽ മറ്റുകാര്യങ്ങളും സത്യം ആയിരുന്നു. പക്ഷേ, ഗുഡ്റൺ അയാളുടെ അടിയിൽ രണ്ട് വര വരച്ചിട്ട് അയാളുടെ മുകളിൽ ഒരു ഗുണന ചിഹ്നം വരച്ച് അയാളെ വീട്ടിക്കഴിഞ്ഞ ഒരു കടംപോലെ ആക്കുന്നു. അത് ഒരു ഭയങ്കര കള്ളമാണ്. ഉർസുല അവളുടെ സഹോദരിയുമായി മാനസികമായ പ്രക്ഷോഭം ആരംഭിച്ചു.

ഒരു ദിവസം അവർ നടവഴിയിലൂടെ നടക്കുമ്പോൾ ഒരു കുറ്റിച്ചെടിയുടെ ഏറ്റവും മുകളിലുള്ള തുഞ്ചത്ത് ഒരു കുരുവി ഇരുന്ന് തുളച്ചിറങ്ങുന്ന ശബ്ദത്തിൽ പാടുന്നതു കണ്ടു.

"അവന്റെ ഒരു പ്രാധാന്യം കണ്ടോ?" അവന് അങ്ങനെ തോന്നുന്നുണ്ട്."

"അവന് അങ്ങനെ തോന്നുന്നുണ്ടോ?" ഉർസുല പരിഹാസച്ചിരിയോടെ ഉറക്കെപ്പറഞ്ഞു. "അവൻ ആകാശത്തെ ഒരു കൊച്ച് ലോയ്ഡ് ജോർജ്ജ് അല്ലേ!"

"ആണല്ലോ! ആകാശത്തെ *കൊച്ച് ലോയ്ഡ് ജോർജ്ജ്! അവർ അതുതന്നെയാണ്." ഗുഡ്റൺ ആഹ്ലാദത്തോടെ വിളിച്ചുപറഞ്ഞു. പിന്നീട് കുറേ ദിവസത്തേക്ക് കാണാൻ ഭംഗിയില്ലാത്ത ഈ കിളികളെ കാണുമ്പോൾ വേദികളിൽനിന്ന് എന്തായാലും തന്റെ സ്വരം കേൾപ്പിച്ചേ അടങ്ങൂ എന്നുള്ളമട്ടിൽ പ്ലാറ്റ്ഫോമിൽ നിന്ന് വിളിച്ചുകൂവുന്ന തടിച്ചുകുറുകിയ രാഷ്ട്രീയക്കാരനെ ഉർസുല ഓർത്തു.

പക്ഷേ, ഇതിൽനിന്നും വിരക്തി മാത്രമാണ് ഉണ്ടായത്. പെട്ടെന്ന് കുറച്ച് മഞ്ഞക്കുരുവികൾ അവളുടെ മുന്നിലൂടെ തിളങ്ങുന്ന മഞ്ഞക്കമ്പുകൾപോലെ പാഞ്ഞുപോയി. അവർ മനുഷ്യരുമായി ബന്ധമില്ലാത്ത ഏതോ ദൂതന്മാരെപ്പോലെ തോന്നി. അവൾ സ്വയം പറഞ്ഞു. "അവരെ കൊച്ച് ലോയ്ഡ് ജോർജ്ജ് എന്ന് വിളിക്കുന്നത് മര്യാദകേടാണ്. അവർ

---

* ഡേവിഡ് ലോയ്ഡ് ജോർജ്ജ് – പ്രധാനമന്ത്രി (1916–22)

നമുക്ക് അജ്ഞാതരാണ്. അവർ മനുഷ്യജീവികളാണെന്ന രീതിയിൽ അവരെ കാണുന്നത് മര്യാദകേടാണ്. അവർ മറ്റൊരു ലോകത്തിന്റേതാണ്. ഈശ്വരന് മനുഷ്യരൂപം ആരോപിക്കുന്നത് എന്തൊരു മണ്ടത്തരമാണ്! ഗുഡ്റൺ അവളെ എല്ലാത്തിന്റെയും അളവുകോലായി സ്വയംപരിഗണിച്ച് എല്ലാത്തിനേയും മനുഷ്യജീവികളെപ്പോലെ കാണുന്നത് സത്യത്തിൽ മര്യാദകേടും ധിക്കാരവും ആണ്. മനുഷ്യർ സ്വന്തം പ്രതിബിംബം വരച്ച് പ്രപഞ്ചത്തെ വിരസമാക്കുമെന്ന് റൂപർട്ട് ബിർക്കിൻ പറഞ്ഞത് പൂർണ്ണമായും സത്യമാണ്. കിളികളെ കൊച്ച് ലോയ്ഡ് ജോർജ്ജുമാരാക്കുന്നത് യഥാർത്ഥജീവിതത്തെ നശിപ്പിക്കുകയാണെന്ന് അവൾക്ക് തോന്നി. അത് അസംബന്ധം ആണ്. അത് കുരുവികളോടുള്ള ഒരു ഭയങ്കര അന്യായമാണ്. എങ്കിലും അവൾ സ്വയം അത് ചെയ്തു. പക്ഷേ, ഗുഡ്റണിന്റെ സാന്നിദ്ധ്യത്തിലായിരുന്നു. അതുകൊണ്ട് അവർ സ്വയം നിർദോഷിയാണെന്ന് വിധിച്ചു.

അതോടെ അവൾ ഗുഡ്റണിൽ നിന്നും അവൾ ഇതുവരെ നിലകൊണ്ടിരുന്ന കാര്യങ്ങളിൽ നിന്നും പിൻവാങ്ങി. അവൾ മനസ്സുകൊണ്ട് ബിർക്കിനു നേരെ തിരിഞ്ഞു. അയാളുടെ വിവാഹാഭ്യാർത്ഥനയുടെ നാണംകെട്ട പരിണാമത്തിനുശേഷം അയാളെ അവൾ കണ്ടിരുന്നില്ല. അവൾ അത് ആഗ്രഹിച്ചിരുന്നില്ല. അവൾക്ക് അതിന് സമ്മതമാണോ എന്ന ചോദ്യം അവളിലേക്ക് കുത്തിച്ചെലുത്താൻ അവൾക്ക് ആഗ്രഹമില്ലായിരുന്നു. ബിർക്കിൻ അയാളെ വിവാഹം കഴിക്കാൻ ആവശ്യപ്പെട്ടപ്പോൾ അയാൾ ഉദ്ദേശിക്കുന്നത് എന്താണെന്ന് കൂടുതൽ അതിനെപ്പറ്റി സംസാരിക്കാതെ തന്നെ അവൾക്ക് മനസ്സിലായിട്ടുണ്ട്.

ഏതുതരം പ്രണയവും ഏതുതരം കീഴടങ്ങലുമാണ് അയാൾ ആഗ്രഹിക്കുന്നതെന്ന് അവൾക്കറിയാം. പക്ഷേ, ഇത്തരത്തിലുള്ള സ്നേഹമാണ് അവൾ ആഗ്രഹിക്കുന്നതെന്ന് അവൾക്ക് യാതൊരു ഉറപ്പും ഉണ്ടായിരുന്നില്ല. വേർപെട്ടു നില്ക്കുന്നതിനിടയിലുള്ള ഈ പരസ്പരമുള്ള ഒരുമയാണോ അവൾ ആഗ്രഹിക്കുന്നതെന്ന് അവൾക്ക് ഉറപ്പില്ല. അവൾക്ക് അയാളെ വേണം. അവൾക്ക് അയാളെ അവളുടെ സ്വന്തമായി വേണം. പറയാൻ പറ്റാത്ത അങ്ങേയറ്റത്തെ സൗഹൃദത്തോടെ അയാളെ അവൾ ആഗ്രഹിച്ചു. അയാളെ അവൾക്ക് ഒറ്റവലിക്ക് കുടിച്ചിറക്കണം. അവൾ മഹത്തായ പ്രഖ്യാപനങ്ങൾ സ്വയം നടത്തി. അയാളുടെ കാല്പാദങ്ങൾക്ക്അവളുടെ മാറിടത്തിൽ നിന്ന് ചൂടുപകരാനുള്ള അവളുടെ സമ്മതം അവർ നല്കും. പക്ഷേ, അവളുടെ കാമുകൻ പൂർണ്ണമായി സ്വയം കീഴടങ്ങിക്കൊണ്ടുള്ള കലർപ്പില്ലാത്ത സ്നേഹം അവൾക്ക് നല്കുമെന്നുള്ള വ്യവസ്ഥയിൽ മാത്രമേ അവൾ അതിന് തയ്യാറുള്ളൂ. അയാൾ ഒരിക്കലും അന്തിമമായി അവൾക്ക് കീഴടങ്ങുകയില്ലെന്ന് വേണ്ടത്ര കൗശലത്തോടെ അവൾ മനസ്സിലാക്കിയിട്ടുണ്ട്. അന്തിമമായ ഒരു സ്വയം കീഴടങ്ങലിൽ അയാൾക്ക് വിശ്വാസം ഇല്ല. അയാൾ അത് തുറന്നു പറഞ്ഞിട്ടുണ്ട്. അത് അയാളുടെ വെല്ലുവിളി ആയിരുന്നു. അവൾ അതിനുവേണ്ടി

അയാളോട് യുദ്ധം ചെയ്യാൻ തയ്യാറായിരുന്നു. കാരണം അവൾ പ്രണയത്തിന്റെ പരിപൂർണ്ണമായ കീഴടങ്ങലിൽ വിശ്വസിച്ചിരുന്നു. പ്രണയം വ്യക്തിയെക്കാൾ വളരെ അധികം മുന്നിലാണ് നില്ക്കുന്നതെന്ന് അവൾ വിശ്വസിച്ചു. വ്യക്തി പ്രണയത്തേക്കാൾ മാത്രമല്ല ഏത് ബന്ധത്തെക്കാളും വലുതാണെന്ന് അയാൾ പറഞ്ഞു. അയാളെ സംബന്ധിച്ചിടത്തോളം ബുദ്ധിയുള്ള ഓരോ ആത്മാവും പ്രണയത്തെ അതിന്റെ സന്തുലിതാവസ്ഥയുടെ ഒരു വ്യവസ്ഥ എന്ന രീതിയിലാണ് അംഗീകരിക്കുന്നത്. സർവ്വവും പ്രണയമായിരുന്നെന്ന് അവൾ വിശ്വസിച്ചു. പുരുഷൻ അവൾക്കുവേണ്ടി സ്വയം അടിയറവെക്കണം. അയാൾ തീർത്തും അവളുടെ പുരുഷനായിരിക്കട്ടെ. പകരം അവൾ അയാളുടെ വിനീതയായ അടിമ ആയിരിക്കും. അയാൾ അത് ആഗ്രഹിച്ചാലും ഇല്ലെങ്കിലും അത് അങ്ങനെ തന്നെ ആയിരിക്കും.

20

മൽപ്പിടുത്തം

വിവാഹാഭ്യാർത്ഥനയുടെ തോല്വിക്ക് ശേഷം ബിർക്കിൻ ബെൽ ഡോവറിൽ നിന്നും കോപത്തിന്റെ ചുഴലിക്കാറ്റിൽപ്പെട്ട് തിരിച്ചുപോന്നു. അയാൾ ഒരു പരിപൂർണ്ണ വിഡ്ഢി ആയിരുന്നെന്ന് അയാൾക്ക് തോന്നി. ഉർസുല അവളുടെ "നിങ്ങൾ എന്തിനാണ് ഉപദ്രവിക്കുന്നത്?" എന്ന പഴയ വിളിച്ചുകൂവലിലും അവളുടെ വ്യക്തമായ ധിക്കാരത്തോടെയുള്ള അവഗണനയിലും ഉറച്ചു നില്ക്കുന്നതിൽ അയാൾക്ക് സ്വയം പരിഹാസവും ആഴത്തിലുള്ള ദേഷ്യവും ഉണ്ടായിരുന്നു.

അയാൾ നേരെ ഷോർട്ട്ലാൻഡ്സിലേക്ക് പോയി. അവിടെ തികച്ചും ശൂന്യമായ മനസ്സുമായി നില്ക്കുന്ന ഒരു മനുഷ്യനെപ്പോലെ വായനാമുറിയിൽ നെരിപ്പോടിനടുത്തായി പുറം തിരിഞ്ഞു നില്ക്കുന്ന ജറാൾഡിനെ അയാൾ കണ്ടു. അയാൾ ചെയ്യാൻ ആഗ്രഹിച്ച കാര്യങ്ങളെല്ലാം അയാൾ ചെയ്തുകഴിഞ്ഞു. ഇപ്പോൾ ഒരു ജോലിയും ബാക്കിയില്ല. അയാൾക്ക് കാറിൽ പുറത്തുപോകാൻ കഴിയും. അയാൾക്ക് നഗരത്തിലേക്ക് ഓടിപ്പോകാൻ കഴിയും. പക്ഷേ, അയാൾ കാറിൽ പുറത്തുപോകാൻ ആഗ്രഹിച്ചില്ല. അയാൾ നഗരത്തിലേക്ക് ഓടിപ്പോകാൻ ആഗ്രഹിച്ചില്ല. അയാൾ വൈദ്യുതി ഇല്ലാത്ത യന്ത്രംപോലെ പ്രവർത്തിക്കാൻ കഴിയാത്തതിന്റെ അനിശ്ചിതാവസ്ഥയിൽ ആയിരുന്നു.

ഇത് ജറാൾഡിന് അങ്ങേയറ്റത്തെ കയ്പ് നിറഞ്ഞ അനുഭവം ആയിരുന്നു. ഒരിക്കലും തോല്വികൾ ഇല്ലാതെ പ്രവർത്തനത്തിൽ നിന്ന് പ്രവർത്തനത്തിലേക്ക് പോകുന്ന അയാൾ മടുപ്പ് എന്താണെന്ന് ഒരിക്കൽപ്പോലും മനസ്സിലാക്കിയിട്ടില്ല. ഇപ്പോൾ സാവധാനത്തിൽ അയാളിൽ ഉള്ളതെല്ലാം അവസാനിക്കുകയാണെന്ന് തോന്നി. അയാളുടെ ഉള്ളിൽ മരിച്ചു കിടക്കുന്ന ചില കാര്യങ്ങൾ യാതൊരു നിർദ്ദേശത്തോടും പ്രതി

കരിക്കാൻ തയ്യാറാവുന്നില്ല. ഈ അസ്തിത്വമില്ലായ്മയുടെ കഷ്ടപ്പാടിൽ നിന്നുംസ്വയം രക്ഷപ്പെടുത്താൻ എന്ത് ചെയ്യാൻ കഴിയുമെന്ന് അയാൾ മനസ്സിൽ കണക്കുകൂട്ടി നോക്കി. അയാൾക്ക് ജീവൻവെക്കാൻ മൂന്നുകാര്യങ്ങൾ മാത്രമേ ബാക്കിയുള്ളൂ. ഒന്ന് കുടിക്കുകയോ ഹാഷിഷ് വലിക്കുകയോ ചെയ്യുക. അടുത്തത് ബിർക്കിന്റെ സാന്ത്വനം; മൂന്നാമത്തേത് സ്ത്രീകൾ ആയിരുന്നു. ഈ നിമിഷത്തിൽ കുടിക്കാൻ ആരും കൂട്ടില്ല. ഒരുസ്ത്രീപോലും ഇപ്പോൾ ഇവിടെ ഇല്ല. ബിർക്കിൻ പുറത്ത് പോയിരിക്കുകയാണെന്ന് അയാൾക്ക് അറിയാം. അതുകൊണ്ട് അയാൾക്ക് അയാളുടെ ശൂന്യതയുടെ ബുദ്ധിമുട്ട് അനുഭവിക്കുകയല്ലാതെ മറ്റുവഴിയില്ല.

പെട്ടെന്ന് അത്ഭുതപ്പെടുത്തുന്ന പുഞ്ചിരിയുമായി ബിർക്കിനെ അപ്പോഴാണ് അയാൾ കണ്ടത്.

"ദൈവമേ, റൂപർട്ട്" അയാൾ പറഞ്ഞു. "ഒരാൾ തനിച്ചായതിന്റെ ഏകാന്തത കുറയ്ക്കാൻ പറ്റിയ ആരെങ്കിലും ഉള്ളതിലും മെച്ചമായി ലോകത്ത് മറ്റൊന്നുമില്ലെന്നുള്ള തീരുമാനത്തിൽ ഞാൻ ഇപ്പോൾ എത്തിച്ചേർന്നതേയുള്ളൂ അതിനു പറ്റിയ ആരെങ്കിലും."

മറ്റേ മനുഷ്യനോടുള്ള അയാളുടെ പുഞ്ചിരി അങ്ങേയറ്റം അത്ഭുതപ്പെടുത്തുന്നതായിരുന്നു. അത് ഒരു ആശ്വാസത്തിന്റെ തിളക്കമായിരുന്നു. അയാളുടെ മുഖത്ത് വിളർച്ചയും ക്ഷീണവും ഉണ്ടായിരുന്നു.

"നിങ്ങൾ ഉദ്ദേശിച്ചത് അതിനു പറ്റിയ ഒരു സ്ത്രീയെയാണെന്ന് ഞാൻ വിചാരിക്കുന്നു." ബിർക്കിൻ ദ്രോഹചിന്തയോടെ പറഞ്ഞു.

"നിശ്ചയമായും അതിനാണ് മുൻഗണന. അത് പറ്റിയില്ലെങ്കിൽ അത്ഭുതപ്പെടുത്തുന്ന ഒരു പുരുഷൻ." ഇതുപറയുമ്പോൾ ബിർക്കിൻ പൊട്ടിച്ചിരിച്ചു. അയാൾ നെരിപ്പോടിനടുത്തു ചെന്നിരുന്നു.

"നിങ്ങൾ എന്ത് ചെയ്യുകയായിരുന്നു." ബിർക്കിൻ ചോദിച്ചു.

"ഞാനോ? ഒന്നും ചെയ്യുകയായിരുന്നില്ല. ഞാൻ ഇപ്പോൾ ഒരു വളരെ മോശം അവസ്ഥയിൽ ആയിരുന്നു. എനിക്ക് ജോലിചെയ്യാൻ കഴിയാതായി. എനിക്ക് സന്തോഷിക്കാനും കഴിയാതായി. ഇത് പ്രായമാകുന്നതിന്റെ സൂചന ആണോ എന്ന് എനിക്ക് അറിയില്ല."

"നിങ്ങൾക്ക് മടുപ്പ് തോന്നുന്നെന്നാണോ നിങ്ങൾ ഉദ്ദേശിക്കുന്നത്?"

"മടുപ്പാണോ എന്ന് എനിക്ക് അറിയില്ല. എനിക്ക് എന്നെക്കൊണ്ട് ഒന്നിനും കഴിയില്ല."

ബിർക്കിൻ അയാളുടെ കണ്ണുകളിലേക്ക് നോക്കി "നിങ്ങൾ എന്തെങ്കിലും കണ്ടെത്താൻ പരിശ്രമിക്കണം." അയാൾ പറഞ്ഞു.

"ജറാൾഡ് പുഞ്ചിരിച്ചു.

അയാൾ പറഞ്ഞു. "കണ്ടെത്താൻ പറ്റിയത് എന്തെങ്കിലും ഉണ്ടെങ്കിൽ ഒരുപക്ഷേ, അത് ശരിയായിരിക്കാം."

"വളരെ ശരിയാണ്." ബിർക്കിൻ മൃദുവായ ശബ്ദത്തിൽ പറഞ്ഞു. പിന്നീട് അവരിൽ ഓരോരുത്തരുടെയും സാന്നിദ്ധ്യം അവർ പരസ്പരം മനസ്സിലാക്കിയ ഒരു ഇടവേള ഉണ്ടായിരുന്നു.

"ഒരാൾക്ക് കാത്തിരിക്കേണ്ടിവരും."

"എന്റെ ദൈവമേ! കാത്തിരിക്കണമെന്നോ? എന്തിനുവേണ്ടിയാണ് നമ്മൾ കാത്തിരിക്കുന്നത്?"

"ഉന്മേഷക്കുറവിന് മൂന്ന് ചികിത്സകളുണ്ടെന്നാണ് ഏതോ ഒരു പഴയ അപ്പൂപ്പൻ പറയുന്നത്: ഉറക്കം, കുടി, യാത്ര" ബിർക്കിൻ പറഞ്ഞു.

"മൂന്നും ചീമുട്ടുകളാണ്." ജറാൾഡ് പറഞ്ഞു. "ഉറക്കത്തിൽ നിങ്ങൾ സ്വപ്നം കാണും. കുടിക്കുമ്പോൾ നിങ്ങൾ ചീത്ത പറയും. യാത്രയിൽ നിങ്ങൾ ചുമട്ടുകാരനോട് അലറും. ശരിയല്ല. ജോലിയും പ്രണയവുമാണ് അതിനുള്ള ചികിത്സകൾ. നിങ്ങൾ ജോലി ചെയ്യാത്തപ്പോൾ നിങ്ങൾ പ്രണയത്തിലായിരിക്കണം."

"അങ്ങനെയാവട്ടെ!" ബിർക്കിൻ പറഞ്ഞു.

"അതിനുള്ള വസ്തു എനിക്ക് തരണം." ജറാൾഡ് പറഞ്ഞു. "പ്രണയത്തിനുള്ള സാദ്ധ്യതകൾ സ്വയം അവസാനിക്കും." അയാൾ കൂട്ടിച്ചേർത്തു.

"അവസാനിച്ചതിനുശേഷം എന്ത് സംഭവിക്കും?"

"പിന്നീട് നിങ്ങൾ മരിക്കും."

"അപ്പോൾ അത് വേണ്ടത് തന്നെയാണ്."

"എനിക്ക് അത് കാണാൻ സാധിച്ചിട്ടില്ല." ജറാൾഡ് മറുപടി പറഞ്ഞു. അയാൾ പോക്കറ്റിൽ നിന്നും സിഗരറ്റ് കൈയിലെടുത്തു. അയാൾ പിരിമുറുക്കത്തിലായിരുന്നു. അയാൾ നെരിപ്പോടിനടുത്ത് കുനിഞ്ഞ് സിഗരറ്റ് കത്തിച്ചു. അയാൾ പതിവുപോലെ അത്താഴം കഴിക്കാനുള്ള വേഷത്തിലായിരുന്നു.

"നിങ്ങളുടെ രണ്ടെണ്ണത്തിന്റെ കൂടെ ഒരെണ്ണം കൂടിയുണ്ട്." ബിർക്കിൻ പറഞ്ഞു. "ജോലിയും പ്രണയവും കൂടാതെ യുദ്ധം കൂടി ഉണ്ട്. നിങ്ങൾ യുദ്ധം മറന്നുപോയി."

"ഞാൻ മറന്നതാണെന്ന് തോന്നുന്നു." ജറാൾഡ് പറഞ്ഞു. "നിങ്ങൾ എന്നെങ്കിലും ബോക്സിങ് നടത്തിയിട്ടുണ്ടോ?"

"ഇല്ല. ഉണ്ടെന്ന് തോന്നുന്നില്ല." ബിർക്കിൻ പറഞ്ഞു.

"ഏയ്." ജറാൾഡ് തല ഉയർത്തി സാവധാനം പുക അന്തരീക്ഷത്തിലേക്ക് ഊതിവിട്ടു.

"എന്താണ്?" ബിർക്കിൻ ചോദിച്ചു.

"ഒന്നുമില്ല. നമുക്ക് ഒന്നു ഇടികൂടാമെന്ന് ഞാൻ വിചാരിച്ചു. എനിക്ക് ഇടിക്കാൻ എന്തെങ്കിലും വേണമെന്നുള്ള തോന്നൽ ഒരുപക്ഷേ, ശരിയായിരിക്കാം. ഞാൻ ഒന്ന് സൂചിപ്പിച്ചെന്ന് കരുതിയാൽ മതി."

"അതായത് ഞാനുമായി ഇടികൂടാമെന്ന് നിങ്ങൾ വിചാരിക്കുന്നുണ്ട്."

"നിങ്ങളുമായി എന്നുപറഞ്ഞത് ശരിയായിരിക്കാം. ഒരുപക്ഷേ, നിശ്ചയമായും സൗഹാർദ്ദപരമായ രീതിയിലുള്ള ഒരു അടിപിടി!"

"സമ്മതം."

ജറാൾഡ് നെരിപ്പോടിന്റെ ഭിത്തിയിൽ ചാരിനിന്നു. അയാൾ

ബിർക്കിനെ തലകുനിച്ച് നോക്കി. അയാളുടെ കണ്ണുകൾ ക്ഷീണിച്ച് ചുവന്ന കണ്ണുകൾ കൊണ്ട് തലതിരിച്ച് നോക്കുന്ന ഒരുവിത്തു കുതിരയുടെ ഭയന്ന കണ്ണുകൾപോലെ ഭയന്നുപോയിരുന്നു.

"ഞാൻ സ്വയം ശ്രദ്ധിച്ചില്ലെങ്കിൽ എന്തെങ്കിലും നിസ്സാര കാര്യങ്ങൾ ഞാൻ ചെയ്യുമെന്ന് എനിക്ക് ഭയം തോന്നുന്നു." ജറാൾഡ് പറഞ്ഞു.

"എന്തുകൊണ്ടാണ് അത് ചെയ്യാതിരിക്കുന്നത്?" ബിർക്കിൻ നിസ്സംഗനായി ചോദിച്ചു.

ജറാൾഡ് അക്ഷമയോടെ അതുകേട്ടു. മറ്റേ മനുഷ്യനിൽ നിന്ന് എന്തോ കണ്ടെത്താനുണ്ടെന്നുള്ള മട്ടിൽ അയാൾ ബിർക്കിനിൽ നിന്നും കണ്ണെടുത്തില്ല.

"ഞാൻ ചില ജപ്പാൻ ഗുസ്തികൾ നടത്താറുണ്ടായിരുന്നു." ബിർക്കിൻ പറഞ്ഞു. ഹീഡൽ ബർഗ്ഗിൽ ഒരു ജപ്പാൻകാരൻ എന്റെ കൂടെ ഒരേവീട്ടിൽ താമസിച്ചിരുന്നു. കുറച്ചൊക്കെ അയാൾ എന്നെ പഠിപ്പിച്ചിട്ടുണ്ട്. പക്ഷേ, ഞാൻ ഒരിക്കലും അതിൽ മെച്ചമായിരുന്നില്ല."

"നിങ്ങൾ ഗുസ്തി പിടിച്ചിട്ടുണ്ടോ?" ജറാൾഡ് ഉറക്കെ ആശ്ചര്യം പ്രകടിപ്പിച്ചു. ഞാൻ ഒരിക്കൽപ്പോലും കണ്ടിട്ടില്ലാത്ത ഒരു കാര്യമാണ്."

"പക്ഷേ, ഞാൻ അതിൽ മെച്ചമല്ല. എനിക്ക് അതിലൊന്നും താല്പര്യം ഇല്ല."

"അതിൽ താല്പര്യം ഇല്ലേ? അതിൽ എനിക്ക് താല്പര്യം ഉണ്ട്. എങ്ങനെയാണ് തുടങ്ങേണ്ടത്?"

"നിങ്ങൾക്ക് ഇഷ്ടമാണെങ്കിൽ എനിക്ക് പറ്റുന്നത് ഞാൻ കാണിച്ചു തരാം."

"നിങ്ങൾ കാണിച്ചുതരണം." നിമിഷനേരത്തേക്ക് അസാധാരണമായ ഒരു പുഞ്ചിരി ജറാൾഡിന്റെ മുഖത്തെ വരിഞ്ഞു ചുറ്റി. അയാൾ പറഞ്ഞു. "എനിക്ക് അത് വലിയ ഇഷ്ടമാണ്."

"അപ്പോൾ നമുക്ക് പരീക്ഷിക്കാം. പക്ഷേ, തേച്ച ഉടുപ്പും ഇട്ടുകൊണ്ട് നിങ്ങൾക്ക് അധികമൊന്നും ചെയ്യാൻ പറ്റില്ല."

"അപ്പോൾ നമുക്ക് ഉടുപ്പ് ഊരിയിട്ട് വേണ്ടപോലെ ചെയ്യാം. ഒരു മിനിറ്റ്." അയാൾ ബെല്ലടിച്ചിട്ട് പാചകക്കാരന് വേണ്ടി കാത്തുനിന്നു.

"ഒന്നുരണ്ട് സാൻവിച്ച് കൊണ്ടുവരൂ." പാചകക്കാരൻ പുറത്തേക്ക് പോയി. ജറാൾഡ് തിളക്കമുള്ള കണ്ണുകളുമായി ബിർക്കിന്റെ നേർക്ക് തിരിഞ്ഞു.

"നിങ്ങൾ ജപ്പാൻകാരനുമായി ഗുസ്തിപിടിക്കുമ്പോൾ വേഷം ഊരാറുണ്ടായിരുന്നോ?" അയാൾ ചോദിച്ചു.

"ചിലപ്പോൾ."

"അപ്പോൾ ഗുസ്തിക്കാരൻ എന്ന രീതിയിൽ അയാൾ എങ്ങനെയായിരുന്നു?"

"എനിക്ക് അയാൾ കൊള്ളാം എന്നാണ് തോന്നിയിരുന്നത്. എനിക്ക് അതിനെപ്പറ്റി വിധി പറയാൻ അറിയില്ല."

ജറാൾഡ് തലകുലുക്കി. പാചകക്കാരൻ പാത്രങ്ങൾ കൊണ്ടുവന്ന് നിരത്തിവെച്ചു.

"ഇനിയും മുറിക്കുള്ളിൽ വരേണ്ട." ജറാൾഡ് പറഞ്ഞു. കതക് അടഞ്ഞു.

ജറാൾഡ് പറഞ്ഞു. "അപ്പോൾ നമുക്ക് വേഷം അഴിച്ചിട്ട് ആരംഭിക്കാം. നിങ്ങൾക്ക് അല്പം കുടിക്കണോ?"

"വേണ്ട. എനിക്ക് വേണ്ട."

"എനിക്കും വേണ്ട."

ജറാൾഡ് കതകിന്റെ സാക്ഷകൾ അടച്ചതിനുശേഷം കസേരകൾ നീക്കിയിട്ടു. ധാരാളം സ്ഥലം ഉള്ള ആ വലിയമുറിയിൽ കട്ടിയുള്ള പരവതാനി ഉണ്ടായിരുന്നു. പിന്നീട് അയാൾ പെട്ടെന്ന് വേഷങ്ങൾ ഊരിക്കളഞ്ഞ് ബിർക്കിനു വേണ്ടി കാത്തുനിന്നു. വെളുത്തുമെലിഞ്ഞ ബിർക്കിൻ അയാളുടെ അടുത്തേക്ക് വന്നു. ബിർക്കിൻ കാഴ്ചവസ്തു എന്നതിനേക്കാൾ അയാൾ ഒരു സാന്നിദ്ധ്യമായിരുന്നു. കാണാതെതന്നെ ജറാൾഡ് അയാളെപ്പറ്റി ബോധവാനായിരുന്നു.

"ഇപ്പോൾ, ബിർക്കിൻ പറഞ്ഞു. "ഞാൻ പഠിച്ചതും ഓർമ്മിക്കുന്നതും ആയ കാര്യങ്ങൾ ഞാൻ നിങ്ങൾക്ക് കാണിച്ചുതരാം. നിങ്ങളെ എടുക്കാൻ എന്നെ അനുവദിക്കണം." ബിർക്കിൻ കൈകൾ മറ്റേയാളുടെ നഗ്നമായ ശരീരത്തിൽ ചുറ്റിപ്പിടിച്ചു. അയാൾ ജറാൾഡിനെ ഉയർത്തി തലകീഴായി അയാളുടെ കാൽമുട്ടിൽ താങ്ങിനിർത്തി. ജറാൾഡ് തിളങ്ങുന്ന കണ്ണുകളുമായി കാൽ നിലത്തുകുത്തി.

"ഇത് കൊള്ളാം."അയാൾ പറഞ്ഞു. "ഇനി ഒന്നുകൂടി ശ്രമിച്ചു നോക്കാം."

"രണ്ടുപേരുംകൂടി വീണ്ടും പോരാടാൻ ആരംഭിച്ചു. അവർ തമ്മിൽ യാതൊരു സാമ്യവും ഉണ്ടായിരുന്നില്ല. ബിർക്കിൻ മെലിഞ്ഞ് പൊക്കമുള്ള മനുഷ്യൻ ആയിരുന്നു. ജറാൾഡിന് കൂടുതൽ ഭാരവും വഴക്കവുമുണ്ടായിരുന്നു. അയാളുടെ എല്ലുകൾ ഉരുണ്ട് ബലം ഉള്ളവ ആയിരുന്നു. അയാൾക്ക് ഉരുണ്ട കാലുകളും മനോഹരമായ ശരീരവടിവും ഉണ്ടായിരുന്നു. അയാൾ ശരിയായ ഭാരത്തോടെ ഭൂമിയിൽ ഉറച്ച് നില്ക്കുകയാണെന്ന് തോന്നി. എന്നാൽ ബിർക്കിന്റെ ഭാരം കേന്ദ്രീകരിച്ചിരിക്കുന്നത് അയാളുടെ തന്നെ മദ്ധ്യഭാഗത്താണെന്ന് തോന്നി. ബിർക്കിൻ മല്പിടുത്തത്തിൽ മറ്റയാളെ തൊടുന്നതിനെക്കാൾ ഒരു പൂമാല പോലെ അയാളെ സ്പർശിക്കുകയായിരുന്നു. പിന്നീട് അയവില്ലാതെയുള്ള ഒരു മുറുക്കിപ്പിടുത്തത്തിൽ ബിർക്കിൻ ജറാൾഡിന്റെ ജീവനിലേക്കുതന്നെ പെട്ടെന്ന് തുളച്ചുകയറുന്നതുപോലെതോന്നി.

അവൾ പലരീതികളും ചർച്ച ചെയ്തു. അവർ മുറുക്കിപ്പിടുത്തങ്ങൾ പരിശീലിച്ചു. അവർ പരസ്പരം ഓരോരുത്തരുടെയും മല്പിടുത്തത്തിന്റെ താളം പരിചയിച്ചു. അവർ ശാരീരികമായി പരസ്പര ധാരണയിൽ എത്തി. ബിർക്കിന് മറ്റേ മനുഷ്യനെ ഒരു മാന്ത്രികശക്തിക്ക് അടിമപ്പെടുത്തുന്ന

തരത്തിലുള്ള ഒരു അസാധാരണമായ ശക്തിയുണ്ടായിരുന്നു. ആ ശക്തിയിൽ മറ്റെയാളെ അമർത്തിവെയ്ക്കാനുള്ള ഊർജ്ജം ബിർക്കിന് ഉണ്ടായിരുന്നു. പിന്നീട് അത് അവസാനിക്കും. ജറാൾഡ് തിളക്കമുള്ള ചലനങ്ങളുമായി അതിനുശേഷം സ്വതന്ത്രമായി ശ്വാസം വിടും.

രണ്ടുപേരും വെളുത്ത നിറം ആയിരുന്നു പക്ഷേ., ജറാൾഡ് സ്പർശിക്കുമ്പോൾ അയാൾ ചുവന്നു. ബിർക്കിന് പിരിമുറുക്കം ഉണ്ടായിരുന്നു. പക്ഷേ, അയാളുടെ നിറം മാറിയില്ല. അയാളുടെ ശരീരം ജറാൾഡിന്റെ കൂടുതൽ തടിച്ച ശരീരത്തെ കീഴ്പ്പെടുത്താൻ വേണ്ടി തുളച്ചിറങ്ങി ഒന്നുചേരുകയാണെന്ന് തോന്നി.

മുറിയിലെ അരണ്ട വെളിച്ചത്തിൽ അവരുടെ വെളുത്തരൂപങ്ങൾ എകാഗ്രതയോടെ നീരാളിയെപ്പോലെ കെട്ടിപ്പിണഞ്ഞു. ഇടവിട്ടിടവിട്ട് ശ്വാസം വിടുന്നതിന്റെ ശബ്ദം അല്ലെങ്കിൽ ഒരു ദീർഘശ്വാസത്തിന്റെ ശബ്ദം പുറത്തുവന്നു. അതിനുശേഷം പരവതാനിയിൽ തട്ടുന്നതിന്റെ ശബ്ദം. പിന്നീട് മാംസം മാംസത്തിന്റെ പിടിയിൽ നിന്ന് രക്ഷപ്പെടുന്നതിന്റെ അസാധാരണമായ ശബ്ദം. രണ്ട് ശരീരങ്ങളും ചുറ്റിപ്പിണഞ്ഞ് ഒന്നായി മാറി.

ഒടുവിൽ ജറാൾഡ് പരവതാനിയിൽ ചലനശക്തിയില്ലാതെ മലർന്നു കിടന്നു. അയാളുടെ മാറിടം സാവധാനം കിതയ്ക്കുന്നുണ്ടായിരുന്നു. ബിർക്കിൻ ഏറക്കുറെ അബോധാവസ്ഥയിൽ അയാളുടെ മുകളിൽ കമഴ്ന്നു കിടന്നു. ബിർക്കിൻ കൂടുതൽ തളർന്നുപോയിരുന്നു.

പുറത്ത് അതിശക്തമായി ആരോമുട്ടുന്നത് കേട്ട് ബിർക്കിന് വീണ്ടും ബോധം തിരിച്ചുവന്നു. എന്താണ് സംഭവിച്ചു കൊണ്ടിരിക്കുന്നത്? വീട്ടിനുള്ളിലൂടെ പ്രതിദ്ധ്വനിച്ചുകൊണ്ടിരിക്കുന്ന മുഴക്കമുള്ള ഈ മുട്ടുന്ന ശബ്ദം എന്താണ്?" അയാൾക്ക് അറിയില്ല. പക്ഷേ, ആ ശബ്ദം പുറത്തു നിന്നാവാൻ പറ്റില്ല. അല്ല. അത് അയാളുടെ ഉള്ളിൽ നിന്നായിരുന്നു. അത് അയാളുടെ ഹൃദയം തന്നെ ആയിരുന്നു. ജറാൾഡ് ഈ ശബ്ദം കേൾക്കുന്നുണ്ടോ എന്ന് അയാൾ അത്ഭുതപ്പെട്ടു. അയാൾ നില്ക്കുകയായിരുന്നോ കിടക്കുകയായിരുന്നോ വീഴുകയായിരുന്നോ എന്ന് അയാൾക്ക് അറിയില്ല.

അയാൾ ജറാൾഡിന്റെ ശരീരത്തിൽ കമഴ്ന്നു വീണിരിക്കുകയാണെന്ന് ബിർക്കിൻ അപ്പോഴാണ് തിരിച്ചറിയുന്നത്. അയാൾ അത്ഭുതപ്പെട്ടു. പക്ഷേ, അയാൾ കൈകുത്തി എഴുന്നേറ്റിരുന്നു. അയാളുടെ ഹൃദയത്തിന്റെ വേദന കുറയാനും ശാന്തമാകാനും വേണ്ടി അയാൾ കാത്തിരുന്നു. അത് അയാളെ വല്ലാതെ പീഡിപ്പിച്ചിരുന്നു. അത് അയാളുടെ ബോധത്തെ പോലും എടുത്തുമാറ്റി.

എന്തായാലും ജറാൾഡിന് ബിർക്കിന്റെ ബോധം പോലും ഉണ്ടായിരുന്നില്ല. അവർ ജീവനില്ലാതെ സമയത്തെപ്പറ്റി ബോധമില്ലാതെ വളരെ നേരം കാത്തിരുന്നു.

"നിശ്ചയമായും" ജറാൾഡ് കിതച്ചുകൊണ്ടു പറഞ്ഞു. "ഞാൻ നിങ്ങളോട് പരുക്കനാവരുതായിരുന്നു. എന്റെ ബലം ഞാൻ കുറയ്ക്കണമായിരുന്നു."

ബിർക്കിന് അയാളുടെ ശബ്ദംകേട്ടപ്പോൾ അയാൾക്കു പിന്നിൽ സ്വന്തം ആത്മാവാണു സംസാരിക്കുന്നതെന്ന് തോന്നി.

"എനിക്ക് ബലംപ്രയോഗിച്ച് നിങ്ങളെ വലിച്ചെറിയാൻ കഴിയുമായിരുന്നു." ജറാൾഡ് കിതച്ചു."പക്ഷേ, നിങ്ങൾ എന്നെ ശരിയാംവണ്ണം തോല്പിച്ചു."

"ശരിയാണ്" തൊണ്ടയിലെ പിരിമുറുക്കത്തിലൂടെ വാക്കുകൾ ഉച്ചരിച്ചുകൊണ്ട് ബിർക്കിൻ പറഞ്ഞു."നിങ്ങൾക്ക് എന്നെക്കാൾ വളരെ കൂടുതൽ കരുത്തുണ്ട്. നിങ്ങൾക്ക് എന്നെ എളുപ്പത്തിൽ തോല്പിക്കാൻ കഴിയുമായിരുന്നു."

"ഞാൻ അത്ഭുതപ്പെട്ടുപോയി." ജറാൾഡ് കിതച്ചുകൊണ്ട്പറഞ്ഞു. "നിങ്ങൾക്ക് എന്തൊരു ശക്തിയാണ്. ഏറെക്കുറെ അമാനുഷികമായ ശക്തിയുണ്ട്."

"നിമിഷനേരത്തേക്ക്" ബിർക്കിൻ പറഞ്ഞു.

അയാളുടെ പിന്നിൽ കുറച്ചുദൂരെ മാറി അയാളുടെ സ്വന്തം ശരീരത്തിൽ നിന്നും വിട്ടുമാറി നില്ക്കുന്ന സ്വന്തം ആത്മാവാണ് സംസാരിക്കുന്നതെന്നുള്ള തോന്നൽ ഇപ്പോഴും ബിർക്കിന് ഉണ്ടായിരുന്നു. അയാളുടെ നെഞ്ചത്ത് ആർത്തലച്ചുകൊണ്ടിരുന്ന രക്തത്തിന്റെ ഒഴുക്ക് കുറഞ്ഞതുകൊണ്ട് അയാളുടെ മനസ്സിന് തിരിച്ചുവരാനുള്ള അനുവാദം കിട്ടി. മറ്റേ മനുഷ്യന്റെ മൃദുവായ ശരീരത്തിൽ തന്റെ ഭാരം മുഴുവൻ ഇറക്കിവെച്ച് ചാരിക്കിടക്കുകയാണെന്ന് ബിർക്കിൻ തിരിച്ചറിഞ്ഞു. അയാൾ പിൻവാങ്ങിയെന്നുള്ള ചിന്തയിലായിരുന്നതുകൊണ്ട് ഈ തിരിച്ചറിവിൽ അയാൾ ഞെട്ടി. അയാൾ എഴുന്നേല്ക്കാൻ വേണ്ടി കൈ താഴെ കുത്തി. നിലത്ത് കിടന്നിരുന്ന ജറാൾഡിന്റെ കൈയിൽ അയാളുടെ കൈ സ്പർശിച്ചു. പെട്ടെന്ന് ജറാൾഡിന്റെ കൈ ബിർക്കിന്റെ കൈയിൽ സ്നേഹത്തോടെ പിടിമുറുക്കി. പെട്ടെന്നുള്ള പ്രതികരണമായി ബിർക്കിന്റെ കൈ ജറാൾഡിന്റെ കൈയിൽ സ്നേഹത്തോടെ ശക്തിയിൽ പിടിമുറുക്കി. കൂടുതൽ ശക്തി ബർക്കിന്റെ കൈയ്ക്ക് ആയിരുന്നു. ജറാൾഡിന്റെ പിടുത്തം നിമിഷങ്ങളോളം മാത്രം ആയിരുന്നു.

എന്തായാലും സാധാരണബോധം പതുക്കെ തിരിച്ചുവന്നുകൊണ്ടിരിക്കുകയായിരുന്നു. ബിർക്കിന് ഏറക്കുറെ സ്വാഭാവികമായി ശ്വസിക്കാൻ കഴിഞ്ഞിരുന്നു. ജറാൾഡിന്റെ കൈ സാവധാനം പിൻവാങ്ങി. ബിർക്കിൻ ചിന്താകുഴപ്പത്തോടെ എഴുന്നേറ്റ് മേശയുടെ അടുത്തേക്കു നടന്നു. അയാൾ വിസ്കിയും സോഡയും ഗ്ലാസിൽ ഒഴിച്ചു. ജറാൾഡും കുടിക്കാൻ വേണ്ടി അവിടേക്ക് വന്നു.

"അത് ശരിയായ ഒരു ഗുസ്തി ആയിരുന്നു." ബിർക്കിൻ പറഞ്ഞു. അയാൾ കറുത്ത കണ്ണുകൾകൊണ്ട് ജറാൾഡിനെ നോക്കി.

"എന്റെ ദൈവമേ! ശരിക്കും ഒരു ഗുസ്തിയായിരുന്നു." ജറാൾഡ് പറഞ്ഞു. അയാൾ മറ്റെയാളുടെ മെലിഞ്ഞ ശരീരത്തിലേക്ക് നോക്കിക്കൊണ്ട് കൂട്ടിച്ചേർത്തു. "അത് നിങ്ങൾക്ക് താങ്ങാവുന്നതിലും

കൂടുതൽ ആയിരുന്നോ?"

"അല്ല. ഒരാൾ ശാരീരികമായ അടുപ്പത്തോടെ ഗുസ്തിപിടിക്കുകയും പരിശ്രമിക്കുകയും വേണം. അത് ഒരാളെ വിവേകമുള്ളവനാക്കും."

"നിങ്ങൾ അങ്ങനെ വിചാരിക്കുന്നുണ്ടോ?"

"ഞാൻ വിചാരിക്കുന്നുണ്ട്. നിങ്ങൾ വിചാരിക്കുന്നില്ലേ?"

"ഉണ്ട്." ജറാൾഡ് പറഞ്ഞു.

അവരുടെ വാക്കുകൾക്കിടയിൽ നിശ്ശബ്ദതയുടെ നീണ്ട ഇടവേളകൾ ഉണ്ടായിരുന്നു. ഗുസ്തിക്ക് ഏതോ ആഴമുള്ള അർത്ഥം അവർക്ക് ഉണ്ടായിരുന്നു. പൂർത്തിയാകാത്ത ഒരു അർത്ഥം.

"നിശ്ചയമായും വിചാരിക്കുന്നുണ്ട്." ജറാൾഡ് പറഞ്ഞു. പിന്നീട് അയാൾ സന്തോഷത്തോടെ ചിരിച്ചു. "അത് എനിക്ക് ഏറെക്കുറെ അത്ഭുതമായിരുന്നു." അയാൾ മനോഹരമായി കൈകൾ ഇരുവശത്തേക്കും വിടർത്തി.

രണ്ടുപേരും വസ്ത്രങ്ങൾ ധരിക്കാൻ ആരംഭിച്ചു.

"ഞാൻ നിങ്ങൾ സുന്ദരനാണെന്ന് വിചാരിക്കുന്നു." ബിർക്കിൻ പറഞ്ഞു. "അത് ആസ്വാദ്യകരമാണെന്നും വിചാരിക്കുന്നു. ലഭിച്ചിട്ടുള്ളതൊക്കെ ഒരാൾ ആസ്വദിക്കണം."

"ഞാൻ സുന്ദരനാണെന്ന് നിങ്ങൾ വിചാരിക്കുന്നുണ്ടോ? ശാരീരികമായാണോ നിങ്ങൾ ഉദ്ദേശിക്കുന്നത്?"

"അതെ നിങ്ങൾക്ക് വടക്കൻ മട്ടിലുള്ള ഒരു സൗന്ദര്യം ഉണ്ട്. മഞ്ഞിലൂടെ വിഭ്രംശിക്കുന്ന പ്രകാശംപോലെ. അതുകൂടാതെ മനോഹരമായി വഴങ്ങുന്ന ശരീരവും ഉണ്ട്."

ജറാൾഡ് ശബ്ദം പുറത്തുവരാതെ ചിരിച്ചുകൊണ്ട് പറഞ്ഞു.

"അത് നിശ്ചയമായും അതിനെ നോക്കിക്കാണാനുള്ള ഒരുവഴിയാണ്. എനിക്ക് ഇത്രയും പറയാൻ കഴിയും. എനിക്ക് കൂടുതൽ ഉന്മേഷം തോന്നുന്നുണ്ട്. അത് നിശ്ചയമായും എന്നെ സഹായിച്ചിട്ടുണ്ട്. ഇത് ഏതെങ്കിലും ഉറപ്പു തരുന്നുണ്ടെന്ന് നിങ്ങൾ വിചാരിക്കുന്നുണ്ടോ?"

"എനിക്ക് അറിയില്ല." ജറാൾഡ് ചിരിച്ചു.

"എന്തായാലും ഒരാൾക്ക് കൂടുതൽ സ്വാതന്ത്ര്യവും തുറന്ന സമീപനവും തോന്നുന്നുണ്ട്. നമ്മൾ ആഗ്രഹിക്കുന്നതും അതുതന്നെയാണ്."

"തീർച്ചയായും" ജറാൾഡ് പറഞ്ഞു. അവർ മദ്യക്കുപ്പിയും ഗ്ലാസും ഭക്ഷണവും എടുത്തുകൊണ്ട് നെരിപ്പോടിനടുത്തേക്ക് നീങ്ങിയിരുന്നു.

"ഞാൻ ഉറങ്ങാൻ പോകുന്നതിന് മുമ്പ് എന്നും കുറച്ചുമാത്രമേ കഴിക്കുകയുള്ളൂ." ജറാൾഡ് പറഞ്ഞു. "എനിക്ക് കൂടുതൽ നന്നായി ഉറങ്ങാൻ പറ്റും."

"ഞാൻ നന്നായി ഉറങ്ങുകയില്ല." ബിർക്കിൻ പറഞ്ഞു.

"നമ്മൾ ഒരുപോലെയല്ല. നിങ്ങൾ പറഞ്ഞതാണ് കാര്യം. ഞാൻ ഒരു ഗൗൺ ധരിക്കട്ടെ." ബിർക്കിൻ തീയിലേക്ക് നോക്കിക്കൊണ്ട് തനിച്ചിരുന്നു. അയാളുടെ മനസ്സ് ഉർസുലയിലേക്ക് തിരിച്ചുപോയിരുന്നു.

അയാൾ അയാളുടെ ബോധത്തിലേക്ക് തിരിച്ചുവന്നിരിക്കുന്നതായി തോന്നി. ജറാൾഡ് വലിയ കറുപ്പുംപച്ചയും വരകളുള്ള തിളങ്ങുന്ന ഒരു ഗൗൺ ധരിച്ചുകൊണ്ട് കോണിപ്പടികൾ കയറിവന്നു.

"നിങ്ങൾക്ക് നല്ലപോലെ ഇണങ്ങുന്നുണ്ട്." വേഷത്തിൽ നോക്കിക്കൊണ്ട് ബിർക്കിൻ പറഞ്ഞു.

"എനിക്ക് ഇത് ഇഷ്ടമാണ്."

"എനിക്കും ഇഷ്ടപ്പെട്ടു."

ജറാൾഡ് ആ വേഷത്തിൽ എന്തുമാത്രം വൃത്തിയായിട്ടുണ്ടെന്ന് ചിന്തിച്ചുകൊണ്ട് ബിർക്കിൻ നിശ്ശബ്ദനായിരുന്നു. അയാൾ സിൽക്കിലുള്ള അടിവസ്ത്രങ്ങളാണ് ധരിക്കുന്നത്. വിചിത്രം! അവർ തമ്മിലുള്ള മറ്റൊരു വ്യത്യാസം ഇതാണ്. ബിർക്കിൻ അയാളുടെ സ്വന്തം വേഷങ്ങളിൽ ശ്രദ്ധയുള്ളവനായിരുന്നില്ല.

ജറാൾഡ് ആലോചിച്ചുകൊണ്ടിരുന്ന കാര്യം പുറത്തുപറയുന്നതുപോലെ പറഞ്ഞു. "നിശ്ചയമായും അസാധാരണമായ ഒരുകാര്യം നിങ്ങൾക്ക് ഉണ്ട്. നിങ്ങൾക്ക് അസാധാരണമായ ശക്തിയുണ്ട്. ആരും അത് പ്രതീക്ഷിക്കില്ല. അത് ഏറെക്കുറെ അത്ഭുതപ്പെടുത്തുന്ന ശക്തിയാണ്."

ബിർക്കിൻ ചിരിച്ചു. നിറപ്പകിട്ടുള്ള ആ വേഷം ധരിച്ചിരിക്കുന്ന മറ്റെയാളുടെ ആകർഷണീയമായ മനോഹരമായ രൂപത്തെ അയാൾ നോക്കിക്കൊണ്ടിരിക്കുകയായിരുന്നു. ആ രൂപവും അയാളും തമ്മിലുള്ള വ്യത്യാസത്തെ പറ്റിയും അയാൾ ആലോചിച്ചുകൊണ്ടിരുന്നു. വലിയ വ്യത്യാസം ആണ്. ഒരുപക്ഷേ, മറ്റൊരു ദിശയിലാണെങ്കിലും അത് സ്ത്രീയും പുരുഷനും തമ്മിലുള്ള വ്യത്യാസത്തോളം എത്തുന്ന ഒരു വ്യത്യാസം ആണ്. പക്ഷേ, ബിർക്കിന്റെ ജീവിതത്തിലേക്ക് ഈ നിമിഷത്തിൽ കയറിപ്പറ്റാൻ കഴിഞ്ഞിരുന്നത് സത്യത്തിൽ ഉർസുല എന്ന സ്ത്രീക്ക് ആയിരുന്നു. ജറാൾഡ് ഇപ്പോൾ അയാളിൽ നിന്നും പുറത്തേക്ക് ഒഴുകി. വീണ്ടും നിറംമങ്ങിക്കൊണ്ടിരിക്കുകയായിരുന്നു.

"നിങ്ങൾക്ക് അറിയില്ലല്ലോ." അയാൾ പെട്ടെന്ന് പറഞ്ഞു. "ഇന്ന് രാത്രിയിൽ ഞാൻ ഉർസുലയുടെ അടുത്തുപോയി. എന്നെ വിവാഹം കഴിക്കാൻ അഭ്യർത്ഥിച്ചിരുന്നു." ജറാൾഡിന്റെ മുഖത്ത് അത്ഭുതം തിളങ്ങുന്നത് അയാൾ കണ്ടു.

"നിങ്ങൾ വിവാഹാഭ്യർത്ഥന നടത്തിയോ?"

"നടത്തി. ഏറെക്കുറെ നാട്ടുനടപ്പ് അനുസരിച്ച് അവളുടെ അച്ഛനോടു തന്നെയാണ് ആദ്യം സംസാരിച്ചത്. അത് അപ്രതീക്ഷതമായി സംഭവിച്ചു പോയതാണ്."

ജറാൾഡ് ഒന്നും മനസ്സിലാകാത്തപോലെ വെറുതെ നോക്കി ഇരുന്നു.

"നിങ്ങൾ അവളുടെ അച്ഛന്റെ അടുത്തുപോയി അവളെ വിവാഹം കഴിക്കാൻ അനുവദിക്കണമെന്ന് ഗൗരവമായി ആവശ്യപ്പെട്ടെന്നല്ലല്ലോ നിങ്ങൾ പറഞ്ഞുവരുന്നത്?"

"അതെ." ബിർക്കിൻ പറഞ്ഞു. "ഞാൻ ആവശ്യപ്പെട്ടു."

"അപ്പോൾ നിങ്ങൾ അതിനെപ്പറ്റി അവളോട് എന്തെങ്കിലും സംസാരിച്ചിരുന്നോ?"

"ഇല്ല. ഒരു വാക്കുപോലും പറഞ്ഞിട്ടില്ല. അവളോട് പോയി ചോദിക്കാമെന്ന് എനിക്ക് പെട്ടെന്ന് തോന്നി. അവൾക്ക് പകരം അവളുടെ അച്ഛനാണ് അവിടെ ഉണ്ടായിരുന്നത്. അതുകൊണ്ട് ഞാൻ അയാളോടാണ് ആദ്യം ചോദിച്ചത്?"

"അവളെ നിങ്ങൾക്ക് കിട്ടുമോ? എന്നാണോ ചോദിച്ചത്?"

"അതെ അതുതന്നെ."

"അപ്പോൾ നിങ്ങൾ അവളോട് ഒന്നും സംസാരിച്ചിരുന്നില്ല."

"അവൾ പിന്നീടാണ് വന്നത്. അവളോടും ഈ കാര്യം പറഞ്ഞു."

"എന്നിട്ട് അവൾ എന്തുപറഞ്ഞു. സമ്മതിച്ചോ?"

"ഇല്ല. മറുപടി പറയാൻ അവളെ പീഡിപ്പിക്കരുതെന്ന് മാത്രമാണ് അവൾ പറഞ്ഞത്."

"എന്തു പറഞ്ഞെന്നാണ് പറഞ്ഞത്?"

"മറുപടിക്ക് വേണ്ടി പീഡിപ്പിക്കപ്പെടാൻ അവൾക്ക് ആഗ്രഹം ഇല്ലെന്ന് പറഞ്ഞു."

"അതുകൊണ്ട് അവൾ എന്താണ് ഉദ്ദേശിച്ചത്?"

ബിർക്കിൻ തോളുകൾ ഉയർത്തി. "പറയാൻ പറ്റില്ല." അയാൾ മറുപടി പറഞ്ഞു. ഇപ്പോൾ അവളെ ശല്യപ്പെടുത്തരുതെന്നായിരിക്കുമെന്നാണ് ഞാൻ വിചാരിക്കുന്നത്."

"അങ്ങനെയാണെങ്കിൽ നിങ്ങൾ ആ സമയത്ത് എന്തുചെയ്തു?"

"ഞാൻ വീട്ടിൽ നിന്നും ഇറങ്ങിനടന്ന് ഇങ്ങോട്ടുപോന്നു."

"നേരെ ഇവിടേക്കാണോ പോന്നത്?"

"അതെ."

ജറാൾഡ് വിസ്മയത്തോടെ നോക്കി. അയാൾക്ക് അത് ഉൾക്കൊള്ളാൻ കഴിഞ്ഞില്ല.

"ഇപ്പോൾ നിങ്ങൾ പറഞ്ഞതെല്ലാം സത്യമാണോ?"

"ഓരോ വാക്കും സത്യമാണ്."

"അത് കൊള്ളാം." ജറാൾഡ് പറഞ്ഞു. "അപ്പോൾ നിങ്ങളുടെ കൂട്ടുകാരന്റെ കൂടെ ഗുസ്തി പിടിക്കാനാണ് നിങ്ങൾ ഇവിടെ വന്നത് അല്ലേ?"

"ആണോ?"

"അങ്ങനെയാണ് തോന്നുന്നത്. അതല്ലേ നിങ്ങൾ ചെയ്തത്?"

ഇപ്പോൾ ജറാൾഡ് പറഞ്ഞതിന്റെ അർത്ഥം ബിർക്കിന് മനസ്സിലായില്ല.

"ഇനിയും എന്താണ് സംഭവിക്കാൻ പോകുന്നത്?" ജറാൾഡ് പറഞ്ഞു. "നിങ്ങളുടെ അഭ്യർത്ഥന നിങ്ങൾ നിലനിർത്തുന്നുണ്ടോ?"

"ഉണ്ടെന്നാണ് ഞാൻ വിചാരിക്കുന്നത്. പക്ഷേ, കുറച്ചുസമയം കഴിഞ്ഞ് വീണ്ടും അവളോട് ചോദിക്കാമെന്നാണ് ഞാൻ വിചാരിക്കുന്നത്."

ജറാൾഡ് അയാളെ കണ്ണെടുക്കാതെ നോക്കി. അപ്പോൾ നിങ്ങൾക്ക് അവളെ ഇഷ്ടമാണ് അല്ലേ?"

"എനിക്ക് അവളോട് പ്രണയമാണെന്നാണ് ഞാൻ വിചാരിക്കുന്നത്." ബിർക്കിൻ പറഞ്ഞു. അയാളുടെ മുഖം ശാന്തമായിരുന്നു.

അതു തന്നെ സന്തോഷിപ്പിക്കാൻ ബിർക്കിൻ ചെയ്ത ഏതോ കാര്യമാണെന്നുള്ള രീതിയിൽ ജറാൾഡിന്റെ മുഖം നിമിഷനേരത്തേക്ക് തിളങ്ങി. പിന്നീട് അയാളുടെ മുഖത്തു ഒരു ഗൗരവം വന്നു. അയാൾ സാവധാനം തലയാട്ടി.

"നിങ്ങൾക്ക് അറിയില്ല." അയാൾ പറഞ്ഞു. "ഞാൻ എന്നും പ്രണയത്തിൽ വിശ്വസിച്ചിരുന്നു. യഥാർത്ഥ പ്രണയത്തിൽ. പക്ഷേ, ഇന്നത്തെ ക്കാലത്ത് അത് എവിടെയാണ് കാണാൻ കഴിയുന്നത്!"

"എനിക്ക് അറിയില്ല." ബിർക്കിൻ പറഞ്ഞു.

"വളരെ അപൂർവ്വമാണ്." ജറാൾഡ് പറഞ്ഞു. പിന്നീട് ഒരു ഇടവേളയ്ക്കു ശേഷം അയാൾ തുടർന്നു. "ഞാൻ പ്രണയം എന്ന് വിളിക്കുന്ന കാര്യം എനിക്ക് ഒരിക്കലും സ്വയം അനുഭവിപ്പെട്ടിട്ടില്ല. ഞാൻ സ്ത്രീകളുടെ പിറകേ പോയിട്ടുണ്ട്. ചിലരുടെയൊക്കെ കാര്യത്തിൽ എനിക്ക് വേണ്ടത്ര താല്പര്യവും ഉണ്ടായിരുന്നു. പക്ഷേ, എനിക്ക് ഒരിക്കലും പ്രണയം അനുഭവപ്പെട്ടിട്ടില്ല. എനിക്ക് നിങ്ങളോട് തോന്നിയ സ്നേഹത്തോളം സ്നേഹം ഏതെങ്കിലും സ്ത്രീയോട് തോന്നിയിരുന്നതായി എനിക്ക് വിശ്വാസമില്ല. ഞാൻ ഉദ്ദേശിക്കുന്നത് നിങ്ങൾക്ക് മനസ്സിലായില്ലേ?"

"അതെ. നിങ്ങൾ ഒരു സ്ത്രീയെ ഒരിക്കലും പ്രണയിച്ചിട്ടില്ലെന്ന് എനിക്ക് ഉറപ്പുണ്ട്."

"നിങ്ങൾക്ക് അത് തോന്നുന്നുണ്ട്. ഇല്ലേ? ഞാൻ ഒരിക്കലും ഒരു സ്ത്രീയെ പ്രണയിക്കില്ലെന്ന് നിങ്ങൾ വിചാരിക്കുന്നുണ്ടോ! ഞാൻ ഉദ്ദേശിക്കുന്നത് നിങ്ങൾക്ക് മനസ്സിലായില്ലേ?"അയാൾ നെഞ്ചത്ത് കൈവെച്ച് അതിനുള്ളിൽനിന്നും എന്തോ എടുക്കാൻ പോകുന്ന മട്ടിൽ കൈപ്പത്തി വളച്ചു. ഞാൻ അതാണ് ഉദ്ദേശിച്ചത്. അത് എന്താണെന്ന് എനിക്ക് വിശദീകരിക്കാൻ കഴിയില്ല. പക്ഷേ, ഞാൻ അത് അറിയുന്നുണ്ട്."

"അതെന്താണ്?"

"എനിക്ക് അത് പറഞ്ഞറിയിക്കാൻ കഴിയില്ല. ഞാൻ ഉദ്ദേശിക്കുന്നത് സ്ഥിരതയുള്ള, വ്യത്യാസപ്പെടുത്താൻ കഴിയാത്ത ചിലതൊക്കെ ഉണ്ടെന്നാണ്."

അയാളുടെ കണ്ണുകളിൽ അമ്പരപ്പിന്റെ തിളക്കം ഉണ്ടായിരുന്നു.

"എനിക്ക് എന്നെങ്കിലും ഒരു പെണ്ണിനുവേണ്ടി അത് തോന്നുമെന്ന് നിങ്ങൾ ഇപ്പോൾ വിചാരിക്കുന്നുണ്ടോ?" ജറാൾഡ് ഉൽക്കണ്ഠയോടെ ചോദിച്ചു. ബിർക്കിൻ അയാളെ നോക്കി. അയാൾ തലകുലുക്കി.

"എനിക്ക് അറിയില്ല." അയാൾ പറഞ്ഞു."എനിക്ക് അത് പറയാൻ കഴിയില്ല."

ജറാൾഡ് അയാളുടെ വിധി കാത്തിരിക്കുന്ന മട്ടിലുള്ള ജാഗ്രതയിൽ ആയിരുന്നു. ഇപ്പോൾ അയാൾ കസേരയിലേക്ക് മലർന്നുകിടന്നു.

"ഇല്ല" അയാൾ പറഞ്ഞു."എനിക്കും അറിയില്ല. എനിക്കും അറിയില്ല."

"നമുക്ക് വ്യത്യാസം ഉണ്ട്. നിങ്ങളും ഞാനും തമ്മിൽ വ്യത്യാസം ഉണ്ട്. ബിർക്കിൻ പറഞ്ഞു. എനിക്ക് നിങ്ങളുടെ ജീവിതം പ്രവചിക്കാൻ പറ്റില്ല."

ജറാൾഡ് പറഞ്ഞു. എനിക്കും പറ്റില്ല. പക്ഷേ, ഞാൻ അങ്ങനെ സംശയിച്ചു തുടങ്ങിയിട്ടുണ്ടെന്ന് എനിക്ക് പറയാൻ പറ്റും."

"നിങ്ങൾ ഒരിക്കലും ഒരു സ്ത്രീയെ പ്രണയിക്കില്ലെന്നാണോ?"

"അതെ. നിങ്ങൾ എന്തിനെയാണ് സത്യത്തിൽ പ്രണയം എന്ന് വിളിക്കുന്നത്?"

ഒരു നീണ്ട ഇടവേള ഉണ്ടായിരുന്നു.

"ജീവിതത്തിൽ എല്ലാത്തരം കാര്യങ്ങളും ഉണ്ട്." ബിർക്കിൻ പറഞ്ഞു. "ഒരു വഴി മാത്രമല്ല ഉള്ളത്."

"ഞാനും അത് വിശ്വസിക്കുന്നുണ്ട്. നിങ്ങൾ ഒരു കാര്യം മനസ്സിലാക്കണം. എനിക്ക് അത് അനുഭവിക്കാൻ പറ്റാത്തകാലത്തോളം എന്റെ കാര്യത്തിൽ അത് എങ്ങനെയാണെന്ന് ഞാൻ ശ്രദ്ധിക്കില്ല." അയാൾ നിർത്തി. അയാളുടെ വികാരം പ്രകടമാക്കുന്ന ഒരു ശൂന്യത അയാളുടെ മുഖത്തുകൂടി കടന്നുപോയി. "ഞാൻ ജീവിക്കുകയാണെന്ന് എനിക്ക് തോന്നുന്ന കാലത്തോളം അത് എങ്ങനെയാണെന്ന് ഞാൻ ശ്രദ്ധിക്കില്ല. പക്ഷേ, അത് അനുഭവിക്കണമെന്ന് എനിക്ക് ആഗ്രഹമുണ്ട്."

"ആഗ്രഹം നിറവേറും." ബിർക്കിൻ പറഞ്ഞു.

"ഒരുപക്ഷേ, അത് പൂർണ്ണമാകുമായിരിക്കാം. നിങ്ങൾ ഉപയോഗിക്കുന്ന വാക്കുകളല്ല ഞാൻ ഉപയോഗിക്കുന്നത്."

"രണ്ടും ഒന്നു തന്നെയാണ്."

21

ഉമ്മറപ്പടി

ഗുഡ്റൺ അവളുടെ സൃഷ്ടികളുടെ ഒരു ചെറിയ പ്രദർശനവുമായി ബന്ധപ്പെട്ട് ഒരു സുഹൃത്തിനോടൊപ്പം ലണ്ടനിൽ പോയിരുന്നു. അവൾക്ക് വിനിഫ്രഡ് ക്രിച്ച് വരച്ച ചിത്രങ്ങൾകൊണ്ട് അലങ്കരിച്ച ഒരുകത്ത് കിട്ടി.

"അച്ഛനും ഡോക്ടറന്മാരെക്കൊണ്ട് പരിശോധിപ്പിക്കാൻ ലണ്ടനിൽ വന്നിരുന്നു. അവർ അച്ഛനോട് ധാരാളം വിശ്രമിക്കണമെന്നാണ് പറഞ്ഞിരിക്കുന്നത്. അതുകൊണ്ട് കൂടുതൽ സമയവും അച്ഛൻ കിടക്കുകയാണ്. അച്ഛൻ ഉഷ്ണമേഖലയിൽ നിന്നുള്ള തത്തകളുടെ ചിത്രമുള്ള പാത്രവും കളിമണ്ണിൽ തീർത്ത ഉഴുതുകൊണ്ടിരിക്കുന്ന ഒരു മനുഷ്യനേയും ഒരുമരത്തിലൂടെ കയറുന്ന രണ്ട് ചുണ്ടെലികളുടെ ചിത്രമുള്ള മറ്റൊരുപാത്രവും എനിക്ക് കൊണ്ടുതന്നു. ജറാൾഡിന് ഏറ്റവും ഇഷ്ടപ്പെട്ടത് ഉഴുതുകൊണ്ടിരിക്കുന്ന കർഷകനെ ആണ്."

"പ്രിയപ്പെട്ട മിസ് ബ്രാങ്വൻ നിങ്ങൾ ഉടനെ തിരിച്ചുവരുന്നുണ്ടോ? അച്ഛൻ കട്ടിലിൽ ഇരിക്കുന്ന ഒരുപടം ഇതിനോടൊപ്പം വെച്ചിട്ടുണ്ട്. നിങ്ങൾ ഞങ്ങളെ കൈ വെടിയുകയില്ലെന്നാണ് അച്ഛൻ പറയുന്നത്. തിരിച്ചുവന്ന് ആ തത്തകളെ നമുക്ക് തടിയിൽ കൊത്തിയെടുക്കണം. നമുക്ക് അത് ചെയ്യണം. അവയോളം ഭംഗിയുള്ള മറ്റൊന്നും ഇല്ല."

"അച്ഛൻ പറയുന്നത് നമുക്ക് ഒരു സ്റ്റുഡിയോ ഉണ്ടാക്കണമെന്നാണ്. അപ്പോൾ ഇവിടെ താമസിച്ച് ദിവസം മുഴുവൻ ജോലി ചെയ്യാം. നമുക്ക് യഥാർത്ഥ കലാകാരികളെപ്പോലെ സ്റ്റുഡിയോയിൽ ജീവിക്കാം. എനിക്ക് സ്വതന്ത്രയാവാൻ ആഗ്രഹം ഉണ്ട്. ഒരു കലാകാരിയുടെ സ്വതന്ത്രമായ ജീവിതം ഞാൻ ആഗ്രഹിക്കുന്നു. കലാകാരൻ അയാളുടേത് മാത്രമായ സൃഷ്ടിയുടെലോകത്ത് ജീവിക്കുന്നതുകൊണ്ട് അയാൾ മാത്രമാണ് സ്വതന്ത്രനെന്ന് ജറാൾഡ്പോലും അച്ഛനോട് പറയുന്നുണ്ട്."

എഴുത്തിൽ നിന്നും ആ കുടുംബത്തിന്റെ ഉദ്ദേശം ഒഴുകുന്നത് എങ്ങോട്ടാണെന്ന് ഗുഡ്റണിന് പിടികിട്ടി. ജറാൾഡ് അവൾ ഷോർട്ട്ലാൻഡ്സുമായി ബന്ധപ്പെട്ട് ഉണ്ടാവണമെന്ന് ആഗ്രഹിക്കുന്നു. അച്ഛൻ അയാളുടെ മകളെപ്പറ്റി മാത്രമാണ് ആലോചിക്കുന്നത്. കുട്ടി തികച്ചും വ്യത്യസ്തയാണ്. ഗുഡ്റണിന് അതിൽ തൃപ്തിയുണ്ട്. ഒരു സ്റ്റുഡിയോകിട്ടുകയാണെങ്കിൽ ഷോർട്ട്ലാൻഡ്സിൽ നില്ക്കാൻ ഗുഡ്റണിന് ഇഷ്ടക്കുറവ് ഇല്ല. അവൾക്ക് ഇപ്പോൾത്തന്നെ ഗ്രാമർ സ്കൂളിനോട് ഇഷ്ടക്കേട് ഉണ്ട്. അതുകൂടാതെ വിനിഫ്രഡിൽ അവൾക്ക് സത്യത്തിൽ താല്പര്യമുണ്ട്.

അതുകൊണ്ട് ഗുഡ്റണിന്റെ ഷോർട്ട്ലാൻഡ്സിലേക്കുള്ള തിരിച്ചുവരവിൽ വിനിഫ്രഡിന്റെ ഏർപ്പാടിൽ അവിടെ ഒരു ചെറിയ ഉത്സവംതന്നെ ഉണ്ടായിരുന്നു.

"മിസ്. ബ്രാങ്വൻ വരുമ്പോൾ കൊടുക്കാൻ നീ ഒരു പൂച്ചെണ്ട് ഉണ്ടാക്കണം." ജറാൾഡ് സഹോദരിയോട് പുഞ്ചിരിച്ചുകൊണ്ട് പറഞ്ഞു.

"അതുവേണ്ട" അവൾ പറഞ്ഞു. "അതുമോശമാണ്. ഒരിക്കലും അല്ല."

എന്നാലും ആ ആശയം കൊള്ളാമെന്ന് അവൾക്ക് തോന്നി. അവൾ പ്രതീക്ഷയോടെ തോട്ടത്തിലെ പൂക്കളെ നോക്കിക്കൊണ്ട് കറങ്ങി നടന്നു. കൂടുതൽ നോക്കുംതോറും പൂച്ചെണ്ടിനുള്ള ആഗ്രഹവും അവളിൽ കൂടിക്കൊണ്ടിരുന്നു. അടുത്ത ദിവസം ഒരു മനോഹരമായ പൂച്ചെണ്ട് ഗുഡ്റണിന് നല്കാൻ അവൾക്ക് കഴിയണം.

ഒടുവിൽ അവൾ അയാളുടെ അച്ഛന്റെ അടുത്തെത്തി. അവളുടെ വൈകാരികമായ ചിന്താക്കുഴപ്പത്തിൽ അവളുടെ കണ്ണുകൾ നനഞ്ഞു തുടങ്ങിയിരുന്നു.

"അച്ഛാ." അവളുടെ കണ്ണുകൾ ചെറുതായി പുഞ്ചിരിച്ചു." മിസ്. ബ്രാങ്വാൻ വരുമ്പോൾ ഞാൻ അവർക്ക് പൂച്ചെണ്ട് കൊടുക്കുന്നത് മോശമല്ലേ?"

രോഗിയായ മനുഷ്യൻ മകളുടെ വിവേകമുള്ള കണ്ണുകളിലേക്ക് നോക്കി. അയാളുടെ ഹൃദയം സ്നേഹംകൊണ്ട് ജ്വലിച്ചു.

"അതിൽ തെറ്റില്ല മോളേ, അവർ രാജ്ഞിമാർക്ക് നല്കുന്നത് അതാണ്."

ഈ മറുപടി വിനിഫ്രഡിന് ആശ്വാസമായില്ല. രാജ്ഞിമാരോട് അവർക്ക് പകുതി ബഹുമാനം മാത്രമേ ഉണ്ടായിരുന്നുള്ളൂ. പക്ഷേ, അവൾക്ക് അവളുടെ കൊച്ച് അവസരത്തെ അങ്ങേയറ്റം മനോഹരമാക്കണം.

"അപ്പോൾ ഞാൻ അത് ഉണ്ടാക്കട്ടെ?"

"നിനക്ക് വേണ്ടത് ചെയ്തുതരാൻ ഞാൻ പറഞ്ഞെന്ന് വിൽസണോട് പറയൂ."

വിനിഫ്രഡ് പോകാൻ തുടങ്ങുമ്പോൾ അച്ഛൻ പറഞ്ഞു. "അപ്പോൾ

നീ എനിക്ക് ഒരു ഉമ്മ തരൂ."

വിനിഫ്രഡ് നിശ്ശബ്ദയായി രോഗിയെ ചുംബിച്ചശേഷം മുറിയിൽ നിന്ന് പുറത്തേക്ക് ഒഴുകി അവൾ വീണ്ടും തോട്ടത്തിലേക്ക് പോയി.,

"ഇത്രയും പൂക്കൾ എന്തിനാണ്?" വിൽസൺ ചോദിച്ചു.

"എനിക്ക് വേണം." ജോലിക്കാർ ചോദ്യങ്ങൾ ചോദിക്കരുതെന്ന് അവൾ ആഗ്രഹിച്ചിരുന്നു.

"ഇത്രയും പറഞ്ഞു കഴിഞ്ഞു. എന്താണെന്നുകൂടി പറയരുതോ?"

"എനിക്ക് ഒരു പൂച്ചെണ്ട് ഉണ്ടാക്കണം."

അടുത്തദിവസം ഗുഡ്റൺ വഴിയിലൂടെ വരുന്നതും നോക്കി പൂച്ചെണ്ടും കൈയിൽപ്പിടിച്ച് ക്ലാസ്മുറിയിൽ വിനിഫ്രഡ് അക്ഷമയോടെ കാത്തിരുന്നു.

ഒടുവിൽ ഗുഡ്റൺ വരുന്നത് അവൾ കണ്ടു. അച്ഛനും ജറാൾഡിനും മുന്നറിയിപ്പ് കൊടുക്കാൻ വേണ്ടി അവൾ താഴത്തെനിലയിലേക്ക് ഓടി ഇറങ്ങി. അവളുടെ വെപ്രാളംകൊണ്ട് പുഞ്ചിരിച്ചുകൊണ്ട് അവർ മുൻവശത്തെ മുറിയിലേക്ക് വന്നു. ജോലിക്കാരൻ വാതിലിനടുത്തേക്ക് ഓടി വന്നു. ഗുഡ്റണിന്റെ കൈയിൽനിന്നും കുടയും മഴക്കോട്ടും ഏറ്റുവാങ്ങി.

ഗുഡ്റൺ മഴയിൽ കുതിർന്നിരുന്നു. അവളുടെ മുടിച്ചുരുളുകൾ നനഞ്ഞൊട്ടിക്കിടന്നു. അവൾ ചാറ്റൽ മഴയിൽ വിടർന്ന ഒരു പൂപോലെ ഉണ്ടായിരുന്നു. അവളെ ഇത്രമാത്രം സുന്ദരിയായി കണ്ടപ്പോൾ ജറാൾഡ് ചൂളിപ്പോയി.

വിനിഫ്രഡ് ഔപചാരികതയോടെ മുന്നോട്ടുനീങ്ങി.

"നിങ്ങൾ തിരിച്ചുവന്നതിൽ ഞങ്ങൾക്ക് അങ്ങേയറ്റത്തെ സന്തോഷം ഉണ്ട്." അവൾ പറഞ്ഞു. അവൾ ഗുഡ്റണിന് പൂച്ചെണ്ട് സമ്മാനിച്ചു.

"എനിക്കാണോ?" നിമിഷനേരത്തേക്ക് സന്തോഷത്തിന്റെ ഒരുജ്വാലയിൽ അവൾക്ക് കണ്ണു കാണുന്നില്ലെന്ന് തോന്നി. പിന്നീട് അവളുടെ അസാധാരണമായ തിളക്കമുള്ള കണ്ണുകൾ ഉയർത്തി അവൾ അച്ഛനേയും ജറാൾഡിനേയും നോക്കി. അവളുടെ വിടർന്ന കണ്ണുകൾ ജറാൾഡിൽ വിശ്രമിച്ചപ്പോൾ അയാൾക്ക് താങ്ങാൻ കഴിയാത്തമട്ടിൽ ജറാൾഡ് വീണ്ടും പിൻവാങ്ങി. അയാൾ മുഖം ഒരുവശത്തേക്ക് ചരിച്ചു. അയാൾക്ക് അവളെ തടുത്തുനിർത്താൻ കഴിയില്ലെന്ന് തോന്നി. ഈ തടവുശിക്ഷയിൽ അയാൾ കൂനിക്കൂടി ഇരുന്നു.

മിസ്റ്റർ ക്രിച്ച് ഗുഡ്റണിന് കൈ കൊടുക്കാൻ വേണ്ടി മുന്നോട്ടു നടന്നുകൊണ്ട് പറഞ്ഞു.

"നിങ്ങൾ ഞങ്ങളുടെ അടുത്തുനിന്ന് ഓടിപ്പോകുകയാണെന്ന് ഞാൻ പേടിച്ചുപോയി." അയാൾ തമാശയായി പറഞ്ഞു.

"സത്യം." അവൾ മറുപടി പറഞ്ഞു. "ഞാൻ ലണ്ടനിൽ താമസിക്കാൻ ആഗ്രഹിക്കുന്നില്ല." ഷോർട്ട്ലാൻഡ്സിലേക്ക് തിരിച്ചുവന്നതിൽ അവൾക്ക് സന്തോഷം ഉണ്ടെന്ന് അവളുടെ ശബ്ദത്തിൽ സൂചന ഉള്ളതായി തോന്നി.

"നിങ്ങളെ കണ്ടിട്ട് വീട്ടിൽ തിരിച്ചെത്തിയത് വിജയങ്ങൾക്ക് ശേഷമാണെന്ന് തോന്നുന്നു." മിസ്റ്റർ ക്രിച്ച് അവളുടെ കൈയിലെ പിടിവിടാതെ തന്നെപറഞ്ഞു.

"അല്ല."ഗുഡ്റൺ പറഞ്ഞു. "ഇവിടെ വരുന്നതുവരെ എനിക്ക് വിജയാഹ്ലാദം ഉണ്ടായിരുന്നില്ല."

"അതൊന്നും പറയേണ്ട! ഈ കഥയൊന്നും ഞങ്ങൾ കേൾക്കാൻ പോകുന്നില്ല. ഞങ്ങൾ പത്രങ്ങളിൽ വായിച്ചിരുന്നു. ജറാൾഡും കണ്ടതാണ്. അല്ലേ?"

ജറാൾഡ് അവളുടെ കൈകുലുക്കിക്കൊണ്ട് പറഞ്ഞു. "നല്ലവില്പന നടന്നോ?"

"ഇല്ല." അവൾ പറഞ്ഞു. "കൂടുതൽ ഇല്ല."

"അപ്പോൾ കുറവല്ല." അയാൾ പറഞ്ഞു.

"വിനിഫ്രഡ്" അച്ഛൻ പറഞ്ഞു. "മിസ് ബ്രാങ്വനിന് കൊടുക്കാൻ ഒരു ജോഡി ഷൂ ഉണ്ടോ? നിങ്ങൾ അത് ഇപ്പോൾത്തന്നെ മാറുന്നതാണ് നല്ലത്."

ഗുഡ്റൺ പൂച്ചെണ്ടുമായി മുറിയിൽ നിന്ന് പുറത്തുപോയി.

"ആരും പ്രശംസിച്ചുപോകുന്ന പെൺകുട്ടി" അവൾ പോയിക്കഴിഞ്ഞപ്പോൾ അച്ഛൻ ജറാൾഡിനോട് പറഞ്ഞു.

"അതെ." അച്ഛന്റെ നിരീക്ഷണം ഇഷ്ടപ്പെടാത്ത മട്ടിൽ ജറാൾഡ് ഒറ്റവാക്കിൽ മറുപടി പറഞ്ഞു.

ഗുഡ്റൺ അരമണിക്കൂർ സമയം തന്നോടൊപ്പം ഇരിക്കുന്നത് മിസ്റ്റർ ക്രിച്ചിന് ഇഷ്ടമായിരുന്നു. ജീവിതം അയാളിൽ നിന്നും ഒഴുകിത്തീർന്ന സ്ഥിതിക്ക് അയാൾ സാധാരണ നിർജ്ജീവാവസ്ഥയിൽ ആയിരുന്നു. പക്ഷേ, അതിൽനിന്ന് കരകയറുമ്പോൾ അയാൾ താൻ പഴയതുപോലെ ജീവിതത്തിന്റെ നടുക്കാണെന്ന് വിശ്വസിപ്പിക്കാൻ ശ്രമിച്ചു. ഈ വിശ്വാസത്തിന് ഗുഡ്റണിന്റെ പരിപൂർണ്ണമായ സംഭാവന ഉണ്ടായിരുന്നു. ഗുഡ്റൺ കൂടെയുള്ളപ്പോൾ അയാൾ എന്നു ജീവിച്ചതിലും കൂടുതൽ ജീവിക്കുന്നുണ്ടെന്ന് അയാൾക്കുതോന്നി.

വായനാമുറിയിൽ അയാൾ ചാരിക്കിടക്കുന്ന സമയത്ത് അവൾ വന്നു. അയാളുടെ മുഖംമഞ്ഞ മെഴുകുപോലെ ആയിരുന്നു. നരകയറിയ അയാളുടെ കറുത്തതാടി ഒരു ശവത്തിന്റെ മെഴുകുപോലുള്ള മാംസത്തിൽ നിന്ന് മുളച്ചു വന്നതുപോലെ തോന്നി. എങ്കിലും അയാൾക്കു ചുറ്റും സന്തോഷത്തിന്റെ ഒരു പരിവേഷം ഉണ്ടായിരുന്നു. അവൾക്ക് അയാൾ ഒരു സാധാരണ മനുഷ്യൻ ആയിരുന്നു. അയാളുടെ വിനോദപ്രകൃതിയിലും അയാളുടെ കണ്ണുകളുടെ ഇരുണ്ട ശൂന്യതയ്ക്ക് വ്യത്യാസം വന്നിരുന്നില്ലെന്ന് ഗുഡ്റണിന് അറിയാം. അവ ഒരു മരിച്ച മനുഷ്യന്റെ കണ്ണുകൾ ആയിരുന്നു.

"ഓ! മിസ് ബ്രാങ്വൻ" അവൾ കടന്നുചെല്ലുമ്പോൾ പെട്ടെന്ന് എഴുന്നേറ്റുകൊണ്ട് അയാൾ പറഞ്ഞു. "തോമസ് ഒരു കസേര കൊണ്ടുവരൂ.

അയാൾ അവളുടെ പുതുമയുള്ള മുഖത്തേക്ക് ആഹ്ലാദത്തോടെ നോക്കി. “ഒരു ഗ്ലാസ് ഷെറിയും ഒരു ചെറിയ കഷണം കേക്കും നിങ്ങൾക്ക് ഇപ്പോൾ കഴിക്കുന്നതുകൊണ്ട് കുഴപ്പമില്ല.”

“വേണ്ട, നന്ദിയുണ്ട്.” ഗുഡ്റൺ പറഞ്ഞു. അവൾ നിരസിച്ചപ്പോൾ തന്നെ രോഗിയായ മനുഷ്യൻ മരണത്തിന്റെ ഒരുവിടവിലേക്ക് വീണു പോയതായി തോന്നി. അയാളെ അവൾ എതിർക്കാൻ പാടില്ല. നിമിഷത്തിനുള്ളിൽ അവൾ അവളുടെ വികൃതി നിറഞ്ഞ പുഞ്ചിരിച്ചു.

“എനിക്ക് ഷെറി ഇഷ്ടമല്ല.”അവൾ പറഞ്ഞു. പക്ഷേ, മറ്റെന്തും എനിക്ക് ഇഷ്ടമാണ്.”

“ഷെറിവേണ്ട!” തോമസ് ഷെറിയില്ലാതെ എന്താണ് ഇവിടെ ഉള്ളത്.”

“വൈൻ.”

“ശരി തോമസ്, അപ്പോൾ വൈൻ – ഒരു ചെറിയകേക്ക് അല്ലെങ്കിൽ ബിസ്കറ്റ്.”

“ബിസ്കറ്റ് മതി.” ഗുഡ്റൺ പറഞ്ഞു. അവൾക്ക് ഒന്നും വേണമെന്നില്ല. പക്ഷേ, അവൾ ബുദ്ധിമതി ആയിരുന്നു.

അവൾക്ക് ഗ്ലാസും ബിസ്കറ്റും കൊണ്ടുവരുന്നതുവരെ അയാൾ കാത്തിരുന്നു. അതിനുശേഷം അയാൾ പറഞ്ഞു.

“വിനിഫ്രഡിന് കുതിരലായത്തിന്റെ അപ്പുറത്ത് ഒരു സ്റ്റുഡിയോ പണിയാൻ പദ്ധതിയുള്ള കാര്യം നിങ്ങൾ കേട്ടിരുന്നോ?”

“ഇല്ല.” കപടനാട്യത്തോടെ ഗുഡ്റൺ പറഞ്ഞു.

“ഓ! ഞാൻ വിചാരിച്ചു വിനിഫ്രഡ് എഴുത്തിൽ എഴുതിക്കാണുമെന്ന്.”

“ഓ! ശരിയാണ്. പക്ഷേ, ഞാൻ വിചാരിച്ചു അത് അവളുടെ ഒരു കൊച്ച് ആഗ്രഹമാണെന്ന്.”

“അല്ല. കുതിരലായത്തിന്റെ മേൽക്കൂരയ്ക്കു താഴെ സ്ഥലമുണ്ട്. അത് സ്റ്റുഡിയോ ആക്കാമെന്ന് ഞങ്ങൾ വിചാരിച്ചു.”

“അത് വളരെ നന്നായിരിക്കും!” ഗുഡ്റൺ സന്തോഷത്തോടെ വിളിച്ചുപറഞ്ഞു.

“നിങ്ങൾ അത് നന്നാവും എന്ന് വിചാരിക്കുന്നു. അല്ലേ? അത് ചെയ്യാൻ പറ്റുന്ന കാര്യമാണ്.”

“ഗൗരവത്തോടെ ജോലി ചെയ്യുന്നതിന് വിനിഫ്രഡിന് ആവശ്യമുള്ള കാര്യം അതുതന്നെയാണ്. ഒരാൾക്ക് സ്വന്തമായി ജോലിസ്ഥലം ഇല്ലെങ്കിൽ അയാൾ എന്നും ഒതുക്കക്കാരൻ ആയിരിക്കും.”

“അങ്ങനെയാണോ? ശരി. നിശ്ചയമായും വിനിഫ്രഡിനോടൊപ്പം നിങ്ങൾ കൂടി അവിടം പങ്കിടണം.”

“നിങ്ങളോട് വളരെ നന്ദിയുണ്ട്.”

ഗുഡ്റണിന് ഈ കാര്യങ്ങൾ എല്ലാം നേരത്തേതന്നെ അറിവുള്ളതാണ്. പക്ഷേ, ഇപ്പോൾ അറിയാത്തമട്ടിൽ അവൾ നിശ്ചയമായും അഭി

നയിക്കണം.

"നിങ്ങൾ ഗ്രാമർ സ്കൂളിലെ ജോലി ഉപേക്ഷിച്ച് ഇവിടെ സ്റ്റുഡിയോയിൽ നിങ്ങളുടെ ഇഷ്ടത്തിന് ജോലി ചെയ്യുന്നതാണ് ഞാൻ ഏറ്റവും കൂടുതൽ ഇഷ്ടപ്പെടുന്നത്."

അയാൾ ഇരുണ്ട ശൂന്യമായ കണ്ണുകൾ കൊണ്ട് ഗുഡ്റണിനെ നോക്കി. അവൾ അയാളെ നന്ദിയോടെ തിരിച്ചുനോക്കി. മരണത്തിന്റെ വായിൽ നിന്നുള്ള മുഴക്കങ്ങൾ പോലെയുള്ള മരിച്ചു കൊണ്ടിരിക്കുന്ന മനുഷ്യന്റെ സംസാരം അങ്ങേയറ്റം സാധാരണവും സമ്പൂർണ്ണവുമായിരുന്നു.

"വരുമാനത്തിന്റെ കാര്യം പറഞ്ഞാൽ സ്കൂളിൽ നിന്നു കിട്ടുന്നത് എന്റെ കൈയിൽ നിന്ന് കിട്ടുന്നതിൽ നിങ്ങൾക്ക് പ്രശ്നം ഉണ്ടോ? നിങ്ങൾക്ക് നഷ്ടം വരാൻ ഞാൻ ആഗ്രഹിക്കുന്നില്ല."

"ഓ!" ഗുഡ്റൺ പറഞ്ഞു. "സ്റ്റുഡിയോയിൽ ജോലി ചെയ്യാൻ കഴിഞ്ഞാൽ എനിക്ക് ആവശ്യമുള്ള പണം എനിക്ക് ഉണ്ടാക്കാൻ കഴിയും."

"ശരി." അയാൾ പറഞ്ഞു. "നമുക്ക് അതൊക്കെ പിന്നീട് നോക്കാം. നിങ്ങൾക്ക് ഇവിടെ കഴിയാൻ പ്രശ്നം ഇല്ലല്ലോ?"

"ജോലി ചെയ്യാൻ ഒരു സ്റ്റുഡിയോ ഉണ്ടെങ്കിൽ അതിൽ കൂടുതലായി ഞാൻ ഒന്നും ആവശ്യപ്പെടുകയില്ല."

"അങ്ങനെയാണോ?"

അയാൾക്ക് സന്തോഷം തോന്നി. പക്ഷേ, അപ്പോഴേക്കും അയാൾ ക്ഷീണിച്ചുപോയിരുന്നു. അയാളുടെ കണ്ണുകളുടെ ശൂന്യതയിലേക്ക് വേദനയുടെ പീഡനം കടന്നുവരുന്നത് അവൾക്കു കാണാൻ കഴിഞ്ഞു. മരണത്തിന്റ ഈ പ്രക്രിയ ഇതുവരെയും അവസാനിച്ചിട്ടില്ല. അവൾ സാവധാനം എഴുന്നേറ്റുകൊണ്ട് പറഞ്ഞു.

"ഒരുപക്ഷേ, നിങ്ങൾ ഉറങ്ങാനിടയുണ്ട്. എനിക്ക് വിനിഫ്രഡിനെ കാണണം."

നഴ്സിനോട് പോകുക്കയാണെന്ന് പറഞ്ഞതിനുശേഷം അവൾ പുറത്തുപോയി. ദിവസം കഴിയുന്തോറും രോഗി കൂടുതൽ കൂടുതൽ ക്ഷീണിച്ചുകൊണ്ടിരുന്നു. മനുഷ്യജീവിയെ നിലനിർത്തുന്ന അവസാനത്തെ കെട്ടിനടുത്തേക്ക് അയാളുടെ ശരീരം അടുത്തുകൊണ്ടിരുന്നു. പക്ഷേ, ഈ കെട്ട് ശക്തവും അഴിക്കാൻ പറ്റാത്തതും ആണ്. അയാളുടെ ഇച്ഛാശക്തി ഒരിക്കലും മാറിപ്പോയില്ല. അയാൾ പത്തിൽ ഒൻപതും മരിച്ചുകഴിഞ്ഞു. എങ്കിലും ബാക്കിയുള്ള പത്തിൽ ഒന്നിന് വ്യത്യാസം വന്നില്ല. അയാളുടെ ഇച്ഛാശക്തി കൊണ്ട് അയാൾ അവളെ ഉറപ്പിച്ചുനിർത്തി. പക്ഷേ, അയാളുടെ ശക്തിയുടെ വൃത്തം ചുരുങ്ങിച്ചുരുങ്ങിവന്നു. അത് ഒടുവിൽ ഒരു ബിന്ദുവായി മാറും. പിന്നീട് തുടച്ചുമാറ്റപ്പെടും.

ജീവിതത്തോട് പറ്റിപ്പിടിക്കാൻ അയാൾ നിശ്ചയമായും മനുഷ്യബന്ധങ്ങളോട് പറ്റിപ്പിടിക്കണം. അതിനുവേണ്ടി അയാൾ എല്ലാ കച്ചിത്തുരുമ്പിലും കയറിപ്പിടിച്ചു. വിനിഫ്രഡ്; പാചകക്കാരൻ, നഴ്സ്, ഗുഡ്റൺ

—ഇവരാണ് അയാൾക്ക് കിട്ടിയ അവസാനത്തെ തുണ. ഇവർ അയാൾക്ക് എല്ലാമായിരുന്നു. ജറാൾഡിന് അച്ഛന്റെ സാന്നിദ്ധ്യം സഹിക്കാൻ കഴി ഞ്ഞിരുന്നില്ല. വിനിഫ്രഡ് ഒഴിച്ച് മറ്റുള്ളവർക്കെല്ലാം അതിൽ ഏറ്റക്കുറ ച്ചിലുകൾ ഉണ്ടായിരുന്നു. അച്ഛനെ കാണുമ്പോൾ അവർക്ക് മരണം ഒഴിച്ച് മറ്റൊന്നുംതന്നെ കാണാൻ കഴിഞ്ഞില്ല. അവർക്ക് പരിചിതമായ മുഖം കാണാനോ ശബ്ദം കേൾക്കാനോ കഴിഞ്ഞില്ല. കാണാനും കേൾക്കാനും കഴിയുന്ന മരണത്തിനോടുള്ള വിദ്വേഷത്തിൽ അവർ ആഴ്ന്നുപോയി രുന്നു. അച്ഛനുള്ളപ്പോൾ ജറാൾഡിന് ശ്വസിക്കാൻ കഴിഞ്ഞില്ല. അയാൾക്ക് ഉടൻതന്നെ പുറത്തുപോകാതിരിക്കാൻ കഴിയില്ല. അതേരീതിയിൽ മകന്റെ സാന്നിദ്ധ്യം അച്ഛനും തങ്ങാൻ കഴിഞ്ഞില്ല.

സ്റ്റുഡിയോയുടെ പണിതീർന്ന് ഗുഡ്റണും വിനിഫ്രഡും അവിടേക്ക് മാറി. ഇപ്പോൾ അവർക്ക് വീട്ടിൽ വരേണ്ട ആവശ്യം ഇല്ല. അവരുടെ ഭക്ഷണം സ്റ്റുഡിയോവിലായി. വീട് ഭയാനകമായി മാറിക്കൊണ്ടിരുന്നു. വെളുത്തവേഷം ധരിച്ച രണ്ട് നഴ്സുകൾ മരണത്തിന്റെ മുൻഗാമികളെ പ്പോലെ നിശ്ശബ്ദരായി വീട്ടിനുള്ളിൽ നീങ്ങിക്കൊണ്ടിരുന്നു.

അച്ഛന്റെ സ്ഥിരം സന്ദർശക വിനിഫ്രഡ് ആയിരുന്നു. ദിവസവും രാവിലെ ഭക്ഷണം കഴിഞ്ഞ് അവൾ അയാളുടെ മുറിയിലേക്ക് പോയി.

"അച്ഛന് കുറവുണ്ടോ?" യാതൊരു മാറ്റവും ഇല്ലാതെ അവൾ അയാ ളോട് ചോദിച്ചു.

"കുറച്ച് കുറവുണ്ടെന്ന് എനിക്ക് തോന്നുന്നു." യാതൊരു മാറ്റവും ഇല്ലാതെ അയാൾ മറുപടി പറഞ്ഞു.

അവൾ രണ്ടുകൈകളും കൊണ്ട് അയാളുടെ കൈയിൽ സ്നേഹ ത്തോടെ പിടിച്ചു. ഇത് അയാൾക്ക് വളരെ പ്രിയപ്പെട്ട കാര്യം ആയിരുന്നു.

അന്നു നടന്ന സംഭവങ്ങൾ പറയാൻ അവൾ ഉച്ചയ്ക്ക് വീണ്ടും അയാ ളുടെ മുറിയിലേക്ക് ഓടി. വൈകിട്ട് അവൾ ധാരാളം സമയം അയാളുടെ മുറിയിൽ ചെലവാക്കി. ഗുഡ്റൺ വീട്ടിൽ പോയിരുന്നു. വീട്ടിൽ വിനി ഫ്രഡ് തനിച്ചായിരുന്നു. അവൾ അച്ഛനോടൊപ്പം ഇരിക്കാനാണ് ഏറ്റവും കൂടുതൽ ഇഷ്ടപ്പെട്ടത്. അയാൾ അസുഖം ഇല്ലെന്നുള്ള മട്ടിൽ ആയി രുന്നു. അതുകൊണ്ട് ഗൗരവമുള്ള കാര്യങ്ങൾ ഇല്ലെന്നുള്ള രീതിയിൽ വിനിഫ്രഡും പെരുമാറി. എങ്കിലും അവളുടെ ആത്മാവ് ഒറ്റപ്പെടുമ്പോൾ മുതിർന്നവർക്ക് അറിവുള്ളതെല്ലാം അവൾക്കും അറിയാമായിരുന്നു. ഒരു പക്ഷേ, അതിനേക്കാൾ വ്യക്തമായി.

അവളെ വിശ്വസിപ്പിക്കുന്ന കാര്യത്തിൽ അവളുടെ അച്ഛൻ മോശ മായിരുന്നില്ല. പക്ഷേ, അവൾ പോയിക്കഴിയുമ്പോൾ അയാളുടെ കഷ്ട പ്പാടുകൾ തിരിച്ചുവന്നു. ശക്തി കുറയുന്നതിനൊത്ത് അയാളുടെ ശ്രദ്ധി ക്കാനുള്ള കഴിവ് കുറഞ്ഞുകൊണ്ടിരുന്നെങ്കിലും, അവിടെ പക്ഷേ, ഇത്ത രത്തിലുള്ള തിളക്കമുള്ള നിമിഷങ്ങളും ഉണ്ടായിരുന്നു. പലപ്പോഴും അയാളെ തളർച്ചയിൽ നിന്ന് രക്ഷപ്പെടുത്താൻ വേണ്ടി നഴ്സിന് വിനി ഫ്രഡിനെ മുറിയിൽ നിന്ന് പറഞ്ഞുവിടേണ്ടി വന്നിരുന്നു.

അയാൾ ഒരിക്കലും മരിക്കാൻ പോകുകയാണെന്ന് സമ്മതിച്ചില്ല. അത് അങ്ങനെയാണെന്ന് അയാൾക്ക് അറിയാം. അത് അവസാനമാണെന്നും അയാൾക്ക് അറിയാം. എന്നിട്ടും അയാളോടുപോലും അയാൾ അത് സമ്മതിച്ചില്ല. മരണം അയാളെ കീഴടക്കുന്നത് അയാൾക്ക് സഹിക്കാൻ കഴിയില്ല. എങ്കിലും ചിലപ്പോൾ ഉറക്കെ കരയാനും പരാതി പറയാനും അയാൾക്ക് തോന്നി. ജറാൾഡിനെ അയാളുടെ ആത്മസംയമനത്തിൽ നിന്നും ഭയപ്പെടുത്തി പുറത്തുകൊണ്ടുവരാൻ വേണ്ടി അയാളോട് പൊട്ടിക്കരയാൻ മിസ്റ്റർ ക്രിച്ച് ഇഷ്ടപ്പെടുമായിരുന്നു. പക്ഷേ, ജറാൾഡ് ഉടൻതന്നെ അത് മനസ്സിലാക്കി അത് ഒഴിവാക്കാൻ വേണ്ടി പെട്ടെന്ന് പിൻവാങ്ങി. മരണത്തിന്റെ വൃത്തിയില്ലായ്മ അയാളേയും അലോസരപ്പെടുത്തിയിരുന്നു.

മരിച്ചുകൊണ്ടിരിക്കുന്ന മനുഷ്യൻ ഗുഡ്റണിനെ കാണണമെന്ന് അവസാനത്തെ തവണ പറഞ്ഞപ്പോൾ അയാൾ തീർത്തും അവശനായിരുന്നു. ബോധം തിരിച്ചെത്തുന്ന ഇടവേളകളിൽ ജീവിക്കുന്ന ലോകവുമായുള്ള ബന്ധം നിലനിർത്തുന്നതിന് നിശ്ചയമായും അയാൾക്ക് ആരെയെങ്കിലും കാണണമെന്ന് നിർബ്ബന്ധം ഉണ്ട്. ഭാഗ്യത്തിന് കൂടുതൽ സമയവും പഴയ അനുഭവങ്ങൾ തിരികെ കൊണ്ടുവരാനെന്നപോലെ അയാൾ സ്വന്തം കഴിഞ്ഞകാലത്തെപ്പറ്റിയുള്ള ആലോചനകളിൽ ആയിരിക്കും. പക്ഷേ, ഇപ്പോൾ അയാൾക്കു മുകളിലെത്തിയിരിക്കുന്ന മരണത്തെപ്പറ്റി തിരിച്ചറിയാനുള്ള കഴിവും ചില സമയങ്ങളിൽ അയാൾക്ക് ഉണ്ടായിരുന്നു. ഈ സമയങ്ങളിലാണ് അയാൾ പുറത്തുനിന്നുമുള്ള സഹായത്തിനുവേണ്ടി അഭ്യർത്ഥനകൾ നടത്തിയത്.

ഏറെക്കുറെ ശിഥിലമായ അയാളുടെ ഇരുണ്ട കണ്ണുകൾ കണ്ടപ്പോൾ ഗുഡ്റൺ ഞെട്ടിപ്പോയി.

"ശരി." അയാൾ തളർന്ന ശബ്ദത്തിൽ പറഞ്ഞു. "നിങ്ങളും വിനിഫ്രഡും കൂടി എങ്ങനെ മുന്നോട്ടുപോകുന്നു?"

"വളരെ നന്നായി പോകുന്നു." ഗുഡ്റൺ മറുപടിപറഞ്ഞു.

സംസാരം ഇടമുറിഞ്ഞു പോയിരിക്കുന്നു. മരിച്ചുകൊണ്ടിരുന്ന മനുഷ്യന്റെ താറുമാറായ ബോധത്തിൽ ഒഴുകി നടക്കുന്ന കച്ചിത്തുരുമ്പുകൾ തടുത്തുകൂട്ടിയെടുക്കാൻ കൂടുതൽ സമയം വേണ്ടിവന്നു.

"സ്റ്റുഡിയോ കുഴപ്പം ഇല്ലല്ലോ?" അവൾ ചോദിച്ചു.

"വളരെ മെച്ചമാണ്. അത് ഇതിലും കൂടുതൽ മനോഹരമാക്കാൻ പറ്റില്ല."

അയാളുടെ അടുത്ത സംസാരത്തിനുവേണ്ടി അവൾ കാത്തിരുന്നു.

"വിനിഫ്രഡിന് ഒരു ശില്പിയാകാനുള്ള വാസന ഉണ്ടോ?"

അയാളുടെ വാക്കുകൾ അസാധാരണമായരീതിയിൽ അർത്ഥശൂന്യം ആയിരുന്നു.

"അവൾക്ക് വാസനയുണ്ടെന്ന് എനിക്ക് ഉറപ്പുണ്ട്. ഒരിക്കൽ അവൾ നല്ല കാര്യങ്ങൾ ചെയ്യും."

"ഓ! അപ്പോൾ അവളുടെ ജീവിതം പാഴാകില്ലെന്ന് നിങ്ങൾ വിചാരിക്കുന്നുണ്ട്?"

ഗുഡ്റൺ ഏറക്കുറെ അത്ഭുതപ്പെട്ടുപോയിരുന്നു.

"തീർച്ചയായും പാഴാകില്ല."

"അതുശരി."

പിന്നീട് അയാൾ എന്താണ് പറയാൻ പോകുന്നതെന്ന് ഗുഡ്റൺ കാത്തിരുന്നു.

"നിങ്ങൾക്ക് ജീവിതം സുഖമാണെന്ന് തോന്നുന്നില്ലേ? അത് ജീവിക്കാൻ കൊള്ളാവുന്നതാണ്. ശരിയല്ലേ?" അയാൾ ദയനീയമായി പുഞ്ചിരിച്ചുകൊണ്ട് ചോദിച്ചു. അത് ഗുഡ്റണിന് താങ്ങാവുന്നതിൽ അപ്പുറമായിരുന്നു.

"അതെ." അവൾ പുഞ്ചിരിച്ചു. അവൾ ആലോചിക്കാതെ ചിലപ്പോൾ കള്ളം പറഞ്ഞുപോകും." എനിക്ക് നല്ലസമയം ആണെന്ന് ഞാൻ വിശ്വസിക്കുന്നു."

"അതുകൊള്ളാം. സംതൃപ്തി ഒരുവലിയ സ്വത്താണ്."

അവളുടെ മനസ്സ് വരണ്ടുപോയിരുന്നെങ്കിലും ഗുഡ്റൺ വീണ്ടും പുഞ്ചിരിച്ചു. ഒരാളുടെ ശക്തി ബലപ്രയോഗത്തിലൂടെ പിഴിഞ്ഞെടുത്ത് ഈ രീതിയിലാണോ ഒരാൾ മരിക്കേണ്ടത്? അതിന് മറ്റുവഴികൾ ഒന്നും ഉണ്ടായിരുന്നില്ല? മരിച്ചുകൊണ്ടിരിക്കുന്ന മനുഷ്യന്റെ സ്വയംനിയന്ത്രണത്തേയും സമാധാനത്തെയും അവൾ അങ്ങേയറ്റത്തെ ആദരവോടെയാണ് കണ്ടത്. പക്ഷേ, മരണത്തെ അവൾ വെറുത്തു.

ദിവസവും ലോകത്തെ നല്ല രീതിയിൽ കാണുന്നതിൽ അവൾ ആഹ്ലാദിച്ചിരുന്നു. അതിനപ്പുറമുള്ളതൊന്നും അവൾക്ക് മനസ്സിലാക്കണ്ട.

"നിങ്ങൾക്ക് ഇവിടെ സുഖമാണല്ലോ? എന്തെങ്കിലും ഞങ്ങൾ നിങ്ങൾക്കുവേണ്ടി ചെയ്യേണ്ടതായിട്ടുണ്ടോ? നിങ്ങളുടെ ജോലിയിൽ കുഴപ്പം ഒന്നും ഇല്ലല്ലോ?"

"നിങ്ങൾ എന്നോട് കൂടുതൽ നല്ലരീതിയിൽ പെരുമാറുന്ന കാര്യം ഒഴിച്ച് മറ്റ് കുഴപ്പം ഒന്നും ഇല്ല."

"ശരി. അതിന് കുറ്റപ്പെടുത്തേണ്ടത് നിങ്ങളെ തന്നെ ആണ്." ഇത്രയും സംസാരിച്ചപ്പോൾ അയാൾക്ക് ഒരു ചെറിയ സന്തോഷം തോന്നി.

അയാൾക്ക് ഇപ്പോഴും ജീവിക്കാനുള്ള ശക്തി ഉണ്ടായിരുന്നു. പക്ഷേ, അതിന് തിരിച്ചടിയായി മരണത്തിന്റെ മനംപുരട്ടൽ അയാളിലേക്ക് പടർന്നു കയറാൻ തുടങ്ങി.

ഗുഡ്റൺ വിനിഫ്രഡിന്റെ അടുത്തേക്ക് തിരിച്ചുപോയി. ഗുഡ്റൺ കൂടുതൽ സമയവും ഷോർട്ട്ലാൻഡ്സിൽ ഉണ്ടായിരുന്നു. വിനിഫ്രഡിന്റെ വിദ്യാഭ്യാസം നോക്കാൻ ഒരു അദ്ധ്യാപകൻ വന്നിരുന്നു. പക്ഷേ, അയാൾ ആ വീട്ടിൽ താമസിച്ചിരുന്നില്ല. അയാൾ ഗ്രാമർ സ്കൂളിലായിരുന്നു താമസം.

ഒരുദിവസം വിനിഫ്രഡിനും ജറാൾഡിനും ബിർക്കിനും ഒപ്പം ഗുഡ്റ

ണിന് കാറിൽ നഗരത്തിലേക്ക് പോകേണ്ടിവന്നു. അത് ചാറ്റൽമഴയുള്ള ഒരു ഇരുണ്ട ദിവസമായിരുന്നു. വിനിഫ്രഡും ഗുഡ്റണും വാതിലിൽ തയ്യാറായി നില്ക്കുകയായിരുന്നു. വിനിഫ്രഡ് ഒന്നും സംസാരിക്കുന്നുണ്ടായിരുന്നില്ല. പക്ഷേ, ഗുഡ്റൺ അത് ശ്രദ്ധിച്ചിരുന്നില്ല. പെട്ടെന്ന് താല്പര്യമില്ലാത്ത ശബ്ദത്തിൽ വിനിഫ്രഡ് ചോദിച്ചു.

"മിസ് ബ്രാങ്ങ്വൻ, എന്റെ അച്ഛൻ മരിക്കാൻ പോകുകയാണെന്ന് നിങ്ങൾ വിചാരിക്കുന്നുണ്ടോ?"

ഗുഡ്റൺ ഞെട്ടിപ്പോയി.

"എനിക്ക് അറിയില്ല." അവൾ മറുപടി പറഞ്ഞു.

"സത്യത്തിൽ അറിയില്ലേ?"

"വ്യക്തമായി ആർക്കും അറിയില്ല. അദ്ദേഹം ഒരുപക്ഷേ, മരിക്കുമായിരിക്കും."

കുട്ടി കുറച്ച് സമയം ആലോചിച്ചു. അതിനുശേഷം അവൾ ചോദിച്ചു.

"പക്ഷേ, അച്ഛൻ മരിക്കുമെന്ന് നിങ്ങൾ വിചാരിക്കുന്നുണ്ടോ?"

അത് ഭൂമിശാസ്ത്രത്തിലേയോ സസ്യശാസ്ത്രത്തിലേയോ ഒരു ചോദ്യം പോലെയാണ് അവൾ ചോദിച്ചത്.

"അദ്ദേഹം മരിക്കുമെന്ന് ഞാൻ വിചാരിക്കുന്നുണ്ടോ?" ഗുഡ്റൺ ആവർത്തിച്ചു. "ഉണ്ട്. ഞാൻ വിചാരിക്കുന്നുണ്ട്."

പെൺകുട്ടി അനങ്ങിയില്ല. അവളുടെ വിടർന്ന കണ്ണുകൾ ഗുഡ്റണിന്റെ മുഖത്ത് തങ്ങിനിന്നു.

"അദ്ദേഹത്തിന് തീരെ സുഖമില്ല." ഗുഡ്റൺ പറഞ്ഞു.

വിനിഫ്രഡിന്റെ മുഖത്ത് അവിശ്വാസം നിറഞ്ഞ ഒരു നേർത്ത പുഞ്ചിരി കടന്നുവന്നു.

"അച്ഛൻ മരിക്കുമെന്നു ഞാൻ വിശ്വസിക്കുന്നില്ല." കുട്ടി പരിഹാസത്തോടെ ഉറപ്പിച്ച് പറഞ്ഞുകൊണ്ട് കാറിനു വരാനുള്ളവഴിയിലൂടെ നടന്നു. ഗുഡ്റൺ തനിയെ നില്ക്കുന്ന വിനിഫ്രഡിന്റെ രൂപം ശ്രദ്ധിച്ചു. അവളുടെ ഹൃദയമിടിപ്പ് നിന്നുപോയി. ഒരുകാര്യവും സംസാരിച്ചിട്ടില്ലെന്ന മട്ടിൽ വഴിയിൽ കെട്ടിനിന്ന വെള്ളത്തിൽ അവൾ അതീവശ്രദ്ധയോടെ കളിച്ചുകൊണ്ടിരിക്കുകയായിരുന്നു.

"ഞാൻ ഒരു ഭംഗിയുള്ള അണക്കെട്ട് ഉണ്ടാക്കി." അവൾ ദൂരത്തുനിന്ന് വിളിച്ചുപറഞ്ഞു.

പിന്നിലുള്ള മുറിയുടെ വാതിലിലേക്ക് ജറാൾഡ് വന്നു.

"അവൾ അത് വിശ്വസിക്കാൻ തയ്യാറല്ലെന്ന് തോന്നുന്നു."

ഗുഡ്റൺ അയാളെ നോക്കി. അവരുടെ കണ്ണുകൾ കൂട്ടിമുട്ടി. അവർ പരിഹാസം നിറഞ്ഞ ഒരു ധാരണ പരസ്പരം കൈമാറി.

"അങ്ങനെ തോന്നുന്നു." ഗുഡ്റൺ പറഞ്ഞു.

അയാൾ വീണ്ടും അവളെ നോക്കി. അയാളുടെ കണ്ണുകളിൽ ഒരു തീക്കനൽ തിളങ്ങി.

"റോമിന് എന്തായാലും കത്താതിരിക്കാൻ കഴിയില്ല, അതുകൊണ്ട്

റോം കത്തുമ്പോൾ നൃത്തം ചെയ്യുന്നതാണ് ഏറ്റവും നല്ലത്. നിങ്ങൾ അങ്ങനെ വിചാരിക്കുന്നില്ലേ?" അയാൾ പറഞ്ഞു.

അവൾ സത്യത്തിൽ അമ്പരന്നുപോയി. പക്ഷേ, പഴയ സ്ഥിതിയിലേക്ക് തിരിച്ചുവന്നുകൊണ്ട് അവൾ മറുപടി പറഞ്ഞു.

"ഓ! തീർച്ചയായും വിളിച്ചുകൂവുന്നതിലും നല്ലത് നൃത്തംചെയ്യുന്നതാണ്."

"ഞാനും അങ്ങനെയാണ് വിചാരിക്കുന്നത്."

അവർക്ക് രണ്ടുപേർക്കും ഉള്ളിന്റെ ഉള്ളിലുണ്ടായിരുന്ന ആഗ്രഹത്തിന് മോചനം കിട്ടിയതായി തോന്നി. മൃഗീയവും കാമാസക്തവുമായ നിയന്ത്രണമില്ലായ്മയിലേക്ക് അവർ കൂപ്പുകുത്തുന്നതായി തോന്നി. അവൾക്ക് ശക്തി തോന്നി. ഈ ലോകത്തെ വലിച്ചുകീറി വേർപെടുത്താൻ തക്ക ശക്തി അവളുടെ കൈകൾക്കുണ്ടെന്ന് അവൾക്ക് തോന്നി. അവൾ സ്വയം ഇത് ആഗ്രഹിച്ചിരുന്നെന്ന് അവൾക്ക് അറിയാം. അല്ലെങ്കിൽ ഇതുപോലെ എന്തെങ്കിലും അവൾ സ്വയം മോഹിച്ചിരുന്നു. അവളിൽ അജ്ഞാതമായി അടക്കിനിർത്തിയതിനെ സ്വതന്ത്രമാക്കിയത് എത്ര മാത്രം ലഹരിയും സംതൃപ്തിയുമാണ് പകർന്നുതരുന്നത്. അവൾ അത് ആഗ്രഹിച്ചു. അയാളോടൊപ്പം അവളിലും ഉയർന്നുവന്ന ആസക്തിയുടെ സൂചനപോലെ അവളുടെ തൊട്ടുപിന്നിൽ നിന്നിരുന്ന അയാളുടെ പരിധിക്ക് പുറത്തേക്ക് അവൾ നീങ്ങിനിന്നപ്പോൾ അവൾ വിറച്ചു. അയാളുടെ കൂടെ അവൾ അതുമോഹിച്ചു. അംഗീകാരം ഇല്ലാത്ത ഈ ലഹരി അവൾ ആഗ്രഹിച്ചു. നിമിഷനേരത്തേക്ക് അതിന്റെ അന്തിമമായ സത്യാവസ്ഥ അവളെ അസ്വസ്ഥയാക്കി. പിന്നീട് അവൾ അതിനെ പൂർണ്ണമായും പുറത്താക്കിക്കൊണ്ട് പറഞ്ഞു.

"നമുക്ക് വിനിഫ്രഡിന്റെ പുറകെ ലായത്തിലേക്ക് പോകാം. നമുക്ക് അവിടെനിന്ന് കാറിൽ കയറാം."

"ശരി." അവളോടൊപ്പം നടന്നുകൊണ്ട് അയാൾ മറുപടി പറഞ്ഞു.

അവർ അവിടെയെത്തിയപ്പോൾ വിനിഫ്രഡ് വെളുത്ത പട്ടിക്കുട്ടികളുടെ ഭംഗി ആസ്വദിക്കുകയായിരുന്നു. പെൺകുട്ടി തല ഉയർത്തിനോക്കി. ജറാൾഡിന്റെയും ഗുഡ്റണിന്റെയും നേർക്ക് തിരിഞ്ഞപ്പോൾ അവളുടെ കണ്ണുകളിൽ ഒരു വൃത്തികെട്ട നോട്ടം ഉണ്ടായിരുന്നു. അവൾ അവരെ കാണാൻ ആഗ്രഹിച്ചിരുന്നില്ല.

ഒരു കാറിന്റെ ശബ്ദം കേട്ടു. "റൂപർട്ട് വന്നു!" പെൺകുട്ടി ഉറക്കെ വിളിച്ചുകൂവിക്കൊണ്ട് ഗേറ്റിനടുത്തേക്ക് ഓടി.

ബിർക്കിനാണ് കാർ ഓടിച്ചുകൊണ്ടിരുന്നത്. അയാൾ ഗേറ്റിന് പുറത്ത് കാർ നിർത്തി.

"ഞങ്ങൾ തയ്യാറാണ്!" വിനിഫ്രഡ് ഉറക്കെ പറഞ്ഞു. "എനിക്ക് നിങ്ങളുടെ കൂടെ മുമ്പിൽ ഇരിക്കണം."

"നീ അവിടെ ഇരുന്ന് ബഹളം കൂട്ടി പുറത്തേക്ക് വീഴുമെന്ന് എനിക്ക് പേടിയുണ്ട്."

"ഇല്ല. ഞാൻ ബഹളം കൂട്ടില്ല. എനിക്ക് നിങ്ങളുടെ അടുത്ത് ഇരുന്നാൽ മതി. എന്റെ കാലിൽ എഞ്ചിന്റെ ചൂട് തട്ടിയാൽ നല്ലസുഖമാണ്."

ബിർക്കിൻ അവളെ കാറിൽ കയറാൻ സഹായിച്ചു. ജറാൾഡിനെ ഗുഡ്റണിനോടൊപ്പം ഇരിക്കാൻ പറഞ്ഞുവിട്ടതിൽ അയാൾ സന്തോഷിച്ചു.

"റൂപർട്ട് നിങ്ങൾക്ക് എന്തെങ്കിലും പുതിയ വാർത്തയുണ്ടോ?." വണ്ടി ഓടിച്ചു പോകുമ്പോൾ ജറാൾഡ് ചോദിച്ചു.

"എന്ത് വാർത്ത?" ബിർക്കിൻ ആശ്ചര്യപ്പെട്ടു.

ജറാൾഡ് അയാളുടെ ഒരുവശത്ത് ഇരുന്നിരുന്ന ഗുഡ്റണെ നോക്കി ചെറിയ പുഞ്ചിരിയോടെ പറഞ്ഞു. "അയാളെ അഭിനന്ദിക്കണോ എന്ന് അറിയാനാണ് ഞാൻ ആഗ്രഹിച്ചത്. പക്ഷേ, അയാളിൽ നിന്ന് എനിക്ക് ഒന്നും വ്യക്തമായി ലഭിച്ചില്ല."

"എന്തിനാണ് അയാളെ അഭിനന്ദിക്കുന്നത്?"ഗുഡ്റൺ ചോദിച്ചു.

"ഒരു വിവാഹനിശ്ചയത്തിന്റെ സംസാരം ഉണ്ടായിരുന്നു. കുറഞ്ഞ പക്ഷം, അതിനെപ്പറ്റി അയാൾ ചിലതൊക്കെ എന്നോട് പറഞ്ഞിരുന്നു."

"ഉർസുലയുമായാണോ നിങ്ങൾ ഉദ്ദേശിക്കുന്നത്?"

"അതെ. ശരിയല്ലേ?"

"നിശ്ചയിച്ചതായി എനിക്ക് തോന്നുന്നില്ല."ഗുഡ്റൺ ശാന്തമായി പറഞ്ഞു.

"അങ്ങനെയാണോ റൂപർട്ട്, പുരോഗതി ഒന്നും ഇല്ലേ?" ജറാൾഡ് ചോദിച്ചു.

"വിവാഹം സംബന്ധിച്ചാണോ? ഇല്ല."

"എന്താണ് പറയുന്നത്?" ഗുഡറൺ ഉറക്കെ ചോദിച്ചു. ബിർക്കിൻ പെട്ടെന്ന് ചുറ്റുപാടും നോക്കി. അയാളുടെ കണ്ണുകളിലും അസ്വസ്ഥ ഉണ്ടായിരുന്നു. അയാൾ പറഞ്ഞു. "ഗുഡ്റൺ നിങ്ങൾ അതിനെപ്പറ്റി എന്താണ് വിചാരിക്കുന്നത്?"

"ഓ!" അവർ സംസാരിച്ചുതുടങ്ങിയതിനുശേഷം തന്റെ അഭിപ്രായം കൂടി പറയാൻ ഉറച്ച് ഗുഡ്റൺ പറഞ്ഞു. "ഉർസുല ഒരു വിവാഹനിശ്ചയം ആഗ്രഹിക്കുന്നുണ്ടെന്ന് ഞാൻ വിശ്വസിക്കുന്നില്ല." ഗുഡറണിന്റെ ശബ്ദം വ്യക്തവും മുഴക്കമുള്ളതുമായിരുന്നു. അത് ബിർക്കിനെ ശക്തവും മുഴക്കമുള്ളതും ആയ അവളുടെ അച്ഛന്റെ ശബ്ദത്തെ ഓർമ്മിപ്പിച്ചു.

"ഞാൻ"ബിർക്കിൻ പറഞ്ഞു. അയാളുടെ മുഖത്ത് ഗൗരവം കണ്ടില്ല. പക്ഷേ, ഉറച്ച തീരുമാനമെടുത്ത ലക്ഷണം ഉണ്ടായിരുന്നു. "ഞാൻ കെട്ടുറപ്പുള്ള ഒരുസമ്പർക്കമാണ് ആഗ്രഹിക്കുന്നത്. ഞാൻ പ്രണയത്തിന്റെ കാര്യത്തിൽ പ്രത്യേകിച്ചും സ്വതന്ത്രമായ പ്രണയത്തിന്റെ കാര്യത്തിൽ താല്പര്യം ഉള്ളവനല്ല."

അവർക്കു രണ്ടുപേർക്കും തമാശ തോന്നി. "എന്തിനാണ് ഈ വെളിപ്പെടുത്തൽ?" ജറാൾഡ് നേരംപോക്കിനിടയിൽ ആലോചിക്കുന്നതായി തോന്നി.

"പ്രണയം നിങ്ങൾക്ക് ഇഷ്ടപ്പെടില്ലേ?"

"ഇല്ല!" ബിർക്കിൻ അലറി. കാർ ചെളിയിലേക്ക് ഓടി ഇറങ്ങി.

"സത്യത്തിൽ എന്താണ് കാര്യം?" ജറാൾഡ് ഗുഡ്റണിന്റെ നേർക്ക് തിരിഞ്ഞുകൊണ്ട് ചോദിച്ചു.

ഇത് ഗുഡ്റണിന് അപമാനിക്കപ്പെടുന്നതിനു സമമായ ഒരുതരം അടുപ്പത്തിന്റെ പ്രകടനമായിരുന്നു. ജറാൾഡ് അറിഞ്ഞുകൊണ്ട് അവളെ അപമാനിക്കുകയാണെന്ന് അവൾക്ക് തോന്നി. അവരുടെ എല്ലാം മാന്യമായ സ്വകാര്യതയിലേക്ക് ജറാൾഡ് കടന്നുകയറുകയാണെന്ന് അവൾക്ക് തോന്നി.

"എന്താണ് കാര്യം?" അവൾ എതിർത്തു പറഞ്ഞു. "എന്നോട് ചോദിക്കരുത് – എനിക്ക് അവസാനം വരുന്ന വിവാഹത്തെപ്പറ്റി അറിയില്ല. അതിനു മുമ്പുള്ളതും അറിയില്ല."

"എന്റെ കാര്യവും അതുതന്നെയാണ്. ഞാനും വിവാഹത്തിൽ വിദഗ്ദ്ധനല്ല. അത് ബിർക്കിന്റെ തലയ്ക്കുചുറ്റും ഇരമ്പുന്ന ഒരു വണ്ടാണെന്നാണ് തോന്നുന്നത്."ജറാൾഡ് മറുപടിപറഞ്ഞു.

"നിശ്ചയമായും അത് നിലനില്ക്കട്ടെ. പക്ഷേ, നിങ്ങൾക്ക് അത് നിലനില്ക്കണമെന്ന് നിർബ്ബന്ധിക്കാൻ കഴിയില്ല." ഗുഡ്റണിന്റെ ശബ്ദം കർക്കശമായിരുന്നു.

"വിവാഹം ഉണ്ടെങ്കിലും ഇല്ലെങ്കിലും അവസാനം ആയാലും അതിനുമുമ്പ് ആയാലും പ്രണയത്തെ നിങ്ങൾക്ക് അറിയാൻ കഴിയുന്ന രീതിയിൽ തന്നെ സ്വീകരിക്കുക."

"നിങ്ങളുടെ ഇഷ്ടത്തിനൊത്ത് അല്ലെങ്കിൽ നിങ്ങളുടെ ഇഷ്ടക്കേടിനൊത്ത്." അവൾ അനുകരിച്ചു കൊണ്ടുപറഞ്ഞു. "വിവാഹം സാമൂഹ്യമായ ഒരു വ്യവസ്ഥയാണ്. ഞാൻ അത് സ്വീകരിക്കുന്നു. പ്രണയത്തിന്റെ പ്രശ്നവുമായി അതിന് യാതൊരു ബന്ധവും ഇല്ല."

ഈ സമയം മുഴുവൻ അയാളുടെ കണ്ണുകൾ അവളിൽ ആയിരുന്നു. അയാൾ അവളെ ദ്രോഹചിന്തയോടെ ചുംബിച്ചുകൊണ്ടിരിക്കുകയാണെന്ന് അവൾക്കു തോന്നി. അവളുടെ കവിളുകൾ ചുവന്നു. പക്ഷേ, അവളുടെ ഹൃദയം അടിയുറച്ചു നിന്നു.

"റൂപർട്ടിന്റെ ആലോചന തെറ്റാണെന്ന് നിങ്ങൾക്കുതോന്നുന്നുണ്ടോ?"

"അവളുടെ കണ്ണുകൾ അയാളുടെ ചോദ്യം അംഗീകരിച്ചുകൊണ്ട് തിളങ്ങി.

അവൾ പറഞ്ഞു. "ഒരു സ്ത്രീ എന്ന നിലയിൽ ഞാനും സമ്മതിക്കുന്നു. ഒരുപക്ഷേ, രണ്ടു മനുഷ്യർ തമ്മിൽ ജീവിതകാലം മുഴുവൻ പ്രണയത്തിലായിരിക്കുന്ന തരത്തിലുള്ള ഒരു അവസ്ഥ ഉണ്ടായിരിക്കാം. അവർ പ്രണയത്തിലാണെങ്കിൽ അത്രയും നല്ലത്. അല്ലെങ്കിൽ അതിനെപ്പറ്റി വിഷമിക്കുന്നത് എന്തിനാണ്?"

"അതെ." ജറാൾഡ് പറഞ്ഞു. "എനിക്കും അങ്ങനെയാണ് തോന്നുന്നത്? പക്ഷേ, ബിർക്കിന്റെ കാര്യത്തിൽ എന്ത് തോന്നുന്നു?"

"എനിക്ക് മനസ്സിലാകുന്നില്ല. ആർക്കെങ്കിലും മനസ്സിലാകുമെന്നും

തോന്നുന്നില്ല. നിങ്ങൾ വിവാഹംകഴിച്ചാൽ അതുവഴി നിങ്ങൾക്ക് ഒരു മൂന്നാം സ്വർഗ്ഗത്തിലേക്ക് കടന്നു ചെല്ലാൻ കഴിയുമെന്ന് അയാൾ വിചാരിക്കുന്നുണ്ടെന്ന് തോന്നുന്നു. അതുപോലെ എന്തൊക്കെയോ ആണ് അയാൾ ആലോചിക്കുന്നത്. ഒന്നും വ്യക്തമല്ല."

"ശരിയാണ് ആർക്കാണ് ഒരു മൂന്നാം സ്വർഗ്ഗം വേണ്ടത്? സത്യാവസ്ഥ റൂപർട്ട് സുരക്ഷിതമാകാൻ വളരെയധികം കൊതിക്കുന്നു എന്നുള്ളതാണ്."

"അതെ. അവിടെയും അയാൾക്ക് തെറ്റുപറ്റിയെന്നാണ് ഞാൻ വിചാരിക്കുന്നത്." ഗുഡ്റൺ പറഞ്ഞു. "ഒരു വെപ്പാട്ടി ഒരു ഭാര്യയെക്കാൾ വിശ്വസ്തയായിരിക്കുമെന്ന് എനിക്ക് ഉറപ്പുണ്ട്. കാരണം അവൾ അവളുടെ ഉടമസ്ഥയായതുകൊണ്ടാണ്. അല്ലെന്നാണ് അയാൾ പറയുന്നത്. മറ്റ് രണ്ട് മനുഷ്യജീവികളെക്കാൾ കൂടുതൽ ഒരു ഭാര്യയ്ക്കും ഭർത്താവിനും മുന്നോട്ടുപോകാൻ കഴിയുമെന്നാണ് അയാൾ വിശ്വസിക്കുന്നത്. പക്ഷേ, എവിടെവരെ പോകുമെന്ന് അയാൾ വിശദീകരിക്കുന്നില്ല. അവർക്ക് സ്വർഗ്ഗവും നരകവും പരസ്പരം തിരിച്ചറിയാൻ കഴിയും. പ്രത്യേകിച്ചും നരകം. വളരെ കൃത്യമായി അവർ സ്വർഗ്ഗത്തിനും നരകത്തിനും അപ്പുറത്തേക്ക് പോകും. അവിടെ അതെല്ലാം എവിടെയുമെത്താതെ തകർന്നു വീഴും."

"സ്വർഗ്ഗത്തിലെത്തുമെന്നാണ് അയാൾ പറയുന്നത്." ജറാൾഡ് പൊട്ടിച്ചിരിച്ചു.

അവൾ പരിഹസിച്ച് ചിരിച്ചുകൊണ്ട് കൂട്ടിച്ചേർത്തു. "നിങ്ങൾ കൂട്ടായ്മ അംഗീകരിച്ചുകൊണ്ട് ഒന്നുചേരാതെ വ്യത്യസ്തരായി നിലനില്ക്കുകയാണെങ്കിൽ നിങ്ങൾക്ക് വിവാഹത്തിൽ ഒരു ശാശ്വതമായ സമതുലിതാവസ്ഥ കണ്ടെത്താൻ കഴിയുമെന്നാണ് അയാൾ പറയുന്നത്."

"നിങ്ങൾക്ക് കഴിയുമെങ്കിൽ, സ്വയം കീഴടങ്ങലിലൂടെയുള്ള പ്രണയത്തിലാണ് ഞാൻ വിശ്വസിക്കുന്നത്." ജറാൾഡ് പറഞ്ഞു.

"ഞാനും അങ്ങനെയാണ് വിശ്വസിക്കുന്നത്." അവൾ പറഞ്ഞു.

"എപ്പോഴും അലറിക്കൊണ്ടിരിക്കുന്നുണ്ടെങ്കിലും റൂപർട്ടും അങ്ങനെതന്നെയാണ് വിശ്വസിക്കുന്നത്."

"അല്ല" ഗുഡ്റൺ പറഞ്ഞു. "അയാൾ മറ്റയാൾക്ക് മുന്നിൽ സ്വയം കീഴടങ്ങുകയില്ല. അതുണ്ടാവില്ലെന്ന് നിങ്ങൾക്ക് ഉറപ്പിക്കാം. കുഴപ്പം അതാണെന്നാണ് എനിക്ക് തോന്നുന്നത്."

"എന്നിട്ടും അയാൾ വിവാഹം കഴിക്കാൻ ആഗ്രഹിക്കുന്നു!"

"സ്വർഗ്ഗത്തിനുവേണ്ടി!" ഗുഡ്റൺ പരിഹസിച്ചു.

കാറോടിച്ചുകൊണ്ടിരിക്കുമ്പോൾ ആരോ കഴുത്തിൽ കുത്തിപ്പിടിക്കുന്നതുപോലെ ബിർക്കിന് നട്ടെല്ലിൽ ഒരു ഇഴച്ചിൽ അനുഭവപ്പെട്ടു. പക്ഷേ, അയാൾ അത് കാര്യമാക്കാതെ തോളുകൾ ഉയർത്തി. മഴ പെയ്യാൻ തുടങ്ങിയിരുന്നു. അയാൾ കാർ നിർത്തി താഴെയിറങ്ങി കാറിന്റെ മുകളിൽ മേലാപ്പ് നിവർത്തി മൂടി.

22

സ്ത്രീ സ്ത്രീയോട്

അവർ നഗരത്തിൽ എത്തി. ജറാൾഡിനെ റെയിൽവേ സ്റ്റേഷനിൽ ഇറക്കി. ഗുഡ്റണും വിനിഫ്രഡും ബിർക്കിനോടൊപ്പം ചായകുടിക്കാൻ വരുമെന്ന് പറഞ്ഞിരുന്നു. ബിർക്കിൻ ഉർസുലയെക്കൂടി പ്രതീക്ഷിക്കുന്നുണ്ടായിരുന്നു. എന്തായാലും വൈകുന്നേരത്ത് ആദ്യംവന്നത് ഹെർമിയോൺ ആയിരുന്നു. ബിർക്കിൻ പുറത്തുപോയിരുന്നതുകൊണ്ട് അവർ സ്വീകരണ മുറിയിലെത്തി പുസ്തകങ്ങൾ പരിശോധിച്ചുകൊണ്ട് നിന്നു. പിന്നീട് ഉർസുല വന്നു. ഹെർമിയോണിനെ കണ്ടപ്പോൾ അവൾ അസ്വസ്ഥതയോടെ അത്ഭുതപ്പെട്ടു. കുറച്ചുകാലമായി അവൾ ഹെർമിയോണിനെപ്പറ്റി ഒന്നും കേട്ടിരുന്നില്ല.

"നിങ്ങളെ കാണാൻ കഴിഞ്ഞത് അത്ഭുതമാണ്." അവൾ പറഞ്ഞു.

"ശരിയാണ്." ഹെർമിയോൺ പറഞ്ഞു. "ഞാൻ പുറത്തായിരുന്നു."

രണ്ട് സ്ത്രീകളും പരസ്പരം നോക്കി. ഗൗരവത്തോടെ കുനിഞ്ഞുനില്ക്കുന്ന ഹെർമിയോണിന്റെ നീണ്ടമുഖം ഉർസുല വെറുത്തു. അവളുടെമുഖത്ത് ഒരു കുതിരയുടെ മണ്ടത്തരവും അവനവനോടുള്ള അറിവുകെട്ട ആദരവും ഉണ്ടായിരുന്നു. "അവൾക്ക് ഒരു കുതിരയുടെ മുഖം ഉണ്ട്." ഉർസുല സ്വയംപറഞ്ഞു. "അവൾ കുതിരക്കണ്ണടവെച്ച കുതിരയെപ്പോലെയാണ്. ഇടുങ്ങിയ കാഴ്ചശക്തിയാണ് അവൾക്കുള്ളത്." ഹെർമിയോണിന് ചന്ദ്രനെപ്പോലെ ഒരുവശം മാത്രമാണുള്ളതെന്ന് അവൾക്ക് തോന്നി. ഇരുട്ടുള്ള വശത്ത് അവൾ ഇല്ല. ചന്ദ്രനെപ്പോലെ അവളുടെ ഒരു പകുതി ജീവിതത്തിനുവേണ്ടി നഷ്ടപ്പെട്ടിരിക്കുന്നു. അവളുടെ മുഴുവൻ ആത്മാവും അവളുടെ തലയ്ക്കുള്ളിലാണ്. വെള്ളത്തിലെ മീനിനെപ്പോലെ അല്ലെങ്കിൽ പുല്ലിലെ കീരിയെപ്പോലെ പെട്ടെന്ന് ഓടാനും ചലിക്കാനും കഴിയുന്നത് എങ്ങനെയാണെന്ന് അവൾക്ക് അറിയില്ല. അവൾക്ക് എപ്പോഴും

കാര്യങ്ങൾ മനസ്സിലാക്കണം. അതിന് സമയം വേണം.

പക്ഷേ, ഉർസുല ഹെർമിയോണിന്റെ ഇടുങ്ങിയ നേട്ടത്തിലാണ് കഷ്ടപ്പാട് അനുഭവിച്ചിരുന്നത്. ഹെർമിയോണിന്റെ ശാന്തമായ തെളിവെടുപ്പ് മാത്രം അവൾക്ക് അനുഭവിക്കാൻ കഴിഞ്ഞു. അത് അവളെ ഒന്നുമല്ലാത്തതാക്കിത്തീർത്തു. സ്വന്തം ബോധപൂർവ്വമുള്ള പരിശ്രമത്തിന്റെ വേദനകൊണ്ട് തളരുന്നതുവരെ ഹെർമിയോൺ പൊരുന്ന ഇരുന്ന് അറിവിന്റെ അന്തിമമായ തീരുമാനങ്ങൾ അവൾ സാവധാനം കൈക്കലാക്കി. മറ്റൊരു സ്ത്രീയുടെ സാന്നിദ്ധ്യത്തിൽ അവൾ നല്കുന്ന അവളുടെ ആത്മവിശ്വാസത്തിന്റെ കയ്പുള്ള തീരുമാനങ്ങൾ മറ്റേ സ്ത്രീയ്ക്ക് അവിതർക്കിതമായ മേന്മദാനം ചെയ്യാനും അവളെ ജീവിതത്തിന്റെ ഉന്നത ശ്രേണിയിലേക്ക് ഉയർത്താനും ഉചിതമാണെന്നുമുള്ള ഭാവം ഹെർമിയോണിന് ഉണ്ടായിരുന്നു. ശുദ്ധമായും വികാരപരമായി കാര്യങ്ങൾ കാണുന്ന ഉർസുലയെപ്പോലെയുള്ള സ്ത്രീയോട് മാനസികമായി ഇടപഴകാൻ അവൾക്ക് പ്രശ്നമില്ല. ഈ വേദനാജനകമായ ദൃഢത ഹെർമിയോണിന്റെ ഒരു മുതൽക്കൂട്ടായിരുന്നു. ഇത് അവളുടെ ഒരേയൊരുന്യായീകരണമായിരുന്നു. ഇവിടെ അവൾ ആത്മവിശ്വാസം ഉള്ളവൾ ആയിരിക്കണം. മറ്റ് എവിടെയെങ്കിലും അവൾ പരിത്യജിക്കപ്പെട്ടവളും പോരായ്മകൾ ഉള്ളവളും ആണോ എന്ന് ദൈവത്തിന് അറിയാം. ചിന്തയുടെ അല്ലെങ്കിൽ ആത്മാവിന്റെ ജീവിതത്തിൽ അവൾ പ്രാമുഖ്യമുള്ളവരിൽ ഒരാൾ ആയിരുന്നു. അവൾ എല്ലാറ്റിനും പറ്റിയവൾ ആകാൻ ആഗ്രഹിച്ചു. പക്ഷേ, അവളുടെ അടിത്തട്ടിൽ ഒരു ലോകവിദ്വേഷം ഉണ്ടായിരുന്നു. അവളുടെ സ്വന്തം കഴിവുകളുടെ വിശാലതയിൽ അവർ വിശ്വസിച്ചിരുന്നില്ല. അവയെല്ലാം അഭിനയം ആയിരുന്നു. ആന്തരികമായ ജീവിതത്തിൽ അവൾ വിശ്വസിച്ചിരുന്നില്ല. അത് ഒരു സത്യാവസ്ഥയല്ല. അത് ഒരു തന്ത്രം മാത്രമാണ്. അവൾ ആത്മീയമായ ലോകത്തിൽ വിശ്വസിച്ചിരുന്നില്ല. അത് ഒരു നാട്യം ആണ്. അവസാനം അഭയം എന്ന നിലയിൽ തിന്മയുടെയും അത്യാർത്തിയുടെയും ലോകത്തെ ദൈവമായ 'മാമോണിൽ' അവൾ വിശ്വസിച്ചു. മാംസത്തിലും ചെകുത്താനിലും അവൾ വിശ്വസിച്ചു. ഇവയൊക്കെ കുറഞ്ഞപക്ഷം കാപട്യം അല്ല. അവൾ വിശ്വാസം ഇല്ലാത്ത ഒരു പുരോഹിത ആയിരുന്നു. എങ്കിലും അവൾക്ക് രക്ഷപ്പെടാൻ കഴിഞ്ഞില്ല, അവൾ മരിച്ചുകൊണ്ടിരുന്ന ഒരു മരത്തിലെ ഇല ആയിരുന്നു. അപ്പോൾ പഴയ കൊഴിഞ്ഞുപോയ സത്യങ്ങൾക്കുവേണ്ടിയും പഴയ തളർന്നുപോയ വിശ്വാസങ്ങൾക്കുവേണ്ടിയും മരിക്കുകയല്ലാതെ മറ്റ് എന്തുവഴിയാണ് ഉള്ളത്?" അശുദ്ധമായ നിഗൂഢതകളുടെ അപകടപ്പെടുത്താൻ കഴിയാത്ത പുരോഹിതയാകാതെ മറ്റെന്താണ് ചെയ്യാനുള്ളത്? പഴയ വലിയ സത്യങ്ങൾ സത്യങ്ങൾ ആയിരുന്നു. അവൾ ഇപ്പോൾ ഇലകൊഴിഞ്ഞുതുടങ്ങിയ അറിവുകളുടെ പഴയ മരത്തിലെ ഒരു ഇല ആയിരുന്നു. അവളുടെ ആത്മാവിന്റെ അടിത്തട്ടിൽ ലോകത്തോടുള്ള വിദ്വേഷവും പരി

ഹാസവും സ്ഥാനം പിടിച്ചിട്ടുണ്ടെങ്കിലും പഴയതും അന്തിമവും ആയ സത്യങ്ങളോട് അവൾക്ക് വിശ്വസ്തത പുലർത്താതിരിക്കാൻ കഴിയില്ല.

"എനിക്ക് നിങ്ങളെ കണ്ടതിൽ വളരെ സന്തോഷം ഉണ്ട്." അവൾ ഒരു മന്ത്രോച്ചാരണംപോലെ ഉർസുലയോട് പതുക്കെ പറഞ്ഞു. "നിങ്ങളും റൂപർട്ടും തമ്മിൽ പൂർണ്ണമായും സുഹൃത്തുക്കൾ ആയിക്കഴിഞ്ഞോ?"

"ആയികഴിഞ്ഞു." ഉർസുല മറുപടി പറഞ്ഞു. "അയാൾ എപ്പോഴും പശ്ചാത്തലത്തിൽ എവിടെയെങ്കിലും ഉണ്ടാകും."

"അങ്ങനെയാണോ?" അവൾ ശാന്തമായി സാവധാനത്തിൽ പറഞ്ഞു. "വിവാഹം കഴിക്കുമെന്ന് നിങ്ങൾ വിചാരിക്കുന്നുണ്ടോ?"

ചോദ്യം വികാരരഹിതവും ലളിതവും ആയിരുന്നതുകൊണ്ട് ഉർസുലയ്ക്ക്അതിനോട് ആകർഷണം തോന്നിയില്ല. ഒരു സ്വഭാവദൂഷ്യം പോലെ അവൾക്ക് ആ ചോദ്യം ഇഷ്ടപ്പെട്ടു. ഹെർമിയോണിൽ ആഹ്ലാദം നിറഞ്ഞ ഒരു പരിഹാസം ഉണ്ടായിരുന്നു.

ഉർസുല മറുപടി പറഞ്ഞു. "അയാൾക്ക് അങ്ങേയറ്റത്തെ ആഗ്രഹം ഉണ്ട്. പക്ഷേ, എനിക്ക് അത്രയും ഉറപ്പില്ല."

ഹെർമിയോൺ അവളെ ശാന്തമായ കണ്ണുകൾ കൊണ്ട് ശ്രദ്ധയോടെ നോക്കി. പൊങ്ങച്ചം ആവിഷ്കരിക്കുന്നതിലുള്ള പുതുമ അവൾ ശ്രദ്ധിച്ചു. ബോധപൂർവ്വം അല്ലാതെ അവൾക്ക് ഉർസുലയോട് അസൂയ തോന്നി.

"എന്താണ് ഉറപ്പില്ലാത്തത്?" അവൾ സാധാരണ മട്ടിൽ ഇഴഞ്ഞ് സംസാരിച്ചു. അവൾക്ക് ഈ സംസാരത്തിൽ ഏറക്കുറെ സന്തോഷം ഉണ്ടായിരുന്നു. "നിങ്ങൾ അയാളെ സത്യത്തിൽ സ്നേഹിക്കുന്നില്ലേ?"

ഈ ചോദ്യത്തിലെ ധിക്കാരത്തിൽ ഉർസുലയുടെ മുഖം ചെറുതായി വന്നു. എങ്കിലും അവൾ പൂർണ്ണമായി കുറ്റപ്പെടുത്തിയില്ല. ഹെർമിയോൺ നിഷ്കളങ്കയാണെന്ന് തോന്നി. അവൾക്ക് സുബോധം ഉണ്ട്. എന്തായാലും സുബോധം ഉണ്ടായിരിക്കുന്നത് ഒരു വലിയ കാര്യമാണ്.

"അയാൾക്ക് വേണ്ടത് സ്നേഹം അല്ലെന്നാണ് അയാൾ പറയുന്നത്?" അവൾ മറുപടി പറഞ്ഞു.

"പിന്നെ എന്താണ്?" ഹെർമിയോൺ ചോദിച്ചു.

"ഞാൻ അയാളെ വിവാഹം കഴിക്കാൻ സമ്മതിക്കണമെന്നാണ് അയാൾ ആഗ്രഹിക്കുന്നത്."

ഹെർമിയോൺ കുറച്ചുസമയം ആലോചനയോടെ ഉർസുലയെ നോക്കി നിശ്ശബ്ദയായി ഇരുന്നു.

അവസാനം അവൾ എഴുന്നേറ്റുകൊണ്ട് പറഞ്ഞു. "അയാൾക്ക് ആഗ്രഹം ഉണ്ട്. അപ്പോൾ നിങ്ങൾക്ക് വേണ്ടാത്തത് എന്തുകൊണ്ടാണ്? നിങ്ങൾക്ക് വിവാഹത്തിന് ആഗ്രഹമില്ലേ?"

"അയാൾ നിർബ്ബന്ധിക്കുന്ന തരത്തിലുള്ള കീഴടങ്ങൽ ഞാൻ ആഗ്രഹിക്കുന്നില്ല. ഞാൻ പരാജയം സമ്മതിക്കുമെന്ന് അയാൾ ആഗ്രഹിക്കുന്നു. എനിക്ക് അങ്ങനെ കഴിയുമെന്ന് എനിക്ക് തോന്നുന്നില്ല."

ഹെർമിയോൺ മറുപടി പറയുന്നതിന് മുമ്പ് ഒരു നീണ്ട ഇടവേള ഉണ്ടായിരുന്നു.

"നിങ്ങൾക്ക് ആഗ്രഹമില്ലെങ്കിൽ വേണ്ട." വീണ്ടും ഒരു നിശ്ശബ്ദത. ഹെർമിയോൺ അസാധാരണമായ ഒരു ആഗ്രഹംകൊണ്ട് വിറച്ചുപോയി. ഹാ! അയാളുടെ അടിമയായി അയാളെ തുണയ്ക്കാൻ അവളോട് ചോദിച്ചിരുന്നെങ്കിൽ! ആഗ്രഹം അവളെ ഞെട്ടിച്ചു.!

"നിങ്ങൾ എങ്ങനെ കീഴടങ്ങണമെന്നാണ് അയാൾ ആഗ്രഹിക്കുന്നത്?"

"വൈകാരികമല്ലാതെ അന്തിമമായി അയാളെ കൈക്കൊള്ളണമെന്നാണ് അയാൾ പറയുന്നത്. അയാളിലെ മനുഷ്യജീവിയോടല്ല അയാളിലെ ചെകുത്താനോടാണ് കൂട്ടുകൂടേണ്ടത്. അയാൾ ഒരുദിവസം ഒരു കാര്യം പറയും. അടുത്തദിവസം മറ്റൊന്ന് പറയും. എല്ലാസമയത്തും അയാൾ പരസ്പരവിരുദ്ധമായി സംസാരിക്കും."

"എല്ലാസമയത്തും അയാൾ അയാളെ പറ്റിയും അയാളുടെ അസംതൃപ്തികളെ പറ്റിയും മാത്രം ആലോചിക്കും." ഹെർമിയോൺ സാവധാനം പറഞ്ഞു.

"അതെ."ഉർസുല ഉറക്കെവിളിച്ചു പറഞ്ഞു. "അയാൾക്കൊഴിച്ച് മറ്റാർക്കും ഉൽക്കണ്ഠയില്ലെന്നുള്ള രീതിയിൽ. അത് സഹിക്കാൻ പറ്റില്ല."

പക്ഷേ, പെട്ടെന്ന് തന്നെ അവൾ പിൻവാങ്ങൽ ആരംഭിച്ചു.

"അയാളിൽ ഉള്ളതിനെ അംഗീകരിക്കാൻ അയാൾ നിർബ്ബന്ധിക്കുന്നു. എന്താണ് ഉള്ളതെന്ന് ദൈവത്തിനറിയാം." അവൾ സംസാരം തുടർന്നു. "അയാളെ ഞാൻ ഒരു പരിപൂർണ്ണതയായി അംഗീകരിക്കാൻ അയാൾ ആഗ്രഹിക്കുന്നു. പക്ഷേ, അയാൾ ഒന്നും തിരിച്ചുനല്കാൻ ആഗ്രഹിക്കുന്നില്ലെന്നാണ് എനിക്ക് തോന്നുന്നത്. സ്നേഹത്തോടെയുള്ള സൗഹൃദം അയാൾ ആഗ്രഹിക്കുന്നില്ല. അയാൾക്ക് അത് വേണ്ട. അയാൾ അതു തള്ളിക്കളയുന്നു. സത്യത്തിൽ അയാൾ എന്നെ ചിന്തിക്കാനും അനുഭവിക്കാനും അനുവദിക്കുന്നില്ല. അയാൾ വികാരങ്ങളെ വെറുക്കുന്നു."

അവിടെ ഹെർമിയോണിന് കയ്പ് തോന്നിയ ഒരു ഇടവേള ഉണ്ടായിരുന്നു. ഹാ! ഈ അഭ്യർത്ഥന അവളോട് നടത്തിയിരുന്നെങ്കിൽ?

"ഞാൻ സ്വയം അസ്തമിച്ച് എന്റേതായ അസ്തിത്വം തീരെ ഇല്ലാതാകാൻ അയാൾ ആഗ്രഹിക്കുന്നു." ഉർസുല തുടർന്നു.

"അപ്പോൾ അയാൾക്ക് ഒരു അന്തഃപുരത്തിലെ അടിമയെ വിവാഹം കഴിച്ചുകൂടേ?" ഹെർമിയോൺ അവളുടെപാട്ടിന്റെ രീതിയിലുള്ള ചോദ്യം ചോദിച്ചു. അവളുടെ മുഖത്ത് പുച്ഛം കലർന്ന പുഞ്ചിരി ഉണ്ടായിരുന്നു. എന്തായാലും ക്ഷീണം ഉണ്ടാക്കുന്ന കാര്യം അയാൾക്ക് അടിമയെ വേണ്ട എന്നുള്ളതാണ്. ഹെർമിയോൺ അയാളുടെ അടിമയാകാൻ തയ്യാറായിരുന്നു. ഒരു പുരുഷന്റെ മുന്നിൽ നമസ്കരിക്കാനുള്ള ഒരു ഭയാനകമായ

ആഗ്രഹം അവളിൽ ഉണ്ടായിരുന്നു. അവളെ ആരാധിക്കുന്ന ഒരു മനുഷ്യന്റെ മുന്നിൽ. അയാൾ അടിമയെ ആഗ്രഹിക്കുന്നില്ല. അയാളിൽ നിന്ന് എന്തോ സ്വീകരിക്കാൻ തയ്യാറുള്ള ഒരു സ്ത്രീയെയാണ് അയാൾ ആഗ്രഹിക്കുന്നത്. അവൾക്ക് അവളെ സ്വയംബലി കൊടുത്ത് അയാളിൽ നിന്ന് അവസാനത്തെ അയാളുടെ സത്യങ്ങളും അവസാനത്തെ വസ്തുതകളും അയാളിൽ നിന്ന് സ്വീകരിക്കാൻ കഴിയണം. അവസാനത്തെ, സഹിക്കാൻ പറ്റാത്ത ശാരീരിക സത്യങ്ങൾ അവൾക്ക് സ്വീകരിക്കാൻ കഴിയണം.

അവൾ അത് ചെയ്യുകയാണെങ്കിൽ അയാൾ അവളെ അംഗീകരിക്കുമോ? ഓരോകാര്യങ്ങളിലും അയാൾക്ക് അവളെ അംഗീകരിക്കാൻ കഴിയുമോ? അതോ അവളെ കൈക്കൊള്ളാതെ അയാളുടെ സ്വന്തം സംതൃപ്തിക്കുള്ള ഉപകരണമായി അവളെ ഉപയോഗിക്കുമോ? മറ്റുള്ള ആണുങ്ങൾ ചെയ്തത് അതാണ്. അവരുടെ സ്വന്തം പ്രകടനമാണ് അവർ ആഗ്രഹിച്ചത്. അവർ അവളെ കൈക്കൊണ്ടില്ല. അവളെ അവർ അസ്തിത്വമില്ലായ്മയിലേക്ക് തിരിച്ചുവിട്ടു. ഒരു സ്ത്രീ എന്ന രീതിയിൽ വഞ്ചിക്കപ്പെട്ട ഹെർമിയോൺ ഒരു പുരുഷനെപ്പോലെ ആയിരുന്നു. അവൾ ആണുങ്ങളുടെ കാര്യങ്ങളിൽ മാത്രം വിശ്വസിച്ചു. അവൾ അവളിലെ സ്ത്രീയെ വഞ്ചിച്ചു. ഇനിയിപ്പോൾ ബിർക്കിൻ അവളെ അംഗീകരിക്കുമോ? അതോ നിരസിക്കുമോ?

സ്വന്തം മനോരാജ്യത്തിൽ നിന്ന് പുറത്തുവരുന്ന ഏതൊരു സ്ത്രീയെയും പോലെ ഹെർമിയോൺ പറഞ്ഞു. “ശരിയാണ്. അതൊരു തെറ്റായിരിക്കും. അതൊരു തെറ്റായിരിക്കുമെന്നാണ് ഞാൻ വിശ്വസിക്കുന്നത്.”

“അയാളെ വിവാഹം കഴിക്കുന്നതാണോ?” ഉർസുല ചോദിച്ചു.

“അതെ.” ഹെർമിയോൺ സാവധാനം പറഞ്ഞു. “നിങ്ങൾക്ക് പട്ടാളക്കാരനെപ്പോലെ ശക്തമായ ഇച്ഛാശക്തിയുള്ള ഒരാളെ വേണമെന്നാണ് ഞാൻ വിചാരിക്കുന്നത്. അയാൾ യുദ്ധത്തിനു പോകുമ്പോൾ നിങ്ങൾക്ക് അയാളുടെ പിന്നിൽ നില്ക്കണം. നിങ്ങൾക്ക് അയാളുടെ കരുത്ത് കാണണം. അയാളുടെ അലർച്ച നിങ്ങൾക്ക് കേൾക്കണം. ശക്തിയും പൗരുഷവുമുള്ള ഒരു മനുഷ്യനെയാണ് നിങ്ങൾക്ക് വേണ്ടത്. ഒരു തൊട്ടാവാടിയെ അല്ല.” അല്പസമയത്തേക്ക് ഹെർമിയോൺ സംസാരിച്ചില്ല. ആവേശംകൊണ്ട് തളർന്നുപോയ ശബ്ദത്തിൽ അവൾ വീണ്ടും സംസാരം തുടർന്നു. “റൂപർട്ട് ഇതല്ലെന്ന് നിങ്ങൾക്ക് അറിയാമല്ലോ, അയാൾ ഇതല്ല. അയാൾ ദുർബ്ബലനാണ്. അയാളെ വളരെ കൂടുതൽ ശ്രദ്ധിക്കണം. അയാൾക്ക് സ്വയം ഉറപ്പില്ല. അയാളെ സഹായിക്കാൻ അങ്ങേയറ്റത്തെ ക്ഷമയും സഹതാപവും വേണം. നിങ്ങൾക്ക് ക്ഷമയുണ്ടെന്ന് ഞാൻ വിചാരിക്കുന്നില്ല. നിങ്ങൾ ഭയങ്കരമായി കഷ്ടപ്പെടാൻ തയ്യാറാകേണ്ടിവരും. അയാളെ സന്തോഷിപ്പിക്കാൻ എന്തുമാത്രം കഷ്ടപ്പെടേണ്ടിവരുമെന്ന് എനിക്ക് നിങ്ങളോട് പറയാൻ പറ്റില്ല. ചിലപ്പോൾ അയാൾ നിശിതമായ

ആത്മീയജീവിതം ജീവിക്കും. അത് അങ്ങേയറ്റം അത്ഭുതകരമാണ്. അതിനുശേഷം തിരിച്ചടികൾവരും. എനിക്ക് അയാളോടൊപ്പം ഉള്ളതൊന്നും പറയാൻ കഴിയില്ല. ഞങ്ങൾ വളരെക്കാലം ഒന്നിച്ചുണ്ടായിരുന്നു. സത്യത്തിൽ എനിക്ക് അയാളെ അറിയാം. അയാൾ എന്താണെന്ന് എനിക്ക് അറിയാം. അത് നിശ്ചയമായും പറയണമെന്നാണ് എനിക്ക് തോന്നുന്നത്. നിങ്ങൾ അയാളെ വിവാഹം കഴിക്കുന്നത് പൂർണ്ണമായ ഒരു അത്യാഹിതം ആയിരിക്കുമെന്നാണ് എനിക്ക് തോന്നുന്നത്. അയാളെക്കാൾ അപകടം നിങ്ങൾക്ക് ആയിരിക്കും. ഹെർമിയോൺ അസുഖകരമായ ഒരു മനോരാജ്യത്തിൽ മുഴുകി. "അയാൾക്ക് ഒട്ടും സ്ഥിരത ഇല്ല. അയാൾക്ക് തീരെ ഉറപ്പില്ല. അയാളുടെ പ്രതികരണങ്ങൾ എന്താണെന്ന് എനിക്ക് നിങ്ങളോട് പറയാൻ കഴിയില്ല. അവയുടെ മരണവേദന എനിക്ക് നിങ്ങളോട് പറയാൻ കഴിയില്ല. ഒരു നേരത്ത് അയാൾ സ്നേഹിക്കുകയും സംരക്ഷിക്കുകയും ചെയ്യുന്നതിന്റെ നേർക്ക് അല്പംകഴിയുമ്പോൾ അയാൾ കോപത്തോടെ നശിപ്പിക്കാൻ വേണ്ടി തിരിയും. അയാളുടെ സ്വഭാവത്തിന് ഒരിക്കലും സ്ഥിരത ഇല്ല. എപ്പോഴും അയാൾ നന്മയിൽ നിന്ന് തിന്മയിലേക്കും തിന്മയിൽനിന്ന് നന്മയിലേക്കും മാറിക്കൊണ്ടിരിക്കും. ഇത്രമാത്രം നാശം ഉണ്ടാകുന്ന മറ്റൊന്നുംഇല്ല."

"ശരിയാണ്." ഉർസുല പറഞ്ഞു. "നിങ്ങൾ നിശ്ചയമായും കഷ്ടപ്പെട്ടുകാണും."

ഹെർമിയോണിന്റെ മുഖത്ത് അസ്വാഭാവികമായ ഒരു വെളിച്ചം വന്നു. അവൾ പ്രചോദനം ലഭിച്ച ഒരാളെപ്പോലെ കൈകൾ കൂട്ടിത്തിരുമ്മി.

"നിങ്ങൾ അയാളെ സഹായിക്കാൻ പോകുകയാണെങ്കിൽ മണിക്കൂറുകളോളം അല്ല ദിവസങ്ങളോളം നിങ്ങൾ ബുദ്ധിമുട്ടാൻ തയ്യാറായിരിക്കണം."

"എനിക്ക് മണിക്കൂറുകളോ ദിവസങ്ങളോ ബുദ്ധിമുട്ടാൻ ആഗ്രഹം ഇല്ല." ഉർസുല പറഞ്ഞു.

ഹെർമിയോൺ മറുപടിപറയാതെ ഉർസുലയെ നോക്കി.

"നിങ്ങൾക്ക് ആഗ്രഹം ഉണ്ടോ?" അവസാനം ഉർസുല ചോദിച്ചു. അവളിൽ നിന്നും ഉർസുല വളരെ ദൂരത്തിലാണെന്ന് അവസാനത്തെ ഈ ചോദ്യം കേട്ടപ്പോൾ ഹെർമിയോണിന് തോന്നി. ഹെർമിയോണിനെ സംബന്ധിച്ചിടത്തോളം ബുദ്ധിമുട്ടുകൾ ഏറ്റവും വലിയ സത്യാവസ്ഥ ആയിരുന്നു. എങ്കിലും അവൾക്കും സന്തോഷത്തിന്റെ ഒരു വിശ്വാസപ്രമാണം ഉണ്ടായിരുന്നു.

"അതെ." ഉർസുല പറഞ്ഞു. "ഒരാൾക്ക് സന്തോഷം ഉണ്ടായിരിക്കണം." പക്ഷേ, അത് മനസ്സിന്റെ ഒരുകാര്യം ആയിരുന്നു.

"അതെ." ഹെർമിയോൺ ഇപ്പോൾ നിസ്സംശയം പറഞ്ഞു. "കുറഞ്ഞ പക്ഷം തിടുക്കത്തിൽ വിവാഹം കഴിക്കുന്നത് നാശത്തിനാണെന്നു മാത്രമേ എനിക്ക് തോന്നുന്നുള്ളൂ. നിങ്ങൾക്ക് വിവാഹം ഇല്ലാതെ ഒന്നി

ക്കരുതോ? നിങ്ങൾക്ക് വിവാഹം കഴക്കാതെ മറ്റൊരിടത്ത് ജീവിക്കാൻ കഴിയില്ലേ? നിങ്ങൾക്ക് രണ്ടുപേർക്കും വിവാഹം അപകടം ആയിരിക്കുമെന്നാണ് എനിക്ക് തോന്നുന്നത്. അയാളേക്കാൾ കൂടുതൽ അപകടം നിങ്ങൾക്ക് ആയിരിക്കുമെന്നാണ് ഞാൻ വിചാരിക്കുന്നത്. ഞാൻ അയാളുടെ ആരോഗ്യത്തെപ്പറ്റിയും ആലോചിച്ചുപോകുന്നു."

"നിശ്ചയമായും" ഉർസുല പറഞ്ഞു. "എനിക്ക് വിവാഹം പ്രശ്നമല്ല. എനിക്ക് അതിന് സത്യത്തിൽ പ്രാധാന്യം ഇല്ല. അത് ആഗ്രഹിക്കുന്നത് അയാളാണ്."

"അത് അയാളുടെ ഈ നിമിഷത്തിലെ ആശയമാണ്."ഹെർമിയോൺ ഉറപ്പിച്ച് പറഞ്ഞു.

"കുറച്ച് സമയത്തേക്ക് സംസാരം നിന്നു. അതിനുശേഷം ഉർസുല തർക്കിക്കാൻ വേണ്ടി വിക്കിവിക്കി ചോദിച്ചു.

"ഞാൻ ശരീരം മാത്രമുള്ള ഒരു സ്ത്രീയാണെന്നാണോ നിങ്ങൾ വിചാരിക്കുന്നത്?"

"ഒരിക്കലും അല്ല."ഹെർമിയോൺ പറഞ്ഞു. "പക്ഷേ, നിങ്ങൾക്ക് ചെറുപ്പവും ആരോഗ്യവും ഉണ്ടെന്നാണ് ഞാൻ വിചാരിക്കുന്നത്."

"ഞാൻ അങ്ങനെ ആണോ?" ഉർസുല പറഞ്ഞു. "പക്ഷേ, അയാൾ ഒരു രീതിയിൽ ഭയങ്കര ചെറുപ്പമാണെന്നാണ് ഞാൻ വിചാരിക്കുന്നത്."

"അതെ ഒരുപക്ഷേ, പലകാര്യങ്ങളിലും അയാൾ കുട്ടികളെപ്പോലെ ആണ്. എന്നാലും."

അവർ രണ്ടുപേരും നിശ്ശബ്ദരായി. ഉർസുലയുടെ ഉള്ളിൽ ആഴത്തിലുള്ള അവജ്ഞയും നിരാശയും നിറഞ്ഞു. "ഇത് സത്യമല്ല." അവൾ സ്വയം പറഞ്ഞു. അവൾ ആലോചിച്ചു. "ഇത് സത്യമല്ല. ശക്തിയുള്ള പുരുഷന്മാരെ ആഗ്രഹിക്കുന്നത് നിങ്ങളാണ്. ഞാനല്ല. വർഷങ്ങൾ നിങ്ങൾ റൂപർട്ടിന്റെ കൂടെയുണ്ടായിരുന്നെങ്കിലും നിങ്ങൾക്ക് അയാളെപ്പറ്റി സത്യത്തിൽ ഒന്നും അറിയില്ല. നിങ്ങൾ അയാൾക്ക് ഒരു സ്ത്രീയുടെ സ്നേഹം കൊടുത്തില്ല. നിങ്ങൾ ആദർശപരമായ സ്നേഹമാണ് കൊടുത്തത്. അതുകൊണ്ടാണ് അയാൾ നിങ്ങളിൽ നിന്ന് അകന്നത്. നിങ്ങൾക്കറിയില്ല. നിങ്ങൾക്ക് അറിയാവുന്നത് മരിച്ച കാര്യങ്ങളാണ്. ഏത് അടുക്കളക്കാരിക്കും അയാളെക്കുറിച്ച് ചിലതൊക്കെ അറിയാൻ കഴിയും. പക്ഷേ, നിങ്ങൾക്ക് അറിയില്ല. നിങ്ങളുടെ അറിവെന്ന് നിങ്ങൾ വിചാരിക്കുന്നതെല്ലാം മരിച്ചുകഴിഞ്ഞ ധാരണകളാണ്. അതിന് യാതൊരു അർത്ഥവും ഇല്ല. നിങ്ങൾ പറയുന്നത് അബദ്ധവും കാപട്യവും ആണ്. നിങ്ങൾക്ക് എങ്ങനെയാണ് എന്തെങ്കിലും മനസ്സിലാക്കാൻ കഴിയുന്നത്? നിങ്ങൾ എന്ന സ്ത്രീയിലെ അസത്യത്തിന്റെ പിശാച് പ്രണയത്തെപ്പറ്റി സംസാരിച്ചതുകൊണ്ട് എന്ത് പ്രയോജനം! നിങ്ങൾ വിശ്വസിക്കാത്തപ്പോൾ നിങ്ങൾക്ക് എങ്ങനെയാണ് എന്തെങ്കിലും അറിയാൻ കഴിയുന്നത്? നിങ്ങൾ നിങ്ങളിലും നിങ്ങളുടെ സ്ത്രീത്വത്തിലും വിശ്വസിക്കുന്നില്ല. അതുകൊണ്ട്

നിങ്ങളുടെ അഹംഭാവം കലർന്ന പൊള്ളയായ കൗശലംകൊണ്ട് എന്ത് പ്രയോജനം!"

രണ്ട് സ്ത്രീകളും മാനസികമായ എതിർപ്പിന്റെ നിശ്ശബ്ദതയിൽ ആയിരുന്നു. ഹെർമിയോണിന്റെ നല്ല ഉപദേശങ്ങളും നിർദ്ദേശങ്ങളും മറ്റേ സ്ത്രീയിൽ അവശേഷിപ്പിച്ചത് പ്രകൃതമായ എതിർപ്പ് മാത്രമാണെന്ന് മനസ്സിലാക്കിയപ്പോൾ അവൾക്കു ക്ഷീണം സംഭവിച്ചതായി തോന്നി. പക്ഷേ, അതൊന്നും ഉർസുലയ്ക്ക് മനസ്സിലാക്കാൻ കഴിഞ്ഞില്ല. അവൾക്ക് മനസ്സിലാകുകയും ഇല്ല. അവൾക്ക് സ്ത്രൈണമായ ധാരണകളും ആകർഷണങ്ങളും വികാരങ്ങളും ഉള്ള എന്നാൽ ചിന്തയോ യുക്തിയോ ഇല്ലാത്ത സർവ്വസാധാരണമായ അസൂയക്കാരിയായ സ്ത്രീയെക്കാൾ വലുതാകാൻ പറ്റില്ല. ചിന്തയില്ലാത്തിടത്ത് യുക്തിക്കുവേണ്ടി അഭ്യർത്ഥിക്കുന്നതുകൊണ്ട് പ്രയോജനമില്ലെന്ന് ഹെർമിയോൺ വളരെ മുമ്പുതന്നെ മനസ്സിലാക്കിയിട്ടുണ്ട്. അടുത്തത് റൂപർട്ടിന്റെ കാര്യം — അയാൾ ഇപ്പോൾ അങ്ങേയറ്റം സ്ത്രൈണതയുള്ള ആരോഗ്യമുള്ള സ്വാർത്ഥയായ സ്ത്രീയുടെ നേർക്ക് പ്രതികരിച്ചിരിക്കുന്നു. ഇത് ഈ നിമിഷത്തിലുള്ള അയാളുടെ പ്രതികാരണം ആണ്. ഇത് മുന്നോട്ടും പിന്നോട്ടും ഉള്ള ബുദ്ധിയില്ലാത്ത ഒരുചാഞ്ചാട്ടം ആണ്. ഇത് അയാളുടെ അവസാനത്തെ ഒന്നുചേരലിൽ അങ്ങേയറ്റം ക്രൂരമായിരിക്കും. അയാൾ ചാഞ്ചാട്ടത്തിനിടയിൽ എവിടെയെങ്കിലും ഇടിച്ചുമരിക്കും. അയാളെ രക്ഷപ്പെടുത്താൻ കഴിയില്ല. മൃഗീയതയും ആത്മീയതയും തമ്മിലുള്ള ദിശാബോധമില്ലാത്ത ക്രൂരമായ ഈ പ്രതികരണം അയാൾ സ്വയം എതിർദിശയിലേക്ക് രണ്ടായി വലിച്ചുകീറി ജീവിതത്തിൽനിന്ന് അർത്ഥശൂന്യമായി അപ്രത്യക്ഷനാകുന്നതുവരെ അയാൾ തുടർന്നുകൊണ്ടിരിക്കും. അയാൾ ഒരു സ്ത്രീയുടെ വിധി സൃഷ്ടിക്കുവാൻ പ്രാപ്തിയുള്ള പുരുഷൻ അല്ല.

ബിർക്കിൻ വന്ന് അവരെ ഒന്നിച്ചുകാണുന്നതുവരെ അവർ അവിടെത്തന്നെ ഇരുന്നു. അന്തരീക്ഷത്തിലെ പിരിമുറുക്കം അവൾക്ക് അപ്പോൾത്തന്നെ മനസ്സിലായി. അയാൾ ചുണ്ടുകടിച്ചു. പക്ഷേ, അയാൾ ഒന്നും മനസ്സിലാകാത്തതുപോലെ അഭിനയിച്ചു.

"ഹെർമിയോൺ, നിങ്ങൾ വീണ്ടുംതിരിച്ചെത്തിയോ?"

"നിങ്ങൾക്ക് എങ്ങനെയുണ്ട്? നിങ്ങളെ കണ്ടിട്ട് സുഖമില്ലെന്ന് തോന്നുന്നു?"

"ഓ! ഗുഡ്റണും വിനിഫ്രഡും ചായകുടിക്കാൻ വന്നതാണെന്ന് അവർ പറഞ്ഞത്. നമുക്ക് ഒരു ചായസല്ക്കാരം നടത്താം. ഉർസുല നിങ്ങൾ ഏത് ട്രെയിനിലാണ് വന്നത്?"

രണ്ട് സ്ത്രീകളെയും ഒരേസമയം ആശ്വസിപ്പിക്കാൻ ശ്രമിക്കുന്ന അയാൾ ദയനീയമായ കാഴ്ച ആയിരുന്നു. രണ്ട് സ്ത്രീകളും അയാളെ ശ്രദ്ധിച്ചുനോക്കി. ഹെർമിയോണിന് അയാളോട് അനുകമ്പയും ആഴത്തിലുള്ള നീരസവും ഉണ്ടായിരുന്നു. ഉർസുലയ്ക്ക് ക്ഷണം ഉണ്ടായിരുന്നില്ല.

അയാൾ കാഴ്ചയിൽ സന്തോഷത്തിലായിരുന്നു. അയാളുടെ അഹംഭാവമുള്ള സംസാരം കണ്ട് ഉർസുലയ്ക്ക് ദേഷ്യംവന്നു. അവൾ മറുപടി പറയാതെ ഗൗരവത്തിൽ ഇരുന്നു. അവൾക്ക് ഇതെല്ലാം കാപട്യമാണെന്നും അവളെ കൊച്ചാക്കാൻ വേണ്ടി ഉദ്ദേശിച്ചുള്ളതാണെന്നും തോന്നി. ഇതുവരെ ഗുഡ്റൺ പ്രത്യക്ഷപ്പെട്ടിരുന്നില്ല.

"മഞ്ഞുകാലത്ത് ഞാൻ ഫ്ലോറൻസിൽ പോകാമെന്നാണ് വിചാരിക്കുന്നത്." അവസാനം ഹെർമിയോൺ പറഞ്ഞു.

അയാൾ പറഞ്ഞു. "പക്ഷേ, അവിടെ ഭയങ്കര തണുപ്പാണ്. എന്തിനാണ് ഫ്ളോറൻസിൽ പോകുന്നത്?"

"എനിക്ക് അറിയില്ല." ഹെർമിയോൺ സാവധാനം പറഞ്ഞു. പിന്നീട് അവൾ ഫ്ളോറൻസിലെത്തിയതിനു ശേഷമുള്ള അവളുടെ ജീവിതത്തെപ്പറ്റി അയാളോട് വിശദീകരിച്ചു. അയാളും ഇറ്റലിയെക്കുറിച്ച് അഭിപ്രായങ്ങൾ പറഞ്ഞുകൊണ്ടിരുന്നു.

സംസാരത്തിനിടയിൽ ഹെർമിയോൺ കുറച്ചുസമയം നിശ്ശബ്ദയായി. പക്ഷേ, ഈസമയം കൊണ്ട് അവൾക്ക് ബിർക്കിനെ അവളുടെ ലോകത്ത് കിട്ടിക്കഴിഞ്ഞിരുന്നു! അവളുടെ സ്വാധീനം അപാരമായിരുന്നു. അയാളുടെ ശ്രദ്ധ അയാൾ പരിപൂർണ്ണമായും അവളിലേക്ക് എത്തിച്ചിരിക്കുന്നതായി തോന്നി. മിനിറ്റിനുള്ളിൽ അയാൾ അവളുടെ വളർത്തുമൃഗമായി.

ഹെർമിയോൺ ഇറ്റലിക്കാരെപ്പറ്റി ആലോചിക്കുന്നത് അവരുടെ ഭാഷയിലാണെന്ന മട്ടിൽ ഇറ്റാലിയൻ ഭാഷയിലാണ് സംസാരിച്ചുകൊണ്ടിരുന്നത്.

"നിങ്ങൾക്ക് ഇറ്റലി പരിചിതമാണോ?" ഉർസുല ഹെർമിയോണിനോട് ചോദിച്ചു. അവൾ സംസാരിക്കുന്നതിനിടയിൽ ഇത്തരത്തിൽ ഇടപെട്ടത് ഹെർമിയോണിന് ഇഷ്ടപ്പെട്ടില്ല. എങ്കിലും അവൾ മറുപടിപറഞ്ഞു.

"വളരെ പരിചിതമാണ്. എന്റെ കുട്ടിക്കാലത്ത് അമ്മയുടെ കൂടെ പലവർഷം ഞാൻ അവിടെ ആയിരുന്നു. ഫ്ളോറൻസിലായിരുന്നു എന്റെ അമ്മ മരിച്ചത്."

"ഓ!"

ബിർക്കിനും ഉർസുലയും വിഷമംകൊണ്ട് സംസാരിച്ചില്ല. ഹെർമിയോൺ എന്തായാലും സമാധാനത്തിലായിരുന്നു. ബിർക്കിൻ വിളറിയിരുന്നു. പനിയുള്ളതുപോലെ അയാളുടെ കണ്ണുകൾ ചുവന്നിരുന്നു. പിരിമുറുക്കമുള്ള ഈ അന്തരീക്ഷത്തിൽ ഉർസുല ബുദ്ധിമുട്ടുന്നുണ്ടായിരുന്നു. അവൾക്ക് തലയിൽ ഇരുമ്പുപട്ടകൾ മുറുക്കിചുറ്റിയിരിക്കുന്നതുപോലെ തോന്നി.

ബിർക്കിൻ ചായയ്ക്കുള്ള മണി അടിച്ചു. ഗുഡ്റണിനുവേണ്ടി ഇനിയും കാത്തിരിക്കാൻ അവർക്ക് കഴിയില്ല. കതക് തുറന്നപ്പോൾ പൂച്ചക്കുട്ടി അകത്തേക്ക് വന്നു.

"മ്യാവൂ, മ്യാവൂ" ഹെർമിയോൺ കരുതിക്കൂട്ടി സാവധാനം പാട്ടു

പാടുന്നതുപോലെ പൂച്ചയെ വിളിച്ചു. പൂച്ചക്കുട്ടി അവളെ നോക്കി. പിന്നീട് സാവധാനം ഗൗരവത്തിൽ നടന്ന് അവളുടെ അടുത്തേക്കു വന്നു.

എപ്പോഴും താനാണ് ഏറ്റവും വലിയ അമ്മ എന്ന ഭാവത്തിൽ ഹെർമിയോൺ അവളുടെ അസാധാരണമായ തലോടൽ പോലെയുള്ള ശബ്ദത്തിൽ പൂച്ചക്കുട്ടിയോട് ഇറ്റാലിയൻ ഭാഷയിൽ സംസാരിച്ചു. അവൾ സാവധാനം വലിയ താല്പര്യം ഇല്ലാതെ അതിന്റെ തലയിൽ തലോടി.

"അവന് ഇറ്റാലിയൻ ഭാഷ അറിയാമോ?"ആ ഭാഷയെപ്പറ്റി ഒന്നും അറിയാത്ത ഉർസുല ചോദിച്ചു.

"അറിയാമായിരിക്കും." ഹെർമിയോൺ ഒടുവിൽ പറഞ്ഞു. "അവന്റെ അമ്മ ഇറ്റലിക്കാരി ആയിരുന്നു. ഫ്ളോറൻസിലെ എന്റെ ചവറ്റുക്കുട്ടയിലാണ് അവൾ ജനിച്ചത്. ബിർക്കിന്റെ ജന്മദിനത്തിന്റെ ദിവസം രാവിലെ ആയിരുന്നു അവൾ ജനിച്ചത്. അവൾ ബിർക്കിനു കിട്ടിയ ജന്മദിനസമ്മാനം ആയിരുന്നു."

ചായ കൊണ്ടുവന്നു. ബിർക്കിൻ അവർക്കെല്ലാം ചായ പകർന്നു കൊടുത്തു. അയാളും ഹെർമിയോണും തമ്മിൽ നിലനിന്നിരുന്ന അടുത്ത സൗഹൃദം തകർക്കാൻ പറ്റാത്ത തരത്തിൽ അസാധാരണമായിരുന്നു. ഉർസുലയ്ക്ക് അവൾ ഒരു അന്യായമാണെന്ന് തോന്നി. വെള്ളിയിലുള്ള പഴയ ചായക്കപ്പുകൾ പോലും ഹെർമിയോണിനേയും ബിർക്കിനെയും തമ്മിൽ ഇണക്കുന്ന ഒരു ചങ്ങല ആയിരുന്നു. അത് അവർ ഒന്നിച്ചു ജീവിച്ചിരുന്ന ഒരു പഴയ ലോകത്തുനിന്ന് കൊണ്ടുവന്നതാണെന്ന് തോന്നി. അവിടെ ഉർസുല തികച്ചും ഒരു അന്യയായിരുന്നു. അവളുടെ രീതികൾ അവരുടെ മാതിരി അല്ല അവരുടെ അളവുകോൽ അവളുടെ അളവുകോലിൽ നിന്നും ഭിന്നമാണ്. ഹെർമിയോണും ബിർക്കിനും ഒരേ പോലെ പഴയ പാരമ്പര്യത്തിലെ മനുഷ്യരാണ്. അവൾ ഉർസുല അവിടേക്ക് അതിക്രമിച്ച് കടന്നു വന്നവളാണ്. അവർ എപ്പോഴും അവളെ ഈ കാര്യം ഓർമ്മപ്പെടുത്തി.

ഹെർമിയോൺ ഒരുചെറിയ പാത്രത്തിൽ അല്പം പാൽ ഒഴിച്ചു. ബിർക്കിന്റെ മുറിയിൽ ഹെർമിയോൺ അവകാശം കാണിക്കുന്നത് ഉർസുലയെ ഭ്രാന്ത് പിടിപ്പിച്ചു. ഹെർമിയോൺ പൂച്ചക്കുട്ടിയെ മടിയിൽ ഇരുത്തി അതിന്റെ മുന്നിലേക്ക് പാൽ നീക്കിവെച്ചു. പൂച്ചക്കുട്ടി കൈപ്പത്തികൾ മേശയുടെ അറ്റത്ത് ഊന്നിക്കൊണ്ട് അതിന്റെ മനോഹരമായ തല പാലു കുടിക്കാൻ വേണ്ടി കുനിച്ചു. അവൾ അതിനെ പാലുകുടിക്കാൻ അനുവദിക്കാതെ അവളുടെ ശക്തിയിൽ അതിനെ അമർത്തിവെച്ച് വെളുത്തവിരലുകൾകൊണ്ട് അതിന്റെ തലപിടിച്ചുയർത്തി. എല്ലാക്കാലത്തും അവൾ ഈ ശക്തി പ്രകടിപ്പിച്ചിരുന്നു. പ്രത്യേകിച്ച് പുരുഷവർഗ്ഗത്തിൽപ്പെട്ട ഏത് ജീവിയോടും ഈ ശക്തി പ്രകടിപ്പിക്കുന്നതിൽ അവൾ ആഹ്ലാദിച്ചിരുന്നു. അവൻ ക്ഷമിച്ചെന്നമട്ടിൽ പൗരുഷം നിറഞ്ഞ വിരസമായ ഒരു മുഖഭാവത്തോടെ അവളെ കണ്ണു ചിമ്മിക്കൊണ്ട് നോക്കി. ഹെർമിയോൺ പരു

ക്കൻ ശബ്ദത്തിൽ ചിരിച്ചു. അവൾ അവന്റെ തല പിടിച്ചുയർത്തി. പൂച്ചക്കുട്ടി അവളെ നോക്കാൻ വിസമ്മതിച്ചു. അവൾ പിടിവിട്ടു. അവൻ താല്പര്യക്കുറവോടെ അവളുടെ വിരലുകളെ അവഗണിച്ചു. അവൻ വീണ്ടും പാലു കുടിക്കാൻ തുടങ്ങി.

“മേശപ്പുറത്ത് നിന്ന് പാലുകുടിക്കാൻ ശീലിപ്പിക്കുന്നത് നല്ലതല്ല.” ബിർക്കിൻ പറഞ്ഞു.

“ശരിയാണ്” യാതൊരു ബുദ്ധിമുട്ടുമില്ലാതെ അവൾ അത് അംഗീകരിച്ചു. അവൾ മൈനോയുടെ വെളുത്തതാടി ചൂണ്ടുവിരൽകൊണ്ട് സാവധാനം ഉയർത്തി. അവൻ ക്ഷമയോടെ ചുറ്റുപാടും നോക്കി. അതിനുശേഷം അവൻ തല പിൻവലിച്ച് കൈപ്പത്തികൊണ്ട് മുഖം തുടയ്ക്കാൻ തുടങ്ങി. ഹെർമിയോൺ സംതൃപ്തിയോടെ അവളുടെ പരുക്കൻ ചിരി ചിരിച്ചു. പൂച്ചക്കുട്ടി വീണ്ടും കൈപ്പത്തി ഉയർത്തി പാത്രത്തിന്റെ അരുകിൽ വെച്ചു. ഹെർമിയോൺ അവന്റെ വെളുത്ത കൈപ്പത്തികൾ വളരെ സാവധാനം ഉയർത്തി മടിയിൽ വെച്ചു. ഉർസുലയ്ക്ക് ഹെർമിയോണിന്റെ ചലനങ്ങളിലെ കരുതിക്കൂട്ടിയുള്ള ശ്രദ്ധ കണ്ടപ്പോൾ ഗുഡ്റണിനെ ഓർമ്മ വന്നു.

ഹെർമിയോൺ പറഞ്ഞു.“അവന് എന്നെ ഓർമ്മയുണ്ട്. അവർ നിനക്ക് ചീത്ത കാര്യങ്ങൾ പഠിപ്പിച്ച് തന്നിട്ടുണ്ടെന്നു തോന്നുന്നു.” അവൾ പൂച്ചക്കുട്ടിയുടെ കൈപ്പത്തിയിൽ നിന്ന് പിടിവിട്ടില്ല. അവളുടെ ശബ്ദത്തിൽ മറ്റുള്ളവരെ ദ്രോഹിക്കാനുള്ള ഒരു മോഹവും അതിലെ നർമ്മവും ഉണ്ടായിരുന്നു.

ഉർസുലയുടെ നിലതെറ്റി. അപ്പോൾത്തന്നെ അവിടെനിന്ന് പോകാൻ അവൾ ആഗ്രഹിച്ചു. അവൾക്ക് എല്ലാം ഉപയോഗശൂന്യമാണെന്ന് തോന്നി. ഹെർമിയോൺ എന്നത്തേക്കുമുള്ള അംഗീകാരം നേടിക്കഴിഞ്ഞിട്ടുണ്ട്. അവൾക്ക് അവിടെ ചെന്നെത്താൻ പോലും കഴിഞ്ഞിട്ടില്ല.

“ഇപ്പോൾ ഞാൻ പോകുന്നു.” ഉർസുല പെട്ടെന്നു പറഞ്ഞു.

ബിർക്കിൻ അവളെ ഏകദേശം ഭയത്തോടെ നോക്കി. അയാൾക്കും അവൾ കോപിക്കുന്നത് പേടിയാണ്. “പക്ഷേ, ഇത്രയും പെട്ടെന്ന് പോകേണ്ട കാര്യം ഇല്ല.” അയാൾ പറഞ്ഞു.

“ഞാൻ പോകുന്നു.” അവൾ ഹെർമിയോണിന്റെ നേർക്ക് എന്തെങ്കിലും പറയാനുള്ള സമയം കൊടുക്കാതെ തിരിഞ്ഞ് കൈനീട്ടിക്കൊണ്ട് പറഞ്ഞു. “പിന്നെ കാണാം.”

“പിന്നെ കാണാം.” അവളുടെ കയ്യിലെ പിടിവിടാതെ ഹെർമിയോൺ പറഞ്ഞു. “സത്യത്തിൽ നിങ്ങൾക്ക് ഇപ്പോൾ പോകണോ?”

ഹെർമിയോണിന്റെ കണ്ണുകൾക്ക് മുഖം കൊടുക്കാതെ ഉർസുല പറഞ്ഞു. “ഞാൻ പോകാമെന്നാണ് വിചാരിക്കുന്നത്.”

“നിങ്ങൾ പോകണമെന്ന്.”

പക്ഷേ, ഉർസുല അവളുടെ കൈ സ്വതന്ത്രമാക്കിക്കഴിഞ്ഞിരുന്നു.

അവൾ പെട്ടെന്ന് തിരിഞ്ഞ് ബിർക്കിനോട് യാത്രചോദിച്ചു. അവൾക്കു വേണ്ടി കതക് തുറക്കാൻ അയാൾക്ക് കഴിയുന്നതിന് മുമ്പ് അവൾ സ്വയം കതക് തള്ളിത്തുറക്കുകയായിരുന്നു.

വീടിന് പുറത്തെ വഴിയിലെത്തിയപ്പോൾ അവൾ കോപംകൊണ്ട് ഇളഥിമറിയുകയായിരുന്നു. ഹെർമിയോൺ അവളുടെ സാന്നിദ്ധ്യം കൊണ്ടു മാത്രം ഉർസുലയിൽ ഉയർത്തിവിട്ടത് അസാധാരണവും അകാരണവുമായ കോപവും ക്രൂരതയും ആയിരുന്നു. മറ്റേ സ്ത്രീയുടെ മുമ്പിൽ അവൾ കീഴടങ്ങിയെന്ന് ഉർസുലയ്ക്ക് അറിയാം. അവൾ മോശമായി പെരുമാറിയെന്ന് അവൾക്ക് അറിയാം. പക്ഷേ, അവൾ അത് കാര്യമാക്കുന്നില്ല. അവൾ വഴിയിലൂടെ ഓടിക്കൊണ്ടിരുന്നു. അല്ലാത്തപക്ഷം, അവൾ അവിടെ ഉപേക്ഷിച്ചുപോന്ന രണ്ടുപേരുടെയും മുഖത്ത് നോക്കി അവൾക്ക് പരിഹസിക്കണം. കാരണം അവൾ അയാളോട് മര്യാദകേട് കാണിച്ചു.

23

യാത്ര

അടുത്തദിവസം ബിർക്കിൻ ഉർസുലയെ അന്വേഷിച്ചിറങ്ങി. ഗ്രാമർസ്കൂളിന് അന്ന് ഒരുപകുതി ദിവസം ആയിരുന്നു. അയാൾ ഉച്ച യോടടുത്തപ്പോഴാണ് വന്നത്. അന്ന് വൈകുന്നേരം അയാളുടെ കൂടെ ഒരു ചെറിയ യാത്രയ്ക്ക് തയ്യാറാണോ എന്ന് അയാൾ അവളോട് ചോദിച്ചു. അവൾ സമ്മതിച്ചു. പക്ഷേ, അവളുടെ മുഖത്ത് ഒരുപ്രതികര ണവും ഉണ്ടായിരുന്നില്ല.

വൈകുന്നേരം നല്ല കാലാവസ്ഥ ആയിരുന്നു. അയാൾ കാറോടി ക്കുമ്പോൾ അവൾ അയാളുടെ ഒരുവശത്ത് ഇരുന്നു. പക്ഷേ, അവൾ അയാളുടെ മുഖത്ത് നോക്കിയില്ല. അവൾ അയാൾക്ക് പ്രതികൂലമായ ഒരു മതിൽ പോലെ ഉറച്ചു നില്ക്കുമ്പോൾ അയാളുടെ ഹൃദയം വലി ഞ്ഞുമുറുകി.

ഉർസുലയോ ഹെർമിയോണോ അല്ലെങ്കിൽ മറ്റാരെങ്കിലുമോ ഉണ്ടെ ങ്കിലും ഇല്ലെങ്കിലും അയാൾക്ക് പുല്ലുവിലയാണെന്ന് ചിലപ്പോൾ അയാൾക്ക് തോന്നി. എന്തിനാണ് വിഷമിക്കുന്നത്? ഒന്നിച്ചുള്ള സംതൃ പ്തമായ ഒരു ജീവിതത്തിനുവേണ്ടി എന്തിനാണ് അദ്ധ്വാനിക്കുന്നത്? എന്തിനാണ് മനുഷ്യബന്ധങ്ങളെപ്പറ്റി ഓർത്ത് വിഷമിക്കുന്നത്? സ്ത്രീയാ യാലും പുരുഷനായാലും എന്തിനാണ് അവരെ ഗൗരവത്തിൽ എടുക്കു ന്നത്?

എങ്കിലും ഗൗരവമുള്ള ജീവിതത്തിനുള്ള പഴയ പരിശ്രമത്തിന് അയാൾ വിധിക്കപ്പെട്ടിരുന്നു.

"ഞാൻ കൊണ്ടുവന്ന സാധനം ഒന്നു നോക്കൂ." കാർ ഇലകൊ ഴിഞ്ഞ മരങ്ങൾക്കിടയിലൂടെ ഓടുകയായിരുന്നു.

അയാൾ ചുരുട്ടിയ ഒരു കടലാസ് കഷണം അവളുടെ കയ്യിൽ

കൊടുത്തു. അവൾ അത് തുറന്നുനോക്കി. "എന്തൊരു ഭംഗി." അവൾ ഉറക്കെ വിളിച്ചു പറഞ്ഞു. അവൾ അയാൾ കൊടുത്ത സമ്മാനം പരിശോധിച്ചു. "എന്തൊരു ഭംഗി എന്തൊരു ഭംഗി." അവൾ വീണ്ടും വിളിച്ചു കൂവി. "പക്ഷേ, നിങ്ങൾ എനിക്ക് ഇത് എന്തിനാണ് തന്നത്?" അവൾ പരിഭവത്തോടെ ചോദിച്ചു.

അയാളുടെ മുഖത്ത് ഇഷ്ടക്കേടിന്റെ തിളക്കം ഉണ്ടായി. അയാൾ ചെറുതായി തോൾ ഉയർത്തി. "എനിക്ക് അങ്ങനെ തോന്നി." അയാൾ ശാന്തമായി പറഞ്ഞു.

"പക്ഷേ, എന്തിനാണ് നിങ്ങൾക്ക് അങ്ങനെ തോന്നുന്നത്?"

"കാരണങ്ങൾ കണ്ടുപിടിക്കലാണോ എന്റെ പണി?" അയാൾ ചോദിച്ചു.

അവൾ കടലാസിൽ പൊതിഞ്ഞുവെച്ചിരുന്ന മോതിരങ്ങൾ പരിശോധിക്കുന്ന സമയത്ത് ആരും ഒന്നും സംസാരിച്ചില്ല.

"ഇതിനെല്ലാം നല്ല ഭംഗിയുണ്ട്" അവൾ പറഞ്ഞു. "പ്രത്യേകിച്ചും ഇതിന്. ഇത് അത്ഭുതകരമ്മാണ്."

അത് വളരെ ചെറിയ ചുവപ്പ് കല്ലുകളുടെ വൃത്തത്തിനു നടുക്കുള്ള ഒരു മേഘവർണ്ണക്കല്ലായിരുന്നു.

"അതാണോ ഏറ്റവും ഇഷ്ടപ്പെട്ടത്?"

"എനിക്ക് അങ്ങനെയാണ് തോന്നുന്നത്?"

"എനിക്ക് ഇന്ദ്രനീലക്കല്ലാണ് ഇഷ്ടപ്പെട്ടത്." അയാൾ പറഞ്ഞു.

"ഇതോ?"

അത് ചെറിയ തിളക്കം ഉള്ള ഒരു മനോഹരമായ ഇന്ദ്രനീലക്കല്ലായിരുന്നു.

അവൾ അതിനെ വെളിച്ചത്തിലേക്ക് ഉയർത്തിപ്പിടിച്ചു. "അതെ. ഒരു പക്ഷേ, ഇതായിരിക്കും ഏറ്റവും ഭംഗിയുള്ളത്."

അയാൾ പെട്ടെന്ന് വഴിയിൽനിന്നും കാർ നടവഴിയിലേക്ക് വെട്ടിത്തിരിച്ചു. കാർ ചെറുതായി ചരിഞ്ഞു. അയാൾക്ക് ശ്രദ്ധ കുറവാണ്. പക്ഷേ, ഉർസുല ഭയന്നുപോയി. എപ്പോഴും കാരണമില്ലാതെ അവൾക്ക് ഭയം തോന്നുന്ന ഏതോ ചിലത് അയാളിൽ ഉണ്ടായിരുന്നു. കാറിന് ഒരു വലിയ അപകടം ഉണ്ടാക്കി. അയാൾ അവളെ കൊന്നുകളയുമെന്നുള്ള ഒരുഭയം അവൾക്ക് പെട്ടെന്ന് തോന്നി.

"നിങ്ങൾ കാർ ഓടിക്കുന്നത് ഏറെക്കുറെ അപകടം വിളിച്ചുവരുന്ന രീതിയിൽ ആണ്. അല്ലേ?"

"അല്ല. അപകടം ഒന്നുംവരില്ല." അയാൾ പറഞ്ഞു. അല്പസമയം കഴിഞ്ഞ് അയാൾ വീണ്ടും സംസാരിച്ചു."നിങ്ങൾക്ക് ആ മഞ്ഞമോതിരം ഇഷ്ടപ്പെട്ടില്ലേ?" അത് ഒരു പുഷ്യരാഗക്കല്ലായിരുന്നു.

അവൾ പറഞ്ഞു. "എനിക്ക് ഇഷ്ടമായി. പക്ഷേ, നിങ്ങൾ എന്തിനാണ് ഇതെല്ലാം വാങ്ങിയത്?"

"എനിക്ക് അത് വേണമെന്ന് തോന്നി. അതൊന്നും തനിപ്പുത്തനല്ല."

"നിങ്ങൾക്ക് വേണ്ടി വാങ്ങിയതാണോ?"

"മോതിരങ്ങൾ എന്റെ വിരലുകൾക്ക് ഇണങ്ങുകയില്ല."

"പിന്നെ എന്തിനാണ് വാങ്ങിയത്?"

"അത് നിങ്ങൾക്ക് തരാൻവേണ്ടിയാണ് വാങ്ങിയത്."

"പക്ഷേ, എന്തിന്? നിശ്ചയമായും നിങ്ങൾ ഇത് കൊടുക്കേണ്ടത് ഹെർമിയോണിനാണ്! നിങ്ങൾ അവൾക്ക് സ്വന്തമല്ലേ?"

അയാൾ മറുപടി പറഞ്ഞില്ല. അവൻ മോതിരങ്ങൾ കൈയിൽ മുറുക്കിപ്പിടിച്ചുകൊണ്ടിരുന്നു. അവൾ അത് വിരലിലിട്ട് നോക്കാൻ ആഗ്രഹിച്ചു. പക്ഷേ, അവളുടെ ഉള്ളിലുള്ള ചിലകാര്യങ്ങൾ അവളെ അതിന് അനുവദിച്ചില്ല. അതുകൂടാതെ അവളുടെ വിരലുകൾ വലുതാണെന്നുള്ള ഭയംകൊണ്ട് ഒരു പരാജയം വന്നാലുള്ള നാണക്കേടും അവൾക്ക് തോന്നി. ചെറുവിരലിൽ മാത്രമേ അവൾക്ക് പരിശോധിക്കാനുള്ള ധൈര്യം ഉണ്ടായിരുന്നുള്ളൂ. ഒഴിഞ്ഞ ഇടവഴിയിലൂടെ അവർ നിശ്ശബ്ദരായി സഞ്ചരിച്ചു.

കാറിലെ യാത്ര അവളെ പ്രചോദിപ്പിച്ചു. അയാളുടെ സാന്നിദ്ധ്യം പോലും അവൾ മറന്നു.

"നമ്മൾ എവിടെയാണ്?" അവൾ പെട്ടെന്ന് ചോദിച്ചു.

"വളരെ ദൂരെ അല്ല."

"എവിടെയാണ് നമ്മൾ പോകുന്നത്?"

"എവിടെ വേണമെങ്കിലും പോകാം." അത് അവൾക്ക് ഇഷ്ടമുള്ള മറുപടിയായിരുന്നു.

അവൾ മോതിരങ്ങൾ നോക്കാൻ വേണ്ടി കൈ തുറന്നു. അവൾക്ക് അത് പരിശോധിച്ചു നോക്കണം. അവളുടെ വിരലുകൾ അവയേക്കാൾ വലുതാണെന്ന് അയാളെ അറിയിക്കാതെ രഹസ്യമായി അവൾക്ക് അവ പരിശോധിക്കണം. പക്ഷേ, അയാൾ എന്തായാലും അവൾ പരിശോധിക്കുന്നത് കണ്ടു. അവൾ കാണരുത് എന്ന് വിചാരിക്കുന്ന കാര്യങ്ങൾ എപ്പോഴും അയാൾ കണ്ടിരിക്കും. ഇത് അയാളിൽ അവൾ വെറുക്കുന്ന മറ്റൊരു സ്വഭാവമാണ്.

മേഘവർണ്ണക്കല്ല് മാത്രമാണ് അവളുടെ മോതിരവിരലിന് യോജിച്ചത്. അവൾക്ക് അന്ധവിശ്വാസങ്ങൾ ഉണ്ടായിരുന്നു. ഇല്ല. അവൾ ഈ മോതിരം അയാളിൽനിന്ന് ഒരു വാഗ്ദാനം എന്ന നിലയിൽ സ്വീകരിക്കില്ല. അവൾ പകുതി അടച്ചു പിടിച്ച കൈ നീട്ടിക്കാണിച്ചുകൊണ്ട് പറഞ്ഞു.

"നോക്കൂ, മറ്റ് മോതിരങ്ങളൊന്നുംഎനിക്ക് പാകമല്ല."

അയാൾ മൃദുലമായ കല്ലുകളുടെ തിളക്കവും അവളുടെ നേർമ്മയേറിയ ചർമ്മവും കണ്ടു.

"ശരിയാണ്." അയാൾ പറഞ്ഞു.

"പക്ഷേ, മേഘവർണ്ണക്കല്ല് ഭാഗ്യദോഷം ഉണ്ടാകും. ഇല്ലേ?"

"ഒന്നുമില്ല. എനിക്ക് ഭാഗ്യം ഇല്ലാത്ത സാധനങ്ങളോടാണ് കൂടുതൽ ഇഷ്ടം. ഭാഗ്യം പ്രാകൃതമാണ്. ഭാഗ്യം കൊണ്ടുവരുന്നത് ആർക്കാണ് വേണ്ടത്? എനിക്ക് വേണ്ട."

"പക്ഷേ, എന്തുകൊണ്ട്?" അവൾ ചിരിച്ചു.

അയാൾ മറ്റ് മോതിരങ്ങൾ അവളുടെ വിരലുകൾക്ക് യോജിക്കുന്നുണ്ടോ എന്ന് അറിയാനുള്ള ആഗ്രഹത്തോടെ ചരിഞ്ഞുനോക്കി. അവൾ ചെറുവിരലിൽ അവ അണിഞ്ഞു.

"അത് കുറച്ചുകൂടി വലുതാക്കാൻ പറ്റും."

അവൾ സംശയിച്ച് മറുപടി പറഞ്ഞു. പിന്നീട് അവൾ നെടുവീർപ്പിട്ടു. മോതിരങ്ങൾ സ്വീകരിക്കുമ്പോൾ അവൾ ഒരു വാഗ്ദാനമാണ് സ്വീകരിക്കുന്നതെന്ന് അവൾക്കറിയാം.

"നിങ്ങൾക്ക് ഇത് കൊണ്ടുവന്നതിൽ എനിക്കു സന്തോഷം ഉണ്ട്." അയാളുടെ കൈപ്പത്തിയിൽ സാവധാനം പകുതി മനസ്സോടെ കൈവെച്ചുകൊണ്ട് അവൾ പറഞ്ഞു.

അയാൾ ചെറുതായി പുഞ്ചിരിച്ചു. അവൾ അയാളുടെ അടുത്തേക്ക് ചെല്ലണമെന്ന് അയാൾ ആഗ്രഹിച്ചു. പക്ഷേ, അയാളുടെ ആത്മാവിന്റെ അടിത്തട്ടിൽ അയാൾക്ക് ദേഷ്യവും താല്പര്യക്കുറവും ഉണ്ടായിരുന്നു. അവൾക്ക് അയാളോട് സത്യത്തിൽ അഭിനിവേശം ഉണ്ടെന്ന് അയാൾക്ക് അറിയാം. പക്ഷേ, അത് അന്തിമമായ താല്പര്യം അല്ല. ഒരാളെ സ്വന്തം വ്യക്തി താല്പര്യങ്ങൾ ഇല്ലാതെ വികാരരഹിതനാക്കാൻ പറ്റുന്ന ആഴങ്ങൾ അഭിനിവേശത്തിന് ഉണ്ട്. എന്നാൽ ഉർസുല ഇപ്പോഴും വ്യക്തിപരമായി വികാരാധീനയാകുന്ന നിലയിലായിരുന്നു. അയാൾ അയാളെപോലും സ്വീകരിക്കാത്ത രീതിയിൽ അവളെ സ്വീകരിച്ചുകഴിഞ്ഞിരുന്നു.

അവൾക്ക് ഇപ്പോൾ വളരെ സന്തോഷം തോന്നി. കാർ ഓടിക്കൊണ്ടിരുന്നു. മങ്ങലുള്ള വൈകുന്നേരം ആയിരുന്നു. ഗുഡ്റൺ ജറാൾഡ് ഇവരെപ്പറ്റിയും ഇവരുടെ ലക്ഷ്യങ്ങളെ പറ്റിയും വിശകലനങ്ങൾ നടത്തിക്കൊണ്ട് അവൾ സജീവമായി സംസാരിച്ചു. അയാൾ അവ്യക്തമായി മറുപടികൾ പറഞ്ഞു. ആളുകളുടെ സ്വത്വത്തിലും ആളുകളിലും അയാൾക്ക് വലിയ താല്പര്യം ഉണ്ടായിരുന്നില്ല. "എല്ലാ ആളുകളും വ്യത്യസ്തരാണ്. പക്ഷേ, അവരെല്ലാം തന്നെ ഇന്നത്തെക്കാലത്ത് കൃത്യമായ ഒരു പരിധിക്കുള്ളിലാണ്. പ്രതികരണങ്ങൾ പല ആളുകളിലും പലതരത്തിലായിരിക്കും. പക്ഷേ, അവർ ഏതാനും വലിയനിയമങ്ങൾ പിൻതുടരുന്നുണ്ട്. അവർ പ്രവർത്തിക്കുന്നതും പ്രതികരിക്കുന്നതും അവരറിയാതെ തന്നെ ഈ വലിയ നിയമങ്ങൾക്കനുസരിച്ചാണ്. ഒരിക്കൽ ഈ വലിയ നിയമങ്ങൾ മനസ്സിലാക്കിക്കഴിഞ്ഞാൽ ആളുകളിൽ താല്പര്യം ഉണർത്തുന്ന നിഗൂഢതകൾ ഒന്നുമില്ല. അവർ എല്ലാം മൗലികമായി ഒരുപോലെയാണ്. അവസ്ഥകളിലുള്ള വ്യത്യാസം മാത്രമാണ് ഉള്ളത്. തന്നിരിക്കുന്ന അതിർത്തിയെ അവരാരും തന്നെ കടന്നുപോകുന്നില്ല." ബിർക്കിൻ പറഞ്ഞു നിർത്തി.

ഉർസുല യോജിച്ചില്ല. ആളുകൾ അവൾക്ക് ഇപ്പോഴും ഒരു അപകടസാദ്ധ്യതയുള്ള കാര്യമാണ്. പക്ഷേ, ഒരുപക്ഷേ, അവൾ സ്വയം വിശ്വസിക്കാൻ ശ്രമിച്ച തോതിലുള്ള അപകടസാദ്ധ്യത ഇല്ലായിരിക്കാം. ഒരു

പക്ഷേ, ആളുകളിലുള്ള അവളുടെ താല്പര്യത്തിൽ ഇപ്പോൾ യാന്ത്രികമായ എന്തെങ്കിലും ഉണ്ടായിരിക്കാം. ഒരുപക്ഷേ, അവളുടെ താല്പര്യം നാശമുണ്ടാക്കുന്നതായിരിക്കാം. അവളുടെ വിശകലനങ്ങൾ സത്യത്തിൽ കഷണങ്ങളാക്കി കീറിമുറിക്കുന്നതായിരുന്നു. ആളുകളെയോ അവരുടെ വ്യക്തി സവിശേഷതകളെയോ ശ്രദ്ധിക്കാത്ത ഒരു ഭാഗം ഉർസുലയുടെ മനസ്സിന്റെ അടിത്തട്ടിലും ഉണ്ടായിരുന്നു. അവളുടെ ഉള്ളിലെ ഈ നിശ്ശബ്ദതയിൽ അവൾ സ്പർശിച്ചതായി തോന്നി. അവൾ അനങ്ങാതിരുന്നു. അവൾ ഒരു നിമിഷത്തേക്ക് ബിർക്കിന്റെ നേർക്ക് തിരിഞ്ഞു.

“നമുക്ക് ഇരുട്ടിലൂടെ വീട്ടിലേക്ക് തിരിച്ചുപോകാം. അത് രസമായിരിക്കും. ഇല്ലേ?” അവൾ പറഞ്ഞു. “നമുക്ക് താമസിച്ച് ചായകുടിച്ചാൽ പോരെ?”

“ഞാൻ അത്താഴത്തിന് ഷോർട്ട് ലാൻഡ്സിൽ ചെല്ലാമെന്ന് ഏറ്റിട്ടുണ്ട്.” അയാൾ പറഞ്ഞു.

“പക്ഷേ, അത് സാരമില്ല. നിങ്ങൾക്ക് നാളെ പോകാം.”

“ഹെർമിയോൺ അവിടെ ഉണ്ട്.” അയാൾ അല്പം അസ്വസ്ഥതയോടെ പറഞ്ഞു. “അവൾ രണ്ടുദിവസത്തിനുള്ളിൽ ദൂരെ പോകുകയാണ്. ഞാൻ അതിനുമുമ്പ് അവളെ കാണണമെന്നാണ് വിചാരിക്കുന്നത്. ഇനിയും ഒരിക്കലും ഞാൻ അവളെ കാണാൻ ഇടയില്ല.”

ഉർസുല ക്രൂരമായ ഒരു നിശ്ശബ്ദതയിലേക്ക് അകന്നുപോയി. അയാൾ നെറ്റിചുളിച്ചു. അയാളുടെ കണ്ണുകൾ വീണ്ടും ദേഷ്യംകൊണ്ട് തിളയ്ക്കാൻ തുടങ്ങി.

“നിങ്ങൾ അത് പ്രശ്നമാക്കുന്നില്ലല്ലോ?” അയാൾ രോഷത്തോടെ ചോദിച്ചു.

“ഇല്ല ഞാൻ അത് കാര്യമാക്കുന്നില്ല. ഞാൻ എന്തിനാണ് അത് കാര്യമാക്കുന്നത്?” അവളുടെ ശബ്ദത്തിൽ പരിഹാസവും പരിഭവവും ഉണ്ടായിരുന്നു.

“ഞാനും ഇതുതന്നെയാണ് സ്വയം ചോദിക്കുന്നത്?” അയാൾ പറഞ്ഞു. “നിങ്ങൾ എന്തിനാണ് ഇത് കാര്യമാക്കുന്നത്? പക്ഷേ, നിങ്ങൾ കണ്ടാൽ അങ്ങനെ തോന്നും.” അയാളുടെ മുഖത്ത് ദേഷ്യം ഉണ്ടായിരുന്നു.

“ഞാൻ കാര്യമാക്കുന്നില്ലെന്ന് നിങ്ങൾക്ക് ഞാൻ ഉറപ്പുതരുന്നു. ഞാൻ അത് തീരെ കാര്യമാക്കുന്നില്ല. നിങ്ങളുടെ സ്വന്തക്കാരുടെ അടുത്തേക്ക് പോകൂ. നിങ്ങൾ ചെയ്യണമെന്ന് ഞാൻ ആഗ്രഹിക്കുന്ന കാര്യം അതാണ്.”

അയാൾ വിളിച്ചുകൂവി. “ഏതു സ്വന്തക്കാർ. ഞാനും ഹെർമിയോണും തമ്മിൽ ഒന്നിനും ബാക്കിയില്ല. അങ്ങനെ പറഞ്ഞാൽ എന്നെക്കാൾ കൂടുതൽ അവളെ ശ്രദ്ധിക്കുന്നത് നിങ്ങളാണ്. കാരണം നിങ്ങൾക്ക് അവളിൽ നിന്നുള്ള പ്രതികരണങ്ങളെ എതിർക്കാൻ മാത്രമേ കഴിയുകയുള്ളൂ. അവളുടെ എതിരാളി ആകാൻ”

"എതിരാളി ആകാൻ" ഉർസുല ഉറക്കെ വിളിച്ചു പറഞ്ഞു. "എനിക്ക് നിങ്ങളുടെ വിദ്യ അറിയാം. നിങ്ങളുടെ വാചകക്കസർത്തൊന്നും എന്നോട് വേണ്ട. നിങ്ങൾ ഹെർമിയോണിനു സ്വന്തമാണ്. ശരി. നിങ്ങൾ അങ്ങനെയാണെങ്കിൽ അങ്ങനെ ആകട്ടെ! ഞാൻ നിങ്ങളെ കുറ്റപ്പെടുത്തുന്നില്ല. പക്ഷേ, നിങ്ങൾക്ക് അപ്പോൾ എന്നോട് ഇടപാടൊന്നുമില്ല."

പ്രകോപിപ്പിച്ചതിന്റെ രോഷത്തോടെ നാട്ടുവഴിയുടെ നടുക്ക് അയാൾ കാർ നിർത്തി. അവർ തമ്മിലുള്ള ഒരു യുദ്ധത്തിന്റെ അവസ്ഥ ആയിരുന്നതുകൊണ്ട് അവരുടെ മണ്ടത്തരമൊന്നും അവർക്ക് മനസ്സിലായില്ല.

അയാൾ ഉറക്കെ പറഞ്ഞു. "നിങ്ങൾ ഒരു വിഡ്ഢി അല്ലായിരുന്നെങ്കിൽ ഒരാൾ തെറ്റുചെയ്താലും നിങ്ങൾക്ക് മര്യാദയോടെ പെരുമാറാൻ കഴിയും. ഹെർമിയോണിനോടൊപ്പം വർഷങ്ങൾ തുടർന്നതിൽ എനിക്ക് തെറ്റുപറ്റി. അത് മരണത്തിന് സമമായിരുന്നു. പക്ഷേ, എന്തായാലും ഒരാൾക്ക് മനുഷ്യന്റെ മര്യാദ കാണിക്കാം. പക്ഷേ, ഇല്ല. പക്ഷേ, ഹെർമിയോണിന്റെ പേരുപറഞ്ഞാൽ അസൂയകൊണ്ട് നിങ്ങൾ എന്നെ കടിച്ചു കീറും."

"എനിക്ക് അസൂയയോ! നിങ്ങൾ അങ്ങനെ വിചാരിക്കുന്നുണ്ടെങ്കിൽ നിങ്ങൾക്ക് തെറ്റുപറ്റി. എനിക്ക് ഹെർമിയോണിനോട് അസൂയയുടെ പൊടിപോലും ഇല്ല. അവൾ എനിക്ക് ഒന്നും അല്ല." ഉർസുല വിരലുകൾ ഞൊട്ടയിട്ടു. "നിങ്ങളാണ് കള്ളംപറയുന്നത്. നിങ്ങളാണ് പട്ടി അതിന്റെ ഛർദ്ദിൽ മണപ്പിക്കുന്നതുപോലെ അവളുടെ അടുത്തേക്ക് തിരിച്ചുപോകുന്നത്. എനിക്ക് അത് വെറുപ്പാണ്. ഇതെല്ലാം കള്ളമാണ്. പക്ഷേ, നിങ്ങൾക്ക് അതുവേണം. നിങ്ങൾക്ക് രക്ഷപെടാൻ കഴിയില്ല. നിങ്ങൾക്ക് ആ പഴയ മരണ തുല്യമായ ജീവിതമാണ് വേണ്ടത്. അപ്പോൾ അതിലേക്ക് തിരിച്ചുപോകൂ. പക്ഷേ, എന്റെ അടുത്തേക്ക് തിരിച്ചുവരരുത്."

ഈ പൊട്ടിത്തെറിയിൽ അവൾ കാറിൽനിന്ന് ഇറങ്ങി വഴിവക്കിലെത്തി കുറ്റിച്ചെടിയിൽ നിന്നും ഇലകൾ പിച്ചിപ്പറിച്ചു.

"നിങ്ങൾ ഒരു വിഡ്ഢിയാണ്." അയാൾ പുച്ഛത്തോടെ ഉറക്കെ പറഞ്ഞു.

"അതെ, ഞാൻ വിഡ്ഢിയാണ്. അതിന് ഞാൻ ദൈവത്തിനോട് നന്ദി പറയുന്നു. നിങ്ങളുടെ ബുദ്ധി വിഴുങ്ങാൻ പറ്റാത്തതരത്തിൽ ഞാൻ ഒരു പമ്പരവിഡ്ഢിയാണ്. നിങ്ങൾ നിങ്ങളുടെ സ്ത്രീകളുടെ അടുത്തേക്ക് പോകൂ. അവർ നിങ്ങളുടെ തരക്കാരാണ്. അവരുടെ ഒരു ചരട് നിങ്ങളുടെ കാലിൽ കെട്ടിയിട്ടുണ്ട്. നിങ്ങളുടെ ആത്മീയ വധുക്കളുടെ അടുത്തേക്ക് പോകൂ. പക്ഷേ, എന്റെ അടുത്തേക്ക് പിന്നീട് വരാതിരിക്കണം. നിങ്ങൾക്ക് സംതൃപ്തി ഇല്ല. അല്ലേ? നിങ്ങളുടെ ആത്മീയ വധുക്കൾക്ക് നിങ്ങൾ ആഗ്രഹിക്കുന്നത് തരാൻ കഴിയുന്നില്ല. നിങ്ങൾക്ക് വേണ്ടത്ര മാംസളത അവർക്കില്ല. അല്ലേ? അതുകൊണ്ട് നിങ്ങൾ എന്റെ അടുത്ത് വരുന്നു. ദിവസ ഉപയോഗത്തിന് നിങ്ങൾ എന്നെ വിവാഹംകഴിക്കും. ആത്മീയവധുക്കളെ പശ്ചാത്തലത്തിൽ വേണ്ടപോലെ തയ്യാറാക്കി

നിർത്തും. നിങ്ങളുടെ വൃത്തികെട്ട കളിയൊക്കെ എനിക്ക് അറിയാം." പെട്ടെന്ന് അവളിലൂടെ ഒരു തീജ്വാല കടന്നുപോയി. അവൾ വഴിയിൽ കാൽ ശക്തിയായി ചവുട്ടി. അവൾ അടിക്കുമെന്ന് അയാൾ ഭയപ്പെട്ടു. "എനിക്ക് വേണ്ടത്ര ആത്മീയത ഇല്ല. ഹെർമിയോണിന്റെ അത്രയും ആത്മീയത എനിക്കില്ല." അവളുടെ നെറ്റിചുളിഞ്ഞു. അവളുടെ കണ്ണുകൾ കടുവയുടെ കണ്ണുകൾ പോലെ പ്രകാശിച്ചു. "അപ്പോൾ അവളുടെ അടുത്തുപോകാൻ മാത്രമേ ഞാൻ പറയുന്നുള്ളൂ." അവളുടെ ദേഷ്യം പുറത്തേക്ക് വ്യാപിച്ച് അയാളുടെ മുഖത്തെ എരിച്ചുകളയുകയാണെന്ന് തോന്നി. അയാൾ ചൂളി. "ഞാൻ നിങ്ങളോട് പറയുന്നു. അത് വൃത്തികേടാണ്. നിങ്ങൾക്ക് വേണ്ടത് അതാണ്. നിങ്ങൾ അതിനുവേണ്ടി കെഞ്ചുന്നു. അവളുടെ പൊങ്ങച്ചവും സ്വത്തും ആണോ അവളുടെ ആത്മീയത! ആത്മീയത പോലും! നിങ്ങൾ പറയുന്ന അവളുടെ സാമൂഹികമായ അഭിനിവേശം ഒടുവിൽ ചെന്നെത്തുന്നത് എവിടെയാണ്? സാമൂഹികമായ അഭിനിവേശം! എന്ത് അഭിനിവേശമാണ് അവൾക്ക് ഉള്ളത്? എനിക്ക് ഒന്ന് കാണിച്ചുതരുമോ! എവിടെയാണ് അത് ഇരിക്കുന്നത്? അവൾക്ക് വേണ്ടത് അധികാരമാണ്. അവൾക്ക് വേണ്ടത് അവൾ ഒരു മഹത്തായ വനിതയാണെന്നുള്ള മായാജാലമാണ്. അവളുടെ ആത്മാവിൽ അവൾ വിശ്വാസം ഇല്ലാത്ത ഒരു ചെകുത്താനാണ്. ബാക്കി എല്ലാം അഭിനയം ആണ്. പക്ഷേ, നിങ്ങൾ അത് ഇഷ്ടപ്പെടുന്നു. നിങ്ങൾ ആത്മീയതയുടെ നാട്യം ഇഷ്ടപ്പെടുന്നു. അത് നിങ്ങളുടെ ആഹാരമാണ്. പക്ഷേ, എന്തുകൊണ്ട്? കാരണം അതിന്റെ അടിയിലുള്ള അഴുക്ക് നിങ്ങൾക്ക് ഇഷ്ടമാണ്. നിങ്ങളുടെ ലൈംഗികജീവിതത്തിലെ കള്ളക്കളി എനിക്ക് അറിയില്ലെന്നാണോ നിങ്ങൾ വിചാരിക്കുന്നത്? അവളുടേതും എനിക്കറിയാം."

അവൾ മോതിരങ്ങൾ ഊരിയെടുക്കാൻ അറച്ചുനിന്നു. മോതിരങ്ങൾ ഇപ്പോഴും അവളുടെവിരലിൽ ഉണ്ടായിരുന്നു. വീണ്ടും അവൾ അറച്ചുനിന്നു.

"നല്ലകാര്യം" അയാൾ പറഞ്ഞു. "സഹിക്കാൻ പറ്റാത്തത് ഒരു വിഡ്ഢിയെ മാത്രമാണ്."

"നിങ്ങൾ പറഞ്ഞത് വളരെ ശരിയാണ്." അവൾ പറഞ്ഞു. എന്നിട്ടും അവൾ അറച്ചുനിന്നു. അവളുടെ മുഖത്ത് വൃത്തികെട്ട ഒരു ചിരി പ്രത്യക്ഷപ്പെട്ടു. അവൾ മോതിരങ്ങൾ വലിച്ചൂരി അയാളെ എറിഞ്ഞു. ഒരെണ്ണം അയാളുടെ മുഖത്തും രണ്ടെണ്ണം അയാളുടെ നെഞ്ചത്തും കൊണ്ടശേഷം വഴിയിലെ ചെളിയിൽ വീണു.

"നിങ്ങളുടെ മോതിരങ്ങൾ നിങ്ങൾക്ക് എടുക്കാം." അവൾ പറഞ്ഞു. "തനിയെ പോയി എവിടെയെങ്കിലും നിന്ന് വേറൊരു പെണ്ണിനെ വിലയ്ക്ക് മേടിക്ക്. നിങ്ങളുടെ ആത്മീയമായ ഭക്ഷണം പങ്കുവെയ്ക്കാൻ തയ്യാറുള്ള അല്ലെങ്കിൽ നിങ്ങളുടെ ശാരീരികമായ ഭക്ഷണം സ്വീകരിച്ച് നിങ്ങളുടെ ആത്മീയമായ ഭക്ഷണം ഹെർമിയോണിന് വിട്ടുകൊടുക്കാൻ തയ്യാറുള്ള ധാരാളം സ്ത്രീകളെ നിങ്ങൾക്ക് കിട്ടും."

“ഇത്രയും പറഞ്ഞിട്ട് അവൾ നടന്നുപോയി. അവൾ ദേഷ്യപ്പെട്ട് നടന്നുപോകുന്നത് അയാൾ അനങ്ങാതെ നോക്കിക്കൊണ്ട് നിന്നു. പോകുന്നപോക്കിൽ അവൾ കുറ്റിച്ചെടികളിൽ നിന്നും ചില്ലകൾ വലിച്ചൊടിക്കുന്നുണ്ടായിരുന്നു. അയാളുടെ മനസ്സിൽ ഒരു ഇരുട്ട് മൂടി.

അയാൾക്ക് ക്ഷീണവും തളർച്ചയും തോന്നി. എങ്കിലും അയാൾക്ക് ആശ്വാസവും തോന്നുന്നുണ്ടായിരുന്നു. അയാൾ വഴിവക്കിൽ ഇരിക്കാൻ ആഗ്രഹിച്ചു. ഉർസുല പറഞ്ഞത് ശരിയാണെന്നുള്ളതിൽ സംശയമില്ല. അവൾ പറഞ്ഞത് യഥാർത്ഥത്തിൽ സത്യം തന്നെ ആണ്. അയാളുടെ ആത്മീയത അയാളുടെ ധാർമ്മികാധഃപതനത്തിന്റെ അനുബന്ധമായുള്ള ഒരു പ്രക്രിയ ആയിരുന്നു. ഒരുതരം സ്വയം നശിക്കുന്നതിലുള്ള ആഹ്ലാദം. ഉർസുലയുടെ വൈകാരികവും ശാരീരികവും ആയ സൗഹൃദത്തിന്റെ രീതി ഹെർമയോണിന്റെ നിഗൂഢമായ ആത്മീയ സൗഹൃദം പോലെ തന്നെ അപകടകരം അല്ലേ? രണ്ട് ജീവികളുടെ ഇത്തരത്തിലുള്ള ഭയാനകമായ സംയോജനത്തിനാണ് കൂടുതൽ പുരുഷന്മാരും നിർബ്ബന്ധിക്കുന്നത്. ഓരോ സ്ത്രീയുടെ നിർബ്ബന്ധവും അതുതന്നെയാണ്. അത് ആത്മാവിന്റെ സംയോജനമാണെങ്കിലും ശാരീരികമായ വൈകാരിക സംയോജനമാണെങ്കിലും അത് ഭയാനകവും മനംപുരട്ടൽ ഉണ്ടാക്കുന്നതും ആയിരുന്നില്ലേ? എല്ലാ പുരുഷന്മാരും തീർച്ചയായും എത്തിച്ചേരേണ്ട ഒരു പരിപൂർണ്ണ തത്ത്വമായാണ് ഹെർമിയോൺ അവളെ സ്വയം വിലയിരുത്തിയിരുന്നത്. ഉർസുല എല്ലാ പുരുഷന്മാരും നിശ്ചയമായും വന്നുചേരേണ്ട ഒരു പരിപൂർണ്ണമായ ഗർഭപാത്രം ആയിരുന്നു! രണ്ടും ഭയാനകം ആയിരുന്നു. അവർക്ക് അവരുടെ സ്വന്തം പരിധികൾക്കുള്ളിലെ വ്യക്തികളായി പരിമിതപ്പെടുത്താൻ എന്തുകൊണ്ട് കഴിയുന്നില്ല? ഭയാനകമായ ഈ ധാരണകളും വെറുപ്പുണ്ടാക്കുന്ന ഈ സ്വേച്ഛാധിപത്യവും ഉണ്ടാക്കുന്നത് എന്തുകൊണ്ടാണ്? എന്തുകൊണ്ട് മറ്റു ജീവികളെ സ്വതന്ത്രരായി ഉപേക്ഷിക്കാൻ കഴിയുന്നില്ല? അവരെ ആഗിരണം ചെയ്യാനോ ലയിപ്പിക്കാനോ നിമജ്ജനം ചെയ്യാനോ ശ്രമിക്കുന്നത് എന്തിനാണ്?

വഴിയിലെ വിളറിയ ചെളിയിൽ മോതിരങ്ങൾ ചിതറിക്കിടക്കുന്നത് കണ്ടു നില്ക്കാൻ അയാൾക്ക് കഴിഞ്ഞില്ല. അയാൾ അവ പെറുക്കിയെടുത്ത് കൈ വെള്ളയിലിട്ട് തിരുമ്മി ഉണക്കി അവ സ്നേഹപൂർണ്ണമായ സൃഷ്ടിയുടെ സന്തോഷത്തിന്റെ സത്യാവസ്ഥകളായിരുന്നു. പക്ഷേ, അയാളുടെ കൈവെള്ളയെ അവ വൃത്തിഹീനമാക്കി.

അയാളുടെ മനസ്സിനെ ഇരുട്ട് മൂടിയിരുന്നു. അവിടെ ഒരു ഒഴിയാബാധപോലെ നിലനിന്നിരുന്ന അയാളുടെ ബോധത്തിന്റെ ഭയാനകമായ കുരുക്ക് പൊട്ടിത്തകർന്നിരിക്കുന്നു. അയാളുടെ ശരീരത്തെ മൂടിയ ഇരുട്ടിൽ അയാളുടെ ജീവിതം അലിഞ്ഞു പോയിരുന്നു. പക്ഷേ, അയാളുടെ ഹൃദയത്തിൽ ഇപ്പോൾ ഒരു ഉൽക്കണ്ഠ ഉണ്ട്. അവൾ തിരിച്ചുവരണമെന്ന് അയാൾ ആഗ്രഹിച്ചു.

അവൾ തിരിച്ചുവരുന്നുണ്ടായിരുന്നു. അവൾ ഉയർന്നു നില്ക്കുന്ന

വേലിക്കരികിലൂടെ അലസമായി നടന്നുവരുന്നത് അയാൾ കണ്ടു. അയാൾ അനങ്ങാതെ നിന്നു. അയാൾ ഒരിക്കൽക്കൂടി നോക്കിയില്ല. അയാൾ സ്വസ്ഥമായ ഉറക്കത്തിലായതുപോലെ ആയിരുന്നു.

അവൾ അയാളുടെ മുന്നിലെത്തി തലകുനിച്ചു നിന്നു.

"ഞാൻ നിങ്ങൾക്കുവേണ്ടി കണ്ടുപിടിച്ച ഈ പൂവ് നിങ്ങൾ കണ്ടോ?" ഒരു കടും ചുവപ്പ് നിറമുള്ള പൂവ് പ്രതീക്ഷയോടെ അയാളുടെ മുഖത്തേക്ക് ഉയർത്തിപ്പിടിച്ചുകൊണ്ട് അവൾ ചോദിച്ചു.

"ഭംഗിയുണ്ട്!" പൂവ് മേടിച്ചുകൊണ്ട് അയാൾ ഒരു പുഞ്ചിരിയോടെ അവളോടു പറഞ്ഞു. എല്ലാം വീണ്ടും സുഗമമായിരിക്കുന്നു. സങ്കീർണ്ണത നഷ്ടപ്പെട്ടിരിക്കുന്നു. പക്ഷേ, അയാൾ വികാരങ്ങളുടെ വിരസതയും ക്ഷീണവും അനുഭവിച്ചു. ഈ കാര്യം ഒഴിച്ചു നിർത്തിയാൽ അയാൾ കരയാനാണ് അതിയായി ആഗ്രഹിച്ചത്.

പിന്നീട് അവളെക്കുറിച്ചുള്ള മൃദുലവികാരങ്ങളുടെ ചൂട് അയാളുടെ ഹൃദയത്തിൽ നിറഞ്ഞു. അയാൾ അവളുടെ മുഖത്തേക്ക് നോക്കിനിന്നു. അത് ഒരു പുതിയ മുഖമായിരുന്നു. ഭയവും അത്ഭുതവും തിളങ്ങുന്ന അവളുടെ മുഖം അങ്ങേയറ്റം മൃദുലമായിരുന്നു. അയാളുടെ കൈകൾ അവളെ ചുറ്റിവരിഞ്ഞു. അവൾ അയാളുടെ തോളിൽ അവളുടെ മുഖം ഒളിപ്പിച്ചു. തുറസ്സായ വഴിയിൽ നിശ്ശബ്ദനായി അവളെ മുറുകെ പുണർന്നു നില്ക്കുമ്പോൾ അയാൾ അറിഞ്ഞത് ശുദ്ധമായ സമാധാനമായിരുന്നു. പഴയ പിരിമുറുക്കത്തിന്റെ വെറുക്കപ്പെടുന്ന ലോകം അവസാനിച്ചിരിക്കുന്നു.

അവൾ അയാളെ തല ഉയർത്തി നോക്കി. അവളുടെ കണ്ണുകളിലെ അത്ഭുകരമായ മഞ്ഞ വെളിച്ചം ഇപ്പോൾ മൃദുലമായിരുന്നു. അവയിൽ സമ്മതം ഉണ്ടായിരുന്നു. അയാൾ അവളെ പല പ്രാവശ്യം മൃദുലമായി ചുംബിച്ചു. അവളുടെ കണ്ണുകളിലേക്ക് ഒരു ചിരികടന്നുവന്നു.

"ഞാൻ നിങ്ങളെ അപമാനിച്ചോ?" അവൾ ചോദിച്ചു.

അങ്ങേയറ്റം മൃദുലവും കീഴടങ്ങാൻ സന്നദ്ധവും ആയ അവളുടെ കൈ കടന്നെടുത്തുകൊണ്ട് അയാളും പുഞ്ചിരിച്ചു.

"സാരമില്ല." അവൾ പറഞ്ഞു. "അതെല്ലാം നല്ലതിനുവേണ്ടിയാണ്." അയാൾ വീണ്ടും അവളെ പലതവണ ചുംബിച്ചു.

"ഞാൻ പറഞ്ഞത് ശരിയല്ലേ?" അവൾ ചോദിച്ചു.

"നിശ്ചയമായും" അയാൾ പറഞ്ഞു.

വന്യമായ ഒരു നിഗൂഢതയോടെ അവൾ പൊട്ടിച്ചിരിച്ചുകൊണ്ട് അയാളെ വരിഞ്ഞുചുറ്റി.

"നിങ്ങൾ എന്റേതാണ്. അല്ലേ?" അയാളെ ഗാഢമായി ആശ്ലേഷിച്ചുകൊണ്ട് അവൾ ഉറക്കെ ചോദിച്ചു.

"അതെ." അയാൾ മൃദുവായി പറഞ്ഞു.

അയാളുടെ ശബ്ദത്തിൽ ആത്മവിശ്വാസം ഉണ്ടായിരുന്നു. അവൾക്ക് എതിർപ്പില്ലായിരുന്നു. അതെ, അവളുടെ എതിർപ്പില്ലാതെയാണ് അത്

പൂർത്തിയായത്. അയാൾ അവളെ നിശ്ശബ്ദമായ ഒരു സന്തോഷത്തോടെ തുടർച്ചയായി ചുംബിച്ചുകൊണ്ടിരുന്നു. അത് അവളുടെ ഹൃദയമിടിപ്പ് മിക്കവാറും നിന്നുപോകാൻ കാരണമായി.

അവൾ അയാളുടെ തോളിൽ മുഖം ഒളിപ്പിച്ചു. അയാളുടെ മുന്നിൽ ഒളിച്ച അവളെ അയാൾക്ക് പൂർണ്ണമായും കാണാൻ കഴിഞ്ഞില്ല. അയാൾ അവളെ സ്നേഹിക്കുന്നുണ്ടെന്ന് അവൾക്ക് അറിയാം. അവൾക്ക് ഭയം തോന്നിയിരുന്നു. അവൾ അപരിചിതമായ ഒരു പ്രകൃതിയിലായിരുന്നു. അവൾക്ക് ചുറ്റും ഒരു പുതിയ സ്വർഗ്ഗമുണ്ടായിരുന്നു. അയാൾ തീവ്രവികാരാധീനൻ ആയിരുന്നെങ്കിൽ എന്ന് അവൾ ആഗ്രഹിച്ചു. കാരണം ശക്തിമത്തായ വികാരം അവൾക്ക് സാന്ത്വനമായിരുന്നു. പക്ഷേ, ശൂന്യത ബലപ്രയോഗത്തെക്കാൾ പേടിയുള്ളതാകുന്നതുപോലെ ഇത് അങ്ങേയറ്റം നിശ്ചലവും ദുർബ്ബലവും ആയിരുന്നു.

അവൾ ഒരിക്കൽക്കൂടി പെട്ടെന്ന് തല ഉയർത്തി.

“നിങ്ങൾ എന്നെ സ്നേഹിക്കുന്നുണ്ടോ?” അവൾ ആവേശത്തോടെ പെട്ടെന്നു ചോദിച്ചു.

“ഉണ്ട്.”അവളുടെ ആവേശം കണക്കിലെടുക്കാതെ അവളുടെ നിശ്ചലത മാത്രം പരിഗണിച്ചുകൊണ്ട് അയാൾ മറുപടി പറഞ്ഞു.

അത് സത്യമാണെന്ന് അവൾക്ക് അറിയാം. അവൾ അകന്നുമാറി.

വഴിയിലേക്ക് കറങ്ങി നോക്കിക്കൊണ്ട് അവൾ ചോദിച്ചു. “നിങ്ങൾ ആ മോതിരങ്ങൾ കണ്ടോ?”

“കണ്ടു.”

“അവ എവിടെയാണ്?”

“എന്റെ പോക്കറ്റിൽ.”

അവൾ പോക്കറ്റിൽ കൈയിട്ട് അവ പുറത്തെടുത്തു.

അവൾ അസ്വസ്ഥയായിരുന്നു.

“നമുക്ക് പോകാം?” അവൾ പറഞ്ഞു.

“പോകാം.” അയാൾ മറുപടിപറഞ്ഞു. ഓർക്കപ്പെടേണ്ട യുദ്ധഭൂമിയെ പിൻതള്ളിക്കൊണ്ട് അവർ ഒരിക്കൽക്കൂടി കാറിൽക്കയറി.

അയാളുടെ മനസ്സ് ശാന്തമായിരുന്നു. ഒരു പുതിയ ജലധാരയിൽ നിന്ന് ഒഴുകുന്ന വെള്ളംപോലെ ജീവിതം അയാളിലൂടെ ഒഴുകി. അയാൾ ഗർഭപാത്രത്തിലെ സമ്മർദ്ദത്തിൽ നിന്നും പുറത്തേക്ക് ജനിച്ചുവന്നതുപോലെ ആയിരുന്നു.

“നിങ്ങൾ സന്തുഷ്ടനാണോ?” അവൾ അസാധാരണമായ ആഹ്ലാദത്തോടെ ചോദിച്ചു.

“അതെ.” അയാൾ പറഞ്ഞു.

“ഞാനും” കാർ ഓടിച്ചുകൊണ്ടിരുന്ന അയാളെ കെട്ടിപ്പിടിച്ച് അവളിലേക്ക് വലിച്ചടുപ്പിച്ചുകൊണ്ട് ഒരു നിർവൃതിയോടെ അവൾ വിളിച്ചുകൂവി.

“കൂടുതൽ ദൂരം കാർ ഓടിക്കേണ്ട.” അവൾ പറഞ്ഞു. “നിങ്ങൾ

എപ്പോഴും എന്തെങ്കിലും ചെയ്തുകൊണ്ടിരിക്കണമെന്ന് ഞാൻ ആഗ്രഹിക്കുന്നില്ല."

"ഇല്ല." അയാൾ പറഞ്ഞു. "നമുക്ക് യാത്ര അവസാനിപ്പിക്കാം."

അയാൾ ഇതു പറയാൻ വേണ്ടി അവളുടെ നേർക്ക് തിരിഞ്ഞപ്പോൾ അയാളെ ചുംബിച്ചുകൊണ്ട് ആഹ്ലാദത്തോടെ അവൾ വിളിച്ചുപറഞ്ഞു. "അതെ. നമുക്ക് യാത്ര അവസാനിപ്പിക്കാം."

"അയാൾ ഒരു അസാധാരണമായ പുതിയ ഉത്സാഹത്തോടെ വണ്ടി ഓടിച്ചു. അയാളുടെ മനസ്സിന്റെ പിരിമുറുക്കം തകർന്നു. ഒരു അപരിചിതമായ പുതിയ ലോകത്തിലേക്ക് മുട്ടപൊട്ടി പുറത്തുവന്ന ഒരു കിളിക്കുഞ്ഞിനെ പോലെ അയാൾ ലോകത്തെ അറിയുകയാണെന്ന് തോന്നി.

അവർ സന്ധ്യയുടെ നിഴൽ വീണ കുന്നിൻചരിവിലൂടെ താഴോട്ട് ഇറങ്ങി. പെട്ടെന്ന് അവളുടെ വലതുവശത്തായി താഴെ സൗത്ത് വെൽ ദേവാലയത്തിന്റെ രൂപം ഉർസുല തിരിച്ചറിഞ്ഞു.

"നമ്മൾ ഇവിടെ എത്തിയിരിക്കുന്നു!" അവൾ ആഹ്ലാദത്തോടെ ഉറക്കെ പറഞ്ഞു.

വരാൻ പോകുന്ന രാത്രിയുടെ മ്ലാനതയോടെ ഇരുണ്ടുപോയ ദേവാലയം ഉയർന്നുനിന്നു.

അവൾ പറഞ്ഞു: "അച്ഛനും അമ്മയും പരസ്പരം ആദ്യം പരിചയപ്പെടുമ്പോൾ അവർ ഇവിടെ വന്നിട്ടുണ്ട്. അച്ഛന് ഈ ദേവാലയം ഇഷ്ടമാണ്. നിങ്ങൾക്കോ?"

"എനിക്കും ഇഷ്ടമാണ്."

"അവർ കുന്നിറങ്ങി വരുമ്പോൾ പള്ളിയിലെ ഘടികാരം ആറുതവണ മുഴങ്ങി. നിഴൽ മൂടിയ നഗരത്തിന്റെ കാണാൻ കഴിയാത്ത ആകാശത്തുനിന്നും ആ മണിമുഴക്കം തുള്ളിതുള്ളിയായി ഇറ്റുവീഴുകയാണെന്ന് ഉർസുലയ്ക്ക് തോന്നി. അത് മങ്ങിപ്പോയ പഴയ നൂറ്റാണ്ടുകളിൽനിന്ന് വരുന്ന മുഴക്കം പോലെ ആയിരുന്നു. അത് അത്രമാത്രം ദൂരത്ത് ആയിരുന്നു. കുതിരാലയവും പെട്രോളും മണക്കുന്ന പഴയ സത്രത്തിന്റെ മുറ്റത്ത് അവൾ കാറിൽ നിന്നും ഇറങ്ങി. മുകളിൽ ആദ്യനക്ഷത്രങ്ങളെ അവൾക്ക് കാണാൻ കഴിഞ്ഞിരുന്നു. ഇതെല്ലാം എന്തായിരുന്നു? ഇത് യഥാർത്ഥത്തിലുള്ള ലോകം അല്ല. ഇത് ആരുടെയോ ബാല്യത്തിലെ സ്വപ്നലോകം ആണോ? ലോകത്തിന്റെ യഥാർത്ഥ അവസ്ഥ മാറി. അവൾ പോലും അസാധാരണമായ ഒരു അതീന്ദ്രിയ സത്യാവസ്ഥ ആയിരുന്നു.

അവർ നെരിപ്പോടിനടുത്തുള്ള ഒരു ചെറിയ സല്കാരമുറിയിൽ ഇരുന്നു.

"ഇതെല്ലാം സത്യമാണോ?" അവൾ അത്ഭുതത്തോടെ ചോദിച്ചു.

"ഏത്?"

"എല്ലാം എല്ലാം സത്യമാണോ?"

"എറ്റവും നല്ലത് സത്യമാണ്." അയാൾ അവളെ നോക്കി ഒരു ഗോഷ്ടി കാണിച്ചു.

"അങ്ങനെയാണോ?" അവൾ പൊട്ടിച്ചിരിച്ചു. പക്ഷേ, അവൾക്ക് അത് വിശ്വസിക്കാൻ കഴിഞ്ഞില്ല.

അവൾ അയാളെ നോക്കി. അയാൾ ഇപ്പോഴും അങ്ങേയറ്റം വ്യത്യസ്തനാണെന്ന് തോന്നി. അവളുടെ ആത്മാവിനുള്ളിൽ പുതിയ കണ്ണുകൾ തുറന്നിട്ടുണ്ടായിരുന്നു. മറ്റൊരു ലോകത്തുനിന്നും ഉള്ള ഒരു അസാധാരണജീവിയെ അവൾ അയാളിൽ കണ്ടു. അവൾ മന്ത്രശക്തി കൊണ്ട് വശീകരിക്കപ്പെട്ടതുപോലെ ആയിരുന്നു. എല്ലാ കാര്യങ്ങൾക്കും രൂപമാറ്റം സംഭവിച്ചിരിക്കുന്നു.

ആദ്യരശ്മികൾ തട്ടി തിളങ്ങുന്ന പൂവുപോലെ മുകളിലേക്ക് നോക്കുന്ന അവളുടെ മുഖത്തേക്ക് നെരിപ്പോടിനടുത്ത് കിടന്ന ചവിട്ടുമെത്തയിൽ നിന്നുകൊണ്ട് അയാൾ നോക്കി. അവരിലെ നിശ്ശബ്ദമായ ആഹ്ലാദം വിവരിക്കാൻ ലോകത്ത് വാക്കുകൾ ഇല്ലാത്തതുപോലെ അയാൾ പുഞ്ചിരിക്കുന്നുണ്ടായിരുന്നു. പക്ഷേ, അതിനു വിപരീതമായി അയാളുടെ കണ്ണുകൾ ചെറുതായി ചുരുങ്ങിയിരുന്നു

അവൾ മന്ത്രശക്തികൊണ്ടെന്നപോലെ അയാളിലേക്ക് ആകർഷിക്കപ്പെട്ടിരുന്നു. നെരിപ്പോടിന്റെ ചവിട്ടുമെത്തയിൽ മുട്ടുകുത്തിനിന്ന് അവൾ അയാളുടെ അരക്കെട്ടിൽ ചുറ്റിപ്പിടിച്ചു. അയാളുടെ തുടയിൽ അവൾ മുഖം ചേർത്തു. അപ്പോൾ അത്ഭുതങ്ങൾക്ക് അപ്പുറമുള്ളതും ജീവിതത്തേക്കാൾപോലും അത്ഭുതകരവും ആയ എന്തോ ചിലത് അവൾ കണ്ടെത്തി. അത് അയാളുടെ ജീവിതത്തിന്റെ അസാധാരണമായ നിഗൂഢത ആയിരുന്നു. അത് അവളുടെ അസ്തിത്വത്തിന്റെ വിചിത്രമായ സത്യമായിരുന്നു.

അവൾക്ക് പ്രണയിതാക്കൾ ഉണ്ടായിരുന്നു. അവൾ വികാരം എന്താണെന്ന് അറിഞ്ഞിരുന്നു. പക്ഷേ, ഇത് പ്രണയമോ വികാരമോ അല്ല. അവൾ ഒരു മനോഹരമായ പുഷ്പംപോലെ അയാളുടെ കാൽമുട്ടിനു മുന്നിൽ വിരിഞ്ഞുനിന്നു. സ്ത്രീവർഗ്ഗത്തിനുമപ്പുറം അവൾ ഒരു സ്വർഗ്ഗീയപുഷ്പം ആയിരുന്നു. പ്രകാശം വമിക്കുന്ന ഒരുപൂവ്. എന്നിട്ടും അയാളിൽ അയവില്ലാത്തതും സ്വതന്ത്രമല്ലാത്തതും ആയ എന്തോ ചിലത് ഉണ്ടായിരുന്നു. മൊത്തത്തിൽ ഈ തിളക്കവും വിനയവും അയാൾക്ക് ഇഷ്ടപ്പെട്ടില്ല.

അവൾ എല്ലാം നേടിക്കഴിഞ്ഞിരുന്നു. അവൾ ആദിയിലെ ദൈവത്തിന്റെ ആൺമക്കളിൽ ഒരാളെയും അയാൾ ആദ്യത്തെ മനുഷ്യരുടെ തിളക്കമുള്ള പെൺമക്കളിൽ ഒരാളെയും കണ്ടെത്തിക്കഴിഞ്ഞിരിക്കുന്നു.

അവൾ അവളുടെ കൈകൾ കൊണ്ട് അയാളുടെ അരക്കെട്ടിന്റെയും തുടകളുടെയും വടിവുകളിലൂടെ സഞ്ചരിച്ചു. അയാളിൽ നിന്നും സജീവമായ ഒരു തീജ്വാല അവളിലൂടെ പാഞ്ഞുപോയി. അത് അയാളിൽനിന്നും മോചിപ്പിച്ച് അവൾ അവളിലേക്ക് തന്നെ വലിച്ചെടുത്ത വൈദ്യുതവികാരത്തിന്റെ ഒരു ഇരുണ്ട വേലിയേറ്റം ആയിരുന്നു. അവൾ വൈദ്യുതിയുടെ ഒരു പുതിയ പ്രവാഹപാത സ്ഥാപിച്ചിരിക്കുന്നു. ശരീര

ത്തിന്റെ ഏറ്റവും ഇരുണ്ടധ്രുവങ്ങളിൽ നിന്നും സ്വതന്ത്രമാക്കപ്പെട്ട് അവർക്കിടയിൽ വികാരജന്യമായ ഒരു പുതിയ വൈദ്യുതി ഊർജ്ജപ്രവാഹം അവൾ നിലനിർത്തിയിരിക്കുന്നു. അത് അയാളിൽനിന്നും അവളിലേക്ക് പാഞ്ഞുകയറി അവരിൽ സമാധാനവും സംതൃപ്തിയും നിറച്ച വൈദ്യുതിയുടെ ഒരു ഇരുണ്ട ജ്വാലയായിരുന്നു.

വികാരവിവശയായി അയാളിലേക്ക് മുഖം അടുപ്പിച്ച് കൊണ്ട് അവൾ വിളിച്ചുപറഞ്ഞു. "എന്റെ പൊന്നേ!"

മുഖം കുനിച്ച് അവളെ ചുംബിച്ചുകൊണ്ട് അയാൾ മറുപടി പറഞ്ഞു. "എന്റെ പൊന്നേ!"

അയാളുടെ അരക്കെട്ടിന്റെ കൊഴുത്ത ശരീരഭാഗങ്ങളിൽ അവൾ കൈചുറ്റി. താഴെ ഇരുന്നിരുന്ന അവളും കുനിഞ്ഞുനിന്നിരുന്ന അയാളും മോഹാലസ്യപ്പെടുകയാണെന്ന് തോന്നി. അവർക്ക് രണ്ടുപേർക്കും അത് പരിപൂർണ്ണമായ ഒരു ബോധക്ഷയം ആയിരുന്നു. അതേസമയം അവർക്ക് അത് അസ്ഥിത്വത്തിലേക്കുള്ള ഏറ്റവും അസഹനീയമായ സ്ഥാനാരോഹണവും ആയിരുന്നു. അത് മനുഷ്യ ശരീരത്തിന്റെ ഏറ്റവും ഇരുണ്ടതും ആഴമുള്ളതും അപരിചതവുമായ ജീവിത നീരുറവ നിറഞ്ഞു കവിഞ്ഞൊഴുകുന്നതിന്റെ പരിപൂർണ്ണവും മനോഹരവുമായ സംതൃപ്തി ആയിരുന്നു. അവളുടെ നട്ടെല്ലിലൂടെ കാൽമുട്ടുകളിലേക്കും പാദങ്ങളിലേക്കും ഒഴുകിയിറങ്ങിയ ചലനാത്മകമായ ഇരുണ്ട സൗന്ദര്യത്തിന്റെ നീരൊഴുക്കിൽ എല്ലാം ഒഴുകിപ്പോയി. ഒടുവിൽ ഒരുപുതിയ അസ്തിത്വവുമായി അവൾ മാത്രം അവശേഷിച്ചു. നിശ്ശബ്ദതയുടെ ഈ ഒഴുക്കിനുശേഷം പൂർണ്ണമായ അർത്ഥത്തിൽ അവൾ സ്വതന്ത്രയായിരുന്നു. അവൾ അതുകൊണ്ട് അയാളെ നോക്കി പുഞ്ചിരിച്ചുകൊണ്ട് നിശ്ശബ്ദയായി എഴുന്നേറ്റു.

അപ്പോൾ അവർ സന്തുഷ്ടരായിരുന്നു. അവർക്ക് പരിപൂർണ്ണമായ മറവി സാദ്ധ്യമായിരുന്നു. അവർ ചിരിച്ചുകൊണ്ട് ഭക്ഷണം കഴിക്കാൻ പോയി.

"എന്ത് നല്ല വിഭവങ്ങൾ!" അവൾ ആഹ്ലാദത്തോടെ വിളിച്ച് പറഞ്ഞു. "അവ കാഴ്ചയിൽത്തന്നെ എത്രമാത്രം കുലീനമാണ്; ഞാൻ ചായ പകരട്ടെ?"

ചായ പകരുന്നതുപോലെയുള്ള പൊതുവായ ചുമതലകൾ നിർവ്വഹിക്കാൻ അവൾ സാധാരണ അറച്ചു നില്ക്കുന്ന പതിവ് ഉണ്ടായിരുന്നു. പക്ഷേ, ഇന്ന് അവൾ ആ കാര്യം മറന്നുപോയി. അയാൾക്ക് ചായ കൊടുക്കുമ്പോൾ അവളുടെ കണ്ണുകളിൽ സ്നേഹത്തിന്റെ പുഞ്ചിരി ഉണ്ടായിരുന്നു. ഒടുവിൽ നിയന്ത്രണത്തോടെ പെരുമാറൽ അവൾ മനസ്സിലാക്കിക്കഴിഞ്ഞിരിക്കുന്നു.

"എല്ലാം നമ്മുടെ തീരുമാനമാണ്." അവൾ അയാളോട് പറഞ്ഞു.

"അതെ എല്ലാം." അയാൾ മറുപടി പറഞ്ഞു.

അവൾ വിജയത്തിന്റെ ഒരു വിചിത്രശബ്ദം ഉണ്ടാക്കി.

"എനിക്ക് അങ്ങേയറ്റത്തെ സന്തോഷം ഉണ്ട്!" പറഞ്ഞറിയിക്കാൻ

കഴിയാത്ത ആശ്വാസത്തോടെ അവൾ വിളിച്ചുപറഞ്ഞു.

"എനിക്കും" അയാൾ പറഞ്ഞു. "പക്ഷേ, നമ്മൾ എത്രയും പെട്ടെന്ന് നമ്മുടെ ചുമതലകൾ വിട്ടൊഴിയുന്നതിനെ പറ്റിയാണ് ഞാൻ ആലോചിച്ചുകൊണ്ടിരിക്കുന്നത്."

"എന്ത് ചുമതലകൾ?" അവർ അത്ഭുതത്തോടെ ചോദിച്ചു.

"നമുക്ക് നമ്മുടെ ജോലി ഉപേക്ഷിക്കണം." അവളുടെ മുഖത്ത് ഒരു പുതിയ ധാരണ പ്രത്യക്ഷപ്പെട്ടു.

"നിശ്ചയമായും" അവൾ പറഞ്ഞു. "അതുവേണം."

"നിശ്ചയമായും നമുക്ക് പുറത്തുകടക്കണം." അയാൾ പറഞ്ഞു.

അവൾ മേശയുടെ മറുവശത്തിരുന്ന് സംശയത്തോടെ അയാളെ നോക്കി.

"പക്ഷേ, എവിടെ?" അവൾ ചോദിച്ചു.

"എനിക്ക് അറിയില്ല." അയാൾ പറഞ്ഞു. "നമുക്ക് കുറച്ചുകാലം അലഞ്ഞു തിരിയാം."

അവൾ വീണ്ടും സംശയത്തോടെ അയാളെ നോക്കി.

"എനിക്ക് മില്ലിൽ ജീവിക്കാൻ പൂർണ്ണമായും സന്തോഷമാണ്." അവൾ പറഞ്ഞു.

"അത് പഴയ സ്ഥലത്തിന് തൊട്ടടുത്താണ്." അയാൾ പറഞ്ഞു. "നമുക്ക് കുറച്ചു സമയം അലഞ്ഞു തിരിയാം."

അയാളുടെ ശബ്ദത്തിൽ വരുന്നതുവരട്ടെ എന്ന ഭാവം ഉണ്ടായിരുന്നു. അത് ഒരുഹർഷോന്മാദംപോലെ അവളുടെ സിരകളിലൂടെ കടന്നുപോയി. എങ്കിലും ഒരു മലയടിവാരവും വന്യമായ പൂന്തോപ്പുകളും ശാന്തതയും അവൾ സ്വപ്നം കണ്ടു. അവൾക്ക് കുലീനമായ അതിരു കവിഞ്ഞ ആഡംബരങ്ങളോട് താല്പര്യം ഉണ്ടായിരുന്നു. അലഞ്ഞുതിരിയുന്നത് അതൃപ്തിയുടെയും അശാന്തിയുടെയും ലക്ഷണമാണെന്ന് അവൾക്ക് തോന്നി.

"അലഞ്ഞുതിരിഞ്ഞാൽ നിങ്ങൾ എവിടെ എത്തിച്ചേരും?" അവൾ ചോദിച്ചു.

"എനിക്കറിയില്ല. നമ്മൾ കണ്ടുമുട്ടിയതിനു ശേഷം നമുക്കു പുറപ്പെടാൻ കഴിയുമെന്നുള്ള തോന്നൽ എനിക്കുണ്ടായിരുന്നു. ദൂരെ പോകാൻ തോന്നിയിരുന്നു."

"പക്ഷേ, നമുക്ക് എവിടെ പോകാൻ പറ്റും?" അവൾ പറഞ്ഞു. "എന്തായാലും ഇവിടെ ഈ ലോകം മാത്രമാണുള്ളത്. ഇവിടെ ഒരു സ്ഥലവും ദൂരത്തല്ല."

"എങ്കിലും നിന്നോടൊപ്പം ഒരിടത്തുമില്ലാത്ത ഒരിടത്തേക്കു പോകാൻ ഞാൻ ഇഷ്ടപ്പെടുന്നു. ഒരിടത്തുമില്ലാത്ത ഒരിടത്തേക്ക് ഞാൻ വെറുതെ അലഞ്ഞുതിരിയും. അതാണ് പോകേണ്ട സ്ഥലം. ഒരിടത്തുമില്ലാത്ത ഒരിടം. ഈ ലോകത്തിലെ ഒരിടത്തുനിന്നും ഒരുവൻ അവന്റെ മാത്രമായ ഒരിടത്തുമില്ലാത്ത ഒരിടത്തേക്ക് അലഞ്ഞുതിരിയാൻ ആഗ്രഹിക്കുന്നു."

അവൾ വീണ്ടും ആലോചനയിൽ മുഴുകി.

"എന്റെ ബിർക്കിൻ" അവൾ പറഞ്ഞു. "നമ്മൾ മനുഷ്യരാകുമ്പോൾ മറ്റൊരു ലോകം ഇല്ലാത്തതുകൊണ്ട് നമുക്ക് കിട്ടിയ ലോകത്തെ സ്വീകരിക്കേണ്ടിവരുമെന്ന് ഞാൻ ഭയക്കുന്നു."

"ഉണ്ട്." അയാൾ പറഞ്ഞു. "നമുക്ക് സ്വതന്ത്രരാകാൻ കഴിയുന്ന സ്ഥലമുണ്ട്. ഒരുവന് ധാരാളം വസ്ത്രങ്ങൾ ധരിക്കേണ്ടിവരാത്ത ഏതോ സ്ഥലമുണ്ട്. വസ്ത്രങ്ങൾ തന്നെ വേണ്ടിവരാത്ത ഒരിടം. അവിടെ ധാരാളം കാര്യങ്ങൾ കണ്ടുകഴിഞ്ഞവരും കാര്യങ്ങൾ വരുന്നതുപോലെ കാണുന്നവരുമായ മനുഷ്യർ മാത്രം ഉള്ള ഏതോ ഒരു സ്ഥലം. അവിടെ നിങ്ങൾക്ക് നിങ്ങളായിരിക്കാം. എവിടെയോ അങ്ങനെ ഒരു സ്ഥലം ഉണ്ട്. ഒന്നോ രണ്ടോ മനുഷ്യർ മാത്രമുള്ള ഒരു സ്ഥലം."

"പക്ഷേ, എവിടെയാണ്?" അവൾ നെടുവീർപ്പിട്ടു.

"എവിടെയാണെന്ന് അറിയില്ല. എവിടെയുമാവാം. നമുക്ക് അലഞ്ഞുതിരിയാം. ചെയ്യേണ്ട കാര്യം അതാണ്. നമുക്ക് അലഞ്ഞുതിരിയാം."

"ശരി." യാത്രചെയ്യുന്നതിന്റെ സന്തോഷം ആലോചിച്ചുകൊണ്ട് അവൾ പറഞ്ഞു. പക്ഷേ, അവൾക്ക് അത് വെറും യാത്ര മാത്രമായിരുന്നു.

"സ്വതന്ത്രരായിരിക്കണം" അയാൾ പറഞ്ഞു. "സ്വതന്ത്രമായ ഒരു സ്ഥലത്ത് ഏതാനും മനുഷ്യരോടൊത്ത് സ്വതന്ത്രരായിരിക്കണം."

"ശരി." അവൾ വിഷാദത്തോടെ പറഞ്ഞു. അയാൾ പറഞ്ഞ "ഏതാനും മനുഷ്യർ" അവളെ തളർത്തിയിരുന്നു.

അയാൾ പറഞ്ഞു. "അത് നമ്മൾ തമ്മിലും മറ്റുള്ളവരുമായുള്ള ഒരു പരിപൂർണ്ണതയിലെത്തിയ ബന്ധമാണ്. പരിപൂർണ്ണ ബന്ധം അതുകൊണ്ട് നമ്മൾ ഒന്നിച്ച് സ്വതന്ത്രരായിരിക്കും."

"അത് ഇങ്ങനെയല്ലേ?" അവൾ ചോദിച്ചു. "അത് നിങ്ങളും ഞാനും അല്ലേ? അത് നിങ്ങളും ഞാനും ആണ്. ശരിയല്ലേ" അവൾ അയാൾക്കുവേണ്ടി കൈകൾ വിടർത്തി. അയാൾ അവളുടെ കൈകളുടെ ഉള്ളിലേക്ക് കടന്നുചെന്നു അവളുടെ മുഖത്ത് ചുംബിക്കുവാൻ വേണ്ടി കുനിഞ്ഞു. അവളുടെ കൈകൾ വീണ്ടും അയാളെ വരിഞ്ഞു ചുറ്റി. അവളുടെ കൈകൾ അയാളുടെ തോളിൽനിന്നും സാവധാനം അസാധാരണമായ ഒരു താളത്തിൽ അയാളുടെ പിൻഭാഗത്തുകൂടി താഴോട്ടു ചലിച്ച് ഒടുവിൽ അയാളുടെ അരക്കെട്ടിന്റെ വശങ്ങളിൽ രഹസ്യമായി അമർന്നു.

അയാൾ വീണ്ടും അവളെ മൃദുവായി ചുംബിച്ചു.

"നമ്മൾ വീണ്ടും ഒരിക്കൽക്കൂടി പരിയുകയില്ല." അയാൾ നിശ്ശബ്ദമായി പിറുപിറുത്തു. അവൾ അയാളിലെ ഇരുട്ടിന്റെ ഉറവിടത്തിൽ അവളുടെ കൈകൾ കുറേക്കൂടി ശക്തമായി അമർത്തുകയല്ലാതെ ഒന്നും സംസാരിച്ചില്ല.

അവർ അവരുടെ പരിശുദ്ധമായ ബോധക്ഷയത്തിൽനിന്ന് വീണ്ടും ഉണർന്നപ്പോൾ അവരുടെ ജോലിയിൽ നിന്നുള്ള രാജിക്കത്തുകൾ

അപ്പോൾ അവിടെവെച്ചുതന്നെ എഴുതാൻ തീരുമാനിച്ചു. ഇത് അവളുടെ ആഗ്രഹമായിരുന്നു.

അയാൾ ഹോട്ടലിന്റെ മേൽവിലാസം ഇല്ലാത്ത ഒരു കടലാസ് ആവശ്യപ്പെട്ടു. ഹോട്ടൽ ജോലിക്കാരൻ മേശ വൃത്തിയാക്കി.

അയാൾ പറഞ്ഞു. "ആദ്യം നിങ്ങൾ നിങ്ങളുടെ വീട്ടിലെ മേൽവിലാസം എഴുതിയാൽ മതി. തീയതി എഴുതണം. അതിനുശേഷം വിദ്യാഭ്യാസ ഡയറക്ടർ, ടൗൺഹാൾ, സർ ഒരാൾക്ക് ഒരു മാസത്തിനുള്ളിൽ രാജി കൊടുത്തതിനു ശേഷം പുറത്തുവരാമെന്നാണ് ഞാൻ വിചാരിക്കുന്നത്. സർ വില്ലിഗ്രീൻ ഗ്രാമർ സ്കൂളിലെ ക്ലാസ്ടീച്ചറുടെ തസ്തിക രാജി വെയ്ക്കാൻ ഞാൻ നിർബ്ബന്ധിതയായിരിക്കുന്നു. മുൻകൂട്ടി അറിയിക്കേണ്ട ഒരു മാസത്തിനുവേണ്ടി കാത്തിരിക്കാതെ കഴിയുന്നതും വേഗം എന്നെ ജോലിയിൽനിന്ന് സ്വതന്ത്രയാക്കിയാൽ ഞാൻ അങ്ങേയറ്റം നന്ദിയുള്ളവൾ ആയിരിക്കും." അതുമതി.

"എഴുതിക്കഴിഞ്ഞോ? ഞാൻ ഒന്ന് നോക്കട്ടെ. ഉർസുല ബ്രാങ്വൻ" കൊള്ളാം! അടുത്തത് ഞാൻ എഴുതാം. ഞാൻ അവർക്ക് മൂന്നുമാസം കൊടുക്കേണ്ടിവരും. പക്ഷേ, എനിക്ക് ആരോഗ്യത്തിന്റെ കാര്യം പറഞ്ഞ് വാദിക്കാം. എനിക്ക് അത് ശരിയാക്കിയെടുക്കാൻ പറ്റും."

അയാൾ അയാളുടെ രാജിക്കത്തും എഴുതി കവറുകൾ ഒട്ടിച്ച് മേൽവിലാസം എഴുതിക്കഴിഞ്ഞപ്പോൾ അയാൾ പറഞ്ഞു. "നമുക്ക് രണ്ടുംകൂടി ഇവിടെ നിന്ന് ഒന്നിച്ചു തപാലിൽ അയയ്ക്കണോ? എനിക്കറിയാം. ജാക്കി പറയും. "ഇതാ ഒരുപോലെ രണ്ട് കത്ത്." നമുക്ക് അയാളെക്കൊണ്ട് അങ്ങനെ പറയിക്കണോ? അതോ പറയിക്കാതിരിക്കണോ?"

"രണ്ടായാലും എനിക്ക് പ്രശ്നമില്ല." അവൾ പറഞ്ഞു.

"ഇല്ലേ?" അയാൾ എന്തോ ആലോചിച്ച മട്ടിൽ ചോദിച്ചു.

"അതിൽ എന്തെങ്കിലും കാര്യമുണ്ടോ? ഇല്ലല്ലോ?" അവൾ പറഞ്ഞു.

"ശരി." അയാൾ മറുപടി പറഞ്ഞു. "നമ്മുടെ മുകളിൽ ഭാവനകൾ പച്ചപിടിക്കേണ്ട. നിങ്ങളുടെ എഴുത്ത് ഇവിടെ പോസ്റ്റ് ചെയ്യാം. എന്റേത് പിന്നീടാകാം. അവരുടെ ഭാവനയിൽ എന്നെ ഉൾപ്പെടുത്താൻ അവർക്ക് കഴിയില്ല."

അയാൾ അവളെ അയാളുടെ മാനുഷികമല്ലാത്ത വിചിത്രമായ നോട്ടം നോക്കി.

"ശരിയാണ് നിങ്ങൾ പറഞ്ഞത് ശരിയാണ്." അവൾ പറഞ്ഞു.

അവൾ ആഹ്ലാദത്തോടെ അയാളുടെ മുഖത്ത് നോക്കി. ആ നോട്ടം അവളുടെ ആഹ്ലാദത്തിലേക്ക് അയാൾക്ക് നേരിട്ട് കടന്നുചെല്ലാമെന്ന മട്ടിൽ ആയിരുന്നു. അയാളുടെ മുഖത്തെ ഏകാഗ്രത ചെറിയ തോതിൽ നഷ്ടപ്പെട്ടു.

"നമുക്ക് പോകരുതോ?" അയാൾ ചോദിച്ചു.

"നിങ്ങളുടെ ഇഷ്ടം പോലെ." അവൾ മറുപടി പറഞ്ഞു.

പെട്ടെന്നു തന്നെ അവർ നഗരത്തിനു പുറത്തെത്തിയിരുന്നു. നിര

പ്പില്ലാത്ത നാട്ടുവഴികളിലൂടെ അവരുടെ കാർ ഓടിക്കൊണ്ടിരുന്നു. ഉർസുല അയാളോട് ചേർന്നിരുന്ന് വിളറിയ വെളിച്ചം പരന്ന രാത്രിയിലേക്ക് കണ്ണു നട്ടു. ചിലപ്പോൾ വഴിക്ക് വീതിയുണ്ടായിരുന്നു. ചിലപ്പോൾ ഇരുവശത്തും പുല്ലുവളർന്നു നിന്നു. ചിലപ്പോൾ അവ്യക്തമായി മരച്ചില്ലകൾ കാണാം.

"നിങ്ങൾ അത്താഴം കഴിക്കാൻ ഷോർട്ട്ലാൻഡ്സിലേക്ക് പോകുന്നുണ്ടോ?" ഉർസുല പെട്ടെന്ന് അയാളോട് ചോദിച്ചു. അയാൾ ഞെട്ടിപ്പോയി.

"നല്ല ചോദ്യം ആയിപ്പോയി." അയാൾ പറഞ്ഞു. "ഷോർട്ട്ലാൻഡ്സിൽ പോകാനോ! ഒരിക്കലും ഇല്ല. അങ്ങനെയല്ല. നമ്മൾ വളരെ താമസിച്ചു പോകും."

"നമ്മൾ അപ്പോൾ എവിടെയാണ് പോകുന്നത്? മില്ലിലേക്കാണോ?"

"നിങ്ങളുടെ ഇഷ്ടം പോലെ. എന്തിനേക്കാളും നല്ലത് തൊട്ടുമുന്നിലുള്ള ഈ കൂരിരുട്ടാണ്."

അത്ഭുതത്തോടെ അവൾ കാറിനുള്ളിൽ ഇരുന്നു. കാർ ചെറുതായി ഉലഞ്ഞു. അയാളുടെ സാമീപ്യം അവൾ അറിഞ്ഞു. ഈ അറിവിൽ വിധിയുടെ അനിവാര്യതയും സൗന്ദര്യവും ഉണ്ടായിരുന്നു. ഒരാൾ ചോദിച്ചു വാങ്ങുകയും ഒരാൾ പരിപൂർണ്ണമായി അംഗീകരിക്കുകയും ചെയ്യുന്നവിധി. അയാൾ ഈജിപ്ഷ്യൻ ഫറവോയെപ്പോലെ നിശ്ചലനായി ഇരുന്നു. ഈ അറിവിൽ വിധിയുടെ അനിവാര്യതയും സൗന്ദര്യവും ഉണ്ടായിരുന്നു. ഒരാൾ ചോദിച്ചു വാങ്ങുകയും ഒരാൾ പരിപൂർണ്ണമായി അംഗീകരിക്കുകയും ചെയ്യുന്ന വിധി. അയാൾ ഓടുന്ന കാറിൽ ചലനമില്ലാതെ ഇരുന്നു. യഥാർത്ഥത്തിൽ ഈജിപ്റ്റിലെ പുരാതന പ്രതിമകളുടെ പ്രാചീനമായ ശക്തിനിറഞ്ഞ ദുർഗ്രാഹ്യവും അവ്യക്തവും ആയ പുഞ്ചിരിയോടെയാണ് അയാൾ അവിടെ ഇരിക്കുന്നതെന്ന് അയാൾക്കു തോന്നി. അയാളുടെ നട്ടെല്ലും അരക്കെട്ടും കടന്ന് കാലുകളിലേക്കുള്ള ശക്തിയുടെ മാന്ത്രിക പ്രവാഹം അയാൾക്ക് മനസ്സിലായി. അയാളെ ചലിക്കാൻ പോലും അനുവദിക്കാതെ പിടിച്ചിരുത്താൻ കഴിയുന്നത്ര ശക്തി ആ പ്രവാഹത്തിനുണ്ടായിരുന്നു. അത് പറഞ്ഞറിയിക്കാൻ ബുദ്ധിമുട്ടായിരുന്നു.

"നമുക്ക് വീട്ടിൽ പോകണ്ട" അയാൾ പറഞ്ഞു. "ഈ കാറിന്റെ സീറ്റ് മലർത്തിയിട്ടാൽ ഒരു കിടക്കയാകും. മേലാപ്പ് നിവർത്തിവെച്ചാൽ മേൽക്കൂരയുമാകും."

അവൾക്ക് സന്തോഷവും ഭയവും തോന്നി. അവൾ അയാളുടെ അടുത്തേക്ക് പതുങ്ങി ഇരുന്നു.

"പക്ഷേ, വീട്ടിലുള്ളവർ എന്തുചെയ്യും?" അവൾ ചോദിച്ചു.

"അവർക്ക് ഒരു കമ്പി അടിക്കാം."

കൂടുതൽ സംസാരം ഉണ്ടായില്ല. അവർ നിശ്ശബ്ദരായി മുന്നോട്ടു പോയി. പക്ഷേ, രണ്ടാമത് ഓർമ്മ വന്നതു പോലെ അയാൾ കാറിന്റെ ദിശമാറ്റി. അയാൾക്ക് സ്വന്തം ലക്ഷ്യങ്ങളിലേക്ക് വഴികാട്ടാനുള്ള സ്വതന്ത്രമായ ബുദ്ധിശക്തി ഉണ്ടായിരുന്നു. അവർ വഴിയോരത്തുള്ള ഒരു ഗ്രാമ

ത്തിൽ എത്തി. അയാൾ ഒരു പോസ്റ്റ് ഓഫീസ് കണ്ടെത്തുന്നതുവരെ കാർ ഇഴഞ്ഞുനീങ്ങിക്കൊണ്ടിരുന്നു. പിന്നീട് അവർ കാർ നിർത്തി.

"ഞാൻ നിങ്ങളുടെ അച്ഛന് ഒരുകമ്പിയടിക്കാം." അയാൾ പറഞ്ഞു. "രാത്രിയിൽ പട്ടണത്തിലുണ്ട്. എന്നുമാത്രം പറയാം. അതു പോരേ?"

"മതി." അവൾ മറുപടി പറഞ്ഞു. കൂടുതൽ തല പുകയുന്നതിന്റെ ശല്യം ഒഴിവാക്കാൻ അവൾ ആഗ്രഹിച്ചു.

"അയാൾ പോസ്റ്റ് ഓഫീസിലേക്ക് കയറിപ്പോകുന്നത് അവൾ ശ്രദ്ധിച്ചു. പോസ്റ്റ് ഓഫീസിനോട് ചേർന്ന് ഒരു കട കൂടി ഉണ്ടെന്ന് അവൾക്ക് മനസ്സിലായി. വെളിച്ചമുള്ള ആ പൊതുസ്ഥലത്തേക്ക് കടന്നു ചെല്ലുന്ന സമയത്തും അയാളിൽ മാന്ത്രികമായ ഒരു ദുരൂഹത ഉണ്ടായിരുന്നു. സജീവമായ നിശ്ശബ്ദത നിഗൂഢവും ശക്തവും കണ്ടെത്താൻ കഴിയാത്തതുമായ അയാളുടെ ശരീരത്തിന്റെ സത്യാവസ്ഥയാണെന്നു തോന്നി. അസാധാരണമായ ആവേശത്തോടെ അവൾ അയാളെ കണ്ടു. അയാളുടെ ഈ ഇരുണ്ട നിഗൂഢമായ സത്യാവസ്ഥയുടെ അർത്ഥം ഒരിക്കലും പുറത്തുവരില്ല. അവളും നിശ്ശബ്ദതയിൽ സംതൃപ്തി നേടി. അയാൾ കാറിനുള്ളിലേക്ക് ചിലപൊതികൾ വലിച്ചെറിഞ്ഞുകൊണ്ട് പുറത്തേക്കു വന്നു

"റൊട്ടിയും വെണ്ണയും ആപ്പിളും ഉണ്ട്." അയാളുടെ യഥാർത്ഥ സ്വഭാവം നിശ്ചലതയും ശക്തിയും ആയിരുന്നതുകൊണ്ട് അയാളുടെ ശബ്ദത്തിൽ പരിഹാസം ഉണ്ടെന്ന് തോന്നി. അവൾക്ക് അയാളെ തൊട്ടു നോക്കണമായിരുന്നു. സംസാരിക്കുന്നതും കാണുന്നതും ഒരു കാര്യമാണെന്ന് പറയാൻ പറ്റില്ല. അയാളെ നോക്കി മനസ്സിലാക്കുന്നത് പരിഹാസ്യമായകാര്യമായിരുന്നു. നിശ്ചയമായും അയാളിലെ ഇരുട്ടും നിശ്ശബ്ദതയും പരിപൂർണ്ണമായും അവളിലേക്ക് വന്നുചേരണം. വെളിപ്പെടുത്തപ്പെടാത്ത സ്പർശനത്തിലൂടെ അവൾക്ക് രഹസ്യമായി അറിവു ലഭിക്കണം. അവൾക്ക് അയാളുമായി നിശ്ചയമായും കരുതലില്ലാതെ ബന്ധപ്പെടണം. അറിവിന്റെ മരണമായ അറിവ് അവൾക്ക് ലഭിക്കണം. അറിവില്ലായ്മയുടെ ഉറപ്പ് അവൾക്ക് മനസ്സിലാകണം.

പെട്ടെന്നുതന്നെ അവരുടെ കാർ ഇരുട്ടിലേക്ക് ഓടിക്കയറി. അവർ പോകുന്നത് എവിടേക്കാണെന്ന് അവൾ ചോദിച്ചില്ല. അവൾക്ക് അത് പ്രശ്നമല്ല. അവൾ നിർവ്വികാരത പോലെയുള്ള ആത്മവിശ്വാസത്തോടെ കാറിൽ ഇരുന്നു. അവൾ അയാളുടെ തൊട്ടടുത്തായിരുന്നു. എങ്കിലും അവളിൽ പ്രതീക്ഷയുടെ ഒരു ഇരുണ്ട ചാഞ്ചാട്ടം ഉണ്ടായിരുന്നു. അവൾ അയാളെ സ്പർശിക്കും. സത്യത്തിന്റെ വിശുദ്ധിയുള്ള കൈവിരലുകളുടെ അറ്റം കൊണ്ട് അവൾ അയാളിലെ സത്യാവസ്ഥയെ സ്പർശിക്കും. വരാൻ പോകുന്ന ഇരുട്ടിൽ അയാളുടെ വടിവൊത്ത അരക്കെട്ടിലും തുടകളിലും നിയന്ത്രണമില്ലാതെ അവൾ സ്പർശിക്കും. ഇതായിരുന്നു അവളിലെ നിലനിന്നിരുന്ന പ്രതീക്ഷ.

അവളിൽ നിന്ന് അയാൾ സ്വീകരിച്ചതുപോലെ അയാളിൽ നിന്ന്

ഈ അറിവുകൾ അവൾ സ്വീകരിക്കാൻ വേണ്ടി അയാൾ ഉദ്വേഗത്തിന്റെ മാന്ത്രികമായ ദൃഢതയോടെ കാത്തിരുന്നു. ഇരുണ്ട അറിവുകളുടെ പൂർണ്ണതയോടെ അയാൾക്ക് അവളെ അറിയാം. ഇപ്പോൾ അവൾ അയാളെ അറിയും. അതോടെ അയാളും മോചിപ്പിക്കപ്പെടും. അവർ പരിപൂർണ്ണമായും നക്ഷത്രങ്ങളുടേതു പോലുള്ള സന്തുലിതാവസ്ഥയിലെത്തും. അവർ ഈ സന്തുലിതാവസ്ഥ പരസ്പരം സംഭാവന ചെയ്യും. ഇതു മാത്രമാണ് യഥാർത്ഥ മോചനം.

അവർ മരങ്ങൾക്കിടയിലൂടെയാണ് പൊയ്ക്കൊണ്ടിരിക്കുന്നതെന്ന് അവൾക്ക് മനസ്സിലായി. വലിയ തായ്ത്തടികളുള്ള വടവൃക്ഷങ്ങൾ. അവയുടെ അടിയിൽ നിന്നും മരണം പുറത്തേക്ക് വന്നതുടുങ്ങിയിരുന്നു. പുറംതോലു പൊളിഞ്ഞു തുടങ്ങിയ മരങ്ങൾ കാഴ്ചയിൽ ഭയാനകമായിരുന്നു. അത് മേഘക്കീറുകൾ താഴ്ന്നു പറക്കുന്ന മൊത്തത്തിൽ ഇരുണ്ട ഒരു രാത്രിയായിരുന്നു. കാർ സാവധാനം മുന്നോട്ടുനീങ്ങി.

“നമ്മൾ എവിടെയാണ്?” അവൾ ശബ്ദംതാഴ്ത്തി ചോദിച്ചു.

“ഷെർവുഡ് കാട്ടിൽ.”

അയാൾക്ക് ആ സ്ഥലം പരിചിതമാണെന്ന് വ്യക്തമായിരുന്നു. അയാൾ ശ്രദ്ധയോടെ സാവധാനം വണ്ടി ഓടിച്ചു. പിന്നീട് അവർ മരങ്ങൾക്കിടയിലൂടെയുള്ള ഒരു പുല്ലുനിറഞ്ഞ വഴിയിലെത്തി. ആ വഴിയിലൂടെ കാട്ടിലെ ഓക്കു മരങ്ങൾക്കിടയിലൂടെ അവൾ ശ്രദ്ധയോടെ താഴോട്ട് നീങ്ങി. ആ പുല്ലു നിറഞ്ഞ വഴി ഒരു ചെറിയ അരുവി ഒഴുകിക്കൊണ്ടിരുന്ന കൂടുതൽ വീതിയുള്ള ഒരു പ്രദേശത്തെത്തി അവസാനിച്ചു. കാർ നിന്നു.

“നമുക്ക് ഇവിടെ കൂടാം.” അയാൾ കാറിന്റെ ലൈറ്റുകൾ കെടുത്തിക്കൊണ്ട് പറഞ്ഞു. അവർ ആലോചനകൾ ഇല്ലാതെ നിശ്ശബ്ദരായി ഇരുന്നു. കാട്ടിൽ നിന്നും അവ്യക്തമായ ശബ്ദങ്ങൾ കേൾക്കുന്നുണ്ടായിരുന്നു. പക്ഷേ, ഉപദ്രവങ്ങൾ ഒന്നും ഉണ്ടായിരുന്നില്ല. ലോകം അസാധാരണമായ ഒരു നിരോധനത്തിലായിരുന്നു. ഒരു പുതിയ രഹസ്യഭാവം കാടിനു കൈവന്നിരുന്നു. അയാൾ അവളെ കണ്ടെത്തി. എല്ലാക്കാലത്തും അദൃശ്യമായിരുന്ന അവളുടെ മാംസത്തിന്റെ സൗമ്യമായ സത്യാവസ്ഥ അയാളെ കണ്ടെത്തി. അയാൾ നഗ്നയായ അവളെ അയാളിലേക്ക് ഒന്നിച്ചുചേർത്തു. അയാളുടെ വിരലുകൾ അവളുടെ വെളിപ്പെടുത്തപ്പെടാത്ത നഗ്നതയിൽ മൗനത്തിനുമപ്പുറമുള്ള മൗനിയായി മാറി.

അവൾക്ക് അയാളോടുള്ള ആഗ്രഹം ഉണ്ടായിരുന്നു. അവൾ അയാളെ തൊട്ടു. അവൾക്ക് ആ സ്പർശനത്തിലൂടെ നിശ്ശബ്ദമായ ആശയവിനിമയത്തിന്റെ അതിർത്തിവരെ എത്തിച്ചേരാൻ കഴിഞ്ഞു. പരിപൂർണ്ണമായ അംഗീകാരത്തോടെയുള്ള കീഴടങ്ങൽ ഇരുണ്ട നിഗൂഢമായ ഈ സ്പർശനത്തിലൂടെ അവൾ ഏറ്റവാങ്ങി. അവൾക്ക് അവളുടെ ആഗ്രഹം നിറവേറി. അയാൾക്ക് അയാളുടെ ആഗ്രഹം നിറവേറി. അയാൾക്ക് അവൾ എന്തായിരുന്നോ അയാൾ അവൾക്കും അതുതന്നെയായി മാറി.

നിഗൂഢവും പ്രത്യക്ഷവും യാഥാർത്ഥ്യവും ആയ ഒരു തിരിച്ചറിവിന്റെ അതിപ്രാചീനമായ മനോഹാരിത.

കാറിന്റെ മേലാപ്പിനുതാഴെ അവർ രാത്രിയുടെ തണുപ്പിൽ കിടന്ന് സ്വസ്ഥമായി ഉറങ്ങി. അവൾ ഉണർന്നപ്പോൾ നേരം ഉച്ചയോടടുത്തിരുന്നു. അവർ പരസ്പരം നോക്കി ചിരിച്ചു. പിന്നീട് അവരിൽ രഹസ്യങ്ങൾ നിറച്ചുകൊണ്ട് അവർ ദൂരത്തേക്ക് നോക്കിയിരുന്നു. അതിനുശേഷം രാത്രിയുടെ മഹത്ത്വം ഓർമ്മിച്ചുകൊണ്ട് അവർ ചുംബിച്ചു. കഴിഞ്ഞ രാത്രി ഇരുണ്ട സത്യങ്ങളുടെ ഒരു പ്രപഞ്ചത്തിന്റെ മൊത്തം അനന്തരാവകാശി ആക്കുന്നതുപോലെ മഹത്ത്വമുള്ളതായിരുന്നു. അവർ അതിനെപ്പറ്റി ഓർക്കാൻ ഭയക്കുന്നതുപോലെ തോന്നി. അതിന്റെ അറിവുകളും ഓർമ്മകളും അവർ ഒളിപ്പിച്ചുവെച്ചു.

24

മരണവും പ്രണയവും

തോമസ് ക്രിച്ചിന്റെ മരണം വളരെ സാവധാനത്തിലായിരുന്നു. എല്ലാവർക്കും അത് സംഭാവ്യമല്ലെന്ന് തോന്നി. ജീവിതത്തിന്റെ ചരടു വലിഞ്ഞുമുറുകി പിഞ്ചിത്തുടങ്ങിയെങ്കിലും അത് പൊട്ടിയില്ല. രോഗിയായ അയാളുടെ ജീവൻ നിലനിർത്തിയത് മോർഫിയയും അയാൾ സാവധാനം രുചിക്കുന്ന മദ്യത്തുള്ളികളും ആയിരുന്നു. അയാളുടെ ബോധം പകുതിയായി കുറഞ്ഞിരുന്നു. മരണത്തിന്റെ ഇരുട്ടിനെ ജീവിതത്തിന്റെ വെളിച്ചവുമായി ഒരു തലനാരിഴയാണ് യോജിപ്പിച്ചിരുന്നത്. എങ്കിലും അയാളുടെ ഇച്ഛാശക്തി തകർന്നിരുന്നില്ല. അയാൾക്കുചുറ്റും അയാൾക്ക് പരിപൂർണ്ണമായ നിശ്ശബ്ദത വേണം എന്നത് മാത്രമായിരുന്നു അയാളുടെ ആവശ്യം.

നേഴ്സ് ഒഴിച്ച് മറ്റൊരാളുടെ സാന്നിദ്ധ്യം അയാൾക്ക് ബുദ്ധിമുട്ടും പ്രയാസവും ആയിരുന്നു. അവസാനം അയാളുടെ അച്ഛൻ മരിച്ചുകാണുമെന്നുള്ള പ്രതീക്ഷയിൽ ജറാൾഡ് ദിവസവും രാവിലെ അച്ഛന്റെ മുറിയിൽപ്പോയി. എന്നാൽ ഒരു കടുകുമണിയോളം കാഴ്ച മാത്രം അവശേഷിക്കുന്നതായി തോന്നുന്ന പകുതി അടഞ്ഞ ഇരുണ്ട കണ്ണുകളും, എണ്ണമയമുള്ള നെറ്റിയിലേക്ക് വീണുകിടക്കുന്ന ഭയം തോന്നുന്ന ഇരുണ്ട മുടിയിഴകളും മാത്രമാണ് അയാൾ എന്നും കണ്ടുകൊണ്ടിരുന്നത്.

പകുതി അടഞ്ഞ ആ ഇരുണ്ട കണ്ണുകൾ ജറാൾഡിന്റെ നേർക്ക് തിരിയുമ്പോൾ അയാൾക്ക് എന്നും ഉള്ളിൽ ഒരു അടികിട്ടിയതു പോലെ അനുഭവപ്പെടുമായിരുന്നു. അത് ഒരു അസഹ്യതയുടെ പ്രഹരമായിരുന്നു. അയാളുടെ മൊത്തം അസ്തിത്വത്തിലൂടെ അത് മാറ്റൊലിക്കൊണ്ട് അയാളെ ഭ്രാന്തനാക്കുമെന്ന് തോന്നി.

ദിവസവും രാവിലെ സ്വർണ്ണനിറത്തിന്റെ തിളക്കവുമായി മകൻ അവിടെ നിവർന്നുനിന്നു. അപരിചിതമായ ഈ തിളക്കം അച്ഛനെ വെറി

പിടിപ്പിച്ചു. ജറാൾഡിന്റെ നീലക്കണ്ണുകളുടെ അസാധാരണമായ നോട്ടം അയാൾക്ക് താങ്ങാൻ കഴിഞ്ഞില്ല. പക്ഷേ, അത് ഒരുനിമിഷനേരത്തേക്ക് മാത്രമായിരുന്നു. ഓരോ തവണ പിരിയുന്നതിന് മുമ്പും അച്ഛനും മകനും പരസ്പരം നോക്കി. അതിനുശേഷം പിരിഞ്ഞു.

വളരെക്കാലത്തേക്ക് ജറാൾഡ് മനസ്സാന്നിദ്ധ്യത്തോടെ പിടിച്ചുനിന്നു. പക്ഷേ, ഒടുവിൽ ഭയം അയാളിലേക്ക് തുരന്നുകയറി. അയാൾ സ്വയം ഒരു ഭയാനകമായ തകർച്ചയുണ്ടാക്കുമെന്ന് ഭയന്നു. ഏതോ വഴിപിഴച്ച ചിന്ത അയാളുടെ അച്ഛൻ ജീവിതത്തിന്റെ അതിർത്തിയിലൂടെ മുങ്ങിപ്പൊങ്ങുന്നത് ശ്രദ്ധിക്കാൻ അയാളെ തയ്യാറാക്കി. എങ്കിലും എല്ലാ ദിവസവും മകന്റെ ചുട്ടുപൊള്ളുന്ന ഭയം പൂർവ്വാധികം വർദ്ധിച്ചുകൊണ്ടിരുന്നു. ജറാൾഡ് പകൽ മുഴുവൻ അയാളുടെ കഴുത്തിൽ ഡമോക്സിന്റെ വാൾ കുത്തുന്നുണ്ടെന്നുള്ള മട്ടിൽ അച്ഛന്റെ അടുത്തുനിന്നും ഭയത്തോടെ അകന്നു മാറിനിന്നു. രക്ഷപ്പെടാൻ വഴിയില്ല. അയാൾ അച്ഛന്റെ കാര്യം നോക്കാൻ ബാദ്ധ്യസ്ഥനാണ്. അച്ഛന്റെ ഇച്ഛാശക്തി ഒരിക്കലും വിശ്രമിച്ചില്ല. അത് മരണത്തിന് കീഴടങ്ങിയില്ല. അതേ രീതിയിൽ മകന്റെ ഇച്ഛാശക്തിയും കീഴടങ്ങിയില്ല. അയാൾ ഈ മരണത്തിന് ഉള്ളിലായിരുന്നില്ല; പുറത്തായിരുന്നു.

അത് യാതന കൊണ്ടുള്ളൊരു പരീക്ഷണം ആയിരുന്നു. ഒരിക്കൽപ്പോലും സ്വന്തം ഇച്ഛാശക്തിയെ ഉപേക്ഷിക്കാതെ, മരണത്തിന്റെ നിർദ്ദയത്വത്തിനു മുന്നിൽ ഒരിക്കൽപ്പോലും തലകുനിക്കാതെ അയാളുടെ അച്ഛൻ സാവധാനം മരണത്തിൽ ലയിച്ചു അപ്രത്യക്ഷമാകുന്നത് അയാൾക്ക് കാണാൻ കഴിഞ്ഞു. സാവധാനമുള്ള മരണത്തെ യാതൊരു ഞെളിപിരികൊള്ളലും ഇല്ലാതെ ജറാൾഡിന് പൂർണ്ണമായും അനുഭവിക്കാൻ കഴിഞ്ഞു. അയാൾ അതിൽ വിജയിക്കുകപോലും ചെയ്തു. അയാൾ ഒരു വിധത്തിൽ അച്ഛന്റെ മരണം ആഗ്രഹിച്ചു. അയാൾ അതിനുവേണ്ടി സ്വാധീന ശക്തി ഉപയോഗിച്ചു. അത് അയാൾ സ്വയം മരണത്തെ കൈകാര്യം ചെയ്യുന്നതുപോലെയായിരുന്നു. എങ്കിലും അയാൾ ഭീതിയോടെ പിൻവാങ്ങിയിരുന്നു. എന്നിട്ടും അയാൾ അത് കൈകാര്യം ചെയ്തു. അയാൾ മരണത്തിലൂടെ വിജയം കണ്ടെത്തും.

പക്ഷേ, ഈ യാതനയുടെ ആയാസത്തിൽ ജറാൾഡിന് ദൈനംദിനജീവിത്തിന്റെ മുകളിലുള്ള സ്വാധീനം നഷ്ടപ്പെട്ടു. അയാൾക്ക് ഒഴിച്ചുകൂടാൻ പറ്റാതിരുന്ന ആ ജീവിതത്തിന്റെ അർത്ഥം ഇപ്പോൾ നഷ്ടപ്പെട്ടിരിക്കുന്നു. ജീവിതവും ആഹ്ലാദവും പിൻതള്ളപ്പെട്ടു പോയിരിക്കുന്നു. അയാൾ ഏറെക്കുറെ യാന്ത്രികമായി കാര്യങ്ങൾ ചെയ്തുകൊണ്ടിരുന്നു. പക്ഷേ, ഈ പ്രവർത്തനം അയാളുടെ ആത്മാവിനുള്ളിലെ മരണത്തിനുവേണ്ടിയുള്ള ഈ ദാരുണമായ മല്പിടുത്തമായിരുന്നു. അയാളുടെ ആഗ്രഹം വിജയിക്കണം. എന്തുസംഭവിച്ചാലും അയാൾ ഒരു യജമാനന്റെ മുന്നിൽ തലകുനിക്കുകയില്ല. കീഴടങ്ങുകയില്ല. മരണത്തിൽ അയാൾക്ക് യജമാനൻ ഇല്ല.

ഈ മല്പിടുത്തം തുടരുന്നതിനിടയിൽ അയാളിൽ ഉണ്ടായിരുന്ന തെല്ലാം നശിപ്പിക്കപ്പെട്ടുകൊണ്ടിരുന്നു. ഒടുവിൽ ജീവിതം കടൽ ഇരമ്പുന്ന ശബ്ദം കേൾക്കുന്ന ഒരു ശൂന്യമായ പുറംതോട് മാത്രമായി മാറി. ഈ പുറംതോടിനുള്ളിൽ മരണത്തിന്റെ ഭയാനകമായ ഇരുണ്ട ശൂന്യത യായിരുന്നു. ഇവിടെ അയാൾക്ക് പിടിച്ചു നില്ക്കണമെങ്കിൽ കൂടുതൽ ശക്തിയുള്ള താങ്ങുകൾ വേണമെന്ന് അയാൾക്കറിയാം. അല്ലാത്തപക്ഷം, അയാളുടെ ആത്മാവിനെ ആവരണം ചെയ്യുന്ന ഈ അളവിൽക്കവിഞ്ഞ ഇരുണ്ട ശൂന്യതയിൽ അയാൾ തലചുറ്റിവീഴും. അയാളുടെ ഇച്ഛാശക്തി അയാളുടെ മനസ്സിനേയും പുറംജീവിതത്തെയും തകരാതെ നിലനിർത്തി. പക്ഷേ, അതിന്റെ സമ്മർദ്ദം അതിഭയങ്കരം ആയിരുന്നു. സമതുലിതാവസ്ഥ സൃഷ്ടിക്കാൻ അയാൾക്ക് എന്തെങ്കിലും കണ്ടെത്താതിരിക്കാൻ കഴിയില്ല. അയാളുടെ ആത്മാവിലെ മരണത്തിന്റെ ശൂന്യതയിലേക്ക് അയാളോടൊപ്പം നിശ്ചയമായും ഏതെങ്കിലും വന്നുചേരേണ്ടതായിട്ടുണ്ട്. ആത്മാവിനുള്ള സമ്മർദ്ദത്തെ പുറംലോകത്തിന്റെ സമ്മർദ്ദവുമായി തുല്യതയിലെത്തിക്കാൻ എന്തെങ്കിലും കൂടിവേണം. ദിവസം കഴിയുംതോറും ഉള്ളിൽ അയാളുടെ ബോധത്തിന്റെ വർണ്ണരാജികൾ ചുറ്റിക്കറങ്ങുന്നതും പുറമേ പുറംലോകത്തിന്റെ സമ്മർദ്ദത്തിൽ ജീവിതം ഇരമ്പുന്നതുമായ ഒരു കുമിളയാണ് താൻ എന്നുള്ള തോന്നൽ അയാളിൽ കൂടിക്കൊണ്ടിരുന്നു.

ഇതിന്റെ പാരമ്യത്തിൽ അയാളുടെ ജന്മവാസന അയാളെ ഗുഡ്റണിന്റെ അടുത്തേക്ക് നയിച്ചു. അയാൾ എല്ലാം വലിച്ചെറിഞ്ഞു. അയാൾ അവളുമായുള്ള ബന്ധം ഉറപ്പിച്ചെടുക്കാൻ മാത്രം ആഗ്രഹിച്ചു. അയാളോട് സംസാരിക്കാനും അവളുടെ അടുത്തിരിക്കാനും മാത്രമായി അയാൾ അവളുടെ സ്റ്റുഡിയോയിലേക്ക് പോകും. അയാൾ അവൾ നിർമ്മിച്ച ഒരു ചെറിയ രൂപം കൈയിലെടുത്തുകൊണ്ട് അല്ലെങ്കിൽ അവൾ കുഴച്ചുവെച്ച കളിമണ്ണ് ഉരുട്ടിക്കൊണ്ട് യാതൊരു ലക്ഷ്യവുമില്ലാതെ അവളുടെ മുറിയിൽ നില്ക്കും. ഒന്നും മനസ്സിലായില്ലെങ്കിലും അയാൾ അവൾ വാർത്തെടുത്ത രൂപങ്ങളിൽ നോക്കിക്കൊണ്ടിരിക്കും. അയാൾ അവളെ പിൻതുടരുകയാണെന്ന് അവൾക്ക് തോന്നി. ഒരു നിർഭാഗ്യംപോലെ അയാൾ അവളെ അനുധാവനം ചെയ്തു. അവൾ അയാളിൽ നിന്നു ഒഴിഞ്ഞു മാറി. എങ്കിലും അയാൾ കുറച്ചുകൂടി അടുത്തേക്ക് നീങ്ങിവരുന്നതായി അവൾ മനസ്സിലാക്കി.

ഒരു വൈകുന്നേരം അവിചാരിതമായി അയാൾ അവളോട് ചോദിച്ചു. “ഇന്നു രാത്രിയിൽ അത്താഴത്തിന് എന്നോടൊപ്പം ഉണ്ടാവില്ലേ? നിങ്ങൾ ഉണ്ടാവണമെന്ന് എനിക്ക് ആഗ്രഹമുണ്ട്.”

അവൾ ചെറുതായി ഞെട്ടിപ്പോയി. ഒരു പുരുഷൻ മറ്റൊരു പുരുഷനോട് ആവശ്യപ്പെടുന്നതു പോലെയാണ് അയാൾ സംസാരിച്ചത്.

“അവർ എന്നെ വീട്ടിൽ പ്രതീക്ഷിക്കുന്നുണ്ടാവും.” അവൾ പറഞ്ഞു.

“ഓ! അവർ അത് ശ്രദ്ധിക്കില്ല. ശരിയല്ലേ?” അവൾ പറഞ്ഞു.

"നിങ്ങൾ അത്താഴത്തിനുണ്ടെങ്കിൽ ഞാൻ അങ്ങേയറ്റം സന്തോഷിക്കും."

ഒടുവിൽ അവളുടെ നീണ്ടനേരത്തെ നിശ്ശബ്ദത അനുവാദമായി മാറി.

"ഞാൻ തോമസിനോട് പറയട്ടെ?" അയാൾ ചോദിച്ചു.

"അത്താഴം കഴിഞ്ഞ് ഉടൻതന്നെ എനിക്കു തിരിച്ചുപോകണം." അവൾ പറഞ്ഞു.

അത് ഒരു തണുപ്പുള്ള ഇരുണ്ട വൈകുന്നേരമായിരുന്നു. സ്വീകരണമുറിയിൽ തീകൂട്ടിയിരുന്നില്ല. അവർ വായനാമുറിയിലായിരുന്നു. അയാൾ കൂടുതൽ സമയവും നിശ്ശബ്ദനായി ആലോചിച്ചുകൊണ്ടിരുന്നു. വിനിഫ്രഡ് കുറച്ചൊക്കെ സംസാരിച്ചു. പക്ഷേ, ജറാൾഡ് സ്വയം ആലോചനയിൽനിന്ന് ഉണർന്നപ്പോൾ അയാൾ അവളോട് പതിവുപോലെ പുഞ്ചിരിച്ചുകൊണ്ട് സന്തോഷത്തിൽ ആയിരുന്നു. പിന്നീട് അയാളിലേക്ക് സുദീർഘമായ ആ ശൂന്യത കടന്നുവന്നു. പക്ഷേ, അയാൾ അതു മനസ്സിലാക്കിയിരുന്നില്ല.

അവൾക്ക് അയാളോട് അങ്ങേയറ്റത്തെ ആകർഷണം തോന്നി. അയാൾ തീക്ഷ്ണമായ ആലോചനയിലാണെന്ന് തോന്നി. അസാധാരണവും ശൂന്യവും ആയ ഈ നിശ്ശബ്ദത അവളുടെ മനസ്സിളക്കി. അത് അയാളെപ്പറ്റി അവൾക്ക് അത്ഭുതം തോന്നാൻ ഇടയാക്കി. അത് അവൾക്ക് അയാളോട് ബഹുമാനമുണ്ടായി.

പക്ഷേ, അയാൾ കരുതൽ ഉള്ളവനായിരുന്നു. തീൻമേശയിൽ ഏറ്റവും നല്ല സാധനങ്ങൾ അയാൾ അവർക്കുവേണ്ടി കരുതിയിരുന്നു. അവളുടെ ഇഷ്ടം നോക്കി ചെറിയ മധുരമുള്ള സ്വർണ്ണനിറമുള്ള വീഞ്ഞിന്റെ ഒരു കുപ്പി മേശപ്പുറത്തുണ്ടായിരുന്നു. അവളോട് അയാൾ ആദരവ് കാണിക്കുന്നതായി അവൾക്കു തോന്നി. തനിക്ക് പ്രസക്തിയുള്ളതായി അവൾക്ക് തോന്നി.

അവർ മുറിയിലിരുന്ന് കാപ്പി കുടിച്ചു കൊണ്ടിരിക്കുമ്പോൾ വാതിലിൽ വളരെ പതുക്കെയുള്ള ഒരു മുട്ടു കേട്ടു. അയാൾ ഞെട്ടലോടെ വിളിച്ചു പറഞ്ഞു. "അകത്തുവരൂ." അയാളുടെ ശബ്ദത്തിലുണ്ടായിരുന്ന ഒരു വിറയൽ ഗുഡ്റണിന്റെ മനസ്സിനെ ഉലച്ചു. വെളുത്ത വേഷം ധരിച്ച ഒരു നഴ്സ് വാതിലിൽ ഒരു നിഴൽ പോലെ അറച്ചുനിന്നു. അവൾ വളരെ സുന്ദരിയായിരുന്നു. പക്ഷേ, അസാധാരണമായ രീതിയിൽ അയാൾക്ക് നാണം ഉണ്ടായിരുന്നു.

"മിസ്റ്റർ ക്രിച്ചിനോട് ഡോക്ടർക്ക് സംസാരിക്കാൻ ആഗ്രഹമുണ്ട്." അവൾ ശബ്ദംതാഴ്ത്തി പറഞ്ഞു.

അയാൾ എഴുന്നേറ്റുകൊണ്ട് ചോദിച്ചു: "ഡോക്ടർ എവിടെയാണ്?'

"ആഹാരം കഴിക്കുന്ന മുറിയിൽ ഉണ്ട്."

"ഞാൻ വരുന്നുണ്ടെന്ന് പറയൂ."

അയാൾ കാപ്പി കുടിച്ചതിനുശേഷം ഒരു നിഴൽ പോലെ അലിഞ്ഞുപോയ നേഴ്സിനെ പിൻതുടർന്നു.

"അത് ഏത് നേഴ്സാണ്?" ഗുഡ്റൺ ചോദിച്ചു

"മിസ് ഇൻഗ്രിഡ്. എനിക്ക് ഏറ്റവും ഇഷ്ടമുള്ള നേഴ്സാണ്." വിനിഫ്രഡ് മറുപടി പറഞ്ഞു.

അല്പസമയത്തിനുശേഷം ചെറിയതോതിൽ മദ്യപിച്ച മനുഷ്യരിൽ കാണുന്ന ശ്രദ്ധക്കുറവും പിരിമുറുക്കവുമായി ജറാൾഡ് എന്തൊക്കെയോ ആലോചിച്ചുകൊണ്ട് തിരിച്ചുവന്നു. ഡോക്ടർ അയാളെ വിളിപ്പിച്ചതെന്തിനാണെന്ന് അയാൾ പറഞ്ഞില്ല. അയാൾ കൈ പിന്നിൽ കെട്ടി ആലോചിക്കുന്ന മുഖവുമായി നെരിപ്പോടിനടുത്ത് പോയി നിന്നു. അയാൾ സത്യത്തിൽ ആലോചിക്കുകയായിരുന്നില്ല. അയാളുടെ ഉള്ളിൽ സംശയങ്ങൾ നിറഞ്ഞിരിക്കുകയായിരുന്നു. ചിന്തകൾ യാതൊരു അടുക്കും ചിട്ടയും ഇല്ലാതെ അയാളുടെ മനസ്സിലൂടെ പാറിനടന്നു.

"എനിക്ക് ഇപ്പോൾ അമ്മയുടെ അടുത്തു പോകണം." വിനിഫ്രഡ് പറഞ്ഞു. "അച്ഛൻ ഉറങ്ങുന്നതിനു മുമ്പ് അച്ഛനേയും കാണണം."

അവൾ അവർക്ക് ശുഭരാത്രി ആശംസിച്ചു.

ഗുഡ്റണും പോകാൻ വേണ്ടി എഴുന്നേറ്റു.

"നിങ്ങൾക്ക് ഇപ്പോൾ പോകേണ്ട ആവശ്യം ഉണ്ടോ? ഇല്ലല്ലോ?" പെട്ടെന്ന് ക്ലോക്കിലേക്ക് നോക്കിക്കൊണ്ട് ജറാൾഡ് ചോദിച്ചു. നേരം വൈകിയിട്ടില്ല. നിങ്ങൾ പോകുമ്പോൾ ഞാനും നിങ്ങളുടെ കൂടെവരാം. ഇരിക്കു ധൃതികൂട്ടേണ്ട."

ഗുഡ്റൺ ഇരുന്നു. അയാളുടെ ആഗ്രഹത്തിന് അവളുടെ മുകളിൽ സ്വാധീനം ഉണ്ട്. അയാൾ അവൾക്ക് അപരിചിതനായിരുന്നു. അയാളെ അവൾക്ക് മനസ്സിലായില്ല. ഒന്നും സംസാരിക്കാതെ ആലോചിച്ചുകൊണ്ടു നില്ക്കുന്ന അയാൾ എന്താണ് ആലോചിക്കുന്നത്? അയാൾ അവളെ പിടിച്ചു നിർത്തിയിരിക്കുന്നു— അവൾക്ക് അത് അനുഭവിക്കാൻ കഴിയുന്നുണ്ട്. അയാൾ അവളെ വിട്ടുകൊടുക്കില്ല. അവൾ വിനീതവിധേയയായി അയാളെ ശ്രദ്ധിച്ചു നോക്കി.

"ഡോക്ടർക്ക് എന്തെങ്കിലും പുതിയതായി പറയാൻ ഉണ്ടായിരുന്നോ?" അയാളുടെ ഹൃദയത്തെ സൂക്ഷ്മമായി സ്പർശിച്ച അനുതാപത്തോടെ അവൾ ചോദിച്ചു.

"ഇല്ല. പുതിയതായി ഒന്നും പറഞ്ഞില്ല." ചോദ്യം കഴമ്പുള്ളതല്ലെന്നുള്ള ഭാവത്തിൽ അയാൾ മറുപടി പറഞ്ഞു. "അയാൾ നാഡിമിടിപ്പ് കുറഞ്ഞിട്ടുണ്ടെന്ന് പറയുന്നു. പക്ഷേ, അത് അത്രവലിയ കാര്യം ഒന്നും അല്ല. അറിയില്ലേ?"

അയാൾ അവളെ നോക്കി. അവളുടെ ഇരുണ്ട കണ്ണുകളിലെ നിഷ്കളങ്കത അയാളെ ഉണർത്തി.

ഒടുവിൽ അവൾ പതുക്കെ പറഞ്ഞു. "എനിക്ക് ഈ കാര്യങ്ങളൊന്നും തീരെ മനസ്സിലാകില്ല."

"അത് സാരമില്ല."അയാൾ പറഞ്ഞു."ഒരു സിഗരറ്റ് വലിക്കുന്നോ? വേണോ!" അയാൾ പെട്ടെന്ന് സിഗരറ്റ്കൂട് എടുത്തുകൊണ്ട് വന്ന് ഒരെണ്ണം അവളുടെ നേർക്ക് നീട്ടി. പിന്നീട് അയാൾ വീണ്ടും അവളുടെ

മുന്നിൽ നെരിപ്പോടിനടുത്തായി പോയി നിന്നു.

"ഇല്ല." അയാൾ പറഞ്ഞു. "അച്ഛന് അസുഖം ആകുന്നതുവരെ ഈ വീട്ടിൽ വലിയ അസുഖങ്ങൾ ഒന്നും ഉണ്ടായിട്ടില്ല." അയാൾ കുറച്ച് സമയത്തേക്ക് എന്തോ ആലോചിക്കുന്നതായി തോന്നി. പിന്നീട് അവളെ നോക്കിക്കൊണ്ട് അയാൾ സംസാരം തുടർന്നു. "ഇത് സംഭവിക്കുന്നതുവരെ നമ്മൾ ഇതിനെപ്പറ്റി ആലോചിക്കുകയില്ല. പിന്നീട് എല്ലാസമയത്തും ഇത് നിങ്ങളുടെ കൂടെ ഉണ്ടായിരുന്നെന്ന് നിങ്ങൾ തിരിച്ചറിയും. ഞാൻ ഉദ്ദേശിക്കുന്നത് നിങ്ങൾക്ക് മനസ്സിലായില്ലേ? മാറ്റാൻ പറ്റാത്ത രോഗത്തിന്റെ സാദ്ധ്യത. സാവധാനത്തിലുള്ള ഈ മരണം."

അയാൾ അസ്വസ്ഥതയോടെ നെരിപ്പോടിനടുത്ത് നിന്ന് പാദങ്ങൾ ഇളക്കി ചവിട്ടി. മേൽക്കൂരയിലേക്കു നോക്കിക്കൊണ്ടു അയാൾ സിഗരറ്റ് ആഞ്ഞുവലിച്ചു.

"എനിക്ക് മനസ്സിലായി." അവൾ പറഞ്ഞു. "ഇത് ഭയാനകമാണ്."

അയാൾ എന്താണ് ചെയ്യുന്നതെന്ന് തിരിച്ചറിയാതെ പുകവലിച്ചുകൊണ്ടിരുന്നു. പിന്നീട് സിഗരറ്റ് ചുണ്ടിൽനിന്ന് മാറ്റി നാക്കിന്റെ അറ്റത്ത് പറ്റിപ്പിടിച്ച ഒരുപുകയിലയുടെ തുണ്ട് പുറത്തേക്ക് തുപ്പിക്കൊണ്ട് അയാൾ ഒരു വശത്തേക്ക് തിരിഞ്ഞുനിന്നു.

"ഒരാളെ ഇത് എങ്ങനെയാണ് ബാധിക്കുന്നതെന്ന് എനിക്ക് അറിയില്ല." അയാൾ പറഞ്ഞു. അതിനുശേഷം അയാൾ വീണ്ടും അവളെ നോക്കി. അയാളുടെ കണ്ണുകളിലേക്ക് നോക്കിക്കൊണ്ടിരുന്ന അവളുടെ ഇരുണ്ട കണ്ണുകളിൽ അയാൾ പറയുന്ന കാര്യങ്ങൾ മനസ്സിലാക്കിയതിന്റെ ലക്ഷണം ഉണ്ടായിരുന്നു. അവളുടെ മുഖത്ത് സംഭ്രമം നിഴലിച്ചിരുന്നു. അയാൾ അവളുടെ മുഖത്തുനിന്നും മുഖം തിരിച്ചു. പക്ഷേ, എനിക്ക് വളരെ വ്യത്യാസം വന്നിട്ടുണ്ട്. ഒന്നുംതന്നെ അവശേഷിക്കുന്നില്ല. ഞാൻ ഉദ്ദേശിക്കുന്നത് നിങ്ങൾക്ക് മനസ്സിലാകുന്നുണ്ടോ? നിങ്ങൾ ഒരു ശൂന്യതയെ മുറുകെപ്പിടിക്കുകയാണെന്ന് തോന്നും. അതേസമയം നിങ്ങൾ തന്നെ ഒരു ശൂന്യതയാണെന്നും തോന്നും. അതുകൊണ്ട് എന്തുചെയ്യണമെന്ന് നിങ്ങൾക്ക് അറിയില്ല."

"അത് പാടില്ല." അവൾ മുറുമുറുത്തു. ഏറെക്കുറെ സന്തോഷമോ വേദനയോ ആണെന്നു തോന്നുന്ന ഒരു ശക്തമായ സ്പന്ദനം അവളുടെ ഞരമ്പുകളിലൂടെ പാഞ്ഞുപോയി. "എന്താണ് ചെയ്യാൻ കഴിയുന്നത്?" അവൾ കൂട്ടിച്ചേർത്തു.

അയാൾ തിരിഞ്ഞുനിന്ന് സിഗരറ്റിന്റെ ചാരം നെരിപ്പോടിലേക്ക് തള്ളിയിട്ടു.

"എനിക്ക് അറിയില്ല. ആ കാര്യം എനിക്ക് ഉറപ്പാണ്." അയാൾ പറഞ്ഞു. "പക്ഷേ, ഈ സാഹചര്യം മറികടക്കുന്നതിന് എന്തെങ്കിലും വഴികണ്ടെത്തണമെന്ന് ഞാൻ വിചാരിക്കുന്നുണ്ട്. നിങ്ങൾ ആഗ്രഹിച്ചിട്ടല്ല. പക്ഷേ, നിങ്ങൾക്ക് അതു കണ്ടെത്തിയേ പറ്റൂ. എന്തായാലും ഇത് തുടർന്നുകൊണ്ട് പോകാൻ പറ്റാത്ത ഒരു സാഹചര്യം ആണ്. നിങ്ങൾക്ക്

എല്ലാക്കാലത്തും മേൽക്കൂര കൈകൊണ്ട് താങ്ങിനിർത്താൻ കഴിയില്ല. എപ്പോഴെങ്കിലും നിങ്ങൾക്ക് കൈവിടേണ്ടി വരും. ഞാൻ ഉദ്ദേശിക്കുന്ന തെന്താണെന്ന് നിങ്ങൾക്ക് മനസ്സിലായോ? അതായത് എന്തെങ്കിലും ചെയ്യണം. അല്ലെങ്കിൽ മൊത്തമായി തകർന്നുവീഴും."

"പക്ഷേ, എന്തുചെയ്യാൻ കഴിയും?" അവൾ വിനയത്തോടെ പറഞ്ഞു. "എന്നെക്കൊണ്ട് എന്തെങ്കിലും ഉപകാരം ഉണ്ടെങ്കിൽ നിങ്ങൾക്ക് എന്നെ ഉപയോഗിക്കാം. പക്ഷേ, എനിക്ക് എന്ത് സഹായം ചെയ്യാൻ പറ്റും?"

അയാൾ അവളെ രൂക്ഷമായി നോക്കി.

"നിങ്ങൾ സഹായിക്കണമെന്ന് എനിക്ക് ആഗ്രഹം ഇല്ല." അയാൾ ചെറിയ തോതിലുള്ള ഇഷ്ടക്കേടോടെ പറഞ്ഞു. "കാരണം അങ്ങനെ ചെയ്യാൻ പറ്റുന്ന കാര്യങ്ങൾ ഇല്ല. ഞാൻ ആഗ്രഹിക്കുന്നത് സഹാനുഭൂതി ആണ്. നിങ്ങൾക്ക് മനസ്സിലാകുന്നുണ്ടോ. അനുതാപത്തോടെ എനിക്ക് സംസാരിക്കാൻ കഴിയുന്ന ആരെങ്കിലുമാണ് എനിക്ക് വേണ്ടത്. അത് എന്റെ പിരിമുറുക്കത്തിന് അയവ് വരുത്തും. പക്ഷേ, അതിന് ആരും ഇല്ല. അതാണ് വിചിത്രമായ കാര്യം. റൂപർട്ട് ബിർക്കിൻ ഉണ്ട്. പക്ഷേ, അയാൾക്ക് അനുതാപം ഇല്ല. അയാളുടെ ആഗ്രഹം ആജ്ഞാപിക്കാനാണ്. എന്തായാലും അതുകൊണ്ട് പ്രയോജനം ഒന്നും ഇല്ല."

അവൾക്ക് എന്തു മറുപടി പറയണമെന്ന് അറിയില്ല. അവൾ സ്വന്തം കൈകളിലേക്ക് നോക്കി.

അപ്പോൾ സാവധാനം കതക് തുറക്കുന്ന ശബ്ദം കേട്ടു. ജറാൾഡ് ഞെട്ടിത്തിരിഞ്ഞു. അയാൾ നിരാശപ്പെട്ടു. അയാളുടെ ഞെട്ടലാണ് സത്യത്തിൽ ഗുഡ്റണിനെ ഞെട്ടിച്ചത്. പിന്നീട് കരുതിക്കൂട്ടിയുള്ള ഭവ്യതയോടെ അയാൾ പെട്ടെന്ന് മുന്നോട്ടുനടന്നു.

"അമ്മയോ!" അയാൾ പറഞ്ഞു. "ഇങ്ങോട്ട് വരാൻ തോന്നിയത് എന്തായാലും നല്ല കാര്യമായി."

ഒരു ചുവന്ന മേലുടുപ്പിൽ പൊതിഞ്ഞ തടിച്ചു പ്രായമായ സ്ത്രീ പതിവുപോലെ നിശ്ശബ്ദയായി മുന്നോട്ടുവന്നു. അവരുടെ മകൻ അവരുടെ വശത്തുതന്നെ ഉണ്ടായിരുന്നു. അയാൾ അവർക്കു വേണ്ടി ഒരു കസേര നീക്കിയിട്ടുകൊണ്ടു പറഞ്ഞു. "മിസ് ബ്രാങ്വനെ അമ്മയ്ക്ക് മനസ്സിലായില്ലേ?"

അമ്മ ഗുഡ്റണിനെ താല്പര്യക്കുറവോടെ നോക്കി.

'മനസ്സിലായി." അവർ പറഞ്ഞു. പിന്നീട് അവരുടെ അത്ഭുതപ്പെടുത്തുന്ന അധികാരം നിഴലിക്കുന്ന കണ്ണുകൾ കൊണ്ട് അവർക്ക് വേണ്ടി നീക്കിയിട്ട കസേരയിൽ ഇരിക്കുന്നതിനിടയിൽ അവർ അവരുടെ മകനെ നോക്കി.

"ഞാൻ നിന്നോട് നിന്റെ അച്ഛനെപ്പറ്റി അന്വേഷിക്കാൻ വന്നതാണ്." അവർ പുറത്തേക്ക് കേൾക്കാത്തമട്ടിൽ ശബ്ദം താഴ്ത്തി പെട്ടെന്ന് പറഞ്ഞു. "നിനക്ക് ഇവിടെ കൂട്ടുകാർ ഉണ്ടെന്ന് ഞാൻ അറിഞ്ഞില്ല."

“അതല്ല. വിനിഫ്രഡ് അമ്മയോട് ഒന്നും പറഞ്ഞില്ലേ?” നമ്മുടെ സന്തോഷത്തിന് മിസ് ബ്രാങ്ങ്വൻ നമ്മുടെ കൂടെയാണ് അത്താഴം കഴിക്കുന്നത്.”

മിസ്സിസ് ക്രീച്ച് സാവധാനം തിരിഞ്ഞിരുന്ന് ഗുഡ്റണിനെ നോക്കി. പക്ഷേ, അവർ അവളെ കാണുന്നുണ്ടായിരുന്നില്ല.

“ഇത് അവൾക്കു ചേർന്ന ഒരു വിരുന്നായിരിക്കുമെന്ന് എനിക്ക് തോന്നുന്നില്ല.” പിന്നീട് അവർ മകന്റെ നേർക്ക് വീണ്ടും തിരിഞ്ഞു. അച്ഛനെപ്പറ്റി ഡോക്ടർ എന്തോ പറഞ്ഞെന്ന് വിനിഫ്രഡ് എന്നോട് പറഞ്ഞു. അയാൾ പറഞ്ഞത് എന്താണ്?”

“നാഡിമിടിപ്പ് ദുർബ്ബലമായിട്ടുണ്ടെന്നാണ് പറഞ്ഞത്. മൊത്തത്തിൽ പലപ്രാവശ്യം നാഡിമിടിപ്പ് നഷ്ടപ്പെടുന്നുണ്ടെന്നാണ് ഡോക്ടർ പറഞ്ഞത്. അതുകൊണ്ട് അച്ഛൻ ഈ രാത്രി വെളുക്കുന്നതുവരെ ഉണ്ടായിരിക്കാൻ ഇടയില്ല.”

മിസ്സിസ്. ക്രിച്ച് ഒന്നും കേൾക്കാത്തമട്ടിൽ നിർവ്വികാരയായി ഇരുന്നു.

അവരുടെ തടിച്ചശരീരം കസേരയിൽ കുന്നുകൂടി കിടക്കുന്നുന്നതായി തോന്നി. അവരുടെ അഴകുള്ള തലമുടി അവരുടെ ചെവി മൂടിക്കൊണ്ട് പാറിപ്പറന്നുകിടന്നു. പക്ഷേ, അവരുടെ തൊലി മൃദുലവും തെളിച്ചമുള്ളതും ആയിരുന്നു. അവരുടെ കൈത്തണ്ടകൾക്ക് നല്ല ബലം ഉണ്ടായിരുന്നു. ശബ്ദിക്കാതിരിക്കുന്ന ആ തടിച്ചരൂപത്തിനുള്ളിൽ ഊർജ്ജത്തിന്റെ ഒരു വലിയഭാരം കെട്ടിക്കിടന്ന് ജീർണ്ണിക്കുകയാണെന്ന് തോന്നി.

അവരുടെ തൊട്ടടുത്ത് ശ്രദ്ധയോടെ ഒരു കാവല്ക്കാരനെ പോലെ നിന്നിരുന്ന അവരുടെ മകന്റെ മുഖത്തേക്ക് അവർ നോക്കി. അവരുടെ കണ്ണുകൾക്ക് അത്ഭുതപ്പെടുത്തുന്ന നീലനിറം ഉണ്ടായിരുന്നു. അവർക്ക് ജറാൾഡിനെപ്പറ്റി ഒരുതരം ഉറച്ചവിശ്വാസം ഉള്ളതായി തോന്നി. അയാളെപറ്റി അമ്മമാരിൽ കാണുന്ന അവിശ്വാസവും അവർ അനുഭവിക്കുന്നുണ്ടെന്ന് തോന്നി.

അയാളൊഴിച്ച് മറ്റാരും കേൾക്കാൻ പാടില്ലെന്ന മട്ടിൽ അസാധാരണമായി ശബ്ദം താഴ്ത്തി അവർ പറഞ്ഞു “അത് നിന്നെ ഭ്രാന്തുപിടിപ്പിക്കുന്ന അവസ്ഥയിലേക്ക് എത്തിച്ചിട്ടില്ലല്ലോ?”

അവരുടെ ചോദ്യം ഗുഡ്റണിനെ അത്ഭുതപ്പെടുത്തി.

“ഞാൻ അങ്ങനെ വിചാരിക്കുന്നില്ല.” സാമാന്യം താല്പര്യക്കുറവോടെ അയാൾ മറുപടി പറഞ്ഞു. “ആരെങ്കിലും അതൊക്കെ നോക്കണമെന്ന് അമ്മയ്ക്ക് അറിയില്ലേ?”

“അതുനോക്കാൻ അവരില്ലേ?” അവരില്ലേ?” അയാളുടെ അമ്മ അതിവേഗത്തിൽ പറഞ്ഞു. “അത് എന്തിനാണ് നീ ഏറ്റെടുക്കുന്നത്? അത് നോക്കാൻ നിനക്ക് എന്താണ് ചെയ്യാൻ കഴിയുന്നത്? അതൊക്കെ സ്വയം നടന്നു കൊള്ളും. നിന്റെ ആവശ്യമൊന്നും ഇല്ല.”

“എന്നെക്കൊണ്ട് പ്രയോജനം ഉണ്ടെന്ന് ഞാൻ വിശ്വസിക്കുന്നില്ല.” അയാൾ മറുപടി പറഞ്ഞു. നമ്മളെ അത് ബാധിക്കുന്നത് ഇങ്ങനെയൊ

ക്കെയാണ്. അമ്മയ്ക്ക് മനസ്സിലാവുന്നില്ലേ?"

"ബാധിക്കപ്പെടുന്നത് നിനക്ക് ഇഷ്ടമാണ്. ശരിയല്ലേ? നിനക്ക് ഇതൊന്നും വലിയ കാര്യമല്ല. നിനക്ക് പ്രാധാന്യം കിട്ടണം. നീ വീട്ടിൽ തന്നെ താമസിക്കേണ്ട ആവശ്യമില്ല. നിനക്ക് എന്തുകൊണ്ട് പുറത്തു പോകാൻ പറ്റുന്നില്ല"

ഈ വാചകങ്ങൾ പല ഇരുണ്ട മണിക്കൂറുകളിലൂടെ പാകപ്പെട്ടുവരുന്നതാണെന്ന് വ്യക്തമായിരുന്നു. ജറാൾഡ് വിസ്മയത്തോടെ അത് സ്വീകരിച്ചു.

"അമ്മ പറയുന്നതുപോലെ ഈ അവസാന നിമിഷത്തിൽ ഞാൻ മാറി നിന്നതുകൊണ്ട് പ്രത്യേകിച്ച് എന്തെങ്കിലും പ്രയോജനമുണ്ടെന്ന് ഞാൻ കരുതുന്നില്ല." അയാൾ നിർവ്വികാരനായി പറഞ്ഞു.

"നീ നിന്റെ കാര്യം ശ്രദ്ധിക്കണം." അമ്മ മറുപടി പറഞ്ഞു. "അതാണ് നീ ചെയ്യേണ്ടത്. നീ കൂടുതൽ ഭാരം സ്വയം ചുമക്കുന്നു. നിനക്ക് ഭ്രാന്ത് പിടിച്ചതുപോലെ ആണ്. പണ്ടും നീ അങ്ങനെ ആയിരുന്നു."

"അമ്മ പറയുന്നതുപോലെ എനിക്ക് കുഴപ്പം ഒന്നും ഇല്ല." അയാൾ പറഞ്ഞു. "എന്നെപ്പറ്റി വിഷമിക്കേണ്ട ആവശ്യമില്ലെന്ന് ഞാൻ അമ്മയ്ക്ക് ഉറപ്പു തരുന്നു."

"മരിച്ചവരുടെ കൂടെപ്പോയി നീ എന്നെക്കൂടി ശവക്കുഴിക്കുള്ളിൽ കുഴിച്ചിടരുത്. അതാണ് ഞാൻ നിന്നോട് പറയുന്നത്. നിന്നെ എനിക്ക് നല്ലവണ്ണം അറിയാം."

അയാൾ ഇതിന് മറുപടി പറഞ്ഞില്ല. അയാൾക്ക് എന്താണ് പറയേണ്ടതെന്ന് അറിയില്ല. അമ്മ കസേരയിൽ നിശ്ശബ്ദയായി ചുരുണ്ടു കൂടി ഇരുന്നു. അവരുടെ മോതിരമിടാത്ത വെളുത്ത മനോഹരമായ വിരലുകൾ കസേരപ്പിടിയിൽ വിശ്രമിച്ചു.

"നിനക്ക് അത് ചെയ്യാൻ കഴിയില്ല." അമ്മ ഇഷ്ടപ്പെടാത്ത മട്ടിൽ പറഞ്ഞു. "നിനക്ക് അതിനുള്ള ധൈര്യം ഇല്ല. നിനക്ക് സത്യത്തിൽ ഒരു പൂച്ചക്കുട്ടിയെപ്പോലെ പേടിയുണ്ട്. നീ എന്നും അങ്ങനെതന്നെ ആയിരുന്നു. ഈ ചെറുപ്പക്കാരി ഇവിടെയാണോ താമസിക്കുന്നത്?"

"അല്ല." ജറാൾഡ് പറഞ്ഞു. "രാത്രിയിൽ അവൾ വീട്ടിൽപ്പോകും."

"അവൾക്ക് പോകാൻ ഒരു വണ്ടി കൊടുക്കുന്നതാണ് കൂടുതൽ നല്ലത്. അവൾക്ക് കൂടുതൽ ദൂരത്ത് പോകേണ്ടതാണോ?"

"ബൽഡോവർ വരെ പോയാൽ മതി."

"ഓ!" പ്രായം കൂടിയ സ്ത്രീ ഒരിക്കൽപ്പോലും ഗുഡ്റണിനെ നോക്കിയില്ല. എങ്കിലും അവളുടെ സാന്നിദ്ധ്യം അവർ കണക്കിലെടുക്കുന്നതായി തോന്നി.

കസേരയിൽ നിന്ന് അല്പം ആയാസപ്പെട്ട് എഴുന്നേറ്റുകൊണ്ട് അമ്മ പറഞ്ഞു. "നിനക്ക് സ്വയം കൂടുതൽ ഭാരം ചുമക്കാൻ താല്പര്യമുണ്ട്". "അമ്മ പോകുകയാണോ?" അയാൾ ബഹുമാനത്തോടെ ചോദിച്ചു.

"അതെ ഞാൻ വീണ്ടും മുകളിലോട്ടു തന്നെ പോകുന്നു." അവർ മറുപടി പറഞ്ഞു. ഗുഡ്റണിന്റെ നേർക്ക് തിരിഞ്ഞ് അവർ അവൾക്ക് ശുഭരാത്രി ആശംസിച്ചു. പിന്നീട് നടന്ന് ശീലം ഉണ്ടെന്നുള്ള ഭാവത്തിൽ അവർ വാതിലിനടുത്തേക്ക് സാവധാനം നടന്നു. വാതിലിൽ എത്തിയപ്പോൾ അവർ അയാളുടെ നേർക്ക് മുഖമുയർത്തി. അയാൾ അവരുടെ കവിളിൽ ചുംബിച്ചു.

"എന്റെ കൂടെ വരണ്ട." കഷ്ടിച്ച് കേൾക്കാൻ കഴിയുന്ന ശബ്ദത്തിൽ അവർ പറഞ്ഞു.

അയാൾ അവർക്ക് ശുഭരാത്രി ആശംസിച്ചു. അവർ സാവധാനം കോണിപ്പടി കയറിപ്പോകുന്നത് അയാൾ നോക്കിക്കൊണ്ടു നിന്നു. പിന്നീട് അയാൾ കതക് അടച്ചതിനുശേഷം ഗുഡ്റണിന്റെ അടുത്തേക്ക് തിരിച്ചു വന്നു. ഗുഡ്റൺ പോകാൻവേണ്ടി എഴുന്നേറ്റു നില്ക്കുകയായിരുന്നു.

"എന്റെ അമ്മ ഒരു പ്രത്യേക തരക്കാരിയാണ്." അയാൾ പറഞ്ഞു.

"ശരിയാണ്." ഗുഡ്റൺ മറുപടി പറഞ്ഞു.

"അമ്മയ്ക്ക് അമ്മയുടേതായ ചിന്തകൾ ഉണ്ട്."

"ശരിയാണ്" ഗുഡ്റൺ പറഞ്ഞു.

പിന്നീട് അവർ നിശ്ശബ്ദരായി

"നിങ്ങൾക്കു പോകാറായോ?" അയാൾ ചോദിച്ചു. "ഒരു മിനിറ്റ് ഞാൻ ഒരു കുതിരയെ തയ്യാറാക്കട്ടെ."

"വേണ്ട" ഗുഡ്റൺ പറഞ്ഞു. "ഞാൻ നടക്കാനാണ് ഇഷ്ടപ്പെടുന്നത്."

അയാൾ അവളോടൊപ്പം നടക്കാമെന്ന് വാക്കു പറഞ്ഞിരുന്നു. അവൾക്ക് അതിന് ആഗ്രഹം ഉണ്ടായിരുന്നു.

"വേണമെങ്കിൽ നിങ്ങൾക്ക് വണ്ടിയിൽ പോകാം." അയാൾ പറഞ്ഞു.

"എനിക്ക് നടക്കണം." അവൾ ഉറപ്പിച്ച് പറഞ്ഞു.

"അപ്പോൾ ഞാൻ നിങ്ങളുടെ കൂടെ വരാം." അയാൾ ഒരു തൊപ്പിയും കോട്ടും ധരിച്ചു. അവർ പുറത്തെ ഇരുട്ടിലേക്ക് ഇറങ്ങി.

"നമുക്ക് ഒരു സിഗരറ്റ് കത്തിക്കാം." പൂമുഖത്ത് എത്തിയപ്പോൾ അയാൾ പറഞ്ഞു. "ഒരെണ്ണം നിങ്ങളും വലിക്ക്." കുറ്റിച്ചെടികൾക്കിടയിലൂടെയുള്ള കീഴ്ക്കാംതൂക്കായ വഴിയിലൂടെ ഇരുട്ടിൽ പുകയിലയുടെ മണം പരത്തിക്കൊണ്ട് അവർ ഇറങ്ങിനടന്നു.

അവൾ കൈകൊണ്ട് അയാളെ ചുറ്റിപ്പിടിക്കാൻ ആഗ്രഹിച്ചു. അവർ നടക്കുന്നതിനിടയിൽ അയാൾക്ക് അവളെ ചുറ്റിപ്പിടിച്ച് അയാളിലേക്ക് വലിച്ചടുപ്പിക്കാൻ കഴിഞ്ഞാൽ അയാൾ സ്വയം സമതുലിതാവസ്ഥയിൽ എത്തും. കാരണം ഇപ്പോൾ ഒരുതുലാസിന്റെ ഒരു ഭാഗം ശൂന്യതയിലേക്ക് താഴ്ന്നു കൊണ്ടിരിക്കുകയാണെന്നും താഴുന്ന ഭാഗം അയാളാണെന്നും അയാൾക്ക് തോന്നിയിരുന്നു. അയാൾക്ക് ഏതെങ്കിലും തരത്തിലുള്ളൊരുസമതുലിതാസ്ഥ വീണ്ടെടുക്കണം.

അയാളെപ്പറ്റി മാത്രം ആലോചിച്ചുകൊണ്ട് അയാൾ അവളുടെ അരക്കെട്ടിൽ കൈചുറ്റി തന്നിലേക്ക് വലിച്ചടുപ്പിച്ചു. അവളെ പിടിച്ചടുപ്പിക്കു

ന്നത് തിരിച്ചറിഞ്ഞപ്പോൾ അവളുടെ ഹൃദയം മോഹാലസ്യപ്പെട്ടു. പക്ഷേ, അപ്പോൾ അയാളുടെ കൈകൾക്ക് ശക്തികൂടിയിരുന്നു. അയാളുടെ ഇറുകെയുള്ള പിടുത്തത്തിൽ അവൾ പതുങ്ങിപ്പോയി. കാറ്റുവീശിയടിക്കുന്ന ഇരുട്ടിൽ അയാൾ അവളെ വലിച്ചടുപ്പിച്ചു. അവരുടെ നടത്തത്തിനിടയിൽ അയാൾ അവളുമായി സമതുലിതാവസ്ഥയിലാണെന്നു തോന്നി.

അയാൾ സിഗരറ്റ് ചുണ്ടിൽ നിന്നെടുത്ത് ദൂരേക്ക് എറിഞ്ഞു. കാണാൻ കഴിയാത്ത കുറ്റിക്കാടിനുള്ളിൽ അത് തിളങ്ങുന്ന ഒരു ബിന്ദുവായി മാറി. പിന്നീട് അവളുടെ ചലനങ്ങൾ നിയന്ത്രിക്കാൻ അയാൾക്ക് പരിപൂർണ്ണ സ്വാതന്ത്ര്യം കിട്ടി.

"അത് എറിഞ്ഞുകളഞ്ഞത് കൂടുതൽ നല്ലകാര്യമാണ്." അയാൾ ആഹ്ലാദത്തോടെ പറഞ്ഞു.

അയാളുടെ ശബ്ദത്തിലെ ആഹ്ലാദം അവൾക്ക് മധുരമുള്ള വിഷം കലർന്ന ഒരു ലഹരിപോലെ ആയിരുന്നു. അയാളെ സംബന്ധിച്ചിടത്തോളം അവൾക്ക് എത്രമാത്രം പ്രാധാന്യം ഉണ്ടോ! അവൾ ആ വിഷം രുചിച്ചുനോക്കി.

"നിങ്ങൾക്ക് കൂടുതൽ സന്തോഷം ഉണ്ടോ?" അവൾ പ്രതീക്ഷയോടെ ചോദിച്ചു.

"വളരെക്കൂടുതൽ" അയാളുടെ ശബ്ദത്തിലെ ആഹ്ലാദം പഴയതുപോലെതന്നെ ഉണ്ടായിരുന്നു.

അവൾ അയാളോട് പറ്റിച്ചേർന്നു. അവൾ പരിപൂർണ്ണ സ്നേഹവും അനുകമ്പയും ആണെന്ന് അയാൾക്ക് തോന്നി. അയാളുടെ അസ്തിത്വത്തിന്റെ സമ്പന്നവും മനോഹരവും ആയ സത്ത അവളായിരുന്നു. അവൾ നടക്കുന്നതിന്റെ ചലനവും ഉത്സാഹവും അത്ഭുതകരമായ രീതിയിൽ അയാളിലൂടെ പ്രസരിച്ചു.

"നിങ്ങളെ സഹായിക്കാൻ കഴിഞ്ഞാൽ എനിക്ക് അങ്ങേയറ്റത്തെ സന്തോഷം ഉണ്ട്." അവൾ പറഞ്ഞു.

അയാൾ മറുപടി പറഞ്ഞു. "നിങ്ങൾ അതു ചെയ്തില്ലെങ്കിൽ അത് ചെയ്യാൻ മറ്റാർക്കും കഴിയില്ല."

"അത് സത്യമാണ്." അസാധാരണമായ ആവേശത്തോടെ അവൾ സ്വയം പറഞ്ഞു.

അയാളുടെ ഉറച്ചശരീരത്തിലേക്ക് അവൾ അടുക്കുന്നതുവരെ നടന്നുപോകുന്നതിനിടയിൽ അയാൾ അവളെ വലിച്ചടുപ്പിച്ചു കൊണ്ടിരുന്നു.

അയാൾക്ക് അവളെ താങ്ങിയെടുക്കാനുള്ള ശക്തി ഉണ്ടായിരുന്നു. അയാളെ എതിർക്കാൻ കഴിയില്ല. ശരീരത്തിന്റെ ചലനങ്ങളുടെ അത്ഭുതകരമായ ഒരു ഒത്തുചേരലിൽ അവർ ആ ഇരുണ്ട കുന്നിൻചരിവിലൂടെ താഴോട്ട് ഒഴുകി. ദൂരെ മറ്റൊരു ഇരുണ്ടകുന്നിൻ ചരിവിൽ ബൽഡോവറിലെ മഞ്ഞവിളക്കുകളുടെ നീണ്ടനിര കാണാം. പക്ഷേ, അയാളും അവളും ലോകത്തിന് പുറത്തുള്ള പരിപൂർണ്ണമായും ഒറ്റപ്പെട്ടുപോയ ഒരു ഇരുട്ടിലൂടെയാണ് നടന്നുകൊണ്ടിരുന്നത്.

"പക്ഷേ, നിങ്ങൾക്ക് എന്നോട് എത്ര മാത്രം താല്പര്യം ഉണ്ട്." അവളുടെ ശബ്ദത്തിന് ഏകദേശം പരാതി പറയുന്ന ലക്ഷണം ഉണ്ടായിരുന്നു. എനിക്ക് മനസ്സിലാവുന്നില്ല. എനിക്ക് അറിയില്ല."

"എത്രമാത്രമെന്നോ!" അസഹ്യമായ ഒരു ആവേശത്തോടെ അയാൾ ഉറക്കെ പറഞ്ഞു. "എനിക്കും ആ കാര്യം അറിയില്ല. പക്ഷേ, എല്ലാം അതിലുണ്ട്." അയാൾ സ്വന്തം പ്രഖ്യാപനത്തിൽ പകച്ചുപോയി. അത് സത്യം ആയിരുന്നു. അതുകൊണ്ട് ഈ കാര്യം അവളോട് സമ്മതിക്കുമ്പോൾ അയാൾ സ്വയം എല്ലാ പ്രതിരോധങ്ങളും അഴിച്ചുമാറ്റുകയായിരുന്നു.

"പക്ഷേ, എനിക്ക് അത് വിശ്വസിക്കാൻ കഴിയില്ല." വിസ്മയത്തിൽ വിറയലോടെ അവൾ ശബ്ദം താഴ്ത്തിപ്പറഞ്ഞു. അവൾ കേൾക്കാൻ ആഗ്രഹിച്ച കാര്യം ഇതായിരുന്നു. ഇത് മാത്രം ആയിരുന്നു. എങ്കിലും ഇപ്പോൾ അയാളുടെ ശബ്ദത്തിൽ സത്യത്തിന്റെ അസാധാരണമായ ചിറകടിയൊച്ചകൾ അവൾ കേട്ടു. അവൾ അത് വിശ്വസിച്ചില്ല. എന്നിട്ടും വിധിയുടെ വിജയം എന്ന രീതിയിൽ അവൾ അത് വിശ്വസിച്ചു.

"എന്തുകൊണ്ടില്ല?" അയാൾ ചോദിച്ചു "എന്തുകൊണ്ട് നിങ്ങൾ അത് വിശ്വസിക്കുന്നില്ല? അത് സത്യമാണ്. നമ്മൾ ഇവിടെ നില്ക്കുന്ന ഈ നിമിഷത്തിൽ അത് സത്യമാണ്." അയാൾ കാറ്റത്ത് അവളെ ചേർത്തു പിടിച്ചുകൊണ്ട് നിന്നു. "നമ്മൾ നില്ക്കുന്ന ഇവിടം ഒഴിച്ച് ഭൂമിയിലോ സ്വർഗ്ഗത്തിലോ ഉള്ള മറ്റൊന്നും ഞാൻ കാര്യമാക്കുന്നില്ല. അതെല്ലാം നിങ്ങളുടേതാണ്. ഞാൻ എന്റെ ആത്മാവിനെ വേണ്ടി വന്നാൽ നൂറുതവണ വില്ക്കും. പക്ഷേ, നിങ്ങൾ ഇവിടെ ഇല്ലാതിരിക്കുന്നത് സഹിക്കാൻ എനിക്ക് കഴിയില്ല. തനിച്ചാവുന്നത് എനിക്ക് താങ്ങാൻ കഴിയില്ല. എന്റെ തലച്ചോറ് പൊട്ടിത്തെറിക്കും. ഇത് സത്യമാണ്." അയാൾ അവളെ ആത്മവിശ്വാസത്തോടെ അയാളിലേക്ക് വലിച്ചടുപ്പിച്ചു.

"വേണ്ട." അവൾ ഭയത്തോടെ പിറുപിറുത്തു. എങ്കിലും അവൾ ആഗ്രഹിച്ചത് ഇതായിരുന്നു. എന്തുകൊണ്ടാണ് അവൾക്ക് ധൈര്യം നഷ്ടപ്പെട്ടത്?

അവർ അവരുടെ അസാധാരണമായ നടത്തം പുനരാരംഭിച്ചു. അവർ ഒരേപോലെ അപരിചിതർ ആയിരുന്നു. എങ്കിലും അവർക്ക് ചിന്തിക്കാൻ കഴിയാത്ത രീതിയിൽ ഭയാനകമായ അടുപ്പം ഉണ്ടായിരുന്നു. അത് ഒരു ഭ്രാന്ത് പോലെ ആയിരുന്നു. എങ്കിലും അവൾ ആഗ്രഹിച്ചത് അതായിരുന്നു. അവൾ ആഗ്രഹിച്ചത് അതുതന്നെ ആയിരുന്നു. അവർ കുന്നിറങ്ങി ഇപ്പോൾ ഖനിയുടെ റെയിൽപാളത്തിനടിയിലൂടെ കടന്നുപോകുന്ന വഴിയിലെ സമചതുര കമാനത്തടിനടുത്തേക്ക് അവർ വന്നു കൊണ്ടിരിക്കുകയായിരുന്നു. ചതുരത്തിലുള്ള കരിങ്കലുകൾകൊണ്ട് പണിഞ്ഞിരിക്കുന്ന ആ കമാനം ഗുഡ്റണിന് പരിചിതമാണ്. അതിന്റെ ഒരുവശം ഇറ്റുവീഴുന്ന വെള്ളത്തുള്ളികൾ ഒഴുകി ഇറങ്ങി പായൽ പിടിച്ചിട്ടുണ്ട്. മറ്റേവശത്ത് നനവില്ല. മുകളിലൂടെ പോകുന്നതീവണ്ടിയുടെ കുലുക്കം

അറിയാൻ അവൾ ആ കമാനത്തിനടിയിൽ നിന്നിട്ടുണ്ട്. മഴക്കാലത്ത് ഒറ്റപ്പെട്ടു നില്ക്കുന്ന ആ ഇരുണ്ട പാലത്തിനടിയിൽ ചെറുപ്പക്കാരായ ഖനിത്തൊഴിലാളികൾ അവരുടെ കാമുകിമാരുമായി ഇരുട്ടത്ത് നില്ക്കാറുണ്ടെന്ന് അവൾക്ക് അറിയാം. അതുകൊണ്ട് ആ പാലത്തിനടിയിലെ ഇരുട്ടിൽ വെച്ച് അവളുടെ കാമുകൻ അവളെ ചുംബിക്കണമെന്ന് അവൾ ആഗ്രഹിച്ചു. പാലത്തിനടുത്തേക്ക് കൂടുതൽ അടുക്കുംതോറും അവളുടെ കാലുകളുടെ വേഗത കുറഞ്ഞു.

പാലത്തിനടിയിൽ എത്തിയപ്പോൾ അവർ നിന്നു. അയാൾ അവളെ നെഞ്ചോട് ചേർത്തു ഉയർത്തി. അവളെ വരിഞ്ഞുമുറുക്കിയപ്പോൾ അയാളുടെ ഉറച്ച ശരീരം വിറച്ചു. അയാളുടെ നെഞ്ചിൽ ശ്വാസം കിട്ടാതെ പരിഭ്രമത്തോടെ അവൾ ഞെരിഞ്ഞമർന്നു. ഹോ! അത് ഭയാനകവും പരിപൂർണ്ണവും ആയിരുന്നു. ഈ പാലത്തിനടിയിൽ ഖനിത്തൊഴലാളികൾ അവരുടെ കാമുകിമാരെ നെഞ്ചോട് ചേർത്തു അമർത്തിയിട്ടുണ്ട്. ഇപ്പോൾ അവരുടെ യജമാനൻ അതേ പാലത്തിന്റെ അടിയിൽ വെച്ച് അവളെ അയാളുടെ നെഞ്ചിലേക്ക് അമർത്തുന്നു. അയാളുടെ ആലിംഗനം അവരുടെ ആലിംഗനത്തേക്കാൾ എത്രമടങ്ങ് ശക്തവും ഭയാനകവും ആയിരുന്നു. അതേ രീതിയിൽ അയാളുടെ സ്നേഹം അവരുടെ സ്നേഹത്തേക്കാൾ എത്രമാത്രം കൂടുതൽ ഏകാഗ്രവും ശ്രേഷ്ഠവും ആയിരുന്നു! അയാളുടെ ശരീരത്തിന്റെയും കൈകളുടെയും ദയവില്ലാത്ത പിരിമുറുക്കത്തിന്റെ വിറയലിനുള്ളിൽപ്പെട്ട് അവൾക്ക് താൻ മോഹലസ്യപ്പെടുമെന്ന് തോന്നി. അവൾ മരിക്കാൻ വരെ സാദ്ധ്യതയുണ്ട്. പിന്നീട് അപ്രതീക്ഷിതമായ ആ വിറയൽ കുറഞ്ഞു. പിന്നീട് അയാളുടെ പിടുത്തം അയഞ്ഞു. അവളെ വലിച്ചടുപ്പിച്ചുകൊണ്ട് അയാൾ പിന്നിലുണ്ടായിരുന്ന ഭിത്തിയിൽ ചാരിനിന്നു.

അവൾ ഏകദേശം അബോധാവസ്ഥയിൽ ആയിരുന്നു. ഖനിത്തൊഴിലാളികളായ കാമുകന്മാരുടെ ചുംബനം അവരുടെ യജമാനന്റെ ചുംബനത്തോളം ശക്തമായിരുന്നോ? തീവ്രമായിരുന്നോ? ശ്രദ്ധയോടെ കുറ്റിയാക്കി വെട്ടിനിർത്തിയിരുന്ന മേൽമീശ എന്തായാലും ഖനിത്തൊഴിലാളികൾക്ക് ഉണ്ടായിരുന്നു കാണില്ല. അവരുടെ കാമുകിമാർ അവളെപ്പോലെ അവരുടെ തോളത്ത് തലവെച്ച് ഇരുണ്ട കമാനത്തിലൂടെ ദൂരെക്കാഴ്ചയിൽ വരാത്ത കുന്നുകളുടെ നിറുകയിലെ മഞ്ഞവെളിച്ചത്തിലേക്കും ഖനികളിലേക്കും അവ്യക്തമായി ദൂരെക്കാണുന്ന മരക്കൂട്ടത്തിലേക്കും നോക്കി നിന്നിട്ടുണ്ടാകാം.

അയാളുടെ കൈകൾ അവളെ മുറുകെ പുണർന്നിരുന്നു. അയാൾ അവളുടെ സ്നേഹവും ഊഷ്മളതയും അയാളിലേക്ക് ആവാഹിക്കുകയാണ് എന്ന് തോന്നി. അയാൾ അവളെ ഉണർത്തി. അയാൾ ഒരു കപ്പിലേക്ക് വീഞ്ഞു പകരുന്നതുപോലെ അവളെ അയാളിലേക്ക് പകർന്നൊഴിക്കുകയാണെന്ന് തോന്നി.

"ഇത് എന്തിനേക്കാളും വിലയുള്ള കാര്യമാണ്." അയാൾ തുളച്ചിറ

ങ്ങുന്ന ഒരു അസാധാരണ ശബ്ദത്തിൽ പറഞ്ഞു.

അവൾക്ക് അത്രത്തോളം ആശ്വാസം കിട്ടി. ഒരു ലഹരിപോലെ അയാളുടെ സിരകളിലേക്ക് ഒഴുകി നിറയാൻപോകുന്ന അളക്കാൻ പറ്റാത്ത ചൂടുള്ള വിലമതിക്കാൻ കഴിയാത്ത ഒരു ദ്രാവകമായി അവൾ ഉരുക്കിത്തുടങ്ങിയിരിക്കുകയാണെന്ന് തോന്നി. അവളുടെ കൈകൾ അയാളുടെ കഴുത്തിൽ ചുറ്റിയിരുന്നു. അവൾ പൂർണ്ണമായും ഉരുകി അയാളിലേക്ക് ഒഴുകി. അയാൾ അവളെന്ന വീഞ്ഞിനെ ഏറ്റുവാങ്ങുന്ന ഉറപ്പും ബലവും ഉള്ള പാത്രം ആയിരുന്നു. അയാളുടെ ചുംബനങ്ങളിൽ അവൾ ഉരുകി വൈദ്യുതി പോലെ അയാളിലേക്ക് പ്രവഹിച്ചു.

അവൾക്ക് ബോധക്കേടുണ്ടായെന്ന് തോന്നുന്നതുപോലെ അവളുടെ മനസ്സ് സാവധാനം സഞ്ചരിച്ചു. പിന്നീട് അത് അവസാനിച്ചു. അവളിൽ ഉള്ളതെല്ലാം ഉരുകി ഒഴുകിക്കഴിഞ്ഞു. അയാളാൽ നിയന്ത്രിക്കപ്പെട്ട് അവൾ അനങ്ങാതെ നിന്നു. ശുദ്ധവും മൃദുലവും ആയ ഒരു രത്നത്തിൽ പ്രകാശം ഉറങ്ങുന്നതുപോലെ അവൾ അയാളിൽ ഉറങ്ങി. അവൾ അവസാനിച്ചെങ്കിലും അയാളിലേക്ക് അവൾ കടന്നുകയറിയിരുന്നു. അയാൾ പരിപൂർണ്ണതയിൽ എത്തിയിരുന്നു.

വീണ്ടും കണ്ണുതുറക്കുമ്പോൾ അവൾ ദൂരത്ത് വെളിച്ചത്തിന്റെ തുരുത്തുകൾ കണ്ടു. ലോകം ഇപ്പോഴും നിലനില്ക്കുന്നതിൽ അവൾക്ക് അത്ഭുതം തോന്നി. അവൾ പാലത്തിനടിയിൽ ജെറാൾഡിന്റെ നെഞ്ചത്ത് തല ചേർത്തു നില്ക്കുയായിരുന്നു. ജറാൾഡ് അയാൾ ആരായിരുന്നു? അയാൾ അവൾ ആഗ്രഹിച്ച അനുപമ സൗന്ദര്യമുള്ള അറിയപ്പെടാത്ത സാഹസികനായിരുന്നു.

അവൾ തല ഉയർത്തിനോക്കി. ഇരുട്ടിൽ അവളുടെ തലയ്ക്ക് മുകളിലായി അവൾ അയാളുടെ വടിവൊത്ത പൗരുഷമുള്ള മുഖം കണ്ടു. അയാൾ അജ്ഞാത ലോകത്തുനിന്നു വന്ന ഒരു സന്ദർശകനെപ്പോലെ തോന്നി. അയാളിൽ നിന്നും ഒരു മങ്ങിയ പ്രകാശം പുറന്തള്ളപ്പെടുന്നതായി തോന്നി. അവൾ അറിവിന്റെ വൃക്ഷത്തിലെ ആപ്പിളിനുവേണ്ടി ഹവ്വ കൈ ഉയർത്തിയതു പോലെ കൈകൾ ഉയർത്തി. അളക്കാൻ കഴിയാത്ത്ര മൃദുലമായി അലഞ്ഞു തിരിയുന്ന അവളുടെ വിരലുകൾ അയാളുടെ മുഖത്ത് സ്പർശിച്ചു. അവൾ അയാളെ ചുംബിച്ചു. അവളുടെ വിരലുകൾ അയാളുടെ മുഖമാകെ പരാതി നടന്നു. അയാൾ എത്രമാത്രം അപരിചിതൻ ആയിരുന്നു! എത്രമാത്രം അപകടകാരി ആയിരുന്നു! എത്രമാത്രം കുറ്റമറ്റവൻ ആയിരുന്നു! അറിവിന്റെ പൂർണ്ണതയിൽ അവളുടെ ആത്മാവ് കോരിത്തരിച്ചു. മിന്നിത്തിളങ്ങുന്ന വിലക്കപ്പെട്ട കനി പുരുഷന്റെ ഈ മുഖം ആയിരുന്നു. അയാളുടെ മുഖത്ത് വിരലോടിച്ചുകൊണ്ട് അവൾ അയാളുടെ കണ്ണിലും മൂക്കിലും പുരികങ്ങളിലും കഴുത്തിലും സ്പർശനത്തിലൂടെ തിരിച്ചറിയാനും മനസ്സിലാക്കാനും വേണ്ടി അയാളെ ചുംബിച്ചു കൊണ്ടിരുന്നു. അയാൾ അവളുടെ അറിവിനുള്ളിൽ നിറയുന്നതുവരെ അവൾ അയാളെ കുത്തിനിറച്ചു. അതുവരെ അവൾ അയാളെ തൊടാൻ

വീണ്ടും വീണ്ടും തൊടാൻ, ആഗ്രഹിച്ചു. അയാൾ മൊത്തത്തിൽ അവളുടെ കൈപ്പടിയിൽ ആകുന്നതുവരെ അവൾ അയാളെ തൊട്ടുകൊണ്ടിരുന്നു. അയാളെപ്പറ്റിയുള്ള അമൂല്യമായ അറിവ് അവൾക്ക് ലഭിക്കുമെങ്കിൽ അവൾ തൃപ്തിയാകും. ഈ അറിവിനെ അവളിൽ നിന്നും അപഹരിക്കാൻ ഒന്നിനെക്കൊണ്ടും കഴിയില്ല.

"നിങ്ങൾ അങ്ങേയറ്റം സുന്ദരനാണ്." അയാളുടെ കഴുത്തിൽ ചുണ്ട് ചേർത്തു അവർ പറഞ്ഞു.

അയാൾ അത്ഭുതപ്പെട്ടു. പക്ഷേ, അയാൾ വിറയ്ക്കുന്നത് അവൾക്ക് അനുഭവിക്കാൻ കഴിഞ്ഞു. അവൾ അയാളിലേക്ക് മനഃപൂർവ്വമല്ലാതെ തന്നെ കൂടുതൽ അടുത്തു. അയാൾക്ക് സ്വയം രക്ഷപ്പെടാൻ കഴിഞ്ഞില്ല. അവളുടെ വിരലുകളുടെ ശക്തി അയാളെ കീഴ്പ്പെടുത്തി. അവളുടെ വിരലുകൾക്ക് അയാളിൽ വിളിച്ചുവരുത്താൻ കഴിഞ്ഞ അളവറ്റ ആഗ്രഹത്തിന് മരണത്തേക്കാൾ ആഴമുണ്ടായിരുന്നു. അവിടെ അയാൾക്ക് മറ്റ് പോംവഴികൾ ഇല്ല.

പക്ഷേ, അവൾക്ക് ഇപ്പോൾ മനസ്സിലായിരിക്കുന്നു. അത് തൃപ്തികരം ആയിരിക്കുന്നു. തല്ക്കാലത്തേക്ക് അയാളുടെ അദൃശ്യമായ വെളിച്ചത്തിന്റെ തീവ്രമായ ആഘാതത്തിൽ അവളുടെ ആത്മാവ് നശിച്ചിരുന്നു. ഈ അറിവ് അവൾക്ക് രക്ഷപ്പെട്ട് പുറത്തുവരേണ്ട ഒരു മരണം ആയിരുന്നു. അയാളെപ്പറ്റി എന്തുമാത്രം കൂടുതൽ അറിയാനുണ്ട്? ധാരാളം അറിയാനുണ്ട്. അവളുടെ കൈകൾക്ക് അറിവിനു വേണ്ടിയുള്ള അത്യാർത്തി ഉണ്ടായിരുന്നു. പക്ഷേ, തല്ക്കാലത്തേക്ക് ഇത്രയും മതിയായിരുന്നു. അവളുടെ ആത്മാവിന് ചുമക്കാൻ കഴിയുന്നത്ര അറിവ് ലഭിച്ചിരുന്നു. കൂടുതലായാൽ അവൾ ഛിന്നഭിന്നമാകും. അവളുടെ ആത്മാവിന്റെ പാത്രത്തിൽ കൂടുതൽ കുത്തിനിറച്ചാൽ അത് പൊട്ടിപ്പോകും. മതി. തല്ക്കാലത്തേക്ക് മതി. അവളുടെ കൈകൾക്ക് അയാളുടെ നിഗൂഢമായ രൂപത്തിന്റെ പശിമയുള്ള വിശാലമായ പാടത്തു നിന്നും കിളികളെപ്പോലെ ആഹാരം കണ്ടെത്താൻ വരാൻ പോകുന്ന ദിവസങ്ങളെല്ലാം ബാക്കിയുണ്ടായിരുന്നു.

അയാൾക്ക് സത്യത്തിൽ നിയന്ത്രണം ഏറ്റുവാങ്ങാനും ശാസന കേൾക്കാനും തടസ്സം അനുഭവിക്കാനും ആഹ്ലാദം ആയിരുന്നു. കാരണം ആഗ്രഹം അനുഭവത്തേക്കാൾ മെച്ചമാണ്. അനുഭവത്തിന്റെ പൂർണ്ണത അതിനുള്ള ആഗ്രഹത്തിനു തുല്യമായ ഭയം ഉണർത്തുന്ന കാര്യമാണ്.

അടിവാരത്തെ ഉയർന്ന വഴിയിലൂടെ അവർ പട്ടണത്തിലേക്കു നടന്നു. ഇരുണ്ട വഴിയിൽ തുല്യ അകലത്തിൽ വിളക്കുകൾ ഉണ്ടായിരുന്നു. ഒടുവിൽ അവർ പൊതുവഴിയിലെത്തി.

"ഇനി മുന്നോട്ടു വരണ്ട" അവൾ പറഞ്ഞു.

"ഞാൻ കൂടെ വരണ്ട എന്നല്ലേ പറഞ്ഞത്?" അയാൾ ആശ്വാസത്തോടെ ചോദിച്ചു. അവളോടൊപ്പം പൊതുവഴിയിലൂടെ നടക്കാൻ അയാൾ ആഗ്രഹിച്ചിരുന്നില്ല.

"ശുഭരാത്രി" അവൾ കൈനീട്ടിക്കാണിച്ചു. അയാൾ കൈപിടിച്ചു

പിന്നീട് അപകടം പിടിച്ച ആ വിരലുകളുടെ അറ്റത്ത് അയാൾ ചുണ്ട മർത്തി.

"ശുഭരാത്രി." അയാൾ പറഞ്ഞു. "നാളെ കാണാം."

അവർ പിരിഞ്ഞു. സജീവമായ ആഗ്രഹത്തിന്റെ ബലവും ശക്തി യുമായി അയാൾ വീട്ടിലേക്ക് തിരിച്ചുപോയി.

പക്ഷേ, അടുത്തദിവസം അവൾ വന്നില്ല. ജലദോഷം കാരണം വീട്ടിൽ ഇരിക്കുകയാണെന്ന് അവൾ ഒരുകുറിപ്പു കൊടുത്തുവിട്ടു. ഇത് ഒരുയാതന ആയിരുന്നു! പക്ഷേ, അയാളുടെ ആത്മാവിനെ അവളെ കാ ണാൻ പറ്റാത്തതിന്റെ ദുഃഖം കുറിച്ചിട്ട ഒരു മറുപടിയിലൂടെ അയാൾ സാന്ത്വനപ്പെടുത്തി.

അതിനടുത്ത ദിവസം അയാൾ വീട്ടിൽ നിന്ന് പുറത്തുപോയില്ല. ഓഫീസിൽ പോകുന്നതുകൊണ്ട് പ്രയോജനമില്ലെന്ന് തോന്നി. അയാളുടെ അച്ഛന് ഈ ആഴ്ച പൂർത്തിയാക്കാൻ കഴിയില്ല. അയാൾ വീട്ടിലിരിക്കാൻ ആഗ്രഹിച്ചു.

ജറാൾഡ് അച്ഛന്റെ മുറിയിലെ ജനാലയുടെ അടുത്തായി ഒരു കസേ രയിൽ ഇരുന്നു. പുറത്ത് ഇരുണ്ട പ്രകൃതി ആയിരുന്നു. അയാളുടെ അ ച്ഛൻ വിളറിപ്പോയിരുന്നു. ഒരു നേഴ്സ് വെളുത്ത വേഷത്തിൽ നിശ്ശബ്ദ യായി നടക്കുന്നുണ്ടായിരുന്നു. മുറിയിൽ യൂഡികൊളോണിന്റെ മണം തളം കെട്ടി നിന്നിരുന്നു. നേഴ്സ്മുറിയിൽ നിന്ന് പുറത്തുപോയി മഞ്ഞു കാലത്തെ ഇരുണ്ട പ്രകൃതിയിലേക്ക് നോക്കിക്കൊണ്ട് ജെറാൾഡ് മര ണത്തോടൊപ്പം ഒറ്റപ്പെട്ടു.

"ഡൻലെയിൽ ധാരാളം വെള്ളമുണ്ടോ?" കിടക്കയിൽ നിന്നും പരാ തിയുടെ സ്വരത്തിൽ അവ്യക്തമായ ശബ്ദംകേട്ടു. മരിച്ചുകൊണ്ടിരുന്ന മനു ഷ്യൻ വില്ലി വാട്ടറിൽ നിന്നും അതിന്റെതന്നെ മറ്റൊരു കുഴിയിലേക്ക് വെള്ളം ചോരുന്നതിനെപ്പറ്റിയാണ് അന്വേഷിക്കുന്നത്.

"കുറച്ചുകൂടി ഉണ്ട്. നമുക്ക് തടാകം വറ്റിക്കണം." ജറാൾഡ് പറ ഞ്ഞു.

"നീ ചെയ്യുമോ?" അവ്യക്തമായ ശബ്ദം അരിച്ചിറച്ച് അവസാനിച്ചു. അവിടെ മരണതുല്യമായ നിശ്ശബ്ദത ആയിരുന്നു. മരണത്തേക്കാൾ മരി ച്ചുകഴിഞ്ഞ രോഗി കണ്ണടച്ചുകിടന്നു. ജറാൾഡ് ദൂരത്തേക്ക് നോക്കി ഇരുന്നു. അയാളുടെ ഹൃദയം വാടിക്കരിഞ്ഞെന്ന് ജറാൾഡിന് തോന്നി. ഈ നിശ്ശബ്ദത വളരെനേരം നീണ്ടുനിന്നാൽ അയാളുടെ ഹൃദയം നിന്നു പോകും.

പെട്ടെന്ന് അയാൾ ഒരു അസാധാരണ ശബ്ദംകേട്ടു. തിരിഞ്ഞുനോ ക്കുമ്പോൾ ദാരുണമായി പിടയുന്ന അച്ഛന്റെ തുറിച്ചുപോയ കണ്ണുകൾ ഭ്രാന്തമായി വട്ടംചുറ്റുന്നത് അയാൾ കണ്ടു. ജറാൾഡ് ഭയന്നുവിറച്ചു കൊണ്ട് ഞെട്ടി എഴുന്നേറ്റ് സ്തംഭിച്ചുനിന്നു.

"വാ..." അയാളുടെ അച്ഛന്റെ തൊണ്ടയിൽനിന്നും ഭയാനകമായ മുഴക്കം ബുദ്ധിമുട്ടി പുറത്തേക്ക് വന്നു. പേടിപ്പെടുത്തുന്ന ഭ്രാന്തമായ

കണ്ണുകൾ സഹായത്തിനു വേണ്ടിയുള്ള വന്യമായ തിരച്ചിലിനിടയിൽ ജറാൾഡിന്റെ മുകളിലൂടെ അന്ധമായി കടന്നുപോയി. പിന്നീട് വേദന കൊണ്ട് പുളയുന്ന മനുഷ്യന്റെ മുഖത്തേക്ക് ഇരുണ്ടരക്തം അടുക്കും മുറയും ഇല്ലാതെ ഇരച്ചുകയറി. വലിഞ്ഞു മുറുകിയ ശരീരം അയഞ്ഞു. തലയണ വശത്തുകൂടി തല താഴേക്ക് ചരിഞ്ഞു.

ജറാൾഡ് സ്തംഭിച്ചു നിന്നു. അയാളുടെ ആത്മാവിൽ ഭയം പ്രതിദ്ധ്വനിച്ചുകൊണ്ടിരുന്നു. അയാൾക്ക് ചലിക്കണം. പക്ഷേ, അയാൾക്ക് അതിന് കഴിയുന്നില്ല. അയാൾക്ക് സ്വന്തം കാലുകൾ അനക്കാൻ പറ്റുന്നില്ല. അയാളുടെ തലച്ചോറ് നാടിമിടിപ്പു പോലെ സ്പന്ദിക്കുന്നുണ്ടെന്ന് തോന്നി.

വെളുത്ത വേഷംധരിച്ച നേഴ്സ് അനക്കമില്ലാതെ കടന്നുവന്നു. അവൾ ജറാൾഡിനെ നോക്കി. അതിനുശേഷം കിടക്കയിലേക്ക് നോക്കി.

“ങ്ങാ!” അവളുടെ മൃദുവായ വിങ്ങൽ പുറത്തുവന്നു. “ങ്ങാ.” കിടക്കയിലേക്ക് കുനിഞ്ഞ് നോക്കുന്നതിനിടയിൽ അവളുടെ ഉള്ളിൽ ഇളകിമറിയുന്ന വേദനയുടെ അവ്യക്തമായ ശബ്ദം കേട്ടു. പിന്നീട് അവൾ അതിൽനിന്നും കരകയറി. അവൾ പഞ്ഞിയും ടൗവ്വലും എടുക്കാൻവേണ്ടി തിരിഞ്ഞുനടന്നു. അവൾ ശവത്തിന്റെ മുഖം ശ്രദ്ധയോടെ തുടച്ചുകൊണ്ടിരിക്കുന്നതിനിടയിൽ സാമാന്യം ദുഃഖത്തോടെ പിറുപിറുത്തുകൊണ്ടിരുന്നു. “പാവം മിസ്റ്റർ ക്രിച്ച്. പാവം മിസ്റ്റർ ക്രിച്ച്. പാവം മിസ്റ്റർ ക്രിച്ച്.”

“അച്ഛൻ മരിച്ചോ?” ജറാൾഡിന്റെ തീവ്രമായ ശബ്ദം മുഴങ്ങി.

“മരിച്ചു. അദ്ദേഹം പോയി.” ജറാൾഡിന്റെ മുഖത്തേക്ക് നോക്കുന്നതിനിടയിൽ ദുഃഖത്തോടെ നേഴ്സ് മറുപടി പറഞ്ഞു. അവൾ ചെറുപ്പമായിരുന്നു. സുന്ദരി ആയിരുന്നു. അവൾ വിറയ്ക്കുന്നുണ്ടായിരുന്നു. വികൃതമായ ഒരുതരം ചിരി ജറാൾഡിന്റെ മുഖത്തെ ഭയത്തിനുമുകളിൽ പടർന്നുകയറി. അതിനുശേഷം അയാൾ മുറിയിൽ നിന്ന് പുറത്തേക്ക് നടന്നു.

അയാൾ അമ്മയോട് പറയാൻ പോകുകയായിരുന്നു. കോണിപ്പടിയിൽവെച്ച് അയാൾ അയാളുടെ സഹോദരൻ ബേസിലിനെ കണ്ടു.

“അച്ഛൻ പോയി ബേസിൽ” ശബ്ദത്തിൽ പേടിപ്പെടുത്തുന്ന ഒരു സന്തോഷം പുറത്തുവരാതിരിക്കാൻ വേണ്ടി നിയന്ത്രണം ജറാൾഡ് നടത്തിയെങ്കിലും അത് പൂർണ്ണമായി വിജയിച്ചില്ല.

“എന്താണ് പറഞ്ഞത്?” വിളറിപ്പോയ ബേസിൽ ഉറക്കെ ചോദിച്ചു.

ജറാൾഡ് തലകുലുക്കി. പിന്നീട് അയാൾ അമ്മയുടെ മുറിയിലേക്ക് പോയി.

അവർ ചുവന്ന വേഷത്തിൽ വളരെ സാവധാനം എന്തോ തുന്നിക്കൊണ്ടിരിക്കുകയായിരുന്നു. അവർ നീലക്കണ്ണുകൾ ഉയർത്തി ധൈര്യത്തോടെ ജറാൾഡിനെ നോക്കി.

“അച്ഛൻ പോയി.” അയാൾപറഞ്ഞു.

“അദ്ദേഹം മരിച്ചെന്നോ? ആരാണ് അങ്ങനെ പറഞ്ഞത്?”

"അത് കണ്ടാൽ മനസ്സിലാകും."

അവർ തയ്ച്ചുകൊണ്ടിരുന്ന തുണി താഴെവെച്ചിട്ട് സാവധാനം എഴുന്നേറ്റു.

"അമ്മ അച്ഛനെ കാണാൻ പോകുകയാണോ?" അയാൾ ചോദിച്ചു.

"അതെ." അവർ പറഞ്ഞു.

കിടക്കയുടെ അടുത്ത് മക്കൾ കൂട്ടംകൂടിനിന്ന് കരയുന്നുണ്ടായിരുന്നു.

അമ്മേ!" ഏകദേശം ഭ്രാന്ത് പിടിച്ചതുപോലെ പെൺമക്കൾ ഉറക്കെ പൊട്ടിക്കരഞ്ഞു.

പക്ഷേ, അമ്മ മുന്നോട്ട് ചെന്നു. മരിച്ച മനുഷ്യൻ കലർപ്പില്ലാത്ത ഉറക്കം ഉറങ്ങുന്ന ഒരു ചെറുപ്പക്കാരനെ പോലെ സ്വസ്ഥമായി കിടന്നു. അയാളുടെ ശരീരത്തിന് ഇപ്പോഴും ചൂട് ഉണ്ടായിരുന്നു. അവർ കുറച്ച് സമയത്തേക്ക് ദുഃഖത്തോടെ അയാളെ നോക്കി നിന്നു.

"ഏയ്" അന്തരീക്ഷത്തിലെ അദൃശ്യനായ ഒരു സാക്ഷിയോട് സംസാരിക്കുന്ന മട്ടിൽ അവർ പറഞ്ഞു. "അദ്ദേഹം മരിച്ചു" പിന്നീട് അവർ താഴോട്ട് നോക്കി. അല്പസമയം നിശ്ശബ്ദയായിനിന്നു. "നല്ലഭംഗിയുണ്ട്." അവർ പ്രഖ്യാപിച്ചു. "ജീവിതം നിങ്ങളെ ഒരിക്കൽപ്പോലും തൊടാത്തമട്ടിൽ നിങ്ങൾക്ക് സൗന്ദര്യം ഉണ്ട്. എനിക്ക് വ്യത്യാസം ഉണ്ട്. ഞാൻ മരിക്കുമ്പോൾ എനിക്ക് എന്റെ പ്രായം തോന്നാമെന്നാണ് എന്റെ വിശ്വാസം. നല്ലഭംഗിയുണ്ട്." അവർ അയാളെപ്പറ്റി പുകഴ്ത്തി. "അദ്ദേഹത്തിന്റെ മുഖത്ത് ആദ്യം മീശ മുളച്ച സമയത്ത് കാണുന്നതുപോലെ ഉണ്ട്." പിന്നീട് അവർ കരയുമ്പോൾ അവരുടെ ശബ്ദത്തിൽ ദുഃഖം ഉണ്ടായിരുന്നു. "നിങ്ങൾ മരിക്കുമ്പോൾ നിങ്ങളിൽ ഒരാൾപോലും ഇതുപോലെ ഇരിക്കില്ല! ഇനി ഒരിക്കലും ഇതുപോലെ സംഭവിക്കില്ല," അത് അസാധാരണവും വന്യവും ആയ ഒരു ആജ്ഞ ആയിരുന്നു. അവരുടെ ശബ്ദത്തിന്റെ സ്വാധീനത്തിൽ മക്കൾ പെട്ടെന്ന് ഒന്നിച്ചുകൂടി. അവരുടെ കവിളുകൾ ചുമന്നുതുടങ്ങി. "എന്നെ കുറ്റപ്പെടുത്താം. നിങ്ങൾക്ക് വേണമെങ്കിൽ എന്നെ കുറ്റപ്പെടുത്താം. ആദ്യം താടിമുളച്ച ഒരു ആൺകുട്ടിയെ പോലെയാണ് അദ്ദേഹം ഇവിടെ കിടക്കുന്നത്. നിങ്ങൾക്ക് വേണമെങ്കിൽ എന്നെ കുറ്റപ്പെടുത്താം. പക്ഷേ, നിങ്ങളിൽ ഒരാൾക്കു പോലും അറിയില്ല." അവർ കടുത്ത നിശ്ശബ്ദതയിൽ എത്തിയിരുന്നു.

പിന്നീട് പിരിമുറുക്കമുള്ള ഒരുതാഴ്ന്ന ശബ്ദം കേട്ടു. "ഞാൻ പ്രസവിച്ച മക്കൾ മരിക്കുമ്പോൾ ഇതുപോലെ കിടക്കുമെന്ന് എനിക്ക് തോന്നിയിരുന്നെങ്കിൽ അവർ ചോരക്കുഞ്ഞുങ്ങളായി ഇരിക്കുമ്പോൾത്തന്നെ ഞാൻ അവരുടെ കഴുത്ത് ഞെരിക്കുമായിരുന്നു. അതെ."

പിന്നിൽ നിന്നും ജറാൾഡിന്റെ മുഴക്കമുളുള്ള ശബ്ദം വന്നു. "ഞങ്ങൾക്ക് വ്യത്യാസം ഉണ്ട്. ഞങ്ങൾ അമ്മയെ കുറ്റപ്പെടുത്തുന്നില്ല."

അവർ തിരിഞ്ഞ് ജറാൾഡിന്റെ കണ്ണുകളിലേക്ക് സൂക്ഷിച്ചുനോക്കി. പിന്നീട് ഭ്രാന്തമായ നിരാശയുടെ ആംഗ്യം പകുതിവെച്ച് നിർത്തിക്കൊണ്ട് അവർ പറഞ്ഞു.

“പ്രാർത്ഥിക്കൂ!” അവർ പരുഷമായി പറഞ്ഞു., “നിങ്ങൾക്കു വേണ്ടി ദൈവത്തോട് പ്രാർത്ഥിക്കൂ! കാരണം നിങ്ങളുടെ രക്ഷകർത്താക്കളിൽ നിന്ന് നിങ്ങൾക്ക് സഹായം കിട്ടില്ല.”

“അമ്മേ!” പെൺമക്കൾ വന്യമായി നിലവിളിച്ചു.

പക്ഷേ, അവർ തിരിഞ്ഞു നടന്നു കഴിഞ്ഞിരുന്നു. മക്കൾ പെട്ടെന്നു തന്നെ പരസ്പരം അകന്നുമാറി.

മിസ്റ്റർ ക്രിച്ച് മരിച്ചെന്ന് കേട്ടപ്പോൾ ഗുഡ്റണിന് അവളെ ആരോ ശകാരിക്കുന്നതുപോലെ തോന്നി. അവളെ സ്വന്തമാക്കാൻ വളരെ എളുപ്പമാണെന്ന് ജറാൾഡ് ചിന്തിക്കാതിരിക്കാനാണ് അവൾ വിട്ടുനിന്നത്. പക്ഷേ, ഇപ്പോൾ അയാൾ ബുദ്ധിമുട്ടുകളുടെ നടുക്കായപ്പോൾ അവൾക്ക് ജലദോഷം ആയിരിക്കുന്നു.

അടുത്ത ദിവസം പതിവുപോലെ അവൾ വിനിഫ്രഡിന്റെ അടുത്തേക്ക് പോയി. സ്റ്റുഡിയോയിലേക്ക് പോകാൻ കാത്തിരുന്ന വിനിഫ്രഡിന് അവളെ കണ്ടപ്പോൾ സന്തോഷമായി. വിനിഫ്രഡ് കരഞ്ഞിരുന്നു. അതു കൂടാതെ അവൾ വല്ലാതെ പേടിച്ചിരുന്നു. അവളും ഗുഡ്റണും പതിവുപോലെ സ്റ്റുഡിയോയുടെ ഏകാന്തതയിൽ അവരുടെ ജോലി വീണ്ടും ആരംഭിച്ചു. അവൾക്ക് ഇത് അളവറ്റ സന്തോഷമായി തോന്നി. വീട്ടിലെ ദുരിതത്തിനു ശേഷം വിനിഫ്രഡിന് ഇത് സ്വാതന്ത്ര്യത്തിന്റെ കുറ്റമറ്റ ലോകം ആയിരുന്നു. ഗുഡ്റൺ നേരം വൈകുന്നതുവരെ അവിടെ ഉണ്ടായിരുന്നു. അവർ അത്താഴം സ്റ്റുഡിയോയിലേക്ക് വരുത്തി വീട്ടിലെ മറ്റ് അംഗങ്ങൾ ഇല്ലാതെ ആഹാരം അവിടെ ഇരുന്ന് സ്വാതന്ത്ര്യത്തോടെ കഴിച്ചു.

അത്താഴം കഴിഞ്ഞ് ജറാൾഡ് സ്റ്റുഡിയോയിൽ വന്നു. സ്റ്റുഡിയോയുടെ ഉയരം കൂടിയ വലിയ മുറിയിൽ നിഴലും കാപ്പിയുടെ മണവും നിറഞ്ഞു നിന്നിരുന്നു. ദൂരെ അറ്റത്തുള്ള നെരിപ്പോടിനടുത്ത് ഒരു വെളുത്ത വിളക്ക് എരിയുന്ന മേശയുടെ ഇരുവശത്തുമായി ഗുഡ്റണും വിനിഫ്രഡും ഇരുന്നിരുന്നു. അവർ അവരുടേതായ ഒരു ചെറിയ ലോകത്ത് ആയിരുന്നു.

“നിങ്ങൾക്ക് ഇവിടെ വേണ്ടത്ര സൗകര്യം ഉണ്ട്.” അവരുടെ അടുത്ത് വന്നപ്പോൾ ജറാൾഡ് പറഞ്ഞു.

അവിടെ കട്ടകെട്ടിയ ഒരു താഴ്ന്ന പാതകവും, നീലനിറമുള്ള ഒരുപഴയ ടർക്കിഷ് പരവതാനിയും ഓക്ക് തടിയിലുള്ള ഒരു ചെറിയ മേശയും ഉണ്ടായിരുന്നു. പഴയ കാപ്പിപ്പാത്രത്തിൽ ഗുഡ്റൺ കാപ്പി ഉണ്ടാക്കുന്നു. വിനിഫ്രഡ് ഒരുചെറിയ പാത്രത്തിൽ പാൽ ചൂടാക്കുന്നു.

“നിങ്ങൾ കാപ്പി കുടിച്ചോ?” ഗുഡ്റൺ ചോദിച്ചു.

“കുടിച്ചു. പക്ഷേ, നിങ്ങളുടെ കൂടെ കുറച്ചുകൂടി കാപ്പി കുടിക്കാം.” അയാൾ മറുപടി പറഞ്ഞു.

“അപ്പോൾ ഗ്ലാസിൽ കുടിക്കേണ്ടിവരും. ഇവിടെ രണ്ട് കപ്പുകൾ മാത്രാണ് ഉള്ളത്.” വിനിഫ്രഡ് പറഞ്ഞു.

"എനിക്ക് എല്ലാം ഒരുപോലെയാണ്. ''പെൺകുട്ടികളുടെ സൗഹൃദവലയത്തിലേക്ക് ഒരു കസേര വലിച്ചിട്ടുകൊണ്ട് അയാൾ പറഞ്ഞു. ഉദാത്തമായ നിഴലുകളുടെ ഈ ലോകത്ത് അവർ എത്രമാത്രം സന്തോഷിച്ചിരുന്നു! അവർക്ക് ഇവിടം എത്രമാത്രം ആകർഷകവും സൗന്ദര്യപ്രദവും ആയിരുന്നു! പകൽ മുഴുവൻ അയാൾ ശവസംസ്കാരത്തിന്റെ ഇടപെടലുകളുമായി കഴിച്ചുകൂട്ടിയ പുറത്തെ ലോകം പൂർണ്ണമായും തുടച്ചുമാറ്റപ്പെട്ടിരിക്കുന്നു. നിമിഷത്തിനുള്ളിൽ അയാൾ അവിടേക്ക് മാന്ത്രികശക്തിയാൽ ആകർഷിക്കപ്പെട്ടു.

അവർ അവരുടെ എല്ലാ സാധനങ്ങളും മനോഹരമായി സൂക്ഷിച്ചിരുന്നു. തീജ്വാലകൾ കാണാൻ പോലും കഴിയാത്ത കാപ്പി തിളപ്പിക്കാനുള്ള പാത്രവും തിളങ്ങുന്ന കടുംചുവപ്പ് നിറമുള്ള ചെറിയ കപ്പുകളും കടും ചുവപ്പ് വൃത്തങ്ങളുള്ള കറുത്ത കൂജയും എല്ലാംതന്നെ മനോഹരമായിരുന്നു. അവിടെ കപടമായ ഒരു സമൃദ്ധി ഉണ്ടായിരുന്നു. ജറാൾഡ് അപ്പോൾത്തന്നെ അതിൽ നിന്ന് രക്ഷപ്പെട്ടു.

അവർ എല്ലാവരും ഇരുന്നു. ഗുഡ്റൺ സാവധാനം കാപ്പി പകർന്നു.

"നിങ്ങൾക്ക് പാലുവേണോ?" കടുംചുവപ്പ് വൃത്തങ്ങളുടെ കറുത്ത കൂജ തൂക്കിയെടുത്തുകൊണ്ട് ഗുഡ്റൺ ശാന്തമായി ചോദിച്ചു. എങ്കിലും അവൾക്ക് ധൈര്യക്കുറവുണ്ടായിരുന്നു. അവൾക്ക് എപ്പോഴും അങ്ങേയറ്റത്തെ നിയന്ത്രണം ഉണ്ട്. എങ്കിലും അങ്ങേയറ്റത്തെ ധൈര്യക്കുറവും ഉണ്ട്.

"വേണ്ട, എനിക്ക് വേണ്ട." അയാൾ മറുപടി പറഞ്ഞു.

അസാധാരണമായ വിനയത്തോടെ അവൾ കാപ്പി ഒഴിച്ച കപ്പ് അയാളുടെ മുന്നിൽ വെച്ചു. ഭംഗിയില്ലാത്ത ഗ്ലാസിലെ കാപ്പി അവൾ സ്വയം കുടിക്കാൻ വേണ്ടി എടുത്തു. അവൾക്ക് അയാളെ സല്ക്കരിക്കാൻ ആഗ്രഹം ഉണ്ടെന്നു തോന്നി.

"ഗ്ലാസ് എനിക്ക് തന്നുകൂടേ?" നിങ്ങൾക്ക് അത് വളരെ അസൗകര്യമാണ്. അയാൾ പറഞ്ഞു. അയാൾക്ക് ഗ്ലാസ് മതിയായിരുന്നു. അവൾ നല്ലകപ്പിൽ കുടിക്കുന്നത് കാണാനായിരുന്നു അയാൾക്ക് താല്പര്യം. പക്ഷേ, അവൾ മറുപടി പറഞ്ഞില്ല. സ്വയം തരംതാഴ്ത്തുന്നതിൽ അവൾക്ക് അസംതൃപ്തി ഇല്ലായിരുന്നു.

"നിങ്ങൾ വീട്ടുകാരെ പോലെയാണ്." അയാൾ പറഞ്ഞു.

"അതെ, ഞങ്ങൾ സന്ദർശകരോട് മര്യാദ കാണിക്കും." വിനിഫ്രഡ് പറഞ്ഞു.

"അപ്പോൾ ഞാൻ ഒരു സന്ദർശകനാണ്."

അയാളുടെ ആചാരം അനുസരിച്ചുള്ള വേഷം അവിടെ യോജിക്കുന്നില്ലെന്നും അയാൾ അവിടെ ഒരു അന്യൻ ആണെന്നും അയാൾക്ക് ആദ്യമായി തോന്നി.

ഗുഡ്റൺ നിശ്ശബ്ദയായിരുന്നു. അവൾക്ക് അയാളെ സംസാരിക്കാൻ പ്രേരിപ്പിക്കുന്നത് ശരിയല്ലെന്നും തോന്നി. ഈ സമയത്ത് നിശ്ശബ്ദതയാണ്

ഏറ്റവും നല്ലത്. ഗൗരവമുള്ള കാര്യങ്ങൾ മാറ്റിവെക്കുന്നതാണ് ഏറ്റവും നല്ല കാര്യം. അതുകൊണ്ട് കുതിരക്കാരൻ ഗുഡ്റണിന് വീട്ടിൽ തിരിച്ചു പോകാനുള്ള വണ്ടി തയ്യാറാക്കുന്നതിനിടയിൽ കുതിരയോട് "പിന്നോട്ട് നീങ്ങ്, പിന്നോട്ട് നീങ്ങ്" എന്നു വിളിച്ചു പറയുന്നതുകേൾക്കുന്നതുവരെ അവർ നിസ്സാരകാര്യങ്ങൾ സംസാരിച്ചുകൊണ്ടിരുന്നു. അതിനുശേഷം അവൾ അവളുടെ സാധനങ്ങൾ കൈയിലെടുത്തു. ജറാൾഡിന്റെ കണ്ണുകളിലേക്ക് നോക്കാതെ അയാൾക്കു കൈകൊടുത്തു. അവൾ പുറത്തു പോയി.

ശവസംസ്കാരം നടന്നു. അതിനുശേഷം ഊണുമേശയുടെ ചുറ്റും ഇരുന്ന് പെൺമക്കൾ പറഞ്ഞുകൊണ്ടിരുന്നു. "ഞങ്ങൾക്ക് അച്ഛൻ നല്ലതുമാത്രമേ ചെയ്തിട്ടുള്ളൂ. ലോകത്തിലെ ഏറ്റവും നല്ലതു മാത്രമേ ചെയ്തിട്ടുള്ളൂ. ലോകത്തിലെ ഏറ്റവും നല്ല അച്ഛനായിരുന്നു. അച്ഛനെപ്പോലെ ഒരുനല്ല മനുഷ്യനെ നമുക്ക് ഇനിയും കണ്ടുകിട്ടാൻ എളുപ്പമല്ല."

"ഭാഗ്യത്തിന് എല്ലാവരും പുറത്തു പോകുകയായിരുന്നു. ക്രിച്ചിന്റെ വീട്ടിലുള്ളവർ വീട്ടിനുള്ളിൽ അധിക സമയം ചെലവഴിക്കാറില്ല. അത്താഴത്തിന്റെ സമയം ആയപ്പോഴേക്കും ജറാൾഡ് തനിച്ചായിരുന്നു. വിനിഫ്രഡിനെപ്പോലും കുറച്ചുദിവസത്തേക്ക് അവളുടെ സഹോദരി ലോറ ലണ്ടനിലേക്ക് കൂട്ടിക്കൊണ്ടുപോയിരുന്നു.

പക്ഷേ, ജറാൾഡ് തനിച്ചായപ്പോൾ അയാൾക്ക് അത് താങ്ങാൻ കഴിഞ്ഞില്ല. ഒരുദിവസം കടന്നുപോയി. മറ്റൊരു ദിവസം കൂടി കടന്നുപോയി.

ഈ സമയത്തെല്ലാം അയാൾ ഒരു അഗാധഗർത്തത്തിന്റെ വക്കിൽ, ചങ്ങലയിൽ തൂക്കിയിട്ടിരുന്ന ഒരു മനുഷ്യനെപ്പോലെ ആയിരുന്നു. കഴിയുന്നത്ര കഷ്ടപ്പെട്ടിട്ടും അയാൾക്ക് കരയ്ക്ക് കയറാൻ കഴിഞ്ഞില്ല. അയാൾക്ക് കാലുറപ്പിക്കാൻ കഴിയുന്നില്ല. അയാൾ ഒരു ശൂന്യതയുടെ അരികിൽ തൂങ്ങിക്കിടന്ന് വേദനകൊണ്ട് പുകയുകയായിരുന്നു. കൂട്ടുകാരെക്കുറിച്ചോ അപരിചിതരെക്കുറിച്ചോ അല്ലെങ്കിൽ ജോലിയെക്കുറിച്ചോ നേരമ്പോക്കിനെക്കുറിച്ചോ അയാൾ എന്തിനെക്കുറിച്ച് ചിന്തിച്ചാലും അഗാധമായ ആ ശൂന്യത മാത്രമായിരുന്നു അയാളുടെ മുന്നിൽ പ്രത്യക്ഷപ്പെടുന്നത്. രക്ഷപ്പെടാൻ വഴി ഇല്ലായിരുന്നു. പിടിച്ചു കയറാൻ പറ്റിയതായിയാതൊന്നും ഇല്ല.

തുടക്കത്തിൽ ഈ ആപത്ത് ഒഴിഞ്ഞു പോകുമെന്നുള്ള പ്രതീക്ഷയിൽ അയാൾ അടങ്ങി ഒതുങ്ങി ഇരുന്നു. ഈ യാതന നിറഞ്ഞ ആപത്തിനുശേഷം അയാൾ ജീവിതത്തിന്റെ ലോകത്തേക്ക് തുറന്ന് വിടപ്പെടുമെന്ന് അയാൾ പ്രതീക്ഷിച്ചു. പക്ഷേ, അത് അവസാനിച്ചില്ല. അയാൾ ഒരു പ്രതിസന്ധിഘട്ടത്തിൽ എത്തി.

മൂന്നാം ദിവസം വൈകുന്നേരം ആയപ്പോൾ അയാളുടെ ഹൃദയം ഭയംകൊണ്ട് കിലുങ്ങാൻ തുടങ്ങി. മറ്റൊരു രാത്രികൂടി അയാൾക്ക് താങ്ങാൻ കഴിയില്ല. മറ്റൊരു രാത്രി വന്നുകൊണ്ടിരിക്കുന്നു. ആ രാത്രി കൂടി അയാൾ ശൂന്യതയുടെ കയത്തിനു മുകളിൽ ശാരീരിക ജീവിത

ത്തിന്റെ ചങ്ങലയിൽ അയാൾക്ക് തൂങ്ങിക്കിടക്കേണ്ടിവരും. അയാൾക്ക് അത് താങ്ങാൻ കഴിയില്ല. അയാൾ ആഴത്തിൽ ഭയന്നുപോയിരിക്കുന്നു. അയാളുടെ ആത്മാവ് തണുത്തു മരവിച്ചു പോയിരിക്കുന്നു. അയാൾ ഇപ്പോൾ സ്വന്തം ശക്തിയിൽ വിശ്വസിക്കുന്നില്ല. അയാൾക്ക് ഈ ശൂന്യതയിലേക്ക് വീണതിനുശേഷം വീണ്ടും എഴുന്നേല്ക്കാൻ കഴിയുകയില്ല. അയാൾ വീഴുകയാണെങ്കിൽ എന്നന്നേക്കുമായി അയാൾ ഇല്ലാതാകും. അയാൾക്ക് പിൻവാങ്ങണം. അയാൾ ഇല്ലാതാകും. അയാൾക്ക് പിൻവാങ്ങണം. അയാൾക്ക് നിശ്ചയമായും അതിനുള്ള താങ്ങുകൾ കണ്ടെത്തണം.

സ്വന്തം നിസ്സാരത്വത്തിന്റെ അങ്ങേയറ്റത്തെ അനുഭവങ്ങൾക്കുശേഷം അയാൾ തനിച്ചായി. അത്താഴം കഴിഞ്ഞ് അയാൾ കോട്ടും ബൂട്ടും ധരിച്ചു. രാത്രിയിൽ നടക്കാൻ വേണ്ടി അയാൾ പുറത്തേക്ക് ഇറങ്ങി.

മൂടൽമഞ്ഞ് ഉണ്ടായിരുന്നു. ഇരുണ്ട രാത്രിയായിരുന്നു. അയാൾ കാട്ടിലൂടെ മില്ലിലേക്ക് നടന്നു. വഴിയെപ്പറ്റി അയാൾക്ക് സംശയം തോന്നി. കൊള്ളാം. അയാൾക്ക് പകുതി സന്തോഷമായി. അയാൾ കുന്നുകയറി. വന്യമായ കുന്നിൻചരിവിലൂടെ അയാൾ സംശയിച്ച് സംശയിച്ച് മുന്നോട്ടു നീങ്ങി. പരിപൂർണ്ണമായ ഇരുട്ടിൽ അയാൾക്ക് വഴിതെറ്റി. ഇത് വിരസമായിരിക്കുന്നു. അയാൾ എവിടേക്കാണ് പോയിരുന്നത്? സാരമില്ല. വീണ്ടും വഴിയിലെത്തുന്നതുവരെ അയാൾ സംശയത്തോടെ നടന്നു. പിന്നീട് അയാൾ മറ്റൊരു കാട്ടിലൂടെ മുന്നോട്ടുപോയി. അയാളുടെ മനസ്സ് ഇരുണ്ടുപോയിരുന്നു. അയാൾ യാന്ത്രികമായി മുന്നോട്ട് നീങ്ങി. അയാൾക്ക് വഴിതെറ്റി. അയാൾ പാടത്തിന്റെ അതിർത്തിയിലുള്ള കുറ്റിക്കാടുകളുടെ വേലിയെ പിൻതുടർന്ന് പുറത്തേക്കുള്ള വഴിയിൽ എത്തി.

ഒടുവിൽ അയാൾ പ്രധാനവഴിയിൽ പ്രവേശിച്ചു. ഇരുട്ടിൽ കണ്ണുകാണാതെ കഷ്ടപ്പെട്ട് ചുറ്റിത്തിരിഞ്ഞത് അയാളെ അസ്വസ്ഥനാക്കിയിരുന്നു. പക്ഷേ, ഇപ്പോൾ അയാൾക്ക് ഏതെങ്കിലും ദിശയിലേക്ക് നടക്കാതിരിക്കാൻ കഴിയില്ല. വെറുതെ നടന്നതുകൊണ്ട് ഒന്നും പരിഹരിക്കപ്പെടുകയില്ല. അയാൾക്ക് ഒരുദിശ കണ്ടെത്തേണ്ടിയിരിക്കുന്നു.

അയാൾ വഴിയിലെ കൂരിരുട്ടിൽ അനങ്ങാതെ നിന്നു. അയാൾ എവിടെയാണെന്ന് അയാൾക്ക് അറിയില്ല. തീരെ അപരിചിതമായ ഇരുട്ടിൽ അയാളുടെ ഹൃദയമിടിപ്പിന്റെ മുഴക്കംകൂടി. അത് അസാധാരണമായ ഒരു അനുഭവം ആയിരുന്നു. അയാൾ കുറച്ച് സമയം അവിടെത്തന്നെ നിന്നു.

പിന്നീട് അയാൾ ഒരു കാലൊച്ച കേട്ടു. ഒരു വിളക്കിന്റെ ചലനം അയാൾ കണ്ടു. അയാൾ ഉടൻ തന്നെ അതിനടുത്തേക്ക് നടന്നു. അതു ഒരു ഖനിത്തൊഴിലാളി ആയിരുന്നു.

“ഈ വഴി എവിടേക്കാണെന്ന് നിങ്ങൾക്ക് എന്നോട് പറയാൻ കഴിയുമോ?”

“ങാ! ഇത് വാട്ട്മോറിലേക്കുള്ള വഴിയാണ്.”

“വാട്ട്മോറിലേക്കുള്ളതാണോ! നിങ്ങൾക്ക് നന്ദി. കുഴപ്പമില്ല. എനിക്ക് വഴിതെറ്റിയെന്ന് ഞാൻ വിചാരിച്ചു. ഗുഡ് നൈറ്റ്.”

“ഗുഡ് നൈറ്റ്” ഖനിത്തൊഴിലാളിയുടെ തുറന്ന ശബ്ദത്തിലുള്ള മറുപടി വന്നു.

അയാൾ എവിടെയായിരിക്കുമെന്ന് ജറാൾഡ് ഊഹിച്ചു. കുറഞ്ഞ പക്ഷം അയാൾ വാട്ട്മോറിലെത്തുമ്പോൾ അയാൾക്ക് വഴി മനസ്സിലാകും. പ്രധാന വഴിയിൽ എത്തിച്ചേർന്നതിൽ അയാൾക്ക് സന്തോഷം ഉണ്ടായിരുന്നു.

അതു വാട്ട്മോർ ഗ്രാമം ആയിരുന്നു. അതെ, രാജാവിന്റെ തല അവിടെ ഉണ്ടായിരുന്നു. വലിയ ഗേറ്റും അയാൾ കണ്ടു. അയാൾ കുന്നിൻചരിവിലൂടെ ഇറങ്ങുമ്പോൾ ഓടുകയായിരുന്നു. അയാൾ ഗ്രാമർ സ്കൂൾ പിന്നിട്ട് വില്ലി ഗ്രീൻ പള്ളിയുടെ അടുത്തെത്തി. പള്ളിമുറ്റം! അയാൾ നിന്നു.

അടുത്ത നിമിഷം കൊണ്ട് അയാൾ മതിലിൽ വലിഞ്ഞുകയറി. ശ്മശാനത്തിലൂടെ നടക്കാൻ തുടങ്ങിയിരുന്നു. നിലത്ത് കൂന കൂടിക്കിടന്ന പഴകിയ വെളുത്ത പൂക്കളുടെ കൂന ഇരുട്ടിൽപ്പോലും അയാൾക്ക് കാണാൻ കഴിഞ്ഞു. ശവക്കുഴി അതായിരുന്നു. അയാൾ കുമ്പിട്ടു. പൂക്കൾ നനഞ്ഞു തണുത്തിരുന്നു. ക്രിസാന്തിമത്തിന്റെയും റോസാപ്പൂവിന്റെയും പഴകിയ മണം അവിടെ പരന്നിരുന്നു. നിലത്തെ കളിമണ്ണിനെപ്പറ്റി അയാൾ ബോധവാനായി. അയാൾ അറച്ചു മാറി. അതിന് ഭയങ്കര തണുപ്പും പശിമയും ഉണ്ടായിരുന്നു. അയാൾ വെറുപ്പോടെ അകന്നു മാറിനിന്നു. അപ്പോൾ അവിടെ പച്ചയായ ഈ ശവക്കുഴിക്കുള്ളിലെ കാണപ്പെടാത്ത ഇരുട്ടിൽ ഒരു കേന്ദ്രബിന്ദു ഉണ്ടായിരുന്നു. പക്ഷേ, അയാൾക്ക് ഇവിടെ ഇപ്പോൾ ഒരു കാര്യവും ഇല്ല. അയാൾക്ക് ഇവിടെ നില്ക്കാൻ ഇപ്പോൾ കാരണങ്ങൾ ഇല്ല. അവിടത്തെ ചെളിയുടെ ഒരുഭാഗം തന്റെ ഹൃദയത്തിൽ ഒരു അഴുക്കുപോലെ പറ്റിപ്പിടിച്ചിരിക്കുന്നതായി അയാൾക്ക് തോന്നി.

ഇനി എങ്ങോട്ട്? വീട്ടിലേക്കാണോ? ഒരിക്കലും അല്ല! അവിടെ പോയിട്ട് ഒരു പ്രയോജനവും ഇല്ല. അത് പറ്റില്ല. പോകാൻ മറ്റൊരു സ്ഥലം വേണമായിരുന്നു. പക്ഷേ, എവിടെ?

ഒരു ഉറച്ച ആശയംപോലെ അയാളുടെ ഹൃദയത്തിൽ അപകടകരമായ ഒരു തീരുമാനം രൂപംകൊണ്ടു. ഉണ്ട് — ഗുഡ്റൺ — അവൾ വീട്ടിൽ ഉണ്ടായിരിക്കും. പക്ഷേ, അയാൾക്ക് അവിടെ എത്താൻ കഴിയണം. ജീവൻ നല്കേണ്ടിവന്നാൽപ്പോലും അവളുടെ അടുത്ത് എത്തിച്ചേരാതെ ഇന്ന് രാത്രിയിൽ അയാൾ മടങ്ങിപ്പോകില്ല.

അയാൾ പാടം കുറുകെ കടന്ന് ബെൽഡോവറിലേക്ക് നടക്കാൻ തുടങ്ങി. കൂരിരുട്ടിൽ ആർക്കും അയാളെ കാണാൻപോലും കഴിയില്ല. അയാളുടെ കാലുകളിൽ ചെളി പറ്റിപ്പിടിച്ചതുകൊണ്ട് ഭാരക്കൂടുതൽ ഉണ്ടായിരുന്നു. പക്ഷേ, അയാൾ അയാളുടെ വിധിയിലേക്ക് പോകുന്നതുപോലെ കാറ്റിന്റെ വേഗതയിൽ മുന്നോട്ടു നടന്നു. അയാളുടെ ബോധത്തിൽ വലിയ

വിടവുകൾ ഉണ്ടായിരുന്നു. അയാൾ വിൻത്രോപ്പ് ചേരിയിലാണെന്ന് അയാൾക്ക് അറിയാം. പക്ഷേ, അയാൾ അവിടെ എങ്ങനെ എത്തിച്ചേർന്നെന്ന് അയാൾക്ക് അറിയില്ല. പിന്നീട് ഒരു സ്വപ്നത്തിലെന്നപോലെ അയാൾ ബെൽഡോവറിലെ തെരുവുവിളക്കുകൾ കത്തുന്ന നീണ്ട തെരുവിൽ നില്ക്കുകയായിരുന്നു.

ഒരു കതക് വലിച്ചടച്ച് സാക്ഷയിടുന്നതിന്റെയും ആളുകൾ സംസാരിക്കുന്നതിന്റെയും ശബ്ദം അയാൾ കേട്ടു. "ലോർഡ് നെൽസൺ" ഇപ്പോഴാണ് അടച്ചത്. കുടിയന്മാർ വീടുകളിലേക്ക് പോകുന്നുണ്ടായിരുന്നു. ഇടനാഴികൾ അയാൾക്ക് തീരെ പരിചിതമല്ലാത്തതുകൊണ്ട് ഇവരിൽ ഒരാളോട് അവളുടെ വീട് അന്വേഷിക്കുന്നത് നല്ല കാര്യം ആയിരിക്കും.

"സോമർസെറ്റ് ഡ്രൈവ് എവിടെയാണെന്ന് നിങ്ങൾക്ക് അറിവുണ്ടോ?" അയാൾ നാലുകാലിൽ വരുന്നവരിൽ ഒരാളോട് ചോദിച്ചു.

"എന്ത് എവിടെയാണെന്നാണ് ചോദിച്ചത്?" മദ്യലഹരിയിലായിരുന്ന ഖനിത്തൊഴിലാളി മറുപടി പറഞ്ഞു.

"സോമർസെറ്റ് ഡ്രൈവ്."

"സോമർസെറ്റ് ഡ്രൈവ്!" അങ്ങനെ ഒരു സ്ഥലം ഞാൻ കേട്ടിട്ടുണ്ട്. പക്ഷേ, എന്റെ ജീവൻ പോയാലും അത് എവിടെയാണെന്ന് എനിക്ക് പറയാൻ കഴിയുന്നില്ല. ആരെയാണ് നിങ്ങൾക്ക് കാണേണ്ടത്?"

"മിസ്റ്റർ ബ്രാങ്വൻ. വില്യം ബ്രാങ്വൻ."

"വില്യം ബ്രാങ്വൻ?"

"വില്ലി ഗ്രീനിലെ ഗ്രാമർ സ്കൂളിലെ അദ്ധ്യാപകൻ. അയാളുടെ മകളും അവിടെ പഠിപ്പിക്കുന്നുണ്ട്."

"ഓ............ ബ്രാങ്വൻ! ഇപ്പോൾ എനിക്ക് ഓർമ്മവന്നു. എനിക്ക് അറിയാം. വില്യം ബ്രാങ്വൻ! ശരിയാണ്. അയാളെ കൂടാതെ അയാളുടെ രണ്ട് മക്കൾ അവിടെ പഠിപ്പിക്കുന്നുണ്ട്. അയാളുടെ താമസസ്ഥലം ഉറപ്പായിട്ടും എനിക്ക് അറിയാം. ചത്തിട്ട് ജനിച്ചാലും എനിക്ക് അയാളുടെ വീട് അറിയാം. അതെ. നിങ്ങൾ ആ സ്ഥലത്തിന്റെ പേര് പറഞ്ഞത് എന്തായിരുന്നു?"

"സോമർസെറ്റ് ഡ്രൈവ്" ജറാൾഡ് ക്ഷമയോടെ ആവർത്തിച്ചു. അയാളുടെ ഖനിത്തൊഴിലാളികളെ അയാൾക്ക് നല്ലതുപോലെ അറിയാം.

"ശരിയാണ്. സോമർസെറ്റ് ഡ്രൈവ്!" മുകളിൽ നിന്ന് എന്തോ പിടിച്ചെടുക്കാൻ പോകുന്നതുപോലെ കൈ മുകളിലേക്ക് വീശിക്കൊണ്ട് ഖനിജോലിക്കാരൻ പറഞ്ഞു. "സോമർസെറ്റ് ഡ്രൈവ് – അതെ! എന്റെ ജീവൻ പോയാലും ആ സ്ഥലത്തിന്റെ ചുറ്റുപാട് എനിക്ക് ഓർക്കാൻ പറ്റുന്നില്ല. അതെ. പക്ഷേ, എനിക്ക് ആ സ്ഥലം നിശ്ചയമായും അറിയാം. എനിക്ക് നല്ല ഉറപ്പുണ്ട്."

അയാൾ ഉറയ്ക്കാത്ത കാലുകൾ വട്ടംചുറ്റിക്കൊണ്ട് തെരുവിലെ ഇരുട്ടിലേക്ക് ചൂണ്ടിക്കാണിച്ചു.

"നിങ്ങൾ അവിടെ ചെന്നിട്ട് ആദ്യത്തെ തിരിവ് തിരിയണം. അതെ;

ആദ്യത്തെ ഇടത്തോട്ടുള്ള തിരിവ്. വൈറ്റ്മാന്റെ മിഠായിക്കട കഴിഞ്ഞ് ഇടത്തോട്ടുള്ള തിരിവ്."

"എനിക്ക് അറിയാം." ജറാൾഡ് പറഞ്ഞു.

"കുറച്ചുകൂടി മുന്നോട്ടുപോകണം. വാട്ടർമാന്റെ വീട് കഴിഞ്ഞിട്ടാണ് സോമർസെറ്റ് ഡ്രൈവ്. അവിടുന്ന് വലത്തോട്ട് ഒരുതിരിവുണ്ട്. അവിടെ മൂന്നു വീടുകൾ ഉണ്ട്. അതെ മൂന്നിൽ കൂടുതൽ ഇല്ല. എന്റെ വിശ്വാസം മൂന്നുവീട് ഉണ്ടെന്നാണ്. അതിൽ അവസാനത്തെ വീട് അവരുടേതാണെന്ന് എനിക്ക് ഏകദേശം ഉറപ്പാണ്. മൂന്നിൽ അവസാനത്തെ വീട് നിങ്ങൾക്ക് മനസ്സിലായിക്കാണും."

"നന്ദി" ജറാൾഡ് പറഞ്ഞു. "ഗുഡ്നൈറ്റ്"

ലഹരി ഇറങ്ങാത്ത മനുഷ്യനെ അവിടെ ഉപേക്ഷിച്ചിട്ട് അയാൾ മുന്നോട്ടു നടന്നു.

ഇരുട്ടിൽ കടകളും വീടുകളും പിന്നിട്ട് അയാൾ മുന്നോട്ടു നടന്നു. അതിൽ കൂടുതൽ വീടുകളും ഇപ്പോൾ ഉറക്കത്തിലായിരുന്നു. അയാളുടെ ലക്ഷ്യം അടുത്തപ്പോൾ മുന്നോട്ട് പോകേണ്ടത് എങ്ങനെയെന്ന് അറിയാതെ അയാൾ നടത്തത്തിന്റെ വേഗത കുറച്ചു. ഇരുട്ടിൽ വീട് അടച്ചിരിക്കുകയാണെങ്കിൽ എന്ത് ചെയ്യും?

പക്ഷേ, വീട് അടച്ചിരുന്നില്ല. അയാൾ വെളിച്ചം ഉള്ള ഒരു വലിയ ജനാല കണ്ടു. അയാൾ ശബ്ദങ്ങൾ കേട്ടു. പിന്നീട് ഒരു ഗേറ്റ് ശബ്ദത്തോടെ അടഞ്ഞു. അയാളുടെ സൂക്ഷ്മതയുള്ള കാതുകൾ ബിർക്കിന്റെ ശബ്ദം പിടിച്ചെടുത്തു. അയാളുടെ സൂക്ഷ്മതയുള്ള കണ്ണുകൾ ബിർക്കിന്റെ രൂപം തിരിച്ചറിഞ്ഞു. തോട്ടത്തിന്റെ നടുക്കുള്ള വഴിയിൽ ഉർസുല ഒരു വിളറിയ വേഷത്തിൽ നില്ക്കുന്നുണ്ടായിരുന്നു. പിന്നീട് ബിർക്കിന്റെ കൈ പിടിച്ചുകൊണ്ട് ഉർസുല വഴിയിലൂടെ മുന്നോട്ടു നടന്നു.

ജറാൾഡ് ഇരുട്ടിലേക്ക് മാറിനിന്നു. അവർ സന്തോഷത്തോടെ ജറാൾഡിനെ കടന്നുപോയി. ബിർക്കിനെ ശബ്ദം താഴ്ത്തിയിരുന്നു. ഉർസുലയുടെ ശബ്ദം വ്യക്തമായിരുന്നു. ജറാൾഡ് പെട്ടെന്ന് വീട്ടിനുള്ളിൽ കടന്നു.

ഊണുമുറിയിലെ വെളിച്ചമുള്ള വലിയ ജനാലയുടെ തിരശ്ശീല നേരത്തേ തന്നെ മൂടിയിരുന്നു. ഒരു വശത്തുള്ള ഇടനാഴിയിലേക്ക് നോക്കിയപ്പോൾ ഒരു ചെറിയ വെളിച്ചം പുറത്തേക്ക് വരുന്ന ഒരു കതക് തുറന്ന് കിടക്കുന്നത് അയാൾ കണ്ടു. അയാൾ പെട്ടെന്ന് ശബ്ദം ഉണ്ടാകാതെ അങ്ങോട്ട് നടന്നു. തുറന്നു കിടന്ന വാതിലിന്റെ അടുത്തെത്തി അവിടെ നിന്നുകൊണ്ട് അയാൾ ഒരുവലിയ മുറിയിലേക്ക് എത്തിനോക്കി. മുറിയുടെ ഭിത്തിയിൽ ചിത്രങ്ങളും കലമാനിന്റെ കൊമ്പും ഉണ്ടായിരുന്നു— ഒരുവശത്ത് മുകളിലേക്കുള്ള കോണിപ്പടികൾ ഉണ്ട്. കോണിപ്പടിയുടെ തൊട്ടു താഴെയാണ് വാതിൽ തുറന്നുകിടന്നിരുന്നത്.

വലിഞ്ഞു മുറുകിയ ഹൃദയത്തോടെ ജറാൾഡ് ചുവന്ന തറയോടു പാകിയ വലിയ മുറിയിലേക്ക് കാലെടുത്തു വെച്ചു. നെരിപ്പോടിനടുത്ത്

കിടന്ന ഒരു കസേരയിൽ അച്ഛൻ ഉറക്കത്തിലായിരുന്നു. അയാളുടെ തല ഒരുവശത്തേക്ക് ചരിഞ്ഞിരുന്നു. അയാളെ ഉണർത്താൻ ഏറ്റവും ചെറിയ ശബ്ദം മതിയാകും.

ജറാൾഡ് അല്പസമയം ആലോചിച്ചുകൊണ്ടു നിന്നു. അയാൾ പിന്നിലുള്ള ഇടനാഴിയിലേക്ക് നോക്കി അവിടെ മുഴുവൻ ഇരുട്ടായിരുന്നു. വീണ്ടും അയാൾ ആലോചിച്ചു. അതിനുശേഷം അയാൾ പെട്ടെന്ന് കോണിപ്പടികൾ കയറി. അയാളുടെ ഇന്ദ്രിയങ്ങൾ അമാനുഷികമായ രീതിയിൽ തീക്ഷ്ണമായിരുന്നു. അയാൾ സ്വന്തം ഇച്ഛാശക്തിയെ പകുതി ബോധം നശിച്ച ആ വീടിനുമുകളിൽ പുതപ്പിച്ചിടുകയാണെന്നുതോന്നി.

അയാൾ കോണിപ്പടിയുടെ ആദ്യത്തെ തട്ടിലെത്തി. ശ്വാസം അടക്കിപ്പിടിച്ച് അയാൾ അവിടെനിന്നു. താഴത്തെ വാതിലിന് സമാനമായ ഒരു വാതിൽ അവിടെയും ഉണ്ടായിരുന്നു. അതു അമ്മയുടെ മുറിയായിരിക്കും. മെഴുകുതിരിയുടെ വെളിച്ചത്തിൽ അവർ പെരുമാറുന്നത് അയാൾക്ക് കേൾക്കാൻ കഴിഞ്ഞു. അവർ അവരുടെ ഭർത്താവ് കോണിപ്പടികയറി മുകളിലേക്ക് വരുമെന്ന് പ്രതീക്ഷിക്കുന്നുണ്ടാകും. അയാൾ ഇരുണ്ട കോണിപ്പടിയിലേക്ക് നോക്കി.

പിന്നീട് നിശ്ശബ്ദനായി വിരലിന്റെ അഗ്രം ഭിത്തിയിൽ തൊട്ടുകൊണ്ട് അതീവശ്രദ്ധയോടെ അയാൾ ഇടനാഴിയിലൂടെ നടന്നു. അവിടെ ഒരു വാതിൽ ഉണ്ടായിരുന്നു. അവിടെ അനക്കമില്ലാതെ നിന്നുകൊണ്ട് അയാൾ ചെവിയോർത്തു. രണ്ട് മനുഷ്യർ ശ്വസിക്കുന്ന ശബ്ദം അയാൾ കേട്ടു. ഇത് ആ മുറി അല്ല. അയാൾ പതുങ്ങിപ്പതുങ്ങി മുന്നോട്ടുപോയി. മറ്റൊരു വാതിൽ അല്പം തുറന്നുകിടന്നിരുന്നു. മുറിക്കുള്ളിൽ ഇരുട്ടായിരുന്നു. പക്ഷേ, അതിനുള്ളിൽ ആരും ഉണ്ടായിരുന്നില്ല. അതിനുശേഷം ഒരു കുളിമുറി. അയാൾ സോപ്പിന്റെ മണം തിരിച്ചറിഞ്ഞു. ഏറ്റവും അവസാനം മറ്റൊരു കിടക്കമുറി. ഒരു മൃദുവായ നിശ്വാസം. ഈ മുറിയിൽ അവളായിരുന്നു.

മാന്ത്രികമായ ശ്രദ്ധയോടെ അയാൾ വാതിലിന്റെ കൈപ്പിടിതിരിച്ച് വാതിൽ ചെറുതായി തുറന്നു. വാതിൽ ചെറുതായി ഞരങ്ങി. പിന്നീട് അയാൾ കുറച്ചുകൂടി തുറന്നു— പിന്നീട് കുറച്ചുകൂടി. അയാളുടെ ഹൃദയം മിടിക്കുന്നുണ്ടായിരുന്നില്ല. അയാൾ അയാൾക്കു ചുറ്റും ഒരു നിശ്ശബ്ദത സൃഷ്ടിക്കുന്നതായി തോന്നി.

അയാൾ മുറിക്കുള്ളിൽ എത്തി. എന്നിട്ടും ഉറങ്ങുന്നയാൾ മൃദുവായി ശ്വസിക്കുന്നുണ്ടായിരുന്നു. അങ്ങേയറ്റം ഇരുട്ടായിരുന്നു. കൈയും കാലും കൊണ്ട് തപ്പിത്തപ്പി അയാൾ സാവധാനം മുന്നോട്ടു നീങ്ങി. അയാൾ കിടക്കയിൽ തൊട്ടു. കൂടുതൽ അടുത്തേക്ക് നീങ്ങിനിന്നുകൊണ്ട് എന്തെങ്കിലും കാണാൻ കഴിയുമോ എന്ന് അറിയാൻവേണ്ടി അയാൾ കുനിഞ്ഞുനോക്കി. അപ്പോൾ അയാളുടെ മുഖത്തിനു തൊട്ടടുത്തു ഒരു ആൺകുട്ടിയുടെ ഇരുണ്ട തല കണ്ട് അയാൾ ഞെട്ടി.

അയാൾ ഞെട്ടലിൽ നിന്നും കരകയറി. അയാൾ ചുറ്റും നോക്കി.

കതക് അല്പം തുറന്നുകിടക്കുന്നത് അയാൾ കണ്ടു. ഒരു മങ്ങിയ വെളിച്ചം കാണാനുണ്ടായിരുന്നു. അയാൾ പെട്ടെന്ന് തിരിച്ചു നടന്നു. അയാൾ കതക് തുറന്നിട്ടുകൊണ്ട് പെട്ടെന്ന് നടന്നു. കോണിപ്പടിയുടെ മുകളിൽ അയാൾ അറച്ചുനിന്നു. പിൻതിരിയാനുള്ള സമയം ആയിട്ടില്ല.

പക്ഷേ, തിരിച്ചുപോരുന്ന കാര്യം ആലോചിക്കാൻ കഴിയുന്നില്ല. അയാളുടെ ആഗ്രഹം അയാൾ നിലനിർത്തും. അമ്മയുടെ കിടക്കമുറിയുടെ വാതിൽ അയാൾ ഒരു നിഴൽപോലെ മറികടന്നു. കോണിപ്പടിയുടെ രണ്ടാംനിര അയാൾ കയറിക്കൊണ്ടിരുന്നു. അയാളുടെ ഭാരംകൊണ്ട് അത് ഞരങ്ങി — അയാൾക്ക് ദേഷ്യം വന്നു. എന്ത് അപകടം ആയിരിക്കും. കോണിപ്പടികളുടെ തൊട്ടുതാഴെ അമ്മ കതകുതുറന്നുവന്ന് അയാളെ കണ്ടാൽ! അങ്ങനെ സംഭവിക്കാനുണ്ടെങ്കിൽ അങ്ങനെ സംഭവിക്കട്ടെ. അയാൾ നിയന്ത്രണം കൈവിട്ടില്ല.

ആരോ ഓടുന്നതിന്റെ ശബ്ദം താഴെനിന്ന് കേട്ടപ്പോൾ അയാൾ കോണിപ്പടിയുടെ മുകളിൽ എത്തിയിരുന്നില്ല. പുറത്തേക്കുള്ള വാതിൽ അടച്ച് സാക്ഷയിടുന്ന ശബ്ദം അയാൾ കേട്ടു. ഉർസുലയുടെ ശബ്ദവും അതിനുശേഷം അച്ഛന്റെ ഉറക്കപ്പിച്ചിലുള്ള വിശദീകരണവും കേട്ടപ്പോൾ അയാൾ പെട്ടെന്ന് കോണിപ്പടിയുടെ മുകളിലായി ഒതുങ്ങിനിന്നു.

വീണ്ടും ഒരു വാതിൽ തുറന്നുകിടന്നിരുന്നു. അത് ഒരു ഒഴിഞ്ഞ മുറിയായിരുന്നു. ഉർസുല മുകളിലേക്ക് കയറിവരുമെന്നുള്ള ഭയത്തോടെ വിരലുകളുടെ അറ്റം ഭിത്തിയിൽ തൊട്ടുകൊണ്ട് ഒരു അന്ധനെപ്പോലെ അയാൾ പെട്ടെന്ന് മുന്നോട്ടുനീങ്ങി. അയാൾ മറ്റൊരു വാതിൽ കണ്ടു. അയാൾ അവിടെ നിന്നുകൊണ്ട് ചെവിയോർത്തു. കിടക്കയിൽ ആരോ അനങ്ങുന്ന ശബ്ദം അയാൾ കേട്ടു. ഇത് അവളായിരിക്കും.

സ്പർശനശേഷി മാത്രമുള്ള ഒരുവനെപ്പോലെ അയാൾ കതകിന്റെ കൈപ്പിടി തിരിച്ചു. അത് ശബ്ദമുണ്ടാക്കി. അയാൾ പിടിവിട്ടില്ല. കിടക്കവിരികൾ ഉലഞ്ഞു. അയാളുടെ ഹൃദയം മിടിച്ചില്ല പിന്നീട് വീണ്ടും അയാൾ കൈപ്പിടി തിരിച്ചുകൊണ്ട് വളരെ സാവധാനം വാതിൽ തള്ളിത്തുറന്നു.

"ഉർസുല ചേച്ചിയാണോ?" ഗുഡ്റണിന്റെ ശബ്ദത്തിൽ ഭയം ഉണ്ടായിരുന്നു. അയാൾ പെട്ടെന്ന് കതകു തുറന്ന് അകത്തുകയറിയതിനുശേഷം വാതിൽ അടച്ചു.

"ഉർസുല ചേച്ചിയല്ലേ?" ഗുഡ്റണിന്റെ ഭയന്ന ശബ്ദം വീണ്ടും കേട്ടു. അവൾ കിടക്കയിൽ എഴുന്നേറ്റിരിക്കുന്നത് അയാൾ അറിഞ്ഞു. ഒരു നിമിഷം കൂടി കഴിഞ്ഞാൽ അവൾ വിളിച്ചുകൂവും.

"അല്ല. ഞാനാണ്." അവളുടെ അടുത്തേക്ക് നടന്നുകൊണ്ട് അയാൾ പറഞ്ഞു. "ഞാനാണ് ജറാൾഡ്."

അത്ഭുതം കൊണ്ട് അവൾ കിടക്കയിൽ അനങ്ങാതിരുന്നുപോയി. അവൾക്ക് അത്ഭുതം കൊണ്ട് പേടിപോലും തോന്നിയില്ല.

"ജറാൾഡ്!" അവൾ ആശ്ചര്യത്തോടെ ആവർത്തിച്ചു. അയാൾ കിടക്കയുടെ അടുത്ത് എത്തിയിരുന്നു. കണ്ണുകാണാതെ തപ്പിത്തടഞ്ഞിരുന്ന

അയാളുടെ കൈ അവളുടെ ഇളംചൂടുള്ള മാറിടത്തിൽ തൊട്ടു. അവൾ ദൂരേക്ക് ഒഴിഞ്ഞു മാറി.

"ഞാൻ ഒരു വിളക്ക് കത്തിക്കാം." ചാടി എഴുന്നേറ്റുകൊണ്ട് അവൾ പറഞ്ഞു.

അയാൾ അനക്കമില്ലാതെ നിന്നു. അവൾ തീപ്പെട്ടി ഉരസുന്നത് അയാൾ കേട്ടു. അവളുടെ വിരലുകൾ ചലിക്കുന്നത് അയാൾ കേട്ടു. പിന്നീട് മെഴുകുതിരി കൊളുത്തുന്നതിന്റെ വെളിച്ചത്തിൽ അയാൾ അവളെ കണ്ടു. മുറിയിൽ വെളിച്ചം നിറഞ്ഞു. പിന്നീട് അത് അല്പം മങ്ങി. വീണ്ടും കത്തി ഉയരുന്നതിന് മുമ്പ് തീനാളത്തിന്റെ ശക്തി ഇടയ്ക്കൊന്ന് കുറഞ്ഞതായിരുന്നു.

കിടക്കയുടെ മറ്റേവശത്തു നില്ക്കുന്ന അയാളെ അവൾ നോക്കി. അയാളുടെ തൊപ്പി പുരികംവരെ താഴ്ത്തിവെച്ചിരുന്നു. കോട്ടിന്റെ ബട്ടൺ കഴുത്തുവരെ ഇട്ടിരുന്നു. അയാളുടെ മുഖത്തുനിന്ന് അസാധാരണമായ തിളക്കം ഉണ്ടായിരുന്നു. ഒരു അലൗകികമായ ജീവിയെപ്പോലെ അയാൾ ഒരു അനിവാര്യത ആയിരുന്നു. അയാളെ കണ്ടപ്പോൾത്തന്നെ അവൾക്ക് മനസ്സിലായി. ഈ സന്ദർഭത്തിൽ വിധി കല്പിതമായ എന്തോ ചിലത് സംഭവിക്കാനുണ്ട്. നിശ്ചയമായും അവൾക്ക് അത് സ്വീകരിച്ചേ പറ്റൂ. എങ്കിലും അവൾക്ക് അയാളെ വെല്ലുവിളിക്കാതിരിക്കാൻ കഴിയില്ല.

"നിങ്ങൾ എങ്ങനെ മുകളിൽ വന്നു?" അവൾ ചോദിച്ചു.

"ഞാൻ കോണിപ്പടി കയറിവന്നു. വാതിൽ തുറന്നു കിടക്കുകയായിരുന്നു."

"എന്തായാലും ഞാൻ വാതിൽ അടച്ചില്ല." അയാൾ പറഞ്ഞു. അവൾ പെട്ടെന്ന് നടന്നുചെന്ന് അവളുടെ മുറിയുടെ വാതിലിന്റെ സാക്ഷയിട്ടു. പിന്നീട് അവൾ തിരിച്ചുവന്നു. പാദം വരെ എത്തുന്ന രാത്രിവേഷത്തിൽ കഴുത്തുമൂടിക്കിടക്കുന്ന ചുരുണ്ടതലമുടിയും വിടർന്ന കണ്ണുകളും തുടുത്ത കവിളുകളും ഉള്ള അവൾ അത്ഭുതപ്പെടുത്തുന്ന കാഴ്ച ആയിരുന്നു.

അയാളുടെ ബൂട്ടുകളിലും കാലുറകളിലും ചെളി പറ്റിപ്പിടിച്ചിരിക്കുന്നത് അവൾ കണ്ടു. മുകളിൽ എത്തുന്നതുവരെ അയാൾ നടന്നുവന്ന വഴിയിലെല്ലാം അയാളുടെ കാല്പാടുകൾ പതിഞ്ഞിരിക്കാൻ ഇടയുണ്ടെന്ന് അയാൾ സംശയിച്ചു.

"നിങ്ങൾ എന്തിനാണ് വന്നത്?" ഏറെക്കുറെ പരാതി പറയുന്ന മട്ടിൽ അവൾ പറഞ്ഞു.

"എനിക്ക് വരണമെന്ന് തോന്നി." അയാൾ മറുപടി പറഞ്ഞു.

ഈ കാര്യം അവൾക്ക് അയാളുടെ മുഖത്തുനിന്ന് മനസ്സിലാക്കാൻ കഴിഞ്ഞിരുന്നു.

"നിങ്ങളുടെ ദേഹത്ത് ചെളി പൊതിഞ്ഞിരിക്കുന്നു." അവൾ ഇഷ്ടക്കേടോടെ പറഞ്ഞു.

അയാൾ സ്വന്തം പാദങ്ങളിലേക്ക് നോക്കി.

"ഞാൻ ഇരുട്ടത്ത് നടക്കുകയായിരുന്നു." അയാൾ മറുപടി പറഞ്ഞു. പക്ഷേ, അയാൾക്ക് ആഹ്ലാദം തോന്നി. അയാൾ ചുളിഞ്ഞു കിടക്കുന്ന കിടക്കയുടെ ഒരുവശത്തു നിന്നു. അവൾ കിടക്കയുടെ മറുവശത്തു നിന്നു. പുരികത്തിൽനിന്നും അയാൾ തൊപ്പിപോലും ഊരിമാറ്റിയിരുന്നില്ല.

"നിങ്ങൾക്ക് എന്റെ അടുത്തുനിന്ന് എന്താണ് വേണ്ടത്?" ഇഷ്ടക്കേടോടെ അവൾ വീണ്ടും ആവർത്തിച്ചു.

അയാൾ ചുറ്റുപാടും നോക്കി. പക്ഷേ, മറുപടി പറഞ്ഞില്ല. അയാളുടെ പ്രത്യേകതയുള്ള അസാധാരണമായ മുഖത്തിന്റെ മാന്ത്രികമായ ആകർഷണീയതയും അങ്ങേയറ്റത്തെ സൗന്ദര്യവും ഇല്ലായിരുന്നെങ്കിൽ അവൾ അയാളെ പറഞ്ഞയയ്ക്കുമായിരുന്നു. പക്ഷേ, അയാളുടെ മുഖം അവൾക്ക് ഒരുവലിയ അത്ഭുതം ആയിരുന്നു. ശുദ്ധസൗന്ദര്യത്തോടുള്ള ആകർഷണം പോലെ അയാളുടെ മുഖം അവളെ ആകർഷിച്ചു. ഗൃഹാതുരത്വത്തിന്റെ മാസ്മരശക്തി പോലെ അയാളുടെ മുഖം അവളെ വലവീശിപ്പിടിച്ചു.

"നിങ്ങൾക്ക് എന്താണ് വേണ്ടത്?" അവൾ ഇഷ്ടക്കേടോടെ വീണ്ടും ചോദിച്ചു.

അയാൾ തൊപ്പി ഊരിക്കൊണ്ട് സ്വപ്നത്തിൽ അനുഭവിക്കുന്ന സ്വാതന്ത്ര്യത്തോടെ അവളുടെ അടുത്തേക്ക് വന്നു. പക്ഷേ, അയാൾക്ക് അവളെ തൊടാൻ കഴിയില്ല. അയാളുടെ ദേഹത്ത് ചെളിപറ്റിപ്പിടിച്ചിരുന്നു. അത്ഭുതത്തോടെ അവളുടെ വിടർന്ന വലിയ കണ്ണുകൾ അയാളെ ശ്രദ്ധിച്ചു. അവളുടെ കണ്ണുകൾ അയാളോട് അവസാനത്തെ ചോദ്യം ചോദിച്ചു.

"ഞാൻ വന്നതിനു കാരണം എനിക്ക് വരാതിരിക്കാൻ കഴിഞ്ഞില്ല." അയാൾ പറഞ്ഞു. "നിങ്ങൾ എന്തിനാണ് ചോദിക്കുന്നത്?"

അവൾ സംശയത്തോടെ അയാളെ നോക്കി.

"എനിക്ക് അത് ചോദിച്ചേ പറ്റൂ." അവൾ പറഞ്ഞു.

അയാൾ ചെറുതായി തലകുലുക്കി.

"അതിന് മറുപടി ഇല്ല." അയാൾ തുറന്നുപറഞ്ഞു.

അയാൾക്ക് കൃത്രിമമല്ലാത്ത നിഷ്കളങ്കതയുടെ വിചിത്രമായ ഒരു ലാളിത്യം ഉണ്ടായിരുന്നു.

"പക്ഷേ, നിങ്ങൾ എന്തിനാണ് എന്റെ അടുത്തു വന്നത്?" അവൾ നിർബ്ബന്ധം പിടിച്ചു.

"കാരണം അത് വേണമായിരുന്നു. നിങ്ങൾ ലോകത്ത് ഇല്ലായിരുന്നെങ്കിൽ ഞാനും ലോകത്ത് ഉണ്ടാവില്ലായിരുന്നു. തിരിച്ചും അങ്ങനെ തന്നെയാണ്."

അവൾ വിടർന്ന വലിയ കണ്ണുകൾകൊണ്ട് അയാളെ നോക്കിക്കൊണ്ടിരുന്നു. അവളുടെ കണ്ണുകളിൽ ഒരു പുതിയ അറിവ് ഉണ്ടായിരുന്നു. ഈ സമയം മുഴുവൻ അയാളുടെ കണ്ണുകൾ അവളുടെ കണ്ണുകളിലേക്ക് ഇടറാതെ നോക്കിക്കൊണ്ടിരിക്കുകയായിരുന്നു. അയാൾ അലൗകികമായ

ഒരു ഒറ്റപ്പെട്ട വിശ്വാസത്തിൽ ഉറച്ചു നില്ക്കുകയാണെന്ന് തോന്നി. അവൾ നെടുവീർപ്പിട്ടു. ഇപ്പോൾ അവൾ തോറ്റുപോയിരുന്നു. അവൾക്ക് മറ്റൊന്നും തെരഞ്ഞെടുക്കാൻ ഇല്ല.

"നിങ്ങൾ ബൂട്ടുകൾ ഊരുന്നില്ലേ?" അവൾ ചോദിച്ചു. "അവ നനഞ്ഞിട്ടുണ്ടെന്ന് ഉറപ്പാണ്."

അയാൾ തൊപ്പി കസേരയിൽ ഇട്ടു. കോട്ടിന്റെ ബട്ടണുകൾ അഴിച്ചു. കഴുത്തിലെ ബട്ടൺ അഴിക്കാൻ അയാൾ തല മുകളിലേക്ക് ഉയർത്തി. അയാളുടെ കുറ്റിത്തലമുടി എഴുന്നുനിന്നിരുന്നു. അയാൾക്ക് ഗോതമ്പിന്റെ നിറംപോലെ മനോഹരമായ നിറം ആയിരുന്നു. അയാൾ അയാളുടെ കോട്ട് വലിച്ചൂരി.

അയാൾ പെട്ടെന്ന് ജാക്കറ്റും കറുത്ത ടൈയും അഴിച്ചു മാറ്റിയതിനു ശേഷം ഉടുപ്പിന്റെ മുത്തുവെച്ച കുടുക്കുകൾ ഊരാൻ തുടങ്ങിയിരുന്നു. പശ മുക്കിയ തുണി ഉടയുന്ന ശബ്ദം ആരും കേൾക്കില്ലെന്ന പ്രതീക്ഷയോടെ അവൾ ചെവികൂർപ്പിച്ചു. തുണി ഉടയുന്നതിന്റെ ശബ്ദം അവൾക്ക് വെടിയൊച്ചകൾപോലെ തോന്നി.

അയാൾ ന്യായീകരണത്തിനു വന്നതാണ്. അവളെ ആലിംഗനം ചെയ്യാൻ അയാളെ അവൾ അനുവദിച്ചു. അയാൾ അതിരറ്റ ആശ്വാസം അവളിൽ കണ്ടു. അയാളിൽ തളം കെട്ടിനിന്നിരുന്ന ഇരുട്ടിനെ അയാളെ ദ്രവിപ്പിച്ചുകൊണ്ടിരുന്ന മരണത്തോടൊപ്പം അയാൾ അവളിലേക്ക് പൂർണ്ണമായും പകർന്നുകൊടുത്തു. അയാൾ വീണ്ടും പൂർവ്വസ്ഥിതിയിലായി. അത് ആശ്ചര്യപ്പെടുത്തുന്ന അനുഭവം ആയിരുന്നു. അത് ഒരു അത്ഭുതം ആയിരുന്നു. അത് എന്നും അയാളുടെ ജീവിതത്തിൽ ആവർത്തിച്ചുകൊണ്ടിരുന്ന അയാളുടെ ജീവിതത്തിലെ അത്ഭുതമായിരുന്നു. അവൾ മരണത്തിന്റെ കയ്പുള്ള വിഷം നിറച്ച പാത്രം സ്വീകരിക്കുന്നതുപോലെ അയാളെ സ്വീകരിച്ചു. അവൾക്ക് ഈ നിർണ്ണായക നിമിഷത്തിൽ ചെറുത്തുനില്ക്കാനുള്ള ശക്തി ഉണ്ടായിരുന്നില്ല. ഭയാനകമായ മരണത്തിന്റെ ക്രൂരത അവളിൽ നിറഞ്ഞു. അവൾ അതിനെ കീഴടങ്ങലിന്റെ നിർവൃതിയോടെ സ്വീകരിച്ചു.

അവളുടെ മൃദുലമായ ഇളംചൂടിലേക്ക് അയാൾ കൂടുതൽ ആഴത്തിൽ മുങ്ങി. അയാളുടെ സിരകളിലേക്ക് അത്ഭുതകരമായ സർഗ്ഗശക്തിയുടെ ചൂട് വ്യാപിച്ചു. അവളുടെ ജീവന്റെ ശക്തിയിൽ അയാൾ അലിയുന്നതായി അയാൾക്ക് തോന്നി. അവളുടെ ഹൃദയം പരാജയപ്പെടുത്താനാകാത്ത ഒരു രണ്ടാം സൂര്യനാണെന്ന് അയാൾക്ക് തോന്നി. അതിന്റെ തിളക്കത്തിന്റെയും സൃഷ്ടിപരമായ ശക്തിയുടെയും ആഴങ്ങളിലേക്ക് അയാൾ കൂടുതൽ കൂടുതൽ മുങ്ങിത്താഴുകയാണെന്ന് അയാൾക്ക് തോന്നി. മരണത്തിലേക്ക് മടങ്ങിപ്പോയെന്ന് തോന്നിയ അയാളുടെ ചോര മനോഹരമായ ശക്തിയോടെ തിരിച്ചെത്തിയിരുന്നു.

അയാളുടെ കാലുകൾ ജീവചൈതന്യം കൊണ്ട് വളർന്നു വികസിക്കുന്നതായി അയാൾക്ക് തോന്നി. അയാളുടെ ശരീരം അപരിചിതമായ

ഒരു ശക്തി ആർജ്ജിച്ചു. അയാൾ വീണ്ടും ശക്തനായ ഒരു പുരുഷനായിരുന്നു. അതുകൂടാതെ അയാൾ സാന്ത്വനം കൊണ്ട് പിണക്കം നിർത്തിയ നന്ദിയുള്ള ഒരു കുട്ടിയും ആയിരുന്നു.

അവളെ അയാൾ ആരാധിച്ചു. അവൾ അമ്മയും മൊത്തത്തിൽ ജീവിതത്തിന്റെ സത്തയും ആയിരുന്നു. കുട്ടിയും പുരുഷനും ആയ അയാൾ അവളിൽ നിന്ന് സ്വീകരിച്ചു കൊണ്ട് പൂർണ്ണതയിൽ എത്തി. അയാളുടെ ശുദ്ധമായ ശരീരം ഏകദേശം കൊല്ലപ്പെട്ടിരുന്നു. പക്ഷേ, അവളുടെ മാറിലെ അത്ഭുതകരവും മൃദുലവും ആയ പ്രവാഹം അയാളുടെ കരിഞ്ഞുണങ്ങിയ തലച്ചോറിനെ ഒരു സൗഖ്യം നല്കുന്ന മരുന്നുപോലെ പൊതിഞ്ഞു. അത് അയാൾ വീണ്ടും ഗർഭപാത്രത്തിലേക്ക് തിരിച്ചുപോയതുപോലെ ആയിരുന്നു. അത് ജീവിതത്തിന്റെ തന്നെ സാന്ത്വനമായ മൃദുല പ്രവാഹം ആയിരുന്നു.

മരണത്തിന്റെ ദ്രവിപ്പിക്കുന്ന വേലിയേറ്റത്തിൽ അയാളുടെ തലച്ചോറിന് എത്രമാത്രം കേടുപാടുകൾ സംഭവിച്ചെന്ന് അയാൾക്ക് അറിയില്ല. ഇപ്പോൾ അവളുടെ സൗഖ്യം നല്കുന്ന പ്രവാഹം അയാളിലൂടെ ഒഴുകിയിരിക്കുന്നു. കൊടുംമഞ്ഞിൽ ഉള്ളിൽ നിന്ന് ചീഞ്ഞുതുടങ്ങിയ ഒരു ചെടിയിലെന്ന പോലെ അയാൾ എന്തുമാത്രം നശിപ്പിക്കപ്പെട്ടിട്ടുണ്ടെന്ന് ഇപ്പോൾ അയാൾക്ക് മനസ്സിലായിട്ടുണ്ട്.

അയാൾ അയാളുടെ തല അവളുടെ മാറിടത്തിൽ ഒളിപ്പിച്ചു. അവളുടെ മാറിടങ്ങൾ കൈകൊണ്ട് അമർത്തി. അവൾ വിറയ്ക്കുന്ന കൈകൾ കൊണ്ട് അവളിലേക്ക് അയാളുടെ മുഖം അമർത്തിവെച്ചു. മനോഹരമായ സർഗ്ഗശക്തിയുടെ ചൂട് ഗർഭപാത്രത്തിലെപ്പോലെ അയാളിലൂടെ നിറഞ്ഞൊഴുകി. അവൾ ജീവനുള്ള ഈ പ്രവാഹത്തെ അയാൾക്ക് അനുവദിച്ചുകൊടുത്തതുകൊണ്ട് മാത്രം അയാൾ വീണ്ടും പൂർണ്ണതയിൽ എത്തും. അത് അവസാനിക്കുന്നതിനുമുമ്പ് അവൾ ആ പ്രവാഹം നിരസിക്കുമോ എന്ന് അയാൾക്ക് ഭയം ഉണ്ടായിരുന്നു. അയാൾ മുലകുടിക്കുന്ന കുഞ്ഞിനെപ്പോലെ തീവ്രതയോടെ പറ്റിച്ചേർന്നു. അവൾക്ക് അയാളെ അടർത്തി മാറ്റാൻ കഴിഞ്ഞില്ല. അയാൾക്ക് ദൈവത്തോടെന്ന പോലെയോ അല്ലെങ്കിൽ അമ്മയുടെ മാറിടത്തിലെ ശിശുവിനെപ്പോലെയോ അവളോട് അപാരമായ നന്ദി ഉണ്ടായിരുന്നു. അയാളുടെ പൂർണ്ണത അയാളിലേക്ക് വീണ്ടും തിരിച്ചുവന്നതറിഞ്ഞപ്പോൾ അയാൾ സന്തോഷവും നന്ദിയും കൊണ്ട് അബോധാവസ്ഥയിലായി. അയാൾ പൂർണ്ണത അനുഭവിച്ചപ്പോൾ അവാച്യമായ ഉറക്കം അയാളെ കീഴ്പ്പെടുത്തി. അത് പരിപൂർണ്ണമായ തളർച്ചയുടെയും വീണ്ടെടുക്കലിന്റെയും ഉറക്കം ആയിരുന്നു.

പക്ഷേ, ഗുഡ്റൺ പൂർണ്ണമായ ബോധത്തിലേക്ക് നശിപ്പിക്കപ്പെട്ട അവസ്ഥയിൽ ഉണർന്നുകിടന്നു. അവളെ കെട്ടിപ്പിടിച്ച് അയാൾ ഉറക്കത്തിൽ മുങ്ങിയപ്പോൾ അവൾ ഇരുട്ടിലേക്ക് വിടർന്ന കണ്ണുകൾകൊണ്ട് ചലനമില്ലാതെ നോക്കിക്കൊണ്ട് അനങ്ങാതെ കിടക്കുകയായിരുന്നു.

കാഴ്ചയിൽ വരാത്ത ഒരു കടൽക്കരയിൽ പൊട്ടിത്തകരുന്ന തിരമാലകളെ അവൾ കേട്ടുകൊണ്ടിരിക്കുകയാണെന്ന് തോന്നി. വിധിയുടെ താളത്തിൽ സാവധാനം തകർന്നുകൊണ്ടിരുന്ന തിലമാലകൾക്ക് ആദിയും അന്തവും ഇല്ലെന്നു തോന്നി.

വിടർന്ന കണ്ണുകളുമായി ഇരുട്ടിലേക്ക് നോക്കിക്കിടക്കുമ്പോൾ ഈ വിധിയുടെ അലയൊലികൾ അവളെ ജീവിതത്തിന്റെ അവകാശിയാക്കി. അവൾക്ക് അനശ്വരതയോളം കാണാൻ കഴിയുന്നുണ്ട്. എങ്കിലും അവൾ ഒന്നും തന്നെ കണ്ടില്ല. അവൾ പൂർണ്ണമായും ബോധവതി ആയിരുന്നു. പക്ഷേ, എന്തിനെ പറ്റിയാണ് അവൾ ബോധവതി ആയിരുന്നത്?

എല്ലാ കാര്യങ്ങളെപ്പറ്റിയും അങ്ങേയറ്റത്തെ ബോധത്തോടെ അനന്തതയിലേക്ക് നോക്കിക്കിടക്കുന്ന ഈ അവസ്ഥ അവളെ അസ്വസ്ഥയാക്കിക്കൊണ്ട് അവസാനിച്ചു. അവൾ ചരിഞ്ഞുകിടന്നു അവൾക്ക് അവളെപ്പറ്റി ബോധം വന്നു. അയാളെ കാണാൻ വേണ്ടി എഴുന്നേറ്റ് നിന്നു നോക്കണമെന്ന് അവൾ ആഗ്രഹിച്ചു.

പക്ഷേ, ഒരുവിളക്ക് കത്തിക്കാൻ അവൾക്ക് ധൈര്യം വന്നില്ല. കാരണം അയാൾ ഉണരുമെന്ന് അവൾക്ക് അറിയാം. അയാളുടെ ഉറക്കം തടസ്സപ്പെടുത്താൻ അവൾ ആഗ്രഹിച്ചില്ല.

അവൾ സാവധാനം വിട്ടുമാറി അയാളെ നോക്കാൻ വേണ്ടി അല്പം എഴുന്നേറ്റു. മുറിക്കുള്ളിൽ മങ്ങിയ വെളിച്ചം ഉണ്ടെന്ന് അവൾക്ക് തോന്നി. ഉറങ്ങിക്കിടക്കുന്ന അയാളുടെ കണ്ണും മൂക്കും ചെവിയും പോലും അവൾക്ക് തിരിച്ചറിയാൻ കഴിഞ്ഞു. ഇരുട്ടിൽ വ്യക്തമായി അയാളെ കാണാൻ കഴിയുന്നുണ്ടെന്ന് അവൾക്ക് തോന്നി. പക്ഷേ, അയാൾ വളരെ ദൂരത്തുള്ള മറ്റൊരു ലോകത്തായിരുന്നു. തെളിഞ്ഞ വെള്ളത്തിനടിയിലെ ഒരു പാറക്കല്ലിനെ കാണുന്നതുപോലെയാണ് അവൾ അയാളെ കാണുന്നതെന്ന് അവൾക്ക് തോന്നി. അവൾ ഇവിടെ ബോധത്തിന്റെ എല്ലാ തീവ്രവേദനകളോടും കൂടി ഉപേക്ഷിക്കപ്പെട്ടിരിക്കുന്നു. ഈ സമയത്ത് അയാൾ ഒറ്റപ്പെട്ട ബോധശൂന്യമായ മറ്റൊരു അവസ്ഥയുടെ ആഴത്തിൽ മുങ്ങിപ്പോയിരിക്കുന്നു. അയാൾ സുന്ദരനായിരുന്നു. അയാൾ പൂർണ്ണതയിലെത്തി വളരെ ദൂരത്ത് ആയിരുന്നു. അവർ ഒരിക്കലും ഒന്നിക്കില്ല. അവൾക്കും മറ്റൊരാൾക്കും ഇടയിൽ ഈ ക്രൂരമായ അകലം എല്ലാസമയത്തും ഇടയ്ക്കുകയറി പറ്റും!

അനങ്ങാതെ സഹിച്ചുകൊണ്ടുകിടക്കുകയല്ലാതെ മറ്റൊന്നും ചെയ്യാനില്ല. അയാൾ മറ്റൊരുലോകത്ത് ഒന്നും അറിയാതെ പൂർണ്ണമായി ഉറങ്ങിക്കിടക്കുകയും അവൾ ഇരുട്ടിൽ ഉണർന്നുകിടക്കുന്നതിന്റെ ക്രൂരമായ യാതന അറിയുകയും ചെയ്തപ്പോൾ, അയാളോട് തടുത്തുനിർത്താൻ കഴിയാത്ത വാത്സല്യവും ഇരുണ്ട അസൂയകലർന്ന വെറുപ്പിന്റെ ഇളക്കങ്ങളും അവളുടെ മനസ്സിന്റെ അടിത്തട്ടിൽ രൂപപ്പെട്ടിരുന്നു.

പത്തുമണി സമയം അറിയിച്ചു. അത് തുടരെത്തുടരെ പെട്ടെന്ന് മുഴങ്ങുന്നതായി അവൾക്ക് തോന്നി. അവളുടെ തെളിഞ്ഞ ബോധത്തിന്റെ

പിരിമുറുക്കത്തിൽ പള്ളിമണിയുടെ മുഴക്കം അവൾ വ്യക്തമായി കേട്ടു. സമയം ചലിക്കാതെ ഒരു നിമിഷത്തിൽ ഉറച്ചുപോയെന്ന മട്ടിൽ അയാൾ ഉറങ്ങി.

അവൾ തളർന്നിരുന്നു. എങ്കിലും ക്രൂരവും സജീവവും ആയ ബോധത്തിന്റെ ഈ അവസ്ഥയിൽ നിശ്ചയമായും അവൾക്ക് തുടരേണ്ടിയിരിക്കുന്നു. അവൾക്ക് എല്ലാ കാര്യങ്ങളെപ്പറ്റിയും ബോധം ഉണ്ടായിരുന്നു. അവളുടെ കുട്ടിക്കാലം, കൗമാരം, മറന്നുപോയ സംഭവങ്ങൾ തിരിച്ചറിയാതെ പോയ സ്വാധീനങ്ങൾ, മനസ്സിലാക്കാൻ കഴിയാതെ പോയ അനുഭവങ്ങൾ, അവളുടെ കുടുംബം, അവളുടെ കൂട്ടുകാർ, അവളുടെ കാമുകന്മാർ, അവളുടെ പരിചയക്കാർ. അത് ഇരുണ്ടകടലിൽ നിന്നും അറിവുകളുടെ ഒരു തിളങ്ങുന്ന വടം അവൾ കരയിലേക്ക് വലിച്ചിട്ടതുപോലെയുള്ള അനുഭവം ആയിരുന്നു. കഴിഞ്ഞകാലത്തിന്റെ നിലകാണാത്ത ആഴങ്ങളിൽ നിന്നും അവൾ വലിച്ചു വലിച്ചാണ് അത് പുറത്തു കൊണ്ടുവന്നത്. എന്നിട്ടും അത് അവസാനിച്ചില്ല. അതിന് അവസാനം ഉണ്ടായിരുന്നില്ല. അവൾ ക്ഷീണിച്ചു തളർന്ന് താഴെ വീഴുന്നതുവരെ അബോധാവസ്ഥയുടെ ആഴങ്ങളിൽ നിന്നും തിളങ്ങുന്ന ബോധത്തിന്റെ വടം അവൾ വലിച്ചു വലിച്ച് പുറത്തുകൊണ്ടുവന്നു കൊണ്ടിരുന്നു. അത് പൊട്ടിപ്പോകുന്ന അവസ്ഥവരെ എത്തിയെങ്കിലും അവൾക്ക് അത് അവസാനിപ്പിക്കാൻ കഴിഞ്ഞില്ല.

അവൾക്ക് അയാളെ ഉണർത്താൻ കഴിഞ്ഞിരുന്നെങ്കിൽ! അവൾ അസ്വസ്ഥതയോടെ തിരിഞ്ഞുകിടന്നു. അവൾക്ക് അയാളെ എപ്പോൾ ഉണർത്തി പറഞ്ഞുവിടാൻ കഴിയും? അവൾക്ക് അയാളെ എപ്പോൾ ശല്യപ്പെടുത്താൻ കഴിയും? അവൾ വീണ്ടും അവളുടെ ആലോചനകളിലേക്ക് തിരിച്ചുപോയി.

പക്ഷേ, അവൾക്ക് അയാളെ ഉണർത്താനുള്ള സമയം അടുത്തു കൊണ്ടിരിക്കുകയായിരുന്നു. അത് ഒരു മോചനം പോലെ ആയിരുന്നു. പുറത്തെ ഇരുട്ടിൽനിന്ന് ക്ലോക്ക് നാലുതവണ മുഴങ്ങി. ദൈവത്തിന് നന്ദി. രാത്രി ഏകദേശം കഴിയാറായിരിക്കുന്നു. അഞ്ചാകുമ്പോൾ അയാൾ പോയിരിക്കണം. അതിനുശേഷം അവൾക്ക് സ്വാതന്ത്ര്യം കിട്ടും.

ഏറ്റവും കൂടുതൽ സമയം അവസാനത്തെ മണിക്കൂറിനായിരുന്നു. എങ്കിലും ഒടുവിൽ അത് അവസാനിച്ചു. അവളുടെ ഹൃദയം ആശ്വാസം കൊണ്ട് തുള്ളിച്ചാടി. അതെ, പള്ളിമണി വളരെ സാവധാനമാണ് അഞ്ചു തവണ മുഴങ്ങിയത്. അവസാനിക്കാത്ത ഈ രാത്രി ഒടുവിൽ അവസാനിച്ചിരിക്കുന്നു. നിർണ്ണായകമായ ഓരോ മുഴക്കത്തിനു വേണ്ടിയും അവൾ കാത്തുകിടന്നു. “മൂന്ന് നാല് അഞ്ച്!” അതോടെ മുഴക്കം അവസാനിച്ചു. ഒരു ഭാരം അവളുടെ മുകളിൽ നിന്ന് ഒഴിഞ്ഞുപോയി.

അവൾ എഴുന്നേറ്റ് കുനിഞ്ഞ് അയാളെ വാത്സല്യത്തോടെ ചുംബിച്ചു. അയാളെ ഉണർത്താൻ അവൾക്ക് വിഷമം ഉണ്ടായിരുന്നു. കുറച്ച് നിമിഷങ്ങൾ കഴിഞ്ഞ് അവൾ അയാളെ വീണ്ടും ചുംബിച്ചു. പക്ഷേ, അയാൾ

അനങ്ങിയില്ല. അയാൾ ഉറക്കത്തിന്റെ അടിത്തട്ടിൽ എത്തിയിരുന്നു. അവിടെനിന്നും അയാളെ പുറത്തെടുക്കുന്നത് എത്രമാത്രം മോശമാണ്. അവൾ അയാളെ കുറച്ചുനേരംകൂടി ഉറങ്ങാൻ അനുവദിച്ചു. പക്ഷേ, അയാൾക്ക് പോയേ പറ്റൂ. അയാൾക്ക് പോകാതിരിക്കാൻ കഴിയില്ല.

അവൾ പൂർണ്ണതയ്ക്കും അപ്പുറമുള്ള വാത്സല്യത്തോടെ അയാളുടെ മുഖം അവളുടെ കൈപ്പത്തികൾക്കുള്ളിൽ എടുത്തുകൊണ്ട് അയാളുടെ കണ്ണുകളിൽ ചുംബിച്ചു. അയാൾ കണ്ണു തുറന്ന് അനങ്ങാതെ അവളെ നോക്കിക്കൊണ്ട് കിടന്നു. അവളുടെ ഹൃദയം നിന്നുപോയി. ഇരുട്ടിൽ പകുതി തുറന്ന അയാളുടെ കണ്ണുകളിൽ നിന്ന് അവളുടെ മുഖം ഒളിച്ചു വെയ്ക്കാൻവേണ്ടി അവൾ അയാളെ കുനിഞ്ഞ് ചുംബിച്ചുകൊണ്ട് പതുക്കെപ്പറഞ്ഞു.

“നിങ്ങൾക്ക് പോകേണ്ടേ?” അവൾ ഭയന്ന് വിറയ്ക്കുന്നുണ്ടായിരുന്നു.

അയാൾ അവളെ ചുറ്റിപ്പിടിച്ചു. “പക്ഷേ, നിങ്ങൾ പോകണം. ഇപ്പോൾ തന്നെ താമസിച്ചു പോയി.”

“ഇപ്പോൾ സമയം എത്രയായി?’

അയാളുടെ ശബ്ദം അസാധാരണമായിരുന്നു. അവൾ വിറച്ചു. അയാൾ അവൾക്ക് സഹിക്കാൻ പറ്റാത്ത ഒരു ആലിംഗനത്തിലേക്ക് കടന്നു.

“അഞ്ചുമണി കഴിഞ്ഞു.” അവൾ പറഞ്ഞു.

പക്ഷേ, അയാളുടെ കൈകൾ അവളെ കൂടുതൽ വരിഞ്ഞുചുറ്റി. അവൾ ബലമായി സ്വയം അയാളുടെ പിടുത്തത്തിൽ നിന്ന് പിൻവാങ്ങി.

“നിങ്ങൾ നിശ്ചയമായും പോകണം” അവൾ പറഞ്ഞു.

“ഒരു മിനിറ്റ് കഴിയട്ടെ.” അയാൾ പറഞ്ഞു.

അവൾ അയാളോടു പറ്റിച്ചേർന്ന് അനങ്ങാതെ കിടന്നു. പക്ഷേ, അവൾ വഴങ്ങിയില്ല.

“ഒരു മിനിറ്റ് കഴിയട്ടെ.” അവളെ കൂടുതൽ ശക്തിയോടെ കെട്ടിപ്പിടിച്ചുകൊണ്ട് അയാൾ ആവർത്തിച്ചു.

“ശരി.” അവൾ പറഞ്ഞു. പക്ഷേ, അവൾ വഴങ്ങിയിരുന്നില്ല. അവളുടെ ശബ്ദത്തിലുണ്ടായിരുന്ന ഒരുതരം മരവിച്ച നിർവ്വികാരതകൊണ്ട് അയാൾക്ക് അവളെ സ്വതന്ത്രയാക്കേണ്ടി വന്നു. അവൾ എഴുന്നേറ്റ് ദൂരെമാറി നിന്ന് ഒരു മെഴുകുതിരി കൊളുത്തിവെച്ചു.

അയാൾ എഴുന്നേറ്റു. അയാൾ ഉന്മേഷവാനായിരുന്നു. എങ്കിലും മെഴുകുതിരി വെളിച്ചത്തിൽ അവളുടെ മുന്നിൽവെച്ച് വസ്ത്രം ധരിക്കുന്നതിൽ അയാൾക്ക് അല്പം നാണക്കേട് തോന്നി. അവൾ ഏതോ രീതിയിൽ അയാളോട് അകന്നുനില്ക്കുമ്പോൾ അയാൾക്ക് താൻ അവളുടെ മുന്നിൽ നഗ്നനാക്കപ്പെട്ടിരിക്കുന്നതുപോലെ തോന്നി. ഇതെല്ലാം മനസ്സിലാക്കാൻ വളരെ ബുദ്ധിമുട്ടായിരുന്നു. അയാൾ പെട്ടെന്ന് വസ്ത്രങ്ങൾ ധരിച്ചു. ടൈയും കോളറും അയാൾ കെട്ടിയില്ല. എങ്കിലും വേഷം പൂർണ്ണമായെന്ന് അയാൾക്ക് തോന്നി. ഒരു മനുഷ്യൻ പരിഹാസ്യമായ അയാളുടെ വേഷങ്ങൾ ധരിക്കുന്നത് കാണുന്നത് നാണക്കേടാണെന്ന് അവൾക്ക് തോന്നി.

പക്ഷേ, വീണ്ടും മറ്റൊരു തോന്നലിലൂടെ അവൾ രക്ഷപ്പെട്ടു.

"ഇത് ജോലിക്കു പോകാൻ ഒരു ജോലിക്കാരൻ തയ്യാറെടുക്കുന്നതുപോലെ ആണ്." ഗുഡ്റൺ വിചാരിച്ചു. "അപ്പോൾ ഞാൻ ഒരു ജോലിക്കാരന്റെ ഭാര്യയെപ്പോലെ ആണ്." പക്ഷേ, വീണ്ടും അവളെ വേദന പോലെയുള്ള ഒരു മനംപിരട്ടൽ പിടികൂടി. അയാളെ പറ്റിയുള്ള ഒരു മനം പുരട്ടൽ.

അയാൾ ടൈയും കോളറും കോട്ടിന്റെ പോക്കറ്റിൽ തള്ളിക്കയറി. പിന്നീട് ഇരുന്നുകൊണ്ട് ബൂട്ടുകൾ ധരിച്ചു. ബൂട്ടുകൾ അയാളുടെ സോക്സും കാലുറയുടെ അടിഭാഗവും പോലെ കുതിർന്നുപോയിരുന്നു. പക്ഷേ, അയാൾക്ക് ഉന്മേഷവും ഉത്സാഹവും ഉണ്ടായിരുന്നു.

"ഒരു പക്ഷേ, നിങ്ങൾ ബൂട്ട് താഴെവെച്ചിട്ട് വരുന്നതായിരുന്നു നല്ലത്." അവൾ പറഞ്ഞു.

ഉടൻ തന്നെ മറുപടി പറയാൻ നില്ക്കാതെ അയാൾ ബൂട്ടുകൾ ഊരിയെടുത്ത് കൈയിൽ പിടിച്ചുകൊണ്ട് നിവർന്നുനിന്നു. അവൾ ചെരുപ്പിട്ടു. ഒരു അയഞ്ഞ മേൽക്കുപ്പായം ധരിച്ചു അവൾ തയ്യാറായിക്കഴിഞ്ഞു. അയാൾ കാത്തുനില്ക്കുന്നുകണ്ട് അവൾ അയാളെ നോക്കി. അയാൾ കോട്ടിന്റെ കഴുത്തുവരെയുള്ള ബട്ടണുകൾ ഇട്ടിരുന്നു. തൊപ്പി താഴ്ത്തി വെച്ചിരുന്നു. ബൂട്ടുകൾ കൈയിൽ തൂക്കിപ്പിടിച്ചിരുന്നു. അവളിൽ സാമാന്യം വിരോധം കലർന്ന ആകർഷണം നിമിഷനേരത്തേക്ക് വീണ്ടും ഉണർന്നു. അത് അവസാനിച്ചിരുന്നില്ല. അയാളുടെ മുഖത്തിന് പൂർണ്ണതയും പുതുമയും ഉണ്ടായിരുന്നു. അവൾക്ക് വൃദ്ധയായെന്നു തോന്നി. അവൾ ചുംബിക്കപ്പെടാൻ വേണ്ടി അയാളുടെ അടുത്തേക്ക് സാവധാനം നടന്നുചെന്നു. അയാൾ അവളെ പെട്ടെന്ന് ചുംബിച്ചു. അയാളുടെ പറഞ്ഞറിയിക്കാൻ കഴിയാത്ത സൗന്ദര്യം അവളെ മാരകമായി അടിമപ്പെടാൻ നിർബ്ബന്ധിക്കുന്ന ഒരു മന്ത്രമായി അവളെ വരിഞ്ഞു ചുറ്റരുതെന്ന് അവൾ മോഹിച്ചു. അത് അവളുടെ പുറത്തുള്ള ഒരുഭാരം ആയിരുന്നു. അവൾക്ക് ഇഷ്ടക്കേട് തോന്നി. പക്ഷേ, അവൾക്ക് രക്ഷപ്പെടാൻ കഴിഞ്ഞില്ല. എന്നാലും അയാളുടെ പുരുഷത്വമുള്ള പുരികങ്ങളിലേക്കും ആകൃതിയൊത്ത മൂക്കിലേക്കും അശ്രദ്ധ നിഴലിക്കുന്ന നീലക്കണ്ണുകളിലേക്കും നോക്കുമ്പോൾ അവൾക്ക് അയാളോടുള്ള അഭിനിവേശത്തിന് തൃപ്തിവന്നിട്ടില്ലെന്ന് അവൾക്ക് മനസ്സിലാക്കാൻ കഴിഞ്ഞിരുന്നു. ഒരുപക്ഷേ, ഒരിക്കലും തൃപ്തിയായില്ലെന്നും വരാം. ഈ സമയത്ത് ഒരു മനം പുരട്ടൽ പോലുള്ള വേദനകൊണ്ട് അവൾക്ക് തളർച്ച തോന്നി. അയാൾ പോകണമെന്ന് അവൾ ആഗ്രഹിച്ചു.

അവർ പെട്ടെന്ന് പടികൾ ഇറങ്ങി. അവർ അപൂർവ്വമായ ഒരു ശബ്ദം ഉണ്ടാക്കുന്നുണ്ടെന്ന് തോന്നി. പച്ച മേൽക്കുപ്പായത്തിൽ പൊതിഞ്ഞ അവളെ അയാൾ പിൻതുടർന്നു. വെളിച്ചവുമായി അവൾ അയാളുടെ മുന്നിൽ നടന്നു. അവളുടെ ആളുകൾ ഉണരുമെന്ന് അവൾ വല്ലാതെ ഭയപ്പെട്ടിരുന്നു. അയാൾ അതൊന്നും കാര്യമാക്കിയിരുന്നില്ല. ആരു മനസ്സിലാക്കിയാലും അയാൾക്ക് ഒരു ചുക്കും ഇല്ല. അയാളുടെ ഈ തോന്നലിനെ

അവൾ വെറുത്തു. ഒരാൾക്ക് നിശ്ചയമായും മുൻകരുതൽ ഉണ്ടായിരിക്കണം. ഒരാൾ നിശ്ചയമായും സ്വയം സംരക്ഷിക്കണം.

അവൾ അയാളെ അടുക്കളയിലേക്ക് നയിച്ചു. അടുക്കള പാചകക്കാരി ഉപേക്ഷിച്ചുപോയ നിലയിൽ വെടിപ്പും വൃത്തിയും ഉള്ളതായിരുന്നു. അയാൾ ക്ലോക്കിലേക്ക് നോക്കി. അഞ്ചുകഴിഞ്ഞ് ഇരുപത് മിനിറ്റ്. അയാൾ ഒരു കസേരയിൽ ഇരുന്ന് ബൂട്ടുകൾ അണിഞ്ഞു. അയാളുടെ ഓരോ ചലനവും ശ്രദ്ധിച്ചുകൊണ്ട് അവൾ കാത്തുനിന്നു. അതൊന്നവസാനിച്ചിരുന്നെങ്കിലെന്ന് അവൾ ആഗ്രഹിച്ചു. ആ കാഴ്ച അവൾക്ക് ഒരുവലിയ പീഡനം ആയിരുന്നു.

അയാൾ എഴുന്നേറ്റ് നിന്നു. അവൾ പിൻവശത്തെ കതക് തുറന്ന് പുറത്തേക്ക് നോക്കി. നേരം പുലർന്നിരുന്നില്ല. അവ്യക്തമായ ആകാശത്തിൽ ചന്ദ്രന്റെ ഒരു കഷണം ഉണ്ടായിരുന്നു.

“അപ്പോൾ പോയിട്ടുവരാം.” അയാൾ പറഞ്ഞു.

“ഞാൻ ഗേറ്റു വരെ വരാം.” അവൾ പറഞ്ഞു.

ചവിട്ടുപടിയെ പറ്റി ഓർമ്മപ്പെടുത്താൻ വേണ്ടി വീണ്ടും അവൾ പെട്ടെന്ന് അയാളുടെ മുന്നിൽ കയറി നടന്നു. ഗേറ്റിലെത്തിയപ്പോൾ അവൾ ഒരിക്കൽക്കൂടി അവിടെ നിന്നു.

“പോയിട്ടുവരൂ.” അവൾ പറഞ്ഞു.

അയാൾ അവളെ മുറപ്രകാരം ചുംബിച്ചശേഷം തിരിഞ്ഞു നടന്നു.

വഴിയിൽ അയാളുടെ ഉറച്ച കാലൊച്ച കേട്ടുകൊണ്ടിരുന്നപ്പോൾ അവൾ പീഡനം അനുഭവിക്കുകയായിരുന്നു. ഹോ! ആ ഉറച്ച കാലൊച്ചകളിലെ നിർവ്വികാരത അസഹനീയമായിരുന്നു.

അവൾ ഗേറ്റ് അടച്ചു. പെട്ടെന്നുതന്നെ ശബ്ദം ഉണ്ടാക്കാതെ കിടക്കയിലേക്ക് മടങ്ങി. മുറിയിലെത്തി വാതിൽ അടച്ച് എല്ലാം സുരക്ഷിതമായി കഴിഞ്ഞപ്പോൾ അവൾ ആശ്വാസത്തോടെ ശ്വാസംവിട്ടു. ഒരു വലിയ ഭാരം അവളിൽ നിന്ന് കൊഴിഞ്ഞുപോയി. അയാൾ കിടക്കയിലുണ്ടാക്കിയ ചുളിവിൽ അയാൾ ഉപേക്ഷിച്ചുപോയ ഇളംചൂടിൽ അവൾ ചുരുണ്ടുകൂടി. അവൾ തളർന്നിരുന്നെങ്കിലും അവൾക്ക് സന്തോഷം തോന്നി. പെട്ടെന്നുതന്നെ അവൾ ഗാഢമായ ഉറക്കത്തിലേക്ക് വീണു.

വരാൻ പോകുന്ന പുലരിയുടെ ഇരുട്ടിലൂടെ ജറാൾഡ് പെട്ടെന്ന് നടന്നു. ആരേയും അയാൾ കണ്ടുമുട്ടിയില്ല. അയാളുടെ മനസ്സ് മനോഹരമായ നിശ്ചലതയിൽ ആയിരുന്നു. അത് ഓളങ്ങളില്ലാത്ത ഒരു കുളം പോലെ ആയിരുന്നു. അയാളുടെ ശരീരത്തിന് പൂർണ്ണതയുണ്ടായിരുന്നു. അയാൾ പെട്ടെന്ന് സന്തോഷത്തോടെ ഷോർട്ട്ലാൻഡ്സിലേക്ക് നടന്നുപോയി.

25

വിവാഹം വേണോ വേണ്ടയോ

ബ്രാങ്ങ്‌വനിന്റെ കുടുംബം ബെൽഡോവറിൽ നിന്നും മാറിപ്പോകാൻ തുടങ്ങുകയായിരുന്നു. അച്ഛന് നഗരത്തിൽ താമസിക്കേണ്ട ആവശ്യം ഉണ്ടായിരുന്നു.

ബിർക്കിൻ വിവാഹത്തിന്റെ അനുമതിപത്രം സമ്പാദിച്ചിരുന്നു. എന്നാൽ ഉർസുല നിരന്തരമായി അത് നീട്ടിക്കൊണ്ടുപോയി. അവൾ കൃത്യമായ സമയം തീരുമാനിച്ചില്ല. അവൾ ചാഞ്ചാടിക്കൊണ്ടിരുന്നു. ഗ്രാമർ സ്കൂൾവിടാനുള്ള അവളുടെ മുന്നറിയിപ്പ് ഒരു മാസം മുമ്പ് കൊടുത്തിട്ട് ഇപ്പോൾ മൂന്നാമത്തെ ആഴ്ച ആയിരുന്നു. ക്രിസ്മസിന് ഇനിയും അധികം ദിവസം ഇല്ല.

ഉർസുലയുടെയും ബിർക്കിന്റെയും വിവാഹത്തിനു വേണ്ടി ജറാൾഡ് കാത്തിരുന്നു. അത് അയാൾക്ക് നിർണ്ണായകമായ കാര്യമായിരുന്നു.

"ഇത് നമുക്ക് ഒരു വെടിക്ക് രണ്ട് പക്ഷിയാക്കിയാലോ?" ഒരുദിവസം അയാൾ ബിർക്കിനോട് ചോദിച്ചു.

"രണ്ടാമത്തെ പക്ഷി എവിടെ?" ബിർക്കിൻ ചോദിച്ചു.

"ഗുഡ്റണും ഞാനും." കണ്ണുകളിൽ സാഹസികതയുടെ ഒരു തിളക്കത്തോടെ ജറാൾഡ് പറഞ്ഞു.

സാമാന്യം അത്ഭുതത്തോടെ ബിർക്കിൻ അയാളെ സൂക്ഷിച്ച് നോക്കി.

"വെറുതെ പറയുകയാണോ അതോ ഗൗരവമായിട്ടാണോ?" അയാൾ ചോദിച്ചു.

"ഗൗരവമായിട്ടാണ് പറയുന്നത്. ഗുഡ്റണും ഞാനും നിങ്ങളോടൊപ്പം തന്നെ വിവാഹംകഴിച്ചാലോ?"

"അതിനെന്ത്? നിങ്ങൾ അത്രത്തോളം എത്തിയെന്ന് എനിക്ക് അറിയില്ലായിരുന്നു." ബിർക്കിൻ പറഞ്ഞു.

"എത്രത്തോളം." ബിർക്കിനെ നോക്കി ചിരിച്ചുകൊണ്ട് ജറാൾഡ്

പറഞ്ഞു. “ഞങ്ങൾ മുഴുവൻ ദൂരവും പിന്നിട്ടുകഴിഞ്ഞു.”

“സമ്മതിച്ചിരിക്കുന്നു.” ബിർക്കിൻ പറഞ്ഞു. “അത് നല്ല തീരുമാനമാണെന്ന് ഞാൻ പറയും.”

ജറാൾഡ് അയാളെ സൂക്ഷിച്ചുനോക്കി.

“നിങ്ങൾ വല്ലാത്ത ആവേശത്തിലാണല്ലോ.” ജറാൾഡ് പറഞ്ഞു. “വിവാഹത്തിൽ നിങ്ങൾക്ക് താല്പര്യം ഉണ്ടായിരുന്നില്ലെന്നാണ് ഞാൻ വിചാരിച്ചിരുന്നത്.”

ബിർക്കിൻ പറഞ്ഞു. “എല്ലാത്തരം മൂക്കുകളും ഉണ്ട്. ചപ്പിയ മൂക്കും ഉണ്ട്. ഭംഗിയുള്ള മൂക്കും ഉണ്ട്.”

ജറാൾഡ് ചിരിച്ചു. “അതുപോലെ എല്ലാത്തരം വിവാഹങ്ങളും ഉണ്ട്. ചപ്പിയതും ഉണ്ട്. അല്ലാത്തതും ഉണ്ട്.”

“അത് ശരിയാണ്.”

“ഞാൻ വിവാഹം കഴിച്ചാൽ അത് ചപ്പിപ്പോകുമെന്ന് നിങ്ങൾ വിചാരിക്കുന്നുണ്ടോ?” ജറാൾഡ് തല ഒരുവശത്തേക്ക് ചരിച്ച് നേരം പോക്കായി ചോദിച്ചു.

“അത് എന്താവുമെന്ന് എനിക്ക് എങ്ങനെ അറിയാൻ കഴിയും?” ബിർക്കിൻ പറഞ്ഞു.

ജറാൾഡ് അല്പസമയം ആലോചിച്ചു.

“പക്ഷേ, നിങ്ങളുടെ കൃത്യമായ അഭിപ്രായം അറിയാൻ എനിക്ക് ആഗ്രഹം ഉണ്ട്.” അയാൾ പറഞ്ഞു.

“നിങ്ങളുടെ വിവാഹത്തെപ്പറ്റിയാണോ? അതോ മൊത്തത്തിൽ വിവാഹങ്ങളെപ്പറ്റിയാണോ? എന്റെ അഭിപ്രായം എന്തിനാണ് നിങ്ങൾ അറിയുന്നത്? എനിക്ക് പ്രത്യേകം അഭിപ്രായം ഒന്നും ഇല്ല. നിയമപരമായ വിവാഹത്തിൽ ഒരുതരത്തിൽ അല്ലെങ്കിൽ മറ്റൊരുതരത്തിൽ എനിക്ക് താല്പര്യം ഇല്ല. അത് സൗകര്യം മാത്രം കണക്കാക്കിയുള്ളതാണ്.”

ജറാൾഡ് അയാളെ ശ്രദ്ധിച്ചുകൊണ്ട് അനങ്ങാതെ നിന്നു. അല്പസമയം ആലോചിച്ചശേഷം ജറാൾഡ് ഗൗരവത്തിൽ പറഞ്ഞു. “അതുകൂടാതെ വിവാഹത്തിന്റെ നീതിശാസ്ത്രം നിങ്ങളെ മടുപ്പിക്കുന്നുണ്ടെങ്കിലും ഒരാൾ വ്യക്തിപരമായി വിവാഹിതനാകുന്നത് നിർണ്ണായകമായ കാര്യമാണ്.”

“ഒരു സ്ത്രീയുമായി രജിസ്ട്രാറുടെ അടുത്തുപോകുന്നത് നിർണ്ണായകമാണെന്നാണോ നിങ്ങൾ ഉദ്ദേശിക്കുന്നത്?”

“നിങ്ങൾ അയാളോടൊപ്പം തിരിച്ചു വരുകയാണെങ്കിൽ അത് നിർണ്ണായകമാണെന്നുതന്നെ ഞാൻ വിശ്വസിക്കുന്നു.” ജറാൾഡ് പറഞ്ഞു. “അത് മാറ്റിയെടുക്കാൻ പറ്റില്ല.”

“ശരിയാണ്. ഞാൻ യോജിക്കുന്നു.” ബിർക്കിൻ പറഞ്ഞു.

“നിയമപരമായ വിവാഹത്തെ ഒരാൾ എങ്ങനെ വിലയിരുത്തിയാലും വ്യക്തിപരമായി ഒരാൾ വിവാഹിതനാകുന്നത് അയാളെ സംബന്ധിച്ചിടത്തോളം അന്തിമമായ ഒരു കാര്യമാണ്.”

“ഞാനും ഏറെക്കുറെ അങ്ങനെ വിശ്വസിക്കുന്നു.”ബിർക്കിൻ പറഞ്ഞു.

“അപ്പോൾ ഒരു ചോദ്യം അവശേഷിക്കുന്നുണ്ട്.” ജറാൾഡ് പറഞ്ഞു. “ഒരാൾ അതു ചെയ്യണോ?” ബിർക്കിൻ വിസ്മയത്തോടെ അയാളെ സൂക്ഷിച്ചുനോക്കി.

“നിങ്ങൾ ഒരു വക്കീലിനെപ്പോലെ ആണ്. ഞാൻ നിങ്ങൾ ആയിരുന്നെങ്കിൽ ഞാൻ വിവാഹം കഴിക്കില്ല. പക്ഷേ, നിങ്ങൾ എന്നോടല്ല. ഗുഡ്റണിനോട് ആണ് ചോദിക്കാൻ. നിങ്ങൾ എന്നെ വിവാഹംകഴിക്കുന്നില്ല. ശരിയല്ലേ?”

ജറാൾഡ് ബിർക്കിന്റെ സംസാരത്തിന്റെ അവസാനഭാഗം ഗൗനിച്ചില്ല. “ശരിയാണ്” ജറാൾഡ് പറഞ്ഞു. “ഒരിക്കൽ ശാന്തമായി അത് പരിഗണിക്കണം. അത് അപകടം പിടിച്ച ഒരുകാര്യമാണ്. ഒരു ദിശയിലല്ലെങ്കിൽ മറ്റൊരുദിശയിൽ ഒരു തീരുമാനം എടുക്കേണ്ട സന്ദർഭത്തിൽ ഒരാൾ എത്തിച്ചേരും. അതിൽ ഒരു ദിശ വിവാഹം ആണ്.”

“മറ്റേത് ഏതാണ്?” ബിർക്കിൻ പെട്ടെന്ന് ചോദിച്ചു.

ജറാൾഡ് അസാധാരണമായ ആലോചന നിഴലിക്കുന്ന കണ്ണുകൾ ഉയർത്തി ബിർക്കിനെ നോക്കി. മറ്റേയാൾക്ക് ആ നോട്ടം മനസ്സിലാക്കാൻ കഴിഞ്ഞില്ല.

“എനിക്ക് അറിയില്ല.” അയാൾ മറുപടി പറഞ്ഞു. “എനിക്ക് അത് അറിയാമായിരുന്നെങ്കിൽ” അയാൾ സംസാരം പൂർത്തിയാക്കിയില്ല. അയാൾ അസ്വസ്ഥതയോടെ അങ്ങോട്ടും ഇങ്ങോട്ടും നടന്നു.

“നിങ്ങൾക്ക് പകരം എന്താണ് ചെയ്യേണ്ടതെന്ന് അറിയാത്ത സ്ഥിതിയ്ക്ക്?” ബിർക്കിൻ പറഞ്ഞു. “നിങ്ങൾക്ക് അത് അറിയാത്തതുകൊണ്ട് വിവാഹം ഒരു അവസാന ആശ്രയം ആണ്.” ജറാൾഡ് ബിർക്കിന്റെ മുഖത്തേക്ക് നേരത്തേ നോക്കിയ സ്വാഭാവികമല്ലാത്ത നോട്ടം വീണ്ടും നോക്കി.

“വിവാഹം ഒരു അവസാന ആശ്രയമാണെന്നുള്ള തോന്നൽ ഒരാൾക്ക് ഉണ്ടാകാം.”ജറാൾഡ് സമ്മതിച്ചു.

“അപ്പോൾ അത് ചെയ്യരുത്.” ബിർക്കിൻ പറഞ്ഞു. “ഞാൻ പറയാം.” അയാൾ തുടർന്നു. “ഞാൻ മുമ്പുപറഞ്ഞതുപോലെ പഴയ മനോഭാവത്തിലുള്ള വിവാഹം അസഹ്യമാണെന്നാണ് എനിക്ക് തോന്നുന്നത്. രണ്ട് പേരുടെ അഹംഭാവം അതിൽ പ്രശ്നമല്ല. അത് ദമ്പതികൾക്കിടയിലെ മൗനാനുവാദത്തോടെയുള്ള വേട്ടയാടൽ ആണ്. ദമ്പതികളുടെമാത്രം ലോകം. ഓരോ ദമ്പതികളും അവരുടെ ചെറിയ വീടുകളിൽ അവരുടെ സ്വന്തം താല്പര്യങ്ങൾ ശ്രദ്ധിച്ചുകൊണ്ട് അവരുടെ സ്വന്തം സ്വകാര്യതയുടെ വേവലാതികളുമായി: ഇത് ഭൂമിയിലെ ഏറ്റവും വെറുക്കപ്പെടേണ്ട കാര്യമാണ്.”

“ഞാനും സമ്മതിക്കുന്നു.” ജറാൾഡ് പറഞ്ഞു. “അതിൽ തരംതാണതായ എന്തോ ചിലത് ഉണ്ട്. പക്ഷേ, ഞാൻ പറഞ്ഞതുപോലെ അതിന്

പകരം എന്താണ് ഉള്ളത്?"

"വീട് എന്ന ജന്മവാസന ഒരാൾ ഒഴിവാക്കണം. അതൊരു ജന്മവാസന അല്ല. അത് ഭീരുത്വം കൊണ്ടുള്ള ഒരു ശീലം ആണ്. ഒരാൾക്ക് ഒരിക്കലും ഒരുവീട് ഉണ്ടാകാൻ പാടില്ല."

"ഞാൻ ആത്മാർത്ഥമായി യോജിക്കുന്നു" ജറാൾഡ് പറഞ്ഞു. "പക്ഷേ, പകരംവെയ്ക്കാൻ മറ്റൊന്നില്ല."

"നമുക്ക് ഒരെണ്ണം കണ്ടെത്തണം. ഒരു സ്ത്രീയും പുരുഷനും തമ്മിലുള്ള സ്ഥിരമായ കൂട്ടുകെട്ടിൽ എനിക്കും വിശ്വാസം ഉണ്ട്. മാറിയെടുക്കാൻ ചുറ്റിത്തിരിയുന്നത് തളർന്നു പോകുന്ന പരിപാടിയാണ്. പക്ഷേ, ഒരു സ്ത്രീയും പുരുഷനും തമ്മിലുള്ള സ്ഥിരമായ ബന്ധം അവസാനത്തെ വാക്കല്ല — അത് അവസാന വാക്കല്ലെന്നുള്ള കാര്യം ഉറപ്പാണ്."

"നിശ്ചയമായും." ജറാൾഡ് പറഞ്ഞു.

"സത്യത്തിൽ" ബിർക്കിൻ പറഞ്ഞു. "സ്ത്രീയും പുരുഷനും തമ്മിലുള്ള ബന്ധത്തെ അനന്യസാധാരണവും പരമോന്നതവുമായ ഒരു ബന്ധമായി പരിഗണിക്കുന്നതുകൊണ്ടാണ്, അതിൽ പിരിമുറുക്കവും അല്പത്വവും അപര്യാപ്തതയും കടന്നുവരുന്നത്."

"ശരിയാണ്. ഞാൻ നിങ്ങളെ വിശ്വസിക്കുന്നു." ജറാൾഡ് പറഞ്ഞു.

"പ്രണയത്തേയും വിവാഹത്തെയും ഉന്നതപീഠത്തിൽ നിന്ന് നമ്മൾ താഴെ ഇറക്കി വെയ്ക്കണം. കൂടുതൽ വിശാലമായ ചിലത് നമ്മൾ ആഗ്രഹിക്കുന്നുണ്ട്. വിവാഹത്തോടൊപ്പം പുരുഷനും പുരുഷനും തമ്മിൽ വിശേഷാലുള്ള പരിപൂർണ്ണമായ ബന്ധത്തിൽ ഞാൻ വിശ്വസിക്കുന്നു."

"ഇതുരണ്ടും ഒരുപോലെയാകുന്നത് എങ്ങനെയാണെന്ന് എനിക്ക് ഒരിക്കലും മനസ്സിലാകുന്നില്ല." ജറാൾഡ് പറഞ്ഞു.

"ഒരുപോലെ അല്ല — പക്ഷേ, തുല്യമായപ്രാധാന്യവും തുല്യമായ സർഗ്ഗശക്തിയും ഉണ്ട്. നിങ്ങൾക്ക് വേണമെങ്കിൽ തുല്യമായ പവിത്രത വരെ ഉണ്ടെന്ന് പറയാം."

"എനിക്കറിയാം." ജറാൾഡ് പറഞ്ഞു."നിങ്ങൾ അതുപോലെ എന്തിലോ വിശ്വസിക്കുന്നുണ്ട്. പക്ഷേ, എനിക്ക് അത് അനുഭവിക്കാൻ കഴിയുന്നില്ല." ഒരുതരം എതിർപ്പ് തോന്നുന്ന സ്നേഹത്തോടെ അയാൾ ബിർക്കിന്റെ കൈയിൽ പിടിച്ചു. വിജയിച്ച ഭാവത്തോടെ അയാൾ പുഞ്ചിരിച്ചു.

അയാൾ ശിക്ഷാവിധി സ്വീകരിക്കാൻ തയ്യാറായിരുന്നു. വിവാഹം അയാൾക്ക് ഒരു ശിക്ഷാവിധിപോലെ ആയിരുന്നു. ഇപ്പോൾ അയാൾ സൂര്യപ്രകാശത്തിൽ ജീവിക്കാൻ കഴിയാതെ ഭൂമിക്കടിയിലെ ഖനിയിൽ ജീവിക്കാൻ ശിക്ഷിക്കപ്പെട്ട ഒരു കുറ്റവാളിയെപ്പോലെ വിവാഹത്തിലൂടെ സ്വയം ശിക്ഷിക്കപ്പെടാൻ ആഗ്രഹിച്ചിരുന്നു. അയാൾ ഇത് സ്വീകരിക്കാൻ തയ്യാറായിരുന്നു. വിവാഹം അയാളുടെ ശിക്ഷയുടെ അടയാളമാണ്. നിത്യനാശത്തിൽ എന്നും ജീവിക്കാൻ ശപിക്കപ്പെട്ട ഒരു ആത്മാവിനെപ്പോലെ അധോലോകത്തിൽ അടയ്ക്കപ്പെടാൻ അയാൾ തയ്യാറായിരുന്നു. പക്ഷേ,

മറ്റ്ഏതെങ്കിലും ആത്മാവുമായി അയാൾ പരിശുദ്ധമായ യാതൊരു ബന്ധവും സൃഷ്ടിക്കുകയില്ല. അയാൾക്ക് അതിന് കഴിയില്ല. വിവാഹത്തിലൂടെ ഗുഡ്റണുമായുള്ള ബന്ധത്തിലേക്ക് അയാൾ സ്വയം ചുമതലപ്പെടുത്തുകയല്ലായിരുന്നു. അത് അംഗീകൃതമായ ലോകത്തെ സ്വീകരിക്കുന്നതായി അയാൾ സ്വയംപ്രതിജ്ഞ എടുക്കുകയായിരുന്നു. അയാൾ സജീവമായി വിശ്വസിക്കുന്നില്ലെങ്കിലും അംഗീകൃതമായ വ്യവസ്ഥയെ അയാൾ സ്വീകരിക്കും. അതിനുശേഷം അയാളുടെ ജീവിതത്തിന്റെ അധോലോകത്തിലേക്ക് അയാൾ പിൻവാങ്ങും. ഇത് അയാൾ ചെയ്തിരിക്കും.

മറ്റേവഴി റൂപർട്ട് ബിർക്കിന്റെ ബന്ധത്തിനുള്ള നിർദ്ദേശം സ്വീകരിക്കുന്നതായിരുന്നു. മറ്റേ മനുഷ്യനുമായി ശുദ്ധമായ വിശ്വാസത്തിന്റെയും സ്നേഹത്തിന്റെയും ഉടമ്പടിയിലേക്ക് പ്രവേശിക്കുക. അതിനുശേഷം സ്ത്രീയുമായും ഈ ഉടമ്പടിയിലേക്ക് പ്രവേശിക്കാം. ഒരു പുരുഷനോട് അയാൾ സ്വയം പ്രതിജ്ഞയെടുത്താൽ പിന്നീട് ഒരു സ്ത്രീയോടും അയാൾക്ക് സ്വയം പ്രതിജ്ഞയെടുക്കാൻ കഴിയും. നിയമപരമായ വിവാഹത്തിന്റെ കാര്യത്തിൽ മാത്രമല്ല. സ്വതന്ത്രവും രഹസ്യവുമായ വിവാഹത്തിലും അയാൾക്ക് അതിനു കഴിയും.

എന്നിട്ടും അയാൾക്ക് ആ നിർദ്ദേശം സ്വീകരിക്കാൻ കഴിഞ്ഞില്ല. റൂപർട്ട് ബിർക്കിന്റെ നിർദ്ദേശത്തിൽ അയാൾക്ക് അസാധാരണമായ രീതിയിൽ ആഹ്ലാദം തോന്നിയിരുന്നു. എങ്കിലും അത് തള്ളിക്കളയുന്നതിലും സമ്മതിക്കാതിരിക്കുന്നതിലും അയാൾക്ക് കൂടുതൽ ആഹ്ലാദം തോന്നി.

26

ഒരു കസേര

എല്ലാ തിങ്കളാഴ്ചയും ഉച്ചതിരിയുമ്പോൾ പഴയ ചന്തസ്ഥലത്ത് പഴയ സാധനങ്ങൾ കൂട്ടിയിട്ട് വില്ക്കാറുണ്ട്. ഒരുദിവസം വൈകിട്ട് ബിർക്കിനും ഉർസുലയും അലഞ്ഞുതിരിഞ്ഞ് അവിടെ എത്തി. അവൾ വീട്ടുസാധനങ്ങളെ പറ്റി സംസാരിച്ചുകൊണ്ടിരിക്കുകയായിരുന്നു. അവർക്ക് വാങ്ങാൻ പറ്റിയതെന്തെങ്കിലും അവിടത്തെ കല്ലുപാകിയ തറയിൽ കൂട്ടിയിരിക്കുന്ന ചവറുകൾക്കിടയിലുണ്ടോ എന്ന് പരിശോധിക്കാൻ അവർ ആഗ്രഹിച്ചു.

പഴയ ചന്തയുടെ നടുമുറ്റത്തിന് വലിപ്പം കുറവായിരുന്നു. സാധാരണ ഏതാനും പഴക്കടകൾ ഉണ്ടാവാറുണ്ട്. അത് നഗരത്തിലെ ദാരിദ്ര്യം പിടിച്ച ഒരു മൂലയിൽ ആയിരുന്നു. ചെറിയവീടുകൾ ഒരുവശത്ത് നിരന്നുനില്ക്കുന്നു. മറുവശത്ത് അറ്റത്തായി കല്ലുപാകിയ നിരത്തുകളുള്ള ചെറിയ കടകൾ ഉണ്ട്. മകുടം ചാർത്തുന്ന ഒരു സ്മാരകം എന്ന നിലയിൽ പുതിയ ചുവപ്പ് കട്ടകൾകൊണ്ട് പണിഞ്ഞ, പൊതുജനങ്ങൾക്കുവേണ്ടിയുള്ള കുളിമുറികളും അതിനോട് ചേർന്ന് ഒരു ക്ലോക്ക് ടവറും ഉണ്ട്. അവിടെ ചുറ്റിത്തിരിയുന്ന ആളുകൾ അട്ടുനാറി നടക്കുന്നതുപോലെ തോന്നി. അന്തരീക്ഷത്തിന് വൃത്തികെട്ട മണം ഉണ്ടെന്നു തോന്നി. അല്പം ദൂരെ ഒരു വസ്ത്രം നിർമ്മിക്കുന്ന ഫാക്ടറി ഉണ്ട്. ഇടയ്ക്കിടയ്ക്ക് തവിട്ടും മഞ്ഞയും നിറമുള്ള ഒരു ട്രംകാർ വസ്ത്രഫാക്ടറിയുടെ താഴെയുള്ളബുദ്ധിമുട്ടുള്ള തിരിവുതിരിഞ്ഞ് അപ്രത്യക്ഷമായി.

പഴയ കിടക്കകളും ഇരുമ്പുസാധനങ്ങളും നിറംമങ്ങിയ മൺപാത്രങ്ങളും ആലോചിക്കാൻപോലും പറ്റാത്ത വസ്ത്രങ്ങളും കൂനകൂട്ടിയിരിക്കുന്ന സ്ഥലത്ത് സാധാരണക്കാർക്കിടയിലായി തന്നെ കണ്ടപ്പോൾ ഉർസുല അർത്ഥശൂന്യമായ ആഹ്ലാദത്തിൽ സ്വയം എത്തിച്ചേർന്നിരുന്നു.

തുരുമ്പിച്ച സാധനങ്ങൾക്കിടയിലെ ഇടുങ്ങിയ തറയിലൂടെ ഉർസുലയും ബിർക്കിനും താല്പര്യമില്ലാതെ ചുറ്റിനടന്നു. അയാൾ സാധനങ്ങൾ നോക്കുന്നുണ്ടായിരുന്നു. അവൾ ആളുകളെ നോക്കിക്കൊണ്ടിരുന്നു. മെത്തകൾ തിരിച്ചിട്ട് നോക്കുന്ന ഗർഭിണിയായ ഒരു ചെറുപ്പക്കാരിയെ ഉർസുല സംഭ്രമത്തോടെ ശ്രദ്ധിച്ചു. അവളുടെ തൊട്ടടുത്ത് താല്പര്യം കാണിക്കാതെ നിന്നിരുന്ന ചെറുപ്പക്കാരനെ തൊട്ടുനോക്കാൻ അവൾ നിർബ്ബന്ധിക്കുന്നുണ്ടായിരുന്നു. ചെറുപ്പക്കാരിക്ക് അങ്ങേയറ്റത്തെ ഉത്സാഹം ഉണ്ടായിരുന്നു. ചെറുപ്പക്കാരന് താല്പര്യക്കുറവ് ഉണ്ടായിരുന്നു. അവൾ ഗർഭിണിയായതുകൊണ്ടാണ് അയാൾ അവളെ വിവാഹം കഴിക്കാൻ പോകുന്നത്.

മെത്ത പരിശോധന കഴിഞ്ഞപ്പോൾ സ്വന്തം സാധനങ്ങൾക്കിടയിൽ ഒരു സ്റ്റൂളിൽ ഇരുന്നിരുന്ന കിഴവനോട് അവൾ അതിന്റെ വിലചോദിച്ചു. അയാൾ അവളോട് വില പറഞ്ഞു. അവൾ ചെറുപ്പക്കാരന്റെ നേർക്ക് തിരിഞ്ഞു. ചെറുപ്പക്കാരന് ലജ്ജതോന്നി. അയാൾക്ക് അഹംഭാവം ഉണ്ടായിരുന്നു. അയാൾ നിന്നിടത്ത് നിന്നുകൊണ്ട് മുഖംതിരിച്ചു. അയാൾ ഒരു വശത്തേക്ക് നോക്കിക്കൊണ്ട് പിറുപിറുത്തു. സ്ത്രീ വീണ്ടും മെത്തപരിശോധിച്ച് മനസ്സിൽ കണക്കുകൂട്ടിക്കൊണ്ട് വൃത്തികെട്ട കിഴവനുമായി വിലപേശൽ നടത്തി. ഈ സമയം മുഴുവൻ ചെറുപ്പക്കാരൻ തൊട്ടടുത്ത് തന്നെ ലജ്ജയോടെ കീഴടങ്ങിയ മട്ടിൽ നില്ക്കുന്നുണ്ടായിരുന്നു.

"നോക്കൂ." ബിർക്കിൻ പറഞ്ഞു. "ഭംഗിയുള്ള ഒരു കസേര അവിടെ കിടക്കുന്നു."

"നല്ല ഭംഗിയുണ്ട്." ഉർസുല വിളിച്ചു പറഞ്ഞു. "നല്ല ഭംഗിയുണ്ട്."

അത് സാധാരണ തടിയിലുള്ള ഒരു കസേര ആയിരുന്നു. ഒരുപക്ഷേ, ബിർച്ച് മരത്തിന്റെ തടി ആയിരിക്കാം. പക്ഷേ, അതിന് സൗന്ദര്യത്തിന്റെ ഒരു അമിതമായ ലാളിത്യം ഉണ്ടായിരുന്നു. അത് അഴുക്ക് പിടിച്ച കല്ലുകളിൽ കിടക്കുന്നതു കണ്ടാൽ കണ്ണുനിറയും. അതിന്റെ ഇരിപ്പിടം സമചതുരം ആയിരുന്നു. പിൻഭാഗത്ത് നാല് ചെറിയ അഴികൾ ഉണ്ട്. അത് ഉർസുലയെ വീണക്കമ്പികളെപ്പറ്റി ഓർമ്മിക്കാൻ ഇടയാക്കി.

ബിർക്കിൻ പറഞ്ഞു. "ഒരിക്കൽ ഇത് ചൂരൽകസേരയായിരുന്നു. അത് അതിൽ സ്വർണ്ണനിറം പൂശിയിരുന്നു. തടികൊണ്ടുള്ള ഇരിപ്പിടം ആരോ ഇതിൽ ആണി അടിച്ച് ഉറപ്പിച്ചതാണ്. നോക്കൂ. സ്വർണ്ണനിറത്തിന് മുമ്പ് പൂശുന്ന ചുവപ്പുനിറം കുറച്ചൊക്കെ ഇവിടെ കാണാനുണ്ട്. ഇതിന്റെ പണി അങ്ങേയറ്റം ആകർഷണീയം ആയിരിക്കുന്നു. പക്ഷേ, നിശ്ചയമായും തടികൊണ്ടുള്ള ഇരിപ്പിടം ശരിയല്ല. ചൂരലിന്റെ പിരിമുറുക്കവും ഭാരക്കുറവും അത് നശിപ്പിച്ചുകളഞ്ഞു. എങ്കിലും എനിക്ക് കസേര ഇഷ്ടപ്പെട്ടു."

"ശരിയാണ്" ഉർസുല പറഞ്ഞു. "എനിക്കും ഇഷ്ടപ്പെട്ടു." "ഇതിന് എന്തു വിലയാണ്?" ബിർക്കിൻ കിഴവനോട് ചോദിച്ചു.

"പത്തു ഷില്ലിങ്."

"നിങ്ങൾ ഇത് കൊടുത്തുവിടുമോ?"

കസേര അവർ വാങ്ങി.

"എന്ത് ഭംഗി!" ബിർക്കിൻ പറഞ്ഞു. "ഇത് എന്റെ ഹൃദയം ഏറക്കുറെ തകർത്തുകളഞ്ഞു." അവർ ചവറുകൂനകളുടെ ഇടയിലൂടെ നടന്നു. "എന്റെ പ്രിയപ്പെട്ട രാജ്യം. ഒരു കസേര ഉണ്ടാകുമ്പോൾ പോലും അതിന് ചിലതൊക്കെ ആവിഷ്കരിക്കാനുണ്ടായിരുന്നു."

"ഇപ്പോൾ അതിന് അങ്ങനെയൊന്നും ഇല്ലേ?" ഉർസുല ചോദിച്ചു. അയാൾ ഈ രീതിയിൽ സംസാരിച്ചു തുടങ്ങുമ്പോൾ ഉർസുലയ്ക്ക് എപ്പോഴും ദേഷ്യംവരാറുണ്ട്.

"ഇല്ല. ഇപ്പോൾ ഇല്ല. ആ മനോഹരമായ കസേര കാണുമ്പോൾ ഇംഗ്ലണ്ടിനെപ്പറ്റി ഞാൻ ആലോചിക്കുന്നു. ജെയിൻഓസ്റ്റിന്റെ ഇംഗ്ലണ്ടിനെപ്പറ്റിപോലും ഞാൻ ആലോചിക്കുന്നു. അന്ന് അതിന് ജീവനുള്ള ചിന്തകൾ തുറന്നുതരാനുണ്ടായിരുന്നു. ഇന്ന് അവരുടെ പഴയ ആവിഷ്കാരങ്ങളുടെ അവശിഷ്ടങ്ങളുടെ കൂനയിൽ തിരഞ്ഞു നടക്കാൻ മാത്രമേ നമുക്ക് കഴിയുന്നുള്ളൂ. നമ്മളിൽ ഇപ്പോൾ നിർമ്മാണപ്രക്രിയ ഇല്ല. ഉള്ളത് മലിനവും അറപ്പു തോന്നുന്നതുമായ യാന്ത്രികതമാത്രമാണ്."

"അത് സത്യം അല്ല." ഉർസുല ഉറക്കെ പറഞ്ഞു. "വർത്തമാന കാലത്തിന്റെ ചെലവിൽ പോയകാലത്തെ എപ്പോഴും പ്രകീർത്തിക്കേണ്ട ആവശ്യം ഉണ്ടെന്ന് നിങ്ങൾക്ക് തോന്നാനുള്ള കാരണം എന്താണ്? ജയിൻ ഓസ്റ്റിന്റെ ഇംഗ്ലണ്ടിനെപ്പറ്റി എനിക്ക് സത്യത്തിൽ വലിയ വിചാരമൊന്നും ഇല്ല. വേണ്ടത്ര സുഖലോലുപത അന്നും ഉണ്ടായിരുന്നു."

"അന്നത്തെ ഇംഗ്ലണ്ടിന് സുഖലോലുപത നല്കാൻ കഴിയുമായിരുന്നു." ബിർക്കിൻ പറഞ്ഞു. "കാരണം അതിന് മറ്റുചിലതിനൊക്കെ ഉള്ള ശക്തി ഉണ്ടായിരുന്നു. അത് നമുക്ക് ഇല്ല. നമ്മൾ സുഖലോലുപരാകുന്നത് മറ്റൊന്നും ആകാനുള്ള ശക്തി നമുക്ക് ഇല്ലാത്തതുകൊണ്ടാണ്. എത്ര ശ്രമിച്ചാലും സുഖലോലുപത അല്ലാതെ മറ്റൊന്നും നമുക്ക് വെളിച്ചത്തു കൊണ്ടുവരാൻ പറ്റില്ല. സുഖലോലുപതയുടെ ആത്മാവ് യാന്ത്രികത മാത്രം ആണ്."

ഉർസുല ദേഷ്യംകൊണ്ടുള്ള നിശ്ശബ്ദതയ്ക്ക് കീഴടങ്ങി. അയാൾ പറയുന്നത് അവൾ ശ്രദ്ധിച്ചില്ല. അവൾ മറ്റു ചില കാര്യങ്ങൾക്കെതിരായി ലഹളകൂട്ടുകയായിരുന്നു.

"നിങ്ങൾ പറയുന്ന ഈ കഴിഞ്ഞകാലത്തോട് എനിക്ക് വെറുപ്പാണ്. എനിക്ക് അതു മടുത്തു" അവൾ ഉറക്കെ പറഞ്ഞു. "ഭംഗിയുണ്ടെങ്കിലും എനിക്ക് ആ പഴയ കസേരയോടുപോലും വെറുപ്പുണ്ടെന്നാണ് എന്റെ വിശ്വാസം. അതിന്റെ ഭംഗി എനിക്ക് തോന്നുന്ന തരത്തിൽ ഉള്ളതല്ല. നമ്മുടെ പ്രിയപ്പെട്ട കഴിഞ്ഞകാലത്തെപ്പറ്റി നമ്മളോട് ധർമ്മോപദേശം നടത്താൻ അവശേഷിപ്പിക്കാതെ അതിന്റെ കാലം കഴിഞ്ഞപ്പോൾ അതിനെ വെട്ടിപ്പൊളിക്കണമായിരുന്നു. അതാണ് ഞാൻ ആഗ്രഹിക്കുന്നത്. പ്രിയപ്പെട്ട കഴിഞ്ഞകാലം കൊണ്ട് ഞാൻ മടുത്തു."

"ശപിക്കപ്പെട്ട വർത്തമാനകാലത്തോട് എനിക്കുള്ള മടുപ്പിനോളം മടുപ്പ് എന്തായാലും ഉണ്ടാവില്ല." അയാൾ പറഞ്ഞു.

"അതെ. അത്രതന്നെ മടുപ്പുണ്ട്. വർത്തമാനകാലത്തെ ഞാൻ വെറുക്കുന്നു. പക്ഷേ, അതിന്റെ സ്ഥാനത്ത് കഴിഞ്ഞകാലത്തെ പ്രതിഷ്ഠിക്കാൻ ഞാൻ ആഗ്രഹിക്കുന്നില്ല — എനിക്ക് ആ പഴയ കസേരയോട് ഒട്ടും ആഗ്രഹം ഇല്ല."

നിമിഷനേരത്തേക്ക് അയാൾക്ക് സാമാന്യം ദേഷ്യം വന്നിരുന്നു. അപ്പോൾ പൊതുജനത്തിന്റെ കുളിമുറികളുടെ ക്ലോക്ക് ടവറിനു മുകളിലുള്ള തിളങ്ങുന്ന ആകാശത്തേക്ക് അയാൾ നോക്കി. അയാൾ ദേഷ്യത്തിൽ നിന്നും രക്ഷപ്പെട്ടതായി തോന്നി. അയാൾ ചിരിച്ചു.

"ശരി." അയാൾ പറഞ്ഞു. "അപ്പോൾ നമുക്ക് അത് വേണ്ടെന്നു വെയ്ക്കാം. എനിക്കും ഇതൊക്കെ മടുത്തു. എന്തായാലും സൗന്ദര്യത്തിന്റെ പഴയ എല്ലുകളുടെ മുകളിൽ ഒരാൾക്ക് ജീവിതം മുന്നോട്ട് കൊണ്ടുപോകാൻ കഴിയില്ല."

"ആർക്കും കഴിയില്ല." അവൾ വിളിച്ചു പറഞ്ഞു. "എനിക്ക് പഴയ കാര്യങ്ങൾ വേണ്ട."

"നമുക്ക് ഒരു കാര്യവും വേണ്ട. അതാണ് സത്യം." അയാൾ മറുപടി പറഞ്ഞു. "സ്വന്തമായ വീടും വസ്തുക്കളും എന്ന ചിന്തയോട് എനിക്ക് വെറുപ്പാണ്."

ഈ സംസാരം കേട്ട് ഒരു നിമിഷം അവൾ ഞെട്ടിപ്പോയി. പിന്നീട് അവൾ മറുപടി പറഞ്ഞു. "എനിക്കും അങ്ങനെതന്നെ ആണ്. പക്ഷേ, ഒരാൾക്ക് നിശ്ചയമായും ജീവിക്കാൻ ഒരു സ്ഥലം വേണം."

"ഒരു സ്ഥലം അല്ല— ഏതെങ്കിലും സ്ഥലം" അയാൾ മറുപടി പറഞ്ഞു. "ഒരാൾക്ക് എവിടെ വേണമെങ്കിലും ജീവിക്കാം. അതിന് ഒരു കൃത്യമായ സ്ഥലം വേണമെന്നില്ല. എനിക്ക് കൃത്യമായ ഒരു സ്ഥലം വേണ്ട. നിങ്ങൾക്ക് ഒരു മുറി കിട്ടിയാൽ അതുതന്നെ ധാരാളം. പിന്നീട് നിങ്ങൾ അവിടെ നിന്ന് ഓടിപ്പോകാനാണ് ആഗ്രഹിക്കുന്നത്. ഇപ്പോൾ മില്ലിനടുത്തുള്ള എന്റെ മുറി കടലിന്റെ അടിയിൽ ആയിരിക്കണമെന്നാണ് ഞാൻ ആഗ്രഹിക്കുന്നത്. ഓരോ വീട്ടുപകരണങ്ങളും ഓരോ നാഴികക്കല്ലുകളാകുന്ന സ്ഥിരം ചുറ്റുപാടുകൾ പേടിപ്പെടുത്തുന്ന സ്വേച്ഛാധിപത്യം പോലെ ആണ്."

ചന്തയിൽ നിന്ന് അവർ തിരിച്ചുപോകുമ്പോൾ അവൾ അയാളുടെ കൈയിൽ മുറുകെപ്പിടിച്ചിരുന്നു.

"പക്ഷേ, നമ്മൾ എന്താണ് ചെയ്യാൻ പോകുന്നത്?" അവൾ പറഞ്ഞു. "എന്തായാലും നമുക്ക് ജീവിക്കണം. എന്റെ ചുറ്റുപാടുകളിൽ ഏതെങ്കിലും സൗന്ദര്യം ഞാൻ ആഗ്രഹിക്കുന്നുണ്ട്. ഒരുതരം സ്വാഭാവികമായ ശോഭ ഞാൻ ആഗ്രഹിക്കുന്നു."

"വീടുകളിലും വീട്ടുപകരണങ്ങളിലും മാത്രമല്ല വസ്ത്രങ്ങളിൽപ്പോലും നിങ്ങൾക്ക് അത് ഒരിക്കലും കിട്ടുകയില്ല. അവയെല്ലാം ഒരു

പഴയ അടിസ്ഥാന ലോകത്തിന്റെ അതായത് നിന്ദ്യമായ ഒരു മനുഷ്യസ മൂഹത്തിന്റെ നിബന്ധനകളാണ്. മനോഹരമായ കസേരകളും കട്ടിലുക ളുമായി ഒരുപഴയ രീതിയിലുള്ള വീട് നിങ്ങൾക്ക് ഉണ്ടെങ്കിൽ കഴിഞ്ഞ കാലം നിങ്ങളുടെ മുകളിൽ സ്ഥിരമായി നിലനില്ക്കുന്നുണ്ട്. നിങ്ങൾക്ക് 'പോയ്റ്റ്' രൂപകല്പന ചെയ്ത ഒരു ആധുനികരീതിയിലുള്ള വീടുണ്ടെ ങ്കിൽ മറ്റു ചില കാര്യങ്ങൾ നിങ്ങളുടെ മുകളിൽ നിലനില്ക്കുന്നു. ഇതെല്ലാം തന്നെ ആസ്തികളാണ്. നിങ്ങളെ വിരട്ടി സാമാന്യവല്കരി ക്കുന്ന ആസ്തികൾ. നിങ്ങൾ റോഡിനെപ്പോലെയോ മൈക്കൽ ആഞ്ച ലോയെ പോലെയോ ആയിരിക്കണം. ഒരുകഷണം കല്ല് നിങ്ങളുടെ രൂപ ത്തിനുവേണ്ടി പണിപൂർത്തിയാക്കാതെ മാറ്റിവെയ്ക്കണം. നിങ്ങളുടെ ചുറ്റുപാടുകൾ അപൂർണ്ണമായിരിക്കണം. അതുകൊണ്ട് നിങ്ങൾ ഒരിക്കലും എന്തിലെങ്കിലും ഒതുങ്ങിനില്ക്കില്ല. ഒരിക്കലും പുറത്തുനിന്ന് നിങ്ങൾ ഭരിക്കപ്പെടുകയില്ല."

അവൾ വഴിയിൽ ആലോചിച്ചുകൊണ്ട് നിന്നു.

"അപ്പോൾ നമുക്ക് പൂർണ്ണമായും നമ്മുടേതെന്ന് പറയാവുന്ന സ്ഥലം ഒരിക്കലും ഉണ്ടാവില്ലെന്നാണോ. ഒരിക്കലും ഒരുവീട്?" അവൾ പറഞ്ഞു.

"ഈ ലോകത്ത്, ഇല്ല." അയാൾ മറുപടി പറഞ്ഞു.

"പക്ഷേ, ഈ ലോകം അല്ലാതെ മറ്റൊന്ന് ഇല്ല."അവൾ എതിർത്തു.

അയാൾ വിയോജിപ്പ് സൂചിപ്പിക്കുന്ന ആംഗ്യം എന്ന നിലയിൽ കൈകൾ വിടർത്തി.

"അതിനിടയിൽ നമുക്ക് അപ്പോൾ കാര്യങ്ങൾ സ്വന്തമാക്കുന്നത് ഒഴി വാക്കാം." അയാൾ പറഞ്ഞു.

"പക്ഷേ, നിങ്ങൾ ഒരു കസേര വാങ്ങിയിട്ട് അധികസമയം കഴിഞ്ഞി ട്ടില്ല." അവൾ പറഞ്ഞു.

"അതു വേണ്ടെന്ന് എനിക്ക് ആ മനുഷ്യനോട് പറയാൻ കഴിയും." അയാൾ മറുപടിപറഞ്ഞു.

അവൾ വീണ്ടും ആലോചിച്ചു. വിചിത്രമായ ഒരു ചെറിയ ചലനം അവളുടെ മുഖത്തെ വികൃതമാക്കി.

"വേണ്ട." അവൾ പറഞ്ഞു. "അത് നമുക്ക് വേണ്ട. പഴയ സാധന ങ്ങൾ കൊണ്ട് ഞാൻ മടുത്തിരുന്നു."

"പുതിയതുകൊണ്ടും അതേ അവസ്ഥതന്നെ ആണ്." അയാൾ പറഞ്ഞു.

അവർ വന്ന വഴിയിലൂടെ തിരിച്ചു നടന്നു.

അവിടെ വീട്ടുസാധനങ്ങളുടെ മുന്നിൽ ഗർഭിണിയായ ചെറുപ്പക്കാ രിയും മെലിഞ്ഞമുഖമുള്ള ചെറുപ്പക്കാരനും ഉണ്ടായിരുന്നു. അവൾ തടിച്ച് പൊക്കം കുറഞ്ഞ സുന്ദരി ആയിരുന്നു. അയാൾക്ക് ശരാശരി പൊക്കവും ഉറച്ചശരീരവും ഉണ്ടായിരുന്നു. അയാളുടെ ഇരുണ്ടതലമുടി തൊപ്പിക്കടി യിലൂടെ പുരികത്തിലേക്ക് വീണുകിടന്നു. ഒരു കുറ്റവാളിയെപ്പോലെ അ യാൾ ഒഴിഞ്ഞു മാറി നില്ക്കുകയായിരുന്നു.

"നമുക്ക് കസേര അവർക്ക് കൊടുക്കാം. ഉർസുല പതുക്കെ പറഞ്ഞു. കണ്ടിട്ട് അവർ ഒന്നിച്ച് ജീവിക്കാൻ തുടങ്ങുകയാണെന്ന് തോന്നുന്നു."

"ഈ കാര്യത്തിൽ ഞാൻ അവരെ സഹായിക്കില്ല." പെട്ടെന്ന് അക്ഷമയോടെ ചുറുചുറുക്കുള്ള ഗർഭിണിയേക്കാൾ ഒഴിഞ്ഞുമാറിനില്ക്കുന്ന ചെറുപ്പക്കാരനെ കണക്കിലെടുത്തുകൊണ്ട് അയാൾ പറഞ്ഞു.

ഉർസുല ഉറക്കെ പറഞ്ഞു. "അവർക്ക് അത് ഇഷ്ടപ്പെടും."

"ശരി." ബിർക്കിൻ പറഞ്ഞു. "നിങ്ങൾ അവരോട് സംസാരിക്ക്."

ഉർസുല ഒരു ഇരുമ്പുചട്ടത്തിന്റെ വിലപേശിക്കൊണ്ടിരുന്ന ചെറുപ്പക്കാരായ ദമ്പതികളുടെ അടുത്തേക്ക് സാമാന്യം പരിഭ്രമത്തോടെ ചെന്നു. ചെറുപ്പക്കാരൻ ആ വൃത്തികെട്ട ഇരുമ്പുചട്ടത്തിലേക്ക് ഒരു ജയിൽപുള്ളിയെപ്പോലെ അത്ഭുതത്തോടെ കണ്ണോടിക്കുമ്പോൾ ചെറുപ്പക്കാരി തർക്കിച്ചുകൊണ്ടിരിക്കുകയായിരുന്നു.

"ഞങ്ങൾ ഒരു കസേര വാങ്ങി." ഉർസുല പറഞ്ഞു. "ഞങ്ങൾക്ക് അത് വേണമെന്നില്ല. നിങ്ങൾ അത് സ്വീകരിക്കുമോ? നിങ്ങൾ അത് സ്വീകരിച്ചാൽ ഞങ്ങൾക്ക് അതിൽ സന്തോഷമുണ്ട്."

അവരോടാണ് അവൾ സംസാരിക്കുന്നതെന്ന് വിശ്വസിക്കാൻ കഴിയാതെ ചെറുപ്പക്കാരായ ദമ്പതികൾ അവളെ മൊത്തത്തിൽ ഒന്നു നോക്കി.

"നിങ്ങൾക്ക് അത് പ്രശ്നമാണോ?" ഉർസുല പറഞ്ഞു. "അതു സത്യത്തിൽ നല്ല ഭംഗിയുള്ളതാണ്. പക്ഷേ, പക്ഷേ," അവൾ അവരെ നോക്കി പുഞ്ചിരിച്ചു.

ചെറുപ്പക്കാരായ ദമ്പതികൾ എന്തു ചെയ്യണമെന്ന് തീരുമാനിക്കാൻ വേണ്ടി പരസ്പരം നോക്കി. ഒരു എലിക്ക് കഴിയുന്നതുപോലെ സ്വയം അപ്രത്യക്ഷനാകാൻ കഴിയുമെന്നുള്ളമട്ടിൽ ചെറുപ്പക്കാരൻ പിൻവാങ്ങി.

"ഞങ്ങൾ ഇത് നിങ്ങൾക്ക് തരാമെന്ന് വാചാരിച്ചു. അവരെ പറ്റിയുള്ള ഭയവും സംഭ്രാന്തിയും മറികടന്നപ്പോൾ ഉർസുല പറഞ്ഞു. ചെറുപ്പക്കാരൻ അവളെ ആകർഷിച്ചിരുന്നു. അയാൾ നഗരങ്ങൾ സൃഷ്ടിക്കുന്ന ഒരു ജീവി ആയിരുന്നു. നിയന്ത്രണത്തോടെ ഇടപഴകുന്ന കഷ്ടിച്ച് പുരുഷനാണെന്ന് പറയാവുന്ന ഒരാൾ. അയാൾക്ക് ഇരുണ്ട നീളമുള്ള കൺപീലികൾ ഉണ്ടായിരുന്നു. നേർത്ത കൺപീലികൾക്ക് താഴെ അയാളുടെ കണ്ണുകൾ നിർജ്ജീവമായിരുന്നു. പക്ഷേ, അയാൾ സ്ത്രീകൾക്ക് ഒരു അത്ഭുപ്പെടുത്തുന്ന കാമുകൻ ആയിരിക്കും. അയാളുടെ കാലുകൾ അത്ഭുതപ്പെടുത്തുന്നതരത്തിൽ ജീവൻ തുടിക്കുന്നതും ആയിരിക്കും. അയാളുടേതല്ലാത്ത വേഷങ്ങൾക്കുള്ളിൽ അയാൾക്ക് പതുങ്ങിയിരുന്നു ഒരു എലിയുടെ മൃദുത്വത്തിന്റെയും നിശ്ശബ്ദതയുടെയും സൂക്ഷ്മതയുടെയും ഒരംശം ഉണ്ടായിരുന്നു.

തടിച്ച സ്ത്രീ ഇഷ്ടക്കേടോടെ നോക്കുന്നുണ്ടായിരുന്നു. വീണ്ടും ഉർസുല ചെറുപ്പക്കാരനെ മറന്നു.

"കസേര നിങ്ങൾ സ്വീകരിക്കില്ലേ?" അവൾ ചോദിച്ചു.

ചെറുപ്പക്കാരൻ സാമാന്യം ധിക്കാരത്തോടെ അവളെ നോക്കി. അയാ

ളുടെ ഒരുവശം ചരിഞ്ഞുള്ള നോട്ടത്തിൽ സൗന്ദര്യം ആസ്വദിക്കുന്ന ലക്ഷണവും ഉണ്ടായിരുന്നു. സ്ത്രീ നിവർന്നുനിന്നു. ഉർസുലയ്ക്ക് എന്താണ് വേണ്ടതെന്ന് അവൾക്ക് അറിയില്ല. അവൾ എതിർപ്പോടെ സംരക്ഷണം ഏറ്റെടുത്തു. ഉർസുല ഭയന്ന് നാഡിമിടിപ്പില്ലാതെ നില്ക്കുന്നതുകണ്ട പ്പോൾ ഒരു കുസൃതിച്ചിരിയുമായി ബിർക്കിൻ അവരുടെ അടുത്തെത്തി.

"എന്താണ് കാര്യം?" അയാൾ ചിരിച്ചുകൊണ്ട് ചോദിച്ചു. അവിടെ ഉണ്ടായിരുന്ന രണ്ട് നഗരജീവികളുടെ മുഖത്തുണ്ടായിരുന്ന പരിഹാസം നിറഞ്ഞ രഹസ്യഭാവം അയാളുടെ മുഖത്തും ഉണ്ടായിരുന്നു. ചെറുപ്പക്കാരൻ തല ഒരുവശത്തേക്ക് ചരിച്ച് ഉർസുലയെ സൂചിപ്പിച്ചുകൊണ്ട് പരിഹാസം നിറഞ്ഞ സൗഹൃദത്തോടെ പറഞ്ഞു.

"അവൾക്ക് എന്താണ് വേണ്ടത്?"

ബിർക്കിൻ അലസമായി ചെറുപ്പക്കാരനെ നോക്കി.

"അവൾക്ക് നിങ്ങൾക്ക് ഒരു കസേര തരണമെന്നുണ്ട്. അത് അവിടെ മേൽവിലാസം എഴുതി കെട്ടിത്തൂക്കിയിരിക്കുന്ന കസേര." അവൾ കൈചൂണ്ടിക്കൊണ്ട് പറഞ്ഞു. ചെറുപ്പക്കാരൻ അയാൾ ചൂണ്ടിക്കാണിച്ച സാധനത്തിലേക്ക് നോക്കി.

"അവൾ എന്തിനാണ് അത് ഞങ്ങൾക്ക് തരാൻ ആഗ്രഹിക്കുന്നത്?" അയാൾ വളരെ സൗഹൃദത്തോടെ ബിർക്കിനോട് ചോദിച്ചു. ഉർസുലയ്ക്ക് അത് അവഹേളനം ആയിരുന്നു.

"നിങ്ങൾക്ക് അത് ഇഷ്ടപ്പെടില്ലായിരിക്കാം. പക്ഷേ, അത് ഭംഗിയുള്ള കസേര ആണ്. ഞങ്ങൾ അത് വാങ്ങിയെങ്കിലും ഞങ്ങൾക്ക് അത് വേണ്ട. അത് നിങ്ങൾ സ്വീകരിക്കേണ്ട ആവശ്യം ഇല്ല. അതിനെപ്പറ്റി പേടി വേണ്ട." ബിർക്കിൻ പുഞ്ചിരിച്ചുകൊണ്ട് പറഞ്ഞു.

പകുതി മനസ്സിലായ മട്ടിൽ പകുതി വിരോധത്തോടെ അയാൾ ബിർക്കിനെ നോക്കി.

"നിങ്ങൾക്ക് അത് വാങ്ങിയപ്പോൾ തന്നെ വേണ്ടാതായത് എന്തുകൊണ്ടാണ്?" സ്ത്രീ ശാന്തമായി ചോദിച്ചു. "ഇപ്പോൾ നിങ്ങൾ അത് പരിശോധിച്ചപ്പോൾ അത് നിങ്ങൾക്ക് ചേർന്നതല്ലെന്ന് തോന്നുന്നുണ്ട്. അതിൽ പേടിക്കാനുള്ള കാര്യംവല്ലതും ഉണ്ടോ?"

അവൾ അല്പം നീരസം ഉണ്ടെങ്കിലും ആദരവോടെ ഉർസുലയെ നോക്കുന്നുണ്ടായിരുന്നു.

"ഞാൻ ഒരിക്കലും അങ്ങനെ ചിന്തിച്ചിട്ടില്ല." ബിർക്കിൻ പറഞ്ഞു. "പക്ഷേ, തടിക്ക് മൊത്തത്തിൽ കനം കുറവാണ്."

ഉർസുല സന്തോഷത്തിന്റെ തിളക്കത്തോടെ പറഞ്ഞു. "ഞങ്ങൾ ഉടൻതന്നെ വിവാഹംകഴിക്കാൻ പോകുന്നവരാണ്. സാധനങ്ങൾ വാങ്ങണമെന്ന് ഞങ്ങൾ വിചാരിച്ചു. പിന്നീട് പെട്ടെന്ന് ഞങ്ങൾ പുറത്തുപോകുന്നതുകൊണ്ട് കസേരയും മറ്റും ഇപ്പോൾ വേണ്ടെന്ന് തീരുമാനിച്ചു. ഞങ്ങൾ പുറത്തുപോകും."

നഗരത്തിലെ തടിച്ചപെൺകുട്ടി മറ്റേസ്ത്രീയുടെ മനോഹരമായ മുഖ

ത്തേയ്ക്ക് ആദരവോടെ നോക്കി. അവർ പരസ്പരം അഭിനന്ദിച്ചു. ചെറുപ്പക്കാരൻ പ്രത്യേക മുഖഭാവങ്ങൾ ഒന്നും ഇല്ലാതെ ഒരുവശത്തേക്ക് മാറി നിന്നു. അയാളുടെ വിശാലമായ അടഞ്ഞവായയുടെ മുകളിലുള്ള കറുത്ത മേൽമീശയ്ക്ക് അസാധാരണമായ വ്യക്തത ഉണ്ടായിരുന്നു. ഒരു ഇരുണ്ട മോശം സാന്നിദ്ധ്യംപോലെ അയാളിൽ നിഗൂഢതയും നിർവ്വികാരതയും ഉണ്ടായിരുന്നു.

"ഇത് ചില കാര്യങ്ങൾക്ക് ഉപയോഗിക്കാൻ പറ്റും." ചെറുപ്പക്കാരന്റെ നേർക്ക് തിരിഞ്ഞുകൊണ്ട് പെൺകുട്ടികൾ പറഞ്ഞു. അയാൾ അവളെ നോക്കിയില്ല. പക്ഷേ, മുഖത്തിന്റെ താഴത്തെ ഭാഗംകൊണ്ട് അയാൾ ചിരിച്ചു. അയാളുടെ കണ്ണുകൾക്ക് വ്യത്യാസം ഉണ്ടായില്ല. അവയ്ക്ക് ഇരുണ്ടതിളക്കം ഉണ്ടായിരുന്നു.

"മനം മാറ്റത്തിന് എന്ത് വില വരും." ചെറുപ്പക്കാരൻ ചോദിച്ചു.

"ഈ പ്രാവശ്യം വെറും പത്ത് ഷില്ലിങ്" ബിർക്കിൻ പറഞ്ഞു.

"വളരെ വിലക്കുറവാണ്." അയാൾ പറഞ്ഞു. "വിവാഹമോചനം പോലെ അല്ല."

"ഞങ്ങൾ ഇതുവരെ വിവാഹം കഴിച്ചിട്ടില്ല." ബിർക്കിൻ പറഞ്ഞു.

"ഞങ്ങളും വിവാഹം കഴിച്ചിട്ടില്ല." ചെറുപ്പക്കാരി ഉറക്കെ പറഞ്ഞു. പക്ഷേ, ഒരു ശനിയാഴ്ച ഞങ്ങൾ വിവാഹം കഴിക്കുന്നുണ്ട്."

വീണ്ടും ഒരേസമയം അധികാരം നിഴലിക്കുന്നതും അങ്ങേയറ്റം മാന്ദ്യവും ആയ ഒരു നോട്ടം അവൾ ചെറുപ്പക്കാരനെ നോക്കി. അയാൾ തലതിരിച്ചുകൊണ്ട് പല്ലിളിച്ചു. അയാൾക്ക് പുറത്തുകാട്ടാത്ത അഹംഭാവം ഒളിച്ചുവച്ചിരിക്കുന്ന തനിമയും ഉണ്ടായിരുന്നു.

"നിങ്ങൾക്ക് നല്ലതുവരട്ടെ."ബിർക്കിൻ പറഞ്ഞു.

"നിങ്ങൾക്കും അങ്ങനെതന്നെ ആവട്ടെ." ചെറുപ്പക്കാരി പറഞ്ഞു. പിന്നീട് വെറുതെ അറിവിനുവേണ്ടി അവൾ ചോദിച്ചു. "നിങ്ങളുടെ വിവാഹം എന്നാണ്?"

ബിർക്കിൻ ഉർസുലയെ നോക്കി.

"അത് ഉർസുലയാണ് പറയേണ്ടത്." അയാൾ മറുപടിപറഞ്ഞു. "ഉർസുല പോകാം എന്ന് പറയുന്ന നിമിഷത്തിൽ ഞങ്ങൾ രജിസ്ട്രാറുടെ അടുത്തുപോകും."

ഉർസുല അമ്പരപ്പോടെ ചിരിച്ചു.

"ധൃതി ഇല്ല." ചെറുപ്പക്കാരൻ അർത്ഥം വെച്ച് പല്ലിളിച്ചുകൊണ്ട് പറഞ്ഞു.

"അതോർത്തു നിങ്ങൾ തലപുണ്ണാക്കണ്ട." ചെറുപ്പക്കാരി പറഞ്ഞു.

ചെറുപ്പക്കാരിയുടെ വാക്കുകൾ അയാൾക്ക് ആഘാതം ആയമട്ടിൽ ചെറുപ്പക്കാരൻ ഒരുവശത്തേക്ക് തിരിഞ്ഞു.

"എത്രമാത്രം നീണ്ടുപോകുന്നോ അത്ര നല്ലതായിരിക്കുമെന്ന് നമുക്ക് പ്രതീക്ഷിക്കാം." ബിർക്കിൻ പറഞ്ഞു.

"അതു ശരിയാണ്" ചെറുപ്പക്കാരൻ പറഞ്ഞു. "കാറ്റുള്ളപ്പോൾ

തൂറ്റണം. ചത്തകഴുതയെ ചാട്ടയ്ക്ക് അടിക്കരുത്."

"കഴുത ചത്തെന്ന് അഭിനയിക്കുകയാണെങ്കിൽ അടിക്കാം." അധികാരത്തിന്റെ വാത്സല്യം നിറഞ്ഞ തലോടലോടെ അവളുടെ ചെറുപ്പക്കാരനെ നോക്കി ചെറുപ്പക്കാരി പറഞ്ഞു.

"കസേരയുടെ കാര്യം എന്ത് പറയുന്നു." ബിർക്കിൻ ചോദിച്ചു.

"അത് കുഴപ്പമില്ല." സ്ത്രീ പറഞ്ഞു.

അവർ കച്ചവടക്കാരന്റെ അടുത്തേക്ക് നടന്നു. സുന്ദരനാണെങ്കിലും ധൈര്യം തീരെ ഇല്ലാത്ത ചെറുപ്പക്കാരൻ ഒരുവശത്ത് തൂങ്ങിപ്പിടിച്ചു നിന്നു.

"നിങ്ങൾ അത് നിങ്ങളുടെ കൂടെ കൊണ്ടുപോകുന്നോ? അതോ മേൽവിലാസംമാറ്റി എഴുതിക്കുന്നോ?"

"ഓ! ഫ്രഡിന് അത് എടുക്കാൻ കഴിയും. പ്രിയപ്പെട്ട വീടിനു വേണ്ടി ചെയ്യാൻ കഴിയുന്ന കാര്യങ്ങൾ ഫ്രഡ് ചെയ്യട്ടെ!"

"എന്തെങ്കിലും പ്രയോജനം ഉണ്ടാകട്ടെ!" അസുഖകരമായ നർമ്മ ഭാവത്തോടെ കച്ചവടക്കാരന്റെ അടുത്തുനിന്നും കസേര എടുക്കുന്നതിനിടയിൽ ചെറുപ്പക്കാരൻ പറഞ്ഞു. അയാളുടെ ചലനങ്ങൾക്ക് ഭംഗി ഉണ്ടായിരുന്നു. എങ്കിലും അസാധാരണമായ രീതിയിൽ അയാളുടെ ചലനങ്ങളുടെ വേഗത കുറഞ്ഞിരുന്നു.

"ഇതാണ് അമ്മയ്ക്ക് സുഖിക്കാനുള്ള കസേര." അയാൾ പറഞ്ഞു. "ഒരു കുഷൻ വേണ്ടേ?" ചന്തയിലെ കല്ലുപാകിയ വഴിയിൽ അയാൾ കസേര താഴെ വെച്ചു.

"അതിന് ഭംഗിയുണ്ടെന്ന് നിങ്ങൾ വിചാരിക്കുന്നില്ലേ" ഉർസുല ചോദിച്ചു.

"തീർച്ചയായും നല്ല ഭംഗിയുണ്ട്." ചെറുപ്പക്കാരി പറഞ്ഞു.

"ഇതിൽ ഇരുന്നുനോക്കിയാൽ ഇതു നിങ്ങൾക്കുതന്നെ വേണമെന്ന് തോന്നും." ചെറുപ്പക്കാരൻ പറഞ്ഞു.

ഉർസുല ഉടൻതന്നെ വഴിയിൽ ഇറക്കി വെച്ചിരുന്ന കസേരയിൽ ഇരുന്നു.

"നല്ല സുഖമുണ്ട്." അവൾ പറഞ്ഞു. "പക്ഷേ, കുറച്ച് പരുക്കനാണ്. നിങ്ങൾ ഇരുന്നുനോക്ക്." അവ ചെറുപ്പക്കാരനെ കസേരയിൽ ഇരിക്കാൻ ക്ഷണിച്ചു.

പെട്ടെന്ന് ഞെട്ടിത്തിരിയുന്ന എലിയെപ്പോലെ അവളെ ധൃതിപിടിച്ച് നോക്കിക്കൊണ്ട് അയാൾ പിൻവാങ്ങി.

"അയാളെ നിർബ്ബന്ധിക്കേണ്ട." ചെറുപ്പക്കാരി പറഞ്ഞു. "അയാൾക്ക് കൈയുള്ള കസേരയിൽ ഇരുന്ന് ശീലമില്ല. അല്ലേ?"

പല്ലിളിക്കുന്നത് ഒഴിവാക്കിക്കൊണ്ടു ചെറുപ്പക്കാരൻ പറഞ്ഞു.

"ഇതിന് കാലുമാത്രം മതിയാകും."

അവർ പിരിഞ്ഞു. ചെറുപ്പക്കാർ അവർക്ക് നന്ദി പറഞ്ഞു.

"കസേര തന്നതിന് നന്ദി— അതു കേടാകുന്നതുവരെ ഉപയോഗിക്കും."

"ഒരു അലങ്കാരമായി സൂക്ഷിച്ചുവയ്ക്കാം." ചെറുപ്പക്കാരൻ പറഞ്ഞു.

"ഉർസുലയും ബിർക്കിനും അവരോട് വിടചൊല്ലി.

"നിങ്ങൾക്ക് നല്ലതുവരട്ടെ." തിരിഞ്ഞു പോകുന്നതിനിടയിൽ ബിർക്കിന്റെ കണ്ണുകളെ ഒഴിവാക്കിക്കൊണ്ട് ചെറുപ്പക്കാരൻ പറഞ്ഞു.

ഉർസുല ബിർക്കിന്റെ കൈപിടിച്ചുകൊണ്ട് മുന്നോട്ടു നടന്നു. കുറച്ചുദൂരം കഴിഞ്ഞപ്പോൾ അവൾ തിരിഞ്ഞു നോക്കി. കസേര ചുമന്നുകൊണ്ട് ചെറുപ്പക്കാരൻ ചെറുപ്പക്കാരിയുടെ വശം ചേർന്ന് നടന്നുപോകുന്നത് അവൾ കണ്ടു. പക്ഷേ, ഇപ്പോഴും അയാൾ ഒരുവേഗതയുള്ള എലിയെപ്പോലെ എന്തിലൊക്കെയോ കീഴടങ്ങാത്തവനായിരുന്നു.

അവർ ഒരു ട്രാംകാർ വരാൻ വേണ്ടി കാത്തുനിന്നു. ഉർസുല മുകളിൽ കയറി പുറത്തെ നഗരത്തിലേക്ക് നോക്കി ഇരുന്നു.

"അവർ എന്തുമാത്രം പ്രത്യേകതകൾ ഉള്ളവരാണ്!" ഉർസുല പറഞ്ഞു.

"മനുഷ്യന്റെ മക്കൾ" അയാൾ പറഞ്ഞു. "അവർ എന്നെ ക്രിസ്തുവിനെപ്പറ്റി ഓർമ്മപ്പെടുത്തുന്നു: സാധുക്കൾ ഭൂമിയുടെ അനന്തരാവകാശികളാകും."

"പക്ഷേ, അവർ സാധുക്കളല്ല." ഉർസുല പറഞ്ഞു.

"ശരിയാണ്. കാരണം എനിക്ക് അറിയില്ല. പക്ഷേ, അവർ സാധുക്കളാണ്."

"അവർ ഭൂമിയുടെ അനന്തരാവകാശികൾ ആകാൻ പോകുകയാണോ?"

"അതെ."

"അപ്പോൾ നമ്മൾ എന്താണ് ചെയ്യാൻ പോകുന്നത്?" അവൾ ചോദിച്ചു. നമ്മൾ അവരെപ്പോലെ ആണോ?"

"അല്ലല്ലോ? നമ്മൾ സാധുക്കൾ അല്ല."

"അല്ല. അവർ ഉപേക്ഷിക്കുന്ന നാണയത്തുട്ടുകളിൽ നമുക്ക് ജീവിക്കേണ്ടിവരും."

"എത്രമാത്രം മോശമാണ്." ഉർസുല ഉറക്കെ പറഞ്ഞു. "എനിക്ക് നാണയത്തുട്ടുകളിൽ ജീവിക്കേണ്ട."

"വിഷമിക്കണ്ട." അയാൾ പറഞ്ഞു. "അവർ മനുഷ്യന്റെ മക്കളാണ്. അവർക്ക് ഏറ്റവും ഇഷ്ടം ചന്തകളും തെരുവോരങ്ങളും ആണ്. അവിടെയൊക്കെ ധാരാളം നാണയങ്ങൾ അവർ ഉപേക്ഷിക്കും."

"ലോകം മുഴുവനും" അവൾ പറഞ്ഞു.

"ഇല്ല- ചില സ്ഥലങ്ങളിൽ."

ട്രാംകാർ സാവകാശം കുന്നുകയറി മഞ്ഞുകാലത്തെ ഇരുണ്ട വീടുകളുടെ നിര നരകത്തിൽ ഒരുകാഴ്ചപോലെ തോന്നിച്ചു. ദൂരെ സൂര്യാസ്തമയത്തിന്റെ കത്തിജ്വലിക്കുന്ന ചുവപ്പ് നിറം.

അവിടെ വളരെ നേരത്തേക്ക് ഒരു നിശ്ശബ്ദത തളംകെട്ടി. ആലോചനയിൽ മുഴുകിയിരുന്ന അവളുടെ മുഖം സ്വർണ്ണംപോലെ തിളങ്ങി.

“എനിക്ക് ലോകത്തിന്റെ അനന്തരാവകാശി ആകേണ്ട.” അവൾ പറഞ്ഞു. “എനിക്ക് ഒന്നിന്റെയും അനന്തരാവകാശി ആകേണ്ട.”

അയാൾ അവളുടെ കൈപ്പത്തി അമർത്തിപ്പിടിച്ചു.

“എനിക്കും ആഗ്രഹം ഇല്ല. എനിക്ക് അനന്തരവകാശി ആകരുത് എന്ന് ആഗ്രഹം ഉണ്ട്.” അവൾ അയാളുടെ വിരലുകൾ ഞെരിച്ചു.

“നമ്മൾ ഒന്നും കാര്യമാക്കില്ല.” അവൾ പറഞ്ഞു.

അയാൾ ചിരിച്ചു.

“നമ്മൾ വിവാഹം കഴിക്കും.” അവൾ കൂട്ടിച്ചേർത്തു. അയാൾ വീണ്ടും ചിരിച്ചു.

“വിവാഹം കഴിക്കുന്നത് എല്ലാം ഒഴിവാക്കാനുള്ള ഒരു വഴി ആണ്.” അവൾ പറഞ്ഞു.

“അത് ലോകത്തെ മുഴുവൻ അംഗീകരിക്കുന്നതിനുള്ള ഒരു വഴി കൂടി ആണ്.” അയാൾ കൂട്ടിച്ചേർത്തു.

“ഒരുപക്ഷേ, ജറാൾഡും ഗുഡ്റണും ആ വഴി...” അയാൾ പറഞ്ഞു.

“വരുന്നതുപോലെ വരട്ടെ.” അവൾ പറഞ്ഞു. “അതോർത്തു വിഷമിക്കേണ്ട കാര്യം ഇല്ല. നമുക്ക് അവരെ മാറ്റിയെടുക്കാൻ കഴിയില്ല. കഴിയുമോ?”

“ഇല്ല.” അയാൾ പറഞ്ഞു. “ലോകത്തിലെ ഏറ്റവും നല്ല ഉദ്ദേശ്യം വെച്ചുകൊണ്ടായാലും ഒരാൾക്ക് അതിനുള്ള അവകാശം ഇല്ല.”

“നിങ്ങൾ അവരെ നിർബ്ബന്ധിക്കാൻ ശ്രമിച്ചിട്ടുണ്ടോ?” അവൾ ചോദിച്ചു.

“ഒരു പക്ഷേ, ഉണ്ടായിരിക്കാം.” അയാൾ പറഞ്ഞു. “അയാൾ സ്വതന്ത്രനായിരിക്കണമെന്ന് ഞാൻ എന്തിനാണ് ആഗ്രഹിക്കുന്നത്?”

അവൾ സംസാരിക്കാൻ കുറച്ച് സമയം എടുത്തു.

“എന്തായാലും നമുക്ക് അയാളെ സന്തോഷിപ്പിക്കാൻ കഴിയില്ല.” അവൾ പറഞ്ഞു.

“അയാൾക്കു തന്നെ സ്വയം സന്തോഷം വേണമെന്ന് തോന്നണം.”

“എനിക്ക് അറിയാം.” അയാൾ പറഞ്ഞു. “പക്ഷേ, മറ്റ് ആളുകൾ നമ്മുടെ കൂടെ വേണമെന്ന് നമ്മൾ ആഗ്രഹിക്കുന്നുണ്ട്. ഇല്ലേ?”

“നമ്മൾ എന്തിനാണ് അങ്ങനെ ആഗ്രഹിക്കുന്നത്” അവൾ ചോദിച്ചു.

“എനിക്ക് അറിയില്ല.” അയാൾ അസ്വസ്ഥതയോടെ പറഞ്ഞു. “ഒരാൾക്ക് കൂടുതൽ ആളുകൾ വേണമെന്ന് ഒരുതരം കൊതിയുണ്ട്.”

“പക്ഷേ, എന്തിന്?” അവൾ ചോദിച്ചു. “എന്തിനാണ് നിങ്ങൾ കൂടുതൽ ആളുകളെ കൊതിക്കുന്നത്?”

ഇത് അയാൾക്ക് ശരിക്കും കൊണ്ടു. അയാൾ ദേഷ്യം കൊണ്ട് നെറ്റി ചുളിച്ചു.

“നമ്മൾ രണ്ടുപേർ ഉള്ളതുകൊണ്ട് എല്ലാം തികഞ്ഞോ?” അയാൾ പിരിമുറുക്കത്തോടെ ചോദിച്ചു.

“അതെ— എന്താണ് നിങ്ങൾക്ക് കൂടുതലായി വേണ്ടത്? ആർക്കെ

ങ്കിലും കൂടെ വരാൻ താല്പര്യം ഉണ്ടെങ്കിൽ അവർ വരട്ടെ. പക്ഷേ, നിങ്ങൾ എന്തിനാണ് അവരുടെ പിറകെ പോകുന്നത്?"

അയാളുടെ മുഖത്ത് പിരിമുറുക്കവും അതൃപ്തിയും ഉണ്ടായിരുന്നു.

"നിങ്ങൾ ഒരു കാര്യം മനസ്സിലാക്കണം. അയാൾ പറഞ്ഞു. "കുറച്ച് മനുഷ്യരും കൂടി ഉള്ളപ്പോഴാണ് നമ്മുടെ ജീവിതത്തിന് സത്യത്തിൽ സന്തോഷം വരുന്നതെന്നാണ് എനിക്ക് തോന്നുന്നത് — മനുഷ്യരോടുള്ള അല്പം സ്വാതന്ത്ര്യം."

അവൾ ഒരു നിമിഷം ആലോചിച്ചു.

"ശരി. ഒരാൾ അത് ആഗ്രഹിക്കുന്നു. പക്ഷേ, നിശ്ചയമായും അത് സംഭവിക്കുകയാണ് വേണ്ടത്. നിങ്ങൾക്ക് അതിനുവേണ്ടി ഒന്നും ചെയ്യാൻ കഴിയില്ല. എപ്പോഴും നിർബ്ബന്ധിച്ച് പൂക്കൾ വിരിയിക്കാൻ കഴിയുമെന്നാണ് നിങ്ങൾ ചിന്തിക്കുന്നത്. ആളുകൾ നമ്മളെ സ്നേഹിക്കുന്നത് അവർ നമ്മളെ സ്നേഹിക്കുന്നതുകൊണ്ടാണ്. നിങ്ങൾക്ക് അവരെക്കൊണ്ട് സ്നേഹിപ്പിക്കാൻ കഴിയില്ല."

"എനിക്ക് അറിയാം." അയാൾ പറഞ്ഞു. "പക്ഷേ, ഒരാൾക്ക് അതിനുവേണ്ടി. ശ്രമിച്ചു നോക്കാൻ പാടില്ലേ? ലോകത്തെ ഒരേ ഒരു ജീവിയാണെന്ന മട്ടിൽ ഒരാൾ ജീവിക്കണോ?"

അവൾ പറഞ്ഞു. "നിങ്ങൾക്കു മറ്റുള്ളവരെ ആവശ്യം വരുന്നത് എന്തുകൊണ്ടാണ്? നിങ്ങൾ എന്തിനാണ് ആളുകളെ നിങ്ങളോട് യോജിക്കാൻ നിർബ്ബന്ധിക്കുന്നത്. നിങ്ങൾ തന്നെ എപ്പോഴും പറയുന്നതുപോലെ നിങ്ങൾക്ക് എന്തുകൊണ്ട് നിങ്ങളായി ഒറ്റയ്ക്ക് നിലനില്ക്കാൻ കഴിയുന്നില്ല? നിങ്ങൾ ഹെർമിയോണിനെ വിരട്ടിയതുപോലെ ജറാൾഡിനെ വിരട്ടാൻ ശ്രമിക്കുന്നു. നിങ്ങൾ തനിച്ചാവാൻ പഠിക്കണം. അതു നിങ്ങൾക്ക് പേടിയാണ്. എങ്കിലും മറ്റുള്ളവരെക്കൊണ്ട് നിങ്ങളെ സ്നേഹിപ്പിക്കാൻ നിങ്ങൾ വാശിപിടിക്കുന്നു. നിങ്ങളെ സ്നേഹിക്കാൻ വേണ്ടി നിങ്ങൾ മറ്റുള്ളവരെ വിരട്ടാൻ ശ്രമിക്കുന്നു. എന്നാൽ നിങ്ങൾ അവരുടെ സ്നേഹംആഗ്രഹിക്കുന്നില്ല.

അയാളുടെ മുഖം യഥാർത്ഥത്തിൽ പരിഭ്രമം കൊണ്ട് നിറഞ്ഞു.

"അങ്ങനെയാണോ?" അയാൾ പറഞ്ഞു. "അത് എനിക്ക് പരിഹരിക്കാൻ പറ്റാത്ത ഒരു പ്രശ്നം ആണ്. ഞാൻ നിങ്ങളുമായി പരിപൂർണ്ണമായ ഒരു ബന്ധം ആഗ്രഹിക്കുന്നുണ്ടെന്ന് എനിക്ക് അറിയാം. നമ്മൾ സത്യത്തിൽ അതിനടുത്തുവരെ ചെന്നുകഴിഞ്ഞിരിക്കുന്നു. പക്ഷേ, അതിനുമപ്പുറമുള്ള അവിഭാജ്യമായ ഒരു ബന്ധം ഞാൻ ജറാൾഡുമായി സത്യത്തിൽ ആഗ്രഹിക്കുന്നുണ്ടോ? ഏകദേശം മനുഷ്യർക്ക് ഉപരിയായും ഒരു അന്തിമബന്ധം അയാളുമായി ഞാൻ ആഗ്രഹിക്കുന്നുണ്ടോ? എന്റെയും അയാളുടെയും അവിഭാജ്യമായ ഒരു ബന്ധം അതോ എനിക്ക് അങ്ങനെ ഒരു ബന്ധം ആഗ്രഹമില്ലെന്നുണ്ടോ?"

അവൾ അസാധാരണമായ തിളക്കമുള്ള കണ്ണുകൾകൊണ്ട് അയാളെ വളരെനേരം നോക്കി. പക്ഷേ, അവൾ മറുപടി പറഞ്ഞില്ല.

27

പലായനം

അന്നു വൈകുന്നേരം തുള്ളിച്ചാടിക്കൊണ്ടാണ് ഉർസുല വീട്ടിൽ തിരിച്ചെത്തിയത്. അവളുടെ ആളുകൾക്ക് ചെറിയ തോതിൽ ദേഷ്യം വന്നു. വൈകുന്നേരത്തെ ക്ലാസുകഴിഞ്ഞ് ക്ഷീണിച്ച് അത്താഴത്തിന്റെ സമയംകഴിഞ്ഞാണ് അച്ഛൻ വീട്ടിൽ വന്നത്. ഗുഡ്റൺ വായിക്കുകയായിരുന്നു. അമ്മ മിണ്ടാട്ടമില്ലാതെ ഇരിക്കുകയായിരുന്നു.

പെട്ടെന്ന് മൊത്തത്തിൽ എല്ലാവരോടുമായി ഉർസുല സന്തോഷത്തോടെ പറഞ്ഞു., "റൂപർട്ടും ഞാനും നാളെ വിവാഹം കഴിക്കാൻ പോകുകയാണ്."

അവളുടെ അച്ഛൻ പെട്ടെന്ന് തിരിഞ്ഞുനിന്നു.

"നാളെ എന്ത് ചെയ്യാൻ പോകുന്നു?" അയാൾ ചോദിച്ചു.

"നാളെയാണോ!" ഗുഡ്റൺ ചോദിച്ചു.

"ശരിയാണോ!" അമ്മ ചോദിച്ചു.

പക്ഷേ, ഉർസുല മനോഹരമായി പുഞ്ചിരിച്ചതല്ലാതെ മറുപടി പറഞ്ഞില്ല.

"നാളെ വിവാഹമാണെന്നോ!" അച്ഛൻ കർക്കശസ്വരത്തിൽ വിളിച്ചുകൂവി. "നീ എന്താണ് പറയുന്നത്."

"അതെ." ഉർസുല പറഞ്ഞു. "എന്തുകൊണ്ട് പാടില്ല,"അവൾ ഇങ്ങനെ പറയുമ്പോൾ എപ്പോഴും അയാൾക്ക് ഭ്രാന്ത് പിടിക്കാറുണ്ട്. "എല്ലാം ശരിയാക്കിയിട്ടുണ്ട്. ഞങ്ങൾ രജിസ്ട്രാറുടെ ഓഫീസിൽ ചെന്നാൽ മതി."

"സത്യമാണോ!" ഗുഡ്റൺ ചോദിച്ചു.

"ഇത്രയും രഹസ്യമാക്കിവെച്ചത് എന്തിനാണെന്ന് ഞങ്ങൾക്ക് ചോദിക്കാമോ?" അമ്മ ഗാംഭീര്യത്തോടെ അന്വേഷിച്ചു.

"പക്ഷേ, രഹസ്യം ഒന്നും ഇല്ല." ഉർസുല പറഞ്ഞു. "നിങ്ങൾക്ക് അറിയില്ലേ."

"ആർക്ക് അറിയില്ലേന്നാണ് ചോദിക്കുന്നത്" അച്ഛൻ വിളിച്ചുകൂവി. "അർക്കാണ് അറിയുന്നത്? നിങ്ങൾക്ക് അറിയില്ലേ എന്നതുകൊണ്ട് നീ എന്താണ് ഉദ്ദേശിക്കുന്നത്?"

അയാൾ അയാളുടെ മണ്ടത്തരം നിറഞ്ഞ കോപത്തിലായിരുന്നു. അവൾ പെട്ടെന്നുതന്നെ അയാളുടെ കോപം അവസാനിപ്പിച്ചു.

''നിശ്ചയമായും നിങ്ങൾക്ക് അറിയാം.'' അവൾ ശാന്തമായി പറഞ്ഞു. "ഞങ്ങൾ വിവാഹം കഴിക്കാൻ പോകുന്ന കാര്യം നിങ്ങൾക്ക് അറിയാം."

അവിടെ അപകടകരമായ ഒരു നിശ്ശബ്ദത ഉണ്ടായിരുന്നു.

"നീ വിവാഹം കഴിക്കുന്ന കാര്യം ഞങ്ങൾക്ക് അറിയാം. ഇല്ലേ? അറിയാം! നിന്നെപ്പോലെ ഒരു തെണ്ടിപ്പട്ടിയുടെ കാര്യം ആരെങ്കിലും എന്തിനാണ് അറിയുന്നത്?"

"അച്ഛാ!" ക്രൂരമായ പ്രതിഷേധത്തോടെ ഗുഡ്റൺ വിളിച്ചുകൂവി. പിന്നീട് ഉർസുലയെ നിയന്ത്രിച്ചു നിർത്താൻ വേണ്ടി മാന്യമായ ശബ്ദത്തിൽ അവൾ പറഞ്ഞു. "പക്ഷേ, അത് പേടിപ്പെടുത്തുന്ന ഒരു തീരുമാനം അല്ലേ?"

''അല്ല, സത്യത്തിൽ അല്ല.'' ഭ്രാന്തുപിടിപ്പിക്കുന്ന ഉത്സാഹസത്തോടെ ഉർസുല മറുപടി പറഞ്ഞു. "ആഴ്ചകളായി ഞാൻ സമ്മതിക്കാൻ അയാൾ ആഗ്രഹിക്കുകയായിരുന്നു. ലൈസൻസ് അയാൾ ശരിയാക്കിയിട്ടുണ്ട്. പക്ഷേ, ഞാൻ സ്വയം തയ്യാറെടുത്തിരുന്നില്ല. ഞാൻ മാത്രം. ഇപ്പോൾ ഞാൻ തയ്യാറായിക്കഴിഞ്ഞു. അരോചകമായി എന്തെങ്കിലും കാര്യങ്ങൾ ഉണ്ടോ?"

"ഒരിക്കലും ഇല്ല."ഗുഡ്റൺ പറഞ്ഞു. പക്ഷേ, ശബ്ദത്തിന് ഒരു പരുക്കൻ ശകാരത്തിന്റെ ലക്ഷണം ഉണ്ടായിരുന്നു. "ഇഷ്ടമുള്ളതു ചെയ്യാൻ നിങ്ങൾക്ക് പൂർണ്ണസ്വാതന്ത്ര്യം ഉണ്ട്."

"സ്വയം തയ്യാറെടുത്തുകഴിഞ്ഞു. സ്വയം അതു മാത്രമാണ് കാര്യമുള്ള കാര്യം, അല്ലേ! ഞാൻ തയ്യാറായിട്ടില്ല." അയാൾ അവളുടെ സംസാരരീതി വെറുപ്പോടെ അനുകരിച്ചുകൊണ്ട് പറഞ്ഞു. "നീയും നിന്റെ കാര്യവും. നിനക്ക് മാത്രമാണ് പ്രാധാന്യം അല്ലേ?"

അവൾ എഴുന്നേറ്റുനിന്ന് തൊണ്ട ശരിയാക്കി. അവളുടെ കണ്ണുകൾ അപകടകരമായ രീതിയിൽ തിളങ്ങിക്കൊണ്ടിരുന്നു.

"ഞാൻ എനിക്കുവേണ്ടിത്തന്നെ ആണ്." അവൾക്ക് അപമാനിക്കപ്പെട്ടതുപോലെ തോന്നി. "ഞാൻ മറ്റാർക്കും വേണ്ടിയല്ലെന്ന് എനിക്ക് അറിയാം. എന്നെ വിരട്ടാൻ മാത്രമേ അച്ഛൻ ആഗ്രഹിച്ചുള്ളൂ. എന്റെ സന്തോഷം അച്ഛൻ ഒരിക്കലും ശ്രദ്ധിച്ചിട്ടില്ല."

അവളെ ശ്രദ്ധിച്ചുകൊണ്ട് അയാൾ മുന്നോട്ടു കുനിഞ്ഞുനില്ക്കുകയായിരുന്നു. അയാളുടെ മുഖം ഒരു തീപ്പൊരിപോലെ തീക്ഷ്ണമായിരുന്നു.

"ഉർസുല, നീ എന്താണ് പറയുന്നത്? നീ ഒന്നു സംസാരം അവസാനിപ്പിക്ക്."

ഉർസുല തിരഞ്ഞുനിന്നു അവളുടെ കണ്ണുകളിൽ വെളിച്ചം ജ്വലിച്ചു.

"ഇല്ല. ഞാൻ അവസാനിപ്പിക്കില്ല." അവൾ വിളിച്ചുകൂവി. എന്നെ വിരട്ടുന്നതും കേട്ട് ഞാൻ മിണ്ടാതിരിക്കില്ല. ഞാൻ ഏത് ദിവസം വിവാഹം കഴിച്ചാൽ എന്താണ്? അതിൽ എന്തെങ്കിലും കാര്യം ഉണ്ടോ! എന്നെ അല്ലാതെ മറ്റ് ഒരു മനുഷ്യരേയും അത് ബാധിക്കില്ല!"

അവളുടെ അച്ഛൻ കുതിച്ചുചാടാൻ തയ്യാറെടുത്തു നില്ക്കുന്ന ഒരു പൂച്ചയെപ്പോലെ പിരിമുറുക്കത്തിലായിരുന്നു.

"ബാധിക്കുന്നില്ലേ?" അവളുടെ അടുത്തേക്ക് വന്നുകൊണ്ട് അയാൾ വിളിച്ചുകൂവി. അവൾ ഒഴിഞ്ഞുമാറി.

"ഇല്ല, എങ്ങനെയാണ് ബാധിക്കുന്നത്?"ഒഴിഞ്ഞു മാറിയെങ്കിലും അവൾ പിടിവാശിയോടെ മറുപടി പറഞ്ഞു.

"അപ്പോൾ നീ എന്ത് ചെയ്താലും നിനക്ക് എന്തുവന്നാലും എന്നെ അത് ബാധിക്കില്ല." അയാൾ ഒരു കരച്ചിൽ പോലെയുള്ള അസാധാരണമായ ശബ്ദത്തിൽ അയാൾ ഉറക്കെ വിളിച്ചു പറഞ്ഞു.

അമ്മയും ഗുഡ്റണും മോഹനിദ്രയിൽപ്പെട്ടതുപോലെ നോക്കിനിന്നു.

"ഇല്ല." ഉർസുല വിക്കിവിക്കി പറഞ്ഞു. അവളുടെ അച്ഛൻ അവളുടെ അടുത്ത് എത്തിയിരുന്നു. "അച്ഛന്റെ ആഗ്രഹം."

ഇത് അപകടമാണെന്ന് അവൾക്ക് അറിയാം. അവൾ സംസാരം നിർത്തി. അയാൾ തയ്യാറായിക്കഴിഞ്ഞിരുന്നു.

"എന്താണ് എന്റെ ആഗ്രഹം?" അയാൾ വെല്ലുവിളിച്ചു.

"എന്നെ വിരട്ടണം എന്നാണ്." അവൾ പിറുപിറുത്തു. അവളുടെ ചുണ്ടുകൾ ചലിച്ചുകൊണ്ടിരുന്നപ്പോൾ തന്നെ അവളുടെ മുഖത്തിന്റെ ഒരുവശം അയാളുടെ കൈപ്പത്തിയുടെ രുചി അറിഞ്ഞു. അവളെ അയാൾ വാതിലിലേക്ക് പിടിച്ചുതള്ളി.

"അച്ഛാ!" ഗുഡ്റൺ ഉറക്കെ വിളിച്ചുകൂവി. "ഇത് പറ്റില്ല."

അയാൾ അനങ്ങാതെ നിന്നു. ഉർസുല വാതിലിന്റെ കൈപ്പിടിയിൽ പിടിച്ച് എഴുന്നേറ്റു. സാവധാനം അവൾ തനിയെ നിവർന്നുനിന്നു. ഇപ്പോൾ അവൾക്ക് എന്തൊക്കെയോ സംശയങ്ങൾ ഉള്ളതുപോലെ തോന്നി.

"ഞാൻ പറഞ്ഞത് സത്യമാണ്." തന്റേടത്തോടെ തല ഉയർത്തിപ്പിടിച്ച് കണ്ണുകളിൽ തിളങ്ങുന്ന കണ്ണുനീർത്തുള്ളികളുമായി അവൾ പ്രഖ്യാപിച്ചു.

അയാൾ പിരിമുറുക്കത്തോടെ ചുരുട്ടി പിടിച്ച കൈമുഷ്ടിയുമായി വീണ്ടും ഒരു കൊലയാളിയുടെ മുഖവുമായി അവളുടെ അടുത്തേക്ക് പാഞ്ഞു വന്നുകൊണ്ടിരിക്കുക ആയിരുന്നു. പക്ഷേ, അവൾ വളരെ പെട്ടെന്ന് ഒരു മിന്നൽ പോലെ വാതിലിലൂടെ പുറത്തേക്ക് പാഞ്ഞു. അവൾ കോണിപ്പടി കയറിപ്പോകുന്ന ശബ്ദം അവർ കേട്ടു.

അയാൾ ഒരു നിമിഷം വാതിലിലേക്ക് നോക്കിനിന്നു. പിന്നീട് വഴ

ക്കിൽ തോറ്റുപോയ മൃഗത്തെപ്പോലെ നെരുപ്പോടിനടുത്തു കിടന്ന കസേരയിൽ പോയിരുന്നു

ഗുഡ്റൺ വിളറിവെളുത്തു. തീക്ഷ്ണമായ നിശ്ശബ്ദതയിൽ അമ്മ ദേഷ്യപ്പെടുന്ന ശബ്ദം കേട്ടു. "നിങ്ങൾ അവളെപ്പറ്റി ഇത്രമാത്രം ശ്രദ്ധിക്കരുത്."

വീണ്ടും നിശ്ശബ്ദത പരന്നു. ഓരോരുത്തരും അവരുടേതായ വ്യത്യസ്ത വികാരങ്ങളിലും ചിന്തകളിലും ആയിരുന്നു.

പെട്ടെന്ന് വീണ്ടും വാതിൽ തുറന്ന് തൊപ്പിയും കോട്ടും ധരിച്ച ഉർസുല കയ്യിൽ ഒരു ചെറുബാഗുമായി പ്രത്യക്ഷപ്പെട്ടു.

ഭ്രാന്തുപിടിപ്പിക്കുന്ന വ്യക്തതയോടെ സാമാന്യം പരിഹാസം നിറഞ്ഞ ശബ്ദത്തിൽ അവൾ പറഞ്ഞു. "ഞാൻ പോകുന്നു."

അടുത്ത നിമിഷത്തിൽ വാതിൽ അടഞ്ഞു. പുറത്തെ കതക് വലിച്ചടയ്ക്കുന്ന ശബ്ദം അവർ കേട്ടു. തോട്ടത്തിലെ വഴിയിലൂടെ അവൾ പെട്ടെന്ന് നടന്നുപോകുന്ന ശബ്ദവും പിന്നീട് ഗേറ്റ് അടയുന്ന ശബ്ദം അവർ കേട്ടു. വീട്ടിനുള്ളിൽ ഒരു മരണത്തിന്റെ നിശ്ശബ്ദത ഉണ്ടായിരുന്നു.

ചിറകു മുളച്ച കാലുകളിൽ ഉർസുല നേരേ സ്റ്റേഷനിലേക്ക് പോയി. അവിടെനിന്നും ട്രെയിൻ ഉണ്ടായിരുന്നില്ല. അവൾക്ക് ജങ്ഷൻവരെ നടന്നേ പറ്റൂ. ഇരുട്ടിലൂടെ നടക്കുമ്പോൾ അവൾ കരയാൻ തുടങ്ങി. പിന്നീട് ഇടവഴിയിലും ട്രെയിനിലും ഒരു പൊട്ടിക്കരയുന്ന കുട്ടിയുടെ തീവ്ര വേദനയോടെ അവൾ കരഞ്ഞുകൊണ്ടിരുന്നു. സമയം കടന്നുപോകുന്നത് അറിയുന്നുണ്ടായിരുന്നില്ല. അവൾ എവിടെയാണെന്നോ സംഭവിക്കുന്നതെന്താണെന്നോ അവൾക്ക് അറിയില്ല. നിരാശയുടെ ദുഃഖത്തിന്റെ അളവറ്റ ആഴങ്ങളിൽ നിന്നും അവൾ ഒരു കൊച്ചുകുട്ടിയെപ്പോലെ പൊട്ടിക്കരഞ്ഞു.

എന്നിട്ടും ബിർക്കിന്റെ വീട്ടുടമസ്ഥയോട് സംസാരിക്കുമ്പോൾ അവളുടെ ശബ്ദത്തിലെ ചെറുത്തുനില്പ്പിന്റെ തിളക്കം കുറഞ്ഞിരുന്നില്ല.

"മിസ്റ്റർ ബിർക്കിൻ അകത്തുണ്ടോ? എനിക്ക് അയാളെ കാണാൻ പറ്റുമോ?"

"ഉണ്ട്. വായനാമുറിയിൽ ഉണ്ട്."

ഉർസുല സ്ത്രീയെ മറികടന്ന് അകത്തേക്കു പോയി. അയാളുടെ വാതിൽ അയാൾ തുറന്നു. അയാൾ അവളുടെ ശബ്ദം കേട്ടിരുന്നു.

മുഖത്ത് കണ്ണുനീരിന്റെപാടുമായി ബാഗും തൂക്കിപ്പിടിച്ച് അവൾ നില്ക്കുന്നതു കണ്ടപ്പോൾ അയാൾ പറഞ്ഞു. "വരൂ."

"എന്നെക്കാണാൻ ഒരു കാഴ്ചയാണോ?" അവൾ സങ്കോചത്തോടെ ചോദിച്ചു.

"അല്ല. എന്താണ് കാര്യം? വരൂ." അയാൾ അവളുടെ കൈയിൽ നിന്ന് ബാഗ് വാങ്ങി. അവൾ വായനാ മുറിയിലേക്ക് പോയി.

മുറിയിലെത്തിയപ്പോൾ വീണ്ടും ഓർമ്മവന്ന ഒരു കൊച്ചുകുട്ടിയെപ്പോലെ അവളുടെ ചുണ്ടുകൾ വിറയ്ക്കാൻ തുടങ്ങി. കണ്ണുനീർ തിക്കി

ത്തിരക്കി ഒഴുകിയിറങ്ങി.

"എന്താണ് കാര്യം?" അവളെ കെട്ടിപ്പിടിച്ചുകൊണ്ട് അയാൾ ചോദിച്ചു. അവൾ അതിഭയങ്കരമായി ഏങ്ങലടിച്ചു. അയാൾ അവളെ കെട്ടിപ്പിടിച്ചുകൊണ്ട് കാത്തുനിന്നു.

"എന്താണ് കാര്യം?" തേങ്ങലടങ്ങിയപ്പോൾ അയാൾ വീണ്ടും ചോദിച്ചു. പക്ഷേ, കാര്യം പറയാൻ കഴിയാത്ത ഒരു കൊച്ചുകുട്ടിയെപ്പോലെ അവൾ അയാളുടെ തോളിലേക്ക് മുഖം കൂടുതൽ ചേർത്തുവെച്ചു.

"കാര്യം എന്താണെന്ന് പറയൂ?" അയാൾ ചോദിച്ചു.

പെട്ടെന്ന് അവൾ അകന്നുമാറി. അവൾ കണ്ണുകൾ തുടച്ചുകൊണ്ട് ഒരു കസേരയിൽ ഇരുന്നു.

"അച്ഛൻ എന്നെ അടിച്ചു." തൂവലുകൊഴിഞ്ഞ ഒരു കിളിയെപ്പോലെ കസേരയിൽ കൂനിക്കൂടി ഇരുന്നുകൊണ്ട് അവൾ പ്രഖ്യാപിച്ചു.

"എന്തിനായിരുന്നു?" അയാൾ ചോദിച്ചു.

അവൾ ദൂരത്തേക്ക് നോക്കി. മറുപടി പറഞ്ഞില്ല. അവളുടെ വിറയ്ക്കുന്ന ചുണ്ടുകൾക്കും ഭംഗിയുള്ള മൂക്കിനും പരിതാപകരമായ ഒരു ചുവപ്പുനിറം ഉണ്ടായിരുന്നു.

"എന്തിനാണ് അടിച്ചത്?" അയാൾ അസാധാരണമായി തുളച്ചിറങ്ങുന്ന ഒരു മൃദുലമായ ശബ്ദത്തിൽ വീണ്ടും ചോദിച്ചു.

അവൾ പറയാൻ ബുദ്ധിമുട്ടുള്ള മട്ടിൽ അയാളെ നോക്കി.

"ഞാൻ നാളെവിവാഹം കഴിക്കാൻ പോകുകയാണെന്നു പറഞ്ഞു. അച്ഛൻ എന്നോട് ദേഷ്യപ്പെട്ടു."

"അയാൾ ദേഷ്യപ്പെട്ടത് എന്തിനാണ്?"

അവൾ സംസാരം നിർത്തി. ഒരിക്കൽക്കൂടി അവൾ നടന്ന കാര്യങ്ങൾ ഓർത്തു. അവളുടെ കണ്ണുകൾ നിറഞ്ഞു.

"കാരണം അച്ഛൻ എന്നെ ശ്രദ്ധിക്കുന്നില്ലെന്ന് ഞാൻ പറഞ്ഞു. ഞാൻ പറഞ്ഞത് സത്യമാണ്. അച്ഛന്റെ പരമാധികാരത്തിന് കോട്ടം തട്ടിയതാണ് പ്രശ്നം." അവൾ പറഞ്ഞുകൊണ്ടിരുന്ന സമയം മുഴുവൻ കരച്ചിൽ കാരണം അവളുടെ മുഖം വികൃതമായിരുന്നു. അത് അങ്ങേയറ്റം ബാലിശമായി തോന്നിയതുകൊണ്ട് അയാൾക്ക് സാമാന്യം ചിരി വരുന്നുണ്ടായിരുന്നു. എങ്കിലും അത് ബാലിശം ആയിരുന്നില്ല. അത് മാരകമായ ഒരു പൊരുത്തക്കേട് ആയിരുന്നു; ആഴമുള്ള ഒരു മുറിവ്.

"അത് പൂർണ്ണമായും സത്യമല്ല." അയാൾ പറഞ്ഞു. "ആണെങ്കിൽ കൂടി നിങ്ങൾ അത് പറയാൻ പാടില്ല."

"അത് സത്യമാണ്. അത് സത്യമാണ്." അവൾ കരഞ്ഞു. "സ്നേഹമാണെന്നുള്ള അഭിനയംകൊണ്ട് എന്നെ വിരട്ടാൻ പറ്റില്ല. അച്ഛന് താല്പര്യമില്ല. അച്ഛന് ശ്രദ്ധിക്കാൻ കഴിയില്ല."

അയാൾ നിശ്ശബ്ദനായിരുന്നു. അവൾ അയാളുടെ മനസ്സിളക്കി.

"അയാൾക്ക് കഴിയാത്തപ്പോൾ നിങ്ങൾ അയാളെ പ്രകോപിപ്പിക്കരുത്." ബിർക്കിൻ ശാന്തമായി മറുപടിപറഞ്ഞു.

"ഞാൻ അച്ഛനെ എന്നും സ്നേഹിച്ചിട്ടുണ്ട്" അവൾ പറഞ്ഞു. "അച്ഛൻ എന്നും എന്നോട് ഇതുതന്നെയാണ് ചെയ്തിട്ടുള്ളത്."

"അത് സ്നേഹംകൊണ്ടുള്ള എതിർപ്പാണ്." അയാൾ പറഞ്ഞു. "സാരമില്ല— അതെല്ലാം ശരിയാക്കും. നിരാശപ്പെടേണ്ട കാര്യം ഒന്നും ഇല്ല."

"അങ്ങനെയല്ല."

"എന്തുകൊണ്ട്?"

"ഞാൻ അച്ഛനെ ഇനി ഒരിക്കലും കാണില്ല."

ഒടുവിൽ അവൾ കരച്ചിൽ നിർത്തി. പിന്നീട് അവൾ തല ഉയർത്തി നോക്കി. അവളുടെ വിടർന്ന കണ്ണുകളിൽ ഭയം ഉണ്ടായിരുന്നു.

"ഞാൻ വേണമെന്ന് നിങ്ങൾക്ക് ആഗ്രഹം ഇല്ലേ?" അവൾ ചോദിച്ചു.

"നിങ്ങളെ വേണമെന്ന് എനിക്ക് ആഗ്രഹം ഉണ്ട്." അയാളുടെ ഇരുണ്ട കണ്ണുകളുടെ നിശ്ചലത അവളെ അമ്പരപ്പിച്ചു. അയാൾ അവൾക്ക് മറുപടി കൊടുത്തു.

"ഞാൻ വരേണ്ടിയിരുന്നില്ലെന്ന് നിങ്ങൾക്ക് തോന്നുന്നുണ്ടോ?" അവൾ ചെയ്തത് ശരിയായില്ലെന്നുള്ള ഭയംകൊണ്ട് ഉൽക്കണ്ഠയോടെ അവൾ വീണ്ടും ചോദിച്ചു.

"ഇല്ല." അയാൾ പറഞ്ഞു. "ഇത്തരത്തിൽ അക്രമം നടക്കാൻ പാടില്ലായിരുന്നു എന്ന് ഞാൻ ആശിക്കുന്നു. വളരെ വൃത്തികേടായിപ്പോയി. ഒരുപക്ഷേ, അവ ഒഴിച്ചുകൂടാൻ പറ്റാത്തതായിരിക്കും."

അയാൾ സംസാരം നിർത്തിയപ്പോൾ അവൾ അയാളെ ശ്രദ്ധിച്ചു. അയാൾ സംസാരം അവസാനിപ്പിച്ചതുപോലെ തോന്നി.

"പക്ഷേ, ഞാൻ എവിടെ താമസിക്കും." നാണക്കേട് തോന്നിയതുകൊണ്ട് അവൾ ചോദിച്ചു.

അയാൾ ഒരു നിമിഷം ആലോചിച്ചു.

"ഇവിടെ, എന്റെ കൂടെ." അയാൾ പറഞ്ഞു. "ഇന്നായാലും നാളെയായാലും നമ്മൾ വിവാഹം കഴിക്കുന്നുണ്ട്."

"പക്ഷേ,"

"ഞാൻ മിസ്സിസ്! വാർലിയോട് പറയാം," അയാൾ പറഞ്ഞു. "ഇപ്പോൾ അത് ആലോചിക്കേണ്ട."

അയാൾ അവളെ നോക്കി ഇരുന്നു. മുഴുവൻ സമയവും അയാളുടെ ദിശ മാറാതെ ഇരുണ്ട കണ്ണുകൾ അവളെത്തന്നെ നോക്കിക്കൊണ്ടിരിക്കുന്നത് അവൾക്ക് അനുഭവിക്കാൻ കഴിഞ്ഞിരുന്നു അത് അവളെ കുറച്ചൊക്കെ ഭയപ്പെടുത്തി. അവൾ പരിഭ്രമത്തോടെ അവളുടെ നെറ്റിയിലേക്ക് വീണു കിടക്കുന്ന മുടിയിഴകൾ എടുത്തുമാറ്റി.

"എന്നെ കണ്ടാൽ വൃത്തികേടുണ്ടോ?" അവൾ ചോദിച്ചു.

അവൾ വീണ്ടും മൂക്കു ചീറ്റി.

അയാളുടെ കണ്ണുകളിൽ ഒരു ചെറിയ പുഞ്ചിരി കടന്നുവന്നു.

"ഇല്ല." അയാൾ പറഞ്ഞു. "ഭാഗ്യത്തിന് വൃത്തികേടില്ല."

അയാൾ അവളുടെ അടുത്തേക്ക് ചെന്ന് അയാൾക്ക് അവകാശമുള്ള ഒരു സ്വത്തെന്നമട്ടിൽ അവളെ കെട്ടിപ്പിടിച്ചു. അവൾ വാത്സല്യം തോന്നുന്ന തരത്തിൽ സുന്ദരി ആയിരുന്നു. അയാൾക്ക് അവളെ നോക്കി യിരിക്കുന്നത് സഹിക്കാൻ കഴിഞ്ഞില്ല. അയാൾ അവളെ അയാളിലേക്ക് ചേർത്ത് ഒളിപ്പിച്ചു നിർത്താൻ മാത്രമേ കഴിയുകയുള്ളൂ.

"ഞാൻ നിങ്ങളെ സ്നേഹിക്കുന്നു" അവളെ ചുംബിക്കുന്നതിനിട യിൽ അയാൾ പറഞ്ഞു. മരണത്തിന്റെ അതിർത്തികൾക്കും അപ്പുറമുള്ള പ്രതീക്ഷയിലേക്ക് വീണ്ടും ജനിച്ചുവന്ന ഒരു മനുഷ്യനെപോലെ അയാൾ വിറച്ചു.

ഈ ഏതാനും വാക്കുകൾക്ക് അയാൾ എന്തുമാത്രം അർത്ഥം കാണുന്നുണ്ടെന്ന് അവൾക്ക് അറിയാൻ കഴിയുന്നില്ല.—

ആ വാക്കുകൾക്ക് എന്ത് മാത്രം അർത്ഥം ഉണ്ടെന്ന് അവൾക്ക് അ റിയില്ല. എല്ലാ കാര്യങ്ങളും ഈ സമയത്തും അവൾക്ക് അനിശ്ചിതമാ ണെന്ന് തോന്നിയിരുന്നതുകൊണ്ട് അവൾക്ക് തെളിവുകളും പ്രഖ്യാപന ങ്ങളും വേണം.

പക്ഷേ, അയാളുടെ ആത്മാവിലേക്ക് അയാൾ അവളെ സ്വീകരിച്ചത് എന്ത് മാത്രം നന്ദിയോടെയാണെന്ന് അവൾക്ക് അറിയില്ല. അയാൾക്ക് അവളോട് ഒന്നിക്കുന്നതിനുള്ള യോഗ്യതയുണ്ടെന്ന് അറിയുന്നതിലുള്ള ആലോചിക്കാൻ കഴിയാത്ത ആഹ്ലാദം അവൾക്ക് ഒരിക്കലും മനസ്സിലാ ക്കാൻ കഴിയില്ല. യാന്ത്രികമായ മരണത്തിന്റെ ചരിവിലൂടെ അയാളുടെ വർഗ്ഗത്തിലെ ബാക്കിയുള്ളവർക്കൊപ്പം മരണത്തോടടുത്തുകഴിഞ്ഞ അയാൾക്ക് ഇപ്പോൾ സ്വയം ജീവനുണ്ടെന്നറിയുന്നതിന്റെ ആഹ്ലാദം അവൾക്ക് തിരിച്ചറിയാൻ കഴിയില്ല. യൗവ്വനത്തെ വാർദ്ധക്യം ആരാധി ക്കുന്നതുപോലെ അവളെ അയാൾ ആരാധിച്ചു. കാരണം കുടകുമണി യോളം ഉള്ള അയാളുടെ വിശ്വാസത്തിൽ അയാൾ അവളെപ്പോലെ ചെറുപ്പം ആയിരുന്നു. അയാൾ അവൾക്കു ചേർന്ന ഇണ ആയിരുന്നു. അവളുമായുള്ള ഈ വിവാഹം അയാളുടെ ഉയിർത്തെഴുന്നേല്പും ജീവി തവും ആയിരുന്നു.

ഇതൊന്നും അവൾ മനസ്സിലാക്കിയിരുന്നില്ല. അവർക്കിടയിൽ നിശ്ശ ബ്ദതയുടെ അനന്തമായ ദൂരങ്ങൾ ഉണ്ടായിരുന്നു. രൂപമില്ലാത്ത, ഭാരമി ല്ലാത്ത, നിറമില്ലാത്ത അവളുടെ സൗന്ദര്യത്തെപ്പറ്റി അയാൾക്ക് എങ്ങ നെയാണ് അവളോട് പറയാൻ കഴിയുന്നത്. ആ സൗന്ദര്യം സ്വർണ്ണ വെളി ച്ചംപോലെ എന്തോ ചിലത് ആയിരുന്നു. അയാൾക്ക് അവളുടെ സൗന്ദര്യം സംഭരിച്ചിരിക്കുന്നത് എന്തിലാണെന്ന് സ്വയം എങ്ങനെയാണ് അറിയാൻ കഴിയുന്നത്. അയാൾ പറഞ്ഞു. "നിങ്ങളുടെ മൂക്ക് സുന്ദരമാണ് നിങ്ങ ളുടെ താടി മനോഹരമാണ്." പക്ഷേ, അതെല്ലാം കള്ളംപോലെ തോന്നി. അവൾക്ക് നിരാശയായിരുന്നു. "ഞാൻ നിന്നെ സ്നേഹിക്കുന്നു, ഞാൻ നിന്നെ സ്നേഹിക്കുന്നു." എന്ന സത്യം അയാൾ മന്ത്രിക്കുന്ന സമയത്തും അവൾക്കത് യഥാർത്ഥത്തിൽ സത്യം ആയിരുന്നില്ല. അത് അവൾക്ക്

ഒരാൾ സ്വയംമുന്നേറുന്നതിന്റെയും ഒരാളുടെ പഴയ ജീവിതം അപ്രധാനമാകുന്നതിന്റെയും ഒരുതരം സന്തോഷം മാത്രം ആയിരുന്നു. അത് സ്നേഹത്തിനും അപ്പുറമുള്ള കാര്യമായിരുന്നു. അയാൾ ഇതുവരെ മനസ്സിലാക്കിയിട്ടില്ലാത്ത ഒരുപുതിയ അവസ്ഥയിലെത്തുമ്പോൾ അയാൾക്ക് 'ഞാൻ' എന്നു പറയാൻ കഴിയും? 'ഞാൻ' എന്ന് എങ്ങനെ പറയുന്ന ഈ കാലഘട്ടത്തിന്റെ പഴയ നിയമം നിലവിലില്ലാത്ത ഒരു നിയമം ആണ്.

അതിവിശിഷ്ടമായ പുതിയ നിർവൃതിയിൽ 'ഞാനും' 'നിങ്ങളും' ഇല്ല. അവിടെ ഒരാൾ അയാളല്ലാതെ നിലനില്ക്കുന്നതിന്റെ തിരിച്ചറിയാൻ കഴിയാത്ത അത്ഭുതം മാത്രമാണ് നിലവിൽ ഉള്ളത്. നിങ്ങളും ഞാനും നിലനില്ക്കാത്തപ്പോൾ ഞാൻ എങ്ങനെയാണ് 'ഞാൻ നിങ്ങളെ സ്നേഹിക്കുന്നു' എന്ന് പറയുന്നത്. നമ്മൾ രണ്ടും ഒരുപുതിയ ഒരുമയിലേക്ക് പരിവർത്തനം ചെയ്യപ്പെടുന്നു. അവിടെ മറുപടി പറയാൻ ഒന്നുംതന്നെ ഇല്ലാത്തതുകൊണ്ട് ഉള്ളത് നിശ്ശബ്ദത മാത്രമാണ്. എല്ലാംപരിപൂർണ്ണമാണ്. എല്ലാം ഒന്നാണ്. രണ്ട് വ്യത്യസ്ത പക്ഷങ്ങൾക്കിടയിലാണ് സംസാരം സഞ്ചരിക്കുന്നത്. പക്ഷേ, പരിപൂർണ്ണമായ ഒരുമയിൽ പരിപൂർണ്ണമായ നിശ്ശബ്ദതയും നിർവൃതിയും മാത്രമാണ് ഉള്ളത്.

അടുത്ത ദിവസം നിയമപ്രകാരം അവർ വിവാഹിതരായി. അയാൾ ആവശ്യപ്പെട്ടതുപോലെ അവർ പ്രവർത്തിച്ചു. അവളുടെ അച്ഛനും അമ്മയക്കും അവൾ എഴുത്തെഴുതി. അവളുടെ അമ്മ മറുപടി അയച്ചു. അച്ഛൻ അയച്ചില്ല.

അവൾ സ്കൂളിലേക്ക് തിരിച്ചുപോയില്ല. അവൾ ബിർക്കിന്റെ മില്ലിനടുത്തുള്ള മുറിയിൽ ബിർക്കിന്റെ കൂടെ താമസിച്ചു. അയാൾ പുറത്തിറങ്ങുമ്പോൾ അയാളോടൊപ്പം പുറത്തിറങ്ങി. പക്ഷേ, ഗുഡ്റണും ജറാൾഡും ഒഴിച്ച് മറ്റ് ആളുകളെ അവൾ കണ്ടില്ല.

മില്ലിനടുത്തുള്ള വീടിന്റെ ചൂടുള്ളവായനാമുറിയിൽ ഒരു വൈകുന്നേരത്ത് ജറാൾഡ് അവളുമായി സംസാരിച്ചുകൊണ്ടിരിക്കുകയായിരുന്നു. റൂപർട്ട് ബിർക്കിൻ വീട്ടിൽ തിരിച്ചെത്തിയിരുന്നില്ല.

"നിങ്ങൾക്ക് സന്തോഷം ആണോ?"

"അങ്ങേയറ്റം സന്തോഷത്തിലാണ്!" അവൾ വിളിച്ചുപറഞ്ഞു.

"ശരിയാണ്. ഒരാൾക്ക് അത് മനസ്സിലാകും."

"മനസ്സിലാകുന്നുണ്ടോ?" ഉർസുല അത്ഭുതത്തോടെ വിളിച്ചു ചോദിച്ചു.

"ഉണ്ട്. വളരെ വ്യക്തമായി മനസിലാകുന്നുണ്ട്."

അവൾക്ക് ഇഷ്ടപ്പെട്ടു. അവൾ ഒരു നിമിഷം ആലോചിച്ചു.

"റൂപർട്ടിനും ഇതുപോലെ സന്തോഷം ഉണ്ടെന്ന് മനസ്സിലാകുന്നുണ്ടോ?"

അയാൾ നോട്ടം ഒരുവശത്തേക്ക് തിരിച്ചുവിട്ടു.

"നിശ്ചയമായും മനസ്സിലാകുന്നുണ്ട്."

"സത്യമാണോ?"

"സത്യം."

അത് അയാൾ സംസാരിക്കേണ്ടവിഷയം അല്ലെന്നുള്ള മട്ടിൽ അയാൾ നിശ്ശബ്ദനായി. അയാൾ ദുഃഖിതനാണെന്ന് തോന്നി.

അവൾ നിർദ്ദേശങ്ങൾ വയ്ക്കാൻ സമർത്ഥയായിരുന്നു.

"നിങ്ങൾക്കും എന്തുകൊണ്ട് സന്തോഷിച്ചുകൂട." അവൾ പറഞ്ഞു. "നിങ്ങൾക്കും ഇതുപോലെ ആകാൻ കഴിയും."

അയാൾ ഒരു നിമിഷം ഒന്നും മിണ്ടിയില്ല. "ഗുഡ്റണിനോടൊപ്പം ആണോ?" അയാൾ ചോദിച്ചു.

"അതെ!" അവൾ വിളിച്ചുപറഞ്ഞു. അവളുടെ കണ്ണുകൾ തിളങ്ങിക്കൊണ്ടിരുന്നു. പക്ഷേ, അവർ സത്യവിരുദ്ധമായി അവരുടെ ആഗ്രഹങ്ങൾ അടിച്ചേല്പ്പിക്കുകയാണെന്ന മട്ടിലുള്ള ഒരു അസാധാരണ പിരിമുറുക്കം അവിടെ ഉണ്ടായിരുന്നു.

"ഗുഡ്റണിന് എന്നെ കിട്ടുകയാണെങ്കിൽ ഞങ്ങൾക്ക് സന്തോഷമായിരിക്കുമെന്നാണോ നിങ്ങൾ ഉദ്ദേശിക്കുന്നത്?" അയാൾ ചോദിച്ചു.

"അതെ, എനിക്ക് ഉറപ്പുണ്ട്!" അവൾ വിളിച്ചുപറഞ്ഞു.

അവളുടെ കണ്ണുകൾ സന്തോഷംകൊണ്ട് വിടർന്നിരുന്നു. എങ്കിലും കണ്ണുകളുടെ ആഴത്തിൽ അവളുടെ പ്രേരണ ഉണ്ടായിരുന്നു. അവളുടെ നിർബ്ബന്ധം പിടിക്കൽ അവൾക്ക് മനസിലായിട്ടുണ്ടായിരുന്നു.

"ഓ! എനിക്ക് വളരെ സന്തോഷം ഉണ്ട്" അവൾ കൂട്ടിച്ചേർത്തു.

അയാൾ പുഞ്ചിരിച്ചു.

"എന്താണ് നിങ്ങളെ സന്തോഷിപ്പിക്കുന്നത്?" അയാൾ ചോദിച്ചു.

"അവളുടെ ഓർമ്മ." അവൾ മറുപടി പറഞ്ഞു.

"നിങ്ങൾ അത് ചെയ്യുമെന്ന് എനിക്ക് ഉറപ്പുണ്ട്. അവൾക്ക് യോജിച്ച പുരുഷൻ നിങ്ങളാണ്."

അയാൾ ചോദിച്ചു. "അവൾ എന്നോട് യോജിക്കുമെന്ന് നിങ്ങൾ വിചാരിക്കുന്നുണ്ടോ?"

"തീർച്ചയായും!" അവൾ തിടുക്കത്തിൽ പറഞ്ഞു. പിന്നീട് വീണ്ടും ആലോചിച്ചതിനുശേഷം അല്പം അസ്വസ്ഥതയോടെ പറഞ്ഞു. "എന്നാലും ഗുഡ്റൺ വെറുംപാവം അല്ല. ആണോ? അഞ്ചുമിനിറ്റ് കൊണ്ട് ഒരാൾക്ക് അവളെ മനസ്സിലാക്കാൻ കഴിയില്ല. കഴിയുമോ? ആ കാര്യത്തിൽ അവൾ എന്നെപ്പോലെ അല്ല." അവളുടെ അസാധാരണമായ തിളക്കം ഉള്ള മുഖം അയാളുടെ നേർക്ക് തിരിച്ചുകൊണ്ട് അവൾ ചിരിച്ചു. "അവൾ പലകാര്യങ്ങളിലും നിങ്ങളെപ്പോലെ അല്ലെന്ന് നിങ്ങൾ വിചാരിക്കുന്നുണ്ടോ?"

അവൾക്ക് ദേഷ്യം വന്നു.

"ഓ! പലരീതിയിലും അവൾ എന്നെപ്പോലെ ആണ്. പക്ഷേ, ഒരു പുതിയ കാര്യം വരുമ്പോൾ അവൾ എങ്ങനെ പെരുമാറുമെന്ന് എനിക്ക് ഒരിക്കലും മനസ്സിലായിട്ടില്ല."

"സാരമില്ല." ജറാൾഡ് പറഞ്ഞു. കുറച്ചുസമയം അയാൾ സംസാ

രിച്ചില്ല. പിന്നീട് അഭിപ്രായം ആരാണെന്ന മട്ടിൽ അയാൾ പറഞ്ഞു. "എന്തായാലും ക്രിസ്മസിന് എന്റെ കൂടെ വരുന്നുണ്ടോ എന്ന് ഞാൻ അവളോട് ചോദിക്കാൻ ഇരിക്കുകയായിരുന്നു."

"നിങ്ങളുടെ കൂടെ വരാനോ? കുറച്ച് സമയത്തേക്കാണോ നിങ്ങൾ ഉദ്ദേശിക്കുന്നത്?"

"അവൾക്ക് ഇഷ്ടമുള്ള കാലത്തോളം" ചോദ്യം ഇഷ്ടപ്പെടാത്തതിന്റെ ബുദ്ധിമുട്ടോടെ അയാൾ പറഞ്ഞു.

അവർ രണ്ടുപേരും കുറച്ച് സമയത്തേക്ക് ഒന്നും സംസാരിച്ചില്ല.

അവസാനം ഉർസുല പറഞ്ഞു. "തീർച്ചയായും അവൾ വിവാഹ ത്തിന് തയ്യാറാകും. നിങ്ങൾക്ക് മനസ്സിലാക്കാൻ പറ്റും."

"ശരിയാണ്." ജറാൾഡ് ചിരിച്ചു. "എനിക്ക് മനസ്സിലാക്കാൻ പറ്റും. പക്ഷേ, അവൾ സമ്മതിക്കില്ലെങ്കിൽ അവൾ എന്റെ കൂടെ കുറച്ച് ദിവസം വിദേശത്ത് വരുമെന്ന് നിങ്ങൾ വിചാരിക്കുന്നുണ്ടോ. കൂടിയാൽ ഒരു രണ്ടാ ഴ്ചത്തേക്ക്."

"അവൾ വരും." ഉർസുല പറഞ്ഞു. "ഞാൻ അവളോട് ചോദിക്കും."

"നമുക്ക് എല്ലാവർക്കും കൂടി ഒന്നിച്ച് പോകാൻ സാധിക്കുമെന്ന് നിങ്ങൾ കരുതുന്നുണ്ടോ?"

"നമ്മൾ എല്ലാവരും കൂടി?" വീണ്ടും ഉർസുലയുടെ മുഖം തെളിഞ്ഞു. "അത് സാമാന്യം രസമുള്ള കാര്യം ആയിരിക്കും. നിങ്ങൾക്ക് തോന്നുന്നില്ലേ?"

"നല്ല രസം ആയിരിക്കും."അയാൾ പറഞ്ഞു.

"അപ്പോൾ നിങ്ങൾക്ക് മനസ്സിലാക്കാൻ കഴിയും." ഉർസുല പറഞ്ഞു.

"എന്ത്?"

"കാര്യങ്ങളുടെ പോക്ക് എങ്ങോട്ടാണെന്ന്? വിവാഹത്തിന് മുമ്പ് മധു വിധുവിനു പോകുന്നത് കൂടുതൽ നല്ലതാണെന്നാണ് ഞാൻ വിചാരി ക്കുന്നത്. നിങ്ങൾക്ക് തോന്നുന്നില്ലേ?"

അവൾ പറഞ്ഞ തമാശ അവൾക്ക് ഇഷ്ടപ്പെട്ടു. അയാളും ചിരിച്ചു.

"ചില അവസരങ്ങളിൽ ശരിയാണ്" അയാൾ പറഞ്ഞു. "എന്റെ കാ ര്യത്തിൽ അത് അങ്ങനെ ആകുന്നതാണ് നല്ലത്."

"നിങ്ങൾ അങ്ങനെ ആണോ!" ഉർസുല ഉറക്കെ പറഞ്ഞു. പിന്നീട് സംശയത്തോടെ അവൾ കൂട്ടിച്ചേർത്തു. "ഒരുപക്ഷേ, നിങ്ങൾ പറഞ്ഞ ത്. ശരിയായിരിക്കാം. ഒരാൾക്ക് സ്വയം ഇഷ്ടപ്പെടണം."

ബിർക്കിൻ വന്നത് അല്പം താമസിച്ചായിരുന്നു. ഉർസുല പറഞ്ഞ കാര്യങ്ങളെല്ലാം അയാളോട് പറഞ്ഞു.

"ഗുഡ്റൺ ജന്മനാൽ ഒരു വെപ്പാട്ടിയാണ്." ബിർക്കിൻ പറഞ്ഞു. "ജറാൾഡ് ജന്മനാ കാമുകനും. അംഗീകരിക്കപ്പെട്ട കാമുകൻ. എല്ലാ സ്ത്രീകളും ഭാര്യമാരോ വെപ്പാട്ടിമാരോ ആണെന്ന് ആരെങ്കിലും പറ ഞ്ഞാൽ അപ്പോൾ ഗുഡ്റൺ അതിൽ വെപ്പാട്ടിയാണ്.

"അപ്പോൾ എല്ലാ പുരുഷന്മാരും ഭർത്താക്കന്മാരോ കാമുകന്മാരോ

ആണ്." ഉർസുല വിളിച്ചു പറഞ്ഞു.

"പക്ഷേ, രണ്ടുംകൂടി ആകാത്തത് എന്തുകൊണ്ട്?"

"ഒന്ന് മറ്റൊന്നിനെ ഒഴിവാക്കുന്നു." ബിർക്കിൻ പൊട്ടിച്ചിരിച്ചു.

"അപ്പോൾ എനിക്ക് ഒരു കാമുകനെവേണം" ഉർസുല വിളിച്ചു പറഞ്ഞു.

"ഇല്ല. നിങ്ങൾ ആഗ്രഹിക്കുന്നില്ല." അയാൾ പറഞ്ഞു.

"പക്ഷേ, എനിക്ക് ആഗ്രഹം ഉണ്ട്." ഉർസുല വിലപിച്ചു.

അയാൾ അവളെ ചുംബിച്ചുകൊണ്ട് പുഞ്ചിരിച്ചു.

ഇതുകഴിഞ്ഞ് രണ്ടുദിവസം കഴിഞ്ഞപ്പോൾ ഉർസുലയ്ക്ക് ബെർഡോവറിന്റെ വീട്ടിൽ നിന്നും അവളുടെ സാധനങ്ങൾ എടുത്തുകൊണ്ടുവരാൻ പോകണമായിരുന്നു. കുടുംബം പോയിക്കഴിഞ്ഞിരുന്നു. സ്ഥലമാറ്റം നടന്നിരുന്നു. ഗുഡ്റണിന് വില്ലിവാട്ടറിൽ മുറികൾ ഉണ്ടായിരുന്നു.

വിവാഹത്തിനുശേഷം ഉർസുല അവളുടെ അച്ഛനേയും അമ്മയേയും കണ്ടിരുന്നില്ല. അവൾ വഴക്കിനെപ്പറ്റി ഓർത്തു കരഞ്ഞു. പക്ഷേ, അത് പരിഹരിച്ചതുകൊണ്ട് എന്ത് ഗുണം ഉണ്ടാവാനാണ്! നല്ലതായാലും അല്ലെങ്കിലും അവൾക്ക് അവരുടെ അടുത്തേക്ക് പോകാൻ കഴിയില്ല. അതുകൊണ്ട് അവളുടെ ഉപേക്ഷിക്കപ്പെട്ടിരുന്ന സാധനങ്ങൾക്കുവേണ്ടി അവൾക്കും ഗുഡ്റണിനും വൈകുന്നേരത്ത് നടന്നുപോകേണ്ടിവന്നു.

അവർ വീട്ടിലെത്തിയത് ചുവന്ന ആകാശം ഉള്ള മഞ്ഞുകാലത്തെ ഒരു വൈകുന്നേരത്തായിരുന്നു. ജനാലകൾ ഇരുണ്ടിരുന്നു. ആ സ്ഥലം നേരത്തേതന്നെ ഭയാനകമായിരുന്നു. മരവിച്ച ശൂന്യമായ സ്വീകരണമുറി പെൺകുട്ടികളുടെ ഹൃദയത്തെ വിറങ്ങലിപ്പിച്ചു.

"എനിക്ക് ഒറ്റയ്ക്ക് വരാനുള്ള ധൈര്യം ഉണ്ടെന്ന് ഞാൻ വിശ്വസിക്കുന്നില്ല."ഉർസുല പറഞ്ഞു. "ഇത് എന്നെ ഭയപ്പെടുത്തുന്നു."

"ഉർസുല ചേച്ചി!" ഗുഡ്റൺ വിളിച്ചു പറഞ്ഞു. "ഇത് അത്ഭുതമല്ലേ? ഇവിടെ ഭയം തോന്നാതെ നമ്മൾ ജീവിച്ചെന്ന് നമുക്ക് വിശ്വസിക്കാൻ കഴിയുന്നുണ്ടോ? ഞാൻ എങ്ങനെയാണ് പേടിച്ചുമരിക്കാതെ ഇവിടെ കഴിഞ്ഞതെന്ന് എനിക്ക് മനസ്സിലാക്കാൻ കഴിയുന്നില്ല!"

അവൾ ഭക്ഷണമുറിയിൽ കയറിനോക്കി. അത് വലിയ മുറി ആയിരുന്നു. പക്ഷേ, ഇപ്പോൾ ഒരു ജയിലറ പോലും അതിനേക്കാൾ മെച്ചമായിരിക്കും. ജനാലകളിൽ തിരശ്ശീലകൾ ഇല്ലായിരുന്നു. തറ ഒഴിഞ്ഞു കിടന്നു.

കസേരകൾ കിടന്നിരുന്ന സ്ഥലങ്ങളിലേയും ചിത്രങ്ങൾ തൂക്കിയിരുന്ന സ്ഥലങ്ങളിലേയും ചുമരിന്റെ നിറം മങ്ങി കറുത്ത പാടുകൾ രൂപപ്പെട്ടിരുന്നു. വരണ്ട ബലഹീനമായ ഭിത്തികളും വിളറിയ കറുത്ത തറയും മനസ്സിനെ നിഷ്ക്രിയമാക്കുന്ന കാഴ്ചകളായിരുന്നു. അവർ എവിടെയാണ് നിന്നിരുന്നത്? ഈ ഭൂമിയിൽ ആയിരുന്നോ? അതോ ഏതോ കടലാസുപെട്ടിക്കുള്ളിൽ തൂങ്ങിക്കിടക്കുകയായിരുന്നോ? നെരിപ്പോടിൽ കടലാസു

കൾ എരിഞ്ഞ ചാരവും പകുതി എരിഞ്ഞ കടലാസുകളും ഉണ്ടായിരുന്നു.

"നമ്മുടെ ദിവസങ്ങൾ ഇവിടെ തള്ളിവിട്ടതിനെ ആലോചിക്കാൻ വയ്യ!" ഉർസുല പറഞ്ഞു.

"എനിക്ക് അറിയാം." ഉർസുല പറഞ്ഞു. "ഇത് അങ്ങേയറ്റം വെറുപ്പു തോന്നുന്ന കാര്യമാണ്. നമ്മൾ ഇതിനുള്ളിലെ വസ്തുക്കളാണെങ്കിൽ നമ്മൾ എങ്ങനെയുണ്ടാവും."

ഉർസുല പറഞ്ഞു. "ഇത് സത്യത്തിൽ അറപ്പുണ്ടാക്കുന്ന കാര്യമാണ്."

അവർ അടുത്ത മുറിയിലേക്ക് കടന്നു. ശൂന്യതയിൽ തടവിലാക്കപ്പെട്ട അന്തരീക്ഷത്തിന്റെ മറ്റൊരു കഷണം. അടുക്കള അതിന്റെ ചുവന്ന തറയേക്കൾ പാകിയ തറ കാരണം കൂടുതൽ ഉറപ്പുള്ളതാണെന്നു തോന്നി. പക്ഷേ, അതിനുള്ളിൽ ദാരുണമായ തണുപ്പായിരുന്നു.

അവർ ഒഴിഞ്ഞ കോണിപ്പടികൾ ഒന്നും ചിന്തിക്കാതെ ചവുട്ടിക്കയറി. ഓരോ കാലൊച്ചയും അവരുടെ ഹൃദയത്തിന്റെ അടിത്തട്ടിൽ പ്രതിധ്വനിച്ചു. അവർ ഒഴിഞ്ഞ ഇടനാഴിയിലൂടെ മുന്നോട്ടുനടന്നു. ഉർസുലയുടെ കിടപ്പമുറിയുടെ ഭിത്തിയോടു ചേർന്ന് അവളുടെസാധനങ്ങൾ കിടന്നിരുന്നു.

രണ്ടുപേരും ചേർന്ന് സാധനങ്ങൾ മുൻവശത്തെ വാതിലിനടുത്തേക്ക് എടുത്തുകൊണ്ടുവന്നു. ആ സ്ഥലത്ത് മൊത്തത്തിൽ അവർക്കു ചുറ്റും പൊള്ളയായ ശൂന്യതയുടെ ആരവം മാറ്റൊലിക്കൊള്ളുന്നതായി തോന്നി. ഒഴിഞ്ഞ മുറികൾ കാണാൻ കഴിയാത്ത ദൂരത്തുനിന്നും ഏറക്കുറെ അശ്ലീലമെന്നു പറയാവുന്നതരത്തിലുള്ള പ്രകമ്പനങ്ങൾ അയച്ചിരുന്നു. ഒടുവിൽ അവശേഷിച്ച സാധനങ്ങൾ എടുത്തുകൊണ്ട് അവർ വാതിലിനുപുറത്തേക്കിറങ്ങി ഓടുകയായിരുന്നു.

അവിടെ പക്ഷേ, തണുപ്പായിരുന്നു. അവർ കാറുമായി വരുന്ന ബിർക്കിനുവേണ്ടി കാത്തുനില്ക്കുകയായിരുന്നു. അവർ വീണ്ടും വീട്ടിനുള്ളിൽ കയറിപ്പോയി. മുകളിലത്തെ നിലയിൽ ആദ്യമുള്ള അവരുടെ അച്ഛനമ്മമാരുടെ കിടക്കമുറിയിൽ ഇരുന്നാൽ ജനാലയിലൂടെ അവർക്ക് വഴിയും ഇരുണ്ട സൂര്യാസ്തമയവും കാണാൻ കഴിയും.

അവർ ജനാലയ്ക്കടുത്ത് കാത്തിരുന്നു. രണ്ടുപേരും മുറിയിലാകെ നോക്കുന്നുണ്ടായിരുന്നു. ഏകദേശം ഭയാനകമായ അർത്ഥമില്ലായ്മയുടെ ശൂന്യത മുറിയിൽ നിറഞ്ഞിരുന്നു.

"സത്യത്തിൽ" ഉർസുല പറഞ്ഞു. "ഈ മുറിക്ക് പവിത്രമാകാൻ കഴിയില്ല. കഴിയുമോ?"

ഗുഡ്റൺ മുറിയിലാകെ സാവധാനം കണ്ണോടിച്ചു.

"ഒരിക്കലും കഴിയില്ല." അവൾ മറുപടിപറഞ്ഞു.

"അച്ഛന്റേയും അമ്മയുടെയും ജീവിതത്തെയും പ്രണയത്തെയും വിവാഹത്തെയും നമ്മളെല്ലാംചേർന്ന അവരുടെ കുട്ടികളേയും കുറിച്ച് ഞാൻ ചിന്തിക്കുന്നത്, നിനക്ക് അവരുടെ ജീവിതം പോലെ ഒരു ജീവിതം

വേണോ?"

"എനിക്ക് വേണ്ട."

"അതെല്ലാം അർത്ഥമില്ലാത്തതാണെന്ന് തോന്നും. അവരുടെ രണ്ട് ജീവിതങ്ങൾക്കും അർത്ഥമില്ല. സത്യത്തിൽ അവർ കണ്ടുമുട്ടി വിവാഹിതരായി ഒന്നിച്ചുകഴിഞ്ഞില്ലെങ്കിലും പ്രത്യേകിച്ചൊന്നും സംഭവിക്കില്ല. സംഭവിക്കുമോ?"

"അത് നമുക്ക് പറയാൻ കഴിയില്ല." ഗുഡ്റൺ പറഞ്ഞു.

"ശരിയല്ല. പക്ഷേ, എന്റെജീവിതം അതുപോലെ ആകാൻ പോകുകയാണെന്ന് ഞാൻ വിചാരിച്ചു."അവൾ ഗുഡ്റണിന്റെ കൈയിൽ പിടിച്ചു. "എനിക്ക് അതിൽ നിന്നും ഓടിരക്ഷപ്പെടണമെന്നായിരുന്നു."

ഗുഡ്റൺ കുറച്ച് സമയം സംസാരിച്ചില്ല.

"യഥാർത്ഥ വസ്തുത ഒരാൾക്ക് സാധാരണ ജീവിതത്തെപ്പറ്റി ചിന്തിക്കാൻ കഴിയില്ലെന്നതാണ്. ഒരാൾക്ക് അതു ചിന്തിക്കാൻകഴിയില്ല." ഗുഡ്റൺ മറുപടി പറഞ്ഞു. "നിങ്ങളുടെ കാര്യത്തിൽ വ്യത്യാസം ഉണ്ട്. ബിർക്കിനോടൊപ്പം ആകുമ്പോൾ ചേച്ചിയെ അത് ബാധിക്കുന്നില്ല. അയാൾ ഒരു പ്രത്യേക തരക്കാരനാണ്. പക്ഷേ, ഒരു സ്ഥലത്ത് മാത്രം ജീവിതം ഉറച്ചു നിർത്തുന്ന ഒരു സാധാരണ പുരുഷനുമായുള്ള വിവാഹം അസാദ്ധ്യമാണ്. അത് ആഗ്രഹിക്കുന്ന ആയിരക്കണക്കിന് സ്ത്രീകൾ ഉണ്ടായിരിക്കാം. ഉണ്ടായിരിക്കാം എന്നല്ല ഉണ്ട്. മറ്റൊന്നിനെക്കുറിച്ചും സങ്കല്പിക്കാൻ കഴിയാത്ത ആയിരക്കണക്കിന് സ്ത്രീകൾ ഉണ്ട്. അതിനെപ്പറ്റിയുള്ള ചിന്തപോലും എന്നെ ഭ്രാന്തുപിടിപ്പിക്കും. ഒരാൾക്ക് സ്വാതന്ത്ര്യം വേണം. എല്ലാത്തിനും ഉപരിയായി ഒരാൾക്ക് സ്വാതന്ത്ര്യം വേണം. മറ്റെല്ലാം വേണ്ടെന്നുവെയ്ക്കാം പക്ഷേ, ഒരാൾക്ക് സ്വാതന്ത്ര്യം നിശ്ചയമായും ഉണ്ടായിരിക്കണം. ഒരാൾ ഒരിക്കൽ നമ്പർ 7 പിഞ്ച് ബക്ക് സ്ട്രീറ്റ് അല്ലെങ്കിൽ സോമർ സെറ്റ് ഡ്രൈവ് — അല്ലെങ്കിൽ ഷോർട്ട്ലാൻഡ്സ് ആകാൻ പാടില്ല."

"എനിക്ക് അറിയാം." ഉർസുല പറഞ്ഞു. "നമുക്ക് ഒരുവീട് ഉണ്ടായിരിക്കണം. എനിക്ക് അതുമതി."

കാറിന്റെ ശബ്ദം അവരെ തടസ്സപ്പെടുത്തി. അത് ബിർക്കിൻ ആയിരുന്നു. പെട്ടെന്ന് വീടിന്റെ പ്രശ്നത്തിൽ നിന്നെല്ലാം മോചിതയായതിൽ ഉർസുലയ്ക്ക് അത്ഭുതം തോന്നി.

താഴത്തെ മുറിയിൽ നിന്നുള്ള അയാളുടെ കാലൊച്ച അവർ കേട്ടു.

"ആരുമില്ലേ!" അയാൾ വിളിച്ചു ചോദിച്ചു. അയാളുടെ ശബ്ദം വീട്ടിൽ ഉടനീളം ശക്തിയോടെ പ്രതിധ്വനിച്ചു കൊണ്ടിരുന്നു. ഉർസുല സ്വയം പുഞ്ചിരിച്ചു. അയാളും അവിടെ എത്തിയപ്പോൾ പേടിച്ചിരിക്കുന്നു.

"ഞങ്ങൾ ഇവിടെ ഉണ്ട്." അവൾ താഴത്തെ നിലയിലേക്കു വിളിച്ചു പറഞ്ഞു. അയാൾ മുകളിലത്തെ നിലയിലേക്ക് ഓടിക്കയറുന്നത് അവർ കേട്ടു.

"ഇത് ഒരു പ്രേതലോകം പോലുണ്ട്." അയാൾ പറഞ്ഞു.

"ഈ വീടുകളിൽ പ്രേതങ്ങളില്ല. ഈ വീടുകൾ വ്യക്തിത്വം ഇല്ല. വ്യക്തിത്വമുള്ള വീടുകൾക്കു മാത്രമേ പ്രേതങ്ങളെ കിട്ടത്തൊള്ളൂ." ഗുഡ്റൺ പറഞ്ഞു.

"നിങ്ങൾ രണ്ടുപേരും കഴിഞ്ഞ കാലത്തെപ്പറ്റി വിലപിക്കുകയാണെന്നാണ് ഞാൻ വിചാരിക്കുന്നത്."

"ഞങ്ങൾ വിലപിക്കുകയാണ്" ഗുഡ്റൺ പറഞ്ഞു.

ഉർസുല ചിരിച്ചു.

"കഴിഞ്ഞ കാലം കഴിഞ്ഞുപോയതോർത്ത് വിലപിക്കുകയല്ല. പക്ഷേ, അത് ഉണ്ടായില്ലല്ലോ എന്നോർത്തു വിലപിക്കുകയാണ്."

"ഓ!" അയാൾ ആശ്വാസത്തോടെ പറഞ്ഞു.

പെട്ടെന്ന് അയാൾ ഇരുന്നു. അയാളുടെ സാന്നിദ്ധ്യം ഉത്സാഹം സൃഷ്ടിക്കുന്നതായി ഉർസുലയ്ക്ക് തോന്നി. ശൂന്യമായ ആ വീടിന്റെ ലക്ഷണംകെട്ട രൂപംപോലും അയാളുടെ സാന്നിദ്ധ്യംകൊണ്ട് അപ്രത്യക്ഷമായതായി തോന്നി.

"ഗുഡ്റ്ൺ പറയുന്നത് അവൾക്ക് ഒരു വിവാഹം കഴിച്ച് ഒരുവീട്ടിൽ ഒതുങ്ങി കൂടുന്നത് സഹിക്കാൻ കഴിയില്ലെന്നാണ്." ഉർസുല അർത്ഥംവെച്ച് പറഞ്ഞു. ജറാൾഡിനെ ആണ് അവൾ സൂചിപ്പിക്കുന്നതെന്ന് അവർക്ക് അറിയാം.

അയാൾ കുറച്ചുസമയം നിശ്ശബ്ദനായി.

"ശരി" അയാൾ പറഞ്ഞു. "നിങ്ങൾക്ക് അത് സഹിക്കാൻ കഴിയില്ലെന്ന് മുൻകൂട്ടി അറിയാമെങ്കിൽ നിങ്ങൾ രക്ഷപ്പെട്ടു."

"ശരിയാണ്." ഗുഡ്റൺ പറഞ്ഞു.

"ഓരോ സ്ത്രീയും ഇരുണ്ട ഒരു വീടും ഒരു ഭർത്താവും ഉണ്ടാകുന്നതാണ് ജീവിതത്തിന്റെ ലക്ഷ്യം എന്ന് വിചാരിക്കുന്നത് എന്തുകൊണ്ടാണ്? അത് എന്തുകൊണ്ടാണ് ജീവിതത്തിന്റെ ലക്ഷ്യം ആകുന്നത്?" ഉർസുല ചോദിച്ചു.

"ഒരാളുടെ മണ്ടത്തരങ്ങളെ അയാൾ നിശ്ചയമായും കണക്കിലെടുക്കണം." ബിർക്കിൻ പറഞ്ഞു.

"പക്ഷേ, നിങ്ങൾ മണ്ടത്തരം കാണിക്കുന്നതിന് മുമ്പ് നിങ്ങൾക്ക് അത് കണക്കിലെടുക്കാൻ കഴിയില്ല." ഉർസുല പൊട്ടിച്ചിരിച്ചു.

"അപ്പോൾ അച്ഛന്റെ മണ്ടത്തരങ്ങളെ കണക്കിലെടുക്കണം."

"അമ്മയുടെ മണ്ടത്തരങ്ങളും കണക്കിലെടുക്കണം." ഗുഡ്റൺ പരിഹാസത്തോടെ കൂട്ടിച്ചേർത്തു.

"അയൽക്കാരുടെ മണ്ടത്തരവും കണക്കിലെടുക്കണം." ഉർസുല പറഞ്ഞു.

അവർ ചിരിച്ചുകൊണ്ട് എഴുന്നേറ്റു. നേരം ഇരുട്ടിത്തുടങ്ങിയിരുന്നു. അവർ സാധനങ്ങൾ കാറിൽ എടുത്തുവെച്ചു. ഗുഡ്റൺ ഒഴിഞ്ഞ വീടിന്റെ വാതിൽപൂട്ടി. ബിർക്കിൻ കാറിന്റെ വിളക്കുകൾ പ്രകാശിപ്പിച്ചു. എല്ലാവരും ഒരു ഉല്ലാസയാത്ര പോകുന്നതുപോലുള്ള സന്തോഷത്തിൽ

ആയിരുന്നു.

“കോൺസൺസിൽ’ കാർ നിർത്തുന്നതിന് നിങ്ങൾക്ക് ബുദ്ധിമുട്ടില്ലല്ലോ. എനിക്ക് താക്കോൽ അവിടെ ഏല്പിക്കണം.” ഗുഡ്റൺ പറഞ്ഞു.

“ശരി.” ബിർക്കിൻ പറഞ്ഞു. അവർ മുന്നോട്ടു നീങ്ങി.

അവർ പ്രധാനവഴിയിൽ കാർ നിർത്തി. കടകളിൽ വിളക്കുകൾ പ്രകാശിക്കാൻ തുടങ്ങിയിരുന്നു. അവസാനത്തെ ഖനിത്തൊഴിലാളികൾ കല്ലു പാകിയവഴിയിലൂടെ വീട്ടിലേക്ക് പോകുന്നുണ്ടായിരുന്നു. പുറത്തെ അന്തരീക്ഷത്തിലൂടെ കുഴിയിലെ അഴുക്കുമായി നീങ്ങിക്കൊണ്ടിരുന്ന അവർ പകുതി വ്യക്തതയുള്ള നിഴലുകൾ ആയിരുന്നു. പക്ഷേ, നടവഴിയിൽ അവരുടെ കാലുകൾ പലതരം പരുക്കൻ ശബ്ദങ്ങൾ ഉണ്ടാക്കിയിരുന്നു.

കടയിൽ നിന്നും തിരിച്ചുവന്ന് കാറിൽ കയറി ബിർക്കിനും ഉർസുലയ്ക്കും ഒപ്പം നിറഞ്ഞ സന്ധ്യയിലൂടെ കുന്നിറങ്ങുമ്പോൾ ഗുഡ്റൺ എന്തുമാത്രം സന്തോഷവതി ആയിരുന്നു! ഈ നിമിഷത്തിൽ ജീവിതം എത്രമാത്രം സാഹസികമാണെന്ന് തോന്നി! എത്ര പെട്ടെന്ന് എത്ര ആഴത്തിലാണ് ഉർസുലയോട് അവൾക്ക് അസൂയ തോന്നിയത്. ജീവിതം ഉർസുലയ്ക്ക് വളരെപ്പെട്ടെന്നു തുറക്കുന്ന ഈ ലോകത്തെപ്പറ്റി മാത്രമല്ല കഴിഞ്ഞു പോയതും വരാൻ പോകുന്നതുമായ ലോകങ്ങളെ പറ്റിപ്പോയാലും അങ്ങേയറ്റത്തെ അശ്രദ്ധ പുലർത്തുന്ന ഒരു വാതിൽ ആയിരുന്നു. ഹോ! അവൾക്കും അതുപോലെ ആകാൻ കഴിഞ്ഞിരുന്നെങ്കിൽ ജീവിതം പൂർണ്ണത കൈവരിക്കുമായിരുന്നു.

അവളുടെ ആവേശത്തിന്റെ നിമിഷങ്ങളിൽ ഒഴിച്ച് ബാക്കി എല്ലാസമയത്തും അവൾക്ക് അവളുടെ ഉള്ളിൽ ഒരു ആഗ്രഹം തോന്നിയിരുന്നു. അവൾക്ക് ഉറപ്പുണ്ടായിരുന്നില്ല. ഇപ്പോൾ അവൾക്ക് അത് അനുഭവിക്കാൻ കഴിഞ്ഞു. ഒടുവിൽ ജറാൾഡിന്റെ ശക്തവും തീക്ഷ്ണവുമായ പ്രണയത്തിൽ അവൾ പരിപൂർണ്ണമായി ജീവിക്കുകയായിരുന്നു. പക്ഷേ, ഉർസുലയുമായി അവൾ സ്വയം താരതമ്യപ്പെടുത്തിയപ്പോൾ അവളുടെ ആത്മാവിൽ അസൂയയും അതൃപ്തിയും നേരത്തേതന്നെ കടന്നുവന്നിരുന്നു. അവൾക്ക് തൃപ്തി ഉണ്ടായിരുന്നില്ല — അവൾക്ക് ഒരിക്കലും തൃപ്തി ഉണ്ടാകുകയില്ല.

ഇപ്പോൾ അവൾക്ക് എന്ത് കുറവാണ് ഉണ്ടായിരുന്നത്? അത് വിവാഹം ആയിരുന്നു— അത് വിവാഹത്തിന്റെ അത്ഭുതകരമായ ഉറപ്പായിരുന്നു. അവൾ അത് ആഗ്രഹിക്കുന്നു. അവൾക്ക് വേണ്ടത് അവൾക്ക് പറയണം. അവൾ കള്ളം പറഞ്ഞുകൊണ്ടിരിക്കുകയായിരുന്നു. വിവാഹത്തെപ്പറ്റിയുള്ള പഴയ ആശയം ഇപ്പോഴും ശരിയാണ്. വിവാഹവും വീടും. എങ്കിലും ഈ വാക്കുകൾ ഓർത്തപ്പോൾ അവളുടെ മുഖം ചെറുതായി കോടി. അവൾ ജറാൾഡിനെപ്പറ്റിയും ഷോർട്ട്ലാൻഡ്സിനെപ്പറ്റിയും ആലോചിച്ചു. വിവാഹവും വീടും അവളെ സംബന്ധിച്ചിടത്തോളം അയാൾക്ക് ധാരാളം അർത്ഥങ്ങൾ ഉണ്ട്. പക്ഷേ, ഒരുപക്ഷേ, അത് അവളുടെ വിവാഹത്തിന്റേതായിരുന്നില്ല. അവൾ ജീവിതം പുറംതള്ളിയവരിൽ

ഒരാളായിരുന്നു. വേരില്ലാതെ ചാഞ്ചാടുന്ന ജീവിതങ്ങളിൽ ഒന്ന്, അല്ല, അല്ല അത് അങ്ങനെയാകാൻ പറ്റില്ല. പെട്ടെന്ന് അതിമനോഹരമായ വേഷം അണിഞ്ഞ അവളെ കെട്ടിപ്പിടിച്ചുകൊണ്ട് സായാഹ്നവസ്ത്രം ധരിച്ച സുന്ദരനായ ചെറുപ്പക്കാരൻ ഇളംചുവപ്പ് നിറമുള്ള മുറിയിൽ നില്ക്കുന്ന ഒരു ചിത്രത്തിന് അവ മനസ്സിൽ രൂപം കൊടുത്തു. നെരിപ്പോടിന്റെ വെളിച്ചത്തിൽ അയാൾ അവളെ ചുംബിക്കുകയായിരുന്നു. ഈ ചിത്രത്തിന് അവൾ വീട് എന്ന പേരിട്ടു. അത് 'റോയൽ അക്കാദമിക്കു' വേണ്ടി ചെയ്യുമായിരുന്നു.

"ഞങ്ങളുടെ കൂടെ ഒരു ചായ കുടിക്കാൻ വരുന്നോ?" വില്ലിഗ്രീനിലെ വീടിനോട് അടുത്തു കൊണ്ടിരുന്നപ്പോൾ ഉർസുല ചോദിച്ചു.

"വളരെ നന്ദി — പക്ഷേ, എനിക്ക് വീട്ടിൽ കയറണം."

അത് സത്യത്തിൽ അവൾക്ക് ജീവിതം പോലെ തോന്നിയിരുന്നു. പക്ഷേ, ഒരുതരം തലതിരിഞ്ഞ ബുദ്ധി അവളെ അവരോടൊപ്പംപോകാൻ അനുവദിച്ചില്ല.

അവൾ അതിവേഗത്തിൽ കാറിൽ നിന്ന് ഇറങ്ങി.

"സത്യത്തിൽ വരാൻ പറ്റില്ലേ?" ഉർസുല വിഷമത്തോടെ ചോദിച്ചു.

"ഇല്ല. സത്യത്തിൽ എനിക്ക് വരാൻ പറ്റില്ല." ഗുഡ്റണിന്റെ നിരാശകലർന്ന ശബ്ദം മറുപടി പറഞ്ഞു.

"നിങ്ങൾക്ക് സുഖമില്ലേ?" ബിർക്കിൻ വിളിച്ചു. ചോദിച്ചു.

"എനിക്ക് കുഴപ്പം ഒന്നും ഇല്ല." ഗുഡ്റൺ പറഞ്ഞു. "ഗുഡ്നൈറ്റ്"

"സൗകര്യം ഉള്ളപ്പോഴൊക്കെ വരൂ. ഞങ്ങൾക്ക് സന്തോഷമാകും." ബിർക്കിൻ വിളിച്ചുപറഞ്ഞു.

"വളരെ നന്ദി." അസാധാരണമായ മുഴക്കമുള്ള ശബ്ദത്തിൽ ഗുഡ്റൺ വിളിച്ചു പറഞ്ഞു. അവളുടെ ശബ്ദത്തിലെ ഒറ്റപ്പെടലിന്റെ നിരാശ ബിർക്കിന് അങ്ങേയറ്റത്തെ അമ്പരപ്പ് ഉണ്ടാകുന്നതായിരുന്നു. അവർ മുന്നോട്ടു നീങ്ങിയപ്പോൾ അവൾ വീടിന്റെ ഗേറ്റിലേക്ക് തിരിഞ്ഞു. പക്ഷേ, വളരെ ദൂരെ കാർ അവ്യക്തമായിക്കൊണ്ടിരുന്നപ്പോൾ അവൾ പെട്ടെന്ന് തിരിഞ്ഞ് അവരെത്തന്നെ നോക്കിക്കൊണ്ട് നിന്നു. അവളുടെ വിചിത്രമായ വീട്ടിലേക്കുള്ള വഴിയിലൂടെ മുന്നോട്ടുനടക്കുമ്പോൾ അവളുടെ ഹൃദയത്തിൽ തിരിച്ചറിയാൻ കഴിയാത്ത കയ്പ് നിറഞ്ഞിരുന്നു.

അവളുടെ സല്ക്കാരമുറിയിൽ പൊക്കമുള്ള ഒരു ക്ലോക്ക് ഉണ്ടായിരുന്നു. ക്ലോക്കിന്റെ മുഖവട്ടത്തിൽ ക്ലോക്ക് ചലിക്കുമ്പോൾ അതിനനുസരിച്ച് ഇരുവശത്തേക്കും ചലിച്ചുകൊണ്ട് ചരിഞ്ഞുനോക്കി വിഡ്ഢിച്ചിരി ചിരിച്ചുകൊണ്ടിരിക്കുന്ന ഒരു ചുവന്ന മുഖം ഉണ്ടായിരുന്നു. എല്ലാ സമയത്തും ഇരുണ്ടുചുവന്ന ഈ മുഖം അനാവശ്യമായ ആഹ്ലാദത്തോടെ അവളെ നോക്കിക്കൊണ്ടിരുന്നു. ഭ്രാന്തമായ ഒരു വെറുപ്പ് അവളെ കീഴടക്കുന്നതുവരെ അവൾ അതിനെ മിനിറ്റുകളോളം ശ്രദ്ധിച്ചുകൊണ്ടു നിന്നു. അവൾ പൊള്ളയായ ചിരി സ്വയം ചിരിച്ചു. എന്നിട്ടും അത് ആടിക്കൊണ്ടിരുന്നു. ഒരുവശത്തുനിന്നും സന്തോഷത്തോടെ ചരിഞ്ഞുനോക്കി ചിരി

ച്ചതിനുശേഷം അത് മറുവശത്തേക്ക് പോയി അവിടെനിന്നുകൊണ്ട് ചരിഞ്ഞുനോക്കി ചിരിച്ചു. ഹോ! ഈ സന്തോഷത്തിനിടയിലും അവൾ എന്തു മാത്രം സങ്കടപ്പെട്ടിരുന്നു! അവൾ മേശപ്പുറത്തേക്ക് നോക്കി അവളുടെ ഭക്ഷണം മേശപ്പുറത്തുണ്ടായിരുന്നു.

അന്ന് മുഴുവൻ അവൾ മില്ലിലേക്ക് പോകാൻ ആഗ്രഹിച്ചിരുന്നു. പക്ഷേ, അവൾ സ്വയം അവളെ പോകാൻ അനുവദിച്ചില്ല. പകരം അടുത്ത ദിവസം വൈകിട്ട് അവൾ പോയി. ഉർസുലയെ തനിച്ചുകണ്ടപ്പോൾ അവൾ സന്തോഷിച്ചു. അത് അടുപ്പം തോന്നുന്ന ഏകാന്തമായ ഒരു അന്തരീക്ഷത്തായിരുന്നു. അവർ ആഹ്ലാദത്തോടെ വാതോരാതെ സംസാരിച്ചു. കണ്ണാടിയിൽക്കണ്ട തിളക്കമുള്ള സ്വന്തം കണ്ണുകളിലേക്ക് നോക്കി. ഗുഡ്റൺ അവളുടെ സഹോദരിയോട് ചോദിച്ചു. “ഇവിടെ ചേച്ചിക്ക് ഭയങ്കര സന്തോഷമാണോ?” ഉർസുലയും ബിർക്കിനും ഒന്നിക്കുന്ന അന്തരീക്ഷത്തിൽ അവർക്കു ചുറ്റും നിലനില്ക്കുന്ന അസാധാരണവും സത്യസന്ധവും ആയ സംതൃപ്തിയിൽ ഗുഡ്റണിന് എപ്പോഴും സമാന നീരസത്തോടുകൂടിയുള്ള അസൂയ തോന്നിയിരുന്നു.

“ഈ മുറി വളരെ മനോഹരമായി അലങ്കരിച്ചിട്ടുണ്ട്. ഗുഡ്റൺ ഉറക്കെ പറഞ്ഞു. “ഈ കട്ടിയുള്ള ചവുട്ടിയുടെ നിറം എത്രമാത്രം മനോഹരമാണ്. തണുത്ത വെളിച്ചത്തിന്റെ നിറം പോലെ ഉണ്ട്.”

അവൾക്ക് അതിന്റെ നിറം കുറ്റമറ്റതാണെന്ന് തോന്നി.

“ഉർസുല ചേച്ചി.”അവസാനം താല്പര്യക്കുറവോടെ അവൾ ചോദിച്ചു. “നമ്മൾ എല്ലാവരുംകൂടി ക്രിസ്മസിന് പുറത്തു പോകുന്നതിനെപ്പറ്റി ജറാൾഡ് ക്രിച്ച് ചോദിച്ചത് ചേച്ചി അറിഞ്ഞോ?”

“അറിഞ്ഞു.” അയാൾ റൂപർട്ടിനോട് സംസാരിച്ചിരുന്നു.”

ഗുഡ്റണിന്റെ കവിളുകളിൽ ഉണ്ടായിരുന്ന രക്തത്തുടിപ്പ് അവസാനിച്ചു. അത്ഭുതം കൊണ്ട് എന്തു മറുപടി പറയണമെന്ന് അറിയാത്തതു പോലെ അവൾ കുറച്ച് സമയത്തേക്ക് ഒന്നും സംസാരിച്ചില്ല.

അവസാനം അവൾ പറഞ്ഞു. “പക്ഷേ, അതിൽ ചേച്ചിക്ക് ആശ്ചര്യം തോന്നുന്നില്ലേ?”

ഉർസുല ചിരിച്ചു.

“അയാൾ അങ്ങനെ പറഞ്ഞത് എനിക്ക് ഇഷ്ടപ്പെട്ടു.”

ഗുഡ്റൺ മിണ്ടിയില്ല. ഇത്തരത്തിലുള്ള ഒരു നിർദ്ദേശം ജറാൾഡ് ബിർക്കിന്റെ അടുത്ത് അവതരിപ്പിച്ചതിൽ അവൾക്ക് നിശ്ചയമായും നാണക്കേട് തോന്നിയിരുന്നു. എങ്കിലും അയാളുടെ ഈ ആശയം അവളെ ശക്തമായി ആകർഷിച്ചിരുന്നു.

“ജറാൾഡ് ഒരു ശുദ്ധഗതിക്കാരനാണെന്നാണ് ഞാൻ വിചാരിക്കുന്നത്.” ഉർസുല പറഞ്ഞു. “എന്തായാലും അയാൾ മറ്റുള്ളവർ പറയുന്നത് ശ്രദ്ധിക്കാറില്ല. അയാൾ സ്നേഹിക്കാൻ കൊള്ളാവുന്നവനാണെന്നാണ് ഞാൻ വിചാരിക്കുന്നത്.

കുറച്ചു സമയത്തേക്ക് ഗുഡ്റൺ മറുപടി പറഞ്ഞില്ല.

"റൂപർട്ട് എന്താണ് പറഞ്ഞതെന്ന് അറിയുമോ?" അവൾ ചോദിച്ചു.

"അത് ഭയങ്കര സന്തോഷമായിരിക്കുമെന്നാണ് അയാൾ പറഞ്ഞത്." ഉർസുല പറഞ്ഞു.

വീണ്ടും ഗുഡ്റൺ താഴോട്ടു നോക്കി മിണ്ടാതെ നിന്നു.,

"അത് അങ്ങനെയിരിക്കുമെന്ന് നീ വിചാരിക്കുന്നില്ലേ?" ഉർസുല അഭിപ്രായം അറിയാൻ വേണ്ടി ചോദിച്ചു.

ഗുഡ്റൺ പാടുപെട്ട് മുഖം ഉയർത്താതെ മറ്റൊരു വശത്തേക്ക് നോക്കിക്കൊണ്ടു നിന്നു.

"അത് ചേച്ചി പറഞ്ഞതുപോലെ ഭയങ്കര സന്തോഷം ആയിരിക്കുമെന്നാണ് ഞാൻ വിചാരിക്കുന്നത്." അവൾ മറുപടി പറഞ്ഞു. "പക്ഷേ ഇത്തരം കാര്യങ്ങൾ റൂപർട്ടിനോട് സംസാരിക്കാനുള്ള സ്വാതന്ത്ര്യം കാണിക്കുന്നത് ക്ഷമിക്കാൻ പറ്റുന്ന കാര്യമല്ലെന്ന് ചേച്ചിക്ക് തോന്നുന്നില്ലേ? ഞാൻ ഉദ്ദേശിക്കുന്നത് എന്താണെന്ന് മനസ്സിലായില്ലേ? അവർ പെറുക്കിയെടുത്ത ഏതെങ്കിലും രണ്ടാംതരം പെണ്ണുങ്ങളുടെ കൂടെ അവർക്ക് രണ്ടുപേർക്കും ഉല്ലാസയാത്രയ്ക്ക് പോകാം. ഹോ! ഇത് ഒട്ടും തന്നെ ക്ഷമിക്കാവുന്നതാണെന്ന് ഞാൻ വിചാരിക്കുന്നില്ല."

അവളുടെ കണ്ണുകൾ മിന്നിത്തിളങ്ങി. അവളുടെ മുഖം ചുവന്നു തുടുത്തു. ഉർസുല സാമാന്യം ഭയത്തോടെ നോക്കിക്കൊണ്ടു നിന്നു. കാരണം ഗുഡ്റൺ ഏറെക്കുറെ സാധാരണക്കാരിയാണെന്ന് തോന്നി. ശരിക്കും രണ്ടാംതരം പെണ്ണാണെന്നുള്ള തോന്നലാണ് അവളെ കൂടുതൽ ഭയപ്പെടുത്തിയത്. പക്ഷേ, ഇങ്ങനെ ചിന്തിക്കാനുള്ള ധൈര്യം സത്യത്തിൽ അവൾക്ക് ഉണ്ടായിരുന്നില്ല.

അവൾ ഉച്ചത്തിൽ വിളിച്ചു പറയുമ്പോൾ വിക്കുന്നുണ്ടായിരുന്നു. "അല്ല ഒരിക്കലും അല്ല — അല്ല — റൂപർട്ടും ജറാൾഡും തമ്മിലുള്ള സൗഹൃദം സാമാന്യം മനോഹരമാണെന്നാണ് ഞാൻ വിചാരിക്കുന്നത്. അവർ വെറും ശുദ്ധന്മാരാണ്. അവർ സഹോദരന്മാരെപ്പോലെ പരസ്പരം എന്ത് കാര്യവും സംസാരിക്കും."

ഗുഡ്റൺ കൂടുതൽ ആഴത്തിൽ ചുവന്നു തുടുത്തു. ബിർക്കിനോടു പോലും ജറാൾഡ് അവളെപ്പറ്റി വെളിപ്പെടുത്തലുകൾ നടത്തിയത് അവൾക്ക് സഹിക്കാൻ കഴിഞ്ഞില്ല.

"പക്ഷേ, അതുപോലെയുള്ള സ്വകാര്യതകൾ കൈമാറാൻ സഹോദരന്മാർ ആയാലും അവകാശമുണ്ടെന്ന് ചേച്ചി വിശ്വസിക്കുന്നുണ്ടോ?" അവൾ കോപത്തോടെ ചോദിച്ചു.

ഉർസുല പറഞ്ഞു. "പൂർണ്ണമായും നേർവഴിക്കല്ലാതെയുള്ള ഏതെങ്കിലും കാര്യം ഒരിക്കലും പറഞ്ഞിട്ടില്ല. ഇല്ല. ജറാൾഡിൽ എന്നെ ഏറ്റവും കൂടുതൽ അത്ഭുതപ്പെടുത്തുന്ന കാര്യം അയാൾ എത്രമാത്രം ശുദ്ധഗതിക്കാരനാണെന്നതാണ്."

പക്ഷേ, ഗുഡ്റൺ ദേഷ്യംകൊണ്ട് ഇപ്പോഴും സംസാരിക്കുന്നുണ്ടായിരുന്നില്ല. അവളുടെ നീക്കങ്ങൾ പരിപൂർണ്ണ രഹസ്യങ്ങളായി സംര

ക്ഷിക്കപ്പെടണമെന്ന് അവൾ ആഗ്രഹിച്ചിരുന്നു.

"നീ വരില്ലേ?" ഉർസുല ചോദിച്ചു. "വേണം. നമുക്ക് മൊത്തത്തിൽ അത് സന്തോഷം ആയിരിക്കും. ജറാൾഡിൽ ഞാൻ ഇഷ്ടപ്പെടുന്ന ചില കാര്യങ്ങൾ ഉണ്ട്. അയാൾ ഞാൻ വിചാരിച്ചിരുന്നതിനേക്കാൾ സ്നേഹിക്കാൻ കൊള്ളാവുന്നവനാണ്. സത്യത്തിൽ അയാൾ സ്വതന്ത്രമായി പെരുമാറുന്നതാണ്."

അപ്പോഴും ഗുഡ്റണിന്റെ വാ അടഞ്ഞിരിക്കുകയായിരുന്നു. അവസാനം അവൾ വായ് തുറന്നു.

"അയാൾ എവിടെ പോകാനാണ് ആലോചിക്കുന്നതെന്ന് ചേച്ചിക്ക് അറിയുമോ?"

"അറിയാം. ടൈ റോളിൽ പോകാൻ — അയാൾ ജർമ്മനിയിലായിരുന്നപ്പോൾ മുറയ്ക്ക് അവിടെ പോകാറുണ്ടായിരുന്നു. അത് വിദ്യാർത്ഥികൾ മഞ്ഞുകാലത്തെ കളികൾക്കുവേണ്ടി പോകുന്ന മനോഹരമായ ഒരു ചെറിയ സ്ഥലം ആണ്.

ഗുഡ്റണിന്റെ മനസ്സിലുള്ള അങ്ങേയറ്റത്തെ നീരസം ഉള്ള ഒരു ചിന്ത കടന്നുപോയി. അവൾക്ക് എല്ലാക്കാര്യങ്ങളും അറിയാം.

ശരിയാണ് അവൾ ഉറക്കെ പറഞ്ഞു. ഇൻസ്ബർഗിൽ നിന്ന് ഏതാണ്ട് നാല്പത് കിലോമീറ്റർ ദൂരം കാണും ശരിയല്ലേ?"

"കൃത്യമായി എനിക്ക് അറിയില്ല. പക്ഷേ, മഞ്ഞുകാലത്ത് ആ കുന്നുംപ്രദേശം മനോഹരമായിരിക്കുമെന്ന് നിനക്കു തോന്നുന്നില്ലേ?"

"വളരെ മനോഹരമായിരിക്കും!" ഗുഡ്റൺ പരിഹാസം കലർത്തി പറഞ്ഞു.

ഉർസുല എന്തു പറയണമെന്നറിയാതെ അമ്പരന്നുനിന്നു.,

അവസാനം അവൾ പറഞ്ഞു. "അത് രണ്ടാംതരം പെണ്ണുങ്ങളുമായുള്ള ഒരു ഉല്ലാസയാത്ര ആകാതിരിക്കാനാണ് ജറാൾഡ് റൂപർട്ടിനോട് സംസാരിച്ചതെന്ന് ഞാൻ വിചാരിക്കുന്നത്."

"എനിക്ക് അറിയാം." ഗുഡ്റൺ പറഞ്ഞു. "അയാൾ അത്തരക്കാരുമായി ധാരാളം ഇടപെടാറുണ്ട്."

"ഉണ്ടോ?" ഉർസുല ചോദിച്ചു. "ഉണ്ടെന്ന് നിനക്ക് എങ്ങനെ അറിയാം."

"ചെൽസിയയിലെ ഒരു 'മോഡലിനെ' എനിക്ക് അറിയാം." ഗുഡ്റൺ താല്പര്യക്കുറവോടെ പറഞ്ഞു. ഉർസുല ഇപ്പോൾ നിശ്ശബ്ദയായിരുന്നു. "ശരി." അവസാനം സംശയം തോന്നിപ്പിക്കുന്ന ഒരു ചിരിചിരിച്ചുകൊണ്ട് ഉർസുല പറഞ്ഞു. "അവളോടൊപ്പം അയാൾക്ക് നല്ലസമയം ആയിരുന്നെന്ന് ഞാൻ വിചാരിക്കുന്നു." ഇതോടെ ഗുഡ്റണിന്റെ മുഖം കൂടുതൽ വാടി."

28

ഗുഡ്റൺ പോംപഡോറിൽ

ക്രിസ്മസ് അടുത്തു. നാലുപേരും യാത്രയ്ക്ക് ഒതുങ്ങി. ബിർക്കിനും ഉർസുലയും അവരുടെ ഏതാനും സ്വകാര്യസാധനങ്ങൾ അവർ ഒടുവിൽ പോകാൻ തീരുമാനിക്കുന്ന രാജ്യത്തേക്ക് അയയ്ക്കാൻ വേണ്ടി പൊതിഞ്ഞുകെട്ടുന്ന തിരക്കിലായിരുന്നു. ഗുഡ്റൺ അങ്ങേയറ്റത്തെ ആവേശത്തിലായിരുന്നു.

ആദ്യം തന്നെ തയ്യാറായിക്കഴിഞ്ഞതുകൊണ്ട് അവളും ജറാൾഡും ഉർസുലയേയും ബിർക്കിനേയും ഇൻസ്ബ്രക്കിൽവെച്ച് കണ്ടുമുട്ടുമെന്ന പ്രതീക്ഷയോടെ ലണ്ടനും പാരീസും വഴി യാത്ര തിരിച്ചു. ലണ്ടനിൽ അവർ ഒരു രാത്രി കഴിച്ചുകൂട്ടി. അവർ സംഗീതശാലയിൽ പോയി അതിനുശേഷം അവർ 'പോംപഡോർ കേഫിൽ' എത്തി.

ഗുഡ്റണിന് ഈ ലഘുഭക്ഷണശാലയോട് വെറുപ്പായിരുന്നു. എങ്കിലും എല്ലായ്പ്പോഴും അവളുടെ പരിചയക്കാരായ കൂടുതൽ കലാകാരന്മാരെയും പോലെ അവളും അവിടേക്കു തന്നെ തിരിച്ചു വന്നുകൊണ്ടിരുന്നു. അവിടെ നിലനിന്നിരുന്ന നിസ്സാരമായ അസൂയകളുടെയും ചെറിയ ചെറിയ ദുശ്ശീലങ്ങളുടെയും കലകളുടെയും അന്തരീക്ഷത്തോട് അവൾക്ക് വെറുപ്പായിരുന്നു. എങ്കിലും നഗരത്തിലുള്ളപ്പോൾ അവൾ അവിടെ വരാതിരുന്നില്ല. ശിഥിലീകരണത്തിന്റെയും ദ്രവീകരണത്തിന്റെയും ഈ ചെറിയ നീർച്ചുഴി വെറുതെ ഒന്നു കാണാൻ വേണ്ടി അവൾ തിരിച്ചുവരുന്നതാണെന്ന് തോന്നി.

ജറാൾഡിനോടൊപ്പം വന്ന അവൾ അവിടെ മേശയ്ക്ക് ചുറ്റും ഇരുന്നിരുന്ന ചെറിയ സംഘങ്ങളെ മധുരമുള്ള മദ്യം നുണഞ്ഞുകൊണ്ട് ദുഃഖത്തോടെ നോക്കി. അവൾ ആരേയും അഭിവാദനം ചെയ്യാൻ പോകുന്നില്ല. പക്ഷേ ചെറുപ്പക്കാർ ഇടയ്ക്കിടയ്ക്ക് ഒരുതരം പരിഹാസം നിറഞ്ഞ പരി

ചയഭാവത്തോടെ അവളെ നോക്കി തലയാട്ടി. അവരെ എല്ലാം അവൾ തഴഞ്ഞുവിട്ടു. തരംതാണ ആത്മാവുകളുടെ ഏതോ ശേഖരത്തിലെ ജന്തുക്കളെ വസ്തുനിഷ്ടമായി നോക്കുന്നതുപോലെ അവരെ കറുത്തകണ്ണുകൾകൊണ്ട് ദുഃഖത്തോടെ നോക്കിക്കൊണ്ട് അവിടെ ഇരിക്കുന്നതിൽ അവൾ ആഹ്ലാദം അനുഭവിച്ചു. ദൈവമേ! ഇവർ എന്തുതരം മനുഷ്യരാണ്! വെറുപ്പിന്റെ രോഷത്തിൽ അവളുടെ സിരകളിലെ ചോര കറുത്ത് കട്ടപിടിച്ചു. എങ്കിലും അവൾക്ക് നോക്കിക്കൊണ്ടിരുന്നേ പറ്റൂ. ഒന്നോ രണ്ടോ ആളുകൾ അവളോട് സംസാരിക്കാൻ വന്നു. ലഘുഭക്ഷണശാലയുടെ ഓരോ മൂലയിൽ നിന്നും പകുതിവീതം പരിഹാസവും കള്ളത്തരവും കലർന്ന കണ്ണുകൾ അവളുടെ നേർക്ക് തിരിഞ്ഞു. ആണുങ്ങൾ മുഖം തിരിച്ച്നോക്കി. പെണ്ണുങ്ങൾ തൊപ്പിയ്ക്കടിയിലൂടെ നോക്കി.

പഴയ ആൾക്കൂട്ടം അവിടെ ഉണ്ടായിരുന്നു. കാർലിയോൺ അയാളുടെ പെൺകുട്ടിയും ശിഷ്യരുമൊത്ത് അയാളുടെ മൂലയിൽ ഉണ്ടായിരുന്നു. ഗുഡ്റൺ ജറാൾഡിനെ ശ്രദ്ധിച്ചു. അയാളുടെ കണ്ണുകൾ ഒരുനിമിഷം ഹല്ലിഡെയിൽ തങ്ങിനിന്നത് അവൾ ശ്രദ്ധിച്ചു. അവർ അയാളെ നോക്കി തലയാട്ടി. ജറാൾഡ് തിരിച്ചും തലയാട്ടി. അവർ തമ്മിൽതമ്മിൽ രഹസ്യം പറഞ്ഞുകൊണ്ട് കുലുങ്ങിച്ചിരിച്ചു. ജറാൾഡ് കണ്ണിമയ്ക്കാതെ അവരെ ശ്രദ്ധിച്ചു. അവർ എന്തിനോവേണ്ടി ഡാറിങ്ടണെ നിർബ്ബന്ധിച്ചുകൊണ്ടിരിക്കുകയായിരുന്നു.

ഒടുവിൽ അവൾ എഴുന്നേറ്റു. പല നിറങ്ങൾ ചിതറിവീണിരുന്ന ഒരു ഇരുണ്ട സിൽക്ക് വേഷമാണ് അവൾ ധരിച്ചിരുന്നത്. വിവിധ വർണ്ണങ്ങളുടെ ഒരു മിശ്രണം. അവൾ കൂടുതൽ മെലിഞ്ഞിരുന്നു. അവളുടെ കണ്ണുകൾ കൂടുതൽ പതറിയിരുന്നു. ഒരുപക്ഷേ, അവളുടെ കണ്ണുകൾ കൂടുതൽ പ്രക്ഷുബ്ധമായിരുന്നു. അല്ലാതെ അവൾക്ക് യാതൊരു വ്യത്യാസവുമില്ല. അവൾ അടുത്ത് വന്നപ്പോൾ ജറാൾഡ് അയാളുടെ കണ്ണുകളുടെ തിളക്കത്തിൽ വ്യത്യാസം വരാതെതന്നെ അവളെ സൂക്ഷിച്ചുനോക്കി. അവൾ അവളുടെ തവിട്ടുനിറമുള്ള മെലിഞ്ഞ കൈത്തണ്ട അയാളുടെ നേർക്ക് നീട്ടി.

"എന്തുണ്ട് വിശേഷം?" അവൾ ചോദിച്ചു.

അയാൾ അവളുടെ കൈപിടിച്ച് കുലുക്കി. പക്ഷേ എഴുന്നേറ്റില്ല. അയാളുടെ അടുത്തായി മേശയോട് ചേർന്നു നില്ക്കാൻ അയാൾ അവളെ അനുവദിച്ചു. അവൾ രഹസ്യമായി ഗുഡ്റണിനോട് തലയാട്ടി. സംസാരിക്കാനുള്ള പരിചയം അവൾക്ക് ഇല്ല. പക്ഷേ, വേണ്ടത്ര കണ്ടിട്ടും കേട്ടിട്ടും ഉണ്ട്.

"എനിക്ക് സുഖമാണ്." ജറാൾഡ് പറഞ്ഞു. "നിങ്ങൾക്ക് എന്തുണ്ട് വിശേഷം?"

"എനിക്കു സുഖം തന്നെ, റൂപർട്ട് എങ്ങനെയുണ്ട്."

"റൂപർട്ടോ? അയാളും സുഖമായിരിക്കുന്നു."

"ശരി. ഞാൻ ഉദ്ദേശിച്ചത് അതല്ല. വിവാഹം കഴിഞ്ഞിട്ട് അയാൾ

എന്തുപറയുന്നു?"

"ഓ! ശരിയാണ് – അവളുടെ വിവാഹം കഴിഞ്ഞു."

ഡാറിങ്ടണിന്റെ കണ്ണുകളിലൂടെ ചൂടുള്ള ഒരു ജ്വാല കടന്നുപോയി.

"ഓ! അയാൾ സത്യത്തിൽ അത് സാധിച്ചെടുത്തു. ഇല്ലേ? എപ്പോഴായിരുന്നു അയാളുടെ വിവാഹം?"

"ഒന്നുരണ്ടാഴ്ചമുമ്പ്."

"ശരിയാണോ! അയാൾ ഒരിക്കലും എഴുതിയിരുന്നില്ല."

"ഇല്ലേ?"

"ഇല്ല. അത് അങ്ങേയറ്റം മോശമായിപ്പോയെന്ന് നിങ്ങൾക്ക് വിചാരിക്കുന്നില്ലേ?"

അവസാനത്തെ വാക്കുകൾക്ക് ഒരു വെല്ലുവിളിയുടെ ധ്വനി ഉണ്ടായിരുന്നു. അവൾ പറയുന്നത് ഗുഡ്റൺ ശ്രദ്ധിക്കുന്നുണ്ടെന്ന് ഡാറിങ്ടൺ മനസ്സിലാക്കിയിരുന്നു. ഡാറിങ്ടൺ അവളുടെ ശബ്ദത്തിലൂടെ അത് മറ്റുള്ളവരെ മനസ്സിലാക്കിച്ചു.

"അയാൾക്ക് അങ്ങനെ തോന്നിയിട്ടില്ലെന്നാണ് ഞാൻ വിചാരിക്കുന്നത്." ജറാൾഡ് മറുപടി പറഞ്ഞു.

"പക്ഷേ, അതിനുള്ള കാരണം എന്താണ്?" ഡാറിങ്ടൺ പിൻവാങ്ങിയില്ല.

ഈ ചോദ്യം നിശ്ശബ്ദമായി സ്വീകരിക്കപ്പെട്ടു. ജറാൾഡിന്റെ അടുത്ത് നില്ക്കുമ്പോൾ നീളംകുറഞ്ഞ മുടിയുള്ള അവളുടെ മനോഹരമായ രൂപത്തിൽ ഒരു വൃത്തികെട്ട പരിഹാസം നിരന്തരമായി നിലനില്ക്കുന്നുണ്ടായിരുന്നു.

"നിങ്ങൾ നഗരത്തിൽ കുറേക്കാലത്തേക്ക് താമസിക്കുന്നുണ്ടോ?"അവൾ ചോദിച്ചു.

"ഇന്നത്തെ രാത്രിയിൽ മാത്രം."

"ഓ! ഇന്നു രാത്രിയിൽ മാത്രമാണോ? നിങ്ങൾ ജൂലിയസിനോട് സംസാരിക്കാൻ വരുന്നുണ്ടോ?"

"ഇന്നു രാത്രിയിൽ വരുന്നില്ല."

"ഓ! ശരി. അപ്പോൾ അയാളോട് ഞാൻ പറയാം." പിന്നീട് അവളുടെ കുത്തുവാക്ക് പുറത്തുവന്നു. "നിങ്ങൾ വളരെ നന്നായിരിക്കുകയാണ്."

"അതെ. എനിക്കും അങ്ങനെ തോന്നുന്നുണ്ട് ജറാൾഡ് ശാന്തനായിരുന്നു. അയാളുടെ കണ്ണുകളിൽ പരിഹാസം കലർന്ന വിസ്മയത്തിന്റെ ഒരു തീ ഉണ്ടായിരുന്നു.

"നിങ്ങൾക്ക് സുഖമാണോ?"

ഇത് തഴമ്പിച്ച അനായാസതയോടെ ഗുഡ്റണിന് നേരിട്ടുകിട്ടിയ ഒരു അടി ആയിരുന്നു.

"അതെ" അയാൾ ഭാവവ്യത്യാസമില്ലാതെ മറുപടി പറഞ്ഞു.

"നിങ്ങൾ ഫ്ളാറ്റിലേക്ക് വരാത്തതിൽ എനിക്ക് ഭയങ്കര വിഷമം ഉണ്ട്.

നിങ്ങളുടെ കൂട്ടുകാരോട് നിങ്ങൾക്ക് വിശ്വസ്ത ഇല്ല."

"കൂടുതൽ ഇല്ല." അയാൾ പറഞ്ഞു.

അവൾ അവരോട് 'ശുഭരാത്രി' ആശംസിച്ചതിനുശേഷം അവളുടെ സംഘത്തിന്റെ അടുത്തേക്ക് തിരിച്ചുപോയി. അരക്കെട്ടുകൾ നിയന്ത്രിച്ചുകൊണ്ടുള്ള അവളുടെ അസാധാരണമായ നടത്തം ഗുഡ്റൺ ശ്രദ്ധിച്ചു. അവളുടെ നിർവ്വികാരമായ ശബ്ദം അവൾ കേട്ടു.

"അയാൾ ഇങ്ങോട്ടുവരില്ല. അയാൾക്ക് മറ്റുതരത്തിലുള്ള ബാദ്ധ്യതകൾ ഉണ്ട്." ശബ്ദം പറഞ്ഞു. ആ മേശയിൽ കൂടുതൽ പൊട്ടിച്ചിരികളും അടക്കിപ്പിടിച്ച പരിഹാസ വർത്തമാനങ്ങളും നടന്നു.

"അവൾ നിങ്ങളുടെ സുഹൃത്താണോ?" ജറാൾഡിനെ ശാന്തമായി നോക്കിക്കൊണ്ട് ഗുഡ്റൺ ചോദിച്ചു.

"ഹല്ലിഡെയുടെ ഫ്ളാറ്റിൽ ബിർക്കിനോടൊപ്പം ഞാൻ താമസിച്ചിട്ടുണ്ട്." അവളുടെ ശാന്തമായ കണ്ണുകളിലേക്ക് നോക്കിക്കൊണ്ട് അയാൾ പറഞ്ഞു. അവൾക്ക് ഡാറിങ്ടൺ അയാളുടെ ഒരു വെപ്പാട്ടിയാണെന്ന് മനസ്സിലായി. അവൾക്ക് മനസ്സിലായെന്ന് അയാൾക്കും മനസ്സിലായി.

അവൾ ചുറ്റും നോക്കിക്കൊണ്ട് പരിചാരകനെ വിളിച്ചു. അവൾക്ക് എല്ലാംകൂടി കൂട്ടിക്കലർത്തിയ മദ്യം വേണമായിരുന്നു. ഇത് അയാളെ അത്ഭുതപ്പെടുത്തി. എന്താണ് സംഭവിക്കുന്നതെന്ന് അയാൾ അത്ഭുതപ്പെട്ടു.

ഹല്ലിഡെയുടെ വിരുന്നിന് ലഹരിപിടിച്ചിരുന്നു. അവർ ഉച്ചത്തിൽ ബിർക്കിനെപ്പറ്റി സംസാരിച്ചു. ഓരോ കാര്യത്തിലും അവർ ബിർക്കിനെ പരിഹസിച്ചു. പ്രത്യേകിച്ച് അയാളുടെ വിവാഹത്തെപ്പറ്റി അവർ കളിയാക്കി സംസാരിച്ചു.

"ഹോ! ബിർക്കിനെപ്പറ്റി എന്നെ ഓർമ്മപ്പെടുത്തരുത്." ഹില്ലിഡെ അലറിവിളിക്കുകയായിരുന്നു. "അയാളെ എനിക്ക് സഹിക്കാൻ കഴിയില്ല. അയാൾ ക്രിസ്തുവിനെപ്പോലെയാണ്. ദൈവമേ രക്ഷപ്പെടാൻ അയാൾ എന്താണ് ചെയ്യേണ്ടത്?"

അയാൾ ലഹരിയിൽ സ്വയം കുലുങ്ങിച്ചിരിച്ചു.

റഷ്യക്കാരന്റെ ഉന്മേഷമുള്ള ശബ്ദംകേട്ടു. "അയാൾ അയച്ചിരുന്ന എഴുത്തുകൾ നിങ്ങൾക്ക് ഓർമ്മയുണ്ടോ? മോഹം പവിത്രമാണെന്നും മറ്റും."

"നല്ല ഓർമ്മയുണ്ട്." ഹല്ലിഡെ വിളിച്ചുകൂവി. "ഓ! എന്ത് ഗംഭീരമായിരുന്നു. സത്യത്തിൽ ഒരെണ്ണം എന്റെ പോക്കറ്റിൽ ഉണ്ട്. ഉണ്ടെന്ന് എനിക്ക് ഉറപ്പുണ്ട്.

അയാൾ പോക്കറ്റ് ബുക്കിൽ നിന്നും പലതരം കടലാസുകൾ പുറത്തെടുത്തു.

"ഒരെണ്ണം എന്റെ കൈയിൽ ഉണ്ടെന്നുള്ള കാര്യം ഉറപ്പാണ്."

ജറാൾഡും ഗുഡ്റണും ശ്രദ്ധയോടെ നോക്കിക്കൊണ്ടിരിക്കുകയായിരുന്നു.

“ശരിയാണ്. എത്രമാത്രം ഗംഭീരമായ എഴുത്താണ്. ഡാറിങ്ടൺ എന്നെ ചിരിപ്പിക്കാൻ നോക്കരുത്. എനിക്ക് ഇക്കിൾ വരും.” അവർ എല്ലാവരും കുലങ്ങിച്ചിരിച്ചു.

“അയാൾ അതിൽ എന്താണ് എഴുതിയിരിക്കുന്നത്.” മുന്നോട്ട് കുനിഞ്ഞു നോക്കിക്കൊണ്ട് ഡാറിങ്ടൺ ചോദിച്ചു. അവളുടെ ഇരുണ്ട മുടിയിഴകൾ അവളുടെ മുഖത്തേക്ക് വീണിരുന്നു. അവളുടെ ചെവികൾ പുറത്തുകാണുന്ന സന്ദർഭങ്ങളിൽ അവളുടെ നീണ്ടമുഖത്തിന് അസാധാരണമായ ഒരുഅന്തസ്സില്ലായ്മ ഉണ്ടായിരുന്നു.

“ഇല്ല. ഇല്ല. ഞാനിത് നിങ്ങൾക്ക് തരില്ല. ഇത് ഞാൻ ഉറക്കെ വായിക്കാം. നിങ്ങൾക്ക് ഞാൻ തിരഞ്ഞെടുത്ത ഭാഗങ്ങൾ വായിച്ചു കേൾപ്പിക്കിക്കാം. ഇക്കിൾ! എന്റെ പൊന്നേ! ഞാൻ വെള്ളം കുടിച്ചാൽ ഈ ഇക്കിൾ പോകുമെന്ന് വിചാരിക്കുന്നുണ്ടോ?”

“അത് ഇരുട്ടും വെളിച്ചവും ഒന്നിക്കുന്നതിനെപ്പറ്റിയുള്ള എഴുത്തല്ലേ?” മാക്സിം അയാളുടെ ഉന്മേഷമുള്ള ശബ്ദത്തിൽ ഒതുക്കത്തോടെ ചോദിച്ചു.

“അതാണെന്നാണ് ഞാൻ വിശ്വസിക്കുന്നത്.” ഡാറിങ്ടൺ പറഞ്ഞു.

“അതാണോ? ഞാൻ മറന്നുപോയി ഇത് അതുതന്നെയാണ്.” ഹില്ലിഡെ എഴുത്ത് തുറന്നുകൊണ്ട് പറഞ്ഞു. “ഇക്കിൾ വരുന്നു. ശരിയാണ്. എത്രകണ്ട് ഗംഭീരം!” അയാൾ ഒരു പുരോഹിതൻ വേദപുസ്തകം വായിക്കുന്നതുപോലെ സാവധാനം വായിച്ചു. “നശിപ്പിക്കാനുള്ള മോഹം മറ്റുമോഹങ്ങളെ എല്ലാം മറികടക്കുമ്പോൾ ഓരോ കുതിപ്പിനും ഓരോ ഘട്ടങ്ങൾ ഉണ്ട്. ഒരു വ്യക്തിയിൽ ഈ മോഹം അത്യന്തികമായി സ്വയം നശിപ്പിക്കാനുള്ള മോഹമാണ്” അയാൾ വായന നിർത്തി തല ഉയർത്തി നോക്കി.

“അയാൾ അയാളെ നശിപ്പിക്കുന്ന കാര്യവുമായി മുന്നോട്ടുപോകുകയാണെന്നാണ് ഞാൻ വിചാരിക്കുന്നത്.” റഷ്യക്കാരന്റെ ഉന്മേഷമുള്ള ശബ്ദംപറഞ്ഞു. ഹല്ലിഡെ കുലുങ്ങിച്ചിരിച്ചുകൊണ്ട് അലസമായി മലർന്നു കിടന്നു.

“അയാളിൽ നശിപ്പിക്കാൻ ഒരുപാടൊന്നും ഇല്ല.” ഡാറിങ്ടൺ പറഞ്ഞു. “അയാൾ ഇപ്പോൾത്തന്നെ അസ്ഥികൂടം ആണ്.”

“ഓ! ഇത് മനോഹരമായ എഴുത്തല്ലേ? എനിക്ക് ഇത് വായിക്കാൻ ഇഷ്ടമാണ്. ഇതുകൊണ്ട് എന്റെ ഇക്കിൾ മാറിയെന്ന് തോന്നുന്നു!” ഹില്ലിഡെ ഉറക്കെപ്പറഞ്ഞു. “ഞാൻ മുന്നോട്ടു വായിക്കാം. ഇത് ഒരാളിലുള്ള തരംതാഴൽ പ്രക്രിയയ്ക്കുള്ള മോഹമാണ്. തുടക്കത്തിലേക്കുള്ള ഒരു ചുരുങ്ങൽ. നിലനില്പിന്റെ മൗലികമായ വ്യവസ്ഥകളിലേക്കുള്ള ഒരു തിരിച്ചുപോക്ക്! ഹോ! പക്ഷേ, അത് അത്ഭുതകരമാണെന്ന് ഞാനും വിചാരിക്കുന്നുണ്ട്. അത് ഏകദേശം ബൈബിളിനെ മറികടക്കുന്നുണ്ട്.

“അതെ. അശുദ്ധിയുടെ ഒഴുക്ക്” റഷ്യക്കാരൻ പറഞ്ഞു. “ആ

പ്രയോഗം എനിക്ക് ഓർമ്മയുണ്ട്."

"അയാൾ എപ്പോഴും അശുദ്ധിയെപ്പറ്റി സംസാരിക്കുന്നു." ഡാറിങ്ടൺ പറഞ്ഞു. "അയാൾ സ്വയം അശുദ്ധിയുള്ളവനായിരിക്കും. അതുകൊണ്ടാണ് അയാളുടെ മനസ്സിൽ അശുദ്ധിയെപ്പറ്റി ഇത്രമാത്രം ആലോചനയുള്ളത്."

"വളരെ ശരിയാണ്." റഷ്യക്കാരൻ പറഞ്ഞു.

"ഞാൻ മുന്നോട്ട് വായിക്കട്ടെ. ഓ, ഇത് അത്ഭുതപ്പെടുത്തുന്ന എഴുത്താണ്. ഈ ഭാഗം ഒന്ന് കേട്ടുനോക്കൂ. "അധഃപതനത്തിലേക്കുള്ള നീക്കത്തിൽ നമുക്ക് അറിവ് കിട്ടുന്നു. അറിവിനും അപ്പുറമുള്ള ആഴമുള്ള അനുഭൂതികളുടെ തിളങ്ങുന്ന നിർവൃതി നമുക്ക് ലഭിക്കുന്നു.' ഈ പ്രയോഗങ്ങൾ അങ്ങേയറ്റം അത്ഭുതകരമായ അസംബന്ധങ്ങളാണെന്ന് ഞാൻ വിചാരിക്കുന്നു. പക്ഷേ, അവ ക്രിസ്തുവിനോട് അടുത്തു നില്ക്കുന്നുണ്ടെന്ന് നിങ്ങൾക്ക് തോന്നുന്നില്ലേ?'' ജൂലിയസിന് ഡാറിങ്ടണോടൊപ്പം ചേർന്ന് ഈ തരംതാഴലിന്റെ നിർവൃതി വേണമെന്നുണ്ടെങ്കിൽ നിങ്ങൾ അത് ലഭിക്കുന്നതുവരെ തുടർന്നുകൊണ്ടിരിക്കണം. നിശ്ചയമായും നിങ്ങളിലും സൃഷ്ടിക്കുവേണ്ടിയുള്ള സജീവമായ മോഹം ഉണ്ട്. അശുദ്ധിയുടെ ഈ പ്രക്രിയയിലും എവിടെയോ ആത്യന്തികമായ വിശ്വാസം നിലനില്ക്കുന്ന ബന്ധങ്ങൾ ഉണ്ട്. അശുദ്ധിയുടെ ചേറിലെ എല്ലാ പൂക്കളും ഉൽകൃഷ്ടമായിമാറുന്നു. ഏറെക്കുറെ അവ അവസാനിച്ചെന്നു തന്നെ പറയാവുന്നതാണ്. ചേറിലെ പൂക്കൾ എന്താണെന്ന് ഞാനും അത്ഭുതപ്പെടുന്നു. ഡാറിങ്ടൺ നീ ചേറിലെ ഒരു പൂവാണ്."

"നന്ദി— നിങ്ങൾ അപ്പോൾ എന്താണ്?" ഡാറിങ്ടൺ ചോദിച്ചു.

''ഓ! ഈ എഴുത്തിൽ പറയുന്നതനുസരിച്ച് ഞാൻ മറ്റൊരു പൂവാണ്! നമ്മൾ എല്ലാവരും ചേറിലെ പൂക്കളാണ്! ഇത് അത്ഭുതകരമാണ്. ബിർക്കിൻ നരകത്തെ അസ്വസ്ഥമാക്കുന്നു; പോംപഡോറിനെ അസ്വസ്ഥമാക്കുന്നു. ഇക്കിൾ!"

"മുന്നോട്ട് വായിക്ക്, മുന്നോട്ട് വായിക്ക്"മാക്സിം പറഞ്ഞു. അടുത്തതെന്താണ്? ഇത് സത്യത്തിൽ വളരെ രസകരമാണ്."

"അതുപോലെ എഴുതുന്നത് ഭയങ്കര അഹംഭാവമാണെന്നാണ് ഞാൻ വിചാരിക്കുന്നത്." ഡാറിങ്ടൺ പറഞ്ഞു.

"ശരിയാണ്. ശരിയാണ്. ഞാനും അങ്ങനെയാണ് വിചാരിക്കുന്നത്." റഷ്യക്കാരൻ പറഞ്ഞു. "നിശ്ചയമായും അയാൾക്ക് താനൊരു മഹാപ്രതാപിയാണെന്ന തോന്നലുണ്ടാക്കുന്ന രോഗം ഉണ്ട്. അത് മതപരമായ ഭ്രാന്തിന്റെ ഒരു രൂപം ആണ്. അയാൾ താൻ മനുഷ്യന്റെ രക്ഷകനാണെന്ന് വിചാരിക്കുന്നു. വായന തുടരട്ടെ."

"തീർച്ചയായും" ഹല്ലിഡെ ഈണത്തിൽ വായന തുടർന്നു. "തീർച്ചയായും നന്മയും അനുകമ്പയും എന്റെ ജീവിതകാലം മുഴുവൻ എന്നെ പിൻതുടർന്നിട്ടുണ്ട് "അയാൾ വായന നിർത്തി കുലുങ്ങിച്ചിരിച്ചു. പിന്നീട്

വീണ്ടും ഒരു പുരോഹിതനെപ്പോലെ അയാൾ ഈണത്തിൽ വായന ആരംഭിച്ചു. "നമ്മളിലുള്ള ഈ മോഹത്തിന് നിശ്ചയമായും ഒരു അവസാനം ഉണ്ട്. വേർപിരിയലിനുള്ള ഒരു അഭിനിവേശത്തിനും നമ്മൾ സ്വയം ഓരോരോ ഭാഗങ്ങളായി ചുരുങ്ങുന്നതിനും നശിപ്പിക്കുന്നതിനു മാത്രം സൗഹൃദത്തോടെ പ്രതികരിക്കുന്നതിനും ലൈംഗികതയെ തരംതാഴ്ത്തലിനുള്ള ഒരു വലിയ പ്രതിനിധിയായി ഉപയോഗിക്കുന്നതിനും പുരുഷത്വത്തിന്റെയും സ്ത്രൈണതയുടെയും അങ്ങേയറ്റം സങ്കീർണ്ണമായ ഏകത്വത്തിൽ നിന്ന് അവയെ രണ്ട് വലിയ ഘടകങ്ങളായി ചുരുക്കുന്നതിനും നമ്മുടെ അനുഭൂതികൾക്കുവേണ്ടി പ്രാകൃതാവസ്ഥയിലേക്ക് തിരിച്ചുപോകുന്നതിനും, അനന്തവും ബുദ്ധിശൂന്യവുമായ ഏതോ കറുത്ത പരമമായ അനുഭൂതിയിൽ നമ്മൾ സ്വയം നഷ്ടപ്പെടാനുള്ള ആഗ്രഹത്തിനും പൂർണ്ണമായും കരിഞ്ഞുപോകുമെന്നുള്ള പ്രതീക്ഷയുടെ ഉത്സാഹത്തിൽ നാശത്തിന്റെ തീകുണ്ഡത്തിൽ മാത്രം കത്തിയെരിയുന്നതിനും എല്ലാംതന്നെ നിശ്ചയമായും ഒരു അവസാനം ഉണ്ട്."

"എനിക്ക് പോകണം." ഗുഡ്റൺ പരിചാരകനോട് ആംഗ്യം കാണിക്കുന്നതിനിടയിൽ ജറാൾഡിനോട് പറഞ്ഞു. അവളുടെ കണ്ണുകൾ ജ്വലിക്കുന്നുണ്ടായിരുന്നു. അവളുടെ കവിളുകൾ ചുവന്നുതുടുത്തിരുന്നു. പുരോഹിതന്റെ വായനപോലെ വ്യക്തതയോടെ ഉറക്കെ വായിച്ചുകേട്ട ബിർക്കിന്റെ എഴുത്ത് ഭ്രാന്ത് പിടിച്ചമട്ടിൽ അവളുടെ തലയിലേക്ക് രക്തം ഇരച്ചു കയറാൻ ഇടയാക്കി.

ജറാൾഡ് പരിചാരകനെ ബില്ലിന്റെ പണം ഏല്പിക്കുന്നതിനിടയിൽ അവൾ എഴുന്നേറ്റ് ഹല്ലിഡെയുടെ മേശയുടെ അടുത്തേക്ക് നടന്നു.

"ക്ഷമിക്കണം" അവൾ പറഞ്ഞു. "നിങ്ങൾ വായിച്ചുകൊണ്ടിരുന്നത് ഒരു യഥാർത്ഥ എഴുത്തായിരുന്നോ?"

"നിശ്ചയമായും" ഹല്ലിഡെ പറഞ്ഞു.

"എനിക്ക് അതൊന്ന് കാണാമോ?"

മോഹനിദ്രയിൽ പെട്ടുപോയതുപോലെ അയാൾ ഒരു വിഡ്ഢിച്ചിരിയോടെ എഴുത്ത് അവളുടെ കൈയിൽ ഏല്പിച്ചു.

"നന്ദി" അവൾ പറഞ്ഞു.,

ഭക്ഷണശാലയിലെ മേശകൾക്കിടയിലൂടെ അവൾ സാവധാനം തിരിഞ്ഞുനടന്നു. പുറത്തുപോയി. അത് എന്താണ് സംഭവിക്കുന്നതെന്ന് ആർക്കെങ്കിലും തിരിച്ചറിയാൻ കഴിയുന്നതിന് മുമ്പുള്ള ചില നിമിഷങ്ങൾ ആയിരുന്നു.

ഹല്ലിഡെയുടെ മേശയിൽനിന്നും അവ്യക്തമായ നിലവിളികൾ ഉയർന്നു. പിന്നീട് ആരോ കൂവി. പിന്നീട് പുറത്തുപോകുന്ന ഗുഡ്റണിന്റെ രൂപത്തിനു പിന്നാലെ ദൂരെയുള്ള ആ മൂലയിൽ നിന്നും കൂവലുകൾ വന്നു. അവൾ കറുപ്പും പച്ചയും കലർന്ന പരിഷ്കൃതവേഷത്തിലായിരുന്നു. അവളുടെ തൊപ്പിക്ക് തിളങ്ങുന്ന പച്ചനിറം ആയിരുന്നു. അവളുടെ ഷൂസും സ്റ്റോക്കിങ്സും നരച്ച വെള്ളിനിറത്തിലുള്ളതായിരുന്നു. അവൾ

വളരെ സാവധാനം വാതിലിനടുത്തേക്ക് താല്പര്യക്കുറവോടെ നടന്നു. വാതിലിൽ കാവൽ നില്ക്കുന്ന മനുഷ്യൻ അവൾക്കുവേണ്ടി ബഹുമാനത്തോടെ വാതിൽ തുറന്നു. അവളുടെ ആജ്ഞ അനുസരിച്ചുകൊണ്ട് നടപ്പാതയിലേക്ക് ഇറങ്ങിച്ചെന്ന് ടാക്സിക്കാറിനു വേണ്ടി അയാൾ വിസിൽ അടിച്ചു. ഉടൻതന്നെ ഒരു കാറിന്റെ രണ്ട് വിളക്കുകൾ രണ്ട് കണ്ണുകൾ പോലെ അവളുടെ അടുത്തേക്ക് തിരിഞ്ഞു വന്നു.

ജറാൾഡ് അത്ഭുതത്തോടെ അവളുടെ മോശം പെരുമാറ്റം എന്താണെന്നറിയാതെ കൂക്കിവിളികളുടെ മദ്ധ്യത്തിലൂടെ അവളെ പിൻതുടരുന്നുണ്ടായിരുന്നു. അതിനിടയിൽ ഡാറിങ്ടൺ വിളിച്ചുപറയുന്നത് അയാൾകേട്ടു.

"അവളുടെ കൈയിൽനിന്ന് അത് തിരിച്ചുമേടിക്കൂ. ഇത്തരം ഒരു കാര്യം ഞാൻ ഇതുവരെ കേട്ടിട്ടുപോലും ഇല്ല. ജറാൾഡ് ക്രിച്ചിനോട് പോയി പറയൂ. അയാൾ അതാ പോകുന്നു. അത് തിരിച്ചുമേടിച്ചു തരാൻ അയാളോടു പോയി പറയൂ."

ഗുഡ്റൺ കാവൽക്കാരൻ അവൾക്കുവേണ്ടി തുറന്ന് പിടിച്ചുകൊണ്ട് നിന്ന ടാക്സിക്കാറിൽ വാതിലിനടുത്തായി നിന്നു.

"ഹോട്ടലിലേക്കാണോ?" വെപ്രാളത്തോടെ ജറാൾഡ് പുറത്തേക്ക് വന്നപ്പോൾ അവൾ ചോദിച്ചു.

"നിങ്ങളുടെ ഇഷ്ടം പോലെ" അയാൾ മറുപടി പറഞ്ഞു.

"ശരി" അവൾ പറഞ്ഞു. പിന്നീട് അവൾ ഡ്രൈവറെ നോക്കി. "വാഗ്സ്റ്റാഫ്സ് ബർടൺ സ്ട്രീറ്റ്."

ഡ്രൈവർ തലകുനിച്ചു.

ഗുഡ്റൺ ആത്മാവിൽ വെറുപ്പും നന്നായി വസ്ത്രധാരണംചെയ്ത ഒരു സ്ത്രീയുടെ കരുതിക്കൂട്ടിയുള്ള നിർവ്വികാരചലനങ്ങളോടെ ടാക്സിയിൽ കയറി. ക്ഷീണിച്ച വികാരങ്ങൾകൊണ്ട് അവൾ മരവിച്ചുപോയിരുന്നു. ജറാൾഡ് അവളുടെ പിന്നാലെ ടാക്സിയിൽ കയറി.

"നിങ്ങൾ ആ മനുഷ്യന്റെ കാര്യം മറന്നുപോയി." അവൾ ചെറുതായി തലചരിച്ചുകൊണ്ട് പറഞ്ഞു. ജറാൾഡ് കാവൽക്കാരന് ഒരു ഷില്ലിങ്ങിന്റെ നാണയം കൊടുത്തു. ആ മനുഷ്യൻ ജറാൾഡിനെ വണങ്ങി. അവർ നീങ്ങിത്തുടങ്ങിയിരുന്നു.

"എന്തിനെപ്പറ്റിയായിരുന്നു അവിടെ വഴക്ക് നടന്നത്?" അത്ഭുതപ്പെട്ടുകൊണ്ട് ജറാൾഡ് ചോദിച്ചു.

"ബിർക്കിന്റെ എഴുത്ത് മേടിച്ചുകൊണ്ട് ഞാൻ പുറത്തുപോന്നു." അവൾ പറഞ്ഞു. അവൾ കയ്യിൽ ഒരു കടലാസ് ചുരുക്കിപ്പിടിച്ചിരിക്കുന്നത് അയാൾ കണ്ടു.

അയാളുടെ കണ്ണുകൾ സംതൃപ്തിയോടെ തിളങ്ങി.

"ങ്ഹാ!" അയാൾ പറഞ്ഞു. "വളരെ നന്നായി! ഒരു കൂട്ടം മന്ദബുദ്ധികൾ!"

"ഞാൻ അവരെ കൊല്ലുമായിരുന്നു!" അവൾ വിളിച്ചുകൂവി.

“നായ്ക്കൾ! അവർ നായ്ക്കളാണ്! റൂപർട്ട് ഇത്തരം എഴുത്തുകൾ അവർക്ക് എഴുതുന്ന തരത്തിൽ ഒരു വിഡ്ഢിയാകുന്നത് എന്തുകൊണ്ടാണ്? ഇത്തരം ചവറ് മനുഷ്യരോട് അയാൾ എന്തിനാണ് സ്വയം വെളിപ്പെടുത്തുന്നത്? ഇത് സഹിക്കാൻ പറ്റാത്ത കാര്യമാണ്.”

അവളുടെ അസാധാരണമായ വികാരവിക്ഷോഭത്തിൽ ജറാൾഡ് അത്ഭുതപ്പെട്ടു.

അവൾക്ക് കൂടുതൽ സമയം ലണ്ടനിൽ വിശ്രമിക്കാൻ കഴിയാതായിരിക്കുന്നു. ചാറിങ്ക്രോസിൽ നിന്നും രാവിലെ ഉള്ള ട്രെയിനിൽ നിശ്ചയമായും അവർക്ക് പോയേ പറ്റൂ. പാലത്തിലൂടെ ഓടുന്ന ട്രെയിനിൽ ഇരിക്കുമ്പോൾ വലിയ ഇരുമ്പ് ചട്ടക്കൂടിലൂടെ മഹാനദി ഇടവിട്ടിടവിട്ട് കാഴ്ചയിൽ വന്നപ്പോൾ അവൾ വിളിച്ചുപറഞ്ഞു.

“ഈ ചീത്തനഗരം ഒരിക്കൽക്കൂടി കാണാൻ എനിക്ക് കഴിയില്ല. ഒരിക്കൽക്കൂടി ഇവിടെ തിരിച്ചുവരുന്നത് എനിക്ക് സഹിക്കാൻ കഴിയില്ല.”

29

യൂറോപ്പിന്റെ കരഭൂമി

ദൂരെ പോകുന്നതിന് മുമ്പുള്ള ആഴ്ചകളിൽ ഉർസുല സത്യമല്ലാത്ത ഒരു അനിശ്ചിതാവസ്ഥയിലൂടെ കടന്നുപോകുകയായിരുന്നു. അവൾ അവളായിരുന്നില്ല— അവൾ ഒന്നും ആയിരുന്നില്ല. അവൾ പെട്ടെന്ന് — പെട്ടെന്ന് വളരെ പെട്ടെന്ന് മറ്റെന്തോ ആയി മാറും. അവൾ ആയിത്തീരാൻ പോകുന്ന ആ മറ്റെന്തോ ആയിരുന്നു.

അവൾ അവളുടെ അച്ഛനമ്മമാരെ കാണാൻ പോയിരുന്നു. അത് വിറങ്ങലിപ്പിക്കുന്ന ദാരുണമായ ഒരു കൂടിക്കാഴ്ച ആയിരുന്നു. അതിന് പുനഃസമാഗമത്തേക്കാൾ സാമ്യം വേർപിരിയലിന്റെ ഒരു തെളിവെടുപ്പിനോടായിരുന്നു. അവരെ അകറ്റിയ വിധിയിൽ അവർ ഉറച്ചുപോയിരുന്നു. പക്ഷേ, അവർ എല്ലാവരുംതന്നെ അന്യോന്യം അവ്യക്തതയിലായിരുന്നു.

ഡോവറിൽനിന്നും ഓസ്റ്റിൻഡിലേക്കുള്ള കപ്പലിൽ എത്തിച്ചേരുന്നതുവരെ അവൾ സത്യത്തിൽ അവളിലേക്ക് തിരിച്ചുവന്നിരുന്നില്ല. അവൾ ബിർക്കിന്റെ കൂടെ ലണ്ടൻവരെ വന്നത് യാതൊരു ഉത്സാഹവും ഇല്ലാതെ ആയിരുന്ന ലണ്ടനും ഡോവറിലേക്കുള്ള ട്രെയിൻ യാത്രയ്ക്കും വ്യക്തത ഉണ്ടായിരുന്നില്ല. അതെല്ലാം തന്നെ ഒരു ഉറക്കം പോലെ ആയിരുന്നു.

ഒടുവിൽ ഇപ്പോൾ കടലിന്റെ ചലനങ്ങൾ അറിഞ്ഞുകൊണ്ട് കാറ്റു വീശുന്ന രാത്രിയുടെ കൂരിരുട്ടിൽ, ഇംഗ്ലണ്ടിന്റെ കടൽത്തീരത്ത് മിന്നിത്തിളങ്ങുന്നു. ചെറിയ വിളക്കുകൾ അഗാധമായ ഇരുട്ടിൽ മങ്ങിമങ്ങി അണയുന്നതും നോക്കി കപ്പലിന്റെ അമരത്ത് നില്ക്കുമ്പോൾ, ബോധം കെട്ടുള്ള ഉറക്കത്തിൽ നിന്നും ഉണർന്നു വരാൻവേണ്ടി സ്വന്തം ആത്മാവ് ബുദ്ധിമുട്ടുന്നതായി അവൾക്ക് തോന്നി.

“നമുക്ക് മുന്നോട്ട് പോകരുതോ?” ബിർക്കിൻ ചോദിച്ചു. അയാൾ കപ്പലിന്റെ അഗ്രത്തിലേക്ക് പോകാൻ ആഗ്രഹിച്ചു. അതുകൊണ്ട് എവിടെ നിന്നോ മിന്നിത്തിളങ്ങുന്ന മങ്ങിയ വെളിച്ചങ്ങൾ വേണ്ടെന്നുവെച്ച് അവർ

തൊട്ടുമുന്നിലുണ്ടായിരുന്ന കൂരിരുട്ടിലേക്ക് മുഖം തിരിച്ചു.

അവർ സാവധാനം മുന്നോട്ടു നീങ്ങിക്കൊണ്ടിരുന്ന കപ്പലിന്റെ അണിയത്തേക്ക് പോയി. ബിർക്കിൻ ഒരു വലിയ വടം ചുറ്റിവെച്ചിരുന്ന പൂർണ്ണമായും മേൽക്കൂര ഉള്ള ഒരു മൂല കണ്ടു. അവർ പരസ്പരം കെട്ടിപ്പിടിച്ചുകൊണ്ട് അവിടെ ഇരുന്നു. അവർ പരസ്പരം പടർന്നു കയറുകയാണെന്നു തോന്നുന്നതുവരെ അവർ കൂടുതൽ കൂടുതൽ അടുത്തേക്ക് നുഴഞ്ഞുകയറി. ഭയങ്കര തണുപ്പായിരുന്നു. ഇരുട്ടിന് കൂടുതൽ കാഠിന്യം ഉണ്ടായിരുന്നു.

ഇരുട്ടോളം ഇരുണ്ട ഒരു കപ്പൽ ജോലിക്കാരൻ കപ്പലിന്റെ മേൽത്തട്ടിലൂടെ നടന്നുവന്നു. സത്യത്തിൽ അയാളെ കാണാൻ കഴിഞ്ഞിരുന്നില്ല. അപ്പോൾ അവർ അയാളുടെ മുഖത്തിന്റെ ഏറ്റവും അവ്യക്തമായ രൂപം സങ്കല്പിച്ചു. അവരുടെ സാന്നിദ്ധ്യം അയാൾക്ക് മനസ്സിലായി. അയാൾ സംശയത്തോടെ നടത്തം നിർത്തി മുന്നോട്ടു കുനിഞ്ഞുനോക്കി. അയാളുടെ മുഖം അവരുടെ അടുത്തെത്തിയപ്പോൾ അവരുടെ മുഖത്തിന്റെ അവ്യക്തമായ ഛായ അയാൾ കണ്ടു. അപ്പോൾ പ്രേതത്തെ കണ്ടതുപോലെ അയാൾ പിന്നോട്ട് മാറി. അവർ ശബ്ദമുണ്ടാക്കാതെ അയാളെ ശ്രദ്ധിച്ചു. പിന്നീട് അയാൾ ഒരു പ്രതിബിംബംപോലെ പിൻവാങ്ങി.

അവർ അഗാധമായ ഇരുട്ടിൽ അകപ്പെട്ടിരിക്കുകയാണെന്ന് തോന്നി. അവിടെ ആകാശമോ ഭൂമിയോ ഉണ്ടായിരുന്നില്ല. അവിടെ തകർക്കാൻ പറ്റാത്ത ഇരുട്ട് മാത്രമാണ് ഉണ്ടായിരുന്നത്. ആ ഇരുട്ടിന്റെ ആഴം അളക്കാൻ പറ്റാത്ത ഇരുണ്ട ശൂന്യതയിലേക്ക് അവർ വീഴുകയാണെന്ന് തോന്നി.

അവർ എവിടെ ആയിരുന്നെന്നും അവർ മറന്നുപോയി. നടക്കുന്നതും നടന്നുകഴിഞ്ഞതും അവർ മറന്നുപോയി. തിരമാല പിളർന്നു മാറുന്നതിന്റെ അവ്യക്തമായ ശബ്ദത്തോടെ കടലിന്റെ അണിയം ഓളങ്ങൾ സൃഷ്ടിച്ചുകൊണ്ട് പൂർണ്ണതയിലെത്തിയ രാത്രിയിലേക്ക് പിളർന്നു കയറി.

വരുംകാലത്തെ അറിയപ്പെടാത്ത ലോകത്തെ പറ്റിയുള്ള ബോധം ഉർസുലയുടെ എല്ലാ ചിന്തകളെയും പരാജയപ്പെടുത്തി. അഗാധമായ ഇരുട്ടിൽ അറിയപ്പെടാത്ത സ്വർഗ്ഗം അവളുടെ ഹൃദയത്തിൽ തിളങ്ങുന്നതായി തോന്നി. അത്ഭുതകരമായ വെളിച്ചം കൊണ്ട് അവളുടെ ഹൃദയംനിറഞ്ഞിരുന്നു.

അവസാനം ഇപ്പോൾ കാറ്റുവീശുന്ന ഇരുണ്ട രാത്രിയിൽ കടലിന്റെ ചലനങ്ങൾ അറിഞ്ഞുകൊണ്ട് ഇംഗ്ലണ്ടിന്റെ കടൽത്തീരത്ത് മിന്നിത്തിളങ്ങുന്ന ചെറിയ വിളക്കുകൾ അഗാധമായ ഇരുട്ടിൽ മങ്ങി മങ്ങി അണഞ്ഞുപോകുന്നതും നോക്കി കപ്പലിന്റെ അമരത്ത് നില്ക്കുമ്പോൾ, ബോധം കെട്ടുള്ള ഉറക്കത്തിൽ നിന്നും ഉണർന്നുവരാൻ വേണ്ടി അവളുടെ ആത്മാവ് ലഹള കൂട്ടുന്നതായി അവൾക്ക് തോന്നിയിരുന്നു.

അഗാധമായ ഇരുട്ടിനു നടുക്ക് അവളുടെ ഹൃദയത്തിനുള്ളിലായി

അറിയപ്പെടാത്ത ഒരു സ്വർഗ്ഗം തിളങ്ങുന്നുണ്ടെന്ന് അവൾക്ക് തോന്നി. ആ വെളിച്ചത്തിന് ഇരുട്ടിന്റെ തേൻതുള്ളിപോലെ സ്വർണ്ണനിറം ഉണ്ടായിരുന്നു. പകലിന്റെ ഇളം ചൂടുപോലെ മധുരം ഉണ്ടായിരുന്നു. അത് ഇതുവരെ ലോകത്ത് ചൊരിയപ്പെട്ടിട്ടില്ലാത്ത ഒരു വെളിച്ചം ആയിരുന്നു. അത് അവൾ ചെന്നു ചേരാൻ പോകുന്ന അപരിചിതമായ സ്വർഗ്ഗത്തിൽ മാത്രമുള്ള ഒരു വെളിച്ചം ആയിരുന്നു. അല്പംപോലും തിരിച്ചറിഞ്ഞിട്ടില്ലാത്ത ഒരു ജീവിതത്തിന്റെ ആഹ്ലാദം. ഈ ആഹ്ലാദത്തിനിടയിൽ അവൾ പെട്ടെന്ന് അയാളുടെ നേർക്ക് മുഖം ഉയർത്തി അയാൾ ചുണ്ടുകൊണ്ട് അവളുടെ മുഖത്ത് തൊട്ടു.

പക്ഷേ, അവൾ തിരിച്ചറിഞ്ഞ മുന്നറിവുകളിലെ ആഹ്ലാദത്തിന്റെ നിർവൃതി അയാൾക്ക് പരിചിതമല്ല. അവളുടെ രൂപാന്തരത്തിന്റെ അത്ഭുതം അയാളെ സംബന്ധിച്ചിടത്തോളം തടുത്തുനിർത്താൻ കഴിയാത്തതായിരുന്നു. ലോകങ്ങൾക്കിടയിലുള്ള പിളർപ്പിലൂടെ തുളച്ചിറങ്ങുന്ന ഉൽക്കയെപോലെ അനന്തമായി ഇരുട്ടിന്റെ പാതാളത്തിലേക്ക് അയാൾ വീഴുകയായിരുന്നു. ലോകം രണ്ടായി പിളർന്നുണ്ടായ അവർണ്ണനീയമായ വിള്ളലിലൂടെ വെളിച്ചമില്ലാത്ത ഒരു നക്ഷത്രംപോലെ അയാൾ വീണുകൊണ്ടിരിക്കുകയായിരുന്നു. അതിനപ്പുറമുള്ളതൊന്നും ഈ സമയം വരെ അയാൾക്ക് സ്വന്തമായിട്ടില്ല. അയാളുടെ ഈ സഞ്ചാരപഥം അയാളെ കീഴടക്കിയിരിക്കുന്നു.

ഉർസുലയെ ചുറ്റിവരിഞ്ഞുകൊണ്ട് അയാൾ ഒരു മയക്കത്തിലായിരുന്നു. അയാളുടെ മുഖം അവളുടെ നേർത്ത മുടിയിഴകളിൽ അമർന്നിരുന്നു. ഇരുണ്ടരാത്രിക്കും കടലിനും ഒപ്പം അവയുടെ സുഗന്ധം അയാൾ ശ്വസിച്ചു. അയാളുടെ ആത്മാവിന് സ്വാസ്ഥ്യത ലഭിച്ചു. ജീവിതത്തിന്റെ ഈ അന്തിമമായ സംക്രമണത്തിൽ അയാളുടെ ഹൃദയത്തിലേക്ക് സമ്പൂർണ്ണമായ സമാധാനം കടന്നുവന്നത് ഇപ്പോൾ ആദ്യമായിട്ടായിരുന്നു.

മേൽത്തട്ടിന് ഒരു ഇളക്കം തോന്നിയപ്പോൾ അവർ ഉണർന്നു. അവർ എഴുന്നേറ്റ് നിന്നു. രാത്രി അവരെ എന്തുമാത്രം വിറങ്ങലിപ്പിച്ചിരിക്കുന്നു! എന്നിട്ടും അവളുടെ ഹൃദയത്തിലെ സ്വർഗ്ഗീയമായ ജ്വാലയും അയാളുടെ ഹൃദയത്തിലെ ഇരുട്ടിന്റെ അവാച്യമായ സമാധാനവും പരിപൂർണ്ണമായിരുന്നു.

അവർ എഴുന്നേറ്റുനിന്നു നോക്കി. ഇരുട്ടിന്റെ ആഴങ്ങളിൽ മങ്ങിയ വെളിച്ചങ്ങൾ കാണാനുണ്ടായിരുന്നു. വീണ്ടും ഈ ലോകം ജനിച്ചിരിക്കുന്നു. ഇത് അവളുടെ ഹൃദയത്തിന്റെ നിർവൃതിയോ അയാളുടെ ഹൃദയത്തിന്റെ സമാധാനമോ അല്ല. ഇത് സത്യാവസ്ഥയുടെ അന്തസ്സാരശൂന്യമായ കപടലോകം ആയിരുന്നു. എങ്കിലും പരിപൂർണ്ണമായും പഴയ ലോകം ആയിരുന്നില്ല. കാരണം അവരുടെ ഹൃദയങ്ങളിലെ സമാധാനവും നിർവൃതിയും നശിക്കാതെ നിലനില്ക്കുന്നുണ്ടായിരുന്നു.

പാതാളത്തിലെ നദിയിൽ നിന്നും അധോലോകത്തിലേക്ക് കപ്പലിറങ്ങുന്നതുപോലെയുള്ള രാത്രിയിലെ കരപിടിക്കലായിരുന്നു ഏറ്റവും വിചി

ത്രമായ കാര്യം. 'ഓസ്റ്റൻസ്' എന്ന നിഗൂഢമായ വിളറിയ അക്ഷരങ്ങൾ ഉർസുലയുടെ കാഴ്ചയിൽ പെട്ടു. ചെറുപ്രാണികളുടെ ഏകാഗ്രതയോടെ ഇരുണ്ട അന്തരീക്ഷത്തിൽ എല്ലാവരും തിരക്കുകൂട്ടിക്കൊണ്ടിരുന്നു. ചുമട്ടുകാർ ഭാരമുള്ള പെട്ടികളുംകൊണ്ട് കുതിക്കുന്നതിനിടയിൽ ഇംഗ്ലീഷിലും മറ്റുഭാഷകളിലും വിളിച്ചുകൂവിക്കൊണ്ടിരുന്നു. അവരുടെനിറം മങ്ങിയ വേഷങ്ങളിൽ അവർ കാഴ്ചയിൽനിന്ന് മറയുമ്പോൾ അവർ പ്രേതങ്ങളെപ്പോലെ ഉണ്ടായിരുന്നു. നാകതകിടുകൾ പൊതിഞ്ഞ ഒരു വേലിക്കുള്ളിലെ നൂറുകണക്കിന് മനുഷ്യരൂപങ്ങളുടെ നീണ്ടനിരയിൽ ഉർസുല കാത്തുനിന്നു. താഴെ മുഴുവൻ തുറന്നുവെച്ച ബാഗുകളുടെ നിര നീണ്ടുകിടന്നിരുന്നു. വേലിയുടെ മറുവശത്ത് കൂർത്ത തൊപ്പി വെച്ച മേൽമീശയുള്ള ഉദ്യോഗസ്ഥൻ ബാഗിനുള്ളിലെ അടിവസ്ത്രങ്ങൾ മറിച്ചിട്ടതിനു ശേഷം ബാഗിൽ ചോക്കുകൊണ്ട് അടയാളങ്ങൾ കുത്തി വരച്ചുകൊണ്ടിരുന്നു.

അത് അവസാനിച്ചു. ബിർക്കിൻ 'ഹാൻഡ്ബാഗുകൾ' തട്ടിപ്പറിച്ചു. കൊണ്ട് മുമ്പിൽ നടന്നു. ചുമട്ടുകാരൻ പിന്നിൽ വന്നു. അവർ ഒരു വലിയ വളച്ചുവാതിലിലൂടെ കടന്നുപോയി. വീണ്ടും തുറസ്സായ രാത്രിയിലേ ഹാ! ഒരു റെയിൽവേ പ്ലാറ്റ്ഫോം! ഇരുണ്ട അന്തരീക്ഷത്തിൽ മനുഷ്യത്വമില്ലാത്ത പ്രക്ഷോഭണങ്ങൾ ഉണ്ടാക്കിക്കൊണ്ട് അപ്പോഴും ശബ്ദങ്ങൾ വിളിച്ചു കൂവുന്നുണ്ടായിരുന്നു. തീവണ്ടിക്കിടയിലെ ഇരുട്ടിലൂടെ പ്രേതരൂപങ്ങൾ പാഞ്ഞുകൊണ്ടിരുന്നു.

"കൊൻ–ബർലിൻ" ട്രെയിനിന്റെ ഒരുവശത്ത് ഉയരത്തിൽ തൂങ്ങിക്കിടന്ന അക്ഷരങ്ങൾ ഉർസുല വായിച്ചെടുത്തു.

"നമ്മൾ ഇവിടെവരെ എത്തിക്കഴിഞ്ഞു." ബിർക്കിൻ പറഞ്ഞു. ഒരു വശത്ത് സ്ഥലപ്പേരുകൾ അവൾ കണ്ടു."എൽസാസ് –ലോത്റിൻജൻ–ലക്സംബർഗ് മെറ്റ്സ്–"

ചുമട്ടുകാരൻ എത്തിച്ചേർന്നു. അയാൾ ട്രെയിനിനുള്ളിലേക്ക് പ്രയാസപ്പെട്ട് കയറി. അവർ അയാളെ പിൻതുടർന്നു. ചില ഭാഗങ്ങളിൽ ആളുകൾ ഉണ്ടായിരുന്നു. പക്ഷേ, പലതും ഒഴിഞ്ഞുകിടന്നു. സാധനങ്ങൾ അടുക്കിപ്പെറുക്കിവെച്ചു. ചുമട്ടുകാരന് കൂലികൊടുത്തു.

"ട്രെയിൻ പോകാൻ എത്രസമയം ഉണ്ട്." ബിർക്കിൻ വാച്ചിൽ നോക്കിക്കൊണ്ട് ചുമട്ടുകാരനോട് ചോദിച്ചു.

"അരമണിക്കൂർ കഴിയും." നീലവേഷം ധരിച്ച ചുമട്ടുകാരൻ മറുപടി പറഞ്ഞുകൊണ്ട് അപ്രത്യക്ഷപ്പെട്ടു. അയാൾ വിരൂപനും ധിക്കാരിയും ആയിരുന്നു.

"വരൂ." ബിർക്കിൻ പറഞ്ഞു."തണുക്കുന്നു. നമുക്ക് എന്തെങ്കിലും കഴിക്കാം."

പ്ലാറ്റ്ഫോമിൽ ഒരു കുപ്പി വണ്ടി നിന്നിരുന്നു. അവർ ചൂടുള്ള കാപ്പി കുടിച്ചു. ഭക്ഷണം അവർക്ക് കടിച്ചുപറിക്കേണ്ടിവന്നു. അത് ഉർസുലയുടെ താടിയെല്ലുകൾക്ക് സാമാന്യം സ്ഥാനചലനം പോലും സൃഷ്ടിച്ചു. അവർ

ട്രെയിനിന്റെ വശത്തുകൂടി നടന്നു. ഭൂമിക്കടിയിലെന്നപോലെ അവിടം വിചിത്രവും ശൂന്യവും ആയിരുന്നു.

ഒടുവിൽ അവർ രാത്രിയിലൂടെ മുന്നോട്ടുപോകാൻ തുടങ്ങിയിരുന്നു. ഇരുട്ടിൽ നിരപ്പായ നനഞ്ഞ പാടങ്ങൾ ഉർസുല തിരിച്ചറിഞ്ഞു. അവൾ അത്ഭുതത്തോടെ പെട്ടെന്ന് നിവർന്നിരുന്നു ബ്രൂഗസ്! പിന്നീട് ഇരുട്ടിൽ ഉറങ്ങുന്ന കൃഷിയിടങ്ങളും മെലിഞ്ഞ പോപ്ലാർ മരങ്ങളും ആളൊഴിഞ്ഞ ജനപഥങ്ങളും ഇരുട്ടിലൂടെ അവർ കണ്ടുകൊണ്ടിരുന്നു. ഉർസുല ബിർക്കിന്റെ കൈപിടിച്ചുകൊണ്ട് വിസ്മയത്തോടെ ഇരുന്നു. ഒരു പുരാവസ്തുപോലെ അനക്കമില്ലാതെ ഇരുന്നിരുന്ന അയാൾ ചിലപ്പോൾ ജനാലയിലൂടെ പുറത്തേക്ക് നോക്കി. ചിലപ്പോൾ അയാൾ കണ്ണടച്ച് വെറുതെ ഇരുന്നു. പിന്നീട് അയാൾ പുറത്തെ ഇരുട്ടുപോലെ ഇരുണ്ട കണ്ണുകൾ വീണ്ടും തുറന്നു.

ഇരുട്ടിൽ ഏതാനും വിളക്കുകൾ മിന്നിമറഞ്ഞു. ഗെന്റ് റെയിൽവേ സ്റ്റേഷൻ പുറത്തു പ്ലാറ്റ്ഫോമിൽ ധാരാളം ഇരുണ്ടരൂപങ്ങൾ ചലിച്ചുകൊണ്ടിരിക്കുന്നു. പിന്നീട് മണിമുഴക്കം. അതിനുശേഷം വേർതിരിവില്ലാത്ത ഇരുട്ടിലൂടെയുള്ള ചലനം. റെയിൽപാളത്തിനടുത്തുള്ള വിളനിലത്തിൽ നിന്നും ഒരുറാന്തലുമായി പുറത്തുവന്ന് കളപ്പുരയിലേക്ക് നടക്കുന്ന ഒരു മനുഷ്യനെ ഉർസുലകണ്ടു. അവൾ കൊസത്തെയിലെ പഴയ കാർഷിക ജീവിതത്തെപ്പറ്റി ഓർത്തു. അവൾ ചതുപ്പുനിലങ്ങളെപ്പറ്റി ആലോചിച്ചു. എന്റെ ദൈവമേ! അവൾ കുട്ടിക്കാലത്തുനിന്നും എന്തുമാത്രം ദൂരത്തേക്ക് തൂക്കി എറിയപ്പെട്ടുകഴിഞ്ഞിരിക്കുന്നു! ഇനിയും എന്തുമാത്രം ദൂരത്തേക്ക് കൂടി അവൾക്ക് പോകേണ്ടിവരും! ഒരാളുടെ ജീവിതകാലത്ത് അയാൾ യുഗങ്ങളോളം സഞ്ചരിക്കുന്നു! കൊസത്തെയിലെ കുട്ടിക്കാലത്തിന്റെ ഓർമ്മകളിൽ അവിടത്തെ ചതുപ്പുനിലങ്ങൾ അവൾ കണ്ടു. പഞ്ചസാര വിതറിയിട്ട വെണ്ണപുരട്ടിയ റൊട്ടി സ്ഥിരമായി അവൾക്ക് കൊടുത്തിരുന്ന ടില്ലി എന്ന ജോലിക്കാരിയെ അവൾ ഓർത്തു. പഴയ സ്വീകരണമുറിയിലുണ്ടായിരുന്ന ചുവന്ന റോസാപ്പൂക്കളുടെ കൂടയുടെ ചിത്രം വരച്ചിരുന്ന പഴയ ക്ലോക്ക് അവളുടെ ഓർമ്മയിൽ വന്നു. എന്നിട്ട് ഇപ്പോൾ അപരിചിതനായ ബിർക്കിനോടൊപ്പം യാത്ര ചെയ്യുന്നത് അവൾക്ക് മഹത്തായ കാര്യം ആകുന്നു. കൊസെത്തയിലെ പള്ളിമുറ്റത്ത് കളിച്ചുകൊണ്ടിരുന്ന ചെറിയ കുട്ടി സത്യത്തിൽ അവൾ ആയിരുന്നില്ല. ആ കുട്ടി ചരിത്രത്തിന്റെ ഒരു ചെറിയ അടിമയാണ്. അവൾ കുട്ടിയായിരുന്നപ്പോൾ ഉണ്ടായിരുന്ന വ്യക്തിത്വം ഇപ്പോൾ അവൾക്ക് ഇല്ലെന്നു തോന്നി.

അവർ ബ്രസ്സൽസിൽ എത്തിയിരുന്നു. പ്രഭാതഭക്ഷണത്തിന് അരമണിക്കൂർ കിട്ടും. അവർ താഴെ ഇറങ്ങി. സ്റ്റേഷനിലെ വലിയ ക്ലോക്കിൽ ആറുമണി ആയിരുന്നു. അവർ ഒഴിഞ്ഞ വിശാലമായ ഭക്ഷണശാലയിലിരുന്ന് പ്രാതൽകഴിച്ചു. വിശാലമായ ഭക്ഷണശാല അഴുക്ക് പിടിച്ച് മുഷിഞ്ഞിരുന്നു. പക്ഷേ, ചൂടുവെള്ളത്തിൽ അവൾ കൈയും മുഖവും കഴുകി. മുടിചീകിവെച്ചു. അത് ഒരു അനുഗ്രഹം ആയിരുന്നു.

അല്പനേരം കഴിഞ്ഞപ്പോൾ അവർ വീണ്ടും ഓടുന്ന ട്രെയിനിൽ ഇരിക്കുകയായിരുന്നു. പുലരിയുടെ മങ്ങിയ വെളിച്ചം ആരംഭിച്ചിരുന്നു. ട്രെയിനിനുള്ളിൽ പലതരം ആളുകൾ ഉണ്ടായിരുന്നു. തവിട്ടുനിറമുള്ള നീണ്ട താടിവെച്ച ബൽഡിയത്തിൽ നിന്നുള്ള തടിച്ച കച്ചവടക്കാർ ഫ്രഞ്ച്ഭാഷയെ വിരൂപമാക്കി വാതോരാതെ സംസാരിച്ചുകൊണ്ടിരുന്നത് തിരിച്ചറിയാൻ ശ്രമിച്ച് അവൾ തളർന്നുപോയി.

ട്രെയിൻ ഇരുട്ടിൽ നിന്നും മങ്ങിയവെളിച്ചത്തിലേക്ക് ഓടിക്കയറി പകലിലേക്ക് ആടിയാടി പോകുകയാണെന്ന് തോന്നി. ഹോ! അത് ഭയങ്കര മടുപ്പായിരുന്നു. മൂടാപ്പിൽ മരങ്ങൾ നിഴലുകൾപോലെ ആയിരുന്നു. പിന്നീട് വളരെ വ്യത്യസ്തതയുള്ള ഒരു വെളുത്തവീട്. അത് എന്തായിരുന്നു? അതിനുശേഷം അവർ ഒരു ഗ്രാമം കണ്ടു — എപ്പോഴും വീടുകൾ അപ്രത്യക്ഷമായിക്കൊണ്ടിരുന്നു.

അത് അവൾ ഇപ്പോഴും സഞ്ചരിച്ചുകൊണ്ടിരിക്കുന്ന തണുത്തുമരവിച്ച വിരസമായ ഒരു പഴയലോകം ആയിരുന്നു. അവിടെ കൃഷിയിടങ്ങളും പുൽത്തകിടികളും മരങ്ങളും കുറ്റിച്ചെടികളും നിറഞ്ഞുനില്ക്കുന്നു. പുതിയ ഭൂമി ഒന്നും കടന്നുവന്നിട്ടില്ല.

അവൾ ബിർക്കിന്റെ മുഖത്തേക്ക് നോക്കി. അയാളുടെ മുഖത്തിന് യാതൊരു വ്യത്യാസവും വന്നില്ല. അവളുടെ വിരിപ്പിനടിയിലൂടെ അവൾ അയാളുടെ വിരലുകൾ കണ്ടെത്തി. അയാളുടെ വിരലുകൾ പ്രതികരിച്ചു. അയാളുടെ കണ്ണുകൾ അയാളുടെ മുഖത്തേക്ക് നോക്കി. അയാളുടെ കണ്ണുകൾക്ക് മറ്റൊരു ലോകത്തിന്റെ രാത്രിയുടേതുപോലുള്ള ഇരുട്ടായിരുന്നു. ഒരു രാത്രി പോലെ ഇരുണ്ട കണ്ണുകൾ! അയാൾക്ക് ആലോകത്തെ വിളിച്ചുണർത്തി നിലനിർത്താൻ കഴിഞ്ഞാൽ അത് അവരുടെ മാത്രം ലോകം ആയിരിക്കും!

ബൽജിയംകാർ ഒഴിഞ്ഞുപോയി ട്രെയിൻ ലക്സംബർഗ്ഗിലൂടെ, അൽസാക്ലൊറെയിനിലൂടെ മെക്സിലൂടെ ഓടിക്കൊണ്ടിരുന്നു. പക്ഷേ, അവൾ അന്ധയായിരുന്നു. അവൾക്ക് കൂടുതലൊന്നുംതന്നെ കാണാൻ കഴിഞ്ഞില്ല. അവളുടെ മനസ്സ് പുറത്തേക്ക് നോക്കിയില്ല.

ഒടുവിൽ അവർ ബേസിലിലെ ഹോട്ടലിൽ എത്തി. അതെല്ലാം സംഭവിക്കുമ്പോൾ അവൾ ഒരു മയക്കത്തിലൂടെ ഒഴുകിക്കൊണ്ടിരിക്കുകയായിരുന്നു. രാവിലെ ട്രെയിൻ തിരിച്ചുപോകുന്നതിനുമുമ്പ് അവർ പുറത്തിറങ്ങി. അവൾ തെരുവും നദിയും കണ്ടു. പാലത്തിനു മുകളിൽ അവൾ നിന്നു. പക്ഷേ, അതെല്ലാം അർത്ഥമില്ലാത്ത കാര്യങ്ങളായിരുന്നു. ചില കടകൾ മാത്രം അവൾ ഓർക്കുന്നുണ്ട്. നിറയെ ചിത്രങ്ങൾ തൂക്കിയിട്ട ഒരെണ്ണം. പക്ഷേ, ഇതൊക്കെ എന്താണ് സൂചിപ്പിക്കുന്നത്? ഒന്നും സൂചിപ്പിക്കുന്നില്ല.

അവർ വീണ്ടും ട്രെയിനിൽ കയറി ഇരിക്കുന്നതുവരെ അവൾക്ക് സ്വസ്ഥത ഉണ്ടായിരുന്നില്ല. പിന്നീട് അവൾക്ക് ആശ്വാസമായി. അവർ മുന്നോട്ട് സഞ്ചരിച്ചുകൊണ്ടിരിക്കുമ്പോൾ അവൾ സംതൃപ്തയായിരുന്നു.

അവർ സൂറിച്ചിൽ വന്നു. പിന്നീട് അധികം താമസിയാതെ ആഴത്തിൽ മഞ്ഞുമൂടിക്കിടന്ന പർവ്വതങ്ങൾക്കിടയിലൂടെ ട്രെയിൻ ഓടി. ഒടുവിൽ അവരുടെ സ്ഥലം അടുത്തുകൊണ്ടിരിക്കുകയായിരുന്നു. ഇപ്പോൾ മറ്റേ ലോകത്ത് എത്തിയിരുന്നു.

വൈകുന്നേരത്ത് ആഴത്തിൽ മഞ്ഞുവീണിരുന്ന ലാൻഡ്സ് ബർഗ് അത്ഭുതകരമായിരുന്നു. അവർ മഞ്ഞിനുമുകളിലൂടെ വലിച്ചുകൊണ്ടുപോകുന്ന വണ്ടിയിൽ കയറി: ട്രെയിനിൽ നല്ല ചൂടായിരുന്നു. സ്വർണ്ണവെളിച്ചം തിളങ്ങുന്ന പൂമുഖമുള്ള ഹോട്ടൽ ഒരു വീടുപോലെ തോന്നി.

വിശാലമായ ഹാളിലേക്ക് കടക്കുമ്പോൾ അവർ ആഹ്ലാദത്തോടെ ചിരിച്ചു. ഹാളിൽ തിരക്കുള്ളതായി തോന്നി.

"ഇംഗ്ലണ്ടിൽ നിന്നുള്ള മിസ്റ്റർ ക്രിച്ചും മിസ്സിസ് ക്രിച്ചും പാരീസ് വഴി ഇവിടെ എത്തിയിട്ടുണ്ടോ?" ബിർക്കിൻ ജർമ്മൻ ഭാഷയിൽ ചോദിച്ചു.

കാവൽക്കാരൻ ഒരു നിമിഷം ആലോചിച്ചതിനുശേഷം മറുപടി പറയാൻ തുടങ്ങുമ്പോൾ ഗുഡ്റൺ അവളുടെ മിനുക്കമുള്ള ഇരുണ്ടരോമക്കുപ്പായം ധരിച്ച് അലസമായി കോണിപ്പടികൾ ഇറങ്ങിവരുന്നത് ഉർസുല കണ്ടു.

"ഗുഡ്റൺ! ഗുഡ്റൺ!" കോണിപ്പടിയിലേക്ക് നോക്കി കൈവീശി അഭിവാദ്യം ചെയ്തുകൊണ്ട് ഉർസുല ഉറക്കെവിളിച്ചു.

ഗുഡ്റൺ അഴികൾക്കു മുകളിലൂടെ എത്തിനോക്കി. അവളുടെ മുഖത്തെ അലസത പെട്ടെന്ന് മാറി. അവളുടെ കണ്ണുകൾ തിളങ്ങി.

"ഉർസുലചേച്ചി!" അവൾ വിളിച്ചുകൂവി. ഉർസുല ഓടിക്കയറിയപ്പോൾ അവൾ താഴോട്ട് ഇറങ്ങിവന്നു. അവർ കോണിപ്പടിയുടെ ഒരുതിരിവിൽ വെച്ച് കണ്ടുമുട്ടി. അവ്യക്തമായ വിശദീകരണങ്ങൾക്കൊപ്പം അവൾ പൊട്ടിച്ചിരിച്ചുകൊണ്ട് പരസ്പരം ചുംബിച്ചു.

"പക്ഷേ!" ഗുഡ്റൺ അമ്പരപ്പോടെ ഉറക്കെ പറഞ്ഞു. "നിങ്ങൾ വരുന്നത് നാളെയായിരിക്കും എന്നാണ് ഞങ്ങൾ വിചാരിച്ചത്! ഞാൻ സ്റ്റേഷനിൽ വരണമെന്ന് വിചാരിച്ചിരിക്കുകയായിരുന്നു."

"അല്ല. ഞങ്ങൾ ഇന്നുതന്നെ എത്തി!" ഉർസുല പറഞ്ഞു. "ഇവിടം കാണാൻ ഭംഗിയുള്ള സ്ഥലം ആണ്."

"മനോഹരമായ സ്ഥലമാണ്." ഗുഡ്റൺ പറഞ്ഞു. "ജറാൾഡ് എന്തോ സാധനം വാങ്ങാൻ ഇപ്പോൾ പുറത്തേക്ക് പോയി. നിങ്ങൾക്ക് നല്ലക്ഷീണം കാണും?"

"ഇല്ല. വലിയ ക്ഷീണം ഇല്ല. പക്ഷേ, എന്നെ കണ്ടാൽ അറപ്പു തോന്നും. ഇല്ലേ."

"ഇല്ല. കുഴപ്പമൊന്നും ഇല്ല. ചേച്ചിയെ കണ്ടാൽ കുളിച്ചിട്ട് വരുകയാണെന്ന് തോന്നും. ആ രോമത്തൊപ്പി എനിക്ക് വളരെ ഇഷ്ടപ്പെട്ടു!" മൃദുലമായ രോമക്കഴുത്തുള്ള വലിയ കോട്ടും രോമത്തൊപ്പിയും അണിഞ്ഞു നില്ക്കുന്ന ഉർസുലയെ അവൾ നോക്കി.

ഉർസുല ഉറക്കെ ചോദിച്ചു. "നിന്നെ കണ്ടാൽ എങ്ങനെയുണ്ടെ

ന്നാണ് നീ വിചാരിക്കുന്നത്!"

ഗുഡ്റണിന് ഒരുഭാവമാറ്റവും വന്നില്ല. അവൾ അത് ശ്രദ്ധിച്ചതായി പോലും തോന്നിയില്ല.

"ചേച്ചിക്ക് ഇത് ഇഷ്ടമായോ?'

"നന്നായിരിക്കുന്നു!" ഉർസുല ഉറക്കെ പറഞ്ഞു. ഒരുപക്ഷേ, അവളുടെ ശബ്ദത്തിൽ പരിഹാസത്തിന്റെ ഒരു സൂചന ഉണ്ടാവാം.

"മുകളിൽ പോകുന്നോ അതോ താഴെ ഇറങ്ങുന്നോ?" ബിർക്കിൻ ചോദിച്ചു. ഗുഡ്റൺ ഉർസുലയുടെ കൈപിടിച്ചുകൊണ്ട് കോണിപ്പടിയുടെ ഒന്നാംനിലയിലേക്കുള്ള തിരിവിൽ വഴിമുടക്കി നിന്നതുകൊണ്ട് താഴത്തെ ഹാളിൽ ഉണ്ടായിരുന്ന വാതിൽ കാവൽക്കാരൻ മുതൽ കറുത്തകോട്ടിട്ട തടിച്ച ജൂതർവരെയുള്ള മൊത്തം ആളുകൾക്കും പരിപൂർണ്ണമായ ഒരു നേരമ്പോക്ക് നല്കിക്കൊണ്ടിരിക്കുകയായിരുന്നു.

രണ്ടുപേരും കൂടി സാവധാനം കോണിപ്പടികൾ കയറി. ബിർക്കിനും കാവൽക്കാരനും അവരെ പിൻതുടർന്നു.

"ഒന്നാം നിലയിലാണോ?" ഗുഡ്റൺ പിന്നോട്ട് തിരിഞ്ഞുകൊണ്ട് ചോദിച്ചു.

"രണ്ടാം നിലയിലാണ് മാഡം- ലിഫ്റ്റിൽ" കാവൽക്കാരൻ മറുപടി പറഞ്ഞു.

അവരെ ലിഫ്റ്റിൽ കയറ്റുന്നതിനുവേണ്ടി കാവൽക്കാരൻ ലിഫ്റ്റിനടുത്തേക്ക് പാഞ്ഞുപോയി. പക്ഷേ,അവർ അയാളെ അവഗണിച്ചുകൊണ്ട് സംസാരം തുടരുന്നതിനിടയിൽ രണ്ടാംനിലയിലേക്കുള്ള കോണിപ്പടികൾ കയറാൻ ആരംഭിച്ചു. ഏറെക്കുറെ നിരാശയോടെ കാവൽക്കാരൻ അവരെ പിൻതുടർന്നു.

കണ്ടുമുട്ടിയപ്പോഴുള്ള സഹോദരന്മാരുടെ ആഹ്ലാദം അതിശയിപ്പിക്കുന്നതായിരുന്നു. അവർ നാടുകടത്തപ്പെട്ട സ്ഥലത്തുവെച്ച് കണ്ടുമുട്ടുകയാണെന്ന് തോന്നി. ബിർക്കിൻ അവിശ്വാസം കലർന്ന അത്ഭുതത്തോടെ അവരെ നോക്കിക്കൊണ്ടിരുന്നു.

അവർ കുളിച്ചു വേഷം മാറിക്കഴിഞ്ഞപ്പോൾ ജറാൾഡ് മുറിയിൽ വന്നു. മൂടൽമഞ്ഞിൽ സൂര്യകിരണങ്ങൾപോലെ അയാൾ തിളങ്ങുന്നുണ്ടെന്ന് തോന്നി.

"ജറാൾഡിന്റെ കൂടെപ്പോയി പുകവലിക്കരുതോ?" ഉർസുല ബിർക്കിനോട് പറഞ്ഞു. "എനിക്കും ഗുഡ്റണിനും കുറച്ച് സംസാരിക്കാൻ ആഗ്രഹം ഉണ്ട്."

പിന്നീട് അവർ ഗുഡ്റണിന്റെ മുറിയിലിരുന്ന് വസ്ത്രങ്ങളെക്കുറിച്ചും അടുത്തകാലത്തെ അനുഭവങ്ങളെക്കുറിച്ചും സംസാരിച്ചു. ഭക്ഷണശാലയിൽ നടന്ന ബിർക്കിന്റെ എഴുത്തുമായി ബന്ധപ്പെട്ട അനുഭവം ഗുഡ്റൺ ഉർസുലയോട് പറഞ്ഞു. ഉർസുല ഞെട്ടിപ്പോയി.

"എഴുത്തെവിടെ?" അവൾ ചോദിച്ചു.

"ഞാൻ സൂക്ഷിച്ചിട്ടുണ്ട്." ഗുഡ്റൺ പറഞ്ഞു.

"അത് നീ എനിക്ക് തരില്ലേ?" അവൾ ചോദിച്ചു.

പക്ഷേ, ഗുഡ്‌റൺ മറുപടി പറയുന്നതിനുമുമ്പ് കുറച്ചു സമയം മിണ്ടാതിരുന്നു.

"അത് സത്യത്തിൽ ഉർസുലചേച്ചിക്ക് വേണോ?"

"എനിക്ക് അത് വായിക്കാൻ മോഹം ഉണ്ട്." ഉർസുല പറഞ്ഞു.

"തീർച്ചയായും" ഗുഡ്‌റൺ പറഞ്ഞു.

അത് ഒരു സ്മാരകമായോ പ്രതീകമായോ സൂക്ഷിക്കാൻ അവൾ ആഗ്രഹിക്കുന്ന കാര്യം ഉർസുലയോട് സമ്മതിക്കാൻ ഗുഡ്‌റൺ ഇപ്പോഴും തയ്യാറായില്ല. പക്ഷേ, ഉർസുല അത് മനസ്സിലാക്കി. അവൾക്ക് അത് ഇഷ്ടമായിരുന്നില്ല. അതോടെ ആ വിഷയം അവസാനിപ്പിച്ചു.

"പാരീസിൽ നീ എന്തുചെയ്തു?" ഉർസുല ചോദിച്ചു.

"ഓ!" ഗുഡ്‌റൺ പറഞ്ഞു. "സാധാരണ ചെയ്യുന്നതൊക്കെ ചെയ്തു. ഒരു രാത്രിയിൽ ഫാനിബാത്തിന്റെ സ്റ്റുഡിയോയിൽ വെച്ച് ഞങ്ങൾക്ക് ഒന്നാംതരം ഒരു വിരുന്ന് ഉണ്ടായിരുന്നു."

"നീയും ജറാൾഡും ഉണ്ടായിരുന്നോ? വേറെ ആരൊക്കെ ഉണ്ടായിരുന്നു? അതിനെപ്പറ്റി പറയൂ."

"ശരി." ഗുഡ്‌റൺ പറഞ്ഞു. "പ്രത്യേകിച്ച് ഒന്നും പറയാനില്ല. "ഫാനി ബില്ലിമാക്ഫാർലെയിൽ ഒരു ചിത്രകാരനുമായി ദാരുണമായ പ്രണയത്തിലാണെന്ന് ചേച്ചിക്ക് അറിയില്ലേ? അയാൾ അവിടെ ഉണ്ടായിരുന്നു. അതുകൊണ്ട് ഫാനി ഒന്നും വേണ്ടെന്ന് വെച്ചില്ല. അവൾ കൈയയച്ച് ചെലവാക്കി! അത് അസാധാരണ സല്ക്കാരമായിരുന്നു. എല്ലാവരും പേടി തോന്നുന്ന രീതിയിൽ കുടിച്ചെന്നുള്ളത് ശരിയാണ്. പക്ഷേ, കുഴപ്പം ഒന്നും സൃഷ്ടിച്ചില്ല. ലണ്ടനിലെ ആ വഷളൻ സംഘത്തെപ്പോലെ അല്ല. അവിടെ ഉണ്ടായിരുന്നവരെല്ലാം പ്രാധാന്യം ഉള്ള ആളുകളായിരുന്നു. അതാണ് ലണ്ടനിലെ സംഘത്തിൽ നിന്നുള്ള വ്യത്യാസം. അവിടെ ഒരു റുമേനിയക്കാരൻ ഉണ്ടായിരുന്നു. ഒരു നല്ല മനുഷ്യൻ. അയാൾ കുടിച്ച് ബോധം കെട്ട് സ്റ്റുഡിയോയിൽ ഉണ്ടായിരുന്ന ഒരു ഏണിയിൽ കയറിനിന്ന് പ്രസംഗിച്ചു. പക്ഷേ, പ്രസംഗം അങ്ങേയറ്റം ആശ്ചര്യകരം ആയിരുന്നു. അയാൾ ആരംഭിച്ചത് ഫ്രഞ്ചിലായിരുന്നു അതിമനോഹരമായ ശബ്ദം ആയിരുന്നു. അയാൾ കാണാൻ സുന്ദരനായിരുന്നു. പക്ഷേ, പ്രസംഗം തീരുന്നതിനു മുമ്പ് അയാൾ റുമേനിയൻ ഭാഷയിലേക്ക് തിരിച്ചുപോയി. ഒരാൾക്കുപോലും ഒന്നും മനസ്സിലായില്ല. പക്ഷേ, ഡൊറാൽഡ് ഗിൽ ക്രൈസ്റ്റിന് ശരിക്കും മത്തുപിടിച്ചിരുന്നു. അയാൾ ഗ്ലാസ് തറയിൽ എറിഞ്ഞുപൊട്ടിച്ചു. അയാൾക്ക് ജനിച്ചതിൽ ആഹ്ലാദമുണ്ടെന്നും അയാൾ ജീവിച്ചിരിക്കുന്നതുതന്നെ ഒരു അത്ഭുതമാണെന്നും അയാൾ പ്രഖ്യാപിച്ചു. ഗുഡ്‌റൺ സാമാന്യം ഉറക്കെ പൊട്ടിച്ചിരിച്ചു.

"പക്ഷേ, ഇവരുടെ കൂട്ടത്തിൽ ജറാൾഡ് എങ്ങനെയുണ്ടായിരുന്നു?" ഉർസുല ചോദിച്ചു.

"ജറാൾഡ് സൂര്യനെ കണ്ട സൂര്യകാന്തിപോലെ ആയിരുന്നു!

സത്യം! ഒരിക്കൽ ഇളക്കിവിട്ടുകഴിഞ്ഞാൽ ഒരു ഉത്സവത്തിന് അയാൾ മാത്രം മതിയാകും. അയാളുടെ കൈ ആരുടെയൊക്കെ അരക്കെട്ടിൽ ചുറ്റിയെന്ന് പറയാൻ ഞാൻ ഇഷ്ടപ്പെടുന്നില്ല. ഉർസുല ചേച്ചി, സത്യത്തിൽ അയാൾ സ്ത്രീകളുടെ ഒരു വിളവെടുപ്പ് നടത്തുകയാണെന്ന് തോന്നി. അയാളോട് എതിർപ്പ് കാണിക്കുന്ന ഒരുപെണ്ണുപോലും അവിടെ ഉണ്ടായിരുന്നില്ല. ഞാൻപറയുന്നത് മനസ്സിലാകുന്നില്ലേ?"

ഉർസുല ആലോചിച്ചു. അവളുടെകണ്ണുകളിൽ ഒരു വെളിച്ചം നൃത്തം ചെയ്തു.

"എനിക്ക് മനസ്സിലാകും" അവൾ പറഞ്ഞു. "അയാൾ കാര്യം കാണാൻ സമർത്ഥനാണ്."

"കാര്യംകാണാൻ സമർത്ഥൻ! ഞാനും അങ്ങനെ വിചാരിക്കുന്നു." ഗുഡ്റൺ ഉറക്കെപ്പറഞ്ഞു. "പക്ഷേ, അത് സത്യമാണ്. ആ മുറിയിൽ ഉണ്ടായിരുന്ന ഓരോ സ്ത്രീയും അയാൾക്കു കീഴടങ്ങാൻ തയ്യാറായിരുന്നു. ബില്ലി മാക് ഫാർലെയിനുമായി യഥാർത്ഥ പ്രണയ്ത്തിലായിരുന്ന ഫാനിബാത്തുപോലും തയ്യാറായിരുന്നു! എന്റെ ജീവിതത്തിൽ ഇതിനേക്കാൾ കൂടുതൽ ഞാൻ ഒരിക്കലും അത്ഭുതപ്പെട്ടിട്ടില്ല! എന്റെ ഉള്ളിൽ ധാരാളം സ്ത്രീകൾ ഉണ്ടെന്ന് എനിക്ക് തോന്നി! അയാൾക്ക് ഞാൻ മാത്രമല്ല. ഞാൻ അയാൾക്ക് വിക്ടോറിയാ രാജ്ഞിയേക്കാൾ വലുതാണ്. ഇത് ഏറ്റവുംകൂടുതൽ അമ്പരപ്പുണ്ടാക്കി."

ഗുഡ്റണിന്റെ കണ്ണുകൾ തിളങ്ങി. കവിളുകൾ തുടുത്തു. അവൾക്ക് അസാധാരണമായ ഒരു സൗന്ദര്യം തോന്നി. ഉർസുല പെട്ടെന്ന് ആകർഷിക്കപ്പെട്ടു. എങ്കിലും അവൾ അസ്വസ്ഥയായിരുന്നു.

രാത്രിഭക്ഷണത്തിനു വേണ്ടി അവൾക്ക് തയ്യാറാകണമായിരുന്നു. ഗുഡ്റൺ തിളക്കമുള്ള പച്ച സിൽക്ക് വേഷത്തിലാണ് താഴോട്ട് വന്നത്. അവൾക്ക് തിളങ്ങുന്ന സൗന്ദര്യം ഉണ്ടായിരുന്നു. എല്ലാവരും അവളെ ശ്രദ്ധിച്ചു. ജറാൾഡ് ഏറ്റവും കൂടുതൽ സുന്ദരനായി വെട്ടിത്തിളങ്ങുന്ന അവസ്ഥയിൽ ആയിരുന്നു. ബിർക്കിൻ പകുതി ദ്രോഹബുദ്ധിയോടെ ചിരിച്ചുകൊണ്ട് അവരെ നോക്കി. ഉർസുലയ്ക്ക് ദേഷ്യം വന്നു. ഭക്ഷണമുറിയിൽ മറ്റു മേശകളിലുള്ളതിനേക്കാൾ വെളിച്ചം അവരുടെ മേശയിൽ ഉണ്ടെന്നു തോന്നി. അവരുടെ മേശയ്ക്കുചുറ്റും കാണാൻ കഴിയാത്ത ഒരു മാന്ത്രികമായ ആകർഷണത്തിന്റെ വല വീശിയിരിക്കുന്നതായി തോന്നി.

"ഈ സ്ഥലത്ത് വന്നത് നിങ്ങൾക്ക് ഇഷ്ടമായില്ലേ?" ഗുഡ്റൺ വിളിച്ചു ചോദിച്ചു. "ഇവിടുത്തെ മഞ്ഞ് അത്ഭുതപ്പെടുത്തുന്നില്ലേ! അത് എല്ലാവർക്കും ഉന്മേഷം ഉണ്ടാക്കുന്നത് ശ്രദ്ധിച്ചില്ലേ. ഇത് വിശിഷ്ടമാണ്. ഒരാൾക്ക് സത്യത്തിൽ അമാനുഷനാണെന്ന് തോന്നും."

"ഒരാൾക്ക് അങ്ങനെ തോന്നുന്നുണ്ടാവും." ഉർസുല വിളിച്ചുപറഞ്ഞു. "പക്ഷേ, അത് കുറച്ചൊക്കെ ഇംഗ്ലണ്ടിനു പുറത്തുവന്ന് ജീവിക്കുന്നതുകൊണ്ടാണ്."

"നിശ്ചയമായും ശരിയാണ്." ഗുഡ്റൺ വിളിച്ചുപറഞ്ഞു. "ഇംഗ്ലണ്ടിൽ ഒരാൾക്ക് ഒരിക്കലും ഇങ്ങനെതോന്നില്ല."

അവൾ വീണ്ടും കഴിച്ചുകൊണ്ടിരുന്ന ഭക്ഷണത്തിലേക്ക് തിരിഞ്ഞു. തീവ്രമായ ഉത്സാഹത്തോടെ അവൾ പാറിപ്പറക്കുകയായിരുന്നു.

"അത് വളരെ സത്യമാണ്." ജറാൾഡ് പറഞ്ഞു.

"ഇംഗ്ലണ്ടിൽ അത് ഒരിക്കലും ഇതുപോലെയല്ല. പക്ഷേ, ഏറെനാൾ നമ്മൾ അത് ആഗ്രഹിക്കുന്നില്ല. ഇംഗ്ലണ്ടിൽ മറ്റെല്ലാവരും സ്വതന്ത്രരാണെങ്കിൽ എന്തു സംഭവിക്കുമെന്ന് ഓരോരുത്തർക്കും ഭയമാണ്."

"എന്റെ ദൈവമേ!" ഗുഡ്റൺ വിളിച്ചു പറഞ്ഞു. "മൊത്തം ഇംഗ്ലീഷുകാരും കരിമരുന്നുപ്രയോഗംപോലെ പെട്ടെന്ന് പൊട്ടിത്തെറിച്ച് ചിന്നിച്ചിതറിയാൽ അത്ഭുതകരമായിരിക്കും."

"അത് സംഭവിക്കില്ല." ഉർസുല പറഞ്ഞു. "അവരെല്ലാം തണുത്തുപോയിരിക്കും. അവരുടെ ഉള്ളിലെ കരിമരുന്നിന് ഈർപ്പംതട്ടി."

"ആ കാര്യം എനിക്ക് ഉറപ്പില്ല." ജറാൾഡ് പറഞ്ഞു.

"എനിക്കും ഉറപ്പില്ല." ബിർക്കിൻ പറഞ്ഞു. "ഇംഗ്ലീഷുകാർ ഒന്നിച്ച് പുറപ്പെട്ടുപോകാൻ തുടങ്ങിയാൽ നിങ്ങൾക്ക് ചെവിപൊത്തിക്കൊണ്ട് ഓടാനുള്ള സമയമായി."

"അവർ ഒരിക്കലും അങ്ങനെ പോകില്ല." ഉർസുല പറഞ്ഞു.

"നമുക്ക് കാണാം." അയാൾ മറുപടിപറഞ്ഞു.

"ഇത് നല്ല കാര്യം അല്ലേ?" ഗുഡ്റൺ പറഞ്ഞു. "ഒരാളുടെ രാജ്യത്തുനിന്ന് പുറത്തുപോകുന്നതിന് അയാൾ എന്തുമാത്രം നന്ദിയുള്ളവൻ ആയിരിക്കണം. എനിക്ക് എന്നെത്തന്നെ വിശ്വസിക്കാൻ കഴിയുന്നില്ല. മറ്റൊരുരാജ്യത്ത് കാലുകുത്തുന്ന നിമിഷത്തിൽ ഞാൻ അങ്ങേയറ്റം സന്തോഷിക്കുന്നു. ഞാൻ സ്വയം പറയും "ജീവിതത്തിലേക്ക് ഒരു പുതിയ ജീവി ഇവിടെ കാലുകുത്തിയിരിക്കുന്നു."

"പാവം പിടിച്ച പഴയ ഇംഗ്ലീഷിനോട് കൂടുതൽ കുടപ്പം കാണിക്കരുത്." ജറാൾഡ് പറഞ്ഞു. "നമ്മൾ അതിനെ ശപിക്കുന്നുണ്ടെങ്കിലും സത്യത്തിൽ നമ്മൾ അതിനെ സ്നേഹിക്കുന്നുണ്ട്."

ഉർസുലയ്ക്ക് ജറാൾഡിന്റെ വാക്കുകളിൽ ലോകത്തോടുള്ള വിദ്വേഷത്തിന്റെ ഒരു ശേഖരം ഉണ്ടെന്ന് തോന്നി.

"നമ്മൾ സ്നേഹിക്കുന്നുണ്ടായിരിക്കാം." ബിർക്കിൻ പറഞ്ഞു. "പക്ഷേ, അത് ഒരുപ്രതീക്ഷയുമില്ലാത്ത അസുഖംകൊണ്ട് അതിഭയങ്കരമായി ബുദ്ധിമുട്ടുന്ന പ്രായമായ അച്ഛനമ്മമാരോട് തോന്നുന്ന സ്നേഹം പോലെ സ്വസ്ഥത കിട്ടാത്ത ഒരുതരം നശിച്ച സ്നേഹമാണ്."

ഗുഡ്റൺ വിശാലമായ കറുത്ത കണ്ണുകൾ കൊണ്ട് അയാളെ നോക്കി.

"പ്രതീക്ഷയ്ക്ക് വകയില്ലെന്നാണോ നിങ്ങൾ വിചാരിക്കുന്നത്?" ഗുഡ്റൺ സന്ദർഭത്തിനു യോജിക്കുന്ന മട്ടിൽ ചോദ്യം ചെയ്തു.

പക്ഷേ, ബിർക്കിൻ പിന്നോട്ടുപോയി. ഇത്തരം ഒരു ചോദ്യത്തിന്റെ

ഉത്തരം അയാൾ പറയില്ല.

"ഇംഗ്ലണ്ട് അതിന്റെ യഥാർത്ഥ സവിശേഷതകളിലേക്ക് വരുമെന്ന് എന്തെങ്കിലും പ്രതീക്ഷയുണ്ടോ? ദൈവത്തിനറിയാം. ഇപ്പോൾ അത് യഥാർത്ഥ ഇംഗ്ലണ്ടല്ല. ഇംഗ്ലീഷുകാരില്ലെങ്കിൽ അത് യഥാർത്ഥ ഇംഗ്ലണ്ട് ആകുമായിരിക്കാം."

"ഇംഗ്ലീഷുകാർ അപ്രത്യക്ഷരാകണമെന്ന് നിങ്ങൾ വിചാരിക്കുന്നുണ്ടോ?" ഗുഡ്റൺ വാശിയോടെ ചോദിച്ചു. അയാളുടെ മറുപടിക്കു വേണ്ടിയുള്ള അവളുടെ വാശി അസാധാരണമായിരുന്നു. ഒരുപക്ഷേ, അവൾ അന്വേഷിക്കുന്നത് അവളുടെ സ്വന്തം വിധി തന്നെ ആയിരിക്കാം. ഭാവി പ്രവചിക്കാൻ കഴിയുന്ന ഒരു യന്ത്രത്തിൽ നിന്നും ഭാവിയെപ്പറ്റിയുള്ള സത്യം ആവാഹിച്ച് പുറത്തുകൊണ്ടു വരാൻ കഴിയുമെന്നുള്ള മട്ടിൽ അവളുടെ വലിയ കറുത്ത കണ്ണുകൾ ബിർക്കിന്റെ മുഖത്ത് തങ്ങിനിന്നു.

അയാൾ വിളറിപ്പോയി. പിന്നീട് മനസ്സില്ലാമനസ്സോടെ അയാൾ മറുപടി പറഞ്ഞു.

"അപ്രത്യക്ഷരാകുന്നതൊഴിച്ച് മറ്റ് എന്തുവഴിയാണ് അവരുടെ മുന്നിൽ ഉള്ളത്?" അവരുടെ സ്വന്തം ഇംഗ്ലീഷത്വത്തിന്റെ പ്രത്യേക അടയാളങ്ങളിൽ നിന്ന് എന്തായാലും അവർക്ക് അപ്രത്യക്ഷപ്പെടാതിരിക്കാൻ പറ്റില്ല."

ഗുഡ്റൺ മലർക്കെ തുറന്ന കണ്ണുകളുമായി ഒരു മോഹനിദ്രയിൽ പെട്ടതുപോലെ അയാളെ ശ്രദ്ധിച്ചുനോക്കി.

"ഏതുതരത്തിൽ അപ്രത്യക്ഷപ്പെടുമെന്നാണ് നിങ്ങൾ ഉദ്ദേശിക്കുന്നത്?" അവൾ നിർബ്ബന്ധം പിടിച്ചു.

"അതെ സ്വഭാവം മാറുമെന്നാണോ നിങ്ങൾ ഉദ്ദേശിക്കുന്നത്. ആ രീതിയിൽ അപ്രത്യക്ഷരാകുമെന്നാണോ?" ജറാൾഡ് ഇടയ്ക്കുകയറി ചോദിച്ചു.

"ഞാൻ ഒന്നും ഉദ്ദേശിച്ചില്ല. ഞാൻ എന്തിനാണ് ഉദ്ദേശിക്കുന്നത്?" ബിർക്കിൻ പറഞ്ഞു. "ഞാൻ ഒരു ഇംഗ്ലീഷുകാരനാണ്. അതിന്റെ വില ഞാൻ കൊടുത്തുകഴിഞ്ഞു. ഇംഗ്ലണ്ടിനെ പറ്റി സംസാരിക്കാൻ എനിക്ക് കഴിയില്ല. എനിക്ക് എന്നെപ്പറ്റിമാത്രം സംസാരിക്കാൻ പറ്റും."

"ശരി." ഗുഡ്റൺ സാവധാനം പറഞ്ഞു. "റൂപർട്ട് നിങ്ങൾ ഇംഗ്ലണ്ടിനെ വളരെയധികം സ്നേഹിക്കുന്നു."

"അത് ഉപേക്ഷിക്കാം."അയാൾ മറുപടി പറഞ്ഞു.

മനസ്സിലാക്കിയ മട്ടിൽ തല കുലുക്കിക്കൊണ്ട് ജറാൾഡ് പറഞ്ഞു. "നിങ്ങൾ തിരിച്ചുവരും."

"മരിച്ചുകൊണ്ടിരിക്കുന്ന ശരീരത്തിൽ നിന്നും പേനുകൾ ഇഴഞ്ഞുപോകുമെന്നാണ് പറയപ്പെടുന്നത്." ബിർക്കിൻ പകയോടെ പറഞ്ഞു.

"അതുകൊണ്ട് ഞാൻ ഇംഗ്ലണ്ട് വിടുന്നു."

"പക്ഷേ, നിങ്ങൾ തിരിച്ചുവരും." പരിഹാസം നിറഞ്ഞ പുഞ്ചിരി

യോടെ ഗുഡ്റൺ പറഞ്ഞു.

"അത് എന്റെ കഷ്ടകാലം ആയിരിക്കും." ബിർക്കിൻ പറഞ്ഞു.

"മാതൃരാജ്യത്തോട് നിങ്ങൾക്ക് ദേഷ്യം എന്തിനാണ്?" അത്ഭുതപ്പെട്ടുകൊണ്ട് ജറാൾഡ് പൊട്ടിച്ചിരിച്ചു.

"ഓ! ഒരു ദേശസ്നേഹി!" ഗുഡ്റൺ സാമാന്യം പുച്ഛത്തോടെ പറഞ്ഞു.

കൂടുതൽ കാര്യങ്ങൾ മറുപടിയായി പറയാൻ ബിർക്കിൻ കൂട്ടാക്കിയില്ല.

ഗുഡ്റൺ കുറച്ച് സമയംകൂടി അയാളെ ശ്രദ്ധിച്ചു. പിന്നീട് അവൾ മുഖം തിരിച്ചു. അയാളിൽ നിന്നും ഭാവി പ്രവചിപ്പിക്കാനുള്ള അവളുടെ മന്ത്രവാദം അവസാനിച്ചു. അവൾക്ക് ശുദ്ധമായ വെറുപ്പ് നേരത്തേതന്നെ തോന്നിത്തുടങ്ങിയിരുന്നു. അവൾ ജറാൾഡിനെ നോക്കി. അയാൾ റേഡിയത്തിന്റെ ഒരു കഷണം പോലെ അവളെ അത്ഭുതപ്പെടുത്തിയിരുന്നു. ആ മാരകമായ ചൈതന്യമുള്ള ലോഹം ഉപയോഗപ്പെടുത്തി എല്ലാ കാര്യങ്ങളും മനസ്സിലാക്കാൻ കഴിയുമെന്ന് അവൾക്ക് തോന്നി. അവളുടെ വിചിത്രമായ വ്യാമോഹത്തെപ്പറ്റി ആലോചിച്ച് അവൾ സ്വയം ചിരിച്ചു. അപ്പോൾ അവൾ സ്വയം നശിപ്പിച്ചുകഴിയുമ്പോൾ അവളെക്കൊണ്ട് അവൾക്ക് എന്തുചെയ്യാൻ കഴിയും? കാരണം ആത്മാവ് നശിപ്പിക്കപ്പെടാവുന്നതാണെങ്കിൽ ശരീരം നശിപ്പിക്കാൻ കഴിയാത്തതാണ്.

അയാൾ ഈസമയത്ത് അമ്പരപ്പോടെ ആലോചനയിലാണെന്ന് തോന്നി. അവൾ മനോഹരമായ കൈനീട്ടി അവളുടെ കലാകാരിയുടെ വിരലുകൾകൊണ്ട് അയാളുടെ താടിയിൽ തഴുകി.

"എന്തൊക്കെയായിരുന്നു?" എല്ലാം മനസ്സിലാക്കിയ മട്ടിലുള്ള അസാധാരണമായ പുഞ്ചിരിയോടെ അവൾ ചോദിച്ചു.

"എന്ത്?" അത്ഭുതംകൊണ്ട് പെട്ടെന്ന് വിടർന്ന കണ്ണുകളോടെ അയാൾ ചോദിച്ചു.

"നിങ്ങളുടെ ആലോചനകൾ"

ജറാൾഡ് ഉറക്കത്തിൽ നിന്ന് ഉണർന്നുവരുന്ന ഒരു മനുഷ്യനെപ്പോലെതോന്നി.

"ഞാൻ ഒന്നും ആലോചിച്ചിരുന്നില്ലെന്നാണ് എനിക്ക് തോന്നുന്നത്." അയാൾ പറഞ്ഞു.

"സത്യം!" ശബ്ദത്തിൽ ഗൗരവംകലർന്ന പരിഹാസത്തോടെ അവൾ ചോദിച്ചു.

താടിയിലെ ആ സ്പർശനം കൊണ്ട് അവൾ ജറാൾഡിനെ കൊല്ലുകയായിരുന്നെന്ന് ബിർക്കിനു തോന്നി.

"എന്തായാലും നമുക്ക് ബ്രിട്ടാനിയയ്ക്ക് വേണ്ടി കുടി" ഗുഡ്റൺ വിളിച്ചുപറഞ്ഞു.

അവളുടെ ശബ്ദത്തിൽ വന്യമായ നിരാശ ഉള്ളതായി തോന്നി. ജറാൾഡ് ചിരിച്ചുകൊണ്ട് ഗ്ലാസുകൾ നിറച്ചു.

അയാൾ പറഞ്ഞു. "റൂപർട്ട് ഉദ്ദേശിക്കുന്നതു എല്ലാ ഇംഗ്ലീഷുകാരും

സ്വന്തം നിലയിൽ നിലനില്ക്കുന്നതിനുവേണ്ടി ദേശീയമായി അവർ മരണം കൈവരിക്കണമെന്നായിരിക്കുമെന്നാണ് ഞാൻ വിചാരിക്കുന്നത്."

ഗ്ലാസ് കൈയിൽ എടുക്കുമ്പോൾ ഗുഡ്റണിന്റെ മുഖത്ത് പരിഹാസം കലർന്ന പുഞ്ചിരി ഉണ്ടായിരുന്നു.

അടുത്ത ദിവസം മലയടിവാരത്തു കൂടിയുള്ള ചെറിയ റെയിൽപാളം അവസാനിക്കുന്ന ഹോഹൻ ഹൗസൻ റെയിൽവേസ്റ്റേഷനിൽ അവർ ട്രെയിനിറങ്ങി. എല്ലായിടവും മഞ്ഞായിരുന്നു. മഞ്ഞിന്റെ പരിപൂർണ്ണതയുള്ള ഒരു വെളുത്ത തൊട്ടിൽ.

ചുറ്റും മഞ്ഞുമാത്രമുള്ള ഒഴിഞ്ഞ പ്ലാറ്റ്ഫോമിലേക്ക് അവർ കാലെടുത്തുവെച്ചപ്പോൾ ഹൃദയം തണുത്തുറഞ്ഞമട്ടിൽ ഗുഡ്റൺ ചുരുണ്ടുകൂടി.

"എന്റെ ദൈവമേ!" അവൾ പെട്ടെന്നു തോന്നിയ സൗഹൃദത്തോടെ ജറാൾഡിന്റെ നേർക്ക് തിരിഞ്ഞുകൊണ്ട് പറഞ്ഞു. "ഇപ്പോൾ നിങ്ങൾ ജയിച്ചിരിക്കുന്നു."

"എന്ത്?"

ഇരുവശത്തുമുള്ള ലോകത്തെ സൂചിപ്പിച്ചുകൊണ്ട് അവൾ ഒരു ദുർബ്ബലമായ ആംഗ്യം കാണിച്ചു.

"അത് നോക്കൂ!"

അവൾക്ക് മുന്നോട്ടുപോകാൻ ഭയം ഉള്ളതുപോലെ തോന്നി. അയാൾ ചിരിച്ചു.

ഉർസുലയും ബിർക്കിനും പർവ്വതങ്ങളുടെ ഹൃദയഭാഗത്തെത്തിയിരുന്നു. രണ്ടുവശത്തും വളരെ ഉയരത്തിൽ നിന്നും മഞ്ഞിന്റെ വെളുത്ത പാളികൾക്കിടയിൽ അസാധാരണമായ തിളക്കമുള്ളതും മാറ്റം ഇല്ലാത്തതും നിശ്ശബ്ദത നിറഞ്ഞതുമായ ഘനീഭവിച്ച സ്വർഗ്ഗത്തിന്റെ താഴ്വരയിൽ നില്ക്കുന്ന വളരെ ചെറിയ ഒരു പ്രാണിയാണ് താനെന്ന് ഒരുവന് തോന്നിപ്പോകും.

"ഇത് ഒരാൾക്ക് വളരെ ചെറുതായിപ്പോയെന്നുള്ള തോന്നൽ ഉണ്ടാക്കുന്നു. ഒരാൾക്ക് ഒറ്റപ്പെട്ടു പോയതായും തോന്നുന്നു." ബിർക്കിന്റെ മുഖത്തേക്ക് നോക്കി അയാളുടെ കൈയിൽ കയറി പിടിച്ചുകൊണ്ട് ഉർസുല പറഞ്ഞു.

"വന്നതിൽ നിങ്ങൾക്ക് വിഷമം തോന്നുന്നുണ്ടോ" ജറാൾഡ് ഗുഡ്റണോട് ചോദിച്ചു.

അവൾക്ക് സംശയമുള്ളതുപോലെ തോന്നി. അവർ മഞ്ഞുതിട്ടകൾക്കിടയിലുള്ള സ്റ്റേഷനിൽനിന്നും പുറത്തുവന്നു.

"ഹാ!" ആവേശത്തോടെ ശ്വാസമെടുത്തുകൊണ്ട് ജറാൾഡ് പറഞ്ഞു. "ഇത് ശുദ്ധമാണ്. അവിടെ നമ്മുടെ മഞ്ഞുവണ്ടി കിടപ്പുണ്ട്. നമുക്ക് കുറച്ചു നടക്കാം— നമുക്ക് വഴിയിലൂടെ ഓടാം."

എപ്പോഴും സംശയത്തിലായിരുന്ന ഗുഡ്റൺ അവളുടെ ഭാരമുള്ള കോട്ട് അയാൾ ചെയ്ത പോലെ മഞ്ഞുവണ്ടിയിൽ ഊരി ഇട്ടു. അതിനു

ശേഷം അവർ നടന്നുതുടങ്ങി. പെട്ടെന്ന് തൊപ്പി ചെവിവരെ താഴ്ത്തി വെച്ചുകൊണ്ട് മഞ്ഞുമൂടിക്കിടക്കുന്ന വഴിയിലൂടെ അവൾ കുതിച്ചു പാഞ്ഞു. അവളുടെ തിളങ്ങുന്ന നീലവേഷം കാറ്റിൽ പാറിപ്പറന്നു. അവളുടെ കടുംചുവപ്പ് സ്റ്റോക്കിങ്ങുകൾ മഞ്ഞിന്റെ വെണ്മയ്ക്ക് മുകളിൽ തിളങ്ങുന്നുണ്ടായിരുന്നു. ജറാൾഡ് അവളെ ശ്രദ്ധിച്ചു. അയാളെ പിന്നിൽ ഉപേക്ഷിച്ചിട്ട് അവൾ അവളുടെ വിധിയിലേക്ക് പാഞ്ഞുപോകുകയാണെന്ന് തോന്നി. അവളെ കുറച്ചുദൂരം മുന്നേറാൻ അയാൾ അനുവദിച്ചു. പിന്നീട് കാലുകൾക്ക് വേഗതകൂട്ടി അയാൾ അവളെ പിൻതുടർന്നു.

എല്ലായിടത്തും മൂകമായ മഞ്ഞ് ആഴത്തിൽ വീണിരുന്നു. വീതി കൂടിയ മേൽക്കൂരയുള്ള വീടുകളുടെ മോന്തായങ്ങൾ മഞ്ഞിന്റെ ഭാരം താങ്ങുന്നുണ്ടായിരുന്നു. വീടുകൾ ജനാലകളുടെ സാക്ഷകളുടെ നിരപ്പിൽ മഞ്ഞിൽ താഴ്ന്നുപോയിരുന്നു. കട്ടികൂടിയ മഞ്ഞ് ബൂട്ടുകൾ ധരിച്ച പുതപ്പിൽ പൊതിഞ്ഞ കർഷകസ്ത്രീകൾ, അതിവേഗത്തിൽ നിശ്ചയദാർഢ്യത്തോടെ ഓടിക്കൊണ്ടിരിക്കുന്ന പെൺകുട്ടിയേയും അവളെ മറികടന്നിട്ടും അവളുടെ മുകളിൽ യാതൊരു തരത്തിലുള്ള ശക്തിയുടെ നേട്ടവും ഉണ്ടാക്കാൻ കഴിയാത്ത പുരുഷനേയും കാണാൻ വേണ്ടി ഇടയ്ക്കിടയ്ക്ക് തിരിഞ്ഞുനോക്കി.

അവർ നിറംപൂശിയ വാതിലുകളും മട്ടുപ്പാവുമുള്ള സത്രവും പകുതിയോളം മഞ്ഞുമൂടിക്കിടക്കുന്ന ഏതാനും കുടിലുകളും അതിനുശേഷം മേൽക്കൂരയുള്ള പാലത്തിനോടു ചേർന്നുള്ള മഞ്ഞുമൂടിയ തടിയറുപ്പുമില്ലും കടന്ന് മുന്നോട്ടുപോയി. പാലം ഒളിച്ചുവെച്ച ഒരു അരുവിക്ക് മുകളിലായിരുന്നു. അതിനു മുകളിലൂടെ ഓടുമ്പോൾ ആരും തൊടാത്ത മഞ്ഞുപാളികളുടെ ആഴങ്ങളിലേക്ക് അവർ ഓടിക്കയറുകയായിരുന്നു. അത് ഉന്മാദത്തോളം ആനന്ദം നല്കുന്ന ഒരു നിശ്ശബ്ദതയും പരിശുദ്ധമായ ഒരുവെണ്മയും ആയിരുന്നു. പക്ഷേ, പരിപൂർണ്ണമായ നിശ്ശബ്ദത അങ്ങേയറ്റം ഭയാനകവും ആത്മാവിനെ ഒറ്റപ്പെടുത്തുന്നതും ഹൃദയത്തെ മരവിച്ച അന്തരീക്ഷത്തിന്റെ കോട്ടയ്ക്കുള്ളിലാക്കുന്നതും ആയിരുന്നു.

"ഇത് അതിമനോഹരമായ ഒരു സ്ഥലമാണ്." അസാധാരണമായ അർത്ഥങ്ങളുള്ള ഒരു നോട്ടം അയാളുടെ കണ്ണുകളിലേക്ക് നോക്കിക്കൊണ്ട് ഗുഡ്റൺ പറഞ്ഞു. അയാളുടെ ആത്മാവ് തുള്ളിച്ചാടി.

"നല്ല സ്ഥലം ആണ്." അയാൾ പറഞ്ഞു.

തീവ്രമായ ഒരു വൈദ്യുതപ്രവാഹം അയാളുടെ അംഗങ്ങളിലൂടെ എല്ലാം ഒഴുകുന്നതായി തോന്നി. അയാളുടെ പേശികൾ വലിഞ്ഞുമുറുകി. അയാളുടെ കൈകൾക്ക് ബലം കൂടി. മഞ്ഞുമൂടിയ വഴിയിലൂടെ അവർ വേഗത്തിൽ നടന്നു. തീവ്രമായ ഊർജ്ജത്തിന്റെ എതിർധ്രുവങ്ങൾപോലെ അവർ അകന്നിരുന്നു. പക്ഷേ, വിലക്കപ്പെട്ട സ്ഥലങ്ങളിലെ ജീവിതത്തിന്റെ പരിധികൾ ചാടിക്കടക്കാനും വീണ്ടും തിരിച്ചെത്താനുമുള്ള ശക്തി തങ്ങൾക്ക് ഉണ്ടെന്ന് അവർക്ക് തോന്നിയിരുന്നു.

ബിർക്കിനും ഉർസുലയും മഞ്ഞിനു മുകളിലൂടെ ഓടിക്കൊണ്ടിരി

ക്കുകയായിരുന്നു. അവർ ബാഗുകൾ അടുക്കിവെച്ച് മഞ്ഞുവണ്ടിക്കുള്ളിൽ കയറി യാത്ര തുടങ്ങി. പകുതിയോളം മഞ്ഞിനടിയിലായിരുന്നു. ചുവന്ന ദേവാലയത്തിന്റെ വശത്തുള്ള കുത്തനെയുള്ള കയറ്റത്തിൽവെച്ച് അവർ ജറാൾഡിനേയും ഗുഡ്‌റണിനേയും കണ്ടുമുട്ടുമ്പോൾ ഒരു മൈൽ ദൂരം അവർ സഞ്ചരിച്ചു കഴിഞ്ഞിരുന്നു. ഉർസുല ആവേശത്തിലായിരുന്നു. പക്ഷേ, അവർ ബിർക്കിന് കുഴപ്പമില്ലെന്ന് ഉറപ്പുവരുത്താൻ വേണ്ടി പെട്ടെന്ന് തിരിഞ്ഞുനോക്കിക്കൊണ്ട് അയാളുടെ കൈയിൽ കയറിപ്പിടിച്ചു.

“ഇത് ഞാൻ ഒരിക്കലും പ്രതീക്ഷിച്ചിട്ടില്ല.” അവൾ പറഞ്ഞു. “ഇത് വ്യത്യസ്തമായ ഒരു ലോകമാണ്.”

പിന്നീട് അവർ ഒരു നീരൊഴുക്കിനു കുറുകെയുള്ള ഒരു മേല്ക്കൂരയുള്ള പാലത്തിലൂടെ കടന്നുപോയി. മഞ്ഞുപാളികളിലൂടെ സാവധാനം കുതിരകൾ ബുദ്ധിമുട്ടി മുകളിലേക്ക് നടന്നുകൊണ്ടിരുന്നു. കുതിരയുടെ വശം ചേർന്ന് നടക്കുന്നതിനിടയിൽ കുതിരക്കാരൻ നീണ്ട ചാട്ട ചുഴറ്റിക്കൊണ്ട് അയാളുടെ അസാധാരണമായ ഹൂ ഹൂ വിളി തുടർന്നു. കറുത്ത പാറകളുടെ നിര മറികടന്ന് അവർ വീണ്ടും മഞ്ഞുകട്ടകളുടെ താഴ്‌വാരത്തിൽ എത്തി. വൈകുന്നേരത്തെ തണുത്ത തിളക്കത്തിലൂടെ അവർ പതുക്കെ പതുക്കെ മുകളിലേക്ക് കയറി. അവർക്ക് മുകളിൽ മഞ്ഞു മൂടിയ പർവ്വതങ്ങളുടെ നിശ്ശബ്ദത തളംകെട്ടി നിന്നു.

അവർ ഒടുവിൽ മഞ്ഞിന്റെ ഒരു ചെറിയ സമതലത്തിൽ എത്തി. വിടർന്ന ഒരു റോസാപ്പൂവിന്റെ ഏറ്റവും ഉള്ളിലുള്ള ഇതളുകൾപോലെ മഞ്ഞിന്റെ അവസാനത്തെ കുന്നുകൾ അവിടെ ഉയർന്നു നിന്നിരുന്നു. സ്വർഗ്ഗത്തിന്റെ അവസാനത്തെ താഴ്‌വരകളിൽ ഒരു സ്വപ്നം പോലെ മഞ്ഞിൽ തവിട്ടുനിറമുള്ള തടിഭിത്തികളുള്ള ഒരു ഒറ്റപ്പെട്ട കെട്ടിടം മഞ്ഞുമൂടിയ മേൽക്കൂരയുമായി തല ഉയർത്തി നിന്നു. താഴോട്ട് ഉരുണ്ടിറങ്ങിവന്ന ഒരു പാറ പകുതി മഞ്ഞുമൂടിക്കിടക്കുന്നതു പോലെയായിരുന്നു കെട്ടിടത്തിന്റെ ദൃശ്യം. ഈ ഭയാനകമായ വെണ്മയുടെ ധൂർത്തിലും നിശ്ശബ്ദതയിലും തണുപ്പിലും ഒരാളിന് ചതഞ്ഞു പോകാതെ ജീവിക്കാൻ കഴിയുമെന്ന് വിശ്വസിക്കാൻ കഴിയില്ല.

എങ്കിലും മഞ്ഞുവണ്ടികൾ മാന്യമായി ഓടിക്കയറി. ആളുകൾ ആവേശത്തോടെ ചിരിച്ചുകൊണ്ട് വാതിലിൽ വന്നുനിന്നു. സത്രത്തിന്റെ തറ ശബ്ദം ഉണ്ടാക്കി. ഇടനാഴി മഞ്ഞുകൊണ്ട് നനഞ്ഞിരുന്നെങ്കിലും ഉള്ളിൽ ചെറിയ ചൂട് ഉണ്ടായിരുന്നു.

നവാഗതർ പരിചാരികയുടെ പിന്നാലെ തടിക്കൊണ്ടുള്ള കോണിപ്പടികൾ ചവുട്ടിക്കയറി. ആദ്യത്തെ കിടക്കമുറി ഗുഡ്‌റണും ജറാൾഡും പിടിച്ചടക്കി. നിമിഷത്തിനുള്ളിൽ അവർ സ്വർണ്ണനിറമുള്ള തടികൊണ്ട് പണിതീർത്ത ഒരു അടഞ്ഞ ചെറിയ മുറിക്കുള്ളിലാണെന്ന് സ്വയം തിരിച്ചറിഞ്ഞു. മുറിയുടെ തറയും ഭിത്തിയും വാതിലും എല്ലാംതന്നെ തടി ആയിരുന്നു. എല്ലാം ഒരേപോലെയുള്ള പൈൻതടിയുടെ പലകകൾ കൊണ്ടാണ് നിർമ്മിച്ചിരുന്നത്. ചരിഞ്ഞ മേൽക്കൂര ആയിരുന്നതുകൊണ്ട്

വാതിലിന്റെ എതിർവശത്തുള്ള ജനാല അല്പം താഴ്ത്തിയാണ് വച്ചിരുന്നത്. ചരിഞ്ഞ മേൽക്കൂരയുടെ താഴെ കൈകഴുകാൻ വെള്ളം നിറച്ചിരുന്ന പാത്രവും കൂജയും വെച്ചിരുന്ന ഒരു മേശയും എതിർവശത്ത് മറ്റൊരു കണ്ണാടിമേശയും ഉണ്ടായിരുന്നു. വാതിലിന്റെ ഇരുവശത്തുമായി രണ്ടു കിടക്കകൾ വളരെ കട്ടികൂടിയ പുതപ്പോടുകൂടി തെറുത്തുകൂട്ടി വെച്ചിരുന്നു.

ഇത്രമാത്രമേ ഉണ്ടായിരുന്നുള്ളൂ. ഭിത്തി അലമാര ഇല്ല. മറ്റ് യാതൊരു സുഖസൗകര്യങ്ങളും ഇല്ല. നീലനിറമുള്ള കണ്ണുകൾ നിറഞ്ഞ രണ്ട് മെത്തകൾക്കൊപ്പം സ്വർണ്ണനിറമുള്ള തടികൊണ്ടുള്ള അറയ്ക്കുള്ളിൽ അവർ അടയ്ക്കപ്പെട്ടിരിക്കുന്നു. ഈ ഒറ്റപ്പെടലിൽ അവർ അനുഭവിക്കുന്ന നഗ്നമായ സാമീപ്യം ഭയന്ന് അവർ പരസ്പരം ചിരിച്ചു.

ഒരു മനുഷ്യൻ വാതിലിൽ മുട്ടിയതിനുശേഷം അവരുടെ സാധനങ്ങളുമായി മുറിക്കുള്ളിലേക്ക് കയറി വന്നു. അയാൾ പരുക്കൻ മേൽമീശയുള്ള ഒരു തടിയൻ ആയിരുന്നു. അയാൾ സാമാന്യം വിളറിയിരുന്നു. ഗുഡ്റൺ അയാൾ നിശ്ശബ്ദമായി ബാഗുകൾ അടുക്കിവെച്ച് ബുദ്ധിമുട്ടി പുറത്തേക്ക് നീങ്ങുന്നത് ശ്രദ്ധിച്ചു നോക്കി.

“ഇത് കൂടുതൽ പരുപരുത്തതല്ല. ആണോ?” ജറാൾഡ് ചോദിച്ചു.

കിടക്കമുറിക്ക് ചൂട് കുറവായിരുന്നു. ഗുഡ്റൺ ചെറിയതോതിൽ വിറച്ചു.

“ഇത് അത്ഭുതകരമാണ്.” അവൾ ദ്വയാർത്ഥത്തിൽ പറഞ്ഞു. ഈ പലകകളുടെ നിറം നോക്കൂ. ഇത് ഒരു കുരുവിനുള്ളിൽ കയറി ഇരിക്കുന്നതുപോലെ അത്ഭുതകരമാണ്.

അയാൾ വെട്ടിനിർത്തിയ മേൽമീശയിൽ തടവിക്കൊണ്ട് അയാൾക്ക് കിട്ടിയ ഒരു ശാപംപോലെയുള്ള ഇടതടവില്ലാതെ വികാരം അലയടിച്ചു കൊണ്ടിരിക്കുന്ന അയാളുടെ കണ്ണുകൾകൊണ്ട് അവളെ നോക്കിക്കൊണ്ടു നില്ക്കുകയായിരുന്നു.

അവൾ ജനാലയുടെ മുന്നിൽ ചെന്ന് കുനിഞ്ഞിരുന്നു.

“ഹോ! പക്ഷേ, ഇത്” അവൾ സ്വയം അറിയാതെ വിളിച്ചുകൂവി. ആ വിളിയിൽ സാമാന്യം വേദന ഉണ്ടായിരുന്നു.

ആകാശത്തിനു താഴെ അടഞ്ഞുകിടക്കുന്ന താഴ്വാരത്തിനുമുകളിൽ കറുത്ത പാറകളും മഞ്ഞും കൂടിക്കലരുന്ന വലിയ മലഞ്ചെരിവുകൾ ഭൂമിയുടെ നാഭി പോലെ ഉണ്ടായിരുന്നു. രണ്ട് കൊടുമുടികൾ രാത്രിയിലെ ഇരുട്ടിൽ തിളങ്ങിക്കൊണ്ടിരുന്നു. നിശ്ശബ്ദമായ മഞ്ഞുതൊട്ടിലിനു മുകളിൽ മഞ്ഞുമൂടിയ പാറകളുടെ മതിൽ അഭേദ്യമായ ഉറപ്പോടെ ഉയർന്നു നില്ക്കുന്നുണ്ടായിരുന്നു. പർവ്വതത്തിന്റെ കൊടുമുടികൾ സ്വർഗ്ഗത്തിനടുത്തുവരെ എത്തിയിരുന്നു. അപ്രാപ്യവും പരിശുദ്ധവുമായ ആകാശങ്ങൾക്ക് സ്വന്തമായ ഈ ഭൂമി ഈലോകത്തിന്റെതന്നെ കേന്ദ്രവും നാഭിയും ആയിരുന്നു.

അത് ഗുഡ്റണിൽ അസാധാരണമായ ഒരു ഉന്മാദം നിറച്ചു. അവൾ

മുഖം കൈപ്പത്തികൊണ്ട് ബലമായി താങ്ങിനിർത്തിക്കൊണ്ട് ഒരുതരം മോഹനിദ്രയിൽ ജനാലയുടെ മുന്നിൽ കുനിഞ്ഞിരുന്നു. ഒടുവിൽ അവൾ അവളുടെ സ്ഥലത്ത് എത്തിച്ചേർന്നിരിക്കുന്നു. ഇവിടെ അവസാനം അവൾ അവളുടെ സാഹസികസംരംഭങ്ങൾ മടക്കിവെച്ചതിനുശേഷം മഞ്ഞിന്റെ പൊക്കിളിലെ ഒരുമുത്തുപോലെ ഇരിപ്പുറപ്പിച്ചിരിക്കുന്നു.

ജറാൾഡ് അവളുടെ പിന്നിൽ കുനിഞ്ഞുനിന്ന് പുറത്തേക്ക് നോക്കി. അയാൾക്ക് താൻ ഒറ്റയ്ക്കാണെന്നുള്ള തോന്നൽ വന്നുകഴിഞ്ഞിരുന്നു. അവൾ അപ്രത്യക്ഷപ്പെട്ടിരിക്കുന്നു. അവൾ പരിപൂർണ്ണമായും അപ്രത്യക്ഷപ്പെട്ടിരിക്കുന്നു. അയാളുടെ ഹൃദയത്തെ നനഞ്ഞ നീരാവി മൂടിയിരിക്കുന്നു. അയാൾ സ്വർഗ്ഗത്തിനു താഴെയുള്ള മഞ്ഞുമൂടിയ കൊടുമുടികളിൽ അവസാനിച്ചുപോകുന്ന നടവഴി കണ്ടു. അയാൾ നിഗൂഢമായ താഴ്വരകണ്ടു. അവിടെ നിന്നും രക്ഷപെടാൻ വഴിയില്ല. അയാളെ സന്ധ്യയുടെ മോഹിപ്പിക്കുന്ന വെണ്മയും തണുപ്പും ഭയാനകമായ നിശ്ശബ്ദതയും പൊതിഞ്ഞു. അവൾ ഒരു നിഴൽപോലെ ജനാലയുടെ മുന്നിൽ ഒരു ദേവാലയത്തിനു മുന്നിലെന്നപോലെ കുനിഞ്ഞിരുന്നു.

"നിങ്ങൾക്ക് അത് ഇഷ്ടമായോ?" അകൽച്ച തോന്നുന്ന ശബ്ദത്തിൽ അയാൾ ചോദിച്ചു. കുറഞ്ഞപക്ഷം അയാൾ അവിടെ ഉണ്ടെന്നെങ്കിലും അവൾ അംഗീകരിക്കണം. പക്ഷേ, അവൾ അയാളുടെ നോട്ടത്തിൽ നിന്നും അവളുടെ മുഖം മറച്ചുവെച്ചു. അവളുടെ കണ്ണുകളിൽ കണ്ണുനീരുണ്ടെന്ന് അയാൾക്ക് അറിയാം. അവളുടെ സ്വന്തം കണ്ണുനീർ. അയാളെ ശൂന്യതയിലേക്ക് എടുത്തെറിയുന്ന അവളുടെ അസാധാരണമായ നിലപാടുകളുടെ കണ്ണുനീർ.

പെട്ടെന്ന് അയാൾ അവളുടെ താടിയിൽ പിടിച്ച് മുഖം അയാളുടെ നേർക്ക് ഉയർത്തി. അവളുടെ ആത്മാവ് പോലും പകച്ചുപോയമട്ടിൽ കണ്ണുനീരിന്റെ നനവുള്ള അവളുടെ കടുംനീലക്കണ്ണുകൾ വിടർന്നു. ആ കണ്ണുകൾ അവയിലെ കണ്ണുനീരിലൂടെ അയാളെ നോക്കി. അവയിൽ ഭീതി ഉണ്ടായിരുന്നു. അയാളുടെ പകുതി അടഞ്ഞ കണ്ണുകളുടെ നോട്ടം അസ്വാഭാവികമായിരുന്നു. ബുദ്ധിമുട്ടി ശ്വസിക്കുന്നതിനിടയിൽ അവളുടെ ചുണ്ടുകൾ അകന്നു.

ഒരു ഓട്ടുമണിയുടെ മുഴക്കംപോലെ പടിപടിയായി അയാൾ തടുത്തുനിർത്താൻ കഴിയാത്ത മട്ടിൽ കുറ്റമറ്റ വികാരങ്ങൾക്ക് അടിമപ്പെട്ടു. അവളുടെ മൃദുവായ മുഖത്തിനു മുകളിൽ കുനിഞ്ഞു നിന്നപ്പോൾ അയാളുടെ കാൽമുട്ടുകൾ വെള്ളോടുപോലെ ദൃഢതയുള്ളതായി. അവളുടെ ചുണ്ടുകൾ അകന്നു. അസാധാരണമായ ഈ ബലാൽക്കാരത്തിൽ അവളുടെ കണ്ണുകൾ വിടർന്നു. അയാളുടെ കൈയ്ക്കുള്ളിൽ അവളുടെ താടിക്ക് സിൽക്കിന്റെ മാർദ്ദവം ഉണ്ടായിരുന്നു. അയാൾക്ക് മഞ്ഞുകാലത്തോളം ശക്തി തോന്നി. അയാളുടെ കൈകൾ തോല്പിക്കാൻ കഴിയാത്തതും ഒഴിവാക്കാൻ പറ്റാത്തതുമായ ലോഹത്തിലുള്ളതായിരുന്നു. അയാളുടെ ഉള്ളിൽ കെട്ടിത്തൂക്കിയിരിക്കുന്ന ഒരു മണി പോലെ അയാളുടെ ഹൃദയം

മുഴങ്ങി.

അയാൾ അയാളുടെ കൈകളിൽ അവളെ ഉയർത്തി. അവൾക്ക് ചലനം ഇല്ലായിരുന്നു. ഈ സമയം മുഴുവൻ അവളുടെ കണ്ണുകൾ തോർന്നിരുന്നില്ല. ആകർഷണത്തിന്റെയും നിസ്സഹായതയുടെയും മന്ദ്യത്തിൽ അവളുടെ കണ്ണുകൾ വിടർന്നു. അയാൾക്ക് അമാനുഷമായ ശക്തി ഉണ്ടായിരുന്നു.

അയാൾ അവളെ ഉയർത്തി അയാളിലേക്ക് വലിച്ചടുപ്പിച്ചു. അവളുടെ മൃദുലവും നിശ്ചലവുമായ ശരീരം, സഫലമായില്ലെങ്കിൽ അയാൾക്ക് നാശം സംഭവിക്കുന്ന ആസക്തിയുടെ അമിതഭാരമുള്ള ലോഹക്കാലുകളിൽ വിശ്രമിച്ചു. അവൾ അയാളിൽനിന്ന് ക്ഷോഭത്തോടെ പിൻവാങ്ങി. അയാളുടെ ഹൃദയം ഒരുതണുത്ത തീജ്ജ്വാല പോലെ മുന്നേറി. അയാൾ അവളെ ചുറ്റിവരിഞ്ഞു. ഉപേക്ഷിക്കപ്പെടുകയാണെങ്കിൽ അയാൾ അവളെ നശിപ്പിക്കും.

പക്ഷേ, അയാളുടെ ശരീരത്തിലെ ധിക്കാരമുള്ള ശക്തി അവൾക്ക് താങ്ങാൻ കഴിയുമായിരുന്നില്ല. അവൾ സ്വബോധമില്ലാതെ വെറുതെ തളർന്നുകിടന്നു. അയാൾക്ക് അവൾ മോചനത്തിന്റെ അങ്ങേയറ്റത്തെ മാധുര്യമുള്ള നിർവൃതി ആയിരുന്നു. അടക്കിനിർത്താൻ കഴിയാത്ത ഈ നിർവൃതിയുടെ വ്യഥയുടെ ഒരു നിമിഷം വേണ്ടെന്നുവെയ്ക്കുന്നതിനു പകരം അയാൾ ശാശ്വതമായ പീഡനത്തിന്റെ കഷ്ടപ്പാടുകൾ സഹിക്കും.

"എന്റെ ദൈവമേ!" അയാൾ പറഞ്ഞു. "ഇനി എന്ത്?"

അയാളെ നോക്കിക്കൊണ്ടിരിക്കുന്ന കറുത്ത കണ്ണുകളുള്ള ഒരു കുട്ടിയെപ്പോലെ അവൾ അനങ്ങാതെ കിടന്നു.

"ഞാൻ എല്ലാക്കാലത്തും നിങ്ങളെ സ്നേഹിക്കും" അവളെ നോക്കിക്കൊണ്ട് അയാൾ പറഞ്ഞു.

പക്ഷേ, അവൾ കേട്ടില്ല. അവൾ ഒരിക്കലും അവൾക്ക് മനസ്സിലാക്കാൻ കഴിയാത്ത എന്തിനേയോ നോക്കുന്നതുപോലെ അയാളെ നോക്കിക്കൊണ്ടു കിടന്നു. ഒരു മുതിർന്ന മനുഷ്യനെ മനസ്സിലാക്കാൻ ആഗ്രഹിക്കാതെ അയാൾ പറയുന്നത് സമ്മതിച്ചുകൊടുക്കുന്ന ഒരുകുട്ടിയുടെ മുഖഭാവം അവൾക്ക് ഉണ്ടായിരുന്നു.

അവൾ കൂടുതൽ നോക്കാതിരിക്കാൻവേണ്ടി അയാൾ അവളുടെ കണ്ണുകളിൽ ചുംബിച്ചു. അയാൾ ഇപ്പോൾ എന്തൊക്കെയോ ആഗ്രഹിക്കുന്നുണ്ട്. ഏതോതരത്തിലുള്ള സൂചന. ഏതോതരത്തിലുള്ള അംഗീകാരം. ഏതോ തരത്തിലുള്ള സമ്മതം. പക്ഷേ, അവൾ ഒറ്റപ്പെട്ടുപോയ ഒരുകുട്ടിയെപ്പോലെ നിശ്ശബ്ദയായി കിടന്നു. അയാൾ അവസാനമായി വീണ്ടും അവളെ ചുംബിച്ചു. "നമുക്ക് താഴെപ്പോയി കാപ്പികുടിക്കാം?" അയാൾ ചോദിച്ചു.

ജനാലയിൽ ഇളം നീലനിറത്തിൽ മൂവന്തിയുടെ വെളിച്ചം വീണിരുന്നു. അവൾ കണ്ണുകൾ അടച്ചു. മരിച്ചുകൊണ്ടിരുന്ന അത്ഭുതത്തിന്റെ വിരസതയെ അവൾ കണ്ണടച്ച് പുറത്താക്കി. വീണ്ടും സാധാരണലോക

ത്തിലേക്ക് അവൾ കണ്ണുതുറന്നു.

"ശരി." ഒരു ശബ്ദം ഉണ്ടാക്കി സ്വന്തം ഇച്ഛാശക്തിയെ വീണ്ടെടുത്തുകൊണ്ട് അവൾ പറഞ്ഞു. അവൾ വീണ്ടും ജനാലയുടെ അടുത്തേക്ക് പോയി. മഞ്ഞുതൊട്ടിലിലും മങ്ങിയ മലഞ്ചെരിവുകളിലും വൈകുന്നേരത്തെ നീലവെളിച്ചം വീണിരുന്നു. പക്ഷേ, സ്വർഗ്ഗത്തിലെ മഞ്ഞിന്റെ കൊടുമുടികൾക്ക് റോസാപ്പൂവിന്റെ നിറമായിരുന്നു. അവ ഉയർന്ന ലോകത്തെ വിശിഷ്ടമായ പൂച്ചെണ്ടുകൾപോലെ തിളങ്ങുന്നുണ്ടായിരുന്നു.

അവയുടെ മുഴുവൻ ഭംഗിയും ഗുഡ്റൺ കണ്ടു. അവയ്ക്ക് എത്ര മാത്രം അനശ്വരമായ സൗന്ദര്യം ഉണ്ടെന്ന് അവൾക്ക് അറിയാം. സ്വർഗ്ഗത്തെ സന്ധ്യയുടെ നിലാവെളിച്ചത്തിൽ റോസാപ്പൂനിറമുള്ള മഞ്ഞുപാളികളിൽ തീപടരുന്നു. അവൾക്ക് അത് കാണാൻ കഴിഞ്ഞു. അവൾക്ക് അത് അറിയാം. പക്ഷേ, അവൾ അതിന്റെ ഭാഗം അല്ല. അവളെ വേർപെടുത്തിയിരിക്കുന്നു. അവളെ വിലക്കിയിരിക്കുന്നു. അവൾ പുറത്താക്കപ്പെട്ട ആത്മാവായി മാറിയിരിക്കുന്നു.

പശ്ചാത്താപത്തോടെ അവസാനത്തെ നോട്ടം നോക്കിയിട്ട് അവൾ തിരിച്ചുവന്ന് മുടിചീകാൻ തുടങ്ങി. അയാൾ ഭാണ്ഡക്കെട്ടുകളുടെ കെട്ടഴിച്ചശേഷം അവളെ നോക്കിക്കൊണ്ട് അവൾക്കുവേണ്ടി കാത്തുനില്ക്കുകയായിരുന്നു. അയാൾ അവളെ ശ്രദ്ധിക്കുകയാണെന്ന് അവൾക്കറിയാം. ഈ അറിവ് മുടി ചീകുന്ന ബദ്ധപ്പാടിനിടയിൽ അവളെ ചെറുതായി ദേഷ്യം പിടിപ്പിച്ചു. അവൾ മുടിചീകലിന്റെ വേഗതകൂട്ടി.

മുഖത്ത് മറ്റൊരു ലോകത്തിന്റെ ലക്ഷണവുമായി അവർ താഴത്തെ നിലയിലേക്ക് പോയി. ഒരു നീണ്ട മേശയ്ക്കരുകിൽ ബിർക്കിനും ഉർസുലയും അവരെ പ്രതീക്ഷിച്ചിരിക്കുന്നത് അവർ കണ്ടു.

"അവരെ ഒന്നിച്ചു കാണാൻ എത്രമാത്രം നന്നായിരിക്കുന്നു" ഗുഡ്റൺ അസൂയയോടെ ആലോചിച്ചു. അവൾക്ക് ഒരിക്കലും സ്വയം ചെന്നു ചേരാൻ കഴിയാത്ത ഒരു ബാലിശമായ സംതൃപ്തി അവരിൽ കണ്ടപ്പോൾ പെട്ടെന്ന് അവൾക്ക് അവരോട് അസൂയ ഉണ്ടായി. അവർ വളരെ ചെറിയ കുട്ടികളാണെന്ന് അവൾക്ക് തോന്നി.

"നല്ല ആഹാരമാണ്." ഉർസുല ആർത്തിയോടെ വിളിച്ചുകൂവി. "വളരെ നല്ലതാണ്."

"ശരി." ഗുഡ്റൺ പറഞ്ഞു. "ഞങ്ങൾക്കുകൂടി കൊണ്ടുവരില്ലേ?" അവൾ ഹോട്ടലിലെ പരിചാരകനോട് വിളിച്ചുചോദിച്ചു.

അവൾ ജറാൾഡിന്റെ ഒരുവശത്തുകിടന്ന ബെഞ്ചിൽ ആരും പറയാതെതന്നെ ഇരുന്നു. അവരെ നോക്കിക്കൊണ്ടിരിക്കുമ്പോൾ ബിർക്കിന്റെ ഉള്ളിൽ അവരെപ്പറ്റി ഉള്ള ഒരു കരുതലിന്റെ വേദന തോന്നി.

"ഈ സ്ഥലം സത്യത്തിൽ അത്ഭുതകരമാണെന്ന് എനിക്ക് തോന്നുന്നു." ബിർക്കിൻ ജറാൾഡിനോട് പറഞ്ഞു. "അതിമനോഹരം അത്ഭുതകരം ഗംഭീരം അവർണ്ണനീയം."

ജറാൾഡ് ചെറുതായി പുഞ്ചിരിച്ചു.

"എനിക്ക് ഇവിടം ഇഷ്ടമാണ്." അയാൾ പറഞ്ഞു.

മുറിയുടെ മൂന്നുവശങ്ങളിൽ തടി മേശകൾ ഉണ്ടായിരുന്നു. ബിർക്കിനും ഉർസുലയും തടികൊണ്ടുള്ള ഭിത്തിയുടെ മുന്നിലാണ് ഇരുന്നിരുന്നത്. ജറാൾഡും ഗുഡ്റണും അവരുടെ ഒരുവശത്തുള്ള മൂലയിലാണ് ഇരുന്നത്. അവർ ഇരുന്നിരുന്നത് അടുപ്പിനടുത്തായിരുന്നു. അത് ഒരു നാട്ടിൻപുറത്തെ സത്രംപോലെ താരതമ്യേന വിശാലമായ ഒരു സ്ഥലം ആയിരുന്നു. വളരെ ചെറിയ ഒരു മദ്യശാലയും അവിടെ ഉണ്ടായിരുന്നു. മേൽക്കൂരയും ഭിത്തിയും തറയും മൊത്തത്തിൽ തടിയിലാണ്. ആകെയുള്ള മറ്റുസാധനങ്ങൾ മുറിയുടെ മൂന്നുവശങ്ങളിൽ നിരത്തിയിട്ടിരുന്ന മേശകളും ബഞ്ചുകളുമാണ്. നാലാമത്തെ വശത്താണ് മദ്യക്കുപ്പികളും വാതിലും. രണ്ട് പാളികളുള്ള ജനാലകളിൽ തിരശ്ശീലകൾ പൂർണ്ണമായും ഒഴിവാക്കിയിരുന്നു. സന്ധ്യ അവസാനിക്കാൻ തുടങ്ങിയിരുന്നു.

കാപ്പി വന്നു. ചൂടുള്ള നല്ല കാപ്പി. പലതരം കേക്കുകൾ.

"എന്തുമാത്രം കേക്ക്." ഉർസുല വിളിച്ചുകൂവി. "അവർ ഞങ്ങൾക്ക് തന്നതിനേക്കാൾ കൂടുതൽ നിങ്ങൾക്ക് തന്നു! നിങ്ങളുടേതിൽനിന്ന് കുറച്ചു കേക്ക് എനിക്ക് വേണം."

അവിടെ മറ്റ് ആളുകൾ താമസിച്ചിരുന്നു. മൊത്തം പത്തുപേർ ഉണ്ടെന്ന് ബിർക്കിൻ കണ്ടുപിടിച്ചു. രണ്ട് കലാകാരന്മാർ, മൂന്ന് വിദ്യാർത്ഥികൾ, ഒരു ഭർത്താവും ഭാര്യയും, ഒരു പ്രൊഫസറും അയാളുടെ രണ്ട് പെൺമക്കളും എല്ലാം ജർമ്മൻകാർ. നവാഗതർ ആയിരുന്നതുകൊണ്ട് ഇംഗ്ലീഷുകാർക്ക് നാലുപേർക്കും അവിടെ ഇരുന്ന് എല്ലാം ശ്രദ്ധിക്കാനുള്ള അവസരം ലഭിച്ചു. ജർമ്മൻകാർ വാതിലിൽവന്ന് എത്തിനോക്കി ഹോട്ടലിലെ ജോലിക്കാരനോട് സംസാരിച്ചതിനുശേഷം തിരിച്ചുപോയി. ഭക്ഷണത്തിനുള്ള സമയം ആയിരുന്നില്ല. അതുകൊണ്ട് അവർ ഭക്ഷണമുറിയിലേക്ക് കടന്നുവന്നില്ല. പക്ഷേ, ബൂട്ടുകൾ മാറ്റിയതിനുശേഷം ഒത്തുചേരലിനുവേണ്ടി അവർ സ്വയം തിരിച്ചുവന്നു.

ഇംഗ്ലീഷ് സന്ദർശകർക്ക് വല്ലപ്പോഴും സിദെറിന്റെ നാദവും പിയാനോയുടെ ശബ്ദവും പാട്ടും അലർച്ചയും പൊട്ടിച്ചിരിയും എല്ലാം കൂടി കൂടിക്കലർന്ന പലതരം ശബ്ദങ്ങളുടെ ഒരു അവ്യക്തമായ മുഴക്കം കേൾക്കാൻ കഴിഞ്ഞിരുന്നു. കെട്ടിടം പൂർണ്ണമായും തടിയിൽ നിർമ്മിച്ചതായതുകൊണ്ട് അത് ഓരോ ശബ്ദത്തെയും ആനയിച്ച് കൊണ്ടുവരികയാണെന്ന് തോന്നി. പക്ഷേ, ഓരോ ശബ്ദത്തിന്റെയും മുഴക്കം ഡ്രമ്മിന്റെ മുഴക്കംപോലെ ഇവിടെ കൂടുകയായിരുന്നില്ല. കുറയുകയായിരുന്നു. അതുകൊണ്ട് സിദെറിന്റെ നാദം ഒരു വളരെ ചെറിയ സിദെറിൽനിന്നും വരുന്നതാണെന്നു തോന്നി. പിയാനോ നിശ്ചയമായും ഒരു പിയാനോ അക്കോഡിയനോളം ചെറുതായിരിക്കുമെന്ന് തോന്നിച്ചു.

കാപ്പികുടിച്ചു കഴിഞ്ഞപ്പോൾ ആതിഥേയൻ വന്നു. അയാൾ വിളറിയ തൊലിയും സമൃദ്ധമായ മേൽമീശയുമുള്ള ഒരു തടിയനായിരുന്നു.

"മറ്റ് മാന്യന്മാർക്കും മഹതികൾക്കും നിങ്ങളെ പരിചയപ്പെടുത്താൻ വേണ്ടി ഒത്തുചേരലിനു പോകാൻ നിങ്ങൾക്ക് താല്പര്യം ഉണ്ടോ?" അയാളുടെ ബലമുള്ള വലിയ പല്ലുകൾ പുറത്തുകാണിച്ച് പുഞ്ചിരിച്ചുകൊണ്ട് മുന്നോട്ട് കുനിഞ്ഞു നിന്ന് ഭവ്യതയോടെ അയാൾ ചോദിച്ചു. അയാളുടെ നീലക്കണ്ണുകൾ ഒരാളിൽ നിന്ന് മറ്റൊരാളിലേക്ക് തെന്നിമാറി. ഇംഗ്ലീഷുകാരോട് ഇടപെടുന്നതിൽ അയാൾക്ക് അല്പം ആത്മവിശ്വാസക്കുറവ് ഉണ്ടായിരുന്നു. അയാളുടെ ഇംഗ്ലീഷ് മോശമായിരുന്നതുകൊണ്ടും ഫ്രഞ്ച് സംസാരിക്കാൻ പറ്റുമോ എന്ന് ഉറപ്പില്ലായിരുന്നതുകൊണ്ടും അയാൾ പൂർണ്ണമായും സന്തോഷത്തിലായിരുന്നില്ല.

"നമ്മളെ മറ്റ് മാന്യന്മാർക്കും മഹതികൾക്കും പരിചയപ്പെടുത്താൻ വേണ്ടി നമ്മൾ ഒത്തുചേരലിൽ പങ്കെടുക്കുന്നതിനെപ്പറ്റി എന്തുപറയുന്നു?" ജറാൾഡ് ചിരിച്ചുകൊണ്ട് തടിയൻ പറഞ്ഞത് ആവർത്തിച്ചു.

"നമ്മൾ മടിച്ചിരിക്കാതെ പങ്കെടുക്കുന്നത് നല്ലതാണെന്നാണ് എനിക്ക് തോന്നുന്നത്." ബിർക്കിൻ പറഞ്ഞു. നിമിഷനേരത്തേക്ക് എല്ലാവർക്കും ഒരു മടി ഉണ്ടായിരുന്നു.

സ്ത്രീകൾ ചെറിയ നാണത്തോടെ എഴുന്നേറ്റു കറുത്തവണ്ടിനെപ്പോലെയുള്ള തടിയൻ ശബ്ദംകേൾക്കുന്ന സ്ഥലത്തേക്ക് ലജ്ജയോടെ മുന്നിൽക്കയറി നടന്നു. അയാൾ വാതിൽ തുറന്ന് നാല് അപരിചിതരേയും വിനോദമുറിയിലേക്ക് കൂട്ടിക്കൊണ്ടുപോയി.

പെട്ടെന്ന് ഒരു നിശ്ശബ്ദത പരന്നു. സംഘം ചെറിയ തോതിൽ അമ്പരന്നുപോയി. നവാഗതർക്ക് അനേകം മുഖങ്ങൾ അവരെ നോക്കുന്നതായി അനുഭവപ്പെട്ടു. അതിനുശേഷം അവരുടെ ആതിഥേയൻ വലിയ മേൽമീശയുള്ള പൊക്കംകുറഞ്ഞ പ്രൊഫസറോട് വിനയത്തോടെ കുനിഞ്ഞതിനുശേഷം സംസാരിച്ചു.

പ്രൊഫസർക്ക് ഉന്മേഷവും ഉത്സാഹവും ഉണ്ടായിരുന്നു. അയാൾ ഇംഗ്ലീഷുകാരെ പുഞ്ചിരിയോടെ മനസ്സറിഞ്ഞ് വണങ്ങി. ഉടൻതന്നെ അയാൾ അവരുമായി സൗഹൃദം തുടങ്ങി.

പിന്നീട് പുതിയ അതിഥികൾക്ക് ആതിഥേയൻ പരിചയപ്പെടുത്തിയത് ലോർക്കയെ ആയിരുന്നു. ലോർക്ക അവരെ വിനോദപരിപാടികളിലേക്ക് ക്ഷണിച്ചു.

നാല് ഇംഗ്ലീഷുകാരും പങ്കെടുക്കുന്നതിന്റെ അസ്വസ്ഥതയോടെ മുറിയുടെ നടുക്ക് നിന്ന് പുഞ്ചിരിച്ചു. അവരുടെ വക്താവായിരുന്ന ജറാൾഡ് അവർക്ക് വിനോദപരിപാടിയിൽ പങ്കെടുക്കാൻ താല്പര്യമുണ്ടെന്ന് പറഞ്ഞു. ഗുഡ്റണും ഉർസുലയും ആവേശത്തോടെ ചിരിക്കുന്നുണ്ടായിരുന്നു. എല്ലാ പുരുഷന്മാരുടെയും കണ്ണുകൾ അവരെ നോക്കിക്കൊണ്ടിരിക്കുന്നതായി ഗുഡ്റണിനും ഉർസുലയ്ക്കും അനുഭവപ്പെട്ടു. അവർ ഒരിടത്തുംനോക്കാതെ തല ഉയർത്തിപ്പിടിച്ചു. സ്വയം അവർക്ക് രാജകീയ പ്രാധാന്യം തോന്നി.

അവിടെ എത്തിയിട്ടുള്ളവരുടെ പേരുകൾ യാതൊരു ഔപചാരിക

തയും ഇല്ലാതെ പ്രൊഫസർ വിളിച്ചുപറഞ്ഞു. അർഹിക്കുന്നവർക്കും അർഹിക്കാത്തവർക്കും വേണ്ടി ആളുകൾ തലകുനിച്ചു. ഭർത്താവും ഭാര്യയും ഒഴിച്ച് മറ്റെല്ലാവരും ഉണ്ടായിരുന്നു. ഓട്ടക്കാരെപ്പോലെ ഉയരമുള്ള നീലവേഷം ധരിച്ച പ്രൊഫസറുടെ രണ്ട് പെൺമക്കളും തലകുനിട്ടശേഷം പിന്നോട്ടു മാറി. ഏറ്റവും നല്ല കുടുംബങ്ങളിൽനിന്നു വരുന്നവരാണെന്നുള്ള മതിപ്പ് ഉണ്ടാക്കാൻ പറ്റുമെന്നുള്ള നിഷ്കളങ്കമായ പ്രതീക്ഷയിൽ മൂന്ന് വിദ്യാർത്ഥികളും വളരെക്കൂടുതൽ സമയം കുനിഞ്ഞു നിന്നു. പിന്നീട് പെട്ടെന്ന് വിടർന്ന കണ്ണുകളുമായി കടന്നുവന്ന ഇരുണ്ട നിറമുള്ള ഒരു മനുഷ്യനായിരുന്നു. അയാൾ അല്പം കുനിഞ്ഞതിനുശേഷം സ്ഥലം വിട്ടു. അയാളുടെ സുഹൃത്തായ വെളുത്ത ചെറുപ്പക്കാരന്റെ വേഷം നാഗരികമായിരുന്നു. തുടുത്ത മുഖമുള്ള അയാൾ കൂടുതൽ കുനിഞ്ഞു.

അത് അവസാനിച്ചു.

"ഇവിടെ ലോർക്ക കൊളോൺ നാട്ടുഭാഷയിലുള്ള ഒരു വിവരണം തന്നുകൊണ്ടിരിക്കുകയായിരുന്നു."പ്രൊഫസർ പറഞ്ഞു.

"അദ്ദേഹത്തെ തടസ്സപ്പെടുത്തിയതിന് ഞങ്ങളോട് ക്ഷമിക്കണം." ജറാൾഡ് പറഞ്ഞു. "അത് കേൾക്കാൻ ഞങ്ങൾക്ക് വളരെ അധികം താല്പര്യം ഉണ്ട്."

അവിടെ തലകുനിക്കുന്നതിന്റെയും ഇരിപ്പിടങ്ങൾ വാഗ്ദാനം ചെയ്യുന്നതിന്റെയും ഒരു ബഹളം ആയിരുന്നു. ഗുഡ്റണും ഉർസുലയും ജറാൾഡും ബിർക്കിനും ഭിത്തിയോടു ചേർന്നുകിടന്ന ഒരു പതുപുതുത്ത സോഫയിൽ ഇരുന്നു. കെട്ടിടത്തിന്റെ മറ്റുഭാഗങ്ങൾ പോലെ ഈ മുറിയും തടിപ്പലകകൾ കൊണ്ടായിരുന്നു. മുറിയിൽ ഒരു പിയാനോയും ഏതാനും സോഫകളും കസേരകളും അതുകൂടാതെ മാസികകളും പുസ്തകങ്ങളും കിടന്നിരുന്ന രണ്ട് മേശകളും ഉണ്ടായിരുന്നു.

ലോർക്ക വികാരങ്ങൾ പ്രതിഫലിക്കുന്ന മുഖമുള്ള ഒരു ചെറിയ മനുഷ്യനായിരുന്നു. അയാളുടെ വിടർന്ന കണ്ണുകൾക്ക് ഒരു എലിയുടെ കണ്ണുകൾപോലെ വേഗത ഉണ്ടായിരുന്നു. അപരിചിതരെ ഓരോരുത്തരെയായി അയാൾ പെട്ടെന്ന് നോക്കിയതിനുശേഷം അയാൾ താല്പര്യക്കുറവോടെ സ്റ്റൂളിൽ ഇരുന്നു.

"ദയവായി വിവരണം തുടരൂ." പ്രൊഫസർ ചെറിയ അധികാരഭാവത്തോടെ സൗമ്യമായി പറഞ്ഞു. "പിയാനോ സ്റ്റൂളിൽ" കൂനിക്കൂടി ഇരുന്നിരുന്ന ലോർക്ക തല ഉയർത്തി നോക്കി. അയാൾ മറുപടി പറഞ്ഞില്ല.

"അത് വലിയ സന്തോഷമായിരിക്കും."ഉർസുല വളരെ നേരമായി ഈ വാചകം ജർമ്മൻഭാഷയിൽ തയ്യാറാക്കിക്കൊണ്ടിരിക്കുകയായിരുന്നു.

അപ്പോൾ അതുവരെ പ്രതികരിക്കാതിരുന്ന മനുഷ്യൻ പെട്ടെന്ന് അയാൾ വിവരണം നിർത്തിയ വേഗതയിൽ വർത്തമാനം വീണ്ടും ആരംഭിച്ചുകൊണ്ട്, അയാളുടെ പഴയ പ്രേക്ഷകരുടെ മുന്നിൽ വൃദ്ധയായ ഒരു കൊളോൺ സ്ത്രീയും ഒരു റെയിൽവേ ഗാർഡും തമ്മിലുള്ള വഴക്കിനെ

പരിഹസിച്ചുകൊണ്ടുള്ള ഒരു അനുകരണം അവതരിപ്പിച്ചു.

അയാളുടെ ശരീരം മെലിഞ്ഞതായിരുന്നെങ്കിലും അയാളുടെ ചലനങ്ങൾക്ക് വേണ്ടത്ര വഴക്കവും ചുറുചുറുക്കും ഉണ്ടായിരുന്നു. പക്ഷേ, അയാളുടെ ശബ്ദത്തിന് പരിഹസിക്കാനുള്ള പക്വത ഉണ്ടായിരുന്നു. അയാളുടെ വിവരണത്തിലെ ഒരു വാക്കുപോലും ഗുഡ്റണിന് മനസ്സിലാക്കാൻ കഴിഞ്ഞില്ല. പക്ഷേ, അവൾ അതിലേക്ക് ആകർഷിക്കപ്പെട്ടിരുന്നു. അയാൾ നിശ്ചയമായും ഒരു കലാകാരൻ ആയിരിക്കണം. അല്ലെങ്കിൽ ഒരാൾക്കും ഇത്രമാത്രം തനിമയോടെയുള്ള അവതരണം സാദ്ധ്യമല്ല. അയാളുടെ വിചിത്രമായ വാക്കുകളും ശൈലിയും കേട്ട് ജർമ്മൻകാർ തലകുത്തിച്ചിരിച്ചു. ബഹളത്തിനിടയിൽ അവർ ആദരവോടെ ഒറ്റപ്പെട്ടിരിക്കുന്ന ഇംഗ്ലീഷുകാരെ നോക്കി. ഗുഡ്റണും ഉർസുലയും ചിരിക്കാൻ നിർബ്ബന്ധിതരായി. മുറിക്കുള്ളിൽ പൊട്ടിച്ചിരി അലർച്ചയായി മുഴങ്ങി. പ്രൊഫസറുടെ പെൺമക്കൾ പൊട്ടിച്ചിരിയുടെ കണ്ണുനീരിൽ നീന്തിത്തുടിക്കുകയായിരുന്നു. അവരുടെ തെളിഞ്ഞ കവിളുകൾ സന്തോഷം കൊണ്ട് ചുവന്നു. അവരുടെ അച്ഛൻ അത്ഭുതം തോന്നുന്ന തരത്തിൽ പൊട്ടിച്ചിരിച്ചു. വിദ്യാർത്ഥികൾ ചിരിയുടെ ആധിക്യംകൊണ്ട് തല കാൽമുട്ടിൽ ഒളിപ്പിച്ചു. ഉർസുല അത്ഭുതത്തോടെ ചുറ്റുപാടും നോക്കി. ചിരി അവളുടെ അനുവാദമില്ലാതെ തന്നെ അവളിൽ പതഞ്ഞു പൊങ്ങുന്നുണ്ടായിരുന്നു. അവൾ ഗുഡ്റണിനെ നോക്കി. ഗുഡ്റൺ അവളെ നോക്കി. രണ്ടുപേരും പൊട്ടിച്ചിരിച്ചു. ലോർക്ക അയാളുടെ വിടർന്നകണ്ണുകൾ കൊണ്ട് വളരെ പെട്ടെന്ന് അവരെ നോക്കി. ബിർക്കിൻ മനസ്സറിയാതെ അടക്കിപ്പിടിച്ചു ചിരിച്ചു. ജറാൾഡ് ക്രിച്ച് മുഖത്ത് വിസ്മയം തിളങ്ങുന്ന നോട്ടവുമായി നിവർന്നിരുന്നു. പൊട്ടിച്ചിരി വീണ്ടും പൊട്ടിപ്പുറപ്പെട്ടു. അതിന്റെ പാരമ്യതയിൽ പ്രൊഫസറുടെ പെൺമക്കൾ നിസ്സഹായരായി വിറച്ചു. പ്രൊഫസറുടെ കഴുത്തിലെ ഞരമ്പുകൾ വീർത്തുനിന്നു. അയാളുടെ മുഖം ചുവന്നിരുന്നു. ചിരിയുടെ പാരമ്യതയിലുള്ള നിശ്ശബ്ദമായ കോച്ചിപ്പിടുത്തംകൊണ്ട് അയാൾ വീർപ്പുമുട്ടി. വിദ്യാർത്ഥികൾ കൂകിവിളിച്ച അവ്യക്തമായ വാക്കുകൾ പിടിച്ചുനിർത്താൻ കഴിയാത്ത പൊട്ടിച്ചിരിയിൽ പുറത്തു കേട്ടില്ല. അതിനുശേഷം പെട്ടെന്ന് കലാകാരന്റെ ദ്രുതഗതിയിലുള്ള ജല്പനങ്ങൾ അവസാനിച്ചു. അവിടെ ചിരി അടങ്ങുന്നതിന്റെ ചെറിയ അപശബ്ദങ്ങൾ കേട്ടു. ഉർസുലയും ഗുഡ്റണും അവരുടെ കണ്ണുകൾ തുടയ്ക്കുന്നുണ്ടായിരുന്നു. പ്രൊഫസർ ഉറക്കെ വിളിച്ചുകൂവി.

"ലോർക്കയുടെ അവതരണം അസാമാന്യമായിരുന്നു."

"വളരെ നന്നായിരുന്നു." തളർന്നുപോയ അയാളുടെ പെൺമക്കൾ അയാളെ പിൻതാങ്ങി. ഞങ്ങൾക്ക് ഒന്നും മനസ്സിലാക്കാൻ കഴിഞ്ഞില്ല." ഉർസുല പറഞ്ഞു.

"നിങ്ങൾക്ക് മനസ്സിലാകാത്തതിൽ ഞങ്ങൾക്ക് വിഷമമുണ്ട്." പ്രൊഫസർ പറഞ്ഞു.

"നിങ്ങൾക്ക് മനസ്സിലായില്ലേ?" അവസാനം വിദ്യാർത്ഥികൾ നവാ

ഗതരോട് സംസാരിക്കാനുള്ള സ്വാതന്ത്ര്യം കാണിച്ചു.

മിശ്രിതം തയ്യാറായി. സംഘത്തിലേക്ക് നവാഗതർ പുതിയ ഘടകങ്ങൾപോലെ കുഴച്ചുചേർക്കപ്പെട്ടു. മുറിക്ക് ജീവൻ ഉണ്ടായിരുന്നു. ജറാൾഡ് സന്തോഷത്തിലായിരുന്നു. അയാൾ ആവേശത്തോടെ തുറന്ന് സംസാരിച്ചു. അസാധാരണമായ നേരംപോക്കുകൊണ്ട് അയാളുടെ മുഖം തിളങ്ങി. ഒരുപക്ഷേ, ബിർക്കിനും സംസാരിക്കാൻ തുടങ്ങുമായിരുന്നു. അയാൾ എല്ലാം ശ്രദ്ധിച്ചിരുന്നെങ്കിലും സംസാരിക്കാൻ അയാൾ അറച്ചു നിന്നു.

"ആനി ലോറീ."* പാടാൻ ഉർസുല സമ്മതിച്ചു. പ്രൊഫസർ ആ പാട്ടിനുകൊടുത്ത പേര് അങ്ങനെ ആയിരുന്നു. അവിടെ അങ്ങേയറ്റത്തെ ആദരവിന്റെ ഒരു നിശ്ശബ്ദത നിലവിൽ വന്നിരുന്നു. ജീവിതത്തിൽ ഒരിക്കൽപ്പോലും അവൾ ഇത്രമാത്രം ഗൗനിക്കപ്പെട്ടതായി അവൾക്ക് തോന്നിയിട്ടില്ല. ഓർമ്മയിൽ നിന്നും പിയാനോ വായിച്ചുകൊണ്ട് ഗുഡ്റൺ അവളോടൊപ്പം ഒന്നിച്ചുണ്ടായിരുന്നു.

ഉർസുലയ്ക്ക് മനോഹരമായ ശബ്ദം ഉണ്ടെങ്കിലും ആത്മവിശ്വാസം ഇല്ലാത്തതുകൊണ്ട് സാധാരണ അവളുടെപാട്ട് മോശമാകും. പക്ഷേ, ഈ വൈകുന്നേരം അവൾക്ക് താൻ കെണിയിൽപ്പെട്ടതായി തോന്നിയില്ല. അവൾക്ക് ആത്മവിശ്വാസം തോന്നി. ബിർക്കിൻ ശരിക്കും പിന്നിൽ ഉണ്ടായിരുന്നു. ജർമ്മൻകാർ അവളെ പ്രോത്സാഹിപ്പിച്ചു. അപാരമായ ആത്മവിശ്വാസത്തിലേക്ക് അവൾ തുറന്നുവിടപ്പെട്ടു. അവളുടെ ശബ്ദം ഉയരുന്നതിനൊപ്പം താൻ പറന്നുപൊങ്ങുന്ന ഒരു പക്ഷിയാണെന്ന് അവൾക്ക് തോന്നി. വായുവിൽ തെന്നി ഒഴുകുന്ന ഒരു പക്ഷിയുടെ ചിറകിന്റെ ചലനങ്ങൾപോലെ അവൾ പാട്ടിന്റെ ആരോഹണാവരോഹണങ്ങൾ സ്വയം ആസ്വദിച്ചു. അവൾക്ക് ആഹ്ലാദം നിറഞ്ഞ ആസ്വാദനത്തിന്റെ പിൻബലവും ഉണ്ടായിരുന്നു. ജർമ്മൻകാർക്ക് അളവില്ലാത്ത സംതൃപ്തി നല്കിക്കൊണ്ട് ആത്മസംതൃപ്തിയോടെ ആ പാട്ട് ആത്മവിശ്വാസം തുളുമ്പുന്ന ശക്തമായ ശബ്ദത്തിൽ പാടാൻ കഴിഞ്ഞതിൽ അവൾ അങ്ങേയറ്റം സന്തോഷിച്ചു.

അവസാനം എല്ലാ ജർമ്മൻകാരും പാട്ടിന്റെ വിഷാദഭാവത്തിൽ അലിഞ്ഞുചേർന്നിരുന്നു. അവർ ആദരവോടെ മൃദുലമായ ശബ്ദത്തിൽ അവളെ പ്രശംസിച്ചു. അവർക്ക് കൂടുതൽ സംസാരിക്കാൻ കഴിഞ്ഞില്ല.

അവൾ പ്രഭാതകിരണങ്ങൾ തട്ടിവിടർന്ന ഒരുപൂവുപോലെ തിളങ്ങി. ബിർക്കിന് അവളോട് അസൂയതോന്നിയ രീതിയിൽ അയാൾ അവളെ നോക്കുന്നതായി ഉർസുലക്ക് അനുഭവപ്പെട്ടു. അവൾക്ക് രോമാഞ്ചം തോന്നി. മേഘപാളികൾക്ക് പുറത്തേക്കു പെട്ടെന്ന് കടന്നുവന്ന സൂര്യനെപ്പോലെ അവർ സന്തോഷവതി ആയിരുന്നു. എല്ലാവരിലും ആദരവിന്റെ തിളക്കം ഉണ്ടെന്നു തോന്നി.

---

* സ്കോട്ടിഷ് എഴുത്തുകാരനായ വില്യം ഡോഗ്ലസിന്റെ(1672–1748) കവിതയുടെ പത്തൊമ്പതാം നൂറ്റാണ്ടിലെ സംഗീതാവിഷ്കാരം

രാത്രിഭക്ഷണം കഴിഞ്ഞ് പുറംലോകം കാണാൻവേണ്ടി അല്പസമയത്തേക്ക് പുറത്തു പോകാൻ അവൾ ആഗ്രഹിച്ചു. കൂടെയുള്ളവർ അവളെ പിന്തിരിപ്പിക്കാൻ ശ്രമിച്ചു. അത്രയ്ക്കും ഭയാനകമായ തണുപ്പായിരുന്നു. പക്ഷേ, വെറുതെ ഒന്ന് കാണാനാണ് ഉദ്ദേശ്യമെന്ന് അവൾ പറഞ്ഞു.

പുതച്ച് പുറത്തിറങ്ങിയ അവർ നാലുപേരും നക്ഷത്രങ്ങൾക്കു മുന്നിൽ മഞ്ഞുമലകളുടെ വിചിത്രമായ നിഴലുകൾ പരന്നുകിടന്നിരുന്ന തുറസ്സായ സ്ഥലത്ത് എത്തിയതായി സ്വയം മനസ്സിലാക്കി. തീർച്ചയായും തണുപ്പ് ഉണ്ടായിരുന്നു. പരുക്കേല്പിക്കുന്ന തരത്തിൽ ഭയാനകവും അസ്വാഭാവികവുമായ തണുപ്പ്. ഉർസുലയ്ക്ക് അവളുടെ മൂക്കിലേക്ക് തുളച്ചുകയറിയ വായുവിനെ വിശ്വസിക്കാൻ കഴിഞ്ഞില്ല. അതിന്റെ തീക്ഷ്ണവും മാരകവുമായ തണുപ്പിന്റെ കാരണം മുൻകൂട്ടി തീരുമാനിച്ച ബുദ്ധിപൂർവ്വമുള്ള ദ്രോഹചിന്തയാണെന്ന് തോന്നി.

എങ്കിലും അത് അത്ഭുതകരമായ ഒരു ലഹരി ആയിരുന്നു. അവളും നക്ഷത്രങ്ങളും തമ്മിലുള്ള അല്ലെങ്കിൽ അവളും ചുറ്റുപാടും തമ്മിലുള്ള അദൃശ്യമായ ഇടപെടലുകളിൽ നിശ്ശബ്ദമായ മഞ്ഞിന്റെ തിരിച്ചറിയാൻ കഴിയാത്ത അത്ഭുതകരമായ ഒരു ലഹരി.

അവളുടെ നാലുവശത്തും മഞ്ഞിന്റെ തൊട്ടിൽ ആയിരുന്നു. കാൽച്ചുവട്ടിൽ ഉറച്ച മഞ്ഞുണ്ടായിരുന്നു. അത് അവളുടെ ബൂട്ടിനടിയിലൂടെ കൊടുംതണുപ്പായി തുളച്ചുകയറി. രാത്രി നിശ്ശബ്ദമായിരുന്നു. നക്ഷത്രങ്ങളുടെ സംസാരം തനിക്ക് കേൾക്കാൻ കഴിയുമെന്ന് അവൾ സങ്കല്പിച്ചു. നക്ഷത്രങ്ങളുടെ ദിവ്യമായ ചലനങ്ങൾ കൈ എത്തും ദൂരത്ത് അവൾക്ക് വ്യക്തമായി അറിയാൻ കഴിയുന്നുണ്ടെന്ന് അവൾ സങ്കല്പിച്ചു. അവൾ അവയുടെ അനുരൂപമായ ചലനങ്ങൾക്കിടയിലൂടെ പറന്നു നടക്കുന്ന ഒരു കിളിയാണെന്ന് അവൾക്ക് തോന്നി.

അവൾ ബിർക്കിന്റെ അടുത്തേക്ക് പറ്റിച്ചേർന്നു. പെട്ടെന്ന് അയാൾ ചിന്തിച്ചുകൊണ്ടിരുന്ന കാര്യം തനിക്കറിയില്ലെന്ന് അവൾ തിരിച്ചറിഞ്ഞു. അയാൾ എവിടെയാണ് അലഞ്ഞു തിരിയുന്നതെന്ന് അവൾക്ക് അറിയില്ല.

"എന്റെ പൊന്നേ!" അയാളുടെ മുഖത്തേക്ക് നോക്കാൻ വേണ്ടി നടത്തം നിർത്തിക്കൊണ്ട് അവൾ പറഞ്ഞു.

അയാളുടെ മുഖം വിളറിയിരുന്നു. കണ്ണുകൾ ഇരുണ്ടിരുന്നു. കണ്ണുകളിൽ നക്ഷത്രങ്ങളുടെ തിളക്കത്തിന്റെ ഒരു മങ്ങിയവെളിച്ചം കാണാനുണ്ടായിരുന്നു. അവളുടെ മൃദുലമായ മുഖം അയാളുടെ മുഖത്തിനടുത്തേക്ക് ഉയർന്നുവരുന്നത് അയാൾ കണ്ടു. അയാൾ അവളെ പതുക്കെ ചുംബിച്ചു.

"എന്താണ്?" അയാൾ ചോദിച്ചു.

"നിങ്ങൾ എന്നെ സ്നേഹിക്കുന്നുണ്ടോ?" അവൾ ചോദിച്ചു.

"ഒരുപാട്" അയാൾ പതുക്കെ മറുപടി പറഞ്ഞു. അവൾ കുറേക്കൂടി അയാളോട് പറ്റിച്ചേർന്നു.

"ഒരുപാടില്ല." അവൾ സംശയം പറഞ്ഞു.

"ഒരുപാടൊരുപാട്" അയാൾ ഏറെക്കുറെ ദുഃഖത്തോടെ പറഞ്ഞു.

"ഞാൻ നിങ്ങൾക്ക് എല്ലാമെല്ലാം ആയത് നിങ്ങളെ ദുഃഖിപ്പിക്കുന്നുണ്ടോ?" അവൾ പ്രതീക്ഷയോടെ ചോദിച്ചു. അയാൾ അവളെ ചേർത്തുപിടിച്ച് ചുംബിച്ചുകൊണ്ട് കേൾക്കാൻ കഴിയാത്ത ശബ്ദത്തിൽ പറഞ്ഞു.

"ഇല്ല. പക്ഷേ, ഞാൻ ഒരു ഭിക്ഷക്കാരനാണെന്ന് തോന്നുന്നു— ഞാൻ ദരിദ്രനാണെന്ന് തോന്നുന്നു."

അവൾ ഇപ്പോൾ നക്ഷത്രങ്ങളെ നോക്കിക്കൊണ്ട് നിശ്ശബ്ദയായി നില്ക്കുകയായിരുന്നു. പിന്നീട് അവൾ അയാളെ ചുംബിച്ചു.

"ഭിക്ഷക്കാരനാകരുത്." അവൾ പ്രതീക്ഷയോടെ പറഞ്ഞു. "നിങ്ങൾ എന്നെ പ്രണയിക്കുന്നതിൽ മാനക്കേടില്ല."

"ദരിദ്രനാണെന്ന് തോന്നുന്നത് മാനക്കേടല്ലേ?" അയാൾ മറുപടി പറഞ്ഞു.

"എന്ത് മാനക്കേട്?" എന്തു മാനക്കേടാണുള്ളത്?" അവൾ ചോദിച്ചു. മലകളുടെ മുകളിലൂടെ അദൃശ്യമായി വീശിയിരുന്ന തണുത്തകാറ്റിൽ അവളെ കെട്ടിപ്പിടിച്ചുകൊണ്ട് അയാൾ അനങ്ങാതെ നിന്നു.

"നിങ്ങൾ ഇല്ലാതെ എനിക്ക് ഇവിടുത്തെ തണുപ്പ് താങ്ങാൻ കഴിയില്ല." അയാൾ പറഞ്ഞു. "എനിക്ക് ഇത് താങ്ങാൻ പറ്റില്ല. ഇത് എന്റെ ജീവിതത്തെ മരവിപ്പിക്കും."

അവൾ പെട്ടെന്ന് വീണ്ടും അയാളെ ചുംബിച്ചു. "ഇത് നിങ്ങൾക്ക് വെറുപ്പാണോ?" അവൾ അത്ഭുതപ്പെട്ടുകൊണ്ട് പരിഭ്രമത്തോടെ ചോദിച്ചു.

"നിങ്ങൾ ഇവിടെ ഇല്ലായിരുന്നെങ്കിൽ, എനിക്ക് നിങ്ങളുടെ അടുത്ത് വരാൻ കഴിഞ്ഞില്ലായിരുന്നെങ്കിൽ ഞാൻ ഇതിനെ വെറുക്കുമായിരുന്നു. എനിക്ക് ഇത് താങ്ങാൻ കഴിയില്ല."അയാൾ മറുപടി പറഞ്ഞു.

അവൾ അത്ഭുതപ്പെട്ടു. പിന്നീട് അയാൾ അറിയാതെ തന്നെ അവളുടെ നിലപാട് അയാളിലേക്ക് കുടിയേറ്റം നടത്തി.

"പക്ഷേ, ഇവിടുത്തെ ആളുകൾ നല്ലവരാണ്." അവൾ പറഞ്ഞു.

"ഞാൻ ഉദ്ദേശിച്ചത് ഒരു നിശ്ചലതയും ഈ തണുപ്പും ഈ മരവിച്ച നിത്യതയും ഒക്കെയാണ്."

"ശരിയാണ്. നമ്മൾ ഇവിടെ ഒന്നിച്ചുവന്നത് നല്ല കാര്യമാണ്." അവൾ പറഞ്ഞു.

അവർ വീണ്ടും വീട്ടിലേക്ക് തിരിച്ചുനടന്നു. മഞ്ഞിന്റെ നിശ്ശബ്ദത തളംകെട്ടിയ രാത്രിയിൽ ഹോട്ടലിലെ സ്വർണ്ണനിറമുള്ള വിളക്കുകൾ തിളങ്ങുന്നത് അവർ കണ്ടു. പിന്നിൽ, ഭൂതത്തെപ്പോലെ നക്ഷത്രങ്ങളെ മറച്ചുകൊണ്ട് ഒരു കൊടുമുടിയുടെ ഉയരമുള്ള നിഴൽ ഉണ്ടായിരുന്നു.

അവർ താമസസ്ഥലത്തിനടുത്തെത്തി. ഇരുണ്ട കെട്ടിടത്തിൽ നിന്നും ഒരാൾ ഒരു കത്തിച്ച റാന്തൽ വിളക്കുമായി നടന്നുവരുന്നത് അവർ കണ്ടു. റാന്തലിന്റെ സ്വർണ്ണവെളിച്ചം മഞ്ഞിൽ സൃഷ്ടിച്ച ദീപ്തിവലയത്തിനുള്ളി

ലൂടെയാണ് അയാളുടെ ഇരുണ്ട കാലുകൾ നടന്നുനീങ്ങിക്കൊണ്ടിരുന്നത്. അയാൾ പൊക്കംകുറഞ്ഞ ഒരു ഇരുണ്ട രൂപം ആയിരുന്നു. അയാൾ ഒരു ലായത്തിന്റെ കൊളുത്തുമാറ്റി. ഭയങ്കര തണുപ്പുള്ള വായുവിലൂടെ പശുവിന്റെയാണോ എരുമയുടെയാണോ എന്ന് തിരിച്ചറിയാൻ പറ്റാത്ത മൃഗങ്ങളുടേതായ ഒരു ചൂടുള്ള മണം പുറത്തേക്ക് വന്നു. ഇരുണ്ട തൊഴുത്തിനുള്ളിൽ രണ്ട് കന്നുകാലികൾ ഉണ്ടായിരുന്നു. പിന്നീട് പഴയതുപോലെ വീണ്ടും കതക് അടഞ്ഞു. വെളിച്ചത്തിന്റെ ഒരു വിടവ് പോലും കാണാൻ ഉണ്ടായിരുന്നില്ല. ഇത് ഉർസുലയെ വീണ്ടും വീടിനെക്കുറിച്ച് ഓർമ്മപ്പെടുത്തി. അവളുടെ ബാല്യത്തിലെ ചതുപ്പുനിലങ്ങളും ബ്രസൽസിലേക്കുള്ള യാത്രയും അവളുടെ ഓർമ്മയിൽവന്നു. അസാധാരണമായ കാര്യം ആന്റൺ സ്ക്രബൻസ്കി* അവളുടെ ഓർമ്മയിൽ വന്നതായിരുന്നു.

എന്റെ ദൈവമേ ഒരാൾക്ക് ഇത് താങ്ങാൻ പറ്റുമോ? അഗാധമായ ഗർത്തത്തിൽ താഴ്ന്നുപോയ ഈ കഴിഞ്ഞകാലം ഒരാൾക്ക് സഹിക്കാൻ പറ്റുമോ? എന്നെങ്കിലും അവൾക്ക് അത് സഹിക്കാൻകഴിഞ്ഞിരുന്നോ? അവൾ നിശ്ശബ്ദമായ മഞ്ഞിന്റെ ഉയർന്ന ലോകത്തേക്കും നക്ഷത്രങ്ങളിലേക്കും ശക്തമായ തണുപ്പിലേക്കും നോക്കി. അവിടെ ഒരു മാന്ത്രിക വിളക്കിൽനിന്നുള്ള കാഴ്ചയാണെന്നു തോന്നുന്ന മറ്റൊരുലോകം ഉണ്ടായിരുന്നു. അവിടെ നിഴൽപോലെയുള്ള അയഥാർത്ഥമായ ഒരു ഉർസുല ഉണ്ടായിരുന്നു. അവിടെ സാങ്കല്പികമായ ഒരു ജീവിതത്തിന്റെ മൊത്തമായുള്ള ഒരുനിഴൽ നാടകം ഉണ്ടായിരുന്നു. അത് ഒരു ചിട്ടപ്പെടുത്തിയ അയഥാർത്ഥമായ നിഴൽനാടകം ആയിരുന്നു. അതിന്റെ ചിത്രച്ചില്ലുകൾ എല്ലാം ഉടച്ചുകളയാൻ അവൾ ആഗ്രഹിച്ചു. അത് എന്നന്നേക്കുമായി ഇല്ലാതാകണമെന്ന് അവൾ കൊതിച്ചു. അവൾക്ക് കഴിഞ്ഞ കാലം ഇല്ലാതാകണമെന്ന് അവൾ ആഗ്രഹിച്ചു. അവളുടെ ബാല്യത്തിന്റെയും വളർച്ചയുടെയും ഇരുട്ടിൽ നിന്നും ബുദ്ധിമുട്ടി പുറത്തുവന്ന് സ്വർഗ്ഗത്തിന്റെ മലഞ്ചരിവുകളിലൂടെ ബിർക്കിനോടൊപ്പം ഇവിടെ എത്തിച്ചേരണമെന്ന് അവൾ ആഗ്രഹിച്ചു. ഓർമ്മ അവളെ പറ്റിക്കാനുള്ള ഒരു വൃത്തികെട്ട തന്ത്രമാണെന്ന് അവൾക്ക് തോന്നി. അവൾക്ക് ഓർമ്മയുണ്ടാവണം. എന്ന വിധിന്യായം എന്തിനുവേണ്ടി ആണ്! കഴിഞ്ഞ കാലജീവിതത്തിന്റെ ഓർമ്മകളോ മാലിന്യങ്ങളോ ഇല്ലാത്ത പരിശുദ്ധമായ മറവിയിൽ കുളിച്ചുകയറി ഒരു പുനർജന്മം ഉണ്ടാകുന്നതിൽ എന്തു തെറ്റാണ് ഉള്ളത്? അവൾ ബിർക്കിനോടൊപ്പം ആയിരുന്നു. അവൾ ഇവിടുത്തെ കടുത്ത മഞ്ഞിൽ നക്ഷത്രങ്ങളുടെ മുന്നിൽവെച്ച് ഇപ്പോൾ മാത്രമാണ് ജീവിതത്തിലേക്ക് കടന്നുവന്നിട്ടുള്ളത്. രക്ഷിതാക്കളെയും പൂർവ്വികരെയും കൊണ്ട് അവൾക്ക് എന്താണ് ചെയ്യാനുള്ളത്? അവൾ പ്രസവിക്കപ്പെടാതെ തന്നെ ചോരക്കുഞ്ഞായിരിക്കുന്നതായി അവൾക്ക് അറിയാം.

---

* ഉർസുലയ്ക്ക് സ്ക്രബൻസ്കിയുമായുള്ള ബന്ധം *റെയിൻബോ* എന്ന നോവലിലാണുള്ളത്.

അവൾക്ക് അച്ഛനില്ല. അമ്മയില്ല. പൂർവ്വിക ബന്ധങ്ങൾ ഇല്ല. അവൾ അവൾ മാത്രം ആണ്. അവൾ തിളങ്ങുന്ന പരിശുദ്ധിയാണ്. അവൾക്ക് ബിർക്കിനുമായി മാത്രമേ ഏകഭാവം ഉള്ളൂ. പ്രപഞ്ചത്തിന്റെ ഹൃദയത്തിൽ ആഴത്തിൽ മുഴങ്ങിക്കേൾക്കുന്ന ഒരു ഒരുമ മുമ്പൊരിക്കലും അവൾ അനുഭവിച്ചിട്ടില്ലാത്ത സത്യാവസ്ഥയുടെ കേന്ദ്രബിന്ദു.

അവളുടെ സത്യാവസ്ഥയുടെ പുതിയ ലോകത്ത് ഗുഡ്റണിനു പോലും ഒന്നും ചെയ്യാൻ ഉണ്ടായിരുന്നില്ല. ഈ പുതിയ ഉർസുലയ്ക്ക് ഗുഡ്റൺ പോലും വേറിട്ടുനില്ക്കുന്ന ഒരു ഘടകം ആയിരുന്നു. ആ പഴയ നിഴലുകളുടെ ലോകം കഴിഞ്ഞ കാലത്തിന്റെ ആ സത്യാവസ്ഥ ഹോ! അത് നശിച്ചുപോകട്ടെ! അവളുടെ പുതിയ അവസ്ഥയുടെ ചിറകുകളിൽ അവൾ സ്വാതന്ത്ര്യത്തോടെ പറന്നുയർന്നു.

ഗുഡ്റണും ജറാൾഡും തിരിച്ചെത്തിയിരുന്നില്ല. അവർ ഉർസുലയും ബിർക്കിനും നടന്ന വലതുവശത്തുള്ള ചെറിയകുന്നിലേക്ക് കയറിയില്ല. അവർ സത്രത്തിന്റെ മുൻവശത്തെ താഴ്വാരത്തിലൂടെ നടന്നു. ഗുഡ്റണിന് അസാധാരണമായ ഒരു ആഗ്രഹത്തിന്റെ പ്രചോദനം ഉണ്ടായിരുന്നു. മഞ്ഞുമൂടിയ താഴ്വരയുടെ അറ്റംകാണുന്നതുവരെ മുന്നോട്ടു പോകാൻ അവൾ ആഗ്രഹിച്ചു. പിന്നീട് ലോകത്തിന്റെ നിഗൂഢമായ മരവിച്ച നാഭിയിൽ നിന്നും കിളിർത്തു പൊങ്ങിയ പുഷ്പദലങ്ങൾപോലെയുള്ള മഞ്ഞുമൂടിയ കൊടുമുടികളുടെ മുകളിലേക്ക് പൊത്തിപ്പിടിച്ചു കയറാൻ അവൾ ആഗ്രഹിച്ചു. മഞ്ഞുകട്ടകളുടെ ഭയാനകമായ ഈ മതിലിനുമുകളിൽ അവസാനത്തെ കൊടുമുടികൾക്കിടയിലുള്ള നിഗൂഢമായ ലോകത്തിന്റെ നാഭിയിലാണ് അവൾ പൂർണ്ണതയിലെത്തുന്നതെന്ന് ഗുഡ്റണിനു തോന്നി. ഉയർന്നുനില്ക്കുന്ന പാറക്കെട്ടുകൾ മഞ്ഞുമൂടിക്കിടക്കുന്ന അനശ്വരമായ കൊടുമുടിക്കിടയിൽ ഒളിച്ചിരിക്കുന്ന ശാശ്വതമായ മഞ്ഞിന്റെ നാഭിയിലേക്ക് അവൾക്ക് ഒറ്റയ്ക്ക് വന്നുചേരാൻ കഴിഞ്ഞാൽ അവൾ സ്വയം ലോകത്തിന്റെ അനശ്വരവും അനന്തവുമായ നിശ്ശബ്ദതയായി മാറും. സമഗ്രപ്രപഞ്ചത്തിന്റെയും കാലാതീതമായ മരവിച്ച കേന്ദ്രബിന്ദു അവളായിരിക്കും.

അവർ സത്രത്തിലെ ഒത്തുചേരലിലേക്ക് തിരിച്ചുപോന്നു. എന്താണ് നടക്കുന്നതെന്ന് കാണാൻ അവൾക്കു കൗതുകം ഉണ്ടായിരുന്നു. അവിടെ ഉണ്ടായിരുന്ന ആളുകൾ അവളുടെ ജിജ്ഞാസ ഉണർത്തിയിരുന്നു. അത് അവൾക്ക് ജീവിതത്തിന്റെ ഒരു പുതിയ സ്വാദ് ആയിരുന്നു. അവളുടെ മുമ്പിൽ അവർ സാഷ്ടാംഗം നമസ്കരിച്ചിരുന്നു. എങ്കിലും അവരിൽ ജീവിതം നിറഞ്ഞിരുന്നു.

വിരുന്ന് മൊത്തത്തിൽ ഒരു കോലാഹലം ആയിരുന്നു. അവർ എല്ലാവരും നൃത്തംചെയ്യുകയായിരുന്നു. ജർമ്മൻകാർ എല്ലാം വളരെ വിദഗ്ദ്ധരായിരുന്നു. കൂടുതൽപ്പേരും മ്യൂണിച്ചിൽ നിന്നുള്ളവരായിരുന്നു. ജറാൾഡും ഒരുവിധം നൃത്തംചെയ്തിരുന്നു. ഒരു മൂലയിൽ മൂന്ന് സിത്താറുകൾ മുഴങ്ങിക്കൊണ്ടിരുന്നു. അവിടെ വലിയ ചൈതന്യം ഉണ്ടായിരു

ന്നെങ്കിലും സംഭ്രാന്തി നിലനിന്നിരുന്നു. പ്രൊഫസർ കൈ കൊട്ടിയും അടയാളങ്ങൾ കാണിച്ചും അത്ഭുതപ്പെടുത്തുന്ന ശക്തിയോടെ ഉർസുലയെ ഉയർത്തി വീശിയും അവളെ നൃത്തത്തിലേക്ക് കൊണ്ടുവരാൻ മുൻകൈ എടുത്തുകൊണ്ടിരിക്കുകയായിരുന്നു. നിർണ്ണായകമായ സമയം വന്നപ്പോൾ പ്രൊഫസറുടെ ഉത്സാഹവും ആരോഗ്യവുമുള്ള പെൺമക്കളിൽ ഒരുവളോട് ബിർക്കിൻ പോലും ആണുങ്ങളെപ്പോലെ പെരുമാറിക്കൊണ്ടിരുന്നു. എല്ലാവരും നൃത്തം ചെയ്തുകൊണ്ടിരുന്നു. അവിടെ ഏറ്റവും വലിയ ബഹളം ആയിരുന്നു.

ഗുഡ്റൺ ആഹ്ലാദത്തോടെ നോക്കിനിന്നു. തടികൊണ്ടുള്ള തറയിൽ മനുഷ്യരുടെ ഉപ്പൂറ്റികൾ തട്ടിയും മുട്ടിയും പലതരം ശബ്ദങ്ങൾ പ്രതിദ്ധ്വനിച്ചു. കൈയടികൾ കൊണ്ടും സിദെറിന്റെ മുഴക്കംകൊണ്ടും അന്തരീക്ഷം വിറച്ചു. തൂക്കിയിട്ടിരുന്ന വിളക്കുകൾക്കു ചുറ്റുംമങ്ങിയ സ്വർണ്ണനിറം ആയിരുന്നു.

പെട്ടെന്ന് നൃത്തം അവസാനിച്ചു. ലോർക്കയും വിദ്യാർത്ഥികളും മദ്യഗ്ലാസുകൾ കൊണ്ടുവരാൻവേണ്ടി വെപ്രാളപ്പെട്ട് പുറത്തേക്കു പോയി. അവിടെ ഗ്ലാസുകൾ കൂട്ടിമുട്ടുന്നതിന്റെ ആവേശം നിറഞ്ഞ ആരവം ഉണ്ടായിരുന്നു. നിങ്ങളുടെ ആരോഗ്യത്തിനു വേണ്ടി ഉച്ചത്തിലുള്ള വിളിച്ചുകൂവലുകൾ ഉയർന്നുകൊണ്ടിരുന്നു. ലോർക്ക ഭൂതത്തെപ്പോലെ ഒരേസമയം എല്ലായിടത്തും ഉണ്ടായിരുന്നു. അയാൾ പരിചാരികർക്ക് ചിന്താക്കുഴപ്പം ഉണ്ടാക്കിക്കൊണ്ട് സ്ത്രീകൾക്കുള്ള മദ്യങ്ങൾ നിർദ്ദേശിക്കുകയും പുരുഷന്മാരോട് ചെറിയതോതിൽ അപകടസാദ്ധ്യതയുള്ള ഫലിതങ്ങൾ അവ്യക്തമായി പറയുകയും ആയിരുന്നു.

അയാൾ ഗുഡ്റണിനോടൊപ്പം നൃത്തംചെയ്യാൻ വളരെ അധികം ആഗ്രഹിച്ചു. അവളെ കണ്ട ആദ്യനിമിഷം മുതൽ അവളുമായി ഒരു കൂട്ടുകെട്ടുണ്ടാക്കാൻ അയാൾ കൊതിച്ചു. അപ്പോൾത്തന്നെ അവൾക്ക് അത് അനുഭവപ്പെട്ടു. അയാൾ മുന്നോട്ടുവരാൻ വേണ്ടി അവൾ കാത്തുനിന്നു. പക്ഷേ, ഒരുതരം നീരസം അയാളെ അവളിൽ നിന്ന് അകറ്റിനിർത്തി. അതുകൊണ്ട് അയാൾക്ക് അവളോട് ഇഷ്ടക്കേടുണ്ടെന്ന് അവൾ വിചാരിച്ചു.

"നൃത്തത്തിന് തയ്യാറാണോ?" ലോർക്കയുടെ തടിച്ച സുന്ദരനായ കൂട്ടുകാരൻ ചോദിച്ചു. അയാൾ ഗുഡ്റണിന്റെ അഭിരുചിയുമായി പൊരുത്തപ്പെടാത്ത തരത്തിൽ കൂടുതൽ എളിമയുള്ളവനും കൂടുതൽ സൗമ്യനും ആയിരുന്നു. പക്ഷേ, അവൾ നൃത്തംചെയ്യാൻ ആഗ്രഹിച്ചിരുന്നു. ലെയ്റ്റ്നർ എന്ന സുമുഖനായ ആ ചെറുപ്പക്കാരൻ അയാളുടെ ഭയത്തെ മൂടിവെയ്ക്കുന്ന ഒരുതരം എളിമ പ്രകടിപ്പിച്ചിരുന്നു. അവൾ നൃത്തത്തിന്റെ പങ്കാളിയായി അയാളെ സ്വീകരിച്ചു.

സിദെറുകൾ വീണ്ടും ശബ്ദിച്ചു. നൃത്തം തുടങ്ങി. പ്രൊഫസറുടെ ഇളയ മകളോടൊപ്പം ചേർന്നുകൊണ്ട് ജറാൾഡ് അവരെ നയിച്ചു. ഉർസുല വിദ്യാർത്ഥികളിൽ ഒരുവനോടൊപ്പം നൃത്തം ചെയ്തു.

ബിർക്കിൻ പ്രൊഫസറുടെ മൂത്തമകളോടൊപ്പം ആയിരുന്നു. പ്രൊഫസർ ഫ്രോക്രാമറുടെ കൂടെ നൃത്തംചെയ്തു. ബാക്കിയുള്ള പുരുഷന്മാർ അവരുടെ പങ്കാളികൾ സ്ത്രീകൾ ആയിരുന്നെങ്കിൽ ഉണ്ടാകാനിടയുള്ള ആവേശത്തോടെ ഒന്നിച്ച് നൃത്തംചെയ്തു.

ഗുഡ്റൺ ലോർക്കയുടെ കൂട്ടുകാരനായ ചെറുപ്പക്കാരനോടൊപ്പം നൃത്തം ചെയ്തതിൽ ലോർക്കയ്ക്ക് കടുത്ത ഊർഷ്യയുണ്ടായിരുന്നു. അയാൾക്ക് സ്വയം പ്രധാന്യം കുറഞ്ഞതുപോലെ തോന്നി. അവൾ മുറിക്കുള്ളിൽ ഉണ്ടെന്നുപോലും അയാൾ ശ്രദ്ധിച്ചില്ല. ഇതിൽ അവൾക്ക് മുഷിച്ചിൽ തോന്നി. പക്ഷേ, ഒരു തഴക്കമുള്ള കാളയെപ്പോലെ ശക്തിയും ഉത്സാഹമുള്ള പ്രൊഫസറോടൊപ്പം പിന്നീട് നൃത്തംചെയ്തുകൊണ്ട് അവൾ സ്വയം ആ മുഷിച്ചിലിൽ നിന്നും കരകയറി. വിമർശനബുദ്ധിയോടെ നോക്കിയാൽ അവൾക്ക് അയാളെ താങ്ങാൻ കഴിയില്ല. എങ്കിലും നൃത്തത്തിനിടയിൽ ശക്തമായ പരുക്കൻ ആവേശത്തോടെ അയാൾ അവളെ അന്തരീക്ഷത്തിലേക്ക് ഉയർത്തി എറിഞ്ഞത് അവൾ ആസ്വദിച്ചു. പ്രൊഫസറും അത് ആസ്വദിച്ചു. അയാൾ അസാധാരണമായ വലിപ്പമുള്ള നീലക്കണ്ണുകൾകൊണ്ട് അവളെ നോക്കി. അവളോട് അയാൾ കാണിച്ച പകുതി പിതൃസഹജമായ പതം വന്ന പരിഗണനകൊണ്ട് അവൾ അയാളെ വെറുത്തു. പക്ഷേ, അയാളുടെ കായികശക്തിയോട് അവൾക്ക് ആരാധന തോന്നി.

മുറിക്കുള്ളിൽ ആവേശവും കാമവും നിറഞ്ഞുനിന്നു. ലോർക്ക അയാൾ സംസാരിക്കണമെന്ന് ആഗ്രഹിച്ചിരുന്ന ഗുഡ്റണിൽ നിന്നും ഒരു മുൾച്ചെടിയിൽനിന്നും അകന്നുനില്ക്കുന്നതുപോലെ അകന്നുനിന്നു. അയാളെ ആശ്രയിച്ചുകഴിയുന്ന പരമദരിദ്രനായ കൂട്ടുകാരൻ ലെയ്റ്റ്നറോട് ലോർക്കയ്ക്ക് പുച്ഛം കലർന്ന ക്രൂരമായ ഒരു വെറുപ്പ് തോന്നി. അയാൾ അവനെ നീരസത്തോടെ പരിഹസിച്ചു. ലെയ്റ്റ്നറുടെ മുഖം ചുവന്നു. അയാൾക്ക് സ്വയം അവജ്ഞ തോന്നി.

ജറാൾഡ് ഇപ്പോൾ ആ നൃത്തം പൂർണ്ണമായും മനസ്സിലാക്കിയിരുന്നു. അയാൾ വീണ്ടും പ്രൊഫസറുടെ ഇളയമകളുടെ കൂടെ നൃത്തംചെയ്തു. അവൾക്ക് ജറാൾഡ് അതിസുന്ദരനാണെന്ന് തോന്നിയതുകൊണ്ട് യൗവനത്തിന്റെ ആവേശം മൂലം അവൾ മരിച്ചുകൊണ്ടിരിക്കുകയായിരുന്നു. സംഭ്രമത്തോടെ ചിറകിട്ടടിക്കുന്ന ഒരുകിളിയെ ഒതുക്കിപ്പിടിക്കുന്നതുപോലെ അവളെ അയാൾ അയാളുടെ വരുതിയിലാക്കി. അയാളുടെ കൈകൾക്കുള്ളിൽ വിറയലോടെ അവൾ ഒതുങ്ങിയപ്പോൾ അയാൾ ചിരിച്ചു. അവസാനം അയാളോടുള്ള പ്രണയംകൊണ്ട് അവൾക്ക് ബുദ്ധിപൂർവ്വം സംസാരിക്കാൻ പോലും കഴിയാതായി.

ബിർക്കിൻ ഉർസുലയുടെ കൂടെ നൃത്തം ചെയ്യുകയായിരുന്നു. അയാളുടെ കണ്ണുകളിൽ അസാധാരണമായ തിളക്കങ്ങൾ മിന്നിമറഞ്ഞുകൊണ്ടിരുന്നു. അയാൾ സഹിക്കാൻ പറ്റാത്ത ഏതോ കുസൃതിയിലേക്ക് തിരിയുകയാണെന്ന് തോന്നി. ഉർസുലയ്ക്ക് അവളെപ്പറ്റി ഭയം ഉണ്ടായി

രുന്നു. അവൾക്ക് അയാളോട് ആകർഷണവും ഉണ്ടായിരുന്നു. അവളുടെ കണ്ണുകൾക്ക് മുമ്പിൽ ഒരു സ്വപ്നദർശനത്തിലെന്നപോലെ അയാളുടെ കണ്ണുകളിലെ ആസക്തിയും പരിഹാസവും അവൾക്ക് കാണാൻ കഴിഞ്ഞിരുന്നു. മന്ത്രവാദം നടത്തി ഭാരം ഇല്ലാതാക്കിയതിനുശേഷം അന്തരീക്ഷത്തിലേക്ക് ഉയർത്തുന്നതുപോലെ അയാൾ അവളെ എടുത്തുയർത്തുന്നതിനിടയിൽ അവളുടെ മാറിടങ്ങൾക്ക് താഴെയുള്ള മർമ്മപ്രധാനമായ സ്ഥലത്തേക്ക് അയാളുടെ കൈകൾ കൗശലത്തോടെ പാഞ്ഞെത്തിയപ്പോൾ ആ കൈകളുടെ അപരിചിതത്വം അവളെ ഭയപ്പെടുത്തി. അവൾ ആ ഭയത്തിൽ മോഹാലസ്യപ്പെട്ടു. ഒരു നിമിഷത്തേക്ക് അവൾ എതിർത്തു. അത് ഭയാനകമായിരുന്നു. അവൾക്ക് ഈ മന്ത്രശക്തി തകർക്കാൻ പറ്റും. പക്ഷേ, തീരുമാനം രൂപപ്പെടുത്തുന്നതിനുമുമ്പ് വീണ്ടും അവൾ ഭയത്തിന് കീഴടങ്ങി. അയാൾ ചെയ്തുകൊണ്ടിരുന്ന കാര്യങ്ങളെല്ലാം അയാൾക്ക് അറിയാം. അയാളുടെ ശ്രദ്ധാപൂർവ്വം പുഞ്ചിരിക്കുന്ന കണ്ണുകളിൽ അവൾക്ക് അത് കാണാൻ കഴിഞ്ഞിരുന്നു. അതിന്റെ ഉത്തരവാദിത്വം അയാൾക്ക് ആയിരുന്നു. അവൾ അത് അയാൾക്ക് വിട്ടുകൊടുക്കും.

ഇരുട്ടിൽ അവർ തനിച്ചായപ്പോൾ അയാളുടെ അസാധാരണമായ ആസക്തി അവൾക്കു ചുറ്റും വട്ടമിട്ടു പറന്നുകൊണ്ടിരിക്കുന്നത് അവൾക്ക് അനുഭവിക്കാൻ കഴിഞ്ഞു. അവൾ ബുദ്ധിമുട്ടി. അവൾ എതിർത്തു. അയാൾ എന്തുകൊണ്ടാണ് ഇതുപോലെ പെരുമാറുന്നത്?

“എന്താണ് കാര്യം?” അവൾ ഭയത്തോടെ ചോദിച്ചു.

പക്ഷേ, അയാൾ അവളെ നോക്കി ഒന്നും അറിയാത്തപോലെ ഭയാനകമായി ചിരിക്കുകയായിരുന്നു. എങ്കിലും അവൾക്ക് ആകർഷണം ഉണ്ടായിരുന്നു. ഈ പരിഹാസം നിറഞ്ഞ ക്രൂരതയുടെ മന്ത്രശക്തിയിൽനിന്നും അടർന്നുമാറാൻ വേണ്ടി ആദ്യം അവൾക്ക് വന്ന ആവേശം അയാളെ പിടിച്ചു തള്ളാനായിരുന്നു. പക്ഷേ, അയാളോടുള്ള അവളുടെ ആകർഷണം വളരെ കൂടുതൽ ആയിരുന്നു അവൾ കീഴടങ്ങാൻ ആഗ്രഹിച്ചു. അവൾ മനസ്സിലാക്കാൻ ആഗ്രഹിച്ചു. അയാൾ അവളോട് എന്താണ് ചെയ്യാൻ പോകുന്നത്?

അയാൾ ഒരേസമയം അങ്ങേയറ്റം ആകർഷണീയത ഉള്ളവനും അങ്ങേയറ്റം അറപ്പുളവാക്കുന്നവനും ആയിരുന്നു. അയാളുടെ ഇടുങ്ങിയ നോട്ടത്തിലൂടെ പുറത്തുവന്ന് അയാളുടെ മുഖത്ത് വെട്ടിത്തിളങ്ങിയിരുന്ന പരിഹാസം നിറഞ്ഞ ആസക്തി കാരണം അവൾക്ക് അയാളിൽ നിന്നും അകന്നുമാറി മറ്റെവിടെയെങ്കിലും ഒളിച്ചിരുന്ന് അയാളെ ശ്രദ്ധിക്കണമെന്ന തോന്നലുണ്ടായി.

“നിങ്ങൾ എന്താണ് ഇങ്ങനെ പെരുമാറുന്നത്?”പെട്ടെന്നുണ്ടായ വിദ്വേഷത്തിന്റെ ശക്തിയിൽ അയാളോട് എതിർപ്പ് പ്രകടിപ്പിച്ചുകൊണ്ട് അവൾ വീണ്ടും ചോദിച്ചു.

അവളുടെ കണ്ണുകളിലേക്ക് നോക്കിക്കൊണ്ടിരുന്നപ്പോൾ അയാളുടെ

കണ്ണുകളിലെ കനലുകൾക്ക് കടുപ്പംകൂടി. പിന്നീട് പരിഹാസം കലർന്ന അവജ്ഞയോടെ കൺപോളകൾ വളരെ സാവധാനത്തിൽ അടഞ്ഞു. പിന്നീട് നേരത്തേ ഉണ്ടായിരുന്ന പശ്ചാത്താപം ഇല്ലാത്ത ആസക്തിയുടെ സൂചനകളിലേക്ക് അവ വീണ്ടും ഉയർന്നുപൊങ്ങി. അവൾ കീഴടങ്ങി. അയാൾക്ക് വേണ്ടത് അയാൾ ചെയ്യും. അയാളുടെ ആസക്തി അറപ്പുണ്ടാക്കുന്ന തരത്തിൽ ആകർഷണീയം ആയിരുന്നു. പക്ഷേ, അത് അയാളുടെ മാത്രം ചുമതല ആയിരുന്നു. അത് എന്തായിരുന്നെന്ന് അവൾ മനസ്സിലാക്കും.

അവർക്ക് ഇഷ്ടമുള്ളതുപോലെ ചെയ്യാം. അവർ ഉറങ്ങാൻ പോയപ്പോൾ ഈകാര്യം അവൾ മനസ്സിലാക്കി. ഒരാൾക്ക് സംതൃപ്തി നല്കുന്ന ഏതെങ്കിലും കാര്യം എങ്ങനെയാണ് ഒഴിവാക്കുന്നത്? എന്താണ് അധഃപതനം? ആർക്കാണ് ഉൽക്കണ്ഠ ഉള്ളത്? വ്യത്യസ്തമായ ഒരു സത്യാവസ്ഥയിൽ അധഃപതിപ്പിക്കുന്ന വസ്തുതകൾ സത്യമായിരുന്നു. അയാൾ അങ്ങേയറ്റം ലജ്ജയില്ലാത്തവനും നിയന്ത്രണമില്ലാത്തവനും ആയിരിക്കുന്നു. ഇത് ഏറെക്കുറെ ഭയാനകമല്ലേ? അങ്ങേയറ്റം ഭാവതരളിതനും അങ്ങേയറ്റം ആത്മീയചൈതന്യം ഉൾക്കൊള്ളേണ്ടവനുമായ ഒരു മനുഷ്യന് ഇതുപോലെ ആകാൻ എങ്ങനെയാണ് കഴിയുന്നത്? അവൾ അവളുടെ സ്വന്തം ചിന്തകളെയും ഓർമ്മകളെയും തടസ്സപ്പെടുത്തി: പിന്നീട് അവൾ കൂട്ടിച്ചേർത്തു അങ്ങേയറ്റം അറപ്പു തോന്നിപ്പിക്കുന്നു! അവർ രണ്ടുപേരും അങ്ങേയറ്റത്തെ അറപ്പുണ്ടാക്കുന്നു! അങ്ങേയറ്റം അധപതിപ്പിച്ചിരിക്കുന്നു! അവൾ പിൻവാങ്ങി. പക്ഷേ, എന്തുകൊണ്ട് പാടില്ല? അവൾ അതോടൊപ്പം ആഹ്ലാദിച്ചു. എന്തുകൊണ്ട് വെറുപ്പ് ഉണ്ടാക്കാൻ പാടില്ല? എന്തുകൊണ്ട് മൃഗം ആകരുത്? അനുഭവങ്ങളുടെ മൊത്തം യാഥാർത്ഥ്യങ്ങളിലൂടെ എന്തുകൊണ്ട് സഞ്ചരിക്കാൻ പാടില്ല? അവൾ അതിൽ ആഹ്ലാദിച്ചു. അവൾ സ്വയം വെറുപ്പ് തോന്നിപ്പിക്കുന്നവൾ ആയിരുന്നു. അത് സത്യത്തിൽ നാണക്കേടാകുന്നത് എന്ത് കാരണം കൊണ്ടാണ്! അവൾ അനുഭവിച്ചിട്ടില്ലാത്ത ഒരു നാണംകെട്ട കാര്യവും അവിടെ ഉണ്ടാവില്ല. എന്നിട്ടും അവൾ സ്വയം ലജ്ജയില്ലാത്തവൾ ആയിരുന്നു. എന്തുകൊണ്ട് ശരിയല്ല? അവൾ എല്ലാം മനസ്സിലാക്കി കഴിയുകയും ഇരുണ്ട നാണക്കേടുള്ള ഒരുകാര്യവും അവൾക്ക് നിഷേധിക്കപ്പെടാതിരിക്കുകയും ചെയ്യുമ്പോൾ, അവൾ സ്വതന്ത്ര ആയിരിക്കുന്നു.

ഒത്തുചേരലിന്റെ സമയത്ത് ജറാൾഡിനെ ശ്രദ്ധിച്ചുകൊണ്ടിരുന്ന ഗുഡ്റൺ പെട്ടെന്ന് ആലോചിച്ചു.

"അയാൾക്ക് കിട്ടാവുന്ന എല്ലാ സ്ത്രീകളെയും അയാൾക്ക് ലഭിക്കുമായിരിക്കും. അത് അയാളുടെ പ്രകൃതം ആണ്. അയാളെ ഏക പത്നീവ്യതക്കാരൻ എന്നുവിളിക്കുന്നത് അസംബന്ധമാണ്. അയാൾ ജന്മനാ വിഷയാക്തി കൂടുതലുള്ളവനാണ്. അത് അയാളുടെ പ്രകൃതമാണ്."

ഈ ആലോചന അവൾ അറിയാതെയാണ് അവളിലേക്ക് കടന്നുവന്നത്. അത് അവളെ ഏറെക്കുറെ ഞെട്ടിച്ചുകളഞ്ഞു. അവൾ ഏതോ

പുതിയ* "മിനി! മിനി! ഏതോ പുതിയ കയ്യക്ഷരത്തിൽ എഴുതിയിരിക്കുന്നത് കണ്ടതുപോലെ ആയിരുന്നു. ഒരു ശബ്ദം വ്യക്തമായി ഈ കാര്യം അവളോട് പറഞ്ഞതായി അവൾക്ക് തോന്നി. അതുകൊണ്ട് നിമിഷനേരത്തേക്ക് അവൾ ഭൂതോദയം ഉണ്ടാക്കുന്നതിൽ വിശ്വസിച്ചു.

"ഇത് യഥാർത്ഥത്തിൽ സത്യമാണ്." അവൾ അവളോടുതന്നെ വീണ്ടും പറഞ്ഞു.

എല്ലാകാലത്തും അവൾ ഇത് വിശ്വസിച്ചിരുന്നെന്ന് അവൾക്ക് അറിയാം. ഇത് പരിപൂർണ്ണമായും അവൾക്ക് അറിവുള്ള കാര്യമാണ്. പക്ഷേ, അവൾ ഇത് വെളിച്ചത്ത് കൊണ്ടുവരാൻ പാടില്ല. ഏറെക്കുറെ അവളിൽ നിന്നുപോലും അവൾ ഈ കാര്യം മറച്ചുവെയ്ക്കണം. ഇത് പൂർണ്ണമായും രഹസ്യമായി അവൾ സൂക്ഷിക്കണം. ഇത് അവൾക്ക് മാത്രമുള്ള അറിവ് ആയിരുന്നു. അവളോടുപോലും സമ്മതിക്കാൻ പാടില്ലാത്ത അറിവ്.

അയാളോടു മത്സരിക്കാനുള്ള ആഴത്തിലുള്ള ഒരു തീരുമാനം അവളിൽ രൂപപ്പെട്ടു. അവരിൽ ഒരാൾ മറ്റെയാളുടെ മുകളിൽ വിജയിക്കണം. അത് ആയിരിക്കണം? അവളുടെ മനസ്സ് കരുത്തുകൊണ്ട് സ്വയം ഉരുക്കായി മാറി. അവളുടെ ആത്മവിശ്വാസംകൊണ്ട് ഉള്ളിന്റെ ഉള്ളിൽ അവൾ പൊട്ടിച്ചിരിച്ചു. അത് അയാളെപ്പറ്റിയുള്ള പകുതി വെറുപ്പുകലർന്ന അനുകമ്പയും സ്നേഹവും ഉയർത്തി. അവൾ അങ്ങേയറ്റം അലിവില്ലാത്തവൾ ആയിരുന്നു.

എല്ലാവരും അധികം താമസിയാതെ തിരിച്ചുപോയി. പ്രൊഫസറും ലോർക്കയും മദ്യപിക്കുന്നതിനായി വിശ്രമമുറിയിലേക്ക് പോയി. ഗുഡ്റൺ മുകളിലത്തെ നിലയിലെ വരാന്തയിലൂടെ പോകുന്നത് അവർ രണ്ടുപേരും ശ്രദ്ധിച്ചു.

"സുന്ദരിയായ സ്ത്രീ." പ്രൊഫസർ പറഞ്ഞു.

"അതെ." ലോർക്ക പെട്ടെന്ന് സമ്മതിച്ചു.

ജറാൾഡ് കാലുകൾ നീട്ടിവെച്ച് കിടക്കമുറിയിലൂടെ നടന്ന് ജനാലയിലൂടെ അടുത്തെത്തി കുനിഞ്ഞുനിന്ന് പുറത്തേക്ക് നോക്കി. പിന്നീട് വീണ്ടും നിവർന്നുനിന്നുകൊണ്ട് ഗുഡ്റണിന്റെ നേർക്ക് തിരിഞ്ഞു. അയാളുടെ കണ്ണുകളിൽ മനസ്സിലാക്കാൻ പറ്റാത്ത ഒരു പുഞ്ചിരിയുടെ കൗശലം ഉണ്ടായിരുന്നു. അയാൾക്ക് നല്ല ഉയരമുണ്ടെന്ന് അവൾക്ക് തോന്നി. അയാളുടെ വെളുത്ത കൂട്ടുപുരികങ്ങളുടെ തിളക്കം അവൾ കണ്ടു.

"നൃത്തം നിങ്ങൾക്ക് ഇഷ്ടപ്പെട്ടോ?" അയാൾ ചോദിച്ചു.

അയാൾ ബോധപൂർവ്വമല്ലാതെ ഉള്ളിൽ ചിരിച്ചുകൊണ്ടിരിക്കുകയാണെന്ന് തോന്നി. അവൾ അയാളെ നോക്കി. അവൾക്ക് അയാൾ ഒരു പ്രതിഭാസം ആയിരുന്നു. ഒരു മനുഷ്യജീവി ആയിരുന്നില്ല: ഒരുതരം

---

* ബാബിലോണിലെ ബൽഷാസർ രാജാവ് അയാളുടെ നാശത്തിനു മുമ്പ് ഒരു വിരുന്നിൽവെച്ച് ഈ വാക്കുകൾ ആരോ മതിലിൽ എഴുതിവെച്ചിരുന്നത് കാണാൻ ഇടയായിരുന്നു.

അത്യാർത്തിയുള്ള ഒരു ജന്തു.

"താഴത്തെ നിലയിലുണ്ടായിരുന്നതിൽ ആരെയാണ് നിങ്ങൾക്ക് കൂടുതൽ ഇഷ്ടപ്പെട്ടത്? അയാൾ നിവർന്നുനിന്നുകൊണ്ട് ചോദിച്ചു. അയാളുടെ ഒതുങ്ങാത്ത തലമുടിക്ക് തിളക്കം ഉണ്ടായിരുന്നു.

"എനിക്ക് കൂടുതൽ ഇഷ്ടം തോന്നിയത് ആരോടാണ്? അയാളുടെ ചോദ്യത്തിന് മറുപടിപറയാനുള്ള ആഗ്രഹത്തോടെ അവൾ ആവർത്തിച്ചു. അവൾക്ക് സ്വയം ഓർത്തെടുക്കാൻ ബുദ്ധിമുട്ടാണെന്ന് മനസ്സിലായി. "എന്തിനാണ് എനിക്ക് അറിയില്ല. അതുപറയാൻ എനിക്ക് അവരെപ്പറ്റി കൂടുതലൊന്നും അറിയില്ല. നിങ്ങൾക്ക് ആരെയാണ് കൂടുതൽ ഇഷ്ടപ്പെട്ടത്?"

"ഓ! ഞാൻ ശ്രദ്ധിച്ചില്ല. ഞാൻ അവരിൽ ആരെയെങ്കിലും ഇഷ്ടപ്പെട്ടിട്ടില്ല, ഇഷ്ടപ്പെടാതിരുന്നിട്ടുമില്ല. എന്റെ കാര്യം വിട്ടുകള. നിങ്ങളുടെ കാര്യം അറിയാൻ എനിക്ക് ആഗ്രഹം ഉണ്ട്."

"പക്ഷേ, എന്തിന്?" മുഖത്ത് മ്ലാനത പടരുന്നതിനിടയിൽ അവൾ ചോദിച്ചു. അയാളുടെ കണ്ണുകളിലെ മനസ്സിലാക്കാൻ കഴിയാത്ത പുഞ്ചിരിയുടെ തീക്ഷ്ണത വർദ്ധിച്ചു.

"അറിയണമെന്ന് ഞാൻ ആഗ്രഹിച്ചു." അയാൾ പറഞ്ഞു.

മറുപടി പറയാതെ അവൾ വശം തിരിഞ്ഞ് നിന്നു. അസാധാരണമായ ഏതോ രീതിയിൽ അയാൾ അവളുടെ മുകളിൽ ശക്തി ആർജ്ജിക്കുകയാണെന്ന് അവൾക്ക് തോന്നി.

"ശരി, നിന്ന നില്പിൽ എനിക്ക് നിങ്ങളോട് പറയാൻ കഴിയില്ല." അവൾ പറഞ്ഞു.

തലമുടിയിൽ നിന്നും ഹെയർപിന്നുകൾ ഊരി എടുക്കാൻ വേണ്ടി അവൾ കണ്ണാടിയുടെ അടുത്തേക്ക് പോയി. അവളുടെ മനോഹരമായ തലമുടി ചീകിക്കൊണ്ട് എല്ലാദിവസവും രാത്രിയിൽ കുറച്ച് സമയം അവൾ കണ്ണാടിയുടെ മുമ്പിൽ നില്ക്കും. അത് അവളുടെ ജീവിതത്തിലെ ഒഴിച്ചുകൂടാൻ പറ്റാത്ത ഒരു ചടങ്ങിന്റെ ഭാഗമായിരുന്നു.

അയാൾ അവളെ പിൻതുടർന്നു ചെന്ന് അവളുടെ പിന്നിൽപ്പോയി നിന്നു. അവൾ തലകുനിച്ചു നിന്ന് ഹെയർപിന്നുകൾ ഊരുന്നതിന്റെയും ഇളംചൂടുള്ള അവളുടെ മുടി വിതിർത്തിടുന്നതിന്റെയും തിരക്കിലായിരുന്നു. അവൾ മുഖം ഉയർത്തിയപ്പോൾ പുഞ്ചിരിക്കുന്നില്ലെങ്കിലും പുഞ്ചിരിക്കുന്നുണ്ടെന്ന തോന്നുന്ന കണ്ണുകൾ കൊണ്ട്, ബോധത്തോടെ അവളെ കാണുന്നില്ലെങ്കിലും അബോധാവസ്ഥയിൽ അവളുടെ പിന്നിലായി അവളെത്തന്നെ നോക്കിക്കൊണ്ടു നില്ക്കുന്ന അയാളെ അവൾ കണ്ണാടിയിൽ കണ്ടു.

അവൾ ഞെട്ടിപ്പോയി. പതിവുപോലെ അനായാസം അവൾ മുടി ചീകിക്കൊണ്ടിരിക്കുകയാണെന്ന് അഭിനയിച്ചു ഫലിപ്പിക്കാൻ അവളുടെ മുഴുവൻ ധൈര്യവും അവൾക്ക് സംഭരിക്കേണ്ടി വന്നു. അയാൾ കൂടെയുള്ളപ്പോൾ അവൾ അയാളുടെ സ്വസ്ഥതയിൽ നിന്നും വളരെക്കൂടു

തൽ ദൂരത്തായിരുന്നു. അയാളോട് എന്തെങ്കിലും സംസാരിക്കുന്നതിനായി അവൾ ആവശ്യമില്ലാതെ കാടുകയറി ചിന്തിക്കാറുണ്ടായിരുന്നു.

"നിങ്ങളുടെ നാളത്തെ പരിപാടികൾ എന്തൊക്കെയാണ്? അവളുടെ ഹൃദയം അതിവേഗത്തിൽ മിടിച്ചു കൊണ്ടിരിക്കുമ്പോൾ അങ്ങേയറ്റം അനായാസമായി അവൾ അയാളോട് ചോദിച്ചു. അസാധാരണമായ പരിഭ്രമംകൊണ്ട് അവളുടെ കണ്ണുകൾ വല്ലാതെ തിളങ്ങുന്നുണ്ടായിരുന്നു.പക്ഷേ, അത് അയാളുടെ കണ്ണിൽപ്പെട്ടില്ലെന്ന് അവൾക്കു തോന്നി. പക്ഷേ, അവളെ നോക്കിക്കൊണ്ടിരിക്കുമ്പോൾ അയാൾക്ക് അവളെ നോക്കുന്ന ഒരു ചെന്നായയെപ്പോലെ കണ്ണുകാണില്ലെന്ന് അവൾക്ക് അറിയാം. അത് അവളുടെ സർവ്വസാധാരണമായ ബോധവും അയാളുടെ അസാധാരണമായ ദുർമ്മന്ത്രവാദം നല്കുന്ന ബോധവും തമ്മിലുള്ള വിചിത്രമായ ഒരു യുദ്ധം ആയിരുന്നു.

"എനിക്ക് അറിയില്ല." അയാൾ മറുപടി പറഞ്ഞു. "നിങ്ങൾ എന്തു ചെയ്യാനാണ് ഇഷ്ടപ്പെടുന്നത്?"

അയാളുടെ സംസാരം പൊള്ളയായിരുന്നു. അയാളുടെ മനസ്സ് അപ്രത്യക്ഷമായിരുന്നു.

"ഓ!" അവൾ പറഞ്ഞു: "ഞാൻ എന്തിനും തയ്യാറാണ് എന്തായാലും എനിക്ക് താല്പര്യമാണ്. എനിക്ക് ഉറപ്പുണ്ട്."

ആ സമയത്ത് അവൾ സ്വയം പറയുന്നുണ്ടായിരുന്നു. "ദൈവമേ! എനിക്ക് ഇത്രയും ധൈര്യക്കുറവ് എന്തുകൊണ്ടാണ്? എടീ വിഡ്ഢീ നീ എന്തിനാണ് ഇതുപോലെ പേടിക്കുന്നത്? അയാൾ ഇതു കാണുകയാണെങ്കിൽ നിന്റെ കഥകഴിഞ്ഞു. നിന്റെ ഈ പരിഹാസ്യമായ അവസ്ഥ അയാൾ കണ്ടാൽ അതോടെ എല്ലാം അവസാനിക്കും."

ഇതെല്ലാം ഒരു കുട്ടിക്കളിയാണെന്ന മട്ടിൽ അവൾ സ്വയം ചിരിച്ചു. ഈ സമയത്ത് അവളുടെ ഹൃദയം തലകീഴായി മറിയുകയായിരുന്നു. അവൾ ഏറെക്കുറെ മോഹാലസ്യത്തിൽ ആയിരുന്നു. അവളുടെ പിന്നിൽ നിന്നിരുന്ന അയാളെ അവൾക്ക് കണ്ണാടിയിൽ കാണാൻകഴിഞ്ഞു. അവൾക്കു മുകളിൽ സ്വർണ്ണ തലമുടിയുമായി കുനിഞ്ഞു നിന്നിരുന്ന അയാളുടെ രൂപം അങ്ങേയറ്റം ഭയാനകമായിരുന്നു. അവൾ അയാളുടെ പ്രതിബിംബത്തെ ഒളികണ്ണിട്ടു നോക്കി. അവൾ അയാളെ നോക്കുന്നുണ്ടെന്ന് അയാൾ മനസ്സിലാക്കാതിരിക്കാൻ വേണ്ടി എന്ത് ത്യാഗത്തിനും അവൾ തയ്യാറായിരുന്നു. വിറയ്ക്കുന്ന കൈകൊണ്ട് വിടർത്തിയിട്ട തലമുടി അവൾ പരിഭ്രമത്തോടെ ചീകുന്നത് അയാൾ അബോധാവസ്ഥയിൽ നോക്കിക്കൊണ്ടിരിക്കുകയായിരുന്നു. അവൾ തല ഒരുവശത്തേക്ക് ചരിച്ചുപിടിച്ച് ഭ്രാന്ത് പിടിച്ചപോലെ തലമുടി വീണ്ടും വീണ്ടും ചീകിയൊതുക്കി. ജീവൻപോയാലും അവൾക്ക് അയാളുടെ മുഖത്തേക്ക് തിരിഞ്ഞു നോക്കാൻ കഴിയില്ല. ജീവൻ പോയാലും അവൾക്ക് കഴിയില്ല. ഈ അറിവ് നിസ്സഹായയായി തളർന്നു ബോധംകെട്ട് നിലത്തുവീഴുന്ന അവസ്ഥയിലേക്ക് അവളെ എത്തിച്ചു. അവളുടെ തൊട്ടടുത്ത് നില്ക്കുന്ന അയാളുടെ

ഭയപ്പെടുത്തുന്ന രൂപത്തെക്കുറിച്ച് അവൾ ബോധവതി ആയിരുന്നു. അയാളുടെ ഉറച്ച നെഞ്ച് അവളുടെ പിന്നിൽ തൊടുന്നുണ്ടെന്ന് അവൾ ബോധവതി ആയിരുന്നു. ഇതിൽക്കൂടുതൽ അവൾക്ക് താങ്ങാൻകഴിയില്ലെന്ന് അവൾക്ക് തോന്നി. അല്പസമയത്തിനുള്ളിൽ അവൾ അയാളുടെ കാല്ക്കൽ വീണ് അവളെ നശിപ്പിക്കാനുള്ള അനുവാദം കൊടുത്തുകൊണ്ട് അയാളോടു കേണപേക്ഷിക്കും.

ഈ ആലോചന അവളുടെ സൂക്ഷ്മമായ ബുദ്ധിശക്തിയേയും മനസ്സാന്നിദ്ധ്യത്തെയും കുത്തിയുർത്തി. അയാളെ തിരിഞ്ഞുനോക്കാൻ അവൾ ധൈര്യപ്പെട്ടില്ല. അയാൾ അവിടെനിന്ന് അനങ്ങാൻ കൂട്ടാക്കിയില്ല. അവളുടെ അവശേഷിച്ച ആത്മനിയന്ത്രണത്തിന്റെ ബലത്തിൽ എല്ലാ ശക്തിയും സംഭരിച്ച് ശബ്ദത്തിൽ അശ്രദ്ധ വരുത്തിക്കൊണ്ട് അവൾ പറഞ്ഞു.

"അവിടെപുറകിൽ കിടക്കുന്ന ബാഗിൽ നിന്ന് എന്റെ" ഇവിടെ അവളുടെ ശക്തി കൊഴിഞ്ഞു. "എന്റെ എന്ത് എന്റെ എന്ത്?" നിശ്ശബ്ദയായി അവൾ അവളോടുതന്നെ കരഞ്ഞപേക്ഷിച്ചു.

എല്ലാസമയത്തും അവൾ ആരെക്കൊണ്ടും തൊടീക്കാതെ കൊണ്ടുനടക്കുന്ന ബാഗിൽ കൈയിടാൻ അയാളോട് പറഞ്ഞതിന്റെ അത്ഭുതത്തിൽ അയാൾ ഞെട്ടിത്തിരിഞ്ഞു. ഈ സമയത്ത് അവൾ തിരിഞ്ഞുനോക്കിയപ്പോൾ അവളുടെ മുഖം വിളറിയിരുന്നു. അസാധാരണമായ ക്ഷീണം മറികടക്കാനുള്ള ആവേശത്തിൽ അവളുടെ ഇരുണ്ടകണ്ണുകൾ പ്രകാശിക്കുന്നുണ്ടായിരുന്നു. അയാൾ കുനിഞ്ഞുനിന്ന് താല്പര്യക്കുറവോടെ ബാഗിനുള്ളിൽ പരതിക്കൊണ്ടിരിക്കുന്നത് അവൾ കണ്ടു.

"നിങ്ങളുടെ എന്ത് സാധനമാണ്?" അയാൾ ചോദിച്ചു. "ഓ- തിളങ്ങുന്ന ഒരു ചെറിയ മഞ്ഞപ്പെട്ടി ചിറകുമിനുക്കുന്ന ഒരു കൊക്കിന്റെ ചിത്രം ഉള്ളത്" അവൾ അയാളുടെ അടുത്തേക്ക് പോയി. കുനിഞ്ഞ് നിന്ന് ബാഗിനുള്ളിലുള്ള അവളുടെ സാധനങ്ങൾ വിദഗ്ദ്ധമായി തിരിച്ചും മറിച്ചുമിട്ട് അവൾ പെട്ടി പുറത്തെടുത്തു.

"ഇതാ ഇതാണത്." അയാളെ പെട്ടികാണിച്ചുകൊണ്ട് അവൾ പറഞ്ഞു.

അയാൾ ഇപ്പോൾ അമ്പരന്നുപോയിരുന്നു. അവൾ പെട്ടെന്ന് മുടി ഒതുക്കിവെച്ച് ഷൂ അഴിക്കാൻ വേണ്ടി ഇരുന്നുകൊണ്ട് ബാഗ് അടച്ചുവെയ്ക്കാനുള്ള ജോലി അയാൾക്ക് വിട്ടുകൊടുത്തു. അവൾ ഇനിയങ്ങോട്ട് അയാളുടെ മുഖം തിരിഞ്ഞ് ഇരിക്കില്ല.

അയാൾ അമ്പരന്നുപോയിരുന്നു. അയാൾക്ക് മോഹഭംഗം ഉണ്ടായിരുന്നു. ഇപ്പോൾ അവൾക്ക് അയാളുടെ മുകളിൽ മേൽക്കൈ ഉണ്ട്. അവളുടെ ചെറുത്തുനില്ക്കാൻ കഴിയാത്ത പരിഭ്രാന്തി അയാൾ തിരിച്ചറിഞ്ഞിട്ടില്ലെന്ന് അവൾക്ക് അറിയാം. അവളുടെ ഹൃദയം ഇപ്പോഴും ശക്തമായി മിടിക്കുന്നുണ്ടായിരുന്നു. ഇത്തരം ഒരു അവസ്ഥയിൽ എത്താൻ അവൾ വെറുമൊരു വിഡ്ഢി ആയിരുന്നോ! ജറാൾഡിന്റെ മണ്ടത്തരം നിറഞ്ഞ

അന്ധതയ്ക്ക് അവൾ ദൈവത്തിനോട് എത്രമാത്രം നന്ദി പറഞ്ഞു. അയാൾക്ക് ഒന്നും കാണാൻ കഴിയാത്തതിന് ദൈവത്തിന് നന്ദി.

അവൾ സാവധാനം ഷൂ അഴിച്ചുകൊണ്ടിരുന്നു. അയാളും വസ്ത്രം അഴിക്കാൻ തുടങ്ങി. ആ നിർണ്ണായകനിമിഷം അവസാനിച്ചതിന് ദൈവത്തിന് നന്ദി. അവൾക്ക് ഇപ്പോൾ അയാളോട് സാമാന്യം ഇഷ്ടം തോന്നിയിരുന്നു. ഏകദേശം പ്രണയം തന്നെ അവൾക്ക് തോന്നിയിരുന്നു. “ജറാൾഡ്” അവൾ കളിയാക്കുന്ന മട്ടിൽ വാത്സല്യത്തോടെ ചിരിച്ചു. “പ്രൊഫസറുടെ മകളുടെ കൂടെ നിങ്ങൾ എന്തു നല്ല കളിയാണ് കളിച്ചത്? ഇപ്പോൾ നിങ്ങൾക്ക് അങ്ങനെ തോന്നുന്നില്ലേ?”

“എന്ത് കളി?” അയാൾ ചുറ്റുപാടും നോക്കിക്കൊണ്ട് ചോദിച്ചു.

“അവൾ നിങ്ങളോട് പ്രണയത്തിലല്ലേ!” ഗുഡ്റൺ പറഞ്ഞു. അവൾ അവളുടെ ഏറ്റവും കൂടുതൽ സന്തോഷമുള്ള അവസ്ഥയിൽ ആയിരുന്നു.

“ഞാൻ അങ്ങനെ വിചാരിക്കുന്നില്ല.”അയാൾ പറഞ്ഞു.

“ഞാൻ അങ്ങനെ വിചാരിക്കുന്നില്ല.” അവൾ കളിയാക്കി. “ആ പാവം പെണ്ണ് ഈ നിമിഷത്തിൽ നിങ്ങളോടുള്ള പ്രണയത്തിൽ മുങ്ങി മരിച്ചുകൊണ്ടിരിക്കുന്നത് എന്തുകൊണ്ടാണ്? നിങ്ങൾ എല്ലാ മനുഷ്യർക്കും അപ്പുറമുള്ള അത്ഭുതമാണെന്നാണ് അവൾ വിചാരിക്കുന്നത് സത്യത്തിൽ അതു തമാശയല്ലേ?”

“എന്ത് തമാശ, എന്തു തമാശയാണ് ഉള്ളത്?” അയാൾ ചോദിച്ചു.

“നിങ്ങൾ എന്തിനാണ് അവളെ കരുവാക്കി ഇതൊക്കെ ചിന്തിക്കുന്നത്?” അയാളിലുള്ള പൗരുഷത്തിന്റെ അഹംഭാവത്തെ കുഴപ്പത്തിലാക്കുന്ന ഒരു പകുതി ശകാരം എന്ന മട്ടിൽ അവൾ പറഞ്ഞു. “സത്യത്തിൽ ആ പാവം പെണ്ണ്.”

“ഞാൻ അവളോട് ഒന്നും ചെയ്തിട്ടില്ല.” അയാൾ പറഞ്ഞു.

“അവളെ നിങ്ങൾ തൂത്തുവാരിയെടുത്ത് ഉയർത്തിയ രീതി അങ്ങേയറ്റത്തെ നാണക്കേടായിപ്പോയി.”

“അത് നൃത്തമാണ്.” അയാൾ കണ്ണുചിമ്മിക്കൊണ്ട് മറുപടിപറഞ്ഞു.

“ഹാ...ഹാ...ഹാ..” ഗുഡ്റൺ പൊട്ടിച്ചിരിച്ചു.

അവളുടെ പരിഹാസം അസാധാരണമായ മാറ്റൊലികളോടെ അയാളുടെ പേശികളെ വിറപ്പിച്ചു. അയാൾ ഉറങ്ങിയപ്പോൾ സ്വന്തം മനശക്തിയുടെ പുതപ്പിൽ അയാൾ ചുരുണ്ടു കൂടിക്കിടക്കുകയാണെന്ന് തോന്നി. എങ്കിലും അയാൾ ഒരു ശൂന്യതയിലായിരുന്നു.

ഗുഡ്റൺ നല്ലപോലെ ഉറങ്ങി. ഒരു വിജയിയുടെ ഉറക്കം. പെട്ടെന്ന് അവൾ ഞെട്ടി ഉണർന്നു. ഉയരംകുറഞ്ഞ ജനാലയിലൂടെ കടന്നുവന്ന പുലർവെട്ടത്തിൽ തടി ചുമരുകളുള്ള ആ ചെറിയമുറി തിളങ്ങി. തല ഉയർത്തിയപ്പോൾ അവൾക്ക് താഴ്വര കാണാൻകഴിഞ്ഞു. ഇളംചുവപ്പു നിറമുള്ള മഞ്ഞും താഴ്വാരത്തിനു താഴെ പൈൻ മരങ്ങളുടെ അതിർത്തിയും അവൾ കണ്ടു. അവിടുത്തെ മങ്ങിയ വെളിച്ചത്തിലൂടെ ഒരു തീരെ ചെറിയ രൂപം നീങ്ങുന്നുണ്ടായിരുന്നു.

അവൾ അയാളുടെ വാച്ചിലേക്ക് നോക്കി. ഏഴുമണി ആയിരുന്നു. അയാൾ ഇപ്പോഴും നല്ല ഉറക്കത്തിൽ ആയിരുന്നു. അവൾ ശരിക്കും ഉണർന്നു കഴിഞ്ഞു. അവൾ അയാളെ നോക്കിക്കിടന്നു. സ്വന്തം ആരോഗ്യത്തിനും തോല്‌വിക്കും കീഴടങ്ങിക്കൊണ്ട് അയാൾ ഉറങ്ങി. അയാളെ പറ്റിയുള്ള ആത്മാർത്ഥമായ പരിഗണന അവളെ പരാജയപ്പെടുത്തി. ഇതുവരെ അയാളുടെ മുമ്പിൽ അവൾക്ക് ഭയമായിരുന്നു. അവൾ കിടക്കയിൽ കിടന്നുകൊണ്ട് അയാളെപ്പറ്റി ആലോചിച്ചു. അയാൾ എന്തായിരുന്നു? ഈ ലോകത്ത് എന്തൊക്കെയാണ് അയാൾ പ്രതിനിധീകരിക്കുന്നത്? അയാൾക്ക് സ്വതന്ത്രമായ ഒന്നാംതരം ഇച്ഛാശക്തി ഉണ്ട്. ഇത്ര ചെറിയ ഒരു കാലയളവിനുള്ളിൽ അവൾ ഖനികളിൽ നടത്തിയ വിപ്ലവത്തെപ്പറ്റി അവൾ ആലോചിച്ചു. അയാൾ എന്ത് കടുപ്പമുള്ള പ്രശ്നവുമായി ഏറ്റുമുട്ടിയാലും അയാൾ അത് തരണംചെയ്യുമെന്ന് അവൾക്കറിയാം. ഏതെങ്കിലും ആശയം അയാളെ പിടികൂടിയാൽ അയാൾ അത് നടപ്പിലാക്കും. അയാൾക്ക് കുഴഞ്ഞുമറിഞ്ഞ കാര്യങ്ങളെ ചിട്ടപ്പെടുത്താനുള്ള കഴിവുണ്ട്. ഒരു സാഹചര്യം അയാൾക്ക് കൊടുത്താൽ അയാൾ അനിവാര്യമായ ഒരു തീരുമാനത്തിലേക്ക് അതിനെ നിശ്ചയമായും എത്തിച്ചിരിക്കും.

കുറച്ചുസമയത്തേക്ക് അവൾ അതിമോഹങ്ങളുടെ ഭ്രാന്തൻ ചിറകുകളിൽ അകലങ്ങളിലേക്ക് പറന്നുപോയി. ഇന്നത്തെ പ്രശ്നം ജറാൾഡിന് പരിഹരിക്കാൻ പറ്റും. പുതിയ ലോകത്തെ വ്യവസായവല്ക്കരണത്തിന്റെ പ്രശ്നം ജറാൾഡിന് അയാളുടെ ഇച്ഛാശക്തിയുടെ ബലംകൊണ്ടും യഥാർത്ഥലോകത്തെ ഉൾക്കൊള്ളാനുള്ള അയാളുടെ കഴിവുകൊണ്ടും പരിഹരിക്കാൻ കഴിയും. അയാൾ ആഗ്രഹിക്കുന്ന വ്യത്യാസങ്ങൾ കുറച്ചു സമയത്തിനുള്ളിൽ അയാൾ നടപ്പാക്കുമെന്ന് അവൾക്കറിയാം. വ്യവസായത്തിന്റെ ചട്ടവട്ടങ്ങളെ ഉടച്ചുവാർക്കാൻ അയാൾക്ക് കഴിയും. അയാൾക്കത് ചെയ്യാൻകഴിയുമെന്ന് അവൾക്കറിയാം. ഇതിനൊക്കയുള്ള ഒരു ഉപകരണം എന്ന നിലയിൽ അയാൾ ശരിക്കും ആശ്ചര്യം ആയിരുന്നു. അയാളുടെ സാമർത്ഥ്യമുള്ള മറ്റൊരു പുരുഷനെ അവൾ ഒരിക്കലുംകണ്ടിട്ടില്ല. പക്ഷേ, അയാൾ ആ കാര്യം മനസ്സിലാക്കിയിട്ടുണ്ടെന്ന് അവൾക്ക് അറിയാമായിരുന്നു.

അയാൾക്ക് തടസ്സം നീക്കിക്കൊടുത്താൽ മതി. അയാൾക്ക് അങ്ങേയറ്റത്തെ അബോധാവസ്ഥ ഉണ്ടായിരുന്നതുകൊണ്ട് അയാളുടെ കൈകളെ ജോലിയിലേക്ക് കടത്തിവിടേണ്ട ആവശ്യം ഉണ്ടായിരുന്നു. ഇത് അവൾക്ക് ചെയ്യാൻ കഴിയും. അവൾ അയാളെ വിവാഹം കഴിക്കും. യാഥാസ്ഥിതിക താല്പര്യങ്ങളുമായി അയാൾ നിയമ നിർമ്മാണസഭയിലേക്ക് പോകും. അദ്ധ്വാനവും വ്യവസായവും തമ്മിൽ കൂടിക്കുഴഞ്ഞുകിടക്കുന്ന അവസ്ഥയെ അയാൾ വേർതിരിക്കും. അയാൾ അങ്ങേയറ്റം ഭയം ഇല്ലാത്തവൻ ആയിരുന്നു. ജീവിതത്തിലെ ഓരോ പ്രശ്നവും ഗണിത ശാസ്ത്രത്തിലെന്നപോലെ പരിഹരിച്ചെടുക്കാൻ കഴിയുമെന്ന് അയാൾ മനസ്സിലാക്കിയിട്ടുണ്ട്. പ്രശ്നം പരിഹരിക്കുന്നതിനെക്കുറിച്ചല്ലാതെ അയാളെ

പ്പറ്റിയോ മറ്റ് ഏതെങ്കിലും കാര്യങ്ങളെപ്പറ്റിയോ അയാൾ ശ്രദ്ധിക്കാറില്ല. അയാൾ സത്യത്തിൽ വളരെ പരിശുദ്ധൻ ആയിരുന്നു.

അവളുടെ ഹൃദയമിടിപ്പ് കൂടി. അവൾ ഭാവിയുടെ സങ്കല്പങ്ങളുമായി ആവേശത്തിന്റെ ചിറകുകൾ വീശി അകലങ്ങളിലേക്ക് പോയി. അയാൾ സമാധാനത്തിന്റെ ഒരു നെപ്പോളിയനോ ബിസ്മാർക്കോ ആയിരിക്കും. അവൾ അയാളുടെ പിന്നിലെ സ്ത്രീയും. അവൾ ബിസ്മാർക്കിന്റെ എഴുത്തുകൾ വായിച്ചിരുന്നു. അവ അവളെ ആഴത്തിൽ സ്പർശിച്ചിരുന്നു. ജറാൾഡ് ബിസ്മാർക്കിനേക്കാൾ ഭയം ഇല്ലാത്തവനും സ്വതന്ത്രനും ആയിരിക്കും.

ജീവിതത്തിലെ പ്രതീക്ഷകളുടെ അസാധാരണവും അവിശ്വസനീയവുമായ സൂര്യപ്രകാശത്തിൽ കുളിച്ച് കാല്പനികമായ ചിന്തകളുമായി കിടക്കുമ്പോൾ അവളുടെ ഉള്ളിൽ എന്തോ പൊട്ടിത്തെറിക്കുന്നതായി തോന്നി. ഉള്ളിലേക്ക് വീശി ഇറങ്ങുന്ന ഒരു കാറ്റുപോലെ മനുഷ്യരോടുള്ള ഭയാനകമായ ഒരു വിദ്വേഷം അവളെ കീഴടക്കി. അവളെ സംബന്ധിക്കുന്നതെല്ലാം വ്യാജസ്തുതികളായി മാറി. എല്ലാ കാര്യങ്ങളുടെയും അവസാന സ്വാദ് വിപരീതമായിരുന്നു. പ്രതീക്ഷകളിലും ആശയങ്ങളിലും അടങ്ങിയിരുന്ന തെറ്റിദ്ധാരണകൾ തിരിച്ചറിഞ്ഞപ്പോൾ അനിഷേധ്യമായ സത്യാവസ്ഥയുടെ പ്രാണവേദന അവൾക്ക് മനസ്സിലാക്കാൻ കഴിഞ്ഞു.

അവൾ ഉറങ്ങിക്കിടക്കുന്ന അയാളെ നോക്കിക്കൊണ്ട് കിടന്നു. അയാൾക്ക് കലർപ്പില്ലാത്ത സൗന്ദര്യം ഉണ്ടായിരുന്നു. അയാൾ പൂർണ്ണതയുള്ള ഒരു ഉപകരണം ആയിരുന്നു. അവളുടെ മനസ്സിൽ അയാൾ പരിശുദ്ധവും അതിശക്തവും ഏറെക്കുറെ അമാനുഷവും ആയ ഒരു ഉപകരണം ആയിരുന്നു. അയാളുടെ ഈ ഉപകരണസ്വഭാവം അവളെ അതിശക്തമായി ആകർഷിച്ചു. അയാളെ ഒരു ഉപകരണമായി ഉപയോഗിക്കാൻ വേണ്ടി അവൾക്ക് ദൈവം ആയിരിക്കാൻ കഴിഞ്ഞിരുന്നെങ്കിലെന്ന് അവൾ ആഗ്രഹിച്ചു.

അതേ നിമിഷത്തിൽ തന്നെ വിപരീതാർത്ഥത്തിലുള്ള ചോദ്യം വന്നു. "എന്തിനുവേണ്ടി?" അവൾ ഖനിത്തൊഴിലാളികളുടെ ഭാര്യമാരെ പറ്റിയും അവരുടെ തുന്നിച്ചേർത്ത തിരശീലകളെപ്പറ്റിയും തുന്നലുകൾ ഉള്ളൂട്ടുകൾ അണിഞ്ഞ അവരുടെ പെൺകുട്ടികളെ പറ്റിയും ചിന്തിച്ചു. അവൾ ഖനി മാനേജറന്മാരുടെ ഭാര്യമാരേപ്പറ്റിയും പെൺമക്കളെപ്പറ്റിയും, അവരുടെ ടെന്നീസ് പാർട്ടികളെ പറ്റിയും, പരസ്പരം സമൂഹത്തിന്റെ അളവുകോൽ വെച്ച് അവരവർക്ക് കൂടുതൽ ഉന്നതരാണെന്ന് ഭാവിക്കാനുള്ള അവരുടെ അതിദാരുണമായ കഠിനാദ്ധ്വാനത്തെപ്പറ്റിയും ആലോചിച്ചു. അവിടെ ഷോർട്ട്ലാൻഡ്സും അതിന്റെ അർത്ഥരഹിതമായ വേർതിരിവുകളും ക്രിച്ചിന്റെ വീട്ടിലെ അർത്ഥശൂന്യമായ ആൾക്കൂട്ടവും ഉണ്ടായി

രുന്നു. ലണ്ടനും 'ഹൗസ് ഓഫ് കോമൺസും'* പരന്നുകിടക്കുന്ന സാമൂഹിക ലോകവും അവിടെ ഉണ്ടായിരുന്നു. എന്റെ ദൈവമേ!

ഗുഡ്റൺ ചെറുപ്പം ആയിരുന്നെങ്കിലും ഇംഗ്ലണ്ടിലെ സമൂഹത്തിന്റെ മുഴുവൻ നാഡിമിടിപ്പും തൊട്ടറിഞ്ഞിട്ടുണ്ടായിരുന്നു. അവൾക്ക് ലോകത്തിൽ ഉയർന്നുവരുന്നതിന്റെ ആശയങ്ങൾ ഒന്നുംതന്നെ ഉണ്ടായിരുന്നില്ല. ക്രൂരമായ യൗവനത്തിന്റെ ലോകത്തോടുള്ള പരിപൂർണ്ണവിദ്വേഷത്തിൽ ലോകത്തിന്റെ മുന്നിലെ ഉയർച്ചയുടെ അർത്ഥം ഒന്നിനുപകരം പുറമേ മറ്റൊരുപ്രകടനം ഉണ്ടാവുന്നതാണെന്ന് അവൾക്കറിയാമായിരുന്നു. ഉയർച്ച പെനിയുടെ ഒരു കള്ളത്തുട്ടിനു പകരം അരക്രൗണിന്റെ** ഒരു കള്ളനാണയംകയ്യിൽ വരുന്നതുപോലെ ആയിരുന്നു. മൊത്തം നാണ്യത്തിന്റെ മൂല്യവും വ്യാജ്യം ആയിരുന്നു. എങ്കിലും കള്ളനാണയങ്ങളുടെ ലോകത്ത് ഒരു മോശം ഫാർ തിങ്ങിനേക്കാൾ നല്ലത് ഒരു മോശം സൊവറിൻ ആയിരിക്കുമെന്ന് നിശ്ചയമായും അവൾക്കറിവുണ്ടായിരുന്നു. പക്ഷേ, സമ്പന്നതയേയും ദാരിദ്ര്യത്തേയും ഒരേപോലെയുള്ള അവജ്ഞയോടെ അവൾ നോക്കിക്കണ്ടു.

അവളുടെ സ്വപ്നങ്ങളെപ്പറ്റി അവൾ സ്വയം പരിഹസിച്ചു കഴിഞ്ഞിരുന്നു. അവ വളരെ എളുപ്പത്തിൽ നിറവേറ്റാൻ കഴിയും. പക്ഷേ, അവളുടെസ്വന്തം ആവേശങ്ങളുടെ പരിഹാസ്യത. അവൾ വളരെ നല്ലപോലെ തിരിച്ചറിഞ്ഞിരിക്കുന്നു. ഒരു പഴയ തളർന്നുപോയ സ്ഥാപനത്തിൽ നിന്നും ജറാൾഡ് അമിതലാഭമുള്ള ഒരുവ്യവസായം സൃഷ്ടിക്കുന്നതിൽ അവൾക്ക് ഗൗനിക്കാൻ എന്താണ് ഉള്ളത്? അവൾ എന്താണ് കാര്യമാക്കുന്നത്? തളർന്ന സ്ഥാപനവും മനോഹരമായി ചിട്ടപ്പെടുത്തിയ വ്യവസായവും പരിഗണിച്ചാൽ രണ്ടുംതന്നെ മോശപ്പെട്ട പണം ആയിരുന്നു. എങ്കിലും പുറമേ പ്രാധാന്യമുള്ള കാര്യങ്ങളെ അവൾ വളരെക്കൂടുതൽ ശ്രദ്ധിച്ചു. കാരണം അവളുടെ ഉള്ളിൽ അതെല്ലാംതന്നെ മോശം ഫലിതങ്ങൾ ആയിരുന്നു. എല്ലാ കാര്യങ്ങളും അവൾക്ക് സ്വാഭാവികമായ ഫലിതങ്ങളുടെ ചെറിയ ചെറിയ കഷണങ്ങൾ ആയിരുന്നു. അവൾ ജറാൾഡിന്റെ മുകളിലേക്ക് കുനിഞ്ഞുനിന്ന് അനുകമ്പയോടെ മനസ്സിൽ പറഞ്ഞു.

"ഓ, എന്റെ പ്രിയപ്പെട്ടവനെ നിങ്ങൾക്കുവേണ്ടിപ്പോലും ഈ കളി നടത്തുന്നതിൽ അർത്ഥമില്ല. നിങ്ങൾ സത്യത്തിൽ ശുദ്ധനാണ് ഇത്തരത്തിലുള്ള ഒരു ഗതികെട്ട വിനോദത്തിന് നിങ്ങളെ എന്തിനാണ് ഉപയോഗിക്കുന്നത്?"

അയാളോടുള്ള അനുകമ്പയും ദുഃഖവുംകൊണ്ട് അവളുടെ ഹൃദയം തകർന്നുകൊണ്ടിരിക്കുകയായിരുന്നു. അവളുടെ പുറത്തുപറയാത്ത വിമർശനങ്ങളുടെ പരിഹാസം നിറഞ്ഞ ഫലിതം അതേസമയത്തു തന്നെ അവളുടെ ചുണ്ടിൽ ഒരു വികൃതമായ പുഞ്ചിരിയായി പ്രത്യക്ഷപ്പെട്ടിരുന്നു

* ബ്രിട്ടീഷ് പാർലമെന്റിലെ ജനസഭ.

** രണ്ടര ഷില്ലിങ് വിലയുള്ള ബ്രിട്ടീഷ് വെള്ളിനാണയം (പെനിയേക്കാൾ വിലകൂടിയ നാണയം).

ഹോ! അത് എന്തൊരു പ്രഹസനം ആയിരുന്നു! അവൾ പാർനലിനെപ്പറ്റിയും* കാതറീന ഓഷിയായെപ്പറ്റിയും ആലോചിച്ചു. എന്നിട്ടുപോലും അയർലന്റിന്റെ ദേശീയതയെ ആർക്കാണ് ഗൗരവത്തിലെടുക്കാൻ കഴിയുന്നത്? എന്ത് പ്രവർത്തിച്ചാലും രാഷ്ട്രീയ അയർലന്റിനെ ആരാണ് ഗൗരവത്തിൽ എടുക്കുന്നത്? രാഷ്ട്രീയ ഇംഗ്ലണ്ടിനെ ആർക്കാണ് ഗൗരവത്തിൽ എടുക്കാൻ കഴിയുന്നത്? ആർക്കാണ് കഴിയുന്നത്? പഴയ തുന്നിക്കൂട്ടിയ ഭരണഘടനയുടെ അറ്റകുറ്റം തീർത്തെടുത്താൽ സത്യത്തിൽ അതിന് ആരാണ് പുല്ലുവില കൊടുക്കുന്നത്? നമ്മുടെ ദേശീയമായ ആശയങ്ങളെ നമ്മുടെ ദേശീയബൗളർ തൊപ്പിയേക്കാൾ കൂടുതലായി ആരാണ് ഗൗനിക്കുന്നത്?

എന്റെ യുവനായകനായ ജറാൾഡ്, ഇതെല്ലാം ഇത്രമാത്രമേ ഉള്ളൂ. എന്തായാലും പഴയ സൂപ്പ് കൂടുതൽ ഇളക്കിനോക്കുന്നതിന്റെ മനം പുരട്ടലിൽ നിന്ന് നമുക്ക് നമ്മളെ സ്വയം ഒഴിവാക്കാം നിങ്ങൾ സുന്ദരനും സാഹസകിനുമായി തുടരട്ടെ. ഇവിടെ പൂർണ്ണതയുള്ള നിമിഷങ്ങൾ ഉണ്ട്. ഉണരൂ. ജറാൾഡ് ഉണരൂ. പൂർണ്ണതയുള്ള നിമിഷങ്ങളെപ്പറ്റിഎന്നെ ബോദ്ധ്യപ്പെടുത്തൂ ഹോ! എന്നെ ബോദ്ധ്യപ്പെടുത്തൂ. എനിക്ക് അത് വേണം.

അയാൾ കണ്ണുതുറന്ന് അവളെ നോക്കി. തീവ്രമായ ആഹ്ലാദം ഒളിഞ്ഞിരിക്കുന്ന നിഗൂഢമായ പരിഹാസം നിറഞ്ഞ ഒരു പുഞ്ചിരിയോടെ അവൾ അയാളെ സ്വാഗതം ചെയ്തു. അയാളുടെ മുഖത്തുകൂടി അതിന്റെ പ്രതിഫലനം കടന്നുപോയി. അബോധാവസ്ഥയിൽ അയാളും പുഞ്ചിരിച്ചു.

അവളുടെ മുഖത്തു നിന്നും പ്രതിഫലിച്ച് അയാളുടെ മുഖത്തുകൂടി ആ പുഞ്ചിരി കടന്നുപോയത് അവളിൽ അസാധാരണമായ ആഹ്ലാദം നിറച്ചു. ഒരു ശിശുവിന്റെ ചിരി ഇതുപോലെയാണെന്ന് അവൾ ഓർമ്മിപ്പിച്ചു. അത് വീണ്ടും അസാധാരണമായ തിളക്കമുള്ള ആഹ്ലാദം അവളിൽ നിറച്ചു.

"നിങ്ങൾ അത് സാധിച്ചെടുത്തു." അവൾ പറഞ്ഞു. "എന്ത്?" അയാൾ പരിഭ്രമത്തോടെ ചോദിച്ചു. "നിങ്ങൾ എന്നെ ബോദ്ധ്യപ്പെടുത്തി."

അവൾ കുനിഞ്ഞുനിന്ന് അഭിനിവേശത്തോടെ വീണ്ടും വീണ്ടും അയാളെ ചുംബിച്ചു. അയാൾ അമ്പരന്നുപോയി. എന്ത് കാര്യമാണ് അവളെ അയാൾ ബോദ്ധ്യപ്പെടുത്തിയതെന്ന് ചോദിക്കാൻ ആലോചിച്ചെങ്കിലും ആ കാര്യം അയാൾ അവളോട് ചോദിച്ചില്ല. അവൾ ചുംബനം തുടരുന്നതിൽ അയാൾക്ക് സന്തോഷം ഉണ്ടായിരുന്നു.

പുറത്ത് പൗരുഷം നിറഞ്ഞ സാഹസികമായ ശബ്ദത്തിൽ ആരോ മനോഹരമായി പാടുന്നുണ്ടായിരുന്നു.

"അഹങ്കാരി പെണ്ണേ** എന്നെ വീട്ടിൽ കയറ്റി എന്നെ വീട്ടിൽ കയറ്റൂ

---

* അയർലന്റിലെ രാഷ്ട്രീയ നേതാവ്. ദേശീയപ്രസ്ഥാനത്തിന്റെ നേതാവ്. കിറ്റിഓഷിയായുമായുള്ള അവിഹിതബന്ധത്തെത്തുടർന്ന് പാർലമെന്റിൽ നിന്നും രാജിവെക്കാൻ നിർബ്ബന്ധിതനായി. കിറ്റിയെ പിന്നീട് വിവാഹംകഴിച്ചു (1846–91)

** ഖനിത്തൊഴിലാളിയുടെ ഭാര്യ എന്ന യൂറോപ്യൻ നാടൻപാട്ടിലെ വരികൾ

എനിക്ക് നെരിപ്പോട് കത്തിക്കൂ.
ഞാൻ മഴയിൽ കുതിർന്നു, ഞാൻ മഴയിൽ കുതിർന്നു."

പൗരുഷമുള്ള സാഹസികമായ പരിഹാസത്തോടെയുള്ള ആ പാട്ട് അവളിലൂടെ ശാശ്വതമായി മുഴങ്ങിക്കൊണ്ടിരിക്കുമെന്ന് ഗുഡ്റണിന് മനസ്സിലായി. അത് അവളുടെ പരമോന്നതമായ നിമിഷങ്ങളിൽ ഒന്നിനെ അടയാളപ്പെടുത്തി. അതവളുടെ വൈകാരിക സംതൃപ്തിയുടെ അങ്ങേയറ്റത്തെ യാതനയുടെ വെളിപ്പെടുത്തൽ ആയിരുന്നു. അവൾക്കുവേണ്ടി അനശ്വരമായി അത് ഉണ്ടായിരുന്നു.

തെളിഞ്ഞ പകലിന്റെ വരവ് നീലനിറം ആയിരുന്നു. തൊടുന്നിടത്തെല്ലാം ഒരു കൃപാണംപോലെ തുളച്ചിറങ്ങി മഞ്ഞിന്റെ പൊടിപടലവും വഹിച്ച് ഒരുചെറിയ കറ്റ് മലനിരകൾക്ക് മുകളിൽ ചുറ്റിത്തിരിയുന്നുണ്ടായിരുന്നു. സംതൃപ്തനായ ഒരു മനുഷ്യന്റെ അന്ധത ബാധിച്ച മനോഹരമായ മുഖത്തോടെ ജറാൾഡ് പുറത്തുപോയി. ഇന്ന് രാവിലെ ഗുഡ്റണും ജറാൾഡും തികഞ്ഞ ഒത്തൊരുമയിൽ ആയിരുന്നു. പക്ഷേ, അവർ ഒന്നും തന്നെ കാണുന്നുണ്ടായിരുന്നില്ല. മനസ്സിലായിരുന്നില്ല. ഉർസുലയ്ക്കും ബിർക്കിനും അവരെ പിൻതുടരാൻ വേണ്ടി അവർ ഒരു ടോംബോഗൻ* തയ്യാറാക്കി നിർത്തിയിരുന്നു.

ഗുഡ്റൺ മൊത്തത്തിൽ ചുവപ്പിലും നീലയിലും ആയിരുന്നു. ചുവപ്പ് ജഴ്സിയും തൊപ്പിയും നീല സ്കർട്ടും സ്റ്റോക്കിങ്ങുകളും. ഒരുവശത്ത് വെള്ളയും ചാരനിറവും ഉള്ള വേഷങ്ങൾ ധരിച്ച ജറാൾഡിനോടൊപ്പം ഒരു ചെറിയ ടേംബോഗനിൽ അവൾ വെളുത്ത മഞ്ഞിനു മുകളിലൂടെ സന്തോഷത്തോടെ നീങ്ങി. ദൂരെയുള്ള മഞ്ഞുമൂടിയ മലഞ്ചെരിവ് കയറുമ്പോൾ അവർ കൂടുതൽ കൂടുതൽ ചെറുതായി.

ഗുഡ്റണിന് മഞ്ഞിന്റെ വെണ്മയിലേക്ക് പൂർണ്ണമായി കടന്നുചെല്ലുകയാണെന്ന് തോന്നി. അവൾ ആലോചനകൾ ഇല്ലാത്ത പരിശുദ്ധമായ ഒരു പളുങ്കായി മാറി. കയറ്റത്തിന്റെ മുകളിലെത്തിയപ്പോൾ അവിടുത്തെ കാറ്റിൽ നിന്നുകൊണ്ട് ഗുഡ്റൺ ചുറ്റുപാടും നോക്കി. അവൾ പാറയും മഞ്ഞും ഇടകലരുന്ന കൊടുമുടികളുടെ നീലനിറമുള്ള നിരകൾ കണ്ടു. അവൾക്ക് അത് ഒരു തോട്ടം പോലെ തോന്നി. കൊടുമുടികൾ പരിശുദ്ധമായ പൂക്കളാണെന്നും അവളുടെ ഹൃദയം ആ പൂക്കൾ ശേഖരിക്കുകയാണെന്നും അവൾക്ക് തോന്നി. ജറാൾഡിനുവേണ്ടി അവൾക്ക് പ്രത്യേക ബോധം ഉണ്ടായിരുന്നില്ല.

കുത്തനെയുള്ള ചരിവിലൂടെ അവർ തെന്നി ഇറങ്ങുമ്പോൾ അവൾ അയാളോട് പറ്റിച്ചേർന്നു. അവൾക്ക് അവളുടെ ഇന്ദ്രിയങ്ങളെ തീ പാറുന്ന ഒരു ചാണയിൽവെച്ച് മൂർച്ചകൂട്ടുകയാണെന്ന് തോന്നി. ചാണയ്ക്കുവച്ച വായ്ത്തലയിൽ നിന്ന് തീപ്പൊരിയിൽ ചിതറുന്നതുപോലെ മഞ്ഞുകണങ്ങൾ ഇരുവശത്തേക്കും ചിതറിത്തെറിച്ചു. ചുറ്റുപാടുമുള്ള വെണ്മയുടെ

* രണ്ട്പേർക്ക് മഞ്ഞിനുമുകളിലൂടെ സഞ്ചരിക്കാനുള്ള ഒരുവാഹനം

ഓട്ടത്തിന്റെ വേഗത കൂടിക്കൊണ്ടിരുന്നു. മഞ്ഞിന്റെ വെളുത്ത തീവ്രത യിലൂടെ പാഞ്ഞുകയറിയ അവൾ സ്വയം ഉരുകി ഒലിക്കുന്ന ഒരു മഞ്ഞു തുള്ളിയായി മാറി. പിന്നീട് അവർ താഴെ എത്തിയപ്പോൾ അവരുടെ വേഗതകുറഞ്ഞ് നിലത്ത് വീഴാൻ പോകുന്നതുപോലെ ഒരു കിലുക്കം ഉണ്ടായിരുന്നു.

അവരുടെ പാച്ചിൽ നിന്നു. പക്ഷേ, അവൾ എഴുന്നേറ്റപ്പോൾ അവൾക്ക് നില്ക്കാൻ കഴിഞ്ഞില്ല. അവൾ തിരിഞ്ഞുനിന്ന് വിചിത്രമായ ഒരു നിലവിളിയോടെ അയാളുടെ നെഞ്ചിൽ മുഖമൊളിപ്പിച്ചുകൊണ്ട് അബോധാവസ്ഥയിൽ അയാളെ കെട്ടിപ്പിടിച്ചു. ഏതാനും നിമിഷങ്ങൾ സ്വാതന്ത്ര്യം നഷ്ടപ്പെട്ട് അയാളോട് ചേർന്നു നിന്നപ്പോൾ പരിപൂർണ്ണമാ യ മറവി അവളെ കീഴ്പ്പെടുത്തി.

"എന്താണ് കാര്യം?" അയാൾ ചോദിച്ചുകൊണ്ടിരുന്നു. "നിങ്ങൾക്ക് അത് താങ്ങാൻ കഴിഞ്ഞില്ലേ?"

പക്ഷേ, ഒന്നും അവൾ കേട്ടില്ല.

അവൾ തിരിച്ചുവന്നപ്പോൾ അവൾ എഴുന്നേറ്റുനിന്ന് അത്ഭുത ത്തോടെ ചുറ്റുപാടും നോക്കി. അവളുടെ മുഖം വെളുത്തിരുന്നു. അവ ളുടെ തിളങ്ങുന്ന കണ്ണുകൾ വിടർന്നിരുന്നു.

"എന്താണ് കാര്യം?" അയാൾ ആവർത്തിച്ചു. "നിങ്ങൾക്ക് അത് ബുദ്ധിമുട്ടായോ!"

"ഇല്ല." വിജയാഹ്ലാദത്തോടെ അവൾ വിളിച്ചുകൂവി.

"അത് എന്റെ ജീവിതത്തിലെ പൂർണ്ണതയുള്ള ഒരു നിമിഷം ആയി രുന്നു."

അവൾ രൂപാന്തരം സംഭവിച്ചെന്നു തോന്നുന്ന തിളങ്ങുന്ന കണ്ണു കൾകൊണ്ട് അയാളെ നോക്കി. ഒരു മൂർച്ചയുള്ള കത്തി അയാളുടെ ഹൃദ യത്തിലേക്ക് ഇറങ്ങിച്ചെല്ലുന്നതായി തോന്നി. പക്ഷേ, അയാൾ അത് ശ്രദ്ധിച്ചില്ല.

എന്നാൽ അവർ വീണ്ടും മലഞ്ചരിവിലൂടെ കയറി. വെളുത്ത തീ ജ്വാലയിലൂടെ അവൾ വീണ്ടും മനോഹരമായി താഴോട്ട് പറന്നിറങ്ങി. ഗുഡ്റൺ മഞ്ഞുകട്ടകൾ തെറിപ്പിച്ചുകൊണ്ട് പൊട്ടിച്ചിരിച്ചു. അവളെ മഞ്ഞുകണങ്ങൾ പൊതിഞ്ഞിരുന്നു. ജറാൾഡിന്റെ പരിശ്രമം സമഗ്രമാ യിരുന്നു. തലനാരിഴ വിസ്താരം ഉള്ള സ്ഥലത്തുകൂടി ടോബോഗനെ നയി ക്കാൻ പറ്റുമെന്ന് അയാൾക്ക് തോന്നി. പറക്കുന്ന വണ്ടിയിലേക്ക് അയാ ളുടെ ശക്തി പടർന്നുകയറിയിരിക്കുകയാണെന്ന് ജറാൾഡിനു തോന്നി. അയാൾക്ക് കൈകൾ ചലിപ്പിക്കേണ്ടകാര്യം മാത്രമേ ഉള്ളൂ. വണ്ടിയുടെ ചലനം അയാളുടെ സ്വന്തം ചലനം ആയിരുന്നു. അന്തരീക്ഷത്തിലൂടെ പറന്നുചെന്ന് ടോബോഗനെ ആകാശത്തിന്റെ ഹൃദയത്തിലേക്ക് തുളച്ചി റക്കാൻ കഴിയുമെന്ന് അയാൾക്ക് തോന്നി. അവർ വിശാലമായ മലഞ്ചരി വുകൾ കണ്ടെത്തി അവയിലൂടെ തെന്നിയിറങ്ങി. അവർ കണ്ടതിനേക്കാൾ മെച്ചപ്പെട്ട മറ്റ് ചിലതുകൂടി ഉണ്ടാകുമെന്ന് അയാൾക്ക് തോന്നി. അയാൾ

ആഗ്രഹിച്ചിരുന്ന സ്ഥലം അയാൾ കണ്ടെത്തി. വളരെനീളത്തിലുള്ള കുത്തനെയുള്ള ഒരു ഇറക്കം. അത് ഒരു പാറയുടെ താഴെക്കൂടി അടിവാരത്തുള്ള മരക്കൂട്ടത്തിലേക്ക് ഇറങ്ങിപ്പോയിരുന്നു. അത് അപകടകരമാണെന്ന് അയാൾക്ക് അറിയാം. പക്ഷേ, അയാൾക്ക് ടോബോഗൻ വിരലുകൾകൊണ്ട് നിയന്ത്രിക്കാൻ പറ്റുമെന്നും അറിയാം.

പ്രതീക്ഷകളെ അതിശയിപ്പിക്കുന്ന വെള്ളി വെളിച്ചത്തിലൂടെ അതിവേഗത്തിൽ പായുമ്പോഴുള്ള ശരീരചലനങ്ങളുടെ നിർവൃതിയിൽ ആദ്യ ദിവസങ്ങൾ കടന്നുപോയി.

ഭാഗ്യത്തിന് അവർക്ക് എല്ലാവർക്കും വീട്ടിൽ ഇരിക്കേണ്ടിവന്ന മഞ്ഞുവീഴ്ചയുടെ ഒരുദിവസം ഉണ്ടായിരുന്നു. അല്ലെങ്കിൽ അവർക്ക് അവരുടെ കഴിവുകൾ നഷ്ടപ്പെട്ട് മഞ്ഞിൽ ജീവിക്കുന്ന അറിയപ്പെടാത്ത അസാധാരണമായ ഏതോ ജന്തുക്കളെപ്പോലെ അവർ കൂവാനും കരയാനും തുടങ്ങുമെന്ന് ബിർക്കിൻ പറഞ്ഞു.

അത് സംഭവിച്ചത് ലോർക്കയോട് സംസാരിച്ചുകൊണ്ട് ഉർസുല ഒത്തുചേരൽ മുറിയിൽ ഇരുന്നിരുന്ന വൈകുന്നേരത്തായിരുന്നു. ഈയിടെ അയാൾ അസന്തുഷ്ടനാണെന്ന് തോന്നിയിരുന്നു. എന്നാൽ അയാൾ പതിവുപോലെ കുസൃതിയുള്ള ഫലിതങ്ങളുമായി ഇപ്പോൾ ഉത്സാഹത്തിലായിരുന്നു.

പക്ഷേ, ഏതോകാര്യം പ്രമാണിച്ച് അയാൾ പരിഭവിച്ചിരിക്കുകയായിരുന്നെന്ന് ഉർസുല വിചാരിച്ചു. അയാളുടെ പങ്കാളിയായ സുമുഖനായ തടിച്ച ചെറുപ്പക്കാരനും അസ്വസ്ഥനായിരുന്നു. അയാൾ ഒരു അനാഥനെപ്പോലെ ചുറ്റിത്തിരിഞ്ഞു. അതുകണ്ടാൽ അയാൾ ഏതോ തരത്തിലുള്ള അടിമത്തത്തിലാണെന്നും അയാൾ അതിനോട് എതിർപ്പ് പ്രകടിപ്പിച്ചുകൊണ്ടിരിക്കുകയാണെന്നും തോന്നും.

ലോർക്ക വല്ലപ്പോഴും ആയിരുന്നു ഗുഡ്റണിനോട് സംസാരിച്ചിരുന്നത്. മറിച്ച് അയാളുടെ സഹായി എല്ലാ സമയത്തും അവൾക്ക് അമിത ആദരവും അലിവും കലർന്ന ഒരു ശ്രദ്ധ കൊടുത്തിരുന്നു. ഗുഡ്റൺ ലോർക്കയോട് സംസാരിക്കാൻ ആഗ്രഹിച്ചു. അയാൾ ഒരു ശില്പി ആയിരുന്നു. അയാളുടെ കലയെ പറ്റിയുള്ള അയാളുടെ വീക്ഷണം എന്താണെന്ന് കേൾക്കാൻ അവൾ ആഗ്രഹിച്ചു. കൂടാതെ അയാളുടെ രൂപം അവളെ ആകർഷിച്ചു. അയാളെപ്പറ്റി ഒരു ചെറിയ ദുർനടത്തക്കാരനാണെന്നുള്ള ഒരു സമീപനം ഉണ്ടായിരുന്നു. അതിൽ അവൾക്ക് താല്പര്യം ഉണ്ടായി. ഇതുകൂടാതെ അയാൾക്ക് അസാധാരണമായ ഒരു അന്യത ഉണ്ടായിരുന്നു. മറ്റാരുമായും ബന്ധമില്ലാത്ത അയാളുടേതുമാത്രമായ ഒരു സത്വം. അത് അവൾക്ക് ഒരു കലാകാരനെ കാണിച്ചുകൊടുത്തു. അയാൾ ഒരു വായാടി ആയിരുന്നു. ചിലപ്പോൾ കുസൃതികലർന്ന വാക്കുകൾ കൊണ്ട് അയാൾ വളരെ ചാതുര്യമുള്ള ഫലിതങ്ങൾ സൃഷ്ടിച്ചു. പലപ്പോഴും അവ അങ്ങനെ ആയിരുന്നില്ല. അയാളുടെ എല്ലാ ചെറിയ കോമാളിത്തരങ്ങൾക്കും പിന്നിൽ ജീവനില്ലാത്ത കഷ്ടപ്പാടിന്റെ കറുത്ത നോട്ടം

അവൾക്ക് കാണാൻ കഴിഞ്ഞു. അയാളുടെ രൂപത്തിൽ അവൾക്ക് താല്പര്യം തോന്നിയിരുന്നു. ഒരു ആൺകുട്ടിയുടെ രൂപം. ഏറെക്കുറെ ഒരു തെരുവിലെ അറബിയുടെ രൂപമായിരുന്നു. എല്ലാസമയത്തും അയാൾ ലളിതമായ കാൽമുട്ടുവരെ എത്തുന്ന കാലുറയാണ് ധരിച്ചിരുന്നത്. അയാളുടെ കാലുകൾ മെലിഞ്ഞതായിരുന്നു. ആ സത്യം മറച്ചുവെയ്ക്കാൻ അയാൾ ഒരുശ്രമവും നടത്തിയില്ല. അതുതന്നെ ഒരു ജർമ്മൻകാരനെ സംബന്ധിച്ചിടത്തോളം എടുത്തുപറയേണ്ട കാര്യമായിരുന്നു. അയാൾ ഒരിക്കലും ഒരിടത്തും സ്വയം പ്രീതി സമ്പാദിക്കാൻ ശ്രമിച്ചിരുന്നില്ല. പുറമേ കളിതമാശകൾ ഉണ്ടായിരുന്നെങ്കിലും അയാൾ കൈവിട്ട് പെരുമാറിയില്ല.

അയാളുടെ വലിയകാലുകളും നീലക്കണ്ണുകളും ഉള്ള കൂട്ടുകാരൻ ലെയ്റ്റനർ ഒരുവലിയ കായികാഭ്യാസി ആയിരുന്നു. ലോർക്ക സ്കേറ്റിങ്ങിനു പോകുമ്പോൾ അയാൾക്ക് അതിൽ താല്പര്യം ഉണ്ടായിരുന്നില്ല. ലെയ്റ്റ്നറുടെ കായികാഭ്യാസപ്രകടനത്തിൽ ലോർക്കയുടെ തെരുവിലെ അറബികളുടേതുപോലുള്ള മെലിഞ്ഞ നാസാരന്ധ്രങ്ങൾ വിറയ്ക്കും. ഒരേ കിടക്കമുറി പങ്കിട്ട് ഒന്നിച്ച് ജീവിക്കുകയും യാത്രചെയ്യുകയും ചെയ്തിരുന്ന ഈ രണ്ടു മനുഷ്യർ ഇപ്പോൾ വെറുപ്പിന്റെ അവസ്ഥയിൽ എത്തിച്ചേർന്നിരുന്നു എന്ന് വ്യക്തം ആയിരുന്നു. മുറിവേറ്റതിന്റെ വേദനയുള്ള ശക്തി ഹീനമായ ഒരുവെറുപ്പ് ലെയ്റ്ററിന് ലോർക്കയോട് ഉണ്ടായിരുന്നു. ലോർക്കലെയ്റ്റനെ അവജ്ഞയോടെ കുത്തുവാക്കുകൾ കൊണ്ടുപരിഹസിച്ചു. പെട്ടെന്ന് അവൾക്ക് രണ്ടുപേർക്കും പിരിയേണ്ടിവരും.

ഇപ്പോൾത്തന്നെ അവർ ഒന്നിക്കുന്നത് വല്ലപ്പോഴും ആയിരുന്നു. ലെയ്റ്റനർ ആരോടെങ്കിലും വിനയംകാണിച്ച് അടുപ്പത്തിലാകും. ലോർക്ക കൂടുതൽ സമയവും തനിച്ചായിരുന്നു. അയാളോട് സംസാരിക്കാൻ ഗുഡ്റൺ ശ്രമിച്ചിരുന്ന സമയത്തെല്ലാം അയാളുടെ ഇരുണ്ട കണ്ണുകൾകൊണ്ട് അവളെ അയാൾ ശ്രദ്ധയോടെ നോക്കുമായിരുന്നു. പക്ഷേ, അവളുമായി ഒരുതരത്തിലുള്ള ബന്ധത്തിലേക്കും കടക്കാതെ പ്രതികരണങ്ങൾ ഇല്ലാതെ അയാൾ ഒഴിഞ്ഞുമാറി. അവളുടെ സാവധാനത്തിലുള്ള ഫ്രഞ്ചിനോടും അതിലും സാവധാനത്തിലുള്ള ജർമ്മൻഭാഷയോടും അയാൾക്ക് വെറുപ്പാണെന്നുള്ള തോന്നൽ അയാൾ അവളിൽ ഉണ്ടാക്കിക്കൊടുത്തിരുന്നു. അയാളുടെ സ്വന്തം അപര്യാപ്തമായ ഇംഗ്ലീഷ് പരിശ്രമിച്ചു നോക്കാൻ അയാൾക്ക് തീരെ താല്പര്യം ഇല്ലായിരുന്നു. പക്ഷേ, എന്തായാലും പറയുന്ന കാര്യങ്ങൾ കൂടുതലും അയാൾക്ക് മനസ്സിലാകുന്നുണ്ടായിരുന്നു. പരിഭവം തോന്നിയ ഗുഡ്റൺ അയാളെ തനിച്ചാക്കി.

എന്തായാലും ഈ വൈകുന്നേരത്ത് അയാൾ ഉർസുലയുമായി സംസാരിച്ചുകൊണ്ടിരിക്കുമ്പോൾ അവൾ വിശ്രമമുറിയിലേക്ക് വന്നു. നെറ്റിയുടെ ഇരുവശവും മുടികൊഴിഞ്ഞു പോയിരുന്നെങ്കിലും ഓർമ്മയിൽ നില്ക്കുന്ന അയാളുടെ നേർമ്മയുള്ള തലമുടി എന്തുകൊണ്ടോ അവളെ ഒരു വവ്വാലിനെ ഓർമ്മപ്പെടുത്തി. അയാൾ ഉർസുലയോട് സാവധാന

ത്തിൽ ഏതോ രഹസ്യംപറയുകയാണെന്ന് ഗുഡ്റണിന് മനസ്സിലാക്കാൻകഴിഞ്ഞു. പകയും വിദ്വേഷവും താല്പര്യക്കുറവും ഒന്നിക്കുന്ന സാവധാനത്തിലുള്ള അപൂർണ്ണമായ ഒരുസ്വയം വെളിപ്പെടുത്തൽ. അവൾ അവളുടെ സഹോദരിയുടെ അടുത്തുപോയി ഇരുന്നു.

അയാൾ അവളെ നോക്കി. പിന്നീട് അവളെ ശ്രദ്ധിക്കുന്നില്ലെന്ന മട്ടിൽ ദൂരത്തേക്ക് നോക്കി. പക്ഷേ, സത്യാവസ്ഥ അയാൾക്ക് അവളോടുള്ള ആഴത്തിലുള്ള താല്പര്യമായിരുന്നു.

"ഇത് രസമുള്ള കാരമല്ലേ" ഗുഡ്റണിന്റെ നേർക്ക് തിരിഞ്ഞുകൊണ്ട് ഉർസുല പറഞ്ഞു. "കൊളോണിലെ ഫാക്ടറിയുടെ പുറത്ത് ലോർക്ക ഒരു വലിയ കൊത്തുപണി ചെയ്യുന്നുണ്ട്."

അവൾ അയാളുടെ മെലിഞ്ഞ തവിട്ടുനിറമുള്ള കൈകളിലേക്ക് നോക്കി അടങ്ങിയിരിക്കാത്ത അയാളുടെ കൈകൾ നഖങ്ങൾ പോലെ നിർദ്ദയമായി പിടിമുറുക്കുന്നവ ആയിരുന്നു.

"എന്തിലാണ് ചെയ്യുന്നത്?" ഗുഡ്റൺ ചോദിച്ചു.

"എന്തിലാണ് ചെയ്യുന്നത്?" ഉർസുല ആവർത്തിച്ചു.

"ഗ്രനൈറ്റ്" അയാൾ മറുപടി പറഞ്ഞു.

പെട്ടെന്ന് അത് ശില്പികൾ തമ്മിലുള്ള ചെറിയ ചോദ്യങ്ങളുടെയും ഉത്തരങ്ങളുടെയും ഒരു പരമ്പരയായി മാറിയിരുന്നു.

കൊളോണിലെ വലിയ ഗ്രാനൈറ്റ് ഫാക്ടറിക്കുവേണ്ടി അയാൾ ചെയ്യുന്ന വലിയ കൊത്തുപണിയെക്കുറിച്ച് ആലോചിക്കാൻ ഗുഡ്റണിന് വലിയ താല്പര്യം ആയിരുന്നു. അതിന്റെ രൂപകല്പന സംബന്ധിച്ചുള്ള ചില ധാരണകൾ അയാളിൽ നിന്ന് അവൾക്ക് ലഭിച്ചിരുന്നു. കർഷകരും തൊഴിലാളികളും മദിരോത്സവത്തിന്റെ ആനന്ദലഹരിയിൽ മുഴുകി നില്ക്കുന്ന ഒരു ഉത്സവം ആയിരുന്നു അതിന്റെ വിഷയം. താറുമാറായ ചലനങ്ങളുടെ ഒരു ഉന്മത്തത.

അവിടെ അതിന്റെ സാങ്കേതികത്വം സംബന്ധിച്ച് ഒരു ചർച്ച ഉണ്ടായിരുന്നു. ഗുഡ്റണിന് അങ്ങേയറ്റത്തെ മതിപ്പു തോന്നി.

"ഇത്തരം ഒരു ഫാക്ടറിയുള്ളത് എത്രവലിയ കാര്യമാണ്!" ഉർസുല ഉറക്കെ പറഞ്ഞു. നല്ല കെട്ടിടമാണോ?"

"അതെ."അയാൾ മറുപടി പറഞ്ഞു. "കൊത്തുപണി അതിന്റെ വാസ്തുവിദ്യയുടെ ഒരു ഭാഗം തന്നെ ആണ്. അത് അസാധാരണമായ വലിപ്പമുള്ള ഒന്നാണ്."

പിന്നീട് അയാൾ ആലോചിക്കുകയാണെന്നു തോന്നി. തോളുകൾ വെട്ടിച്ച് സംശയം പ്രകടിപ്പിച്ചതിനു ശേഷം അയാൾ തുടർന്നു.

"ശില്പവിദ്യയും വാസ്തുവിദ്യയും നിശ്ചയമായും ഒന്നിച്ച് പോകണം. പ്രസക്തിയില്ലാത്ത ശില്പങ്ങളുടെയും ചിത്രങ്ങളുടെയും ദിവസങ്ങൾ കഴിഞ്ഞിരിക്കുന്നു. സത്യം പറഞ്ഞാൽ ശില്പവിദ്യ എന്നും വാസ്തുപരമായ ധാരണകളുടെ ഒരുഭാഗം ആയിരുന്നു. പള്ളികൾ കാഴ്ച ബംഗ്ലാവുകളാവുകയും വ്യവസായം നമ്മുടെ തൊഴിലായിത്തീരുകയും

ചെയ്ത സ്ഥിതിക്ക് ഇപ്പോൾ നമുക്ക് നമ്മുടെ വ്യവസായത്തിനുള്ള സ്ഥല ങ്ങളെ നമ്മുടെ കലാസൃഷ്ടികളാക്കാം. നമ്മുടെ ഫാക്ടറികൾ നമ്മുടെ സ്റ്റുഡിയോകൾ ആക്കാം.

ഉർസുല കാര്യമായി ആലോചിച്ചു. അവൾ പറഞ്ഞു. "നമ്മുടെ വലിയ രചനകൾ ഇത്രമാത്രം വെറുപ്പുണ്ടാക്കേണ്ട യാതൊരു ആവശ്യവും ഇല്ലെ ന്നാണ് എനിക്കു തോന്നുന്നത്."

പെട്ടെന്ന് അയാൾ സംസാരിച്ചു തുടങ്ങി.

"നിങ്ങൾ പറഞ്ഞത് വളരെ ശരിയാണ്!" അയാൾ വിളിച്ചുകൂവി "വളരെ ശരിയാണ്! നമ്മൾ ജോലിചെയ്യുന്ന സ്ഥലങ്ങൾ വൃത്തികേടാ ക്കേണ്ട ആവശ്യം ഇല്ലെന്നുമാത്രമല്ല, ഒടുവിൽ ആ വൃത്തികേട് നമ്മുടെ ജോലിയെ നശിപ്പിക്കുകയും ചെയ്യും. ഇത്തരം സഹിക്കാൻ പറ്റാത്ത വൃത്തികേടിന് ആളുകൾ എന്നും കീഴടങ്ങിക്കൊണ്ടിരിക്കുകയില്ല. അവ സാനം അത് വളരെക്കൂടുതൽ ആളുകളെ വേദനിപ്പിക്കും. അത് ജോലി യേയും നശിപ്പിക്കും. അവർ ജോലിതന്നെ സ്വയം ഒരു വൃത്തികേടാണെണ് ആലോചിക്കും. യന്ത്രങ്ങളും അദ്ധ്വാനവും വൃത്തികേടാണെന്ന് ചിന്തി ക്കും. യഥാർത്ഥത്തിൽ അദ്ധ്വാനവും യന്ത്രസമാഗ്രികളും വെറിപിടിപ്പി ക്കുന്ന വിധത്തിൽ അങ്ങേയറ്റം സുന്ദരമാണ്. പക്ഷേ, ഇത് നമ്മുടെ സംസ്കാരത്തിന്റെ അന്ത്യമായിരിക്കും. മനുഷ്യരുടെ ഇന്ദ്രിയങ്ങൾക്ക് ജോലി അസഹനീയമായി മാറിക്കഴിയുമ്പോൾ അവർക്ക് അത് മനം പിര ട്ടൽ ഉണ്ടാക്കും. അവർ ജോലി ചെയ്യില്ല. മനം പിരട്ടൽ അധികം ആകു മ്പോൾ അവർ പട്ടിണികിടക്കുന്നതാണ് കൂടുതൽ നല്ല കാര്യമെന്ന് വിചാ രിക്കും. പിന്നീട് തല്ലിത്തകർക്കാൻ മാത്രമായി ചുറ്റിക ഉപയോഗിക്കപ്പെടു ന്നത് നമ്മൾ കാണും. പിന്നീട് നിശ്ചയമായും നമ്മൾ അത് കാണും. എങ്കിലും നമുക്കവസരം ഉണ്ട്. നമുക്ക് മനോഹരമായ ഫാക്ടറികളും യന്ത്രപ്പുരകളും നിർമ്മിക്കാനുള്ള അവസരമുണ്ട്. നമുക്ക് അതിനുള്ള അവസരം ഉണ്ട്.

ഗുഡ്റണിന് ഭാഗികമായി മാത്രമേ മനസ്സിലാക്കാൻ കഴിഞ്ഞുള്ളൂ.

"അയാൾ എന്താണ് പറഞ്ഞത്?" അവൾ ഉർസുലയോട് ചോദിച്ചു. ഉർസുല അയാൾ പറഞ്ഞകാര്യങ്ങൾ ചുരുക്കി പരിഭാഷപ്പെടുത്തി ചെറിയ വിക്കലോടെ പറഞ്ഞുകൊടുത്തു. ലോർക്ക ഗുഡ്റണിന്റെ തീരുമാനം അറിയാൻ വേണ്ടി അവളുടെ മുഖത്തേക്ക് ശ്രദ്ധിച്ചു നോക്കിക്കൊണ്ടി രുന്നു.

ഗുഡ്റൺ പറഞ്ഞു. "അപ്പോൾ കല വ്യവസായത്തിന് ഉതകണമെ ന്ന് നിങ്ങൾ വിചാരിക്കുന്നുണ്ടോ?"

"കല ഒരിക്കൽ മതത്തെ വ്യാഖ്യാനിച്ചിരുന്നതു പോലെ അത് വ്യവ സായത്തേയും വ്യാഖ്യാനിക്കണം." അയാൾ പറഞ്ഞു.,

"പക്ഷേ, നിങ്ങളുടെ ഉത്സവം വ്യവസായത്തെ വ്യാഖ്യാനിക്കു ന്നുണ്ടോ?" അവൾ അയാളോട് ചോദിച്ചു.

"നിശ്ചയമായും മനുഷ്യൻ ഇതുപോലെയുള്ള ഒരു ഉത്സവത്തിനെ

ത്തുമ്പോൾ എന്താണ് ചെയ്യുന്നത്? അവൻ അദ്ധ്വാനത്തിന്റെ എതിർഭാഗത്തെ നിറവേറ്റുകയാണ്. അയാൾ യന്ത്രത്തെ ജോലി ചെയ്യിക്കുന്നതിനുപകരം യന്ത്രം അയാളെ ജോലി ചെയ്യിക്കുന്നു. അയാളുടെ ശരീരത്തിനുള്ളിലെ യാന്ത്രികമായ ചലനങ്ങൾ അയാൾ ആസ്വദിക്കുന്നു."

"പക്ഷേ, യാന്ത്രികമായ ജോലി അല്ലാതെ അവിടെ മറ്റൊന്നും ഇല്ലേ?" ഗുഡ്റൺ ചോദിച്ചു.

"ജോലി അല്ലാതെ മറ്റൊന്നും ഇല്ല." മുന്നോട്ട് കുനിഞ്ഞിരുന്നുകൊണ്ട് അയാൾ ആവർത്തിച്ചു. അയാളുടെ കണ്ണുകൾ പ്രകാശത്തിന്റെ രണ്ട് ബിന്ദുക്കൾ മാത്രമുള്ള ഇരുട്ടിന്റെ രണ്ട് കയങ്ങൾ ആയിരുന്നു. "അല്ല അത് ഇതല്ലാതെ മറ്റൊന്നും അല്ല; യന്ത്രത്തെ സേവിക്കുന്നു: അല്ലെങ്കിൽ യന്ത്രത്തിന്റെ ചലനങ്ങളെ ആസ്വദിക്കുന്നു. ചലനം അതു മാത്രമാണ് ഉള്ളത്. നിങ്ങൾ ഒരിക്കലും വിശപ്പിനുവേണ്ടി ജോലി ചെയ്തിട്ടില്ല. അല്ലെങ്കിൽ ദൈവം നമ്മളെ നയിക്കുന്നത് എന്തിലേക്കാണെന്ന് നിങ്ങൾക്ക് മനസ്സിലാകും."

ഗുഡ്റൺ വിറച്ചു. അവളുടെ മുഖം തുടുത്തു. എന്തോ കാരണങ്ങൾകൊണ്ട് അവൾ കരഞ്ഞു തുടങ്ങുകയായിരുന്നു. "ഇല്ല. ഞാൻ വിശപ്പിനുവേണ്ടി ജോലി ചെയ്തിട്ടില്ല." അവൾ മറുപടി പറഞ്ഞു. "പക്ഷേ, ഞാൻ ജോലി ചെയ്തിട്ടുണ്ട്."

"ലോകം ജോലി ചെയ്യുന്നതുപോലെ നിങ്ങൾ ഒരിക്കലും ജോലി ചെയ്തിട്ടില്ല."

"ഉണ്ട്." അവൾ പറഞ്ഞു. "ഞാൻ ചെയ്തിട്ടുണ്ട്. ഞാൻ ചെയ്യുന്നുമുണ്ട്. ഞാൻ ഇപ്പോൾ ജോലിചെയ്യുന്നത് എന്റെ അന്നന്നത്തെ ആഹാരത്തിനാണ്."

അയാൾ സംസാരം നിർത്തി അവളെത്തന്നെ നോക്കിക്കൊണ്ടിരുന്നു. പിന്നീട് ആ വിഷയം പൂർണ്ണമായും ഉപേക്ഷിച്ചു.

"പക്ഷേ, ലോകം ജോലിചെയ്യുന്നതുപോലെ നിങ്ങൾ എന്നെങ്കിലും ജോലി ചെയ്തിട്ടുണ്ടോ?"

അയാൾ അവിശ്വാസത്തോടെ അവളെനോക്കി.

"ഉണ്ട്." അയാൾ ഉറപ്പിച്ച് മറുപടി പറഞ്ഞു. "ഭക്ഷണം ഇല്ലാതെ മൂന്നുദിവസം കിടക്കയിൽ കിടന്നാൽ എങ്ങനെയുണ്ടായിരിക്കുമെന്ന് ഞാൻ അറിഞ്ഞിട്ടുണ്ട്."

അയാളുടെ അസ്ഥിയിൽനിന്ന് മജ്ജവലിച്ചൂരി എടുക്കുന്നതുപോലെ അയാളിൽ നിന്ന് അയാളുടെ കുമ്പസാരം പുറത്തു കൊണ്ടുവരാനെന്ന വണ്ണം ഗുഡ്റൺ ഗൗരവംനിറഞ്ഞ വലിയ കണ്ണുകൾ കൊണ്ട് അയാളെ നോക്കിക്കൊണ്ടിരിക്കുകയായിരുന്നു. അയാളുടെ സ്വഭാവം കുമ്പസാരത്തിൽ നിന്നും അയാളെ പിന്നോട്ട് വലിച്ചു. എങ്കിലും അവളുടെ വലിയ വിടർന്ന കണ്ണുകൾ അയാളുടെ സിരകളിലെ ഏതോ വാൽവ് തുറന്ന് വെച്ചിരിക്കുന്നതായി തോന്നി. അയാൾ സ്വയം അറിയാതെ സംസാരിച്ചുകൊണ്ടിരിക്കുകയായിരുന്നു.

"എന്റെ അച്ഛൻ ജോലി ചെയ്യാൻ ഇഷ്ടമില്ലാത്ത ഒരു മനുഷ്യൻ ആയിരുന്നു. ഞങ്ങൾക്ക് അമ്മ ഉണ്ടായിരുന്നില്ല. ഞങ്ങൾ ആസ്ട്രിയ-പോളിഷ് ആസ്ട്രിയായിൽ ജീവിച്ചു. ഞങ്ങൾ എങ്ങനെയാണ് ജീവിച്ചത്? ആ! എങ്ങനെയോ ജീവിച്ചു! കൂടുതൽ കാലവും മറ്റ് മൂന്ന് കുടുംബങ്ങളോടൊപ്പം ഒരു മുറിയിൽ-ഓരോ മൂലയിലും ഓരോ കൂട്ടർ മുറിയുടെ നടുക്ക് കക്കൂസ്. ഒരുപരന്ന പാത്രത്തിനു മുകളിൽ ഒരു പലക: ഹോ! എനിക്ക് രണ്ട് സഹോദരന്മാരും ഒരു സഹോദരിയും ഉണ്ടായിരുന്നു. കൂടാതെ അച്ഛന്റെ കൂടെ ഒരു സ്ത്രീയും ഉണ്ടായിരിക്കും. അയാൾ അയാളുടെ രീതിയിൽ ഒരു സ്വതന്ത്രജീവി ആയിരുന്നു — നഗരത്തിലെ ഏത് മനുഷ്യനുമായും തല്ലുകൂടും; പക്ഷേ, ആർക്കുവേണ്ടിയും അയാൾ ജോലിചെയ്യുകയില്ല. അത് മനസ്സിൽ ഉറപ്പിച്ച കാര്യമാണ് — അതു ചെയ്യില്ല."

"അപ്പോൾ നിങ്ങൾ എങ്ങനെയാണ് ജീവിച്ചത്?" ഉർസുല ചോദിച്ചു.

അയാൾ അവളെ നോക്കി - പിന്നീട് പെട്ടെന്ന് ഗുഡ്റണിനെ നോക്കി.

"നിങ്ങൾക്ക് മനസ്സിലായോ?" അയാൾ ചോദിച്ചു.

"കുറെയൊക്കെ." അയാൾ മറുപടി പറഞ്ഞു.

അവരുടെ കണ്ണുകൾ ഒരു നിമിഷം കൂട്ടിമുട്ടി. പിന്നീട് അയാൾ ദൂരത്തേക്ക് നോക്കി. അയാൾ കൂടുതലൊന്നും പറയില്ല. "പിന്നീട് നിങ്ങൾ ഒരു ശില്പി ആയത് എങ്ങനെ ആയിരുന്നു?" ഉർസു ലചോദിച്ചു.

"എങ്ങനെയാണ് ഞാൻ ശില്പി ആയത്" അയാൾ കുറച്ചുസമയം സംസാരിച്ചില്ല. "പറയാം." സംസാരരീതി മാറ്റിക്കൊണ്ട് അയാൾ സംസാരിക്കാൻ തുടങ്ങി. "എനിക്ക് വേണ്ടത്ര പ്രായമായി. ചന്തയിൽ നിന്നുള്ള മോഷണം ഞാൻ പതിവാക്കിയിരുന്നു. പിന്നീട് ഞാൻ ജോലി ചെയ്യാൻ പോയി. പിഞ്ഞാണക്കുപ്പികൾ ചുട്ടെടുക്കുന്നതിന് മുമ്പ് അവയിൽ മുദ്രപതിപ്പിക്കുന്ന ജോലി — അത് ഒരു പിഞ്ഞാണക്കുപ്പി ഫാക്ടറി ആയിരുന്നു. അവിടെ വെച്ച് ഞാൻ രൂപങ്ങൾ ഉണ്ടാക്കാൻ തുടങ്ങി. ഒരു ദിവസം എനിക്ക് മതിയായി. ഞാൻ ജോലിക്കു പോകാതെ വെയിലും കൊണ്ട് കിടന്നു. അതിനുശേഷം ഞാൻ മ്യൂണിച്ചിലേക്ക് നടന്നു. പിന്നീട് ഞാൻ ഇറ്റലിയിലേക്ക് നടന്നു — തെണ്ടൽ, തെണ്ടലോടു തെണ്ടൽ."

"ഇറ്റലിക്കാർ എനിക്ക് വളരെ നല്ലവർ ആയിരുന്നു — അവർ നല്ലവരും ആദരണീയരും ആയിരുന്നു. ബോസർ മുതൽ റോം വരെ മിക്കവാറും എല്ലാ രാത്രിയിലും എനിക്ക് നല്ല ഭക്ഷണം കിട്ടിയിരുന്നു. ഏതെങ്കിലും കർഷകന്റെ കൂടെ ഒരു മെത്തയും കിട്ടിയിരുന്നു. ഒരുപക്ഷേ, മെത്ത വൈക്കോലിന്റേതായിരിക്കും. ഇറ്റലിക്കാരെ എന്റെ പൂർണ്ണമനസ്സോടെ ഞാൻ സ്നേഹിക്കുന്നു."

"ഇപ്പോൾ ഒരുവർഷം ഞാൻ ആയിരം പൗണ്ട് സമ്പാദിക്കുന്നു. അല്ലെങ്കിൽ ഞാൻ രണ്ടായിരം പൗണ്ട് സമ്പാദിക്കുന്നു."

അവൾ നിലത്തേക്ക് നോക്കിയിരുന്നു. അയാളുടെ ശബ്ദം കുറഞ്ഞ് കുറഞ്ഞ് നിശ്ശബ്ദയിലേക്ക് പോയി."

അവൾ സൂര്യപ്രകാശം തട്ടി ചുവന്ന തവിട്ടുനിറം വന്ന അയാളുടെ

മിനുമിനുപ്പുള്ള നേർത്ത തൊലിയിലേക്ക് നോക്കി. അയാളുടെ ഉള്ളുകുറഞ്ഞു തലമുടിയിലേക്കു സാമാന്യം വികൃതമായവായയിലേക്കും ബ്രഷ്പോലെയുള്ള പരുക്കൻ മേൽമീശയിലേക്കും അവൾ നോക്കി.

"നിങ്ങൾക്ക് എത്ര വയസ്സ് ഉണ്ട്?" അവൾ ചോദിച്ചു.

"അയാൾ അത്ഭുതത്തോടെ അവളെ നോക്കി. അയാളുടെ കണ്ണുകളിൽ കുസൃതി ഉണ്ടായിരുന്നു.

"എത്ര വയസ്സുണ്ട്?" അയാൾ ആവർത്തിച്ചു. അത് നിശ്ചയമായും അയാളുടെ പുറത്തുപറയാൻ പറ്റാത്ത കാര്യങ്ങളിൽ ഒന്നായിരുന്നു.

അവളുടെ ചോദ്യത്തിന് മറുപടിപറയാതെ അയാൾ ചോദിച്ചു. "നിങ്ങൾക്ക് എത്ര വയസ്സുണ്ട്?"

"എനിക്ക് ഇരുപത്തിയാറ് വയസ്സുണ്ട്."അവൾ പറഞ്ഞു.

"ഇരുപത്തിയാറ്" അവളുടെ കണ്ണുകളിലേക്ക് നോക്കിക്കൊണ്ട് അയാൾ ആവർത്തിച്ചു. അയാൾ കുറച്ച് സമയം സംസാരിച്ചില്ല. പിന്നീട് അയാൾ ജർമ്മൻ ഭാഷയിൽ ഒരു ചോദ്യം ചോദിച്ചു.,

"എന്താണ് ചോദിച്ചത്?"ഗഡ്റൺ ചോദിച്ചു.

"നിന്റെ ഭർത്താവിന്റെ പ്രായം" ഒരുതരം പരിഹാസത്തോടെ ഉർസുല പറഞ്ഞു.

"എനിക്ക് ഭർത്താവില്ല." ഗുഡ്റൺ ഇംഗ്ലീഷിൽ പറഞ്ഞു. പിന്നീട് അയാളുടെ ചോദ്യത്തിന്റെ മറുപടി അവൾ ജർമ്മൻ ഭാഷയിൽ പറഞ്ഞു. "അയാൾക്ക് മുപ്പത്തി ഒന്ന് വയസ്സുണ്ട്."

"പക്ഷേ, ലോർക്ക സംശയത്തോടെ സൂക്ഷ്മമായി ശ്രദ്ധിച്ചുകൊണ്ടിരിക്കുകയായിരുന്നു. ഗുഡ്റണിന്റെ ചില സ്വഭാവങ്ങൾ അയാളുമായി യോജിക്കുന്നുണ്ടെന്ന് തോന്നി. പക്ഷേ, ഈ കണ്ടുപിടുത്തം അയാളെ ബുദ്ധിമുട്ടിച്ചു. അവൾക്കും അവളോട് സംസാരിക്കാൻ തുടങ്ങിയ ഒരു മുയലിനെപ്പോലെയൊ ഒരു വാവലിനെ പോലെയോ ഒരുനീർനായയെ പോലെയോ ഉള്ള ആകർഷണം അയാളോട് തോന്നി. പക്ഷേ, അയാൾക്ക് മനസ്സിലായിട്ടില്ലാത്ത കാര്യം അവൾ മനസ്സിലാക്കിയിരുന്നു. അവളെ മനസ്സിലാക്കാനുള്ള അയാളുടെ അപാരമായ ശക്തി അവൾ മനസ്സിലാക്കിയിരുന്നു. അയാളുടെ സ്വന്തം ശക്തി അയാൾക്ക് അറിയില്ല. അയാളുടെ സൂക്ഷ്മതയുള്ള വിടർന്ന കണ്ണുകൾകൊണ്ട് അവളിലേക്ക് നോക്കി. അവളേയും അവളുടെ രഹസ്യങ്ങളേയും എങ്ങനെയാണ് മനസ്സിലാക്കാൻ കഴിയുന്നതെന്ന് അയാൾക്ക് അറിയില്ല. അവൾ അവളായിരിക്കണമെന്നു മാത്രമേ അയാൾ ആഗ്രഹിച്ചുള്ളൂ. വ്യാമോഹങ്ങളോ പ്രതീക്ഷകളോ ഇല്ലാത്ത അവ്യക്തമായ ഒരു അറിവിലൂടെ അയാൾക്ക് അവളെ സത്യത്തിൽ അറിയാമായിരുന്നു.

ഗുഡ്റണിന് ലോർക്കയിൽ ജീവിതത്തിന്റെ മുഴുവൻ അഗാധതയും ഉണ്ടായിരുന്നു. മറ്റെല്ലാവർക്കും അവരുടേതായ സങ്കല്പങ്ങൾ ഉണ്ടായിരുന്നു. മറ്റ് എല്ലാവർക്കും നിശ്ചയമായും അവരുടെ സങ്കല്പങ്ങൾ ഉണ്ട്. പക്ഷേ, അയാൾ പരിപൂർണ്ണമായും ഇഷ്ടാനിഷ്ടങ്ങൾ ഇല്ലാത്ത അവ

സ്ഥയിലേക്ക് എല്ലാ സങ്കല്പങ്ങളേയും മാറ്റി നിർത്തിയിരുന്നു. അന്തിമ വിശകലനത്തിൽ അയാൾ സ്വയം അയാളെ വഞ്ചിക്കുകയില്ല. അന്തിമ മായി അയാൾ ഒന്നും തന്നെ കാര്യമാക്കില്ല. ഒന്നിനെ പറ്റിയും അയാൾക്ക് വേവലാതി ഇല്ല. എന്തെങ്കിലുമായി ഒത്തുചേർന്നു പോകാൻ അയാൾ ഏറ്റവും ചെറിയ പരിശ്രമംപോലും നടത്തിയിട്ടില്ല. അയാൾ ഇഷ്ടാനിഷ്ട ങ്ങൾ ഇല്ലാത്ത ബന്ധങ്ങൾ ഇല്ലാത്ത ഗൗരവമുള്ള കലർപ്പില്ലാത്ത ഒരു ഇച്ഛാശക്തിയുടെ ഉടമ ആയിരുന്നു. അവിടെ അയാളുടെ ജോലി മാത്ര മാണ് ഉണ്ടായിരുന്നത്.

അയാളുടെ ആദ്യകാലത്തെ ദാരിദ്ര്യവും അധഃപതനവും എന്തു കൊണ്ട് അവളെ ആർഷിച്ചു എന്ന കാര്യവും കൗതുകരമായിരുന്നു. സ്കൂളിലൂടെയും സർവ്വകലാശാലയിലൂടെയും കടന്നുവന്ന മനുഷ്യനെ പറ്റിയുള്ള മാന്യൻ എന്ന സങ്കല്പത്തിൽ അവൾക്ക് നീരസവും ഇഷ്ട ക്കേടും ഉണ്ടായിരുന്നു. എന്തായാലും ചേറിലെ ബാല്യത്തെപ്പറ്റി അവ ളിൽ ഒരുതരം തീക്ഷ്ണമായ അനുകമ്പ ഉയർന്നുവന്നിരുന്നു. ജീവിത ത്തിന്റെ പാതാളം എന്ന വാക്കിന്റെ സത്ത അയാളാണെന്ന് തോന്നി. അയാളെ മറികടന്ന് താഴോട്ട് പോകാൻ കഴിയില്ല.,

ലോർക്കയോട് ഉർസുലയും ആകർഷിക്കപ്പെട്ടിരുന്നു. രണ്ട് സഹോ ദരിമാരിൽനിന്നും അയാൾ ഒരുതരം ആദരവ് കൈവശപ്പെടുത്തിയിരുന്നു. പക്ഷേ, അയാൾ വിശ്വസിക്കാൻ കൊള്ളാത്താവനാണെന്നും വിശദീക രിക്കാൻ പറ്റാത്തതരത്തിൽ തരം താണവനാണെന്നും ആഭാസനാ ണെന്നും തോന്നിയ ചില നിമിഷങ്ങൾ ഉർസുലയ്ക്ക് ഉണ്ടായിരുന്നു.

ബിർക്കിനും ജറാൾഡും അയാളെ ഒരുപോലെ വെറുത്തു. ജറാൾഡ് അവജ്ഞയോടെ അയാളെ അവഗണിച്ചു. ബിർക്കിൻ വെറുപ്പു പ്രകടി പ്പിച്ചു.

"ഈ വികൃതിച്ചെറുക്കനിൽ പെണ്ണുങ്ങൾ എന്ത് കാര്യമാണ് ഇത്ര യധികം ഇഷ്ടപ്പെട്ടത്?" ജറാൾഡ് ചോദിച്ചു.

"ദൈവത്തിനു മാത്രമേ അറിയൂ."ബിർക്കിൻ മറുപടി പറഞ്ഞു. "അവരെ വാഴ്ത്തുന്ന എന്തെങ്കിലും അപേക്ഷ അയാൾ നടത്തിക്കാണും."

ജറാൾഡ് അത്ഭുതത്തോടെ മുഖം ഉയർത്തി.

"അയാൾ അവരോട് അപേക്ഷ നടത്തുമോ?" അയാൾ ചോദിച്ചു.

"നടത്തും." ബിർക്കിൻ മറുപടി പറഞ്ഞു.

"അയാൾ ഏകദേശം ഒരു കുറ്റവാളിയെപ്പോലെ വിദഗ്ദ്ധമായി കീഴ ടങ്ങുന്ന ജീവിയാണ്. ശൂന്യതയിലേക്ക് വായു പാഞ്ഞുകയറുന്നതുപോലെ പെണ്ണുങ്ങൾ അങ്ങോട്ടുപാഞ്ഞുചെല്ലും."

"അവർ അതിലേക്ക് പാഞ്ഞടുക്കുന്നതിൽ തമാശയ്ക്കുള്ള വ കയുണ്ട്." ജറാൾഡ് പറഞ്ഞു.

"ഭ്രാന്ത് പിടിപ്പിക്കാനുള്ള വകയും ഉണ്ട്." ബിർക്കിൻ പറഞ്ഞു. "പക്ഷേ, അവർക്ക് അയാളോട് അറപ്പിന്റെയും അനുകമ്പയുടെയും ആകർഷണം ഉണ്ട്. അയാൾ ഇരുട്ടിലെ ഒരു ചെറിയ വികൃതജന്തു

ആണ്."

"ജറാൾഡ് ആലോചിച്ചുകൊണ്ട് അനങ്ങാതെ നിന്നു.

"അവസാനമായി സ്ത്രീകൾ എന്താണ് ആഗ്രഹിക്കുന്നത്?" അയാൾ ചോദിച്ചു. ബിർക്കിൻ തോളുകളുയർത്തി.

"ദൈവത്തിനറിയാം." അയാൾ പറഞ്ഞു. "മൗലികമായ വെറുപ്പിലുള്ള ഏതോ സംതൃപ്തിയാണെന്നാണ് എനിക്ക് തോന്നുന്നത്. അവൾ ഏതോ ഭയാനകമായ ഇരുണ്ട തുരങ്കത്തിലൂടെ ഇഴഞ്ഞുനീങ്ങുകയാണെന്നു തോന്നുന്നു. അതിന്റെ അറ്റത്ത് ചെന്നു ചേരുന്നതുവരെ അവർക്ക് ഒരിക്കലും തൃപ്തിവരില്ല."

കാറ്റിൽ ഉയരുന്ന പൊടിമഞ്ഞിന്റെ മൂടാപ്പിലേക്ക് ജറാൾഡ് നോക്കി. ഇന്ന് എല്ലായിടവും പേടിതോന്നുന്നമട്ടിൽ ഇരുണ്ടു പോയിരിക്കുന്നു.

"അറ്റം എവിടെയാണ്?"ജറാൾഡ് ചോദിച്ചു. ബിർക്കിൻ തലകുലുക്കി.

"ഞാൻ ഇതുവരെ അവിടെ എത്തിച്ചേർന്നിട്ടില്ല. അതുകൊണ്ട് എനിക്ക് അറിയില്ല. ലോർക്കയോട് ചോദിച്ചുനോക്കൂ. അയാൾ കൂടുതൽ അടുത്ത് എത്തിയിട്ടുണ്ട്. അയാൾ എന്നെക്കാളും നിങ്ങളെക്കാളും വളരെ കൂടുതൽ ഘട്ടങ്ങൾക്ക് മുന്നിലാണ്"

"എന്ത് ഘട്ടങ്ങൾക്ക് മുന്നിലാണ്?" ജറാൾഡ് നീരസത്തോടെ വിളിച്ചുകൂവി.

"സാമൂഹികമായ വെറുപ്പിൽ അയാൾ കൂടുതൽ ഘട്ടങ്ങൾക്ക് മുന്നിലാണ്." ബിർക്കിൻ പറഞ്ഞു. "ആഴം അളക്കാൻ പറ്റാത്ത കുഴിയിലേക്ക് ഓവുചാലിലെ അഴുക്ക് ഒഴുകിവീഴുന്ന സ്ഥലത്തെ ഒരു എലിയെ പോലെയാണ് അയാൾ ജീവിക്കുന്നത്. അയാൾ നമ്മളെക്കാൾ മുന്നിലാണ്. ആദർശവാദത്തെ അയാൾ കൂടുതൽ തീവ്രതയോടെ വെറുക്കുന്നു. അയാൾ പരിപൂർണ്ണമായി അതിനെ വെറുക്കുന്നു. എങ്കിലും അത് അയാളുടെ മുകളിൽ എപ്പോഴും ആധിപത്യം ചെലുത്തുന്നുണ്ട്. അയാൾ ഒരു ജൂതനാണെന്നാണ് ഞാൻ പ്രതീക്ഷിക്കുന്നത്. അല്ലെങ്കിൽ ഒരു പകുതി ജൂതൻ."

"ഒരുപക്ഷേ, ആയിരിക്കാം." ജറാൾഡ് പറഞ്ഞു.

'അയാൾ ജീവിതത്തിന്റെ വേരുകൾ കരണ്ടുതിന്നുന്ന ഒരു ചെറിയ നിഷേധിയാണ്."

"പക്ഷേ, ആരെങ്കിലും അയാളെ ശ്രദ്ധിക്കുന്നത് എന്തിനാണ്?" ജറാൾഡ് ഉറക്കെ ചോദിച്ചു.

"കാരണം അവരും അവരുടെ ആത്മാവിൽ ആദർശവാദത്തെ വെറുക്കുന്നുണ്ട്. അവർ ഓവുചാൽ പരിശോധിക്കാൻ ആഗ്രഹിക്കുന്നു. അയാൾ മുന്നിൽ നീന്തുന്ന മാന്ത്രികശക്തിയുള്ള എലിയാണ്."

എങ്കിലും ജറാൾഡ് പുറത്തെ മൂടൽ മഞ്ഞിൽ നിന്നും കണ്ണെടുത്തില്ല. അയാൾ അത് നോക്കിക്കൊണ്ട് നിന്നു.

"നിങ്ങൾ പറയുന്നത് ഇപ്പോഴും എനിക്ക് സത്യത്തിൽ മനസ്സിലായിട്ടില്ല." ജറാൾഡ് വിധി പ്രസ്താവിക്കുന്നതു പോലെ നിർവ്വികാരമായ ശബ്ദത്തിൽ പറഞ്ഞു. "പക്ഷേ, അത് ഒരുതരം അപകടകരമായ ആഗ്ര

ഹംപോലെ തോന്നുന്നു."

"നമുക്കും ആ ആഗ്രഹം ഉണ്ടെന്നാണ് എനിക്ക് തോന്നുന്നത്." ബിർക്കിൻ പറഞ്ഞു. "നമ്മൾ ഒരുതരം നിർവൃതിയോടെ താഴോട്ട് എടുത്തുചാടാൻ ആഗ്രഹിക്കുന്നു. അയാൾ അഴുക്കുചാലിലൂടെ ഒഴുകി ഇറങ്ങുന്നു."

"ഈ സമയത്തെല്ലാം ഗുഡ്റണും ഉർസുലയും ലോർക്കയോടു സംസാരിക്കാനുള്ള അടുത്ത അവസരത്തിനു വേണ്ടി കാത്തിരുന്നു. പുരുഷന്മാർ അവിടെ ഉള്ളപ്പോൾ സംസാരം തുടങ്ങുന്നതുകൊണ്ട് പ്രയോജനം ഇല്ല. അപ്പോൾ ഒറ്റയാനായ ചെറിയ ശില്പിയുമായി അവർക്ക് അടുത്ത് ഇടപഴകാൻ കഴിയില്ല. അയാൾ അവരോടൊപ്പം തനിച്ചായിരിക്കണം. ഗുഡ്റണിനോട് ആശയസംക്രമണത്തിനുള്ള ഉപകരണമായി ഉർസുല അവിടെ ഉണ്ടാവണമെന്ന് അയാൾ ആഗ്രഹിച്ചു.

"കെട്ടിടങ്ങളുടെ കൊത്തുപണി അല്ലാതെ മറ്റൊന്നും നിങ്ങൾ ചെയ്യില്ലേ?" ഒരു വൈകുന്നേരത്ത് ഗുഡ്റൺ അയാളോട് ചോദിച്ചു.

"ഇപ്പോൾ ഇല്ല." അയാൾ മറുപടി പറഞ്ഞു. "എല്ലാത്തരം ജോലികളും ഞാൻ ചെയ്തിട്ടുണ്ട്. ഛായാചിത്രങ്ങൾ ഒഴിച്ച്. ഞാൻ ഒരിക്കലും ഛായാചിത്രങ്ങൾ ചെയ്തിട്ടില്ല. പക്ഷേ, ബാക്കി എല്ലാം."

"എന്തെല്ലാം ചെയ്തിട്ടുണ്ട്."ഗുഡ്റൺ ചോദിച്ചു.

അയാൾ കറച്ച് സമയം മിണ്ടാതിരുന്നു. പിന്നീട് എഴുന്നേറ്റു മുറിക്ക് പുറത്തുപോയി. ഒരുകടലസ് ചുരുളുമായി അപ്പോൾത്തന്നെ അയാൾ തിരിച്ചെത്തി. കടലാസ് ചുരുൾ അയാൾ അവളെ ഏല്പിച്ചു. അത് എഫ് ലോർക്ക എന്ന് ഒപ്പിട്ടിരുന്ന ഒരു ചെറിയ പ്രതിമയുടെ ചിത്രപ്പകർപ്പ് ആയിരുന്നു.

"ഇത് വളരെ തിടുക്കത്തിൽ ചെയ്ത സാധനമാണ്. യന്ത്രങ്ങളെ ആശ്രയിച്ചുള്ളതല്ല." അയാൾ പറഞ്ഞു. "കൂടുതൽ ജനസമ്മതി ഇതിന് കിട്ടിയിരുന്നു."

അത് ജീനി ഇല്ലാത്ത ഒരു വലിയ കുതിരപ്പുറത്തിരിക്കുന്ന നഗ്നയായ ഒരു ചെറിയ സുന്ദരി പെൺകുട്ടിയുടെ രൂപം ആയിരുന്നു.

പെൺകുട്ടി വളരെ ചെറുപ്പമായിരുന്നു. ഒരുവെറും പൂമൊട്ട്. അവൾക്ക് നാണം തോന്നിയ മട്ടിൽ മുഖം കൈകൊണ്ട് ഭാഗികമായി മറച്ചുകൊണ്ടാണ് അവൾ കുതിരപ്പുറത്ത് ഒരുവശത്തേക്ക് മാത്രം കാലു താഴ്ത്തിയിട്ട് ഇരുന്നിരുന്നത്. അവളുടെ നീളം കുറഞ്ഞ തലമുടി കൈകളെ പകുതി മൂടിക്കൊണ്ട് മുന്നോട്ട് വീണുകിടന്നു.

അവളുടെ കാലുകൾ ക്രൂരമായ സ്ത്രീത്വത്തിലേക്ക് കടന്നു ചെല്ലാൻ തുടങ്ങുന്ന ഒരുകന്യകയുടെ കാലുകൾ ആയിരുന്നു. ചെറിയ കാലടികൾ ഒളിപ്പിക്കാനുള്ള ലക്ഷ്യത്തോടെ ഒന്നിനുമുകളിൽ ഒന്നായി പിണച്ചുവെച്ചിരുന്നു. പക്ഷേ, ഒളിപ്പിക്കാൻ കഴിഞ്ഞിരുന്നില്ല. കുതിരയുടെ നഗ്നമായ പാർശ്വഭാഗത്ത് അവളുടെ നഗ്നത വെളിപ്പെടുത്തപ്പെട്ടിരുന്നു.

കുതിര അനക്കമില്ലാതെ നിന്നു.അത് രാജകീയ പ്രൗഢിയുള്ള ഒരു

തടിച്ച വിത്തുകുതിര ആയിരുന്നു. അതിന്റെ കഴുത്ത് പേടിതോന്നുന്ന രീതിയിൽ അരിവാളുപോലെ വളഞ്ഞിരുന്നു. അതിന്റെപാർശ്വങ്ങൾ ശക്തി കൊണ്ട് വലിഞ്ഞുമുറുകി നിന്നു.

ഗുഡ്റൺ വിളറിപ്പോയി. അവളുടെ കണ്ണുകൾക്കുമുന്നിൽ നാണത്തിന്റെ ഇരുട്ട് പരന്നു. ഏറെക്കുറെ ഒരു അടിമയെപ്പോലെ ഒരുതരം അപേക്ഷയോടെ അവൾ മുഖം ഉയർത്തി. അയാൾ തലവെട്ടിച്ചുകൊണ്ട് അവളെ നോക്കി.

"ഇതിന് എന്ത് വലിപ്പം ഉണ്ട്?" ഒന്നും ബാധിച്ചിട്ടില്ലെന്ന് വരുത്തിത്തീർക്കാൻ പരിശ്രമിച്ചുകൊണ്ട് സ്വാഭാവികമായ രീതിയിൽ അവൾ ചോദിച്ചു.

'എന്ത് വലിപ്പം?" അയാൾ ആവർത്തിച്ചു. "പീഠം ഇല്ലെങ്കിൽ ഇത്രയും കാണും." അയാൾ കൈകൊണ്ട് അളവു കാണിച്ചു. പീഠം ഉൾപ്പെടെ ഇത്രയും വരും."

അയാൾ അവളെ സൂക്ഷിച്ചുനോക്കി. അയാളുടെ പെട്ടെന്നുള്ള ആംഗ്യങ്ങളിൽ അവളോടുള്ള ഒരു ചെറിയ മര്യാദയില്ലാത്ത പുച്ഛം ഉണ്ടായിരുന്നു. അവൾക്ക് അല്പം നാണക്കേട് തോന്നി.

"എന്തിലാണ് അത് ഉണ്ടാക്കിയിരിക്കുന്നത്?" അവൾ തലപൊക്കിപ്പിടിച്ച് നിർവ്വികാരയാണെന്ന നാട്യത്തോടെ ചോദിച്ചു.

അയാൾ ഇപ്പോഴും അവളെത്തന്നെ നോക്കിക്കൊണ്ടിരിക്കുകയായിരുന്നു. അയാളുടെ ആധിപത്യത്തിന് കുലുക്കം തട്ടിയില്ല.

"ഓട്; വെള്ളോട്"

"വെള്ളോടിലാണോ!" അയാളുടെ കഴിവിനെ അംഗീകരിക്കുന്ന മട്ടിൽ ഗുഡ്റൺ ആവർത്തിച്ചു. അവൾ വെള്ളോടിലുള്ള ആ പെൺകുട്ടിയുടെ വളർച്ചയെത്താത്ത പിഞ്ചുകാലുകളെക്കുറിച്ച് ആലോചിക്കുകയായിരുന്നു.

ഒരു തരം ഇരുണ്ട ആദരവോടെ അയാളെ നോക്കിക്കൊണ്ട് അവൾ മുറുമുറുത്തു. "അതെ ഭംഗിയുണ്ട്."

അയാൾ കണ്ണടച്ചുകൊണ്ട് വിജയിയുടെ ഭാവത്തിൽ ഒരുവശത്തേക്ക് നോക്കി.

ഉർസുല പറഞ്ഞു. "നിങ്ങൾ എന്തിനാണ് കുതിരയ്ക്ക് ഇത്രയും കൂടുതൽ കടുപ്പം കൊടുത്തത്? അതിന് വെള്ളോടിന്റെ കട്ടയോളംതന്നെ കടുപ്പമുണ്ട്."

"കടുപ്പം ഉണ്ടെന്നോ?" അയാൾ ഉടൻതന്നെ അവൾ പറഞ്ഞത് ആവർത്തിച്ചു.

"അതെ. ഇത് എന്തുമാത്രം മൃഗീയവും നിർവ്വികാരവുമാണെന്ന് നോക്കൂ. കുതിരകൾ സത്യത്തിൽ ലജ്ജയുള്ളവരും സൗമ്യരുമാണ്."

വിയോജിപ്പ് പ്രകടിപ്പിച്ചുകൊണ്ട് അയാൾ തോളുകൾ ഉയർത്തി. അവൾ ഒരു വിദഗ്ദ്ധയല്ല എന്ന് അവളെ ധരിപ്പിക്കാനും അയാളുടെ അഭിപ്രായം വലിയ കാര്യമുള്ളതല്ലെന്നും അയാളുടെ കൈകളുടെ ചലനങ്ങളിലൂടെ അവളെ ബോദ്ധ്യപ്പെടുത്തി.

"നിങ്ങൾക്ക് മനസ്സിലായില്ല." അറിവില്ലാത്തവർക്ക് പറഞ്ഞുകൊടുക്കുന്ന ശബ്ദത്തിൽ നാണക്കേട് തോന്നിപ്പിക്കുന്ന ക്ഷമയോടെ അയാൾ അവളോട് പറഞ്ഞു. "ആ കുതിര ഒരുതരം മാതൃകയാണ് അത് ഒരു കലാപ്രവർത്തനത്തിന്റെ ഭാഗം ആണ്. അത് നിങ്ങൾ ഒരു കൂന പഞ്ചസാരകൊടുക്കുന്ന ഒരു മര്യാദക്കാരൻ കുതിരയുടെ ചിത്രം അല്ല. നിങ്ങൾക്ക് മനസ്സിലാകുന്നുണ്ടോ! അത് ഒരു ശില്പം ആണ്. അതിന് ഒരു ശില്പം എന്നതിന് അപ്പുറമുള്ള യാതൊന്നുമായും യാതൊരുബന്ധവും ഇല്ല."

നിഗൂഢമായ കലയുടെ ഔന്നത്യത്തിൽ നിന്നുകൊണ്ട് കലയിൽ വൈദഗ്ദ്ധ്യം ഇല്ലാത്ത എളിയരോട് പെരുമാറുന്നതുപോലെ പരിഹസിച്ച് സംസാരിച്ചതിൽ ഉർസുലയ്ക്ക് ദേഷ്യം വന്നിരുന്നു. അവൾ ചുവന്ന തുടുത്തമുഖം ഉയർത്തി കോപത്തോടെ മറുപടി പറഞ്ഞു.

"പക്ഷേ,എന്തായാലും അത് ഒരു കുതിരയുടെ ചിത്രം തന്നെ ആണ്."

അയാൾ ഒരിക്കൽക്കൂടി തോളുകൾ ഉയർത്തി.

"നിങ്ങളുടെ ഇഷ്ടംപോലെ തീർച്ചയായും അത് ഒരു പശുവിന്റെ ചിത്രം അല്ല."

ഉർസുല കൂടുതൽ വാശി കാണിച്ച് അവൾ സ്വയം വെളിപ്പെടുത്തുന്ന അവസ്ഥയിലെത്തുമെന്ന് തോന്നിയതുകൊണ്ട് അത്തരം ഒരു മണ്ടത്തരം ഒഴിവാക്കാനുള്ള ആകാംക്ഷയോടെ ഗുഡ്റൺ അവരുടെ സംസാരത്തിലേക്ക് ബുദ്ധിപൂർവ്വം നുഴഞ്ഞു കയറി.

"ഇത് ഒരു കുതിരയുടെ ചിത്രമാണെന്ന് പറഞ്ഞതുകൊണ്ട് എന്താണ് ചേച്ചി ഉദ്ദേശിക്കുന്നത്?" ഗുഡ്റൺ സഹോദരിയുടെ മുഖത്തുനോക്കിവിളിച്ചു കൂവി. "ഒരുകുതിരയെക്കൊണ്ട് നിങ്ങൾ എന്താണ് അർത്ഥമാക്കുന്നത്? അത് നിങ്ങൾ വെളിപ്പെടുത്തിക്കാണാൻ ആഗ്രഹിക്കുന്ന നിങ്ങളുടെതലയിലുള്ള ഒരുആശയം ആണോ? മൊത്തത്തിൽ ഇവിടെ മറ്റൊരു ആശയം ഉണ്ട്. വ്യത്യസ്തമായ ഒരു ആശയം നിങ്ങൾക്ക് ഇഷ്ടമുണ്ടെങ്കിൽ അതിനെ കുതിര എന്നു വിളിക്കാം. അല്ലെങ്കിൽ അത് ഒരു കുതിരയല്ലെന്ന് പറയാം. നിങ്ങളുടെ കുതിര ഒരു കുതിരയല്ലെന്നു പറയാനുള്ള തുല്യ അവകാശം എനിക്കുണ്ട്. അത് നിങ്ങൾ സ്വയം കെട്ടിച്ചമച്ച ഒരുതെറ്റാണെന്ന് എനിക്ക് പറയാനുള്ള അവകാശം ഉണ്ട്."

ഉർസുല അമ്പരന്നുപോയി. അവൾ അല്പം പതറി. പിന്നീട് അവളുടെ വാക്കുകൾ പുറത്തുവന്നു. "പക്ഷേ, ഈ കുതിരയുടെ ആശയം നമുക്ക് എങ്ങനെ കിട്ടി?" അവൾ പറഞ്ഞു. "ഇത് അയാളുടെ ആശയമാണെന്ന് എനിക്കറിയാം. ഇത് സത്യത്തിൽ അയാളുടെ സ്വന്തം ചിത്രമാണെന്നും എനിക്കറിയാം."

ലോർക്ക ദേഷ്യംകൊണ്ട് വീർപ്പുമുട്ടി.

"എന്റെ സ്വന്തം ചിത്രം!" അയാൾ പുച്ഛത്തോടെ ആവർത്തിച്ചു. "നിങ്ങൾക്ക് അറിയാമോ? അത് ഒരു കലാസൃഷ്ടിയാണ്. അത് ഒന്നിന്റെയും ചിത്രം അല്ല. അതിന് അതുമായല്ലാതെ മറ്റൊന്നുമായും ബന്ധമില്ല.

ഇതിന്റെയും അതിന്റെയും സാധാരണലോകവുമായി ഇതിന് യാതൊരു ബന്ധവും ഇല്ല. അവ തമ്മിൽ ഒരുബന്ധവും ഇല്ല. അവ രണ്ടും അസ്തിത്വത്തിന്റെ രണ്ട് വ്യക്തമായ വ്യത്യസ്ത തലങ്ങളാണ്. ഒന്നിനെ മറ്റൊന്നായി വ്യാഖ്യാനിക്കുന്നത് വിഡ്ഢിത്തരത്തേക്കാൾ മോശപ്പെട്ടകാര്യമാണ്. അത് എല്ലായിടത്തും ചിന്താക്കുഴപ്പം സൃഷ്ടിച്ചുകൊണ്ട് എല്ലാ അഭിപ്രായങ്ങളെയും ഇരുട്ടിലാക്കുകയാണ്."

"അത് വളരെ സത്യമാണ്." അനിയന്ത്രമായ ആവേശത്തിൽ ഗുഡ്റൺ വിളിച്ചു പറഞ്ഞു. "ഈ രണ്ടു കാര്യങ്ങളും സ്ഥിരമായി പൂർണ്ണമായും അകന്നു നില്ക്കുന്നവയാണ്. അവയിൽ ഒന്നിന് മറ്റൊന്നിനോട് ഒന്നും ചെയ്യാനില്ല. എനിക്കും എന്റെ കലയ്ക്കും പരസ്പരം അവയ്ക്ക് യാതൊന്നും ചെയ്യാനില്ല. എന്റെ കല മറ്റൊരു ലോകത്താണ് നില്ക്കുന്നത്. ഞാൻ ഈ ലോകത്താണ്."

അവളുടെ മുഖം ചുവന്നു തുടുത്തിരുന്നു. വിഷമിച്ച് കൂനിക്കൂടി ഇരിക്കുന്ന ഒരു ജന്തുവിനെപ്പോലെ ഇരുന്നിരുന്ന ലോർക്ക പെട്ടെന്ന് അവളെ ഒളികണ്ണിട്ട് നോക്കിക്കൊണ്ട് പിറുപിറുത്തു.

"ശരിയാണ്, അതു ശരിയാണ്. അതുശരിയാണ്."

ഉർസുല ഈ പൊട്ടിത്തെറിക്കുശേഷം നിശ്ശബ്ദയായിരുന്നു. അവൾ ദേഷ്യത്തിൽ ആയിരുന്നു. അവൾ അവരെ രണ്ടുപേരെയും വിമർശിക്കാൻ ആഗ്രഹിച്ചു.

"നിങ്ങൾ നടത്തിയ ഗംഭീര പ്രഭാഷണത്തിൽ ഒരു വാക്കുപോലും സത്യമല്ല." അവൾ വെട്ടിമുറിച്ച പോലെ മറുപടി പറഞ്ഞു. "കുതിര നിങ്ങളുടെ സ്വന്തം വൃത്തികെട്ട മൃഗീയതയുടെ ഒരുദൃശ്യം ആണ്. പെൺകുട്ടി നിങ്ങൾ സ്നേഹിച്ച് പീഡിപ്പിച്ചിട്ട് അവഗണിച്ചവളായിരുന്നു."

കണ്ണുകളിൽ അവജ്ഞയുടെ ചെറുപുഞ്ചിരിയോടെ അയാൾ അവളെ തല ഉയർത്തിനോക്കി. അവസാനത്തെ ആരോപണത്തിന് മറുപടി പറയാൻ അയാൾ മെനക്കെട്ടില്ല.

ഗുഡ്റണും ആളിക്കത്തുന്ന അവളുടെ അവജ്ഞയിൽ നിശ്ശബ്ദയായിരുന്നു. ഗുഡ്റൺ മാലാഖമാർ കാലെടുത്തുവെയ്ക്കാൻ ഭയക്കുന്ന സ്ഥലങ്ങളിലേക്ക് പാഞ്ഞുകയറുന്ന സഹിക്കാൻ പറ്റാത്തതരത്തിലുള്ള ഒരു ഏകാകിനി ആയിരുന്നു. പക്ഷേ, എന്തുചെയ്യാം സന്തോഷത്തോടെ അല്ലെങ്കിലും വിഡ്ഢികളെ സഹിച്ചേ പറ്റൂ.

പക്ഷേ, ഉർസുല വാശിക്കാരി ആയിരുന്നു.

"നിങ്ങളുടെ കലയുടെ ലോകത്തെപ്പറ്റിയും നിങ്ങളുടെ സത്യാവസ്ഥയുടെ ലോകത്തെപ്പറ്റിയും അവൾ പറഞ്ഞു. നിങ്ങൾ എന്താണെന്ന് തിരിച്ചറിയുന്നത് നിങ്ങൾക്ക് സഹിക്കാൻ പറ്റാത്തതുകൊണ്ട്. നിങ്ങൾക്ക് രണ്ടുലോകങ്ങളേയും വേർതിരിക്കേണ്ടിവരുന്നു. സത്യത്തിൽ നിങ്ങളുടെ കടുപ്പമുള്ള ഇടുങ്ങിയ ചിന്താഗതികളുടെ മൃഗീയതയെ പൂർണ്ണമായും ഉൾക്കൊള്ളുന്നത് നിങ്ങൾക്ക് താങ്ങാൻ പറ്റില്ല. അതുകൊണ്ട് നിങ്ങൾ പറയും. "ഇത് കലയുടെ ലോകം ആണ്." അവൾ നിർത്തി വീണ്ടും

തുടർന്നു. "യഥാർത്ഥ ലോകത്തെ പറ്റിയുള്ള സത്യം മാത്രമാണ് കല യുടെലോകം. അത്രമാത്രമേ ഉള്ളൂ. പക്ഷേ, നിങ്ങൾ അത് കാണാൻ വേണ്ടി വളരെ ദൂരത്തേക്ക് സഞ്ചരിച്ചിരിക്കുന്നു."

അവൾ വിറയ്ക്കുന്നുണ്ടായിരുന്നു. ഗുഡ്റണും ലോർക്കയും അവ ളോടുള്ള കടുത്ത ഇഷ്ടക്കേടോടെയാണവിടെ ഇരുന്നിരുന്നത്. സംസാര ത്തിന്റെ തുടക്കത്തിൽത്തന്നെ അവിടെ എത്തിയിരുന്ന ജറാൾഡ് അവ ളോടുള്ള എതിർപ്പും വിയോജിപ്പുമായി അവളെ നോക്കിക്കൊണ്ട് നിന്നു. അവൾ അന്തസ്സില്ലാതെ പെരുമാറുകയാണെന്ന് അയാൾക്ക് തോന്നി. മനു ഷ്യനെ അന്തിമമായ തിരിച്ചറിവ് നല്കുന്ന നിഗൂഢ തത്ത്വശാസ്ത്രത്തെ അവൾ ഒരുതരം പ്രാകൃതതത്ത്വം കൊണ്ട് മൂടുകയാണെന്ന് ജറാൾഡിന് തോന്നി. മറ്റ് രണ്ടുപേർക്കുമൊപ്പം അയാളും ചേർന്നു. അവർ മൂന്നുപേ രും അവൾ അവിടെനിന്ന് പോകണമെന്ന് ആഗ്രഹിച്ചു. പക്ഷേ, തീക്ഷ്ണ മായി തുടിക്കുന്ന ആത്മാവും തൂവാല ചുരുട്ടിക്കൂട്ടുന്ന വിരലുകളുമായി അവൾ അവിടെനിന്ന് എഴുന്നേറ്റില്ല.

ഉർസുലയുടെ എതിർപ്പിന്റെ പ്രകടനങ്ങൾ അവസാനിക്കാൻ വേണ്ടി മറ്റുള്ളവർ പരിപൂർണ്ണ നിശ്ശബ്ദ പാലിച്ചു. പിന്നീട് ഒരു സാധാരണ സംസാരം വീണ്ടും ആരംഭിക്കുന്ന മട്ടിൽ വികാരരഹിതമായ ശബ്ദത്തിൽ ഗുഡ്റൺ ചോദിച്ചു.

"ആ പെൺകുട്ടി ഒരു മോഡൽ ആയിരുന്നോ?"

"അല്ല. അവൾ ഒരു മോഡൽ ആയിരുന്നില്ല. അവൾ ശില്പകല പ ഠിക്കുന്ന വിദ്യാർത്ഥിനി ആയിരുന്നു."

"ഒരു കലാകാരി!" ഗുഡ്റൺ മറുപടി പറഞ്ഞു.

ഈ അവസരം സ്വയം അവൾക്ക് എങ്ങനെയാണ് വെളിപ്പെട്ടത്! മാര കമായ സാഹസികതയുള്ള വളർച്ചയെത്താത്ത കഴുത്തുവരെ മുടി മുറി ച്ചിട്ട വളരെ പ്രായംകുറഞ്ഞ വിദ്യാർത്ഥിനിയെ അവൾ കണ്ടു. പ്രശസ്ത നായ ശില്പി ലോർക്കയേയും അവൾ കണ്ടു. നല്ല കുടുംബത്തിൽ ഒരു പക്ഷേ, നല്ലരീതിയിൽ വളർന്നുവന്ന ആ പെൺകുട്ടി അയാളുടെ വെപ്പാ ട്ടി ആകുന്നതു വലിയ കാര്യമാണെന്ന് ചിന്തിച്ചിരിക്കാം. ഇതിലെല്ലാം ഉള്ള ഹൃദയശൂന്യതയെ പറ്റി അവൾക്ക് എത്രമാത്രം അറിവുള്ള കാര്യമാണ്. ഡ്രസ്ഡനായാലും പാരീസായാലും ലണ്ടനായാലും എന്താണ് വ്യത്യാസം? അവൾക്ക് അത് അറിയാം.

"അവൾ ഇപ്പോൾ എവിടെയാണ്?" ഉർസുല ചോദിച്ചു.

"ലോർക്ക അവളെ പറ്റിയുള്ള അയാളുടെ പൂർണ്ണമായ അറിവില്ലാ യ്മയും താല്പര്യക്കുറവും പകർന്നു കൊടുക്കാൻ വേണ്ടി അയാളുടെ തോളുകൾ വീണ്ടും ഉയർത്തി.

"അത്കഴിഞ്ഞിട്ട് ഇപ്പോൾ ആറുവർഷം കഴിഞ്ഞിരിക്കുന്നു." അയാൾ പറഞ്ഞു. "അവൾക്ക് ഇപ്പോൾ ഇരുപത്തിമൂന്ന് വയസ്സുകാണും. ഇനി ഇപ്പോൾ ഉപയോഗം ഇല്ല."

ജറാൾഡ് ചിത്രം കൈയിലെടുത്ത് നോക്കിക്കൊണ്ടിരുന്നു. അത്

അയാളേയും ആകർഷിച്ചു. അതിന്റെ പീഠത്തിൽ 'ലേഡി ഗോഡിവ' എന്ന് എഴുതിയിരിക്കുന്നത് അയാൾ കണ്ടു.

"പക്ഷേ, ഇത് ലേഡി ഗോഡിവ അല്ല. അയാൾ തമാശ പറയുന്ന മട്ടിൽ പുഞ്ചിരിച്ചുകൊണ്ട് പറഞ്ഞു. 'ലേഡി ഗോഡിവ' നിശ്ചയമായും അവരുടെ തലമുടിക്കുള്ളിൽ മറ്റൊരാളെ ഒളിപ്പിച്ചുവെച്ച ഏതോ ഇടപ്രഭുവിന്റെ ഭാര്യയായിരിക്കും."

"മൗഡ് അലൻ."* ഗുഡ്റൺ ഒരു പരിഹാസച്ചിരിയോടെ പറഞ്ഞു.

"എന്തിനാണ് മൗഡ്അലൻ ആക്കുന്നത്." അയാൾ മറുപടി പറഞ്ഞു. "അത് അങ്ങനെയല്ലേ? ഐതിഹ്യം അതാണെന്നാണ് ഞാൻ എന്നും വിചാരിച്ചിരുന്നത്."

"അതെ. ജറാൾഡ് നിങ്ങൾക്ക് ഐതിഹ്യം പൂർണ്ണമായും അറിയാമെന്ന് എനിക്ക് ഉറപ്പുണ്ട്." ഒരു പരിഹാസം നിറഞ്ഞ തലയാട്ടലോടെ അവൾ പറഞ്ഞു. അവൾ അയാളെ കളിയാക്കുകയായിരുന്നു.

"സത്യം പറഞ്ഞാൽ തലമുടിയേക്കാൾ കൂടുതൽ സ്ത്രീയെത്തന്നെയാണ് കാണുന്നത്" അയാൾ തിരിച്ചും കളിപറഞ്ഞു.

"നിങ്ങൾ ഇതൊന്ന് അവസാനിപ്പിക്കുമോ!" ഗുഡ്റൺ പരിഹസിച്ചു.

മറ്റ് മൂന്നുപേരെയും ഉപേക്ഷിച്ച് ഉർസുല എഴുന്നേറ്റുപോയി.

ഗുഡ്റൺ ജറാൾഡിന്റെ കൈയിൽനിന്നും വീണ്ടും ചിത്രം വാങ്ങി. കൂടുതൽ ശ്രദ്ധയോടെ അതിൽ നോക്കിക്കൊണ്ടിരുന്നു.

"നിശ്ചയമായും" ഇപ്പോൾ ലോർക്കയെ കളിയാക്കാൻ വേണ്ടി അയാളുടെ നേർക്ക് തിരിഞ്ഞുകൊണ്ട് ഗുഡ്റൺ പറഞ്ഞു. "നിങ്ങളുടെ കൊച്ചുനർത്തകിയെ നിങ്ങൾ മനസ്സിലാക്കിയിട്ടുണ്ട്."

അയാൾ അവളോട് യോജിപ്പ് പ്രകടമാക്കിക്കൊണ്ട് കണ്ണുകൾ ഉയർത്തി.

ചിത്രത്തെ ചൂണ്ടിക്കാണിച്ചുകൊണ്ട് ജറാൾഡ് ചോദിച്ചു. "ഈ ചെറിയ പെൺകുട്ടിയോ?" അവൾ തല ഉയർത്തി ജറാൾഡിന്റെ കണ്ണുകളിലേക്ക് സൂക്ഷിച്ചുനോക്കി. അയാൾക്ക് അന്ധനായതുപോലെ തോന്നി.

"അയാൾക്ക് അവളെ മനസ്സിലായിട്ടില്ലേ!" അവൾ പരിഹാസം നിറഞ്ഞ ഫലിതം പറയുന്നപോലെ ജറാൾഡിനോടു പറഞ്ഞു. "നിങ്ങൾ അവളുടെ പാദങ്ങളിലേക്ക് നോക്കിയാൽ മതി. അവ സുന്ദരവും മൃദുലവുമല്ലേ സത്യത്തിൽ അവ അത്ഭുതപ്പെടുത്തുന്നവയാണ്."

ലോർക്കയുടെ കണ്ണുകളിലേക്ക് തീ പാറുന്ന ഒരു നോട്ടം നോക്കിക്കൊണ്ട് അവൾ സാവധാനം കണ്ണുകൾ ഉയർത്തി.

അയാളുടെ ആത്മാവ് അവളുടെ രൂക്ഷമായ അംഗീകാരം കൊണ്ട് നിറഞ്ഞു. അയാൾക്ക് കൂടുതൽ അഹങ്കാരത്തിലേക്കും പദവിയിലേക്കും വളരുന്നതായി തോന്നി.

ശില്പത്തിന്റെ ചെറിയ പാദങ്ങളിലേക്ക് ജറാൾഡ് നോക്കി. അവ

---

* സലോമിയുടെ നൃത്തത്തിന് പ്രശസ്തയായ കനേഡിയൻ നർത്തകി (1883–1956).

ദയനീയമായ നാണക്കേടും ഭയവുംകൊണ്ട് പരസ്പരം പകുതി മറച്ചു വെച്ചുകൊണ്ട് ഒന്നിനു മുകളിൽ ഒന്നായി പിണച്ചു വെച്ചിരിക്കുകയായിരുന്നു. അയാൾ ആകർഷണത്തോടെ വളരെനേരം പാദങ്ങൾ നോക്കിക്കൊണ്ടു നിന്നു. പിന്നീട് ഏതോ വേദനയിൽ അയാൾ ചിത്രം ദൂരത്തേക്ക് മാറ്റിവെച്ചു. അയാളിൽ പൂർണ്ണമായ വിരസത നിറഞ്ഞിരിക്കുന്നതായി തോന്നി.

"അവളുടെ പേര് എന്തായിരുന്നു." ഗുഡ്റൺ ലോർക്കയോട് ചോദിച്ചു.

"ആനറ്റിവോൺ വെക്ക്"ഓർമ്മയിൽ പരതിക്കൊണ്ട് ലോർക്ക മറുപടി പറഞ്ഞു. "അവൾക്ക് ഓമനത്തം ഉണ്ടായിരുന്നു. പക്ഷേ, അവളെ സഹിക്കാൻ കഴിയില്ലായിരുന്നു. അവൾ ഒരു ഉപദ്രവം ആയിരുന്നു. ഒരു മിനിറ്റ് പോലും അവൾ അടങ്ങിയിരിക്കില്ല. അവസാനം ഞാൻ അടി കൊടുത്ത് അവളെ അടക്കിയിരുത്തുന്നതുവരെ അവൾ അടങ്ങിയിരിക്കില്ല. അതിനുശേഷം അഞ്ച് മിനിറ്റ് അവൾ അടങ്ങിയിരിക്കും."

അയാൾ അയാളുടെ ജോലിയെപ്പറ്റി ആലോചിച്ചു കൊണ്ടിരുന്നു. അയാൾക്ക് ഏറ്റവും കൂടുതൽ പ്രധാനപ്പെട്ട കാര്യം അതായിരുന്നു.

"നിങ്ങൾ അവളെ സത്യത്തിൽ അടിച്ചോ?" ഗുഡ്റൺ നിർവ്വികാരയായി ചോദിച്ചു.

അവളുടെ ചോദ്യത്തിലെ വെല്ലുവിളി തിരിച്ചറിഞ്ഞുകൊണ്ട് അയാൾ അവളെനോക്കി.

"അതെ ഞാൻ അവളെ അടിച്ചു." അയാൾ ഉദാസീനമായി പറഞ്ഞു. "എന്റെ ജീവിതത്തിൽ മറ്റ് ആരേയും അടിച്ചിട്ടില്ലാത്ത ശക്തിയോടെ ഞാൻ അവളെ അടിച്ചു. എനിക്ക് അടിക്കേണ്ടി വന്നു. പണി പൂർത്തിയാക്കാൻ എനിക്കുള്ള ഏകവഴി അത് മാത്രം ആയിരുന്നു."

ഗുഡ്റൺ ഇരുണ്ട വലിയ കണ്ണുകൾകൊണ്ട് കുറച്ചുനേരം അയാളെ ശ്രദ്ധിച്ചു. അവൾ അയാളുടെആത്മാവിലേക്ക് നോക്കുകയാണെന്ന് തോന്നി. പിന്നീട് അവൾ ഒന്നും മിണ്ടാതെ താഴോട്ടുനോക്കിയിരുന്നു.

"നിങ്ങളുടെ ഗോഡിവയ്ക്ക് ഇത്രയും പ്രായം കുറഞ്ഞ് പോയതു എന്തുകൊണ്ടാണ്?" ജറാൾഡ് ചോദിച്ചു. "പോരാത്തതിന് അവൾ കുതിരപ്പുറത്താണ്. അവൾക്ക് അതിനുള്ള പ്രായമില്ല, അത്ര ചെറിയ കുട്ടിയാണ്."

ലോർക്കയുടെ മുഖത്തുകൂടി ഒരു പിരിമുറുക്കം കടന്നുപോയി.

"ശരിയാണ്" അയാൾ പറഞ്ഞു. "കൂടുതൽ വലുതായാൽ കൂടുതൽ പ്രായമായാൽ എനിക്ക് അവരെ ഇഷ്ടമല്ല. പതിനാറിലും പതിനേഴിലും പതിനെട്ടിലും അവർക്ക് ഭംഗിയുണ്ട്. അതിനുശേഷം എനിക്ക് അവരെക്കൊണ്ട് ഉപയോഗം ഇല്ല."

"എന്തുകൊണ്ടില്ല?" ഗുഡ്റൺ ചോദിച്ചു. ലോർക്ക തോളുകൾ ഉയർത്തി.

"എനിക്ക് അവരോട് താല്പര്യം തോന്നാറില്ല. ഭംഗിയുണ്ടെന്നും

തോന്നാറില്ല. എനിക്ക് എന്റെ ജോലിയിൽ അവരെക്കൊണ്ട് പ്രയോജനം ഇല്ല.''

"ഇരുപത് കഴിഞ്ഞാൽ ഒരു സ്ത്രീക്ക് സൗന്ദര്യം ഇല്ലെന്നാണോ നിങ്ങൾ പറയുന്നത്?''

"എന്റെ കണ്ണിൽ ഇല്ല. ഇരുപതിന് മുമ്പ് അവൾക്ക് പുതുമയും മൃദുത്വവും ധിക്കാരവും ഉണ്ട്. അതിനുശേഷം അവൾ അവൾക്ക് ഇഷ്ടമുള്ളത് ആകട്ടെ. എനിക്ക് അവളെക്കൊണ്ട് ഒരു കാര്യവും ഇല്ല.''

"ഇരുപത് കഴിഞ്ഞ സ്ത്രീകളെ നിങ്ങൾ തീരെ ഗൗനിക്കാറില്ലേ?'' പരിഹസിച്ച് ചിരിച്ചുകൊണ്ട് ജറാൾഡ് ചോദിച്ചു.

"എനിക്ക് അവരെക്കൊണ്ട് പ്രയോജനം ഇല്ല. എന്റെ കലയിൽ അവർക്ക് ഉപയോഗം ഇല്ല.'' ലോർക്ക അക്ഷമയോടെ ആവർത്തിച്ചു. "അവർക്ക് സൗന്ദര്യം ഉണ്ടെന്ന് എനിക്ക് തോന്നാറില്ല.''

'നിങ്ങൾ ഒരു സുഖലോലുപൻ ആണ്.'' ജറാൾഡ് ചെറിയ തോതിലുള്ള പരിഹാസച്ചിരിയോടെ പറഞ്ഞു.

"അപ്പോൾ ആണുങ്ങളുടെ കാര്യം എങ്ങനെയാണ്?'' ഗുഡ്റൺ പെട്ടെന്ന് ചോദിച്ചു.

"എല്ലാ പ്രായത്തിലും അവർക്ക് ഉപയോഗം ഉണ്ട്.''ലോർക്ക മറുപടിപറഞ്ഞു. "ഒരു പുരുഷൻ ശക്തനും വലിപ്പമുള്ളവനും ആയിരിക്കണം. അയാൾ ചെറുപ്പക്കാരനാണോ അതോ വൃദ്ധനാണോ എന്ന് ഗൗനിക്കേണ്ട കാര്യം ഇല്ല. അതായത് അയാൾക്ക് അതിനുള്ള വലിപ്പമുണ്ടാകണം ഉറപ്പ് ഉണ്ടാകണം. കൂടാതെ ഏറെക്കുറെ നിർവ്വികാരമായ രൂപവും ഉണ്ടാകണം.''

ഉർസുല പരിശുദ്ധമായ പുതുമഞ്ഞിന്റെ ലോകത്തേക്ക് തനിയെ ഇറങ്ങിപ്പോയിരുന്നു. തിളങ്ങുന്ന വെൺമ അവൾക്ക് വേദനിപ്പിക്കുന്നതുവരെ അവളിലേക്ക് ഇരച്ചുകയറുകയാണെന്നു തോന്നി. തണുപ്പ് അവളെ സാവധാനം വീർപ്പുമുട്ടിക്കുന്നത് അവൾ അനുഭവിച്ചു. അവളുടെ തല മരവിച്ചതുപോലെ തോന്നി.

പെട്ടെന്ന് അവൾ അവിടെനിന്ന് പോകണമെന്ന് ആഗ്രഹിച്ചു. അവൾ മറ്റൊരു ലോകത്തേക്ക് പോകാൻ ഇടയുണ്ടെന്ന തോന്നൽ ഒരത്ഭുതം പോലെയാണ് അവളിലേക്ക് കടന്നുവന്നത്. ഇവിടെ നിത്യമായ ഈ മഞ്ഞിനപ്പുറത്തേക്ക് യാതൊന്നും ഇല്ലെന്നുള്ള തോന്നലിൽ അവൾ നശിച്ചു പോകുകയാണെന്ന് അവൾക്ക് തോന്നി.

ഇപ്പോൾ പെട്ടെന്ന് ഒരു അത്ഭുതം സംഭവിച്ചതുപോലെ ആഴത്തിൽ എവിടെയോ ഫലഭൂയിഷ്ടമായ ഭൂമി കിടപ്പുണ്ടെന്ന് അവൾക്ക് ഓർമ്മവന്നു. തെക്കോട്ടുമാറി ഓറഞ്ചു മരങ്ങളും ഒലിവ് മരങ്ങളുംകൊണ്ട് ഇരുണ്ടുപോയ വിശാലമായ പ്രദേശങ്ങൾ ഉണ്ടായിരുന്നു. നീലാകാശത്തിനു മുന്നിൽ നിഴൽപോലെ മരച്ചില്ലകളുടെ ഇലച്ചാർത്തുകൾ കാണാനുണ്ടായിരുന്നു. അത്ഭുതങ്ങളുടെ അത്ഭുതം! കൊടുമുടികളുടെ മരവിച്ച നിശ്ശബ്ദതയുടെ ഈ ലോകം സാർവ്വത്രികം അല്ല! അത് മതിയാകുമ്പോൾ

ഒരാൾ നിശ്ചയമായും അവിടം വിട്ടുപോകണം.

അവൾ ഉടൻതന്നെ ആ അത്ഭുതം സാക്ഷാല്ക്കരിക്കാൻ ആഗ്രഹിച്ചു. ഈ നിമിഷത്തിൽ മഞ്ഞിന്റെ ലോകം വസാനിപ്പിക്കാൻ അവൾ ആഗ്രഹിച്ചു. ഭയാനകവും നിശ്ചലവുമായ മഞ്ഞിന്റെ കൊടുമുടികളെ ഉപേക്ഷിക്കാൻ അവൾ ആഗ്രഹിച്ചു. ഇരുണ്ട ഭൂമി കാണാനും അതിന്റെ പ്രാപഞ്ചികമായ ഗന്ധം നുകരാനും സൂര്യകിരണങ്ങൾ സ്പർശിച്ച പൂമൊട്ടിന്റെ പ്രതികരണം അനുഭവിക്കാനും അവൾ ആഗ്രഹിച്ചു.

നിറയെ പ്രതീക്ഷകളുമായി അവൾ സന്തോഷത്തോടെ വീട്ടിലേക്ക് തിരിച്ചുപോയി. ബിർക്കിൻ കിടക്കയിൽ കിടന്ന് വായിക്കുകയായിരുന്നു.

“റൂപർട്ട്” അയാളുടെ പുറത്തേക്ക് അടർന്നുവീണുകൊണ്ട് അവൾ പറഞ്ഞു. “ഞാൻ ഇവിടെനിന്ന് പോകാൻ ആഗ്രഹിക്കുന്നു.”

അയാൾ സാവധാനം തല ഉയർത്തി അവളെ നോക്കി.

“ആണോ?” അയാൾ പതുക്കെ മറുപടി പറഞ്ഞു.

അവൾ അയാളുടെ അടുത്തിരുന്ന് അയാളുടെ കഴുത്തിൽ കൈചുറ്റി. അയാൾ അത്ഭുതപ്പെടാത്തതിൽ അവൾ അത്ഭുതപ്പെട്ടു.

“നിങ്ങൾ ആഗ്രഹിക്കുന്നില്ലേ?” അവൾ ദുഃഖത്തോടെ ചോദിച്ചു.

“ഇതുവരെ ഞാൻ ആ കാര്യം ആലോചിച്ചിട്ടില്ല.” അയാൾ പറഞ്ഞു. “പക്ഷേ, എനിക്ക് ആഗ്രഹമുണ്ടെന്ന് എനിക്ക് ഉറപ്പുണ്ട്.”

അവൾ പെട്ടെന്ന് നിവർന്നിരുന്നു.

“ഞാൻ ഇത് വെറുക്കുന്നു.” അവൾ പറഞ്ഞു. “ഈ മഞ്ഞിനേയും അതിന്റെ അസ്വാഭാവികതയും എല്ലാവരിലേക്കും അത് വലിച്ചെറിയുന്ന അസ്വാഭാവികമായ വെളിച്ചത്തേയും എല്ലാവരിലും അത് സൃഷ്ടിക്കുന്ന അസ്വാഭാവികമായ വികാരത്തേയും അതിന്റെ ദാരുണമായ വശ്യതയേയും ഞാൻ വെറുക്കുന്നു.”

അയാൾ ആലോചന തുടരുന്നതിനിടയിൽ ചിരിച്ചു.

“ശരി.” അയാൾ പറഞ്ഞു. “നമുക്ക് പോകാം. നമുക്ക് നാളെ പോകാം. നമ്മൾ നാളെ വെറോണിയിൽ പോയി നാടകശാലയിലിരുന്ന് റോമിയോയും ജൂലിയറ്റും കാണും. കാണരുതോ?”

പെട്ടെന്ന് അവൾ നാണിച്ച് അമ്പരപ്പോടെ അയാളുടെ തോളിൽ മുഖം ഒളിപ്പിച്ചു. അയാൾ അങ്ങേയറ്റത്തെ സ്വാതന്ത്ര്യത്തോടെ കിടന്നു.

“ശരി.” നിറഞ്ഞ ആശ്വാസത്തോടെ അവൾ സാവധാനം പറഞ്ഞു. അവളുടെ ആത്മാവിന് പുതിയ ചിറകുകൾ ലഭിച്ചെന്നും അയാൾക്ക് തീരെ തീരെ താല്പര്യക്കുറവുണ്ടെന്നും അവൾക്കുതോന്നി. “എനിക്ക് റോമിയോയും ജൂലിയറ്റും ആകാൻ ഇഷ്ടമാണ്.” അവൾ പറഞ്ഞു.

“വെറോണയിൽ ആൽപ്സിൽനിന്നുള്ള ഭയാനകമായ തണുത്ത കാറ്റ് വീശുന്നുണ്ടാകും.” അയാൾ പറഞ്ഞു. “എന്നാലും നമ്മുടെ മൂക്കിൽ മഞ്ഞിന്റെ മണം ഉണ്ടാകും.”

അവൾ എഴുന്നേറ്റിരുന്ന് അയാളെ നോക്കി.

“നിങ്ങൾക്ക് പോകാൻ സന്തോഷമാണോ?” അവൾ ചോദിച്ചു. അയാ

ളുടെ കണ്ണുകൾ രഹസ്യമായി ചിരിക്കുന്നുണ്ടായിരുന്നു. അയാളിലേക്ക് പറ്റിച്ചേർന്നുകൊണ്ട് അവൾ ആവർത്തിച്ചു. "എന്നെ കളിയാക്കി ചിരിക്കരുത് എന്നെ കളിയാക്കരുത്."

"എന്ത് കളിയാക്കിയെന്നാണ് പറയുന്നത്?" അവളെ ചുറ്റിപ്പിടിച്ചുകൊണ്ട് അയാൾ ചോദിച്ചു.

"കാരണം ഞാൻ പരിഹസിക്കപ്പെടുന്നത് ഞാൻ ആഗ്രഹിക്കുന്ന കാര്യമല്ല."

അവളുടെ സുഗന്ധം വമിക്കുന്ന തലമുടിയിൽ ചുംബിക്കുമ്പോൾ അയാൾ കൂടുതൽ ചിരിച്ചു.

"നിങ്ങൾ എന്നെ സ്നേഹിക്കുന്നുണ്ടോ?" വന്യമായ ഗൗരവത്തോടെ അവൾ ചോദിച്ചു.

"ഉണ്ട്." അയാൾ ചിരിച്ചുകൊണ്ട് ഉത്തരം പറഞ്ഞു.

പെട്ടെന്ന് ചുംബിക്കപ്പെടാൻ വേണ്ടി അവൾ മുഖം ഉയർത്തി. അവളുടെ ചുണ്ടുകൾ പിരിമുറുക്കത്തോടെ വിറച്ചു കൊണ്ടിരിക്കുകയായിരുന്നു. അയാളുടെ ചുണ്ടുകൾക്ക് സൂക്ഷ്മത ഉണ്ടായിരുന്നു. ചുംബനത്തിൽ ഏതാനും നിമിഷങ്ങൾ അയാൾ എന്തിനോ വേണ്ടി കാത്തുനിന്നു. പിന്നീട് അയാളുടെ ആത്മാവിനു മുകളിലേക്ക് ഉൽക്കണ്ഠയുടെ ഒരു തണൽ പരന്നു.

"നിങ്ങളുടെ ചുണ്ടിന് കൂടുതൽ കടുപ്പമുണ്ട്." ദുർബ്ബലമായ ഒരുകുറ്റപ്പെടുത്തൽ അയാൾ നടത്തി.

"നിങ്ങളുടേത് വളരെ മൃദുലമാണ്." അവൾ സന്തോഷത്തോടെ പറഞ്ഞു.

"പക്ഷേ, നിങ്ങൾ എപ്പോഴും ചുണ്ടുകൾ മുറുക്കി അടയ്ക്കുന്നത് എന്തിനാണ്? അയാൾ സങ്കടത്തോടെ ചോദിച്ചു.

"സാരമില്ല." അവൾ പെട്ടെന്നുപറഞ്ഞു. "അത് എന്റെ രീതിയാണ്."

അയാൾ അവളെ സ്നേഹിക്കുന്നുണ്ടെന്ന് അവൾക്ക് അറിയാം. അയാളെപ്പറ്റി അവൾക്ക് വിശ്വാസം ഉണ്ടായിരുന്നു. എങ്കിലും അവൾക്ക് അവളുടെ മുകളിൽ സ്വന്തമായുള്ള ഒരുതരം സ്വാധീനം നഷ്ടപ്പെടുത്താൻ അവൾക്ക് കഴിയില്ല. അയാൾ അവളെ ചോദ്യം ചെയ്യുന്നത് അവൾക്ക് താങ്ങാൻ കഴിയില്ല. അയാളാൽ സ്നേഹിക്കപ്പെടാൻ വേണ്ടി അവൾ ആഹ്ലാദത്തോടെ സ്വയം അവളെ ഉപേക്ഷിച്ചു. അവൾ സ്വയം കീഴടക്കിയതിലുള്ള ആഹ്ലാദം അയാൾ അനുഭവിക്കുന്നുണ്ടെങ്കിലും അയാൾക്ക് ചെറിയ തോതിൽ വ്യസനം ഉണ്ടെന്നും അവൾക്ക് അറിയാം. അയാൾക്കു വേണ്ടി അവൾക്ക് അവളെ ഉപേക്ഷിക്കാൻ കഴിയും. പക്ഷേ, അവൾക്ക് അവളായിരിക്കാൻ കഴിയില്ല. അവൾ സ്വയം അയാൾക്ക് കീഴടങ്ങി. അല്ലെങ്കിൽ അയാളെ പിടിച്ചുനിർത്തി അവൾ അയാളിൽ നിന്നുള്ള അവളുടെ ആഹ്ലാദം സംഭരിച്ചെടുക്കണം. അവൾ അയാളെ പൂർണ്ണമായും ആസ്വദിച്ചു. പക്ഷേ, അവർ ഒരിക്കലും പൂർണ്ണമായും ഒരുമിച്ചില്ല. ഒരേ നിമിഷത്തിൽ ഒരാൾ അല്പം പിൻതള്ളപ്പെട്ടിരുന്നു. എന്നാലും അവൾ

തിളക്കത്തോടെ, സ്വാതന്ത്ര്യത്തോടെ പ്രതീക്ഷയുടെ സന്തോഷത്തിലായിരുന്നു. അയാൾ അതിനുശേഷവും ക്ഷമയുള്ളവനായിരുന്നു.

അവർ അടുത്തദിവസം പോകാനുള്ള ഒരുക്കങ്ങൾ നടത്തി. ആദ്യം അവർ ഗുഡ്റണിന്റെ മുറിയിലേക്കുപോയി. അവിടെ ഗുഡ്റണും ജറാൾഡും വൈകുന്നേരത്തെ പരിപാടികളിൽ പങ്കെടുക്കാൻ വേണ്ടി വേഷം മാറിക്കഴിഞ്ഞിരുന്നു.

ഉർസുല പറഞ്ഞു: "ഞങ്ങൾ നാളെ ഇവിടെനിന്ന് പോകാമെന്നാണ് ഞാൻ വിചാരിക്കുന്നത്. ഈ മഞ്ഞ് ഇതിൽക്കൂടുതൽ താങ്ങാൻ എനിക്ക് കഴിയില്ല. എന്റെ തൊലിയേയും മനസ്സിനേയും അതു പീഡിപ്പിക്കുന്നു."

"മനസ്സിനെ അത് സത്യത്തിൽ പീഡിപ്പിക്കുന്നുണ്ടോ?" സാമാന്യം അത്ഭുതത്തോടെ ഗുഡ്റൺ ചോദിച്ചു. "തൊലിയെ പീഡിപ്പിക്കുന്നുണ്ടെന്ന് പറഞ്ഞത് ഞാൻ പൂർണ്ണമായും വിശ്വസിക്കുന്നു. അങ്ങേയറ്റത്തെ തണുപ്പുണ്ട്. പക്ഷേ, ഇത് മനസ്സിന് ഇതിനോട് ആദരവുണ്ടെന്നാണ് ഞാൻ വിചാരിക്കുന്നത്."

"ഇല്ല. എന്റേതിനില്ല. എന്റെ മനസ്സിനെ ഇത് മുറിപ്പെടുത്തുന്നു." ഉർസുല പറഞ്ഞു.

"സത്യമാണോ!" ഗുഡ്റൺ വിളിച്ചുകൂവി.

മുറിക്കുള്ളിൽ ഒരു നിശ്ശബ്ദത ഉണ്ടായിരുന്നു. അവർ പോകുന്നതിൽ നിന്ന് ജറാൾഡിനും ഗുഡ്റണിനും ആശ്വാസം കിട്ടുന്നുണ്ടെന്ന് ഉർസുലയ്ക്കും ബിർക്കിനും മനസ്സിലാക്കാൻ കഴിഞ്ഞിരുന്നു.

"നിങ്ങൾ തെക്കോട്ടാണോ പോകുന്നത്? ശബ്ദത്തിൽ ചെറിയതോതിലുള്ള അസ്വസ്ഥതയുടെ മുഴക്കത്തോടെ ജറാൾഡ് ചോദിച്ചു.

"അതെ." കുറച്ചുദിവസമായി ജറാൾഡും ബിർക്കിനും തമ്മിൽ കാരണമില്ലാത്ത വിചിത്രമായ ഒരു വിരോധം നിലനിന്നിരുന്നു. ബിർക്കിന് വിദേശത്ത് വന്നതിനുശേഷം മൊത്തത്തിൽ താല്പര്യക്കുറവ് ഉണ്ടായിരുന്നു. ശ്രദ്ധയിൽപ്പെടാതെ സ്വസ്ഥമായി ഒഴുകിക്കൊണ്ടിരിക്കുകയായിരുന്നു. അതിന് വിപരീതമായി ജറാൾഡ് തീഷ്ണതയോടെ എല്ലായിടത്തുംനിറഞ്ഞു നില്ക്കുകയായിരുന്നു. രണ്ടുപേരും പരസ്പരം അവഗണിച്ചു. ജറാൾഡും ഗുഡ്റണും പിരിഞ്ഞു പോകുന്നവരുടെ ക്ഷേമത്തിൽ രണ്ടു കൊച്ചുകുട്ടികൾക്ക് കൊടുക്കുന്നതിന് തുല്യമായ ശ്രദ്ധ കൊടുത്തിരുന്നു. ഗുഡ്റൺ ഉർസുലയുടെ കിടക്കമുറിയിലേക്ക് നിറമുള്ള മൂന്നു ജോഡി സ്റ്റോക്കിങ്ങുകളുമായി കടന്നുവന്ന് സ്റ്റോക്കിങ്ങുകൾ കിടക്കയിലേക്ക് എറിഞ്ഞു. ഈ സ്റ്റോക്കിങ്ങുകളുടെ പേരിൽ ഗുഡ്റൺ കുപ്രസിദ്ധി നേടിയിരുന്നു. പക്ഷേ, അവ പാരീസിൽ നിന്ന് വാങ്ങിയ ചുവപ്പും നീലയും ചാരനിറവും ഉള്ള സിൽക്ക് സ്റ്റോക്കിങ്ങുകൾ ആയിരുന്നു. ഉർസുല സന്തോഷത്തിന്റെ കൊടുമുടിയിൽ ആയിരുന്നു. ഇത്തരം നിധികൾ ദാനം ചെയ്യുന്നതിന് ഗുഡ്റണിന് അയാളോട് വല്ലാത്ത സ്നേഹം തോന്നുന്നുണ്ടാവുമെന്ന് ഉർസുലയ്ക്ക് അറിയാമായിരുന്നു.

"എനിക്ക് ഇത് നിന്റെ കയ്യിൽ നിന്ന് വാങ്ങാൻ കഴിയില്ല." അവൾ

വിളിച്ചുപറഞ്ഞു "നിന്റെ കയ്യിൽ നിന്ന് അത് മോഷ്ടിക്കാൻ എനിക്ക് പറ്റില്ല. നിന്റെ നിധി."

"അത് നിധിയല്ലേ!" അസൂയയോടെ അവൾ കൊടുത്ത സമ്മാനത്തിലേക്ക് നോക്കിക്കൊണ്ട് ഗുഡ്റൺ ഉറക്കെ ചോദിച്ചു.

"അതെ, അത് നീ തന്നെ സൂക്ഷിക്കണം." ഉർസുല പറഞ്ഞു. "എനിക്ക് അത് വേണ്ട. "എന്റെ കൈയിൽ മൂന്നു ജോഡി സ്റ്റോക്കിങ്ങുകൾകൂടി ഉണ്ട്. അത് ചേച്ചി വാങ്ങണമെന്നാണ് എന്റെ ആഗ്രഹം. ഇത് ചേച്ചിയുടേതാണ്."

കൊതി തോന്നുന്ന സ്റ്റോക്കിങ്ങുകൾ വിറയ്ക്കുന്ന കൈകൊണ്ട് ഗുഡ്റൺ ഉർസുലയുടെ തലയണയുടെ അടിയിൽ വെച്ചു.

"സത്യത്തിൽ ആകർഷകമായ സ്റ്റോക്കിങ്ങിൽ നിന്ന് ഒരാൾക്ക് ഏറ്റവും വലിയ ആഹ്ലാദം കിട്ടും." ഉർസുല പറഞ്ഞു.

"അത് കിട്ടും." ഗുഡ്റൺ പറഞ്ഞു. "എന്തിനേക്കാളും വലിയ ആഹ്ലാദം."

ഗുഡ്റൺ കസേരയിൽ ഇരുന്നു. അവൾ വന്നത് പോകുന്നതിനു മുമ്പുള്ള അവസാന സംസാരത്തിനാണെന്ന് വ്യക്തമായിരുന്നു. അവൾക്കുവേണ്ടത് എന്താണെന്നറിയാതെ ഉർസുല നിശ്ശബ്ദയായി കാത്തുനിന്നു.

ഗുഡ്റൺ സാമാന്യം സംശയം വെച്ചുകൊണ്ട് സംസാരം തുടങ്ങി. "നിങ്ങൾ ഒരിക്കലും തിരിച്ചുവരാത്ത പോലെ എന്നന്നേക്കുമായി പോകുന്ന മട്ടിൽ പോകുകയാണെന്ന് ചേച്ചിക്ക് തോന്നുന്നുണ്ടോ?"

"ഓ! ഞങ്ങൾ തിരിച്ചുവരും." ഉർസുല പറഞ്ഞു. "അത് ട്രെയിൻ യാത്രയുടെ കാര്യം പോലെ അല്ല."

"അതെ, എനിക്ക് അറിയാം. പക്ഷേ, മാനസികമായി നോക്കിയാൽ നിങ്ങൾ ഞങ്ങളിൽ നിന്നെല്ലാം വളരെ ദൂരത്തേക്ക് പോകുകയാണ്." ഉർസുല വിറച്ചു.

"എന്താണ് വരാൻ പോകുന്നതെന്ന് അല്പംപോലും എനിക്ക് അറിയില്ല." അവൾ പറഞ്ഞു. "ഞങ്ങൾ എവിടെയോ പോകുകയാണെന്നു മാത്രം എനിക്ക് അറിയാം."

ഗുഡ്റൺ കാത്തുനിന്നു.

"പക്ഷേ, ചേച്ചിക്ക് സന്തോഷം അല്ലേ?" ഗുഡ്റൺ ചോദിച്ചു.

ഉർസുല ഒരു നിമിഷം ആലോചിച്ചു.

"എനിക്ക് വളരെ സന്തോഷം ഉണ്ടെന്നാണ് ഞാൻ വിശ്വസിക്കുന്നത്." അവൾ മറുപടി പറഞ്ഞു.

പക്ഷേ, ഗുഡ്റൺ കൂടുതൽ മനസ്സിലാക്കിയത് ഉർസുലയുടെ ശബ്ദത്തിലെ അനിശ്ചിതത്ത്വത്തെക്കാൾ അവളുടെ മുഖത്ത് അവൾ പോലും അറിയാതെ പ്രത്യക്ഷപ്പെട്ട പ്രകാശത്തെ ആയിരുന്നു.

"പക്ഷേ, ലോകവുമായുള്ള പഴയ ബന്ധം വേണമെന്ന് തോന്നുമെന്ന് ചേച്ചി വിചാരിക്കുന്നില്ലേ. അച്ഛനും മറ്റ് ഞങ്ങളെല്ലാവരും അതുകൊണ്ട്

ഉദ്ദേശിക്കുന്ന എല്ലാ കാര്യങ്ങളും? ഇംഗ്ലണ്ടും അതിന്റെ ചിന്തയുടെ ലോകവും ഇതൊക്കെ ആവശ്യം വരുമെന്ന് ആലോചിക്കുന്നില്ലേ. സത്യത്തിൽ ലോകം സൃഷ്ടിക്കാൻ ഇതെല്ലാം വേണ്ടിവരില്ലേ?"

ഉർസുല ഗുഡ്റൺ പറഞ്ഞ കാര്യങ്ങൾ സങ്കല്പിക്കാൻ ശ്രമിച്ചുകൊണ്ട് നിശ്ശബ്ദയായി ഇരുന്നു.

അവൾ അവസാനം താല്പര്യം ഇല്ലാതെ പറഞ്ഞു. "റൂപർട്ട് പറയുന്നത് ശരിയാണെന്നാണ് ഞാൻ വിചാരിക്കുന്നത്. ഒരാൾക്ക് അകത്ത് കടക്കാൻ ഒരു പുതിയ സ്ഥലം ഉണ്ടാവണം. ഒരാൾ പഴയ സ്ഥലത്തു നിന്ന് ഒഴിഞ്ഞുപോവുകയും വേണം."

ഗുഡ്റൺ ഉർസുലയെ സൂക്ഷിച്ചുനോക്കി.

"ഒരാൾക്ക് അകത്തുകടക്കാൻ ഒരുപുതിയ സ്ഥലം വേണം. ഞാൻ യോജിക്കുന്നു." ഗുഡ്റൺ പറഞ്ഞു. "പക്ഷേ, പുതിയ ലോകത്തെ ഈ ലോകത്തുനിന്നുള്ള ഒരു വികാസമായാണ് അയാൾ കണക്കാക്കുന്നത്. മറ്റൊരാളിൽ നിന്ന് ഒരാൾ സ്വയം ഒറ്റപ്പെടുന്നത് ഒരു പുതിയ ലോകം കണ്ടെത്തുകയാണെന്ന് ഞാൻ വിചാരിക്കുന്നില്ല. പക്ഷേ, അതുകൊണ്ട് ഒരാളുടെ വ്യാമോഹങ്ങളിൽ അയാൾ സുരക്ഷിതനാകുമെന്ന് മാത്രം.

ഉർസുല ജനാലയിലൂടെ പുറത്തേക്ക് നോക്കി. മനസ്സിനുള്ളിൽ അവൾ യുദ്ധം ചെയ്യാൻ തുടങ്ങി. അവൾ ഭയന്നുപോയിരുന്നു. അവൾ എന്നും വാക്കുകളെ ഭയപ്പെട്ടിരുന്നു. കാരണം അവൾ വിശ്വസിക്കാത്ത കാര്യങ്ങൾ അവളെക്കൊണ്ട് വിശ്വസിപ്പിക്കാൻ വാക്കുകൾക്ക് കഴിയുമെന്ന് അവൾക്ക് അറിയാമായിരുന്നു.

"ഒരുപക്ഷേ," എല്ലാവരെപ്പറ്റിയും സ്വയം അവളെപ്പറ്റിയും ഉള്ള പൂർണ്ണമായ അവിശ്വാസത്തോടെ ഉർസുല പറഞ്ഞു. "പക്ഷേ," അവൾ കൂട്ടിച്ചേർത്തു. "ഒരാൾ പഴയതിനുവേണ്ടി ശ്രദ്ധ ചെലുത്തുമ്പോൾ അയാൾക്ക് പുതിയതായി എന്തെങ്കിലും കിട്ടില്ലെന്നാണ് ഞാൻ വിചാരിക്കുന്നത്. ഞാൻ ഉദ്ദേശിക്കുന്നത് നിനക്ക് മനസ്സിലായില്ലേ? പഴയതിനോട് യുദ്ധം ചെയ്യുന്നതുപോലും അതിന് സ്വന്തമാക്കുന്നതുപോലെ ആണ്. ലോകത്തോട് യുദ്ധം ചെയ്യാതിരിക്കാൻ വേണ്ടി ഒരാൾ ലോകവുമായി സന്ധിയിലേർപ്പെടാൻ പ്രലോഭിപ്പിക്കപ്പെടുമെന്ന് എനിക്ക് അറിയാം. പക്ഷേ, അതുകൊണ്ട് പ്രയോജനം ഇല്ല."

ഗുഡ്റൺ സ്വയം ആലോചിച്ചു.

"ശരിയാണ്." അവൾ പറഞ്ഞു. "ഒരാൾ ഈ ലോകത്താണ് ജീവിക്കുന്നതെങ്കിൽ ഒരു രീതിയിൽ അയാൾ ലോകത്തിന്റേതാണ്. പക്ഷേ, നിങ്ങൾക്ക് അതിൽ നിന്നും പുറത്ത് കടക്കാൻ കഴിയുമെന്ന് വിചാരിക്കുന്നത് സത്യത്തിൽ ഒരു വ്യാമോഹം അല്ലേ? എന്തായാലും ആബ്രുസിയിലെ ഒരുവീട് ഒരു പുതിയ ലോകം അല്ല. ഒരിക്കലും അല്ല. ലോകത്തിൽ ചെയ്യാൻ കഴിയുന്ന ഏകകാര്യം അതിനെ മനസ്സിലാക്കുക മാത്രമാണ്."

ഉർസുല ദൂരത്തേക്ക് നോക്കി. വാദപ്രതിവാദം അവളെ വല്ലാതെ

ഭയപ്പെടുത്തിയിരുന്നു.

"പക്ഷേ, മറ്റൊരുകാര്യം സംഭവിക്കാനിടയുണ്ട്. ഇല്ലേ?" അവൾ പറഞ്ഞു. "ഒരാൾക്ക് യഥാർത്ഥത്തിലുള്ള ലോകത്തെ നേരിട്ടു മനസ്സിലാക്കുന്നതിന് വളരെ മുമ്പുതന്നെ അയാൾക്ക് അതിനെ അയാളുടെ മനസ്സിലൂടെ കാണാൻ കഴിയും. അതിനുശേഷം സ്വന്തം മനസ്സിനെ അയാൾ കണ്ടു കഴിയുമ്പോൾ അയാൾ മറ്റൊന്നായി മാറിയിരിക്കും."

"ഒരാൾക്ക് സ്വന്തം മനസ്സിലൂടെ ലോകത്തെ കാണാൻ കഴിയുമോ?" ഗുഡ്റൺ ചോദിച്ചു. "സംഭവിക്കാൻ പോകുന്ന കാര്യങ്ങളെ നിങ്ങൾക്ക് കാണാൻ കഴിയുമെന്നാണ് ഉദ്ദേശിക്കുന്നതെങ്കിൽ ഞാൻ അതിനോട് യോജിക്കുന്നില്ല. എനിക്ക് അതിനോട് സത്യത്തിൽ യോജിക്കാൻ കഴിയില്ല. ഈ ലോകത്തെ കാര്യങ്ങൾ അവസാനിപ്പിക്കാൻ നിങ്ങൾക്ക് കഴിയുമെന്ന് നിങ്ങൾ ചിന്തിക്കുന്നതുകൊണ്ട് മാത്രം എന്തായാലും നിങ്ങൾക്ക് ഒരു പുതിയ ഗ്രഹത്തിലേക്കു പറന്നുപോകാൻ കഴിയില്ല."

ഉർസുല പെട്ടെന്ന് നിവർന്നിരുന്നു.

"ശരി." അവൾ പറഞ്ഞു. "ശരി; ഒരാൾക്ക് ഇവിടെ ബന്ധങ്ങൾ ഒന്നും തന്നെ ഇല്ലെന്ന് മനസ്സിലാകുന്നു. ഒരാൾക്ക് ഒരുതരം മറ്റൊരു മനസ്സ് ഉണ്ടാകുന്നു. അത് മറ്റൊരു ഗ്രഹത്തിന് സ്വന്തമാണ്. ഈ ഗ്രഹവുമായിഅതിന് ബന്ധമില്ല. നിങ്ങൾക്ക് അവിടെ എത്താൻ കുതിച്ചുചാടേണ്ടിവരും."

ഗുഡ്റൺ കുറച്ചുസമയം ആലോചിച്ചു. പിന്നീട് ഏകദേശം വെറുപ്പിനോട് അടുത്തുനില്ക്കുന്ന പരിഹാസത്തിന്റെ പുഞ്ചിരി അവളുടെ മുഖത്ത് പ്രത്യക്ഷപ്പെട്ടു.

"നിങ്ങൾ ശൂന്യകാശത്താണെന്ന് സ്വയം മനസ്സിലാക്കുമ്പോൾ എന്താണ് സംഭവിക്കാൻ പോകുന്നത്? അവൾ പുച്ഛത്തോടെ വിളിച്ചുകൂവി. "എന്തായാലും ലോകത്തെ പറ്റിയുള്ള വലിയ ആശയങ്ങൾ അവിടെയും ഇതുതന്നെയാണ്. ഉദാഹരണത്തിന് ശൂന്യാകാശത്തായാലും ഭൂമിയിലായാലും ഏറ്റവും ഉന്നതമായ കാര്യം സ്നേഹം ആണെന്നുള്ള സത്യത്തിൽ നിന്ന് നിങ്ങൾ എത്ര വലിയ ആളായാലും നിങ്ങൾക്ക് രക്ഷപ്പെടാൻ കഴിയില്ല."

"ശരിയല്ല." ഉർസുല പറഞ്ഞു. "അത് ശരിയല്ല. സ്നേഹം വളരെ കൂടുതൽ മാനുഷികമായ കാര്യം ആണ്. അത് ചെറിയ കാര്യം ആണ്. ഞാൻ വിശ്വസിക്കുന്നത് അമാനുഷികമായ ചിലതിലാണ്. സ്നേഹം അതിന്റെ ഒരു ചെറിയഭാഗം മാത്രമാണ്. അറിയപ്പെടാത്തതിൽ നിന്ന് നമ്മളിലേക്ക് വന്നുചേരുന്നതിനെയാണ് നമ്മൾ തൃപ്തിപ്പെടുത്തേണ്ടതെന്നാണ് ഞാൻ വിശ്വസിക്കുന്നത്. അത് സ്നേഹത്തേക്കാൾ അളവറ്റതോതിൽ വലിയ കാര്യം ആണ്. അതു വെറും മാനുഷികമായ കാര്യം അല്ല."

ഗുഡ്റൺ ഉർസുലയെ സൂക്ഷിച്ചുനോക്കി. അവൾക്ക് അവളുടെ സഹോദരിയോട് വളരെ കൂടുതൽ ആദരവും നന്ദിയും തോന്നി. പിന്നീട് പെട്ടെന്ന് വെറുപ്പോടെ നിർവ്വികാരമായി മുഖംതിരിച്ചുകൊണ്ട് അവൾ പിറുപിറുത്തു.

"ശരി. ഇതുവരെ ഞാൻ സ്നേഹത്തിനപ്പുറത്തേക്ക് പോയിട്ടില്ല."

ഉർസുലയുടെ മനസ്സിലൂടെ ഈ ആലോചന കടന്നുപോയി."കാരണം. നീ ഒരിക്കലും സ്നേഹിച്ചിട്ടില്ല. നിനക്ക് അതിനപ്പുറത്തേക്ക് പോകാൻ കഴിയില്ല."

ഗുഡ്റൺ എഴുന്നേറ്റ് ഉർസുലയുടെ അടുത്തെത്തി. അവളുടെ കഴുത്തിൽ കൈചുറ്റി.

"നിങ്ങൾ പോയി നിങ്ങളുടെ പുതിയ ലോകം കണ്ടെത്തൂ." ശബ്ദത്തിൽ കപടമായ ഒരു ആശംസയുടെ മുഴക്കത്തോടെ അവൾ പറഞ്ഞു. "എന്തായാലും ഏറ്റവും ആഹ്ലാദകരമായ കടൽയാത്ര റൂപർട്ടിന്റെ അനുഗ്രഹീതമായ ദ്വീപുകൾ അന്വേഷിച്ചുള്ള പ്രയാണം ആണ്."

അവളുടെ കൈത്തണ്ടകൾ ഉർസുലയുടെ തോളത്ത് വിശ്രമിച്ചു. അവളുടെ വിരലുകൾ കുറച്ചു സമയം ഉർസുലയുടെ കവിളിൽ താളം പിടിച്ചു. ഈ സമയത്ത് ഉർസുല അങ്ങേയറ്റം അസ്വസ്ഥയായിരുന്നു. യഥാർത്ഥത്തിൽ ഗുഡ്റണിന്റെ അനുഗ്രഹാശംസകൾക്കുള്ളിൽ അതിരുകവിഞ്ഞ് വേദനിപ്പിക്കുന്ന ഒരു അവജ്ഞ ഉണ്ടായിരുന്നു. ഉർസുലയുടെ എതിർപ്പ് അനുഭവിക്കാൻ കഴിഞ്ഞതുകൊണ്ട് ഗുഡ്റൺ പരുങ്ങലോടെ പിന്നോട്ടുമാറി തലയണ തിരിച്ചിട്ട് സ്റ്റോക്കിങ്ങുകൾ പുറത്തെടുത്തു.

"ഹാ...ഹാ!" ഗുഡ്റൺ കഴമ്പില്ലാത്ത ഒരു ചിരിചിരിച്ചു. "പുതിയതും പഴയതുമായ ലോകങ്ങളെപ്പറ്റി സത്യത്തിൽ നമ്മൾ എന്തൊക്കെയാണ് സംസാരിച്ചത്!"

അവർ പിന്നീട് പരിചിതമായ സാധാരണ വിഷയങ്ങളിലേക്ക് കടന്നു.

ജറാൾഡും ബിർക്കിനും നടത്തത്തിൽ മുന്നിലായിരുന്നു. അതിഥികളെ വഹിച്ചുകൊണ്ടുപോകുന്ന മഞ്ഞുവണ്ടികൾ കടന്നുപോകാൻ വേണ്ടി അവർ കാത്തുനിന്നു.

"നിങ്ങൾ ഇവിടെ എത്രദിവസം കൂടി ഉണ്ടായിരിക്കും?" ജറാൾഡിന്റെ ഏകദേശം ശൂന്യമെന്ന് പറയാവുന്ന ചുവന്ന മുഖത്ത് നോക്കിക്കൊണ്ട് ബിർക്കിൻ ചോദിച്ചു.

"ഓ! എനിക്ക് അത് പറയാൻ പറ്റില്ല."ജറാൾഡ് പറഞ്ഞു. "ഞങ്ങൾക്ക് ഇത് മടക്കുന്നതുവരെ ഇവിടെ ഉണ്ടാകും."

"മഞ്ഞ് ഉരുകിത്തുടങ്ങിയതിൽ നിങ്ങൾക്ക് പേടിയുണ്ടോ?"

ജറാൾഡ് ചിരിച്ചു.

"ഇത് ഉരുകാറുണ്ടോ?"

"അപ്പോൾ നിങ്ങൾക്ക് കാര്യങ്ങളെല്ലാം ശരിയാണ്?" ബിർക്കിൻ പറഞ്ഞു.

ജറാൾഡ് സൂക്ഷിച്ചുനോക്കി.

"ശരിയാണ്?"അയാൾ പറഞ്ഞു. "എനിക്ക് ഈ സാധാരണവാക്കുകളുടെ അർത്ഥം അറിയില്ല. ശരിയാണ് ശരിയല്ല, അവ എവിടെയൊക്കെയോ പര്യായപദങ്ങളായി മാറിയിട്ടില്ലേ?"

"ശരിയാണ്. എനിക്കും തോന്നുന്നുണ്ട്. തിരിച്ചുപോക്ക് എങ്ങനെ

യാണ്?" ബിർക്കൻ ചോദിച്ചു.

"ഓ എനിക്ക് അറിയില്ല. ഞങ്ങൾ ഒരിക്കലും തിരിച്ചുപോകാതിരിക്കാനും ഇടയുണ്ട്. ഞാൻ മുന്നോട്ടു പിന്നോട്ടും നോക്കാറില്ല." ജറാൾഡ് പറഞ്ഞു.

"വെറുതെ കാത്തുനില്ക്കാറുമില്ല." ബിർക്കിൻ പറഞ്ഞു.

ജറാൾഡ് കഴുകനെപ്പോലെ കണ്ണുകൾ ചുരുക്കിക്കൊണ്ട് ദൂരത്തേക്ക് നോക്കി.

"ഇല്ല. ഇതിൽ അവസാനിക്കുന്ന ചിലതൊക്കെ ഉണ്ട്. എനിക്ക് ഗുഡ്റൺ അവസാനവാക്കാണെന്ന് തോന്നുന്നു. ഇത് എന്റെ ബുദ്ധിയെ ഉണക്കിക്കളയുന്നു. എന്തായാലും ഇത് എന്റെ മനസ്സിനെ കരിച്ചുകളയുന്നു." അയാൾ ഏതാനും ചുവട് മുന്നോട്ടു നടന്നു. "ഇത് നിങ്ങളുടെ കണ്ണുകളെ തകർക്കുന്നു." അയാൾ പറഞ്ഞു. "നിങ്ങളുടെ കാഴ്ചശക്തി ഇല്ലാതാക്കുന്നു. എങ്കിലും നിങ്ങൾ കാഴ്ചയില്ലാത്തവനാകാൻ ആഗ്രഹിക്കുന്നു. തകർക്കപ്പെട്ടവനാകാൻ ആഗ്രഹിക്കുന്നു. ഇതിൽ നിന്ന് ഒരുവ്യത്യാസം നിങ്ങൾ ആഗ്രഹിക്കുന്നില്ല."

അയാൾ ഒരു മയക്കത്തിനിടയിൽ സംസാരിക്കുന്നതുപോലെയാണ് സംസാരിച്ചിരുന്നത്. പിന്നീട് പെട്ടെന്ന് ഒരുതരം ആവേശത്തോടെ അയാൾ ശബ്ദം ഉയർത്തി ബിർക്കിനെ പ്രതികാരം നിഴലിക്കുന്ന പേടിപ്പെടുത്തുന്ന കണ്ണുകൾ കൊണ്ട് നോക്കി. അയാൾ പറഞ്ഞുകൊണ്ടിരുന്നു.

"ഒരു സ്ത്രീയുടെ കൂടെ ആകുമ്പോൾ നിങ്ങൾ എന്തുമാത്രം കഷ്ടപ്പെടുന്നുണ്ടെന്ന് നിങ്ങൾക്ക് മനസ്സിലായിട്ടുണ്ടോ? അവൾക്ക് അളവറ്റ സൗന്ദര്യം ഉണ്ട്. അവളെ നിങ്ങൾ അങ്ങേയറ്റം ഇഷ്ടപ്പെടുന്നു. അത് നിങ്ങളെ ഒരു പട്ടുതുണി പോലെ വലിച്ചുകീറുന്നു. ഹാ, നിങ്ങൾ സ്വയം തകർക്കപ്പെടുന്നതിന്റെ ഒരു പരിപൂർണ്ണത— അതിനു ശേഷം അയാൾ പെട്ടെന്ന് നടത്തം നിർത്തി ചുരുട്ടിപ്പിടിച്ചിരുന്ന കൈപ്പത്തികൾ നിവർത്തി. ഒന്നുമില്ല. നിങ്ങളുടെ തലച്ചോർ പഴന്തുണി പോലെ പിഞ്ചിപ്പോയിരിക്കും. പിന്നീട് അയാൾ ചുറ്റുപാടുമുള്ള അന്തരീക്ഷത്തിലേക്ക് ഒരു നാടകനടനെ പോലെ നോക്കി. "അത് തകർക്കപ്പെടലാണ് ഞാൻ ഉദ്ദേശിക്കുന്നത് നിങ്ങൾക്ക് മനസ്സിലാകുന്നുണ്ടല്ലോ. ഇത് അന്തിമമായ ഏതോ ഒരു വലിയ അനുഭവം ആണ്. അതിനുശേഷം നിങ്ങൾ വൈദ്യുതാഘാതം ഏറ്റതുപോലെ ചുരുണ്ടുപോകുന്നു." അയാൾ നിശ്ശബ്ദനായി മുന്നോട്ടുനടന്നു. അയാളുടെ സംസാരം പൊങ്ങച്ചം ആണെന്നു തോന്നി. പക്ഷേ, അയാൾ അങ്ങേയറ്റത്തെ കഷ്ടപ്പാടിൽ സത്യസന്ധമായി പൊങ്ങച്ചം പറയുന്ന മനുഷ്യനെപ്പോലെ തോന്നിച്ചു.

നിശ്ചയമായും അയാൾ സംസാരം വീണ്ടും ആരംഭിച്ചു. "ഞാൻ അതിന് വഴിപ്പെടേണ്ട കാര്യം ഇല്ലായിരുന്നു! അത് ഒരു പരിപൂർണ്ണമായ അനുഭവം ആണ്. അവൾ അത്ഭുതപ്പെടുത്തുന്ന ഒരു സ്ത്രീയാണ്. പക്ഷേ, ഞാൻ എവിടെയൊക്കെയോ അവളെ എന്തുമാത്രം വെറുക്കുന്നു! ഇതു വിചിത്രമാണ്."

അയാളുടെ ജീവനില്ലാത്ത മുഖത്തേക്ക് ബിർക്കിൻ നോക്കി. അയാളുടെ സ്വന്തം വാക്കുകൾക്ക് മുന്നിൽ ജറാൾഡ് പകച്ചു നില്ക്കുകയാണെന്നു തോന്നി.

“പക്ഷേ, നിങ്ങൾക്ക് ഇപ്പോൾ വേണ്ടത്ര അനുഭവം ആയിക്കഴിഞ്ഞു.” ബിർക്കിൻ പറഞ്ഞു.“ഒരു പഴയ വ്യണത്തിൽ വീണ്ടും കുത്തി നോവിക്കുന്നത് എന്തിനാണ്?”

“ഓ!” ജറാൾഡ് പറഞ്ഞു. “എനിക്ക് അറിയില്ല. അത് അവസാനിച്ചിട്ടില്ല.”

“ഞാൻ നിങ്ങളേയും ഗുഡ്റണിനെയും സ്നേഹിച്ചിരുന്നു. മറക്കരുത്?” ബിർക്കിൻ പരുഷമായി പറഞ്ഞു. ജറാൾഡ് മനസ്സിലാക്കാൻ കഴിയാത്ത അസാധാരണമായ ഒരുനോട്ടം അയാളുടെ മുഖത്തേക്ക് നോക്കി.

“നിങ്ങൾ സ്നേഹിച്ചിരുന്നോ?” സംശയത്തോടെ ജറാൾഡ് ചോദിച്ചു. “അല്ലെങ്കിൽ സ്നേഹിച്ചിരുന്നെന്ന് നിങ്ങൾ വിചാരിക്കുന്നുണ്ടോ?” അയാൾ പറയുന്നതിനൊന്നും സത്യത്തിൽ അയാൾ പൂർണ്ണ ഉത്തരവാദി ആയിരുന്നില്ല.

വണ്ടിവന്നു. ഗുഡ്റൺ സ്ലഡ്ജിൽ* നിന്നു താഴെ ഇറങ്ങി. അവൾ പരസ്രം യാത്ര പറഞ്ഞു. അവർക്ക് എല്ലാവർക്കും പിരിഞ്ഞുപോകണമെന്ന് ആഗ്രഹം ഉണ്ടായിരുന്നു. ബിർക്കിൻ വണ്ടിയിൽ കയറി. കൈവീശിക്കൊണ്ട് നില്ക്കുന്ന ജറാൾഡിനെയും ഗുഡ്റണെയും മഞ്ഞിൽ ഉപേക്ഷിച്ചിട്ട് വണ്ടി മുന്നോട്ടുപോയി. മഞ്ഞിൽ വലിപ്പംകുറഞ്ഞ് കുറഞ്ഞ് കൂടുതൽ കൂടുതൽ ഒറ്റപ്പെട്ടുകൊണ്ടിരുന്ന അവരെ നോക്കിക്കൊണ്ടിരിക്കുമ്പോൾ ബിർക്കിന്റെ ഹൃദയം മരവിച്ചിരുന്നു.

* മഞ്ഞിനുമുകളിലൂടെ വലിച്ചുകൊണ്ടുപോകുന്ന വണ്ടി.

30

മഞ്ഞിന്റെ തടങ്കൽ

ഉർസുലയും ബിർക്കിനും പോയിക്കഴിഞ്ഞപ്പോൾ ജറാൾഡുമായുള്ള അവളുടെ മത്സരത്തിൽ ഗുഡ്റണിന് സ്വാതന്ത്ര്യം കിട്ടിയതുപോലെ തോന്നി. അവർ പരസ്പരം കൂടുതൽ പരിചിതരായപ്പോൾ അയാൾ അവളുടെ മുകളിൽ കൂടുതൽ കൂടുതൽ സമ്മർദ്ദം ചെലുത്തുന്നതുപോലെ തോന്നി. തുടക്കത്തിൽ അവൾക്ക് അയാളെ നിയന്ത്രിച്ചുനിർത്താൻ കഴിഞ്ഞു. അതുകൊണ്ട് അവളുടെ സ്വന്തം കല്പനകൾക്ക് എപ്പോഴും സ്വാതന്ത്ര്യം ഉണ്ടായിരുന്നു. പക്ഷേ, പെട്ടെന്നുതന്നെ അവളുടെ സ്ത്രീസഹജമായ കൗശലങ്ങളെ അയാൾ അവഗണിക്കാൻ തുടങ്ങി. അവളുടെ സ്വകാര്യതയോടും ചാപല്യങ്ങളോടുമുള്ള അയാളുടെ പരിഗണന അയാൾ അവസാനിപ്പിച്ചു. അയാൾ അവളുടെ ആശയങ്ങൾക്ക് കീഴടങ്ങാതെ അയാളുടെ സ്വന്തം ആശയങ്ങൾ കുത്തിനിറയ്ക്കാൻ തുടങ്ങി.

അവരെ രണ്ടുപേരെയും ഭയപ്പെടുത്തുന്ന തരത്തിലുള്ള കാര്യമായ ഒരു ഏറ്റുമുട്ടൽ തുടങ്ങിക്കഴിഞ്ഞിരുന്നു. പക്ഷേ, അയാൾ തനിച്ചായിരുന്നു. അവൾ പുറത്തുനിന്നുള്ള സഹായങ്ങൾക്കുവേണ്ടി ചുറ്റുപാടുമുള്ള അന്വേഷണം തുടങ്ങിക്കഴിഞ്ഞിരുന്നു.

ഉർസുല പോയിക്കഴിഞ്ഞപ്പോൾ ഗുഡ്റണിന് അവളുടെ സ്വന്തം നിലനില്പുതന്നെ വിരസമാണെന്ന് തോന്നി. അവൾ കിടക്കമുറിയിലെ ജനാലയുടെ പുറത്ത് തിളങ്ങിക്കൊണ്ടിരുന്ന വലിയ നക്ഷത്രങ്ങളിലേക്ക് നോക്കി തനിയെ ചുരുണ്ടുകൂടിക്കിടന്നു. അവളുടെ മുന്നിൽ കൊടുമുടിക്കെട്ടുകളുടെ നിറം മങ്ങിയ നിഴലുകൾ ഉണ്ടായിരുന്നു. അത് കേന്ദ്രസ്ഥാനം ആയിരുന്നു. മൊത്തം ജീവിതത്തിന്റെ ആധാരസ്ഥാനത്താണ് അവൾ കേന്ദ്രീകരിച്ചിരിക്കുന്നതെന്നും അതിനപ്പുറത്ത് മറ്റൊരു സത്യാവസ്ഥ ഇല്ലെന്നും അവൾക്ക് അസാധാരണമായ അനിവാര്യത ഉണ്ടെന്നും അവൾക്ക് തോന്നി.

ഇപ്പോൾ ജറാൾഡ് കതകു തുറന്നു. അയാൾ വന്നിട്ട് അധികസമയം കഴിഞ്ഞിട്ടുണ്ടാവില്ലെന്ന് അവൾക്ക് അറിയാം. അവൾ തനിച്ചാവുന്നത് വല്ലപ്പോഴും ആയിരുന്നു. അവളെ മരവിപ്പിക്കുന്ന ഒരു തണുപ്പുപോലെ അയാൾ അവളോട് ചേർന്നുനിന്നു.

“ഇരുട്ടിൽ നിങ്ങൾ തനിച്ചാണോ?” അയാൾ ചോദിച്ചു. അവർക്കു ചുറ്റും അവൾ വിരിച്ചിട്ടിരുന്ന ഒറ്റപ്പെടലിന്റെ നീരസം അയാളുടെ ശബ്ദത്തിൽനിന്നും അവൾക്ക് മനസ്സിലാക്കാൻ കഴിഞ്ഞിരുന്നു. എങ്കിലും അവൾക്ക് അയാളോട് അനുകമ്പ ഉണ്ടായിരുന്നു.

“നിങ്ങൾക്ക് മെഴുകുതിരി കൊളുത്തുന്നത് ഇഷ്ടമാണോ?” അവൾ ചോദിച്ചു.

അയാൾ മറുപടി പറഞ്ഞില്ല. പക്ഷേ, ഇരുട്ടത്ത് അയാൾ അവളുടെ പിന്നിൽ വന്നുനിന്നു.

“നോക്കൂ.” അവൾ പറഞ്ഞു. “അവിടെ ഉയരത്തിൽ നില്ക്കുന്ന ആ ഭംഗിയുള്ള നക്ഷത്രം കണ്ടോ? നിങ്ങൾക്ക് അതിന്റെ പേര് അറിയാമോ?”

“പൊക്കം കുറഞ്ഞ ജനാലയിലൂടെ പുറത്തേക്ക് നോക്കാൻ വേണ്ടി അയാൾ അവളുടെ ഒരുവശത്ത് ചുരുണ്ടുകൂടി കിടന്നു.

“ഇല്ല.” ആയാൾ പറഞ്ഞു. “അത് വളരെ മനോഹമായിരിക്കുന്നു.”

“അത് മനോഹരമല്ലേ! പല നിറങ്ങളിലുള്ള പ്രകാശകിരണങ്ങൾ അതിൽ നിന്ന് തെറിച്ചുപോകുന്നത് നിങ്ങൾക്ക് ശ്രദ്ധിച്ചില്ലേ! അതിന്റെ തിളക്കം ഗംഭീരമാണ്.”

അവർ നിശ്ശബ്ദരായി തുടർന്നു. ശബ്ദമില്ലാത്ത ശക്തമായ ഒരു അംഗവിക്ഷേപത്തോടെ അവൾ കൈ അയാളുടെ കാൽമുട്ടിൽവെച്ചു.

“ഉർസുലയ്ക്ക് പശ്ചാത്താപം ഉണ്ടോ?” അയാൾ ചോദിച്ചു.

“ഇല്ല. തീരെ ഇല്ല.” അവൾ പറഞ്ഞു പിന്നീട് താല്പര്യമില്ലാതെ സാവധാനത്തിൽ അവൾ ചോദിച്ചു: “നിങ്ങൾ എന്നെ എത്രമാത്രം സ്നേഹിക്കുന്നുണ്ട്?” അയാൾ അവളോട് മറുചോദ്യം ചോദിച്ചു.

“ഞാൻ എത്രമാത്രം സ്നേഹിക്കുന്നുണ്ടെന്നാണ് നിങ്ങൾ വിചാരിക്കുന്നത്?”

“എനിക്ക് അറിയില്ല.”അവൾ മറുപടി പറഞ്ഞു.

“പക്ഷേ, നിങ്ങളുടെ അഭിപ്രായം എന്താണ്?” അയാൾ ചോദിച്ചു.

അല്പസമയം ആരും ഒന്നുംമിണ്ടിയില്ല. ഒടുവിൽ ഇരുട്ടിൽ നിന്ന് അവളുടെ ഉദാസീനമായ പരുക്കൻ ശബ്ദംകേട്ടു.

“നിശ്ചയമായും വളരെക്കുറച്ച് മാത്രം.” അവൾ നിസ്സാരഭാവത്തിൽ പറഞ്ഞു. അവളുടെ ശബ്ദം നിർവ്വികാരമായിരുന്നു.

അവളുടെ ശബ്ദത്തിന്റെ ധ്വനി കേട്ടപ്പോൾ അയാളുടെ ഹൃദയം തണുത്തുറഞ്ഞു.

അവളുടെ ആരോപണത്തിലെ സത്യം അംഗീകരിച്ചുകൊണ്ട് അയാൾ ചോദിച്ചു. “ഞാൻ നിങ്ങളെ എന്താണ് സ്നേഹിക്കാത്തത്?” എങ്കിലുംഅവളുടെ ആരോപണത്തിൽ അയാൾ അവളെ വെറുക്കുന്നുണ്ടായി

രുന്നു.

“നിങ്ങൾ സ്നേഹിക്കാത്തതിന്റെ കാരണം എനിക്കറിയില്ല. എനിക്ക് നിങ്ങളോട് ഇഷ്ടം ആയിരുന്നു. എന്റെ അടുത്ത് വരുമ്പോൾ നിങ്ങൾ ദാരുണമായ അവസ്ഥയിൽ ആയിരുന്നു.”

അവളുടെ ഹൃദയമിടിപ്പ് അവളെ ശ്വാസംമുട്ടിക്കുന്നുണ്ടായിരുന്നു. എങ്കിലും അവൾക്ക് പശ്ചാത്താപം ഇല്ലായിരുന്നു. അവൾക്ക് കരുത്തുണ്ടായിരുന്നു.

“ഞാൻ എപ്പോഴാണ് ദാരുണമായ അവസ്ഥയിൽ ആയിരുന്നത്?” അയാൾ ചോദിച്ചു.

“നിങ്ങൾ എന്റെ അടുത്ത് ആദ്യംവരുമ്പോൾ. എനിക്ക് നിങ്ങളോട് സഹതാപം തോന്നിയിരുന്നു. പക്ഷേ, അത് ഒരിക്കലും പ്രണയം ആയിരുന്നില്ല.”

“അത് ഒരിക്കലും പ്രണയം ആയിരുന്നില്ല.” എന്ന പ്രസ്താവന ഒരു ഭ്രാന്തൻ ജല്പനംപോലെ അയാളുടെ ചെവിയിൽ മുഴങ്ങി.

കോപംകൊണ്ട് വീർപ്പുമുട്ടുന്ന ശബ്ദത്തിൽ അയാൾ ചോദിച്ചു. “സ്നേഹം ഇല്ലെന്ന് നിങ്ങൾ എപ്പോഴും ആവർത്തിക്കുന്നത് എന്തിനാണ്?”

“ശരി നിങ്ങൾ എന്നെ സ്നേഹിക്കുന്നുണ്ടെന്ന് നിങ്ങൾ വിചാരിക്കുന്നുണ്ടോ?” അവൾ ചോദിച്ചു.

അയാൾ പുറത്തുകാണിക്കാൻ കഴിയാത്ത ദേഷ്യം ഉള്ളിലൊതുക്കി നിശ്ശബ്ദനായിരുന്നു.

“നിങ്ങൾക്ക് എന്നെ സ്നേഹിക്കാൻ കഴിയുമെന്ന് നിങ്ങൾ വിചാരിക്കുന്നില്ല. ശരിയല്ലേ?” അവൾ സാമാന്യം പുച്ഛത്തോടെ ആവർത്തിച്ചു.

“ശരിയല്ല” അയാൾ പറഞ്ഞു.

“എന്നെ നിങ്ങൾ ഒരിക്കലും സ്നേഹിച്ചിട്ടില്ലെന്ന് നിങ്ങൾക്ക് അറിയാം. അറിയില്ലേ?”

“സ്നേഹം” എന്ന വാക്കുകൊണ്ട് നിങ്ങൾ ഉദ്ദേശിക്കുന്നതെന്നാണെന്ന് എനിക്ക് അറിയില്ല.” അയാൾ മറുപടി പറഞ്ഞു.

“നിങ്ങൾക്ക് അറിയാം. നിങ്ങൾ എന്നെ സ്നേഹിച്ചിട്ടില്ലെന്ന് നിങ്ങൾക്ക് നല്ലവണ്ണം അറിയാം. സ്നേഹിച്ചിട്ടുണ്ടെന്ന് നിങ്ങൾ വിചാരിക്കുന്നുണ്ടോ?”

“ഇല്ല.” വഴങ്ങാൻ കൂട്ടാക്കാത്ത ഏതോ സത്യസന്ധമായ നിലപാടുകളുടെ പ്രേരണയിൽ അയാൾ പറഞ്ഞു.

“അതുകൂടാതെ ഒരിക്കലും നിങ്ങൾ എന്നെ സ്നേഹിക്കാനും പോകുന്നില്ല.”അവൾ ഉറപ്പിച്ച് പറഞ്ഞു. “നിങ്ങൾ സ്നേഹിക്കുമോ?”

അവളുടെ സംസാരത്തിൽ സഹിക്കാവുന്നതിനപ്പുറമുള്ള പൈശാചികമായ ഒരു നിർവ്വികാരത ഉണ്ടായിരുന്നു.

“ഇല്ല.” അയാൾ പറഞ്ഞു.

“അപ്പോൾ” അവൾ പ്രതികരിച്ചു. “എനിക്ക് എതിരായി നിങ്ങളുടെ

മനസ്സിലുള്ളത് എന്തൊക്കെയാണ്?"

ഭയം തോന്നുന്ന അമർഷവും നിരാശയും കാരണം അയാൾ നിശ്ശബ്ദനും നിർവ്വികാരനും ആയിരുന്നു. "എനിക്ക് ഇവളെ കൊല്ലാൻ കഴിഞ്ഞിരുന്നെങ്കിൽ" അയാളുടെ ഹൃദയം ആവർത്തിച്ച് മുറുമുറുത്തുകൊണ്ടിരുന്നു. എനിക്ക് ഇവളെ കൊല്ലാൻ കഴിഞ്ഞിരുന്നെങ്കിൽ എനിക്ക് സ്വാതന്ത്ര്യം കിട്ടുമായിരുന്നു.

ഗുഡ്റണിന്റെ കുരുക്ക് വേർപെടുത്താനുള്ള ഏക വഴി മരണമാണെന്ന് അയാൾക്ക് തോന്നി.

''നിങ്ങൾ എന്തിനാണ് എന്നെ പീഡിപ്പിക്കുന്നത്?'' അയാൾ ചോദിച്ചു.

"അവൾ അയാളുടെ കഴുത്തിൽ കൈചുറ്റി.

"ങാ! എനിക്ക് നിങ്ങളെ പീഡിപ്പിക്കൻ ആഗ്രഹം ഇല്ല." അവൾ ഒരു കുട്ടിയെ സാന്ത്വനപ്പെടുത്തുന്ന മട്ടിൽ അനുകമ്പയോടെ പറഞ്ഞു. അവളുടെ അധികാരഭാവം അയാളുടെ സിരകളെ മരവിപ്പിച്ചു. അയാളുടെ ബോധം നഷ്ടപ്പെട്ടു. അവൾ അനുകമ്പയുടെ വിജയാഹ്ലാദത്തോടെ അവളുടെ കൈകൾ അയാളുടെ കഴുത്തിൽ വരിഞ്ഞുചുറ്റി. അയാളോടുള്ള അവളുടെ അനുകമ്പയ്ക്ക് ഒരുപാറക്കെട്ടിന്റെ നിർവ്വികാരത ഉണ്ടായിരുന്നു. അവളുടെ അനുകമ്പയുടെ പിന്നിലെ ഏറ്റവും ആഴം കൂടിയ പ്രേരണകൾ അയാളോടുള്ള വെറുപ്പും എല്ലാ സാഹചര്യങ്ങളിലും അയാൾക്ക് അവളുടെ മുകളിലുള്ള സ്വാധീനത്തെ പറ്റിയുള്ള ഭയവും ആയിരുന്നു.

"നിങ്ങൾ എന്നെ സ്നേഹിക്കുന്നുണ്ടെന്നു പറയണം." അവൾ കെഞ്ചി. 'നിങ്ങൾ എന്നെന്നേക്കും എന്നെ സ്നേഹിക്കുമെന്ന് പറയണം. നിങ്ങൾ പറയില്ലേ? പറയില്ലേ?"

പക്ഷേ, അയാളെ പ്രചോദിപ്പിച്ചത് അവളുടെ ശബ്ദം മാത്രം ആയിരുന്നു. അവളുടെ ധാരണകൾ അയാളിൽ നിന്ന് വളരെ വളരെ ദൂരത്ത് നില്ക്കുന്നവയായിരുന്നു. അവ അയാളെ നശിപ്പിക്കുന്ന തരത്തിൽ നിർവ്വികാരമായിരുന്നു.

"എന്നെ എല്ലാക്കാലത്തും സ്നേഹിക്കുമെന്ന് നിങ്ങൾ പറയില്ലേ?" അവൾ പ്രേരിപ്പിച്ചു. "അത് സത്യമല്ലെങ്കിൽക്കൂടി അങ്ങനെ ഒന്നുപറയൂ. അങ്ങനെ ഒന്നു പറയൂ. ജറാൾഡ് പറയൂ."

"ഞാൻ നിങ്ങളെ എല്ലാക്കാലത്തും സ്നേഹിക്കും." കഷ്ടപ്പെട്ട് വാക്കുകളെ ഉന്തിത്തള്ളി പുറത്താക്കുന്ന മട്ടിൽ അയാൾ പറഞ്ഞു.,

അവൾ പെട്ടെന്ന് അയാളെ ചുംബിച്ചു. "നിങ്ങൾ പറഞ്ഞെന്ന് ഭാവനയിൽ കണ്ടുകൊള്ളാം." അവൾ തമാശയായി പറഞ്ഞു.

അടികിട്ടിയതുപോലെ അയാൾ അവിടെ നിന്നു.

"എന്നെ കുറച്ചുകൂടി സ്നേഹിക്കാൻ ശ്രമിക്കണം. എന്നോടുള്ള ആഗ്രഹം കുറച്ചു കുറയ്ക്കുകയും വേണം." പകുതി വെറുപ്പും പകുതി പുകഴ്ത്തലും കലർന്ന ശബ്ദത്തിൽ അവർ പറഞ്ഞു.

ഇരുട്ടിന്റെ തിരമാലകൾ അയാളുടെ മനസ്സിനുള്ളിലേക്ക് ഇരച്ചുക

യറിക്കൊണ്ടിരിക്കുന്നതായി അയാൾക്ക് തോന്നി. വലിയ തിരമാലകൾ അയാളുടെ മനസ്സിനെ ഇരുട്ടിൽ മുക്കി. ഒരുകാരണവും ഇല്ലാതെ ഈ നിമിഷത്തിൽ അയാൾ തരംതാഴ്ത്തപ്പെട്ടിരിക്കുകയാണെന്ന് അയാൾക്ക് തോന്നി.

"നിങ്ങൾക്ക് എന്നെ വേണ്ടെന്നാണോ നിങ്ങൾ ഉദ്ദേശിക്കുന്നത്?" അയാൾ ചോദിച്ചു.

"നിങ്ങൾ ഭയങ്കര നിർബ്ബന്ധബുദ്ധിക്കാരനാണ്. നിങ്ങൾക്ക് ശോഭയും മോടിയും വളരെ കുറവാണ്. നിങ്ങൾ വളരെ പരുക്കനാണ്. നിങ്ങൾ എന്നെ നിയന്ത്രിക്കുന്നു. നിങ്ങൾ എന്നെ പാഴാക്കിക്കളയുന്നു. എനിക്ക് ഇത് സഹിക്കാൻ പറ്റില്ല."

"നിങ്ങൾക്ക് സഹിക്കാൻ പറ്റില്ലെന്നോ?"അയാൾ ആവർത്തിച്ചു.

"അതെ, എനിക്ക് സ്വന്തമായി ഒരു മുറി വേണമെന്ന് നിങ്ങൾ വിചാരിക്കുന്നില്ലേ? ഇപ്പോൾ ഉർസുല പോയിക്കഴിഞ്ഞു. വസ്ത്രം മാറുന്നതിന് ഒരു മുറികൂടി വേണമെന്ന് നിങ്ങൾക്ക് പറയാം."

"നിങ്ങൾക്ക് ഇഷ്ടമുള്ളതുപോലെ ചെയ്യാം. നിങ്ങൾക്ക് ഇഷ്ടമാണെങ്കിൽ ഒന്നിച്ച് പോകാം." അയാൾ വ്യക്തമാക്കി.

"അതെല്ലാം എനിക്ക് അറിയാം." അവൾ മറുപടി പറഞ്ഞു. "നിങ്ങൾക്കും ഇഷ്ടമുള്ളതുപോലെ ചെയ്യാം. നിങ്ങൾക്ക് ഇഷ്ടമുള്ളപ്പോൾ എന്നെ ഉപേക്ഷിച്ചിട്ട് പോകാം. മുൻകൂട്ടി പറയേണ്ടകാര്യം പോലും ഇല്ല."

ഇരുട്ടിന്റെ അതിശക്തമായ വേലിയേറ്റം അയാളുടെ മനസ്സിനുള്ളിലൂടെ അലയടിച്ചുകൊണ്ടിരിക്കുകയായിരുന്നു. അയാൾക്ക് എഴുന്നേറ്റ് നില്ക്കാനുള്ള കഴിവുപോലും ഇല്ല. ഭയാനകമായ ഒരു ക്ഷീണം അയാളെ കീഴടക്കി. അയാൾക്ക് നിലത്ത് കിടക്കണമെന്ന് തോന്നി. പെട്ടെന്ന് മദ്യലഹരിയിൽ കുഴഞ്ഞുപോയ ഒരുവനെപ്പോലെ അയാൾ വസ്ത്രങ്ങൾ ഊരിക്കളഞ്ഞ് കിടക്കയിലേക്ക് വീണു. പ്രക്ഷുബ്ധമായ ഒരു കറുത്തകടലിലാണ് അയാൾ കിടന്നിരുന്നതെന്നമട്ടിൽ ഇരുട്ടിലേക്ക് അയാൾ മുങ്ങിക്കൊണ്ടിരുന്നു. അസാധാരണവും ഭയാനകവുമായ ഒരു തലകറക്കത്തോടെ അയാൾ അബോധാവസ്ഥയിൽ കുറച്ച് സമയം അനങ്ങാതെ കിടന്നു.

ഒടുവിൽ അവൾ അവളുടെ കിടക്കയിൽ നിന്ന് തെന്നിനീങ്ങി അയാളുടെ അടുത്തെത്തി. അയാൾ അവൾക്ക് മുഖം തിരിഞ്ഞ് കിടക്കുകയായിരുന്നു. അയാൾ ഒന്നും അറിഞ്ഞിരുന്നില്ല.

അവൾ ചലനമില്ലാതെ അയാളുടെ ഭയനാകമായ ശരീരത്തിൽ കൈചുറ്റിക്കൊണ്ട് അവളുടെ കവിളുകൾ അയാളുടെ പരുക്കൻ ചുമലുകളിലേക്ക് അമർത്തി.

'ജറാൾഡ്" അവൾ മന്ത്രിച്ചു. "ജറാൾഡ്"

അയാൾക്ക് യാതൊരു വ്യത്യാസവും ഉണ്ടായിരുന്നില്ല. അവൾ അയാളെ പിടിച്ചടുപ്പിച്ചു. അവളുടെ മാറിടം അവൾ അയാളുടെ തോളിൽ അമർത്തി. അവൾ അയാളുടെ തോളിൽ ചുംബിച്ചു. അയാളുടെ ജീവനി

ല്ലാത്ത ശരീരത്തെപ്പറ്റി അവളുടെ മനസ്സ് അത്ഭുതപ്പെട്ടു.

"ജറാൾഡ്" അവൾ അയാളുടെ പുറത്തുകൂടി കുനിഞ്ഞ് അയാളുടെ ചെവിയിൽ മന്ത്രിച്ചു.

അയാളുടെ ചെവിക്ക് മുകളിലേക്ക് പറന്നുവന്നിരുന്ന അവളുടെ നിശ്വാസം അവിടെ ഉണ്ടായിരുന്ന പിരിമുറുക്കത്തിന് അയവു വരുത്തിയിരിക്കുന്നതായി തോന്നി. അയാളുടെ ശരീരത്തിന്റെ അസ്വാഭാവികമായ കാഠിന്യം സാവധാനം നഷ്ടപ്പെടുന്നത് അവൾക്ക് അനുഭവിക്കാൻ കഴിഞ്ഞിരുന്നു. അവളുടെ കൈകൾ ഇടവിട്ടിടവിട്ട് അയാളുടെ കാലുകളിലും പേശികളിലും മുറുകെ പിടിച്ചു.

ചൂടുള്ള ചോര അയാളുടെ സിരകളിലൂടെ വീണ്ടും ഒഴുകിത്തുടങ്ങി. അയാളുടെ കാലുകൾ അയഞ്ഞു.

"എന്റെ വശത്തേക്ക് തിരിഞ്ഞുകിടക്കൂ." അവൾ വിജയാഹ്ലാദത്തോടെ നിർബ്ബന്ധിക്കുന്നമട്ടിൽ അയാളുടെ ചെവിയിൽ മന്ത്രിച്ചു.

അവസാനം അയാൾ താല്പര്യത്തോടെ വഴങ്ങി. അയാൾ തിരിഞ്ഞുകിടന്ന് അവളെ കെട്ടിപ്പിടിച്ചു. അവളുടെ ആർദ്രതയും അയാളോടുള്ള സ്വീകാര്യതയും അനുഭവിച്ചപ്പോൾ അയാളുടെ കൈകൾ കൂടുതൽ ശക്തിയോടെ അവളെ ചുറ്റിവരിഞ്ഞു. അവൾ ശക്തി നഷ്ടപ്പെട്ട് അയാളിലേക്ക് ഞെരിഞ്ഞമരുന്നതുപോലെ ആയിരുന്നു. അയാളുടെ തലച്ചോറ് ഇപ്പോൾ ഒരുരത്നംപോലെ ഉറപ്പുള്ളതും അജയ്യവും ആയിരുന്നു. അയാൾക്ക് എതിർപ്പുകൾ ഇല്ലായിരുന്നു.

ഒരു അന്തിമമായ നശീകരണംപോലെ അയാളുടെ വികാരം അവൾക്ക് അങ്ങേയറ്റം ദാരുണമായ ഒരു പിരിമുറുക്കം ആയിരുന്നു. അത് അവളെ കൊന്നുകളയുമെന്ന് അവൾക്ക് തോന്നി. അവൾ കൊലചെയ്യപ്പെട്ടുകൊണ്ടിരിക്കുകയായിരുന്നു.

"എന്റെ ദൈവമേ, എന്റെ ദൈവമേ," അവളുടെ ഉള്ളിലെ അവളുടെ ജീവിതം കൊല ചെയ്യപ്പെടുന്നതായുള്ള തോന്നലിൽ അയാളുടെ ആലിംഗനത്തിൽ കിടന്നുകൊണ്ട് വേദനയോടെ അവൾ നിലവിളിച്ചു. അവളെ സാന്ത്വനപ്പെടുത്താൻ വേണ്ടി അയാൾ അവളെ ചുംബിച്ചിരുന്ന സമയത്ത് ശക്തി ചോർന്നുപോയതുപോലെ സത്യത്തിൽ അവളുടെ ശ്വാസത്തിന്റെ വേഗത കുറഞ്ഞിരുന്നു.

"ഞാൻ മരിക്കുമോ? ഞാൻ മരിക്കുമോ?" അവൾ അയാളോട് ആവർത്തിച്ചു ചോദിച്ചു.

ആ രാത്രിയിൽ അയാളിൽ നിന്ന് അവളുടെ ചോദ്യത്തിന് മറുപടി ഉണ്ടായിരുന്നില്ല. എങ്കിലും നശിപ്പിക്കപ്പെടാതെ അവളിൽ അവശേഷിച്ചിരുന്ന ശത്രുത ഉൾക്കൊള്ളുന്ന പകുതി മനസ്സോടെ അടുത്ത അവധി ദിവസം അവസാനിപ്പിക്കാൻ വേണ്ടി അവൾ അവിടെത്തന്നെ ഉണ്ടായിരുന്നു. അവൾ അവിടം വിട്ടുപോയില്ല. അയാൾ ഒരിക്കൽപ്പോലും അവളെ തനിച്ചാക്കിയിട്ട് മാറി നിന്നില്ല. പക്ഷേ, ഒരു നിഴൽപോലെ അവളെ പിൻതുടർന്നു കൊണ്ടിരുന്ന അയാൾ അവൾക്ക് വിധിച്ച ഒരു ശിക്ഷ

പോലെ ആയിരുന്നു. ചിലപ്പോൾ അയാളാണ് ഏറ്റവും ശക്തൻ എന്ന് തോന്നി. അവൾ അപ്പോൾ ഭൂമിയുടെ ഉപരിതലത്തിലൂടെ ഇഴഞ്ഞ് അവസാനിക്കാൻ പോകുന്ന ഒരുകാറ്റ് പോലെയായിരുന്നു. ചിലപ്പോൾ എല്ലാം നേർവിപരീതം ആയിരുന്നു. പക്ഷേ, എപ്പോഴും ഈ മത്സരക്കളി തുടർന്നുകൊണ്ടിരുന്നു. ഒന്ന് നശിക്കുമ്പോൾ മറ്റേത് നിലനില്ക്കും. മറ്റേത് അവഗണിക്കപ്പെടുമ്പോൾ ഒന്നിന് പരിഗണനകിട്ടുന്നു.

"അവസാനം" അവൾ സ്വയം പറഞ്ഞു. "ഞാൻ അയാളിൽ നിന്ന് അകന്നുപോകും."

"എനിക്ക് അവളിൽ നിന്ന് സ്വതന്ത്രനാകാൻ പറ്റും." അയാളുടെ സങ്കടങ്ങളുടെ മൂർദ്ധന്യത്തിൽ അയാൾ സ്വയംപറഞ്ഞു.

അയാൾ സ്വയം സ്വതന്ത്രനാകാൻ തയ്യാറെടുത്തു. അവളെ ഉപേക്ഷിച്ചിട്ട് പെട്ടെന്ന് സ്ഥലം വിടാൻപോലും അയാൾ തയ്യാറെടുത്തിരുന്നു. പക്ഷേ, ആദ്യമായി അയാളുടെ തീരുമാനത്തിൽ ഒരുപിഴവ് സംഭവിച്ചു.

"ഞാൻ എവിടെ പോകണം?" അയാൾ സ്വയംചോദിച്ചു.

"നിങ്ങൾക്ക് സ്വയംപര്യാപ്തത ഉണ്ടോ?" അയാളുടെ അഹംഭാവം കണക്കിലെടുത്തുകൊണ്ട് അയാൾ സ്വയം മറുപടി പറഞ്ഞു.

"സ്വയംപര്യാപ്തത" അയാൾ ആവർത്തിച്ചു.

ഒരു പെട്ടിക്കുള്ളിലുള്ള ഒരുസാധനം പോലെ ഗുഡ്റൺ തനിച്ചുതന്നെ സ്വയംപര്യാപ്തത ഉണ്ടെന്ന് അയാൾക്ക് തോന്നി. അയാളുടെ മനസ്സിൽ നടന്ന ശാന്തമായ വിശകലനങ്ങളിലൂടെ അയാൾ ഇത് തിരിച്ചറിയുകയും ആഗ്രഹങ്ങൾ ഇല്ലാതെ ഒറ്റയ്ക്ക് പൂർണ്ണത കണ്ടെത്തി അടച്ചുപൂട്ടി ഇരിക്കുന്നത് അവളുടെ അവകാശമായി അയാൾ അംഗീകരിക്കുകയും ചെയ്തു. അയാൾ അത് തിരിച്ചറിഞ്ഞു. അയാൾ അത് അംഗീകരിച്ചു. ഇതേ പരിപൂർണ്ണതയിലേക്ക് സ്വയം വിജയിക്കാൻ അയാൾക്ക് ഒരു അവസാന പരിശ്രമം നടത്തേണ്ട ആവശ്യം മാത്രമേ ഉള്ളൂ. അതിന് അയാളുടെ ആഗ്രഹം പിടിച്ചുകെട്ടാതിരുന്നാൽ മതിയെന്ന് അയാൾക്ക് അറിയാം.

ഈ അറിവ് അയാളെ ഭയാനകമായ ഒരു ഇരുട്ടിലേക്ക് വലിച്ചെറിഞ്ഞു. കാരണം സ്വയം പൂർണ്ണതയിൽ എത്താനും പ്രതിരോധം തീർക്കാനും മാനസികമായി അയാൾ എത്രമാത്രം ആഗ്രഹിച്ചാലും ഈ അവസ്ഥയിലെത്താനുള്ള അയാളുടെ മോഹങ്ങൾക്ക് കുറവുകൾ ഉണ്ടായിരുന്നു. അയാൾക്ക് അത് സൃഷ്ടിക്കാൻ കഴിഞ്ഞില്ല. നിലനില്പിനുവേണ്ടിമാത്രം ഗുഡ്റണിൽനിന്ന് പൂർണ്ണമായും സ്വതന്ത്രനാകണമെന്നും അവൾക്ക് ഉപേക്ഷിക്കപ്പെടാൻ ആഗ്രഹം ഉണ്ടെങ്കിൽ അവളെ ഉപേക്ഷിക്കണമെന്നും അവളിൽ നിന്ന് ഒന്നും തന്നെ അവകാശമായി ആവശ്യപ്പെടരുതെന്നും അവളുടെ പുറത്ത് ഉടമസ്ഥാവകാശം പ്രഖ്യാപിക്കരുതെന്നും അയാൾ മനസ്സിലാക്കിയിരുന്നു. പക്ഷേ, അപ്പോൾ അവളുടെ മുകളിൽ അവകാശം ഇല്ലെങ്കിൽ അയാൾ എല്ലാം ഉപേക്ഷിച്ച് സ്വയം മാറിനില്ക്കണം. ഈ ആശയം അവളുടെ തലച്ചോറിനെ ശൂന്യമാക്കി. ഇത്

അസ്തിത്വമില്ലായ്മയുടെ ഒരു അവസ്ഥയാണ്. മറിച്ച് അയാൾക്ക് അവളോട് കെഞ്ചി നോക്കാം. അല്ലെങ്കിൽ അവസാനമായി അയാൾക്ക് വേണമെങ്കിൽ അവളെ കൊല്ലാം. അല്ലെങ്കിൽ അയാൾക്ക് താല്പര്യക്കുറവ് ഉണ്ടാകാം. അയാൾക്ക് ഉദ്ദേശങ്ങൾ ഇല്ലാതാകാം. അയാൾക്ക് സ്വയം നശിപ്പിക്കാം. പക്ഷേ, അയാളുടെ പ്രകൃതം വളരെ ഗൗരവമുള്ളതായിരുന്നു. അത് പരിഹാസ്യമായ വിഷയാസക്തിക്ക് പിടികൊടുക്കുന്നതായിരുന്നില്ല.

ഇവിടെ ഒരു ബലിമൃഗത്തെ വലിച്ചുകീറുന്നതുപോലെ അയാളെ വലിച്ചുകീറി ഗുഡ്റണിന് നല്കിയിരിക്കുന്നു. അയാൾക്ക് എങ്ങനെയാണ് വീണ്ടും ഒന്നിക്കാൻ കഴിയുന്നത്? അയാൾ ആത്മാവിലെ തൊട്ടാൽ വേദനിക്കുന്ന അസാധാരണമായ ഈ മുറിവ് അയാളുടെ ഏറ്റവും കൂടുതൽ ക്രൂരമായ ആഹ്ലാദം ആയിരുന്നു. ഈ മുറിവിലൂടെ ഒരുവിടർന്ന പൂവുപോലെ അയാൾ പ്രപഞ്ചത്തിനു മുന്നിൽ പ്രദർശിപ്പിക്കപ്പെട്ടിരിക്കുന്നു. ക്രൂരമായ ഈ ആഹ്ലാദം അപ്പോൾ എന്തിനാണ് അയാൾ വേണ്ടെന്നുവെക്കുന്നത്? അയാൾ ആ മുറിവ് കൂട്ടിച്ചേർത്തു. എന്തിനാണ് പ്രതികരണം ഇല്ലാത്തവനും ബാദ്ധ്യത ഇല്ലാത്തവനും ആകുന്നത്? അറിയപ്പെടാത്ത സ്വർഗ്ഗങ്ങളെ പുണരാൻവേണ്ടി മുള പൊട്ടിച്ചു പുറത്തുവന്നതിനുശേഷം ഇപ്പോൾ അയാൾക്ക് വീണ്ടും വിത്തിലേക്കുള്ള ഒരുതിരിച്ചുപോക്ക് എന്തിനാണ്?

അവൾ അയാളുടെ മുകളിൽ അടിച്ചേല്പിച്ച പീഡനത്തിലൂടെ അയാളുടെ സ്വന്തം അഭിലാഷങ്ങളുടെ അപൂർണ്ണമായ അനുഗ്രഹങ്ങളെ അയാൾ സൂക്ഷിച്ചുവെക്കും. അസാധാരണമായ ഒരുപിടിവാശി അയാളെ കീഴടക്കി. അവൾ എന്തുതന്നെ പറഞ്ഞാലും പ്രവർത്തിച്ചാലും അയാൾ അവളെ വിട്ടുപോകില്ല. അസാധാരണവും മാരകവുമായ ഒരു അഭിലാഷം അയാൾക്ക് അവളോടൊപ്പം നില്ക്കാനുള്ള ആവേശമായി മാറി. അവൾ അയാളുടെ നിലനില്പിന്റെ നിർണ്ണായമായ സ്വാധീനശക്തിയായിരുന്നു. അയാളോട് അവൾ പുച്ഛത്തോടെ ഇടപഴകിയാലും അയാളെ അവൾ തുടർച്ചയായി തിരസ്കരിച്ചാലും അയാൾ ഒരിക്കലും അവളുടെ അടുത്തുനിന്ന് വിട്ടുപോകാൻ പോകുന്നില്ല. കാരണം അയാൾക്ക് അവളുടെ സാമീപ്യത്തിൽ സ്വന്തം പരിമിതികളും ആത്മനാശത്തിന്റെ നിഗൂഢതകളും അനുഭവിക്കാൻ കഴിഞ്ഞിരുന്നു.

അയാൾ അവളോട് അടുക്കുമ്പോൾ തന്നെ അയാളുടെ തുറന്ന ഹൃദയത്തെ അവൾ പീഡിപ്പിച്ചിരുന്നു. അതുകൂടാതെ അവൾ അവളെത്തന്നെ പീഡിപ്പിച്ചിരുന്നു. അവളുടെ ഇച്ഛാശക്തി ഒരുപക്ഷേ, കൂടുതൽ കരുത്തുള്ളതായിരിക്കാം. അയാൾ യാതൊരുപ്രസക്തിയുമില്ലാത്ത പിടിവാശിയുള്ള ഒരു ജീവിയെപ്പോലെ അവളുടെ ഹൃദയത്തെ വലിച്ചുകീറി തുറന്നുവെച്ചിരിക്കുന്നത് നെഞ്ചിടിപ്പോടെ അവൾക്ക് അനുഭവിക്കാൻ കഴിഞ്ഞു. ഒരു തുമ്പിയുടെ ചിറകു പറിച്ചുകളയുന്ന കുട്ടിയെപ്പോലെ അല്ലെങ്കിൽ പൂവിനുള്ളിൽ എന്താണെന്നറിയാൻ മൊട്ടു പിച്ചിപ്പറിക്കുന്ന കുട്ടിയെപ്പോലെ അയാൾ അവളുടെ സ്വകാര്യതയെ വലിച്ചുകീറി. ഒരു മൊട്ട് പിച്ചിപ്പറിച്ച്

നശിപ്പിക്കുന്നതുപോലെ അയാൾ അവളെ നശിപ്പിക്കും.

അവളുടെ മനസ്സ് ശുദ്ധമായിരുന്നപ്പോൾ അവളുടെ സ്വപ്നങ്ങളിൽ അവൾക്ക് അയാളോട് ഒന്നും മറച്ചുവെക്കാൻ ഉണ്ടായിരുന്നില്ല. പക്ഷേ, ഇപ്പോൾ അവളിലേക്ക് അതിക്രമിച്ച് കടക്കാനും അവളെ നശിപ്പിക്കാനും പറ്റില്ല. അവളെ അയാൾക്കു മുന്നിൽ അവൾ കൊട്ടിയടച്ചിരിക്കുന്നു.

വൈകിട്ട് അസ്തമയം കാണാൻ വേണ്ടി അവർ ഒന്നിച്ച് മലകയറി. മഞ്ഞസൂര്യൻ ചുവന്ന് ചുവന്ന് അപ്രത്യക്ഷപ്പെടുന്നത് ഇളംകാറ്റിൽ അവൾ നോക്കിക്കൊണ്ടുനിന്നു. പിന്നീട് കിഴക്ക് ഭാഗത്തായി കടുംചുവപ്പ് നിറമുള്ള ആകാശത്തിനെതിരെ ഇളംചുവപ്പ് നിറത്തിൽ കൊടുമുടികളും കുന്നുകളും തിളങ്ങി. ഭൂമി നീലനിറമുള്ള ഒരുനിഴലായിരുന്നു.

അവൾക്ക് അത് അതിമനോഹരം ആയിരുന്നു. അത് ഒരു ഉന്മാദം ആയിരുന്നു. അവൾ അനശ്വരമായ കൊടുമുടികളുടെ തിളക്കത്തെ അവളുടെ നെഞ്ചിൽ ശേഖരിച്ചതിനുശേഷം മരിക്കാൻ ആഗ്രഹിച്ചു. അയാൾ അവയെ കണ്ടു. അവയ്ക്ക് ഭംഗിയുണ്ടെന്ന് മനസ്സിലാക്കി. പക്ഷേ, അതോടെ അയാളുടെ നെഞ്ചിൽ ഒരുപരാതി ഉയർന്നു. കൊടുമുടികൾ നരച്ച് വൃത്തികേടാകണമെന്ന് അയാൾ ആഗ്രഹിച്ചു. കാരണം അവയിൽ നിന്ന് അവൾക്ക് അവളുടേതായ ആശയങ്ങൾ ലഭിക്കാൻ പാടില്ല. സന്ധ്യയുടെ തിളക്കത്തെ പുണർന്ന് എന്തിനാണ് അവൾ അവരെ രണ്ടുപേരെയും ഇത്രമാത്രം ദാരുണമായി വഞ്ചിക്കുന്നത്? ഇളം ചുവപ്പ് കൊടുമുടികളിൽ സ്വയം ആഹ്ലാദം കണ്ടെത്തിയതിനുശേഷം ഹൃദയങ്ങളിലേക്ക് മരണംപോലെ തുളച്ചിറങ്ങുന്ന ഇവിടത്തെ മഞ്ഞക്കാറ്റിൽ അവൾ അയാളെ എന്തുകൊണ്ടാണ് തനിച്ചാക്കിയിരിക്കുന്നത്?

"അസ്തമയത്തിൽ എന്താണ് കാര്യമാക്കാനുള്ളത്?" അയാൾ ചോദിച്ചു. "നിങ്ങൾ എന്തിനാണ് അതിന്റെ മുമ്പിൽ മുട്ടുകുത്തുന്നത്? അത് നിങ്ങൾക്ക് ഇത്രമാത്രം പ്രാധാന്യമുള്ള കാര്യമാണോ?"

അവൾ കോപത്തിന്റെ തീവ്രതയിൽ ഞെരിപിരി കൊണ്ടു.

"ദൂരെപ്പോകൂ." അവൾ വിളിച്ചുകൂവി. "അത് ഞാൻ നോക്കിക്കൊള്ളാം. ഇത് മനോഹരമാണ്. മനോഹരമാണ്." അവൾ ആവേശത്തോടെ പറഞ്ഞു. "ഇത് എന്റെ ജീവിതത്തിൽ ഞാൻ കണ്ടിട്ടുള്ളതിൽ വെച്ച് ഏറ്റവും മനോഹരമായ കാഴ്ച ആണ്. ഇതിനും എനിക്കും ഇടയിൽ വന്നുകയറാൻ നോക്കരുത്. നിങ്ങൾക്ക് മാറിനില്ക്കാം. നിങ്ങൾ അസ്ഥാനത്താണ് നില്ക്കുന്നത്."

കിഴക്കുഭാഗത്തെ നിഗൂഢമായ തിളക്കത്തിന്റെ നിർവൃതിയിൽ ലയിച്ചുനിന്നിരുന്ന അവളുടെ അടുത്തുനിന്ന് അയാൾ അല്പം പിന്നോട്ട് നീങ്ങിനിന്നു. ഇളംചുവപ്പ് നിറം മങ്ങിത്തുടങ്ങിയിരുന്നു. വലിയ വെളുത്ത നക്ഷത്രങ്ങൾ തിളങ്ങാൻ തുടങ്ങിക്കഴിഞ്ഞു. അയാൾ കാത്തുനിന്നു, അവളുടെ തീവ്രമായ അഭിലാഷം ഒഴിച്ച് മറ്റ് എന്ത് കാര്യത്തിലും അയാൾ മുൻകൂട്ടി തീരുമാനങ്ങൾ എടുത്തിരിക്കും.

"അത് ഞാൻ കണ്ടിട്ടുള്ളതിൽവെച്ച് ഏറ്റവും പൂർണ്ണതയുള്ള കാഴ്ച

ആയിരുന്നു." അവസാനം അയാളുടെ നേർക്ക് തിരിഞ്ഞുകൊണ്ട് ക്രൂരമായ ശബ്ദത്തിൽ അവൾ പറഞ്ഞു. "നിങ്ങൾ അത് നശിക്കണമെന്നാഗ്രഹിക്കുന്നത് എന്നെ അത്ഭുതപ്പെടുത്തുന്നു. നിങ്ങൾക്ക് അത് സ്വയം കാണാൻ കഴിയുന്നില്ലെങ്കിൽ എന്നെ അത് കാണിക്കാതിരിക്കാൻ ശ്രമിക്കുന്നത് എന്തിനാണ്? പക്ഷേ, സത്യത്തിൽ അവൾക്കുവേണ്ടി അയാൾ അതിനെ നശിപ്പിച്ചുകഴിഞ്ഞിരുന്നു. അവൾ നശിച്ചുപോയ ഒരു കാര്യത്തിനുവേണ്ടി ബുദ്ധിമുട്ടുകയായിരുന്നു.

അയാൾ അവളുടെ മുഖത്തേക്ക് സ്നേഹത്തോടെ നോക്കിക്കൊണ്ട് പറഞ്ഞു. "ഒരുദിവസം നിങ്ങൾ അസ്തമയം നോക്കിക്കൊണ്ടു നില്ക്കുമ്പോൾ ഞാൻ നിങ്ങളെ നശിപ്പിക്കും, കാരണം നിങ്ങൾ അത്തരത്തിലുള്ള ഒരു കള്ളി ആണ്."

ആ വാക്കുകളിൽ അയാൾ സ്വയം അയാൾക്കു കൊടുക്കുന്ന മൃദുലവും മദാലസവുമായ ഒരു വാഗ്ദാനം ഉണ്ടായിരുന്നു. അവൾക്ക് ഉൽക്കണ്ഠ തോന്നി. പക്ഷേ, അവൾ ധിക്കാരി ആയിരുന്നു.

"ഓഹോ!" അവൾ പറഞ്ഞു. "എനിക്ക് നിങ്ങളുടെ ഭീഷണികളോടൊന്നും ഭയം ഇല്ല!" പക്ഷേ, അയാൾ അയാളുടെ അവളോടുള്ള അഭിലാഷത്തോട് കടപ്പാടുള്ള വിചിത്രമായ ഒരു ക്ഷമയോടെ കാത്തിരിപ്പ് തുടർന്നു.

അവസാനം ഒരു വാഗ്ദാനം പോലെ അയാൾ സ്വയം പറഞ്ഞു. "അതിനുള്ള സമയം ആകുമ്പോൾ ഞാൻ അവളെ നശിപ്പിക്കും." അമിതമോഹത്തോടെ അവളെ സമീപിക്കുമ്പോഴുള്ള പ്രതീക്ഷകൊണ്ട് അയാൾ വിറയ്ക്കുന്നതുപോലെ അയാളുടെ കാലുകൾ വിറച്ചു.

ഈ സമയത്തെല്ലാം അവൾക്ക് ലോർക്കയോട് അസാധാരണമായ ഒരു കൂറ് ഉണ്ടായിരുന്നു. ഇപ്പോൾ അത് രഹസ്യസ്വഭാവമുള്ളതും വഞ്ചനാപരവും ആയിരുന്നു. ജറാൾഡിന് അതിനെപ്പറ്റി മനസ്സിലായിട്ടുണ്ട്. അയാൾ ഒരു ഉപദ്രവകാരിയായ പുഴുവിനെപ്പോലെ വെറുക്കുന്ന ലോർക്കയോടുള്ള അവളുടെ മൃദുലമായ അനുകമ്പ ജറാൾഡിന് ഇടയ്ക്കിടയ്ക്ക് വിറയൽ ഉണ്ടായിരിക്കുന്നെങ്കിലും അവളോട് മുഖം കറുപ്പിക്കാനുള്ള ആഗ്രഹക്കുറവും അയാളുടെ അസാധാരണമായ ക്ഷമയും കാരണം അയാൾ അത് കാര്യമാക്കിയില്ല.

സ്കീയിങ്ങിന്* പോകുമ്പോൾ മാത്രം അയാൾ അവളെ തനിച്ചാക്കി. അയാൾക്ക് അത് താല്പര്യമുള്ള ഒരു കളി ആയിരുന്നു. അവൾ അത് പരിശീലിച്ചിരുന്നില്ല. അപ്പോൾ അയാൾക്ക് ജീവിതത്തിന്റെ പുറത്തേക്ക് തെന്നി ഉയരുകയാണെന്ന് തോന്നിയിരുന്നു. പലപ്പോഴും അയാൾ പുറത്തുപോകുമ്പോൾ അവൾ ആ പൊക്കം കുറഞ്ഞ ജർമ്മൻ ശില്പിയോട് സംസാരിച്ചു. അവൾക്ക് അവരുടെ കല എന്ന ഒരിക്കലും മാറ്റംവരാത്ത വിഷയം ഉണ്ടായിരുന്നു.

* ഒരു പ്രത്യേക പാദുകംധരിച്ച് ഹിമപ്പരപ്പിനു മുകളിലൂടെ തെന്നിനീങ്ങുന്ന ഒരു കളി.

അവർ ഏറെക്കുറെ ഒരേ ആശയങ്ങൾ ഉള്ളവരായിരുന്നു. അയാൾ മെസ്ട്രോവിക്കിനെ വെറുത്തു. അയാൾക്ക് ഫ്യൂച്ചറിസ്റ്റുകളിൽ തൃപ്തി ഉണ്ടായിരുന്നില്ല. പടിഞ്ഞാറെ ആഫ്രിക്കയിലെ തടിരൂപങ്ങൾ അയാൾ ഇഷ്ടപ്പെട്ടു. മെക്സിക്കോയിലേയും മദ്ധ്യഅമേരിക്കയിലെയും കലാരൂപങ്ങൾ അയാൾ ഇഷ്ടപ്പെട്ടു. അസാധാരണമായ തരത്തിലുള്ള യാന്ത്രിക ചലനങ്ങൾ അയാളെ ലഹരി പിടിപ്പിച്ചു. പരസ്പരം അവർ തമ്മിൽ — ഗുഡ്റണിനും ലോർക്കയ്ക്കും — ജീവിതത്തെപ്പറ്റി അസാധാരണവും നിഗൂഢവും ആയ ഒരു അറിവ് ഉണ്ടെന്നമട്ടിലുള്ള അവസാനമില്ലാത്ത അഭിപ്രായപ്രകടനങ്ങളിലും ഒരു മത്സരം ഉണ്ടായിരുന്നു. ലോകം മനസ്സിലാക്കാൻ ധൈര്യപ്പെടാത്ത ഭയാനകമായ രഹസ്യങ്ങളിലേക്ക് അവർ മാത്രം ധൈര്യപൂർവ്വം കടന്നുചെല്ലുന്ന തരത്തിലുള്ള വിചിത്രമായ ഒരു മത്സരം. അസാധാരണമായ രീതിയിൽ മനസ്സിലാക്കാൻ ബുദ്ധിമുട്ടുള്ള നിർദ്ദേശങ്ങളിലൂടെയായിരുന്നു അവർ യോജിച്ചുപോയത്. ഈജിപ്തുകാരുടെയും മെക്സിക്കോക്കാരുടെയും സൂക്ഷ്മമായ അമിത ആസക്തിയിൽ അവർ സ്വയം ജ്വലിപ്പിച്ചു. മത്സരം മുഴുവൻ പരസ്പരമുള്ള സൂക്ഷ്മമായ നിർദ്ദേശങ്ങളിലായിരുന്നു. പകുതി അഭിപ്രായം നിറഞ്ഞ ആശയങ്ങൾ കൈമാറുന്നതിലൂടെയും നോട്ടത്തിലൂടെയും മുഖഭാവങ്ങളിലൂടെയും ആംഗ്യങ്ങളിലൂടെയും അവർക്ക് അവരുടെ ഞരമ്പുകളിൽ അങ്ങേയറ്റത്തെ സംതൃപ്തി ലഭിച്ചു. അവരുടെ വളരെ ചെറിയ അഭിപ്രായവ്യത്യാസങ്ങൾ ജറാൾഡിന് മനസ്സിലായില്ലെങ്കിലും അയാൾക്ക് അത് മൊത്തത്തിൽ അസഹനീയം ആയിരുന്നു. അവരുടെ ഇടപാടുകളിൽ അയാൾക്ക് അവസരങ്ങൾ ഉണ്ടായിരുന്നില്ല. അയാളുടെ അവസരങ്ങൾക്ക് നിലവാരം വളരെ കുറവായിരുന്നു.

അവരുടെ അഭയം പ്രാചീനകലയുടെ അഭിപ്രായപ്രകടനങ്ങളിൽ ആയിരുന്നു. കലയും ജീവിതവും അവർക്ക് സത്യവും മിഥ്യയും ആയിരുന്നു.

"നിശ്ചയമായും"ഗുഡ്റൺ പറഞ്ഞു. "ജീവിതം കാര്യമാക്കേണ്ടതില്ല. ഒരാളുടെ കലയാണ് പ്രധാനം. ഒരാൾ ജീവിതത്തിൽ ചെയ്യുന്ന കാര്യങ്ങൾക്ക് വലിയ പ്രാധാന്യം ഒന്നും ഇല്ല. അത് കൂടുതലായി ഒന്നും തന്നെ സൂചിപ്പിക്കുന്നില്ല."

"അത് വളരെ ശരിയാണ്." ശില്പി പറഞ്ഞു. "ഒരാൾ അയാളുടെ കലയിലേക്ക് ചെയ്യുന്നതാണ് അയാളുടെ അസ്തിത്വത്തിന്റെ പ്രാണവായു. ഒരാൾ അയാളുടെ ജീവിതത്തിൽ ചെയ്യുന്ന കാര്യങ്ങൾ അന്യർക്ക് ബഹളം കൂട്ടാനുള്ള നിസ്സാര കാര്യങ്ങൾ ആണ്."

ഈ ആശയവിനിമയത്തിൽ ഗുഡ്റൺ എത്രമാത്രം സന്തോഷവും സ്വാതന്ത്ര്യവും അനുഭവിച്ചിരുന്നു എന്നത് വിചിത്രമായകാര്യം ആയിരുന്നു. അവൾ എന്നെന്നേക്കുമായി അംഗീകരിക്കപ്പെട്ടതായി അവൾക്കു തോന്നി. നിശ്ചയമായും ജറാൾഡ് ഒരു നിസ്സാര കാര്യമായിരുന്നു. പ്രണയം അവളുടെ ശരീരത്തിലെ കാലികമായ ഒരു കാര്യം ആയിരുന്നു. അവൾ

ക്ലിയോപാട്രയെക്കുറിച്ച് ആലോചിച്ചു. ക്ലിയോപാട്ര തീർച്ചയായും ഒരു കലാകാരി ആയിരുന്നിരിക്കണം. അവൾ ഒരു പുരുഷനിൽ നിന്ന് ആവശ്യമുള്ളത് കൊയ്തെടുത്തു. അവൾ ആത്യന്തികമായ അനുഭൂതികളുടെ വിളവെടുപ്പ് നടത്തി. വൈക്കോൾ അവൾ ദൂരെ വലിച്ചെറിഞ്ഞു. അവൾ പ്രണയത്തെ അസാധാരണമായി വിശദീകരിച്ചവൾ ആയിരുന്നു. കാമുകൻ ഈ സൂക്ഷ്മമായ അറിവിന് ആഹ്ലാദം പകർന്നുകൊടുക്കാനുള്ള ഇന്ധനമല്ലാതെ മറ്റൊന്നുമല്ല.

ഒരു വൈകുന്നേരം ജറാൾഡ് ലോർക്കയുമായി ഇറ്റലിയെക്കുറിച്ചും ട്രിപ്പോളിയെക്കുറിച്ചും തർക്കിച്ചു കൊണ്ടിരിക്കുകയായിരുന്നു. ഇംഗ്ലീഷുകാരൻ അസാധാരണമായരീതിയിൽ തീപിടിച്ച അവസ്ഥയിൽ ആയിരുന്നു. ജർമ്മൻകാരൻ ആവേശത്തിലായിരുന്നു. അത് വാക്കുകളുടെ ഒരു മത്സരം ആയിരുന്നു. പക്ഷേ, അതിന് അവരുടെ ആത്മാവുകൾ തമ്മിലുള്ള സംഘട്ടനം എന്ന അർത്ഥം കൂടി ഉണ്ടായിരുന്നു. ഈ സമയം മുഴുവൻ ജറാൾഡിൽ ഒരു ഇംഗ്ലീഷുകാരന്റെ വിദേശിയോടുള്ള ധിക്കാരം നിറഞ്ഞ വെറുപ്പ് ഗുഡ്റണിന് കാണാൻ കഴിഞ്ഞിരുന്നു. ജറാൾഡ് വിറയ്ക്കുകയും അയാളുടെ കണ്ണുകൾ ജ്വലിക്കുകയും മുഖം ചുവന്നു തുടുക്കുകയും ചെയ്യുന്നുണ്ടായിരുന്നെങ്കിലും അയാളുടെ പെരുമാറ്റത്തിൽ ഒരു മര്യാദകേട് ഉണ്ടായിരുന്നു. അയാളുടെ പെരുമാറ്റത്തിലെ ഈ പ്രാകൃതമായ വെറുപ്പ് ഗുഡ്റണിന്റെ ചോരയ്ക്ക് തീ കൊടുത്തു. അത് ലോർക്കയെ കൂടുതൽ പീഡിപ്പിച്ചു. കൂടുതൽ താല്പര്യമുള്ളവനാക്കി. ജർമ്മൻകാരൻ പറയുന്നതെല്ലാം വെറുക്കപ്പെടേണ്ട വെറും അസംബന്ധങ്ങളാണെന്ന മട്ടിൽ അവ തല്ലിത്തകർക്കാൻ വേണ്ടി ജറാൾഡ് അയാളുടെ അവകാശവാദങ്ങളുമായി ഒരു ചുറ്റികയെപ്പോലെ പാഞ്ഞുവന്നു.

ഒടുവിൽ നിസ്സഹായതയോടെ കൈ ഉയർത്തിക്കൊണ്ട് ലോർക്ക ഗുഡ്റണിന്റെ നേർക്ക് തിരിഞ്ഞു.

“മിസ്സിസ് ക്രിച്ച് ” അയാൾ ആരംഭിച്ചു. “എന്നെ ദയവായി മിസ്സിസ് ക്രിച്ച് എന്ന് വിളിക്കരുത്.”അവൾ ഉറക്കെ വിളിച്ചുകൂവി. അവളുടെ കണ്ണുകൾ മിന്നിക്കൊണ്ടിരുന്നു. കവിളുകൾ കത്തിക്കൊണ്ടിരുന്നു. അവൾ നഖങ്ങൾ വളർന്നിറങ്ങിയ മുടിക്കുപകരം പാമ്പുകളുള്ള ഭയാനകമായ ജീവിയാണെന്ന് തോന്നി. അവളുടെ ശബ്ദം ഉച്ചത്തിൽ മുഴങ്ങുന്നതായിരുന്നു. മുറിയിൽ ഉണ്ടായിരുന്ന മറ്റുള്ളവർ ഞെട്ടിത്തെറിച്ചുനോക്കി.

കഴിഞ്ഞ കുറേദിവസങ്ങളായി പ്രത്യേകിച്ചും ലോർക്കയുടെ വായിൽനിന്ന് ഈ പേരു പുറത്തുവരുന്നത് ഗുഡ്റണിന് സഹിക്കാൻ പറ്റാത്ത നാണക്കേടായിരുന്നു. അത് അവളുടെ മുകളിലുള്ള ഒരു നിയന്ത്രണം ആയിരുന്നു.

രണ്ട് പുരുഷന്മാരും അവളെ അത്ഭുതത്തോടെ നോക്കി. ജറാൾഡിന്റെ കവിളെല്ലുകൾ വരെ വിളറിയിരുന്നു.

“അപ്പോൾ ഞാൻ എന്താണ് വിളിക്കേണ്ടത്?” ഒരു പരിഹാസം നിറഞ്ഞ നുഴഞ്ഞുകയറലോടെ ലോർക്ക ചോദിച്ചു.

“കുറഞ്ഞ പക്ഷം, ആ പേര് വിളിക്കേണ്ട.” ചുവന്നു തുടുത്ത കവിളുകളോടെ അവൾ പറഞ്ഞു.

ലോർക്കയുടെ മുഖത്ത് പ്രത്യക്ഷപ്പെട്ട അരുണോദയം കണ്ടപ്പോൾ അയാൾക്ക് കാര്യം മനസ്സിലായെന്ന് അവൾക്ക് മനസ്സിലായി. അവൾ മിസ്സിസ് ക്രിച്ച് അല്ല. അതുകൊണ്ട് അത് ഒരുപാട് കാര്യങ്ങളുടെ വിശദീകരണം ആയിരുന്നു.

“എനിക്ക് മിസ്. എന്ന് വിളിക്കാമോ?” അയാൾ ദ്രോഹ വിചാരത്തോടെ ചോദിച്ചു.

“ഞാൻ വിവാഹം കഴിച്ചിട്ടില്ല.” അവൾ അഹന്തയോടെ പറഞ്ഞു.

അവളുടെ ഹൃദയം അമ്പരന്നുപോയ ഒരുകിളിയെപ്പോലെ ഇപ്പോൾ ചിറകടിച്ചുകൊണ്ടിരിക്കുകയായിരുന്നു. അവളിപ്പോൾ ക്രൂരമായ ഒരു മുറിവ് സൃഷ്ടിച്ചിരിക്കുകയാണെന്ന് അവൾക്ക് അറിയാം. അവൾക്ക് അത് താങ്ങാൻ കഴിഞ്ഞിരുന്നില്ല.

ജറാൾഡ് അനക്കമില്ലാതെ നിവർന്നിരുന്നു. അയാളുടെ മുഖം വിളറിയിരിക്കുന്നെങ്കിലും അത് ഒരു പ്രതിമയുടെ മുഖംപോലെ ശാന്തമായിരുന്നു. അയാൾ അവളുടെയും ലോർക്കയുടെയും മറ്റ് മനുഷ്യരുടെയും സാന്നിദ്ധ്യം അറിഞ്ഞിരുന്നില്ല. മാറ്റാനൊക്കാത്ത ശാന്തതയോടെ അയാൾ യാതൊരു ചലനവും ഇല്ലാതെ ഇരുന്നു. ലോർക്ക ഈ സമയത്തെല്ലാം കുനിഞ്ഞിരിക്കുകയും മുറയ്ക്ക് മുഖം ഉയർത്തി പെട്ടെന്ന് ചുറ്റും കണ്ണോടിക്കുകയും ചെയ്തുകൊണ്ടിരുന്നു.

ഉദ്വേഗം ഒഴിവാക്കാൻ വേണ്ടി ഗുഡ്റൺ എന്തെങ്കിലും പറയാനുള്ള യാതന അനുഭവിക്കുകയായിരുന്നു. അവൾ അറിഞ്ഞുകൊണ്ട് നിസ്സാര ഭാവത്തിൽ മുഖംതിരിച്ച് ജറാൾഡിനെ നോക്കി സാമാന്യം പരിഹാസത്തോടെ പറഞ്ഞു.

“ഏറ്റവും നല്ലത് സത്യം ആണ്.”അവൾ മുഖം കോട്ടിക്കൊണ്ട് അയാളോടു പറഞ്ഞു.

പക്ഷേ, ഇപ്പോൾ അവൾ അയാൾക്ക് ആഘാതം ഏല്പിച്ചുകൊണ്ട് അയാളെ നശിപ്പിച്ചിരിക്കുന്നു. പക്ഷേ, അയാൾ അത് എങ്ങനെയാണ് സ്വീകരിച്ചിരിക്കുന്നതെന്ന് അവൾക്ക് അറിയില്ല. അതുകൊണ്ട് അവൾ വീണ്ടും അയാളുടെ ആധിപത്യത്തിൽ ആയിരുന്നു. അവൾ അയാളെ ശ്രദ്ധിച്ചു. അയാളിൽ അവൾക്ക് താല്പര്യം തോന്നിയിരുന്നു. ലോർക്കയിലുള്ള താല്പര്യം അവൾക്ക് നഷ്ടപ്പെട്ടു.

ഒടുവിൽ ജറാൾഡ് സാവധാനം എഴുന്നേറ്റ് പ്രൊഫസറുടെ അടുത്തേക്ക് നടന്നുപോയി.

ഇന്നു വൈകുന്നേരത്തെ ജറാൾഡിന്റെ പെരുമാറ്റത്തിലെ സ്വാഭാവികതയിൽ ഗുഡ്റണിന് നീരസം തോന്നിയിരുന്നു. അയാൾക്ക് കോപമോ വെറുപ്പോ ഉള്ളതായി തോന്നിയില്ല. അയാൾ അസാധാരണമായരീതിയിൽ നിഷ്കളങ്കനും ശുദ്ധനും ആണെന്നു തോന്നി. യഥാർത്ഥസൗന്ദര്യം. ചിലപ്പോൾ അയാളിൽ ഈ തെളിഞ്ഞ നിസ്സംഗത പ്രത്യക്ഷപ്പെടാറുണ്ട്. അത്

എപ്പോഴും അവളെ ആകർഷിച്ചിരുന്നു.

അവൾ വൈകുന്നേരം മുഴുവൻ മനപ്രയാസത്തോടെകാത്തിരുന്നു. അയാൾ അവളെ ഒഴിവാക്കുമെന്ന് അവൾ വിചാരിച്ചു. അല്ലെങ്കിൽ അയാൾ അതിന്റെ സൂചനകൾ നല്കുമെന്ന് അവൾ വിചാരിച്ചു. പക്ഷേ അയാൾ ആ മുറിയിലുള്ള മറ്റാരോടും സംസാരിക്കുന്നതുപോലെ അവളോട് സ്വാഭാവികമായി സംസാരിച്ചു. അയാളുടെ ആത്മാവിനെ ഒരുതരം സമാധാനം കൈയടക്കിയിരുന്നു.

അവൾ അയാളോടുള്ള തീക്ഷ്ണമായ പ്രണയത്തോടെ അയാളുടെ മുറിയിലേക്ക് പോയി. അയാൾക്ക് അങ്ങേയറ്റത്തെ സൗന്ദര്യം ഉണ്ടായിരുന്നു. അയാൾ അങ്ങേയറ്റം പ്രാപ്യൻ ആയിരുന്നു. അയാൾ അവളെ ചുംബിച്ചു. അയാൾ അവൾക്ക് കാമുകൻ ആയിരുന്നു. അവൾക്ക് അയാളിൽ നിന്ന് അങ്ങേയറ്റത്തെ ആഹ്ലാദം കിട്ടിയിരുന്നു. പക്ഷേ, അയാൾ അതിലേക്ക് വന്നില്ല. അയാൾ നിഷ്കളങ്കതയോടെ ബോധപൂർവ്വം അല്ലാതെ ഒറ്റപ്പെട്ടുപോയിരുന്നു. അവൾ അയാളോട് സംസാരിക്കാൻ ആഗ്രഹിച്ചു. പക്ഷേ, അയാളുടെ മനോഹരമായ നിഷ്കളങ്കതയുടെ ഈ അബോധാവസ്ഥ അവളെ അതിൽനിന്നും പിന്തിരിപ്പിച്ചു. അവൾക്കു പീഡനം അനുഭവിക്കുന്നതായി തോന്നി.

എന്തായാലും രാവിലെ അയാൾ അവളെ നോക്കിയത് ഒരു ചെറിയ നീരസത്തോടുകൂടി ആയിരുന്നു. അയാളുടെ കണ്ണുകളിൽ ഏതൊക്കെയോ ഭീതിയുടെയും വെറുപ്പിന്റെയും ഇരുട്ട് പടർന്നിരുന്നു. അവൾ അവളുടെ പഴയ നിലയിലേക്ക് മടങ്ങിപ്പോയി. പക്ഷേ, അയാൾക്ക് അവൾക്കെതിരായ നിലപാട് ഇപ്പോഴും എടുക്കാൻ കഴിഞ്ഞില്ല.

ഇപ്പോൾ ലോർക്ക അവൾക്കുവേണ്ടി കാത്തുനില്ക്കുകയായിരുന്നു. സ്വന്തം കൂട്ടിനുള്ളിൽ അടയ്ക്കപ്പെട്ടു പോയിരുന്ന ആ ചെറിയ കലാകാരന് അയാൾക്ക് എന്തെങ്കിലും ലഭിക്കാൻ സാദ്ധ്യതയുള്ള ഒരു സ്ത്രീയെ അവസാനം കിട്ടിയിരിക്കുന്നതായി തോന്നി. അവളുടെ അടുത്തു നില്ക്കാനുള്ള കൗശലങ്ങൾ ആലോചിച്ചുകൊണ്ട് അവളോട് സംസാരിക്കാൻ വേണ്ടി കാത്തുനിന്ന് അയാൾക്ക് മടുത്തിരുന്നു. അവളുടെ സാന്നിദ്ധ്യം അയാളിൽ താല്പര്യവും ആവേശവും നിറച്ചു. അയാൾ അവളിലേക്ക് കൗശലത്തോടെ ആകർഷിക്കപ്പെട്ടിരുന്നു.

ജറാൾഡിനെ പറ്റി ലോർക്കയ്ക്ക് സ്വയം സംശയങ്ങൾ ഒന്നും ഉണ്ടായിരുന്നില്ല. ജറാൾഡ് അന്യരിൽ ഒരാൾ മാത്രം ആയിരുന്നു. ലോർക്കയ്ക്ക് ജറാൾഡിനോടുള്ള് വെറുപ്പ് അയാളുടെ സമ്പത്തിലും അഹംഭാവത്തിലും സൗന്ദര്യത്തിലും മാത്രം ആയിരുന്നു. സമ്പത്തും സൗന്ദര്യവും സമൂഹത്തിലെ സ്ഥാനവും എല്ലാംതന്നെ ബാഹ്യമായ കാര്യങ്ങൾ ആയിരുന്നു. ഗുഡ്റണെപ്പോലുള്ള ഒരു സ്ത്രീയോടുള്ള ബന്ധത്തിന്റെ കാര്യത്തിലേക്ക് വരുമ്പോൾ ജറാൾഡ് ഒരിക്കലും സ്വപ്നം കണ്ടിട്ടില്ലാത്ത ഒരു സമീപനവും ശക്തിയും അയാൾക്ക് ഉണ്ടായിരുന്നു.

ഗുഡ്റണെപ്പോലെ സ്വാഭാവ ദാർഢ്യം ഉള്ള ഒരു സ്ത്രീയെ തൃപ്തി

പ്പെടുത്താമെന്ന് ജറാൾഡ് എന്തുകൊണ്ടാണ് പ്രതീക്ഷിക്കുന്നത്? അഹം ഭാവമോ ശക്തമായ ഇച്ഛാശക്തിയോ കായികബലമോ അയാളെ സഹായിക്കുമെന്ന് അയാൾ വിചാരിക്കുന്നുണ്ടോ? ലോർക്കയ്ക്ക് ഈ കാര്യങ്ങൾക്കെല്ലാം അപ്പുറമുള്ള ഒരു രഹസ്യം അറിയാം. ഏറ്റവും വലിയ ശക്തി കണ്ണടച്ച് ആക്രമിക്കുന്നതല്ല. അത് നിഗൂഢവും സ്വയം ക്രമീകരിക്കുന്നതും ആണ്. ജറാൾഡ് ശിശുവായിരുന്ന സ്ഥലങ്ങളിൽ ജറാൾഡ് പൂർണ്ണബോധവാനായിരുന്നു. ജറാൾഡിന്റെ അറിവിന്റെ ആഴങ്ങളെ തുളച്ചിറങ്ങി അതിനേക്കാൾ വലിയ ആഴങ്ങളിലേക്ക് ലോർക്കയ്ക്ക് പോകാൻ കഴിയും. സ്ത്രീ എന്ന ഈ രഹസ്യങ്ങളുടെ ക്ഷേത്രത്തിന്റെ ശ്രീകോവിലിലേക്ക് പ്രവേശനം കിട്ടാത്ത ഒരു വൈദിക വിദ്യാർത്ഥിയെപ്പോലെ ജറാൾഡ് പിൻതള്ളപ്പെട്ടിരിക്കുന്നു. പക്ഷേ, അവൾക്ക് ലോർക്കയ്ക്ക് ഉള്ളിലെ ഇരുട്ടിലേക്ക് തുളച്ചുകയറി അതിന്റെ സ്വകാര്യ കോണുകളിലെ സത്രീയുടെ ആത്മാവിനെ കണ്ടെത്തി ജീവിതത്തിന്റെ ഹൃദയഭാഗത്ത് ചുരുണ്ടുകൂടി ഇരിക്കുന്ന ആ സർപ്പവുമായി മല്ലിടാൻ കഴിയുന്നു.

എന്തായാലും ഒരുസ്ത്രീ ആഗ്രഹിക്കുന്നത് എന്ത് കാര്യമാണ്? അതു വെറും സാമൂഹികമായ പ്രയോജനം മാത്രമാണോ? സമൂഹത്തിലെ അതിമോഹങ്ങളുടെ പൂർത്തീകരണമായിരുന്നോ അവൾ ആഗ്രഹിച്ചത്? അവളുടെ ആഗ്രഹം നന്മയുടെയും സ്നേഹത്തിന്റെയും ഒരു സമ്മേളനം ആയിരുന്നോ? അവൾ ആഗ്രഹിച്ചത് നന്മയാണോ? ഗുഡ്റണെ മാറ്റി നിർത്തിയാൽപ്പോലും ഒരു വിഡ്ഢിയൊഴിച്ച് മറ്റാരും ഇത് സമ്മതിക്കില്ല. ഇത് സ്ത്രീയുടെ നേർക്ക് തെരുവിൽ നിന്നുകൊണ്ടുള്ള ഒരുകാഴ്ചയാണ്. ഉമ്മറപ്പടി കടന്ന് അകത്തു ചെന്നാൽ നിങ്ങൾക്ക് അവളെ പൂർണ്ണമായും കാണാം. സാമൂഹികമായ ലോകത്തെപ്പറ്റിയും അതിന്റെ പ്രയോജനങ്ങളെപ്പറ്റിയും അവൾ പൂർണ്ണമായും അവജ്ഞയുള്ളവളാണെന്ന് നിങ്ങൾ കാണും. അവളുടെ ആത്മാവിന്റെ വീടിനകത്ത് ഒരിക്കൽ എത്തിക്കഴിഞ്ഞാൽ അവിടെ ലോകത്തെ ഭയപ്പെടുത്തുന്ന തരത്തിൽ വക്രീകരിച്ചു കാണുന്ന ഗഹനവും വ്യക്തവും വിമർശനപരവുമായ ഒരുബോധം അവിടെ ഉണ്ടായിരിക്കും.

അപ്പോൾ എന്ത്? അടുത്തതെന്ത്? വികാരത്തിന്റെ വെറും അന്ധമായാസക്തിയാണോ അവളെ ഇപ്പോൾ തൃപ്തിപ്പെടുത്തിയിരുന്നത്? പക്ഷേ രണ്ട് പ്രത്യേക മനുഷ്യർക്കിടയിൽ ഭൂമിയിലെ ഏതെങ്കിലും രണ്ട് മനുഷ്യർക്കിടയിൽ പരിശുദ്ധമായ വൈകാരിക അനുഭവങ്ങൾക്ക് പരിധിയുണ്ട്. കായികമായ പ്രതികരണങ്ങൾ ഒരിക്കൽ ഏതെങ്കിലും ദിശയിൽ മൂർദ്ധന്യത്തിലെത്തിയാൽ അത് അന്തിമമാണ്. അത് പിന്നീട് തുടർന്നുപോകില്ല. ആവർത്തനം മാത്രമേ പിന്നീട് സാദ്ധ്യമാകുകയുള്ളൂ. അല്ലെങ്കിൽ രണ്ട് കഥാപാത്രങ്ങളും പിരിയണം. അല്ലെങ്കിൽ ഒരാളുടെ ഇച്ഛാശക്തി മറ്റയാളുടെ ഇച്ഛാശക്തിക്ക് കീഴടങ്ങണം. അല്ലെങ്കിൽ മരണം.

ഗുഡ്റണിന്റെ മനസ്സിന്റെ പുറം തോടുകളെല്ലാം ജറാൾഡ് തുളച്ചിറങ്ങിക്കഴിഞ്ഞിരുന്നു. അയാൾ അവൾക്ക് നിലവിലിരിക്കുന്ന ലോക

ത്തിന്റെ ഏറ്റവും നിർണ്ണായകമായ ഉദാഹരണം ആയിരുന്നു. അയാളിലൂടെ അവൾ ലോകത്തെ മനസ്സിലാക്കിയതിനു ശേഷം അവൾ അത് വേണ്ടെന്നുവെച്ചു. അയാളെ പൂർണ്ണമായും അറിഞ്ഞുകഴിഞ്ഞപ്പോൾ അവൾ പുതിയലോകങ്ങൾ അന്വേഷിക്കുന്ന അലക്സാണ്ടർ ആയിമാറി. പക്ഷേ, അവിടെ പുതിയ ലോകങ്ങൾ ഉണ്ടായിരുന്നില്ല. അവിടെ കൂടുതൽ മനുഷ്യർ ഉണ്ടായിരുന്നില്ല. അവിടെ ലോർക്കയെപ്പോലെ ഉള്ള മൗലികമായ ചെറിയ ജന്തുക്കൾ മാത്രമാണ് ഉണ്ടായിരുന്നത്. അവളെ സംബന്ധിച്ചിടത്തോളം ഇപ്പോൾ ലോകം അവസാനിച്ചിരുന്നു. അവിടെ ജീവിതത്തിന്റെ മർമ്മപ്രധാനമായ നൈസർഗ്ഗിക പ്രവർത്തനങ്ങളെ ശിഥിലമാക്കുന്ന വ്യക്തികളിലെ ആന്തരികമായ ഇരുട്ടുമാത്രമാണ് ഉണ്ടായിരുന്നത്.

ഈ കാര്യങ്ങളെല്ലാം അവളുടെ മനസ്സിൽ അറിയില്ലെങ്കിലും അവളുടെ ഉപബോധമനസ്സിൽ ഗുഡ്റണിന് അറിയാം. അടുത്തചുവട് അവൾക്ക് അറിയാം. ജറാൾഡിനെ ഉപേക്ഷിച്ചുകഴിഞ്ഞാൽ അവൾ എങ്ങോട്ട് നീങ്ങണമെന്ന് അവൾക്ക് അറിയാം. അവൾ ജറാൾഡിനെ ഭയന്നിരുന്നു. ജറാൾഡ് അവളെ കൊല്ലുമെന്ന് അവൾ പേടിച്ചു. പക്ഷേ, കൊല്ലപ്പെടാൻ അവൾക്ക് ഉദ്ദേശ്യം ഉണ്ടായിരുന്നില്ല. ഒരു നേർത്തചരട് ഇപ്പോഴും അവളെ അയാളോട് ബന്ധിപ്പിച്ചിരുന്നു. അത് പൊട്ടിക്കുന്നത് അവളുടെ മരണംകൊണ്ട് ആകരുത്. അവൾക്ക് കൂടുതൽ മുന്നോട്ടുപോകാനുണ്ട്. അവൾക്ക് കൂടുതൽ തീവ്രതയുള്ള അനുഭവങ്ങൾ കൊയ്തെടുക്കാനുണ്ട്. ചിന്തിക്കാൻ പറ്റാത്ത വികാരത്തിന്റെ നിഗൂഢതകൾ മനസ്സിലാക്കാനുണ്ട്. അയാൾ അവസാനിക്കുന്നതിനു മുമ്പ് അവൾക്കു ഇതെല്ലാം അറിയേണ്ടതായിട്ടുണ്ട്.

നിഗൂഢതകളുടെ അവസാനത്തെ പരമ്പരകൾക്ക് ജറാൾഡിന് കഴിവുണ്ടായിരുന്നില്ല. അയാൾക്ക് അവളുടെ വേഗതയെ തൊടാൻ കഴിഞ്ഞിരുന്നില്ല. അയാളുടെ കൂടുതൽ പരുക്കനായ ഇടികൾക്ക് ലോർക്കയുടെകുത്തുവാക്കുകൾ അടങ്ങിയ നേർത്ത വായ്ത്തലകളെ തുളച്ചുകയറാൻ കഴിഞ്ഞില്ല. കുറഞ്ഞപക്ഷം അവൾക്ക് വിദഗ്ദ്ധമായ ശില്പിയിലേക്ക് മാറാൻ ഇപ്പോൾ സമയമായിരിക്കുന്നു. ലോർക്കയുടെ ഉള്ളിന്റെ ഉള്ളിൽ അയാൾക്ക് ഒന്നിനോടും ബന്ധമില്ലെന്ന് അവൾക്ക് അറിയാം. അയാൾക്ക് സ്വർഗ്ഗമോ ഭൂമിയോ നരകമോ ഉണ്ടായിരുന്നില്ല. ഒന്നിനോടും അയാൾ കൂറ് പ്രഖ്യാപിച്ചില്ല. എവിടെയും അയാൾ പറ്റിപ്പിടിച്ചില്ല. മറ്റുള്ളവരിൽ നിന്ന് വിട്ടുമാറി അയാൾ സ്വയം സ്വതന്ത്രനായി തനിച്ചായിരുന്നു.

എന്നാൽ ജറാൾഡിൽ എല്ലാത്തിനോടുമുള്ള ഒരുബന്ധം ഇപ്പോഴും ബാക്കിയുണ്ടായിരുന്നു. ഇത് അയാളുടെ പരിമിതി ആയിരുന്നു.

ഗുഡ്റൺ ജറാൾഡുമായുള്ള വിവാഹം നിഷേധിച്ചതിനുശേഷം ലോർക്കയിൽ ഒരു വിജയാഹ്ലാദം ചുറ്റിത്തിരിഞ്ഞിരുന്നു. ശില്പി എവിടെയെങ്കിലും ഇരിക്കാൻ സ്ഥലം നോക്കുന്ന ചിറകുള്ള ഒരു ജന്തുവിനെ

പ്പോലെ വട്ടമിട്ടു പറക്കുകയാണെന്നു തോന്നി. അയാൾ ഗുഡ്റണിനെ ക്രൂരതയോടെ സമീപിച്ചില്ല. അയാൾക്ക് ഒരിക്കലും സമയത്തിൽ തെറ്റു പറ്റാറില്ല. അയാളുടെ മനസ്സിലെ പരിപൂർണ്ണമായ ഇരുട്ടിനുള്ളിലെ സുനിശ്ചിതമായ ഒരു തോന്നൽ അയാളെ മുന്നോട്ടു നയിച്ചു. അയാൾ അവളോട് നിഗൂഢമായി ആശയ വിനിമയം നടത്തി.

രണ്ടുദിവസം അയാൾ അവളോട് കലയെപ്പറ്റിയും ജീവിതത്തെപ്പറ്റിയും ഉള്ള സംസാരം തുടർന്നു. അതിൽ രണ്ടുപേരും കാര്യമായ ആഹ്ലാദം കണ്ടെത്തിയിരുന്നു. കഴിഞ്ഞുപോയ കാര്യങ്ങളെ അവർ പുകഴ്ത്തി. കഴിഞ്ഞകാലം നേടിയെടുത്ത പൂർണ്ണതകളിൽ അവർ ബാലിശമായ ആഹ്ലാദം കണ്ടെത്തി. പ്രത്യേകിച്ചും ഗെഥെയുടെയും ഷെല്ലിയുടെയും മൊസാർട്ടിന്റെയും കാലഘട്ടമായ പതിനെട്ടാം നൂറ്റാണ്ടിന്റെ ആദ്യപകുതിയെ അവൾ കൂടുതൽ ഇഷ്ടപ്പെട്ടു.

അവർ സ്വന്തം തൃപ്തിക്കുവേണ്ടി കഴിഞ്ഞ കാലത്തെ മഹാവിഗ്രഹങ്ങളെ കരുവാക്കി ചതുരംഗം കളിച്ചു. എല്ലാ മഹാന്മാരായ മനുഷ്യരും അവരുടെ കരുക്കൾ ആയിരുന്നു. അവർ അവരെയെല്ലാം നിയന്ത്രിക്കുന്ന ദൈവങ്ങളായിരുന്നു. മനുഷ്യന്റെ കണ്ടുപിടുത്തങ്ങളുടെ കൂട്ടത്തിലെ വിഡ്ഢിത്തം നിറഞ്ഞ ഒരു മഹാവിപത്തുകൊണ്ട് ലോകം നശിച്ചുപോകുമെന്ന് പറഞ്ഞ് പരിഹസിച്ചതല്ലാതെ ഭാവിയെപ്പറ്റി അവർ ഒരിക്കലും കാര്യമായി സംസാരിച്ചില്ല. ഭൂമിയെ ഒരു സ്ഫോടനത്തിലൂടെ രണ്ടായി പിളർക്കുന്ന ഒരു മാരകമായ സ്ഫോടനവസ്തു ഒരാൾ കണ്ടുപിടിക്കുന്നു. ഭൂമിയിലെ താമസക്കാരെ വിസ്മയിപ്പിച്ചുകൊണ്ട് രണ്ടുപകുതികളുംശൂന്യാകാശത്തിലൂടെ വ്യത്യസ്ത ദിശകളിലേക്ക് നീങ്ങി ആളുകൾ രണ്ടായിവിഭജിക്കപ്പെടുന്നു. ഓരോ പകുതിയും അവർ പൂർണ്ണതയുള്ളവരാണെന്നും അവർ ശരിയാണെന്നും വിശ്വസിക്കുന്നു. മറ്റേ പകുതി തെറ്റാണെന്നും അവരെ നശിപ്പിക്കണമെന്നും അവർ തീരുമാനിക്കുന്നു. അങ്ങനെ ലോകത്തിന്റെ മറ്റൊരു മരണം സംഭവിക്കുന്നു. അല്ലെങ്കിൽ ലോർക്കയുടെ ഭയം നിറഞ്ഞ സ്വപ്നം സംഭവിക്കും. ലോകം തണുത്ത് മഞ്ഞുകൊണ്ട് മൂടപ്പെടും. ഹിമക്കരടികളും വെള്ള കുറുക്കന്മാരും വെളുത്ത ഹിമപക്ഷികളും പോലുള്ള ഭീകര മനുഷ്യരും മാത്രം മഞ്ഞിന്റെ ക്രൂരതയെ അതിജീവിക്കും.

ഈ കഥകൾ മാറ്റിനിർത്തിയാൽ അവർ ഒരിക്കലും ഭാവിയെക്കുറിച്ച് സംസാരിച്ചില്ല. നശീകരണത്തെ പരിഹസിക്കുന്ന ഭാവനകളിലും കഴിഞ്ഞകാലത്തിന്റെ മഹത്തായ കാഴ്ചകളിലും അവർ കൂടുതൽ ആഹ്ലാദിച്ചു. വീമറിലെ ഗെഥെയുടെയും ഷില്ലറിന്റെയും ലോകം പുനർനിർമ്മിക്കുന്നതും മഹാനായ ഫ്രഡറിക് സ്വന്തം കവിത വായിക്കുന്നതും ദാരിദ്ര്യം, വിശ്വസ്തപ്രണയം എല്ലാംതന്നെ അതിഭാവുകത്വപ്രവണതയുള്ള ആഹ്ലാദങ്ങൾ ആയിരുന്നു.

അവർ സാഹിത്യരചനകളെപ്പറ്റിയും ശില്പങ്ങളെപ്പറ്റിയും ചിത്രങ്ങളെപ്പറ്റിയും മണിക്കൂറുകളോളം ഒന്നിച്ച് സംസാരിച്ചുകൊണ്ടിരുന്നു. വ

ലിയ കലാകാരന്മാരുടെ ജീവിതം ജീവിക്കാൻ അവർക്ക് വീണ്ടും ഒരുജീവിതകാലം വേണ്ടിവരുമെന്ന് അവർക്ക് തോന്നി. പക്ഷേ, അവർ പതിനെട്ടും പത്തൊൻപതും നൂറ്റാണ്ടുകളിൽ തങ്ങി നില്ക്കാനാണ് കൂടുതൽ ഇഷ്ടപ്പെട്ടിരുന്നത്.

പല ഭാഷകൾ കൂട്ടിക്കലർത്തിയാണ് അവർ സംസാരിച്ചിരുന്നത്. രണ്ടുപേരുടെയും അടിത്തറ ഫ്രഞ്ചായിരുന്നു. പക്ഷേ, അയാളുടെ പല വാചകങ്ങളും അയാൾ അവസാനിപ്പിച്ചിരുന്നത് ഒരു ഇംഗ്ലീഷ് വാക്ക് പറഞ്ഞുകൊണ്ടായിരുന്നു. അല്ലെങ്കിൽ സംസാരം അവസാനിപ്പിച്ചത് ജർമ്മൻ ഭാഷയിലായിരുന്നു. അവൾ അവളിലേക്കു വന്ന ശൈലിയിൽ തന്നെ അവളുടെ ഭാഗം പിണഞ്ഞു ചേർത്തു. സംസാരത്തിന്റെ ഈ ചരട് മൂന്നു ഭാഷകളുടെ വ്യത്യസ്ത നിങ്ങളിലുള്ള നൂലുകൾ കൊണ്ട് പിണഞ്ഞെടുക്കുന്നത് യഥാർത്ഥത്തിൽ അവൾക്ക് നൈസർഗ്ഗികമായ ആഹ്ലാദം ആയിരുന്നു.

ഈ സമയം മുഴുവൻ അവർ രണ്ടുപേരും അദൃശ്യമായ ഏതോ പ്രസ്താവനയുടെ ജ്വാലയ്ക്ക് ചുറ്റും സംശയത്തോടെ വട്ടംചുറ്റി പാറിപ്പറക്കുകയായിരുന്നു. അയാൾ അത് ആഗ്രഹിച്ചു. പക്ഷേ, അനിവാര്യമായ വിമുഖത അയാളെ പിന്നോട്ട് വലിച്ചു. അത് അവളും ആഗ്രഹിച്ചു. അവൾ അത് അനിശ്ചിതമായി നീട്ടിവെക്കാൻ ആഗ്രഹിച്ചു. അവൾക്ക് ഇപ്പോഴും ജറാൾഡിനോട് ഏതോതരത്തിലുള്ള അനുകമ്പ ഉണ്ടായിരുന്നു. ഏതോ തരത്തിലുള്ള ബന്ധം ഉണ്ടായിരുന്നു. അയാളുമായുള്ള ബന്ധത്തിൽ അവൾക്ക് ഓർമ്മകൾ നല്കുന്ന അതിഭാവുകത്വം നിറഞ്ഞ ഒരു സഹാനുഭൂതി സ്വയം അവളോടുതന്നെ ഉണ്ടായിരുന്നതാണ് ഏറ്റവും മാരകമായ കാര്യം. സംഭവിച്ചുകഴിഞ്ഞ കാര്യങ്ങൾ കാരണം അനശ്വരവും അദൃശ്യവുമായ ഒരുചരടുകൊണ്ട് അയാൾ അവളെ കൈവശപ്പെടുത്തിയിരിക്കുകയാണെന്ന് അവൾക്കു തോന്നി. അയാൾ അയാളുടെ പാരമ്യതയിൽ അവളുടെ സ്വന്തം വീട്ടിനുള്ളിൽക്കയറി അവളുടെ അടുത്തെത്തിയ ആദ്യത്തെ രാത്രി പലതിനും കാരണമായിരിക്കുന്നു

ലോർക്കയോടുള്ള വെറുപ്പിനെ സാവധാനം ജറാൾഡ് തരണം ചെയ്തിരുന്നു. അയാൾ ആ മനുഷ്യനെ ഗൗരവത്തിൽ എടുത്തില്ല. ജറാൾഡ് അയാളെ വെറുതെ അവജ്ഞയോടെ കണ്ടു. ഗുഡ്റണിന്റെ സിരകളിൽ ആ ചെറിയ ജന്തുവിന്റെ സ്വാധീനം അനുഭവിച്ചപ്പോൾ മാത്രം ജറാൾഡ് അയാളെ ഗൗരവത്തിലെടുത്തു.

"ആ ചെറിയ പ്രാണി നിങ്ങളെ ഇത്രയധികം സ്വാധീനിക്കുന്നത് എന്തുകൊണ്ടാണ്?" അയാൾ അമ്പരപ്പോടെ അവളോട് ചോദിച്ചു. അയാളെ പോലെ ഒരു മനുഷ്യന് ആകർഷണീയമായതോ പ്രാധാന്യമുള്ളതോ ആയ ഒരുകാര്യം പോലും ലോർക്കയിൽ കാണാൻ കഴിഞ്ഞിരുന്നില്ല. ഒരു സ്ത്രീയുടെ കീഴടങ്ങലിനു പിന്നിൽ ഏതെങ്കിലും തരത്തിലുള്ള സൗന്ദര്യമോ കുലീനതയോ കാണാൻ കഴിയുമെന്ന് ജറാൾഡ് പ്രതീക്ഷിച്ചിരുന്നു. പക്ഷേ, ഇവിടെ അയാൾ ഒരു പുഴു ഉണ്ടാക്കുന്ന അറപ്പ

ല്ലാതെ മറ്റൊന്നും കണ്ടില്ല.

ഗുഡ്റണിന്റെ മുഖം ആഴത്തിൽ ചുവന്നുതുടുത്തു. അവൾക്കൊരിക്കലും ക്ഷമിക്കാൻ പറ്റാത്തത് ഇത്തരം ആക്രമണങ്ങൾ ആയിരുന്നു.

"നിങ്ങൾ എന്താണ് ഉദ്ദേശിക്കുന്നത്?" അവൾ തിരിച്ചു ചോദിച്ചു. "എന്റെ ദൈവമേ നിങ്ങൾ എന്നെ വിവാഹം കഴിക്കാത്തത് ദൈവത്തിന്റെ മഹാകാരുണ്യമാണ്!"

അവളുടെ ധിക്കാരവും വെറുപ്പും കലർന്ന ശബ്ദം അയാളെ തളർത്തി. അയാൾ ചൂളിപ്പോയി. പക്ഷേ, പെട്ടെന്നുതന്നെ അയാൾ സ്വയം കരകയറി.

"എന്നോട് പറയണം എന്നോട് പറയണം." അയാൾ ആവർത്തിച്ചാവർത്തിച്ച് ഊന്നിപ്പറഞ്ഞു. അയാളുടെ ശബ്ദം അപകടകരം ആയിരുന്നു. അയാളിൽ നിങ്ങളെ ആകർഷിക്കുന്ന കാര്യം എന്താണെന്ന് നിങ്ങൾ എന്നോട് പറയണം."

"ഞാൻ ആകർഷിക്കപ്പെട്ടിട്ടല്ല." അവൾ നിഷ്കളങ്കമായി എതിർപ്പ് പ്രകടിപ്പിച്ചുകൊണ്ട് ശാന്തമായി പറഞ്ഞു.

"അതെ നിങ്ങൾ ആകർഷിക്കപ്പെട്ടിട്ടുണ്ട്. ഒരു പാമ്പിന്റെ തൊണ്ടയിൽ കുരുങ്ങാൻ പോകുന്ന ഒരു ചെറിയ പക്ഷിയെപ്പോലെ നിങ്ങൾ അയാളിലേക്ക് ആകർഷിക്കപ്പെട്ടിട്ടുണ്ട്."

അവൾ അമർഷത്തോടെ അയാളെ നോക്കി. "നിങ്ങളുമായി ചർച്ച ചെയ്യാൻ ഞാൻ ഇഷ്ടപ്പെടുന്നില്ല." അവൾ പറഞ്ഞു.

"നിങ്ങൾ ഇഷ്ടപ്പെടുന്നതും ഇഷ്ടപ്പെടാത്തതും പ്രശ്നമല്ല." അയാൾ മറുപടിപറഞ്ഞു. "ആ പുഴുവിന്റെ മുന്നിൽ വീണ് കാലിൽ ചുംബിക്കാൻ നിങ്ങൾ തയ്യാറാണെന്നുള്ള സത്യത്തിന് അതുകൊണ്ട് മാറ്റം ഒന്നും വരുന്നില്ല. ഞാൻ നിങ്ങളെ തടയാൻ ആഗ്രഹിക്കുന്നില്ല, നിങ്ങൾക്ക് അവന്റെ കാലിൽ ചുംബിക്കാം. പക്ഷേ, നിങ്ങളെ ആകർഷിക്കുന്ന കാര്യം എന്താണെന്ന് അറിയാൻ എനിക്ക് ആഗ്രഹം ഉണ്ട്. അത് എന്ത് കാര്യമാണ്?"

അവൾ അമർഷത്തിൽ കുളിച്ച് നിശ്ശബ്ദയായി നിന്നു.

"എന്നെ ചോദ്യം ചെയ്യാൻ നിങ്ങൾക്ക് എങ്ങനെ ധൈര്യം വന്നു?" അവൾ വിളിച്ചുകൂവി. "എന്റെ പുറത്ത് എന്ത് അവകാശം ഉണ്ടെന്നാണ് നിങ്ങൾ വിചാരിക്കുന്നത്."

അയാൾ വിളറിയെങ്കിലും മുഖത്ത് തിളക്കമുണ്ടായിരുന്നു. അയാളുടെ കണ്ണുകളിലെ വെളിച്ചത്തിൽ നിന്നും അവൾ അയാളുടെ സ്വാധീനത്തിലായിരുന്നെന്ന് അവൾക്കറിയാം. അവളുടെ കോപംകൊണ്ട് അയാൾ കൊല്ലപ്പെടാത്തതിന്റെ അത്ഭുതത്തോടെ അവൾ അയാളെ വെറുത്തു. അവളുടെ സങ്കല്പത്തിൽ അവൾ അയാളെ കൊന്നു. അവൾ അയാളെ തുടച്ചുമാറ്റി.

"ഇതിൽ അവകാശത്തിന്റെ പ്രശ്നമില്ല." ഒരു കസേരയിൽ ഇരുന്നുകൊണ്ട് ജെറാൾഡ് പറഞ്ഞു. അയാളുടെ ശരീരത്തിനുവന്ന വ്യത്യാസം അവൾ ശ്രദ്ധിച്ചു. അയാളുടെ യാന്ത്രികമായ ചലനങ്ങളിലൂടെ പീഡനം

സഹിക്കുന്നതുപോലെ അയാളുടെ ശരീരത്തിന് പിരിമുറുക്കമുണ്ടായിരുന്നു. അവൾക്ക് അയാളോടുള്ള പകയിൽ മാരകമായ വെറുപ്പുകൂടി കലർന്നു.

"എനിക്ക് എന്തെങ്കിലും അവകാശം ഉണ്ടെങ്കിൽക്കൂടി അത് എനിക്ക് നിങ്ങളുടെ മുകളിലുള്ള അവകാശത്തിന്റെ പ്രശ്നമല്ല. താഴത്തെ നിലയിലുള്ള ശില്പി എന്നുപറയുന്ന ആ വൃത്തികെട്ടവനോട് നിങ്ങൾ കീഴടങ്ങാനുള്ള കാരണം എന്താണെന്ന് എനിക്ക് അറിയണം. അയാളോടുള്ള ആരാധനയിൽ നിങ്ങൾ ഒരു പുഴുവിനെപ്പോലെ തരംതാഴുന്നത് എന്തുകൊണ്ടാണ്. നിങ്ങൾ ഇഴഞ്ഞിഴഞ്ഞ് എന്തിനേയാണ് പിന്തുടരുന്നതെന്ന് എനിക്ക് അറിയണം."

അയാൾ പറയുന്നതു ശ്രദ്ധിച്ചുകൊണ്ട് അവൾ ജനാലയിലൂടെ പുറത്തേക്ക് നോക്കിക്കൊണ്ടുനിന്നു. പിന്നീട് അവൾ തിരിഞ്ഞുനിന്നു.

"അയാളിൽ ഉള്ളത് എന്താണെന്ന് നിങ്ങൾക്കറിയണോ? അയാൾ ഒരു മണ്ടൻ അല്ലാത്തതുകൊണ്ട് അയാൾക്ക് ഒരു സ്ത്രീയെക്കുറിച്ച് ചില ധാരണകൾ ഉണ്ട്."

ജറാൾഡിന്റെ മുഖത്ത് അസുഖകരമായ ഒരു പുഞ്ചിരി പ്രത്യക്ഷപ്പെട്ടു.

"പക്ഷേ, എന്ത് ധാരണ" അയാൾ പറഞ്ഞു. "ചാടിനടക്കുന്ന ഒരു കൊമ്പൻ ചെള്ളിന്റെ ധാരണ. ഒരു ചെള്ളിന്റെ ധാരണയ്ക്ക് മുന്നിൽ നിങ്ങൾ ഇങ്ങനെ ഇഴയുന്നത് എന്തിനാണ്?"

ഗുഡ്റണിന്റെ മനസ്സിലൂടെ *ബ്ലേക്കിന്റെ ചെള്ളിന്റെ ആത്മാവ് കടന്നുപോയി. അത് ലോർക്കയോട് ചേർത്തുവെക്കാൻ അവൾ ആഗ്രഹിച്ചു. ബ്ലേക്കും ഒരു കോമാളി ആയിരുന്നു. പക്ഷേ, ജറാൾഡിന് മറുപടികൊടുക്കേണ്ടത് അത്യാവശ്യമായിരുന്നു.

"ഒരു ചെള്ളിന്റെ ധാരണ ഒരു വിഡ്ഢിയുടെ ധാരണയേക്കാൾ താല്പര്യമുണർത്തുന്ന കാര്യമാണെന്ന് നിങ്ങൾക്ക് തോന്നുന്നില്ലേ?" അവൾ ചോദിച്ചു.

"ഒരു വിഡ്ഢിയുടെ ധാരണ!" അയാൾ ആവർത്തിച്ചു.

"അതെ. ഒരു വിഡ്ഢിയുടെ ധാരണ. ഒരു അഹംഭാവമുള്ള വിഡ്ഢിയുടെ ധാരണ" അവൾ കൂട്ടിച്ചേർത്തു.

"നിങ്ങൾ ഞാൻ വിഡ്ഢിയാണെന്നാണോ പറയുന്നത്?" അയാൾ മറുപടി പറഞ്ഞു. "ശരി ഞാൻ താഴത്തെ നിലയിലെ ചെള്ളാകുന്നതിനേക്കാൾ നല്ലത് ഞാൻ വിഡ്ഢിയാകുന്നതല്ലേ?"

"അവസാനം നിങ്ങൾ സ്വയം വെളിപ്പെടുത്തി." അവൾ പറഞ്ഞു.

അയാൾ അത്ഭുതത്തോടെ കേട്ടുകൊണ്ടിരുന്നു.

"ഞാൻ ഉടൻതന്നെ പോകും."അയാൾ പറഞ്ഞു.

അവൾ അയാളുടെ നേർക്ക് തിരിഞ്ഞു. "ഒരുകാര്യം ഓർക്കണം."

---

* വില്യംബ്ലേക്കിന്റെ ഒരു ചിത്രത്തിന്റെ പേര്(1757–1827)

അവൾ പറഞ്ഞു. "ഞാൻ നിങ്ങളിൽ നിന്ന് പൂർണ്ണമായും സ്വാതന്ത്ര്യയാണ്. പൂർണ്ണമായും. നിങ്ങൾ നിങ്ങളുടെ ഏർപ്പാടുകൾ നടത്തുക. എന്റെ തയ്യാറെടുപ്പുകൾ ഞാൻ നടത്തിക്കൊള്ളാം."

അയാൾ ആലോചിച്ചുകൊണ്ടുനിന്നു.

"ഈ നിമിഷം മുതൽ നമ്മൾ അപരിചിതർ ആണെന്നാണോ നിങ്ങൾ പറയുന്നത്?" അയാൾ ചോദിച്ചു.

അവളുടെ മുഖം പെട്ടെന്ന് ചുവന്നു. അയാൾ അവളുടെ കൈയിൽ പിടിച്ചുവലിച്ച് ഒരുകെണിയിൽ കുരുക്കിയിടാൻ ശ്രമിക്കുകയായിരുന്നു. അവൾ കുതറി മാറി.

"അപരിചിതനാകാനോ!" അവൾ പറഞ്ഞു. "അത് നമുക്ക് ഒരിക്കലും കഴിയില്ല. പക്ഷേ, എന്നെ മാറ്റി നിർത്തിയിട്ട് നിങ്ങൾക്ക് എവിടെയെങ്കിലും പോകണമെന്നുണ്ടെങ്കിൽ നിങ്ങൾക്ക് അതിനുള്ള പൂർണ്ണസ്വാതന്ത്ര്യം ഉണ്ടെന്ന് നിങ്ങൾ മനസ്സിലാക്കണം എന്നുമാത്രമേ ഞാൻ ഉദ്ദേശിച്ചുള്ളൂ. എന്നെപ്പറ്റി അല്പംപോലും ചിന്തിക്കേണ്ട കാര്യം ഇല്ല."

അവൾക്ക് അയാളെ ആവശ്യം ഉണ്ടെന്നും ഇപ്പോഴും അവൾ അയാളെ ആശ്രയിക്കുന്നുണ്ടെന്നും ഉള്ള ഈ ഏറ്റവും ചെറിയ സൂചനപോലും അയാളിൽ വികാരങ്ങൾ ഉണർത്താൻ പര്യാപ്തമായിരുന്നു. ഇരിക്കുന്ന ഇരുപ്പിൽ അയാളുടെ ശരീരത്തിന് വ്യത്യാസങ്ങൾ വന്നു. ഉരുകിയൊലിക്കുന്ന ഒരു പ്രവാഹം സ്വമേധയാ അയാളുടെ സിരകളിലൂടെ ഉയർന്നു. അതിന്റെ ബന്ധനത്തിൽ അയാൾ നെടുവീർപ്പിട്ടു. പക്ഷേ, അയാൾക്ക് അത് ഇഷ്ടം ആയിരുന്നു. അയാൾ അവൾക്കുവേണ്ടിയുള്ള പ്രതീക്ഷയോടെ തെളിഞ്ഞ കണ്ണുകൾകൊണ്ട് അവളെ നോക്കി.

ഉടൻതന്നെ അവൾക്കു മനസ്സിലായി. അവൾ വെറുപ്പോടെ ഞെട്ടിത്തിരിഞ്ഞു. ഇപ്പോഴും അവൾക്കുവേണ്ടി കാത്തിരിക്കുന്ന തെളിഞ്ഞ കണ്ണുകൾ കൊണ്ട് അയാൾക്ക് അവളെ നോക്കാൻ കഴിയുന്നത് എങ്ങനെയാണ്? അവർ തമ്മിൽ നടന്ന സംസാരത്തിന് അവരുടെ ലോകങ്ങളെ വേർപെടുത്താനുള്ള കഴിവ് ഉണ്ടായിരുന്നില്ലേ? അവരെ എന്നെന്നേക്കുമായി ഒറ്റപ്പെടുത്തി മരവിപ്പിക്കാൻ അതിന് കഴിയില്ലേ? എന്നിട്ടും അയാൾ അവൾക്കുവേണ്ടി കാത്തിരിക്കുക ആയിരുന്നു.

ഇത് അവളെ ചിന്താക്കുഴപ്പത്തിലാക്കി. തല ഒരുവശത്തേക്ക് ചരിച്ചുകൊണ്ട് അവൾ പറഞ്ഞു.

"ഞാൻ എന്തെങ്കിലും വ്യത്യാസം വരുത്തുന്നതിനുമുമ്പ് ഞാൻ നിങ്ങളോട് നിശ്ചയമായും പറയും."

ഇതുപറഞ്ഞതിനുശേഷം അവൾ മുറിയിൽ നിന്നും പുറത്തേക്ക് പോയി. നിരാശയുടെ തിരിച്ചടിയേറ്റ് അയാൾ തളർന്നിരുന്നു. അയാളുടെ നിരാശ സാവധാനം അയാളുടെ ധാരണകളെ നശിപ്പിച്ചുകൊണ്ടിരുന്നതായി തോന്നി. പക്ഷേ, ക്ഷമയുടെ ബോധപൂർവ്വമല്ലാത്ത അവസ്ഥ അയാളിൽ നിലനിന്നിരുന്നു. വളരെനേരത്തേക്ക് ചിന്തകളോ ചലനങ്ങളോ ഇല്ലാത്ത അയാൾ അവിടെത്തന്നെ ഇരുന്നു. പിന്നീട് 'ചെസ്സ്' കളിക്കാൻ

വേണ്ടി അയാൾ എഴുന്നേറ്റ് താഴത്തെ നിലയിൽ ഒരു വിദ്യാർത്ഥിയുടെ അടുത്തേക്ക് പോയി. അയാളുടെ മുഖത്ത് സ്വസ്ഥമായ നിഷ്കളങ്കതയുടെ തെളിച്ചം ഉണ്ടായിരുന്നു. ഇത് ഗുഡ്റണിന് ഏറ്റവും കൂടുതൽ ബുദ്ധിമുട്ടുണ്ടാക്കി. അവൾ ഇതുകാരണം അയാളെ ആഴത്തിൽ വെറുക്കുന്നതിനിടയിലും അവളുടെ ഉള്ളിൽ അയാളെപ്പറ്റി സാമാന്യം ഭീതി സൃഷ്ടിക്കപ്പെട്ടിരുന്നു.

അവളോട് ഒരിക്കലും വ്യക്തിപരമായി സംസാരിച്ചിട്ടില്ലാത്ത ലോർക്ക അതിനുശേഷം അവളോട് അവളുടെ കാര്യങ്ങൾ ചോദിക്കാൻ ആരംഭിച്ചു.

"നിങ്ങൾ ഒരിക്കലും വിവാഹം കഴിച്ചിട്ടില്ല. അല്ലേ?" അയാൾ ചോദിച്ചു.

അവൾ അയാളെ സൂക്ഷിച്ചുനോക്കി.

"ഇല്ല." അവർ അവളുടെ അളന്നു തൂക്കിയമട്ടിലുള്ള മറുപടി പറഞ്ഞു. അസാധാരണമായ രീതിയിൽ മുഖം ചുളിച്ചുകൊണ്ടു ലോർക്ക പൊട്ടിച്ചിരിച്ചു. അയാളുടെ ഒരുനേർത്ത ഒറ്റപ്പെട്ട മുടിയിഴ അയാളുടെ നെറ്റിയിൽ അലഞ്ഞു തിരിയുന്നുണ്ടായിരുന്നു. അയാളുടെ തൊലിക്ക് തെളിഞ്ഞ തവിട്ടുനിറമാണെന്ന് അവൾ ശ്രദ്ധിച്ചു. അയാളുടെ കൈകളും മണിബന്ധവും അവൾ പ്രത്യേകം ശ്രദ്ധിച്ചു. അയാളുടെ കൈകൾ സൂക്ഷ്മമായി നിയന്ത്രിക്കാൻ കഴിവുള്ളവയാണെന്ന് തോന്നി. അയാൾ അസാധാരണമായ തവിട്ടുനിറമുള്ള നിർമ്മലമായ ഒരുപുഷ്യരാഗം പോലെ തോന്നിച്ചു.

"ശരി." അയാൾ പറഞ്ഞു.

എങ്കിലും മുന്നോട്ടു പോകാൻ അയാൾക്ക് കുറച്ചുകൂടി ധൈര്യം ആവശ്യം ഉണ്ടായിരുന്നു.

"മിസ്സിസ് ബിർക്കിൻ നിങ്ങളുടെ സഹോദരി ആയിരുന്നോ?" അയാൾ ചോദിച്ചു.

"അതെ."

"അവർ വിവാഹിതയായിരുന്നോ?"

"അവൾ വിവാഹിതയായിരുന്നു?"

"അപ്പോൾ നിങ്ങൾക്ക് അച്ഛനമ്മമാർ ഉണ്ടോ?"

"ഉണ്ട്." ഗുഡ്റൺ പറഞ്ഞു. "ഞങ്ങൾക്ക് അച്ഛനും അമ്മയും ഉണ്ട്."

അവൾ ചുരുക്കം വാക്കുകളിലൂടെ അവളുടെ അവസ്ഥ അയാളോട് പറഞ്ഞു. അവൾ സംസാരിച്ചുകൊണ്ടിരുന്ന മുഴുവൻ സമയവും അയാൾ അവളെ കൗതുകത്തോടെ ശ്രദ്ധിച്ചുകൊണ്ടിരുന്നു.

"അതുശരി!" അയാൾ അല്പം അത്ഭുതത്തോടെ ഉറക്കെപ്പറഞ്ഞു. "ഈ മിസ്റ്റർ ക്രിച്ച് ധനികനാണോ?"

"അതെ അയാൾ ധനികനാണ്. അയാൾ ഒരു ഖനി ഉടമസ്ഥൻ ആണ്."

"നിങ്ങളുടെ സൗഹൃദം എത്രകാലം നീണ്ടുനിന്നു."

"ഏതാനും മാസങ്ങൾ." കുറച്ചുസമയം അവർ സംസാരിച്ചില്ല.

"അതെ ഞാൻ അത്ഭുതപ്പെടുന്നു." അയാൾ അവസാനം പറഞ്ഞു. "ഈ ഇംഗ്ലീഷുകാർ വളരെ തണുപ്പന്മാരാണെന്നു ഞാൻ വിചാരിച്ചിരുന്നത്. ഇവിടെനിന്നു തിരിച്ചുപോയിട്ട് നിങ്ങൾ എന്താണ് ചെയ്യാൻ ഉദ്ദേശിക്കുന്നത്?"

"നിങ്ങൾ എന്താണ് ചെയ്യാൻ ഉദ്ദേശിക്കുന്നത്?" അവൾ ആവർത്തിച്ചു.

"അദ്ധ്യാപനത്തിലേക്ക് തിരിച്ചുപോകാൻ നിങ്ങൾക്ക് കഴിയില്ല. അത് പറ്റില്ല." അയാൾ തോളുകൾ വെട്ടിച്ചുകൊണ്ട് പറഞ്ഞു. "അത് ഒരിക്കലും നടക്കില്ല. അത് മറ്റൊന്നും ചെയ്യാനില്ലാത്ത ജനാവലിക്ക് വിട്ടുകൊടുക്കുക. നിങ്ങളുടെ ഭാഗം പറഞ്ഞാൽ നിങ്ങൾ അസാധാരണയായ ഒരു സ്ത്രീ ആണെന്ന് നിങ്ങൾക്കറിയാം. അത് നിഷേധിക്കുന്നത് എന്തിനാണ്? അതിൽ സംശയിക്കുന്നത് എന്തിനാണ്? നിങ്ങൾ അസാധാരണയായ സ്ത്രീ ആണ്. നിങ്ങൾ എന്തിനാണ് സാധാരണ ജീവിതത്തിന്റെ സാധാരണരീതികൾ പിൻതുടരുന്നത്."

ഗുഡ്റൺ ചുവന്നുതുടുത്ത മുഖത്തോടെ അവളുടെ കൈകളിലേക്ക് നോക്കിക്കൊണ്ടിരുന്നു. അവൾ ഒരു അസാധാരണ സ്ത്രീയാണെന്ന് അയാൾ സാധാരണമട്ടിൽ പറഞ്ഞതിൽ അവൾക്ക് സന്തോഷം തോന്നി. അവളെ പുകഴ്ത്താൻ വേണ്ടി അയാൾ അങ്ങനെ പറയില്ല. അയാൾ സ്വന്തം അഭിപ്രായങ്ങൾ ഉള്ളവനായിരുന്നു. അയാൾ വസ്തുനിഷ്ഠമായി കാര്യങ്ങൾ കാണുന്നവൻ ആയിരുന്നു. ഒരുശില്പം അസാധാരണമായിരുന്നെന്ന് അയാൾ പറയുന്നത് അയാൾക്ക് അതിനെപ്പറ്റി അറിവുള്ളതുകൊണ്ടായിരുന്നു. അയാൾ അവളെപ്പറ്റി പറഞ്ഞതും അതുപോലെ ആയിരുന്നു.

അയാളിൽ നിന്നും അങ്ങനെ കേൾക്കാൻ കഴിഞ്ഞതിൽ അവൾ ആഹ്ലാദിച്ചു. മറ്റ് ആളുകൾക്ക് എല്ലാ കാര്യങ്ങളും ഒരേതോതിൽ ഒരേ രീതിയിൽ സങ്കല്പിക്കുന്നതിന് ഒരു വല്ലാത്ത അഭിനിവേശം ഉണ്ടായിരുന്നു. ഇംഗ്ലണ്ടിൽ ഇത് മോടിയുള്ള കാര്യം ആയിരുന്നു. അവളെ അസാധാരണ സ്ത്രീയായി അംഗീകരിച്ചത് അവളെ സംബന്ധിച്ചിടത്തോളം ഒരു ആശ്വാസം ആയിരുന്നു. അപ്പോൾ അവൾക്ക് സാധാരണ മാനദണ്ഡങ്ങളെക്കുറിച്ച് അസ്വസ്ഥയാകേണ്ട ആവശ്യം ഇല്ല.

"നിങ്ങൾ അറിഞ്ഞിരിക്കണം." അവൾ പറഞ്ഞു. "എന്തായാലും എന്റെ കൈയിൽ പണം കുറവാണ്."

"പണം!" അയാൾ തോളുകൾ ഉയർത്തിക്കൊണ്ട് വിളിച്ചുപറഞ്ഞു. "ഒരാൾ മുതിർന്നുകഴിയുമ്പോൾ പണം അയാളെ സേവിക്കാൻ തയ്യാറായിരിക്കും. ഒരാളുടെ കുട്ടിക്കാലത്തു മാത്രമാണ് പണം ഒരു വിലയേറിയ വസ്തു ആകുന്നത്. പണത്തെപ്പറ്റി ആലോചിക്കരുത് — അത് എപ്പോഴും കൈയെത്തിപ്പിടിക്കാൻ പറ്റും."

"അതുപറ്റുമോ?" അവൾ ചിരിച്ചുകൊണ്ട് ചോദിച്ചു.

"എപ്പോഴുംപറ്റും. നിങ്ങൾ ചോദിക്കുകയാണെങ്കിൽ ഈ ജറാൾഡ്

നിങ്ങൾക്ക് പണം തരാതിരിക്കില്ല."

"മറ്റ് ആരോട് വേണമെങ്കിലും ഞാൻ ചോദിക്കും." അവൾ അല്പം വിഷമത്തോടെ പറഞ്ഞു. "പക്ഷേ, അയാളോട് ചോദിക്കില്ല."

ലോർക്ക അവളെ സൂക്ഷിച്ചു നോക്കി.

"അത് കൊള്ളാം" അയാൾ പറഞ്ഞു. "എങ്കിൽ അത് മറ്റ് ആരെങ്കിലും ആകട്ടെ. എന്തായാലും ഇംഗ്ലണ്ടിലെ ആ സ്കൂളിലേക്ക് തിരിച്ചു പോകരുത്. അത് ചെയ്യരുത്. അത് മണ്ടത്തരമാണ്."

വീണ്ടും അവർ കുറച്ചുസമയത്തേക്ക് സംസാരിച്ചില്ല. അവൾക്ക് അയാൾക്കൊപ്പം പോരാമെന്ന് അവളുടെ മുഖത്തുനോക്കി പറയാൻ അയാൾക്ക് ഭയം ഉണ്ടായിരുന്നു. അയാൾക്ക് അവളെ വേണമെന്നു പോലും പൂർണ്ണമായ ഉറപ്പ് ഉണ്ടായിരുന്നില്ല. അയാൾ അത് ചോദിക്കുമെന്ന് അവളും ഭയപ്പെട്ടിരുന്നു. അയാൾ അയാളുടെ ഒറ്റപ്പെടലിൽ സ്വയം അസൂയപ്പെട്ടിരുന്നു. ഒരു ദിവസത്തേക്ക് പോലും അയാളുടെ ജീവിതം പങ്കുവെയ്ക്കുന്നതിൽ അയാൾ അങ്ങേയറ്റം കരുതൽ ഉള്ളവനായിരുന്നു.

"എനിക്ക് അറിയാവുന്ന മറ്റൊരു സ്ഥലം പാരീസ് മാത്രമാണ്." അവൾ പറഞ്ഞു അവിടം എനിക്ക് സഹിക്കാൻ പറ്റില്ല."

"പാരീസ് വേണ്ട."അയാൾ പറഞ്ഞു. "മതസ്നേഹത്തിന്റെയും അത്യാധുനികതയുടെയും ഇടയിലൂടെയുള്ള ക്രിസ്തുവിലേക്കുള്ള ഒരു പുതിയ പരിണാമം. അതു വേണ്ട. പക്ഷേ, ഡ്രസ്ഡനിലേക്ക് വരൂ, അവിടെ എനിക്ക് ഒരു സ്റ്റുഡിയോ ഉണ്ട്. നിങ്ങൾക്ക് ജോലിതരാൻ എനിക്ക് പറ്റും. ഓ അത് വളരെ എളുപ്പമാണ്. ഞാൻ നിങ്ങൾ ചെയ്തതൊന്നും കണ്ടിട്ടില്ല. പക്ഷേ, എനിക്ക് നിങ്ങളെ വിശ്വാസം ഉണ്ട്. ഡ്രസ്ഡനിൽ വരൂ അത് താമസിക്കാൻ കൊള്ളാവുന്ന പട്ടണമാണ്. ഒരു പട്ടണത്തിൽ പ്രതീക്ഷിക്കുന്ന എല്ലാ സൗകര്യവും നിങ്ങൾക്ക് അവിടെ കിട്ടും. പാരീസിന്റെ വിഡ്ഢിത്തരങ്ങളും മ്യൂച്ചണിന്റെ മദ്യവും ഒഴിച്ച് ബാക്കിയെല്ലാം നിങ്ങൾക്ക് കിട്ടും.

അവൾ അയാളെ നോക്കിക്കൊണ്ട് വെറുതെ ഇരുന്നു. അവൾക്ക് അയാളിൽ താല്പര്യം തോന്നാൻ ഇടയാക്കിയ കാര്യം അയാൾ സ്വയം സംസാരിക്കുന്ന രീതിയിൽ അവളോട് മനസ്സു തുറന്നതായിരുന്നു. അയാൾ അവൾക്ക് മുഖ്യമായും അവളോടൊപ്പം ഉള്ള ഒരു വിദഗ്ദ്ധ ശില്പി ആയിരുന്നു. അവളുടെ ഒരു സഹജീവി ആയിരുന്നു.

"പാരീസ്- വേണ്ട"അയാൾ സംസാരം വീണ്ടും ആരംഭിച്ചു. "പാരീസ് എനിക്ക് ഇഷ്ടമല്ല, എനിക്ക് വെറുപ്പാണ്. ഏത് ഭാഷയിൽ പറഞ്ഞാലും ആ സ്ഥലം എനിക്ക് വെറുപ്പാണ്. സ്ത്രീകളും പ്രണയവും, അതിലും വലിയമടുപ്പ് ഒന്നും തന്നെ ഇല്ല." അയാൾ വിളിച്ചുപറഞ്ഞു.

അവൾക്ക് ചെറിയ തോതിൽ നീരസം തോന്നി. "ഞാനും അതുതന്നെയാണ് വിചാരിക്കുന്നത്." അവൾ പറഞ്ഞു.

"മഹാ മുഷിപ്പാണ്." അയാൾ ആവർത്തിച്ചു."ഞാൻ ഈ തൊപ്പിയാണോ അതോ മറ്റൊരു തൊപ്പിയാണോ തലയിൽ വെക്കുന്നതെന്നു

പരിശോധിക്കുന്നതിൽ എന്ത് അർത്ഥമാണ് ഉള്ളത്? അസൗകര്യമാണെങ്കിൽ ഒരിക്കലും എനിക്ക് തൊപ്പിവയ്ക്കേണ്ട ആവശ്യം ഇല്ല. അസൗകര്യമാണെങ്കിൽ ഞാൻ പ്രണയിക്കേണ്ട ആവശ്യവും ഇല്ല. "അയാൾ അവളുടെ അടുത്തേക്ക് ചരിഞ്ഞിരുന്നു. പിന്നീട് എന്തോ ഒരു ഭാഗത്തേക്ക് നീക്കിക്കളയുന്നതു പോലെയുള്ള ഒറ്റപ്പെട്ട ഒരു ആംഗ്യം അയാൾ കാണിച്ചു. "ഒരു കാര്യവും ഇല്ല–ഞാൻ കാര്യം നിങ്ങളോട് പറയാം. ഞാൻ നിങ്ങളുടെ പ്രണയം ഉൾപ്പെടെ എല്ലാ കാര്യങ്ങളും അല്പം ബുദ്ധിയുള്ള ഒരു കൂട്ടുകെട്ടിനു വേണ്ടി തീർച്ചയായും ഉപേക്ഷിക്കും." അയാൾ അവളെ അവിശ്വാസത്തോടെ നോക്കി. "നിങ്ങൾക്ക് മനസ്സിലാകുന്നുണ്ടോ?" ഒരു തെളിച്ചമില്ലാത്ത പുഞ്ചിരിയോടെ അയാൾ ചോദിച്ചു. "അവൾക്ക് നൂറു വയസ്സോ ആയിരം വയസ്സോ ആയാലും പ്രശ്നമില്ല. എനിക്ക് എല്ലാം ഒരുപോലെ ആയിരിക്കും." ഒരു ചെറിയ കള്ളത്തരത്തോടെ അയാൾ കണ്ണുകൾ അടച്ചു തുറന്നു.

വീണ്ടും ഗുഡ്റണിന് സാമാന്യം നീരസം തോന്നി. അപ്പോൾ അവൾ സുന്ദരിയാണെന്ന് അയാൾ വിചാരിക്കുന്നില്ലേ? ഗുഡ്റൺ പെട്ടെന്ന് പൊട്ടിച്ചിരിച്ചു.

"ആ രീതിയിൽ നിങ്ങളുടെ പാകത്തിന് വളരണമെങ്കിൽ എനിക്ക് എൺപത് വർഷം കൂടി കാത്തിരിക്കേണ്ടിവരും." അവൾ പറഞ്ഞു. "എനിക്ക് വേണ്ടത്ര വൈരൂപ്യം ഇല്ലേ?"

അയാൾ പെട്ടെന്ന് ഒരു കലാകാരന്റെ കൃത്യമായ കണക്കുകൂട്ടലുകൾ ഉള്ള നിർണ്ണായകമായ നോട്ടം അവളുടെ നേർക്ക് നോക്കി.

"നിങ്ങൾ സുന്ദരിയാണ്" അയാൾ പറഞ്ഞു. "എനിക്ക് അതിൽ സന്തോഷവും ഉണ്ട്. പക്ഷേ, അതിൽ കാര്യമില്ല." അവളെ പ്രശംസിച്ചതിന്റെ പ്രാധാന്യം നഷ്ടപ്പെടുത്താതെ അയാൾ ഉറക്കെ പറഞ്ഞു. "നിങ്ങൾക്ക് ഒരുതരം ബുദ്ധിശക്തിയുണ്ടെന്നുള്ളതാണ് പ്രധാന കാര്യം. അത് ഒരു തരത്തിലുള്ള ധാരണയാണ്. ഞാനാണെങ്കിൽ അല്പം അവശനാണ്. പ്രത്യേകിച്ച് പ്രാധാന്യമൊന്നും തോന്നുകയില്ല. ആ സ്ഥിതിക്ക് നിങ്ങൾ എന്നോട് ശക്തനും സുന്ദരനും ആകാൻ ആവശ്യപ്പെടാത്തത് നല്ലകാര്യം! പക്ഷേ, ഈ ഞാൻ ഞാൻതന്നെ ആണ്." അയാൾ കൈവിരലുകൾ അസാധാരണമായ രീതിയിൽ ചുണ്ടത്തുവെച്ചു. "ഈ ഞാനാണ് ഒരു കൂട്ടുകാരിയെ അന്വേഷിക്കുന്നത്. ഈ എന്നിലെ ഞാനാണ് എന്റെ പ്രത്യേക ബുദ്ധിശക്തിയുമായി യോജിക്കുന്ന നിങ്ങളിലെ കൂട്ടുകാരിയിലെ നിങ്ങൾക്ക് വേണ്ടി കാത്തിരിപ്പ് തുടരുന്നത്. നിങ്ങൾക്ക് മനസ്സിലായില്ലേ?"

"മനസ്സിലായി." അവൾ പറഞ്ഞു."എനിക്ക് മനസ്സിലായി."

"പ്രണയത്തിന്റെ കാര്യം പറഞ്ഞാൽ" അയാൾ എന്തോ കുഴപ്പം പിടിച്ച സാധനം തെറിപ്പിച്ചു കളയുന്നതുപോലെയുള്ള ഒരു ആംഗ്യം കാണിച്ചുകൊണ്ട് തുടർന്നു. അതിന് യാതൊരു പ്രാധാന്യവും ഇല്ല. ഇന്നു വൈകുന്നേരം ഞാൻ വെളുത്തവീഞ്ഞ് കുടിച്ചോ കുടിക്കാതിരുന്നോ എന്നതിൽ എന്തെങ്കിലും കാര്യമുണ്ടോ? അതിൽ പ്രത്യേകിച്ച് യാതൊരു കാ

ര്യവും ഇല്ല. ഈ പ്രേമവും പ്രണയവും എല്ലാം അതുപോലെ ആണ്. ഇന്നോ നാളെയോ എന്നെങ്കിലുമോ അത് ഉണ്ടായാലും ഇല്ലെങ്കിലും കാര്യങ്ങളെല്ലാം ഒരുപോലെ ആണ്. വെളുത്ത വീഞ്ഞിനേക്കാൾ കൂടുതൽ അതിൽ ഒരു കാര്യവും ഇല്ല."

അയാൾ അസാധാരണമായ രീതിയിൽ തലകുനിച്ചുകൊണ്ട് സംസാരം അവസാനിപ്പിച്ചു. ഗുഡ്റൺ അയാളിൽ നിന്ന് കണ്ണെടുത്തില്ല. അവൾ വിളറിപ്പോയിരുന്നു.

പെട്ടെന്ന് അവൾ നിവർന്നിരുന്ന് അയാളുടെ കൈയിൽ മുറുകെപ്പിടിച്ചു.

"അത് സത്യമാണ്."അവൾ തീക്ഷ്ണമായ ശബ്ദത്തിൽ സാമാന്യം ഉറക്കെ പറഞ്ഞു. "എന്റെ കാര്യത്തിലും അത് സത്യമാണ്. ധാരണയിലാണ് കാര്യമുള്ളത്."

അയാൾ സാമാന്യം ഭയത്തോടെ അവളുടെ ശ്രദ്ധയിൽപ്പെടാതെ അവളെ നോക്കി. പിന്നീട് ചെറിയ ഇഷ്ടക്കേടോടെ തലകുലുക്കി. അവൾ അയാളുടെ കൈ സ്വതന്ത്രമാക്കി. അയാൾ യാതൊരു പ്രതികരണവും നടത്തിയില്ല. പിന്നീട് അവർ നിശ്ശബ്ദരായി ഇരുന്നു.

പെട്ടെന്ന് ഇരുണ്ട കണ്ണുകൾ ഉയർത്തി ആത്മവിശ്വാസത്തോടെ അവളെ നോക്കിക്കൊണ്ട് പ്രവചനം നടത്തുന്നതുപോലെ അയാൾ പറഞ്ഞു. "എന്റെയും നിങ്ങളുടെയും വിധി ഏതുവരെ ഒന്നിച്ച് പോകുമെന്ന് നിങ്ങൾക്ക് അറിവുണ്ടോ?"

"ഏതുവരെ?" ഇത്തരം പ്രവചന സ്വഭാവമുള്ള ദുസ്സൂചനകൾക്ക് അവൾ ദാരുണമായി വശപ്പെട്ടിരുന്നു. പക്ഷേ, അയാൾ പെട്ടെന്ന് മറുപടി പറയാതെ വെറുതെ തല കുലുക്കുകയായിരുന്നു.

"എനിക്ക് അറിയില്ല." അവസാനം അയാൾ പറഞ്ഞു. "എനിക്ക് അറിയില്ല."

ജറാൾഡ് രാത്രിയാകുന്നതുവരെ അയാളുടെ സ്കീയിങ് അവസാനിപ്പിച്ച് തിരിച്ചുവന്നിരുന്നില്ല. അവൾ നാലുമണിക്ക് കഴിച്ച കേക്കും കാപ്പിയും അയാൾക്ക് നഷ്ടപ്പെട്ടു. മഞ്ഞിന്റെ അവസ്ഥ മെച്ചമായിരുന്നു. അയാൾ വളരെ പെട്ടെന്ന് മഞ്ഞിന്റെ കൊടുമുടികളിലൂടെ സഞ്ചരിച്ചു. അഞ്ചു മൈലോളം ദൂരത്ത് പകുതി മഞ്ഞിൽ പൊതിഞ്ഞുനില്ക്കുന്ന അവരുടെ താമസസ്ഥലം കാണത്തക്ക ഉയരത്തിലേക്ക് അയാൾ മഞ്ഞുമലയിലൂടെ മുകളിലേക്ക് കയറിയിരുന്നു. അവിടെ നിന്നുകൊണ്ട് അയാൾക്ക് താഴ്വാരത്തെ പൈൻമരങ്ങളുടെ ഇരുണ്ടനിറം കാണാമായിരുന്നു. അയാൾക്ക് അതുവഴി അയാളുടെ താമസസ്ഥലത്തേക്ക് തിരിച്ചുപോകാം. പക്ഷേ, ഹോസ്റ്റലിനെപ്പറ്റി ഓർത്തപ്പോൾ അയാൾ വെറുപ്പുകൊണ്ട് വിറച്ചു. അയാൾക്ക് അതുവഴി തെന്നിയിറങ്ങി രാജവീഥിയിൽ എത്താം. പക്ഷേ, എന്തിനാണ് ഏതെങ്കിലും വഴയിലേക്ക് അയാൾ എത്തിച്ചേരുന്നത്? ഈ ലോകത്ത് അയാളെ അയാൾ വീണ്ടും കണ്ടെത്തുന്നതായുള്ള ചിന്ത അയാളെ പ്രകോപിപ്പച്ചു. അയാൾക്ക് ഈ മഞ്ഞിന്റെ

ഉയരങ്ങളിൽ എന്നെന്നേക്കുമായി താമസിക്കണം. ഈ ഉയരങ്ങളിലെ തിളങ്ങുന്ന മഞ്ഞിന്റെ സിരകളിൽ പിണയുന്ന ഇരുണ്ട പാറക്കെട്ടുകൾക്കിടയിലൂടെ തനിയെ തെന്നിനീങ്ങുമ്പോൾ അയാൾ സ്വയം സന്തോഷിക്കുക ആയിരുന്നു.

പക്ഷേ, അയാളുടെ ഹൃദയത്തിൽ തണുത്തു മരവിച്ച ചില കാര്യങ്ങൾ ഒത്തുകൂടുന്നതായി അയാൾക്കു തോന്നി. കുറച്ചു ദിവസങ്ങളായി അയാളിൽ നിലനിന്നിരുന്ന ക്ഷമയുടെയും നിഷ്കളങ്കതയുടെയും അസാധാരണമായ മനോഭാവം അവസാനിച്ചുകൊണ്ടിരുന്നു. പിന്നീട് വീണ്ടും അയാൾ ഭയാനകമായ വികാരങ്ങളുടെയും പീഡനങ്ങളുടെയും ഇരയായി ഈ ഭൂമിയിൽ തനിയെ ഉപേക്ഷിക്കപ്പെടും.

അതുകൊണ്ട് മലയിടുക്കുകൾ സന്ധിക്കുന്ന സ്ഥലത്തെ കുഴിയിലുള്ള ഹോസ്റ്റലിലേക്ക് അയാൾ തെന്നിയിറങ്ങിവന്നു. അയാൾ മഞ്ഞവിളക്കുകൾ തിളങ്ങുന്നത് കണ്ടു. ആ മനുഷ്യരെ നേരിടാനും ശബ്ദകോലാഹലം കേൾക്കാനും മറ്റുള്ളവരുടെ സാന്നിദ്ധ്യത്തിന്റെ അങ്കലാപ്പ് അനുഭവിക്കാനും ആഗ്രഹം തോന്നാത്തതുകൊണ്ട് അയാൾ അകത്തേക്ക് പോയില്ല. അയാളുടെ ഹൃദയത്തെ മൂടിക്കൊണ്ട് ഒരു മഞ്ഞുപാളിയോ ഒരു ശൂന്യതയോ രൂപപ്പെട്ടിരുന്നതുപോലെ അയാൾ ഒറ്റപ്പെട്ടുപോയിരുന്നു.

ഗുഡ്റണിനെ കണ്ടനിമിഷത്തിൽ അയാളുടെ ഉള്ളിൽ ഒരു ഞെട്ടലുണ്ടായി. ജർമ്മൻകാരോട് ആദരവോടെ പുഞ്ചിരിച്ചുകൊണ്ടിരുന്ന അവൾ സുന്ദരിയാണെന്ന് തോന്നിച്ചു. പെട്ടെന്ന് അവളെ കൊല്ലാനുള്ള ഒരു ആഗ്രഹം അയാളുടെ ഹൃദയത്തിലേക്ക് പാഞ്ഞുവന്നു. അവളെ കൊല്ലുന്നത് എത്രമാത്രം പൂർണ്ണതയുള്ള മദാലസമായ തൃപ്തിപ്പെടുത്തൽ ആയിരിക്കുമെന്ന് അയാൾ ആലോചിച്ചു. മഞ്ഞും അയാളുടെ വികാരങ്ങളും കൂടിച്ചേർന്ന് അയാളെ ഭിന്നിപ്പിച്ച് നിർത്തിയിരുന്നതുകാരണം വൈകുന്നേരം വരെ അയാളുടെ മനസ്സിന്റെ സാന്നിദ്ധ്യം ഉണ്ടായിരുന്നില്ല. പക്ഷേ, ഈ ആശയം അയാൾ എന്നും ഉള്ളിൽ സൂക്ഷിച്ചിരുന്നു. ജീവന്റെ ഓരോ തീപ്പൊരിയും അവളിൽനിന്ന് പുറത്തേക്ക് തെറിച്ചുപോയി. അയാളുടെ കൈപ്പത്തികൾക്കുള്ളിൽ അവൾ ചലനമറ്റ് എന്നന്നേക്കുമായി വിശ്രമത്തിലാകുന്നതുവരെ അവളെ കഴുത്ത് ഞെരിച്ചുകൊല്ലുന്നത് എത്രമാത്രം മദാലസമായ ഒരു പൂർത്തീകരണം ആണ്. അപ്പോൾ എന്നന്നേക്കുമായി അവളെ അവസാനമായി അയാൾക്ക് ലഭിക്കുമായിരിക്കും. അവിടെ അങ്ങേയറ്റം പരിപൂർണ്ണവും മദാലസവും ആയ ഒരു പൂർത്തീകരണം ഉണ്ടായിരിക്കും.

അയാളുടെ ഉള്ളിലെ മനോഭാവം ഗുഡ്റണിന് മനസ്സിലായിരുന്നില്ല. അയാൾ പതിവുപോലെ സൗഹാർദ്ദത്തിലാണെന്ന് തോന്നി. അയാളുടെ സൗഹാർദ്ദം കാരണം അവൾക്ക് അയാളോട് മൃഗീയമായ ക്രൂരതപോലും തോന്നി.

അയാൾ വേഷം മാറുന്നതിനിടയിലാണ് അവൾ അയാളുടെ മുറിയിൽ പോയിരുന്നത്. ശുദ്ധമായ വെറുപ്പിന്റെ വിചിത്രമായ തിളക്കത്തോ

ടെയുള്ള അയാളുടെ നോട്ടം അവൾ ശ്രദ്ധിച്ചില്ല. അവൾ കൈകൾ പിന്നിൽ കോർത്തുപിടിച്ച് വാതിലിനടുത്തായി അനങ്ങാതെ നിന്നു.

"ജറാൾഡ്, ഞാൻ ഒരുകാര്യം വിചാരിക്കുകയായിരുന്നു." പുഷ്പം നിഴലിക്കുന്ന ശാന്തതയോടെ അവൾ പറഞ്ഞു. "ഞാൻ ഇംഗ്ലണ്ടിലേക്ക് തിരിച്ചു പോകുന്നില്ല."

"ഓ!" അയാൾ പറഞ്ഞു. "അപ്പോൾ നിങ്ങൾ എവിടെയാണ് പോകുന്നത്."

പക്ഷേ, അവൾ അയാളുടെ ചോദ്യം അവഗണിച്ചു. അവൾക്ക് പറയാൻ അവളുടേതായ യുക്തിയുക്തമായ പ്രസ്താവനയുണ്ട്. അത് അവൾ വിചാരിച്ച രീതിയിൽ തന്നെ അവൾക്കു പറഞ്ഞേ പറ്റൂ.

"തിരിച്ചുപോകുന്നതുകൊണ്ട് ഒരു പ്രയോജനവും എനിക്ക് കാണാൻ കഴിയുന്നില്ല." അവൾ തുടർന്നു. "ഞാനും നിങ്ങളും തമ്മിലുള്ളതെല്ലാം കഴിഞ്ഞില്ലേ!"

അയാൾ സംസാരിക്കാൻ വേണ്ടി അവൾ സംസാരം നിർത്തി. പക്ഷേ, അയാൾ സംസാരിച്ചില്ല. അയാൾ സ്വയം സംസാരിക്കുകയായിരുന്നു." കഴിഞ്ഞു അല്ലേ? അത് കഴിഞ്ഞതായി ഞാൻ വിശ്വസിക്കുന്നു. പക്ഷേ, അത് അവസാനിച്ചിട്ടില്ല. ഓർക്കണം. അത് അവസാനിച്ചിട്ടില്ല. നമുക്ക് ഏതെങ്കിലുംതരത്തിൽ ഒരു അവസാനം കാണണം. ഒരു അന്ത്യം നിശ്ചയമായും വേണം."

അയാൾ സ്വയം സംസാരിച്ചിരുന്നെങ്കിലും ഉച്ചത്തിൽ ഒന്നും തന്നെ പുറത്തു പറഞ്ഞില്ല.

"സംഭവിച്ചതെല്ലാം സംഭവിച്ചു." അവൾ തുടർന്നു. "എനിക്ക് ഒന്നിലും പശ്ചാത്താപം ഇല്ല. നിങ്ങൾക്കും ഒന്നിലും പശ്ചാത്താപം ഇല്ലെന്ന് ഞാൻ പ്രതീക്ഷിക്കുന്നു."

"അയാൾ സംസാരിക്കാൻ വേണ്ടി അവൾ കാത്തുനിന്നു."ഓ! എനിക്ക് ഒന്നിലും പശ്ചാത്താപം ഇല്ല." ഒത്തുതീർപ്പിന്റെ സ്വരത്തിൽ അയാൾ മറുപടി പറഞ്ഞു. "അത് എന്തായാലും നല്ല കാര്യമാണ്." അവൾ പറഞ്ഞു. "അപ്പോൾ നമ്മളിൽ ഒരാളും പശ്ചാത്താപം മനസ്സിൽ കൊണ്ടുനടക്കുന്നില്ല. അത് അങ്ങനെതന്നെ വേണം."

"നിശ്ചയമായും അത് അങ്ങനെതന്നെ വേണം." അയാൾ ലക്ഷ്യമില്ലാതെ പറഞ്ഞു. അവൾ അവളുടെ ചരട് വീണ്ടും കൂട്ടിക്കെട്ടാൻ ശ്രമിച്ചുകൊണ്ട് അല്പസമയം സംസാരം നിർത്തി.

"നമ്മുടെ പരിശ്രമം ഒരു പരാജയം ആയിരുന്നു." അവൾ പറഞ്ഞു. "പക്ഷേ, മറ്റൊരിടത്ത് നമുക്ക് വീണ്ടും പരിശ്രമിക്കാം."

കോപത്തിന്റെ ഒരു ചെറിയ തീപ്പൊരി അയാളുടെ രക്തത്തിലൂടെ പാഞ്ഞുപോയി. അവളുടെ സംസാരം അയാളെ അവൾ ഉണർത്തുന്നതുപോലെ ആയിരുന്നു. അയാളെ അവൾ പ്രോത്സാഹിപ്പിക്കുന്നതുപോലെ ആയിരുന്നു. അവൾ ഇങ്ങനെ ചെയ്യുന്നത് എന്തുകൊണ്ടാണ്?

"എന്തിനു വേണ്ടിയാണ് പരിശ്രമിക്കേണ്ടത്?" അയാൾ ചോദിച്ചു.

"പ്രണയിതാക്കൾ ആകാൻ വേണ്ടി. അതാണ് ഞാൻ ഉദ്ദേശിച്ചത്" എല്ലാം വളരെ നിസ്സാര കാര്യങ്ങളാണെന്നുവരുത്തിത്തീർക്കാൻ അവൾ ശ്രമിച്ചിരുന്നെങ്കിലും അവൾക്ക് ചെറിയ അമ്പരപ്പ് ഉണ്ടായിരുന്നു.

"പ്രണയിതാക്കൾ ആകാനുള്ള നമ്മുടെ പരിശ്രമം ഒരു പരാജയം ആയിരുന്നു അല്ലേ?" അയാൾ ഉച്ചത്തിൽ പറഞ്ഞു.

അയാൾ സ്വയം പറഞ്ഞുകൊണ്ടിരുന്നു. "ഇവളെ ഞാൻ ഇവിടെ വച്ച് കൊല്ലണം. എനിക്ക് ബാക്കിയുള്ളത് ഇവളെ കൊല്ലുന്നത് മാത്രമാണ്." അവളുടെ മരണം നടത്തിയെടുക്കാനുള്ള അതിയായ ആഗ്രഹം അയാൾ അനുഭവിച്ചു. അവൾ അതൊന്നും അറിഞ്ഞിരുന്നില്ല.

"അത്, അങ്ങനെ ആയിരുന്നില്ലേ" അവൾ ചോദിച്ചു. "അത് ഒരു വിജയം ആയിരുന്നെന്ന് നിങ്ങൾ വിചാരിക്കുന്നുണ്ടോ?"

ആ ചോദ്യത്തിലെ നിസ്സാരഭാവത്തിൽ ഉണ്ടായിരുന്ന പരിഹാസം വീണ്ടും ഒരു അഗ്നിനാളം പോലെ അയാളുടെ രക്തത്തിലൂടെ പാഞ്ഞു പോയി.

"നമ്മുടെ ബന്ധത്തിൽ വിജയത്തിന്റെ ചില ഘടകങ്ങൾ ഉണ്ടായിരുന്നു." അയാൾ മറുപടി പറഞ്ഞു. "അത് ഒരുപക്ഷേ, വിജയിക്കാമായിരുന്നു."

അയാൾ അവസാനത്തെ വാചകം ഇടയ്ക്കുവെച്ച് നിർത്തിയിരുന്നു. ആ വാചകം പറഞ്ഞുതുടങ്ങിയതിനുശേഷം അയാൾക്ക് പറയാനുള്ള ബാക്കിഭാഗം അയാൾ വിശ്വസിച്ചിരുന്നില്ല. അത് ഒരിക്കലും ഒരു വിജയം ആകില്ലായിരുന്നെന്ന് അയാൾക്ക് അറിയാം.

"ഇല്ല." അവൾ മറുപടി പറഞ്ഞു. "നിങ്ങൾക്ക് ഒരിക്കലും സ്നേഹിക്കാൻ കഴിയില്ല."

"നിങ്ങൾക്കോ?" അയാൾ ചോദിച്ചു.

"എനിക്ക് നിങ്ങളെ സ്നേഹിക്കാൻ കഴിയില്ല." ഒരു നഗ്ന സത്യം പോലെ അവൾ പറഞ്ഞു.

ഒരു കണ്ണഞ്ചിക്കുന്ന മിന്നൽപ്പിണർ അയാളുടെ തലച്ചോറിലൂടെ കടന്നുപോയി. അയാളുടെ ശരീരം വിറച്ചു. അയാളുടെ ഹൃദയം തീപിടിച്ച് പൊട്ടിത്തെറിച്ചു. അയാളുടെ ബോധം അയാളുടെ കൈകളിലേക്കും മണിബന്ധങ്ങളിലേക്കും ഇറങ്ങിപ്പോയിരുന്നു. അയാൾ അവളെ കൊല്ലാനുള്ള അന്ധവും അടക്കമില്ലാത്തതുമായ ഒരു ആഗ്രഹം മാത്രമായി രൂപാന്തരപ്പെട്ടിരുന്നു. അയാളുടെ മണിബന്ധങ്ങൾ പൊട്ടിത്തെറിച്ചുകൊണ്ടിരുന്നു. അയാളുടെ കൈകൾ അവളെ ശ്വാസം മുട്ടിപ്പിക്കുന്നതുവരെ അയാളുടെ മണിബന്ധങ്ങൾക്ക് സംതൃപ്തികിട്ടില്ല.

പക്ഷേ, അയാളുടെ ശരീരം മുന്നോട്ടുവന്ന് അവളുടെ മുകളിലേക്ക് മറിഞ്ഞുവീഴുന്നതിന് മുമ്പ് അവളുടെ മുഖത്ത് വളരെ പെട്ടെന്ന് ഒരു തിരിച്ചറിവിന്റെ മുഖഭാവം പ്രത്യക്ഷപ്പെട്ടു. ഒരു തീജ്വാലപോലെ അവൾ വാതിലിനു പുറത്തെത്തി. അവൾ ഒറ്റ ഓട്ടത്തിന് അവളുടെ മുറിയിലെത്തി കതകടച്ച് കുറ്റിയിട്ടു. അവൾക്ക് ഭയം ഉണ്ടായിരുന്നു. പക്ഷേ, അവൾക്ക്

ആത്മവിശ്വാസം നഷ്ടപ്പെട്ടിരുന്നില്ല. അവളുടെ ജീവിതം ഒരു അഗാധമായ കുഴിയുടെ വക്കിൽ നില്ക്കുകയാണെന്ന് അവൾക്ക് അറിയാമായിരുന്നു പക്ഷേ, അവളുടെ കാലുകളുടെ ഉറപ്പിനെപ്പറ്റി അവൾക്ക് അസാധാരണമായ വിശ്വാസം ഉണ്ട്. അവളുടെ കൗശലത്തിന് അയാളെക്കൊണ്ട് ചെണ്ട കൊട്ടിക്കാൻ കഴിയുമെന്ന് അവൾക്ക് അറിയാമായിരുന്നു.

അവൾ ആവേശവും ആഹ്ലാദവുംകൊണ്ട് മുറിക്കുള്ളിൽ എത്തിയിട്ടും അവൾ വിറച്ചു. അയാളെ തോല്പിക്കാൻ കഴിയുമെന്ന് അവൾക്ക്അറിയാം. അവളുടെ മനഃസാന്നിദ്ധ്യത്തേയും ബുദ്ധിശക്തിയേയും അവൾക്ക് ആശ്രയിക്കാൻ കഴിയും. പക്ഷേ, ഇത് മരണം വരെയുള്ള ഒരു യുദ്ധമാണ്. ഇപ്പോൾ ആ കാര്യം അവൾക്കറിയാം. ഒരു വീഴ്ച അതോടെ അവൾ അവസാനിച്ചു. വളരെ ഉയരത്തിൽനിന്നും അപകടത്തിൽപ്പെട്ട് താഴോട്ട് വീഴുന്ന ഒരുവളെപ്പോലെ അസാധാരണമായ പിരിമുറുക്കത്തിന്റെ അസ്വസ്ഥത അവളുടെ ശരീരം അനുഭവിച്ചു. പക്ഷേ, അവൾ താഴോട്ട് നോക്കിയില്ല. അവൾ അവളുടെ ഭയത്തെ അംഗീകരിച്ചില്ല.

"മറ്റന്നാൾ ഞാൻ ഇവിടെനിന്ന് പോകും" അവൾ പറഞ്ഞു.

അവൾക്ക് ജറാൾഡിനെ ഭയമാണെന്ന് അയാൾ ചിന്തിക്കരുതെന്ന് മാത്രമാണ് അവൾ ആഗ്രഹിച്ചിരുന്നത്. അവൾ അയാളെ ഭയന്ന് ഓടിപ്പോയതാണെന്ന് അയാൾ ആലോചിക്കാൻ പാടില്ല. അടിസ്ഥാനപരമായി അവൾക്ക് അയാളെ പേടി ഇല്ല. അയാളുടെ ശാരീരികമായ ക്രൂരതയെ ഒഴിവാക്കുന്നത് അവളുടെ സംരക്ഷണത്തിന്റെ ഭാഗമാണെന്ന് അവൾക്ക് അറിയാം. പക്ഷേ, ശാരീരികമായി പോലും അവൾക്ക് അയാളെ പേടി ഇല്ല. ആ കാര്യം അയാൾക്ക് തെളിയിച്ചു കൊടുക്കണമെന്ന് അവൾ ആഗ്രഹിച്ചു. അത് അയാളെ മനസ്സിലാക്കിക്കഴിഞ്ഞാൽ എന്നെന്നേക്കുമായി അവൾക്ക് അയാളെ ഉപേക്ഷിക്കാം. പക്ഷേ, ഇതിനിടയിൽ അവർ തമ്മിലുള്ള യുദ്ധം അയാൾക്ക് ബോദ്ധ്യപ്പെടാൻ പാടില്ല. അവൾക്ക് എന്തെല്ലാം നടുക്കങ്ങൾ സംഭവിച്ചാലും അവൾ അയാളെ ഭയക്കുകയില്ല. അയാൾക്ക് ഒരിക്കലും അവളുടെ മുകളിൽ അധികാരം ചെലുത്താൻ കഴിയില്ല. അയാൾക്ക് അവളുടെ പുറത്ത് യാതൊരു അവകാശവും ഉണ്ടായിരിക്കില്ല. ആ കാര്യം അയാൾക്ക് തെളിയിച്ചുകൊടുക്കുന്നതുവരെ ഇതെല്ലാം അവൾ നിലനിർത്തും. ഒരിക്കൽ അത് തെളിയിച്ചുകൊടുത്തു കഴിഞ്ഞാൽ അവൾ എന്നന്നേക്കുമായി അയാളിൽ നിന്ന് സ്വതന്ത്രയാക്കപ്പെടും.

പക്ഷേ, ഇതുവരെ അവൾ അത് അയാൾക്കുവേണ്ടിയോ അവൾക്കുവേണ്ടിയോ തെളിയിച്ചിട്ടില്ല. അവളെ അയാളുമായി ഇപ്പോഴും ബന്ധിപ്പിക്കുന്നത് ഈ കാര്യമാണ്. അവളെ അയാളുമായി കൂട്ടിക്കെട്ടിയിരിക്കുന്നു. അവൾക്ക് അയാൾക്കപ്പുറത്തേക്ക് ജീവിക്കാൻ കഴിയില്ല. അവസാനിക്കാത്ത ആലോചനകളുമായി അവൾ പുതപ്പ് പുതച്ചുകൊണ്ട് വളരെ നേരം കിടക്കയിൽ എഴുന്നേറ്റിരുന്നു. അവളുടെ ഇരിപ്പ് അവളുടെ ചിന്തകളുടെ മഹത്തായ സാദ്ധ്യതകളെ അവൾ ഇതുവരെ ഒരിക്കൽപ്പോലും മെനഞ്ഞെടുത്തിട്ടില്ലെന്നുള്ള രീതിയിലായിരുന്നു.

"ഇത് അയാൾ എന്നെ സത്യത്തിൽ സ്നേഹിച്ചിരുന്നതുകൊണ്ടല്ല" അവൾ സ്വയം പറഞ്ഞു. "അയാൾ സ്നേഹിച്ചിട്ടില്ല. അയാൾ കണ്ടുമുട്ടുന്ന ഓരോ സ്ത്രീയെയും നിർബ്ബന്ധിച്ച് അയാളോട് സ്നേഹമുള്ളവരാക്കാൻ അയാൾ ആഗ്രഹിക്കുന്നു. അയാൾ അങ്ങനെചെയ്യുന്നുണ്ടെന്ന് അയാൾക്ക് അറിയില്ല. പക്ഷേ, അയാൾ അങ്ങനെ ആണ്. ഓരോ സ്ത്രീയുടെ മുമ്പിലും അയാൾ അയാളുടെ പുരുഷത്വത്തിന്റെ ആകർഷണത്തെ ചുരുളുകൾ നിവർത്തി പ്രദർശിപ്പിക്കുന്നു. അയാളെ എന്നെന്നേക്കുമായി കിട്ടിയാൽ എത്രമാത്രം അത്ഭുതകരമായിരിക്കുമെന്ന് ഓരോ സ്ത്രീയേയും കൊണ്ട് ചിന്തിപ്പിക്കാൻ അയാൾ ശ്രമിക്കുന്നു. സ്ത്രീകളെ അയാൾ അവഗണിക്കുന്നതുപോലും ഈ കളിയുടെ ഒരു ഭാഗമാണ്. അയാൾ ഒരിക്കലും സ്ത്രീകളെ ശ്രദ്ധിക്കാതിരിക്കില്ല. അയാൾ ഒരു പൂവൻകോഴി ആകേണ്ടതായിരുന്നു. എങ്കിൽ അയാൾക്ക് അൻപത് പിടക്കോഴികളെ അടിമകളാക്കി അവർക്കിടയിൽ ഞെളിഞ്ഞ് നടക്കാൻ കഴിയുമായിരുന്നു. അയാളുടെ കാമദേവൻകളിയിൽ എനിക്ക് താല്പര്യമില്ല. അയാളുടെ കാമദേവനേക്കാൾ ഒരുകോടി പ്രാവശ്യം മെച്ചപ്പെട്ടരീതിയിൽ രതീദേവി കളിക്കാൻ എനിക്ക് പറ്റും. അയാൾ എന്നെ മടുപ്പിക്കുന്നു. അയാളുടെ പുരുഷത്വം എന്നെ മടുപ്പിക്കുന്നു.

അവർ എല്ലാവരും ഒരുപോലെയാണ്. ബിർക്കിനെ നോക്കൂ. അഹംഭാവത്തിന്റെ പരിമിതികൊണ്ടാണ് അവർ സൃഷ്ടിക്കപ്പെട്ടിരിക്കുന്നത്. അവരിൽ മറ്റൊന്നും ഇല്ല. സത്യത്തിൽ അവരുടെ പരിഹാസ്യമായ പരിമിതിയും ആന്തരികമായ നിസ്സാരതയും ആണ് അവരെ ഇത്രമാത്രം അഹംഭാവികളാക്കുന്നത്.

ലോർക്കയിൽ ഒരു ജറാൾഡിൽ ഉള്ളതിനേക്കാൾ ആയിരം മടങ്ങ് കാര്യങ്ങൾ കൂടുതൽ ഉണ്ട്. ജറാൾഡ് അങ്ങേയറ്റം പരിമിതിയുള്ളവനാണ്. അയാൾക്ക് ഒരു അവസാന പരിധി ഉണ്ട്. അയാൾ പഴയ തിരിക്കല്ല് വീണ്ടും വീണ്ടും തിരിച്ചുകൊണ്ടിരിക്കും. എന്നും അയാൾ അത് തിരിച്ചുകൊണ്ടിരിക്കും. തിരിക്കല്ലുകൾക്കിടയിൽ സത്യത്തിൽ ധാന്യങ്ങളൊന്നും അവശേഷിച്ചിട്ടില്ല. പൊടിക്കാൻ ഒന്നുംതന്നെ ഇല്ലെങ്കിലും അയാൾ ഒരേ കാര്യം പറഞ്ഞുകൊണ്ട് ഒരേകാര്യം വിശ്വസിച്ചുകൊണ്ട് ഒരേകാര്യം അഭിനയിച്ചുകൊണ്ട് വീണ്ടും വീണ്ടും തിരിക്കല്ല് തിരിച്ചുകൊണ്ടിരിക്കും. എന്റെ ദൈവമേ, തിരിക്കല്ലിന്റെ ക്ഷമപോലും ഒടുവിൽ നശിച്ചുപോകും.

ഞാൻ ലോർക്കയെ ആരാധിക്കുന്നില്ല. പക്ഷേ, എന്തായാലും അയാൾ ഒരു സ്വതന്ത്രനായ വ്യക്തിയാണ്. അയാൾ സ്വന്തം പുരുഷത്വത്തിന്റെ അഹംഭാവംകൊണ്ട് വിറങ്ങലിച്ചുപോയിട്ടില്ല. പഴയ തിരിക്കല്ലുകൾ അയാൾ ചുമതല ഏറ്റെടുത്ത് തിരിക്കുന്നില്ല. എന്റെ ദൈവമേ ഞാൻ ജറാൾഡിനെയും അയാളുടെ ജോലിയെയും പറ്റി ആലോചിക്കുമ്പോൾ ബെൽഡോവറിലെ അയാളുടെ ഓഫീസുകളും ഖനികളും എല്ലാംകൂടി എന്റെ ഹൃദയത്തെ അസ്വസ്ഥമാക്കുന്നു. ഒരു സ്ത്രീയുടെ കാമുകനാവാൻ കഴിവുണ്ടെന്ന് വിശ്വസിക്കുന്ന അയാളോടൊപ്പം എനിക്ക് അവിടെ

എന്താണ് ചെയ്യാനുള്ളത്! ശാശ്വതമായ ജോലികളും ദൈവം കൊടുത്ത ശാശ്വതമായ തിരിക്കല്ലുകളുമുള്ള ഈ മനുഷ്യൻ അവർ ഒന്നുമില്ലാതെ തിരിക്കല്ലുകൾ തിരിച്ചുകൊണ്ടിരിക്കട്ടെ! ഇത് അങ്ങേയറ്റത്തെ മടുപ്പാണ്! എന്തായാലും ഞാൻ അയാളെ ഗൗരവത്തിൽ കണക്കാക്കിയിരുന്നോ!

"കുറഞ്ഞപക്ഷം ഡ്രസ്ഡനിൽ ഒരാൾക്ക് ഇതിനോടെല്ലാം പിൻതിരിഞ്ഞ് നില്ക്കാം. അവിടെ സന്തോഷമുള്ള കാര്യങ്ങൾ ചെയ്യാനുണ്ടാകും. ജർമ്മൻ നൃത്തശാലകളിലും നാടകശാലകളിലും പോകുന്നത് നേരംപോക്കായിരിക്കും. ജർമ്മിയിലെ മാമൂലുകൾ ഇല്ലാത്ത ജീവിതത്തിൽ പങ്കെടുക്കുന്നത് സന്തോഷമുള്ള കാര്യം ആയിരിക്കും. പോരാത്തതിന് ലോർക്ക ഒരു കലാകാരനാണ്. അയാൾ ഒരു സ്വതന്ത്രനായ വ്യക്തിയാണ്. ഒരാൾക്ക് പലതിൽ നിന്നും രക്ഷപ്പെടാൻ പറ്റും. അതാണ് പ്രധാന കാര്യം. പ്രാകൃതമായ പ്രവൃത്തികളുടെയും ആവിഷ്കാര രീതികളുടെയും അവസ്ഥകളുടെയും അങ്ങേയറ്റത്തെ അറപ്പും മടുപ്പും ഉണ്ടാക്കുന്ന ആവർത്തനങ്ങളിൽനിന്ന് ഒരാൾക്ക് രക്ഷപ്പെടാൻ കഴിയും. ഡ്രസ്ഡനിൽ ജീവിതത്തിന്റെ സത്ത കണ്ടെത്താൻ കഴിയുമെന്നുള്ള മിഥ്യാധാരണ എനിക്കില്ല. പക്ഷേ, എനിക്ക് അവരവരുടെ സ്വന്തം വീടുകളും അവരവരുടെ സ്വന്തം കുട്ടികളും അവരുടെ സ്വന്തം പരിചയക്കാരും അവരവരുടെ സ്വന്തം അതും അവരവരുടെ സ്വന്തം ഇതും ഉള്ള മനുഷ്യരിൽ നിന്ന് എനിക്ക് രക്ഷപ്പെടാൻ പറ്റും. എനിക്കു ഒന്നിനും ഉടമസ്ഥത ഇല്ലാത്ത, വീടില്ലാത്ത വീട്ടുജോലിക്കാരൻ ഇല്ലാത്ത, ഒരുപദവിയും അന്തസ്സും ബിരുദവും ഇല്ലാത്ത, ഇതൊക്കെയുള്ള തുല്യരായ കൂട്ടുകാരുടെ ഒരു സുഹൃത്ത് വലയം ഇല്ലാത്ത, മനുഷ്യരുടെ ഇടയിൽ ജീവിക്കാൻ പറ്റും. എന്റെ ദൈവമേ, മനുഷ്യചക്രങ്ങൾക്കുള്ളിലെ മനുഷ്യചക്രങ്ങൾ ഇവ ഉപയോഗശൂന്യമായ യാന്ത്രികവിരസതയുടെയും അർത്ഥശൂന്യതയുടെയും ബുദ്ധിശൂന്യതയുടെയും ഒരാളുടെ തലയ്ക്കുള്ളിൽ ഒരു ക്ലോക്ക് പോലെ ടിക് ടിക് എന്ന് മുഴങ്ങുന്നു. ഞാൻ ജീവിതത്തെ എന്തുമാത്രം വെറുക്കുന്നു. ഞാൻ അതിനെ എന്തുമാത്രം വെറുക്കുന്നു. ഒരാൾക്ക് ഒന്നും തന്നെ വാഗ്ദാനം ചെയ്യാനില്ലാത്ത ജറാൾഡന്മാരെ ഞാൻ എന്തുമാത്രം വെറുക്കുന്നു.

"ഷോർട്ട്ലാൻഡ്സ്! എന്റെ ദൈവമേ! അവിടെ ഒരാഴ്ച, രണ്ടാഴ്ച, പിന്നീട് മൂന്നാമത്തെ ആഴ്ച കൂടി അവിടെ ജീവിക്കുന്നതിനെപ്പറ്റി ആലോചിച്ചു നോക്കൂ."

"ഇല്ല. ഞാൻ അത് ആലോചിക്കില്ല. അത് സഹിക്കാവുന്നതിനപ്പുറം ആണ്."

വാസ്തവത്തിൽ അവൾ ഭയന്നിരുന്നു. വാസ്തവത്തിൽ അവൾക്ക് സഹിക്കാവുന്നതിനപ്പുറം എത്തിയതുകൊണ്ട് അവൾ ആലോചന അവിടെ വെച്ച് പെട്ടെന്ന് അവസാനിപ്പിച്ചു. ദിവസങ്ങളുടെ യാന്ത്രികമായി തുടർച്ചയെക്കുറിച്ചുള്ള ചിന്ത സത്യത്തിൽ അവളെ ഭ്രാന്തിലേക്ക് അടുപ്പിച്ചുകൊണ്ട് നെഞ്ചിടിപ്പുകൂട്ടുന്ന കാര്യങ്ങളിൽ ഒന്നായിരുന്നു. ടിക്-ടിക് മുഴക്കത്തോടെ നിലനില്ക്കുന്ന സമയവുമായുള്ള ഈ പേടിപ്പെടുത്തുന്ന

ബന്ധം, ക്ലോക്കിലെ സൂചികളുടെ ഈ വട്ടംചുറ്റൽ, മണിക്കൂറുകളുടെയും ദിവസങ്ങളുടെയും ഒരിക്കലും അവസാനിക്കാത്ത ഈ ആവർത്തനം ദൈവമേ, ഇതൊക്കെ ചിന്തിക്കാൻപോലും കഴിയാത്ത കാര്യങ്ങൾ ആയിരുന്നു. ഇതിൽനിന്നും മോചനം ഇല്ല. മോചനം ഇല്ല.

അവളുടെ സ്വന്തം ചിന്തകളുടെ നടുക്കത്തിൽ നിന്ന് അവളെ രക്ഷപ്പെടുത്താൻ ജറാൾഡ് അവൾക്കൊപ്പം ഉണ്ടായിരുന്നെങ്കിലെന്ന് അവൾ ആഗ്രഹിച്ചു. അവസാനമില്ലാത്ത ടിക് ടിക് മുഴക്കവുമായി അവളെ പേടിപ്പെടുത്തിക്കൊണ്ടിരിക്കുന്ന ഈ ക്ലോക്കുമായി പോരാടിക്കൊണ്ട് അവൾ തനിയെ അവിടെക്കിടന്ന് എത്രമാത്രം കഷ്ടപ്പെട്ടിരിക്കുന്നു. ജീവിതം മുഴുവൻ ഇതിനുവേണ്ടി സ്വയം നിശ്ചയിക്കപ്പെട്ടിരിക്കുന്നു, ടിക്-ടാക്, ടിക് ടാക്, ടിക് ടാക് പിന്നീട് മണിക്കൂറുകളുടെ അറിയിപ്പ്, പിന്നീട് ടിക് ടാക്, ടിക് ടാക് ശബ്ദവും ക്ലോക്കിലെ സൂചികളുടെ വട്ടം ചുറ്റലും.

ഇതിൽനിന്നും ജറാൾഡിന് അവളെ രക്ഷിക്കാൻ കഴിയില്ല. അയാളും അയാളുടെ ശരീരവും അയാളുടെ ചലനവും അയാളുടെ ജീവിതവും എല്ലാംതന്നെ ഈ ടിക് ടാക് മുഴക്കം ആയിരുന്നു. ഘടികാരമുഖത്തുകൂടിയുള്ള സൂചികളുടെ വട്ടംചുറ്റൽ. മണിക്കൂറുകളുടെ മുന്നിലൂടെ മുന്നോട്ടുള്ള പ്രയാണം. അയാളുടെ ചുംബനങ്ങളും ആലിംഗനങ്ങളും സത്യത്തിൽ എന്തായിരുന്നു. അവൾക്ക് അവയുടെ ടിക്-ടാക്, ടിക്-ടാക്, മുഴക്കം കേൾക്കാൻ കഴിഞ്ഞു.

അവൾ സ്വയം ചിരിച്ചു. ഹാ-ബാ, അവൾ അങ്ങേയറ്റം ഭയന്നുപോയിരുന്നതുകൊണ്ട് ആ ഭയത്തെ അവൾ ചിരിച്ചു പുറത്താക്കാൻ ശ്രമിക്കുകയായിരുന്നു. ഹാ-ഹാ. നിശ്ചയമായും ഇത് എത്രമാത്രം വെറിപിടിപ്പിക്കുന്ന കാര്യമാണ്.

പിന്നീട് രാവിലെ പെട്ടെന്ന് പിടഞ്ഞെഴുന്നേല്ക്കുമ്പോൾ അവളുടെ മുടി വെളുത്തുപോയത് തിരിച്ചറിഞ്ഞ് അവൾ അത്ഭുതപ്പെടുമോ എന്ന ആലോചനയിൽ അവൾ അത്ഭുതപ്പെട്ടു. അവൾക്ക് താങ്ങാൻകഴിയാത്ത ചിന്തകളുടെയും പ്രകമ്പനങ്ങളുടെയും ഭാരത്തിൽ പലപ്പോഴും അവളുടെ മുടി വെളുത്തുകൊണ്ടിരിക്കുന്നതായി അവൾക്ക് തോന്നിയിരുന്നു. പക്ഷേ, അതിന് എന്നത്തേയും പോലെ തവിട്ടു നിറം ആയിരുന്നു. ആരോഗ്യത്തിന്റെ സമ്പൂർണ്ണ ഉദാഹരണമായി അവളും അവിടെ ഉണ്ടായിരുന്നു.

ഒരുപക്ഷേ, അവൾ ആരോഗ്യവതി ആയിരിക്കാം. സത്യത്തെ ഇത്രമാത്രം തുറന്ന മനസ്സോടെ അവൾ സ്വീകരിക്കുന്നതിന്റെ കാരണം അവളുടെ തളർത്താൻ പറ്റാത്ത ആരോഗ്യം ആയിരിക്കാം. അവൾ ദുർബ്ബലആയിരുന്നെങ്കിൽ അവൾക്ക് അവളുടേതായ സങ്കല്പങ്ങളും വ്യാമോഹങ്ങളും ഉണ്ടാകാം. അങ്ങനെ ആയിരുന്നെങ്കിൽ രക്ഷപ്പെടൽ ഉണ്ടാവില്ല. അവൾക്ക് നിശ്ചയമായും അത് കണ്ടറിയേണ്ടിവരും. അവൾക്ക് ഒരിക്കലും രക്ഷപ്പെടാൻ കഴിയില്ല. അവിടെ അവൾ ജീവിതത്തിന്റെ ഘടികാരമുഖത്ത് സ്ഥിരമായി പ്രതിഷ്ഠിക്കപ്പെടുന്നു. ഒരു റെയിൽവേസ്റ്റേഷനിലെ പുസ്തകക്കടയിൽ അവൾ പുസ്തകം നോക്കാൻ കയറിയാലും അവൾക്ക്

അവളുടെ ഭീമാകാരമായ വെളുത്ത ഘടികാരം അവിടെയും കാണാൻ കഴിയും. അവൾ പുസ്തകത്താളുകൾ മറിച്ചതുകൊണ്ട് പ്രയോജനമില്ല. അവൾ കളിമണ്ണുകൊണ്ട് പ്രതിമ നിർമ്മിച്ചിട്ടും പ്രയോജനം ഇല്ല. സത്യത്തിൽ അവൾ വായിക്കുന്നില്ലെന്ന് അവൾക്ക് അറിയാം. സത്യത്തിൽ അവൾ ജോലി ചെയ്യുന്നില്ല. അവൾ സമയത്തിന്റെ യാന്ത്രികവും വിരസവും ശാശ്വതവുമായ ഘടികാരമുഖത്തുകൂടി സൂചികൾ തിരിയുന്നത് ശ്രദ്ധിച്ചുകൊണ്ടിരിക്കുകയായിരുന്നു. അവൾ ഒരിക്കലും യഥാർത്ഥത്തിൽ ജീവിച്ചിട്ടില്ല. അവൾ ജീവിതം ശ്രദ്ധിക്കുകയായിരുന്നു. സത്യത്തിൽ അവൾ അനശ്വരതയുടെ ഭീമാകാരമായ ഘടികാരത്തിന് അഭിമുഖമായുള്ള ഒരു ചെറിയ പന്ത്രണ്ട് മണിക്കൂർ ഘടികാരം പോലെ ആയിരുന്നു. അവൾ അവിടെ ഉണ്ടായിരുന്നു. കുലീനതയും മര്യാദകേടും പോലെ അല്ലെങ്കിൽ മര്യാദകേടും കുലീനതയും പോലെ അവൾ അവിടെ ഉണ്ടായിരുന്നു.

അവളുടെ മുഖത്തിന് ഏറെക്കുറെ വട്ടത്തിലുള്ള പലഭാഗത്തും നിറം മങ്ങിയ നിർവ്വികാരമായ ഒരു ഘടികാര മുഖത്തോട് സാമ്യമില്ലേ? അവൾ എഴുന്നേറ്റ് കണ്ണാടിയിൽ നോക്കുമായിരുന്നു. പക്ഷേ, ഒരു പന്ത്രണ്ട് മണിക്കൂർ ഘടികാരമുഖം പോലെയുള്ള അവളുടെ സ്വന്തം മുഖം കാണുന്നതിനെപ്പറ്റിയുള്ള ആലോചന അവളിൽ ആഴത്തിലുള്ള ഭീതി നറച്ചു. അതൊഴിവാക്കാൻ അവൾ മറ്റ് ആലോചനകൾക്കു വേണ്ടി തിടുക്കംകൂട്ടി.

ഹോ! ആരെങ്കിലും അവളോട് എന്തുകൊണ്ട് ദയകാണിക്കുന്നില്ല? എന്തുകൊണ്ട് ആരെങ്കിലും അവളെ കെട്ടിപ്പിടിച്ച് നെഞ്ചോട് ചേർത്തു ആഴമുള്ളതും പരിശുദ്ധവും സാന്ത്വനം നല്കുന്നതുമായ വിശ്രമത്തിലേക്ക് അവളെ കൊണ്ടുപോകുന്നില്ല? എന്തുകൊണ്ടാണ് അവളെ കൈകളിൽ വാരിയെടുത്ത് ഉറങ്ങാൻ കൊണ്ടുപോകാൻ അവിടെ ആരുമില്ലാതായത്? ഈ പൂർണ്ണമായ ആലിംഗനത്തിലുള്ള ഉറക്കം അവൾ വളരെയേറെ ആഗ്രഹിച്ചു. ഉറക്കത്തിൽ എല്ലായ്പ്പോഴും അവൾ ആവരണമില്ലാതെ കിടന്നു. അവൾ എല്ലായ്പ്പോഴും ആശ്വസിപ്പിക്കപ്പെടാതെ രക്ഷപ്പെടാതെ കിടക്കും. ഹോ, ഈ അവസാനം ഇല്ലാത്ത ശാശ്വതമായ സ്വസ്ഥത എങ്ങനെ അവർക്ക് സഹിക്കാൻ കഴിയും.

ജറാൾഡ്! അയാൾക്ക് അവളെ ചുറ്റിവരിഞ്ഞ് ഉറക്കത്തിലവളെ പൊതിയാൻ കഴിയുമോ? ഹാ അയാൾ സ്വയം ഉറങ്ങാൻ സഹായം വേണ്ടവനാണ്. പാവം ജറാൾഡ്, അയാൾക്ക് വേണ്ടത് അത് മാത്രമാണ്. അയാൾ എന്താണ് ചെയ്തത്? അയാൾ അവളുടെ ഭാരം കൂട്ടി. അയാൾ ഉള്ളപ്പോൾ അവളുടെ ഉറക്കത്തിന്റെ ഭാരം കൂടുതൽ അസഹനീയവും ആയിരുന്നു. അവളുടെ പാകമാകാത്ത രാത്രികൾക്കും വിഫലമായ മയക്കങ്ങൾക്കും മുകളിൽ അയാൾ ഒരു മടുപ്പുകൂടി കൂട്ടിച്ചേർത്തു. ഒരുപക്ഷേ, അയാൾക്ക് അവളിൽ നിന്ന് എന്തെങ്കിലും ശാന്തി ലഭിച്ചിരിക്കാം. ഒരുപക്ഷേ, അവൾക്കു വേണ്ടിയുള്ള അയാളുടെ ഒരിക്കലും അടങ്ങാത്ത ആഗ്രഹത്തിന്റെ കാരണം ഇതായിരിക്കും. ഒരുപക്ഷേ, അയാളുടെ അഭി

നിവേശത്തിന്റെ രഹസ്യം ഇതായിരിക്കാം. ഒരുപക്ഷേ, മുലകുടിക്കാൻ വിശന്നുകരയുന്ന കുട്ടിയെപ്പോലെ എന്നും അയാൾ അവളുടെ പിന്നാലെ നടന്നിരുന്നത് ഇതിനുവേണ്ടി ആയിരിക്കാം. അയാൾക്ക് ആശ്വാസം പകർന്ന് അയാളെ ഉറങ്ങിക്കിടക്കാൻ അയാൾക്ക് അവളെ വേണമായിരുന്നു.

അപ്പോൾ എന്തുപറയുന്നു. അവൾ അയാളുടെ അമ്മ ആയിരുന്നോ? അവൾ കാമുകനുപകരം അവൾക്കു രാത്രിയിൽ ലാളിക്കാൻ ഒരു കുഞ്ഞു വേണമെന്ന് അവൾ ആവശ്യപ്പെട്ടിരുന്നോ? അവൾക്ക് അയാളോട് അവജ്ഞ തോന്നി. രാത്രിയിൽ കരഞ്ഞുവിളിക്കുന്ന ഒരു ശിശു.

ഹോ! രാത്രിയിൽ കരയുന്ന കുഞ്ഞിനെ അവൾ എത്രമാത്രം വെറുക്കുന്നു. അവൾ സന്തോഷത്തോടെ അതിനെ കൊല്ലും. അവൾ ഹെറ്റി സോറൽ ചെയ്തതുപോലെ അതിനെ ഞെക്കിക്കൊന്ന് കുഴിച്ചുമൂടും. ഹെറ്റിസോറലിന്റെയും ആർതർഡോണിത്രോണന്റെയും കുഞ്ഞ് രാത്രിയിൽ കരഞ്ഞിരുന്നു എന്ന കാര്യത്തിൽ സംശയം വേണ്ട. ഹാ ഈ ലോകത്തെ ജറാൾഡന്മാരാണ് ആർതർഡോണിത്രോണന്മാർ. അവർ യന്ത്രങ്ങളായി മാറട്ടെ. ഘടികാരം പോലെ ശാശ്വതമായ ആവർത്തനത്തിലൂടെ അവർ ഉപകരണങ്ങൾ ആകട്ടെ. അവർ പൂർണ്ണമായും അവരുടെ ജോലിയിൽ മുഴുകട്ടെ. അവർ മാറ്റംവരാത്ത ആവർത്തനംകൊണ്ട് മയക്കം ബാധിച്ച ഒരു വലിയ യന്ത്രത്തിന്റെ പരിപൂർണ്ണതയുള്ള ഭാഗങ്ങളായി മാറട്ടെ. ജറാൾഡ് അയാളുടെ ഖനി നിയന്ത്രിക്കട്ടെ. അവിടെ അയാൾ സംതൃപ്തനായിരിക്കും. ദിവസം മുഴുവൻ ഒരു പലകപ്പുറത്തുകൂടി മുന്നോട്ടുംപിന്നോട്ടും നീങ്ങിക്കൊണ്ടിരിക്കുന്ന ഒറ്റച്ചക്രമുള്ള കൈ വണ്ടിപോലെ അയാളും സംതൃപ്തനായിരിക്കും. അവൾ അത് കണ്ടിട്ടുണ്ട്.

ഒറ്റച്ചക്രമുള്ള കൈവണ്ടി ഏറ്റവും താഴെയുള്ള ഒരേയൊരു ചക്രമുള്ള കൈവണ്ടി. വ്യവസായശാലയിലെ ഏറ്റവും ചെറിയ ഘടകം. പിന്നീട് രണ്ടുചക്രങ്ങളുള്ള ഉന്തുവണ്ടി. പിന്നീട് നാലുചക്രമുള്ള ട്രക്ക്. പിന്നീട് എട്ട് ചക്രമുള്ള ഭാരവണ്ടി. പിന്നീട് പതിനാറു ചക്രമുള്ള തുളക്കൽ യന്ത്രം. അങ്ങനെ കൂടിക്കൂടി ആയിരം ചക്രമുള്ള ഖനിത്തൊഴിലാളിയിൽവരെ എത്തിച്ചേരുന്നു. പിന്നീട് മൂവായിരം ചക്രമുള്ള ഇലക്ട്രീഷനും ഇരുപതിനായിരം ചക്രമുള്ള ഖനി മാനേജരും. അതിനുശേഷം ഒരുലക്ഷം ചക്രങ്ങളിൽ ജോലിചെയ്തുതീർക്കുന്ന ജനറൽ മാനേജർ. പിന്നീട് ഒരുകോടി ചക്രങ്ങളും പൽച്ചക്രങ്ങളും അച്ചാണികളുമായി ജറാൾഡ്.

പാവം ജറാൾഡ്. അയാൾക്ക് ജോലിചെയ്യാൻ ഇത്രയധികം ചെറിയ ചക്രങ്ങൾവേണം! അയാൾ ഒരു സൂക്ഷ്മ ഘടികാരത്തെക്കാൾ സങ്കീർണ്ണമായിരുന്നു. ദൈവമേ എന്തൊരു ക്ഷീണം! ഒരുസൂക്ഷ്മ ഘടികാരം ഒരു ചീവീട് ഈ ആലോചനയോടെ അവളുടെ ആത്മാവിന് ഉന്മേഷം നഷ്ടപ്പെട്ടു. അത് മോഹാലസ്യപ്പെട്ടുപോയി. എണ്ണാനും ചിന്തിക്കാനും കണക്കുകൂട്ടാനും ഇത്രയധികം ചക്രങ്ങൾ! മതി, മതിയായി. മനുഷ്യർക്ക്

സങ്കീർണ്ണതകൾ ഉൾക്കൊള്ളാനുള്ള കഴിവിനു പോലും ഒരു അവസാനം ഉണ്ടായിരുന്നു. അല്ലെങ്കിൽ ഒരുപക്ഷേ, അതിന് അവസാനം ഉണ്ടായിരിക്കില്ല.

ഈ സമയത്ത് ജറാൾഡ് മുറിക്കുള്ളിൽ വായിച്ചുകൊണ്ടിരിക്കുകയായിരുന്നു. ഗുഡ്റൺ പോയി കഴിഞ്ഞപ്പോൾ തടഞ്ഞുനിർത്തപ്പെട്ട മോഹങ്ങളോടെ അയാൾ ഒറ്റപ്പെട്ടു. ഒരു മണിക്കൂറോളം പരിഭ്രമത്തോടെ അയാൾ കിടക്കയിൽ ഇരുന്നു. ബോധത്തിന്റെ നേർത്ത ഇഴകൾ പ്രത്യക്ഷപ്പെടുകയും അപ്രത്യക്ഷപ്പെടുകയും ചെയ്യുന്നുണ്ടായിരുന്നു. പക്ഷേ, വളരെനേരത്തേക്ക് അയാൾ അനങ്ങിയില്ല. അയാൾ തലകുനിച്ച് സ്വയം ചലിക്കാനുള്ള ശേഷിയില്ലാതെ വെറുതെ ഇരുന്നു.

പിന്നീട് അയാൾ തല ഉയർത്തി നോക്കിക്കൊണ്ട് താൻ ഉറങ്ങാൻപോകുകയായിരുന്നെന്ന് ഓർമ്മിച്ചു. അയാൾക്ക് തണുക്കുന്നുണ്ടായിരുന്നു. പെട്ടെന്നുതന്നെ അവിടുത്തെ ഇരുട്ടിൽ അയാൾ കിടക്കുകയായിരുന്നു.

പക്ഷേ, ഈ ഇരുട്ട് അയാൾക്ക് താങ്ങാൻ പറ്റാത്ത കാര്യമായിരുന്നു. അയാൾക്ക് നേരിടേണ്ടിവന്ന ഈ കൂരിരുട്ട് അയാളെ ഭ്രാന്തുപിടിപ്പിച്ചു. അതുകൊണ്ട് അയാൾ എഴുന്നേറ്റ് ലൈറ്റിട്ടു. അയാൾ മുന്നോട്ട് നോക്കിക്കൊണ്ട് കുറച്ചുസമയം അനങ്ങാതെ ഇരുന്നു. അയാൾ ഗുഡ്റണിനെ കുറിച്ച് ആലോചിച്ചില്ല. അയാൾ ഒന്നിനെക്കുറിച്ചും ആലോചിച്ചില്ല

പിന്നീട് പെട്ടെന്ന് അയാൾ ഒരു പുസ്തകത്തിനുവേണ്ടി താഴത്തെ നിലയിലേക്ക് പോയി. അയാൾ ഉറങ്ങാൻ കഴിയാത്തപ്പോൾ വരാൻ പോകുന്ന രാത്രികളെപ്പറ്റി ജീവിതകാലം മുഴുവൻ അയാൾക്ക് ഭീതി ഉണ്ടായിരുന്നു. ഉറക്കമില്ലായ്മയുടെ രാത്രികളിലെ ഭയാനകമായ മണിക്കൂറുകൾക്ക് സാക്ഷിയാകുന്നത് അയാൾക്ക് സഹിക്കാൻ പറ്റില്ലെന്ന് അയാൾക്ക് അറിയാമായിരുന്നു.

അതുകൊണ്ട് അയാൾ ഒരു പ്രതിമ പോലെ കിടക്കയിൽ ഇരുന്ന് മണിക്കൂറുകളോളം വായന തുടർന്നു. ദാരുണവും തീക്ഷ്ണവുമായ അയാളുടെ മനസ്സ് അതിവേഗത്തിൽ വായിച്ചുകൊണ്ടിരുന്നു. അയാളുടെ ശരീരത്തിന് ഒന്നുംതന്നെ മനസ്സിലായില്ല. ഉറച്ച അബോധാവസ്ഥയിൽ നേരംപുലരുന്നതുവരെ രാത്രിമുഴുവൻ അയാൾ വായിച്ചുകൊണ്ടിരുന്നു. പിന്നീട് ആത്മാവിൽ സ്വയം അയാൾക്ക് അയാളോടു തോന്നിയ വെറുപ്പിന്റെ തളർച്ചയോടെ അയാൾ രണ്ടുമണിക്കൂർ ഉറങ്ങി.

പിന്നീട് അയാൾ പൂർണ്ണ ഉന്മേഷത്തോടെ ഉണർന്നു.

ഗുഡ്റൺ അയാളോട് കാര്യമായി ഒന്നും സംസാരിച്ചില്ല. കാപ്പി കുടിക്കുന്ന സമയത്ത് അവൾ ഇത്രമാത്രം പറഞ്ഞു.

"ഞാൻ നാളെ പോകും."

"ഇൻസ്ബ്രക്ക് വരെ വെറുതെ കാണിക്കാൻവേണ്ടി നമുക്ക് ഒരുമിച്ച് പോകരുതോ?" അയാൾ ചോദിച്ചു.

"നോക്കട്ടെ" അവൾ പറഞ്ഞു.

അവൾ നോക്കട്ടെ എന്ന് പറഞ്ഞത് കാപ്പികുടിക്കുന്നതിന്റെ ഇടയിൽ

ആയിരുന്നു. അവളുടെ ശ്വസത്തിന്റെ ശബ്ദം അവളുടെ വാക്കിനടിയിലേക്ക് കടന്നുവന്നത് കേട്ടപ്പോൾ അയാൾക്ക് മനംപുരട്ടൽ അനുഭവപ്പെട്ടു. അയാൾ എത്രയുംപെട്ടെന്ന് അവളുടെ അടുത്തുനിന്ന് പോകാൻ വേണ്ടി എഴുന്നേറ്റു.

ഗുഡ്റണിന് ഈ ദിവസം വസന്തംപോലെ വാഗ്ദാനങ്ങൾ നിറഞ്ഞ ദിവസം ആയിരുന്നു. ഒരു മോചനം അടുത്തടുത്തുവരുന്നതായി അവൾക്കുതോന്നി. ജീവിതത്തിന്റെ ഒരു പുതിയ ജലധാര അവളിൽനിന്നും ഉയർന്നുവരുന്നത് അവൾ അനുഭവിച്ചു. അത് അവളുടെ തയ്യാറെടുപ്പി ലൂടെ കറങ്ങിനടക്കുന്നതിൽ അവൾ ആഹ്ലാദിച്ചു. പുസ്തകങ്ങളിൽ മുഴു കുന്നത് അവൾക്കു സന്തോഷം കൊടുത്തു. പലതരം വേഷങ്ങൾ അണി ഞ്ഞ് കണ്ണാടി നോക്കുന്നത് അവൾക്ക് സന്തോഷം നല്കി. ഒരു പുതിയ ജീവിതം അവൾക്ക് പാട്ടത്തിനു കിട്ടിയതുപോലെ അവൾക്ക് തോന്നി. എല്ലാവരേയും ആകർഷിക്കുന്ന ഒരു കൊച്ചുസുന്ദരിക്കുട്ടിയുടെ സന്തോഷം അവൾക്ക് അനുഭവപ്പെട്ടു. എങ്കിലും അതിനു താഴെ മരണം ഉണ്ടായിരുന്നു.

വൈകിട്ട് അവൾക്കു ലോർക്കയോടൊപ്പം പോകണമായിരുന്നു. നാളത്തെ ദിവസം അവൾക്കു മുന്നിൽ പരിപൂർണ്ണമായും അവ്യക്തമാ യിരുന്നു. അവൾക്കു ആഹ്ലാദം നല്കിയ കാര്യം ഇതായിരുന്നു. അവൾ ജറാൾഡിന്റെ കൂടെ ഇംഗ്ലണ്ടിലേക്ക് ഒരുപക്ഷേ, പോകാൻ സാദ്ധ്യത ഉണ്ട്. അല്ലെങ്കിൽ അവൾ ലോർക്കയുടെ കൂടെ ഡ്രസ്ഡനിലേക്ക് പോകാനും സാദ്ധ്യത ഉണ്ട്. അവൾ മ്യൂണിച്ചിലുള്ള അവളുടെ ഒരു കൂട്ടു കാരിയെ കാണാൻവേണ്ടി മ്യൂണിച്ചിലേക്ക് പോകാനും ഇടയുണ്ട്. നാളെ ഏതു വേണമെങ്കിലും സംഭവിക്കാം. എല്ലാ സാദ്ധ്യതകളുടെയും മഞ്ഞു മൂടിയ വർണ്ണാഭമായ ഉമ്മറപ്പടി ഇന്നാണ്. എല്ലാ സാദ്ധ്യതകളും; അവൾക്ക് ആകർഷണം അതിനോടായിരുന്നു. മനോഹരമായ വർണ്ണാഭമായ അവ്യ ക്തമായ, ആകർഷണം, കലർപ്പില്ലാത്ത വ്യാമോഹം എല്ലാസാദ്ധ്യതകളും കാരണം മരണം സംഭവിക്കുമെന്ന് തീർച്ചയായിരുന്നു. മരണം അല്ലാതെ മറ്റൊന്നും സംഭാവ്യമായിരുന്നില്ല. തീരെ പ്രതീക്ഷിക്കാത്ത ഒരു സംഭവ ത്തിലൂടെയോ നീക്കത്തിലൂടെയോ നാളത്തെ യാത്രയ്ക്ക് പൂർണ്ണമായ ഒരുവഴിത്തിരിവ് ഉണ്ടാകണമെന്ന് അവൾ ആഗ്രഹിച്ചു. അതുകൊണ്ട് ലോർക്കയോടൊപ്പം മഞ്ഞിലേക്ക് അവസാനമായി പുറത്തുപോകാൻ അവൾ ആഗ്രഹിച്ചെങ്കിലും അവൾ അത് ഗൗരവത്തിലെടുക്കാൻ ആഗ്ര ഹിച്ചില്ല.

ലോർക്കയുടെ രൂപം ഗൗരവമുള്ളതായിരുന്നില്ല. ഇരുവശത്തേക്കും ചെവി മൂടിക്കൊണ്ടുള്ള ചിറകുകൾ തൂങ്ങിക്കിടക്കുന്ന തവിട്ടുനിറമുള്ള വെൽവെറ്റ് തൊപ്പിയും കുട്ടിച്ചാത്തന്റേതുപോലുള്ള ഇരുണ്ട കണ്ണുകളും വലിപ്പം കുറഞ്ഞ ചുണ്ടും, മൂക്കും, മുഖഭാവങ്ങൾക്കൊപ്പം ചുളിയുന്ന തവിട്ടുനിറമുള്ള തൊലിയും എല്ലാംകൂടി അയാൾ ഒരു കടവാതിലിനെ പ്പോലെ ഉണ്ടായിരുന്നു. പക്ഷേ, പച്ചനിറമുള്ള കോട്ടിനുള്ളിൽ അയാൾക്ക്

ഒരു രോഗിയുടെ മട്ടുകൂടി ഉണ്ടായിരുന്നു. എന്നിട്ടും അയാൾ മറ്റുള്ളവരിൽ നിന്ന് അസാധാരണമായ രീതിയിൽ വ്യത്യസ്തനായിരുന്നു.

അയാൾ അവർക്കു രണ്ടുപേർക്കും വേണ്ടി ഒരുചെറിയ മഞ്ഞുവണ്ടി കൊണ്ടുവന്നിരുന്നു. അവർ ചാട്ടവും കുലുക്കവും പല ഭാഷകളിലുമുള്ള വ്യാമോഹങ്ങളുമായി അവസാനിക്കാത്ത പൊട്ടിച്ചിരിയോടെ കണ്ണുകാണാൻ പറ്റാത്ത മഞ്ഞിന്റെ മലഞ്ചരിവുകളിലൂടെ സാവധാനം ഇഴഞ്ഞു നീങ്ങി. അവർക്ക് രണ്ടുപേർക്കും വ്യാമോഹങ്ങൾ യാഥാർത്ഥ്യങ്ങൾ ആയിരുന്നു. അവർ രണ്ടും വളരെ സന്തോഷത്തിലായിരുന്നു. വാക്കുകൾ കൊണ്ട് വ്യാമോഹങ്ങളും ഫലിതങ്ങളും അവർ നിറമുള്ള ചെറിയ പന്തുകളാക്കി അമ്മാനമാടിക്കൊണ്ടിരുന്നു. അവരുടെ കളിയിൽ അവരുടെ സ്വഭാവങ്ങൾ വെട്ടിത്തിളങ്ങുന്നതായി തോന്നി. അവൾ കളി ആസ്വദിക്കുകയായിരുന്നു. കളിയിലെ സമനില അവർ തുടർന്നുകൊണ്ടുപോകാൻ അവർ ആഗ്രഹിച്ചു. അവരുടെ ബന്ധം അത്തരത്തിലുള്ള മനോഹരമായ ഒരു കളി ആയിരുന്നു.

മഞ്ഞുവണ്ടിയിൽ കയറിയുള്ള യാത്ര ലോർക്കയ്ക്ക് വലിയ ഗൗരവമുള്ള കാര്യം ആയിരുന്നില്ല. ജറാൾഡ് ചെയ്തിരുന്നതുപോലെ അയാൾ അതിൽ തീവ്രതയും ഉത്സാഹവും കലർത്തിയിരുന്നില്ല. അതിൽ ഗുഡ്റൺ സന്തോഷിച്ചിരുന്നു. ജറാൾഡിന്റെ ശാരീരിക ചലനങ്ങളിലൂടെയുള്ള തീവ്രമായ പോരാട്ടം അവളെ തളർത്തിയിരുന്നു. ലോർക്ക മഞ്ഞുവണ്ടിയെ ഒരു ഇലപറക്കുന്നതുപോലെ വന്യമായി പറക്കാൻ സന്തോഷത്തോടെ അനുവദിച്ചു. ഒരു തിരിവ് തിരിയുമ്പോൾ അവർ രണ്ടുപേരുംചേർന്ന് മഞ്ഞിലേക്ക് പറന്നിറങ്ങി. തുളച്ചിറങ്ങുന്ന മഞ്ഞിൽനിന്നും പരുക്കില്ലാതെ ഒരു യക്ഷിയെപ്പോലെ പൊട്ടിച്ചിരിച്ചുകൊണ്ട് അവൾ എഴുന്നേറ്റുവരുന്നതുവരെ അയാൾ കാത്തുനിന്നു. അയാൾ ഇതേ മാനസികാവസ്ഥയിലാണെങ്കിൽ അയാൾ നരകത്തിൽ ചുറ്റിത്തിരിയുമ്പോഴും നേരമ്പോക്കുള്ള അഭിപ്രായ പ്രകടനങ്ങൾ നടത്തിക്കൊണ്ടിരിക്കുമെന്ന് അവൾക്ക് അറിയാം. ആ അറിവ് അവളെ വളരെയധികം സന്തോഷിപ്പിച്ചു. യഥാർത്ഥ ജീവിതാവസ്ഥകളുടെയും യാദൃച്ഛികതകളുടെയും വിരസതയിൽ നിന്നും അവർ പറന്നുപൊങ്ങുകയാണെന്ന് തോന്നി.

അവർ സമയം പോകുന്നതറിയാതെ സൂര്യൻ താഴുന്നതുവരെ കളിച്ചു. പിന്നീട് മഞ്ഞുവണ്ടി ചുറ്റിത്തിരിഞ്ഞ് മഞ്ഞുമലയുടെ അടിവാരത്തിലെത്തി യാത്ര അവസാനിപ്പിച്ചപ്പോൾ ലോർക്ക പെട്ടെന്ന് പറഞ്ഞു. ''ഒരു നിമിഷം'' അയാൾ എവിടെനിന്നോ ഒരുവലിയ തെർമോസ് ഫ്ളാസ്കും ഒരുകൂട് ബിസ്കറ്റും ഒരുകുപ്പി മദ്യവും പുറത്തെടുത്തു.

“ലോർക്ക” അവൾ വിളിച്ചുകൂവി. “എന്തൊരു ദിവ്യദൃഷ്ടി! എന്തു കുപ്പിയാണ്.”

അയാൾ കുപ്പിയിലേക്ക് നോക്കി ചിരിച്ചു.

“ബിയർ!” അയാൾ പറഞ്ഞു.

“അത് മഞ്ഞിനടിയിൽ നിന്ന് വാറ്റിയെടുത്തതുപോലെ തോന്നു

ന്നില്ലേ?" അവൾ കുപ്പി മണപ്പിച്ചുനോക്കി.

സന്ധ്യയുടെ മരവിച്ചു നിശ്ചലമായ അന്തരീക്ഷത്തിൽ അവരുടെ ശബ്ദങ്ങൾ മണിമുഴക്കം പോലെ അവൾക്ക് അനുഭവപ്പെട്ടു. അത് അങ്ങേയറ്റം പൂർണ്ണതയുള്ള മുഴക്കങ്ങൾ ആയിരുന്നു. അവൾ ചൂടുകാപ്പി നുണഞ്ഞു. കാപ്പിയുടെ മണം പൂക്കൾക്കുചുറ്റം മുറുമുറുത്തുനടക്കുന്ന വണ്ടുകളെപ്പോലെ അവർക്ക് ചുറ്റുമുള്ള മഞ്ഞുമൂടിയ അന്തരീക്ഷത്തിൽ പടർന്നു. അവൾ ബിയർ രുചിച്ചുനോക്കി. മധുരമുള്ള തണുത്ത ബിസ്കറ്റുകൾ അവൾ തിന്നു. എല്ലാം എത്രമാത്രം നന്നായിരിക്കുന്നു! മഞ്ഞിന്റെ ഈ നിശ്ചലതയിൽ ഈ ത്രിസന്ധ്യാനേരത്ത് സ്വാദും മണവും ശബ്ദവും എത്രമാത്രം പരിപൂർണ്ണമായിരിക്കുന്നു!

"നിങ്ങൾ നാളെ പോകുകയാണോ?" അവസാനം അയാളുടെ ശബ്ദം പുറത്തുവന്നു.

"അതെ."

കുറച്ചുസമയത്തേക്ക് ഒരു ഇടവേള ഉണ്ടായിരുന്നു. സന്ധ്യനിശ്ശബ്ദമായി അനന്തതയിലേക്ക് ഉയർന്ന് അനന്തതയെ തൊടുമെന്ന് തോന്നി. "എവിടേക്ക്"

ചോദ്യം അതായിരുന്നു എവിടേക്ക് എത്ര മനോഹരമായ ചോദ്യം! അതിന് ഉത്തരം പറയാൻ ഒരിക്കലും അവൾ ആഗ്രഹിച്ചിട്ടില്ല. അത് എന്നും മുഴങ്ങിക്കൊണ്ടിരിക്കട്ടെ!

"എനിക്ക് അറിയില്ല." അയാളെ നോക്കി പുഞ്ചിരിച്ചുകൊണ്ട് അവൾ പറഞ്ഞു.

അവളുടെ പുഞ്ചിരി അയാൾ പിടിച്ചെടുത്തു. "ഒരിക്കലും ഒരാൾ അങ്ങനെ ചെയ്യില്ല." അയാൾ പറഞ്ഞു.

"ഒരിക്കലും ഒരാൾ ചെയ്യില്ല." അവൾ ആവർത്തിച്ചു.

അല്പസമയത്തെ നിശ്ശബ്ദത ഉണ്ടായിരുന്നു. ആ സമയത്ത് മുയൽ ഇല തിന്നുന്നതുപോലെ അയാൾ അതിവേഗത്തിൽ ബിസ്കറ്റുകൾ തിന്നു.

"പക്ഷേ" അയാൾ ചിരിച്ചു. "എവിടേക്കാണ് നിങ്ങൾ ടിക്കറ്റ് എടുത്തത്?"

"അയ്യോ?" അവൾ വിളിച്ചു കൂവി. "ഒരാൾക്ക് നിശ്ചയമായും ടിക്കറ്റ് എടുത്തേ പറ്റൂ."

ഇത് ഒരു അടി ആയിരുന്നു. അവർ റെയിൽവേ സ്റ്റേഷന്റെ വാതിലിൽ നില്ക്കുന്നത് അവൾ സ്വയം മനസ്സിൽ കണ്ടു. പിന്നീട് ആശ്വാസം പകരുന്ന ഒരു ചിന്ത അവളിലേക്ക് ഒഴുകിയെത്തി. അവൾ സ്വാതന്ത്ര്യത്തോടെ ശ്വാസം വിട്ടു.

"പക്ഷേ, ഒരാൾക്ക് അവിടേക്ക് പോകണമെന്നില്ല." അവൾ ഉറക്കെ പറഞ്ഞു.

"തീർച്ചയായും ഇല്ല." അയാൾ പറഞ്ഞു.

"ഒരാൾ ടിക്കറ്റെടുത്ത സ്ഥലത്തേക്ക് തന്നെ പോകണമെന്നില്ലെന്നാണ് ഞാൻ ഉദ്ദേശിച്ചത്." അത് അയാൾക്ക് ബോദ്ധ്യപ്പെട്ടു. ഒരാൾ ടി

ക്കറ്റ് എടുത്താലും അതിൽ സൂചിപ്പിച്ചിട്ടുള്ള ലക്ഷ്യത്തിലേക്ക് തന്നെ സഞ്ചരിക്കണമെന്നില്ല. അയാൾക്ക് യാത്ര അവസാനിപ്പിച്ചുകൊണ്ട് ലക്ഷ്യ സ്ഥാനത്തെ ഒഴിവാക്കാൻ പറ്റും. മറ്റൊരു സ്ഥലം തീരുമാനിക്കുക. അത് ഒരു ആശയം ആയിരുന്നു.

"അപ്പോൾ ലണ്ടനിലേക്ക് ഒരു ടിക്കറ്റ് എടുക്കണം." അയാൾ പറഞ്ഞു. "ഒരിക്കലും ഒരാൾ അവിടെ പോകാൻ പാടില്ല."

"ശരിയാണ്" അവൾ മറുപടി പറഞ്ഞു. അയാൾ ഫ്ളാസ്കിന്റെ അടപ്പിലേക്ക് കുറച്ചുകാപ്പി പകർന്നു.

"നിങ്ങൾ എവിടേക്കാണ് പോകുന്നതെന്ന് എന്നോട് പറയില്ലേ?" അയാൾ ചോദിച്ചു.

"സത്യത്തിൽ" അവൾ പറഞ്ഞു. "എനിക്ക് അറിയില്ല. അത് കാറ്റ് എങ്ങോട്ടാണെന്നതിന് അനുസരിച്ചിരിക്കും."

അയാൾ അവളെ പരിശോധിക്കുന്ന മട്ടിൽ നോക്കി. പിന്നീട് മഞ്ഞി ലൂടെ പടിഞ്ഞാറൻ കാറ്റ് ആഞ്ഞുവീശുന്നുണ്ടെന്ന രീതിയിൽ ചുണ്ടു കൾ ഇറുക്കി അടച്ചു.

"ഇത് ജർമ്മനിയിലേക്കാണ് പോകുന്നത്." അയാൾ പറഞ്ഞു.

"ഞാനും അങ്ങനെ വിശ്വസിക്കുന്നു." അവൾ പറഞ്ഞു.

"പെട്ടെന്ന് അവ്യക്തമായ ഒരു വെളുത്ത രൂപം അവരുടെ അടുത്ത് എത്തിയിരിക്കുന്നതിനെ പറ്റി അവർക്ക് ബോധം വന്നു. അത് ജറാൾഡ് ആയിരുന്നു. പെട്ടെന്ന് അഗാധമായ ഭീതിയിൽ ഗുഡ്റൺ ഞെട്ടിയെഴു ന്നേറ്റു.

"നിങ്ങൾ എവിടെയായിരുന്നെന്ന് അവർ എന്നോട് പറഞ്ഞു." സന്ധ്യയുടെ വെളുത്ത അന്തരീക്ഷത്തിലേക്ക് നോക്കി ഒരുവിധി പ്രസ്താ വിക്കുന്നതുപോലെ ജറാൾഡ് പറഞ്ഞു.

"നിങ്ങൾ ഒരു ഭൂതത്തെപ്പോലെയാണ് പ്രത്യക്ഷപ്പെട്ടത്." ലോർക്ക ഉറക്കെ പറഞ്ഞു.

ജറാൾഡ് മറുപടി പറഞ്ഞില്ല. അയാളുടെ സാന്നിദ്ധ്യം അവർക്ക് അസ്വാഭാവികവും പൈശാചികവും ആയിരുന്നു.

ലോർക്ക ഫ്ളാസ്ക് കുലുക്കി നോക്കി. പിന്നീട് അയാൾ മഞ്ഞിന്റെ മുകളിലേക്ക് തലകീഴായി അത് കമഴ്ത്തിപ്പിടിച്ചു. ഏതാനും തവിട്ടുനിറ മുള്ള തുള്ളികൾ ഇറ്റുവീണു.

"തീർന്നു!" അയാൾ പറഞ്ഞു. ജറാൾഡിന് ആ ജർമ്മൻകാരന്റെ വിചിത്രമായ ചെറിയരൂപം ഒരു ഭൂതക്കണ്ണാടിയിലൂടെ കാണുന്നതുപോലെ വ്യക്തവും വസ്തുനിഷ്ഠവും ആയിരുന്നു. ആ ചെറിയ രൂപത്തെ അയാൾ അതിരുകവിഞ്ഞ് വെറുത്തു. അത് നീക്കം ചെയ്യപ്പെടാൻ അയാൾ ആഗ്ര ഹിച്ചു.

"പിന്നീട് ലോർക്ക ബിസ്കറ്റ്കൂട് കുലുക്കി നോക്കി. "ബിസ്കറ്റ് ബാക്കിയുണ്ട്." അയാൾ പറഞ്ഞു.

മഞ്ഞ് വണ്ടിയിൽ ഇരുന്നുകൊണ്ട് അയാൾ അത് ഗുഡ്റണിന്റെ

കൈയിൽ കൊടുത്തു. ഗുഡ്റൺ അതിൽനിന്ന് ഒരെണ്ണം തപ്പിയെടുത്തു. അയാൾ അത് ജറാൾഡിന്റെ നേർക്കുനീട്ടുമായിരുന്നു. പക്ഷേ, ജറാൾഡ് ബിസ്കറ്റ് സ്വീകരിക്കാൻ ആഗ്രഹിക്കുന്നില്ലെന്ന് വ്യക്തമായിരുന്നു. ലോർക്ക ആരുടെയും കണ്ണിൽപ്പെടാതെ ബിസ്കറ്റ് കൂട് ഒരുവശത്തേക്ക് മാറ്റിവെച്ചു. പിന്നീട് അയാൾ കുപ്പിയെടുത്തു വെളിച്ചത്തിലേക്ക് ഉയർത്തിപ്പിടിച്ചു.

"കുറച്ച് ബിയർകൂടി ഉണ്ട്" അയാൾ സ്വയം പറഞ്ഞു.

പിന്നീട് അയാൾ കുപ്പിയെടുത്ത് വായുവിലേക്ക് ഉയർത്തിപ്പിടിച്ച് ഗുഡ്റണിന്റെ ശരീരത്തിലേക്ക് ധൈര്യത്തോടെ അസാധാരണമായരീതിയിൽ ചാരിയിരുന്ന് കൊണ്ട് പറഞ്ഞു.

"ഇത് നിങ്ങൾക്ക് ഇഷ്ടമാകുമെന്ന് ഞാൻ വിചാരിക്കുന്നു."

അവിടെ ഒരു പൊട്ടിത്തെറി സംഭവിച്ചു. കുപ്പി പറക്കുകയായിരുന്നു. ലോർക്ക ഞെട്ടലോടെ പിന്നോട്ടുമാറി. മൂന്നുപേരും അക്രമാസക്തരായി വിറച്ചുകൊണ്ട് നില്ക്കുകയായിരുന്നു.

ലോർക്ക തിളക്കമുള്ള മുഖത്ത് പൈശാചികമായ ഒരു നോട്ടവുമായി ജറാൾഡിന്റെ നേർക്ക് തിരിഞ്ഞു.

"നന്നായിരിക്കുന്നു!" ലോർക്ക രാക്ഷസീയമായ കോപത്തോടെ വിപരീതാർത്ഥത്തിൽ പറഞ്ഞു.

ജറാൾഡിന്റെ ചുരുട്ടിയ കൈപ്പത്തികൊണ്ട് തലയുടെ ഒരുവശത്ത് ഇടി കിട്ടിയതു കാരണം അടുത്ത നിമിഷത്തിൽ ലോർക്ക പരിഹാസ്യമായ രീതിയിൽ മഞ്ഞിനു മുകളിൽ ഇരിക്കുകയായിരുന്നു. പക്ഷേ, ലോർക്ക നിയന്ത്രണം വിടാതെ സാവധാനം വിറയലോടെ എഴുന്നേറ്റുനിന്നു. പിന്നീട് അയാൾ ജറാൾഡിന്റെ മുഖത്തേക്ക് നോക്കിക്കൊണ്ടുനിന്നു. അയാളുടെ ശരീരം ദുർബ്ബലമായിരുന്നു. പക്ഷേ, അയാളുടെ കണ്ണുകൾ പരിഹാസംകൊണ്ട് പൈശാചികമായിരുന്നു.

"വീരനായകൻ നീണാൾ വാഴട്ടെ."

പക്ഷേ, ജറാൾഡിന്റെ കൈ ഒരു കറുത്ത മിന്നൽപ്പിണറായി മാറി അയാളുടെ തലയുടെ മറുവശത്ത് തട്ടി. അയാൾ ഒരു ഒടിഞ്ഞ വൈക്കോൽ പോലെ ഒരുവശത്തേക്ക് മറിഞ്ഞുവീണതോടെ അയാൾ പിൻവലിച്ചു.

പക്ഷേ, ഗുഡ്റൺ മുന്നോട്ടുവന്നു. അവൾ കൈകൾ കൂട്ടിപ്പിടിച്ച് മുകളിലേക്ക് ഉയർത്തി ശക്തിയോടെ ജറാൾഡിന്റെ മുഖത്തും നെഞ്ചത്തും ഇടിച്ചു.

അന്തരീക്ഷം പിളരുന്നതുപോലെ ഒരുവലിയ അത്ഭുതം ജറാൾഡിന്റെ മുകളിലേക്ക് പൊട്ടിവീണു. അയാളുടെ ആത്മാവ് വേദന അറിഞ്ഞുകൊണ്ട് മലർക്കെ തുറന്നു. അവസാനം അയാൾ ആഗ്രഹിച്ച ആപ്പിൾ പറിച്ചെടുക്കാൻ ശക്തിയുള്ള കൈകൾ നീട്ടിക്കൊണ്ട് അയാളുടെ ആത്മാവ് പൊട്ടിച്ചിരിച്ചു. അവസാനം അയാൾക്ക് അയാളുടെ ആഗ്രഹം നിറവേറ്റണം.

അയാൾ ഗുഡ്റണിന്റെ കഴുത്ത് അയാളുടെ കൈകളിൽ എടുത്തു. അയാളുടെ കൈകൾക്ക് അജയ്യമായ ശക്തി ഉണ്ടായിരുന്നു. ദയ ഉണ്ടായിരുന്നില്ല. അവളുടെ കഴുത്തിനുള്ളിൽ വഴുതി മാറുന്ന ജീവന്റെ വള്ളികൾ അയാൾക്ക് തൊട്ടറിയാൻ കഴിഞ്ഞിരുന്ന കാര്യം ഒഴിച്ചുനിർത്തിയാൽ അവളുടെ കഴുത്ത് അങ്ങേയറ്റം മൃദുലമായിരുന്നു. അയാൾ അത് ഞെരിച്ചു. അയാൾക്ക് ഇത് ഞെരിക്കാൻ കഴിയണം. അവളുടെ വീർത്തു കെട്ടിയ മുഖത്തേക്ക് അബോധാവസ്ഥ കടന്നുവരുന്നത് അയാൾ കണ്ടു. ശ്രദ്ധിച്ചുകൊണ്ടിരുന്നു. അവളുടെ കണ്ണുകൾ ഉരുണ്ടുകയറുന്നത് അയാൾ ശ്രദ്ധിച്ചുകൊണ്ടിരുന്നു. അവൾ എത്രമാത്രം വൃത്തികെട്ടവൾ ആയിരുന്നു! എന്തൊരു നിർവൃതി! എന്തൊരു സംതൃപ്തി! സംതൃപ്തിയുടെ പവിത്രമായ ആനന്ദം അയാളുടെ ആത്മാവിൽ നിറഞ്ഞു. എന്തൊരു പൂർണ്ണത! എത്രമാത്രം നല്ലകാര്യം. അവസാനം ദൈവം തന്നെ അവസരം എത്രമാത്രം നന്മനിറഞ്ഞത്! അയാൾ അവളുടെ പിടിച്ചലുകളെപ്പറ്റിയും എതിർപ്പുകളെപ്പറ്റിയും ബോധവാനായിരുന്നില്ല. അയാളുടെ ആലിംഗനത്തിനിടയിലെ കാമാതുരയായ എതിർപ്പുകളാണ് അവളുടെ പിടച്ചിലുകൾ. അത് എത്രമാത്രം കൂടുതലാകുന്നോ മൂർദ്ധന്യത്തിൽ എത്തുന്നതുവരെയുള്ള ആഹ്ലാദത്തിന്റെ ഉന്മാദവും കൂടുതലായിരിക്കും. നിർണ്ണായകമായ നിമിഷം എതിർപ്പുകൾ അവസാനിച്ചു. അവളുടെ ചലനങ്ങൾ കൂടുതൽ മൃദുവായി, ശാന്തമായി.

ലോർക്ക മഞ്ഞിൽ എഴുന്നേറ്റ് നിന്നു. അയാൾ എഴുന്നേല്ക്കാൻ പറ്റാത്ത തരത്തിൽ പരിഭ്രമിച്ചിരുന്നു. മുറിവുകളും ഉണ്ടായിരുന്നു.

“സാർ”തളർന്ന ശബ്ദത്തിൽ അയാൾ പറഞ്ഞൊപ്പിച്ചു. “നിങ്ങൾ എപ്പോഴാണ് അവസാനിപ്പിക്കുന്നത്.”

അറപ്പും വെറുപ്പും കൊണ്ടുള്ള ഒരു വിരക്തി ജറാൾഡിനെ പൊതിഞ്ഞു. അറപ്പ് അയാളുടെ ആഴങ്ങളിൽ വരെ എത്തി വെറുപ്പായി മാറി. ഹോ, എന്താണ് അയാൾ ചെയ്തത്. എത്രമാത്രം ആഴത്തിലേക്കാണ് അയാൾ സ്വയം അയാളെ പറഞ്ഞയച്ചത്! അവളുടെ ജീവിതം കൈയിലെടുക്കാൻ കൊല്ലാനും മാത്രം അയാൾ അവളെ ശ്രദ്ധിച്ചിരുന്നതായി തോന്നുന്നുണ്ടോ!

അയാളുടെ ശരീരത്തിലൂടെ ഒരു തളർച്ച കടന്നുപോയി. അത് ദാരുണമായ ഒരു വിശ്രമമോ ഒരു ദ്രവീകരണമോ ഒരു ശക്തിക്ഷയമോ ആയിരുന്നു. അയാൾ അറിയാതെതന്നെ അയാളുടെ പിടുത്തം അയഞ്ഞു. ഗുഡ്റൺ മുട്ടുകാലിൽ താഴോട്ടുവീണു. പക്ഷേ, അയാൾ നോക്കിയില്ല. എന്ത് നടന്നെന്ന് മനസ്സിലാക്കിയില്ല.

ഭയാനകമായ ഒരു തളർച്ച അയാളെ കീഴടക്കി. അയാളുടെ സന്ധികൾ ജലമായി മാറി. ഒരു കാറ്റിൽ അകപ്പെട്ടതുപോലെ അയാൾ ദിശമാറി ദൂരത്തേക്ക് ഒഴുകിപ്പോയി.

എല്ലാം അവസാനിപ്പിച്ച ശേഷം അബോധാവസ്ഥയിൽ കൂടുതൽ സമ്പർക്കം ഒഴിവാക്കിക്കൊണ്ട് മഞ്ഞിലൂടെ മുകളിലേക്ക് ഒഴുകുന്നതി

നിടയിൽ അയാൾ പറഞ്ഞ അയാളുടെ അവസാന കുമ്പസാരം ഇതായിരുന്നു. "സത്യത്തിൽ ഞാൻ അത് ആഗ്രഹിച്ചിരുന്നില്ല. എനിക്ക് തൃപ്തിയായി. എനിക്ക് ഉറങ്ങണം. എനിക്ക് തൃപ്തിയായി."

അയാൾ തളർന്നുപോയിരുന്നു. പക്ഷേ, അയാൾ വിശ്രമിക്കാൻ ആഗ്രഹിച്ചില്ല. അയാൾ അവസാനം എത്തിച്ചേരുന്നതുവരെ മുന്നോട്ടുപോകാൻ ആഗ്രഹിച്ചു. അയാളിൽ അവശേഷിച്ചിരുന്ന ഏക ആഗ്രഹം അന്ത്യത്തിൽ എത്തിച്ചേരുന്നതുവരെ ഒരിക്കലും നില്ക്കരുതെന്നുള്ളതായിരുന്നു. അതുകൊണ്ട് തളർന്നു ബോധംകെട്ടാലും അയാൾ ഒന്നും ആലോചിക്കാതെ അയാൾക്ക് ചലിക്കാൻ കഴിയുന്ന കാലത്തോളം അയാൾ മുന്നോട്ട് ഒഴുകിക്കൊണ്ടിരിക്കും.

സന്ധ്യ ചുവപ്പുംനീലയും കലർന്ന ഒരു വെളിച്ചം ആകാശത്ത് പടർത്തിയിരുന്നു. തണുത്ത നീലരാത്രി മഞ്ഞിനെ ഒളിപ്പിച്ചുവെച്ചു. താഴ്വരയിലെ വിശാലമായ മഞ്ഞിൽ രണ്ട് ചെറിയ രൂപങ്ങൾ ഉണ്ടായിരുന്നു. വധിക്കപ്പെട്ടവളെപ്പോലെ മുട്ടുകാലിൽ ഇരിക്കുന്ന ഗുഡ്റണും അവളെ താങ്ങിപ്പിടിച്ച് ചുരുണ്ടുകൂടി ഇരിക്കുന്ന ലോർക്കയും അവർ മാത്രം അവിടെ അവശേഷിച്ചിരുന്നു.

ജറാൾഡ് അരണ്ട ഇരുട്ടിൽ മലഞ്ചെരുവിലൂടെ ഇടറി ഇടറി മുകളിലേക്ക് കയറിപ്പോയി. ക്ഷീണിച്ചിരുന്നെങ്കിലും അയാൾ കയറ്റം കയറിക്കൊണ്ടിരുന്നു. അയാളുടെ ഇടതുവശത്ത് കുത്തനെയുള്ള കറുത്തപാറകളായിരുന്നു. പാറക്കെട്ടുകൾക്കുള്ളിലും പുറത്തും മഞ്ഞ് പടർന്നിരുന്നു. എങ്കിലും അവിടെ ശബ്ദം ഉണ്ടായിരുന്നില്ല. എല്ലാം നിശ്ശബ്ദമായിരുന്നു.

അയാളുടെ വൈഷമ്യം വർദ്ധിപ്പിച്ചുകൊണ്ട് അയാളുടെ തൊട്ടുമുന്നിൽ വലതുവശത്തായി ഒരുചെറിയ ചന്ദ്രൻ തിളങ്ങുന്നുണ്ടായിരുന്നു. അയാളുടെ ക്ലേശം കൂട്ടാൻ എല്ലായ്പ്പോഴും വേദനാജനകമായ തിളക്കമുള്ള ഒരുകാര്യം ഉണ്ടായിരുന്നു. അതുകൊണ്ട് അയാൾ അവസാനിപ്പിക്കാൻ ആഗ്രഹിച്ചു. അയാൾക്ക് തൃപ്തിയായിക്കഴിഞ്ഞിരുന്നു. എങ്കിലും അയാൾ ഉറങ്ങിയില്ല.

ചിലപ്പോൾ മഞ്ഞുമൂടാതെ കിടന്നിരുന്ന ഒരു പാറ അയാൾക്ക് ബുദ്ധിമുട്ടി മറികടക്കേണ്ടിയിരുന്നു. ഇവിടെ അയാൾ വീഴുമെന്ന് ഭയന്നിരുന്നു. അങ്ങേയറ്റം ഭയന്നിരുന്നു. കൊടുമുടികളുടെ ഉയരത്തിലൂടെ ഒരു കാറ്റു വീശിയിരുന്നു. വീശിയടിച്ച കാറ്റ് ഉറക്കാനുള്ള കരുത്തോടെ അയാളെ കീഴടക്കി. പക്ഷേ, അത് അവസാനം ആയിരുന്നില്ല. അയാൾക്ക് ഇനിയും പോകാനുണ്ട്. അയാളുടെ പരിമിതികളില്ലാത്ത വെറുപ്പ് അയാളെ ഒരിടത്തും നില്ക്കാൻ അനുവദിച്ചില്ല

ഒരു കൊടുമുടിയുടെ മുകളിലെത്തിയപ്പോൾ എന്തിന്റെയോ കുറേക്കൂടി ഉയരമുള്ള അവ്യക്തമായ ഒരു നിഴൽ അയാൾ മുന്നിൽക്കണ്ടു. എപ്പോഴും കൂടുതൽ ഉയരത്തിലേക്ക്. എപ്പോഴും കൂടുതൽ ഉയരത്തിലേക്ക്. അയാൾ മലഞ്ചെരുവിലൂടെ അതിന്റെ ഏറ്റവും ഉന്നതമായ കൊടു

മുടിയിലേക്കുള്ള വഴിയാണ് പിൻതുടരുന്നതെന്ന് അയാൾക്ക് അറിയാമായിരുന്നു. പക്ഷേ, അയാൾ ശരിക്കും ബോധവാനായിരുന്നില്ല. അയാളുടെ ആഗ്രഹം മുന്നോട്ടുപോകാൻ മാത്രം ആയിരുന്നു. അയാൾക്ക് ചലിക്കാൻ കഴിയുന്ന കാലത്തോളം മുന്നോട്ടുപോകണം. അവസാനിക്കുന്നതുവരെ മുന്നോട്ടുപോകണം. അയാൾക്ക് സ്ഥലകാലബോധം നഷ്ടപ്പെട്ടു. എങ്കിലും ജീവിതത്തിന്റെ അവശേഷിച്ചിരുന്ന ജന്മവാസനകൊണ്ട് അയാളുടെ കാലിൽ അണിഞ്ഞിരുന്ന സ്കിഡ് പോകുന്ന വഴിയിലൂടെ അയാളുടെ കാലുകൾ നീങ്ങി.

അയാൾ മഞ്ഞ് കട്ടപിടിച്ചുകിടന്ന ഒരു മലഞ്ചെരിവിലൂടെ ബുദ്ധിമുട്ടി താഴോട്ടിറങ്ങി. അത് അയാളെ ഭയപ്പെടുത്തി. അയാളുടെ കയ്യിൽ മഞ്ഞിലൂടെ ഊന്നിനീങ്ങാനുള്ള വടികൾ ഇല്ല. ഒന്നുംതന്നെ ഇല്ല. പക്ഷേ, സുരക്ഷിതമായ ഒരുസ്ഥലത്ത് എത്തിയതുകാരണം തിളക്കമുള്ള ഇരുട്ടിലൂടെ അയാൾ നടക്കാൻ തുടങ്ങി. അയാൾ രണ്ട് കൊടുമുടികൾക്കിടയിലുള്ള ഒരു താഴ്വരയിൽ ആയിരുന്നു. അതുകൊണ്ട് അയാൾ സംശയിച്ചു. അയാൾ മറ്റേ കൊടുമുടിയിലേക്ക് കയറണോ അതോ താഴ്വാരത്തിലൂടെ അലഞ്ഞുതിരിയാണോ. അയാളുടെ ജീവന്റെ ചരട് എത്രമാത്രം ദുർബ്ബലമായി വലിഞ്ഞുമുറുകി നില്ക്കുന്നു! ഒരുപക്ഷേ, അയാൾ കൊടുമുടിയിലേക്ക് കയറും. മഞ്ഞിന് ഉറപ്പുണ്ടായിരുന്നു. അയാൾ മുകളിലേക്ക് കയറി. മഞ്ഞിൽ നിന്നും എന്തോ പുറത്തേക്ക് തള്ളിനില്ക്കുന്നു. യാതൊരു ജിജ്ഞാസയുമില്ലാതെ അയാൾ അടുത്തുചെന്നു.

അത് ഒരു കൊടിമരത്തിനു മുകളിലുള്ള ഒരു ചരിഞ്ഞ മേൽക്കൂരയ്ക്ക് താഴെയുള്ള കുരിശിൽ കിടക്കുന്ന ക്രിസ്തുവിന്റെ ഒരു ചെറിയ രൂപം ആയിരുന്നു. അയാൾ അകന്നുമാറി. ആരോ ഒരാൾ അയാളെ കൊല്ലാൻ പോകുന്നു. അയാൾക്ക് കൊല ചെയ്യപ്പെടുമെന്നുള്ള വലിയ ഭയം ഉണ്ടായിരുന്നു. പക്ഷേ, അത് അയാളുടെ പ്രേതത്തെപ്പോലെ അയാളിൽ നിന്നും വേറിട്ടു നില്ക്കുന്ന ഒരു ഭയം ആയിരുന്നു.

എന്നിട്ടും എന്തിനാണ് ഭയക്കുന്നത്? കൊലപാതകം! അത് സംഭവിക്കാനുള്ള കാര്യം ആയിരുന്നു. അയാൾ ഭയത്തോടെ കാൽച്ചുവട്ടിലെ മഞ്ഞിലേക്ക് നോക്കി. ഭയത്തോടെ ഉയരങ്ങളിലെ നിഴൽ മൂടിയ മലഞ്ചെരുവുകളിലേക്ക് നോക്കി. അയാൾ വധിക്കപ്പെടാൻ വിധിക്കപ്പെട്ടവനാണ്. അയാൾക്ക് അത് മനസ്സിലാക്കാൻ കഴിഞ്ഞു. ഇത് മരണം ഉയർന്നുവരുന്ന നിമിഷമായിരുന്നു. ഇതിൽനിന്നും രക്ഷപ്പെടാൻ കഴിയില്ല.

ദൈവമേ ഇത് സംഭവിക്കാനുള്ളതായിരുന്നോ! അയാൾ മഞ്ഞുപാളി അടർന്ന് താണുപോകുന്നത് അയാൾക്ക് അനുഭവിക്കാൻ കഴിഞ്ഞു. അയാൾ കൊലചെയ്യപ്പെട്ടിരിക്കുന്നതായി അയാൾക്ക് മനസ്സിലായി. വ്യക്തതയില്ലാതെ മുന്നോട്ട് സഞ്ചരിക്കുന്നതിനിടയിൽ എന്താണ് സംഭവിക്കാൻ പോകുന്നതെന്ന് മനസ്സിലാക്കാൻ വേണ്ടിയെന്നവണ്ണം അയാൾ കൈകൾ ഉയർത്തി. അയാളുടെ യാത്ര എപ്പോൾ അവസാനിക്കുമെന്ന് അറിയാൻ വേണ്ടി അയാൾ കാത്തുനില്ക്കുകയായിരുന്നു. അത് ഇതുവരെ അവ

സാനിച്ചിരുന്നില്ല.

അയാൾ മലഞ്ചെരിവുകൾക്കും കുത്തനെയുള്ള പാറക്കെട്ടുകൾക്കും നടുക്കുള്ള മഞ്ഞുമൂടിക്കിടന്ന തടത്തിലേക്ക് എത്തിച്ചേർന്നിരിക്കുന്നു. അവിടെനിന്നും പർവ്വതത്തിന്റെ മുകളിലേക്ക് കയറിപ്പോകാനുള്ള ഒരു വഴി ഉയർന്നുപോയിരുന്നു. പക്ഷേ, കാലുതെറ്റിവീഴുന്നതുവരെ അയാൾ അബോധാവസ്ഥയിൽ അലഞ്ഞുതിരിഞ്ഞു. വീണപ്പോൾ അയാളുടെ ആത്മാവിനുള്ളിൽ എന്തോ പൊട്ടിത്തകർന്നു. പെട്ടെന്ന് അയാൾ ഉറക്കത്തിലേക്ക് പോയി.

31

അരങ്ങൊഴിയൽ

അടുത്ത ദിവസം രാവിലെ അവർ ജഡം ഹോട്ടലിലേക്ക് കൊണ്ടുവന്നപ്പോൾ ഗുഡ്റൺ അവളുടെ മുറിയടച്ച് ഉള്ളിലിരിക്കുകയായിരുന്നു. മഞ്ഞിനു മുകളിലൂടെ ഒരു ഭാരവും ചുമന്ന് ആളുകൾ വരുന്നത് അവൾ ജനാലയിലൂടെ കണ്ടിരുന്നു. അവൾ വെറുതെ ഇരുന്ന് സമയം കളഞ്ഞു.

അവളുടെ വാതിലിൽ ഒരു മുട്ട് കേട്ടു. അവൾ തുറന്നു. അവിടെ അമിത ആദരവോടെ "മാഡം, അവർ അയാളെ കണ്ടെത്തി" എന്നു പറഞ്ഞുകൊണ്ട് ഒരു സ്ത്രീ നിന്നിരുന്നു.

"അയാൾ മരിച്ചോ?"

"മണിക്കൂറുകൾക്ക് മുമ്പ് മരിച്ചിട്ടുണ്ട്."

എന്തുപറയണമെന്ന് ഗുഡ്റണിന് അറിയില്ല. എന്താണ് അവൾ പറയേണ്ടത്? എന്താണ് അവൾക്ക് തോന്നേണ്ടത്? എന്താണ് അവൾ ചെയ്യേണ്ടത്? അവർ അവളിൽ നിന്ന് എന്താണ് പ്രതീക്ഷിക്കുന്നത്? അവൾക്ക് ഒന്നും അറിയില്ല.

"നന്ദി" അവൾ പറഞ്ഞു. പിന്നീട് അവൾ അവളുടെ മുറിയുടെ വാതിൽ അടച്ചു. സ്ത്രീ നാണക്കേടോടെ തിരിച്ചുപോയി. ഒരു വാക്കുപോലും പറഞ്ഞില്ല. ഒരു തുള്ളി കണ്ണുനീർ പോലും പൊഴിച്ചില്ല. ഹോ! ഗുഡ്റൺ നിർവ്വികാരമായിരുന്നു. നിർവ്വികാരയായ സ്ത്രീ.

ഗുഡറൺ അവളുടെ മുറിക്കുള്ളിൽ ഇരുന്നു. അവളുടെ വിളറിയ മുഖം നിർവ്വികാരമായിരുന്നു. അവൾ ചെയ്യേണ്ടിയിരുന്നത് എന്തായിരുന്നു? അവൾക്ക് നിലവിളിച്ച് ഒരുരംഗം സൃഷ്ടിക്കാൻ കഴിയില്ല. അവൾക്ക് സ്വയം മറ്റൊന്നാകാൻ പറ്റില്ല. അവൾ ആളുകളിൽ നിന്ന് ഒളിച്ച് മുറിക്കുള്ളിൽ അനങ്ങാതിരുന്നു. സംഭവങ്ങളുമായി യഥാർത്ഥ സമ്പർക്കം വേണ്ട. എന്നതായിരുന്നു അവളുടെ ഉദ്ദേശ്യങ്ങളിൽ ഒന്ന്. ഉർസുലയ്ക്കും ബിർക്കി

നുമുള്ള ഒരു നീണ്ട കമ്പിസന്ദേശം അവളാണ് എഴുതിയുണ്ടാക്കിയത്.

എന്തായാലും ഉച്ചതിരിഞ്ഞ് അവൾ ലോർക്കയെ അന്വേഷിക്കാൻ വേണ്ടി പെട്ടെന്ന് എഴുന്നേറ്റു. ജറാൾഡ് താമസിച്ചിരുന്ന മുറിയുടെ വാതിലിലേക്ക് അവൾ ആശങ്കയോടെ കണ്ണോടിച്ചു. അവൾ ആ മുറിയുടെ ഭാഗത്തേക്ക് പോയെന്നുപോലും പറയാൻ പറ്റില്ല.

വിശ്രമമുറിയിൽ ലോർക്ക തനിച്ചിരിക്കുന്നത് അവൾ കണ്ടു. അവൾ നേരേ അയാളുടെ അടുത്തേക്ക് പോയി.

"അത് സത്യം അല്ല, അല്ലേ?" അവൾ പറഞ്ഞു.

അയാൾ തല ഉയർത്തി അവളെ നോക്കി. ദുഃഖം സമ്മാനിച്ച ഒരു ചെറിയ പുഞ്ചിരി അയാളുടെ മുഖം വികൃതമാക്കി. അയാൾ അയാളുടെ തോളുകൾ ഉയർത്തി.

"സത്യം" അയാൾ ആവർത്തിച്ചു.

"നമ്മൾ അയാളെ കൊന്നില്ലല്ലോ? അവൾ ചോദിച്ചു

അവൾ ഇങ്ങനെ ഒരു ചോദ്യം ചോദിച്ചത് അയാൾക്ക് ഇഷ്ടപ്പെട്ടില്ല.

"അത് സംഭവിച്ചു." അയാൾ പറഞ്ഞു.

അവൾ അയാളെ നോക്കി. അയാൾ ഈ സമയത്ത് അവളെപ്പോലെ തന്നെ താറുമാറായ അവസ്ഥയിൽ ആയിരുന്നു. ഇത് വന്ധ്യമായ ഒരു ദുരന്തമായിരുന്നു.

അവൾ ഉർസുലയ്ക്കും ബിർക്കിനും വേണ്ടി കാത്തിരിക്കാൻ അവളുടെ മുറിയിലേക്ക് പോയി. അവൾ രക്ഷപ്പെടാൻ ആഗ്രഹിച്ചു. രക്ഷപ്പെടാൻമാത്രം. ഈ അവസ്ഥയിൽ നിന്ന് മോചിപ്പിക്കപ്പെടുന്നതുവരെ അവൾക്ക് ഒന്നും തന്നെ ചിന്തിക്കാനും അനുഭവിക്കാനും കഴിഞ്ഞില്ല.

ആ ദിവസം കഴിഞ്ഞു. അടുത്ത ദിവസം വന്നു. അവൾ മഞ്ഞുവണ്ടിയുടെ ശബ്ദം കേട്ടു. ഉർസുലയും ബിർക്കിനും വണ്ടിയിൽനിന്ന് ഇറങ്ങുന്നത് അവൾ കണ്ടു. ഇവരിൽ നിന്ന് അവൾ പിൻവലിഞ്ഞു.

ഉർസുല നേരിട്ട് അവളുടെ അടുത്ത് വന്നു.

"ഗുഡ്റൺ!" കവിളുകളിലൂടെ ഒഴുകുന്ന കണ്ണീരോടെ അവൾ വിളിച്ചുകൂവി. സഹോദരിയെ അവൾ കെട്ടിപ്പിടിച്ചു. ഉർസുലയുടെ തോളിൽ ഗുഡ്റൺ അവളുടെ മുഖം മറച്ചു. പക്ഷേ, അവളുടെ ആത്മാവിനെ മരവിപ്പിച്ച പരിഹാസത്തിന്റെ നിർവ്വികാരമായ പിടിമുറുക്കത്തിൽനിന്നും അവൾക്ക് ഇപ്പോഴും രക്ഷപ്പെടാൻ കഴിഞ്ഞിരുന്നില്ല.

"ഓഹോ!" അവൾ വിചാരിച്ചു. "ശരിയായ പെരുമാറ്റം ഇതാണ്." പക്ഷേ, അവൾക്ക് കരയാൻ കഴിഞ്ഞില്ല. അവളുടെ തണുത്തുവിളറിയ നിർവ്വികാരമായ മുഖം കാരണം ഉർസുലയുടെ കണ്ണുനീരിന്റെ ജലധാര പെട്ടെന്ന് നിന്നു. ഏതാനും നിമിഷങ്ങൾക്കുള്ളിൽ സഹോദരിമാർക്ക് പരസ്പരം ഒന്നും സംസാരിക്കാനില്ലാതായി.

"ഇവിടേക്ക് തിരിച്ച് വലിച്ചുകൊണ്ടുവന്നത് വളരെ മോശമായിപ്പോയോ?"

ഉർസുല പരിഭ്രമത്തോടെ തല ഉയർത്തി നോക്കി.

"ഞാൻ ഒരിക്കലും അതൊന്നും ചിന്തിച്ചിട്ടില്ല." അവൾ പറഞ്ഞു.

"നിങ്ങളെ തിരിച്ചുകൊണ്ടുവരുന്നതിൽ എനിക്ക് വലിയ ബുദ്ധിമുട്ട് തോന്നിയിരുന്നു." ഗുഡ്റൺ പറഞ്ഞു. "പക്ഷേ, എനിക്ക് ആളുകളെ നേരിടാൻ കഴിയുന്നില്ല."

"ശരി." ഉർസുല തണുപ്പൻ മട്ടിൽ പറഞ്ഞു.

ബിർക്കിൻ കതകിൽ മുട്ടിയതിനുശേഷം കടന്നുവന്നു. അയാളുടെ മുഖത്ത് യാതൊരു ഭാവവും ഇല്ലായിരുന്നു. അയാളുടെ മുഖം വിളറിയിരുന്നു.

"എന്തായാലും ഈ യാത്രയുടെ അവസാനം." ഗുഡ്റൺ ഭയത്തോടെ അയാളെ നോക്കി.

അവർക്ക് മൂന്നുപേർക്കും ഇടയിൽ ഒരു നിശ്ശബ്ദത ഉണ്ടായിരുന്നു. പറയാൻ ഒന്നുമില്ലാത്ത അവസ്ഥ. ഒടുവിൽ ഉർസുല താഴ്ന്ന ശബ്ദത്തിൽ ചോദിച്ചു.

"നിങ്ങൾ അയാളെ കണ്ടോ?"

അയാൾ ഒരു തണുത്ത രൂക്ഷമായ നോട്ടം ഉർസുലയെ തിരിച്ചു നോക്കി. മറുപടി പറയാൻ അയാൾ കൂട്ടാക്കിയില്ല.

"നിങ്ങൾ അയാളെ കണ്ടോ?" അവൾ ആവർത്തിച്ചു.

"കണ്ടു." അയാൾ നിർവ്വികാരമായി പറഞ്ഞു.

പിന്നീട് അയാൾ ഗുഡ്റണിനെ നോക്കി.

"നിങ്ങൾ എന്തെങ്കിലും ചെയ്തോ?" അയാൾ ചോദിച്ചു.

"ഒന്നുമില്ല" അവൾ മറുപടി പറഞ്ഞു. "ഒന്നും ചെയ്തില്ല."

എന്തെങ്കിലും പറയുന്നതിൽ നിന്ന് അവൾ ഭീതികലർന്ന വെറുപ്പോടെ പിൻതിരിഞ്ഞു.

"അവിടെ മലയടിവാരത്ത് നിങ്ങൾ ഇരുന്നിരുന്നപ്പോൾ ജറാൾഡ് അവിടെ വന്നിരുന്നെന്ന് ലോർക്ക പറയുന്നു. സംസാരം ഉണ്ടായതിനു ശേഷം ജറാൾഡ് പോയെന്നാണ് അയാൾ പറഞ്ഞത്. എന്തിനെപ്പറ്റിയായിരുന്നു സംസാരം? ഞാൻ അറിയുന്നത് നല്ലതാണ്. അതുകൊണ്ട് വേണ്ടി വന്നാൽ എനിക്ക് അധികാരികളെ തൃപ്തിപ്പെടുത്താൻ കഴിയും."

ഗുഡ്റൺ ഒന്നും സംസാരിക്കാതെ അയാളെ നോക്കി. അവൾ ബുദ്ധിമുട്ടിലായ ഒരു കൊച്ചുകുട്ടിയെപ്പോലെ വിളറിപ്പോയിരുന്നു.

"ഒരുസംസാരവും ഉണ്ടായില്ല." അവൾ പറഞ്ഞു. "അയാൾ ലോർക്കയെ ഇടിച്ച് താഴെയിട്ടു. എന്നെ അയാൾ പകുതി ഞെക്കിക്കൊന്നു. അതിനുശേഷം അയാൾ പോയി."

അവളോടായി അവൾ പറഞ്ഞുകൊണ്ടിരുന്നു. "അനശ്വരമായ ത്രികോണത്തിന്റെ മനോഹരമായ ഒരു ചെറിയ ഉദാഹരണം! അവൾ പരിഹാസത്തോടെ നിഷേധിച്ചു. യുദ്ധം ജറാൾഡും അവളും തമ്മിൽ ആയിരുന്നെന്ന് അവൾക്ക് നല്ലവണ്ണം അറിയാം. മൂന്നാമത്തെ ആളിന്റെ സാന്നിദ്ധ്യം ഒരു വെറും യാദൃച്ഛികത മാത്രം ആയിരുന്നു. ഒരുപക്ഷേ, അത് ഒഴിച്ചുകൂടാൻ പറ്റാത്ത ഒരു യാദൃച്ഛികത ആയിരുന്നിരിക്കാം. പ

ക്ഷേ, അവർ അത് അനശ്വരമായ ത്രികോണത്തിന്റെ ഒരു ഉദാഹരണമായി മനസ്സിലാക്കട്ടെ! വെറുപ്പിന്റെ ത്രിമൂർത്തികളായി അവർ തിരിച്ചറിയട്ടെ! അത് അവർക്ക് മനസ്സിലാക്കാൻ കുറേക്കൂടി എളുപ്പമായിരിക്കും."

ബിർക്കിൻ പോയി. അയാളുടെ പെരുമാറ്റത്തിൽ അശ്രദ്ധ ഉണ്ടായിരുന്നു. പക്ഷേ, അയാൾ എന്തായാലും അവൾക്കുവേണ്ടി പ്രവർത്തിക്കുമെന്ന് അവൾക്ക് അറിയാം. അയാൾ അവളെ രക്ഷപ്പെടുത്തും. അവൾ അവജ്ഞയോടെ അവളിലേക്ക് നോക്കി, ചെറുതായി പുഞ്ചിരിച്ചു. മറ്റ് ആളുകളെ സംരക്ഷിക്കുന്നതിൽ അയാൾ അങ്ങേയറ്റം താല്പര്യമുള്ളവനായതുകൊണ്ട് അയാൾ തന്നെ ജോലിചെയ്യട്ടെ!

ബിർക്കിൻ വീണ്ടും ജറാൾഡിന്റെ അടുത്തേക്ക്പോയി. അയാൾ ജറാൾഡിനെ സ്നേഹിച്ചിരുന്നു. എങ്കിലും നിശ്ചലമായി അവിടെ കിടന്നിരുന്ന ആ ശരീരത്തോട് അയാൾക്ക് മുഖ്യമായും തോന്നിയത് അറപ്പായിരുന്നു. അത് തണുത്ത് മരവിച്ച് വിറങ്ങലിച്ച ഒരു ശവമായിരുന്നു.

ബിർക്കിന്റെ ഉള്ള് വിറങ്ങലിച്ച് മഞ്ഞുകട്ടയാകുന്നതായി തോന്നി. ഒരിക്കൽ ജറാൾഡായിരുന്ന ആ മരവിച്ച മൃതശരീരത്തിലേക്ക് അയാൾക്ക് നോക്കിനില്ക്കേണ്ടി വന്നിരിക്കുന്നു.

അത് ഒരു മരിച്ച പുരുഷന്റെ ജഡം ആയിരുന്നു. ഒരിക്കൽ മഞ്ഞിൽ ഒരു പലകപോലെ മരവിച്ചുകിടന്ന ഒരു എലിയുടെ ജഡം കണ്ടത് ബിർക്കിൻ ഓർമ്മിച്ചു. അയാൾ അതിനെ പൊക്കിയെടുത്തപ്പോൾ അത് ഒരു ഉണങ്ങിയ പലകപോലെ ആയിരുന്നു. ഇപ്പോൾ ഉറങ്ങാൻ കിടക്കുന്നതുപോലെ ചുരുണ്ടുകൂടി കിടന്നിരുന്നത് ജറാൾഡ് ആയിരുന്നു. എങ്കിലും ഭയാനകമായ ആ മരവിപ്പിന്റെ കാഠിന്യം ഏതോ രീതിയിൽ പ്രകടമായിരുന്നു. അത് അയാളിൽ ഭയം നിറച്ചു. മുറിക്കുള്ളിൽ നിശ്ചയമായും ചൂട് വർദ്ധിപ്പിക്കണം. വിറങ്ങലിച്ച ശരീരത്തിന് അയവുവരുത്തണം. കാലുകൾ നിവർത്തിയാൽ അവ സ്ഫടികം പോലെയോ വിറകുകൊള്ളിപോലെയോ ഉടഞ്ഞുപോകും.

അയാൾ മരവിച്ച മുഖത്ത് തൊട്ടുനോക്കി. കനത്ത രൂക്ഷമായ ചതവുകൾ അയാളുടെ ജീവനുള്ള ശരീരത്തിനുള്ളിലും ഉണ്ടാകുന്നതായി തോന്നി. അയാളും ഉള്ളിൽ നിന്ന് സ്വയം മരവിച്ചുകൊണ്ടിരിക്കുകയാണെന്ന് അയാൾ അത്ഭുതപ്പെട്ടു. ചുരുക്കത്തിൽ നിശ്ചലമായ നാസാരന്ധ്രങ്ങൾക്കു താഴെ കുറ്റിവെട്ടിനിർത്തിയ സ്വർണ്ണനിറമുള്ള മേൽമീശയിലെ ജീവശ്വാസം ഒരു മഞ്ഞുകട്ടയായി വിറങ്ങലിച്ചുപോയിരുന്നു. അതല്ല കാര്യം. ഇത് ജറാൾഡായിരുന്നു.

മരവിച്ച ശരീരത്തിലെ സാമാന്യം അഴകും തിളക്കവുമുള്ള കൂർത്ത തലമുടിയിൽ അയാൾ വീണ്ടും തൊട്ടുനോക്കി. അത് മഞ്ഞുപോലെ തണുത്തിരുന്നു. ഏറെക്കറെ വിരോധം തോന്നുന്ന തരത്തിൽ മഞ്ഞുപോലെ തണുത്ത തലമുടി. ബിർക്കിന്റെ ഹൃദയം വിറങ്ങലിക്കാൻ തുടങ്ങി. അയാൾ ജറാൾഡിനെ സ്നേഹിച്ചിരുന്നു. ഇപ്പോൾ അയാൾ ചെറിയ മൂക്കും പുരുഷത്വമുള്ള കവിളുകളുമുള്ള ഇപ്പോൾ അസാധാരണമായ നിറം

തോന്നുന്ന ആകൃതിയൊത്ത മുഖത്തേക്ക് അയാൾ നോക്കി. അത് മഞ്ഞു കൊണ്ടുള്ള ഒരു സ്ഫടികകല്ലുപോലെ മരവിച്ചുപോയിരുന്നു. എങ്കിലും അയാൾ അതിനെ സ്നേഹിച്ചിരുന്നു. ഒരാൾക്ക് തോന്നുകയും ആലോചിക്കുകയും ചെയ്യേണ്ട കാര്യങ്ങൾ എന്തായിരുന്നു? അയാളുടെ തലച്ചോറ് വിറങ്ങലിക്കാൻ തുടങ്ങിയിരിക്കുന്നു. അയാളുടെ രക്തം മഞ്ഞുകട്ടയായി മാറുകയായിരുന്നു. അങ്ങേയറ്റത്തെ തണുപ്പ് അങ്ങേയറ്റത്തെതണുപ്പ്, അയാളുടെ കൈകളിൽ പുറത്തുനിന്നും പരുക്കുണ്ടാക്കുന്നു. ഒരു തണുപ്പ് സമ്മർദ്ദം ചെലുത്തിക്കൊണ്ടിരിക്കുന്നു. അതിലും ശക്തമായ തണുപ്പ് അയാളുടെ ഹൃദയത്തിലും കുടലിലും അയാളുടെ ഉള്ളിലും ഉറഞ്ഞു കൂടുന്നുണ്ടായിരുന്നു.

മരണം നടന്ന സ്ഥലംകാണാൻ അയാൾ മഞ്ഞുമൂടിയ മലഞ്ചെരുവുകളിലേക്ക് പോയി. ഒടുവിൽ അയാൾ മലഞ്ചെരുവുകൾക്കും കുത്തനെയുള്ള പാറക്കെട്ടുകൾക്കും നടുക്കുള്ള മഞ്ഞുമൂടിക്കിടന്നിരുന്ന തടത്തിൽ എത്തിച്ചേർന്നു. അത് ഒരു ഇരുണ്ട ദിവസമായിരുന്നു. ഇരുണ്ട മൂന്നാമത്തെ ദിവസം നിശ്ചലമായ മൂന്നാമത്തെ ദിവസം കറുത്ത പാറകൾ ഒഴിച്ച് ബാക്കി എല്ലായിടവും തണുത്തു വിളറിയ വെളുപ്പായിരുന്നു. അവിടം മുകളിലെ ലോകത്തെ പാറകൾക്കും മഞ്ഞിനും ഇടയിൽക്കിടക്കുന്ന ഒരു ഒഴിഞ്ഞ മൺപാത്രം പോലെ ആയിരുന്നു. ഈ മൺപാത്രത്തിലായിരുന്നു ജറാൾഡ് ഉറങ്ങാൻപോയത്. ദൂരെ അറ്റത്തായി വഴികാട്ടികൾ ഇരുമ്പുദണ്ഡുകൾ മഞ്ഞുമതിലുകൾക്കുള്ളിലേക്ക് തുളച്ചിറക്കിയിരുന്നു. അതുകൊണ്ട് അതിൽ കൊട്ടിയിറക്കപ്പെട്ടിരിക്കുന്ന വടത്തിലൂടെ അവർക്ക് സ്വയം മുന്നിലെ വലിയ മഞ്ഞിലൂടെ വലിഞ്ഞുകയറാം.

ജറാൾഡ് ഈ വടം കണ്ടിട്ടുണ്ടാവാം. അയാൾ കൊടുമുടിയിലേക്ക് സ്വയം വലിഞ്ഞുകയറിയിട്ടുണ്ടാവാം. അയാൾ തെക്കുവശത്തെ പൈൻമരങ്ങളുടെ ഇരുണ്ട താഴ്വരയിലേക്ക് ഇറങ്ങി. തെക്കോട്ടുപോകുന്ന ഇറ്റലിയിലേക്കുള്ള ഇംപീരിയൽ റോഡിലെത്താൻ ഉദ്ദേശിച്ചിരിക്കാം.

അയാൾ അങ്ങനെയൊക്കെ ആലോചിച്ചിട്ടുണ്ടാവാം! അതിനുശേഷം എന്ത്? ഇംപീരിയൽ റോഡ്! തെക്കോട്ടുള്ളവഴി? ഇറ്റലി? പിന്നീട് എന്ത്? അത് പുറത്തേക്കുള്ള ഒരു വഴി ആണോ? അത് വീണ്ടും അകത്തേക്കുള്ള വഴിമാത്രം ആയിരുന്നു. അസഹ്യമായ അന്തരീക്ഷത്തിൽ ബിർക്കിൻ കൊടുമുടികളിലേക്കും തെക്കോട്ടുള്ള വഴിയിലേക്കും നോക്കുന്നുണ്ടായിരുന്നു. തെക്കുഭാഗത്തേക്ക് അതായത് ഇറ്റലിയിലേക്ക് പോകുന്നതുകൊണ്ട് എന്തെങ്കിലും പ്രയോജനം ഉണ്ടോ? പഴയ വളരെ പഴയ ഇംപീരിയൽ റോഡിലൂടെപോയതുകൊണ്ട് എന്തെങ്കിലും പ്രയോജനം ഉണ്ടോ?

അയാൾ പിൻവാങ്ങി. രണ്ടിലൊന്ന് സംഭവിക്കും. ഒന്നുകിൽ ഹൃദയം തകരും. അല്ലെന്നുണ്ടെങ്കിൽ അയാൾ ചിന്തകൾ അവസാനിപ്പിക്കണം. ചിന്തകൾ അവസാനിപ്പിക്കുന്നതാണ് കൂടുതൽ നല്ലത്. മനുഷ്യനേയും പ്രപഞ്ചത്തേയും കൊണ്ടുവന്നതിന്റെ നിഗൂഢത എന്തുതന്നെ ആയാലും അത് മനുഷ്യനിർമ്മിതമായ ഒരു നിഗൂഢത അല്ല. അതിന് അതിന്റേതായ

മഹത്തായ അന്ത്യങ്ങൾ ഉണ്ട്. മനുഷ്യൻ അതിന്റെ ഒരു അളവുകോൽ അല്ല. ആ അന്ത്യത്തെ വിശാലവും സൃഷ്ടിപരവുമായ ആ നിഗൂഢതയ്ക്കു വിട്ടുകൊടുക്കുന്നതാണ് നല്ലത്.

"മനുഷ്യനില്ലാതെ ദൈവത്തിന് പ്രവർത്തിക്കാൻ കഴിയില്ല. ഇത് ഏതോ വലിയ ഫ്രഞ്ച് മതപണ്ഡിതന്റെ ഒരു പ്രസ്താവന ആയിരുന്നു. പക്ഷേ, നിശ്ചയമായും ഇത് തെറ്റായിരുന്നു. ദൈവത്തിന് മനുഷ്യനില്ലാതെ പ്രവർത്തിക്കാൻ പറ്റും. ഇച്ത്തിയോസൗറിയും* മസ്റ്റോഡോണും** ഇല്ലാതെ ദൈവത്തിന് പ്രവർത്തിക്കാൻ കഴിയുന്നുണ്ട്. വികൃതജന്തുക്കൾ സൃഷ്ടിപരമായി വികസിക്കുന്നതിൽ പരാജയപ്പെട്ടു.അതുകൊണ്ട് ദൈവം എന്ന സർഗ്ഗശക്തിയുടെ നിഗൂഢത അവയെ ഒഴിവാക്കി. അതുപോലെ മനുഷ്യൻ സൃഷ്ടിപരമായി മാറുന്നതിലും വികസിക്കുന്നതിലും പരാജയപ്പെട്ടാൽ ആ നിഗൂഢതയ്ക്ക് മനുഷ്യനേയും ഒഴിവാക്കാൻ പറ്റും. അനശ്വരവും സൃഷ്ടിപരവുമായ ആ നിഗൂഢത മനുഷ്യനെ പറഞ്ഞുവിടും. അതിന് കൂടുതൽ മെച്ചപ്പെട്ട ഒരുജീവിയെ മനുഷ്യന്റെ സ്ഥാനത്ത് കൊണ്ടുവരാൻ പറ്റും. കുതിര മസ്റ്റഡോണിന്റെ സ്ഥാനം കൈയടക്കിയതുപോലെ.

ഈ ചിന്ത ബിർക്കിന് വളരെയേറെ ആശ്വാസം നല്കുന്നതായിരുന്നു. മനുഷ്യവർഗ്ഗം ഒരു അടഞ്ഞ വഴിയിലേക്ക് ഓടിക്കയറി. അവിടെ നിന്നു പോകുകയാണെങ്കിൽ അനശ്വരവും സൃഷ്ടിപരവുമായ ആ നിഗൂഢതയ്ക്ക് കൂടുതൽ മെച്ചപ്പെട്ടതും കൂടുതൽ അത്ഭുതകരവും കൂടുതൽ മനോഹരവുമായ മറ്റൊരു വർഗ്ഗത്തിന്റെ സൃഷ്ടിയുടെ സാക്ഷാല്ക്കാരത്തെ മുന്നോട്ടു കൊണ്ടുപോകാൻ വേണ്ടി അവതരിപ്പിക്കാൻ കഴിയും. കളി ഒരിക്കലും അവസാനിക്കുന്നില്ല. സൃഷ്ടിയുടെ നിഗൂഢത ഒരിക്കലും ആഴം അളക്കാൻ പറ്റുന്നതായിരുന്നില്ല. ഒരിക്കലും തെറ്റുപറ്റുന്നതായിരുന്നില്ല. ഒരിക്കലും അവസാനിക്കുന്നതായിരുന്നില്ല. വർഗ്ഗങ്ങൾ വരും. പോകും. പക്ഷേ, അതിമനോഹരമായ പുതിയ വർഗ്ഗങ്ങൾ എന്നും അത്ഭുതത്തെപിന്നിലാക്കിക്കൊണ്ടിരിക്കും. അതിന് അത്ഭുതങ്ങൾ സൃഷ്ടിക്കാൻ പറ്റും.അതിന്റെ ഉറവിടം അശുദ്ധമാക്കാൻ പറ്റാത്തതും അന്വേഷിച്ച് കണ്ടെത്താൻപറ്റാത്തതും ആയിരുന്നു. സൃഷ്ടിയുടെ ഈ നിഗൂഢതയ്ക്ക് പരിമിതികൾ ഇല്ല. അതിന് അത്ഭുതങ്ങൾ കൊണ്ടുവരാൻ കഴിയും. അതിന് തോന്നുന്ന സമയത്ത് അതിന് തികച്ചും നൂതനമായ പുതിയ വർഗ്ഗങ്ങളുംപുതിയ ഉപരിവർഗ്ഗങ്ങളും പുതിയ ബോധരൂപങ്ങളും പുതിയ ശരീരരൂപങ്ങളും സൃഷ്ടിച്ചെടുക്കാൻ പറ്റും. സൃഷ്ടിപരമായ നിഗൂഢതയുടെ സാദ്ധ്യതകളുമായി താരതമ്യപ്പെടുത്തിയാൽ മനുഷ്യസൃഷ്ടി ഒരു നിസ്സാരകാര്യമാണ്. നിഗൂ

* വംശനാശം സംഭവിച്ചതും ഇരുന്നൂറ്റി അൻപത് കോടിവർഷങ്ങൾക്ക്മുമ്പ് ജീവിച്ചിരുന്നതുമായ മത്സ്യാകൃതിയിലുള്ള ഇഴഞ്ഞു നടക്കുന്ന ഒരു കടൽജീവി. ഇഴയുന്ന മത്സ്യം എന്ന് പറയപ്പെടുന്നു.

** പതിനായിരം വർഷങ്ങൾക്ക്മുമ്പ് വംശനാശം വന്ന ആനയുടെ ആകൃതിയിലുള്ള ഒരുസസ്തനജീവി.

ഢതയിൽ നിന്ന് ഒരാൾക്ക് നേരിട്ട് ഹൃദയ സ്പന്ദനം കിട്ടുന്നത് പരിപൂർണ്ണത ആയിരുന്നു. പറഞ്ഞറിയിക്കാൻ പറ്റാത്ത സംതൃപ്തി ആയിരുന്നു. അത് മനുഷ്യനാണോ മനുഷ്യനല്ലിയോ എന്നതിൽ കാര്യമില്ല. പരിപൂർണ്ണതയുടെ സ്പന്ദനം ജനിച്ചിട്ടില്ലാത്ത, വിശദീകരിക്കാൻ പറ്റാത്ത അത്ഭുതകരമായ വർഗ്ഗത്തോടൊപ്പമാണ് സ്പന്ദിക്കുന്നത്.

ബിർക്കിൻ വീണ്ടും ജറാൾഡിന്റെ അടുത്തേക്ക് തിരിച്ചുപോയി. അയാൾ മുറിയിൽ കടന്നുചെന്നു. കിടക്കയിൽ ഇരുന്നു. മരണത്തിന്റെ തണുപ്പ്!

ഒരിക്കൽ ജറാൾഡ് ആയിരുന്ന ശരീരത്തിൽ നിന്ന് ഒരു പ്രതികരണവും ഉണ്ടായില്ല. അത് അസാധാരണമായി തണുത്തു മരവിച്ച ഒരു ജഡപദാർത്ഥമായിരുന്നു. അതിൽ കൂടുതലായി മറ്റൊന്നും ആയിരുന്നില്ല.

അന്നത്തെ കാര്യങ്ങൾക്കുവേണ്ടി അങ്ങേയറ്റം ക്ഷീണത്തോടെ ബിർക്കൻ അവിടെനിന്നു പോയി. അയാൾ എല്ലാക്കാര്യങ്ങളും സമാധാനത്തോടെയാണ് ചെയ്തത്. ഒച്ചവെയ്ക്കാനും പിച്ചും പേയും പറയാനും കരഞ്ഞു വിളിക്കാനും അതിനൊക്കെയുള്ള അവസരങ്ങൾ ഉണ്ടാക്കാനും ഉള്ള സമയം വളരെമുമ്പേ കഴിഞ്ഞുപോയിരുന്നു. നിശ്ശബ്ദനായിരുന്ന് ക്ഷമയോടെ മനസ്സിനെ സഹിക്കാൻ സജ്ജമാക്കുന്നതാണ് ഏറ്റവും നല്ലത്.

പക്ഷേ, അയാളുടെ ഹൃദയത്തിന്റെ വിശപ്പുകൊണ്ട് ജറാൾഡിനെ മെഴുകുതിരി വെളിച്ചത്തിലൂടെ കാണാൻ വേണ്ടി അയാൾ വീണ്ടും പോയപ്പോൾ പെട്ടെന്ന് അസാധാരണമായ വീർപ്പുമുട്ടലോടെ അയാൾ പൊട്ടിക്കരയാൻ തുടങ്ങി. അയാളുടെ ഹൃദയം ചുരുങ്ങി. അയാളുടെ കൈയിൽ ഇരുന്ന മെഴുകുതിരി താഴെ വീണു. അസാധാരണമായ ഒരുവിങ്ങലോടെ അയാൾ കരയാൻ തുടങ്ങി. പെട്ടെന്നുണ്ടായ വിഷമത്തിൽ അയാൾ ഒരു കസേരയിൽ ഇരുന്നു. അയാൾ ഒരു അപസ്മാരരോഗിയെപ്പോലെ വിറയ്ക്കുന്ന ശരീരത്തോടെ അസഹ്യമായ ശബ്ദത്തിൽ കരഞ്ഞുകൊണ്ട് കസേരയിൽ കുനിഞ്ഞിരുന്നപ്പോൾ അയാളുടെ പിന്നാലെ മുറിയിലേക്ക് കടന്നുവന്നിരുന്ന ഉർസുല അമ്പരപ്പോടെ അയാളുടെ അടുത്തു നിന്ന് പിന്നോട്ട് മാറി.

"ഞാൻ ഇത് ഇങ്ങനെയാകുമെന്ന് വിചാരിച്ചില്ല. ഞാൻ തീരെ വിചാരിച്ചിരുന്നില്ല." അയാൾ അവളോട് വിലപിച്ചു. അവൾ സാമാന്യം ഭീതിയോടെ ബിർക്കിനെ നോക്കി.

പെട്ടെന്ന് അയാൾ നിശ്ശബ്ദനായി. പക്ഷേ, അയാളുടെ മുഖം മറച്ചു വെയ്ക്കാൻ വേണ്ടി അയാൾ തല ഉയർത്തിയില്ല. പിന്നീട് ആരും അറിയാതെ അയാൾ വിരലുകൾകൊണ്ട് മുഖം തുടച്ചു. പിന്നീട് പെട്ടെന്ന് തല ഉയർത്തി ഏറെക്കുറെ പ്രതികാരം നിറഞ്ഞ കണ്ണുകൾ കൊണ്ട് ഉർസുലയുടെ മുഖത്തേക്ക് സൂക്ഷിച്ചുനോക്കി.

"അയാൾ എന്നെ സ്നേഹിക്കണമായിരുന്നു." അയാൾ പറഞ്ഞു. "ഞാൻ അയാളോട് സമ്മതിച്ചതാണ്."

ഭയന്നു വിളറിപ്പോയിരുന്ന അവൾ മൗനമായി ചുണ്ടുകൾ കൊണ്ട് മറുപടി കൊടുത്തു.

"അതുകൊണ്ട് എന്ത് വ്യത്യാസം ഉണ്ടാകും."

"അതുകൊണ്ട് വ്യത്യാസം ഉണ്ടാകുമായിരുന്നു." അയാൾ പറഞ്ഞു. "വ്യത്യാസം ഉണ്ടാകുമായിരുന്നു."

അയാൾ അവളെ മറന്നു. ജറാൾഡിനെ നോക്കാൻ വേണ്ടി അയാൾ തിരിഞ്ഞുനിന്നു. ഒരു അപമാനത്തിൽനിന്നും തല ഊരിയെടുക്കുന്ന ഒരു മനുഷ്യനെപ്പോലെ അയാൾ പകുതി ധിക്കാരത്തോടെ തല ഉയർത്തിക്കൊണ്ട് നിശ്ചലമായ ആ മരവിച്ച മുഖത്തേക്ക് ശ്രദ്ധിച്ചുനോക്കി. അതിന് ഒരു നീലനിറം വീണിരുന്നു. അത് ജീവനുള്ള മനുഷ്യന്റെ ഹൃദയത്തിനേറ്റ മഞ്ഞുപോലെ തണുത്ത ഒരു ചാട്ടയടിയായി മാറി. തണുത്തുറഞ്ഞ് നിശ്ശബ്ദമായ ഒരു വസ്തു. പൂർണ്ണമായ സ്നേഹത്തിന്റെ ചൂടോടും പ്രാധാന്യത്തോടും ഒരിക്കൽ ജറാൾഡ് അയാളുടെ കൈയിൽ കയറിപ്പിടിച്ചത് ബിർക്കിൻ ഓർമ്മിച്ചു. ഒരു നിമിഷം മാത്രം പിന്നീട് അയാൾ പിടിവിട്ടു. എന്നേക്കുമായി പിടിവിട്ടു. അയാൾ ആ പിടുത്തത്തിനോട് സത്യസന്ധത പുലർത്തിയിരുന്നെങ്കിൽ മരണം ചിന്താവിഷയം ആകില്ലായിരുന്നു. മരിച്ചവർക്കും മരിച്ചുകൊണ്ടിരിക്കുന്നവർക്കും സ്നേഹിക്കാൻ കഴിയും. മരിച്ചതിനുശേഷവും അവരുടെ സ്നേഹഭാജനത്തിലൂടെ അവൾ വീണ്ടും ജീവിക്കും. ജറാൾഡ് മരിച്ചതിനുശേഷം ബിർക്കിന്റെ ആത്മാവിലൂടെ ഇപ്പോഴും ജീവിച്ചുകൊണ്ടിരിക്കുമായിരുന്നു. അയാൾ അയാളുടെ സുഹൃത്തിനോടൊപ്പം ഒരുജീവിതംകൂടി ജീവിക്കുമായിരുന്നു.

പക്ഷേ, ഇപ്പോൾ അയാൾ കളിമണ്ണുപോലെയോ ദുഷിച്ച മഞ്ഞുപോലെയോ മരിച്ചുകിടക്കുന്നു. ബിർക്കിൻ അയാളുടെ കൈവിരലുകളിലേക്ക് നോക്കി. ചലനമില്ലാതെ കുറേ പദാർത്ഥങ്ങൾ! പണ്ടു കണ്ടിട്ടുള്ള ഒരു മരിച്ച വിത്തുകുതിരയെ അയാൾ ഓർമ്മിച്ചു. ഭയാനകവും വെറുപ്പുണ്ടാക്കുന്നതുമായ മരിച്ച പുരുഷത്വം. നിഗൂഢതയോടെ വിശ്വസ്ഥത പുലർത്തക്കൊണ്ട് കീഴടങ്ങിയ ഒരിക്കൽ അയാൾ സ്നേഹിച്ചിരുന്ന മനുഷ്യന്റെ മനോഹരമായ മുഖം അയാൾ ഓർമ്മിച്ചു. ആ മരിച്ച മുഖം സുന്ദരമായിരുന്നു. ഒരാൾക്കും അതിനെ മരിച്ച ചലനമറ്റ വസ്തു എന്ന് പറയാൻ കഴിയില്ല. നിഗൂഢതയിലുള്ള വിശ്വാസം നേടാതെയും പുതിയ ആഴത്തിലുള്ള ജീവിതവിശ്വാസങ്ങളുടെ സ്നേഹം ആത്മാവിൽ ലഭിക്കാതെയും ആർക്കും അതിനെ ഓർക്കാൻ കഴിയില്ല.

പിന്നെ ജറാൾഡിന്റെ കാര്യം! നിഷേധി! അയാൾ ഹൃദയത്തെ തണുത്തുമരവിച്ച് മിടിപ്പില്ലാത്ത അവസ്ഥയിൽ ഉപേക്ഷിച്ചു. ജറാൾഡിന്റെ അച്ഛൻ ആ ഹൃദയത്തെ തകർക്കാൻ പറ്റുമെന്ന് പ്രതീക്ഷിച്ചിരുന്നു. പക്ഷേ, അവസാനത്തെ ഈ തണുത്തു മരവിച്ച ഭയാനകമായ നിശ്ശബ്ദവസ്തു എന്ന ഭാവം അയാൾ പ്രതീക്ഷിച്ചിരുന്നില്ല. ബിർക്കിന്റെ ശ്രദ്ധ അയാളിൽ നിന്നും വിട്ടുമാറിയില്ല.

മരിച്ച മനുഷ്യന്റെ മരവിച്ച മുഖത്തേക്ക് നോക്കിക്കൊണ്ടിരുന്ന ജീവി

ച്ചിരിക്കുന്ന മനുഷ്യനെ നോക്കിക്കൊണ്ട് ഉർസുല ഒരുഭാഗത്തേക്ക് മാറി നിന്നു. രണ്ട് മുഖങ്ങളം നിർവ്വികാരമായിരുന്നു. വികാരങ്ങൾക്കടന്നു ചെല്ലാൻ പറ്റാത്തവ ആയിരുന്നു. മെഴുകുതിരിനാളങ്ങൾ മരവിച്ച അന്ത രീക്ഷത്തിന്റെ നിശ്ശബ്ദതയിൽ മിന്നിത്തിളങ്ങിക്കൊണ്ടിരുന്നു.

"നിങ്ങൾ കണ്ടുകഴിഞ്ഞില്ലേ?" അവൾ ചോദിച്ചു.

അയാൾ എഴുന്നേറ്റു.

"എനിക്ക് ഇതു സഹിക്കാൻ പറ്റുന്ന കാര്യമല്ല." അയാൾ പറഞ്ഞു.

"എന്ത്? അയാൾ മരിച്ചതാണോ?" അയാൾ അവളുടെ കണ്ണിലേക്ക് ഒളികണ്ണിട്ട് നോക്കി. അയാൾ മറുപടി പറഞ്ഞില്ല.

"നിങ്ങൾക്ക് ഞാനില്ലേ?" അവൾ പറഞ്ഞു. അയാൾ പുഞ്ചിരിച്ചു കൊണ്ട് അവളെ ചുംബിച്ചു. "ഞാൻ മരിക്കുകയാണെങ്കിൽ ഞാൻ നിങ്ങളെ വിട്ടുപോയിട്ടില്ലെന്ന് നിങ്ങൾക്ക് മനസ്സിലാകും." അയാൾ പറഞ്ഞു.

"അപ്പോൾ ഞാനോ?" അവൾ ഉറക്കെ ചോദിച്ചു,.

"നിങ്ങളും എന്നെ വിട്ടുപോകില്ല" അയാൾ പറഞ്ഞു.

"നമുക്കു മരണത്തിൽ നിരാശപ്പെടേണ്ടിവരില്ല."

അവൾ അയാളുടെ കൈയിൽ കയറിപ്പിടിച്ചു. "പക്ഷേ, നിങ്ങൾ ജറാൾഡിനെപ്പറ്റി കൂടുതൽ നിരാശപ്പെടേണ്ട ആവശ്യം ഉണ്ടോ?"

"ഉണ്ട്" അയാൾ മറുപടിപറഞ്ഞു.

അവർ പോയി. ജറാൾഡിനെ സംസ്കരിക്കുന്നതിന് ഇംഗ്ലണ്ടിലേക്ക് കൊണ്ടുപോയി. ജറാൾഡിന്റെ സഹോദരന്മാരിൽ ഒരാളോടൊപ്പം ഉർസു ലയും ബിർക്കിനും ശവശരീരത്തെ അനുഗമിച്ചു. ഇംഗ്ലണ്ടിൽ സംസ്കരി ക്കണമെന്ന് നിർബ്ബന്ധം പിടിച്ചത് ജറാൾഡിന്റെ സഹോദന്മാരും സ ഹോദരിമാരും ആയിരുന്നു. ബിർക്കിൻ ആ മനുഷ്യനെ ആൽപ്സിൽ മഞ്ഞിനു സമീപം ഉപേക്ഷിക്കനായിരുന്നു ആഗ്രഹിച്ചത്. പക്ഷേ, കുടും ബത്തിന് ഉറച്ച നിർബ്ബന്ധം ഉണ്ടായിരുന്നു.

ഗുഡ്റൺ ഡ്രെസ്ഡനിലേക്ക് പോയി. അവൾ അവളുടെ വിശേഷ ങ്ങൾ ഒന്നും എഴുതിയില്ല. ഉർസുല ബിർക്കിനോടൊപ്പം രണ്ടാഴ്ച മില്ലി ലെ വീട്ടിൽ താമസിച്ചു. അവർ രണ്ടുപേരും ഒതുങ്ങിയാണ് താമസിച്ചത്.

"നിങ്ങൾക്ക് ജറാൾഡിനെ വേണമായിരുന്നോ?" ഒരു വൈകുന്നേരം അവൾ ചോദിച്ചു.

"വേണമായിരുന്നു." അയാൾ പറഞ്ഞു.

"നിങ്ങൾക്ക് ഞാൻ മതിയാവാതുണ്ടോ?" അവൾ ചോദിച്ചു.

"ഇല്ല."അയാൾ പറഞ്ഞു. "ഒരു സ്ത്രീ എന്ന രീതിയിൽ എനിക്ക് നിങ്ങൾ ധാരാളമാണ്. എനിക്ക് നിങ്ങൾ പൂർണ്ണമായും സ്ത്രീ ആണ്. ഞാനും നിങ്ങളും ശാശ്വതമായി നിലനില്ക്കുന്നതുപോലെ ശാശ്വതമായ ഒരു പുരുഷ സുഹൃത്തിനെ ഞാൻ ആഗ്രഹിച്ചു."

"ഞാൻ എന്തുകൊണ്ട് വേണ്ടിടത്തോളം ആകുന്നില്ല?" അവൾ പറഞ്ഞു. "നിങ്ങൾ എനിക്ക് വേണ്ടത്ര ഉണ്ട്. എന്തുകൊണ്ട് നിങ്ങൾ

അതുപോലെ ആകുന്നില്ല."

"നിങ്ങൾ ഉണ്ടെങ്കിൽ മറ്റൊരാളോ മറ്റൊരു പരിശുദ്ധമായ സ്നേഹ ബന്ധമോ ഇല്ലാതെ എനിക്ക് എന്റെ ജീവിതകാലം ജീവിക്കാൻ പറ്റും. പക്ഷേ, അത് പൂർണ്ണവും യഥാർത്ഥത്തിൽ സന്തോഷകരവും ആക്കുന്നതിന് ഒരു പുരുഷനുമായുള്ള ശാശ്വതമായ യോജിപ്പുകൂടി ഞാൻ ആഗ്രഹിച്ചു. മറ്റൊരു തരത്തിലുള്ള സ്നേഹം" അയാൾ പറഞ്ഞു.

"ഞാൻ അത് വിശ്വസിക്കുന്നില്ല" അവൾ പറഞ്ഞു. അത് ഒരു ദുർവാശിയോ തോന്നലോ മനോവൈകല്യമോ ആണ്."

"ശരി." അയാൾ പറഞ്ഞു.

"നിങ്ങൾക്ക് രണ്ടുതരം സ്നേഹം പറ്റില്ല. അത് നിങ്ങൾക്ക് എന്തിനാണ്?"

"അത് പറ്റില്ലെന്ന് എനിക്ക് തോന്നുന്നുണ്ട്." അയാൾ പറഞ്ഞു. "എന്നിട്ടും ഞാൻ അത് ആഗ്രഹിച്ചു."

"അത് അസംഭാവ്യവും അസംബന്ധവും ആയതുകൊണ്ട് നിങ്ങൾക്ക് അതിനു കഴിയില്ല."

അവൾ പറഞ്ഞു.

"അത് ഞാൻ വിശ്വസിക്കുന്നില്ല."അയാൾ മറുപടി പറഞ്ഞു.

www.ingramcontent.com/pod-product-compliance
Lightning Source LLC
LaVergne TN
LVHW090536241026
850972LV00043B/411
9789386364319
9 789386 364319